நான்தான் ஔரங்ஸேப்...

AF839057

மனாசே ராஜா வழங்கும்

நான்தான் ஔரங்கஸேப்...

சாரு நிவேதிதா

எழுத்து பிரசுரம்

Title: Naanthaan Aurangzeb...
Author's Name: Charu Nivedita
Copyright © 2022 by Charu Nivedita
Published by Ezutthu Prachuram

All rights reserved. No part of this publication may be reproduced, stored in a retrieval system, or transmitted, in any form or by any means, electronic, mechanical, photocopying, recording, psychic, or otherwise, without the prior permission of the publishers.

Ezutthu Prachuram
(An imprint of Zero Degree Publishing)
No. 55(7), R Block, 6th Avenue,
Anna Nagar,
Chennai - 600 040

Website: www.zerodegreepublishing.com
E Mail id: zerodegreepublishing@gmail.com
Phone: 89250 61999

Ezutthu Prachuram First Edition: August 2022
ISBN: 978-93-91748-90-6
TITLE NO EP: 360

Cover Design: Rohini Mani
Layout: Vijayan, Creative Studio

சிங்கப்பூர் ஆர். சிவாவுக்கு...

என் எழுத்து இயக்கத்துக்கு உறுதுணையாக இருப்பவர்கள்

ஸ்ரீராம், புவனேஸ்வரி, குமரேசன், நிர்மல் (கத்தர்), வினித் குமார், மனாசே ராஜா, சிவபால கணேசன் (பொள்ளாச்சி), ஆர். சிவா (சிங்கப்பூர்), ஆனந்தி, வி. பிரபு, சோனி ஷங்கர் (யு.எஸ்.), வினோத் ஜெகன்னாதன் (மேரிலாண்ட்), வித்யா சுபாஷ், வளன் அரசு, என். சத்யமூர்த்தி, செல்வகுமார், கார்ல் மார்க்ஸ், ஆர். ராஜேஷ், டாக்டர் கார்த்திக் வேல்சாமி (கோவை), ஸ்ரீதர், குரு (லண்டன்), Ms. D., மணி சேகரன் (நியூ ஜெர்ஸி), அஸ்வினி (Sacramento), D. மனோஜ் குமார் (மும்பை), அருணாசலம், சுரேஷ் (திருவான்மியூர்), சரவணன் சோமசுந்தரம் (நியூயார்க்).

—

இந்த நாவலின் சிறப்பு வெளியீட்டுத் திட்டத்தில் பங்கேற்றவர்கள்

பிரவீண் குமார் (யு.எஸ்.), நேசராஜ் செல்வம் (கிருஷ்ணகிரி), செந்தில் (திருப்பூர்), டாக்டர் சிவராமன் (சவூதி அரேபியா), V. ராஜாகனி, சதீஷ் நாராயணன் (Cary-NC), வெங்கடேஷ் பாபு (குடியாத்தம்), அருண்காந்தி நவநீதன், T. பிரபு, கோ. மோகன்ராஜ் (ஆல்பனி-நியூயார்க்), அசோக் (அட்லாண்டா), பா. கணேஷ் (பாண்டிச்சேரி), எம்.எஸ். கார்த்திகேயன் (ஈரோடு), ஆண்டிச்சாமி குருசாமி, ராதாகிருஷ்ணன், ஆல்பர்ட் ஜோ ராஜ்குமார் (திருமலைராயன் பட்டிணம்), வீ. சந்தானம், எம். கண்ணன் (சிகாகோ).

உச்சரிப்புக் குறிப்புகள்

முஹம்மது கஜினியை மஹ்மூத் கஸ்னவி என்றே குறிப்பிட்டிருக்கிறேன். அரபியிலும் உர்தூவிலும் இப்படித்தான் குறிப்பிடுகிறார்கள். கஸ்னி என்ற ஊரிலிருந்து வந்தவர் கஸ்னவி. உர்தூவில் பிரிட்டனை பர்த்தானியா என்றும், தில்லியிலிருந்து வந்தால் தெஹலவி என்றும் சொல்வதைப் போல.

முடிந்த வரை பெயர்களின் உச்சரிப்பை அந்தந்த மொழியில் எப்படி உச்சரிப்பார்களோ அப்படியே கொடுத்திருக்கிறேன். உதாரணமாக, துர்கவதியின் மகன் பெயர் வீர் நராயண். தமிழில் சொல்வது போல் வீர நாராயணன் என்று பயன்படுத்தவில்லை. அதே சமயம், நாம் சிறு வயதிலிருந்தே புழங்கி வந்த பல புகழ்பெற்ற பெயர்களில் கை வைக்கவில்லை. நாம் எப்படி உச்சரிக்கிறோமோ அதையே எழுத்திலும் அனுமதித்து விட்டேன். உதாரணமாக, ஹுமாயூன், ஷா ஜஹான் என்பது தவறான உச்சரிப்பு. ஹுமாயூ(ங்), ஷா ஜஹா(ங்) என்பதே சரி.

முன்னுரை

இந்த நாவல் பிஞ்ஜ் செயலியில் தொடராக வந்து கொண்டிருந்தபோது பல வாசகர்கள் இதில் வரும் சூஃபிகளின் கராமத்துகள் எல்லாம் உண்மையிலேயே நடந்ததா, அதற்கெல்லாம் ஆதாரம் உண்டா, அல்லது, எல்லாம் கட்டுக்கதையா, கற்பனையா என்று கேட்டார்கள். நாவலில் வரும் ஒவ்வொரு சம்பவத்துக்கும் ஆதாரம் உண்டு. அதற்கான ஆதார நூல்களை இறுதியில் உள்ள நூற்பட்டியலில் கொடுத்திருக்கிறேன்.

எந்தக் கதையும் கட்டுக்கதை அல்ல. நேரில் பார்த்தவர்கள் சாட்சி சொல்லியிருக்கிறார்கள். ஆனால், வெறும் ஐம்பதே ஆண்டுகளுக்கு முன் மும்பையில் வாழ்ந்த ஒரு அகோரி பற்றிய கதையை ராபர்ட் ஸ்வபோதா என்ற அமெரிக்கர் *Aghora* என்ற தலைப்பில் மூன்று தொகுதிகளாக எழுதியிருக்கிறார். அது உங்களுக்கு மேலும் ஒரு சான்றாக அமையும்.

அப்படியானால், "இது சரித்திரப் புத்தகமா? நாவல் இல்லையா?" என்ற கேள்வி எழும். சரித்திரத்தில் நிகழ்ந்தவற்றையே கச்சாப் பொருளாகக் கொண்டு இந்த நாவலை உருவாக்கியிருக்கிறேன். உதாரணமாக, ஷா ஜஹானின் அரசவைக் கவிஞர் அபு

தாலிப் கலீம் ஜஹானாரா பேகம் பற்றிக் கவிதை பாடியது நிஜம். ஆனால் நாவலில் வரும் கவிதை இந்த நாவலுக்காக எழுதப்பட்டது! அபு தாலிப் கலீம் எழுதிய கவிதை வேறு!

இந்த நாவலின் இறுதி வடிவத்தைச் செப்பனிடுவதில் உதவியர்கள் பிச்சைக்காரன், ப்ரஸன்ன வெங்கடேசன், கொள்ளூ நதீம், ஆத்மார்த்தி, ஃபைஸ் காதிரி. இவர்கள் அனைவரின் பங்களிப்புமே நாவலை மென்மேலும் செழுமைப்படுத்துவதில் உறுதுணையாக இருந்தது. நாவலைச் செப்பனிடுவது குறித்து பிச்சைக்காரன் எனக்கு எழுதிய சுமார் நூற்றைம்பது கடிதங்களும் 'ஒரு இலக்கியப் படைப்பை எப்படிச் செப்பனிடுவது?' என்பது குறித்த பாடமாகவே பயில வேண்டியவை. நாவலை எழுதிக் கொண்டிருக்கும் போது எனக்குத் தோன்றிய சந்தேகங்களைத் தீர்த்ததில் பெரும்பங்கு வகித்தவர்கள் நந்தினி கிருஷ்ணன், விவேக் (மணிப்பால்), கருந்தேள் ராஜேஷ், ஷா உமரி, ஷோபா சக்தி மற்றும் லஃபீஸ் ஷஹீத். இவர்கள் அனைவருக்கும் சிரம் தாழ்த்துகிறேன்.

இந்த நாவலின் ஆய்வுக்காக நான் வாங்கிய நூல்களைப் பணத்தால் கணக்கிட்டால் இரண்டு லட்சத்தைத் தாண்டும். அவ்வளவையும் சாத்தியப்படுத்திய வித்யா சுபாஷ், அர்ஜுன், ஸ்ரீராம், புவனேஸ்வரி, மும்பை மனோஜ் மற்றும் பல நண்பர்கள். ஒவ்வொரு அத்தியாயத்தை எழுதி முடித்தவுடனேயே அதைப் படித்து விவாதித்தவர் அராத்து.

இதெல்லாம் போக, என் லௌகீகத் தேவைகளை உடனுக்குடன் கவனித்து நான் எழுத்திலேயே கவனம் குவித்திருக்கக் காரணமாக இருந்தவர்கள் வேளச்சேரி ராஜேஷ், சிங்கப்பூர் சிவக்குமார், பொள்ளாச்சி சிவபால கணேசன், அஸ்வினி (யு.எஸ்.) மற்றும் நூற்றுக்கணக்கான நண்பர்கள். இவர்களுக்கெல்லாம் நான் செலுத்தும் நன்றி, இந்த நாவல்தான்.

இந்த நாவலை வாரத்தில் மூன்று அத்தியாயமாக வெளியிட்ட பிஞ்ஜ் செயலி குழுவினருக்கும், குறிப்பாக நவீன் வல்ஸகுமாருக்கும் நன்றி.

இதை சிறப்பான முறையில் டைப்செட் செய்து வடிவமைத்த விஜயன் மற்றும் ஸீரோ டிகிரி குழுவினருக்கும், ஓவியர் ரோஹினிக்கும், இதை வடிவாகப் பிரசுரித்து உலகமெங்கும் கிடைக்கச் செய்திருக்கும் ராம்ஜி மற்றும் காயத்ரிக்கும் என் பிரத்யேகமான நன்றி.

அல்ஹம்துலில்லாஹ்...

சாந்தோம் சாரு நிவேதிதா
4.7.2022

உலகில் நீ ஒரு அந்நியனைப் போல் இரு. அல்லது, ஒரு வழிப்போக்கனைப் போல் இரு. அல்லது, கல்லறையில் உறங்கும் ஒரு மனிதனைப் போல் இரு.

- இறைத்தூதர் முஹம்மது (ஸல்)

பாகம்: ஒன்று

முன்கதை – 1

இந்த நாவலை எழுதுவதற்கு முன்பாக எழுத்தாளன் காதரீனா தெ ஸான் ஹுவான் (*Catarina de San Juan*) என்ற கத்தோலிக்கப் பாதிரிப் பெண்ணைப் பற்றி ஒரு நாவல் எழுதுவதற்கான தயாரிப்பில் இருந்தான். இந்தக் காதரீனா யார் என்று பார்த்தால், 1606–இல் ஆக்ரா அரண்மனையில் ஷா ஜஹானின் ஒன்றுவிட்ட சகோதரியாகப் பிறந்தவள். (இறப்பு 1688) பெயர் மீர்ரா. ஷா ஜஹானுடன்தான் ஒரே அரண்மனையில் வளர்ந்திருக்கிறாள். 1617 வாக்கில் - அவளுக்குப் பத்து அல்லது பதினோரு வயதாக இருக்கும்போது போர்த்துக்கீசிய மாலுமிகளால் கடத்திச் செல்லப்பட்டு அடிமையாக விற்கப்பட்டாள். அவளை மெக்ஸிகோவைச் சேர்ந்த வணிகன் ஒருவன் வாங்கிச் சென்றான். மெக்ஸிகோவில் கத்தோலிக்க மதத்துக்கு மாறி, அதற்கேற்ப பெயரும் காதரீனாவாக மாறி இளம் வயதிலேயே கன்னிகாஸ்த்ரீயாக ஆனார். அப்போது அவர் பல அற்புதங்களை நிகழ்த்தியதால் மெக்ஸிகோவில் அன்றிலிருந்து இன்று வரை பிரபலமாக அறியப்படும் புனித அன்னையாக விளங்குகிறார். காதரீனா தெ ஸான் ஹுவானின் வாழ்க்கை வரலாற்றை அலோன்ஸோ ரமோஸ் என்ற பாதிரி மூன்று தொகுதிகளாக எழுதியிருக்கிறார்.

காதரீனா மொகலாய அரண்மனையில் பிறந்து வளர்ந்த காலகட்டத்தில் மத சகிப்புத்தன்மையைப் பொருத்தவரை ஹிந்துஸ்தான் உலகின் முன்னுதாரண தேசமாக விளங்கி இருக்கிறது. அதே காலகட்டத்தில் துருக்கியின் உள்ளே நுழைய வேண்டும் என்றால் பயணிகளும் வணிகர்களும் பச்சை ஆடைதான் அணிய வேண்டும் என்ற சட்டம் இருந்தது என்று எழுதுகிறார் இத்தாலியப் பயணி நிக்கலாவோ மனூச்சி. தலையைக் குனிந்தபடியேதான் பேச வேண்டும், கண்ணைப் பார்த்துப் பேசினால் சவுக்கடி, எதிர்த்துப் பேசினால் கை இருக்காது. இப்படித்தான் இருந்தது அப்போதைய துருக்கி. ஆனால் ஹிந்துஸ்தான், இப்போதைய ஒரு பெருநகரம் எப்படி இருக்குமோ அப்படி இருந்திருக்கிறது. நகரங்கள் மட்டும் அல்லாமல், ஹிந்துஸ்தான் முழுவதுமே. பல வெளிநாட்டுப் பயணிகளும் வணிகர்களும் வந்து கொண்டும் போய்க் கொண்டும் இருந்திருக்கிறார்கள். உலகமே பொறாமைப்படும் அளவுக்குப் பணக்கார நாடாகவும் இருந்ததால் பாரசீகம் போன்ற நாடுகளின் அரசர்கள் எப்போது வாய்ப்புக் கிடைக்கும், இந்தியாவுக்குப் போய் கொள்ளையடிக்கலாம் என்றே காத்துக் கொண்டிருந்தனர். ஆஃப்கானிஸ்தானிலிருந்து மஹ்மூத் கஸ்னவி திரும்பத் திரும்ப இந்தியா வந்ததற்குக் காரணமும் இங்கே இருந்த செல்வச் செழிப்புதான். (ஷா ஜஹானின் அரண்மனையில் பாதுகாப்புப் பணியில் ஈடுபட்டிருந்த மூத்த அதிகாரிகள் தங்கள் கைகளில் முழுக்க முழுக்கத் தங்கத்தாலான தடிகளையும், அவர்களது உதவியாளர்கள் வெள்ளித் தடிகளையும் வைத்திருந்ததாக எழுதுகிறார் மனூச்சி.)

ஹிந்துஸ்தானில் இருந்த மத நல்லிணக்கத்தின் காரணமாக பல கத்தோலிக்கப் பாதிரிகளும் மொகலாய அரண்மனையில் அரச குடும்பத்துக்கு நெருக்கமாக இருந்தார்கள். ஔரங்ஸேப் தன் அண்ணன் தாரா ஷிகோவைக் கொன்றதற்கும் இஸ்லாமிய மார்க்கத்தில் தீவிர ஈடுபாடு காட்டியதற்கும் இதுவே ஒரு காரணமாக அமைந்தது என்று சொல்லலாம். தாராவிடம் ஆட்சி போயிருந்தால் அவன் முழு ஹிந்துஸ்தானையும் பாதிரிகளிடம் கொடுத்திருப்பான் என்று ஔரங்ஸேப் தன் கடிதம் ஒன்றில் சூசகமாகக் குறிப்பிடுகிறார்.

காதரீனா பற்றிய எழுத்தாளனின் நாவலுக்கு அலோன்ஸோ ரமோஸ் எழுதிய மூன்று தொகுதிகளும் நல்ல ஆதார நூல்களாக இருக்கும் என்றாலும் அவர் ஒரு பாதிரி என்பதால் காதரீனா பிறந்ததே கன்னி மேரியின் அருளால்தான் என்று எழுதுகிறார். காதரீனாவின் பெற்றோருக்கு இருபது ஆண்டுகளாகக் குழந்தை இல்லை. அவர்கள் அரண்மனைப் பாதிரி ஒருவரின் பரிந்துரையில் கன்னி மேரியைப் பிரார்த்தித்துக் கொண்டதால் பிறந்தவர் மீர்ரா என்கிறார் ரமோஸ்.

இருக்கலாம். ஆனால் எழுத்தாளனுக்கு அது பற்றி வேறு சில தரவுகள் தேவைப்பட்டன. எங்கு தேடியும் கிடைக்கவில்லை. எழுதியவர்கள் எல்லோருமே அலோன்ஸோ ரமோஸின் தொகுதிகளையே ஆதாரமாகக் கொண்டு எழுதியிருந்தார்கள். அப்போதுதான் எழுத்தாளனின் நண்பர் ஒருவர் ஒரு அகோரி பற்றிச் சொன்னார். அவர் அக்பரின் ஆவியோடு பேசுகிறார். இல்லை, சரியாகச் சொல்ல வேண்டும். அவர் யாரோடு பேச வேண்டும் என்று விரும்புகிறாரோ அவருடைய ஆவி அந்த அகோரியின் உடம்புக்குள் வருகிறது. அப்போது பேசுவது அகோரி அல்ல, அந்த ஆவி. அப்படித்தான் அவர் அக்பரைத் தன் நண்பர்களுக்கு அவ்வப்போது வரவழைத்துக் காட்டுகிறார்.

இதில் ஏதாவது கோக்குமாக்கு இருக்குமோ, பேசுவது அக்பர்தான் என்று எப்படி நம்புவது என்று கேட்டான் எழுத்தாளன். வந்து பார் என்றார் நண்பர்.

அகோரி தன்னைப் பற்றிய எந்த விவரத்தையும் எழுதக் கூடாது என்று எழுத்தாளனிடம் சத்தியம் வாங்கியிருப்பதால் அவரைப் பற்றியோ அவரது ஊர் பற்றியோ இங்கேயும் அல்லது வேறு எங்கேயும் சொல்வது சாத்தியம் இல்லை. எனவே வாசகர்கள் யாரும் அந்த அகோரி பற்றிக் கேட்டு எழுத்தாளனையோ இதன் வெளியீட்டாளர்களையோ தொல்லை பண்ண வேண்டாம். சமயங்களில் இப்படி வரும் கடிதங்கள் எழுத்தாளனை மிகவும் மன வருத்தமடையச் செய்கின்றன. “இருபது ஆண்டுகளாக எனக்கு சொறி சிரங்கு இருக்கிறது, சரியாகத் தூங்கியே

பல ஆண்டுகள் ஆகின்றன. நீங்கள் எழுதியிருந்த சித்தரின் விலாசம் தரவும்.” இப்படி ஒரு கடிதம் வந்தால் பூஞ்சை மனம் கொண்ட எழுத்தாளன் என்ன செய்வான்? சித்தரோ தன்னைப் பற்றிய தகவலை யாருக்கும் கொடுக்கக் கூடாது என்று சொல்லியிருக்கிறார். இப்படித்தான் இக்கட்டில் மாட்டிக் கொள்கிறான் எழுத்தாளன். எனவே யாரும் அகோரியின் விலாசம் கேட்டு எழுதிவிடாதீர்கள். ப்ளீஸ்.

—

அந்த அறையில் பத்து பேர் இருந்தார்கள். ஒரு மூலையில் ஊதுவத்தி எரிந்து கொண்டிருந்தது. அறை முழுவதும் அத்தர் மணம். ஒரு பக்கம் சன்னமாக ஒரு பெண் குரலில் கஸல் ஒலித்துக் கொண்டிருந்தது. திண்ணை மாதிரி சற்றே உயர்ந்திருந்த மேடையில் திண்டு போட்டு அதில் கண்களை மூடியபடி அமர்ந்திருந்தார் அகோரி. மற்றவர்கள் சற்று கீழே ஜமுக்காளத்தில் அமர்ந்திருந்தார்கள்.

பேசியது அக்பர்தான். சந்தேகமில்லை. ஏனென்றால், அந்த அகோரிக்கு ஹிந்தவி[1] சுட்டுப் போட்டாலும் வராது என்றார் நண்பர்.

அந்த அமர்வு முடிந்ததும் எழுத்தாளன் அவன் நண்பரிடமும் அகோரியிடமும் பேசினான். அவனுடைய நாவலுக்குத் தேவையான சில விவரங்களை - அதாவது காதரீனாவின் ஆரம்ப கால சம்பவங்களைப் பற்றி ஏன் ஷா ஜஹானிடமே கேட்கக் கூடாது என்பது அவன் யோசனை. அகோரியும்

---

1 ஔரங்ஸேப் காலத்தில் உர்தூவின் இரண்டு வடிவங்கள் புழக்கத்தில் இருந்தன. தென்னிந்தியாவில் புழங்கிய உர்தூ தக்கணி. அதாவது, ஹைதராபாத், பீஜாப்பூர், கோல்கொண்டா போன்ற பகுதிகள். தில்லியில் இருந்தது ஹிந்துஸ்தானி, ஹிந்தவி, ஹிந்தி, தெஹலவி, ரீஹ்த்தா (கால வரிசைக்கிரமப்படி). ஆக, ஹிந்தி என்ற பெயர் முதலில் உர்தூவுக்குத்தான் இருந்திருக்கிறது. மிர்ஸா காலிப் காலத்தில்தான் ரீஹ்த்தா என்ற பெயர் போய் உர்தூ என்ற பெயர் இறுதியாகக் கிடைக்கிறது.

ஒப்புக் கொண்டதால் வேலை எளிதாயிற்று. அமர்வுக்கான நாள் குறிக்கப்பட்டது.

ஆனால் அகோரியிடம் வந்தது ஷா ஜஹானின் ஆவி அல்ல என்பது ஆவி தன்னுடைய பெயரைச் சொல்வதற்கு முன்பே யூகிக்கக் கூடியதாய் இருந்தது. ஏனென்றால், ஷா ஜஹான் ஒரு இசை வெறியர். அவரே ஒரு பாடகரும் கூட. அவர் குரலைக் கேட்டு எல்லோரும் மெய்மறந்து போவார்கள். அதனால் அந்த அறையில் கிஷோரி அமோங்கரின் யமன் ராகப் பாடல் ஒன்றை மெலிதாக ஒலிக்க விட்டிருந்தான் எழுத்தாளன். ஆனால் அகோரி மூலம் பேசிய ஆவியோ எடுத்த எடுப்பில் அதை நிறுத்தச் சொல்லியது. அப்போதே அவனுக்குக் குழப்பம். பிறகு கொஞ்ச நேரத்தில் அவரே பெயரைச் சொன்னதும் குழப்பம் முழுசாகத் தீர்ந்தது.

அகோரியிடம் வந்தது ஔரங்ஸேபின் ஆவி. இது எப்படி நடந்தது என்பதை அவன் கேட்காமலேயே விளக்கினார் ஔரங்ஸேப். அவர் விரிவாகப் பேசியதன் சுருக்கம் இதுதான்:

சரித்திரத்தில் ஔரங்ஸேப் பற்றிப் பல தவறான தகவல்கள் நிரம்பி இருக்கின்றன. ஒரு எழுத்தாளனிடம் தன் உண்மையான கதையைச் சொல்வதன் மூலம் அந்தத் தவறுகளையெல்லாம் சரி செய்யலாம் என்று நம்பி, தன் தந்தையிடம் அனுமதி பெற்று அவருக்குப் பதிலாக எழுத்தாளனைச் சந்தித்திருக்கிறார் ஔரங்ஸேப். அவர் சொன்ன பல தகவல்கள் அவனை ஆச்சரியத்தில் ஆழ்த்தின. இருக்காதா என்ன? என் ஜோதிடர் ஒரு பிராமணன் என்கிறார். அக்பர்நாமாவின் முதல் தொகுதியின் ஆரம்பத்தில் அபுல் ஃபஸ்ல் அக்பர் பாதுஷாவின் ஜாதகம் பற்றியே ஐம்பது பக்கம் எழுதியிருக்கிறார் இல்லையா என்று கேட்கிறார். அது மட்டும் அல்ல, நானா மதம் மாற்றினேன், ஹிந்துக்களுக்காகக் கோவில்களைக் கட்டிக் கொடுத்தேன் என்கிறார். கட்டியதோடு மட்டுமல்ல, அவற்றைப் பராமரிப்பதற்கு மான்யங்களும் வழங்கியிருக்கிறேன். எல்லாவற்றுக்கும் சரித்திரத்திலிருந்து ஆதாரம் காட்டுகிறார். அந்த ஆதாரங்களை அவன் சோதித்துப் பார்த்தபோது அவை

பெரும்பாலும் சரியாக இருந்தன. என்ன ஆதாரம் என்றால், ஐரோப்பியப் பயணிகளின் குறிப்புகள் மற்றும் ஔரங்ஸேப் பற்றி அவரது மரணத்துக்குப் பிறகு எழுதப்பட்ட சரித்திரங்கள். மற்ற பேரரசர்களைப் போல் ஆள் வைத்து எழுதப்பட்ட சரிதங்கள் அல்ல. ஔரங்ஸேபின் மரணத்துக்குப் பிறகு எழுதப்பட்டவை.

இப்படியாக ஔரங்ஸேப் செய்த அதிரடியால் காதரீனா பற்றி அவன் திட்டமிட்டிருந்த நாவலை ஒத்தி வைத்துவிட்டு ஔரங்ஸேபின் கதையை அவர் சொல்லச் சொல்ல எழுத ஆரம்பித்தான். (ஆனால் அவன் மனதுக்குள் ஒரு எண்ணம் ஓடியது, அடப்பாவி, உயிரோடு இருந்தபோதுதான் தந்தையைச் சிறையில் அடைத்தீர், ஆவியாகப் போன பிறகும் அவரைத் தள்ளிவிட்டு நீர் வந்திருக்கிறீரே?)

அப்போது எழுத்தாளனுக்குள் இன்னொரு கேள்வியும் எழுந்தது. வெறுமனே ஒரு ஆவி தன் கதையைச் சொல்வதை எழுதினால் அதன் நம்பகத்தன்மைக்கு என்ன செய்வது? ஒரே ஒரு வழிதான் இருந்தது. ஒரு பக்கம் ஆவி சொல்வதையெல்லாம் பதிவு செய்து கொண்டு, பிறகு அதை ஆதார நூல்களில் சரி பார்க்கலாம். அதன்படி ஔரங்ஸேப் பேசுவதை எந்திரத்தில் பதிவு செய்து கொள்ளலாம் என்று நினைத்தான். ஆனால் ஔரங்ஸேப் மறுத்து விட்டார். தடயங்களை விட்டுப் போவது அவர்களின் (ஆவி) உலக நியதிகளுக்கு ஏற்புடையது இல்லையாம். அது என்ன தர்க்கமோ தெரியவில்லை. ஆனாலும் எழுத்தாளன் தன்னுடன் அழைத்துச் சென்றிருந்த ரிஸ்வான் ஔரங்ஸேப் பேசுவதை பிரதி எடுத்துக் கொடுப்பதாகச் சொன்னபோது ஆசுவாசம் அடைந்தான். காகிதங்களில் குறிப்பு எடுத்துக் கொள்ளலாம். அதற்கு ஔரங்ஸேப் தடை சொல்லவில்லை.

—

மொகலாயப் பேரரசர்கள் அனைவருமே பிராமண ஜோதிடர்களைத் தங்கள் அரசவையில் பெரும் பதவியில் வைத்திருந்திருக்கிறார்கள். ஔரங்ஸேப் உட்பட. பண்டிட் சந்தர்பான் பிராமணன் - முழுப் பெயரே அதுதான் -

என்பவர் 1620களின் கடைசியிலிருந்து 1663 வரை - அதாவது, ஷா ஜஹான், ஔரங்ஸேப் இருவரிடமும் ஆஸ்தான ஜோதிடராகவும் ஆஸ்தானக் கவிராயராகவும் முன்ஷியாகவும் தன்னுடைய பிராமண அடையாளத்தை விட்டுவிடாமலேயே இருந்திருக்கிறார். ஷா ஜஹான் நோய்வாய்ப்பட்டுக் கிடந்தபோது தாரா ஷிகோதான் ஆட்சியை கவனித்துக் கொண்டார். அப்போதும் சந்தர்பான் பிராமணன் தாரா ஷிகோவின் செயலாளராக இருந்திருக்கிறார்.

சந்தர்பான், பிராமணன்தான் என்றாலும் ஃபார்ஸி மொழியின் முதல் இந்தியக் கவியாகவும் உரைநடை ஆசிரியராகவும் அறியப்படுகிறார். இத்தனைக்கும் ஃபார்ஸி மொழி சந்தர்பானின் தாய் மொழி அல்ல. கற்றுக்கொண்ட மொழி. ஆக, ஔரங்ஸேப் காலத்தில் அவரது அரசவையில் முக்கியப் பொறுப்பில் இருந்த ஒரு பிராமணர் ஃபார்ஸி மொழியில் உரைநடையில் தன் சுயசரிதையை எழுதியிருக்கிறார் என்றால் அது எத்தனை அரிய பொக்கிஷம்! அதேபோல் ஷா ஜஹானின் அரசவையிலும் பிறகு ஔரங்ஸேபின் அரசவையிலும் மருத்துவராகப் பணியாற்றிய ஃப்ரான்ஸ்வா பெர்னியே *(François Bernier) (1620-1688)* ஒரு பயண நூலை எழுதியிருக்கிறார்.

இன்னொருவர் நிக்கலாவோ மனூச்சி *(Niccolao Manucci) (1638-1717)*. இவர் தனது சொந்த ஊரான வெனிஸை விட்டு பதினெட்டு வயதில் (1656) இந்தியா வந்தவர். பிறகு ஐம்பத்து நான்கு ஆண்டுகள் இந்தியாவிலேயே இருந்தார். பேரரசர் ஷா ஜஹான் குடும்பத்துக்கு - குறிப்பாக, தாராவுக்கு - நெருக்கமாக இருந்த மருத்துவர். தான் நேரில் கண்டதை நான்கு தொகுதிகளாக எழுதியிருக்கிறார். அதில் முதல் தொகுதி ஔரங்ஸேபின் காலகட்டத்தைப் பற்றியது. "நான் பார்க்காத, அனுபவிக்காத எதையும் என் குறிப்புகளில் எழுதவில்லை" என்கிறார் மனூச்சி. (இங்கே குறிப்படப்படும் ஷா ஆலம் முதலாம் ஷா ஆலம். அதாவது, ஔரங்ஸேபின் இரண்டாவது மகன் முஹம்மது முஅஸ்ஸமின் இன்னொரு பெயர்தான் ஷா ஆலம். தில்லியில் 1707இலிருந்து 1712-இல் கொல்லப்படும் வரை பேரரசராக இருந்தவர்.)

இறுதியாக, ஒரே ஒரு விஷயத்தை மட்டும் வலியுறுத்திச் சொல்ல விரும்புகிறான் எழுத்தாளன். அது, ஃப்ரான்ஸ்வா பெர்னியே தன் பயணக் குறிப்புகளில் சொல்வது போல, "இந்தச் சரித்திரம்தான் மிகவும் சரியானது என்று சொல்ல மாட்டேன். ஆனால் நிச்சயமாக மற்றவர்கள் எழுதியதை விட பிழைகள் கம்மியானதாக இருக்கும் என்பதை மட்டும் உறுதி கூறுவேன்."

—

முன்கதை – 2

ஒரு அரசனின் முக்கியமான கடமை என்பது தன் மக்களை சமமாக பாவித்து அரசாள்வதே என்பதை உணர்ந்து செயல்படுத்திய ஒரு மகத்தான அரசர் என்றால் அது உண்மையிலேயே ஔரங்ஸேப்தான்.

- ஔரங்ஸேபின் அரசவையில் எட்டு ஆண்டுகள்
பணியாற்றிய ஃப்ரெஞ்ச் மருத்துவர்
ஃப்ரான்ஸ்வா பெர்னியே.

எனக்காக அல்ல, மற்றவர்களுக்காக வாழ்ந்து மற்றவர்களுக்குப் பணி செய்வதற்காவே நான் இந்த உலகத்துக்கு இறைவனால் அனுப்பப்பட்டிருக்கிறேன்.

- ஔரங்ஸேப்

ஒரு அரசனின் கடமை என்னவென்றால், தேவைப்பட்டால், தன் மக்களுக்காகத் தன் கையில் வாளுடன் சாவதற்கும் அவன் தயாராக இருக்க வேண்டும்.

- ஔரங்ஸேப்

இந்தக் கதையில் ஔரங்ஸேபின் கருத்துகளாக சொல்லப் படுபவை யாவும் பேரரசர் ஔரங்ஸேபின் கருத்துகளே தவிர அதற்கு எழுத்தாளன் பொறுப்பாளி அல்ல. ஔரங்ஸேபின் அந்தக் கருத்துகள் பலவற்றில் எழுத்தாளனுக்குச் சிறிதும்

உடன்பாடு இல்லை என்றாலும் அவரோடு அது பற்றியெல்லாம் எழுத்தாளனால் விவாதிக்க முடியாது. அவரோ பேரரசர். அதிலும் ஆவி. அடித்து விட்டால் முடிந்தது கதை. அப்புறம் அம்மா என்றாலும் வராது, ஆயா என்றாலும் வராது. அதனால்தான் அவரோடு எதிலும் வாக்குவாதத்தில் இறங்காமல் வாயை மூடிக்கொண்டு அவர் பேசுவதைக் கேட்பதோடு இருந்து கொண்டான் எழுத்தாளன். மேலும், விவாதம் செய்யக்கூடிய அளவுக்கு அவர் ஜனநாயகபூர்வமானவரோ இருபத்தோராம் நூற்றாண்டு புத்திஜீவியோ அல்ல என்பதையும் நீங்கள் ஏற்கனவே அறிந்திருப்பீர்கள்.

ஔரங்ஸேபோடு எழுத்தாளன் எந்த மீடியத்தின் மூலமாக உரையாடுகிறானோ அந்த மீடியத்தையும் நாம் ஔரங்ஸேபின் கருத்துகளுக்குப் பொறுப்பேற்கச் செய்யமுடியாது. மீடியமாக இருந்தவருக்கு ஔரங்ஸேப் என்ற பெயரில் ஒரு ராஜா இருந்தார் என்பதைத் தவிர வேறு எதுவுமே தெரியாது. ஆவி அவரது உடம்பில் இறங்கி, பேசி முடித்தபிறகு ஆவி பேசியது எதுவும் அவர் ஞாபகத்தில் இருக்காது.

ஔரங்ஸேப் எழுத்தாளனோடு ரீஹ்த்தா என்ற மொழியில் பேசினார். அது பற்றி ஒருநாள் அவரோடு ஒரு உரையாடல் நடந்தது. அது பின்வருமாறு:

மதிப்புக்குரிய காத்திப்[2] அவர்களே, நான் உங்களோடு இப்போது பேசிக் கொண்டிருக்கும் மொழி ரீஹ்த்தா. நாங்கள் ஹிந்துஸ்தானுக்கு வருவதற்கு முன்பு இங்கே ஹிந்தவி என்ற மொழி புழக்கத்தில் இருந்ததாம். அதோடு எங்களின் தாய்மொழி ஃபார்ஸியும் கலந்து உருவானதுதான் ரீஹ்த்தா. இது ஒன்றும் அத்தனை பெரிய கஷ்டமான மொழி அல்ல. உர்தூ தெரிந்தவர்களுக்கு சுலபம். நான் பேசுவது உங்களுக்கு ஓரளவு புரியும் என்றே நினைக்கிறேன்?

ஆமாம் ஹுஸூர். எனக்கு ஹிந்தி தெரியும். அதனால் நீங்கள் பேசுவதும் புரிகிறது. என்ன, கொஞ்சம் உன்னிப்பாக கவனிக்க

2 Qatib (அரபி) – எழுத்தாளர்.

வேண்டியிருக்கிறது. எங்களுக்கே இப்போது இலங்கைத் தமிழர்களின் தமிழ் புரிகிறதா என்ன? அப்படிக் கொஞ்சம் வித்தியாசம் தெரிகிறது.

எழுத்தாளனை உத்தேசித்து ஔரங்ஸேபும் கொஞ்சம் நிறுத்தி நிறுத்தித்தான் பேசினார். உணர்ச்சிவசப்படும்போது மட்டும் ஃபார்ஸிக்குப் போய் விடுவார். பிறகுதான் எழுத்தாளனும் ரிஸ்வானும் சேர்ந்து அவரைத் தரை மட்டத்துக்கு இழுத்து வந்து அவரையே மொழிபெயர்க்கச் செய்வார்கள். ரிஸ்வானுக்கு ஃபார்ஸியும் அரபியும் உர்தூவும் தெரியும். எழுத்தாளன் தன் உதவிக்காக அழைத்துச் சென்றிருந்த ஃபார்ஸி இலக்கிய மாணவன் ரிஸ்வான்.

இது பற்றி நான் அதிகம் யோசித்திருக்கவில்லை ஹுஸூர். அக்பரின் ஆவியோடு நான் ஹிந்தியில் பேசி விட்டேன். அதுவும் தவிர, உடலை விட்டு நீங்கிய பின் நீங்களெல்லாம் (ஆவிகள் என்று சொல்ல அவனுக்குத் தயக்கமாக இருந்ததால் எப்படியெப்படியோ சுற்றி வந்தான்) என்ன மொழியில் வேண்டுமானாலும் பேச முடியும் என்றே நினைத்து விட்டேன். ஏனென்றால், உடலை விட்ட பிறகு ஆத்மாக்கள் (ஆஹா, ஆவிகளை விட இது நல்ல வார்த்தை!) இந்த உலகின் சட்ட திட்டங்களுக்கு அப்பாற்பட்டவையாகி விடுகின்றன. மானுடப் பிறவிகளான நாங்கள்தான் ஒரு மொழியைக் கற்றுக்கொள்ள வேண்டும் என்றால் என்னென்னவோ குட்டிக்கரணங்கள் அடிக்க வேண்டியிருக்கிறது, மிகச் சிலருக்கு மட்டுமே புதிய மொழி சுலபமாக வருகிறது. ஆனால் என்னைப் போன்ற பலர் புதிய மொழியின் இலக்கணப் பாடம் வந்ததும் ஓடி ஒளிந்து விடுகிறோம் ஹுஸூர். அதிலும் ஜெர்மன், சம்ஸ்கிருதம் போன்ற மொழிகளின் இலக்கணம் புதிய ஆட்களைப் பைத்தியமே பிடிக்க வைத்து விடுகிறது. ஏன், தமிழ் கூடத்தான். பார்ப்பதற்கு சாது மாதிரி தெரியும். ஆனால் புதிதாக நெருங்குபவர்களை ட்ராகுலா மாதிரி விரட்டி விடும். உதாரணமாகப் பாருங்கள் ஹுஸூர், நான் ஒரு ஹங்கேரியனுக்கு அல்லது ஒரு ரஷ்யனுக்கு போ என்ற வினைச்சொல்லை வைத்து ஒரு வாக்கியத்தை

எப்படிக் கற்றுக் கொடுப்பேன்? சும்மா நீங்களும் என்னோடு சேர்ந்து முயற்சி பண்ணுங்கள், என்ன காசா பணமா?

நாங்கள் நால்வரும் நேற்று சினிமாவுக்குப் போனோம்.

நாங்கள் நால்வரும் நாளை சினிமாவுக்குப் போவோம்.

அவளும் அவனும் நேற்று சினிமாவுக்குப் போய்க் கொண்டிருந்த போது ஒரு ரௌடி அவள் கையைப் பிடித்து இழுத்தான்.

மரணச் சான்றிதழ் வாங்குவதற்காக எங்கெங்கோ போக வேண்டியிருக்கிறது.

எங்கே போகிறாய்?

இப்போது போகப் போகிறாயா, இல்லையா?

போனோம், போவோம், போய்க் கொண்டிருந்தபோது, போக வேண்டியிருக்கிறது, போகிறாய், போக, போகிறாயா...

கற்றுக்கொள்ள வந்தவன் ஒரே நாளில் விஷம் குடித்துச் செத்து விடுவான். சரி, ஒரு பேச்சுக்கு அந்த ரஷ்யன் இது யாவற்றையும் மனனம் செய்து விடுகிறான் என்று வைத்துக் கொள்வோம். உடனே அவனிடம் “நீ நாளை சினிமாவுக்குப் போவாயா?” என்று கேட்டால் முடிந்தது கதை. போ என்பது வினைச்சொல். அதை வைத்துக் கொண்டு என்ன விளையாட்டெல்லாம் விளையாடுகிறது பாருங்கள் இந்தத் தமிழ் இலக்கணம். இதே மாதிரிதான் அந்த ஜெர்மன் மொழி என்னை ஒருமுறை ஓட ஓட விரட்டியது.

இத்தனை படித்திருக்கும் உங்களுக்கு இது தெரியாதா மதிப்புக்குரிய காத்திப் அவர்களே? இது ஒரு கோளாறு. அவ்வளவுதான். *Dyslexia*. எனக்கு எப்படித் தெரியும் என்றால், இந்தக் கோளாறின் காரணமாகத்தான் அக்பர் பாதுஷாவுக்கு எழுதப் படிக்கத் தெரியாமல் போய்விட்டது. தங்களுக்கும் ஒருவேளை இந்த டிஸ்லெக்ஸியா இருக்கலாம்.

அடடா, ஹுஸைரை நான் முன்னமே சந்தித்திருந்தால் எனக்கு நேர்ந்த மிகக் கொடுமையான மனநோய்மையிலிருந்து

விடுபட்டிருக்கலாம். ஏனென்றால், தமிழைத் தவிர வேறு எந்த மொழி கற்றுக் கொண்டாலும் அதன் இலக்கண வகுப்பு வந்ததும் எனக்கு விஷத்தையோ தூக்குக் கயிறையோ தேட வேண்டியதாகி விடுகிறது. இப்படியே ஒவ்வொரு மொழியையும் கற்றுக் கொள்ளப் போய் முடியாமல் திரும்ப ஓடி வந்து... இந்தப் பேச்சு எதற்காக வந்தது? ஆங்... தாங்கள் ஆத்ம நிலையில் இருப்பதால் (பொய்தான் நமக்கு எவ்வளவு சரளமாக வருகிறது!) ஆத்மாக்களால் எதுவுமே முடியும் என்று நினைத்து தாங்கள் என்னோடு தமிழில் பேசுவீர்கள் என்று எதிர்பார்த்து விட்டேன்.

இல்லை, மதிப்புக்குரிய காத்திப் அவர்களே, ஆவியாக மாறி விட்டாலும் என்னால் அக்பர் பாதுஷாவாக மாற முடியாது.

குறுக்கிடுவதற்கு மன்னிக்க வேண்டும் ஹுஸூர். தமிழுக்கும் அக்பர் பாதுஷாவுக்கும் என்ன சம்பந்தம் என்று தெரிந்து கொள்ள முடியுமா?

அக்பர் பாதுஷாவுக்கு விந்திய மலையைத் தாண்டி வந்து தமிழ்நாட்டைப் பிடிக்க வேண்டும் என்பது பெருங்கனவாகவே இருந்தது. கிருஷ்ண தேவராயனால் முடிந்தது என்னால் ஏன் முடியவில்லை என்று அடிக்கடி சொல்லிப் பெருமூச்சு விடுவார். நல்லவேளை, முடியவில்லை என்றதும் மூட்டையைக் கட்டி விட்டார். அப்படி இல்லாமல் இறங்கியிருந்தால் என்ன ஆகியிருக்குமோ? மாட்சிமை தாங்கிய கீ(த்)தி ஸித்தானி ஃபிர்தவ்ஸெ ம(க்)கானி[3] பாபர் பாதுஷா காஸியும்[4] அந்த அபாய விளையாட்டில் இறங்கவில்லை. இறங்கியிருந்தாரானால் மொகலாய சாம்ராஜ்யமே ஃபிர்தவ்ஸெ

3 கீ(த்)தி ஸித்தானி ஃபிர்தவ்ஸெ ம(க்)கானி - பாபரின் பெயரை ஔரங்ஸேப் ஒருபோதும் பாபர் என்றே குறிப்பிடவில்லை. பட்டப் பெயரில்தான் குறிப்பிட்டார். கீ(த்)தி ஸித்தானி = உலகைக் கைப்பற்றியவர்; ஃபிர்தவ்ஸெ ம(க்)கானி = சொர்க்கத்தை வசிப்பிடமாகக் கொண்டவர்.

4 Ghaazi - போர் வீரர் (கஸ்வா – போர்). குறிப்பாக போரைத் தலைமை தாங்கி நடத்தும் மன்னர்களுக்கு அளிக்கப்படும் பட்டம் காஸி.

ம(க்)கானியோடு சமாதியாகி இருக்கும். கிருஷ்ண தேவராயனின் பிரம்மாண்டமான சைன்னியம் ஃபிர்தவ்ஸெ ம(க்)கானியின் சைன்னியத்தைக் கொசு நசுக்குவது போல் நசுக்கியிருக்கும். அர்ஷ் ஆஷ்யானி[5] அக்பர் பாதுஷா தமிழ்நாட்டைப் பிடிக்க ஆசைப்பட்டது நாடாளும் ஆசையினால் அல்ல. அவருக்குப் படிக்கத் தெரியாவிட்டாலும் ஏராளமாகப் படிக்கக் கேட்டவர். படிக்கத் தெரியாத அறிஞர். அவருக்கு யாரோ தமிழ் இசையை அறிமுகப்படுத்தியிருக்கிறார்கள். அதைக் கேட்க வேண்டுமாம். அதற்குத்தான் இங்கே தமிழ்நாட்டுக்கு வர ஆசைப்பட்டார். அசோகரின் காலத்திலேயே யவனர்களோடு வணிகம் செய்த அந்த இனத்தை நான் பார்க்க வேண்டும் என்று அவர் சொல்லி நானே அடிக்கடி கேட்டிருக்கிறேன்.

—

இந்த உரையாடல் மொத்தம் பன்னிரண்டு அமர்வுகளில் நடந்தது. ஒவ்வொரு அமர்வும் சுமார் ஆறு மணியிலிருந்து எட்டு மணி நேரம். அந்த நேரத்தில் இடையிடையே சிறிது நேரம் கண்களை மூடியபடி மௌனமாக இருப்பார் ஔரங்ஸேப். எழுத்தாளனும் அவருடைய மௌனத்தைக் கலைக்காமலேயே அமைதியாக அமர்ந்திருப்பான். பிறகு திடீரென்று, "கேளுங்கள், மதிப்புக்குரிய காத்திப் அவர்களே!" என்று பேச ஆரம்பிப்பார்.

ஒவ்வொரு அமர்விலும் அல்-ஃபாத்திஹாவின் ஏழு மக்கீ[6] வசனங்களையும் ஓதி விட்டுத்தான் பேச்சு தொடங்கும். ஆனாலும் நாவலின் நீளம் கருதி ஆரம்பத்தில் மட்டும் அதைக் கொடுத்திருக்கிறான் எழுத்தாளன். முதல் அமர்வில் அவர்

5 அர்ஷ் ஆஷ்யானி: தெய்வீக உலகில் வசிப்பவர்; அக்பர் இறந்த பிறகு அவருக்குக் கொடுக்கப்பட்ட பட்டம்.

6 மக்கீ – அல்-குரானில் இரண்டு விதமான வசனங்கள் உண்டு. ஒன்று, மக்கீ வசனங்கள், இன்னொன்று, மதனீ வசனங்கள். முதலாவது, இறைத்தூதர் மக்காவில் இருந்தபோது கிடைத்த இறைவசனங்கள்; இரண்டாவது மதினாவில் இருந்தபோது கிடைத்தவை.

அல்-ஃபாத்திஹாவை ஆரம்பித்து முடித்து பேசத் தொடங்கும் சமயத்தில் எழுத்தாளன் ஒரு காரியம் செய்தான். அதாவது, மொகலாயப் பேரரசர்களைச் சந்தித்தால் அவர்களை வணங்குவதற்கு ஒரு முறை இருக்கிறது. அது பற்றி நிக்கலாவோ மனூச்சி எழுதியிருக்கிறார். முதல்முறை அவர் ஔரங்ஸேபை சந்திக்கச் சென்றபோது அப்படித்தான் வணங்கினாராம். அதேபோல் எழுத்தாளனும் வணங்கினான். வலது கையின் பின்புறத்தைத் தரையில் வைத்து இடுப்பை நூற்று எண்பது டிகிரியில் வளைத்து கிட்டத்தட்ட தலையால் தரையில் உள்ள கையைத் தொடும்படி வணங்குவதே அந்த முறை. யோகாவில் அதை உத்தானாசனா என்று சொல்வது.

எழுத்தாளன் அப்படிக் குனிந்து வளைந்து வணங்கியதைப் பார்த்ததும் கபகபவென்று சிரித்து விட்டார் ஔரங்ஸேப்.

என்னுடைய பழைய நினைவுகளைக் கிளறிவிட்டுவிட்டீர்கள், மதிப்புக்குரிய காத்திப் அவர்களே... உடல் நலத்துக்கு நல்லது என்றாலும் இம்மாதிரி வணக்கமெல்லாம் தேவையில்லை... இப்போதுதான் மக்களாட்சி வந்து விட்டதாமே. மக்கள்தான் அரசனாம், மந்திரிகளெல்லாம் அவர்களின் சேவகர்களாமே... கேள்விப்பட்டேன். அந்த அளவுக்கு நாம் போக வேண்டாம் என்றாலும் திரும்பவும் எங்களுடைய காலத்துக்கே செல்ல வேண்டிய அவசியம் இல்லை.

குறுக்கிடுவதற்கு மன்னிக்க வேண்டும் ஹுஸூர்... நீங்கள் சொல்வது ஏட்டளவில் உண்மை என்றாலும் எதார்த்தம் வேறு மாதிரிதான் இருக்கிறது. இப்போது நான் குனிந்த மாதிரி குனிவதற்கு மந்திரிகளின் தொப்பை இடைஞ்சலாக இருக்கிறபடியால் அவர்கள் மண்டியிட்டுத் தொழுவது போல் தலைவர்களின் காலில் விழுந்து விடுகிறார்கள். அதிலும் ஒரு தலைவியின் பொற்பாதங்களை அவருக்கு முன்னால் இருந்த மேஜை மறைத்தபடியால் ஒரு மந்திரி யானைக்கால் போட்டுத் தவழ்ந்தபடியே போய் தலைவியின் பாதம் தொட்டு வணங்கினார். அதனால் பேர் மாறினாலும் நிலைமை இன்னும் மாறவில்லை என்றே சொல்ல வேண்டும்.

—

ஒவ்வொரு அமர்வுக்குமான எட்டு மணி நேரத்தில் ஔரங்ஸேப் தண்ணீரைத் தவிர வேறு எதுவும் அருந்துவதில்லை. முதல் அமர்வில் “காபூலி[7] சாப்பிடுகிறீர்களா ஹுஸூர்?” என்று கேட்டான் எழுத்தாளன். ஹா ஹா என்று வாய் விட்டுச் சிரித்தபடி, “நான் என் மகனுக்கு எழுதிய கடிதங்களையெல்லாம் நீங்கள் ஒழுங்காக வாசித்திருக்கிறீர்கள் என்று தெரிகிறது. அதில்தான் ஒரு இடத்தில் எனக்குக் காபூலி பிடிக்கும் என்று எழுதியிருக்கிறேன். உண்மைதான். நான் நல்ல சாப்பாட்டுப் பிரியன்தான் என்றாலும் அடிக்கடி சாப்பிடுவதில்லை. செயல்வீரர்கள் ஒருபோதும் இதுபோன்ற போகங்களில் ஈடுபடமாட்டார்கள். அதனால்தான் என்னால் எண்பத்தொன்பது வயது வரை ஆரோக்கியமாக வாழ முடிந்தது; நாற்பத்தொன்பது ஆண்டுகள் ஆட்சியில் அமர்ந்திருக்க முடிந்தது” என்றார். ஒருக்கணம் யோசித்து விட்டு “அக்பர் பாதுஷாவும் என்னைப் போல் நாற்பத்தொன்பது ஆண்டுகள் ஆட்சியில் இருந்தவர்தான். ஆனாலும் அவர் தந்தை - ஜஹான்பானி ஜன்னத் ஆஷ்யானி[8] ஹுமாயூன் பாதுஷா இறந்து அக்பர் பாதுஷா மயிலாசனத்தில் அமர்த்தப்பட்ட போது அவர் வயது பதினான்கு. அதனால் அவர் பதினெட்டு வயதை எட்டும் வரை பெஹ்ராம் கான்தானே அரசாட்சியை நிர்வாகம் செய்து கொண்டிருந்தார்?” என்றார்.

அப்படியானால் ஹுஸூர், மாம்பழ ஜூஸ் கொண்டு வரச் சொல்லலாமா?

மீண்டும் பெரிதாகச் சிரித்து விட்டு ஆரம்பித்தார் ஆலம்கீர். “நீங்கள் பலே கில்லாடிதான் மதிப்புக்குரிய காத்திப் அவர்களே,

---

7 காபூலி – அரிசி, ஆட்டு இறைச்சி, துளசி, கொண்டக் கடலை, உலர்ந்த ஆப்ரிகாட் பழம், பாதாம் பருப்பு மற்றும் தயிர் கலந்த பிரியாணி.

8 ஜஹான்பானி ஜன்னத் ஆஷ்யானி - ஹுமாயூனை ஔரங்ஸேப் ஒருபோதும் பெயர் சொல்லிப் பேசியதில்லை. பட்டப் பெயரில் மட்டுமே குறிப்பிட்டார். ஜஹான்பான் – உலகை ஆள்பவர்; ஜன்னத் ஆஷ்யானி - சொர்க்கத்தில் வசிப்பவர்.

எங்கள் பரம்பரையே அந்தப் பழத்துக்கு அடிமை. கீ(த்)தி ஸித்தானி ஃபிர்தவ்ஸெ ம(க்)கானிக்குத்தான் அதற்கெல்லாம் நேரமில்லை. மற்றபடி ஜஹான்பானி ஜன்னத் ஆஷ்யானியிலிருந்து ஆரம்பித்தது மாம்பழத்துக்கும் எங்களுக்குமான உறவு. அவர் தில்லியிலிருந்து காபூலுக்கு ஓட வேண்டி வந்தபோது கூட, காபூலுக்குக் கூடை கூடையாக மாம்பழம் தொடர்ந்து அவருக்குக் கிடைப்பதற்கான ஏற்பாடுகளைச் செய்து விட்டுத்தான் போனார். அக்பர் பாதுஷாவின் மாம்பழத் தோட்டத்தில் ஒரு லட்சம் மாமரங்கள் இருந்தன, தெரியுமா?

ஒருமுறை பேரரசர்[9] *இந்த மாம்பழப் பிரச்சினையினால் என்னை வீட்டுச் சிறையில் அடைத்துவிட்டார் என்றால் உங்களால் நம்ப முடிகிறதா?"*

அதைவிட ஹுஸூர்... என்னுடைய வாசகர்களின் தலையாய பிரச்சினை நீங்கள் குறிப்பிடும் கீ(த்)தி ஸித்தானி ஃபிர்தவ்ஸெ ம(க்)கானியும், ஜஹான்பானி ஜன்னத் ஆஷ்யானியும், அர்ஷ் ஆஷ்யானியும்தான். இந்தப் பெயர்களை நாங்கள் எப்படி ஞாபகம் வைத்துக் கொள்வது? இதற்கு மட்டும் நீங்கள் பதில் சொல்லாவிட்டால் உங்கள் கதையை ஒருத்தரும் கேட்க மாட்டார்கள், சொல்லி விட்டேன்...

---

9 உரையாடல் முழுவதுமே ஔரங்ஸேப் தன் தந்தை ஷா ஜஹானின் பெயரைக் குறிப்பிடவே இல்லை. பேரரசர் என்று மட்டுமே குறிப்பிட்டார்.

முன்கதை – 3

முதலில் மாம்பழத்துக்காக என்னை பேரரசர் வீட்டுச் சிறையில் வைத்ததைச் சொல்லி விட்டு உங்கள் கேள்விக்கு வருகிறேன்...

ஒருமுறை பாக்நகரிலிருந்து[10] இமாம்பஸந்த்[11] மாம்பழங்கள் எனக்கு வந்திருந்தன. அதில் சில கூடைகளை நான் பேரரசருக்கு அனுப்பியிருக்க வேண்டும். ஆனால் அந்த வகைப் பழங்களை அதற்கு முன் நான் சாப்பிட்டதில்லை. அதுதான் முதல் முறை. அப்படி ஒரு சுவையை என் வாழ்நாளில் கண்டதில்லை. அதனால் எல்லா கூடைகளையும் நானே வைத்துக் கொண்டேன். தவறுதான். அரண்மனையில் பேரரசருக்குத் தெரியாமல் ஒரு ஈ கூட பறக்க முடியாது. என்னை வீட்டுச் சிறையில் வைத்துவிட்டார். ஆனாலும் பரவாயில்லை என்று நினைத்துக் கொண்டேன். இமாம்பஸந்தின் சுவைக்காக வீட்டுச் சிறை

10 ஹைதராபாதின் முந்தைய பெயர் பாக்நகர். முஹம்மது குலி குதப் ஷா தன் மனைவி பாக்யமதியின் பெயரில் அந்த நகரை நிர்மாணித்து பாக்யாநகர் என்று பெயரிட்டான். அது பாக்நகராகி பின்னர் நிஜாம் காலத்தில் ஹைதராபாத் என்ற பெயரை அடைந்தது.

11 இமாம்பஸந்த் – இமாமுக்கு விருப்பமானது.

இருக்கலாம். இந்த ஊரில் இந்தப் பருவத்தில் இமாம்பஸந்த் கிடைக்குமென்றால் வரவழையுங்கள், மதிப்புக்குரிய காத்திப் அவர்களே!

அதிர்ஷ்டவசமாக அவர்கள் பேசிக் கொண்டிருந்தது கோடை என்பதால் இமாம்பஸந்துக்குப் பஞ்சமில்லை. அதை வரவழைத்து ஒவ்வொரு அமர்விலும் அதன் தோலை நீக்கி விட்டு உள்ளே உள்ள சதையை மட்டும் துண்டங்களாக்கி, அதைக் குத்தி எடுத்துச் சாப்பிட குச்சியோடு ஒரு பீங்கான் தட்டில் வைத்துக் கொடுத்தான் எழுத்தாளன். "என்னை ஒரு ஃபிரங்கியாக[12] ஆக்கி விட்டீர்கள், நல்லது" என்று சொன்னபடி அதை எடுத்து சுவைத்துச் சாப்பிட்டார் ஔரங்ஸேப். பக்கத்திலேயே ஒரு குவளையில் தண்ணீரும் இருந்தது. அவரோடு சேர்ந்து ரிஸ்வானும் எழுத்தாளனும் கூட சாப்பிட்டார்கள்.

எத்தனையோ காலம் கடந்து எத்தனையோ மாற்றங்கள் நடந்தும் இமாம்பஸந்த் மட்டும் அப்படியே இருக்கிறது... சரி, நாம் அந்தப் பட்டப் பெயர்களுக்கு வருவோம். எங்கள் மொகலாய சாம்ராஜ்ஜியத்தில் யாரும் பேரரசர்களின் பெயர்களைக் குறிப்பிடுவதில்லை. பட்டப் பெயர்கள்தான். கீ(த்)தி ஸித்தானி ஃபிர்தவ்ஸெ ம(க்)கானி என்பது பாபர் பாதுஷா காஸியைக் குறிக்கும். ஜஹான்பானி ஜன்னத் ஆஷ்யானி அவர் புதல்வர் ஹுமாயுன் பாதுஷா. அர்ஷ் ஆஷ்யானி அக்பர் பாதுஷா. இதையெல்லாம் நீங்கள்

12 ஃபிரங்கி என்பது ஃபிரஞ் என்ற அரபி வார்த்தையிலிருந்து மருவியது. சரித்திரத்தின் மத்திய காலகட்டத்தில் முஸ்லிம்கள் ஐரோப்பியக் கிறித்தவர்களைக் குறிக்கும்போது ஃபிரஞ் என்றே சொல்வது வழக்கம். ஏனென்றால், அராபிய முஸ்லிம் நாடுகளுக்கு வரும் ஐரோப்பியர் பெரும்பாலும் ஃப்ரெஞ்சுக்காரர்களாகவே இருந்தார்கள். பிறகு இந்த ஃபிரஞ் என்ற அரபி வார்த்தை ஃபார்ஸி மொழியிலும் ஐரோப்பியரைக் குறிப்பதாயிற்று. அதையே ஔரங்ஸேபும் தன் பேச்சு முழுவதும் பயன்படுத்தினார். எந்த இடத்திலும் ஐரோப்பியரை அவர்தம் தேசத்தைக் குறித்துச் சொல்லாமல் பொதுவாக ஃபிரங்கி என்றே பேசினார். இந்த ஃபிரங்கி என்ற வார்த்தையே மருவி தமிழில் பரங்கியர் என்று வழங்குகிறது.

அக்பர்நாமாவில் பார்த்திருக்கலாமே, மதிப்புக்குரிய காத்திப் அவர்களே! இந்த மூன்றையும் நீங்கள் மனனம் செய்து கொள்ளவில்லையானால் என் கதையைப் பின்பற்றுவது கொஞ்சம் கடினம்தான். மேலும், நீங்கள் கேட்டீர்கள், இதையெல்லாம் எப்படி ஞாபகம் வைத்துக் கொள்வது என்று. நல்ல கேள்வி. உங்களோடு பேச வேண்டும் என்று உங்களைப் பற்றியும் உங்கள் தேசத்தைப் பற்றியும் கொஞ்சம் தெரிந்து கொண்டுதான் வந்தேன். திராவிட முன்னேற்றக் கழகத்தைச் சேர்ந்த ஒரு தொண்டர் அந்தக் கட்சியின் மறைந்த தலைவர் மாண்புமிகு திரு கருணாநிதி அவர்களை கருணாநிதி என்றா குறிப்பிடுவார்? எத்தனை முறை குறிப்பிட்டாலும் கலைஞர் என்றுதானே சொல்வார்? அப்படியிருக்கும்போது நான் மட்டும் எப்படி பெயரைக் குறிப்பிட்டுப் பேசுவேன்? மேலும், கீ(த்)தி ஸித்தானி ஃபிர்தவ்ஸெ ம(க்)கானி ஏற்கனவே 'ஹிந்துஸ்தானில் வசிப்பவர்களுக்கு மரியாதையே தெரியவில்லை, அவர்களுடைய சொல்லிலோ உடல் மொழியிலோ அடக்கமே இல்லை' என்று சொல்லியிருக்கிறார்!

உண்மைதான் ஷாஹின்ஷா. பட்டப் பெயர்களைப் பொருத்தவரை மொகலாய சாம்ராஜ்ஜியத்துக்கும் எங்கள் தமிழ்நாட்டுக்கும் செம பொருத்தம் என்றுதான் தோன்றுகிறது. பேரரசர்களை யாரும் பெயர் சொல்லக்கூடாது. அதனால்தான் அபுல் ஃபஸ்லும் அக்பர்நாமா நெடுகிலும் மாட்சிமை தாங்கிய கீத்தி ஸித்தானி ஃபிர்தவ்ஸெ ம(க்)கானி என்பதோடு நிறுத்திக் கொள்கிறார். புத்தகத்தின் ஆரம்பத்திலேயே இதை விளக்கி ஒரு குறிப்பும் கொடுக்கிறார். ஆனாலும் உள்ளே போகும்போது மா.தா.கீ.ஸி.ஃபி.ம. என்றும், மா.தா.ஜ.ஜ.ஆ. என்றும் சுருக்கிச் சுருக்கி சொல்லும் போது பேஜாராகி விடுகிறது. இப்படிச் சொல்வதற்காக நான் ஒன்றும் அபுல் ஃபஸல் அவர்களைக் குறைத்துப் பேசுவதாகத் தாங்கள் நினைத்து விடக்கூடாது. நான் வாசித்த உரைநடை நூல்களில் அக்பர்நாமா ஒரு காவியம் என்றே சொல்வேன். ஃபார்ஸியியிலிருந்து ஆங்கிலத்தில் மொழிபெயர்க்கப்பட்டதையே நான் படித்தேன் என்றாலும் அந்த உரைநடையின் ஆழத்தையும் வீச்சையும் மொழிபெயர்ப்பிலேயே

உணர்ந்துகொள்ள முடிந்தது. ஆனாலும் இப்படி மா.தா.கீ.ஸி. ஃபி.ம. என்றும், மா.தா.ஜ.ஜ.ஆ. என்றும் போட்டு எங்களைக் காய்ச்சக் கூடாது அல்லவா?

ஆனாலும் தாங்கள் சொன்னது உண்மைதான் ஹுஸூர். கலைஞரை மட்டும் அல்ல; அரசியல் தலைவர்கள், சினிமா நட்சத்திரங்கள் யாரையுமே நாங்கள் பெயர் சொல்லி அழைப்பதில்லை. அறிஞர், கலைஞர், நாவலர், பேராசிரியர், சிந்தனைச் சிற்பி, புரட்சித் தலைவர், புரட்சித் தலைவி, கேப்டன், தளபதி என்று பட்டப் பெயர்களைச் சொல்லித்தான் அழைக்கிறோம். மேலும், எங்கள் நாட்டில் சினிமாவையும் அரசியலையும் பிரிக்க முடியாது என்பதால் தாங்கள் இந்த இரண்டு வகைப் பட்டப் பெயர்களையும் சேர்த்தே எடுத்துக் கொள்ளும்படி கேட்டுக் கொள்கிறேன் ஹுஸூர் நடிகர் திலகம், நவரச நாயகன், புரட்சித் தமிழன், புரட்சித் தளபதி, இளைய தளபதி, பவர் ஸ்டார், வைகைப்புயல், தல, கவிப் பேரரசு, உலக நாயகன்... பாருங்கள், உங்கள் பட்டப் பெயரையே உருவி விட்டார்கள். நீங்கள்தானே ஆலம்கீர்? ஆலம்கீர் என்றால் உலக நாயகன்! ஆச்சரியம் என்னவென்றால், ஆள் பார்க்கவும் உங்களைப் போல்தான் இருப்பார்.

பட்டப் பெயர்களில் க்ராந்த்தி, க்ராந்த்தி[13] என்றும் கேப்டன் என்றும் தளபதி என்றும் அடிக்கடி வருகிறதே, இப்போதுதான் மக்களாட்சி என்ற ஒரு மட்டமான விஷயம் வந்து உலகத்தை ஆட்டிப் படைத்துக் கொண்டிருக்கிறதே, அதில் எப்படி க்ராந்த்தியும் தளபதியும் வர முடியும்? ஒருவேளை பாகிஸ்தானோடும், சீனாவோடும், பாங்க்ளா தேஷோடும் சண்டை போட்டு வீரப் பதக்கம் பெற்றவர்களைத்தான் சினிமாவிலும் அரசியலிலும் சேர்த்துக் கொள்வீர்களோ? அப்படியும் தளபதி பட்டத்தைப் புரிந்துகொள்கிறேன். ஆனால் க்ராந்த்தி எப்படி மக்களாட்சியில் சாத்தியம்?

ஹுஸூர், இந்த நாவலில் நீங்கள்தான் நாயகன். ஆனால்

---

13 க்ராந்த்தி - புரட்சி

நீங்கள் கேட்கும் கேள்விகளுக்கெல்லாம் விரிவான பதில்கள் தேவைப்படுகின்றன.. சொன்னால், இந்த நாவலில் நீங்கள் துணைப் பாத்திரமாகப் போய் நானே கதைசொல்லியாக மாறி விடுவேன். அப்புறம் நாவலின் தலைப்புக்கு நியாயம் செய்ததாக இருக்காது என்பதால் சுருக்கமாகச் சொல்ல முயல்கிறேன். நடிகர் திலகம் என்று ஒரு நடிகர். அவர்தான் எங்களில் ஒரு தலைமுறை மனிதர்களின் வீரம், ஹாஸ்யம், ரௌத்ரம், காருண்யம், பீபத்ஸம், பயம், அற்புதம், சாந்தம் என்ற எட்டு வித ரஸங்களுக்கும் திலகமாக விளங்கியவர். இது தவிர அவர் கவனித்துக் கொண்ட துறைகள் பாசம், நேசம், தத்துவம், தியாகம், தேசப் பற்று ஆகியன. அதாவது, என்ன விஷயம் என்றால், தமிழர்களாகிய நாங்கள் எதார்த்தத்தை விட எதார்த்தத்தைப் போல் தெரியும் விஷயங்களுக்குத்தான் அதிக மதிப்புக் கொடுப்போம். இன்னொன்று, நாங்களாகவே அனுபவித்துப் பார்ப்பதைவிட பிறர் அனுபவிப்பதையே ரசிப்போம். இந்த மனோபாவத்தை நவீன உளவியலாளர்கள் *voyeurism* என்கிறார்கள். உதாரணமாக, தேசத்துக்காக நாங்கள் ஒரு துரும்பைக் கூடக் கிள்ளிப் போட மாட்டோம். ஆனால் வீரபாண்டிய கட்ட பொம்மன், கப்பலோட்டிய தமிழன் போன்ற படங்களில் எங்கள் நடிகர் திலகம் நடிக்கும் போது நாங்களே வீரபாண்டிய கட்ட பொம்மனாகவும் கப்பலோட்டிய தமிழனாகவும் மாறி விடுவோம். ஒன்று, வீரம். இன்னொன்று, தியாகம். இரண்டுமே அடிப்படையில் தேசப்பற்றுதான். ஒன்று, தேசத்துக்காகப் போரிடுவது. இன்னொன்று, தேசத்துக்காக தியாகம் செய்வது. ஆனால் நிஜ வாழ்க்கையில் என் மகனோ மகளோ ராணுவத்தில் சேருகிறேன் என்று சொன்னால் “மடப் பயலே! உனக்கு புத்தி பேதலித்து விட்டதா?” என்று திட்டி “அமெரிக்காவுக்குப் போய் டாலரில் சம்பாதிக்கப் பார்” என்று அறிவுரை சொல்வோம். இன்னொருவர், புரட்சித் தலைவர். அவர் எங்களின் புரட்சிகர உணர்வுக்கான குறியீடு. எங்கள் நாட்டில் துப்புரவுப் பணி செய்யும் தொழிலாளிக்கு மாத ஊதியம் ஏழாயிரம் ரூபாய். ஆனால் மற்ற மத்தியதர வர்க்கத்தினரின் மாத ஊதியம் குறைந்த பட்சம் எழுபதாயிரம்

ரூபாயில் துவங்குகிறது. பலருடைய ஊதியம் லட்சங்களில். அந்தத் துப்புரவுத் தொழிலாளி தன் பிள்ளைகளை எப்படிப் படிக்க வைக்க முடியும்? அவனுடைய பிள்ளைகள் என்ன வேலைக்குப் போகும்? நீங்களே யூகித்துக் கொள்ளலாம். இதையெல்லாம் மாற்ற வேண்டும் என்று சொன்னவர் கார்ல் மார்க்ஸ். அவரை உங்களுக்குத் தெரியும்தானே? உங்கள் காலத்துக்குப் பிறகு பிறந்தவர். எல்லா மனிதர்களும் சமம், யாரும் யாரையும் சுரண்டக் கூடாது என்றெல்லாம் புதுவிதமாக சிந்தனை செய்தார்.

மன்னிக்கவும் மதிப்புக்குரிய காத்திப் அவர்களே, சுரண்டக் கூடாது என்றால் புரியவில்லையே?

அது ரொம்ப சாதாரண விஷயம் ஹுஸூர். மனிதர்கள் எல்லோரும் சமம், உயர்ந்தவன் தாழ்ந்தவன் என்றெல்லாம் இல்லை என்பதால் ஒரு மனிதனின் உழைப்பில் இன்னொரு மனிதன் வாழக் கூடாது.

அப்படியானால் மனிதர்கள் யாருமே உழைக்க மாட்டார்களே? உலகமே ஸ்தம்பித்து விடுமே?

இல்லை ஹுஸூர். நான் சரியாக விளக்கவில்லை. உழைக்கலாம். ஆனால் அங்கே முதலாளி, தொழிலாளி என்ற வித்தியாசம் இருக்காது. ஒரு தலைமை அமைப்பு இருக்கும். அது எல்லோரையும் பல்வேறு விதமான உழைப்பில் ஈடுபடுத்தும். எல்லோருக்கும் சரி சமமான ஊதியம் கொடுக்கும்.

அதைத்தானே நான் செய்தேன் மதிப்புக்குரிய காத்திப் அவர்களே? மக்களிடம் வரி வசூல் செய்து மக்களுக்குத் தேவையானதைக் கொடுத்தேன். நான் எனக்கென்று எதுவுமே எடுத்துக் கொள்ளவில்லையே? தொப்பி தைத்து அதில் வந்த கூலிப் பணத்தில்தானே சாப்பிட்டேன்?

ஆனால் உங்கள் கருத்தை எதிர்த்தால் கண்களைத் தோண்டி விடுவீர்கள், அல்லது யானைக் காலில் இடறி விடுவீர்கள், அல்லது தலையைக் கொய்துவிடுவீர்கள்... அதெல்லாம் மனித விரோதம் என்கிறார் கார்ல் மார்க்ஸ்.

அப்படியானால் அவர் ஒரு மூடனாகத்தான் இருக்க வேண்டும். சமூக விரோதிகளைக் கொல்லாமல் என்ன செய்வதாம்? சமூக விரோதிகளைக் கொன்றால் அவர் மனித விரோதியா? என்னுடைய இந்தக் கேள்விக்கு அந்த ஆள் என்ன சொல்கிறார்?

வேண்டாம் ஹுஸூர். என் வாசகர்களுக்கும் சரி, மற்றவர்களுக்கும் சரி, கார்ல் மார்க்ஸே இப்போது கொஞ்சம் காலாவதி ஆகி விட்டதாகத் தோன்றுகிறது. அதனால் இம்மாதிரி ஆராய்ச்சிகளிலும் உரையாடல்களிலும் இறங்கி நம் நேரத்தை வீணடிப்பதை விட நீங்கள் உங்கள் கதையைச் சொன்னால் எனக்கும் என் வாசகர்களுக்கும் இன்பமாக இருக்கும்.

நல்லது மதிப்புக்குரிய காத்திப் அவர்களே, நீங்கள்தான் கார்ல் மார்க்ஸ், புரட்சி என்றெல்லாம் சொல்லிக் கொண்டிருந்தீர்கள். முடித்து விட்டீர்களா?

அ... ஆமாம் ஹுஸூர். மன்னியுங்கள். எங்கள் புரட்சித் தலைவர் ஏன் புரட்சித் தலைவர் என்றால், நாடோடி மன்னன் என்ற படத்தில் அவர் கார்ல் மார்க்ஸின் கம்யூனிஸ்ட் அறிக்கையையே தன்னுடைய அரசியல் கோட்பாடாகச் சொல்லுவார். கார்ல் மார்க்ஸ் பெயரைச் சொல்ல மாட்டார். சொன்னால் அவரை என்கவுண்டரில் போட்டுத் தள்ளி விடுவோம். அதனால் கார்ல் மார்க்ஸ் பெயரைச் சொல்லாமல், கார்ல் மார்க்ஸ் கம்யூனிஸ்ட் அறிக்கையில் சொன்னதையெல்லாம் தான் ஆட்சிக்கு வந்தால் செய்வேன் என்று சூளுரைத்தார் எங்கள் புரட்சித் தலைவர்.

என்கவுண்டர், போட்டுத் தள்ளுவது... இதெல்லாம் புரியவில்லையே?

சிம்பிள் ஹுஸூர். நீங்கள் பேரரசர். தலையை வெட்டி ஊருக்கு நடுவே கம்பத்தில் நட்டு வைப்பீர்கள். அதெல்லாம் ஜனநாயகத்தில் சாத்தியப்படாது என்பதால் கமுக்கமாக போலீஸை விட்டுத் தீர்த்துக் கட்டி விடுவது. குற்றவாளி எங்களைச் சுட வந்தான். நாங்கள் சுட்டோம். தீர்ந்தது கதை. தங்களின் கட்டை விரல் நகத்தினாலேயே முகத்தில்

ஒரு கீறலைப் போட்டுக் கொண்டால் குற்றவாளி சுட்ட அடையாளத்துக்கு ஆயிற்று.

புரிந்தது. ஆனால் கம்யூனிஸ்ட் கட்சி அறிக்கை என்ன சொல்கிறது? அதில் எதை உங்கள் புரட்சித் தலைவர் செய்து காட்டுவதாக சூளுரைத்தார்?

உழைப்பவனுக்கே நிலம் சொந்தம்.

அநியாயம். அக்கிரமம். அராஜகம். நிலம் மொத்தமும் பேரரசனுக்கு அல்லவா சொந்தம்?

மன்னியுங்கள் ஹுஸூர், அது முடியாட்சியில். நடப்பது குடியாட்சி. ஆனால் குடியாட்சி என்ற பெயர் போட்டுக் கொண்டாலும் இங்கே இப்போதும் முடியாட்சிதான் நடந்து கொண்டிருக்கிறது என்று வைத்துக் கொள்ளுங்கள். பண்ணையார்கள் எல்லாம் குறுநில மன்னர்கள். இப்படியே படிப்படியாக மேலே போகும். இதைத்தான் ஒழித்துக் கட்டி, உழைப்பவர் எல்லோருக்கும் நிலத்தைச் சொந்தமாக்குவேன் என்று நாடோடி மன்னனில் சூளுரைத்தார் எங்கள் புரட்சித் தலைவர்.

உண்மையில் அது தேசத் துரோகம் அல்லவா? அந்த ஆளை சிரச் சேதம் செய்து தலையை ஊர் மத்தியில் மாட்டி வைக்க வேண்டாமா?

இல்லை ஹுஸூர். ஏற்கனவே சொன்னேனே? அதெல்லாம் குடியாட்சியில் சாத்தியம் இல்லை. புரட்சித் தலைவரிடம் நாங்கள் ஆட்சியை ஒப்படைத்தோம்.

ஐயோ, அவர் சொன்னபடியே எல்லா நிலத்தையும் பிரித்துக் கொடுத்து விட்டாரா?

ஹுஸூர். நீங்கள் சமயங்களில் எங்களுடைய வைகைப் புயலை விட பயங்கரமாகக் காமெடி பண்ணுகிறீர்கள். புரட்சித் தலைவர் ஆட்சிக்கு வந்தார். பள்ளி மாணவர்களுக்குப் பல்பொடி

வழங்கினார். செருப்பு வழங்கினார். எல்லோருக்கும் மதிய உணவு போட்டார். ரொம்ப நல்ல மாதிரி.

ஏன், அதற்கு முன்னால் உங்கள் மாணவர்கள் பல் துலக்குவது இல்லையா?

முன்கதை – 4

ஔரங்ஸேப் 1707-இல் காலமானாரா, நமக்கும் அவருக்கும் முந்நூற்று சொச்சம் ஆண்டுகளே வித்தியாசம் என்றாலும் அவருக்கு நம்முடைய பல்வேறு விஷயங்கள் புதிதாகவும் புரிந்து கொள்ளவே முடியாததாகவும் இருந்தன. குறிப்பாக 1700–2000 காலகட்டம்தான் பிரச்சினை. இதுவே அவர் 1300-இல் இறந்து எழுத்தாளன் அவரை 1600-இல் சந்தித்திருந்தால் இத்தனை பெரிய கால வித்தியாசத்தை அவன் உணர்ந்திருக்க மாட்டான். அதனால் புரட்சித் தலைவர் பள்ளி மாணவர்களுக்குப் பல்பொடி வழங்கியது பற்றிய அவர் கேள்வி நக்கலாகக் கேட்கப்பட்டது அல்ல. சீரியஸாகவே கேட்டார் ஔரங்ஸேப்.

ஏன், அதற்கு முன்னால் உங்கள் மாணவர்கள் பல் துலக்குவது இல்லையா?

எங்கள் நாட்டின் வறுமை பற்றி உங்களுக்குத் தெரியாது ஹுஸூர். பல்பொடி வாங்கக் கூட காசு இல்லாமல் வெறும் சாம்பலையும் செங்கல் பொடியையும்தான் போட்டுப் பல் தேய்ப்போம். நானே என்னுடைய இருபது வயது வரை அப்படித்தான் பல் தேய்த்துக் கொண்டிருந்தேன். ஆனால்

புரட்சித் தலைவருக்குப் புரட்சித் தலைவர் பட்டம் இதற்காகக் கொடுத்தது அல்ல. அவர் நாடோடி மன்னனில் சொன்னார் இல்லையா, புரட்சிகர வசனம். உழைப்பவனுக்கே நிலம் சொந்தம். அப்படி எங்களுக்குச் சொன்னால் போதும். செய்ய வேண்டாம். நிழல் போதும். நிஜம் வேண்டாம். அடுத்த ஒன்பதாவது ரஸம், சிருங்காரம். அதாவது ரொமான்ஸ். அதற்கென்றே நேர்ந்து விட்டவராக இருந்தவரும் புரட்சித் தலைவர்தான். ஆனந்த ஜோதி என்று ஒரு படம். அதில் தேவிகா என்று ஒரு அம்மாள் பீப்பாய் மாதிரி வருவார். ஆனாலும் அந்த அம்மாளின் பல்வரிசைக்கு எங்கள் நாடே அடிமை. அதற்குப் பிறகு அப்படி ஒரு பல்வரிசையை நான் ப்ரியங்கா சோப்ரா என்ற இந்தி நடிகையிடம்தான் கண்டிருக்கிறேன் ஹுஸூர். ஒரு பேரரசருக்கு முன்னால் இப்படிப் பேசக் கூச்சமாக இருக்கிறது. என்றாலும் சொல்லாமல் இருக்க முடியவில்லை. நான் மட்டும் ஒரு பேரரசனாக இருந்திருந்தால் என் சாம்ராஜ்ஜியத்தையே ப்ரியங்கா சோப்ராவுக்கு எழுதிக் கொடுத்திருப்பேன்.

அவ்வளவெல்லாம் தேவையில்லை மதிப்புக்குரிய காத்திப் அவர்களே, சாம்ராஜ்ஜியத்துக்கே அதிபதி என்கிறபோது எல்லா குடிகளுமே உங்கள் அடிமைகள்தான். பேரரசரின் காலத்தில் நடந்த ஒரு சம்பவம் எனக்கு ஞாபகம் வருகிறது. இத்தாலியப் பயணி நிக்கலாவோ மனூச்சி முதல் முறையாக பேரரசரைப் பார்க்க வந்தான். ஜூலை மாதம், 1656. அது ஒரு சின்ன பஞ்சாயத்து. மனூச்சியை ஆதரித்து வந்த ஃபிரங்கித் தூதர் எதிர்பாராத விதமாக இறந்துவிட்டார். எங்கள் சாம்ராஜ்ஜியத்தில் இறந்தவர் யாராக இருந்தாலும் அவரது பொருட்கள் அரசுடமை ஆக்கப்படும். அதை வைத்துக் கொண்டு இரண்டு ஃபிரங்கிக்காரர்கள் மனூச்சி மற்றும் தூதரின் உடமைகளைத் தாங்கள் அரசு அதிகாரிகள் என்று சொல்லிக் கொண்டு ஜப்தி செய்வதாக நடித்து திருடிக் கொண்டனர். இது பற்றி மனூச்சி பேரரசரிடம் புகார் செய்தான். இரண்டு ஃபிரங்கியரும் பிடிபட்டனர். மனூச்சியின் பொருட்கள் திருப்பிக் கொடுக்கப்பட்டன. அது சம்பந்தமாக மனூச்சி எங்கள்

வஸீரைப்[14] பார்க்கச் சென்றான். மனூச்சிக்கு மருத்துவம் தெரியும் என்பதாலும் ஃபிரங்கி என்பதாலும் வஸீருக்கு மனூச்சியைத் தன்னோடு வைத்துக்கொள்ள விருப்பம். மனூச்சிக்கு அதில் இஷ்டமில்லை. அப்போது வஸீருக்கும் மனூச்சிக்கும் நடந்த உரையாடல் இது:

"ஒரு கிறித்தவனான நான் உங்களோடு உங்கள் அரண்மனையில் இருக்க முடியாது." இது மனூச்சி.

வஸீரை அதுவரை யாரும் முகத்துக்கு நேராக இத்தனை மூர்க்கமாக மறுத்துப் பேசியதில்லை. அதுவும் அந்த ஃபிரங்கி ஒரு பொடிப்பயல்.

"நீ பேரரசரின் அடிமை என்று உனக்குத் தெரியாது." இது வஸீர்.

"ஒரு ஐரோப்பியன் எக்காலத்திலும் யாருக்கும் அடிமையாக இருந்ததில்லை, இனிமேலும் இருக்க மாட்டான்."

சொல்லிவிட்டு வஸீரின் அனுமதி கூடப் பெறாமல் தன் குதிரையில் ஏறிப் போயே போய் விட்டான் மனூச்சி.

வஸீர் பேசி முடித்ததும் நான் அவரிடம் சொன்னேன்: "ஒரு ஃபிரங்கியை ஹிந்துஸ்தானில் வாழும் ஒருவனால் ஒருபோதும் புரிந்துகொள்ள முடியாது. அதேபோல் ஒரு ஃபிரங்கியாலும் இந்த ஹிந்துஸ்தானில் வாழும் ஒருவனை ஒருபோதும் புரிந்து கொள்ள முடியாது."

அது போகட்டும் மதிப்புக்குரிய காத்திப் அவர்களே, நான் எதற்கு இந்தச் சம்பவத்தைத் தங்களிடம் சொல்கிறேன் என்றால், நீங்கள் ஒரு சாம்ராஜ்ஜியத்தின் பாதுஷா என்கிறபோது உங்கள் குடிகள் எல்லோருமே உங்கள் அடிமைகள்தான். அதனால் எந்தப் பெண்ணுக்கும் சாம்ராஜ்ஜியத்தை எழுதிக் கொடுக்க வேண்டிய அவசியமே இல்லை. வேண்டுமானால் கொஞ்சம்

---

14 வஸீர் – மந்திரி

நிலத்தை அந்தப் பெண்ணுக்கு பெயர் என்ன சொன்னீர்கள்? ப்ரியங்கா...

ப்ரியங்கா சோப்ரா, ஹுஸூர்...

ஹாங்... ப்ரியங்கா சோப்ரா... அவள் ஃபிரங்கி இல்லையே?

இல்லை ஷாஹின்ஷா... நம் ஆள்தான்.

அப்படியானால் பிரச்சினை இல்லை... அவளுக்கு ஒரு பிராந்தியத்தைக் கொடுத்து அந்த இடத்தின் ராணியாக இருந்துகொள் என்று சொல்லிவிடலாம். அப்படி ராணியாக இருந்தாலும் அவள் பேரரசரின் அடிமைதான். இன்னொரு விஷயம் மதிப்புக்குரிய காத்திப் அவர்களே, தாங்கள் ஒரு பேரரசராய் இருக்கும் பட்சத்தில் பெரும் பெரும் நிலப்பிரபுக்களும், செல்வந்தர்களும், மந்திரிமாரும், குறுநில மன்னர்களும் தத்தம் புத்திரிகளைத் தாங்கள் மணம் செய்து கொள்ள வேண்டும் என்று கேட்டு வரிசையில் நிற்பார்கள். ஒரு உதாரணம் சொல்ல வேண்டுமானால், யூசுஃப்ஸாய்[15] இனக்குழுவின் தலைவர் ஃப்ர்தவ்ஸெ ம(க்)கானி பாபர் பாதுஷா காஸியின் தலைமையைத் தான் ஏற்றுக் கொண்டதற்கு அடையாளமாகத் தன் மகள் பீபி முபாரிகாவை ஃப்ர்தவ்ஸெ ம(க்)கானி மணம் செய்து கொள்ள வேண்டுமென அவரிடம் கொண்டு வந்தார். சமயங்களில் போரில் தோற்று விட்ட மன்னர்களும் தங்கள் புத்திரிகளைக் கொடுத்து சமாதானத்துக்கு வருவதுண்டு. ஆனால் என்ன சோகம் என்றால் இதெல்லாம் மக்களாட்சியில் முடியாது... இல்லையா?

எல்லாமே முடியும் ஹுஸூர். பெயர்கள்தான் வேறாக இருக்கும்... மேலும், நீங்கள் சொல்வதைக் கேட்கும்போது எனக்கு அக்பர் பாதுஷாவின் ஸினானா[16]தான் ஞாபகம்

15 யூசுஃப்ஸாய் – ஆஃப்கானிஸ்தானின் ஒரு பிரதான இனக்குழு, பஷ்தூன் மொழி பேசுபவர்கள்

16 ஸினானா – அந்தப்புரம்

வருகிறது. வேண்டாம். நான் சொல்ல வந்ததைச் சொல்லி விடுகிறேன். அந்த ஆனந்த ஜோதி என்ற படத்தில் பொய்யிலே பிறந்து பொய்யிலே வளர்ந்து என்று ஒரு பாடல். அந்தப் பாடலை ஒரு இருட்டு அரங்கில் கும்பலாக அமர்ந்து நாங்கள் பார்த்தோம். பாடல் காட்சிகள் நிழல் ரூபங்களாக ஒரு படுதாவில் சலனமுறுகின்றன. புரட்சித் தலைவரும் தேவிகா அம்மாளும். ஏன் இவரை அம்மாள் என்கிறேன் என்றால், அதற்கு நீங்கள் கலங்கரை விளக்கம் என்ற படத்தைப் பார்க்க வேண்டும். அதில் சரோஜாதேவி என்ற கன்னடத்துப் பைங்கிளி. அடடா, அவருடைய நடையைப் போன்ற ஒரு நடையை இந்த உலகத்து மங்கையரில் ஒருவர் கூட நடந்ததில்லை. அப்படி ஒரு நடை. அதில் காற்று வாங்கப் போனேன் என்று ஒரு பாடல். அதன் ஆரம்பத்தில் கன்னடத்துப் பைங்கிளி சிக்கென்ற ஒரு சுடிதாரை அணிந்து கொண்டு நடக்கும்போது கேமரா பின்னாலிருந்து அள்ளும் பாருங்கள், அட அடா... மன்னித்துக் கொள்ளுங்கள் ஹுஸுர்... ஒரு பேரரசருக்கு முன்னால்... இப்படிப் பேச கூச்சமாக இருக்கிறது...

தாராளமாகப் பேசுங்கள்... நானும் முன்பு போல் இல்லை. இன்னொரு முறை வாழக் கிடைத்தால் எங்காவது ஒரு ஓலைக் குடிசையில் கவிதைகளை எழுதிக் கொண்டுதான் வாழ்ந்து மடிவேன்...

ஆக, நாங்கள் எங்களுடைய ரொமான்ஸிலிருந்து கண்ணீர் வரை எல்லாவற்றையும் படுதாவின் சலன பிம்பங்களிலேயே வாழ்ந்து முடித்து விடுகிறோம். எங்களுக்கான கண்ணீரை விடுவதற்கு நடிகர் திலகம் இருக்கிறார். எங்களுக்காகச் சண்டை போட புரட்சித் தலைவர் இருக்கிறார். வேறு என்ன வேண்டும், சொல்லுங்கள்? இன்னொரு விஷயத்தையும் நான் உங்களுக்குச் சொல்லியே ஆக வேண்டும் ஹுஸுர். எங்கள் நாட்டில் யாரும் முத்தமே கொடுத்ததில்லை என்றுதான் நினைக்கிறேன். ஏனென்றால், உலக நாயகனிடம் ஒரு பழக்கம் என்னவென்றால், எந்த ஹீரோயினாக இருந்தாலும் முத்தம் கொடுத்து விடுவார். அதில் ஒன்றும் ஆச்சரியம் இல்லை. சினிமாவில் ஒரு ஹீரோ

ஹீரோயினுக்கு முத்தம் கொடுப்பதில் என்ன ஆச்சரியம்? ஆனால் உலக நாயகன் அப்படி முத்தம் கொடுக்கும்போது தியேட்டரில் விசில் சத்தம் பறக்கும் பாருங்கள். ஆயிரம் பேரின் ஆர்கஸ ஓசை அது. ஜாக்கி சான் ஐம்பது அடி உயரத்திலிருந்து குதித்து சாகசம் செய்தாலும் விசில் அடிக்கிறார்கள். உலக நாயகன் கிஸ் அடித்தாலும் விசில் அடிக்கிறார்கள் என்றால் உலக நாயகன் ஏதோ ஒரு செயற்கரிய செயலைச் செய்து விட்டதாகத்தானே அர்த்தம்?

மதிப்புக்குரிய காத்திப் அவர்களே, உலக நாயகன் முத்தம் கொடுத்தார் என்று தாங்கள் சொல்லும் போதெல்லாம் என் தேகத்தில் கம்பளி ஊர்வதைப் போல் உணர்ந்தேன். எனக்கு உலக நாயகன் - ஆலம்கீர் - என்ற பட்டத்தை பேரரசர் கொடுத்தது, உலகை வென்றவன் என்ற அர்த்தத்தில். அந்தப் பட்டம் ஒரு முன்னூற்று சொச்சம் ஆண்டுகள் கழித்து இப்படி ஒரு துர்க்கதியை அடையும் என்று தெரிந்திருந்தால் அதைத் துறந்து விட்டு வேறு ஏதாவது ஒரு பட்டத்தைத் தேர்ந்தெடுத்துக் கொண்டிருப்பேன்...

அப்போது எழுத்தாளனின் கைபேசியில் ஒரு குறுஞ்செய்தி வந்தது. கைபேசியை ‘அமைதி’யில் போட்டிருந்தும் குறுஞ்செய்தி வந்ததன் வெளிச்சம் அவனுடைய மெலிதான லினன் டிரௌசரை மீறிக் கொண்டு மினுக்கென்று தெரிந்து மறைந்தது. உடனே ஔரங்ஸேபின் பார்வை சட்டென்று அவன் ட்ரௌசர் பாக்கெட்டில் விழுந்தது.

வெளிச்சம் பாக்கெட்டை மீறி வெளியே தெரிந்ததால் அது பற்றி ஆர்வம் கொண்ட ஔரங்ஸேப் “அது என்னவென்று பார்க்கலாமா?” என்று கேட்டார்.

தாராளமாகப் பார்க்கலாம் ஹுஸுர். ஆனாலும் கொஞ்சம் தயக்கமாக இருக்கிறது, வாட்ஸப்பில் எவனாவது சன்னி லியோனியின் விடியோ எதையாவது அனுப்பித் தொலைத்திருக்கப் போகிறான் என்று. அப்படிப்பட்ட நண்பர்கள் எனக்கு இல்லை என்றாலும், ஓரிரு குழுக்களில்

என்னையும் பிடித்துப் போட்டிருக்கிறார்கள். அதை யாராலும் தவிர்க்க முடியாது. பேரரசராக இருந்தால் தவிர்க்கலாம். அவரால் முடியாதது எதுவும் இல்லை. ஆனால் எழுத்தாளன் எங்கே, பேரரசர் எங்கே? நான் இருந்து வரும் வாட்ஸப் குழுக்களில் ஒன்று, அறிஞர் பேரவை. பெயரைப் பார்த்ததும் பயந்துவிடாதீர்கள். பழந்தமிழ் இலக்கிய நயங்களை எடுத்துச் சொல்லும் ஒரு குழு. அதன் தலைவர் எங்கள் மாநகராட்சியின் கமிஷனர். (இப்போது இருப்பவர் அல்ல; நான் சொல்வது கொஞ்சம் பழைய கதை!) அவருக்கும் குழுவுக்கும் சம்பந்தம் இல்லை. அவருடைய நண்பர்கள் அவர் தலைமையில் ஏற்படுத்திய குழு. பழந்தமிழ் இலக்கியத்துக்கும் மாநகராட்சி கமிஷனருக்கும் என்ன சம்பந்தம் என்றால், கமிஷனர் ஒரு தீவிர இலக்கியப் பித்தர். என்னுடைய நண்பரும் கூட. அதனால் அந்தக் குழுவில் சேர்க்கப்பட்டேன். திருக்குறளின் மாண்பு, கம்ப ராமாயணத்தின் சிறப்பு, குறிஞ்சிப்பாட்டில் வரும் 99 மலர்களின் பெயர்கள் என்று தினமும் ஒரு மூன்று டஜன் குறுஞ்செய்திகள், பெருஞ்செய்திகள் எல்லாம் வந்து என்னுடைய கைபேசியின் கிடங்கே நிரம்பி வழிந்து கொண்டிருந்த போது ஒருநாள் நான் அந்தக் குழுவிலிருந்து சொல்லாமல் கொள்ளாமல் விலகினேன்.

அடுத்த நிமிடம்... ம்ஹூம்... அடுத்த நொடி குழுவின் அட்மினிடமிருந்து ஃபோன்.

“என்ன எழுத்தாளர் சார், இப்டிப் பண்ணிட்டீங்க... என்ன ஆச்சு?”

நான் அவரிடம் விஷயத்தை விலாவாரியாக விளக்கினேன். அட்மின் கேட்பதாக இல்லை.

“அதெல்லாம் இல்லை எழுத்தாளர் சார். நேத்து கூட கமிஷனர் சார் உங்களைப் பத்தித்தான் பேசிட்டு இருந்தாரு. எழுத்தாளர் நம்ம க்ரூப்புல இருக்கிறது எவ்ளோ பெருமை தெரியுமானிட்டு... இப்போ அவருக்கு நான் என்ன பதில் சொல்றது? இதோ உங்களை மறுபடியும் சேத்துட்றேன்.”

அதற்கு மேல் நான் என்ன பேச முடியும்? இன்னொரு விஷயம், தாங்கள் பேரரசர். உங்களுக்கு இதெல்லாம் கற்பனைக்கே எட்டாத விஷயங்கள். ஒரு சமயம் சாந்தோம் நெடுஞ்சாலையில் பாதாள சாக்கடை பிடுங்கிக் கொண்டு கால்வாய் மாதிரி ஓடியது. நாற்றம் குடலைப் பிடுங்கியது. கேட்க நாதியில்லை. ஒரு வாரம் இதே கதை. அதற்கு மேலும் பொறுக்க முடியாமல் நான் கமிஷனருக்கு ஃபோன் போட்டேன். அஞ்சு நிமிடத்தில் மாநகராட்சிப் பணியாளர்கள் வந்து விட்டார்கள். ஆனால் ஒரு சராசரி மனிதன் நூறு புகார் செய்தாலும் கேட்க நாதியிருக்காது. இதை என் நண்பன் கொக்கரக்கோவிடம் சொல்லிக் கொண்டிருந்தபோது “அட போய்யா உருப்படாத சிகாமணியே, மாநகராட்சி கமிஷனர் நண்பராக இருந்தால் ஏதாவது காண்ட்ராக்ட் கீண்ட்ராக்ட் வாங்கி வாழ்க்கையில் செட்டில் ஆவதை விட்டுவிட்டு இப்படி சாக்கடையை சரி பண்ணினேன் என்று சொல்கிறீரே, உம்மை என்னதான் செய்வது?” என்று திட்டினான். உண்மையில் மாநகராட்சி கமிஷனருக்கும் காண்ட்ராக்டுக்கும் என்ன சம்பந்தம் இருக்க முடியும் என்று இதைத் தங்களிடம் சொல்கின்ற இந்த நிமிஷம் வரை எனக்குத் தெரியாது என்பதுதான் உண்மை ஹுஸூர்.

மதிப்புக்குரிய காத்திப் அவர்களே, அக்பர் பாதுஷா அளவுக்கு இல்லாவிட்டாலும் எனக்கும் இப்படி ஒன்றிரண்டு காத்திப்கள் சிநேகிதர்களாக இருந்ததுண்டு. அவர்களிடமும் இதே பிரச்சினையைத்தான் எதிர்கொண்டிருக்கிறேன். என் வீட்டுக் கூரை ஒழுகுகிறது ஷாஹின்ஷா என்று வந்து புலம்புவார்கள். நான் என்ன செய்யட்டும்? எதையாவது உருப்படியாகக் கேட்டால் தரலாம். அப்படித்தான் ஒரு கவிஞர் வந்து வறுமை வறுமை என்று புலம்பிக் கொண்டே இருந்தார். சரி என்று சொல்லி, அவரை ஒரு பகுதிக்குக் குறுநில மன்னனாக ஆக்கினேன். அந்தக் கவிஞர் என்ன செய்தார் தெரியுமா? உங்களுக்கு வரி கட்ட மாட்டேன், நான் ஒரு சுதந்திர நாட்டின் தலைவன், எங்கள் நாட்டின் கொடி இது, நாணயம் இது, என் நாட்டை ஒரு சுதந்திர நாடாக அங்கீகரியுங்கள் என்று எனக்குக் கடிதம் எழுதினார். அவரை உடனே கைது செய்து இழுத்துக் கொண்டு

வந்து தில்லி சாந்த்னி சௌக்கில் வைத்து யானைக் காலில் இடறினேன். அவர் பிள்ளைகளையும் மனைவியையும் அடிமைக் கூட்டத்தோடு சேர்த்து விட்டேன். எவ்வளவு அற்புதமான கவிஞர் தெரியுமா? உதவி செய்யப் போய் ஒரு இலக்கிய பங்கம் நேர்ந்தது. இப்படி ஒன்றல்ல, இரண்டல்ல, ஏகப்பட்ட கவிஞர்கள் யானைக் காலில் மாட்டியிருக்கிறார்கள். கேட்டால் ஔரங்ஸேப் கவிஞர்களைக் கொன்றான், அக்பர் பாதுஷா கவிஞர்களை வாழ வைத்தார் என்று பாடப்புத்தகங்களில் எழுதுவீர்கள்... சரி, நீங்கள் சொல்லுங்கள்... சன்னி லியோனி பற்றிச் சொல்லிக் கொண்டிருந்தீர்களே? அது யார் அந்த அம்மாள் சன்னி லியோனி?

சன்னி லியோனி ஒரு *porn actor* ஹுஸூர். அதனால்தான் தயங்கினேன். அந்த வாட்ஸப் குழுக்களில் யாராவது ஒரு ஆள் சன்னி லியோனியின் ரசிகராக இருந்து திடீரென்று ஒரு விடியோவை அதில் போட்டு விடுவார். உடனடியாக அது நீக்கப்பட்டு விடும் என்றாலும் எக்குத்தப்பாக தங்கள் கண்ணில் பட்டு விட்டால் அசிங்கம் இல்லையா?

ம்... இவ்வளவுதானே? பேரரசர் அர்ஷ் ஆஷ்யானியின் ஸினானாவிலும் பேரரசர் ஜஹாங்கீரின் ஸினானாவிலும் முழுக்க முழுக்க சன்னி லியோனிகளாகவேதானே இருந்தார்கள்? பேரரசர் அர்ஷ் ஆஷ்யானியிடம் இருந்த குதிரைகளை விட பெண்கள் அதிகமாயிற்றே?

அதிர்ஷ்டவசமாக எழுத்தாளனுக்கு வந்திருந்த குறுஞ்செய்தி ஒரு நல்ல சமிக்ஞையாகத்தான் இருந்தது. அவனுடைய ஓவிய நண்பர் ஔரங்ஸேபின் ஓவியத்தை அனுப்பி வைத்திருந்தார். ஓவியம் நன்றாகவே வந்திருந்தது. அதை விட முக்கியம், ஓவியம் ஔரங்ஸேபைப் போலவே இருந்தது.

ஔரங்ஸேபிடம் ஓவியத்தைக் காண்பித்த எழுத்தாளன் சொன்னான்:

உங்களை எங்கள் சரித்திர ஆசிரியர்கள் ரொம்பத் தவறாகச் சித்தரித்திருப்பது போலவே இதுவரையிலான ஓவியர்களும் தவறாகவே வரைந்து தள்ளியிருக்கிறார்கள். ஔரங்ஸேப்

என்று சொன்னாலே தங்கள் பெயரைக் குறிப்பிடுவதற்கு மன்னிக்க வேண்டும் ஹுஸூர், இங்கே எனக்கு வேறு வழி இல்லை தாடி வைத்த, ஒரு மாதம் பட்டினி கிடந்தாற் போன்ற ஒரு கிழட்டு உருவத்தைத்தான் வரைகிறார்கள். அதனால்தான் உங்களை இந்த நாவலுக்காக வரைந்த ஓவியரிடம் ஸ்பெஷலாகச் சொல்லி உங்களை அழகிய தோற்றத்தில் வாங்கினேன். முகஸ்துதி என்று நினைக்க வேண்டாம். ஆறு மொகலாயப் பேரரசர்களில் தாங்கள்தான் அழகில் முதல். தங்கள் தந்தையிடம் ஒருவித பெண் தன்மையும் நளினமும் தெரிகிறது. எங்கள் திருவள்ளுவரையும் அப்படித்தான் 330 அடி உயரத்தில் ஒரு பெண் பரதம் ஆடுவதைப் போல் செதுக்கி கன்னியாகுமரியில் வைத்திருக்கிறோம். நான் ஒரு தீவிரமான LGBT ஆதரவாளன்தான் என்றாலும் திருவள்ளுவரைப் போய் அப்படி வரைவது சரியாகத் தெரியவில்லை. நம்முடைய கோட்பாடுகளையெல்லாம் பழைய ஆட்களின் மேல் திணிக்கக் கூடாது இல்லையா ஷாஹின்ஷா?

LGBT என்றால் என்ன மதிப்புக்குரிய காத்திப் அவர்களே?

வேண்டாம் ஹுஸூர். அதை ஆரம்பித்தால் உங்கள் கதையைக் கேட்க முடியாமல் இந்த உரையாடல் வேறு திசையில் திரும்பி விடும். என்னதான் தாங்கள் ஜனநாயக உலகத்துக்கு வந்திருக்கிறீர்கள் என்றாலும் நான் அளவுக்கு அதிகமாகத் தங்களிடம் உரிமை எடுத்துக் கொள்ளக் கூடாது. சரி, நான் சொல்ல வந்தது, அறுவரில் தாங்கள்தான் அழகும் காம்பிர்யமும் இணைந்து இருக்கிறீர்கள். இப்போது இந்த அகோரி அவர்களின் மூலம் தங்களோடு பேசுவதால் தங்கள் குரலை மட்டுமே கேட்க முடிகிறது என்றாலும், தங்களை நேரில் பார்த்துத் தத்ரூபமாக வரைந்த சில ஓவியங்களை நான் பார்த்திருக்கிறேன்.

அவ்வளவுதானா மதிப்புக்குரிய காத்திப் அவர்களே, நான் ஒரு மனிதனாக இருந்தால் நீங்கள் சொன்னதை நம்பியிருப்பேன். ஆனால் நான் ஆவி. நீங்கள் நினைப்பதெல்லாம் எனக்குத் தெரியும் என்பதை அவ்வப்போது மறந்து விடுகிறீர்கள்.

சொல்லி விட்டு எழுத்தாளனின் கண்களை ஊடுருவுவது போல் பார்த்தார் ஔரங்ஸேப். ஒருக்கணம் எழுத்தாளனின் உடல் சிலிர்த்து அடங்கியது.

மன்னிக்க வேண்டும் ஹுஸூர். பெரியவர்களிடம் எதிர்மறையான விஷயங்களைப் பேசுவதில்லை என்று வைத்திருக்கிறேன். தங்கள் உருவத்தில் குறிப்பாக கண்களில் ஒருவித தந்திரம் தெரிகிறது. உங்களை வரைந்த ஓவியரிடம் நான் அந்த விஷயத்தைச் சொல்ல மறந்து போனேன். பிறகுதான் ஓவியம் கிடைத்ததும் பார்த்தால் கண்களில் கருணை வழிந்தது. ஆஹா, தவறு செய்து விட்டோம் என்பதை உணர்ந்து ஓவியரிடம் திரும்பவும் சொல்லி கண்களிலிருந்த கருணையை நீக்கி விட்டு, தந்திரத்தைச் சேர்க்கச் செய்தேன். அது ஒரு பக்கம் இருக்க, இன்னும் நான் பட்டப்பெயர் மேட்டரையே முடிக்கவில்லை ஹுஸூர். எங்கள் நாட்டில் அரசியல்வாதியையும், சினிமாக்காரர்களையும் போல ஆன்மீகவாதிகளுக்கும் பட்டப் பெயர்கள் இருக்கின்றன. எங்கள் குருநாதர் திருவள்ளுவர் அறம் பொருள் இன்பம் என்று மனித வாழ்வை மூன்றாகப் பிரித்திருக்கிறார். அதன்படி, ஆன்மீகத்தை அறம் என்றும், அரசியலைப் பொருள் என்றும், சினிமாவை இன்பம் என்றும் தாங்கள் எடுத்துக் கொள்ளலாம். ஆக, அரசியல்வாதிக்குப் பட்டப் பெயர், சினிமா நடிகருக்குப் பட்டப் பெயர், எங்களுக்கு மட்டும் கிடையாதா என்று ஆன்மீகவாதிகள் போர்க்கொடி தூக்கியதால் அவர்களுக்கும் பட்டப் பெயரை வாரி வழங்கினோம். அப்படித்தான் ஒரு பத்திரிகையாளர் ஒரு ஆன்மீகவாதியின் சத்குரு என்ற பட்டத்தைச் சொல்லி அழைக்காமல் சார் என்று சொன்னதும் அவர் கொடுத்த சாபத்தில் பத்திரிகையாளர் கொரோனா தொற்றுக்கு ஆளாகித் தப்பிப்பிழைத்தார் ஹுஸூர். அப்புறம் தல என்ற பட்டப் பெயரைக் கொண்டு அழைக்காமல் ஒரு பத்திரிகையாளர் நடிகரின் பெயரோடு சார் சேர்த்து - உதாரணமாக, ஔரங்ஸேப் சார், மன்னியுங்கள் ஹுஸூர் - அழைத்து விட்டார் என்பதற்காக அந்தத் தல நடிகர் அந்தப் பத்திரிகைக்கு இரண்டு ஆண்டுகள் பேட்டியே கொடுக்காமல் தண்டனை வழங்கினார்.

அதற்குப் பிறகும் ஔரங்ஸேப் விடாக்கண்டன் கொடாக்கண்டனாக அந்த LGBT விவகாரத்திலேயே நின்றதால் அது பற்றிய ஒரு சுருக்கமான விளக்கத்தைக் கொடுத்தான் எழுத்தாளன். அதற்கு அவர் சொன்னது:

ப்பூ, இவ்வளவுதானா? நம்முடைய கீ(த்)தி ஸித்தானி ஃபிர்தவ்ஸெ ம(க்)கானி பாபர் பாதுஷாவே தன் சுயசரிதையில் தன்னுடைய பாலியல் இச்சை பற்றி எழுதும்போது, தன் புது மனைவியை விட ஒரு சிறுவன் மீதுதான் ஈர்ப்பு ஏற்படுகிறது என்கிறாரே? இப்போது என்றால், பீடஃபைல் என்று சொல்லி காலி பண்ணி விடுவார்கள். எங்கள் பரம்பரையில் ஒருவன் அந்தக் காரியத்தை பலாத்காரமாகச் செய்தான். பிறகு அதனாலேயே அழிந்தான். மொகலாய சாம்ராஜ்ஜியத்தின் இறுதிக் கட்டத்தில் வரும் பேரரசன் ஷா ஆலம்தான் அவன். குலாம் காதிர் என்பவனின் களீபை[17] அறுத்துவிட்டு அவனைத் தன்னுடைய உப்நாவாக[18] வைத்துக் கொண்டான். அந்தக் கதையை நான் தங்களுக்கு வேறொரு சமயத்தில் சொல்கிறேன். ஆனால் கீ(த்)தி ஸித்தானிக்கும் ஷா ஆலமுக்கும் என்ன வித்தியாசம் என்றால், கீ(த்)தி ஸித்தானி அந்தச் சிறுவன் மீது தீராக் காதல் கொண்டிருந்தார். அந்தக் காதல் அவனைப் பற்றிய அவரது கவிதைகளிலே தெரிகிறது. ஒன்றை நிஜமாகச் செய்யாமல் உணர்வுரீதியாக நிகழ்த்திப் பார்க்கும்போது அதிலிருந்து விடுதலை கிடைக்கிறது என்று அரிஸ்டாட்டில் சொல்கிறார் இல்லையா? ஒரு உணர்வை, ஒரு தீமையை, ஒரு மனப்பிறழ்வை, ஒரு உன்னதத் தருணத்தைக் கலை வடிவமாக மாற்றும் போது அதை catharsis என்கிறீர்கள். தங்களைப் பற்றிய விக்கிபீடியா பக்கத்தைப் பார்த்துக் கொண்டிருந்தேன். அதில் தாங்கள் தங்களுடைய மனப்பிறழ்வையே கலையாக மாற்றுவதாகக்

---

17 qadib (உச்சரிப்பு களீப்), அள்வுர் ரஜூல், ஆலத்துர் ரஜூல் – ஆண்குறியைக் குறிக்கும் அரபி வார்த்தைகள்.

18 உப்நா - ஆண்களின் ஓரினச் சேர்க்கையில் செயல்படாதிருப்பவரைக் குறிக்கும் அரபி வார்த்தை.

குறிப்பிட்டிருந்தீர்கள். அதற்கு *Schizoid* என்ற வார்த்தையைப் பயன்படுத்தியிருந்தீர்கள். அந்த வார்த்தையை என் காலத்தில் நான் கேள்விப்பட்டதில்லை. அதைப் படித்தபோது அதன் ஒலி வடிவம் எனக்குப் பிடித்திருந்தது. ஆனால் அந்த நோயைக் கடந்து செல்ல முடியாதவர்களின் வாதைகளைப் படித்த போது துயரம் மேலிட்டது. ஆனால் வாழ்வும் கலையும் என்று எடுத்துக் கொண்டால், காத்திப்கள் எழுத்து என்ற வடிவத்தின் மூலம் தம் வாழ்வை விலகியிருந்து பார்த்து அதைக் கடந்து செல்ல முயல்கிறார்கள். கீ(த்)தி ஸித்தானி அதை வெற்றிகரமாகச் செய்தார். சிறுவன் மீதான இச்சையை கவிதையாக எழுதி தன் வாழ்வின் பிறழ்வைக் கடந்து சென்று வேறோர் உச்சத்தைத் தொடுகிறார். அதனால்தானே பாபர்நாமாவை இன்று ஃபிரங்கிகள் விழுந்து விழுந்து படிக்கிறார்கள். ஆனால் ஷா ஆலம் என்ன செய்தான்? பலாத்காரத்தினால் தன் இச்சையைத் தீர்த்துக் கொண்டான். பேரழிவில் விழுந்தான். கீ(த்)தி ஸித்தானி தன் இச்சையை எழுத்தின் மூலமாகக் கடந்து செல்லாமல், ஷா ஆலம் பாணியில் பிறரது களீப்களை வெட்டுவதில் ஈடுபட்டிருந்தால் மொகலாய சாம்ராஜ்ஜியம் உருவாகி இருக்க முடியாது இல்லையா?

—

முன்கதை – 5

மன்னிக்க வேண்டும் ஷாஹின்ஷா, நீண்ட நேரமாகக் கேட்க வேண்டும் என்று நினைத்துக் கொண்டே இருக்கிறேன். உங்களுக்கே தெரியும், நான் தங்களின் தந்தையைத்தான் சந்திக்க விரும்பினேன். காரணமும் உங்களுக்குத் தெரியும். காதரீனா தெ ஸான் ஹுவான் ஆக்ரா அரண்மனையிலிருந்து கடத்திச் செல்லப்பட்டு அடிமையாக விற்கப்பட்டது சம்பந்தமாக பேரரசர் ஷா ஜஹானிடம் நான் சில விஷயங்களைக் கேட்க வேண்டும். ஷாஹின்ஷாவுக்கும் அது குறித்துத் தெரிந்திருக்க வேண்டும். ஏனென்றால், காதரீனா... வேண்டாம், பிறக்கும்போது அவர் பெயர் மீர்ரா... அந்தப் பெண், ஷாஹின்ஷா அவர்களுக்கு அத்தை முறை. பேரரசரின் ஒன்று விட்ட சகோதரி. மீர்ரா கடத்தப்பட்ட போது ஷாஹின்ஸாவின் வயது பத்து இருக்கலாம். அப்படியானால் ஷாஹின்ஷாவுக்கு இந்தக் கடத்தல் விஷயம் இப்போது லேசாகவாவது ஞாபகம் இருக்கிறதா? என்ன நடந்தது என்று ஷாஹின்ஷாவுக்குத் தெரிந்த அளவுக்கு விளக்கிச் சொல்ல முடியுமா?

மிக நன்றாக ஞாபகம் இருக்கிறது மதிப்புக்குரிய காத்திப் அவர்களே, அந்தச் சம்பவத்தின் காரணமாகத்தான், அதற்குப் பிறகு ஐந்து ஆண்டுகள் கழித்து பல ஆயிரம் போர்த்துக்கீசியர்களை

பேரரசர் தன் படை வீரர்களைக் கொண்டு மூட்டைப்பூச்சியை நசுக்குவது போல் நசுக்கிக் கொன்றார். பேரரசரின் மீது படிந்த ஒரே கறை அந்தச் சம்பவம் என்று உங்கள் சரித்திர ஆசிரியர்கள் இன்னமும் எழுதிக் கொண்டிருக்கிறார்கள். ஆனால் அந்த ஒரே கறைதான் அவரது படிமத்தின் மீது பதிந்துள்ள ரோஜா மலரென நான் கருதுகிறேன். பேரரசரை எனக்குப் பிடிக்காது என்ற போதும் அவரிடம் நான் பாராட்டிய ஒரு விஷயம், அந்த நடவடிக்கைதான். அது ஒரு பெரிய கதை. வாஸ்கோ ட காமாவிலிருந்து ஆரம்பிக்க வேண்டும். அதை நாம் நம்முடைய கதையின் நடுவிலே பார்ப்போம். அதற்கு முன்னால் என்னுடைய கதையைச் சொல்ல நான் ஆர்வமாக இருக்கிறேன்... ஆனால் நீங்கள் கேட்டு விட்டபடியால் இன்னொன்றையும் சொல்லி விடுகிறேன். 1613இல் ரஹிமி என்ற எங்களுடைய பிரம்மாண்டமான கப்பல் போர்த்துக்கீசியர்களால் கைப்பற்றப்பட்டது. அந்தக் கப்பலை ஃபிரங்கியர் “மாபெரும் புனித யாத்திரைக் கப்பல்” என்றே குறிப்பிடுவார்கள். சூரத்திலிருந்து கிளம்பியிருந்தது ரஹிமி. அதில் ஒரு லட்சம் ரூபாய் பணமும் நூற்றுக்கணக்கான ஹஜ் யாத்ரீகர்களும் இருந்தார்கள். இந்த ரஹிமியின் சொந்தக்காரரின் பெயர் மரியம்-உஸ்-ஸமானி. இவர் பெயரைக் கேள்விப்பட்டிருப்பீர்கள். அக்பர் பாதுஷாவின் ராஜபுத்ர மனைவி. பேரரசர் ஜஹாங்கீரின் தாயார். மரியம் அவர்கள் மொத்த ஹிந்துஸ்தானின் தாயாராகக் கருதப்பட்டவர். ஜஹாங்கீர் பாதுஷாவின் ஆட்சி நடந்து கொண்டிருந்தது. அப்போது பேரரசரின் வயது இருபத்து ஒன்று. அவர் பதவிக்கு வர இன்னும் பதினைந்து ஆண்டுகள் இருந்தன. அரண்மனையிலிருந்து போர்த்துக்கீசியருக்குக் கடிதங்கள் பறந்தன. போர்த்துக்கீசியர்கள் அந்தக் கடிதங்களைக் கண்டுகொள்ளவில்லை. பேரரசரின் அன்னைக்கே இந்த நிலை என்றால் அப்புறம் சொல்ல என்ன இருக்கிறது? ஜஹாங்கீர் பாதுஷா போர்த்துக்கீசியர் வசம் இருந்த தாமன் நகரைக் கைப்பற்றினார். தன் சாம்ராஜ்ஜியத்தில் இருந்த அத்தனை போர்த்துக்கீசியரையும் கைது செய்து அவர்களின் வழிபாட்டுத் தலங்களையும் மூடினார். உங்களுடைய சுதந்திரப்

போராட்ட காலத்தில் ஃபிரங்கியரின் காலனியாதிக்கம் காலனியாதிக்கம் என்று சொல்லிக் கொண்டிருந்தீர்களே, அந்தக் காலனியாதிக்கத்தின் துவக்கப் புள்ளி ரஹிமி என்ற அந்தக் கடத்தப்பட்ட புனித யாத்திரைக் கப்பல்தான்...

ஆனால் இப்போதே அந்தக் கதைகளுக்குள் நுழைந்து விட்டால் என் கதையைச் சொல்ல முடியாது மதிப்புக்குரிய காத்திப் அவர்களே! அதனால் என்னுடைய கதையைக் கேட்க நீங்கள் தயாராக வேண்டும் என்று கேட்டுக் கொள்கிறேன்...

—

ஔரங்ஸேபே அப்படிச் சொன்ன பிறகு இனி எந்தக் குறுக்கீடும் இல்லாமல் நாம் நாவலுக்குள் செல்ல வேண்டியதுதான்.

அதற்கு முன்னால் எழுத்தாளனுக்கு ஒரு கேள்வி எழுகிறது. ஔரங்ஸேபின் கருத்துகளில் ஏதாவது பிரச்சினைக்குரியதாக இருந்தால் அதற்கு நாம் யாரைப் பொறுப்பேற்கச் சொல்வது? ஆகவே, இந்தக் கதையின் *intellectual property* பற்றிய ஒரு தீர்மானம் இல்லாததால் எழுத்தாளனே ஓரளவுக்கு ஔரங்ஸேபின் கருத்துகளைத் தணிக்கை செய்து வெளியிட முடிவு செய்தான். வேறு வழியில்லை. ஏனென்றால், இன்னொருத்தரின் அதுவும் முந்நூற்றுப் பதினான்கு ஆண்டுகளுக்கு முன் இறந்து போன ஒருவரின் கருத்துகளுக்காக எழுத்தாளன் சிறைக்குச் செல்லவோ, உயிரை விடவோ தயாராக இல்லை. அதற்காக அவனை பயந்தவன் என்றும் நினைத்து விட வேண்டாம். எழுத்தாளன் தன்னுடைய கருத்துக்காக உயிரைக் கொடுக்கவும் சித்தமாக இருக்கிறான். ஆனால் ஒரு ஆவிக்காக உயிரை விடுவதெல்லாம் அவனுக்குப் பைத்தியக்காரத்தனமாகத் தோன்றியது. எனவே ஔரங்ஸேபின் பேச்சை சிறிய தணிக்கைக்குப் பிறகே உங்களிடம் உலவ விடுகிறான் எழுத்தாளன்.

ஏற்கனவே விவரித்த வண்ணம், ஒரு அறையில் உயர்ந்த பீடத்தில் சம்மணமிட்டு அமர்ந்திருக்கிறார் அகோரி. இடது காலின் மேல் வலது கால் மடங்கியிருக்கிறது. சில சமயங்களில் வலது காலை

கீழே தொங்க விடுகிறார். சில சமயங்களில் இடது காலைத் தரையில் மடக்கி வைத்து வலது காலை செங்குத்தாக மடக்கி அதன் மேல் தன் வலது கையை வைத்தபடி அமர்கிறார். அவருக்குப் பின்னாலும் கைகளின் பக்கங்களிலும் திண்டுகள் போடப்பட்டிருந்தன. மொகலாயப் பேரரசர்கள் நம் சோழ மன்னர்களைப் போல் அரியணையில்[19] ராஜ கம்பீரத்துடன் கால்களை கீழே நீட்டியபடி அமர்ந்திருப்பார்கள் என்றே இதுநாள் வரை நினைத்திருந்தான் எழுத்தாளன். (அப்படித்தானே தமிழ் சினிமாவில் காண்பிக்கிறார்கள்?) ஆனால் அதற்கு மாறாக இருந்தது அகோரி அமர்ந்திருந்தது. நிக்கலாவோ மனூச்சியும் முதல் முதலாக ஷா ஜஹானைப் பார்த்த போது அப்படித்தான் ஆச்சரியப்பட்டார். நிச்சயமாக ஐரோப்பிய அரசர்கள் இம்மாதிரி சம்மணமிட்டு அமர்ந்திருக்க முடியாது. அவர்களால் பல நூற்றாண்டுகளாக சம்மணமே போட முடிந்ததில்லை. இப்போதுதான் நம்முடைய கார்ப்பொரேட் சாமியார்களின் புண்ணியத்தால் யோகா கற்றுக் கொண்டு பத்மாசனம் என்ற பெயரில் காலை மடக்கக் கற்றுக் கொண்டிருக்கிறார்கள்...

இதோடு முன்கதை ஒருவாறாக முடிகிறது. இனி நாம் ஔரங்ஸேபின் கதையை அவரிடமிருந்தே கேட்கலாம்...

—

19 இது நடந்து சில மாதங்களிலேயே மொகலாய அரசர்கள் அமர்ந்திருந்தது அரியணை அல்ல, மயிலாசனம் என்று தெரிந்துகொண்டான் எழுத்தாளன்.

1

அளவற்ற அருளாளனும், நிகரற்ற அன்புடையோனுமாகிய அல்லாஹ்வின் திருப்பெயரால் தொடங்குகிறேன்.

எல்லாப் புகழும், அகிலங்கள் யாவற்றையும் படைத்துப் பரிபாலிக்கும் நாயனான அல்லாஹ்வுக்கே ஆகும்.

அவன் அளவற்ற அருளாளனும் நிகரற்ற அன்புடையோனும் ஆவான்.

அவனே நியாயத் தீர்ப்பு நாளின் அதிபதி.

இறைவா! உன்னையே நாங்கள் வணங்குகிறோம். உன்னிடமே உதவியும் தேடுகிறோம்.

நீ எங்களை நேர்வழியில் நடத்துவாயாக!

அது நீ எவருக்கெல்லாம் அருள் புரிந்தாயோ அவ்வழி. அது உன் கோபத்திற்கு ஆளானோர் வழியுமல்ல; நெறி தவறியோர் வழியுமல்ல.

—

நான் முஹையத்தீன் முஹம்மது ஔரங்ஸேப் என்கிற ஆலம்கீர்.

அபுல் ஃபஸ்ல் தனது அக்பர்நாமாவின் தொடக்கத்திலே சொல்வது போல, என் மனதின் கண்காணிப்புக் கூடத்தில் பேச்சு என்ற நிலவு எழுந்து நாக்குக்கும் செவிகளுக்கும் இடையே ஊடாடிச் செல்கிறது.

இப்போது நான் உங்களுக்கு என் கதையை நான் அறிந்தபடி, நான் உணர்ந்த விதமாகச் சொல்லப் போகிறேன்.

பேரரசர் ஷா ஜஹானுக்கும் மும்தாஜ் மஹலுக்கும் 24 அக்டோபர் 1618 அன்று பிறந்த மூன்றாவது புதல்வன் இந்த ஔரங்ஸேப். பிறந்த ஊர் தாஹோத். குஜராத்தில் உள்ள கோத்ராவுக்கும் (ஆ, இந்த ஊர் பற்றி உங்களுக்கு நான் சொல்லவும் வேண்டுமா என்ன?) மத்தியப் பிரதேசத்தில் உள்ள ரத்லாம் என்ற ஊருக்கும் இடையில் உள்ளது. முன்பு அதாவது, என் காலத்திலும் பிறகு ஃபிரங்கியர் காலத்திலும் இவையெல்லாம் வெவ்வேறு பெயர்களில் அழைக்கப்பட்டாலும் நான் உங்களோடு இப்போது நிகழ்காலத்தில் பேசிக் கொண்டிருப்பதால் குழப்பம் வேண்டாம் என்று இக்காலத்திய பெயர்களிலேயே சொல்கிறேன்.

கலாச்சார ரீதியாக நான் துருக்கி இனத்தையும் மரபு ரீதியாக மங்கோல் இனத்தையும் சேர்ந்தவன். உங்களுக்குத் தெரியும்தானே, மாட்சிமை தாங்கிய கீ(த்)தி ஸித்தானி ஃபிர்தவ்ஸெ ம(க்)கானி ஸாஹிர் உத்-தீன் முஹம்மது என்கிற பாபர் பாதுஷா காஸி தந்தை வழியில் தைமூர் இனம், தாய் வழி மூதாதை செங்கிஸ் கான். மங்கோல் என்பதன் ஃபார்ஸி வடிவம்தான் மொகல். அந்த வகையில் யாரும் எங்களை அந்நியர் என்று சொல்ல முடியாது. எங்கள் உடம்பில் ஓடுவதும் ஆசிய ரத்தம்தான். சொல்லப் போனால் உங்களுடைய ஆரியர்களை விட நாங்கள்தான் உங்களுக்கு அதிகம் நெருக்கமானவர்கள். நான் இப்படிச் சொல்வதை மாட்சிமை தாங்கிய கீ(த்)தி ஸித்தானி ஃபிர்தவ்ஸெ ம(க்)கானி விரும்ப மாட்டார் என்றாலும் அதுதான் உண்மை. அவருக்கு மங்கோலியர்களைப் பிடிக்காது. அவர்கள் போக்கிரிகள் என்று எழுதியிருக்கிறார்.

என் வாழ்வின் சாதனை என்ன என்று நீங்கள் கேட்டால் நாற்பத்தொன்பது ஆண்டுகள் பதவியில் இருந்ததைச் சொல்ல மாட்டேன், வேறு எந்த மொகலாயப் பேரரசரும் அத்தனைக் காலம் ஆண்டதில்லை என்றாலும். யாரோ ஒரு அரசியல் தலைவரை வைத்துக் கொண்டு அவர்தான் ஹிந்துஸ்தான் என்றீர்கள். ஆனால் நாற்பத்தொன்பது ஆண்டுக் காலம் - ஓராண்டு ஈராண்டு அல்ல, நாற்பத்தொன்பது ஆண்டுகள் - ஆலம்கீர்தான் ஹிந்துஸ்தான், ஹிந்துஸ்தான்தான் ஆலம்கீர் என்று இருந்தது. ஏன், இன்றைக்கும் கூட ஆலம்கீர் ஆட்சியின் ஆதார வேர்களை நீங்கள் உங்களுடைய சமூக வாழ்விலும், அரசியல் வாழ்விலும் அடையாளம் கண்டு கொள்ளலாம். அதிலும் என் சாம்ராஜ்ஜியம் மேற்கில் ஆஃப்கனிஸ்தானில் உள்ள கஸ்னி மாநிலத்திலிருந்து கிழக்கில் பாங்ளாதேஷ் என்று அழைக்கப்படும் தேசத்தில் உள்ள சாட்காவ்(ங்) துறைமுக நகரம் வரை, வடக்கே காஷ்மீரத்திலிருந்து தெற்கே கர்நாடகம் வரை பரவியிருந்தது. இத்தனை பிரம்மாண்டமான நிலத்துக்கும், பதினைந்து கோடி பிரஜைகளுக்கும் அதிபதியாக விளங்கிய ஒரே பேரரசன் நான்தான். எனக்கு முன்னால் ஹிந்துஸ்தானின் சரித்திரத்திலேயே ஃபிரங்கியரின் ஆட்சி வரை - இத்தனை பெரிய நிலப்பரப்பை ஆண்ட சாம்ராஜ்யாதிபதி வேறு யாரும் இல்லை.[20]

'அத்தனை கீர்த்தி மிக்க உங்களால் கூட கர்நாடகத்தைத் தாண்டி எங்கள் தேசத்துக்குள் வர முடியவில்லையே!' என எழுத்தாளன் மனதுக்குள் நினைத்துக் கொண்ட மறுகணம் ஔரங்ஸேப் புகுந்தார்.

நான் ஆவி ரூபத்தில் இருக்கிறேன் என்பதை மறந்து

---

20 ஜாதுநாத் சர்க்கார் போன்ற சரித்திர ஆசிரியர்கள் இப்படிச் சொன்னாலும் அசோகரின் சாம்ராஜ்ஜியம் ஔரங்ஸேபின் சாம்ராஜ்ஜியப் பரப்பைவிட சற்றே அதிகமாக இருந்தது. ஆனால் கிழக்கிந்தியக் கம்பெனியின் ஆட்சி வரும் வரை இந்திய சரித்திரத்தில் இவர்கள் இருவரின் சாம்ராஜ்ஜிய எல்லையே அளவில் வேறு யாராலும் நெருங்க முடியாததாக இருந்தது.

விட்டீர்கள் மதிப்புக்குரிய காத்திப் அவர்களே, உங்கள் மன ஓட்டத்தைப் படித்து விட்டேன். எனக்குமே அதன் காரணம் தெரியவில்லை. நீங்கள்தான் உங்கள் சரித்திர ஆய்வாளர்களிடம் கேட்டுச் சொல்லுங்கள்.[21] அப்படிப்பட்ட சமுத்திரத்தை ஒத்த பிரம்மாண்டமான நிலப்பரப்பு உங்கள் அசோக சக்ரவர்த்தியிடமோ சமுத்திர குப்தரிடமோ ஹர்ஷவர்தனிடமோ கூட இருந்ததில்லை. இந்திய சரித்திரத்தில் ஃபிரங்கியரைத் தவிர வேறு யாருமே இத்தனை பெரிய சாம்ராஜ்ஜியத்தை ஆண்டதில்லை. பல அரசர்கள் தங்களின் ரத்த வாரிசுகள் மூலமாக ஆண்டார்கள். ஆனால் நான் மட்டுமே என்னுடைய மண்ணுக்கும் அதன் மாந்தருக்கும் நேரடியான அரசனாகவும் அதிபதியாகவும் விளங்கினேன். அதையும் என் சாதனையாகச் சொல்ல மாட்டேன். என் பாட்டனும் பூட்டனும் மதுவைக் குடித்தும் ஸ்த்ரீகளோடு சல்லாபித்தும் அற்பாயுளிலேயே மாண்டு போனார்கள். ஆனால் நானோ தொண்ணூறு ஆண்டுக் காலம் வாழ்ந்தேன். அதையும் என் சாதனையாகச் சொல்ல மாட்டேன். அந்த மூடர்களைப் போலல்லாது பேரரசர்கள் என்னை மன்னிக்க வேண்டும் - நான் அப்பழுக்கில்லாத வாழ்க்கையை வாழ்ந்தவன். மலர் மஞ்சத்தைத் துறந்தேன், அரண்மனை ஆடம்பரங்களைத் துறந்தேன். என்

---

21 ஔரங்ஸேபின் நவாபான ஸுல்ஃஃபிகர் அலீ கான் செஞ்சிக் கோட்டையை 1690-இலிருந்து 1698 வரை முற்றுகையிட்டு அதில் வெற்றி பெற்றார் என்றாலும் அதை முழுமையான வெற்றி என்று சொல்ல முடியாது. ஏனென்றால், செஞ்சியை ஆண்ட ராஜாராம் போஸலேயை (மராட்டிய ஷிவாஜியின் இரண்டாவது மகன்) ஸுல்ஃஃபிகர் அலீ கானால் பிடிக்க முடியவில்லை. கோட்டையை ஸுல்ஃஃபிகர் அலீ கானின் படைகள் பிடித்த போது ராஜாராம் கோட்டையிலிருந்து தப்பி விட்டார். இந்த வெற்றி கூட ஆங்கிலேயர்கள் கொடுத்த பீரங்கி போன்ற ராணுவத் தளவாடங்களின் உதவியால்தான் சாத்தியமாயிற்று. அப்போது ஔரங்ஸேபின் வயது எண்பதைத் தொட்டு விட்டது. அதற்கு மேல் ஔரங்ஸேபின் ஆட்சி வீழ்ச்சியை நோக்கிச் சென்றது என்பதுதான் சரித்திரம். அதனால் மொகலாய சாம்ராஜ்ஜியத்தின் எந்தக் கட்டத்திலும் தமிழ்நாடு என்று இப்போது அறியப்படும் நிலப்பரப்பு அதன் பகுதியாக இருந்ததில்லை.

வாழ்நாளில் இந்த அகிலத்தின் மிகப் பெரிய செல்வந்தன் நானாகத்தான் இருந்தேன். என் அரண்மனையில் இல்லாத வைர வைடூரியங்களோ அதிசயங்களோ உலகத்தில் இல்லை. உலகமே வியந்த கொஹினூர் வைரமும் என் வசமே இருந்தது. ஆனால் நான் வெறும் தரையில் படுத்து என் தொப்பியையும் நானே தைத்துக் கொண்டேன். சுருக்கமாகச் சொன்னால், சரீர சுகத்தைத் தரும் சகலத்தையும் துறந்தேன். எனக்கு ஞாபகம் வருகிறது, அரண்மனைப் பெரியவர்கள் சொல்லிக் கேள்விப்பட்டது. அர்ஷ் ஆஷ்யானி அக்பர் பாதுஷா வாரத்துக்கு மூன்று முறை மாமிசத்தைத் தவிர்த்து விட்டு ஹிந்துக்களைப் போல் வெறும் காய்கறி உணவையே உண்பார். அதற்காக அவர் தனியாக ஒரு காய்கறித் தோட்டம் வைத்திருந்தார். அதற்குத் தண்ணீருக்கு பதிலாகப் பன்னீர்தான் ஊற்றச் செய்வாராம். அப்போதுதான் சமைக்கும்போது காய்கறிகள் மணக்கும் என்று! பேரரசர்கள்! இந்த பூமியே அவர்களின் சொத்து. ஆனால் நான் இன்ன காலகட்டத்தில் இன்ன தேசத்தைப் பாதுகாக்க இறைவனால் தேர்ந்தெடுக்கப்பட்டவனாக இருந்தேன். இது எதுவுமே என்னுடைய உடைமை அல்ல. இறைவனே எல்லாவற்றுக்கும் உரிமையாளன்!

அப்படி எளிமையான, நீண்ட பெரும் வாழ்வு வாழ்ந்ததைக் கூட என் சாதனையாகச் சொல்ல மாட்டேன். வேறு எதைச் சொல்வேன்? அல்-குர்ஆனை என் இளம் பிராயத்திலேயே மனனம் செய்து அதை என் ஆன்மாவோடு சேர்த்து நான் இருக்குமிடமெல்லாம், நான் சென்றவிடமெல்லாம் கொண்டு சென்றேன் பாருங்கள், அதுதான் என் வாழ்வின் மகத்தான சாதனை. மாஷா’அல்லாஹ்!

நான் என்னுடைய வாழ்வில் கண்ட வெற்றிக்கெல்லாம் அந்தப் புனித நூலே காரணம். அந்த நூல் எனக்குப் பல விஷயங்களைக் கற்பித்தது. அவை எல்லாவற்றிலும் ஆகச் சிறந்ததாக நான் கருதுவது அஞ்சாமை. இறைவனே நம் அருகில் இருக்கும் போது நாம் எதற்காக அஞ்ச வேண்டும், சொல்லுங்கள்? அந்த நாளை என்றென்றும் மறக்க மாட்டேன்.

மே 18-ஆம் நாள். 1633. என் வயது பதினைந்து. ஆக்ரா கோட்டையில் யமுனை நதிக்கரையில் யானைச் சண்டை நடந்து கொண்டிருந்தது. ஹவேலியிலிருந்து பார்த்துக் கொண்டிருந்தார் பேரரசர். யானைச் சண்டை பேரரசர்களுக்குப் பிடித்தமான பொழுதுபோக்கு. இரண்டு யானைகள் மூர்க்கமாக ஒன்றை ஒன்று தாக்கிக் கொண்டிருந்தன. அப்போது அந்த யானைச் சண்டை பற்றி எதுவும் அறியாத நான் என் குதிரையை வேக வேகமாகக் கோட்டைக்குள் செலுத்திக் கொண்டிருக்கிறேன். இரண்டு யானைகளில் சுதாகர் என்ற யானை அதைத்தான் நான் தாக்க வருகிறேன் என்று நினைத்து விட்டது. நினைத்த கணமே அதற்கு வெறி பிடித்து விட்டது.

வெறி பிடித்து என்னை நோக்கிக் கடும் சீற்றத்துடன் வந்து கொண்டிருந்த யானையின் முன்னே பதினைந்து வயது இளைஞனான நான் ஒரு குதிரையில்...

—

2

அல்லாஹு அக்பர்.
அஷ்ஹது அன் லா இலாஹ
இல்லல்லாஹு வஅஷ்ஹது அன்ன
முஹம்மதன் ரஸூலுல்லாஹ்.
லா ஹவ்ல வலா குவ்வத இல்லா பில்லாஹ்.
மாஷா அல்லாஹு கான
வமா லம் யஷஃ லம் யகுன்[22].

வெறிகொண்டு என் முன்னே பாய்ந்து வந்து கொண்டிருந்த சுதாகரின் முன்னே ஒரு குதிரையில் தன்னந்தனியாக நின்று கொண்டிருந்த என் நெஞ்சத்தில் அப்போது மட்டும் ஒருக்கணம் அச்சம் என்றதோர் உணர்வு துளிர்த்திருந்தால் மொகலாய சாம்ராஜ்ஜியத்தின் சரித்திரமும் அதன் காரணமாக உங்கள் எல்லோருடைய சரித்திரமும் கூட வேறு மாதிரி எழுதப்பட்டிருக்கும்.

22 தொழுகைக்கான அழைப்பு: பாங்கு அல்லது அதான்

இம்மியளவும் அச்சமின்றி என்னுடைய குதிரைக்கு சமிக்ஞை கொடுத்தேன். நான் அஞ்சினால் என் குதிரையின் அச்சம் அதை விடப் பன்மடங்கு அதிகமாகும். என் செய்தியை கைகளின் மூலமும் கால்களின் மூலமும் குதிரைக்குத் தெரிவித்தேன். புரிந்து கொண்டான். எல்லாம் க்ஷண நேரம். கையிலிருந்த ஈட்டியை யானையின் மத்தகத்தை நோக்கி எறிந்தேன். அப்போது யானை என் குதிரையைத் தன் தந்தத்தால் தாக்கியது. மிகச் சரியான நேரத்தில் நான் குதிரையிலிருந்து குதித்து என் வாளை உருவியபடி யானையின் முன்னே நின்றேன். மத்தகத்தில் குத்தி நின்ற ஈட்டியிலிருந்து குருதி ஆறாய்ப் பெருகி ஓடியது. மக்களின் கலவரக் குரல் என்னை உற்சாகப்படுத்தும் ஆஹாகாரமாகக் கேட்டது.

யானையின் முன்னே வாளுடன் நின்ற அந்தக் கணத்தில் எனக்குள் அனுபவித்த கஷ்ஃபுர் ரூஹியை[23] எப்படி நான் விளக்குவேன்? ஆன்மீகப் பரவசம் என்றா? ஆம்... அந்த ரூஹி என் ஆயுள் முழுவதும் என்னைப் பின் தொடர்ந்து வந்து கொண்டேயிருந்தது. யானை என்னைத் தாக்கவில்லை. மாறாக, பின்வாங்கி ஓடியது. இன்னமும் எனக்கு அது ஓர் அதிசயம்தான். அந்த யானை ஏன் என்னைத் தாக்கவில்லை? என் கையிலிருந்த வாள் அந்த யானையின் பலத்துக்கு முன்னே எம்மாத்திரம்? ஏன் அப்படி நடந்தது? மரணமாகவே இருந்தாலும் அதை நீங்கள் தைரியமாக எதிர்கொண்டால் அது சூரிய ஒளி பட்ட பனி போலே மறைந்து விடும்.

அன்றைய தினம் பேரரசர் என்னுடைய வீரத்தை மெச்சி என் எடைக்கு எடை தங்கத்தைப் பரிசளித்தார்.

ஆனால் இப்படிப்பட்ட ஔரங்ஸேப் பற்றி உங்கள் பாடப் புத்தகங்களில் என்ன சொல்லப்பட்டிருக்கிறது, உங்கள் பிள்ளைகள் என்னைப் பற்றி என்ன படிக்கின்றன என்று எனக்குத் தெரியும். சகோதரர்களைக் கொன்ற கொலைகாரன், மத வெறியன், இத்யாதி, இத்யாதி...

---

23 கஷ்ஃபுர் ரூஹி – ஆன்ம ரகசியங்களின் வெளிப்பாடு. கஷ்ஃப் - வெளிப்படுத்துதல்

பிரச்சினை என்ன தெரியுமா? மார்க்கெட்டிங். என்ன, இந்தக் காலத்து ஆங்கில வார்த்தையெல்லாம் பேசுகிறேன் என்று பார்க்கிறீர்களா? எனக்கு ஆங்கிலமும் தெரியும், கொஞ்சம் ஃப்ரெஞ்சும் தெரியும். என் அண்ணன் தாரா ஷிகோவின் அந்தரங்க மருத்துவனாக இருந்த ஃப்ரான்ஸ்வா பெர்னியே தாராவின் மரணத்துக்குப் பிறகு என்னுடைய மருத்துவனாக இருந்தான். சொல்லப் போனால் அவன் எழுதிய பயணக் குறிப்புகளைப் படித்தால் கூட உங்களுக்கு என்னைப் பற்றிய பொய்யான பிம்பங்கள் அடிபட்டுப் போய் உண்மையான சித்திரம் கிடைக்கக் கூடும். எல்லாம் முடிந்த பிறகு இனி பொய்யென்ன, நிஜமென்ன, அதை விடுங்கள். மார்க்கெட்டிங் பற்றிச் சொன்னேன் இல்லையா? அதில் கில்லாடி வேலை செய்த ஒரு பேரரசர் அசோகர். இன்றைக்கும் உங்கள் பிள்ளைகள் அசோகர் மரம் நட்டார் என்றுதானே படித்துக் கொண்டிருக்கிறார்கள்? என்ன காரணம்? நாலு மரத்தை நட்டு விட்டு கூடவே நாற்பது தூண்களையும் நட்டு அதில் அசோகர் மரம் நட்டார், அசோகர் மரம் நட்டார் என்று மூன்று மொழிகளில்[24] செதுக்கி விட்டார் அசோகர். அதுதான் இத்தனை வருடங்களாக நின்று கொண்டிருக்கிறது.

உண்மையில் சிந்து சமவெளி நாகரீக காலத்திலிருந்து இன்று வரை யார் காலத்தில் சாலைகளெல்லாம் ஒழுங்காக இருந்தன தெரியுமா? எங்கள் காலத்தில்தான். நான் சொல்லவில்லை. பெர்னியே சொல்கிறான். ஐரோப்பிய சாலைகளைக் கடப்பதற்கு ஆன நேரத்தை விட இந்தியச் சாலைகளில் குறைவான நேரம்தான் ஆனதாம். இங்கே சாலைவழிப் போக்குவரத்தில் இருந்த ஒரே பிரச்சினை, திருட்டு பயம். அதற்குப் பேரரசர்கள் என்ன செய்ய முடியும்? வெள்ளியையும் தங்கத்தையும் உருக்கி நாணயம் செய்தால் அதற்கு வரி கட்டாமல் சுங்கம் கட்டாமல் ஏமாற்றுவது, தங்கத்தை உருக்கி விற்பது, செம்பையும் தங்கத்தையும் கலந்து போலி நாணயங்களை உருவாக்குவது... என்ன செய்யவில்லை நீங்கள்? இறைவனைக் கல்லாக்கி

24 பாலி அல்லது பிராக்ருதம், அராமிக், கிரேக்கம்.

ஒரு கட்டிடத்துக்குள் வைத்து விட்டுப் பணத்தைத்தானே இறைவனாக வணங்குகிறீர்கள்?

ஒருக்கணம் தன் வலது கையை நெஞ்சில் தொட்டு “என்ன ஷாஹின்ஷா இது?” என்பது போல் சைகை செய்தான் எழுத்தாளன்.

அட, என்ன மதிப்புக்குரிய காத்திப் அவர்களே, இத்தனை வெகுளியாக இருக்கிறீர்கள்? அப்படித்தான் செய்து கொண்டிருந்தார்கள். கடுமையான தண்டனை கொடுத்தேன்.

பேரரசர் அசோகரும் என்னைப் போல் இன்னொரு மதத்தைச் சேர்ந்தவர்தான். உண்மையில் உங்கள் ஹிந்து மதத்தை ஒடுக்கி ஓரங்கட்டிய மதமே அவரது பௌத்தம்தான் இல்லையா? ஆனால் அப்படிப்பட்ட அசோகரின் ஸ்தூபியை உங்கள் தேசத்தின் சின்னமாக வெட்கமில்லாமல் வைத்துக் கொண்டிருக்கிறீர்கள்.

ஒரு ஊரில் ஒரு கற்பழிப்புச் சம்பவம் நடந்து விட்டது. சிறு குழந்தை. ஊரே கொந்தளித்துக் கிடக்கிறது. குற்றவாளிகளைக் கண்டு பிடிக்க முடியவில்லை. அதனால் எவனையாவது ஒருத்தனைப் பிடித்து என்கவுண்டரில் போட்டுத் தள்ளி விட்டால் ஊர்க் கொந்தளிப்பு அடங்கி விடும் இல்லையா? அதே கதையைக் கொஞ்சம் பெரிய அளவில் பண்ணினதுதான் இந்த ஆலம்கீர் ஹிந்து விரோதியாக ஆனதும். யார் மீதாவது பழியைப் போட வேண்டும். மாட்டினான் ஔரங்ஸேப். ஏனென்றால், அவன் ஒருவன்தான் மொகலாயப் பேரரசர்களிலேயே அவன் பிறந்த மார்க்கத்துக்கு நேர்மையாக இருந்தவன். அவன் ஒருவன்தான் தன் சைன்னியத்தின் குதிரைகளின் எண்ணிக்கை அளவுக்கு மனைவியரையும் வைப்பாட்டிகளையும் வைத்துக் கொண்டு கூத்தடிக்காதவன். அவன் ஒருவன்தான் தன் தொப்பியைத் தானே தைத்து அந்தக் காசில் வரும் வருவாயில் சாப்பிட்டவன். அவன் ஒருவன்தான் அவனுடைய சாம்ராஜ்ஜியத்தின் கடைக்கோடி மனிதனைப் போல் எளிமையாக வாழ்ந்தவன். அதனால் பழியைத் தூக்கி அவன் தலையில் போட்டீர்கள்.

என் கதையைச் சொல்வதற்காக முந்நூற்றுப் பதினான்கு ஆண்டுகள் காத்திருக்க வேண்டியதாயிற்று. உடம்போடு வாழ்ந்தால் கூட எத்தகைய வலியையும் வேதனையையும் தாங்கிக் கொள்ள முடியும். குறைந்த பட்சம் கண்ணீராவது விடலாம். ஆவியாக இருக்கும்போது பழியையும் பாவத்தையும் சுமப்பது எத்தனை கொடுமை தெரியுமா மதிப்புக்குரிய காத்திப் அவர்களே! கோடானுகோடி மக்கள் தலைமுறை தலைமுறையாக, நூற்றாண்டுகளாக, திரும்பத் திரும்ப, 'ஔரங்ஸேப் ஹிந்துக்களை மதம் மாற்றினான்' என்று சொல்லிச் சொல்லி இப்போது எனக்கே அப்படித்தான் செய்தேனோ என்று தோன்ற ஆரம்பித்து விட்டது. மதமும் மாற்றவில்லை, ஒரு மண்ணாங்கட்டியும் இல்லை. எங்கள் காலத்தில் நாங்கள் அதிலெல்லாம் பெரிதாக கவனம் செலுத்தவில்லை. நான் செய்த தவறெல்லாம் அசோகர் மாதிரி மார்க்கெட்டிங் செய்து கொள்ளவில்லை என்பதுதான். ஊருக்கு நாலு கற்களை நட்டு ஆலம்கீர் அப்படிச் செய்தார் இப்படிச் செய்தார் என்று தீட்டி வைத்திருக்க வேண்டும். அதைச் செய்யத் தவறியதால் சரித்திரத்தில் வில்லன் வேடம் சுமக்கிறேன்.

இப்போது நான் பேரரசரைக் கூட ஒரு பக்கம் தள்ளி விட்டு இந்த அகோரியின் மூலம் உங்களோடு பேசவும் உரையாடவும் முன்வந்திருப்பதன் காரணமும் என்னைப் பற்றிய கட்டுக்கதைகள் சிலவற்றை உடைக்கலாம் என்றுதான். இப்போதைய அரசியல்வாதிகள்தான் இதை ஆரம்பித்து வைத்தார்கள் என்று நீங்கள் நினைக்கலாம். தவறு. கொஞ்சம் முற்போக்காக சிந்திக்கத் தெரிந்த உங்கள் ஜவஹர்லால் நேருவே ஆரம்பித்து விட்டார். "'மகத்தான மொகலாயர்கள்' என்று சொல்லப்படும் வரிசையில் கடைசியாக ஆண்ட ஔரங்ஸேப், கடிகாரத்தைப் பழையபடி திருப்பி விட நினைத்து, அந்த முயற்சியில் அதை நிறுத்தியது மட்டுமல்லாமல் உடைத்தும் போட்டு விட்டார்" என்கிறார் நேரு. அது மட்டும் அல்ல, நான் இஸ்லாத்துக்கு அதிக முக்கியத்துவம் கொடுத்ததால்தான் என்னால் ஆள முடியாமல் போயிற்றாம், அதனால்தான் மொகலாய சாம்ராஜ்ஜியமே வீழ்ந்ததாம். நேரு. அவரை

இறைவன் காப்பாற்றட்டும். ஆ, அவர் நாஸ்திகர் என்று கேள்விப்பட்டிருக்கிறேன். இல்லையா? அவர்கள் இப்படித்தான் நாக்கில் நரம்பில்லாமல் பேசுவார்கள். நான் அப்படி என்ன செய்தேன்? எல்லோரையும் கட்டாய மதமாற்றம் செய்தேனா? இல்லையே? என்னுடைய மார்க்க நெறிமுறைகளின்படி ஐந்து வேளை தொழுதேன். எளிமையாக வாழ்ந்தேன். ரமலான் நோன்பு பிடித்தேன். இது தவறா? இன்னொரு விஷயம், மொகலாய மன்னர்கள் ராஜபுத்திரர்களோடு ஒன்றாகக் கலந்து விட்டவர்கள். என் கொள்ளுப் பாட்டனார் பேரரசர் அக்பரின் மனைவி ஹமீதா பானு ராஜபுத்திரப் பெண்மணி. எனவே என் பாட்டனார் பேரரசர் ஜஹாங்கீர் பாதி ராஜபுத்திரர். அவரது புத்திரரான என் தந்தை பேரரசர் சாஹிப் கிரானோ இன்னும் ஒரு படி மேலே. முக்கால்வாசி ராஜபுத்திரர். அவர் தாய் ராஜ்குமாரி ஸ்ரீ மானாவதி பாய்ஜி லால் சாஹிபா என்கிற தாஜ் பீபி பில்கிஸ் மகானியும் அவருடைய தந்தை வழிப் பாட்டியும் ராஜபுத்திர இளவரசிகள். ஆக, எங்கள் உடம்பில் கலந்திருப்பது பாதி ராஜபுத்திர ரத்தம்.

சரி, விடுங்கள். என்னைப் பற்றிய அவதூறுக்கெல்லாம் அடிப்படையான காரணம் என்ன தெரியுமா? உலகத்தார் பகட்டுக்கும் படாடோபத்துக்கும்தான் மதிப்புக் கொடுக்கிறார்கள். என்னிடம் அது அறவே இல்லை. மதிப்புக்குரிய காத்திப் அவர்களே, ஒரு கேள்விக்கு ஜவாப் சொல்லுங்கள். மாட்சிமை தாங்கிய ஜஹான்பானி ஜன்னத் ஆஷ்யானியின் கல்லறையைக் கண்டிருக்கிறீர்களா?

எழுத்தாளனுக்குக் கொஞ்சம் தடுமாறியது. ஜஹான்பானி ஜன்னத் ஆஷ்யானி யாருடைய பட்டப் பெயர்?

(சற்றே குரலில் எரிச்சல் தொனிக்க) என்ன மதிப்புக்குரிய காத்திப் அவர்களே, நீங்கள் சொல்லும் கலைஞர், நாவலர், பேராசிரியர், புரட்சித் தலைவர், உலக நாயகன் என்ற பட்டப் பெயர்களுக்கு உரியவகள் எல்லாம் யார் யார் என்று உங்களுக்கு சந்தேகம் வருகிறதா? அதிலும் உங்கள் பட்டப் பெயர்களிலெல்லாம்

கவித்துவமே இல்லை. எல்லாம் தட்டையாக இருக்கின்றன. எங்கள் பட்டப் பெயர்கள் ஒவ்வொன்றுமே கவிதை. அதிலும் நான் மூன்றே மூன்று பட்டப் பெயர்களைத்தான் உங்களிடம் சொல்லியிருக்கிறேன். அதற்கு ஏன் இப்படிக் குழம்புகிறீர்கள்? ஒரு காகிதத்திலாவது குறித்து வைத்துக் கொள்ளுங்கள். மாட்சிமை தாங்கிய கீ(த்)தி ஸித்தானி ஃபிர்தவ்ஸெ ம(க்) கானி ஆஹா என்ன ஒரு லயம்! பாபர் பாதுஷா காஸி அவர்களைக் குறிக்கிறது. மாட்சிமை தாங்கிய ஜஹன்பானி ஜன்னத் ஆஷ்யானி ஆஹா, கவிதை கவிதை! ஹுமாயூன் பாதுஷாவைக் குறிக்கிறது. அர்ஷ் ஆஷ்யானி அக்பர் பாதுஷா. பீரியட்.

ஆ, என்ன ஷாஹின்ஷா இது! பீரியட் என்றெல்லாம் போட்டுக் கலக்குகிறீர்கள்?

பிறகு என்ன, இந்தக் கால நடைமுறைக்கு ஏற்ப நான் மாறிக் கொண்டிருக்கிறேன்தானே? சரி, என் கேள்விக்குப் பதில் சொல்லுங்கள்.

ஓ, பார்த்திருக்கிறேன் ஷாஹின்ஷா... தில்லியின் கலைப் பொக்கிஷங்களில் ஒன்றாயிற்றே?

ஆம். நிஸாமுத்தீன் அவ்லியாவின் தர்ஹாவுக்கு அருகிலே யமுனை நதிக்கரையிலே அமைந்துள்ள அந்த சமாதியை உலகப் புகழ் பெற்ற பாரசீகக் கட்டிடக் கலைஞர்கள் கட்டினார்கள். இந்திய மண்ணில் முதல் முதலாக செந்நிற சலவைக் கற்கள் பயன்படுத்தப்பட்டது அந்த சமாதியில்தான். என் தந்தையின் சமாதியையும் பார்த்திருப்பீர்கள். அதைப் பார்க்காத ஒரு ஹிந்துஸ்தானி இருக்க முடியாது. அந்த சமாதி உலக அதிசயங்களில் ஒன்றாகியிருக்கிறது. மதிப்புக்குரிய காத்திப் அவர்களே, உங்களுக்கு என்னுடைய சமாதி எங்கே இருக்கிறது என்று தெரியுமா?

குற்ற உணர்வுடன் தெரியாது என்று தலையசைத்தான் எழுத்தாளன்.

குற்ற உணர்வெல்லாம் கொள்ள வேண்டாம். நானே விரும்பித்தான் அதைச் செய்தேன். எனக்கென்று இந்த பூமியில் எந்த ஸ்தூல அடையாளமும் வேண்டாம். இந்த மனிதர்கள் அதற்குத் தகுதியானவர்கள் அல்ல. அல்லது, எனக்கு அந்தத் தகுதி இல்லை.

1707-ஆம் ஆண்டின் குளிர்காலத்தில் நான் இறந்ததும் நான் ஆணையிட்டிருந்தபடியே என்னை ஒரு சாமானியனைப் போலவே அடக்கம் செய்தார்கள். ஆகாயத்தைப் பார்த்தபடி கூரையில்லாத ஒரு சாதாரண மண் மேடு. அவ்வளவுதான். உயிரோடு இருந்த போதும் சரி, இறந்த போதும் சரி, நான் ஆடம்பரங்களை வெறுத்தவன். ஆனால் எனக்கு என்ன ஆச்சரியமாக இருக்கிறது என்றால், ஆடம்பரமான விளம்பரங்கள் செய்தால்தான் நீங்கள் உங்களுடைய பாடப் புத்தகங்களில் நாயகனுக்கான இடத்தைத் தருகிறீர்கள். இல்லாவிட்டால் வில்லன் வேடத்தை வீசி எறிகிறீர்கள். ஔரங்ஸேப் மதம் மாற்றினார் மதம் மாற்றினார் என்று இளம் பிராயத்திலிருந்தே கற்பிக்கப்பட்டதால்தானோ என்னவோ, இந்தப் பள்ளிப் பாடங்களையெல்லாம் தாண்டி வர வேண்டிய மதிப்புக்குரிய காத்திபான நீங்களே ஒருமுறை பேச்சுவாக்கில் என்னைப் பற்றி அப்படிக் குறிப்பிட்டீர்கள், ஞாபகம் உண்டா?

ஓ மை காட். நான் சரித்திரத்தில் அத்தனை ஆர்வம் காட்டிப் படிக்காததால் நானும் அப்படித்தான் நினைத்துக் கொண்டிருந்தேன் என்பது வாஸ்தவம்தான் ஹுஸூர். ஆனால் ஷாஹின்ஷா சொல்லும் சம்பவம் எப்போது நடந்தது என்று எனக்கு ஞாபகம் இல்லையே?

2016. தேதி மாதமெல்லாம் கூட சொல்ல முடியும். ஆனால் உங்கள் வாசகர்கள் சலிப்படைந்து விடுவார்கள் என்பதால் அத்தனை உள்விவரங்களுக்குச் செல்லாமலேயே நான் என் கதையைச் சொல்லிக் கொண்டிருக்கிறேன். ஒரு மதுபானக் கூடத்தில் அமர்ந்து விவாதித்துக் கொண்டிருக்கிறீர்கள். உங்களோடு கூட ஒரு ஹிந்துத்துவவாதி. அவரிடம் நீங்கள்

கடும் போதையில், "ஔரங்ஸேப் உங்கள் முப்பாட்டனை மதம் மாற்றியிருந்தால் நீங்கள் இப்போது ஹிந்துத்துவத்துக்கு எதிரான வேறொரு தீவிரவாதத்தைப் பேசிக் கொண்டிருப்பீர்கள், இல்லையா?" என்று கேட்கிறீர்கள். ஞாபகம் வருகிறதா? உண்மையில் நான் ஒருபோதும் அம்மாதிரி காரியங்களில் ஈடுபட்டதில்லை.

உதாரணமாக ஒரு சம்பவத்தைச் சொல்கிறேன், கேளுங்கள். அது ஒரு புனித ரமலான் மாதம். நானும் வீரர்களும் சத்தாரா கோட்டையை முற்றுகையிட்டிருக்கிறோம். அரசை எதிர்த்த புரட்சிக்காரர்களான பதின்மூன்று பேரைப் பிடித்திருக்கிறோம்; பிடிபட்டவர்களில் நான்கு முஸ்லிம்கள், ஒன்பது ஹிந்துக்கள். என்ன தண்டனை விதிக்கலாம் என்று முடிவெடுக்குமாறு நீதிமன்றத்தைக் கேட்டுக் கொண்டேன். முஹம்மது அக்ரம்தான் காஜியார். விசாரணையெல்லாம் முடிந்து காஜியார் தீர்ப்பளித்தார், ஒன்பது காஃபிர்களும் இஸ்லாத்துக்கு மாறினால் அவர்களை விடுதலை செய்து விடலாம். நான்கு முஸ்லிம்களுக்கும் மரண தண்டனை. அந்தத் தீர்ப்பை நான் மாற்றி எழுதினேன். அப்போது நான் நோன்பில் இருந்தேன். சட்டம் என்பது எல்லோருக்கும் சமமானதாக இருக்க வேண்டும். எனவே எல்லோரையும் சிரச்சேதம் செய்யும்படி உத்தரவிட்டேன். நோன்பு முடிவதற்கு முன் அவர்களின் தலைகளை நான் பார்த்தாக வேண்டும்...

—

3

தீர்ப்பளித்தபடியே பதின்மூன்று தலைகளையும் பார்த்த பிறகே அன்று நோன்பு துறந்தேன். காரணம் என்னவென்றால், ஒரு அரசின் இறையாண்மை என்பது அதாலத்தை வைத்தே தீர்மானிக்கப்படுகிறது என்பது என் நம்பிக்கை. அதாலத்தின் அடிப்படை என்னவாக இருக்கும்? நீங்களே சொல்லுங்கள் மதிப்புக்குரிய காத்திப் அவர்களே?

அதாலத் என்பதை நீதி என்று தமிழில் சொல்வோம். நீதியின் அடிப்படை நியாயமும், தர்மமும்.

அதேதான். இஸ்லாத்தில் அஃலாக் மற்றும் அதப்[25]. இந்த இரண்டு வார்த்தைகளே என் வாழ்க்கை முழுவதும் என்னுடைய ரூஹ்[26] ஆக இருந்தன.

என் மூத்த சகோதரன் தாரா ஷிகோ கனவுகளிலும் பிரமைகளிலும் வாழ்ந்தவன். அதனால்தான் அவனுக்கு

---

25 அஃலாக் – நீதி; அதப் – நன்னடத்தை

26 ரூஹ் - ஆன்மா

என்னைப் பற்றிய பயம் ஏற்பட்டது. பயம் சந்தேகத்தின் சகோதரன். அப்படிப்பட்டவன் இந்த பிரம்மாண்டமான தேசத்தை ஆட்சி செய்திருந்தால் என்ன ஆகியிருக்கும்? அவன் மாறுவது மட்டுமல்லாமல் உங்கள் எல்லோரையும் கொஞ்சம் கொஞ்சமாக ஃபிரங்கியரின் மதத்துக்கு இழுத்திருப்பான். இந்த மத விஷயத்தினாலேயே அவனுக்கும் எனக்கும் தீராப் பகை உருவானது. எல்லாம் ஒன்று எல்லாம் ஒன்று என்று பினாத்திக் கொண்டிருந்தான் அவன். மஜ்மா-உல்-பஹ்ரைன் என்பது அவன் சொல். இரண்டு கடல்களின் சங்கமம்! ஸஃபாஹா! ஸஃபாஹா![27] ஏக இறைக் கொள்கையும் எல்லாவற்றையும் இறைவனாகக் காண்பதும் எப்படி ஒன்றாக முடியும்? நானும் நீங்களும் ஒன்று எனச் சொல்பவன் எப்போதும் ஆபத்தானவன். என் கொள்கை மிகவும் எளிமையானது. நீங்கள் வேறு, நான் வேறு. ஆனாலும் நாம் சேர்ந்து வாழ முயற்சி செய்வோம். இதைத்தான் என் ஐம்பது ஆண்டுக் கால ஆட்சியில் நடைமுறைப்படுத்தினேன். இது தவறா? மக்கள் எதை விரும்புகிறார்கள் என்றால், விஷமாக இருந்தாலும் அதைத் தேனில் குழைத்துத் தர வேண்டும். உண்மை கசப்பாக இருந்தால் ஏற்க மறுக்கிறார்கள். உண்மை மாதிரி தெரியும் பொய்தான் அவர்களுக்கு ஏதுவாக இருக்கிறது.

இப்போது ஔரங்ஸேப் பேச்சை நிறுத்தி விட்டு சிறிது நேரம் மௌனத்தில் ஆழ்கிறார். இரண்டு மூன்று நிமிடம் அப்படியே கடந்து செல்கிறது. அகோரியிடமிருந்து ஔரங்ஸேப் அகன்று விட்டார் என்றே நினைக்கிறான் எழுத்தாளன். ஆனால் போய் வருகிறேன் என்று கூட சொல்லாமல் சடாரென்று போவாரா என்றும் சம்சயமாக இருந்தது. எதற்கும் சற்றுப் பொறுத்துப் பார்க்கலாம் என்று நிதானமாக அமர்ந்திருந்தான். ஐந்து நிமிட மௌனத்துக்குப் பிறகு ஔரங்ஸேப் தொடர்ந்தார்.

பொறுத்துக் கொள்ள வேண்டும் மதிப்புக்குரிய காத்திப் அவர்களே... இதுவரை பேசியதையெல்லாம் கொஞ்சம்

---

27 ஸஃபாஹா - முட்டாள்தனம்

யோசித்துப் பார்த்தபோது சற்று உணர்ச்சிவசப்பட்டு விட்டேனோ என்று தோன்றியது. என்னை வில்லனாக்கியது நேரு மட்டும் அல்ல. சில சரித்திர ஆசிரியர்களும், அதிலும் முக்கியமாக ஃபிரங்கியரும்தான். அது இன்று நேற்றுப் பகையல்ல. பல நூறு ஆண்டுகளாக நடந்த புனிதப் போரின் மிச்சத்தை அவர்கள் என் ஒருத்தன் மீது காட்டினார்கள். சரித்திரத்தில் என்னை ஃபிரங்கியர் வில்லனாக்கியதற்கு ஒரே காரணம், நான் உண்மையான முஸ்லிமாக இருந்தேன் என்பதுதான். அர்ஷ் ஆஷ்யானி அக்பர் பாதுஷாவைப் போல் அங்கொரு கால் இங்கொரு காலாக நான் நிற்கவில்லை. அதனால்தான் உண்மையான முஸ்லிம் என்று சொன்னேன். அர்ஷ் ஆஷ்யானியைப் போல் இருந்திருந்தால் என் மீது ஃபிரங்கியர் வில்லன் பட்டத்தைச் சுமத்தியிருக்க மாட்டார்கள். அப்புறமென்ன, ஃபிரங்கியரே சொல்லி விட்டார்கள். இந்தியர்களுக்கு வேறு என்ன வேண்டும்? வெள்ளையன் வாக்கு, வேத வாக்கு. ஔரங்ஸேப் ஆயிரக்கணக்கான ஹிந்துக்களைக் கொன்றான், ஆயிரக்கணக்கான கோவில்களை இடித்தான். இதையே திருப்பித் திருப்பித் திருப்பி உங்கள் குழந்தைகள் பாடப் புத்தகங்களில் படித்தால் என்ன ஆகும்? எப்பேர்ப்பட்ட பச்சைப் பொய்யை என்னுடைய முதுகில் ஏற்றியிருக்கிறார்கள் தெரியுமா? மொகலாய மன்னர்கள் அத்தனை பேரும் நாங்கள் ஒவ்வொரு நாளும் என்னென்ன செய்தோம், என்னென்ன உத்தரவுகள் பிறப்பித்தோம் என்பதையெல்லாம் மிகத் துல்லியமாகப் பதிவு செய்து வைத்திருக்கிறார்கள். பேரரசர் ஒரு நாளில் எத்தனை முறை தும்மினார், எத்தனை முறை இருமினார் என்பது முதற்கொண்டு ஆதாரப் பதிவுகள் இருக்கின்றன. (மக்களின் வரிப் பணத்தை இப்படியெல்லாம் வீணடிக்கக் கூடாது என்று அந்தப் பழக்கத்தை நான் நிறுத்தி விட்டேன்.) அப்படி இருக்கும்போது அந்த சரித்திர ஏடுகளைப் புரட்டிப் பார்க்க வேண்டியதுதானே? உதாரணமாகப் பாருங்கள், பேரரசர் சாஹிப் கிரானின் அன்றாட அட்டவணை என்ன தெரியுமா?

காலையில் நான்கு மணிக்கே எழுந்து கொள்வார் பேரரசர். அவர் எழுவதை வைத்து கடிகார முள்ளைத் திருத்திக் கொள்ளலாம்.

இப்போதெல்லாம் கடிகாரம் என்றாலே உங்கள் நேருவின் ஞாபகம்தான் வருகிறது. எவ்வளவு மோசமான ஆள் அவர்! என்னைப் போய் அவ்வளவு அவதூறாக எழுதியிருக்கிறாரே? எழுந்தவுடன் அப்ஷார்-இ-தவ்ஃபீக்கில் ஒலு செய்து விட்டு தலைநகரின் கனவான்களுடன் தொழுகையில் ஈடுபடுவார். பிறகு சிறிது நேரம் புனித நூலை ஓதுவார்.

சிறிது நேரத்தில் அரசவையின் இசைக்குழு தங்களின் அதிகாலை சங்கீதத்தைத் தொடங்குவார்கள். யமுனை நதிக்கரையில் அரண்மனைச் சுவர்களின் அருகே மக்கள் குழுமத் தொடங்குவார்கள். சூரியன் உதித்ததும் பேரரசர் ஜரோகா[28]-ஏ-தர்ஷனுக்காக மல்லிகைக் கோபுரத்திலிருந்து தரிசனம் தருவார்.

பிறகு, சரியாகப் பத்து மணிக்கு பேரரசர் தீவான்-ஏ-ஆம் மண்டபத்தில் இருப்பார். அதிகாரிகள் பேரரசரிடம் தங்கள் நிர்வாகக் காரியங்கள் பற்றிய அறிக்கைகளை சமர்ப்பணம் செய்வார்கள்.

தீவான்-ஏ-ஆமில் உள்ள நக்கார் கானே என்ற பகுதியிலிருந்து கிளம்பும் பத்துப் பன்னிரண்டு எக்காளங்களின் சப்தத்தைக் கேட்டு தனது ஐரோப்பிய செவிகள் முதலில் அதிர்ச்சி அடைந்ததாகவும், ஆனால் பழகின பிறகு அது இனிமையாக மாறி விட்டதாகவும் பெர்னியே எழுதுகிறான். அதிலும் இரவு நேரத்தில் தன் வீட்டு மொட்டை மாடியிலிருந்து கேட்கும் போது நீங்கள் சம்ஸ்கிருதத்தில் சொல்வீர்களே, சுநாதம் என்று... அதேதான்.

அடுத்தது தீவான்-ஏ-காஸ் மண்டபம். இதை வர்ணிப்பதற்கு நான் ஒரு கவிஞனாகத்தான் இருக்க வேண்டும். பிரம்மாண்டமான தூண்களும் தங்கத்தால் இழைக்கப்பட்ட விதானங்களும் உலகின் தலைசிறந்த ஓவியர்களின் கைவண்ணத்தால் மிளிர்ந்து கொண்டிருக்கும். இப்போதெல்லாம் காற்றை செயற்கையான

---

28 ஜரோகா அல்லது ஜரூகா – உப்பரிகை

முறையில் மின் எந்திரத்தை வைத்துக் குளிரூட்டுகிறீர்களே, எங்கள் அரண்மனைகளில் வந்து நின்று பாருங்கள். கொஞ்சம் கூட உஷ்ணமே தெரியாது. அந்த உயரத்தினாலும் கற்களின் தன்மையினாலும் கட்டிடக் கலையின் நேர்த்தியினாலும் காற்றே அங்கு குளிர்மையின் ரூபம் கொண்டிருக்கும்.

சபையின் நடுவே இருக்கும் திவானின் (உயர்த்தப்பட்ட பீடம்) மீதுள்ள மயிலாசனத்தில் பேரரசர் அமர்ந்திருக்க அவருக்கு வலதும் இடதுமாக இளவரசர்களுக்காக சிறிய ஆசனங்கள் போடப்பட்டிருக்கும். இந்த தீவான் - ஏ - காஸ் பற்றி ஒரு கவிஞர் எழுதினார்:

அகர் ஃபிர்தவ்ஸெ பர் ரு-யே ஸமீ(ன்) அஸ்த்
ஹமீ(ன்) அஸ்த்-ஓ ஹமீ(ன்) அஸ்த்-ஓ ஹமீ(ன்) அஸ்த்

இந்த உலகில் சொர்க்கமென்று
ஒன்று இருந்தால்
அது இதுதான்,
அது இதுதான்,
அது இதுதான்.

இந்த அற்புதமான வரிகளை எழுதியது யார் தெரியுமா? எல்லோரும் அமீர் குஸ்ரோ என்று நினைத்துக் கொண்டிருக்கிறார்கள். இதை எழுதியது சாத் அல்லாஹ் கான் அல்லாமி. அல்லாமி என்பது அவருடைய மேதமையை மெச்சி அளிக்கப்பட்ட பட்டம். எனக்குத் தெரிந்து இரண்டே பேருக்குத்தான் அந்தப் பட்டம் கொடுக்கப்பட்டிருக்கிறது. ஒருவர், அபுல் ஃபஸ்ல். இன்னொருவர், சாத் அல்லாஹ் கான். என் வாழ்வில் என்னை மிகவும் பாதித்த மனிதர். பத்து ஆண்டுக் காலம் பேரரசரின் பிரதான மந்திரியாக இருந்தார். இரண்டு முறை அவரோடு நான் காந்தஹாரை வெற்றி கொள்ள பேரரரசரால் அனுப்பப்பட்டேன். இரண்டு முறையும் எங்கள் முயற்சி வெற்றி பெறவில்லை என்றாலும் அவரிடமிருந்து நான் கற்றது அநேகம்.

ஒருநாள் நானும் அவரும் அவருடைய வேறு சில நண்பர்களும் தொழுகையில் இருந்தோம். தொழுகை முடிந்தும் சாத் அல்லாஹ் கான் கைகளை வானை நோக்கி உயர்த்தியபடியே இருந்தார். கீழே இறக்கவில்லை. அப்போது ஒரு நண்பர் “இறைவனிடம் என்ன கேட்டீர்கள்?” என்று வினவினார். அதற்கு சாத் அல்லாஹ் கான் அல்லாமி சொன்னார்: “நேர்மையான மனிதனாகவே வாழ்ந்து முடிக்க உன் கருணை வேண்டும் என்று கேட்டேன்.” ஹிந்து மதத்திலிருந்து மாறியவர். ஆசியாவின் மிகச் சிறந்த அரசியல்வாதி என்று அவரைப் பற்றி என்னிடம் பெர்னியே அடிக்கடி சொல்லிக் கொண்டிருப்பான். சாத் அல்லாஹ் கானை ஏன் என்னால் மறக்கவே இயலவில்லை என்றால் நேர்மையும் நியாயமும் அந்த அளவுக்கு என் காலத்தில் அரிதான விஷயமாகி இருந்தன. நாற்பத்தேழாவது வயதில் அவர் விஷம் கொடுத்துக் கொல்லப்பட்டார். அதற்கு ஒரு வகையில் நானே காரணமாக இருந்தேன்.

எப்படியென்றால், பேரரசருக்குப் பிறகு யார் பதவிக்கு வருவது என்ற அபிப்பிராயத்தில் சாத் அல்லாஹ் கான் என் பெயரையே பேரரசரிடம் எப்போதும் சொல்லிக் கொண்டிருந்தார். பேரரசரிடம் சாத் அல்லாஹ் கானுக்கு எந்த பயமும் இல்லை. இருவரும் அவ்வளவு நெருக்கம். இதுவே அவரது மரணத்துக்கும் காரணமாக அமைந்தது. பேரரரசருக்கு சாத் அல்லாஹ் கான் அளவுக்கு யாரும் நெருக்கம் இல்லை என்பதால், அப்படிப்பட்ட ஒருவரே என் பெயரை அடிக்கடி பரிந்துரைப்பதால் அவரை அகற்றுவதுதான் நலம் என்று நினைத்த தாரா மிகத் தந்திரமாக அவருக்கு விஷம் வைத்தான். இம்மாதிரி விஷம் வைப்பதில் தாரா தேர்ந்தவன். ஏனென்றால், மருத்துவரால் அதைக் கண்டு பிடிக்க முடியாது. கொடுமையாக வயிறு வலிக்கும். ஆள் சுவனம் கிளம்பி விடுவார். இதெல்லாமும் பிற்காலத்தில் பேரரசருக்கு தாராவின் மீது அச்சமும் அவநம்பிக்கையும் ஏற்படக் காரணமாக இருந்திருக்கலாம். தன்னுடைய உயிருக்குயிரான நண்பனையே கொல்லத் துணிந்தவன் தன்னையும் கொல்ல மாட்டான் என்பது என்ன நிச்சயம்?

இப்படி தாராவின் மீதான என் வெறுப்புக்கு ஏராளமான காரணங்கள் உண்டு.

சரி, நான் பேரரசரின் அன்றாட அட்டவணைக்கு வருகிறேன். பேரரசருக்குப் பின்னே நின்றபடி இரண்டு கோஜாக்கள் மயில்தோகைகளால் மிக மெதுவாக வீசிக் கொண்டிருப்பார்கள். பலரும் நினைப்பது போல் அரசர்களுக்குக் காற்று வருவதற்காக அல்ல அந்தத் தோகைகள்... பெருத்த றெக்கைகளோடு அரசர்களைத் தொந்தரவு செய்யும் ஈக்களை விரட்டுவதற்காகவே அந்த ஏற்பாடு. அரசரின் சிம்மாசனத்துக்குக் கீழே சற்று தூரத்தில் உமாராக்களும்[29], ராஜாக்களும், பரதேசத்துத் தூதர்களும் கண்கள் தாழ்ந்திருக்க கரங்களைக் கட்டியபடி நின்று கொண்டிருப்பார்கள். இன்னும் சற்று தூரத்தில் மன்ஸப்தார்களும்[30] மற்ற கீழ்நிலை உமாராக்களும் அதே பாணியில் நின்று கொண்டிருப்பார்கள்.

அவர்களை அடுத்து எல்லா விதமான மனிதர்களும் ஏழை பணக்காரன் என்ற எந்த வித்தியாசமும் இல்லாமல் பேரரசரைக் காண்பதற்காகவும் விண்ணப்பங்களை சமர்ப்பிப்பதற்காகவும் காத்திருப்பார்கள். பேரரசரும் எல்லோருடைய குறைகளையும் கேட்டு உடனுக்குடன் நடவடிக்கை எடுப்பார். இது மதியம் வரை நடக்கும்.

இரண்டு மணியிலிருந்து மீண்டும் தொழுகை.

பிறகு பேரரசர் ஆஸாத் புர்ஜுக்கு வருவார். அங்கே மந்திரி, பிரதான மந்திரி ஆகியோருடன் ஆலோசனை. பின்னர் நான்கு

---

29 உமாரா – உமாராக்கள்தான் மொகலாய சாம்ராஜ்யத்தின் தூண்கள் என்று எழுதுகிறார் பெர்னியே. பிரபுக்கள் என்று பொருள். அமீர் என்ற வார்த்தையே உமாரா என்று மருவியது.

30 மன்ஸப்தார் – படைப்பிரிவு அல்லது ஒரு பிராந்தியத்தின் தளபதி. அவர்களிடம் உள்ள குதிரைகளின் எண்ணிக்கைக்குத் தகுந்தபடி அவர்களின் ஊதியம் நிர்ணயிக்கப்பட்டது. மாதம் 100 ரூபாயிலிருந்து 60,000 ரூபாய் வரை போகும்.

மணிக்கு மீண்டும் தீவான் ஏ ஆம். மீண்டும் கொஞ்ச நேரம் ராஜாங்க காரியங்கள். தொடர்ந்து இசைக் கச்சேரிகள், நடனம், பல்வேறு பயணிகளிடமிருந்து அவர்களின் அனுபவங்களைக் கேட்டறிதல், இத்யாதி. மாலைத் தொழுகை. அதற்குப் பிறகு தனது அந்தரங்க இடத்துக்குச் செல்வார். பிறகு நள்ளிரவு வரை படித்துக் கொண்டிருப்பார். அவர் உறங்கச் செல்லும் போது மசூதிகளின் மினாராக்களிலிருந்து ஃபஜ்ர் தொழுகைக்கான அதான் கேட்க ஆரம்பித்து விடும்...

இப்படி ஒவ்வொன்றுக்கும் மொகலாய சரித்திரத்தில் ஆதாரங்கள் இருக்கின்றன. இருந்தும் என் மீது அத்தனை அவதூறுகள்...

—

4

குறுக்கிடுவதற்கு மன்னிக்க வேண்டும் ஷாஹின்ஷா, சற்று நேரத்துக்கு முன்பு கோஜா என்று குறிப்பிட்டீர்கள். இந்தக் காலத்தில் திருநங்கை என்று சொல்லப்படும் பிரிவினர்தானே அவர்கள்?

ஆமாம், மதிப்புக்குரிய காத்திப் அவர்களே! தாங்கள் ஷாஹுல் ஹமீது காதிர் ஒலி கஞ்ஜசவாய் பாதுஷா நாயகத்தின் திருத்தலத்தில் வளர்ந்தவர்[31] என்பதால் தங்களுக்குத் தெரிந்திருக்கும் என்று நினைத்தேன்.

உண்மைதான் ஹுஸூர். ஆனால் எங்கள் ஊரில் திருநங்கைகளைக் கோஸா என்று சொல்லுவோம். தாங்கள் கோஜா என்று சொன்னதால் சற்று குழப்பம்.

யோசித்துப் பார்த்தால் தங்களுக்கும் இந்த அடிமைக்கும்[32]

---

31 நாகூர் – சூஃபி ஞானி ஷாஹுல் ஹமீது பாதுஷா அவர்களின் அடக்க ஸ்தலம்

32 இந்த உரையாடல் முழுவதுமே ஔரங்ஸேப் தன்னைப் பற்றிக் குறிப்பிடும்போது "நான்" என்றே குறிப்பிடவில்லை. இந்த அடிமை என்றோ, இந்தப் புழு என்றோ, இந்தப் பாவி என்றோ, இந்த இழிபிறவி என்றோதான் குறிப்பிட்டார். ஆனாலும் தொடர்ந்து எழுத்தாளனும்

மிக நெருக்கமான பந்தம் இருக்கிறதென்று தோன்றுகிறது. கஞ்ஜசவாய் பாதுஷா நாயகம் பாரசீக ஞானியான அப்துல் காதிர் ஜிலானியின் பதின்மூன்றாவது தலைமுறை வாரிசு. ஃபார்ஸி மொழியில் க்வாஜா என்றால் இறைவன். அதேபோல் திருநங்கைக்கும் க்வாஜாதான். அதுதான் பேச்சு வழக்கில் கோஜா. முழுசாகச் சொன்னால் கோஜாஸரா. போகட்டும், நான் சொல்ல வந்ததைச் சொல்லி விடுகிறேன். மனிதர்கள் நன்றியில்லாதவர்கள் என்று எனக்கு நன்றாகத் தெரியும் என்பதால்தான் என்னுடைய சமாதியைக் கூட மிக எளிமையாக, மேலே ஒரு கூரை கூட இல்லாமல் அமையுங்கள் என்று சொல்லியிருந்தேன். என் பெயரை நீங்கள் ஒருபோதும் சொல்ல வேண்டாம். என் பெயரை நீங்கள் ஒருபோதும் நினைவில் கொள்ள வேண்டாம். நான் ஒருவன் இருந்ததையே நீங்கள் மறந்து போனாலும் எனக்கு நல்லதுதான். இதையும் மீறி தில்லியில் என் பெயரில் ஒரு சாலை இருந்தது. அதை மாற்றி இப்போதைய அரசாங்கம் ஏ.பி.ஜே. அப்துல் கலாம் சாலை என்று வைத்திருக்கிறது. இப்போதைய அரசாங்கம் என்பதால் அப்போதைய அரசியல்வாதிகள் ஒன்றும் இவர்களை விட மேம்பட்டவர்கள் என்று ஆகி விடாது. என் மீது மதச் சாயம் பூசுகின்ற வேலையை இருபதாம் நூற்றாண்டில் ஆரம்பித்து வைத்தவரே உங்கள் ஜவஹர்லால் நேருதான். கடிகாரத்தைத் திருப்பி வைக்க முயன்றேனாம்; போட்டு உடைத்தேனாம். யா அல்லாஹ்!

அதிலும் பாருங்கள், ஔரங்ஸேப் சாலை அப்துல் கலாம் சாலையாகி இருக்கிறது. பேர் மாற்றியவர்கள் அவ்வளவு

அப்படியே குறிப்பிடுவது சரியல்ல என்று தோன்றியதால் இடையிடையே "நான்" என்று போட்டு விட்டான். அந்த வகையில் ஔரங்ஸேபைப் பொருத்தவரை அவருக்கு இந்த நாவலின் தலைப்பிலேயே கூட ஒப்புதல் இருக்காது என்றுதான் தோன்றுகிறது. அவர் பாணியில் "இந்த அடிமையின் பெயர் ஔரங்ஸேப்" என்று வைத்தால் நன்றாக இருக்காதே என்றுதான் கொஞ்சம் சுதந்திரம் எடுத்துக் கொண்டு "நான்தான் ஔரங்ஸேப்..." என்று இந்த நாவலுக்குப் பெயரிடப்பட்டது.

நல்லவர்கள்! மதத் துவேஷமே இல்லாதவர்களாம். ம்? இதை விடக் கோமாளித்தனம் வேறு ஏதாவது இருக்க முடியுமா? ஒரு ஹிந்துவின் பெயரில் மாற்றினால் முஸ்லிம்களிடம் கெட்ட பெயர் வந்து விடும். அதனால் ஔரங்ஸேப் என்ற வில்லனின் பெயரை அழித்து விட்டு அப்துல் கலாம் என்ற ஹீரோவின் பெயரை வைத்திருக்கிறார்கள்.

யார் அந்த அப்துல் கலாம்? தன்னுடைய மத அடையாளத்தை அழித்து விட்டு ஒரு ஹிந்துவைப் போல் வாழ்ந்தவர். இல்லாவிட்டால் அவர் இறந்த போது ஹிந்துஸ்தான் முழுவதும் தெருவுக்குத் தெரு ஆட்டோ டிரைவர்களும் டாக்ஸி டிரைவர்களும் அவர் புகைப்படத்தை வைத்து மாலை போட்டு ஊதுவத்தி கொளுத்தி வணங்கியிருப்பார்களா? ஏன், அவர் தனக்குப் பிடித்த உணவு மாட்டுக் கறி பிரியாணி என்று வேண்டாம், அவ்வளவு தூரம் போக வேண்டாம், குறைந்த பட்சம் ஆட்டுக் கறி பிரியாணி என்று சொல்லியிருக்கட்டுமே? இத்தனை மரியாதை தடபுடல் எல்லாம் கிடைத்திருக்குமா? அவர் எப்படிச் சொல்லுவார்? அவர்தான் முழுக்க முழுக்க சைவமாக மாறியவர் ஆயிற்றே? வெறும் சைவமா, இல்லை, நோ ஆனியன் நோ கார்லிக்கா? அல்லது, வீகனோ? என்ன இது என் மதிப்புக்குரிய காத்திப் அவர்களே, ஆடு மாடுகளின் பாலைக் கூட உண்ண மாட்டோம் என்று ஒரு கோஷ்டி கிளம்பி, இப்போது அந்த விஷயம் மேற்கத்திய நாடுகளிலும் பிரபலம் ஆகி விட்டதாமே? இந்த உலகம் எங்கேதான் போய்க் கொண்டிருக்கிறது? உங்கள் மார்க்கத்தில் சொல்வது போல் கலிதான் முற்றிப் போய் விட்டதா?

குறுக்கிடுவதற்கு மன்னியுங்கள் ஆலம்கீர் அவர்களே, நீங்கள் வீகன் பற்றிச் சொன்னவற்றை மட்டும் இந்த நாவலிலிருந்து நீக்கி விட அனுமதிக்க வேண்டும். ஏனென்றால், உங்கள் கதையை ஆங்கிலத்தில் மொழிபெயர்த்துக் கொண்டிருக்கும் என் சிநேகிதி நந்தினி கிருஷ்ணன் தீவிர வீகன். அதனால் ஏதாவது குழப்பம் நிகழலாம். எதற்கு வம்பு என்று யோசிக்கிறேன்.

ஓ, அப்படியா? அப்படியானால் நம்முடைய அடுத்த அமர்வில் உங்கள் சிநேகிதி மதிப்புக்குரிய நந்தினி கிருஷ்ணன் அவர்களையும் அழைத்துக் கொண்டு வாருங்களேன். அவருடைய தரப்பையும் நான் கேட்க விரும்புகிறேன். மேலும், நானே முன்பு இருந்த ஔரங்ஸேப் இல்லை. என்னுடைய எண்பத்தெட்டு, எண்பத்தொன்பதாவது வயதில் இருந்த ஔரங்ஸேபிடம்தான் நீங்கள் உரையாடிக் கொண்டிருக்கிறீர்கள். ஒருவேளை மதிப்புக்குரிய நந்தினி அவர்களின் வாதங்களைக் கேட்டு நானே கூட வீகனாக மாறலாம். அல்லாஹ் அக்பர். யார் கண்டது?

ஹுஸூர், என் சிநேகிதி நந்தினியைத் தாங்கள் "மதிப்புக்குரிய" என்றும், "அவர்கள்" என்றும் பேசுவதெல்லாம் ரொம்ப அதிகம். தங்கள் வயதுக்கு அவள் ரொம்பவும் சின்னப் பெண். அவளுக்கே இது தர்மசங்கடமாகத்தான் இருக்கும்.

மதிப்புக்குரிய காத்திப் அவர்களே, பாபர்நாமாவில் தாங்கள் படித்ததில்லையா? மாட்சிமை தாங்கிய கீ(த்) தி ஸித்தானி ஃபிர்தவ்ஸெ ம(க்)கானி பாபர் பாதுஷா காஸி ஹிந்துஸ்தானிகளைப் பற்றிச் சொல்லும்போது அவர்களுக்கு மரியாதையே தெரியவில்லை என்று குறிப்பிடுகிறார். இல்லையா? அது முழுக்க முழுக்க உண்மை. இப்போதும் இந்த நூற்றாண்டிலும் நீங்கள் அரபிகளோடு ஹிந்துஸ்தானிகளை ஒப்பிட்டால் ஹிந்துஸ்தானிகள் எத்தனை முரட்டுத்தனமாக நடந்து கொள்கிறார்கள் என்பதைப் புரிந்து கொள்ள முடியும். பேச்சிலோ மொழியிலோ இங்கே மரியாதையே தெரியவில்லை. தாங்களே எழுதியிருக்கிறீர்களே, கோயம்பத்தூர்க்காரர்கள் சென்னைக்கு வந்தால் அவர்களுக்கு ஏதோ காட்டுமிராண்டிகளின் தேசத்துக்கு வந்தது போல் இருக்கும் என்று. சென்னையில் யாராக இருந்தாலும் எடுத்த எடுப்பில் நீ வா போ என்று ஒருமையில் ஆரம்பித்து விடுகிறார்கள் இல்லையா? அதே மாதிரிதான் பாரசீகர்களுக்கு ஹிந்துஸ்தானிகள் எல்லோரையுமே தோன்றுகிறது. தங்களின் பயணக் கட்டுரை ஒன்றில் படித்தேன், மஸ்கட் விமான

நிலையத்தில் ஒரு பெண் தங்களை பாபா என்று அழைத்ததாக. பாபா என்றால் தந்தை. இந்த மரியாதையையெல்லாம் தாங்கள் ஹிந்துஸ்தானில் காண முடியாது. அமெரிக்காவோ சுத்தம். மரியாதை என்றால் தோலா என்ன விலை என்று கேட்பார்கள். அந்த தேசத்தைப் பற்றிப் பேசவே வேண்டாம். இதற்கெல்லாம் காரணம், ஆங்கில மொழியிலேயே அடிப்படையில் மரியாதை கிடையாது. பெரியவர், சிறியவர் எல்லோருக்கும் *you* தான்... ஆனால் ஸ்பானிஷ் பரவாயில்லை. நீ, நீங்கள் என்ற பாகுபாட்டைக் காண்பிக்கிறது. இந்த அடிமையைப் பொருத்தவரை “நீங்கள்” என்று பேசுவதைக் கூட மரியாதை இல்லாத வெளிப்பாடாகவே கருதுவேன். “தாங்கள்” என்பதே மரியாதை.

அது சம்பந்தமாக எனக்கும் கொஞ்சம் சொல்ல இருக்கிறது ஷாஹின்ஷா. எங்கள் மாவட்டத்தில் பெரியவர்களை “அவர்” போட்டுப் பேசினாலே அவமரியாதை என்பார்கள். என் அப்பா வந்தார், போனார் என்றால் அதைக் கிட்டத்தட்ட வந்தான், போனான் என்றுதான் எடுத்துக் கொள்வார்கள். வந்தார்கள், போனார்கள் என்றுதான் சொல்ல வேண்டும்.

காரணம் என்ன மதிப்புக்குரிய காத்திப் அவர்களே? தாங்கள் வசித்தது நாகூர். அதனால்தான் அந்த ஊரில் அரபி மணம் கமழ்கிறது. எப்படி?

கேட்டு விட்டு மந்தகாசப் புன்னகை புரிந்தார் ஔரங்ஸேப்.

அதெல்லாம் சரிதான் ஷாஹின்ஷா. ஆனால் தங்களின் மொகலாயக் கலாச்சாரத்தில் பேச்சிலும் பழக்கத்திலும் அளவு கடந்த மரியாதையை அளித்து விட்டு, தகப்பனாக இருந்தாலும் தனயனாக இருந்தாலும் அவர்களின் தலையைச் சீவி விடுகிறீர்களே, அதை எங்கே கொண்டு போய் சேர்ப்பது? மொகலாயர்களின் இந்த வழக்கம் பற்றிச் சிலர் கிண்டலாக எழுதியிருப்பதைத் தாங்கள் அறிந்திருக்கிறீர்களா என்று தெரியவில்லை. ‘உயிரோடு இருக்கும்போது உறவினரின் தலையை வெட்டும் மொகலாயர்கள் அவர்கள் செத்த பிறகு

உலகம் வியக்கும் கல்லறைகளைக் கட்டுகிறார்கள்’ என்று படித்திருக்கிறேன்.

(வாய் விட்டுச் சிரிக்கிறார்) உண்மைதான் மதிப்புக்குரிய காத்திப் அவர்களே, நீங்கள் படித்த அந்தக் கிண்டலை எங்கள் காலத்தில் பல ஃபிரங்கியரே சொல்லி நானும் கேள்விப்பட்டிருக்கிறேன். இந்தப் பிரச்சினையை நாம் என்னுடைய கதையின் போக்கிலேயே புரிந்து கொள்ள முயற்சி செய்வோம். இப்போது நான் முன்பு சொல்ல வந்த விஷயத்தைச் சொல்லி முடித்து விடுகிறேன். என் காலத்தில் நான்தான் இந்த அகிலத்தின் மிகப் பெரிய செல்வந்தன். அதேபோல் அசோகருக்குப் பிறகு அத்தனை பெரிய நிலப்பரப்பை ஆண்ட பேரரசனும் நான்தான். அதுவும் தெரிந்த விஷயம். எல்லாம் சரித்திரம். ஆனால் என்னிடம் குவிந்திருந்த செல்வத்தை நான் அனுபவித்தேனா? உங்கள் காந்தி சொன்னது போல, அந்த செல்வத்தையெல்லாம் மக்களிடம் பகிர்ந்தளிக்கும் தர்மகர்த்தாவாகத்தானே வாழ்ந்தேன்?

இந்த அடிமை சாகும் போது இவனிடம் இருந்த பணம் எவ்வளவு தெரியுமா? வெறும் முன்னூறு ரூபாய். உண்மைதான். கஜானா பணத்தில் பெரும்பகுதி போர்களில் செலவாகி விட்டது. வாழ்நாள் பூராவும் தொப்பி தைத்தும், குர்ஆனை எழுதி விற்றும் வந்த பணத்தில் வாழ்ந்தவன் நான். அப்படிப்பட்ட நான் வில்லன். தன் மத அடையாளத்தை மாற்றிக் கொண்டு வாழ்ந்த அப்துல் கலாம் ஹீரோ. என்ன விசித்திரம்!

என் காலத்தில் இந்த அகிலத்திலேயே மிகப் பெரும் செல்வந்தனாக இருந்த நான் ஒரு ஃபகீரின் கல்லறையைப் போல் கூரையற்ற தரையே எனக்குப் போதும் என்றேன். ஜஹான்பானி ஜன்னத் ஆஷ்யானியின் கல்லறையும் பேரரசரின் கல்லறையும் தில்லியிலும் ஆக்ராவிலும் உலக அதிசயங்களாக நின்று கொண்டிருக்கின்றன. ஒருவன் எனக்கு ஆடம்பரமும் படாடோபமும் சுய தம்பட்டமும் வேண்டாம் என மறுத்தால் அதற்காக சமூகமும் அவனைத் தூக்கிக் குப்பைத்தொட்டியில் போட்டு விடுமா? பேரரசர் கட்டியதை விடவும் பெரிதாகவும்

ஆடம்பரமாகவும் நானும் எனக்கொரு பளிங்குக் கல்லறையைக் கட்டிக் கொண்டிருக்கலாமே? நானும் என் காலத்தின் மதிப்புக்குரிய காத்திப்களைக் கொண்டு என்னைப் பற்றி வானளாவப் புகழ்ந்து எழுதச் சொல்லியிருக்க முடியாதா? கோவில்களைக் கட்டி, கட்டியதோடு மட்டும் அல்லாமல் அவற்றைப் பராமரிப்பதற்கான மான்யங்களையும் எழுதி வைத்தார் ஔரங்ஸேப் ஆலங்கீர். இப்படி எழுதச் செய்திருந்தால் இப்போது உங்கள் பிள்ளைகளும் அதையேதான் நெட்டுருப் போட்டுக் கொண்டிருந்திருப்பார்கள், இல்லையா? அப்படிச் செய்திருந்தால் தில்லியில் மட்டும் அல்ல, ஹிந்துஸ்தான் முழுவதுமே சாலைகளுக்கு இந்த எளியவனின் பெயர் வைக்கப்பட்டிருக்கும், இல்லையா?

காசியில் ஹிந்துக்களுக்கு முக்கியமான சில கோவில்களை இடித்தது உண்மைதான். ஆனால் நடந்தது போர். *Everything is fair in love and war* என்று சொல்வதில்லையா? போரில் வென்றவர்கள் தோற்றவர்களின் வசிப்பிடங்களையும் வழிபாட்டுத் தலங்களையும் அழிப்பதும் சிதைப்பதும் அந்தக் காலத்திய நியதி. அதிலிருந்து நான் மட்டும் எப்படித் தப்பியிருக்க முடியும்? நான் இடித்தது ஐம்பது கோவில்கள் என்று வைத்துக் கொள்வோம். ஆனால் கட்டியது ஐயாயிரம் கோவில்கள். அதிலும் எப்படி? இப்போதைய உங்கள் சினிமா நடிகர்களும், ஆன்மீகவாதிகளும் விளம்பரத்துக்காக ஆயிரக்கணக்கில் மரங்களை நட்டு விட்டு அதைப் பராமரிக்காமல் போய் விடுகிறார்களே, அப்படியா கட்டினேன் கோவில்களை? கட்டி விட்டு அவைகளைக் காலம் உள்ளளவும் பராமரிப்பதற்கான நிலங்களையும் எழுதி வைத்தேனே? இதை யார் உலகுக்குச் சொல்வது?

மனிதர்களுக்குத் தேவை அவர்களின் போற்றுதலுக்குரிய ஒரு படிமம். தூற்றுவதற்கு வேறொரு படிமம். போற்றுதலுக்கான படிமம் காலத்துக்கேற்ப மாறிக் கொண்டே இருக்கும். தூற்றுதலுக்கான படிமம் மனித மனங்களின் ஞாபக அடுக்குகளில் நிரந்தரமாகத் தங்கிச் சேகரமாகி விடும்.

சராசரி மனிதர்களின் உந்துசக்தியாக இருப்பவை இந்த இரண்டும்தான் என்று எனக்குத் தோன்றுகிறது. காரணம் இருக்கிறதோ இல்லையோ, யாரையாவது இவர்கள் வெறுத்துக் கொண்டேயிருக்க வேண்டும். வெறுப்புதான் இவர்களின் க்ரியா சக்தி. வெறுப்பே இவர்களை இயக்கும் மூலாதாரம். வெறுப்பே இவர்களின் பிராணாக்கினி. அந்த வெறுப்புக்கு நான் பலியாகி இருக்கிறேன்.

—

5

மனித குலத்தை ஜீவித்திருக்கச் செய்வதே இந்த வெறுப்புதானோ என்று எனக்குத் தோன்றுகிறது.

இல்லாவிட்டால் 'பூமியைக் கம்பளமாகவும், வானத்தை விதானமாகவும் அமைத்து, அந்த வானத்தினின்றும் மழை பொழியச்செய்து, அதிலிருந்து நம் உணவிற்காகக் கனி வர்க்கங்களையும் வெளிவரச் செய்த'[33] இறைவனை நாம் மறந்து வாழ்வோமா? தங்களுக்கு சாலிஹ் நபி அவர்களின் கதை தெரியுமா, மதிப்புக்குரிய காத்திப் அவர்களே?

தெரியாது ஹுஸூர்...

மனித மனதில் எப்படி வெறுப்பின் நிழல் படிந்திருக்கிறது என்பதற்கு சாலிஹ் நபி அவர்கள் வாழ்ந்த காலத்தில் நிகழ்ந்த ஒரு சம்பவம் உதாரணமாகத் திகழும். சவூதி அரேபியா சென்றால் தாங்கள் இன்னமும் இந்தக் கடையன் குறிப்பிடும் இடத்தைப் பார்த்து வரலாம். இரவில் தங்குவதற்கு அங்கே அனுமதி இல்லை. மனித குலத்தின் வெறுப்பு ஒட்டு மொத்தமாகச் சேகரமாகியுள்ள இடம் அது. அந்த வெறுப்பின் பலனாகக்

---

33 அல் குர்ஆன் : 2:22

கிடைத்த இறைச் சாபம் அங்கே நிரந்தரமாகத் தங்கி விட்டதைத் தாங்கள் காண முடியும்.

2500 ஆண்டுகளுக்கு முன்பு மதீனாவிலிருந்து வட மேற்கில் 250 மைல் தூரத்தில் உள்ள அல்-ஹிஜ்ர் என்ற பகுதியில் தாமூத் என்ற இனம் வசித்து வந்தது. பழைய அரபி மொழி பேசிய இவர்கள் மலைகளைக் குடைந்து வீடுகளை அமைத்துக் கொண்டார்கள். தண்ணீரே இல்லாத பகுதியாதலால் தங்கள் தேவைக்காக ஒரு கிணறு வெட்டிக் கொண்டார்கள். வழிபாட்டுக்காக ஒரு கோவிலும் இருந்தது. கோவில் பூசாரி காபூக் பின் உபைத். அல்-ஹிஜ்ர் அரேபியாவுக்கும் சிரியாவுக்கும் இடையிலான வர்த்தகப் பாதையில் இருந்ததால் இந்த மக்கள் செல்வந்தர்களாகவும், அதே சமயம் தக்வா[34] இல்லாதவர்களாகவும் செருக்கு மிகுந்தவர்களாகவும் இருந்தார்கள்.

காபூக் பூசாரியாக இருந்த கோவிலில் பல கற்சிலைகள் இருந்தன. காலப்போக்கில் அவற்றில் பல தானாகவே கீழே விழுந்து உடைய ஆரம்பித்தன. காபூக் சரியில்லாததால்தான் சிலைகள் உடைகின்றன என்று கருதிய மக்கள் அரசனிடம் புகார் செய்ய, அரசனும் காபூக்கைக் கொல்ல உத்தரவிட்டான். அரசனின் சேவகர்கள் காபூக்கைக் கைது செய்ய வந்த போது உறக்கத்திலிருந்த காபூக் திடீரென்று தான் ஏதோ ஒரு கானகத்தின் குகையிலே உறங்கிக் கொண்டிருப்பதை உணர்ந்தார். எழலாம் என்றால் உறக்கம் கண்களை அழுத்தியது. மரண தண்டனைக்குப் பயந்து காபூக் எங்கோ ஓடி ஒளிந்து விட்டார் என்று ஊர் மக்கள் பேசிக் கொண்டார்கள்.

இப்படியே ஒரு நூறு ஆண்டுகள் உறங்கினார் காபூக். அந்த ஒரு நூறு ஆண்டுகளும் கணவனைக் காணாமல் அழுது கொண்டிருந்தாள் காபூக்கின் மனைவி ஐகூமு. ஒருநாள் ஐகூமுவின் கனவில் வந்த ஒரு காகம் காபூக் உறங்கிக் கொண்டிருந்த குகை பற்றித் தெரிவித்தது. காகம் சொன்ன வழியில் சென்ற ஐகூமு காபூக்கைக் கண்டு மகிழ்ந்தாள்.

34 தக்வா - இறையச்சம்

காபூக்கும் உறக்கம் தெளிந்து எழுந்தவர் மனைவியை ஆலிங்கனம் செய்தார். அதோடு அவர் உயிரும் பிரிந்தது. தன் விதி இப்படி ஆனதே என அழுது புரண்ட ஜகூமுவும் தேறி எழுந்து காபூக்கை அங்கேயே நல்லடக்கம் செய்து விட்டு ஊர் திரும்பினாள். பத்து மாதங்கள் கழிந்து ஜகூமுவுக்குப் பிறந்தது ஓர் ஆண் மகவு. அந்த மகவுதான் நூஹ்[35] நபியின் எட்டாவது தலைமுறையாக வந்து உதித்த ஸாலிஹ் நபி.

ஸாலிஹ் அவர்கள் நாற்பதாம் வயதை எட்டிய போது அவருக்கு நபிப் பட்டம் வந்து சேர்ந்தது. ஓரிறைக் கொள்கையை மக்களிடம் பரப்ப வேண்டும் என்ற இறையாணையும் ஜிப்ரீல் மூலம் கிடைத்தது. கிடைத்த உடனேயே மக்களிடையே தனக்குக் கிடைத்த செய்தியைப் பகர்ந்தார் ஸாலிஹ் நபி. அவர்கள் அவர் பேச்சில் வெறுப்புற்று அவரை சூனியக்காரன் எனவும் பைத்தியம் எனவும் தூற்றினார்கள். ஆனாலும் மனம் தளராமல் தனக்குக் கிடைத்த இறைச் செய்தியை மக்களிடையே போதித்துக் கொண்டிருந்தார் ஸாலிஹ் நபி. ஒரு சிலர் மட்டுமே ஸாலிஹ் நபியின் ஓரிறைக் கொள்கையை ஏற்றுக் கொண்டனர். இதனால் மனம் நொந்து போன ஸாலிஹ் நபி ஒரு வனத்தில் சென்று தவத்தில் ஈடுபட்டார். தவம் கலைந்து எழுந்த போது நாற்பது ஆண்டுகள் கடந்திருந்தன. மீண்டும் ஊருக்குள் வந்தார்.

ஆனால் இப்போதும் ஊர் மக்கள் அவரைப் பைத்தியம் என்றார்கள். மேலும், மன்னனின் உறவுக்காரனான குஸைல் இப்னு லுகைமு "நீர் ஸாலிஹே இல்லை, பொய் சொல்கிறீர்" என்றான். அதற்கு ஸாலிஹ் நபி "நீர் இன்றைய தினமும் உம்முடைய அன்னையும் தந்தையும் நாளையும் இறந்து விடுவீர்கள். ஓரிறைக் கொள்கையை ஏற்றுக் கொண்டால் உமக்குப் பாதுகாப்பு உண்டு" என்றார். அப்போதும் குஸைல் ஆணவத்துடன் முன்பு சொன்னதையே மீண்டும் சொன்னதால் இறந்து பட்டான். உடனே அரசனும் அவன் உறவுக்காரரும் அழுது புலம்பவே, "இவனை நான் உயிர்ப்பித்து விட்டால்

---

35 நூஹ் - நோவா

ஓரிறைக் கொள்கையை நம்புவீர்களா?" என்று கேட்டார் ஸாலிஹ் நபி. அவர்கள் அதற்கு சம்மதிக்கவே ஸாலிஹ் நபி குஸைலை அந்தக் கணமே உயிர்ப்பித்தார்.

அந்த அற்புதத்தைச் செய்து காண்பித்த பிறகும் தாமூத் கூட்டம் ஸாலிஹ் நபியை சூன்யக்காரன் என்றே தூற்றியது. அப்போது அரசன் சொன்னான். "ஏ ஸாலிஹே, நீர் சொல்கிறபடி உண்மையிலேயே நீர் இறைத் தூதர் என்றால், இதோ இந்த மலை பிளந்து அதிலிருந்து கருநிற நெற்றியும், வெண்மையான உடலும், நீண்டு தொங்கும் மயிரும், நிறை மாத கர்ப்பமுமான ஓர் ஒட்டகம் வெளிப்பட வேண்டும். வெளிப்பட்ட உடனேயே அது ஒரு குட்டியையும் ஈன வேண்டும். குட்டியும் தாயைப் போலவே இருக்க வேண்டும்" என்றான்.

அரசன் சொன்னதைக் கேட்டு ஒருக்கணம் மனம் தடுமாறிய ஸாலிஹ் நபிக்கு "அவர்கள் கேட்கும் அற்புதத்தையும் நிகழ்த்திக் காட்டுவோம், கவலை வேண்டாம்" என உடனடியாகக் கிடைத்தது இறைச் செய்தி. உடனே ஸாலிஹ் நபி அரசனிடம் சொன்னார்: "நீங்கள் விரும்பியவாறே நடக்கும். அப்படி நடந்தால் ஓரிறைக் கொள்கையை ஏற்றுக் கொள்வீர்களா?"

"ஏற்றுக் கொள்வோம். ஆனால் அந்த ஒட்டகம் பால் கறக்க வேண்டும். அந்தப் பால் மதுவினும் தேனினும் இனிமை கொண்டிருக்க வேண்டும்."

"நிச்சயமாக நடக்கும். அப்படி நடந்தால் ஓரிறைக் கொள்கையை ஏற்பீர்களா?"

"ஏற்றுக் கொள்வோம். ஆனால் அந்தப் பால் கோடையில் குளிர்ந்தும் குளிர் காலத்தில் வெதுவெதுப்பாகவும் இருக்க வேண்டும்."

"அப்படியே நடக்கும். அப்படி நடந்தால் ஓரிறைக் கொள்கையை ஏற்பீர்களா?"

அதோடு நிறுத்தவில்லை தாமூத் இன மக்கள். இன்னும் இன்னும் பல்வேறு நிபந்தனைகளை விதித்தார்கள். நோயாளிகள்

அந்தப் பாலை அருந்தினால் நலம் பெற வேண்டும், வறுமையில் வாடுவோர் அதை அருந்தினால் வளம் பெற வேண்டும், தங்களின் ஆடுமாடுகளும் ஒட்டகைகளும் மேயும் இடத்தில் அந்த ஒட்டகம் மேயக் கூடாது என்று ஏகப்பட்ட நிபந்தனைகள். அனைத்தும் ஏற்கப்பட்டன. பதிலுக்கு ஸாலிஹ் நபி அவர்களிடம் இரண்டே இரண்டு நிபந்தனைளை விதித்தார். அந்த ஒட்டகத்தின் மீது யாரும் கல்லெறியக் கூடாது. கிணற்றில் நீங்கள் ஒருநாள் தண்ணீர் எடுக்கலாம். அந்த நாளில் இறைவனின் ஒட்டகம் நீர் அருந்தாது. மறுநாள் அது நீர் அருந்தும் போது நீங்கள் தண்ணீர் எடுக்கக் கூடாது.

இரு தரப்பிலும் நிபந்தனைகள் ஏற்கப்பட்டன. அப்போது அந்த மலையைப் பிளந்தபடி நூற்று இருபது அடி நீளமும் நூறு அடி அகலமும் ஐம்பது அடி உயரமும் கொண்ட ஒரு கர்ப்பிணி ஒட்டகம் வெளிவந்தது. வெளிவந்ததுமே குட்டியையும் ஈன்றது. இந்த அற்புதத்தைக் கண்ட மக்களும் ஸாலிஹ் நபியின் ஓரிறைக் கொள்கையை ஏற்பதற்கு முன்வந்தனர். ஆனால் அப்படி அவர்கள் ஏற்றுக் கொண்டால் தங்கள் பிழைப்பு போய் விடுமே என்று அஞ்சிய கோவில் பூசாரிகள் "இதுவும் சூன்யம்தான், செப்பிடு வித்தைதான்" என்று சொல்லி மக்களை மறுபடியும் திசை திருப்பி விட்டனர்.

'இனியும் இவர்களை நல்வழிப் படுத்துவது கடினம்' என்பதை உணர்ந்த ஸாலிஹ் நபி "எப்படியோ போய்க் கொள்ளுங்கள், இந்த முறை நீங்கள் இறைவனையும் ஏமாற்றி விட்டீர்கள், ஆனால் இந்த ஒட்டகம் நலமாக இருக்கும் வரை நீங்களும் நலமாக இருப்பீர்கள், இதற்கு ஏதேனும் தீங்கு செய்தால் நீங்கள் அழிவீர்கள்" என்று அறிவித்தார்.

எல்லாம் நல்லபடியாகவே சென்று கொண்டிருந்தது. ஒட்டகம் ஒவ்வொரு வீட்டின் வாசலிலும் போய் நிற்கும். மக்கள் பாத்திரங்களை எடுத்து வந்து மடியின் கீழே வைத்தவுடன் பாத்திரத்தில் பால் நிரம்பும். மக்களின் தேவைக்கு அதிகமாகவே பால், தயிர், வெண்ணெய், நெய் எல்லாம் போதும் போதுமென்று

கிடைத்ததால் அதையெல்லாம் விற்று தாமூத் இன மக்கள் மேலும் செல்வந்தர் ஆயினர்.

இப்படியே வாழ்க்கை சீராகச் சென்று கொண்டிருந்தபோது அந்த ஊரில் சிறுமதி படைத்த சிலர் ஸாலிஹ் மீது பொறாமை கொண்டு ஒட்டகம் நீர் அருந்திக் கொண்டிருந்தபோது அதைக் கொன்று போட்டார்கள். அதைப் பார்த்து மருண்டு போன ஒட்டகத்தின் கன்று தானும் அன்னையும் புறப்பட்டு வந்த மலைக்குள்ளேயே சென்று மறைந்தது. ஒட்டகத்தைக் கொன்றவர்கள் அதன் கறியை அறுத்துச் சமைத்து உண்டார்கள். ஊர் மக்களும் ஒட்டகத்தைக் கூறு போட்டுத் தங்கள் இல்லங்களுக்கு எடுத்துச் சென்றார்கள். வெறி பிடித்த நாய்களைப் போல் அந்தக் கறியை உண்டனர் என்று அல் குர்ஆனில் வருகிறது. அல்லாஹ் அக்பர்.

பதறிக் கண்ணீர் விட்டார் ஸாலிஹ் நபி. மக்களிடம் கேட்டார். "நாங்கள் கொல்லவில்லை, கொலையுண்ட ஒட்டகத்தின் கறியை மட்டுமே எடுத்துச் சென்று உண்டோம்" என்றார்கள்.

அப்போது ஸாலிஹ் நபி தனக்குக் கிடைத்த இறைச் செய்தியை அந்த மக்களிடையே கூறினார். "நீங்கள் இறைவனையே போருக்கு அழைத்து விட்டீர்கள். இன்னும் மூன்று நாட்களில் உங்களுக்கு அழிவு வரும். நாளை வியாழக்கிழமை - உங்கள் முகம் மஞ்சளாக மாறும். வெள்ளி அன்று அது சிவப்பாகும். சனிக்கிழமை அது கருமை அடையும். ஞாயிறு அன்று நீங்கள் அழிந்து போவீர்கள்."

அப்போதும் அவர்கள் கவலைப்படவில்லை. எதனாலும் அழிக்க முடியாதபடி மலைகளைக் குடைந்து வாழ்கிறோம் என்ற மமதையில் இருந்தனர். நான்காம் நாள் காலை வெறும் இடி சப்தத்தால் அந்த இனமே அழிந்து போனது. இப்போதும் நீங்கள் இறைச் சாபத்தின் சின்னமாக நின்று கொண்டிருக்கும் அந்தக் கல் நகரின் அழிவுகளை நேரில் காணலாம், மதிப்புக்குரிய காத்திப் அவர்களே! இது பற்றி எதையுமே அறியாமல் அந்த இடத்தை ஒரு சுற்றுலாத் தலமாக நினைத்துப் புகைப்படம்

எடுத்து மகிழும் மூடர் கூட்டத்தை என்னவென்று சொல்வது? தள்ளுவண்டிகளில் ஏதேதோ விற்பனைப் பொருட்கள் வேறு!

சிறு பிராயத்தில் நான் கேட்ட இந்தக் கதை என்னை வெகுவாக பாதித்த ஒன்று. தக்வா இல்லாததன் காரணமாக மனிதர்கள் இத்தனைக் கீழ்த்தரமாக இறங்குகிறார்களா? அல்லது, தக்வா இருப்பவர்களிடமும் இப்படிப்பட்ட ஈனத்தனங்கள் இருக்குமா? இருக்கும் என்றே தோன்றுகிறது... என் வாழ்நாள் முழுவதுமே மிக மேன்மைக்குரிய ஈமானுடனும்[36] தக்வாவுடனும்தான் வாழ்ந்தேன். ஆனாலும் என் இறுதிக் காலத்தின் இரண்டு ஆண்டுகளில் என் ஒட்டு மொத்த வாழ்க்கையுமே பாழ் என்றும் பாவங்கள் மட்டுமே நிறைந்தது என்றும் அல்லவா எனக்குத் தோன்றியது? பிறந்தது முதல் பதினாறு ஆண்டுகளை விட்டு விட்டாலும் மீதிக் காலம் அத்தனையும் கொடும் பாவங்களை அல்லவா செய்து வந்திருக்கிறேன்? நினைத்து நினைத்து அழுதேன். அரற்றினேன். என் கடந்த காலம் முழுவதையும் ஒரு சுவடு இல்லாமல் அழித்து விட முடியுமா? என் வாழ்க்கையை என்னால் திரும்பவும் வாழ முடிந்திருந்தால் நான் எடுத்த அத்தனை முடிவுகளையும் அவற்றுக்கு நேர் எதிராகவே எடுத்திருப்பேன். என் தலையெழுத்தையும் ஹிந்துஸ்தானின் தலையெழுத்தையும் ஒரேயடியாய் மாற்றி அமைத்த ஸாமூகட் போரே ஒருவேளை நடக்காமலும் போயிருக்கலாம். அதற்கு முன்னதாகவே நான் ஆக்ராவுக்கு வரவழைக்கப்பட்டு என் மூத்த சகோதரன் தாரா ஷிகோவினால் உணவில் விஷம் வைக்கப்பட்டுக் கொல்லப்பட்டிருக்கலாம்.

தங்களுக்குத் தெரிந்ததுதானே! எங்கள் மொகலாய சாம்ராஜ்ஜியத்தில் மூத்த மகனுக்கே பட்டம் என்ற வழக்கம் இல்லை. அந்த வழக்கம் இருந்திருந்தால் இத்தனை சகோதரக் கொலைகள் நடந்திருக்காது. இளவரசர்களில் யார் அதிகத் திறமை கொண்டிருக்கிறார்களோ அவர்களுக்கே ஆட்சி என்று இருந்தபடியால்தான் இத்தனை கொலைகள், படுகொலைகள்.

---

36 ஈமான் – இறை நம்பிக்கை

யார்தான் அப்படி சகோதரக் கொலை செய்யவில்லை? உயிரியலில் சொல்கிறார்கள் இல்லையா, ஒரே ஒரு உயிரணு மற்ற எல்லா உயிரணுக்களையும் முந்திக் கொண்டு முன்னிலைக்கு வருகிறது என்று? அதைப் போல தன்னுடைய எல்லா சகோதரர்களையும் கொன்று விட்டுத்தான் ஒரு இளவரசன் பட்டத்துக்கு வர முடியும். நான் மட்டுமா அப்படிச் செய்தேன்? இந்த ஹிந்துஸ்தானே பாராட்டிக் கொண்டிருக்கும் அசோக சக்ரவர்த்தி எத்தனை சகோதர கொலைகள் செய்து விட்டுப் பட்டத்துக்கு வந்தார்?

—

6

அசோகரின் தந்தை பிந்துசாரருக்குப் பதினாறு மனைவிகள். அவர்கள் மூலம் மொத்தம் நூற்றியோரு பிள்ளைகள். மூத்த மகன் சுஷிமன். கடைசிப் பிள்ளை திஷ்யன். அசோகர் இரண்டாவது பிள்ளை. இவர்களில் திஷ்யனைத் தவிர மற்ற அனைவரையும் கொன்று விட்டார் அசோகர். பிந்துசாரர் சுஷிமனே பட்டத்துக்கு வர வேண்டும் என்று விரும்பி பட்டத்து இளவரசர் என்ற அங்கீகாரத்தையும் அவருக்கு அளித்திருந்தார். ஆனால் மந்திரிகளில் பெரும்பாலானவர்களின் விருப்பம் அசோகர் என்பதாக இருந்தது. அதற்கு ஒரு காரணமும் இருந்தது. பிந்துசாரர் ஆட்சியில் இருந்தபோது தக்ஷசீலத்தின் ஸத்ரப்பாக[37] இருந்தவர் சுஷிமன். உஜ்ஜையினியின் ஸத்ரப் அசோகர். அப்போது தக்ஷசீலத்தில் ஒரு கலகம் எழுந்தது. அதை சுஷிமனால் அடக்க முடியவில்லை என்பதால் பிந்துசாரர் அசோகரை அனுப்பினார். அசோகரும் அந்தக் கலகத்தை அடக்கினார். அதற்குப் பிறகும் கூட தக்ஷசீலத்தில் ஒரு கலகம் ஏற்பட்ட போது அதை அடக்கியதும் அசோகர்தான். இதுதான் ஒருவர் பட்டத்தில் அமர்வதற்குத் தகுதியானவரா என்று இயற்கை வைக்கும் சோதனை.

37 ஸத்ரப் – கவர்னர், நவாப்

ஒருவர் ஒரு காரியத்தைச் செய்வதற்குப் போதுமான தகுதி படைத்தவரா இல்லையா என்பதை இயற்கையே பல்வேறு சமிக்ஞைகளின் மூலம் தெரியப்படுத்தி விடுகிறது. மானுடர்களே அதைப் புரிந்து கொள்ளத் தவறி விடுகிறார்கள். அப்படி நடந்ததுதான் நான் ஏற்கனவே தங்களிடம் குறிப்பிட்ட யானைச் சண்டை சம்பவம். என்னை பேரரசரின் பார்வையில் ஒரு மனிதனாக, ஒரு போர் வீரனாக நிறுத்திய சம்பவம். எடுத்த எடுப்பில் புகாரோடு ஆரம்பிக்க வேண்டாமே என்றுதான் அதை நான் அப்போதே குறிப்பிடவில்லை.

மே 18-ஆம் நாள். 1633. என் பதினைந்தாவது வயதில் மதம் கொண்ட யானை சுதாகர் என்னைத் தாக்க வந்த போது எனக்கும் கூர்மதி படைத்த அரண்மனைவாசிகள் சிலருக்கும் மட்டும் யார் பேரரசருக்கு அடுத்தபடியாக பட்டத்துக்குத் தகுதியானவர் என்று தெரிந்து விட்டது. அது, அரசவை ஓவியரான கோவர்தன் வரைந்த ஓவியம். அவர்தான் அந்தச் சம்பவத்தை ஒரு சரித்திரப் பதிவாக ஆக்கியிருக்கிறார். இப்போது பிரிட்டிஷ் அருங்காட்சியகத்தில் இருக்கும் அந்த ஓவியம்தான் பேரரசரின் வாரிசு யார் என்ற செய்தியை அறிவித்துக் கொண்டிருக்கிறது. உணர்வுகளைத் தூண்டக் கூடிய வண்ணங்களுக்குப் பேர் போன கோவர்தனின் அந்த ஓவியத்தில் ஒரு இளைஞன் தன்னைக் கொல்ல வரும் யானையின் மீது ஈட்டியை எறிகிறான். அவன் கண்களில் அச்சம் என்கின்ற உணர்வே இல்லை. சொல்லப் போனால், அவன் கண்கள் எந்த உணர்ச்சியையும் வெளிப்படுத்தவில்லை. முகத்தில் ஆச்சரிய பாவம் கூட இல்லை. ஆனால் அந்த ஈட்டியின் ஒளி நம் கண்களைப் பறிக்கிறது. சற்று தூரத்தில் பதற்றம் மிக நிற்கிறார் பேரரசர். யானையை விரட்டும் வேகத்துடன் இரண்டு இளைஞர்கள். ஒருவர் வயதில் சற்றே மூத்தவர். தங்களுக்கு அது யார் யார் என்று சொல்லி விடுகிறேன். ஒருவர், இந்த அடிமையின் இன்னொரு மூத்த சகோதரரும் தாராவின் தம்பியுமான ஷா ஷுஜா. மற்றவர், பேரரசரின் தளபதியான ராஜா ஜெய் சிங். ஷுஜாவின் கையில் ஈட்டி. ராஜா ஜெய் சிங் யானையை விரட்ட வெடிகளைப் பற்ற வைக்கிறார்.

இத்தனை களேபரத்துக்கும் இடையில் ராஜ உடையணிந்த ஒரு இளைஞன் பரபரப்புடன் ஓடிப் பதுங்குகிறான். யார் அந்த வீரன்? தாரா ஷிகோ. தத்ரூபமாக வரைவதில் பிரசித்தி பெற்றவர் கோவர்தன். எப்படி இந்த ஓவியத்தை தாரா விட்டு வைத்தான் என்றோ, எப்படி கோவர்தனுக்கு அவன் விஷம் வைக்கவில்லை என்றோ எனக்குப் புரியவேயில்லை. தாராவுக்கு அந்த சிரமத்தைக் கொடுக்காமல் 1640இல் தன் நாற்பத்தைந்தாம் வயதிலேயே இறந்து விட்டார் கோவர்தன்.

குறிப்பிட்ட அந்த யானைச் சண்டை நடந்த போது தாராவுக்குத் திருமணமாகி சில மாதங்களே ஆகியிருந்தன. இந்தச் சம்பவம்தான் இந்திய சரித்திரத்தில் தாராவுக்கான இடத்தையும் இந்த அடிமையின் இடத்தையும் சுட்டிக் காட்டுகிறது. தாரா இப்படி ஒரு கோழையாக ஆனதற்கு முழுக் காரணமும் பேரரசரே ஆவார். தாராவின் மீதான அவரது அதீதமான அன்பும் பிரியமும் சீராட்டலும்தான் அவனை அப்படி ஆக்கியது. ஆனால் பேரரசர் தன்னளவில் அப்படிப்பட்டவர் அல்ல. வீரத்துக்குப் பேர் போனவர். 1610இல் ஆக்ராவுக்கும் லக்னௌவுக்கும் இடையில் உள்ள பாரியில் நடந்த சம்பவம் அது. பேரரசர் ஜஹாங்கீரின் பணியாளரான அனூப் சிங்கை ஒரு சிங்கம் தாக்கிய போது அந்த சிங்கத்தைத் துணிச்சலுடன் கொன்றவர் என் தந்தை. அப்போது அவர் வயது பதினெட்டு.

நம் உடலும் உள்ளமும் மிகக் கடினமான உழைப்பைக் கோரியே படைக்கப்பட்டிருக்கிறது. தங்களின் இளம் நண்பர் ஒருவர் தங்களோடு ஜெய்ப்பூர் இலக்கிய விழாவுக்கு வருகிறார். காலையில் எட்டு மணிக்கு எழுந்ததும் குடிக்கிறார். மதியம் வரை குடிக்கிறார். பிறகு சாப்பிடுகிறார். பிறகு சிறிது நேரம் உறங்குகிறார். பிறகு எழுந்து மீண்டும் குடிக்கிறார். அதிகாலை மூன்று மணி வரை குடிக்கிறார். நிறைய படிக்கிறார். கவிதை எழுதுகிறார். இப்படி வாழத்தான் எனக்கும் ஆசை என்கிறீர்கள் தாங்கள். “வாழ வேண்டியதுதானே? என்ன தயக்கம்?” என்கிறார் இளம் கவி. தாங்கள் என்ன பதில் சொன்னீர்கள், மதிப்புக்குரிய காத்திப் அவர்களே?

சீக்கிரம் செத்து விடுவேனே என்றேன், ஷாஹின்ஷா.

அதற்கு அவர் "எதற்காக வாழ வேண்டும்?" என்றார் இல்லையா? சென்னை திரும்பியதும் இறந்து போனார். முப்பது வயது இருக்குமா? இந்த உடல் அவ்வாறு படைக்கப்படவில்லையே? காலையிலிருந்து இரவு வரை உழைத்து உழைத்துக் களைத்துப் போய் உறங்குவதற்கும், மிகச் சிறிதளவே உண்பதற்கும், உடலும் மனதும் விரும்புவதையெல்லாம் விரட்டி விரட்டித் தள்ளி விடுவதற்கும், ஐந்து வேளையும் தொழுவதற்காகவும்தான் படைக்கப்பட்டிருக்கிறது இந்த உடம்பு. தங்களைப் போன்ற மாற்று மார்க்கத்தினருக்குத் தொழுகையைப் போல் வேறு ஒன்று நிச்சயமாக இருக்கும். மனமோ உடலோ இன்பத் துய்ப்பில் ஈடுபட்டால் உயிரைத் தக்க வைத்துக் கொள்வதற்கான தகுதியை நம் உடல் இழந்து விடுகிறது. இந்த விதியை இந்த அடிமை தவறாமல் பின்பற்றியதால்தானே தொண்ணூறு ஆண்டுகள் வாழ முடிந்தது?

இதைச் சொல்லும் போது இந்த அடிமைக்குத் தன் மூத்தோனின் ஞாபகம் வருகிறது. செங்கிஸ் கான் உலகையே வென்றதெல்லாம் மங்கோலிய ஓநாய்களின் காரணமாகத்தானே? அதனால்தானே ஓநாய் மங்கோலியரின் குலச்சின்னமாக விளங்கியது? எப்படி செங்கிஸ் கானின் மிகச் சிறிய படை மிகவும் பிரம்மாண்டமான எதிரிப் படைகள் அனைத்தையும் வெற்றி கொண்டது? எண்ணிக்கை மட்டும் அல்ல, ராணுவத் தளவாடங்களிலும் ஆயுதங்களிலும் கூட செங்கிஸ் கான் தன் எதிரிகளை விட பலவீனமாகவே இருந்தார்.

மங்கோலியாவின் ஓநாய்களால் அந்த நிலத்தில் பிறக்கும் குதிரைகள் அனைத்தும் எப்போதும் ஓடிக் கொண்டே இருந்தன. கருவில் இருக்கும்போதே அவை ஓடின. அவற்றின் உடல் ஓட முடியாத போது மனம் ஓடியது. ஓநாயின் வாசனை வந்ததுமே குதிரை ஓட ஆரம்பித்து விடும். அதனால்தான் மங்கோலியாவின் ஒரு குதிரை சீனத்தின் பத்து குதிரைகளுக்குச் சமமாக இருந்தது. இந்த அடிமை ஆரம்பத்திலிருந்தே மங்கோலியக் குதிரை

மாதிரியே இருந்தான். எல்லா துன்பங்களுக்கும் துயரங்களுக்கும் வதைகளுக்கும் இந்த அடிமையின் உள்ளமும் உடலும் பழகிப் போயிருந்தன. எதுவுமே இவனைப் பாதிக்கவில்லை. அதனாலேதான் மதங்கொண்ட யானையைப் பார்த்தும் அவன் கண்களில் மருட்சி இல்லை. இவன் சாஹிப் கிரானைத் தன் தந்தையாகப் பார்க்கவில்லை, பேரரசராகப் பார்த்தான். தாராவோ ஷா பாபா, ஷா பாபா என்று பாலகனைப் போல் கொஞ்சிக் கொண்டிருந்தான்.

தாராவைக் கொன்றது ஔரங்ஸேப் அல்ல; பேரரசரின் அன்பே அவனைக் கொன்றது. கவிதை எழுதவதற்கும் தத்துவ விசாரணைகளுக்கும் மட்டுமே அவன் தகுதி கொண்டிருந்தான். போர்க்களங்கள் அவனுக்கானவை அல்ல. ஆனால் அவன் அதை உணரவில்லை. பேரரசரின் மூத்த மகன் என்ற ஒரே காரணத்தினால் மயிலாசனத்தை அடைந்து விடலாம் என்று நினைத்தான். அது நடக்குமா? அது நம்முடைய மரபாக இருந்திருக்கிறதா? இந்த அடிமை தன்னுடைய பதினாறாவது வயதிலிருந்து முப்பத்தெட்டாவது வயது வரை போர்க்களத்திலேயே கழித்திருக்கிறான். மங்கோலியக் குதிரையைப் போல் ஓடிக் கொண்டேயிருந்திருக்கிறான். காலையில் எழுந்ததும் முறையான பயிற்சி, பின்னர் உணவு, ஓய்வு, பின்னர் பயிற்சி, மதிய உணவு, ஓய்வு, மாலைப் பயிற்சி, இரவு உணவு, உறக்கம் என்று முறைப்படுத்தப்பட்ட, பயிற்றுவிக்கப்பட்ட சீனக் குதிரை வாழ்க்கையை இந்த அடிமை போர்க்களத்தில் வாழ முடியாது. போர்க்களத்தில் பயிற்சிக்கே வழியில்லை. ஒரே ஒரு முறை தோல்வியைத் தொட்டாலும் உயிர் நமக்குச் சொந்தமில்லை. பேரரசர் எத்தனைக்கு எத்தனை இந்த அடிமையை அரண்மனை வாழ்விலிருந்து விலக்கி வைத்தாரோ அத்தனைக்கு அத்தனை அது இந்த அடிமையை மயிலாசனத்துக்குத் தயார் செய்து கொண்டிருந்தது என்பதை அவரும் உணரவில்லை, தாராவும் உணரவில்லை. தாராவை அவர் எவ்வளவு முடியுமோ அவ்வளவு தூரம் தன்னருகிலேயே வைத்துக் கொண்டார். அதுதான் அவனை மயிலாசனத்திலிருந்து விலக்கி வைத்தது என்பதையும் அவர்கள் இருவருமே உணரவில்லை.

சரி, நாம் ஆரம்பித்த அசோகர் கதைக்கு வருவோம். பிந்துசாரர் இறந்து நான்கு ஆண்டுகள் சென்ற பிறகே அசோகரால் பட்டத்துக்கு வர முடிந்தது. பிந்துசாரர் இறந்த செய்தி கேட்டு வெளியூரிலிருந்த சுஷிமன் பாடலிபுத்திரத்தை நோக்கி வருகிறான். அசோகர் அப்போது கோட்டையில் இருந்ததால் சுஷிமன் கோட்டைக்குள் நுழையும்போது அவன் தலையில் கொதிக்கும் எண்ணெய்க் கொப்பரைகள் ஊற்றப்பட்டன. தொடர்ந்து தீப்பந்தங்கள் வீசப்பட்டு சுஷிமன் உயிரோடு கொளுத்தப்பட்டான். இப்படியே ஒவ்வொரு சகோதரனாக மொத்தம் தொண்ணூற்றொன்பது பேரையும் கொல்வதற்கு அசோகருக்கு நான்கு ஆண்டுகள் பிடித்தது. இந்தப் படுகொலைக் கதையில் திஷ்யனைச் சேர்க்காமல் விட்டதற்குக் காரணம், அவன் அசோகரின் தாய் வயிற்றில் பிறந்தவன் என்ற காரணம்தான். அது மட்டும் அல்லாமல் கோட்டையில் சுஷிமனின் ஆதரவாளர்கள் ஐநூறு பேரின் தலைகளைச் சீவினார் அசோகர். தலையை வெட்டுவது ஒன்றும் அரச குலத்துக்குப் புதிதல்ல என்றாலும், அசோகர் செய்ததில் நூதனம் என்னவென்றால், அவரேதான் அந்த ஐநூறு பேரின் தலைகளையும் தன் கைப்பட வெட்டினார்.

ஹிந்துஸ்தானின் சரித்திரத்தில் தலைகள் பற்றி எழுதினாலே அது ஒரு ஆயிரம் பக்கத்துக்குக் குறையாமல் வரும். என்னுடைய கடைசி இரண்டு ஆண்டுகளில் என் மனம் முழுவதையும் ஆக்ரமித்திருந்தது மனிதத் தலைகள்தான். என் கனவில் தொடர்ந்து வரும் காட்சி ஒன்றுண்டு. அது ஃபிர்தவ்ஸெ ம(க்)கானியின் வாழ்வில் குறுக்கிட்ட தலைகள். அல்லது, அவரும் அவரது வீரர்களும் வெட்டியெறிந்த தலைகள். இந்த அடிமையைப் போலவே (தன்னைச் சுட்டிக் கொள்கிறார்) சரித்திரத்தின் கொடிய கரங்களால் குற்றம் சாட்டப்பட்டவர் ஃபிர்தவ்ஸெ ம(க்)கானி.

ஹிந்துஸ்தான் மீது படையெடுத்து வந்து இந்த ஹிந்து தேசத்தில் முஸ்லிம் சாம்ராஜ்ஜியத்தை ஸ்தாபித்த முஸ்லிம் அரசன்! ஹிந்துக்களைக் கொன்றவன்!

இரண்டுமே தவறு. பாபர் ஒரு அரசன். அரசனின் தொழில் அவன் குடிகளின் உயிருக்கு உத்தரவாதம் அளிப்பது. அதற்குத் தேவை, வலுவான அரசு. என்னதான் பலம் பொருந்திய படைகள் இருந்தாலும் அண்டை நாடுகளின் அச்சுறுத்தல் இருந்தால் மக்களின் உயிருக்கு உத்தரவாதம் இல்லை. அதனால், கூடிய வரை அண்டை நாடுகள் அனைத்தும் அவனுடைய ஆதிக்கத்தில் இருத்தல் நலம். உதாரணமாக, அகிலத்தையே தன் குடைக்குக் கீழ் கொண்டு வந்த என் தாய் வழி மூதாதை செங்கிஸ் கான் ஏன் ஹிந்துஸ்தானுக்குள் நுழையவில்லை? அவர் சீனாவைக் கைப்பற்றிய போது சீனா மிகவும் பலஹீனமான அரசாக இருந்தது. பல இடங்களில் சீனர்களின் படை லட்சக்கணக்கில் இருந்தாலும் அவர்களுக்குத் தங்களின் பேரரசர்களைப் போலவே போர்க்களத்தை விட வேசி மடங்களும் மதுக்கூடங்களுமே அதிகப் பரிச்சயமாக இருந்தன. 1221இல் செங்கிஸ் கான் ஜலால் உத்-தீனைத் துரத்திக் கொண்டு சிந்து நதி வரை வந்தவர் அதற்கு மேல் போகவில்லை. காரணம், தில்லியில் மிக வலுவான சுல்தான் இல்த்துத்மிஷ் இருந்தார். குத்புதீன் ஐபெக்கிடம் அடிமையாக இருந்து தில்லியில் சுல்தான்களின் ஆட்சியைத் தொடங்கி வைத்தவர்.

அதேபோல் எங்கள் மூதாதையரும் அவ்வளவு சுலபத்தில் ஹிந்துஸ்தானுக்குள் நுழைந்து விட முடியவில்லை. இமயமலை ஒரு முக்கியக் காரணம். கைபர் கணவாய் வழியே மிகப் பெரிய சைன்னியத்தைக் கொண்டு வருவது கடினம். அதைத் தவிர ஹிந்துஸ்தானுக்குள் தரை வழியாய் நுழைய வேறு வழியும் இல்லை.

அதேபோல் போர்த்துக்கீசியர், ஃப்ரெஞ்ச், டச், பிரிட்டிஷ் ஆகிய ஃபிரங்கியர் மாற்றி மாற்றி எத்தனையோ குட்டிக் கரணங்களும் செப்பிடு வித்தைகளும் செய்து பார்த்தும் மொகலாய சாம்ராஜ்ஜியம் பலஹீனம் ஆகும் வரை அவர்களால் ஒன்றுமே செய்ய முடியவில்லை.

—

7

வலுவான அரசு இல்லாவிட்டால் என்ன ஆகும் என்பதற்கு 1398 டிசம்பரில் தில்லியில் நடந்த சம்பவங்களை உதாரணமாகச் சொல்லலாம். அப்போதைய தில்லி சுல்தான் நஸீர்-உத்-தின் மஹ்மூத் ஷா துக்ளக். அமீர் தைமூர் தில்லிக்குள் நுழைந்ததுமே நகரை விட்டுத் தப்பி ஓடி விட்டார் மஹ்மூத் துக்ளக்.

அன்றைய தினம் டிசம்பர் 15. அமீர் தைமூரின் படைகள் யமுனையின் ஒரு பக்கத்தில் கூடாரம் அடித்திருக்கிறார்கள். அவர்களிடம் ஐம்பதாயிரம் பேர் கைதிகளாக இருக்கிறார்கள். பெரும்பாலானவர்கள் சிலை வணக்கம் செய்யும் ஹிந்துக்கள். அவர்களில் பல முஸ்லிம்களும்[38] உண்டு. அனைவரையும் கொல்லுங்கள் என்று உத்தரவிட்டார் அமீர் தைமூர். அதுதான் போர் நியதி. அத்தனை பேரும் கொல்லப்பட்டார்கள்...

காஃபிர்களே! நீங்கள் வணங்குபவற்றை நான் வணங்க மாட்டேன். நான் வணங்குகிறவனை நீங்கள் வணங்குபவர்

---

38 தைமூரையும் அவரது தளபதிகளையும் பொருத்தவரை ஹிந்துஸ்தானில் வாழ்பவர் அத்தனை பேருமே – அவர்கள் ஓரிறைக் கொள்கையைக் கொண்ட முஸ்லிம்களாக இருந்தாலும் சரி, சிலை வணக்கம் செய்யும் ஹிந்துக்களாக இருந்தாலும் சரி, அவர்களை ஹிந்துக்கள் என்றே கருதி கொலை செய்தனர்.

அல்லர். உங்களுக்கு உங்களுடைய மார்க்கம்; எனக்கு என்னுடைய மார்க்கம். (அல் குர்ஆன்: 109)

புனித நூலில் இவ்வளவு தெளிவாகச் சொல்லப்பட்டிருந்தும் சிலை வணக்கம் செய்பவர்களைத் தண்டிக்கப் போகிறேன் என்று சொல்லிக் கொண்டே சாமர்க்கண்டிலிருந்து ஹிந்துஸ்தான் கிளம்பி வந்தார் அமீர் தைமூர். இப்படியெல்லாம் சொல்லி அவர் தன்னைத் தானே ஏமாற்றிக் கொண்டார் என்றே நினைக்கிறேன். ஹிந்துஸ்தானில் உள்ள தங்கத்தைக் கொள்ளையடிப்பதே அவரது படையெடுப்பின் முழுமுதற் காரணமாக இருந்தது. ஒற்றர்கள் அவரிடம் தெரிவித்து விட்டார்கள்: "துக்ளக் பரம்பரையின் இப்போதைய அரசன் வெறும் உமிப் பதர். ஊதினால் பறந்து விடுவான். ஆனால் அவனிடம் இருப்பதோ ஒரு மாபெரும் தங்கச் சுரங்கம். ஹிந்துஸ்தான் பூராவுமே தங்கமும் வைரமும் வைடூரியமும் கோமேதகமும் கொட்டிக் கிடக்கின்றன. கோவில்களில் நுழைந்தால் திரும்பின இடமெல்லாம் தங்க மலைகளாய் நிற்கும் சிலைகள். கேட்க நாதியில்லை. அப்படியே அள்ளிப் போட்டுக் கொண்டு வர வேண்டியதுதான்." ஒற்றர்களின் செய்தி கேட்டு, மதத்தையும் துணைக்கு அழைத்துக் கொண்டு கிளம்பி விட்டார் அமீர் தைமூர்.

போர் தொடங்குவதற்கு முன்னதாகவே ஐம்பதாயிரம் பேர் கொல்லப்பட்ட நிலையில், மஹ்மூத் துக்ளக்கும் அவன் குடும்பமும் ஓடி விட்ட பிறகு முதல் மூன்று தினங்கள் - 1398 டிசம்பர் 16, 17, 18 - அமீர் தைமூர் 'தில்லியிலும் அதன் சுற்றுப்புறங்களிலும் வசிக்கும் மக்கள் தங்கள் உயிருக்குப் பிணைப் பணம் செலுத்தி விட்டு உயிர் பிழைத்திருக்கலாம்' என்று உத்தரவிட்டார். ஆனால் மூன்று தினங்களுக்கு மேல் அந்த உத்தரவை அவரது வீரர்களே மதிக்கவில்லை. ஹிந்துக்கள் தங்கள் பெண்களுக்குத் தீ வைத்துக் கொளுத்தி விட்டுத் தாங்களும் தீயில் குதித்து மாண்டனர். அதைப் பார்த்த தைமூரின் வீரர்கள் கண்ணுக்குத் தென்பட்டவர்களையெல்லாம் வெட்டிக் கொல்ல ஆரம்பித்தார்கள். டிசம்பர் 30 வரை நகரில் ஒரு லட்சம் பிணங்கள் விழுந்தன.

தைமூரின் தளபதிகளாலேயே வீரர்களைக் கட்டுப்படுத்த முடியவில்லை. கற்பழிக்கப்படாத ஒரு பெண்ணைக் கூடக் காண முடியவில்லை. பதினைந்து நாட்கள் தில்லியின் எல்லா சாலைகளிலும் தரையே தெரியாத அளவுக்கு வெட்டப்பட்ட தலைகளும் கைகளும் கால்களும் தலையில்லாத முண்டங்களுமாக மனித உடல்கள் சிதறிக் கிடந்தன. தெருவுக்குத் தெரு தைமூரின் வீரர்களால் மனிதத் தலைகள் கோபுரம் கோபுரமாக அடுக்கப்பட்டன. நாய்களும் பறவைகளும் மனித உடல்களைத் தின்று கொண்டிருந்தன. தெருவெல்லாம் குருதி வெள்ளம். நகரம் பூராவும் ஆகாயத்தையே காண முடியாத அளவுக்குப் பறவைகள் வட்டமடித்துக் கொண்டிருந்தன. நகரத்தில் ஒரு வீடு பாக்கியில்லாமல் எல்லா வீடுகளும் தீ வைக்கப்பட்டன. தைமூரின் வீரர்கள் ஹிந்துக்களைக் கொல்லும் போது "இதோ உன்னைக் கொல்லப் போகிறேன், உன்னைக் காப்பாற்ற உன் கடவுளைக் கூப்பிடு" என்று கத்தியபடியே கொன்றனர்.

அமீர் தைமூர் தில்லியை விட்டுக் கிளம்பிய பிறகு இரண்டு மாத காலம் தில்லியில் ஒரு மனித ஆத்மா இல்லை. தில்லியைச் சுற்றியுள்ள பகுதிகளில் கடும் பஞ்சமும் கொள்ளை நோயும் ஏற்பட்டது.

ஏன் இதையெல்லாம் இத்தனை விவரமாகச் சொல்லுகிறேன் என்றால், மதிப்புக்குரிய காத்திப் அவர்களே, இத்தனை படுகொலைகளும் இத்தனை கொடூரங்களும் நான் செய்த மூன்று சகோதரக் கொலைகளால் தடுக்கப்பட்டன. அப்படி நான் நம்பினேன். நான் பயந்ததைப் போலவே தில்லியில் 1398 டிசம்பரில் என்ன நடந்ததோ அதே படுகொலைகள் மொகலாய சாம்ராஜ்ஜியம் பலஹீனம் அடைந்த போது திரும்பவும் நடந்தன.

ஒரு கதையை எடுத்தால் ஒன்பது கதைக்குக் கொண்டு போகிறது. என்ன செய்ய? இந்த அகிலத்தில் தில்லியைப் போல் சபிக்கப்பட்ட நகரம் ஒன்று இருக்குமா என்று தெரியவில்லை. பாரசீக அரசன் நாதிர் ஷா (பிறப்பு: 1698

– இறப்பு: 1747) 1738–இல் காந்தஹாரை வெற்றி கொண்டு, அந்தப் போரின் காரணமாக ஏற்பட்டு விட்ட கடுமையான பண நெருக்கடியில் இருந்தான். அந்த நிலையில் அவனுக்கு ஹிந்துஸ்தானின் மொகலாயத் தலைநகரம் தன் வாயில்களைத் திறந்து போட்டிருக்கும் பொற்குவியல் போல் தெரிந்தது. ஆம், 1398–இல் அமீர் தைமூரால் நிர்மூலமாக்கப்பட்ட தில்லி மாநகரம் முந்நூற்று நாற்பது ஆண்டுகளில் திரும்பவும் தன் பழைய பலத்துடன் நிமிர்ந்து விட்டது. படையுடன் காந்தஹாரிலிருந்து கிளம்பி விட்டான் நாதிர் ஷா.

இப்படிக் கிளம்புவதற்கும் அவனுக்கு ஒரு தார்மீகக் காரணம் வேண்டியிருந்தது. மொகலாயப் பேரரசன் முஹம்மது ஷா ஆஃப்கன் தீவிரவாதிகளுக்கு அடைக்கலம் கொடுத்து வளர்த்து விட்டுக் கொண்டிருந்ததாகக் குற்றம் சாட்டினான் நாதிர் ஷா. அந்தத் தீவிரவாதிகள் நாதிர் ஷாவின் கிழக்குப் பிராந்தியங்களில் பிரச்சினை கொடுத்துக் கொண்டிருந்தார்கள். இது பற்றி அவன் முஹம்மது ஷாவுக்கு சில தூதர்களின் மூலம் செய்தி அனுப்பினான். முஹம்மது ஷா சரியான பதில் கொடுக்கவில்லை. கிளம்பி விட்டான் நாதிர் ஷா. காந்தஹாரிலிருந்து கஸ்னி – காபுல் – ஜலாலாபாத் – ஜம்ரூத் – பெஷாவர் – அட்டோக் – வஸீராபாத் – லஹௌர் ஸ்ரீஹிந்த் – அம்பாலா – அஸீமாபாத் – கர்னால். இதுதான் அவன் வந்த பாதை. கர்னாலில் நாதிர் ஷாவின் படைகளும் மொகலாயப் படைகளும் சந்தித்துக் கொண்டன.

20 மார்ச் 1739 அன்று நாதிர் ஷாவிடம் தோற்றுப் போன முஹம்மது ஷா உடனடியாக அவனிடம் கஜானா சாவியையும் செங்கோட்டையின் சாவியையும் ஒப்படைத்து விட்டுச் சரணடைந்தான்.

இந்த அடிமைக்குப் பிறகு வந்த ஏழாவது அரசன் முஹம்மது ஷா என்பது தங்களுக்குத் தெரிந்திருக்கும்.

எனக்குப் பிறகு மூன்று மாதங்களே ஆட்சியில் இருந்த என்னுடைய மகன் முஹம்மது ஆஸம் ஷா.

ஆஸம் ஷாவையும் அவனுடைய மூன்று மகன்களையும் கொன்று விட்டு ஆட்சியைப் பிடித்த என்னுடைய மற்றொரு மகன் ஷா ஆலம் என்கிற இரண்டாம் பஹதூர் ஷா. இவன் ஆட்சியில் இருந்தது ஐந்து ஆண்டுகள்.

அதற்குப் பிறகு ஜஹந்தர் ஷா ஒரு ஆண்டு.

பிறகு ஃபரூக்ஸியார் ஆறு ஆண்டுகள்.

பிறகு மூன்று மாதங்கள் ஆட்சியில் இருந்த ரஃபி உத்-தராஜத்.

பிறகு மூன்றரை மாதங்கள் ஆட்சியில் இருந்த இரண்டாம் ஷா ஜஹான்.

பிறகு இருபத்தொன்பது ஆண்டுகள் ஆட்சியில் இருந்த முஹம்மது ஷா. அவன் கதையைத்தான் இப்போது சொல்லிக் கொண்டிருக்கிறேன்.

நாதிர் ஷா, முஹம்மது ஷா இருவருமாக செங்கோட்டைக்குள் நுழைகிறார்கள். பேரரசரின் உலகப் புகழ் பெற்ற மயிலாசனத்தில் அமர்ந்து கொண்டான் நாதிர் ஷா. அவன் குரல் கணீரென்று அந்த தீவான் - ஏ - காஸ் மஹால் முழுவதும் எதிரொலித்தது. பார்வையோ ஒரு கூரிய அம்பைப் போல் எதிராளியின் உள் ஆழத்தைத் துளைத்துக் கொண்டு செல்வது போல் இருந்தது.

மொகலாயப் பேரரசன் முஹம்மது ஷாவின் இந்தப் படுதோல்வியைப் பார்த்த பிறகுதான், மொகலாய சாம்ராஜ்ஜியம் எந்த அளவுக்கு பலவீனம் அடைந்திருக்கிறது என்பதும், தாங்களே ஹிந்துஸ்தானை ஆள்வதென்பது அத்தனை ஒன்றும் அசாத்தியமான காரியம் அல்ல என்பதும் கிழக்கிந்தியக் கம்பெனிக்கே தெரிய வருகிறது.

நாதிர் ஷா செங்கோட்டையின் மயிலாசனத்தில் அமர்ந்த அன்றே ஜாமா மஸ்ஜிதில் அவன் பெயரில் தொழுகை நடந்தது. புதிய நாணயங்கள் அச்சிடப்பட்டன. அடுத்த நாள். 21 மார்ச் 1739. நாதிர் ஷா எவ்வளவு முடியுமோ அந்த அளவுக்கு

தில்லியிலிருந்து சுருட்டிக் கொண்டு போக வேண்டும் என்ற திட்டத்தில் இருந்ததால் உடனடியாக பொருட்களின் மீது விற்பனை வரியை ஏற்றினான். ஆனால் சாந்த்னி சௌக் வணிகர்கள் அதைக் கேட்காமல் பொருட்களை எப்போதும் போல் குறைந்த விலையிலேயே விற்றார்கள். இதை அறிந்த நாதிர் ஷா தன் படை வீரர்கள் சிலரை அங்கே அனுப்பினான். சாந்த்னி சௌக் வந்த நாதிர் ஷாவின் பாரசீக வீரர்களுக்கும் வணிகர்களுக்கும் இடையே ஆரம்பித்த வாய்ச் சண்டை கைச்சண்டையாக மாறி பிறகு துப்பாக்கிச் சண்டையாக உருமாற்றம் அடைந்தது. எல்லாம் ஒருசில நிமிடங்கள்தான். நடந்த கலாட்டாவில் சில பாரசீக வீரர்கள் மரணம் அடைந்தார்கள். இந்த விஷயம் நகரின் மற்ற வணிக ஸ்தலங்களுக்கும் பரவி அங்கே தென்பட்ட பாரசீக வீரர்களும் உள்ளூர் மக்களால் தாக்கப்பட்டார்கள்.

இதற்கிடையில் செங்கோட்டையில் வைத்து நாதிர் ஷாவை உள்ளூரைச் சேர்ந்த ஒரு பெண் காவலாளி கொன்று விட்டாள் என்று வேறு ஒரு வதந்தி பரவி உள்ளூர்க்காரர்களுக்கு உற்சாகத்தைக் கிளப்ப பாரசீக வீரர்கள் மீதான தாக்குதல் மேலும் அதிகரித்தது. கலகம் இரவு வரை தொடர்ந்தது.

மறுநாள் 22 மார்ச் 1739 அன்று தில்லி என்ற பெரு நகரத்தின் சரித்திரத்தில் மறக்க முடியாத ஒரு கறுப்பு நாளாக அமைந்தது. ஏற்கனவே கொலைவெறியில் திரிந்து கொண்டிருந்த நாதிர் ஷாவுக்கு இதை விட வேறு என்ன வேண்டும்? தன் படை வீரர்களை அழைத்துக் கொண்டு ஆயுதபாணியாக சாந்த்னி சௌக் வந்தான். அது என்ன செங்கோட்டையிலிருந்து ஒரு மைல் இருக்குமா? சாந்த்னி சௌக்கின் மத்தியில் உள்ள ரோஷன்உத்-தவ்லாவின் சுநேரி மஸ்ஜித்தில் அமர்ந்தபடி தன் வீரர்களுக்கு உத்தரவிட்டான். உத்தரவு என்றால் எப்படி? அவனுடைய போர்க்களத்து உத்தரவு சொற்களாக வருவதில்லை. பேரிகைகளும் துந்துபிகளும் முழங்க, இருக்கையிலிருந்து எழுந்து நின்ற நாதிர் ஷா தன் வாளை உருவி வீரர்களின் முன்னே உயர்த்தினான். அதுதான் அவன் வீரர்களுக்குக் கொடுக்கும்

சமிக்ஞை. அவர்கள் இனி என்ன வேண்டுமானாலும் செய்து கொள்ளலாம். அவன் எதுவும் கேட்க மாட்டான்.

துப்பாக்கிகளும் வாள்களும் நிராயுதபாணிகளான பொதுமக்களின் மீது பாய்ந்தன. ஏதோ ஜலியா(ங்)வாலா பாக் என்றெல்லாம் சொல்கிறீர்களே, அதெல்லாம் இதற்கு முன் ஒன்றுமே இல்லை. சரித்திரத்தின் நகைமுரண் என்னவென்றால், அன்றுதான் ஹோலிப் பண்டிகை. அன்றைய தினம் தில்லியில் வண்ணப்பூச்சுகளுக்குப் பதிலாக ரத்த ஆறு ஓடியது. மதிப்புக்குரிய காத்திப் அவர்களே, நீங்கள் தில்லியில் ரொம்ப காலம் வாழ்ந்தவர் இல்லையா, சாந்த்னி சௌக், தரீபா கலா(ங்), ஃபத்தேபுரி, ஹாஸ் காஸி, ஜோஹ்ரி பஸார், லாஹோரி கேட், அஜ்மீரி கேட், காபூலி கேட் போன்ற இடங்களில் எவ்வளவு மக்கள் கூட்டம் எறும்புப் புற்றுகளைப் போல் சடசடத்துக் கொண்டிருக்கும் என்று உங்களுக்குத் தெரியும்... இன்னொரு புள்ளி விவரமும் சொல்கிறேன். இந்தச் சம்பவம் நடந்த காலத்தில் தில்லியின் மக்கள் தொகை, அந்தக் காலத்திய லண்டன், பாரிஸ் ஆகிய இரண்டு நகரங்களையும் சேர்த்த மக்கள் தொகையை விட அதிகமாக இருந்தது. அப்படிப்பட்ட ஊரில் படை வீரர்கள் தங்கள் துப்பாக்கிகளால் மக்களை நோக்கி சகட்டுமேனிக்குச் சுட்டார்கள் என்றால் என்ன ஆகியிருக்கும் என்று கற்பனை செய்து பாருங்கள்! வீடுகளின் மேலே நின்று கொண்டு சுட்டார்கள். வீடுகளின் உள்ளே புகுந்து பெண்களைத் தூக்கிச் சென்று கற்பழித்தார்கள்.

—

8

என்ன, மதிப்புக்குரிய காத்திப் அவர்களே, கொஞ்சம் உரத்துச் சொல்லுங்கள். ஓ, கற்பழித்தார்கள் என்று சொல்லக் கூடாதா? வேறு எப்படிச் சொல்வது?

வன்கலவி செய்யப்பட்டார்கள். யா அல்லாஹ்! என்ன அகிலமடா இது! நாதிர் ஷாவின் வீரர்கள் ஒவ்வொரு வீட்டுக்குள்ளும் புகுந்து அங்கே தென்படும் குழந்தைகளை சுவற்றில் அடித்துக் கொன்றார்கள். ஒரு மாபெரும் சைத்தான் கூட்டத்தைப் போல் கண்ணில் தென்பட்ட எல்லோரையும் வெட்டினார்கள், சுட்டார்கள்.

இதைக் கண்டவர்கள் தில்லியில் அன்றைய தினம் குருதி மழை பொழிந்தது என்று எழுதினார்கள். தெருவெல்லாம் பிணங்களும் வெட்டப்பட்ட கைகளும் கால்களும் தலைகளுமாக இரைந்து கிடந்தன. வீடுகளும் கடைகளும் கொளுத்தப்பட்டன. கொளுத்துவதற்கு முன்னால் நாதிர் ஷாவின் வீரர்கள் அங்கே இருந்த நகைகளையும் விலையுயர்ந்த ஆடைகளையும் எடுத்து வைத்துக் கொண்ட பிறகே கொளுத்தினார்கள். வெள்ளிப் பாத்திரங்களைக் கூட விட்டு வைக்கவில்லை. தன் வீட்டின் மேல் கூரையிலிருந்து இந்தக் காட்சிகளைப் பார்த்துக் கொண்டிருந்த

ஒரு ஹிந்து - ஆனந்த் ராம் முக்லிஸ் என்று பெயர் - தான் பார்த்ததையெல்லாம் எழுதி வைத்திருக்கிறார். தெருவில் கிடந்த பிணங்களையும் சிதைந்த உடல் உறுப்புகளையும் அப்புறப்படுத்த பல நாட்கள் ஆயின. நகரமே தீப்பற்றி எரிந்ததால் தீயை அணைக்க எட்டு நாட்கள் ஆயின.

முஸ்லிம்கள், ஹிந்துக்கள் என்ற எந்தப் பாகுபாடும் இல்லாமல் வெறும் ஆறே மணி நேரத்தில் தில்லியில் ஒரு லட்சம் பிணங்கள் விழுந்தன.

முஹம்மது ஷா பாவம், ஒரு மயிலிறகைப் போல் மென்மையானவன். பேசாமல் எங்காவது அவன் கவிஞனாகப் பிறந்திருக்கலாம். மொகலாய சாம்ராஜ்ஜியத்தின் மயிலாசனத்தில் வந்து விழுந்து விட்டான். நடந்த கொடூரங்களையெல்லாம் கண்டு குலை நடுங்கிப் போன அவன் தன் தலைப்பாகையை எடுத்துக் கையில் வைத்துக் கொண்டு நாதிர் ஷாவின் கால்களைத் தொட்டு வணங்கினான். என்னை என்ன வேண்டுமானாலும் செய்து கொள்ளுங்கள், என் மக்களை விட்டு விடுங்கள், அவர்கள் பட்டது போதும் என்று கண்ணீர் விட்டுக் கதறினான். அதற்குப் பிறகே நாதிர் ஷாவின் கொலைவெறியாட்டம் முடிவுக்கு வந்தது. அதுவும் ஒரு நிபந்தனையின் பேரில். முஹம்மது ஷா, நாதிர் ஷாவுக்கு நூறு கோடி ரூபாய் கொடுக்க வேண்டும்.

ஆனால் அதற்குப் பிறகும் கொள்ளையும் பாலியல் பலாத்காரமும் தொடரத்தான் செய்தன. ஆனால் கொலையும் தீவைப்பும் நின்றன.

மக்களின் உயிருக்கு விலை விதித்து விட்டான் நாதிர் ஷா. நூறு கோடி ரூபாய். அத்தனை பணத்துக்கு எங்கே போவான் முஹம்மது ஷா. ஒவ்வொரு வீட்டுக்கும் இத்தனை ரூபாய் என்று கணக்கிடப்பட்டது. ஒரே நாளில் கண்ணிமைக்கும் நேரத்தில் மக்களின் பரம்பரைச் சொத்தெல்லாம் பறி போயிற்று. பல ஆயிரம் பேர் விஷத்தைக் குடித்து மாண்டார்கள்.

உலகப் புகழ் பெற்ற மயிலாசனம், அதைவிடப் பிரபலமான கொஹினூர் வைரம்... இன்னும் என்னென்ன கிடைத்ததோ எல்லாவற்றையும் பாரசீகத்துக்கு மூட்டை கட்டினான் நாதிர் ஷா.

நாதிர் ஷாவுக்கு ஹிந்துஸ்தானின் செல்வம் மட்டுமே தேவையாக இருந்தது. அவன் இந்த தேசத்தை ஆள வரவில்லை. அவனுடைய பிரதான எதிரிகளான ரஷ்யர்களையும் ஓட்டமன்களையும் சமாளிக்க அவனுக்குப் பொருள் தேவை. உலகப் புகழ் பெற்ற மயிலாசனம் அதில்தான் கொஹிநூர் வைரமும் தைமூர் ரூபியும் பதிக்கப்பட்டிருந்தன அதேபோல் உலகத்திலேயே மிகவும் பெரிதான மொகலாய வைரம்... இன்னும் இது போல் மலைமலையாகக் குவிந்தன பொருட்கள். மொத்தம் எழுநூறு யானைகள், நான்காயிரம் ஒட்டகங்கள், பன்னிரண்டாயிரம் குதிரைகளில் இந்தத் தங்கமும் வைரமும் வைடூரியமும் இன்னும் பல ரத்தினங்களும் நகைகளும் கொண்டு செல்லப்பட்டன. (இவை இன்றைய மதிப்பில் தொண்ணூற்று இரண்டாயிரம் கோடி ரூபாய் மதிப்பு பெறும்.)

அந்தக் கொள்ளைக் கூட்டம் தில்லியை விட்டு மே முதல் வாரம் கிளம்பியது. நாதிர் ஷாவின் படை வீரர்களும் தங்கள் கண்களில் பட்ட யானைகள், ஒட்டகங்கள், குதிரைகள் என்று எல்லாவற்றையும் எடுத்துக் கொண்டார்கள். இந்தக் கொள்ளையின் விளைவாக நாதிர் ஷா பாரசீகத்தில் மூன்று ஆண்டு காலம் தன் மக்களிடம் வரி வசூல் செய்வதை நிறுத்தி விட்டான்.

ஊருக்குத் திரும்பிய கொஞ்ச காலத்தில் நாதிர் ஷாவுக்குப் பைத்தியம் பிடித்து விட்டது. தன்னைக் கொல்லப் பார்க்கிறான் என்று சந்தேகப்பட்டு தன் மகன் ரேஸா கூலி மிர்ஸாவைக் (1719-1747) குருடாக்கினான். பிறகு அந்த தண்டனையைப் பார்த்துக் கொண்டிருந்த உமாராக்கள் அத்தனை பேரையும் ஒருவர் பின் ஒருவராகக் கொன்றான். ஜனவரி 1747இல் தன் படைகளுடன் தஷ்த்-ஏ-லுட் பாலைவனத்தைக் கடக்கும் போது தன் கண்ணில் தென்பட்ட அத்தனை பேரையும் சித்ரவதை

செய்து கொன்றான். இதில் அவனுடைய தளபதிகளும் படை வீரர்களும் அடக்கம். இதையெல்லாம் பார்த்த அவன் தளபதிகள் சிலர் அவனைத் தீர்த்துக் கட்ட முடிவு செய்தார்கள். அதைத் தெரிந்து கொண்ட நாதிர் தன் அருகில் யார் வந்தாலும் அவர்களைக் கொன்றான்.

இப்போது லும்ப்பன் என்று சொல்கிறீர்கள் அல்லவா, அம்மாதிரி ஒரு லும்ப்பன்தான் நாதிர் ஷா. உங்கள் ஊர் அரசியல்வாதிகள் சிலர் தள்ளுவண்டியில் காய்கறி விற்று, நாளடைவில் வட்டச் செயலாளர் ஆகி, பிறகு மந்திரி அளவுக்கு உயர்வதில்லையா, அதுபோல நாதிர் ஷா ஒரு பொறுக்கியாகப் பிறந்து ராணுவத்தில் சேர்ந்து அரசனாக மாறியவன். பணம், அதிகாரம், ரத்த வெறி. இந்த மூன்றும்தான் அவனுடைய உயிர் மூச்சு.

கஜானா மட்டும் அல்ல, முஹம்மது ஷாவின் மகளை நாதிர் ஷாவின் பேரனுக்கு மணமுடித்தும் வைக்க வேண்டும் என்பது நாதிர் ஷாவின் நிபந்தனை. ஔரங்ஸேப் ஆலம்கீர் என்ற இந்த அடிமையின் சந்ததி. மண மேடையில் மணப்பெண்ணின் ஏழு தலைமுறைப் பெயரைச் சொல்ல வேண்டும். என் கொள்ளுப் பேத்திக்கு பேரரசரும் மாட்சிமை தாங்கியவருமான கீ(த்)தி ஸித்தானி ஃபிர்தவ்ஸெ ம(க்)கானி ஜாஹீருத்தீன் முஹம்மது பாபர், ஜஹான்பானி ஜன்னத் ஆஷ்யானி மிர்ஸா நஸீர் உத்-தீன் பேக் முஹம்மது கான் ஹுமாயூன், அர்ஷ் ஆஷ்யானி அக்பர் பாதுஷா, ஜஹாங்கீர் பாதுஷா, சாஹிப் கிரான் ஷா ஜஹான் பாதுஷா, ஔரங்ஸேப் ஆலம்கீர், பஹதூர் ஷா பாதுஷா என்று மூதாதையர் பெயர் சொல்ல, மௌல்வி நாதிர் ஷாவிடம் உங்கள் மூதாதையர் பெயர் சொல்லுங்கள் என்று கேட்டார். அதற்கு அவன் வாளின் மகனான நாதிர் ஷா, வாளின் பேரனான நாதிர் ஷா, வாளின் கொள்ளுப் பேரனான நாதிர் ஷா என்று ஏழு தலைமுறைக்கு வாள் வாள் என்று சொன்னான். அதில் கூடப் பாருங்கள். மொகலாய சாம்ராஜ்ஜியத்தில் வாள்களுக்குக் கூடப் பெயர் உண்டு. அந்த அனாதைப் பயலுக்கு ஆளுக்கே பெயர் இல்லாத போது வாளுக்கு எங்கே பெயர் இருக்கப் போகிறது?

அந்நியர்கள் கிளம்பிச் சென்றதும் தில்லியைக் கொள்ளை நோய் தொற்றியது. நகரம் பழைய நிலைக்குத் திரும்புவதற்கு நூறு ஆண்டுகள் ஆயின. அந்த நூறு ஆண்டுகளில் பெண் குழந்தைகளுக்கு ஆறு ஏழு வயதிலேயே மணம் செய்து கொடுத்தனர். இல்லாவிட்டால் அந்நிய மண்ணிலிருந்து வருபவர்கள் தூக்கிக் கொண்டு போய் விடுவார்கள் என்று பயந்தனர் மக்கள்.

இந்த அடிமை கொஞ்சம் முன்னால் அசோகரைப் பற்றி ஆரம்பித்து விட்டு அப்படியே பேச்சு சுவாரசியத்தில் எங்கெங்கோ போய் விட்டான். அந்தக் கதையில் சொல்வதற்கு இன்னும் நிறைய இருக்கிறது. ஹிந்துஸ்தானின் உண்மையான வில்லன் யார் என்று கேட்டால் அது அசோகர்தான். ஏனென்றால், அவர்தான் தன்னுடைய சர்வாதிகாரத்தை நிலை நாட்டுவதற்காக - இப்போது நீங்கள் மக்களாட்சி என்று சொல்கிறீர்களே, கிட்டத்தட்ட அப்படிப்பட்ட ஒரு மக்களாட்சியை அமைத்திருந்த கலிங்கத்தைத் தன்னுடைய ஆட்சியின் கீழ் கொண்டு வருவதற்காகப் போர் செய்து, கலிங்கமும் மௌரிய சாம்ராஜ்ஜியம் அளவுக்கு வலுவாக இருந்ததால் இரண்டு பக்கமும் ஐம்பதாயிரம் பேர் மரணம். ஆக, ஒரு லட்சம். படுகாயங்களினாலும் பட்டினியாலும் செத்தது தனியாக இரண்டு லட்சம். இது போக, அசோகரால் கைதிகளாகப் பிடித்துச் செல்லப்பட்டது ஒன்றரை லட்சம் பேர். ஏதோ தன்னுடைய கல்வெட்டுகளில் இந்த பயங்கரமான ரத்தக் களறியைப் பார்த்துத்தான் மனம் மாறியதாகவும் இனி அஹிம்ஸையின் வழியிலேயே நடக்கப் போவதாகவும் பசப்பினாரே அசோகர், அது கொஞ்சம் உண்மையாக இருந்தால் அவர் சிறைப் பிடித்த ஒன்றரை லட்சம் கைதிகளையும் விடுதலை செய்திருக்கலாம் அல்லவா? செய்யவில்லையே?

அது மட்டும் அல்ல; அவர் அஹிம்ஸையின் வழியில் மாறிய பிறகும் ஆயிரக்கணக்கான சமணர்களையும் அஜிவிகர்களையும் கொன்றொழித்தார். அதற்கான ஆதாரம் அசோகவதனாவில் உள்ளது. ஆதாரம் இல்லாமல் இந்த அடிமை தன் உரையாடலில்

ஒரு வார்த்தையைக் கூட சொல்ல மாட்டான். இதை வாசிக்க நேரும் உங்கள் செவிகளில் வந்து இந்த அடிமை சொல்கிறான், அசோகவதனாவைப் படித்துப் பாருங்கள். வங்காளத்தில் ஒரே நாளில் பதினெட்டாயிரம் அஜிவிகர்களைப் போட்டுத் தள்ளினார் அசோகர். ஹிந்துஸ்தானின் சரித்திரத்திலேயே மதத்தின் பெயரால் நடந்த முதல் படுகொலைச் சம்பவம் அதுதான். ஆஹா, இன்றைய ஹிந்துஸ்தானின் வழிபாட்டு பிம்பமான அசோகரின் பெருமைதான் என்னே! இது கூட கலிங்கப் போருக்கு முன்னே என்றால், அசோகரின் வாழ்வில் அது ஒரு விளையாட்டு என்று விட்டு விடுவேன். ஆச்சரியம் என்னவென்றால், மேற்படி சம்பவம் நடந்தது அசோகர் பௌத்தத்துக்கு மாறிய பிறகு!

ஒருமுறை – இதுவும் அசோகர் அஹிம்ஸா மூர்த்தியாய் மாறிய பின்னர் நடந்ததுதான் – ஒரு சமணர் ஒரு ஓவியம் வரைந்தார். அந்த ஓவியத்தில் ததாகதர் தீர்த்தங்கரரின் முன்னே தலை பணிந்து நிற்கிறார். ஆ, எப்பேர்ப்பட்ட மத நிந்தனை. அந்த சமண ஓவியரும் அவர் குடும்பமும் அவர்களின் வீட்டோடு கொளுத்தப்பட்டார்கள். அதோடு போகவில்லை. ஒரு சமணனின் தலைக்கு ஒரு தங்கக் காசு என அறிவித்தார் அசோகர். பல சமணத் தலைகள் உருண்டன. யா அல்லாஹ்!

நான் இப்போது ஒரு அகோரியின் உடம்பில் வசிக்கிறேன். ஒரு ஒட்டு மொத்த நூலகத்தையும் என்னால் ஒரே பார்வையில் ஸ்கேன் பண்ணி என் மூளைக்குள் இருத்திக் கொண்டு விட முடியும். அதைச் செய்து விட்டுத்தான் தைரியமாகச் சொல்கிறேன். ஏதோ என்னுடைய சொந்த விருப்பு வெறுப்பினால் சொல்லவில்லை. இந்த அகோரியின் உடம்பில் நான் வந்து கொண்டிருக்கும் வரை நம்முடைய இந்த உரையாடல் முடியும் வரை இது விஷயமாக யாரோடு வேண்டுமானாலும் சம்வாதத்திற்கு இந்த அடிமை தயாராக இருக்கிறான். அசோகரைப் பற்றி அறிந்து கொள்வதற்கான மூல நூல்கள் யாவை? மஹாவம்சம், தீபவம்சம், அசோகவதனா, அசோகரின் கல்வெட்டுகள். இது போன்ற யாவற்றையும்

கணினியில் ஏற்றியாயிற்று. (தன் தலையைத் தொட்டுக் காண்பிக்கிறார்.) இது தவிர சூத்ர பீடகம், வினய பீடகம், அபிதம்ம பீடகம் என்கின்ற திரிபீடகம். அவற்றையும் கிடங்கில் ஏற்றியாயிற்று (மீண்டும் தலையைத் தொட்டுக் காண்பிக்கிறார்.) இது அனைத்தையும் படித்ததில், நீங்கள் போற்றிக் கொண்டாடுகின்ற அசோகர் என்ற படிமத்துக்கும் நிஜமான அசோகருக்கும் சம்பந்தமே இல்லை என்று தெரிகிறது. நீங்கள் கொண்டாடிக் கொண்டிருப்பது எதார்த்தத்தில் ஒருபோதும் இருந்திராததொரு கற்பனை வடிவம்.

—

9

அசோகர் ஆட்சிக்கு வந்த ஏழு ஆண்டுகளில் கலிங்கப் போர் ஆரம்பமாகி முடிந்தும் விட்டது. அதற்குப் பிறகு அசோகர் முப்பது ஆண்டுகள் ஆட்சி செய்திருக்கிறார். அந்த முப்பது ஆண்டுகளும் சனாதன மார்க்கத்துக்கு அப்போது மௌரியர்கள் அதை பிராமண மதம் என்றே குறிப்பிட்டார்கள் இல்லையா? பெரும் சீர்குலைவு என்றுதான் சொல்ல வேண்டும். ஆனாலும் சனாதன மார்க்கம் அந்தக் காலகட்டத்தில் அதிக சேதமடையாமல் தப்பியதற்குக் காரணம், மௌரிய சாம்ராஜ்ஜியமே அசோகரின் காலத்துக்குப் பிறகு இருந்த இடம் தெரியாமல் போனதுதான்.

இன்றைய தினம் தாங்கள் திரும்பின இடமெல்லாம் அசோகன் என்ற பெயரைக் கேள்விப்படுகிறீர்கள். தெருவுக்கு ஒரு அசோகனைக் காண முடிகிறது. ஹிந்துஸ்தான் முழுவதுமே இந்த நிலைதான். ஹிந்துக்கள்தான் அந்தப் பெயரை பெருமையுடன் சூட்டிக் கொள்கிறார்கள். அது சைத்தானைக் கடவுளாகக் கொண்டாடுவதற்குச் சமமானதாகும். அசோகரின் ஆட்சியில் பிராமணர்கள் ஹிந்துஸ்தானின் ஒட்டு மொத்த சரித்திரத்திலேயே இல்லாதபடி ஒடுக்கப்பட்டார்கள். இருபதாம் நூற்றாண்டின்

திராவிட எழுச்சியையும் சேர்த்தே சொல்கிறேன். விலங்குகளை பலியிடுவதை அசோகர் தடை செய்து விட்டதாலும், அரசாங்கமே பௌத்தத்தை ஆதரித்ததாலும் பிராமணர்கள் முழு முற்றாகக் கைவிடப்பட்டார்கள். வேத கோஷங்கள் முற்றாக நிறுத்தப்பட்டன. பிராமண மதம் என்று அறியப்பட்ட சனாதன மதம் ஹிந்துஸ்தானின் சரித்திரத்தில் அசோகரின் ஆட்சிக் காலத்தைப் போல் வேறு எந்தக் காலத்திலும் அவ்வளவு மோசமாக ஒடுக்கப்பட்டதில்லை.

அசோகர் தன் காலத்தில் பௌத்தத்தை எந்த அளவுக்கு ஆதரித்தார் என்றால், அவரது மரணத்தின் போது அரசு கஜானாவே காலியாக இருந்தது. மௌரிய சாம்ராஜ்ஜியத்தின் வீழ்ச்சிக்கு இதுவே மிகப் பெரிய காரணமாகவும் அமைந்தது. இந்த அடிமையின் மரண காலத்திலும் அப்படித்தான் நடந்தது என்றாலும் காரணம் வேறு. எங்கள் கஜானா காலியானது போர்களின் காரணமாக. அது இந்தக் கடையோன் செய்த மாபெரும் தவறு, மன்னிக்க முடியாத தவறு என்பதைக் கடைசி காலத்தில் உணர்ந்தேன். ஆனால் அசோகரின் கஜானா காலியானது பௌத்த நிறுவனங்களுக்கு அள்ளி வீசியதன் காரணமாக. தங்கம் தங்கமாக அள்ளிக் கொடுத்தார். அதனால் அவரது ஆட்சிக் காலம் பிராமண மதத்தின் இருண்ட காலமாகவே இருந்தது. ஆனாலும் பிராமண மதம் அதிர்ஷ்டம் செய்திருந்ததால், அசோகரின் காலத்துக்குப் பிறகு கலிங்கம் மீண்டும் தலையெடுத்ததால் பௌத்தம் வெளிநாடுகளில் தஞ்சமடைய நேர்ந்தது. ஹிந்துஸ்தானில் பிராமண மதம் மீண்டும் தலையெடுத்தது.

சொல்லப் போனால், அசோகரின் பெயரே பத்தொன்பதாம் நூற்றாண்டு வரை வெளியே தெரியாமல்தான் இருந்தது. பிறகுதான் சில மேற்கத்திய போலி புத்திஜீவிகளும் ஜவஹர்லால் நேருவும் சேர்ந்து கொண்டு அவர்களின் நவீன தேசியவாதத்தைக் கட்டமைப்பதற்காக அசோகா தெ க்ரேட் என்ற ஒரு பொய்யான படிமத்தை உருவாக்கினார்கள். அப்படிப்பட்ட போலிப் பிரதிமைகளை உருவாக்குவதற்கும் அதை நிலைநாட்டுவதற்கும்

ஒரு வில்லன் தேவை இல்லையா? வில்லன் இல்லாமல் நாயகன் இல்லையே? அப்போது மாட்டியவன்தான் இந்த அடிமை ஔரங்ஸேப் ஆலம்கீர். அசோகரைப் போல் நான் மார்க்கெட்டிங் செய்யவில்லை. பெரும் செலவில் நடந்து கொண்டிருந்த மார்க்கெட்டிங் நடவடிக்கைகளையும் மக்கள் நலன் கருதி நிறுத்தி விட்டேன்.

என்னென்ன என்று பார்ப்போம்.

தினந்தோறும் பேரரசர்கள் உப்பரிகையில் நின்று தரிசனம் தரும் வழக்கத்தை நிறுத்தினேன். ஒருநாள் நான் உப்பரிகையில் வருவதற்குத் தாமதமானது. கீழே ஒரு பிராமணனின் முகம் வாடிப் போயிருந்தது. அருகில் வரவழைத்து என்ன விஷயமென்று வினவினேன். ”பேரரசே, தாங்கள் எங்களுக்குக் கடவுளைப் போல. தங்களை தரிசித்து விட்டுத்தான் உணவு உட்கொள்வது வழக்கம். அது எங்கள் மதத்தின் நியதி” என்றான். அப்படியே பதறிப் போய் விட்டேன். இறைவனைத் தவிர வேறு யாரையும் வணங்கக் கூடாது என்ற கொள்கையுடைய எனக்கு அந்தப் பழக்கத்தை உடனடியாக நிறுத்த வேண்டும் என்று தோன்றியது. அன்றே அந்த க்ஷணமே அதை நிறுத்தினேன். ஜஹான்பானி ஜன்னத் ஆஷ்யானியின் காலத்திலிருந்து தொடர்ந்து வந்த பழக்கம். என் வஸீர்கள் நிறுத்த வேண்டாம் என்றார்கள். தலைநகரில் பேரரசர் இருக்கும் தினங்களில் இப்படி அவர் வந்து உப்பரிகையில் நின்று காட்சி அளித்தால்தான் மக்களுக்கு பேரரசர் நல்ல உடல் நலத்துடன் இருக்கிறார் என்று உறுதியாகுமாம். இல்லாவிட்டால் ஊர் ரெண்டு படும். குற்றவாளிகளுக்கு பயமில்லாமல் போகும். இப்போது சில அரசியல் தலைவர்கள் இறந்து விட்டால் இரண்டு மூன்று தினங்களுக்கு ரவுடிகள் ராஜ்ஜியம் நடக்கிறது அல்லவா, அப்படி ஆகி விடுமாம். எவன் செய்வது ரவுடித்தனம்? தலையைத் துண்டாக்கித் தெருமுனைக் கம்பத்தில் நடுங்கள் என்றேன். மூடிக் கொண்டு விட்டார்கள். எதற்கு இந்த அனாவசிய பந்தாவெல்லாம்? இந்த அடிமையின் கஜானாவில் உள்ள ஒவ்வொரு பைசாவும் எப்படி மக்களுக்கு உரித்தானதோ

அதேபோல் இவனது ஒவ்வொரு மணித் துளியும் இறைவனுக்கும் இறைவனின் மேன்மையான படைப்பான மனிதர்களுக்கும் சேவை செய்வதிலேயே கழிய வேண்டும்.

அதேபோல் ஜஹான்பானி ஜன்னத் ஆஷ்யானியின் காலத்திலிருந்தே அரசவையில் இருந்து வந்த இன்னொரு பழக்கத்தையும் நிறுத்தினேன். அதற்காக ஆயிரக்கணக்கான ரூபாய் செலவாகிக் கொண்டிருந்தது. பேரரசர்களின் சரித்திரத்தை எழுதுவது என்ற பைத்தியக்காரத்தனம். இநாயத் கானின் ஷா ஜஹான் நாமாவிலோ அப்துல் ஹமீத் லஹோரியின் பாத்ஷா நாமாவிலோ தாங்கள் காணக் கூடியது என்ன? போர்க் கதைகளையும், பேரரசரின் படைகள் வென்ற கதைகளையும், எத்தனை பேரை சிலை வணக்கத்திலிருந்து காப்பாற்றி நல்வழிப் படுத்தினோம் என்ற கதைகளையும்தானே? இதைத் தவிர வேறு ஏதாவது உண்டா? எல்லாம் பேரரசரின் புகழ் பாடும் வெட்டிக் கதைகள். ஒரு பேரரசர் தனது காத்திப்களை அழைத்து அவர்களுக்குப் பெரும் சன்மானம் கொடுத்து எழுத வைக்கும் சரித்திரங்கள் எப்படி இருக்கும்? உங்களுடைய புரட்சித் தலைவியின் சரித்திரத்தை அவரது கட்சித் தொண்டர்கள் எழுதுவது போலத்தானே? மிகுந்த கவித்துவத்தோடும் தத்துவ தரிசனங்களோடும் எழுதப்பட்ட அக்பர் நாமாவாகவே இருந்தாலும் என்னுடைய இந்தக் கருத்தில் மாற்றம் இல்லை. எனவே, அந்தப் பைத்தியக்காரத்தனத்தை நான் நிறுத்தியதற்குக் காரணம், மக்கள் பணம் அப்படி வீணாகக் கூடாது என்ற காரணத்தினால்தான். மக்களின் பணத்தில் அரசர்கள் ஆடம்பரமாக வாழ்வது ஒரு சமூகக் குற்றம் என்றே கருதுகிறேன். ஒரு உதாரணம் கூறுகிறேன். தாரா ஷிகோவின் திருமணத்தின் போது மணமகள் நாதிரா பேகத்துக்கு வாங்கிய ஆடைகளின் அப்போதைய மதிப்பு எட்டு லட்சம் ரூபாய். இன்றைய மதிப்பில் நூற்று இருபது கோடி ரூபாய். ஆனால் இப்போதுதான் எனக்குப் புரிகிறது, அப்படி நான் மக்கள் நலனை யோசிக்காமல் என் வருங்கால இமேஜ் பற்றி மட்டுமே கவலைப்பட்டிருந்தேனானால் என்னை இப்படி நீங்கள் வில்லனாக்கியிருக்க மாட்டீர்கள்.

பாபர்நாமாவை மட்டும் இதில் ஒரு விதிவிலக்காகக் கொள்ளலாம். காரணம், அதை ஃபிர்தவ்ஸெ ம(க்)கானியே எழுதினார். அதுவும் எப்படி? பன்னிரண்டு வயதுக்கு மேல் அவர் ரமலானை ஒரே இடத்தில் ஒரு முறைக்கு மேல் கொண்டாடியதில்லை. அந்த அளவுக்கு நாடோடியாய் அலைந்த வாழ்க்கை அவருடையது. வாழ்நாள் பூராவும் போர்க்களத்திலேயே கழித்த மாவீரர். அதனால் அது ஒரு அற்புதமான நாவலைப் போல் இருந்தது. பலரும் வெளியே சொல்லத் தயங்குகின்ற விஷயங்களையெல்லாம் மிகச் சாதாரணமாக எழுதிக் கடந்து செல்கிறார் ஃபிர்தவ்ஸெ ம(க்)கானி. அதனால்தானே மேற்கத்தியர்கள் அதை இப்போதும் கொண்டாடுகிறார்கள்?

அப்போது மாட்சிமை தாங்கிய கீ(த்)தி ஸித்தானி ஃபிர்தவ்ஸெ ம(க்)கானிக்குப் பதினேழு வயது. ஆயிஷா சுல்தான் பேகத்துடன் முதல் திருமணம். ஆனால் அவரால் ஆயிஷா பேகத்திடம் உறவு வைத்துக் கொள்ள முடியவில்லை. ஒரு ஆடவனுக்கு ஒரு பெண்ணின் மீது இயல்பாக ஏற்படும் ஈர்ப்பே ஏற்படவில்லை. அந்த உந்துதலே வரவில்லை. மாதம் ஒருமுறைதான் செல்ல முடிந்தது, அதுவும் தாயாரின் வற்புறுத்தலால். ஆனால் "பாபரி என்று சிறுவனைப் பார்க்கும் போதெல்லாம் என் மனம் இச்சை கொள்கிறது, கைகால்கள் பரபரக்கின்றன. நாக்கு உலர்ந்து விடுகிறது. காமத்தினாலும் காதலினாலும் உடம்பெல்லாம் ஒருவித நடுக்கம் ஏற்படுகிறது. சாலையில் எங்காவது அந்தப் பையனைப் பார்த்து விட்டால் அப்படியே ஸ்தம்பித்து நின்று விடுகிறேன்" என்று எழுதுகிறார். அவனைப் பற்றிக் கவிதையெல்லாம் எழுதியிருக்கிறார். எந்தப் பேரரசரால் இப்படி எழுத முடியும்? ஆனால் இதை விட ஆச்சரியம் என்னவென்றால், ஃபிர்தவ்ஸெ ம(க்)கானிக்குத் தன் சுயசரிதையை எழுத எப்படி நேரம் கிடைத்தது என்பதுதான்.

ஆக, போர்க்களங்களிலும் பாலைவனப் பயணங்களின் போதும் எழுதப்பட்ட பாபர்நாமாவைத் தவிர மற்ற எதுவும் சொல்லிக் கொள்ளும்படியாக இல்லை என்பதால்

பேரரசர்களுக்கு ஜால்ரா தட்டும் அந்த 'பக்வாஸ்' காரியத்தைச் சுத்தமாக நிறுத்தி விட்டேன். இதை நான் பதவிக்கு வந்த கொஞ்ச காலத்திலேயே செய்து விட்டேன். இப்படி ஒன்று இரண்டு அல்ல, அரண்மனையின் ஆடம்பரச் செலவுகள் அனைத்தையுமே நிறுத்தினேன். சுருக்கமாகச் சொன்னால், இந்த அடிமையின் ஒவ்வொரு செயலும் மக்களின் நலனை கருத்தில் கொண்டதாகவே இருந்தது. அப்படிப்பட்ட என் பெயர் ஹராம். ஆனால் ஹிந்து மதத்தை ஒடுக்கி, அதற்கு எதிராகக் கிளம்பிய பௌத்தத்தை ஆதரித்த அசோகரின் பெயரை ஹிந்துக்களாகிய நீங்கள் கொஞ்சமும் சரித்திர ஞானம் இன்றி பெருமையுடன் சூட்டிக் கொள்கிறீர்கள். தில்லியில் ஒரு பிரதான சாலைக்கு அசோகரின் பெயரைச் சூட்டியிருக்கிறீர்கள். அரசாங்கத்தின் ஐந்து நட்சத்திர ஓட்டலின் பெயர் அசோகா. அரசாங்கத்தின் தேசிய இலச்சினை அசோகரின் நான்கு சிங்கங்கள். இதை என்னவென்று சொல்வது? உங்கள் மார்க்கத்துக்கு எதிராக இருந்த ஒருவரின் இலச்சினையை உங்கள் தேசியச் சின்னமாகக் கொள்வது அவமானம் என்று கூடவா உங்களுக்குத் தெரியவில்லை?

எல்லாம் மார்க்கெட்டிங் செய்யும் மாயம். தன்னைப் பற்றித் தானே ஆஹோ ஓஹோ என்று எழுதி கல்வெட்டுகளில் பொறித்து விட்டால் முடிந்தது கதை. 2300 ஆண்டுகளுக்குப் பிறகு வரும் சரித்திரம் அறியா மனிதர்கள் அந்தக் கல்வெட்டுகளை நம்பி அவரையே தங்கள் நாயகனெனக் கொண்டாட ஆரம்பித்து விடுவார்கள்! நான் கேள்விப்பட்டேன், இந்திரா காந்தி என்ற உங்கள் பிரதமர் ஒருவர் இப்படித்தான் தன்னைப் பற்றி ஆஹா ஓஹோ என்று எழுதி சரித்திர சாசனமாக அதை Time Capsule என்றும், இந்தியில் 'கால் பத்ர' என்றும் சொன்னார்கள் ஆகஸ்ட் பதினைந்தாம் நாள் 1973 அன்று செங்கோட்டையில் புதைத்தார். அதன் பிறகு வந்தது எமர்ஜென்ஸி கொண்டாட்டங்கள். பிறகு ஆட்சிக்கு வந்த மொரார்ஜி தேசாய் அந்தக் காலப் பத்திரத்தைத் தோண்டி எடுத்து, தான் தினமும் காலையில் எழுந்தவுடன் குடிக்கும் தன் மூத்திரத்தைப் பிடிக்கப் பயன்படுத்திக் கொண்டார் என்று கேள்வி.

அந்த இந்திரா அம்மையாருக்கும் நாம் பேசிக் கொண்டிருக்கும் அசோகருக்கும் எந்த வித்தியாசமும் இல்லை. இப்போது நடப்பது மக்களாட்சி என்பதால் அம்மையாரை வீட்டுக்கு அனுப்பி விட்டீர்கள். அசோகரை அப்படி ஒன்றும் செய்ய முடியவில்லை. அவர் நாட்டிய கல்தூண்களும் செதுக்கி வைத்த கல்வெட்டுச் செய்திகளும் இந்திரா அம்மையாரின் காலப் பத்திரத்தைப் போன்றவைதான். தான் செய்த மக்கள் விரோத காரியங்கள் எல்லாவற்றையும் மறைத்து விட்டு ஆஹா ஓஹோ என்று தன்னைப் பற்றித் தானே புகழ்ந்து கல்லில் செதுக்கி வைத்தார் அசோகர். அதுவும் எங்கே? மக்களின் பார்வை படாத இடங்களில். அவர் வைத்ததே பிற்காலத்திய சந்ததியினருக்காகத்தானே? சரியாகத்தான் செய்தார்!

யார் வில்லன் என்பதற்கு ஒரே ஒரு உதாரணம் தருகிறேன். பௌத்தம் அஹிம்ஸையை போதிக்கிறது. அசோகர் தன்னுடைய வன்முறைப் பாதையை விட்டு விட்டு அஹிம்ஸையின் வழி வந்து விட்டதாக அறிவித்தார். ஆனால் நடந்தது என்ன? கலிங்கப் போருக்குப் பிறகு வேறு போர்கள் நடக்காதது உண்மைதான். ஆனால், ஒவ்வொரு மாகாணங்களிலும் அசோகரின் ஸத்ரப்புகள் செய்த அட்டகாசங்கள் கொஞ்சமா நஞ்சமா? நாட்டில் பேய்கள் ஆட்சி புரிந்தன என்று சொன்னால் தப்பில்லை. அசோகர் தன் நேரம் முழுவதையும் தங்கத்தில் பௌத்த விகாரைகளைக் கட்டுவதிலேயே செலவழித்தார். கஜானாவில் பணம் இல்லை என்று மந்திரி தெரிவித்தால் மக்கள் மீது கூடுதல் வரி விதிக்கப்பட்டது. அரசாட்சி அப்போது யார் கையில் இருந்தது என்று மதிப்புக்குரிய காத்திப் தங்களுக்குத் தெரியும், தாங்கள் அசோகா என்ற நாவலையும் எழுதிக் கொண்டிருக்கிறீர்கள். தங்கள் வாசகர்களுக்காக இதைச் சொல்கிறேன். அரசு நிர்வாகம் எல்லாமே அசோகரின் இளம் மனைவி த்ரிஷ்யரக்ஷாவிடம்தான் இருந்தது.

தங்களின் அசோகா நாவலின் கதைச் சுருக்கத்தைச் சொல்கிறேன் என்று கோபிக்க வேண்டாம், மதிப்புக்குரிய காத்திப் அவர்களே! தேவை கருதி நாலு வரி சொல்லி விடுகிறேன். அசோகர்

எழுபத்திரண்டு வயது வரை வாழ்ந்தார். த்ரிஷ்யரக்ஷாவை மணந்த போது அவர் வயது அறுபத்தெட்டு. அப்படி ஒரு கிழவனை த்ரிஷ்யா மணந்ததற்குக் காரணம், அசோகரின் மகன் குணாளன். அசோகரை மணந்து கொண்டால் குணாளனோடு கள்ள உறவு வைத்துக் கொள்ளலாம் என்பதுதான் த்ரிஷ்யாவின் திட்டம். குணாளனோ ஞானி. மகா ஞானி. நீ என் அன்னை எனச் சொல்லி அவளைப் புறக்கணித்தான். பழிக்குப் பழியாக அவன் கண்களைக் குருடாக்கினாள் த்ரிஷ்யா. எப்படித் தெரியுமா? அசோகருக்கு மதுவை ஊற்றிக் கொடுத்து, அவர் உறங்கிக் கொண்டிருந்த வேளையில் அவரது கையொப்பத்தை இட்டு கண்ணைப் பிடுங்கும் உத்தரவைப் பிறப்பித்தாள். பேரரசரின் மகன் கண் பார்வையற்ற குருடனாகப் பிச்சையெடுத்துத் திரிந்த கதை யாருக்குத் தெரியும்? அது மட்டும் அல்ல. அசோகர் தன் தெய்வமென வழிபட்ட போதி மரத்தை சூன்யக்காரிகளின் மூலம் விஷத்தை ஊற்றி ஊற்றிப் பட்டுப் போகச் செய்தாள் த்ரிஷ்யா, இளம் மனைவி. இது எதுவுமே அசோகருக்குத் தெரியாது. அவர் ஒரு பேரரசர்! அப்படிப்பட்ட ஒரு அடி முட்டாள்தான் இன்றைய ஹிந்துஸ்தானின் ஹீரோ.

ஆனால் (தனது வலது கையால் இடப்பக்க மார்பைத் தொட்டு) இந்த அடிமை என்ன செய்தான்?

10

அசோகரின் சாம்ராஜ்ஜியத்தை விட அளவில் சற்றே சிறிதாக இருந்தாலும் உலக சரித்திரத்தில் அசோகருக்கு அடுத்த மிகப் பெரிய சாம்ராஜ்யாதிபதி இந்த ஔரங்ஸேப் ஆலம்கீர்தான். அவன் தன் காலத்தில் உலகின் மிகப் பெரிய செல்வந்தனாகவும் இருந்தான். ஆனால் என்ன செய்தான்? ஏற்கனவே சொன்னேன். அவன் சார்ந்திருந்த மார்க்க நெறியின்படி தரையில் படுத்து உறங்கினான். தொப்பிகள் தைத்து விற்றும், குர்ஆனை எழுதி விற்றும் வந்த பைசாவில் வாழ்ந்தான். இதையே திரும்பத் திரும்ப சொல்லிக் கொண்டிருக்கிறேன் என்று இதைக் கேட்டுக் கொண்டிருக்கும் தங்களுக்குத் தோன்றலாம், மதிப்புக்குரிய காத்திப் அவர்களே! ஆனால் முந்நூறு ஆண்டுகளுக்கும் மேலாக இந்த அடிமையைப் பற்றி நடந்து வரும் பொய்ப் பிரச்சாரத்துக்கு முன்னால், அசோகரைப் பற்றி நிலவி வரும் கட்டுக்கதைகளுக்கு முன்னால் இப்படி நான் திரும்பத் திரும்பச் சொல்வதெல்லாம் ஜுஜுபி. சரி, விஷயத்துக்கு வருகிறேன், இந்த அடிமை - ஒரு மாபெரும் சாம்ராஜ்ஜியத்தின் அதிபதி - ஒரு மார்க்கத்தைப் பின்பற்றுகிறான் என்பதற்காகத் தன் குடிகளும் அந்த மார்க்கத்தையே பின்பற்ற வேண்டும் என்று

உத்தரவு பிறப்பித்தானா? இல்லையே? பெரும்பான்மை மக்கள் பின்பற்றிக் கொண்டிருந்த மார்க்கத்தில் அவனுக்குக் கொஞ்சமும் விருப்பம் இல்லாத சிலை வழிபாடு இருந்தாலும் அது இன்னொருவரின் மார்க்கம், அதில் தலையிட நமக்கு எந்த உரிமையும் இல்லை என்று எண்ணி அவர்களுக்காகக் கோவில்களையல்லவா கட்டிக் கொடுத்தான்? தன்னுடைய பிரதான உதவியாளனாக ஒரு பிராமணனை அல்லவா வைத்துக் கொண்டிருந்தான்? அவன் தளபதிகளில் முக்கால்வாசிப் பேர் ராஜபுத்திர ஹிந்துக்கள் அல்லவா? அப்படிப்பட்ட அவன் பெயரை நீக்கி விட்டு போலிப் பித்தலாட்ட மார்க்கெட்டிங் மூலம் தன் பெயரை ஸ்தாபிதம் செய்து கொண்டவரின் பெயரைச் சூட்டிக் கொண்டு திரிகிறீர்களே? அவரைப் பற்றி அவரது அடிவருடிகளும் அவரால் பயன் பெற்ற துறவிகளும் எழுதியவற்றைத் தவிர வேறு என்ன ஆதாரம் இருக்கிறது?

தங்களோடு உரையாட வேண்டும் என்பதற்காகவும், என் மீது போடப்பட்டுள்ள பழியைப் போக்க முடியுமா என்று முயற்சிப்பதற்காகவும் சரித்திரத்தையும் சமூக நிலவரங்களையும் ஒரு மீள்பார்வைக்கு உட்படுத்தினேன். மதிப்புக்குரிய காத்திப் அவர்களே! அப்போது நான் கண்ட இன்னொரு ஆச்சரியம் என்னவென்றால், ஹிந்துஸ்தானின் சரித்திரத்தில் யார் மறக்கவே முடியாத மனித விரோதியாகத் திகழ்ந்தாரோ அவர் பெயரை ஒரு நடிகர் தன் மகனுக்குச் சூட்டியிருக்கிறார். சாதாரண நடிகரா அவர்? அரச வம்சத்தில் வந்தவர். சைஃப் அலீ கான். குழந்தையின் பெயர் தைமூர்! சுப்ஹானல்லாஹ்! இத்தனைக்கும் சைஃப் அலீ கான் பெரும் படிப்பாளி என்று பேர் பெற்றவர். அவரது நூலகம் மும்பை சினிமா உலகில் பிரசித்தமானது. உம்பர்த்தோ எக்கோவெல்லாம் படித்தவர் தன் மகனுக்கு தைமூர் எனப் பெயர் வைக்கிறார். கேட்டால் அவர் மனைவி கரீனா கபூர் 'தைமூர்' என்ற சொல்லின் சப்தம் பிடித்திருந்தது என்கிறார். அட அறிவுக் கொழுந்துகளே, ஐரோப்பாவில் யாராவது ஹிட்லர் என்று குழந்தைக்குப் பெயர் வைப்பார்களா? உங்களுக்கெல்லாம் கொஞ்சம் கூட சுரணையே கிடையாதா? நான் நினைக்கிறேன், படிப்புதான்

உங்களைக் கெடுக்கிறது. அந்த சைஃப் அலீ கான் படிக்காத ஆசாமியாக இருந்திருந்தால் தைமூர் என்ற பெயரே அவருக்குத் தெரிந்திருக்காது, இல்லையா? எல்லாம் படிப்பால் வந்த வினை என்று நினைக்க வேண்டியிருக்கிறது!

தைமூர் என் தந்தை வழி மூதாதைதான் என்றாலும் என்னைப் பொருத்தவரை உறவை விட நியாயம்தான் பெரிது. ஆரம்பத்தில் சொன்னேனே, என்னுடைய ரூஹ் என்பவை அஃலாக் மற்றும் அதப் இரண்டும்தான்.

இப்படி சரித்திரமும் தெரியாமல் ஒரு மண்ணும் தெரியாமல் தைமூர் என்று குழந்தைக்குப் பெயர் சூட்டுகிறீர்களே, யாராவது ஔரங்ஸேப் என்று பெயர் வைப்பீர்களா?

தைமூரைப் பற்றி நான் ஒன்றும் போகிற போக்கில் சொல்லவில்லை. தைமூரின் சுயசரிதையே நம் முன்னே கிடக்கிறது. அந்த சுயசரிதையில் தைமூர் மிகவும் பெருமிதத்துடன் விவரிக்கும் ஒரு சம்பவம் இது: "மௌலானா நஸீர்-உத்-தீன் ஓமர் என்ற அறிஞர் அதுவரை தம் வாழ்வில் ஒரு சிட்டுக்குருவியைக் கூடக் கொன்றதில்லை. ஆனால் அன்றைய தினம் என் உத்தரவுக்கு இணங்கி பதினைந்து ஹிந்துக்களைத் தன் கரங்களினாலேயே கொன்றார்." தைமூர் தன் ஆயுட் காலத்தில் கொன்றவர்களின் எண்ணிக்கை ஒரு கோடியே எழுபது லட்சம். அப்போதைய உலக மக்கள் தொகையில் ஐந்து சதவிகிதம் என்றால் பார்த்துக் கொள்ளுங்கள், மதிப்புக்குரிய காத்திப் அவர்களே!

இந்த அடிமை ஏற்கனவே விவரித்தபடி, இப்படிக் கொலை செய்யப்பட்ட தில்லிவாசிகளில் யார் முஸ்லிம், யார் ஹிந்து என்ற பேதமே பார்க்கப்படவில்லை. ஹிந்துஸ்தானில் வாழ்பவர் அத்தனை பேருமே ஹிந்துக்கள்தாம், அவர்கள் தண்டிக்கப்பட வேண்டியவர்களே என்பது தைமூரின் வாதமாக இருந்தது.

ஒரு சம்பவம் சொல்கிறேன். ஜஹாங்கீர் பாதுஷா தன் மகன் இளவரசன் குஸ்ரோவின் கண்களைக் குருடாக்கும்படி

உத்தரவிட்டார். கொஞ்சம் விவரமாகச் சொல்ல வேண்டும். அக்பர் பாதுஷாவுக்கும் இளவரசர் ஜஹாங்கீருக்கும் ஆகவில்லை. காரணம், இளவரசர் ஜஹாங்கீர் ஒரு குடி அடிமை. அதோடு இல்லாமல் கஞ்சா, அபீன் போன்ற போதை வஸ்துக்களுக்கும் அடிமை. பெண் பித்தர் வேறு. இருபதுக்கும் மேற்பட்ட மனைவிகள். கணக்கில் அடங்காத வைப்பாட்டிகள். தகப்பனைப் போலத்தானே தனயனும் இருப்பார்? அர்ஷ் ஆஷ்யானி அக்பர் பாதுஷாவின் மனைவிகளை எண்ண முடியாது என்பார்கள். அர்ஷ் ஆஷ்யானியிடம் இருந்த குதிரைகளை விட மனைவிகள் அதிகம் என்றும் ஒரு ரகசியக் கேலி வழக்கு அரண்மனையில் நிலவியது. அர்ஷ் ஆஷ்யானி பதவியில் இருக்கும்போதே சிம்மாசனம் கேட்கிறார் இளவரசர் சலீம் (ஜஹாங்கீர்). அதே சமயம் சலீமின் மூத்த புதல்வன் குஸ்ரோ தகப்பனுக்கு நேர் எதிரான பிள்ளை. குஸ்ரோ பிறக்கும் போது இளவரசர் சலீமின் வயது பதினெட்டு. அர்ஷ் ஆஷ்யானியின் மனைவி ஜோதா பாயின் மூத்த சகோதரர் பகவந்த் சிங்கின் மகள் மன்பாவதி பாய்தான் குஸ்ரோவின் தாய். குஸ்ரோவுக்குக் குடிப்பழக்கம் இல்லை. அபீன் இல்லை. பெண்களும் இல்லை. மக்களின் விருப்பத்திற்குரியவராகவும் மிகவும் திறமைசாலியாகவும் இருந்ததால் அர்ஷ் ஆஷ்யானி தன் பேரன் குஸ்ரோவையே அடுத்த பட்டத்துக்குத் தேர்ந்தெடுக்கலாம் என்று நினைக்கிறார். இளவரசர் சலீம் கட்சி, இளவரசரின் மகன் குஸ்ரோ கட்சி என்று இரண்டாகப் பிரிந்து கிடக்கிறது அரசவை. மகனுக்கும் தந்தைக்கும் பகை. இந்தப் பகையினால் மன உளைச்சல் கண்டு மன்பாவதி பாய் தற்கொலை செய்து கொள்கிறாள். அந்தத் தற்கொலையே இளவரசர் சலீம், ஜஹாங்கீராக சிம்மாசனத்தில் அமர்வதற்கு வழி வகுக்கிறது. அர்ஷ் ஆஷ்யானி அப்போது மரணப் படுக்கையில் இருக்கிறார்.

ஜஹாங்கீர் பாதுஷா ஆட்சிக்கு வந்து ஒரு ஆண்டிலேயே குஸ்ரோ கலகத்தை ஆரம்பிக்கிறான். கலகம் அதிகமாக ஆக ஒரு கட்டத்தில் குஸ்ரோவின் கண்களைக் குருடாக்க வேண்டிய கட்டாயம் ஏற்படுகிறது ஜஹாங்கீருக்கு. அரசவையில் இருக்கும் மூத்தோர் இளவரசன் குஸ்ரோவின் மீது கருணை காட்டும்படி

ஜஹாங்கீர் பாதுஷாவை வேண்டிக் கொள்கின்றனர். அப்போது ஜஹாங்கீர் பாதுஷா சொன்ன வார்த்தை: “அரசனுக்கு உறவு பந்தம் பாசம் எதுவும் கிடையாது. அவன் சமூகத்துக்கு ஒப்புக் கொடுக்கப்பட்டவன்.”

அதேபோல், இந்த அடிமைக்குமே உறவு பந்தம் பாசத்தை விட நியாயம்தான் பெரிது. அதனால், தந்தை வழியில் இந்த அடிமை அமீர் தைமூரின் சந்ததியே என்றாலும் நமக்கு அஃலாக்தான் முக்கியம். மூத்தோன் என்பதால் மேற்கத்தியரைப் போல் மூடவர் தைமூர் என்று சொல்லாமல் அமீர் தைமூர் என்றே குறிப்பிட்டு வருகிறேன். இந்த அடிமையால் அவ்வளவுதான் முடியும்.

—

மதிப்புக்குரிய காத்திப் அவர்களே, இத்தனை பேசியும் இன்னும் என் கதையை ஆரம்பிக்கவில்லை, பாருங்கள். அதோடு, இந்த அடிமையின் கதையைச் சொல்வது இந்த அடிமையா, அல்லது தாங்களா என்று சந்தேகம் கொள்ளும் அளவுக்கு என் மொழி தங்களின் மொழியைப் போல் மாற்றம் அடைந்திருக்கிறது. என் கதையை அகிலத்துக்குச் சொல்வதற்காக இரண்டு முறை கூடு விட்டுக் கூடு பாய்கிறேன் என்று நினைக்கிறேன். ஒன்று, இந்த அகோரி. இரண்டு, தாங்கள். சரி, இருக்கட்டும். எல்லாம் இறைவனின் சித்தம். அல்ஹம்துலில்லாஹ். என்னுடைய கதையைத் தொடங்குவதற்கு முன்னால் மாட்சிமை தாங்கிய கீ(த்)தி ஸித்தானி ஃபிர்தவ்ஸெ ம(க்)கானி பாபர் பாதுஷா காஸியைப் பற்றிப் பேசி விடலாம். அவருடைய கதைக்கு ஆவண சாட்சியம் பாபர்நாமா. அதைத் தாங்கள் படித்திருக்கிறீர்கள். அது பற்றித் தங்கள் கருத்து என்ன?

நான் சொல்ல நினைத்ததையெல்லாம் தாங்களே சொல்லி விட்டீர்கள் ஷாஹின்ஷா... பாபர்நாமாவைப் படிக்கும் போதெல்லாம் அதன் கவிதைகள்தான் என்னைப் பெரிதும் ஈர்த்தன. அந்த சுயசரிதம் முழுவதுமே கவிதையால் எழுதப்பட்டது போல் தோன்றுகிறது ஹுஸூர்... அவருடைய

பதினேழாவது வயதில் இப்படி ஒரு கவிதை எழுதுகிறார்:

இப்படித்தான் சில பொழுதுகளில்
ஒரு பித்தனைப் போல்
காடு மலை எங்கும்
தன்னந்தனியாக
அலைந்து திரிகிறேன்

இப்படித்தான் சில பொழுதுகளில்
மலர் வனங்களிலும்
நகரின் நெரிசலான துணை வீதிகளிலும்
நிற்கவும் நடக்கவும் செய்கிறேன்
இப்படி நான் அலைவது எதுவும்
என் விருப்பத்தினால் அல்ல
எங்கே செல்வது
எங்கே நிற்பது
என்பது எதுவும்
என் வசம் இல்லை
எதையும் நிர்ணயிப்பது
என் கைகளில் இல்லை...

1503-இல் நடந்த அக்ஸி சண்டையில் ஃபிர்தவ்ஸெ ம(க்)கானியின் உறவினர்களான கான் சகோதரர்கள் தோற்று விடுகிறார்கள். பாபரும் அவரது சக போராளி மிர்ஸா குலியும்தான் மிச்சம். இருவரையும் எதிரிகள் சூழ்ந்து விட்டார்கள். மிர்ஸா குலியின் குதிரை செயலிழந்து விட்டது. செய்வதறியாது பாபரைப் பார்க்கிறார் மிர்ஸா குலி.

"உன்னை விட்டு விட்டு நான் மட்டும் போய் என்ன செய்ய? வாழ்வோ சாவோ, எதுவாக இருந்தாலும் அதை நாம் இரண்டு பேரும் சேர்ந்தே எதிர் கொள்வோம்" என்கிறார் பாபர்.

"இல்லை, நீங்கள் கிளம்புங்கள், உங்களை மட்டுமாவது காப்பாற்றிக் கொள்ளுங்கள்."

"உன்னை இப்படி எதிரிகளிடையே விட்டு விட்டுப் போக மாட்டேன், வாழ்வும் சாவும் எனக்கு ஒன்றுதான்."

"விவாதிப்பதற்கு நேரம் இல்லை பாதுஷா. நீங்கள் என்னைப் போல் தனி நபர் அல்ல, ஒரு சாம்ராஜ்ஜியத்தைக் கட்டியமைக்க வேண்டியவர், எங்கள் மக்களுக்காகவாது நீங்கள் உயிர் வாழ வேண்டும், என் ஒருவனுக்காக உங்கள் உயிரைத் துறக்காதீர்கள், தயவுசெய்து கிளம்புங்கள்."

அதற்கு மேல் மிர்ஸா குலியின் பேச்சைத் தட்ட முடியாத பாபர் அவரைத் திரும்பித் திரும்பிப் பார்த்துக் கொண்டே தனியாகக் காடுகளில் சென்று ஒளிந்து விடுகிறார். பாபரின் வயது அப்போது இருபது.

பாபரின் வாழ்வில் இதுபோல் எத்தனையோ தருணங்கள்... மரணத்தைத் தவிர வேறு வழியே இல்லை என வாழ்வின் கதவுகள் மூடிக் கொண்டு விட்ட தருணங்கள்... எந்த இடத்திலுமே அவர் தன் தளபதிகள் வேறு, தான் வேறு என்று நினைத்ததேயில்லை.

ஒரு இடத்தில், 'ஒருவன் தன் உயிருக்காக அஞ்சுவதைக் காட்டிலும் மோசமான விஷயம் இந்த உலகில் எதுவுமே இல்லை' என்கிறார். இன்னொரு இடத்தில், "இதற்கு மேலும் தாங்க முடியாது. ஒரு நாளோ, நூறு ஆண்டுகளோ, கடைசியில் ஒருவன் இந்த மோசமான 'அரண்மனையை' விட்டுக் கிளம்பத்தானே வேண்டும்?" என்று எழுதுகிறார்.

ஒரு சமயம் நிராதரவான நிலையில் கர்னான் என்ற கிராமத்தில் நிற்கிறார். அவர் மனம் சாவதற்குத் தயாராகி விட்டது. தோட்டத்தில் தண்ணீர் ஓடிக் கொண்டிருந்தது. ஒலு செய்து விட்டு ஒன்றுக்கு இரண்டு முறை தொழுகிறார். அது, இந்தக் குறுகிய வாழ்வின் கடைசித் தொழுகையாக இருக்கும் என மனம் முணுமுணுக்கிறது. தொழுது முடித்து விட்டு அரை மயக்க நிலையில் இறைவனோடு உரையாடுகிறார். அப்போது கனவில் அவரது பிரியத்துக்குரிய ஸூஃபி ஞானி உபயத்துல்லா வருகிறார். உனக்கு எப்போதெல்லாம் தேவையோ அப்போதெல்லாம் என்னை அழை, நான் வருகிறேன் என்கிறார். உறக்கம் கலைகிறது. கிசுகிசுவென்று இருவர் பேசிக் கொள்ளும்

சப்தம் கேட்கிறது. எந்த சப்தமும் எழுப்பாமல் உன்னிப்பாகக் கேட்கிறார். அவருக்கு உதவி செய்ய வந்ததாகச் சொல்லி அவரோடு சேர்ந்த இருவர் அவரைக் கட்டிப் போட்டு, தூக்கிக் கொண்டு போய் விடலாம் என்று பேசிக் கொண்டிருக்கிறார்கள். அவர்களின் பணிவையும் புனித நூலின் மீது அவர்கள் சத்தியம் செய்ததையும் நம்பாமல் அவர்கள் எதிரியின் ஆட்களாக இருக்கலாம் என்று சந்தேகப்பட்டது சரியாகி விட்டது.

“இதுதானா நீங்கள் என் உதவிக்கு வந்த கதை?” என்று அவர்களைப் பார்த்து சப்தமாகக் கேட்கிறார் பாபர். அப்போது பார்த்து தோட்டத்துக்கு வெளியே படை வீரர்களின் குதிரை ஒலி. “மாட்டிக் கொண்டீர்கள். இத்தனை பேரை உங்களால் சமாளிக்க முடியாது” என்கிறார்கள் இருவரும். பார்த்தால், வந்தவர்கள் பாபரின் நெடுநாள் சேவகர்கள். சதித் திட்டம் போட்ட இருவரில் ஒருவன் தப்பி விட மற்றவன் மட்டும் பிடிபடுகிறான்.

இந்தச் சம்பவத்தில் நான் கண்ட முக்கியமான விஷயம், பாபருக்கும் அவரது வீரர்களுக்கும் ஒரே நேரத்தில் இருவேறு இடங்களில் கிடைத்த இறைச் செய்தி. அவரிடம் வந்து சேர்ந்த வீரர்களிடம் பாபர் கேட்கிறார், நான் இந்த கிராமத்தில் இருக்கும் விஷயம் உங்களுக்கு எப்படித் தெரியும்?

எங்கள் கனவில் க்வாஜா உபயத்துல்லா வந்து பாபர் பாதுஷா கர்னான் கிராமத்தில் இருப்பதாகச் சொன்னார் என்கிறார்கள் உதவிக்கு வந்த படை வீரர்கள்.

—

11

ஆனாலும் பாபரின் சரித்திரத்தில் விதியின் விளையாட்டைப் பாருங்கள், ஷாஹின்ஷா. ஹிந்துஸ்தான் என்ற நிலப்பரப்பில் தனக்குப் பின்னால் வந்த வாரிசுகளெல்லாம் ஒரு பிரம்மாண்டமான சாம்ராஜ்ஜியத்தைக் கட்டியமைப்பதற்கான அடித்தளத்தை அமைத்துக் கொடுத்த பாபரால் - நூற்றைம்பது ஆண்டுகள் அவரது மூதாதையர் ஆட்சி செய்த அவருடைய சொந்த பூமியான சாமர்கண்டில் நூற்றைம்பது நாட்கள் கூட தொடர்ந்து அரசாள முடியவில்லை. நூறு நாட்களிலேயே அவர் சாமர்கண்டிலிருந்து தப்ப வேண்டியிருந்தது. சாமர்கண்ட் அவரது வாழ்வில் ஒரு நிறைவேறாக் கனவாகவே இருந்து விட்டது.

1501-இல் அவர் மீண்டும் சாமர்கண்டின் அரசராகிறார். அப்போது அவர் வயது பதினெட்டு. அவரது மூதாதையரின் நிலத்தை மிகுந்த சிரமத்துக்கிடையில் மீட்டிருந்தார். ஆனால் அதுவும் கொஞ்ச நாட்கள்தான் தங்கியது. சாமர்கண்ட் அவருடைய எதிரிகளால் முற்றுகை இடப்படுகிறது. முற்றுகையைத் தாக்குப் பிடிக்க வேண்டுமானால் அந்தக் கோட்டைக்கு ஒரு தலையும், இரண்டு கரங்களும், இரண்டு கால்களும் வேண்டும். கோட்டையின் தலைவனே தலை. இரண்டு பக்கங்களிலிருந்து வரும் படைகளே கரங்கள்.

தண்ணீரும் போதுமான உணவுப் பொருட்களுமே கால்கள். பாபரின் சாமர்கண்ட் கோட்டையிலோ தலைவன் மட்டுமே தைரியமாக இருந்தான். எந்தப் பக்கத்திலிருந்தும் உதவி கிட்டவில்லை. தண்ணீரும் இல்லை. உணவுப் பொருட்களும் இல்லை. மக்கள் நாய்களையும் கழுதைகளையும் அடித்துச் சாப்பிட ஆரம்பித்தார்கள். குதிரைகளுக்கு இலைதழைகளைக் கொடுத்தார்கள். பாபரின் தளபதிகளில் பலரும் படை வீரர்களும் மதில் சுவரை ஏறிக் குதித்தும் மற்ற வழிகளிலுமாகத் தப்பித்துக் கொண்டிருந்தார்கள். கடைசியில் வேறு வழியே இல்லாமல் சாமர்கண்ட் கோட்டையிலிருந்து ரகசியமாக வெளியேறுகிறார் பாபர்.

தப்பிச் செல்லும்போது குதிரையிலிருந்து தலை குப்புற விழுந்ததால் தலையில் அடிபட்டு உடனே எழுந்து விட்டாலும் - ஒரு நாள் பூராவும் அவருக்கு முன்னால் நடப்பவை யாவும் கனவுலகச் சம்பவங்கள் போலவே அலையலையாகத் தெரிகின்றன. பிறகு அவரும் தளபதிகளும் ஒரு குதிரையை அடித்துச் சாப்பிடுகிறார்கள். பிறகு தக்கத் என்ற கிராமத்தில் போய் கிராமத் தலைவர் வீட்டில் தங்குகிறார்கள். எண்பது வயது முதியவர். கடைசியில் பார்த்தால் அவருடைய அம்மாவே உயிரோடு இருக்கிறாள். நூற்றிப் பதினோரு வயது. தைமூர் ஹிந்துஸ்தான் மீது படையெடுத்து வந்த போது அந்த மூதாட்டியின் உறவினன் ஒருவன் தைமூரின் படையில் இருந்திருக்கிறான். அப்போது இந்தக் கிழவி பத்து வயது சிறுமியாக இருந்திருக்க வேண்டும். பாபர் அவளைப் பார்க்கும்போது அவளுக்கு அந்த கிராமத்தில் தொண்ணூற்றாறு குழந்தைகளும் அவர்கள் மூலமாக ஏகப்பட்ட கொள்ளுப் பேரன் கொள்ளுப் பேத்திகளும் அவர்களுடைய கொள்ளுப் பேரன் கொள்ளுப் பேத்திகளும் இருந்தனர். அவர்களில் இறந்து போன பேரன் பேத்திகள் இருநூறு. கடைசியாக இறந்த கொள்ளுப் பேரனின் வயது இருபத்தைந்து. பாபரின் சுயசரிதத்தில் இந்தப் பகுதியைப் படித்தபோது நினைத்தேன், அந்தக் காலத்தில் ஆண்களின் வேலை போரிட்டு மடிவதும், பெண்களின் வேலை வரிசையாகக் குழந்தை பெறுவதுமாகவே இருந்திருக்கிறது என்று.

மேலும், ஷாஹின்ஷா, நான் ஒருமுறை மொகலாயர் காலத்து ஓவியங்களைப் பார்த்துக் கொண்டிருந்தபோது அதிலிருந்த ஒரு ஓவியம் மட்டும் என் நினைவை விட்டு அகலவே மறுக்கிறது. ஒரு இடத்தில் மலை மலையாக மனிதத் தலைகள் குவித்து வைக்கப்பட்டிருக்கின்றன. அது தங்கள் காலத்திய வழக்கம். புரிந்து கொள்ள முடிகிறது. ஆனால் அந்தத் தலைகளில் பலரது வாயில் புற்கள் இருந்தன. பிறகுதான் அது பற்றி வாசித்தபோது, சரணடைய நினைப்பவர்கள் தங்கள் வாயில் புற்களைக் கடித்துக் கொண்டு வந்தால் சில சமயங்களில் உயிர்ப் பிச்சை அளிக்கப்படலாம் என்ற வழக்கம் இருந்தது என்று தெரிந்து கொண்டேன். அது தெரிந்த பிறகு அந்த ஓவியத்தின் பயங்கரம் இன்னும் அதிகமாகியது. சரித்திரத்தின் மத்திய கால கட்டத்தைப் புரிந்து கொள்வது மிகவும் கடினமானதுதான்.

கடினம் இல்லை, மதிப்புக்குரிய காத்திப் அவர்களே! நீங்கள் குறிப்பிடும் ஓவியத்தை நானும் பார்த்திருக்கிறேன். பாபரின் அந்தச் சம்பவம் ஹங்கு பயணம் என்று சொல்லப்படுகிறது. பாபர் கோஹத்திலிருந்து கிளம்பி குர்ரம் பள்ளத்தாக்கை நோக்கி ஹங்கு வழியாகச் சென்றார். எல்லாம் இப்போது பாகிஸ்தானில் இருக்கின்றன. கோஹத்திலிருந்து ஹங்கு இருபத்து மூன்று மைல். கோஹத்துக்கும் ஹங்குவுக்கும் இடையில் நெடிதுயர்ந்த மலைகளின் நடுவே ஒரு பள்ளத்தாக்கு உண்டு. அங்கே கோஹத்தின் ஆஃப்கனியர்களுக்கும் மொகலாயப் படைகளுக்கும் சண்டை. நூற்றைம்பது ஆஃப்கனியர்கள் கொல்லப்பட்டார்கள். அவர்கள்தான் சரணடையும்போது வாயில் புற்களைக் கவ்விக் கொண்டு வந்தார்கள். “நான் உங்கள் பசு, எங்களைக் கொன்று விடாதீர்கள்” என்று பொருள். அப்படி சரணடைந்தவர்களையும் கொல்வதுதான் மங்கோலியர்களின் வழக்கம். தைமூர் வழி வந்தவர்களின் வழக்கமும் அதுதான். ஃபிர்தவ்ஸெ ம(க்)கானி அந்த இரண்டு வம்சங்களின் வாரிசு. அவர் வேறு மாதிரி யோசித்திருப்பதற்கே வழியில்லை. மேலும், தாராவை நான் கொல்லாதிருந்தால் அவன் என்னைக் கொன்றிருப்பான். அவ்வளவு ஏன், ஸ்டாலினுக்குப் பதிலாக ட்ராட்ஸ்கி பதவிக்கு வந்திருந்தால் ட்ராட்ஸ்கி ஸ்டாலினைக்

கொன்றிருப்பார்தானே? யாருக்கு ராணுவ பலத்தோடு கூட அரசியல் தந்திரமும் தெரிந்திருக்கிறதோ, அவனே வெற்றி பெறுகிறான். அந்த ஹங்கு போரில் மொகலாயருக்குப் பதிலாக ஆஃப்கனியர்கள் வென்றிருந்தால் மொகலாயரின் தலைகள் குவிந்திருக்கும். ஆனால் வாயில் புற்கள் இருந்திராது. வாய்ப்பே இல்லை. காரணம் தங்களுக்கே தெரியும். புலி ஒருபோதும் பசுவாகாது. பசித்தாலும் புலி புல்லைத் தின்னாது.

புரிந்து கொள்கிறேன் ஷாஹின்ஷா... பாபர்நாமாவை வாசிக்கும் போது எனக்குள் ஏற்பட்ட ஒரு முக்கியமான சந்தேகம் அல்லது குழப்பம் என்னவென்றால், அந்த நூலில் தெரியும் வன்முறை. அதை நான் சரித்திரத்தின் அந்தக் குறிப்பிட்ட காலகட்டத்தில் வைத்தே புரிந்து கொள்ள முயற்சித்தும் என்னால் முடியவில்லை. மிகவும் சர்வ சாதாரணமாக அரசர்கள் இளநீர் சீவுகிறாற்போல் மனிதர்களின் தலைகளைச் சீவி எறிகிறார்கள். நகத்தை வெட்டுவது போல் விரல்களை வெட்டுகிறார்கள். இந்தக் காலத்தில் மருத்துவர்கள் ஊசி போடுவது போல் ஊசியால் கண்களைத் துளைக்கிறார்கள். எதற்கெடுத்தாலும் ஊசியால் கண்ணைத் துளை கண்ணைத் துளை என்ற அரச ஆணைகளைப் படிக்கின்ற போது தங்கள் காலத்தில் பாதிப் பேர் குருடர்களாகவே இருந்திருப்பார்களோ என்று திகைக்க வேண்டியிருக்கிறது. என்ன ஒரு காட்டுமிராண்டித்தனம்! இந்த இருபத்தோராம் நூற்றாண்டு மனிதனைப் போன்ற நுண்ணுணர்வுகளைக் கொண்ட பாபர் கூட இதையெல்லாம் சர்வ சாதாரணமாக எடுத்துக் கொள்வதுதான் அதிர்ச்சியாக இருக்கிறது.

மதிப்புக்குரிய காத்திப் அவர்களே! நம் உரையாடலை இந்த விதத்தில் அமைத்துக் கொண்டோமானால் எத்தனை மணி நேரம் பேசினாலும் நாம் ஒருவரை ஒருவர் புரிந்து கொள்ளாததோடு மட்டும் அல்ல, தங்களால் எங்கள் யாரையுமே புரிந்து கொள்ள முடியாது. தங்களுக்கே தெரியும், ஒருவரைப் புரிந்து கொள்ளாமல் அவர் கதையைச் சொல்வது வெளியிலிருந்து எட்டிப் பார்ப்பது போல்தான் இருக்கும். உள்ளே செல்ல

முடியாது. முதலில், ஒவ்வொரு தேசத்துக்கும் எல்லைக்கோடுகள் இருப்பதே நீங்கள் பெருமையுடன் பேசும் இருபத்தோராம் நூற்றாண்டு மனித இனம் எத்தனை காட்டுமிராண்டித்தனமாக இருக்கிறது என்பதற்கு உதாரணம்தானே? ஒவ்வொரு தேசமும் தன் நாட்டின் கல்விக்கும் மருத்துவத்துக்கும் செய்யும் செலவை விடப் பன்மடங்கு அதிகமாகத் தன் ராணுவத்துக்குச் செலவு செய்கிறது என்றால் அது என்ன விதமான மனித நாகரீகம்? என்ன விதமான பண்பாடு? திடீரென்று நான் தங்களின் பாக்கெட்டுக்குள் கையை விட்டு உங்கள் பணத்தை எடுத்துக் கொண்டால் என்னை நீங்கள் திருடன் என்பீர்கள். தெரியாமல் செய்தால் கூடப் பரவாயில்லை. தெரிந்தே செய்தால் அது ரவுடித்தனம், காட்டுமிராண்டித்தனம். ஆனால் இதே காரியத்தை ஒவ்வொரு தேசமும் ராணுவத்தை வைத்துக் கொண்டு செய்கிறது. நாம் கொஞ்சம் அசந்தால் நம்முடைய பூமி எதிரியின் வசம். எதிரி கொஞ்சம் அசந்தாலும் அதே கதைதான். பிறகு இந்தத் தாவா ஐக்கிய நாடுகள் சபையில் தீர்த்து வைக்கப்படுவதற்குள் அந்த நிலமே கடலுக்குள் அமிழ்ந்து விடும். திபெத் என்ற மாபெரும் தேசத்தை சீனா விழுங்கி கபளீகரம் செய்ததையும் உலக நாடுகள் அதை வேடிக்கை பார்த்துக் கொண்டிருப்பதையும் என்னவென்று சொல்வீர்கள்? இத்தனைக்கும் இரண்டு நாடுகளின் மொழி வேறு, இனம் வேறு, கலாச்சாரம் வேறு, நம்பிக்கைகள் வேறு. சரித்திரத்தின் மத்திய காலகட்டம் காட்டுமிராண்டித்தனமானது என்று சொல்லி விட்டு இப்போதும் அதே கதைதானே வேறு விதமாகத் தொடர்கிறது? அதனால் அந்தப் பிரச்சினைக்குள் நாம் போக வேண்டாம் என்று நினைக்கிறேன்...

மேலும், நான் சொல்ல நினைத்தது என்னவென்றால், மதிப்புக்குரிய காத்திப் அவர்களே! ஏன் அத்தனை துயரங்களை ஏற்றுக் கொண்டு மாட்சிமை தாங்கிய கீ(த்)தி ஸித்தானி ஃபிர்தவ்ஸெ ம(க்)கானி பாபர் பாதுஷா காஸி ஹிந்துஸ்தானை நோக்கி வர வேண்டும்? மற்றவர்களைப் போல் அவர் பொன்னுக்காகவும் பொருளுக்காகவும் வரவில்லை. பானிபட் யுத்தம் முடிந்தவுடன் அவர் காபூல் திரும்பியிருக்கலாம்

அல்லவா? அதைத்தான் அவரது தளபதிகளும் வீரர்களும் விரும்பினார்கள். அதையேதான் உங்கள் சோழ மன்னர்கள் அத்தனை பேரும் செய்தார்கள். அவர்கள் படையெடுத்து வென்ற நாடுகளிலெல்லாம் அதைத் தங்கள் சொந்த நாடாகக் கொண்டு தங்கி விடவில்லையே? ஆங்கங்கே ஒரு கோவிலைக் கட்டிவிட்டுத் திரும்பி விடவில்லையா? ஃபிர்தவ்ஸெ ம(க்)கானி அப்படியா செய்தார்? அப்புறம் ஏன் 'வந்தார்கள் வென்றார்கள்' என்கிறீர்கள்? 'சென்றார்கள் வென்றார்கள்' என்று உங்கள் சோழ மன்னர்களைப் பார்த்துத்தான் நீங்கள் சொல்ல வேண்டும். நாங்கள் வந்தோம், வென்றோம், உங்கள் மண்ணின் மைந்தர்களாக நின்றோம். என்ன காரணம்? அதைப் புரிந்து கொள்ள நாம் ஃபிர்தவ்ஸெ ம(க்)கானி தன் வீரர்களிடையே ஆற்றிய ஒரு முக்கியமான உரையைக் கேட்க வேண்டும்.

மார்ச் 16, 1527 அன்று சிக்ரி அருகே கன்வா என்ற ஊரில் கீ(த்)தி ஸித்தானி ஃபிர்தவ்ஸெ ம(க்)கானியின் மொகலாயப் படைகளும் மேவார் ராணா சங்காவின் ராஜபுத்திரப் படைகளும் மோதின. அதற்குச் சில தினங்கள் முன்பு ஃபிர்தவ்ஸெ ம(க்)கானி தன் படைவீரர்களிடையே உரையாற்றினார்.

வட ஹிந்துஸ்தானில் வசந்தம் முடிவுக்கு வந்து கொண்டிருந்த காலம் அது. இன்னும் கோடை ஆரம்பிக்கவில்லை. மாலை நேரம். ஃபிர்தவ்ஸெ ம(க்)கானி தன் கடைவாய்ப் பற்களுக்கிடையே உள்வாயின் ஓரத்தில் ஒரு உருண்டை மஃஜூனை[39] அடக்கிக் கொண்டு தன் கூடாரத்தை விட்டு வெளியே வந்து தளபதிகளை அழைக்கிறார். அவருக்கு முன்னே மொகலாய வீரர்கள் அனைவரும் திரண்டிருந்தார்கள். அப்போது அவர் பேச ஆரம்பிக்கிறார்.

பிஸ்மில்லாஹிர் ரஹ்மானிர் ரஹீம்
அல்ஹம்து லில்லாஹி ரப்பில் ஆலமீன்
அர்ரஹ்மானிர் ரஹீம்
மாலி(க்)கி யவ் மித்தீன்

---

39 மஃஜூன் - அபீன், நெய், சர்க்கரை மூன்றும் கலந்த போதை வஸ்து.

இய்யா(க்)க நஅபுது வஇய்யா(க்)க நஸ்தஈன்
இஹ்தினஸ் ஸிராதல் முஸ்தகீம்
ஸிரா(த்)தல் லதீன அன்அம்(த்)த அலைஹிம்
கைரில் மக்தூபி அலைஹிம் வல(த்)தால் லீன்

தளபதிகளே! வீரர்களே!

இறைவனின் கட்டளையின் பேரிலேதான் சரித்திரத்தின் இந்தக் குறிப்பிட்ட தருணத்தில் நாம் இங்கே நின்று கொண்டிருக்கிறோம்; உங்கள் முன் நான் பேசிக் கொண்டிருக்கிறேன். என்னுடைய இருபத்தோராவது வயதிலே வெறும் இருநூறு வீரர்களோடு கிளம்பினேன். குதிரைகள் கூட இல்லாமல் கால்நடையாக. வீரர்களுக்குரிய ஆடைகள் இல்லை. ஏனோதானோவென்ற உடையோடும் ரயத்துகள்[40] அணியும் காலணிகளோடும் எங்கள் கனவை நிறைவேற்றிக் கொள்வதற்காகக் கிளம்பினோம். யார் கையிலும் வாள் கூட இல்லை. வெறும் கம்புகள்தான். இறைவனின் மீது பாரத்தைப் போட்டு விட்டு பதக்ஷானையும் காபூலையும் நோக்கி நடந்தோம்...

இதோ இன்று நம் எல்லோருடைய கனவும் நிறைவேறுகின்ற தருணத்தில் நின்று கொண்டிருக்கிறோம். எனக்கு நன்றாகவே தெரியும். பானிபட் யுத்தத்தால் நீங்கள் எல்லோரும் களைத்துப் போயிருக்கிறீர்கள். உங்கள் முகங்கள் சோர்ந்து கிடக்கின்றன. பேச்சிலே உற்சாகமில்லை. நியாயம்தான். நாம் காபூலிலிருந்து கிளம்பி பதினாறு மாதங்கள் ஆகின்றன. உங்கள் எல்லோருக்கும் குடும்பங்களைக் காண வேண்டும். யுத்தத்திலும் வென்று விட்டோம், இன்னமும் ஏன் பாதுஷா இங்கேயே இருந்து கொண்டிருக்கிறார்? பேசாமல் ஊருக்குத் திரும்பாமல் ஏன் இன்னொரு பெரிய யுத்தத்தை எதிர்கொள்ள வேண்டும்? இப்படிப்பட்ட கேள்விகள்தான் உங்கள் மனதில் கடந்த சில தினங்களாக ஓடிக் கொண்டிருக்கின்றன...

நான் மட்டும் அல்ல, இங்கே நின்று கொண்டிருக்கும் ஒவ்வொரு

---

40 ரயத் - விவசாயி

மனிதனும் இறைவனால் தேர்ந்தெடுக்கப்பட்டிருக்கிறான். இதுவரை இரண்டாயிரம் ஆண்டு சரித்திரத்தில் நடந்தது என்ன? கைபரைத் தாண்டிச் செல்வார்கள். சிந்து நதியைச் சுற்றியுள்ள வளமான பிராந்தியங்களில் கிடைப்பதை எடுத்துக் கொண்டு திரும்பி விடுவார்கள். இன்னும் சிலர் அதற்குக் கீழேயும் இறங்குவார்கள். நாம் என்ன கொள்ளையர்களா, இங்கே வந்து சில வீரர்களை சண்டையில் பலியிட்டு கிடைத்ததை அள்ளிக் கொண்டு ஓடுவதற்கு? நாம் ஆளப் பிறந்தவர்கள். இந்தப் பரந்த நிலத்தில் நமது சாம்ராஜ்ஜியத்தை ஸ்தாபிக்க வந்திருக்கிறோம். நாம் மட்டும்தான் இதுவரையில் இருந்த அந்த இரண்டாயிரம் ஆண்டு விதியை மாற்றி எழுதிக் கொண்டிருக்கிறோம். ஹிந்துஸ்தானின் சரித்திரத்தில் புதிய சகாப்தத்தை உருவாக்குவதற்காக இன்று எதனோடும் ஒப்பிட இயலாத தியாகத்தைச் செய்யத் தயாராகி நிற்கின்றோம்.

போர்க்களத்தைக் காணாமல் சாம்ராஜ்ஜியங்களை உருவாக்க முடியாது. பல விதமான துயரங்களை பல ஆண்டுகள் தாங்கிக் கொண்டு, பல அசாத்தியமான பயணங்களை மேற்கொண்டு, பல உயிராபத்துகளைக் கடந்து, நம்முடையவும் நம் எதிரிகளுடையவுமான பல்லாயிரக்கணக்கான உயிர்களை பலி கொடுத்துத்தான் இந்த இடத்துக்கு வந்து சேர்ந்திருக்கிறோம். எல்லாமே இறைவனின் சித்தம். இல்லாவிட்டால் 1,20,000 வீரர்களைக் கொண்ட இப்ராஹீம் லோதியின் படையை அதில் பத்தில் ஒரு மடங்கைக் கொண்ட நம்முடைய வீரர்கள் வென்றிருக்க முடியுமா? என் மூத்தோனாகிய செங்கிஸ் கானைத் தவிர உலக சரித்திரத்தில் வேறு யாருக்காவது இப்படி நடந்திருக்கிறதா? இறைவனின் சித்தத்தைத் தவிர அந்த வெற்றி வேறு எதனால் சாத்தியமாகி இருக்க முடியும் என்று நினைக்கிறீர்கள்? இறைவன் மட்டுமே நம்மை மனித சரித்திரம் என்ற மாபெரும் சதுரங்க ஆட்டத்தின் பகடைக் காய்களாக நகர்த்தி கன்வா என்ற இந்தச் சிற்றூரில் கொண்டு வந்து நிறுத்தியிருக்கிறான். ஆகவே, இத்தனை பாடுபட்டு, இத்தனை சகோதரர்களின் உயிர்களை பலி கொடுத்து நாம்

உருவாக்கியிருக்கும் இந்த மாபெரும் சாம்ராஜ்ஜியத்தின் இறுதி யுத்தமாகக் கூட இது இருக்கலாம்.

உங்களைப் போலவே எனக்கும் குடும்பம் இருக்கிறது. ஏழு மாதங்களுக்கு முன்பு என் உயிரினும் மேலான மாஹிம் பேகமுக்கு ஆண் குழந்தை பிறந்திருப்பதாகச் செய்தி வந்தது. ஃபரூக் என்று பெயரிட்டிருந்தார்கள். அதற்கு அடுத்த சில மாதங்களில் ஃபரூக் சுவனம் சேர்ந்து விட்டான் என்று செய்தி வருகிறது. குழந்தையின் முகத்தைக் கூடக் காணக் கொடுத்து வைக்கவில்லை. ஒருநாள் காபூலிலிருந்து வந்திருந்த பழங்களைப் பார்த்து அழுது விட்டேன்.[41] ஆனாலும் ஏன் நாம் நம்முடைய மண்ணுக்குத் திரும்பாமல் இங்கே நிற்க வேண்டும்? நீங்கள் நன்றாக அறிவீர்கள், பத்தொன்பது ஆண்டுகள் நான் காபூலின் பேரரசனாக விளங்கினேன். அதை விட்டு விட்டு ஏன் நான்

---

41 பாபருக்குப் பழங்கள் என்றால் கொள்ளை ஆசை. ஃபர்கானாவின் பேரிக்காய், திராட்சை, தர்பூசணி, சாமர்கண்டின் ஆப்பிள் போன்றவற்றை அவர் ஹிந்துஸ்தானில் பெரிதும் இழந்தார். ஃபர்கானாவின் மார்கிலன் நகரத்து மாதுளம் பழங்களுக்கு நிகர் வேறு எதுவுமே இல்லை என்று தன் சரிதத்தில் பல இடங்களில் குறிப்பிடுகிறார்.

கடைசியில் பாபர் தன் குடும்பத்தைக் காண்பதற்கு மூன்று ஆண்டுகள் காத்திருக்க வேண்டியதாயிற்று. அதன் பிறகும் அவரால் காபூலைக் காண முடியவில்லை. அவர் என்னதான் தன்னை நாடோடி நாடோடி என சொல்லிக் கொண்டாலும் அவருடைய மனசெல்லாம் காபூலில்தான் இருந்தது. அவருக்கு இந்த ஹிந்துஸ்தானின் கொடும் வெயிலும் அடர்மழையும் பிடிக்கவில்லை. காபூலின் அழகை இங்கே அவரால் காண முடியவில்லை. ஒரு கவிஞரான பாபருக்கு ஹிந்துஸ்தானின் தட்டையான தூசி மிகுந்த நிலம் பிடிக்கவில்லை. காபூல் மேடு பள்ளங்களால் ஆனது. சுற்றிச் சுற்றி மலைகள். குதிரையில் ஏறி அமர்ந்தால் பாலைவனம். அவர் மனம் காபூலுக்காக ஏங்கியது. மரணப் படுக்கையிலேயே அவர் தெளிவாகச் சொல்லி விட்டார், தன்னை காபூலில் அடக்கம் செய்ய வேண்டும் என்று. ஆனால் அவர் விரும்பியபடி உயிரோடு இருக்கும்போது அவரால் காபூலை மீண்டும் காண முடியாமலே போயிற்று. உடல் மட்டுமே காபூல் சென்றது.

இந்த நிலத்துக்கு வர வேண்டும்? சிந்து நதியைத் தாண்டிச் செல்ல வேண்டும் என்பது என்னுடைய பத்தொன்பது ஆண்டுக் கனவு. நாடாளும் ஆசையா அது? அல்லது, இங்கே உள்ள தங்கத்தின் மீதும் செல்வத்தின் மீதும் ஆசைப்பட்டு வந்தேனா? நம் உயிரை விடப் பெரிதானதா தங்கமும் வைரமும்? அதற்காகவா இத்தனை உயிர்களை பலியிட்டோம்? அதற்காகவா இத்தனை புயலிலும் வெள்ளத்திலும் பனிப்பாலையிலும் கிடந்து உழன்று இங்கே வந்து சேர்ந்தோம்? நம்முடைய மண்ணிலிருந்து கிளம்பி இந்த ஹிந்துஸ்தான் வரும் வரையில் நாம் சந்தித்த போர்களிலெல்லாம் நமக்குக் கிடைத்தது என்ன? ஆயிரமாயிரம் மனிதத் தலைகள்... குவியல் குவியலாக எதிரிகளின் தலைகள். நாம் வெற்றி பெற்ற ஊர்களில் நமக்குக் கால் வைக்க இடமில்லை. நிலமெல்லாம் தலையற்ற மனித சடலங்கள். அத்தனை சடலங்களின் மீதும் நடந்தே நாம் இங்கு வந்து சேர்ந்திருக்கிறோம். வழியில் ஒருநாள் நாம் சந்தித்த பனிப்புயலை[42] *உங்களில் யாரும் மறந்திருக்க மாட்டீர்கள் என்று நம்புகிறேன். அன்றைய தினம் நம் எல்லோருடைய உயிரும் இறைவனின் கருணையினால் திரும்பவும் ஒருமுறை அளிக்கப்பட்டது.*

---

42 பாபர் தன்னுடைய உரையில் குறிப்பிடும் பனிப்புயலின் போது ஒரே ஒருவர் பாதுகாப்பாக மறைந்து கொள்வதற்குத் தோதான இடம் மலைப் பாறைகளுக்கிடையே தெரிந்தது. அது ஒரு பிளவு. வீரர்கள் பாபரை மட்டும் அந்தப் பிளவில் சென்று தங்கிக் கொள்ளச் சொல்கிறார்கள். இரவெல்லாம் வெட்ட வெளியில் பனிப்புயலிலேயே இருந்தால் மரணம் நிச்சயம். நாங்கள் சாகலாம், தலைவனாகிய நீங்கள் சாகக் கூடாது என்கிறார்கள் தளபதிகள். வாழ்வோ சாவோ, எதுவாக இருந்தாலும் அது உங்களோடுதான், தனியாகப் போய் என்னைக் காப்பாற்றிக் கொள்ளும் பேச்சே கிடையாது என்று சொல்லி மறுத்து விடுகிறார் பாபர். பிறகு அதிர்ஷ்டவசமாக – பாபரின் மொழியில் சொன்னால் 'இறைவனின் கருணையினால்' – அந்தப் பாறைப் பிளவு ஒரு குகை என்று தெரிய வருகிறது. பிறகு எல்லா வீரர்களுமே அதில் போய் பதுங்கிக் கொள்கிறார்கள். காலையில் பனிப்புயலும் அகன்று விடுகிறது.

இது இறைவனின் ஆணை. இந்தப் பரந்துபட்ட தேசத்தில் நம்முடைய சாம்ராஜ்ஜியத்தைக் கட்டியமைக்க வேண்டுமென்பது இறைவனின் கட்டளை.

இப்ராஹீம் லோதி நம்முடைய எதிரி அல்ல. நம்முடைய மகத்தான நோக்கத்துக்கு அவர் தடையாக இருந்தார். அந்தக் காயை அப்புறப்படுத்தினோம். அவ்வளவுதான். அதனால் அவருடைய அன்னைக்கும் புதல்வருக்கும் பாதுகாப்புக் கொடுப்பது நம் கடமையாயிற்று. அதனால் அரண்மனையில் இடம் கொடுத்தோம். ஆனால் பதிலுக்கு நமக்குக் கிடைத்தது என்ன? விஷம். இப்ராஹீம் லோதியின் அன்னை திலாவர் பேகம் என்ற அந்த சைத்தான் நாம் செய்த உதவிக்குப் பதிலாகக் கொடுத்தது விஷம். அன்றும் இறைவன்தான் என்னைக் காப்பாற்றினான். பொதுவாக அந்த வேளையில் கடும் பசியில் இருக்கக் கூடிய எனக்கு அன்றைய தினம் பசியே இல்லாமல் போனதால் ஒரே ஒரு துண்டு மாமிசத்தை மட்டும் கடித்தேன். முழுமையாகச் சாப்பிட்டிருந்தால் நம்முடைய மகத்தான நோக்கம் நிறைவேறியிராமல் அன்றே சுவனம் சென்றிருப்பேன். இறைவனின் கருணையினால் பிழைத்து விட்டேனே தவிர இன்னமும் அந்த விஷம் முழுமையாக என் தேகத்திலிருந்து அகன்று விடவில்லை. அதன் விளைவுகளை நான் தினந்தோறும் அனுபவித்துக் கொண்டு இருக்கிறேன்.

உங்களுக்கு என்னை நன்றாகத் தெரியும். நான் பிறந்த ஃபர்கானாவை என் சொந்த நாடாக நினைப்பதில்லை. ஆட்சி செய்யும் ஆஃப்கன் மண்ணை என் சொந்தமாக நினைப்பதில்லை. நான் கலந்தர். என்ன இது, பேரரசர் கலந்தர் என்கிறாரே என்று நீங்கள் நினைக்க மாட்டீர்கள். நீங்கள் என்னை அறிவீர்கள். உடைமைகள் ஏதுமற்று, இருக்க ஓர் இடமுமற்று நாடோடியாய்த் திரியும் ஃபக்கீரின் மனநிலையில் அரண்மனையில் வாழ்கிறேன். அரண்மனை சொகுசை விடவும் உங்களோடு வாழும் இந்தக் கூடாரங்கள்தான் எனக்குப் பிடித்தமானவை. அந்த வகையில் என்னில் தைமூரின் குருதி கலந்திருக்கிறது. அரண்மனைகளை விட கூடாரங்களில் அதிகம் வாழ்ந்தவர் அவர். என் வாழ்வின் பல தருணங்களில் என் தேசத்திலிருந்து, என் மண்ணிலிருந்து விரட்டப்பட்டு என் குதிரையும் பத்து இருபது வீரர்களுமாகத்

தனிமைப்படுத்தப்பட்டிருக்கிறேன். அப்போதெல்லாம் எனக்குத் தோன்றும், எனக்கென்று எங்கோ ஓர் தேசம் இருக்கிறது என்று. தைமூருக்கும் செங்கிஸ்கானுக்கும் வாரிசான ஒருவன் அனாதையாக ஒரு பாலைவனத்தில் மரிக்க மாட்டான், அவனும் என்றாவது ஒரு நாள் ஒரு மாபெரும் தேசத்தை ஆள்வான் என்று அடிக்கடி சொல்லிக்கொண்ட நாட்கள் உண்டு. அது இப்போது பலிக்கப் போகிறது.

ஆனால் என் முன்னோருக்கும் எனக்கும் ஒரு வித்தியாசம் இருக்கிறது. நான் ஒருபோதும் பொருட்களின் மீது ஆசை கொண்டவன் அல்ல. அதனால்தான் நான் கலந்தர் என்றே எப்போதும் சொல்லி வந்திருக்கிறேன். நான் அப்படிச் சொல்லும் போதெல்லாம் பாதுஷா விளையாடுகிறார் என்றே மற்றவர்கள் நினைத்துக் கொள்கிறார்கள். இல்லை. கலந்தர் என்பதுதான் என் உண்மையான அடையாளம். கலந்தர் என்பது ஒரு மனநிலை. நான் பாதுஷாவாக இருக்கலாம். ஆனாலும் அது என் அடையாளம் அல்ல. நான் எப்போதுமே அலைந்து கொண்டிருப்பவன். அதனால்தான் நான் பிறந்து வளர்ந்த ஃபர்கானாவிலும் எனக்கு ஒட்டவில்லை. ஃபர்கானா மக்கள் பேராசைக்காரர்கள். நான் ஆட்சி செய்த காபூலிலும் ஒட்டவில்லை. ஆஃப்கன் மக்கள் நம்பிக்கைக்குரியவர்கள் அல்ல. இந்த ஹிந்துஸ்தானும் எனக்கு ஒன்றும் சொந்தமாகத் தோன்றவில்லை. ஹிந்துஸ்தானிகள் பணத்தாசை பிடித்தவர்களாக இருக்கிறார்கள். இவர்களுக்குப் பணத்தைத் தவிர வேறு எதுவுமே தெரியவில்லை. இவர்கள் பேச்சிலோ உடல் மொழியிலோ பணிவு என்பதே கொஞ்சமும் இல்லாத முரடர்களாக இருக்கிறார்கள். இவர்களின் மொழியும் இவர்களைப் போலவே இருக்கிறது. இவர்கள் பேசினாலே அடிக்க வருவது போல் இருக்கிறது. இந்த மொழியைக் கேட்டால் மலைகளிடையே கற்பாறைகள் உருளுவது போல் இருக்கிறது. நம்முடைய சகதாய்[43] மொழி இசையின் இன்னொரு வடிவம். காண்பதற்கோ ஓவியம். இங்கே உள்ள மக்களிடம்

43 Chagatai: பாபரின் தாய்மொழி. அந்த மொழியில்தான் பாபர் தன் சுயசரிதையான பாபர்நாமாவை எழுதினார். பின்னர் அதை அக்பர் ஃபார்ஸி மொழியில் மொழிபெயர்க்கச் செய்தார். தற்காலத்தில் சகதாய் மொழி பழக்கத்தில் இல்லை. அழிந்து விட்டது.

அழகு இல்லை. நளினம் இல்லை. கவிதை இல்லை. நாகரீகம் இல்லை. மேன்மை இல்லை. ஆண்மை இல்லை. இவர்களின் கலையில், கைத்தொழிலில் லயம் இல்லை. இவர்களின் குதிரைகள் கம்பீரமற்று இருக்கின்றன. மாமிசம் சுவைக்கவில்லை. ஃபர்கானாவின் நீர்க்கோழியை அடித்து உண்டால் நான்கு பேர் சாப்பிட்டாலும் மீதி இருக்கும். இங்கேயோ ஒரு நீர்க்கோழி ஒருவருக்கே போதவில்லை. மயிலின் மாமிசமோ மணலைத் தின்பது போல் இருக்கிறது. திராட்சை புளிக்கிறது. புளி இனிக்கிறது. குளிர்ந்த நீர் இல்லை. பனிக்கட்டிகள் இல்லை. நல்ல உணவு இல்லை. நல்ல பள்ளிகள் இல்லை. நல்ல குளியல் கூடங்கள் இல்லை. மெழுகுவர்த்திகள் கூட இல்லை.

ஆனால் தங்கம் மட்டும் மலை மலையாகக் கொட்டிக் கிடக்கிறது.

இன்னமும் கற்காலத்து மனிதர்கள் சிக்கி முக்கிக் கற்களை வைத்து நெருப்பு உண்டாக்கியது போல கிணற்றின் மேலே ஒரு உருளையையும் கயிறையும் கட்டி வாளியின் மூலம் தண்ணீர் எடுக்கும் இந்தக் கூட்டத்திடம் இவ்வளவு தங்கம் எப்படி வந்தது என்று எனக்குப் புரியவில்லை. ஒருவேளை ஜின்களின் மூலம் இரும்பைத் தங்கமாக்கும் வித்தை தெரிந்து வைத்திருக்கிறார்களோ என்னவோ! ஒவ்வொரு அரண்மனையும் தங்கச் சுரங்கமாய் ஜொலிக்கிறது. மலையைப் போல் ஒரு கல்லைக் கட்டி வணங்குகிறார்கள். அந்தக் கல்லைப் பார்த்தால் அது முழுக்க தங்கம்!

என் நண்பர்களுக்கு நாம் இன்னமும் இங்கே இருப்பது பிடிக்கவில்லை. இந்த நிலமும் வெப்பமும் உணவும் அவர்களுக்கு ஒத்துப் போகவில்லை. நம்முடைய மண் நம்மை வா வா என அழைக்கிறது. இங்கே உள்ள மக்களுக்கும் நம்மைப் பிடிக்கவில்லை. இருந்தும் ஏன் நம் உயிரையும் தருவதற்குச் சித்தமாக இங்கே நின்று கொண்டிருக்கிறோம்? சரித்திரம் என்ற ஒற்றைச் சொல். இந்த ஹிந்துஸ்தான் என்ற தேசம் இன்று உலகிலேயே மிகவும் பணக்கார நாடாக விளங்குகிறது. ஆயுத பலம் மட்டுமல்லாமல், உலகில் மற்ற இனத்தவரை விடத் தாங்கள்

உயர்ந்தவர்கள் எனக் கருதிக் கொண்டிருக்கும் ஐரோப்பிய தேசத்தவர்கள் இந்த நாட்டுக்கு வந்து தங்கள் உழைப்பைத் தங்கத்துக்கு விற்றுக் கொண்டிருக்கிறார்கள். இருந்தாலும் அந்தத் தங்கத்துக்காகவும் நான் இங்கே தங்கவில்லை. தங்கத்தைத் தேடி வந்தவர்கள் இம்மையை மட்டுமே கண்டவர்கள். அதற்கு மாறாக நாம் சரித்திரத்தில் நிற்க விரும்புகிறோம். சரித்திரத்தை உருவாக்க விழைகிறோம். ஒரு மகத்தான சாம்ராஜ்ஜியத்தைக் கட்டியமைப்பதற்கான தோற்றுவாய்த் தருணத்தில் நீங்கள் நின்று கொண்டிருக்கிறீர்கள். அந்த அர்த்தத்தில் மரணத்தையும் தாண்டி வாழ்வதற்கு என்னோடு சேர்ந்து கொள்ள உங்களை அழைக்கிறேன். நம்முடைய பெயரை இந்த ஹிந்துஸ்தான் இருக்கும்வரை சொல்வார்கள், என்னோடு வாருங்கள்...

இப்ராஹீம் லோதியிடமிருந்து கிடைத்த பொக்கிஷங்களைக் காபூலுக்கு உங்கள் உறவுகளுக்கு அனுப்பி விட்டேன். என்னிடம் எஞ்சியிருப்பதையும் உங்களிடம் கொடுத்து விட்டேன். எனக்கென்று ஒரு துரும்பு கூட இப்போது என்னிடம் இல்லை. என்னிடமிருந்த தங்கத்திலான மதுக்குப்பிகளையும் நான் விட்டு வைக்கவில்லை. எல்லாவற்றையும் உடைத்து உடைத்து உங்களிடம் கொடுத்தேன்.

உங்களுக்குத் தேவையான ஆயுதங்களையும் அளித்து விட்டேன். ஆனால் இன்னொரு ஆயுதம் உங்களிடம்தான் இருக்கிறது. அதைப் பயன்படுத்தும் தருணம் இப்போது வந்து விட்டது. அது வீரம். அது துணிவு. அது அச்சமின்மை. எப்படி வேண்டுமானாலும் அழைத்துக் கொள்ளுங்கள். என் வாழ்க்கையே அதற்கு உதாரணம்...

என் வாழ்நாள் முழுக்கவும் நான் தனியாகவே இருந்தேன். தனிமையாகவே உணர்ந்தேன். பல சமயங்களில் நண்பர்களால் கைவிடப்பட்டு நூறு இருநூறு வீரர்களுடன் தனித்து விடப்பட்டபோது என் உணர்வுகள் எப்படி இருந்தன என்று நீங்கள் அறிவீர்களா? ஒரு அமீரின் மகன் மத்திய ஆசியாவில் ஒரு சாம்ராஜ்ஜியத்தை ஸ்தாபித்த தைமூர் மற்றும் அகிலத்தையே தன் ஆதிக்கத்தில் கொண்டு வந்த

செங்கிஸ்கான் ஆகிய இரண்டு மகத்தான வீரர்களின் வாரிசு ஒரு பாலைவனக் கொள்ளையனைப் போலவா திரிவது? திரிந்தேனே? செல்வதற்கு இடமில்லை. செய்வது என்ன என்ற திட்டமில்லை. பல சமயங்களில் அப்படி ஒரு நிராதரவான நிலையில், நம்பிக்கையின் கொழுந்துகள் பொசுங்கி விட்ட சூழலில் கொண்டு வந்து நிறுத்தப்பட்டேன். நாளை என்ற நிச்சயமே இல்லாமல் தொடர்ந்து எதிரிகளால் அச்சுறுத்தப்பட்டுக் கொண்டே வாழ்ந்த நான் தாங்கொணாத் துன்பத்தையும் துயரங்களையும் அனுபவித்தேன். நான் பிறந்த மண்ணிலேயே ஒரு அந்நியனாக, சாம்ராஜ்ஜியம் இல்லாமல், ஏன், சாம்ராஜ்ஜியம் கிடைக்கும் என்ற நம்பிக்கையின் சிறு கீற்று கூட இல்லாமல் இருந்திருக்கிறேன். அப்போதெல்லாம் நான், "இத்தகைய இழப்பிலும், மோசமான கையறு நிலையிலும் என் கால்கள் என்னை எங்கே கொண்டு செல்கின்றனவோ - அது இந்த பூமியின் எல்லையாக இருந்தாலும் சரி - நான் உயிருடன் இருக்கும் வரை தனியாகத்தான் செல்ல வேண்டும்" என்று எனக்குள் சொல்லிக் கொண்டேன்.

இப்படியெல்லாம் நடந்தாலும் ஃபீனிக்ஸ் பறவையைப் போல் மீண்டும் மீண்டும் உயிர்த்தெழுந்து கொண்டே இருந்தேன்.

1497. என் வயது பதினான்கு. சாமர்கண்டை முற்றுகை இட்டு வெற்றியும் பெற்றிருந்தது நம் படைகள். ஆனால் சாமர்கண்டில் நம்முடைய படைக்கு சரியான இரை கிடைக்கவில்லை. ஏற்கனவே பஞ்சத்தில் கிடந்தவர்களிடம் ஏது நகைகளும் செல்வமும்? பிச்சைக்கார விடுதியை சூறையாடியது போல் ஆயிற்று. வரிசையாக என்னை விட்டு விலக ஆரம்பித்தார்கள் வீரர்களும் தளபதிகளும். சாமர்கண்டைப் பிடிப்பதற்காகத்தான் ஆண்டிஜான் கோட்டையை நம் தளபதி அலீ தோஸ்த் தகாயின் பொறுப்பில் விட்டு விட்டு வந்திருந்தேன். இதற்கிடையில் ஆண்டிஜான் கோட்டை தங்களுக்கு வேண்டும் என்று அதை முற்றுகையிட்டார்கள் துரோகிகள் சுல்தான் அஹ்மத் தம்பலும் ஆஸுன் ஹஸனும்.

அப்போது ஒருநாள் சாமர்கண்டில் எனக்குக் கடுமையான ஜுரம் பீடித்தது. கண்களைத் திறக்க முடியவில்லை. உணவு உட்கொள்ள முடியவில்லை. தொடர்ந்து உடல் அனலாய்க் கொதித்தது. நான்கு நாட்களாகத் தண்ணீரைக் கூட விழுங்க முடியாமல் போனதால் பஞ்சில் நீரைத் தோய்த்து சொட்டு சொட்டாகக் கொடுக்கிறார்கள். இத்தனையும் அரண்மனையின் பஞ்சு மெத்தையில் அல்ல. ஒரு போர்ச் சூழலில். அந்தச் செய்தி அலீ தோஸ்த் தகாய்க்குப் போய்ச் சேர்கிறது. செய்தியைச் சொன்ன உளவாளி, பாபரின் நிலை மிகவும் கவலைக்கிடமாக இருக்கிறது, பிழைப்பது கடினம் என்று தெரிவித்து விட்டான். அதைக் கேட்டவுடன் அலீ தோஸ்த் தகாய் தான் பாதுகாத்துக் கொண்டிருந்த கோட்டையை எதிரியிடம் கொடுத்து விட்டுச் சரணடைந்து விடுகிறார்.

ஆனால் இறைவனின் கருணையினால் நான் ஜுரம் நீங்கி எழுந்தேன். ஆண்டிஜான் கோட்டை பற்றிக் கேள்விப்பட்டு சாமர்கண்டிலிருந்து கிளம்பினேன். பாதி வழியில், சாமர்கண்டில் நம் படை எதிரிகளிடம் தோற்று விட்ட செய்தி கிடைக்கிறது. அப்படியாக சாமர்கண்டும் போயிற்று; ஆண்டிஜானும் போயிற்று. அப்போது நான் சகதாய் மொழியில் சொன்னேன், கஃபில் அஸ் ஈன் ஜா ராந்தா, அஸ் ஆன் ஜா மாந்தா[44] என்று. அறியாமையினால் இந்த இடத்தை விட்டுக் கிளம்பினால், அந்த இடமும் போயிற்று! மேலும், என் வாழ்வில் எந்தக் காலத்திலும் இப்படி என் மக்களிடமிருந்தும் தேசத்திடமிருந்தும் துண்டிக்கப்பட்டதில்லை. அந்த க்ஷணம் என் கண்களிலிருந்த கண்ணீர் அத்தனையும் வற்றித் தீரும் வரை அழுதேன்.

இப்படி என்னுடைய சொந்த மண்ணிலேயே நாடு கடத்தப்பட்டவனைப் போல் ஆகி விட்ட என்னிடம் அப்போது இருந்த படை வீரர்கள் ஆயிரம் பேர். அதிலும் பெரும்பாலானவர்களின் குடும்பம் ஆண்டிஜானில் இருந்ததால் அவர்களும் என்னை விட்டுப் பிரிந்து ஆண்டிஜான் கிளம்பி

---

44 Ghafil az īn jā rānda, as ān jā mānda

விட்டார்கள். ஆக, கடைசியில் என்னிடம் மிஞ்சியது வெறும் இருநூறு வீரர்கள். இந்த இருநூறு வீரர்களை வைத்துக் கொண்டுதான் நான் கனவு கண்ட ஒரு மாபெரும் சாம்ராஜ்ஜியத்தைக் கட்டமைப்பதற்காகக் கிளம்பினேன். இது நடந்தது ஏற்கனவே நான் குறிப்பிட்டபடி 1497. என் வயது? பதினான்கு! அல்லாஹ் அக்பர்!

இன்னொரு சமயம், துரோகி சுல்தான் அஹ்மத் தம்பல் என் முன்னே நூறு வீரர்களோடு நின்று கொண்டிருக்கிறான். தாக்குங்கள் என்று தன் வீரர்களுக்குக் கட்டளையிட்டு விட்டான். என்னிடமோ மூன்றே மூன்று வீரர்கள். என்ன செய்வீர்கள் நீங்கள்? என் கையில் உள்ள அம்பை எய்தினேன். இன்னொரு அம்பை எடுத்துக் கொண்டு முன்னால் சென்றேன். என்னுடைய மூன்று வீரர்களும் பின்னால் தங்கி விட்டார்கள். என் வாழ்க்கை முடிந்து விட்டது. அப்போதுதான் நினைத்தேன், அச்சத்தை விட மோசமான ஒன்று இந்த உலகில் எதுவும் இல்லை என்று. அம்பைக் கையில் ஏந்தியபடியே அந்த சண்டைக்களத்தின் முன்பகுதிக்குச் சென்றேன். மிகச் சரியாக அந்த நிமிடம் என் உதவிக்கு ஒரு படை வந்தது. அல்ஹம்துலில்லாஹ்! அப்போது என் வயது பத்தொன்பது.

இன்னொரு சமயம். அதே ஆண்டுதான். தாஷ்கண்டில் நடந்தது. எதிர்காலம் பற்றியே நம்பிக்கையே போய் விட்டது. பெரும்பாலான வீரர்கள் என்னை விட்டுப் போய் விட்டார்கள். மீதி இருந்த ஒரு சிலரோ ஒரு அடி கூட எடுத்து வைக்க முடியாத அளவுக்கு மோசமாக இருந்தார்கள். ஆனாலும் பொறுமையாகக் காத்திருந்தேன். நான்கு வருடக் காத்திருப்பு வீண் போகவில்லை. என் வயது இருபத்து மூன்று ஆரம்பித்திருந்தது. என் முகத்தில் அப்போதுதான் முதல் முதலாகக் கத்தியை வைத்தேன். அப்போதுதான் காபூல் என் கைவசம் வந்தது.

ஆனால் இந்தக் கலந்தர் ஒன்றே ஒன்றை மட்டும் எப்போதுமே கைவிடவில்லை. அது என்னுடைய கவிதை. என்னுடைய கதை. என் கதையை நான் தொடர்ந்து எழுதிக் கொண்டேயிருந்தேன். இன்று காலையில் கூட எழுதினேன். எழுதும் போது ஒரு பெரும்

மயில் கூட்டம் என்னைச் சுற்றி அலைந்து கொண்டிருந்தது. இந்த தேசத்தில் மயில்களும் தென்றலும் எனக்குப் பிடித்திருக்கிறது. ஃபர்கானாவில் ஒரு சமயம் அனாதையாய்ச் சுற்றிக் கொண்டிருந்தபோது ஒரு மலைப் பிராந்தியத்தில் கிடந்தேன். எழுதுவதற்குக் காகிதம் இல்லை. ஒரு கூர்மையான கல்லை எடுத்துப் பாறையிலே என் கவிதையைச் செதுக்கினேன். அது இப்போது இந்தத் தருணத்திற்கும் பொருந்தும்.

நம்மைப் போல் எத்தனையோ பேர்
இந்த வசந்த காலத்தில் பேசியிருக்கிறார்கள்
ஆனால்
கண்ணிமைக்கும் நேரத்தில்
அவர்கள்
காணாமல் போனார்கள்
நாங்களோ
எங்களுடைய வீரத்தினாலும்
வலிமையினாலும்
உலகை வென்றோம்
ஆனாலும்
சுவனம் செல்லும்போது
இதை எங்களோடு
எடுத்துச் செல்ல மாட்டோம்.
அதுதான் இருப்பதும் இல்லாமல் இருப்பதும்.
வெல்வோம். வாழ்வோம். கொண்டாடுவோம்.
நமக்கென்று எதுவுமில்லை.
ஏதுமற்று வந்தோம்.
ஏதுமற்றுச் செல்வோம்...

என் உயிரினும் இனிய வீரர்களே,

இதோ, இன்னும் ஓரிரு நாட்களில் புதியதொரு சகாப்தத்தைப் படைக்க இருக்கிறீர்கள். நம்மை எதிர்த்து நிற்கும் சைன்னியம் எண்ணிக்கையில் நம்மை விடப் பத்து மடங்கு அதிகமானது. லோதியிடம் பொருதிய போதும் இதே எண்ணிக்கைதான்.

ஆனாலும் இறைவனின் கருணையினால் நாம் வெற்றியை அடைந்தோம். இப்போதும் அதே நிலை. ஆனால் ஒரு வித்தியாசம். முதல்முதலாக நீங்களும் நானும் முஸ்லிம் அல்லாத ஒரு பெரும் சைன்னியத்தைச் சந்திக்க இருக்கிறோம். இதுவரை நாம் போரிட்டதெல்லாம் முஸ்லிம்களோடு. இதுதான் முஸ்லிம் அல்லாதவர்களோடு நாம் செய்யும் முதல் போர். இதுவே நமது இறுதிப் போர். ஹிந்துஸ்தானில் நாம் அமைத்திருக்கும் சாம்ராஜ்ஜியத்தில் இது ஒன்றே நமக்கிருக்கும் தடை. இதையும் நாம் இறைவனின் கருணையினால் உடைத்தெறிவோம். உடலாலும் உள்ளத்தினாலும் பலஹீனமாக இருக்கும் உங்களை இறைவனின் பெயரால் அழைக்கிறேன். இதில் நாம் வென்றால், இந்த ஹிந்துஸ்தானின் சரித்திரத்தை நாமே எழுதுபவர்களாக மாறுவோம். காலம் உள்ளளவும் இந்தப் பரந்த தேசத்தின் சரித்திரம் நம்மால் நிரந்தரமாக மாறும். இந்தப் புனிதப் பணியில் இறைவன் நம்மை ஒருபோதும் கைவிட மாட்டான் என்றே நான் நிச்சயமாக நம்புகிறேன்.

இந்தப் புனிதப் பணிக்காக நான் என்னுடைய ஒரே ஒரு இன்பத்தைப் பலி கொடுக்கத் துணிந்து விட்டேன். இன்றோடு நான் மது அருந்துவதை நிறுத்துறேன். மதுவும் அபினியும் போதும் எனக்கு. இன்று உங்களோடு நான் அருந்துவதே என் கடைசி மது. காபூலிலிருந்து ஒயின் பீப்பாய் பீப்பாயாக வந்து இறங்கியிருக்கிறது. எல்லாவற்றையும் குடித்துத் தீருங்கள். இன்னும் சில தினங்களில் இங்கே எதிரிகளின் குருதி வெள்ளம் ஓடப் போகிறது. அதற்கு முன்னோட்டமாய் இன்று மது வெள்ளம் ஓடட்டும். ஆனால் நினைவில் கொள்ளுங்கள், இதுவே நமது இறுதி மது விருந்து. இனி மதுவைத் தொட மாட்டேன் எனப் புனித நூலின் மீது ஆணையிட்டு விட்டுப் போரில் இறங்குங்கள்.[45] இது மண்ணுக்கான போர் அல்ல. நம்

45 அன்றைய தினம் பாபரோடு 400 வீரர்கள் மதுவை விட்டு விட சத்தியப் பிரமாணம் எடுத்தார்கள்.

மார்க்கத்துக்கான போர்.[46] அதை மட்டும் மறந்து விடாதீர்கள்.

இறுதியாக ஒரு வார்த்தை. புதியதொரு சரித்திரத்தை இந்த ஹிந்துஸ்தானில் எழுத இருக்கும் இந்தத் தருணத்தில், நீங்கள் ஒவ்வொருவரும் நம்முடைய வெற்றிக்காக உங்கள் உயிரையும் தருவதற்கு சித்தமாக இருக்கிறீர்கள் என்பதை நமது புனித நூலின் மீது ஆணையிட்டுத் தர வேண்டும். வெற்றி பெற்றால் இறைவனின் பெயரை நிலைநாட்டியவர்களாவோம். தோல்வியடைந்தால் நாம் தியாகிகள் ஆவோம். எப்படி நடந்தாலுமே அது நமது விடுதலைக்கான தீர்வாகத்தான் இருக்கும்.

வெற்றி அல்லது வீர மரணம்.

அல்லாஹ் அக்பர்.

மாட்சிமை தாங்கிய கீ(த்)தி ஸித்தானி ஃபிர்தவ்ஸெ ம(க்)கானி பாபர் பாதுஷா காஸியின் இடி முழக்கக் குரலைத் தொடர்ந்து பதினாயிரம் வீரர்களின் வீர முழக்கம் ஆகாயத்தை நிறைத்தது.

—

46 பாபருக்கு அப்படிச் சொல்வதைத் தவிர அந்தப் போரை எதிர் கொள்வதற்கு வேறு வழியேயில்லை. அவரோடு இருந்த ஒருவருக்குமே அப்போது போரில் ஈடுபட விருப்பம் இல்லை. அதனால்தான் பாபர் தன் வீரர்களுக்கு அப்படி ஒரு உத்வேகத்தைக் கொடுப்பதற்காக அவரது வாழ்வில் முதல் முதலாக மதத்தைப் பயன்படுத்தினார். அது வெறும் பேச்சு அல்ல என்பதை நிரூபிப்பதற்காக அவருக்கு மிகப் பிடித்தமான மதுவையும் அபீனையும் தியாகம் செய்தார்.

12

தன் வாழ்நாள் முழுக்கவும் *autofiction genre*ஐச் சேர்ந்த நாவல்களாகவே எழுதிக் கொண்டிருந்த எழுத்தாளனுக்கு திடீரென்று ஒரு கட்டத்தில் ஒரு முட்டுச் சந்தில் வந்து நின்று விட்டது போல் தோன்றியது. உங்களுக்கு ஞாபகம் இருக்கிறதா, ஜான் ஜெனே தன்னுடைய வாழ்க்கையை வைத்து திருடனின் நாட்குறிப்புகளை எழுதினார். ஒரு திருடனின் நாட்குறிப்புகளைப் படிக்க யாருக்குத்தான் ஆர்வம் இருக்காது? ஒரே நாளில் பிரபலமும் ஆகி விட்டார். பிறகு ஒரு சந்தர்ப்பத்தில் நடந்த ஒரு இலக்கியச் சந்திப்பில் ஒரு சீமாட்டி ஜெனேயிடம் வந்து "உங்கள் தொழிலைத் தொடர்ந்து நடத்துங்கள் மிஸ்ஸே[47], அப்போதுதான் எங்களுக்கு இந்த மாதிரி சுவாரசியமான எழுத்து கிடைக்கும்" என்றாள். அதற்கு ஜெனே "நேற்று வரை நான் அடையாளம் இல்லாதவனாக சுதந்திரமாகத் திருடினேன், இனிமேல் அப்படித் திருட முடியாதே" என்று பதில் சொன்னார். உண்மையில் நடந்ததா, கட்டுக்கதையா தெரியவில்லை. எப்படியிருந்தாலும் இது ஒரு எதார்த்தமான பதில்தான். அனுபவித்தவர்களுக்குத்தான் அதன் உண்மை தெரியும்.

---

47 மிஸ்ஸே – Monsieur – ஃப்ரெஞ்சில் மிஸ்டர்

ஜெனே அந்த சீமாட்டியிடம் சொன்னதுபோல்தான் ஆயிற்று அந்த ஆட்டோஃபிக்ஷன் எழுத்தாளனுக்கும். ஜெனே மாதிரி ஒரே நாளில் அல்ல என்றாலும் காலப்போக்கில் அவன் பிரபலமான எழுத்தாளனாகத்தான் ஆகி விட்டான். இனி அவன் என்ன செய்தாலும் அது செய்திதான் என்று வந்த பிறகு அவன் எப்படி இனிமேல் ஆட்டோஃபிக்ஷன் நாவல் எழுத முடியும்?

ஒரு உதாரணம் சொல்கிறேன். அவனும் அவன் தோழியும் - கேர்ள் ஃப்ரெண்ட் அல்ல, ஜஸ்ட் ஃப்ரெண்ட் - ஒருநாள் டென் டௌனிங் பப்புக்குப் போயிருந்தார்கள். அவள் வயது இருபத்தைந்து, அவன் வயது அறுபத்தைந்து. ஆனாலும் அவன் ஒரு மேற்கத்திய எழுத்தாளனைப் போல் வாழ்வதால் அவனுக்கோ அவன் தோழிகளுக்கோ அவன் வயது ஒரு பொருட்டாக இருப்பதில்லை என்று வைத்துக் கொள்ளுங்கள். அவன் அப்போது குடிக்காத விரதத்தில் இருந்தான். அவனுடைய சக எழுத்தாளர்களெல்லாம் அவனை விடப் பத்து இருபது மடங்கு அதிகமாக எழுதிக் குவித்துக் கொண்டிருப்பதால் இவனுக்கு ஒரு நெருக்கடி வந்து விட்டது. குடிப்பதில்தான் பெரும்பகுதி நேரம் போய் விடுகிறது என்று நினைத்துக் கொண்டு சுமார் ஐந்து ஆண்டுகள் குடிக்காமலேயே இருந்தான். அந்தக் காலகட்டம்தான் இங்கே குறிப்பிடுவது. (ஆனால் குடிக்காமல் இருந்ததால் எழுத்து வேலை ஒன்றும் பிரமாதமாக நடந்து விடவில்லை. குடியில் எத்தனை நேரம் செலவானதோ அத்தனை நேரமும் குடிக்கும் நண்பர்களுடனேதான் குடிக்காமல் உட்கார்ந்திருக்க வேண்டியதாயிற்று. ஓ மை காட். அப்படி ஒரு துன்பத்தை அவன் வாழ்நாளில் அனுபவித்தது இல்லை. குடிக்கும் நண்பர்களோடு குடிக்காமல் உட்கார்ந்திருப்பது ஒரு ஹராகிரி[48] அனுபவம்! பிறகுதான் 'வாழ்க்கையை ஏன் இந்த

48 ஹராகிரி – சாமுராய்கள் காலத்திய ஜப்பானியத் தற்கொலை. வாளினால் தன் வயிற்றை அறுத்துக் கொண்டு சாகும் முறை. சுய கௌரவத்துக்காகவும் தண்டனையாகவும் சாமுராய்கள் ஹராகிரியை சடங்கைப் போல் செய்வதுண்டு.

அளவுக்கு வதைத்துக் கொள்ள வேண்டும்' என்று நினைத்து மீண்டும் குடிக்க ஆரம்பித்தான்.) ஆனால் சம்பவம் நடந்த காலகட்டத்தில் குடிக்காமல் இருந்ததால்தான் அவன் ஒரு மகா பெரிய ஆபத்திலிருந்து தப்பினான்.

தோழி குடித்தாள். இவன் குடிக்கவில்லை. மூன்று பெக் முடிந்ததும் டான்ஸ் ஃப்ளோர் போகலாம் என்றாள். அவனுக்கு டான்ஸ் என்றால் உயிர். ஆனால் அவன் டான்ஸ் ஆடுவது கிராமங்களில் ராட்டி போட சாணி மிதிப்பார்கள் அல்லவா, அப்படி இருக்கிறது என்று சொல்லிக் கொண்டே இருப்பாள் அவனுடைய இன்னொரு தோழி ஒருத்தி. அவள் அப்படிச் சொல்லும் போதெல்லாம் அவளுக்குத் தான் ஒரு சால்ஸா டான்ஸர் என்ற திமிர்தானே தவிர வேறு எதுவும் இல்லை என்று நினைத்துக் கொள்வான் எழுத்தாளன். டான்ஸ் என்றால் என்ன? உதய் ஷங்கர் மாதிரி ஆடினால்தான் ஆட்டமா? இசையைக் கேட்கும்போது மனம் துள்ளுகிறதா? மனம் துள்ளினால் உடல் துள்ளும். அவ்வளவுதான். ஆனால் அவனுக்கு அன்று என்னவோ மனமும் துள்ளவில்லை, உடலும் துள்ளவில்லை. அந்தத் தோழி நல்ல மாதிரி. "நீங்கள் நன்றாகவே ஆடினீர்கள்" என்று சான்றிதழ் தந்தாள். அப்போது அவனுக்கு அந்த சால்ஸாக்காரியின் ஞாபகம் வந்தது. இதெல்லாம் சம்பவம் அல்ல. அவனும் அந்த இருபத்தைந்து வயதும் ஆடிக் கொண்டிருந்த போது ஒரு பத்திரிகையாளன் புகைப்படம் எடுத்து விட்டான் என்பதுதான் சம்பவம்.

"சார், நாளைக்கு செம்ம ஸ்கூப்... பின்னிப் பெடலெடுத்துர்லாம், யாருக்குக் கிடைக்கும் இந்த மாதிரி... சினிமா ஸ்டார் மாதிரில்ல வாழ்றீங்க சார்..."

உற்சாகத்தில் குதித்தான் பத்திரிகையாளன்.

எழுத்தாளனுக்கு சர்வ நாடியும் ஒடுங்கி விட்டது. ஐயோ, பத்திரிகையில் செய்தியா? அதுவும் இந்த மாதிரியா?

இது என்ன ஃப்ரான்ஸா? அல்லது, அவன் என்ன மிஷல்

வெல்பெக்கா?[49] இப்படி ஒரு சினிமா நடிகன் பற்றி செய்தி வந்தால் அவனுடைய படம் பாதிக்கப்படாது, எதிர்காலம் பாதிக்கப்படாது. இங்கே இலக்கிய உலகில் ஆள் அட்ரஸே இல்லாமல் பண்ணி விடுவார்களே? இங்கே எழுத்தாளன் என்றால் ஏதோ திருவள்ளுவர் ரேஞ்ஜுக்கு அல்லவா நீதி போதனை செய்ய வேண்டும் என்று எதிர்பார்க்கிறார்கள்? வருடா வருடம் சரஸ்வதி பூஜையின்போது குழந்தைகளின் கைப்பிடித்து நெல்லில் அகரம் எழுதப் பயிற்றுவிக்கும் ஆசானாயிற்றே அவன்! அவனா இப்படிக் குடித்து விட்டு பெண்களோடு 'கட்டிப் பிடித்து' ஆட்டம் போடுகிறான்? இது மட்டும் வெளி வந்தால் கிட்டத்தட்ட ஒரு *paedaphile* ரேஞ்ஜுக்கு அல்லவா அவனைக் கட்டம் கட்டி விடுவார்கள்? ஆனால் அன்றைய தினம் குடிக்காமல் இருந்ததால் அந்தப் பத்திரிகையாளனை அணுகி, நைச்சியமாகப் பேசி, அந்தப் புகைப்படத்தை அழிக்கச் செய்தான் எழுத்தாளன். அப்போது கூட அவன் தோழி "வந்தால் வரட்டுமே, ஏன் பயப்படுகிறீர்கள்?" என்றுதான் சொல்லிக் கொண்டிருந்தாள். அதற்குள் அவள் ஆறு பெக்கைத் தாண்டியிருந்தாள். ஆறு பெக்குக்கு இத்தனை தைரியம் வராவிட்டால் எப்படி?

ஆக, நிலைமை இப்படி இருக்கும்போது அவனால் இனி எப்படி ஆட்டோஃபிக்ஷன் எழுத முடியும்? சரி, சுற்றி வளைக்காமல் ஒரே வாக்கியத்தில் சொல்லி விடுகிறேன். அவன் மனைவியே அவன் எழுத்தின் விசிறியாகி விட்டாள். போதுமா? முடிந்தது கதை. அதற்காக ஒரு எழுத்தாளன் தன் தொழிலை விட்டு விடவும் முடியாது இல்லையா? அதனால்தான் சரித்திரத்தின் பக்கம் நகர்ந்தான் நம் எழுத்தாளன். ங்கொக்கா மக்கா, இனிமேல் ஒருத்தன் கூட நாக்கில் சொல் போட்டுப் பேச முடியாது. உனக்குப் பிரச்சினை என்றால் போய் அசோக சக்ரவர்த்தியைக் கேள், ஔரங்ஸேப் ஆலம்கீரைக் கேள் என்று சொல்லி எல்லோரையும் சரித்திரத்தின் அகண்டாகாரத்துக்குள்

---

49 மிஷல் வெல்பெக் - Michel Houellebecq – சர்ச்சைகளுக்குப் பேர் போன ஃப்ரெஞ்ச் எழுத்தாளர்.

தள்ளி விட்டு விடலாம்.

இப்படியாகத்தான் காதரீனா தெ சான் ஹுவான் என்ற பாதிரிப் பெண்ணிடம் வந்து சேர்ந்தான் நம் எழுத்தாளன். இந்தக் காதரீனா யார் என்று பார்த்தால், 1606-இல் ஆக்ரா அரண்மனையில் ஷா ஜஹானின் ஒன்று விட்ட சகோதரியாகப் பிறந்தவள்.

என்ன இது, சம்பந்தமே இல்லாமல் கதையில் திடீரென்று இப்படி ஒரு இடைச் செருகல் என்று பார்க்கிறீர்களா? என்ன நடந்தது என்றால், ஏற்கனவே பார்த்தோம் இல்லையா நந்தினி கிருஷ்ணன் என்று... இந்த நாவலை ஆங்கிலத்தில் மொழிபெயர்த்துக் கொண்டிருக்கும் எழுத்தாளனின் தோழி... அவள் சொன்னாள், "ஒரு நாவலின் ஆரம்பம் என்றால் சுளீர் என்று இருக்க வேண்டாமா? நீங்கள் மொழிபெயர்த்த ஒரு நாவல் இப்படி ஆரம்பிக்கிறது, 'இந்த இரவு முடிவதற்குள் என்னை வஃபாதார்கள் கொன்று விடுவார்கள், அதற்குள் நான் என்னுடைய கதையை உங்களுக்குச் சொல்லி முடித்து விட வேண்டும்.' எப்படி ஒரு ஆரம்பம் பாருங்கள்? எப்படி ஒரு ஜெர்க்? அதனால் இந்த ஔரங்ஸேபையும் ஒரு ஜெர்க்கோடு ஆரம்பியுங்கள்." எழுத்தாளனுக்கும் நந்தினி சொன்னது சரியாகவே பட்டது. ஆனால் நாவலையோ ஆரம்பித்தாகி விட்டது. இனிமேல் செய்வதற்கு ஒன்றுமில்லை. அடுத்த நாவலில் வேண்டுமானால் இப்படி ஒரு புதிர்த்தன்மையோடு ஆரம்பிக்கலாம். கவனத்தில் வைத்துக் கொள்ள வேண்டும். அது போக, நந்தினி சொன்னது பற்றி ஆழமாக யோசித்தபோது வேறு ஒரு விஷயம் தோன்றியது. நம்முடைய வாழ்க்கை நமக்குத் திரும்பவும் வாழக் கிடைத்தால் எத்தனை அருமையாக இருக்கும்! ஆஹா, நினைக்கவே ரம்மியமாக இருக்கிறது. முதல் காரியமாக, திருமணம் செய்து கொள்ளாமல் இருந்திருக்கலாம். ஒரு இசைக் கருவியை வாசிக்கக் கற்றுக் கொண்டிருந்திருக்கலாம். அதற்கும் கொஞ்சம் முன்னாலே போய் நாம் பிறக்க வேண்டிய இடத்தையும் மொழியையும் தேர்ந்தெடுக்கும் வாய்ப்பு கொடுக்கப்படுமானால் ஒரு ஸ்பானிஷ் அல்லது ஃப்ரெஞ்ச்

குடும்பத்தில் பிறந்திருக்கலாம். அவ்வளவு கூட வேண்டாம், பக்கத்தில் இருக்கும் கர்நாடகத்தில் கூடப் பிறந்திருக்கலாம். இந்தியாவிலேயே எழுத்தாளனைக் கொண்டாடும் மாநிலங்களில் முதலில் நிற்பது அதுதான். அதற்குப் பிறகுதான் வங்காளம், கேரளம் எல்லாம். இப்படி எத்தனையோ யோசனைகளைக் கிளப்பிவிட்டு விட்டாள் நந்தினி. சரி, நாம் நம்முடைய கதைக்குள் போகலாம்...

மதிப்புக்குரிய காத்திப் அவர்களே, நாம் மொகலாய அரண்மனைகளின் ரத்தச் சரித்திரத்தைப் பற்றிப் பேசிக் கொண்டிருந்தோம். ஒருமுறை குறிப்பிட்டேன், அங்கே மூத்த புதல்வனுக்கே மயிலாசனம் என்ற வழக்கம் இருந்திருந்தால் இத்தனை சகோதரக் கொலைகள் நடந்திராது என்று. மியூசிக்கல் சேர் என்று ஒரு விளையாட்டு இருக்கிறதல்லவா, அதேதான் நடந்தது. ஒரு நாற்காலி. பல ஓட்டக்காரர்கள். செங்கோட்டையில் நடந்தது என்னவென்றால், ஒரு ஓட்டக்காரன் மற்ற அனைவரையும் தீர்த்துக் கட்டி விடுகிறான். அப்படி வென்றவனுக்கே மயிலாசனம். அப்படிப்பட்ட ஒரு குடும்பத்தில் எப்படி அன்பும் பண்பும் தழைக்கும்? சமயங்களில் தகப்பனையே பிள்ளை தீர்த்துக் கட்டுகிறான். அல்லது, பிள்ளையைத் தகப்பன் தீர்த்துக் கட்ட வேண்டியிருக்கிறது. நான் அத்தனை கொடூரமானவன் அல்ல. என் ஐந்து பிள்ளைகளில் நான்கு பிள்ளைகளை எப்போதும் தூர தேசத்திலேயேதான் வைத்திருந்தேன். இவர்களில் ஆஸம் ஷா என் அதிக பிரியத்துக்குரியவனாக இருந்தான். காரணம், அவனுடைய தைரியம். அந்த விஷயத்தில் அவன் என்னைக் கொண்டிருந்தான். அவனைத்தான் பட்டத்து இளவரசனாகத் தேர்ந்தெடுத்திருந்தேன். முஅஸ்ஸம் ஆஸம் ஷாவை விடப் பத்து வயது மூத்தவன் நான் உயிரோடு இருக்கும்போதே அரசனாகி விட வேண்டும் என்று பல சதிவேலைகள் செய்தான். ஒவ்வொரு முறையும் அதை முறியடித்து அவனைச் சிறையில் தள்ளினேன். அவன் தொடர்ந்து செய்த ராஜத் துரோகக் குற்றங்களுக்கு அவனுக்கு மரண தண்டனைதான் விதித்திருக்க வேண்டும். ஆனாலும் அவன் மீது கொண்டிருந்த அன்பினால்தான் மரண தண்டனை

அளிக்காமல் சிறையில் வைத்தேன். அதுகூட அவனைத் திருத்துவதற்கும், பாடம் கற்றுக் கொடுப்பதற்காகவும்தான். ஆசை இருந்ததே ஒழிய அவனிடம் அதற்கான திறமை இல்லை. ஷிவா[50] ஔரங்காபாதைக் கொள்ளையடித்த போது முஅஸ்ஸம் கையாலாகாதவனாக இருந்தான். பிறகு நான் என் தளபதி ராஜா ஜெய்சிங்கை அனுப்பித்தான் ஷிவாவை அடக்க வேண்டியதாயிற்று. முஅஸ்ஸமை நான் கடைசி வரை நம்பவே முடியவில்லை. நாடு கடத்துவது போல் தூரமாக அனுப்பினால் ராஜபுத்திரர்களின் தூண்டுதலில் எனக்கு எதிராகக் கலகம் செய்தான். அப்படித்தான் ஒருமுறை அவன் தாயார் பேகம் நவாப் பாயை அனுப்பி அவனை 'அடக்கி' செங்கோட்டைக்குக் கொண்டு வர வேண்டியிருந்தது. இது நடந்தது 1670இல் என்றால் பார்த்துக் கொள்ளுங்கள். அதற்குப் பிறகு நான் முப்பத்தேழு ஆண்டுகள் ஆட்சியில் இருந்தேன். அவன் செங்கோட்டைக்கு வந்த பிறகு பல காலம் அவன் என்னுடைய கண்காணிப்பிலேயேதான் இருந்தான்.

என் கடைசி மகன் அக்பரைப் பற்றிக் கொஞ்சம் சொல்ல வேண்டும். முஹம்மது அக்பர். என் அன்புக்குரிய மனைவி தில்ராஸ் பானு பெற்ற ஐந்தாவது பிள்ளை. 1657-இல் பிறந்தான். பிறந்து சரியாக ஒரே மாதத்தில் பேறுக்கால கோளாறின் காரணமாக இறந்து விட்டாள் தில்ராஸ். ஈடு செய்ய முடியாத இழப்பு. சொல்ல முடியாத துயரத்தில் ஆழ்ந்தேன். முப்பத்தைந்து வயதுதான். சாகும் வயதா அது? இத்தனைக்கும் என் அன்னை மும்தாஜ் மஹல் அவர்களுக்கு நேர்ந்த கதி தில்ராஸுக்கு ஏற்பட்டு விடக் கூடாது என்பதற்காகவே ஒரு பிரசவத்துக்கும் அடுத்த பிரசவத்துக்கும் குறைந்த பட்சம் நான்கு ஆண்டுகள் இருக்கிறாற்போல் பார்த்துக் கொண்டேன். எங்கள் திருமண

---

50 ஷிவாஜியை ஔரங்ஸேப் ஒருபோதும் 'ஜி' சேர்த்துக் குறிப்பிட்டது இல்லை. மராட்டி மொழியில் 'ஜி' என்பது ஹிந்துஸ்தானியில் இருப்பதுபோல் மரியாதையைக் குறிப்பது அல்ல, அது பெயரோடு சேர்ந்து வருவது என்று ஔரங்ஸேபிடம் சொல்லியும் அவர் ஷிவாஜியை எப்போதும் ஷிவா என்றே குறிப்பிட்டார்.

வாழ்க்கை இருபது ஆண்டுகள் நீடித்தது. அதில் எங்களுக்கு ஐந்து குழந்தைகள் மட்டுமே பிறந்தன. என் தாயின் நிலை தில்ராஸுக்கு வந்து விடக் கூடாது என்பதற்காகவே நான் நான்கு ஆண்டுகளுக்கு ஒரு குழந்தை என்று திட்டமிட்டேன். இருபது ஆண்டுகளில் ஐந்தே குழந்தைகள். அப்படியும் தில்ராஸுக்கு ஒத்துக் கொள்ளவில்லை. என்னுடைய காதல் வாழ்க்கை அதோடு முடிவுக்கு வந்து விட்டது என்றே சொல்ல வேண்டும். அதற்கு மேல் அவள் இடத்தை வேறு யாராலும் நிரப்ப முடியவில்லை. அதனால்தான் அவள் நினைவாக ஔரங்காபாதில் தாஜ் மஹல் போலவே ஒரு நினைவுச் சின்னத்தை நிர்மாணித்தேன். ஆனால் சரித்திரத்தில் ஒரு வில்லனாகத் தீட்டப்பட்டவனின் மனைவியை யாருக்குத் தெரியப் போகிறது? ஆக்ராவின் தாஜ் மஹலுக்கு உள்ள செல்வாக்கையும் ஔரங்காபாதின் பீபீ கா மக்பராவுக்கு உள்ள செல்வாக்கையும் ஒப்பிட்டுப் பார்த்தால் சரித்திரமும் சரித்திர ஆசிரியர்களும் எத்தனை குரூரமாகவும் நியாயத்துக்குப் புறம்பானவர்களாகவும் இருக்கிறார்கள் என்பதைப் புரிந்து கொள்ளலாம் மதிப்புக்குரிய காத்திப் அவர்களே...

தில்ராஸ் இறந்து பதினோரு ஆண்டுகளுக்குப் பிறகு என் வாழ்வில் வந்து சேர்ந்த அடிமைப் பெண் உதய்புரி மஹல் தில்ராஸினால் எனக்குள் ஏற்பட்ட வெற்றிடத்தை நிரப்பினாள். அவளைப் பற்றி வேறொரு சமயம் சொல்கிறேன்.

அன்னை தில்ராஸின் இழப்பினால் எங்கள் மூத்த மகன் ஆஸம் கிட்டத்தட்ட பைத்தியமாகும் நிலைக்கு ஆளானான். அப்போது அந்த நிலைமையை மிக சாமர்த்தியமாகக் கையாண்டு எங்கள் எல்லோரையும் மீண்டும் பழையபடி கொண்டு வந்தவள் என் மூத்த மகள் ஸெபுன்னிஸா. அவள்தான் ஒரு அன்னையைப் போல் இருந்து குழந்தை அக்பரை கவனித்துக் கொண்டாள். அப்போது அவள் வயது பத்தொன்பது. ஒரு குழந்தையைப் பெற்றெடுத்து வளர்க்க வேண்டிய பிராயம். ஒருவன் அரண்மனையில் ஆணாகப் பிறந்தால் அவன் உயிர் அவனது சகோதரர்களின் கையில் இருக்கிறது; பெண்ணாகப் பிறந்தால் அவள் வாழ்க்கை விதியின் கையில் இருக்கிறது.

13

ஊருக்கு முந்நூறு அறிவுரை சொல்லலாம். நமக்கென்று வரும்போது எதுவும் ஞாபகத்தில் இருப்பதில்லை. தாராவைப் பேரரசர் செல்லம் கொடுத்தே கெடுத்து விட்டார் என்று வாழ்நாள் பூராவும் புலம்பிக் கொண்டிருந்தேன். ஆனால் அதே தவறை நான் அக்பர் விஷயத்தில் செய்தேன். எந்தக் கட்டுப்பாடும் இல்லாமல் சிறுவன் அக்பருக்குச் செல்லம் கொடுத்து அவனைச் சீரழித்துக் கொண்டிருந்த ஸெபுன்னிஸாவைக் கண்டிக்க வேண்டிய நானே அவளையும் மீறி அவனுக்குச் செல்லம் கொடுத்தேன். எங்கே போய் முடியும்? அதிகமாக நீருற்றியதால் செடி பட்டுப் போயிற்று.

மனித மனமே அப்படித்தான் வேலை செய்யுமோ என இப்போது சந்தேகிக்கிறேன். கடைசி மகனாக இருந்தாலும் அக்பருக்கு மயிலாசனத்தைத் தரலாம் என ஆசைப்பட்டேன். ஆனால் அவனோ எடுத்த எடுப்பிலேயே மயிலாசனம் வேண்டும் என்று என் எதிரிகளோடு சேர்ந்து கொண்டான். ஒரு நாள் இரண்டு நாள் அல்ல, ஐந்து ஆண்டுகள் ராஜபுத்திரர்களோடும் மராட்டிய அரசன் ஸம்பாஜியோடும்[51] இருந்தான். பிறகு ஸம்பாஜி

---

51 ஸம்பாஜி போஸளே – மராட்டிய ஷிவாஜியின் மூத்த புதல்வர்

அவனை பாரசீகத்துக்கு அனுப்பினான். 1686இல் கிளம்பி பாரசீகம் போனவன் 1706 வரை அங்கேயேதான் இருந்தான். இருபது ஆண்டுகள் இப்படி நாடு கடத்தப்பட்டவனாக வாழ்ந்ததை விட என் பேச்சைக் கேட்டு நான் தருகின்ற மாகாணத்தின் சுபேதாராக இருந்திருக்கலாமா? சூழி சரியில்லை. பாரசீகத்தில் இருந்தபடி தினந்தோறும் நான் சாக வேண்டும் என்று பிரார்த்தனை செய்தான். அவனை நான் அக்பர்-ஏ-அப்தார்[52] என்று குறிப்பிட ஆரம்பித்தேன். தகப்பன் சாக வேண்டும் என்று எதிர்பார்க்கும் மகனை வேறு என்னவென்று அழைப்பது? இப்போதைய ஜலதரங்கம் இருக்கிறது இல்லையா, அந்த ஜலதரங்கம் எங்கள் காலத்தில் ஒன்றன் மேல் ஒன்றாக அடுக்கப்பட்டிருக்கும். எந்தக் கிண்ணம் எப்போது விழும் என்று தெரியாது. ஔரங்ஸேபின் பெயர் எழுதிய கிண்ணம் விழும் என்று எதிர்பார்த்துக் கொண்டிருந்தான் அக்பர். அவனுக்குத் தான்தான் கிண்ணம் தட்டுவதாக நினைப்பு. பாவம், கிண்ணத்தைத் தட்டுவது வேறொரு கரம் என்பதை மறந்து விட்டான்.

ஆனால் அவன் அப்படிப் பிரார்த்தனை செய்ததிலும் கொஞ்சம் அர்த்தம் இருந்தது என்றுதான் சொல்ல வேண்டும். ஏனென்றால், நான் அப்போது எண்பத்தைந்து வயதைத் தாண்டியிருந்தேன். அக்பர் என்னை விட நாற்பது ஆண்டுகள் சிறியவன். ஆனாலும் நான் செய்தி அனுப்பினேன், முதலில் செல்வது நீயா நானா என்று பார்த்து விடுவோம் என்று.

நான் சொன்னபடியே எனக்கு முன்னால்தான் போய்ச் சேர்ந்தான். நான் 1707இல் எண்பத்தொன்பது வயதிலும், அவன் 1706இல் நாற்பத்தொன்பது வயதிலும். ஏன் அத்தனை துணிச்சலாக செய்தி அனுப்பினேன்? நான் என்ன ஜோதிடனா? நியாயம் என் பக்கம் இருந்தது. இறைவன் என் பக்கம் இருந்தார். அவ்வளவுதான்.

என் மதிப்புக்குரிய காத்திப் அவர்களே, முஸ்லிம்களிடையே

---

52 அக்பர்-ஏ-அப்தார் – சீரழிந்த அக்பர்

ஒரு நம்பிக்கை உண்டு. நம்முடைய இரண்டு தோள்களிலும் இரண்டு மலக்குகள் இருக்கின்றன. நம்முடைய கணக்கு வழக்குகளை எழுதிக் கொண்டே இருப்பதுதான் அவற்றின் பணி. தினை விதைத்தவன் தினைஅறுப்பான் என்று சொல்வதில்லையா? அதேபோல் நம் தோள்களில் இருக்கும் மலக்குகளின் கணக்குப்படி நாம் நியாயத் தீர்ப்பு நாளில் கணிக்கப்படுகிறோம். அதேதான் என் மகன் அக்பருக்கும் நடந்தது.

ஹுஸூர், தங்களின் கடிதங்களைப் படித்துக் கொண்டிருந்தபோது எனக்கு ஏற்பட்ட சந்தேகம் இது. எப்படி உங்கள் தந்தை மீது அளவு கடந்த பிரியமும் மரியாதையும் கொண்டிருந்த நீங்களே அவரை சிறையிலும் அடைத்தீர்கள்?

முதலில் உங்கள் வார்த்தைப் பிரயோகத்தை மாற்றிக் கொள்ள வேண்டும் மதிப்புக்குரிய காத்திப் அவர்களே! சிறை என்பது நீங்கள் நினைப்பது போல் சிறைக் கொட்டடி அல்ல. வதைக் கூடம் அல்ல. பேரரசர் சாஹிப் கிரான் அவருடைய கோட்டையை விட்டு வெளியே செல்ல முடியாது. அவ்வளவுதான். வீட்டுச் சிறை என்கிறீர்கள் அல்லவா, அதைப் போல் கோட்டைச் சிறை. மற்றபடி அவர் தன் கோட்டைக்குள் ஒரு பேரரசராகவேதான் வாழ்ந்தார். எந்த நேரத்திலும் அவர் கண்ணெதிரே அவரது பிரியத்துக்குரிய தாஜ் மஹல் நின்று கொண்டிருந்தது. நானாவது அவரைக் கோட்டைச் சிறையில் வைத்தேன். தாராவுக்கு நான் மரண தண்டனை அளிக்காமல் அவனையே என் அரசனாக ஏற்றுக் கொண்டிருந்தேனானால் பேரரசரை அவன் விஷம் வைத்துக் கொன்றிருப்பான். இல்லாவிட்டால் பேரரசர் அவனுடைய பொறுப்பில் இருந்தபோது அவருக்கு அனுப்பப்படும் ஒவ்வொரு வேளை உணவையும் என் சகோதரி ஜஹானாரா பேகம் தானே தன் கரங்களினால் பரிசோதித்துப் பார்க்கும் நிலை ஏற்பட்டிருக்குமா? அரண்மனை முழுவதுமே அந்த விஷயம் சிரிப்பாய் சிரித்ததே? அதை விடக் கேவலம் ஒரு பேரரசருக்கு வேண்டுமா? ஒரு வேளை உணவைக் கூட அவரால் நிம்மதியாய் உண்ண முடியாமல் போயிற்றே?

யோசித்துப் பாருங்கள். அகிலத்துக்கே அதிபதி. ஆனால் தனக்கு எதிரே வைக்கப்பட்டுள்ள உணவு தன் உயிரைப் போக்கும் விஷமா அல்லது உயிர் கொடுக்கும் உணவா என்று தெரியாது. அரண்மனையே தாராவின் கையில் இருந்தது. இப்படியே பேரரசர் ஒவ்வொரு வேளை உணவையும் உண்டார். விஷம் வைக்கப்படாவிட்டாலும் தட்டில் இருப்பது உணவா விஷமா என்ற சந்தேகம் வந்து விட்டாலே அது விஷம்தானே? ஆக, அந்த அரண்மனையில் அவர் உண்டதெல்லாம் விஷம். நான்தான் அவரை அந்த நரகத்திலிருந்து மீட்டு வந்தேன். ஏன் சிறையில் வைக்க வேண்டியிருந்தது என்றால், அதைத் தவிர வேறு வழியில்லை. அவர் என்னை நம்பவில்லை. என் நம்பிக்கைக்கு உரியவாறு அவர் நடந்து கொள்ளவில்லை. விஷம் வைத்து விடுவானோ என்று சந்தேகப்பட்டாலும் மீண்டும் மீண்டும் தாராவுக்கே மயிலாசனத்தைத் தாரை வார்க்கப் பிரியப்பட்டார் பேரரசர். அதனால் சிறை வைத்தேன். இன்னொரு முக்கியமான காரணமும் இருந்தது. சந்தர்ப்பம் வரும்போது சொல்கிறேன்.

மேலும், என் சகோதரர்கள் கையில் மயிலாசனம் போயிருந்தால் இந்த தேசம் சின்னாபின்னமாகியிருக்கும் என்பதை சரித்திர ஆசிரியர்கள் இன்று எழுதுகிறார்கள். அதை நான் அன்றே உணர்ந்தேன். தாரா ஷிகோ ஒரு அரசனுக்குத் தேவையான தந்திரம் இல்லாதவனாக இருந்தான். முரடனாக இருந்தான். மமதை பிடித்தவனாக இருந்தான். படித்தவன் என்பதால் யாரையும் மதிக்காதவனாகவும் அறியப்பட்டான். அவனுடைய மிக நெருங்கிய நண்பர்களைக் கூட மரியாதையில்லாமல் அவமதித்து எல்லோரிடமும் விரோதம் சேர்த்துக் கொண்டான். யாராலும் அணுக முடியாதவனாக இருந்தான். அதே சமயம் அவனைச் சுற்றி ஒரு ஃபிரங்கிக் கும்பல் மட்டும் சுற்றிக் கொண்டிருந்தது. ஹென்றி ப்யூஸ்[53] என்ற ஃபிரங்கிப் பாதிரிதான் அவனது வலது கரமாக விளங்கினார். தாரா மட்டும் ஆட்சிக்கு வந்திருந்தால் ஹென்றி ப்யூஸ்ஸின் மதமும் மயிலாசனத்தில்

---

53 Henri Busee – பெல்ஜியத்தைச் சேர்ந்த பாதிரியார்

அமர்ந்திருக்கும். இதைச் சொன்னது நானா? இல்லை, நிக்கலாவோ மனூச்சி. அவனுடைய நூலில் எழுதியிருக்கிறான்.

என்னுடைய இன்னொரு சகோதரனான சுல்தான் சுஜா தாராவை விட புத்திசாலி. ஆனால் பெரும் குடிகாரன். ஸ்த்ரீலோலன். அவன் வாழ்க்கையை மூன்று வார்த்தைகளில் அடக்கி விடலாம். குடி, குட்டி, கொண்டாட்டம். எப்போதுமே ஸ்த்ரீகளுடன் கூடிக் குலவிக் கொண்டிருக்கும் ஒருவனிடம் தேசம் மாட்டினால் அதன் கதி என்ன? அதனாலேயே அவன் ஒரு தேசத்தை ஆளும் தகுதியில்லாதவனாகிறான்.

முராத் பக்ஷின் பலம் தைரியம். ஆனால் அரசனுக்கு வேண்டிய தந்திரமோ புத்திக்கூர்மையோ இல்லாதவன்.

இப்படி மற்ற மூவருமே மயிலாசனத்துக்குத் தகுதியில்லாதவர்களாக இருந்ததால்தான் ஒரு ஃபக்கீராகப் போக விரும்பிய நான் சகோதரர்களைக் கொன்று விட்டு மயிலாசனத்தில் அமர வேண்டியதாயிற்று. பேரரசரைப் பற்றிக் கேட்டீர்கள்.

பேரரசருக்கு இந்த அடிமை எழுதிய கடிதங்களைப் படித்திருக்கிறீர்களா? எவனொருவன் தன் குடிமக்களுக்காக வாழ்வதற்குத் தன்னை ஒப்புக் கொடுக்கிறானோ அவனே அரசாளும் தகுதி கொண்டவன். எவனொருவன் தன் உயிரைக் கொடுத்துத் தன் குடிகளைக் காப்பாற்றுகிறானோ அவனே அரசாளும் தகுதி கொண்டவன். எவனொருவன் தன் சொந்த சுக துக்கங்களையும் புலனின்பங்களையும் சிற்றின்பங்களையும் துறக்கிறானோ அவனே அரசாளும் தகுதி கொண்டவன். எவனொருவன் தன் குடிகளுக்காகத் தன் கையில் வாளுடன் உயிர் துறக்கத் தயாராயிருக்கிறானோ அவனே அரசாளும் தகுதி கொண்டவன். நான் அப்படியெல்லாம்தான் என்னைத் தகவமைத்துக் கொண்டேன். இதில் கடைசி ஒன்றைத் தவிர வேறு எதையுமே பேரரசர் செய்யவில்லை என்பதை அவருக்குச் சுட்டிக் காட்டினேன். சரி, சரித்திரத்தில் சற்றே பின்னோக்கிச் செல்வோம்.

22 ஆகஸ்ட் 1602. இன்னும் மூன்று ஆண்டுகளில் பேரரசர் அக்பர்-ஏ-ஆஸமின்[54] மரணம் நிகழ இருக்கிறது. மொகலாய சாம்ராஜ்ஜியத்தின் மயிலாசனத்திலே அமர பட்டத்து இளவரசர் ஜஹாங்கீர் தயாராக இருக்கிறார். அது மட்டுமல்ல; இலஹாபாதில் தனக்கான ஒரு அரச சபையையே அமைத்துக் கொண்டு, தன்னுடைய பெயரில் புதிய நாணயங்களையும் அச்சிட ஆரம்பித்து விட்டார் இளவரசர் ஜஹாங்கீர்.

குறுக்கிடுவதற்கு மன்னிக்க வேண்டும் ஷாஹின்ஷா... பேரரசர் ஜஹாங்கீருக்கு மட்டும் பட்டப் பெயர் இல்லையா?

அவர் பெயரே பட்டப் பெயர்தான் மதிப்புக்குரிய காத்திப் அவர்களே! நூர்-உத்-தீன் முஹம்மது சலீம் என்பது அவர் பெயர். ஜஹாங்கீர் உலகை வென்றவன் பட்டப் பெயர்.

சரி, கதைக்கு வருவோம். இப்போது, தான் பட்டத்துக்கு வருவதற்குத் தந்தையின் நண்பர் அபுல் ஃபஸ்ல்தான் தடையாக இருக்கிறார் என்று நினைத்தார் ஜஹாங்கீர். அபுல் ஃபஸ்ல் தந்தையின் சரிதத்தை எழுதியவர். தந்தையின் பிரியத்துக்குரிய காத்திப். அக்பர் பாதுஷாவின் உத்தரவுக்கு இணங்க தக்காணத்திலிருந்து தலைநகர் நோக்கி குதிரையில் விரைந்து கொண்டிருக்கிறார் அபுல் ஃபஸல். அவருக்குத் துணையாக மிகச் சில காவலர்களே சென்று கொண்டிருந்தார்கள். எந்த பயமும் இல்லை. பேரரசரின் உத்தரவு என்பதால் ஒரு ஆள் கிட்டத்தில் நெருங்க மாட்டான். அபுல் ஃபஸ்ல் தலைநகரம் சேர்ந்து விட்டால் தன் பதவிக்கு ஆபத்து என்று கருதிய ஜஹாங்கிர் ஃபஸலை வழியிலேயே தீர்த்துக் கட்டத் திட்டமிட்டார். அதற்கு அவர் தனக்கு நெருக்கமாக இருந்த நார் சிங் தேவைப் பயன்படுத்திக் கொண்டார். நார் சிங் தேவ் இப்போது மத்தியப் பிரதேசம் என்று அழைக்கப்படும் பிராந்தியத்தில் விந்திய மலைகளுக்கு இடையே இருந்த புந்தேல்கண்ட் பிராந்தியத்தின் அரசன். ஃபஸல் புந்தேல்கண்டில் பயணம் செய்து கொண்டிருந்தபோது அவரைத் தாக்கினான்

---

54 அக்பர்-ஏ-ஆஸம் – அக்பர் தெ க்ரேட்

நார் சிங். அன்றைய தினம் ஆகஸ்ட் 12, 1602. ஃபஸலின் கூட இருந்தவர்கள் அவரைத் தப்பி ஓடி விடும்படி சொன்ன அறிவுரையையும் கேட்காமல் உயிரை விட்டார் ஃபஸல். ஃபஸலின் தலை துண்டிக்கப்பட்டு இளவரசர் ஜஹாங்கிருக்கு அனுப்பப்பட்டது. பிற்பாடு ஜஹாங்கிர் பதவிக்கு வந்ததும் அபுல் ஃபஸ்லின் புதல்வர் அஃப்ஸல் கானுக்கு பிஹாரின் சுபேதார் பதவியைக் கொடுத்தார்.

அதேபோல் ஜஹாங்கீரின் காலத்தில் நார் சிங் தேவுக்கும் பெரும் பணமும் அதிகாரமும் கிடைத்தது. அந்த அதிகாரத்தை வைத்துக் கொண்டு நார் சிங் தேவ் தன் எல்லைக்குள் இருந்த அத்தனை ஜமீந்தார்களையும் ஒடுக்கினான். ஜஹாங்கீரின் மறைவுக்குச் சில மாதங்கள் முன்பு நார் சிங் தேவ் இறந்தான். அதை அடுத்துப் பதவிக்கு வந்த அவன் மகன் ஜுஜார் சிங் ஒரு தத்தி. தந்தை செய்த கொலை பாதகத்தால் வந்த பணம் அவனை நிம்மதியாய் இருக்க விடவில்லை. பேரரசர் சாஹிப் கிரான் ஆட்சிக்கு வந்த நேரத்தில் அவன் ஆக்ராவை விட்டு உஞ்ச்சாவுக்கு - குவாலியரிலிருந்து 123 கி.மீ. தூரத்தில் இருக்கிறது அந்த ஊர் - இடம் பெயர்ந்தான். அங்கே அவனுக்கு வலுவான கோட்டையும் ஆயுத பலமும் இருந்தன.

1634. என் பதினாறாவது வயதில் படைத் தளபதியாகப் பதவியேற்றேன். கொடுக்கப்பட்ட முதல் பணி, புந்தேல்கண்டில் ஆட்சி செய்து கொண்டிருந்த ஜுஜார் சிங்கையும் அவன் மகன் விக்ரமஜீத்தையும் அடக்க வேண்டும். இறைவனின் சித்தத்தால் அந்தப் பணி செவ்வனே முடிந்தது.

பிறகு என் பதினெட்டாவது வயதிலிருந்து இருபத்து நான்காம் வயது வரை தக்காணத்தின் பிரதிநிதியாக நியமிக்கப்பட்டேன். பத்தொன்பதாவது வயதில் தில்ராஸ் பானுவுடன் முதல் திருமணம். அடுத்த வருடமே நவாப் பாயுடன் திருமணம். இரண்டு பேருக்கும் குழந்தைகள். முதலாமவள் ஸெபுன்னிஸா. கவிதையை ரசிக்காத எனக்குக் கவிதை எழுதும் மகள். இவளைப் பற்றிப் பிறகு சொல்கிறேன்.

1644-இல் நான் என்னுடைய அரசுப் பணிகளை ராஜினாமா செய்தேன். தாரா ஆரம்பத்திலிருந்தே என் மீது பொறாமை கொண்டு அலைந்து கொண்டிருந்தான். அந்த யானைச் சம்பவத்திலிருந்து பொறாமை அவனைத் தொற்றியிருக்க வேண்டும். தாரா ஒரு கோழை. அதற்கு நான் என்ன செய்ய முடியும்? அது அவனுடைய ஆன்மீகப் பிரச்சினை. அவனுக்கு எதிலும் நம்பிக்கை இல்லை. இறைவன் மீது நம்பிக்கை இல்லை. அதனால்தான் ஃபிரங்கியரோடு உறவாடிக் கொண்டிருந்தான். ஃபிரங்கியரின் கடவுளையும் அவன் ஏற்றுக் கொண்டு விடுவான் போல்தான் தெரிந்தது. அதெல்லாம் அவனுடைய சொந்த விருப்பம். ஆனால் அதையெல்லாம் அவன் ஏன் என் மீது காட்ட வேண்டும்? எப்போது பார்த்தாலும் என் விஷயத்தில் குறுக்கிட்டபடியே இருந்தான். பேரரசரிடம் புகார் செய்தால் அவர் தாராவின் பக்கமே பேசினார். எளியவன் பேச்சுக்கு அந்த அரண்மனையில் மதிப்பே இல்லை. பொறுத்துப் பொறுத்துப் பார்த்து ஒருநாள் ராஜினாமாவை எழுதி அனுப்பினேன்.

ஒரு பேரரசரின் மகனாகப் பிறந்தும் இத்தனை அவமானத்தை அனுபவித்துக் கொண்டு நான் பதவியில் ஒட்டிக் கொண்டிருக்க வேண்டும் என்று எந்த அவசியமும் இல்லை. பத்து ஆண்டுகள் இந்த அவமானத்தைத் தாங்கிக் கொண்டேன். ஏனென்றால், பேரரசரின் சேவகர்களில் நான் மட்டுமே இந்த இழிவுகளை அனுபவிக்க வேண்டும் என்று பேரரசர் விரும்புவதால் அதைத் தாங்கிக் கொண்டேன். ஆனால் இனியும் தாங்கிக் கொள்ள என் தன்மானம் இடம் கொடுக்கும் என்று எனக்குத் தோன்றவில்லை. என்னுடைய இருப்பே ஒருத்தருக்கு இத்தனை உளைச்சலைக் கொடுக்கும் என்றால் நான் ஒதுங்கி வாழ்வதே எனக்கும் நல்லது, என்னை வெறுப்பவர்களுக்கும் நல்லது. எனவே பேரரசர் என் மீது பெரும் கருணை கொண்டு என் பதவியிலிருந்து என்னை விடுவிக்க வேண்டும்.

பேரரசர் எனக்குத் தர வேண்டிய மாதாந்திர ஊதியம் மற்றும் சலுகைகளை எந்தக் காரணமும் சொல்லாமல் நிறுத்தி விட்டார் என்பதும் நான் இப்படி ஒரு ராஜினாமா கடிதத்தை அனுப்புவதற்குக் காரணமாக இருந்தது.

பேரரசர் ஏன் ஊதியத்தை நிறுத்தினார் என்பது பற்றி சரித்திர ஆசிரியர்கள் யாரும் சரியான காரணத்தைச் சொல்லவில்லை. நான் சொல்லுகிறேன். ஆக்ராவில் யமுனை நதிக்கரையில் தாரா தனக்கென்று ஒரு ஆடம்பர மாளிகை கட்டினான். அதைக் காண்பிப்பதற்காக பேரரசரையும் சகோதரர்களையும் அழைத்திருந்தான். எல்லோரும் சென்றிருந்தோம். மாளிகையைச் சுற்றிக் காண்பித்துக் கொண்டிருக்கும்போது எங்கள் அனைவரையும் ஒரு நிலவறைக்கு அழைத்துப் போனான். கடும் கோடையாக இருந்தாலும் அந்த நிலவறை குளிர்ந்தது. அப்போது நிலவறைக்குள்ளே சென்ற நான் அங்கே இரண்டு விஷயங்களை கவனித்தேன். அந்த நிலவறைக்கு ஒரே ஒரு வாசல்தான் இருந்தது. வேறு வாசல் இல்லை. அடுத்து, தாராவின் அந்தரங்க மெய்க்காப்பாளர்கள் அங்கே இருந்தார்கள். அதனால் நான் சட்டென்று வெளியே போய் நிலவறை வாசலிலேயே அமர்ந்து கொண்டேன். தாராவை எல்லோர் முன்னிலையிலும் அவமதித்து விட்டேன் என்று கோபமடைந்த பேரரசர் அப்போதுதான் எனக்கான ஊதியத்தை நிறுத்துவது என்று முடிவு செய்தார்.

பிறகுதான் பேரரசர் தன் உளவாளிகள் மூலம் என்னுடைய வினோதமான செய்கையின் காரணத்தைக் கண்டு கொண்டு என் மீது கோபம் நீங்கினார். தாரா பதவி ஆசையின் காரணமாகத் தன் மெய்க்காப்பாளர்கள் மூலம் பேரரசரையும் சகோதரர்களையும் போட்டுத் தள்ளுவதற்காகத்தான் திட்டமிட்டு அந்த நிலவறைக்கு அழைத்துச் சென்றிருக்கிறான் என்று நினைத்து விட்டேன். அவ்வளவுதான்.

—

14

இளவரசனான நான் ஓர் அனாதையைப் போல் திரிந்து கொண்டிருந்தேன். நினைத்துப் பார்த்த போது பேரரசரின் அறியாமையை எண்ணிச் சிரித்தேன். கீழே பூமியும் மேலே ஆகாயமும் இருக்கின்றன. ஐந்து வேளைத் தொழுகை. தொப்பியைத் தைத்தும், அல் குர்ஆனை எழுதியும் விற்றால் இன்னும் ஏழு பேருக்கு உணவிடலாம். போதுமே? வேறு என்ன வேண்டும்? அதனாலேயே ஒரு பேரரசரின் புதல்வனாகப் பிறந்தும் எந்த ஆடம்பரத்தையோ படாடோபத்தையோ விரும்பியிராத எனக்கு அந்த நிலை எந்தக் கலக்கத்தையும் ஏற்படுத்தவில்லை. ஆயுள் பூராவும் அப்படி வாழ்ந்திருக்க வேண்டுமானால் கூட மகிழ்ச்சியே அடைந்திருப்பேன். தக்வாவைத் தன் கவசமாகக் கொண்ட ஒருவனுக்கு இதெல்லாம் எம்மாத்திரம்?

நீங்கள் என்னிடமிருந்து எதைப் பிரித்தாலும் என் தொழுகையைப் பிரித்து விட முடியுமா? என் ஈமானைப்[55] பிரித்து விட முடியுமா?

ஆனாலும் இந்த நிலை சில மாதங்களே நீடித்தது. இறைவனின்

---

55 ஈமான் – இறை நம்பிக்கை

திட்டம் வேறாக இருந்தபோது பேரரசர் என்ன செய்ய முடியும்? 1644 நவம்பர் மாதம் 10-ஆம் நாள் பேரரசரின் செல்லப் புதல்வியும் என் மூத்த சகோதரியுமான ஜஹானாராவுக்கு ஒரு தீ விபத்து ஏற்பட்டது. எல்லாம் இறை சித்தம்... நமக்குச் சம்பவிக்கின்ற அனைத்துமே லாஹுல் மஹ்ஃபூஸில்[56] ஏற்கனவே எழுதப்பட்டு விட்டது அல்லவா?[57] அதற்கு மேல் நாம் செய்வதற்கு என்ன இருக்கிறது?

பேகம் சாஹிபாவுக்கு இசையும் நடனமும் என்றால் உயிர். பேகத்தின் பிரியத்துக்குரிய நடன மாது ஆடிக் கொண்டிருந்தாள். இரவு நேரம். குஃபிரி ஷாமா என்று சொல்லப்படுகின்ற கற்பூர விளக்குகளும் பருத்தி எண்ணெய் விளக்குகளும் இரவைப் பகலாக்கிக் கொண்டிருந்தன. ஆ, சொல்ல மறந்து விட்டேனே! தீபாவளி முடிந்து ஒரு வாரம் கூட ஆகியிருக்கவில்லை. என்ன, மொகலாய அரண்மனையில் தீபாவளியா என்கிறீர்களா? நான் என்ன சொன்னாலும், எத்தனை விளக்கினாலும் அதை இந்த நூற்றாண்டு மனிதர்களுக்குப் புரிய வைப்பது கடினம். பேரரசர் முஸ்லிம் என்றாலும் அரண்மனையில் இருந்த பேகம்களும் பேகம்களின் பணிப்பெண்களும் மற்றும் பல உறவுக்காரர்களும் ராஜபுத்திரர்கள்தானே? உதாரணமாகப் பாருங்கள், பேரரசரின் அரண்மனையில் நான்காயிரம் பெண்கள் இருந்தார்கள். அதில் ஐநூறு பேர் மட்டுமே முஸ்லிம் பெண்கள். மற்ற அனைவருமே ராஜபுத்திரப் பெண்கள்தான். அவர்களின் வழிபாடுகளிலோ கொண்டாட்டங்களிலோ அரண்மனை தலையிடுவதே இல்லை. நான் உட்பட. அதனால் அரண்மனைக்குள் ஹிந்துக்களின் பண்டிகைகளும் கொண்டாட்டங்களும் எந்தப் பிரச்சினைகளும் இல்லாமல் தொடர்ந்து கொண்டேதான் இருந்தன. என்ன செய்வது? நம்முடைய தலைநகரம் என்ன காபூலிலா இருக்கிறது? என் தளபதிகளிலேயே ஓரிருவரைத் தவிர மற்ற அனைவரும் ராஜபுத்திரர்கள்தானே?

---

56 லாஹுல் மஹ்ஃபூஸ் – விதிப் பலகை

57 அல் குர்ஆன் 57: 22

அதனால் தீபாவளி முடிந்து ஒரு வாரம் ஆகியிருந்தும் அன்றைய இரவும் தீபாவளியின் தொடர்ச்சியாகவே இருந்தது. அப்போதுதான் அந்த நடனக்காரியின் உடையில் தீப்பற்றியது. நிச்சயமாக குஃபிரி ஷாமாவிலிருந்துதான் பற்றியிருக்க வேண்டும். ஜஹானாரா மிகவும் இரக்க சுபாவம் கொண்டவர். உடனடியாகத் தன் இருக்கையிலிருந்து குதித்து எழுந்து அந்த நடனக்காரியின் தீயை அணைக்க முற்பட்டபோது பேகத்தின் உடையில் ஏறி விட்டது தீ. தங்களுக்கே தெரியும் மதிப்புக்குரிய காத்திப் அவர்களே... ஓவியங்களில் கண்டிருப்பீர்கள், எங்கள் காலத்திய ஆடைகள் எப்படி இருக்கும் என்று... ஆணாக இருந்தாலும் சரி, பெண்ணாக இருந்தாலும் சரி, ஒரு வண்டியில் கொள்ளும் அளவுக்கு ஆடை அணிந்திருப்போம். அது தவிர, மிக மெல்லிய மஸ்லின் துணி வேறு. தீ இன்னொரு காரணத்தாலும் கொழுந்து விட்டு எரிந்தது. ஆடையில் போட்டிருந்த அத்தர். அது தீயில் எரியெண்ணையை ஊற்றியது போல் வேலை செய்தது.

அப்புறம் என்ன, நடனக்காரி இறந்து விட்டாள். உதவிக்குப் போன ஜஹானாரா பேகத்துக்கும் பிழைத்ததே மறுபிழைப்பு என்று ஆனது. ஃபிரங்கி மருத்துவர்தான் மருத்துவம் பார்த்தார். பிழைத்து எழுந்த ஜஹானாராவுக்குப் பேரரசர் பரிசளிக்க விரும்பி என்ன வேண்டும் என்று கேட்டார்.

என் அன்புச் சகோதரி ஜஹானாரா சொன்னார், ஔரங்ஸேபுக்குப் பழையபடி எல்லா பதவிகளையும் தாருங்கள்.

இரண்டே மாதங்களில் நான் குஜராத்தின் சுபேதாராக நியமிக்கப்பட்டேன்.

பேரரசரிடம் அவர் சொன்ன அந்த ஒரு வாக்கியம்தான் என் சகோதரிக்கு நான் வாழ்நாள் பூராவும் கடன் பட்டிருந்ததன் காரணம்.

என் வாழ்வின் அடுத்த முக்கியமான காலகட்டம் என்று 1652-இலிருந்து 1658 வரை தக்காணத்தில் சுபேதாராக இருந்ததைச் சொல்வேன்.

கடந்த காலத்தை நாம் மறந்து போனதால்தான் அதைத் திரும்பத் திரும்ப நிகழ்த்திக் கொண்டே இருக்கிறோம். என்னுடைய கதை உங்களுக்குக் கடந்த காலத்தின் ஒரு இழையையாவது ஞாபகப்படுத்துமானால் நான் உங்கள் முன்னே இத்தனைக் காலம் கழித்து வந்து என் கதையைச் சொன்னதன் பலனைப் பெற்றவனாவேன். நானா போரைத் தொடங்கினேன்? தாராவின் மனதிலிருந்து ஆரம்பித்தது போர். என்னை அவன் ஆரம்பத்திலிருந்தே தன் அரசியல் வாழ்வின் சத்ருவாகவும் தடைக்கல்லாகவுமே பார்த்தான். நானோ ஆரம்பத்திலிருந்தே ஆன்மீகத்தில்தான் நாட்டம் கொண்டிருந்தேன். காரணம், என் குடும்பம்தான்.

அக்பர் பாதுஷாவுக்கு ஐயாயிரம் மனைவிகள். ஜஹாங்கீருக்கு முந்நூறு. எனக்கு மூன்று. நான்காவது, திருமண உறவுக்கு வெளியே இருந்தவள். உதய்புரி மஹல். உண்மையான பெயர் தெரியாது. ஜார்ஜியாவிலிருந்து வந்த அடிமைப் பெண். அவளை நான் பார்க்கும் போது அவள் வயது பதினைந்து, என் வயது ஐம்பது. அந்த ஐம்பதாவது வயதிலிருந்து இறுதி நாள் வரை என் பேரன்புக்குரியவளாக இருந்தவள். என் மகன் காம் பக்ஷின் தாய். என் மீது உயிரையே வைத்திருந்தாள். என்னோடு நாற்பது ஆண்டுக் காலம் வாழ்ந்தவள்.

அவளுக்கு முன் நான் இறந்து போனால் ராஜபுத்திரப் பெண்களைப் போல் தீக்குளித்து சாவேன் என்று சொல்லியிருந்தாள். நான் இறந்த போது அவள் தீக்குளிக்கவில்லை. ஆனால் நான் இறந்து நான்கே மாதங்களில் இறந்தாள்.

மதிப்புக்குரிய காத்திப் அவர்களே, என்னுடைய வழிகள் தவறானவை என என் அந்திமக் காலத்தில் உணரத்தான் செய்தேன். மிகப் பெரிய வலியோடு உணர்ந்தேன். ஏனென்றால், அதையெல்லாம் தவறு என்று உணர்ந்தபோது என்னால் அதை மாற்ற முடியாதிருந்தது. இந்த உலகத்துக்கு அப்பழுக்கில்லாத தூய்மையான ஆத்மாவாக வந்த நான் சுவனம் திரும்பிய போது என்னுடைய எண்ணற்ற பாவங்களின் சுமையோடு சென்றவனாக இருந்தேன். அப்படியென்றால் என்னுடைய

மொத்த வாழ்க்கையும் வீண் என்றல்லவா ஆகிறது? இந்த உண்மை என் அந்திமக் காலத்தில் தெரிந்து என்ன செய்வது? இது என்ன மணலில் எழுதும் எழுத்தா, அழித்து விட்டு மீண்டும் எழுதுவதற்கு? தொண்ணூறு ஆண்டுகள். எத்தனையோ பலிகள், எத்தனையோ கொலைகள், எத்தனையோ திட்டங்கள்... நான் ஒழுக்கமானவன் என்ற பலத்தின் அஹங்காரமே என் கண்களை மறைத்து விட்டது. நான் இறந்த பிறகு என் துருப்புகளுக்கோ என் அதிகாரிகளுக்கோ மக்களிடம் மரியாதை இருக்காது. என் அதிகாரம் மக்களின் அச்சத்தினால் கட்டமைக்கப்பட்டது.

அந்த அச்சத்தையும் மீறி என் மீது பல முறை தாக்குதல் நடத்தப்பட்டிருக்கிறது. காரணம், நான் மக்களின் நன்மைக்காக யோசித்தேன். அதை மக்கள் விரும்பவில்லை. நல்வாழ்க்கையை விட அவர்கள் சுதந்திரத்தைத்தான் விரும்பினார்கள் என்று என் இறுதி நாட்களில் புரிந்து கொண்டேன். 1668இல் நடனம் சங்கீதம் இரண்டுக்கும் அரண்மனையிலும் தலைநகரிலும் தடை விதித்தேன். இரண்டும் எனக்குப் பிடிக்காதவை என்பதனால் அல்ல. மக்கள் வறுமையில் பீடிக்கப்பட்டிருந்த போது ஆட்டமும் பாட்டமும் தேவையா என்பதே என் கேள்வியாக இருந்தது. அந்த விஷயங்களுக்காக மிகப் பெரிய அளவில் கஜானாவிலிருந்து பணம் போய்க் கொண்டிருந்தது. அதேபோல் மதுவையும் விபச்சார விடுதிகளையும் குறைத்தேன். ஃபிரங்கிகளும் ஃபிரங்கிகளின் மதத்தைச் சேர்ந்தவர்களும் கூட மக்கள் தொகையில் கணிசமான அளவு இருந்ததால் அவர்களின் கலாச்சாரத்தில் நம்மால் குறுக்கே நிற்க முடியாது அல்லவா? ஆனால் மதுவினாலும் விபச்சாரத்தினாலும் சமூகத்தில் நிலவிய ஒழுக்கக் கேட்டை வெகுவாகக் குறைத்தேன் என்றே நினைக்கிறேன். ஜாமா மஸூதிக்குத் தொழுவதற்காகச் செல்வேன். அப்போது வழியெல்லாம் குடிகாரர்கள் சுயநினைவின்றி தெருவோரத்தில் பன்றிகளைப் போல் கிடப்பதைப் பார்க்கும்போது சவுக்கை எடுத்துக் கொண்டு போய் அவர்களை விளாச வேண்டும் என்று தோன்றும். முடிந்தது கதை. ஏற்கனவே நம்மைக் கொடுங்கோலன் என்கிறார்கள். இதில் இது வேறா? ஆனாலும் என் மனக்குழப்பம் தீராது. அரசன்

என்ற முறையில் இந்த ஒழுங்கீனத்தையெல்லாம் வேடிக்கை பார்த்துக் கொண்டு சும்மா இருக்க வேண்டியதுதானா? இப்படி ஏதோ யோசனையில் ஒருநாள் மசூதியின் படிகளில் ஏறிக் கொண்டிருந்த போது ஏதோ ஒரு பருப்பொருள் என்னை நோக்கிப் பறந்து வந்ததை கவனித்தேன். அதன் குறி என் தலைதான். தலையில் பட்டிருந்தால் கதை முடிந்திருக்கும். கண் சிமிட்டும் நேரத்தில் தலையைக் குனிந்து விட்டதால் தப்பினேன். ஒரு பெரிய செங்கல். ஆனால் அதைத் தொடர்ந்து இன்னொரு கல்லும் வரும் என்று நான் எதிர்பார்க்கவில்லை. அது என் தோளைப் பதம் பார்த்தது. அது குரு தேக் பகதூருக்குக் கொடுத்த மரண தண்டனைக்கானது. ஆனால் நான் என்ன செய்வேன்? குரு தேக் பகதூர் மொகலாய சாம்ராஜ்ஜியத்தை அல்லவா எதிர்த்தார்? செங்கோட்டையில் காலிஸ்தான் கொடி பறக்கும் என்று சொன்னால் எப்படி நான் அதை வேடிக்கை பார்த்துக் கொண்டிருக்க முடியும்? என் காலத்தில் செங்கல். தங்களின் காலத்தில் ஏகே 47. ஆனால் அன்று நான் பிழைத்தது இறையருள் என்றே சொல்ல வேண்டும். இன்னொரு நாள் ஒரு இழிபிறவி நான் நகர்வலம் வந்து கொண்டிருந்த போது என்னை நோக்கி ஏதோ தகாத வார்த்தையை வீசினான். இன்னொரு நாள் பெரிய கட்டை ஒன்று வந்து விழுந்தது. இப்படி ஒன்றல்ல இரண்டல்ல. எத்தனையோ.

ஆனாலும் இது எதனாலும் நான் பாதிக்கப்படவில்லை. இவர்களை நான் தண்டிக்கவும் இல்லை. ஏனென்றால், இறைவனே உயிர்ப்பிக்கிறான். இறைவனே மரணிக்கவும் செய்கிறான்.[58]

என்னுடைய மரணம் ஒரு செங்கல்லினால் ஆகும் என்றால் ஆகும். அப்படித்தான் லாஹ்ஃல் மஹ்ஃபூஸில் எழுதப்பட்டிருக்கிறது. எதைப் பற்றியும் கவலைப்படாமல் என்னுடைய மக்கள் நலத் திட்டங்களைத் தொடர்ந்து செயல்படுத்திக் கொண்டே இருந்தேன். நூற்றுக்கணக்கான

58 அல் குர்ஆன் 57: 2

காரியங்கள். எல்லாவற்றையும் சொல்லி தங்களை நான் சலிப்படையச் செய்ய மாட்டேன். ஒன்றிரண்டை மட்டும் சொல்கிறேன். அரண்மனையில் ஒரு பெரிய பிராமணர் கூட்டம் கட்டுக் கட்டாக ஓலைச் சுவடிகளைத் தூக்கிக் கொண்டு திரிந்து கொண்டிருந்தது. ஜோதிடர் கும்பல். ஒரே ஒரு ஜோதிடரை மட்டும் என் பொருட்டு வைத்துக் கொண்டு மற்ற எல்லோரையும் சொந்த ஊர்ப் பக்கம் சென்று பிழைத்துக் கொள்ளுங்கள் என்று விரட்டி விட்டேன்.

விசேஷ தினங்களில் அரச குடும்பத்துப் பெண்களும் ஆண்களும் உமாராக்களும் கூடுகின்ற போது அவர்கள் ஒவ்வொருவரும் எனக்கு மனிதர்களைப் போல் தெரிய மாட்டார்கள். ஏதோ நகைக்கடையே நடந்து வருவது போல்தான் தெரியும். எல்லாவற்றையும் தடை செய்தேன். ஆனால் ஹிந்துக்களை விட்டு விட்டேன். ஏற்கனவே எடுத்துள்ள கெட்ட பெயர் போதும். முஸ்லிம்களுக்கு மட்டும்தான் இந்தத் தடை. மக்களெல்லாம் பிச்சை எடுத்துக் கொண்டிருக்கும்போது இப்படி நகைக்கடையைப் போல் நடமாட உங்களுக்கெல்லாம் வெட்கமாக இல்லையா என்று கேட்டேன். இதனால் எல்லாம்தான் மக்கள் என்னை வெறுத்தார்கள்.

பேரரசர்களின் பிறந்த நாள் அன்றும் மற்ற விசேஷ தினங்களிலும் உமாராக்கள் பேரரசரின் எடைக்கு எடை தங்கம் கொடுக்கும் நீண்ட கால வழக்கத்தைத் தடை செய்தேன். தங்களுக்குப் புரியும் மதிப்புக்குரிய காத்திப் அவர்களே, ஊழல் எங்கிருந்து ஆரம்பிக்கிறது? பேரரசரின் தர்பார் ஹாலிலிருந்துதான். அரசர்களைக் காண வந்தால் அரசர்களுக்கு நீங்கள் கையூட்டுக் கொடுக்க வேண்டும். நான் இதையெல்லாம் ஒழுங்கு படுத்த விரும்பினேன். அரசன் என்ன பிச்சைக்காரனா, தன்னைக் காண வருபவர்களிடமிருந்து பக்ஷீஸ் வாங்குவதற்கு? ஒழுங்காக வரியைக் கட்டுங்கள். அது போதும். என் மீது இன்னொரு பெரிய குற்றச்சாட்டு. அந்த ஒன்றை மட்டுமே சொல்லிச் சொல்லி என்னைக் காலி பண்ணினார்கள் காஃபிர்கள். இன்றைக்கும் நடந்து கொண்டிருக்கிறது அந்த அபவாதம்.

ஹிந்துக்கள் மீது ஜிஸ்யா வரி விதித்தேனாம். ஏ பொய்யர்களே, ஒரு வாக்கியத்தில் பாதியை மட்டும் சொன்னால் அது எப்பேர்ப்பட்ட ஏமாற்று வேலை தெரியுமா? நான் ஒரு கொலைகாரன் என்ற குற்றச்சாட்டை வன்மையாக மறுக்கிறேன். இந்த வாக்கியத்தை இரண்டாக உடையுங்கள். நான் ஒரு கொலைகாரன். இல்லையா? இதைத்தான் நீங்கள் ஔரங்ஸேப் விஷயத்தில் செய்தீர்கள். ஜிஸ்யா வரி விஷயத்தில் நடந்தது இதுதான். நான் ஹிந்துக்களுக்கு ஜிஸ்யா வரியும் முஸ்லிம்களுக்கு ஜகாத்[59] வரியும் விதித்தேன்.

நான் சொல்லும் என்னுடைய கதையைத் தங்கள் மூலமாக நாளை வாசிக்கப் போகும் பொதுமக்களுக்கும் அறிஞர் பெருமக்களுக்கும் நான் சவாலாகவே சொல்கிறேன்... ஹிந்துக்கள் கட்டிய ஜிஸ்யா வரியை விட முஸ்லிம்கள் கட்டிய ஜகாத் வரி அதிகம். தயவுசெய்து இந்த வாக்கியத்தை நன்றாகப் பெரிய எழுத்தில் போடுங்கள் மதிப்புக்குரிய காத்திப் அவர்களே! ஜகாத் என்பது உங்கள் வருமானத்தில் இரண்டரை சதவிகிதம். நான் விதித்த ஜிஸ்யா வரி அதை விடக் கம்மி. எனக்குத் தெரியாதா, என் காலத்திலேயே நான் ஒரு வேண்டாத மனிதனாக இருந்தேன் என்பதும், அந்த நிலையில் இப்படி ஒரு வரியை விதித்தால் எல்லோருடைய வெறுப்பையும் சம்பாதித்துக் கொள்வேன் என்பதும்?

குறுக்கிடுவதற்கு மன்னிக்க வேண்டும் ஷாஹின்ஷா, திரிவேணி சங்கமத்தில் குளிப்பதற்கு ஆறேகால் ரூபாய் கட்டணம் என்பதெல்லாம் அந்தக் காலத்தில் ரொம்பவும் அதிக பட்சம் இல்லையா? அதை நீங்கள்தானே அறிமுகப்படுத்தினீர்கள்?

—

59 ஜகாத் – இஸ்லாமிய மார்க்கத்தின் ஐந்து கடமைகளில் ஒன்று. ஒருவரது வருமானத்தில் இரண்டரை சதவிகிதம் ஏழைகளுக்கு உதவுவது ஜகாத் என அழைக்கப்படுகிறது.

15

பொதுவாகவே ஔரங்ஸேப் எதற்கு என்ன சொல்வார், எப்படி எதிர்வினை செய்வார் என்பதை எழுத்தாளனால் யூகிக்கவே முடிந்ததில்லை. அதனால் திரிவேணி சங்கமத்தில் குளிப்பதற்கு ஆறேகால் ரூபாய் கட்டணம் வசூலிப்பதற்கு உத்தரவிட்டது பற்றியும் அவர் ஏதாவது சொல்லி சமாளிப்பார் என்றே அவன் எதிர்பார்த்தான். அதற்கு மாறாக அது மிகப் பெரிய தவறு என்று ஒப்புக் கொண்டார் ஔரங்ஸேப்.

மிகப் பெரிய தவறு ஹுஸூர். மிகப் பெரிய தவறு. செய்திருக்கவே கூடாது. ஆனால் அப்போது அரசு கஜானா சுத்தமாகக் காலியாகி விட்டது. நான் வேறு ஏதாவது வழிமுறைகளைத்தான் யோசித்திருக்க வேண்டும். அரசு கஜானா காலியானதற்கும் நான்தானே காரணம்? என் காலத்தில் நடந்த யுத்தங்களில் முக்கால்வாசியை நானேதான் உருவாக்கினேன். நீதிக்கும் அநீதிக்கும் நடந்த இதிகாச யுத்தம் ஞாபகம் வருகிறதா? நீதியை நிலை நாட்டுவதற்காக நடந்த யுத்தமே மிகவும் அநீதியாகத்தானே நடந்தது? உலகின் மக்கள் தொகையையே பெருமளவு குறைத்து விட்ட அந்த யுத்தத்தைத் தவிர்த்திருக்க முடியாதா என்ன? சரி, போகட்டும். என்னுடைய காலத்தைப் பற்றித் தெரிந்துகொள்ள

ஃப்ரான்ஸ்வா பெர்னியே மற்றும் நிக்கலாவோ மனூச்சி ஆகியோரின் பயணக் குறிப்புகளைப் படிப்பதுதான் சரியான வழி. அதிலும் பெர்னியே என் ஐம்பதாண்டுக் கால ஆட்சியின் முதல் பத்தாண்டுகள்தான் ஹிந்துஸ்தானில் இருந்தான். பிறகு ஐரோப்பா போய்விட்டான். மனூச்சிதான் கடைசிவரை இங்கேயே இருந்தவன். அவன்தான் என்னுடைய காலத்தின் மற்றும் ஃபிரங்கிக் கம்பெனியின் ஆரம்ப காலத்தின் சாட்சியாக விளங்கியவன். இத்தனைக்கும் பெர்னியே என்னைப் புகழ்ந்து எழுதியவன். மனூச்சிக்கு என்னைப் பிடிக்காது. இருந்தாலும் மனூச்சியின் புத்தகத்தில்தான் ஆலம்கீரின் ஹிந்துஸ்தான் என்பதன் ஆன்மா இருக்கிறது.

மனூச்சி மருத்துவன். அவனிடம் ஒரு ராசி இருந்தது. அவன் கை பட்டால் துலங்கும். எந்த நோயும் குணமாகும். அவனை நான் மந்திரவாதி என்றே சொல்வது வழக்கம். அவன் மந்திரம் அவன் மண்டையில் இருந்தது. புத்திக்காரன். அந்தக் காலத்தில் மூல வியாதி ஒரு கொலைகார வியாதியாக இருந்தது. பலரும் அதனால் செத்துக் கொண்டிருந்தார்கள். மனூச்சி அதை வெறும் துத்திக் கீரையைக் கொண்டு குணப்படுத்தினான். அதைக் கொண்டே அவன் பல காஜிகள், வஸீர்கள், உமாராக்களுக்கு நெருக்கமாக இருந்தான்.

ஒருமுறை அவனிடம் “என்னோடு இருந்து கொள்ளுங்களேன்” என்றேன். பணிவுடன் மறுத்து விட்டான். காரணம், அவனது பழைய எஜமானனை நான் கொன்று விட்டேன் இல்லையா? என்ன ஒரு விசுவாசம் பாருங்கள். வெளிப்படையாகச் சொல்லவில்லை என்றாலும் நமக்குப் புரியாதா? அதோடு அவனை விட்டு விட்டேன். அவன் எனக்குப் பணி புரியவில்லை என்றாலும் என் மீது விரோதம் பாராட்டவில்லை. அது அவன் இயல்பிலேயே இல்லை என்று நினைக்கிறேன். எதற்குமே கோபப்பட மாட்டான். தந்திரசாலி. அவன் சொன்ன ஒரு சம்பவத்திலிருந்து ஹிந்துஸ்தானிகள் பணத்தை எப்படி எல்லாவற்றையும் விட - தன் உயிரை விடவும் உயர்வாக மதித்தார்கள் என்பதைத் தெரிந்து கொள்ளலாம். ஒரு

உமாராவுக்குப் பைத்தியம் பிடித்து விட்டது. மனூச்சிக்குப் பைத்தியத்தைத் தெளிவிக்கும் வித்தையும் தெரிந்திருந்தது. குணப்படுத்தி விட்டான். வைத்தியர் கட்டணமாக அந்த உமாரா எதற்குமே உதவாத ஒரு கிழட்டுக் குதிரையை அனுப்பி வைத்திருக்கிறான். குதிரையைக் கொண்டு வந்தவனிடம் மனூச்சி சொன்னது, "உன் எஜமானனுக்கு இன்னும் பைத்தியம் தெளியவில்லை!" இந்த விஷயம் என் கவனத்துக்கு வந்த போது அந்த உமாராவைப் பிடித்துப் பைத்தியக்கார விடுதியில் அடைத்தேன். அங்கேயே கிடக்கட்டும் கொஞ்ச நாள்.

மனூச்சியை எல்லோருக்கும் பிடிக்க என்ன காரணம்? நேர்மை. அவன் முஸ்லிம்களின் மத்தியில் இருப்பதை விரும்பவில்லை என்றாலும் முஸ்லிம்களுக்கு அவனைப் பிடித்திருந்ததற்குக் காரணம், அந்த ஒரு பண்புதான். எங்களுடைய காலத்தில் அது மிகவும் அரிதான குணமாக இருந்தது. சொன்ன சொல்லைக் காப்பாற்றுவது, நட்புக்காக உயிரைக் கொடுப்பது என்பதெல்லாம் கதைகளிலும் கவிதையிலும் மட்டுமே காணக் கூடியதாக இருந்தது. உங்களுக்குத் தெரியாததா, கலீலுல்லாஹ் கானின் கதை? தாராவுக்கு அவன் செய்த துரோகத்தைப் போல் இதிகாசத்தில் கூடப் பார்க்க முடியாது இல்லையா? காசுக்காக எதையும் செய்யத் தயாராக இருந்தார்கள். முஸ்லிம், பிராமணன், ஃபிரங்கி... யாருமே விலக்கு அல்ல. சொல்லப் போனால், துரோகத்திலும் பேராசையிலும் ஃபிரங்கிதான் முன்னணியில் நின்றான். ஆனால் மனூச்சி மட்டும் ஃபிரங்கிகளிலும் வித்தியாசமானவனாய் இருந்தான். அவன் ஒரு சம்பவம் சொன்னான், கேளுங்கள். அவன் லஹௌரில் இருக்கும்போது அவனுக்கும் அரச குடும்பத்துப் பெண் ஒருத்திக்கும் காதல் ஏற்பட்டிருக்கிறது. இருவரும் சூரத் வழியாக கப்பலில் ஐரோப்பாவுக்குச் செல்லத் திட்டமிட்டிருக்கிறார்கள். கப்பல் வாங்கும் அளவுக்கு அவளிடம் பணம் உண்டு. மனூச்சி வேண்டாம் என்று மறுத்து விட்டான். தன்னை நம்பிய குடும்பத்துக்கு துரோகம் இழைக்க விரும்பாமல் லஹௌரை விட்டே கிளம்பி வந்து விட்டான்.

ஹிந்துஸ்தானில் ஃபிரங்கிகளுக்கு நல்ல பெயர் இல்லை என்பதனால் மொகலாயர்களும் ஃபிரங்கிகளை அவ்வளவு எளிதில் சேர்த்துக் கொள்வதில்லை. பெண்களைக் கொண்டு சோதிப்பார்கள். பணத்தைக் கொண்டு சோதிப்பார்கள். விஷம் கேட்பார்கள். இன்ன நோயாளியைக் கொன்று விடுங்கள் என்பார்கள். புரிகிறதுதானே? குடும்பத்துக்குள்ளேயே இன்னாரைக் கொன்று விடுங்கள் என்று சேதி வரும். அந்த ரகசியக் கொலைக்கு எக்கச்சக்கமாகப் பணம் கொடுப்பார்கள். ம்... எப்படிச் சொல்வது? அஹ்மத் கான் என்பவன் என் ஒன்று விட்ட சகோதரன் என்று வைத்துக் கொள்வோம். பதவிச் சண்டையில் என் எதிரியாகக் கருதப்படுபவன். அவனை நான் தீர்த்துக் கட்ட வேண்டும். அந்த நோக்கத்தில் ஒரு ஃபிரங்கி மருத்துவனிடம் பெரும் பணம் கொடுத்து அஹ்மத் கானை முடிக்கச் சொல்கிறேன். மருத்துவன் காத்திருக்க வேண்டும். அஹ்மத் கானுக்கு உடல்நலம் குன்றும் போது மருத்துவனை அரண்மனைக்கு அழைப்பார்கள். அப்போது மருத்துவன் தன் மருந்தோடு விஷத்தையும் கலந்து கொடுத்து விட வேண்டும். மருத்துவன் அப்படிச் செய்ய முனையும்போது அஹ்மத் கானும் நானும் சேர்ந்து மருத்துவனை முடித்து விடுவோம். அல்லது காராக்கிருஹம். இந்த நாடகத்தை எழுதியவர்களே நானும் அஹ்மத் கானும்தானே? அப்படியானால் ஒரு நல்ல மருத்துவன் என்ன செய்ய வேண்டும்? நானே கேட்டாலும் கொடுக்கக் கூடாது. ஃபிர்தவ்ஸெ ம(க்)கானிக்கு விஷம் கொடுத்த சைத்தானுக்கு அந்த விஷம் ஒரு மருத்துவனிடமிருந்துதானே கிடைத்திருக்க வேண்டும்? ஆக, அந்த விஷ வலையில் மட்டும் சிக்கவே கூடாது. சிக்கினால் மரணம் அல்லது காராக்கிரஹம். ஆனால் மனூச்சி அப்பழுக்கற்றவன். அப்படிப்பட்ட ஒருவனை இந்த ஷா ஆலம் என் மகன் முஹம்மது முஅஸ்ஸம் - தன்னோடு வைத்துக் கொள்ள நினைத்தான். விருப்பம் இல்லை என்று சொல்பவனை அன்பைக் காட்டி இருத்தி வைக்க இயலுமா? எத்தனை முறை தப்பித்திருக்கிறான், ஷா ஆலமிடமிருந்து? யா அல்லாஹ்! எல்லாம் அதி சாகசக் கதைகள். போயும் போயும் ஒரு ஃபிரங்கியைக் கூட ஷா

ஆலமினால் புரிந்து கொள்ள முடியவில்லை. சமாளிக்கவும் தெரியவில்லை. இவன் எப்படி இத்தனை பெரிய தேசத்தை ஆள நினைக்கிறான் என்பதுதான் அப்போதெல்லாம் என் மனதில் ஓடிக் கொண்டிருந்த எண்ணம். எப்படியோ அவனும் ஒரு ஆறு வருடங்கள் தில்லியை ஆண்டு விட்டான். ஆச்சரியம்தான்.

ஷா ஆலமுக்குப் பயந்தே பயல் மதறாஸுக்கு ஓடி விட்டான் என்று நினைக்கிறேன். தப்பி விட்டான் என்றுதான் சொல்ல வேண்டும். ஆனால் புத்திக்காரன் என்று சொன்னேன் அல்லவா? எங்களையும் பகைத்துக் கொள்ளவில்லை. அவனுடைய முழு முயற்சியால்தான் மதறாஸ் ஃபிரங்கி கவர்னருக்கும் என்னுடைய தளபதி தாவூத் கானுக்கும் பேச்சு வார்த்தை சுமுகமாக முடிந்தது. இல்லாவிட்டால் மதறாஸ் பக்கமும் போய் போரில் ஈடுபட்டு ஏற்கனவே காலியாகிக் கொண்டிருந்த என் கஜானா ஒன்றுமே இல்லாமல் போயிருக்கும். மொகலாய சாம்ராஜ்ஜியத்தின் கடைசிப் பேரரசன் என்ற பட்டம் பஹதூர் ஷா ஸஃபருக்கு பதிலாக எனக்குக் கிடைத்திருக்கும். எளிமையின் காரணமாக நான் கிடந்த பட்டினிக்குப் பதிலாக வறுமையின் காரணமாகப் பட்டினி கிடந்திருப்பேன்.

இன்னொரு விஷயத்திற்காகவும் நான் மனூச்சிக்கு மிகவும் நன்றிக் கடன் பட்டிருக்கிறேன். ஒற்றர்களை அடுத்து அவன்தான் எனக்கு ஹிந்துஸ்தானின் உண்மையான நிலவரத்தைச் சொன்னவன். ஒற்றர்கள்தான் அப்போது நமக்கு செய்திப் பத்திரிகை. அவர்களை விட அதிக தகவலைக் கொடுத்தான் மனூச்சி. ஒற்றர்கள் ஓரளவுக்கு விஷயத்தை வடிகட்டித்தான் தருவார்கள். நம் குடிமக்கள் அத்தனை பேரும் திருடர்களாக மாறி விட்டார்கள் என்று எந்த ஒற்றன் என்னிடம் தைரியமாகச் சொல்வான். மனூச்சி சொன்னான். உங்கள் மக்கள் எல்லோருமே திருடர்கள் என்றான். அவனால் ஹிந்துஸ்தானில் உலகமே போற்றும் மொகலாய சாம்ராஜ்ஜியத்தில் ஒரு இரவைக் கூட நிம்மதியாகக் கழிக்க முடியவில்லையாம். காரணம், அவன் ஒரு வெற்றி பெற்ற மருத்துவனாக இருந்தான். அதனால் அவனிடம் நிறைய பணம் இருந்தது என்று ஊரே நம்பியது. அதனால் எந்த

ஊருக்குப் போனாலும் அங்கே ஒவ்வொரு நாளும் ஒவ்வொரு திருடன் மனூரச்சியின் வீட்டுக்கு வந்து கொண்டிருந்தான். ஒருநாள் கூட திருடனைக் காணாமல் தூங்கியதில்லை என்கிறான். அவன் மதறாஸ் ஓடினதற்கு ஷா ஆலம் தவிர இதுவும் ஒரு முக்கியக் காரணம். மதறாஸில் இந்த அளவு திருட்டு இல்லை போல் தெரிகிறது. என்ன மாதிரி மக்களோ அவர்கள், ஆளவும் முடியவில்லை, பார்க்கவும் முடியவில்லை. அப்படி என்னதான் மாய மந்திரம் வைத்திருக்கிறார்களோ அந்த மக்கள்!

மனூரச்சியோடு பேசிக் கொண்டிருந்தால் நேரம் போவதே தெரியாது. அவன் சொன்ன நூற்றுக்கணக்கான சம்பவங்களில் ஒன்றிரண்டை மட்டும் தங்களுக்குச் சொல்கிறேன்.

ஒருநாள் காஸிம் பஸாரிலிருந்து ராஜ்மஹலுக்குச் சென்று கொண்டிருக்கிறான். வழியில் ஒரு கிராமத்தில் ஒரு பெண் ஸதியில் குதிக்கும் ஏற்பாடு நடந்து கொண்டிருக்கிறது. என்னவென்று விசாரித்தால், ஏற்கனவே திருமணமான அந்தப் பெண் ஒரு சங்கீதக்காரனைக் காதலித்தாள். அந்தக் காதலுக்காகத் தன் கணவனை விஷம் கொடுத்துக் கொன்று விட்டாள். மரஹபா, மரஹபா... என்ன வாழ்க்கை இது! அப்புறம் பார்த்தால் காதலன் அவளைத் திருமணம் செய்து கொள்ள மறுத்து விட்டான். வேறு ஏதேனும் காரணத்தால் அவள் நம்மையும் கொன்று விடுவாளோ என்று பயலுக்கு பயம் வந்து விட்டது. அதனால் அவள் சிதையில் குதிப்பது என்று தீர்மானம் ஆகி விறகுகளைக் குவித்து தீ மூட்டியாயிற்று. தீ கொழுந்துவிட்டு எரிந்து கொண்டிருந்தது. அவள் தீக்குள் குதிப்பதை வேடிக்கை பார்க்க பெருங்கூட்டம் கூடியிருக்கிறது. சிறுவர்கள் மரக்கிளைகளில் மந்திகளைப் போல் தொங்கிக் கொண்டிருக்கிறார்கள். அப்படி ஸதியில் இறந்து போகிறவர்கள் தாங்கள் அணிந்திருக்கும் நகைகளைத் தங்களுக்குப் பிரியமானவர்களிடம் கொடுப்பது வழக்கம். அப்படி அவளுடைய நகைகளைத் தன்னிடம் கொடுத்து விடுவாள் என்று நினைத்து அந்த சங்கீதக்காரன் வேடிக்கை பார்க்கக் கூடியிருந்த

கூட்டத்தின் முன் வரிசையில் நின்று கொண்டிருந்தான். தீயின் ஜ்வாலைகள் முகத்தில் அடித்தன. பரவாயில்லை. கொஞ்ச நேரம்தானே, நகைகளுக்காகப் பொறுத்துக் கொள்ளலாம் என்று நினைத்தான். கொழுந்து விட்டு எரிந்து கொண்டிருக்கும் தீயைச் சுற்றி வந்த அந்த மங்கையர்க்கரசி அவன் அருகே வந்தபோது நின்று, சாவகாசமாகத் தன் கழுத்தில் அணிந்திருந்த தங்க ஆரங்களைக் கழற்றி அவன் கழுத்தில் மாட்டப் போனாள். அவன் அதைத் தன் கழுத்தில் வாங்கிக் கொள்ளும் பொருட்டு தலையைக் குனிகிறான். அப்போது யாரும் எதிர்பாராத விதமாகச் சட்டென்று அவனை இறுக அணைத்தபடி தீயில் குதித்து விடுகிறாள். கூட்டத்தில் பெருத்த ஆரவாரம். தீயில் குதித்த பிறகும் அவனைப் பிடித்திருந்த பிடியை அவள் விடவே இல்லை.

இதை மனூச்சி என்னிடம் சொன்ன போது நான் நினைத்தேன்: "இப்படிப்பட்டவர்கள் தங்கள் இதயங்களில் நோயுள்ளவர்களா, இல்லையா?[60] *இறைவன் அளித்த ஃபுர்க்கானைப்*[61] *பயன்படுத்தாத ஒரு காட்டுமிராண்டிக் கூட்டத்துக்கு தாராவைப் போன்ற ஒரு கனவுலகவாசி பேரரசனாக அமைந்தால் அது சரியாக இருக்குமா?*

ஒரு பகல் முழுவதும் நீங்கள் பயணம் செய்கிறீர்கள் என்று வைத்துக் கொண்டால் குறைந்த பட்சம் இரண்டு ஸதி சம்பவங்களைப் பார்க்கலாம் என்கிறான் மனூச்சி. அவன் சொன்ன இன்னொரு ஸதி என்னுடைய கவனத்துக்கும் வந்தது. சூரத் அருகில் ஒரு இடத்தில் ஒரு பெண்ணை பல பிராமணர்கள் ஸதியில் தள்ள முயற்சி செய்துகொண்டிருக்கிறார்கள். அவளோ தீயில் குதிக்க மாட்டேன் என மறுத்து அழுது கொண்டிருக்கிறாள். அப்போது அவள் மனூச்சியைப் பார்த்து

---

60 அல் குர்ஆன் 2:10

61 ஃபுர்க்கான் - நன்மை தீமைகளை பிரித்து அறியும் ஞானம். அல் குர்ஆனின் மற்றொரு பெயரும் ஃபுர்க்கான். மேலும் ஃபுர்க்கான் என்ற பெயரில் குர்ஆனில் ஒரு அத்தியாயமும் (ஸூரா 25) உள்ளது.

விட்டாள். நீங்களாவது காப்பாற்றுங்கள் என்று அவனிடம் இறைஞ்சுகிறாள். அதிர்ஷ்டவசமாக மனூச்சியோடு ஒரு ஆர்மீனியனும் இருந்தான். இருவர் கைகளிலும் வாட்கள். அந்த வாட்களை உயர்த்தியதும் பிராமணர்கள் ஒதுங்கி விடுகின்றனர். பிறகு அவளை மத மாற்றம் செய்து அந்த ஆர்மீனியன் திருமணம் செய்து கொள்கிறான்.

நான் சூரத் பக்கம் சென்ற போது அந்த பிராமணர்கள் என்னிடம் ஒரு மகஜர் கொடுத்தார்கள். "எங்கள் மதச் சம்பிரதாயங்களில் ஃபிரங்கியரோ அரசோ குறுக்கிடக் கூடாது. அது எங்கள் மத நம்பிக்கையில் குறுக்கிடுவதாகும். பேரரசர் தகுந்த உத்தரவு வழங்க வேண்டும்."

இதற்கு நான் கொடுத்த தாக்கீது என்ன தெரியுமா?

—

16

“இனிமேல் ஸதி என்று சொல்லிக் கொண்டு யாரும் பெண்களைத் தீயில் தள்ளக் கூடாது. தள்ளினால் கடும் தண்டனை வழங்கப்படும்.”

ஏன் அப்படிச் செய்தேன் என்றால், எனக்கு மக்களின் நலன்தான் முக்கியமே தவிர மக்களிடமிருந்து கிடைக்கும் நற்பெயர் அல்ல. ஆனால் அப்படி நான் தாக்கீது பிறப்பித்த பிறகும் ஸதி வழக்கம் ஒழிந்து விடவில்லை. அது ஒரு பக்கம் இருக்கத்தான் செய்தது. அப்போது தெரிந்து கொண்டேன், வெறும் சட்டங்களினால் மக்களிடம் மன மாற்றத்தைக் கொண்டு வந்து விட முடியாது.

இன்னொரு சம்பவம். ஒரு மாட்டு வண்டியில் ஒரு ஊரிலிருந்து இன்னொரு ஊருக்கு வருகிறான் மனூச்சி. அவனுடைய வண்டிக்கு முன்னால் வேகமாகப் போகிறது இன்னொரு மாட்டு வண்டி. ரொம்ப தூரம் போன பிறகு முன்னால் போன வண்டி சரிந்து கிடக்கிறது. அதில் சென்றவர்கள் அத்தனை பேரும் தலை வேறு முண்டம் வேறாக வெட்டப்பட்ட நிலையில் சிதறிக் கிடக்கிறார்கள். அவர்களின் உடம்பில் ஒரு பொட்டுத் துணி இல்லை. உயிர் பிழைத்த ஒன்றிரண்டு பேரின் உடலிலும் ஆடை

இல்லை. ஒருவன் கை வெட்டப்பட்ட நிலையில் இன்னொரு கையை உயர்த்தி காப்பாற்றுங்கள் காப்பாற்றுங்கள் என்று கூவுகிறான். மனூச்சி வண்டியை விட்டு இறங்கி அவனை வண்டியில் போட்டுக் கொள்ளலாம் என்று பார்த்தால் இந்தக் காட்சியைப் பார்த்து நடுங்கிக் கொண்டிருந்த வண்டிக்காரன் மாடுகளை இன்னும் வேகமாக விரட்டி ஓட்டுகிறான்.

இந்தக் கதையில் என்னை ஆச்சரியப்படுத்திய விஷயம் என்னவென்றால், கொல்லப்பட்டவர்களின் ஆடைகளைக் கூடத் திருடிக் கொண்டு போயிருக்கிறார்களே என்பதுதான். இது பேரரசர் காலத்தில் நடந்தது.

பேரரசர் பெயரைச் சொல்லியெல்லாம் நான் தப்பித்து விட முடியாது. என் காலத்தில் நிலைமை இதை விடவும் மோசமாகத்தான் இருந்திருக்கும். அப்போது பஞ்சம், நோய், போர் என்ற மூன்று விஷயங்கள் ஹிந்துஸ்தானை மாற்றி மாற்றிப் பீடித்துக் கொண்டிருந்தன. போர்களை விட மக்களின் நலத் திட்டங்களில் கவனம் செலுத்தினால் சமூகத்துக்கு நல்லது என்று நினைத்தேன். நினைத்தேனே தவிர முழுமையாகச் செயல்படுத்தவில்லை. ஹுமாயூன்நாமா[62] எழுதிய பாபர் பாதுஷாவின் மகள் குல்பதன் பேகம் ஆகட்டும், அக்பர்நாமா எழுதிய அபுல் ஃபஸ்ல் ஆகட்டும், பேரரசர்களின் கதைகளை எழுதிய மற்றவர்கள் ஆகட்டும் - ஒருவர் கூட மனூச்சி, பெர்னியே என்ற இரண்டு ஃபிரங்கிகள் எழுதிய சமூக எதார்த்தத்தை எழுதவில்லை.

இப்படிப்பட்ட ஒரு சமூகத்தை வழி நடத்திச் செல்வதற்கு நான் துணையாகக் கொண்ட விஷயம், அரசன் மீதான மக்களின் அச்சம். அச்சம் அகன்று விட்டால் மரியாதையும் அகன்று விடும். அதனால்தான் என் மறைவுக்குப் பிறகு மொகலாய

62 பேரரசர் அக்பரின் தூண்டுதலில் தன் தாய் மொழியான சகதாய் மொழியில் ஹுமாயூன் நாமா என்ற தலைப்பில் தன் சுயசரிதையையும் தன் சகோதரன் ஹுமாயூனின் சரித்திரத்தையும் எழுதினார் குல்பதன் பேகம். அக்பரின் ஆட்சிக் காலத்திலேயே ஹுமாயூன்நாமா வெளி வந்து விட்டது.

சாம்ராஜ்ஜியம் வீழ்ச்சி அடையும் என்று நினைத்தேன். அந்தக் கணிப்பின்படியேதான் நடந்தது. என் மறைவுக்குப் பிறகு நூற்றைம்பது ஆண்டுகளில் மொகலாய சாம்ராஜ்ஜியம் விலாசமற்றுப் போயிற்று.

பேரழிவின் ஆட்டத்தை முதலில் ஆரம்பித்தவன் என் அண்ணன் ஷா ஷுஜா. “பேரரசரை தாரா கொன்று விட்டான்; அதற்காக நான் அவனைப் பழி வாங்கப் போகிறேன்” என்று சொல்லிக் கொண்டு வங்காளத்திலிருந்து ஆக்ராவை நோக்கிப் படையுடன் கிளம்பினான். இதைக் கேள்விப்பட்ட பேரரசர் “நான் நலமாகத்தான் இருக்கிறேன், நீ திரும்பி வங்காளம் செல்” என்று ஓலை அனுப்பினார். அவன் கேட்கவில்லை. “இது தாராவின் சதி. பேரரசரின் வார்த்தை அல்ல. நான் நேரில் வந்து தங்கள் பாதங்களை முத்தமிட விரும்புகிறேன். அப்போது தாங்கள் என்ன உத்தரவை வேண்டுமானாலும் இடலாம். நான் சிரமேற்கொண்டு செய்கிறேன்.” இது ஷா ஷுஜா அனுப்பிய பதில் ஓலை.

அடுத்த ஆட்டம் என்னுடையது. நானும் ஆக்ராவை நோக்கிக் கிளம்பினேன். ஷா ஷுஜாவுக்கு வந்தது போலவே எனக்கும் ஓலை வந்தது. ஆனால் என்னிடம் போதுமான அளவுக்குப் பண பலமும் இல்லை; படை பலமும் இல்லை. அதனால் என் தம்பி முராத் பக்ஷுக்குக் கடிதம் எழுதினேன்.

எனக்கு மயிலாசனத்தின் மீது ஆசை இல்லை என்பது உனக்கே தெரியும். நான் ஆரம்பத்திலிருந்தே ஃபக்கீராக வாழ வேண்டும் என்று விரும்பியவன். தாராவுக்கு மயிலாசனத்தில் அமர எந்தத் தகுதியும் இல்லை என்பதோடு மட்டுமல்லாமல் அவன் முழுக்க முழுக்கக் காஃபிராக மாறியவன். அவன் மட்டும் மயிலாசனத்தில் அமர நேர்ந்தால் இறைவன் அப்படிப்பட்ட துரதிர்ஷ்டமான நிலையை இந்த நாட்டு மக்களுக்குத் தர மாட்டான் அப்படியே அமர நேர்ந்து விட்டால் முஸ்லிம்களின் கதி அவ்வளவுதான். ஷா ஷுஜாவும் தாராவுக்கு எந்த விதத்திலும் குறைந்தவன் அல்ல. இரண்டுமே ஒரே குட்டையில் ஊறிய மட்டைகள்.

இந்த நிலையில், நானும் ஃபக்கீராகப் போகும் விருப்பத்தில் இருப்பதால், மயிலாசனத்தில் அமரும் தகுதி படைத்த ஒரே ஆள் நீதான். இளம் வயதிலிருந்தே நான் உன் மீது எத்தனை பிரியம் கொண்டிருந்தேன் என்பதை நீ மறந்திருக்க மாட்டாய்.

இப்போது நீ எனக்கு ஒரு சத்தியம் செய்து தர வேண்டும். நீ மயிலாசனத்தில் அமர்ந்த பிறகு உன் சாம்ராஜ்ஜியத்தில் ஐந்து வேளையும் தொழுகை செய்வதற்கு எனக்கு ஒரே ஒரு சிறிய இடம் வேண்டும். உணவு கூட வேண்டாம். குர்ஆனை எழுதி அதில் வரும் பணத்தில் நானும் சாப்பிட்டுக் கொண்டு ஜகாத்தையும் செய்ய முடியும். மார்க்கக் கடமைகளைச் செய்வதில் என்னை யாரும் தொந்தரவு செய்யக் கூடாது. இது போதும். இது ஒன்றை மட்டுமே உன்னிடமிருந்து கேட்கிறேன். பதிலுக்கு உன்னை மயிலாசனத்தில் ஏற்றிப் பார்ப்பேன். உன் மீதான என் தனிப்பட்ட அன்பு மட்டும் காரணம் அல்ல; இந்த தேசத்தின் இத்தனைக் கோடி மக்களும் ஃபிரங்கிகளின் அடிமைகளாக மாறி விடக் கூடாது என்ற கவலையும்தான்.

இத்துடன் ஒரு லட்சம் ரூபாய் அனுப்பியிருக்கிறேன்.

இந்தக் கடிதம் கண்டவுடன் ஒரு க்ஷணம் கூடத் தாமதியாமல் சூரத் கோட்டையைக் கைப்பற்றி விடு. அங்கேதான் நம்முடைய சாம்ராஜ்ஜியத்தின் பொக்கிஷத்தில் பெரும் பகுதி இருக்கிறது.

என் சகோதரர்கள் எத்தனை பலஹீனமானவர்கள் என்பதற்கும், அதன் காரணமாகவே அவர்கள் மயிலாசனத்துக்குத் தகுதியானவர்கள் அல்ல என்பதற்கும் மேற்கண்ட கடிதத்தை முராத் பக்ஷ் எப்படி எதிர்கொண்டான் என்பதைப் பார்த்தாலே தெரிந்து கொள்ளலாம். கடிதத்தின் ஒவ்வொரு வார்த்தையையும் நம்பி விட்டான். தான் அரசனாகவே ஆகி விட்டது போல் நினைத்துக் கொண்டு விட்டான். இப்படிப்பட்ட வெகுளிப் பயல்களா இத்தனை பெரிய சாம்ராஜ்ஜியத்தை ஆள்வது? ஃபிரங்கிகள் தட்டிக் கொண்டு போய் விட மாட்டார்களா? நான் எழுதிய கடிதத்தை அப்படியே பிரதி எடுத்து ஊர் பூராவும் அறிவித்து விட்டான். அதன் மூலம் செல்வந்தர்களும்

உமாராக்களும் வருங்காலப் பேரரசனுக்குப் படை திரட்ட பொருளை அள்ளிக் கொடுப்பார்கள் என்பது அவன் நம்பிக்கை. உண்மையாகவும் இருக்கலாம். ஆனால் நான் என்ன அத்தனை பெரிய மூடனா?

சற்று தயக்கத்துடனேயே இதைச் சொல்கிறேன், முதலில் சொல்ல வேண்டாம் என்றே நினைத்தேன். ஆனால் இப்போது நான் தங்களிடம் பேசிக் கொண்டிருப்பது என் இறுதி உரையாடல். இதில் போய் பொய் சொல்ல வேண்டியதில்லை, உண்மையை மறைக்க வேண்டியதில்லை என்று மனசாட்சி சொல்கிறது. முராத் பக்ஷ் என் கடிதத்தை நம்பியதற்கு இன்னொரு காரணமும் இருக்கிறது. அதை இப்போது நான் தங்களிடம் சொல்லப் போகிறேன். அதை நினைத்து என் இறுதி நாட்களில் பல இரவுகள் உறக்கம் தொலைத்திருக்கிறேன். என் அறையில் யாரோ சிலர் உலவுவது போல் இருக்கும். என்னால் எழுந்து பார்க்க முடியாது. உடம்பில் பலம் இருக்காது. பணியாட்களை அழைக்கலாம் என்றால் நா எழாது. யாரது யாரது என்று கத்துவேன். மனம்தான் கத்துமே தவிர அந்த சப்தத்துக்கு உருக் கொடுப்பதில் நாக்கு தோல்வி அடைந்து விடும். எவ்வளவு முயற்சி செய்தாலும் ஒரு இம்மி அளவு கூட அசைய முடியாமல் படுத்துக் கிடப்பேன். நீண்ட நேரம் கழித்தே உடல் இயல்பு நிலைக்குத் திரும்பும். அப்புறம்தான் தெரிந்து கொண்டேன், அங்கே என் அறையில் உலவிய உருவங்கள் எல்லாமே நான் செய்த பாவங்கள், நான் சொன்ன பொய்கள் என்று. அப்படி ஒரு பொய்யைத்தான் அந்தக் கடிதத்தில் முராத் பக்ஷிடம் சொன்னேன்.

ஆம், என் உயிரினும் மேலான அல் குர்ஆன் மீது சத்தியம் செய்கிறேன், உன்னை ஏமாற்ற மாட்டேன். முராத் பக்ஷ் நம்பினான். நம்பாமல் இருக்க முடியுமா? வானில் சூரியன் கூட இல்லாமல் போகலாம், இந்த ஔரங்ஸேப் ஐந்து வேளை தொழாமல் இருந்திருக்கிறானா? அப்படிப்பட்டவன் சொல்கிறான். என் உயிரினும் மேலான அல் குர்ஆன் மீது சத்தியம் செய்கிறேன், உன்னை ஏமாற்ற மாட்டேன். இந்தச்

சம்பவத்தில் ஒரே ஒரு ஆள் மட்டும் நான் சொன்னதை நம்பவில்லை. அதனால்தான் எங்கள் காலத்தில் எல்லோரும் கோஜாக்களைத் தங்கள் பக்கம் வைத்துக் கொண்டிருந்தார்கள். முராதின் கோஜா ஷாபாஸ் “ஔரங்ஸேபை நம்ப வேண்டாம், அவர் தாராவைத் தேடிப் போகட்டும்” என்று அறிவுரை சொல்லியிருக்கிறான். அதற்காகத்தானே தம்பி நான் சத்தியம் செய்தேன்? என் மனம் அப்போது சொல்லிக் கொண்டது, போரிலும் காதலிலும் எதுவுமே அதர்மம் இல்லை என்று...

மதிப்புக்குரிய காத்திப் அவர்களே, இதிகாச கிருஷ்ணன் உண்மையா கற்பனையா என்று எனக்குத் தெரியாது. எப்படி எடுத்துக் கொண்டாலும் சரி, கிருஷ்ணனுக்குச் சமமான ராஜதந்திரி இந்த ஆலம்கீர்தான். நானும் அவனும் சந்தித்துக் கொள்ளும் இடங்கள் பல உண்டு. ஒரு உதாரணம் தருகிறேன். என் விருப்பத்துக்கு இணங்க கோல்கொண்டா அரசனை வீழ்த்துவதற்காக மீர் ஜூம்லாவை தெற்கே அனுப்பினான் தாரா. ஆனால் மீர் ஜூம்லாவை நான் என் பக்கம் இழுத்துக் கொண்டால் அப்புறம் தன் பாடு திண்டாட்டம் என்பதை உணர்ந்த தாரா, அவரைத் தன் கட்டுப்பாட்டுக்குள் வைத்துக் கொள்வதற்காக அவருடைய குடும்பத்தைத் தன் வசத்திலேயே அரண்மனையில் வைத்துக் கொண்டான். கிட்டத்தட்ட பிணைக் கைதிகள் நிலை. உடல்நலக் குறைவினாலும் வயோதிகத்தினாலும் பேரரசர் தாராவின் கைப்பொம்மையாக இருந்ததால் அவரது விருப்பம் என்றே எதுவும் இருக்கவில்லை. தாரா சொல்வதற்கெல்லாம் தலையாட்டுவதைத் தவிர அவருக்கு வேறு வழியில்லை.

நானே என்னைப் பற்றி இப்படிச் சொல்லிக் கொள்வதற்கு தாங்கள் மன்னிக்க வேண்டும் மதிப்புக்குரிய காத்திப் அவர்களே! என்னுடன் கூட இருந்து பார்த்த பெர்னியேவையும் மற்றும் சில ஃபிரங்கிகளையும் தவிர இன்று வரை வேறு யாருமே என்னுடைய ராஜதந்திரத்தைப் புரிந்து கொண்டதோ அங்கீகரித்ததோ இல்லை. அதனால்தான் நானே சொல்லிக் கொள்ள வேண்டியிருக்கிறது. என்ன ஹூஸூர், தங்களின்

வார்த்தைகளையே நானும் பயன்படுத்துகிறேன் என்று பார்க்கிறீர்களா, கிட்டத்தட்ட அப்படித்தான். இரண்டு பேரும் அந்த விஷயத்தில் ஒன்றுதான். அங்கீகாரம் கிடைக்காதது மட்டுமல்ல; வண்டி வண்டியாக அவதூறும் கிடைக்கிறது.

சேஷா என்றால் எஞ்சுவது. உலகத்தில் எல்லாம் அழிந்த பின்னும் எஞ்சுவது எது? தர்மம். பாண்டவர் ஐவரும் திரௌபதியும் ஒரு நாயும் ஆக ஏழு உருப்படிகள் சொர்க்கத்தை உங்கள் வார்த்தையிலேயே சொல்கிறேன் நோக்கிச் செல்லும் போது முதலில் திரௌபதி பூமியில் வீழ்கிறாள். எந்தத் தவறும் செய்திராத இந்தப் பெண் ஏன் இப்படியானாள் என பீமன் யுதிஷ்டிரனை வினவுகிறான். ஐவரில் தனஞ்சயனுக்கு இவள் தனிச்சிறப்பு செய்தாள், அதனால் வீழ்ந்தாள் என்கிறான் யுதிஷ்டிரன். அடுத்து வீழ்ந்தவன் சகாதேவன். ஏன் வீழ்ந்தான்? கர்வத்தினால் வீழ்ந்தான். ஞானத்தில் தனக்கு இணை யாருமில்லை என்று நினைத்தான். அடுத்து வீழ்ந்தது அறவோனும் நிகரற்ற அழகனும் அடக்கமானவனுமான நகுலன். வீழ்ந்ததன் காரணத்தை யுதிஷ்டிரன் சொல்கிறான். அழகில் தன்னை அவன் ஒப்பற்றவனாகக் கருதினான். அடுத்தது அர்ஜுனன். பொய்யே பேசியறியாத சத்தியவானாகிய அர்ஜுனன் ஏன் வீழ்ந்தான்? இவன் தன் வீரத்தில் அகந்தை கொண்டிருந்தான். அதுவே காரணம். அடுத்து வீழ்ந்தவன் இத்தனை கேள்விகளையும் கேட்டுக் கொண்டிருந்த பீமன். விழுந்தபடியே யுதிஷ்டிரனிடம் கேட்டான். உமக்குப் பிரியமான நான் வீழ என்ன காரணம்? பீமன் தன் பலத்தில் செருக்கு கொண்டான்; பிறரைப் பற்றிக் கவலையே படாமல் தின்று கொண்டே இருந்தான்.

சொர்க்கம் நோக்கிய இறுதி யாத்திரையில் யுதிஷ்டிரனும் அந்த நாயும் மட்டுமே சென்று கொண்டிருந்தனர்.

அப்படியே காட்சியை மாற்றிப் போடுங்கள். பலராமன். சேஷனின் அவதாரம். தர்மம். தர்மம் என்பதை *Status Quo* என்று சொல்லலாமா? தாங்கள்தான் பிறழ்வெழுத்தின் பிதாமகர் ஆயிற்றே?

குறுக்கிடுவதற்கு மன்னிக்க வேண்டும் ஷாஹின்ஷா. பிதாமகர் என்றெல்லாம் சொன்னால் என்னை எழுத்தாள சகாக்கள் உண்டு இல்லை என்று பண்ணி விடுவார்கள். தயவு செய்து அதைப் பிரதிநிதி என்று மாற்றி விடுங்கள்.

—

17

சரி, பிறழ்வெழுத்தின் பிரதிநிதி. ஸ்டேடஸ் கோவுக்கு எதிர். பலராமன் மட்டும் நீதிக்கான அந்த மகா யுத்தத்தில் ஈடுபட்டிருந்தால் கௌரவர் பக்கம் நின்றிருந்தால் அவன் தம்பியான கிருஷ்ணனால் யுத்தத்தை வென்றிருக்க முடியுமா? ஆனால் பலராமன் யுத்தத்தில் ஈடுபடவில்லை. அப்படி அவன் முடிவு செய்யுமாறு ஆட்டத்தை நிகழ்த்தியது யார்? பலராமனின் தங்கை சுபத்ராவை அர்ஜுனன் கடத்துவதற்குத் தூண்டியது யார்? தங்கை மகன் அபிமன்யுவின் மீது கொண்ட அன்பினால் யுத்தத்தில் ஈடுபடாமல் தீர்த்த யாத்திரை சென்றான் பலராமன். இது எல்லாவற்றையும் திட்டமிட்டு ஆடியது கிருஷ்ணன். அதே கிருஷ்ணாட்டத்தைத்தானே நானும் ஆடினேன்? துரியோதனன் கொடுக்க மாட்டான் என்று தெரிந்தும் ஐந்து கிராமங்களையாவது கொடு, யுத்தத்தைத் தடுக்கலாம் என்று துரியோதனனிடம் கிருஷ்ணன் கேட்டது எதற்காக? கிருஷ்ணனும் யுத்தத்தைத் தடுப்பதற்காக எத்தனையோ பாடுபட்டான் என்று மூத்தோர்களிடமிருந்து பெயர் எடுப்பதற்காகத்தானே? இவ்வளவெல்லாம் வேண்டாம். கர்ணன் குந்தியின் மகன் என்ற உண்மையைக் கர்ணனிடம் நேரடியாகவும், குந்தியின் மூலமும் சொல்லி எச்சரித்த கிருஷ்ணன், யுதிஷ்டிரனிடம்

கர்ணன் உன் தமையன் என்ற உண்மையைச் சொல்லியிருந்தால் அந்த மகா யுத்தம் நடந்திருக்குமா? ஏன் சொல்லவில்லை? கிருஷ்ணன் யுத்தத்தை விரும்பினான். யுத்தத்தை விரும்பாதது போலவும், யுத்தத்தைத் தவிர்க்க முனைவது போலவும் நடித்தான். அவ்வளவுதான்.

இதிகாச கிருஷ்ணன் செய்த தகிடுதத்தங்களுக்கு முன்னால் நான் செய்ததெல்லாம் ஜுஜுபி. அந்த விஷயத்தில் கிருஷ்ணன் மட்டும் அல்ல; இத்தாலியத் தத்துவவாதி மாக்கியவெல்லியின் இளவரசனையும் சேர்த்துக் கொள்ளலாம். ‘இளவரசன்’ மாக்கியவெல்லியின் புத்தியில் உதித்த ஓர் அரசியல் சித்தாந்தம். ஆனால் நானோ அந்த அரசியல் சித்தாந்தத்தை ரத்தமும் சதையுமான சரித்திரமாக உருவாக்கிக் கொண்டிருந்தேன். மாக்கியவெல்லியின் இளவரசனை நான் படித்ததில்லை. ஃபிரங்கிகள் சொல்லக் கேள்விப்பட்டிருக்கிறேன்.

“ஷாஹின்ஷா, தாங்கள் பிறப்பதற்கு நூறு ஆண்டுகளுக்கு முன் எழுதப்பட்டு விட்டது தங்களின் சரித்திரம். இளவரசனின் ஒவ்வொரு வாக்கியத்தையும் ஒவ்வொரு வார்த்தையையும் தாங்கள் வாழ்ந்து காட்டிக் கொண்டிருக்கிறீர்கள்” என்று சொல்லி அதிலிருந்து சில பகுதிகளை வாசித்துக் காண்பிப்பார்கள். ஆம். அந்த நூலைப் படிக்காமலேயே நான் இளவரசனின் வாழும் நிரூபணமாக இருந்தேன் எனப் புரிந்து கொண்டேன். மாக்கியவெல்லி கூட தான் எழுதியது போல் வாழவில்லை. கோட்பாடுகளை அவன் எழுத மட்டுமே செய்தான். நான் வாழ்ந்து காட்டினேன். அதிலும் அதைப் படிக்காமலேயே. ஆக, கிருஷ்ணன், மாக்கியவெல்லியின் இளவரசன், ஔரங்ஸேப் ஆலம்கீர் ஆகிய மூவரும் ஒரே சித்தாந்தத்தினால் வடிவமைக்கப்பட்ட படிமங்கள்தான்.

ஷாஹின்ஷா, நான் இதைச் சொல்வதற்குத் தாங்கள் அனுமதிக்க வேண்டும். நீதிக்கும் அநீதிக்குமான யுத்தத்தைப் பற்றித் தாங்கள் சொல்வதைக் கேட்டபோது எனக்குத் தாங்கள் ஈடுபட்ட யுத்தங்கள் அத்தனையும் ஞாபகம் வருகின்றன. ஜோஸஃப்

ஸ்டாலின் சொன்னதாகச் சொல்வார்கள், ஒருவர் செத்தால் துயரம், ஒரு மில்லியன் செத்தால் புள்ளி விவரம் என்று. நீதிக்கும் அநீதிக்குமான இதிகாச யுத்தத்தில் இறந்தோர் எண்ணிக்கை நூற்றியாறு கோடியே இருபதாயிரத்து அறுநூறு என்று வருகிறது. அப்போது ஹிந்துஸ்தானின் மக்கள் தொகையே அத்தனை இருக்காது. இதிகாசங்கள் எல்லாமே மிகைப்படுத்தப்பட்டவை என்றாலும் இறந்து போனோர் எண்ணிக்கை பல லட்சங்களைத் தொடும் என்பதை யுத்தக் காட்சிகள் பற்றிய வர்ணனைகள் மூலம் தெரிந்துகொள்ள முடிகிறது. அதேபோல் மொகலாயப் பேரரசர்கள் ஈடுபட்ட போர்களிலும் லட்சக்கணக்கான பேர் இறந்திருக்கிறார்கள். இதிகாசங்களின் வர்ணனைகள் எல்லாமே ரத்தச் சகதி ரத்தச் சகதி என்றுதான் வருகின்றன. பாபரும் அதே வார்த்தையில்தான் சொல்கிறார். கால் வைக்கவே இடமில்லாதபடி பிரேதங்கள் சிதறிக் கிடக்கின்றன என்கிறார். இந்த உலகில் எந்த உயிருக்குமே மதிப்பு இல்லை. எதற்குமே அர்த்தமில்லை. முழுமையான அபத்தத்தின் விளைநிலத்தில் அசைந்து கொண்டிருக்கிறது இந்த வாழ்க்கை. தங்களுக்கு நவீன சரித்திரமும் அரசியலும் கூடத் தெரிந்திருப்பதால், ஷாஹின்ஷா, ஹிட்லரின் வதைமுகாம்கள் பற்றியும் அறிந்திருப்பீர்கள் என்று நினைக்கிறேன்.

வதைமுகாம் கதைகளே என்னிடம் தலையணை தலையணையாக உண்டு மதிப்புக்குரிய காத்திப் அவர்களே, தாங்கள் என்னுடைய கதையை முடித்து விட்டு வாருங்கள். பக்கம் பக்கமாகச் சொல்கிறேன். தாங்கள் பார்த்த *holocaust* படங்களில் பார்க்காத, வதைமுகாம்களிலிருந்து தப்பிப் பிழைத்தவர்களின் கதைகளில் படிக்காத கதைகளை நான் சொல்கிறேன். ஆம், தாங்கள் சொல்ல வருவதை என்னால் அனுமானிக்க முடிகிறது. ஆனாலும் தாங்களே சொல்லுங்கள்...

நன்றி ஷாஹின்ஷா. இதிகாசத்தின் யுத்தக் காட்சிகளையும் மொகலாயப் பேரரசர்கள் ஈடுபட்ட யுத்தங்களையும் அனுபவம் கொள்ளும் போது, கூடவே வதைமுகாம் காட்சிகளும் ஞாபகம் வருகின்றன. பாபர்நாமாவில் நாம் பார்க்கும் போர் போராய்க்

குவிக்கப்பட்ட மனிதத் தலைகளைப் போலவே ஹிட்லரின் வதைமுகாம்களிலும் மனித உடல்கள் குவிக்கப்பட்டன. ஒரு பக்கம், சிறுவர் சிறுமியரின் காலணிகள். இன்னொரு பக்கம், யூதர்களின் தங்கப் பல் குவியல்கள். இதையேதான் இதிகாசங்களும் சொல்கின்றன, இன்னும் செறிவாகவும் கவித்துவமாகவும் விளக்கமாகவும்... இதையெல்லாம் பார்க்கும்போது எனக்கு எல்லா மரணமும் ஒன்றுதான், எல்லா போர்க்களமும் ஒன்றுதான் எனத் தோன்றுகிறது.

அதைத்தான் என்னுடைய இறுதிக் காலக் கடிதங்களில் குறிப்பிட்டு வருந்தியிருக்கிறேன், மதிப்புக்குரிய காத்திப் அவர்களே! எத்தனையோ லட்சக்கணக்கான மனித உயிர்கள் போர்க்களத்தில் சாவதற்குக் காரணமாக இருந்து விட்டேன் என்ற குற்ற உணர்ச்சியால் பீடிக்கப்பட்டு பல இரவுகள் நான் உறக்கமின்றிப் புரண்டதுண்டு. அதிலும் கடைசி நான்கு ஆண்டுகள் அந்த உணர்விலிருந்து என்னால் தப்பிச் செல்லவே முடிந்ததில்லை. இதிகாசத்தில் நான் படித்த ஒரு கதை ஞாபகம் வருகிறது. உங்களுக்கும் தெரிந்த கதைதான். ஒரு அரசன் ஒரு பெண் மீது காதல் கொண்டான். அவள் ஒரு நிபந்தனையோடு சம்மதித்தாள். நான் என்ன செய்தாலும் ஏனென்று கேட்கக் கூடாது. அவனும் ஒப்புக் கொண்டான். மணம் முடிந்து குழந்தை பிறக்கிறது. பிறந்த குழந்தையைத் தூக்கி நதியில் போடுகிறாள். அதிர்ச்சியோடு வாயை மூடிக் கொண்டிருந்தான் அரசன். மீண்டும் கருவுற்றாள். குழந்தை பிறந்தது. மீண்டும் அந்தக் குழந்தையைத் தூக்கி நதியில் போட்டாள். இப்படியே எத்தனை முறை போட்டாள் என்று நினைவிருக்கிறதா, மதிப்புக்குரிய காத்திப் அவர்களே?

ஏழு முறை போட்டாள் ஷாஹின்ஷா.

ஆம். எட்டாவதாக ஒரு குழந்தை. அதையும் நதியில் போட்டு விடுவாளோ எனப் பயந்து போன அரசன் தன் வாக்குறுதியை மறந்து "ஏன் இப்படிச் செய்கிறாய்?" என்று கேட்டு விட்டான். அதற்கு அவள் ஒரு கதை சொன்னாள்: அரசனே, நான்

ஒருமுறை பிரம்மலோகம் சென்றேன். அங்கே பல தேவர்கள் இருந்தனர். அவர்களின் மனவுறுதியைச் சோதிப்பதற்காக வாயு ஒரு காரியம் செய்தான். என் மார்பிலிருந்த ஆடை காற்றினால் விலகச் செய்தான். காமக் குரோதங்களை அடக்கிய தேவர்கள் யாவரும் கண்ணை மூடிக் கொள்ள ஒரே ஒருவன் மட்டும் என் மார்பை ரசித்தான். அவன் வருணன். அதனால் கடும் கோபமடைந்த பிரம்மன் வருணனை நீ பூமியில் மானிடனாய்ப் பிறப்பாய் எனச் சாபமிட்டார். என்னையும் பார்த்து, ஒரு பெண் எந்த நிலையிலும் தன் மானத்தைக் காப்பாற்றிக் கொள்ள வேண்டும், நீயோ அதைச் செய்யாததோடு ஒரு ஆணின் மனதை சஞ்சலப்படுத்தவும் செய்து விட்டாய், நீயும் பூமியில் மானிட ஜென்மம் எடுப்பாய் என்று சாபம் கொடுத்து விட்டார். நீ யாரை சஞ்சலப்படுத்தினாயோ அவனை மணந்து கொண்டு வாழ்ந்து சாப விமோசனம் பெற்று மீண்டும் இங்கே வருவாய் என்றார். அந்தப்படியாக நான் பூலோகம் நோக்கி துயரம் பொங்க வந்து கொண்டிருந்த போது என்னெதிரே அஷ்டவசுக்கள் வருவதைக் கண்டேன். அவர்களும் என்னைப் போலவே துயரம் தோய்ந்த முகத்துடன் இருந்தனர். என்ன காரணமெனக் கேட்டேன். அவர்கள் ஒரு கதை சொன்னார்கள்: அவர்களின் சிநேகிதன் பிரபாசன் ஒரு பெண்டாட்டிதாசன். அந்தப் பெண்ணோ பார்த்ததையெல்லாம் ஆசைப்படக் கூடியவள். அவள் ஒருமுறை வசிஷ்டரின் ஆசிரமத்தில் இருந்த காமதேனுவைக் கேட்டாள். பிரபாசனும் உடனடியாக காமதேனுவைக் கவர்ந்து வரக் கிளம்பினான். நண்பன் என்ற முறையில் கண்டித்திருக்க வேண்டிய நாங்களும் அவனோடு துணைக்குக் கிளம்பினோம். காமதேனுவைத் திருடினோம். கோபமடைந்த வசிஷ்டர் நாங்கள் பூமியில் மானிடர்களாய்ப் பிறக்கச் சாபமிட்டார். சாபம் இருந்தால் சாப விமோசனமும் இருக்கும்தானே? எங்களுக்குக் கிடைத்த சாப விமோசனம் என்னவென்றால், நாங்கள் பூமியில் பிறந்தவுடன் இறந்து விட்டால், மீண்டும் திசைக்காவலர்களாய் ஆகி விடலாம். அதன் காரணமாக, பூமியில் நாங்கள் பிறந்தவுடன் எங்களைக் கொல்லக்கூடிய ஒரு அன்னையைத் தேடிக் கொண்டிருந்தோம்.

அந்தப் பெண்ணும் அவளுடைய சாபம் பற்றிச் சொல்லி, வருணன் பூமியில் பிறக்கப் போகிறான், நான் அவனுக்கு மனைவியாகப் போகிறேன், உங்களை நான் ஒவ்வொருவராக கர்ப்பத்தில் தாங்கிப் பிரசவித்து, பிறந்த உடனேயே உங்களை நதியில் எறிந்து கொல்கிறேன், உங்களுக்கும் உங்கள் பதவி உடனடியாகக் கிடைக்கும் என்றாள். அதன்படியே என் ஏழு குழந்தைகளையும் ஒவ்வொன்றாகக் கொன்றேன். மனைவியின் மீது கொண்ட மோகத்தினால் காமதேனுவைத் திருடிய பிரபாசனே இந்த எட்டாவது குழந்தை. மோகத்தின் காரணமாக சாபம் பெற்ற பிரபாசன் அதன் காரணமாக இந்த மானிடப் பிறவியில் பெண்ணாசையே இல்லாமல் வாழ்வான் என்றாள். அந்தப் பெண்மணி கங்கா. பெண்ணாசையில்லாமல் பிறந்தவன் பீஷ்மன். அவன் தந்தை சந்தனு.

தெரிந்த கதைதான். ஆனால் கங்கை தன் ஏழு குழந்தைகளை நதியில் வீசுகிறாள். அந்தக் குழந்தைகளுக்கு அது மரணம் அல்ல. சாபமும் அல்ல. வரம். அவை சுவனம் செல்கின்றன. இப்படியேதான் இந்த உலக வாழ்வின் மரணத்தையெல்லாம் நாம் எதிர்கொள்ள வேண்டுமா? இதிகாசங்களிலே காணக் கூடிய யுத்தங்களும் ரத்தக்களரியும் சுவனம் செல்வதற்கான திறவுகோலா?

மீண்டும் நான் நம்முடைய கதைக்கு வருகிறேன். மீர் ஜும்லா. அவரை நான் பாபாஜி என்றுதான் அழைப்பது வழக்கம். பெரியோர் மீது மரியாதை செலுத்துவது ஒரு பண்பு. முதியோரை மதித்தல் என்பதற்குப் புனித நூல் முழுவதுமே ஆதாரங்கள் உண்டு. இறைத்தூதரின் வாழ்விலிருந்தும் ஏராளமான உதாரணங்களைச் சொல்லலாம். ஒருமுறை நபிகளார் (ஸல்) சொன்னார்கள், "உங்களில் கூன் விழுந்த முதியோர் மட்டும் இருந்திராவிட்டால் உங்கள் மீது வேதனை கூடியிருக்கும்" என்று. என்னை விட மீர் ஜும்லா இருபத்தேழு வயது மூத்தவர். என் வயது அப்போது முப்பத்தொன்பது. மீர் ஜும்லாவின் வயது அறுபத்தாறு. அப்படிப்பட்ட ஒரு மூத்தவரை நான் பாபாஜி என அழைத்தது, என்றோ ஒருநாள்

அவர் மூலமாக எனக்கு ஒரு காரியம் நடக்கும் என்றோ, என்றோ ஒருநாள் ஒரு மதிப்புக்குரிய காத்திபிடம் என் வாழ்க்கையைச் சொல்லும்போது அவர் என்னை மெச்சுவார் என்றோ எதிர்பார்த்து அல்ல. பெரியோரை மதித்தல் எனது இயல்பாக இருந்தது.

இந்த இடத்தில் நான் மாக்கியவெல்லியையும் மிஞ்சினேன். மாக்கியவெல்லி சொன்னார், “நேசமும் அச்சமும் ஒரே இடத்தில் இருப்பது அரிது; எனவே நீங்கள் நேசிக்கப்படுவதை விட அஞ்சப்படுவதே உங்களுக்குப் பாதுகாப்பானது” என்று. ஆனால் என்னுடைய வழிமுறை என்னவென்றால், நேசமும் வேண்டும், அச்சமும் வேண்டும். பெரியோரையும் மூத்தோரையும் நேசத்தால் வென்றெடுக்க வேண்டும். பேரரசரிடம் நேசம் தோற்றது என்பதால் அவரைச் சிறையில் அடைத்தேன். ஆனால் தாரா புத்தகத்தினால் வாழ்ந்தான். புத்தியினால் வாழவில்லை. அதிகாரத்தின் மூலமாகவே எல்லோரையும் அடக்கி ஆளலாம் என்று கற்பித்துக் கொண்டான். வைர வியாபாரியான மீர் ஜும்லா ஹிந்துஸ்தானிலேயே பெரும் செல்வந்தர். அப்படிப்பட்ட ஒரு மூத்த மனிதரின் குடும்பத்தைப் பிணையக் கைதிகளைப் போல் அரண்மனையில் வைத்துக் கொண்டு அவரை மட்டும் படைகளோடு அனுப்பினால் அவர் தாராவைப் பற்றி என்ன நினைத்திருப்பார்?

மீர் ஜும்லாவுக்கும் எனக்குமான நட்பு ஏற்பட்டது ஒரு கதை. நான் தவ்லதாபாதில் தக்காணத்தின் சுபேதாராக இருக்கிறேன். அப்போது கோல்கொண்டாவில் மந்திரியாகவும் படைத் தளபதியாகவும் இருந்த மீர் ஜும்லாவிடமிருந்து எனக்கு ஒரு கடிதம் வந்தது. மீர் ஜும்லா கோல்கொண்டா அரசனான அப்துல்லா குதுப் ஷாவுக்கு எவ்வளவோ தொண்டு செய்தும் குதுப் ஷாவுக்கு அவர் மீது மதிப்பு இல்லை. அதன் காரணமாக மீர் ஜும்லா என்னோடு சேர விரும்பினார். “நீங்கள் பேரரசர் ஷா ஜஹான் பாதுஷாவின் தூதராக பாக்நகருக்கு வாருங்கள். அப்படி வந்தால் உங்களுக்கும் உங்கள் படைகளுக்கும் எதிர்ப்பு இருக்காது. வந்தவுடன் நீங்கள் கோல்கொண்டா அரசரையும்

அவர் குடும்பத்தினரையும் கைது செய்து விடலாம். அதற்குப் பிறகு அவர்களை என்ன செய்வது என்பது உங்கள் விருப்பம். இதற்கான செலவாக நாள் ஒன்றுக்கு ஐம்பதாயிரம் ரூபாய் கொடுத்து விடுகிறேன்.”

இதற்கிடையில் என் ஒற்றர்கள் மூலம் நான் அறிந்து கொண்ட தகவலும் முக்கியமானதாக இருந்தது. என்னவென்றால், அரசர் அப்துல்லா குதுப் ஷாவின் அன்னைக்கும் மீர் ஜும்லாவுக்கும் இருந்த கள்ள உறவின் காரணமாகத்தான் மீர் ஜும்லாவை ஒழித்துக் கட்ட முடிவு செய்திருக்கிறார் அரசர். ஆனால் அது வெறும் வதந்தியாகவும் இருக்கலாம். சொல்ல முடியாது. ஏனென்றால், கோல்கொண்டாவின் அரசனான தன்னை விட தன் மந்திரியும் தளபதியுமான ஒருத்தர் ஹிந்துஸ்தான் முழுவதும் பிரபலமாகத் திகழ்வதா என்ற பொறாமையே காரணம் என்றும் சொல்லப்பட்டது. எது எப்படியோ, மீர் ஜும்லா அரசர் குதுப் ஷாவை விட்டு விட்டு என்னோடு சேர விருப்பப்படுகிறார்.

மந்திரி மீர் ஜும்லாவை ஓரங்கட்டுவது அரசருக்கு சுலபமாக இல்லை. ஏனென்றால், அரண்மனையில் பெரும்பாலானவர்கள் மீர் ஜும்லாவின் ஆட்களாக இருந்தார்கள். என்ன செய்யலாம் என்று குதுப் ஷா குழம்பிக் கொண்டிருந்த வேளையில் மீர் ஜும்லா விழித்துக் கொண்டு எனக்குக் கடிதம் எழுதி விட்டார்.

மீர் ஜும்லாவால் அவர் சொன்ன தொகையைக் கொடுக்க முடியும். தக்காணத்து வைரச் சுரங்கங்களில் பாதி அவருடையவை. வைரத்தை மூட்டைகளில் கட்டி எண்ணுவதே மீர் ஜும்லாவின் வழக்கம் என்று நான் கேள்விப்பட்டிருக்கிறேன்.

பாரசீகத்தைச் சேர்ந்த மீர் ஜும்லா உலகின் மிக முக்கியமான வைர வியாபாரியாகத் திகழ்ந்தவர். வைரம் மட்டுமல்லாமல் அவருக்குப் பல வழிகளில் பணம் வந்தது. கோல்கொண்டாவின் தளபதி என்ற முறையில் மட்டுமல்லாமல் அவர் தனக்கென்றே ஒரு தனிப் படை வைத்திருந்தார். அப்படையில் ஃபிரங்கிகள் வீரர்களாக இருந்தார்கள் என்றால் அவரது சிறப்பைப்

பார்த்துக் கொள்ளுங்கள். மீர் ஜுூம்லாவுக்குப் பல வழிகளில் பணம் வந்தது என்று சொன்னேன் அல்லவா? அதில் ஒன்று, கர்நாடகப் படையெடுப்பின் போது அங்கே உள்ள கோவில்களைக் கொள்ளையடித்து அங்கிருந்து கிடைத்த எல்லா ஆபரணங்களையும் நவரத்தினங்களையும் அரசு கஜானாவில் சேர்க்காமல் தானே வைத்துக் கொண்டார் மீர் ஜுூம்லா. கர்நாடகத்தின் செல்வந்தர்களிடமும் அதேபோல் பணம் பறித்தார்.

மீர் ஜுூம்லாவின் திட்டமிட்டபடியே எல்லாம் நடந்தது. ஆனால் மீர் ஜுூம்லாவின் உமாரா ஒருவர் கடைசி நேரத்தில் அரசர் மீது இரக்கம் கொண்டு விஷயத்தைச் சொல்லி விட்டதால் அரசர் கோல்கொண்டா கோட்டைக்குத் தப்பி விட்டார். ஒரு அரண்மனையைக் கைப்பற்றும்போது அங்கே உள்ள பெண்களை நமது ஸினானாவின் பெண்களுக்கு அடிமையாக்குவதும், அவர்களில் அழகானவர்களை நம் உபயோகத்துக்கு வைத்துக் கொள்வதுமே எங்கள் காலத்திய வழக்கம். அதை நான் விரும்புவதில்லை. அரண்மனையில் இருந்த பொக்கிஷங்களை மட்டும் கைப்பற்றிக் கொண்டு, அரண்மனைப் பெண்களை அப்துல்லா குதுப் ஷாவிடமே திருப்பி அனுப்பி விட்டேன். பிறகு கோல்கொண்டா கோட்டையை முற்றுகையிட்டேன். முற்றுகை இரண்டு மாதங்கள் நீடித்தது. பேரரசர் அதற்கு மேல் அந்த முற்றுகையை நீடிக்க அனுமதிக்கவில்லை. நீடிக்க விட்டால் என் பலம் அதிகரித்து விடும் என்று தாரா அஞ்சினான். தாராவின் அச்சம் பேரரசரின் உத்தரவாக மாறியது. ஆனால் முற்றுகையைக் கைவிட வேண்டுமானால் உங்களின் மூத்த மகளை என் மகன் சுல்தான் முஹம்மதுவுக்கு மணம் செய்து கொடுக்க வேண்டும்; உங்கள் காலத்துக்குப் பிறகு சுல்தான் முஹம்மதுவே கோல்கொண்டாவின் அரசனாவான் என்று உயில் எழுதித் தர வேண்டும் என்று நிபந்தனை விதித்து எழுதி வாங்கிக் கொண்டு அந்தத் திருமணத்தையும் முடித்த பிறகுதான் தக்காணம் திரும்பினேன்.

இத்தனை செய்தும் சுல்தான் முஹம்மதுவுக்குப் பேராசையும்

அவசரமும் தாங்கவில்லை. என் மூத்த புதல்வன். எனக்குப் பிரியமானவனும் கூட. ஆனால் எப்போதும் எனக்கு எதிராகக் கலகம் செய்வதும், சதி செய்வதுமாகவே இருந்தான். இறுதியாக ஷா ஷுஜாவுடன் சேர்ந்து கொண்டு என்னை மயிலாசனத்திலிருந்து அப்புறப்படுத்தி விட்டு அவன் அமர நினைத்தான். இதற்கு மேலும் இவனை விட்டால் என் உயிருக்கு ஆபத்து என்று தில்லி சலீம்கட் சிறையில் அடைத்தேன். நடந்தது 1659. பிறகு குவாலியர் சிறைக்கு மாற்றினேன். அவனுடைய முப்பத்தேழாவது பிறந்தநாளுக்குப் பதினைந்து தினங்கள் முன்னே - 1676இல் - பதினேழு ஆண்டுகள் சிறையிலேயே இருந்து இறந்து போனான்.

போகட்டும். நான் குறிப்பிட்ட கோல்கொண்டா நடவடிக்கையின் மூலம் நான் அடைந்த முக்கியமான பலன், மீர் ஜும்லாவின் ஆயுட்கால நட்பும் சேவையும் கிடைத்ததுதான்.

அப்படிப்பட்ட மீர் ஜும்லா தாராவின் உத்தரவுக்கு இணங்க படைகளுடன் வந்த போது அவரை நான் சந்தித்தேன். அவர் படைகள் எனக்குத் தேவை. ஆனால் அவர் தாராவைப் பகைத்துக் கொள்ளக் கூடாது. அவர் குடும்பம் தாராவின் கையில். என்னுடைய இடத்தில் தாரா இருந்திருந்தால் என்ன செய்திருப்பான் என்று நினைக்கிறீர்கள், மதிப்புக்குரிய காத்திப் அவர்களே? கொஞ்சம் கூட நியாய தர்மம் பார்க்காமல் மீர் ஜும்லாவுக்கு விஷம் கொடுத்துக் கொன்று விட்டோ அல்லது சிறையில் அடைத்து விட்டோ அவர் படைகளை எடுத்துக் கொண்டிருப்பான். விஷம் கொடுத்துக் கொல்வது கோழைகளின் வேலை. அது என் ரத்தத்திலேயே இல்லை. என் வாழ்வில் ஒரே ஒரு முறை ஒரு இளைஞனுக்குத் தண்டனையாக விஷம் கொடுக்க உத்தரவிட்டேன். சுலைமான் ஷிகோ. தாராவின் மகன். அந்தக் கதையைப் பிறகு சொல்கிறேன். இப்போது மீர் ஜும்லாவும் அவர் குடும்பமும் அவர் படைகளும் முக்கியம். எக்காரணம் கொண்டும் அந்த மூத்தவரின் குடும்பத்தை பலி கொடுக்கக் கூடாது. மயிலாசனப் போட்டியிலும் வெல்ல வேண்டும். அடைந்தால் மயிலாசனம். அடையாவிட்டால்

வீர மரணம். என் மார்க்கத்தைக் காப்பாற்றுவதற்காக நான் போராடுகிறேன். ஆடம்பரங்களில் திளைப்பதற்காகவோ அரச சுகம் காண்பதற்காகவோ அல்ல. என்னைப் பொருத்தவரை இது ஜிஹாத். மீர் ஜூம்லாவின் குடும்பத்துக்குப் பங்கம் வராமல் இப்போது எப்படிக் காயை நகர்த்துவது?

க்ஷண நேரத்தில் முடிவெடுத்தேன். என் அன்புக்குரிய பாபாஜியைச் சிறையில் அடைப்பதுதான் ஒரே வழி. தாராவும் அதைத்தான் செய்வான் என்று சொன்னேன் இல்லையா? அப்போதுதான் நான் மாக்கியவெல்லியின் இளவரசனாக மாறினேன். பாபாஜியை அழைத்து என் திட்டத்தைச் சொன்னேன். சிறையில் அடைப்பது ஒரு நாடகம். அவரைச் சிறையில் அடைத்து விட்டு அவர் படையை எடுத்துக் கொள்வேன். ஆக, எதிரிக்கு எதிரி நண்பன்தானே? நண்பனின் குடும்பத்தை தாரா ஒன்றும் செய்ய மாட்டான். என் கணக்குத் தப்பவில்லை. நான் எதிர்பார்த்தபடியே என் திட்டத்தை மூடன் தாரா நம்பி விட்டான்.

தில்லியிலும் ஆக்ராவிலும் தாரா, குஜராத்தில் முராத் பக்ஷ், வங்காளத்தில் ஷா ஷூஜா, தக்காணத்தில் நான் இப்படி நான்கு சகோதரர்களும் நான்கு திசைகளில் இருந்து கொண்டு எங்கள் படைகளை வலுப்படுத்திக் கொண்டிருந்தோம். பேரரசருக்கு உடல்நிலை நலிவடைந்து கொண்டே போனது. தாராவும், பேகம் சாஹிபாவும் எங்கள் மூவருக்கும் எதிராக பேரரசரின் மனதைக் கலைத்துக் கொண்டே இருந்தார்கள். ஆனால் பேரரசரோ தாராவை நம்பவில்லை. தன் உயிர் நண்பருக்கு விஷம் வைத்துக் கொன்றது போல் தனக்கும் விஷம் வைத்து விடுவானோ என்று பயந்து கொண்டே இருந்தார். இதைப் பேரரசரே எனக்கு சில கடிதங்களில் எழுதியும் இருந்தார். துரதிர்ஷ்டம் என்னவென்றால், அப்படி ஒரு கடிதம் தாராவிடமே மாட்டிக் கொண்டது. அதை வைத்துக் கொண்டு பேரரசரை சில தினங்கள் மிரட்டிக் கொண்டிருந்தான் தாரா. “தங்களுக்கே நான் விஷம் வைத்து விடுவேன் என்று நினைத்து அதை அந்தத் துரோகி ஔரங்ஸேபுக்கு எழுதும் அளவுக்குப்

போய் விட்டீர்களா? தங்களுக்காக என் உயிரைப் பணயம் வைத்து இங்கே நான் உழைத்துக் கொண்டிருக்கிறேன், தாங்கள் என்னையே சந்தேகப்படுகிறீர்களா? தங்களுடைய உடல் நலனைக் கருதியும் இந்த ஔரங்ஸேபினால் தங்களுக்கு எந்தவிதப் பிரச்சினையும் வந்து விடக் கூடாது என்பதாலும்தானே தாங்கள் கூறியபடி ஆஃப்கன் செல்லாமல் தங்களுடனேயே இருந்து கொண்டிருக்கிறேன்? இப்படி வாழ்ந்து கொண்டிருக்கும் நானே தங்களுக்கு விஷம் வைத்து விடுவேன் என்று சந்தேகப்பட்டு, அதையும் அந்தத் துரோகிக்கு எழுதுகிறீர்கள் என்றால், தங்கள் சந்தேகத்தை நான் நிஜமாக்கி விடலாம் என்று தோன்றுகிறதே?" என்றெல்லாம் பலவிதமாகக் கேட்டுத் துன்புறுத்தியிருக்கிறான். இந்த வாக்குவாதம் நடந்த பிறகு இரண்டு தினங்கள் பேரரசர் எந்த உணவும் எடுத்துக் கொள்ளவில்லை என்றும், மூன்றாம் நாளிலிருந்து பேகம் சாஹிபாவே பேரரசருக்குச் சமைக்கப்பட்ட உணவை உண்டு ஒரு மணி நேரம் சென்ற பிறகுதான் பேரரசர் சாப்பிடுவது வழக்கமானது என்றும் கேள்விப்பட்டேன். அந்தச் சம்பவத்திலிருந்து பேரரசருக்கு உணவு தயாரிக்கும்போது சமையற் கூடத்துக்கே சென்று மேற்பார்வை இடுவதை பேகம் சாஹிபா வழக்கமாகக் கொள்ள ஆரம்பித்திருக்கிறார்.

அப்போது ஒருநாள் பேரரசர் இறந்து விட்டார் என்று ஆக்ராவில் வதந்தி கிளம்பியது. கடைகளும் பஜார்களும் சூறையாடப்பட்டதால் பல தினங்களுக்குக் கடைகள் அடைக்கப்பட்டு விட்டன. எங்கள் நால்வருக்குள் மயிலாசனமா மரணமா என்ற விளையாட்டு ஆரம்பமானது.

ஹுஸூர், ஒரு பிரச்சினை முளைத்திருக்கிறது, கொஞ்ச நேரத்துக்கு முன்னால் தாங்கள் கிருஷ்ணனின் தகிடுதத்தங்கள் என்று சொன்னது குறித்து. "அது எப்படி ஒரு அவதாரத்தை அப்படிச் சொல்லப் போயிற்று? ஆலம்கீரைச் சொல்லியிருந்தால் சும்மா விடுவாரா? தலையைச் சீவி கொம்பில் நட்டு நடுத்தெருவில் வைத்து விடமாட்டாரா?" என்று கேட்டு கொதிக்கிறாள் சாவித்ரி. என் சிநேகிதி. ஆனால் அவளுடைய பிரதான கவலை அது அல்ல என்று தோன்றுகிறது. வாழ்நாள்

பூராவும் என்னை செக்ஸ் எழுத்தாளர் என்றும், எழுத்தாளரே இல்லை என்றும் சொல்லி வந்த இலக்கியக் கூட்டம் இப்போதுதான் கொஞ்ச காலமாக என் பக்கம் திரும்பிப் பார்க்க ஆரம்பித்திருக்கிறதாம். இந்த நேரத்தில் போய் ஒரு பெரும் மக்கள் திரளின் புனித பிம்பத்தை தகிடுதத்தம் அது இது என்று சொல்லி மீண்டும் பாதாள சிறைக்குள் செல்ல வேண்டுமா, கொஞ்சம் நீக்குப் போக்காக இருந்தால் என்ன? இதுதான் சாவித்திரியின் எண்ண ஓட்டம்.

மதிப்புக்குரிய காத்திப் அவர்களே, இது எல்லா பெண்களிடமுமே காணக் கூடிய பொதுப் பண்புதான். உங்கள் சாவித்ரியை இங்கே அழைத்து வாருங்கள். நான் பேசிப் பார்க்கிறேன். கொஞ்சம் பழகினாலே இந்தப் பெண்கள் ஆண்கள் மீது பாச வலையை வீசி தங்களின் தாய்மைக் கூட்டுக்குள் இழுத்துக் கொள்ளப் பார்ப்பார்கள். “உங்கள் நன்மைக்காகத்தானே சொல்கிறேன்?” என்று ஆரம்பிப்பார்கள். மரஹபா... இதுவும் ஆலம்கீரின் கதையேதான். ஹிந்துஸ்தான் முழுமைக்கும் நல்லது பண்ண வேண்டும் என்று தோன்றியதால்தானே அத்தனை காரியங்களையும் செய்தேன்? அந்த நல்லதுக்காகத்தானே எல்லாத் தகிடுதத்தங்களையும் செய்து எல்லாப் பழிகளையும் என் மேல் போட்டுக் கொண்டேன்? தொண்ணூறு வயதில் தள்ளாமையும் மரணமும் நெருங்கிய போதுதான் ‘இந்த மக்களுக்கு என்னைப் போன்றவர்கள் தேவையில்லை; மதுரத்தில் தோய்க்கப்பட்ட விஷம் போதும்’ என்பதைப் புரிந்து கொண்டு, இவர்களுக்காக நான் செய்த அத்தனையும் தவறு என்று உணர்ந்தேன்.

என் வாழ்விலும் ஒரு சாவித்ரி இருந்தாள். என் அனுபவத்தில் நான் கண்ட சில பரிசுத்தமான பெண்களில் அவள் ஒருத்தி. ஸெபுன்னிஸா. என் மூத்த மகள். அவள் காலத்தின் சிறந்த கவியாகப் பேசப்பட்டாள். எனக்கும் அவளுக்கும் பெரிய வித்தியாசம், நான் என் காலத்திலேயே வெறுக்கப்பட்டேன். ஆனால் ஸெபுன்னிஸாவைப் பிடிக்காத ஆள் என்று ஒருவரைச் சொல்ல முடியாது. எல்லோராலும் கொண்டாடப்பட்டாள்.

இலக்கியத்துக்கே தன்னை அர்ப்பணித்துக் கொண்டது போல் எப்போதும் வாசித்துக் கொண்டும் எழுதிக் கொண்டுமே இருப்பாள். அதன் காரணமாகத் திருமணமே செய்து கொள்ளவில்லை. *1639*ஆம் ஆண்டு என் இருபத்தோராவது வயதில் பிறந்தவள். ஏழு வயதிலேயே ஹாஃபிஸா[63] நிலையை அடைந்தாள். அதைக் கொண்டாடும் விதமாக நான் இரண்டு நாட்கள் அரசு விடுமுறை அறிவித்தேன். முப்பதாயிரம் மொஹுர்களை[64] ஏழைகளுக்கு விநியோகம் செய்தேன். தலைநகர் தில்லியில் இருந்த ஒட்டு மொத்த ராணுவத்தினருக்கும் செங்கோட்டையின் எதிரே உள்ள மைதானத்தில் விருந்து வைத்தேன்.

அவளுக்கு அரபியும், கணிதமும், வான சாஸ்திரமும் கற்பித்தேன். இளம் வயதிலேயே அரபியில் கவிதை எழுத ஆரம்பித்து பிறகு ஃபார்ஸியிலும் எழுத ஆரம்பித்தாள். எனக்குக் கவிதை பிடிக்காது என்றே சொல்லப்பட்டும் நம்பப்பட்டும் வருகிறது இல்லையா? கவிதை பிடிக்காது என்றால் நானே எப்படி ஒரு கவிஞனாக இருக்க முடியும்? மதிப்புக்குரிய காத்திப் அவர்களே, தாங்கள் என்னுடைய கடிதங்களை ஆங்கிலத்தில்தான் படித்திருப்பீர்கள் என்றாலும் ஃபார்ஸி மொழியில் எழுதப்பட்ட அவற்றின் கவித்துவத்தைத் தங்களால் உணர்ந்து கொள்ள முடிந்ததுதானே? எனக்காகச் சொல்லாதீர்கள். தங்கள் மனதில் பட்டதைச் சொல்லுங்கள். அரசவையில் முகஸ்துதி செய்வதற்கென்றே இருந்த புலவர் கூட்டத்தை விரட்டி அடித்தவன் நான். தங்களுக்குத் தெரியும். தாங்கள் என்னிடம் வெளிப்படையாகப் பேசலாம்.

---

63 ஹாஃபிஸா – அல் குர்ஆனை மனனம் செய்தவர்கள் ஹாஃபிஸ் என்று அழைக்கப்படுகின்றனர். பெண்கள் ஹாஃபிஸா.

64 மொஹுர் – மொகலாயர் காலத்தில் வழக்கத்தில் இருந்த தங்கத்தால் செய்யப்பட்ட நாணயங்கள். அப்போதைய மதிப்பில் 15 ரூபாய்க்கு சமமான நாணயம்.

ஸூஃபி கவிதைகளில் இரண்டு தரீக்காக்களைப்[65] பார்க்கிறேன் ஸாஹின்ஷா. ஒன்று, ஹாஃபிஸின் தரீக்கா. இரண்டு, சஆதியின்[66] தரீக்கா. தங்களுடைய கவிதைகள் சஆதியின் தரீக்காவைச் சார்ந்தவை. புஸ்தானில் சில முதுமொழிகள் என் ஞாபகத்தில் தங்கியிருக்கின்றன.

நீதிமான் நௌஷர்வான் மரணப் படுக்கையில் தன் மகனுக்கு இந்த அறிவுரையைச் சொல்கிறான்: "மக்களே வேர்கள்; அரசனே மரம். மரத்துக்கான வலு வேர்களிலிருந்தே கிடைக்கிறது."

பூமிக்கும் ஆகாயத்துக்குமான உறவு அறுந்து விட்டது. ஆகாயம் மழையை மறந்து விட்டது. நமது கண்ணீரும் ஆகாயத்தை எட்ட மாட்டேன் என்கிறது.

விஷமுறிவு இல்லாவிட்டால்தானே விஷத்துக்கு அஞ்ச வேண்டும்?

எனக்கு வலி இல்லை; ஆனால் அடுத்தவனின் வலி என்னைப் பதறச் செய்கிறது.

இதைப் போலவேதான் தங்கள் கடிதங்கள் முழுவதுமே நீதி

---

65 தரீக்கா – சிந்தனைப் பள்ளி, பாதை.

66 சஆதி (1210 – 1291) - ஹாஃபிஸ் பிறந்த அதே ஷிராஸ் (ஈரான்) என்ற ஊரில் பிறந்தவர். ஆனால் ஹாஃபிஸ் அளவுக்கு அத்தனை பிரபலம் இல்லாதவர். காரணம், ஹாஃபிஸ் வாழ்வைச் சுவைத்தவர் என்றால் சஆதி ஞானி. முக்கியமான மூன்று ஃபார்ஸி கவிஞர்களில் ஒருவராகக் கருதப்படுகிறார். மற்ற இருவர், ஜலாலுத்தீன் ரூமி, ஹாஃபிஸ். கவிதை தவிர உரைநடையிலும் சாதனை புரிந்தவர் சஆதி. சஆதி இந்தியா வரை வந்திருக்கிறார். ஆஃப்ரிக்காவில் அடிமையாக வாழ்ந்திருக்கிறார். சொந்த ஊரான ஷிராஸுக்குத் திரும்பிய போது அவர் வயது 70. சஆதியின் கவிதை நூலான புஸ்தானும் (பழத்தோட்டம்) வசன நூலான குலிஸ்தானும் (ரோஜாத் தோட்டம்) ஃபார்ஸி இலக்கியத்தின் பொக்கிஷங்களாகக் கருதப்படுகின்றன. இரண்டுமே நீதிக் கதைகளால் நிறைந்தவை. சஆதி உலகத்தில் பாதியைச் சுற்றியவர்.

மொழிகளால் நிறைந்திருக்கின்றன. குலிஸ்தானின் நீதிக் கதைகளில் ஒன்றிரண்டை நினைவு கூர விரும்புகிறேன்.

பாரசீக மன்னன் நௌஷர்வான் ஆதில் ஸாலமனைப் போல் ஒரு நீதிமான். அவனிடம் ஒரு வழக்கு தீர்வுக்கு வருகிறது. குஸ்ரோ என்பவனிடமிருந்து ஜம்ஷத் ஒரு வீட்டை வாங்குகிறான். அந்த வீட்டை மராமத்து செய்யும் போது ஒரு புதையல் கிடைக்கிறது. அதை எடுத்துக் கொண்டு குஸ்ரோவிடம் சென்றான் ஜம்ஷத். வீடு உங்களுடையது என்பதால் புதையலும் உங்களுடையதே என்கிறான். ஆனால் ஜம்ஷத் அதை வாங்கிக் கொள்ள மறுத்து விடுகிறான். வீட்டை உங்களுக்கு விற்று விட்டதால் அதில் உள்ளதும் உங்களுடையதுதான் என்பது அவன் வாதம். வழக்கு நௌஷர்வானிடம் வருகிறது. நௌஷர்வானுக்கு என்ன நீதி வழங்குவது என்று புரியவில்லை. உங்கள் இருவருக்கும் பிள்ளைகள் இருக்கிறதா என்று கேட்கிறான். ஜம்ஷதுக்கு மகளும் குஸ்ரோவுக்கு மகனும் இருக்கிறார்கள். இருவருக்கும் மணம் செய்து வைத்து, புதையலை அவர்களுக்குக் கொடுத்து விடுங்கள் என்று தீர்ப்பு சொல்கிறான் மன்னன் நௌஷர்வான் ஆதில்.

இதேபோல் மஹாபாரதத்தில் ஒரு கதை உண்டு. மூலக் கதையிலேயே இருக்கிறதா அல்லது சொல்கதையில் உள்ளதா என்று தெரியவில்லை. ஆனால் நிறைய கதாகாலட்சேபங்களில் கேட்டிருக்கிறேன். மேலே உள்ள கதையேதான். முடிவுதான் வேறு. யுதிஷ்ட்ரனிடம் இப்படி ஒரு வழக்கு வருகிறது.

புதையலை எடுத்தவன் “இது என்னுடையது அல்ல” என்கிறான். வீட்டை விற்றவனும் என்னுடையது அல்ல என்கிறான். யுதிஷ்ட்ரனுக்கு என்ன தீர்ப்பு வழங்குவது என்று தெரியவில்லை. பக்கத்திலிருந்த சகாதேவன் “இன்று இரவு கழிந்து நாளை வரச் சொல்லுங்கள், தீர்ப்பு சொல்லி விடலாம்” என்கிறான். மறுநாள் வழக்கு திசை திரும்பி விடுகிறது. இருவருமே புதையல் தங்களுடையது என்று உரிமை கொண்டாடுகிறார்கள். யுதிஷ்ட்ரன் என்ன தீர்ப்பு சொன்னான் என்று எனக்கு நினைவில் இல்லை. சின்ன வயதில் கேட்டது. ஆனால் வழக்கு

முடிந்து யுதிஷ்ட்ரனும் சகாதேவனும் பேசிக் கொண்டது மட்டும் ஞாபகம் இருக்கிறது. "ஒரே இரவுக்குள் என்ன நடந்தது சகாதேவா?" என்கிறான் யுதிஷ்ட்ரன். "நேற்றோடு த்வாபர யுகம் முடிந்து இன்று கலி ஆரம்பிக்கிறது, கலியில் மனிதர்கள் இப்படித்தான் மாறிப் போவார்கள்" என்கிறான் சகாதேவன்.

இன்னொரு நீதிக் கதை இதை விடக் கொஞ்சம் சுவாரசியமானது. ஒரு பாரசீக மன்னனிடம் துறவி ஒருவர் வந்தார். அவரிடம் ஒரு கதை கேட்டான் மன்னன்.

"மன்னா, ஹத்தீம் தாய் என்ற அராபிய மன்னனின் கதை அது. அவனைப் போல் நீயும் கருணையுள்ளவனாக விளங்கினால் உலகின் மிகச் சிறந்த மன்னன் நீதான்" என்றார் துறவி. மன்னர்களை அவ்விதமாக யாரும் பாராட்டிப் பழக்கம் இல்லை. "உன்னைப் போல் உலகில் உண்டா?" என்றே பாராட்ட வேண்டும்.

துறவியின் வார்த்தைகளால் கோபமடைந்த மன்னன் "என்னை விடவும் உம்முடைய ஹத்தீம் தாய் கருணையுள்ளவன் என்று நிரூபிக்காவிட்டால் உம் தலையைச் சீவி விடுவேன்" என்கிறான். துறவி ஹத்தீம் தாயின் கதையைச் சொல்ல ஆரம்பிக்கிறார்.

ஹத்தீம் தாயின் நாட்டின் மீது வேறொரு மன்னன் போர் தொடுக்க விரும்புகிறான். "உன்னுடைய நாட்டை என்னிடம் ஒப்படைத்து விட்டு ஓடி விடு. இல்லாவிட்டால் போர்" என்று ஓலை அனுப்புகிறான். செய்தியைப் படித்த ஹத்தீம் "நான் ஓடி விட்டால் போர் நடக்காது. யாரும் சாக வேண்டியதில்லை. என் ஒருத்தனின் சுய கௌரவத்துக்காகப் போரிட்டு, அந்தப் போரில் நான் தோற்க நேர்ந்தால், நாட்டு மக்கள் அத்தனை பேரின் உடமைகளையும் அந்த அரசன் கவர்ந்து செல்லவும் வாய்ப்பு இருக்கிறது" என்று அரசவையில் தெரிவித்து விட்டு தன் மனைவியை அழைத்துக் கொண்டு கானகம் சென்று விடுகிறான்.

மக்களில் சிலர் மன்னன் பயந்து கொண்டு ஓடி விட்டதாகவே நம்புகிறார்கள். புதிய மன்னனின் ஆட்சியில் எதுவும் பிரச்சினை

இல்லை. ஆனாலும் மன்னனுக்கு ஒரு சம்சயம். 'ஹத்தீம் தாய் தானமாகக் கொடுத்ததல்லவா இந்த நாடு? ஹத்தீம் தாயைப் பிடித்தால்தான் இந்த நாடு உண்மையில் நமக்குச் சொந்தமாகும்' என்று எண்ணி ஹத்தீம் தாயைப் பிடித்துக் கொடுப்பவர்களுக்கு ஐந்தாயிரம் தங்கக் காசுகள் என்று அறிவிக்கிறான்.

ஒருநாள் ஹத்தீம் தாய் தன் குகையை விட்டு வெளியே வந்து அமர்ந்திருந்த போது ஒரு விறகுவெட்டியும் அவன் மனைவியும் பேசிக் கொள்வதைக் கேட்கிறான். "ஹத்தீம் தாய் மட்டும் நமக்குக் கிடைத்து விட்டால் நம் ஏழ்மை நிலை மாறும்" என்று கணவன் மனைவியிடம் சொல்கிறான். அதற்கு அந்தப் பெண் "சீ, வெட்கமாக இல்லை உனக்கு. நமக்காக தியாகம் செய்த நம் மன்னனைக் காட்டிக் கொடுத்து வாழ்வதை விட நீ சாகலாம்; நானும் குழந்தைகளும் பட்டினி கிடக்கலாம்" என்கிறாள். அப்போது ஹத்தீம் தாய் அவர்களின் முன்னே வந்து "என்னைக் கொடுத்து நீங்கள் பொற்காசுகளைப் பெற்று மகிழ்ச்சியாக வாழுங்கள்" என்கிறான். அவர்கள் மறுக்கிறார்கள். "அப்படியானால் நானே மன்னனிடம் சரணடைந்து நீங்கள் இருவரும்தான் என்னை ஒளித்து வைத்திருந்தீர்கள் என்று சொல்லி விடுவேன். மன்னன் உங்களுக்கு மரண தண்டனை விதித்து விடுவான்" என்கிறான்.

மூவரும் நகருக்குள் நுழைகிறார்கள். ஹத்தீம் தாயை அடையாளம் கண்டு மக்கள் கூட்டம் மூவரையும் பின் தொடர்கிறது. அரசவையில் நுழைந்ததும் மக்கள் கூட்டத்தில் ஒவ்வொருவரும் "ஹத்தீமை நான்தான் பிடித்தேன்" என்கிறார்கள். அதைப் பார்த்த ஹத்தீம் மன்னனிடம் "என்னைப் பிடித்து வந்தது விறகுவெட்டியும் அவன் மனைவியும்" என்கிறான்.

அதன் பிறகு விறகுவெட்டியிடம் நடந்ததைக் கேட்டு மனம் நெகிழ்ந்த மன்னன், ஹத்தீம் தாயிடமே அவன் நாட்டைக் கொடுத்து விட்டுத் தன் நாட்டுக்குச் செல்கிறான்.

இது போன்ற நீதிக் கதைகள் ஹிந்துஸ்தானில் ஆயிரக்கணக்கில் இருக்கின்றன ஹுஸூர். ஆனால் சஆதி என்னை எந்த

விதத்திலும் ஈர்க்காமல் போனதற்குக் காரணம், இந்த நீதிக் கதைகள் அல்ல. அவர் இந்தியா வந்ததைப் பற்றி எழுதிய குறிப்புகள்தான்.

புஸ்தானில் அவர் குஜராத்தில் உள்ள சோம்நாதபுரம் கோவிலுக்கு வந்தது பற்றியும் (இந்தக் கோவிலைத்தான் மஹ்மூத் கஸ்னவி 1024-இல் கொள்ளையடித்தான்) கல்லை வணங்குவதன் அபத்தம் பற்றியும் விரிவாக எழுதியிருக்கிறார். சஆதி போன்ற ஒரு ஞானிக்கு எப்படி அந்த சாதாரண விஷயத்தைப் புரிந்து கொள்ள முடியவில்லை என்பது எனக்கு ஆச்சரியமாக இருக்கிறது. பிரிட்டிஷ்காரர்கள் உருவாக்கிக் கொடுத்த மெக்காலே கல்வியைக் கற்று பகுத்தறிவான கேள்விகளைக் கேட்கும் இன்றைய இளைஞனைப் போல் 'கல்லால் ஒரு மனிதனைப் போல் கையையோ காலையோ தூக்க முடியுமா? உயிருள்ள ஒரு மனிதன் உயிர் இல்லாத ஒரு வஸ்துவை எப்படி வணங்க முடியும்?' என்பது போன்ற படு சராசரியான கேள்விகளை முன் வைக்கிறார் சஆதி. இது ஆலம்கீரின் கதை என்பதால் அந்த சமாச்சாரத்துக்குள் நான் செல்ல விரும்பவில்லை. ஆனால் இந்த மண்ணுக்கு அந்நியமான ஒருவரால் இந்தக் கல் சமாச்சாரத்தைப் புரிந்து கொள்வது சாத்தியமே இல்லை என்பது மட்டும் அந்த இரண்டு நூல்களைப் படித்த போது உணர்ந்தேன் ஷாஹின்ஷா. இன்னொரு ஆச்சரியமான விஷயம், சஆதியைப் படிக்கும்போது எனக்குத் தங்களின் கடிதங்களும் தங்களின் கடிதங்களைப் படிக்கும்போது சஆதியின் நூல்களும் ஞாபகம் வந்தன. சஆதியிடமும் தங்களிடமும் மாற்று மார்க்கங்களைப் புரிந்து கொள்ளும் அக்கறையோ முயற்சியோ துளியும் இல்லாவிட்டாலும் தன்னளவில் இரண்டுமே ஞானத்தின் ஊற்றுக்கண்களைக் கொண்டிருக்கின்றன. தங்கள் கடிதங்களின் ஒவ்வொரு வாக்கியமும் கவிதை. ஒவ்வொரு வாக்கியமும் ஞானம். தங்கள் கடிதங்களில் உள்ள ஆயிரக்கணக்கான கவிதைகளில் ஒன்று இது:

"ஒடுக்கப்பட்டவர்களின் பெருமூச்சுக்கு அச்சம் கொள்.

ஏனென்றால்,
அதுதான் இறைவனின் சாம்ராஜ்ஜியத்தில் பரிவுடன் கவனிக்கப்படும்.”

இது கூடப் பரவாயில்லை. சில இடங்களைப் படிக்கும்போது ஆலம்கீரைப் படிக்கிறோமா, திருவள்ளுவரைப் படிக்கிறோமா என்றே எனக்கு சந்தேகம் தோன்றி விடும். உதாரணமாக, ஊழல் என்பது சொத்து சேர்ப்பது மட்டும் அல்ல; உண்மையைப் பொய்யாகவும் பொய்யை உண்மையாகவும் திரித்துப் பேசுவதும் ஆகும் என்கிறீர்கள்.

இன்னொரு கடிதத்தில் “மனிதர்களே இல்லாத பாலைவனத்தில் போய் இறைவனைத் தேடும் ஞானியை விட ஒரு பசித்த ஏழைக்கு உணவிடுபவனே இறைவனுக்கு அருகே இருக்கிறான் என்ற சஆதியின் வார்த்தைகளையே நான் வரித்துக் கொண்டேன்” என்று எழுதுகிறீர்கள் ஷாஹின்ஷா. ஞாபகம் இருக்கிறதா? வாழ்நாள் முழுவதும் ஒழுக்கத்தையே தங்களின் வாழ்வியல் கோட்பாடாகக் கொண்டிருந்தபடியால் சஆதி தங்களுக்குப் பிடித்துப் போனதில் ஆச்சரியம் இல்லை. ஆனால் ஒன்றை மட்டும் வலியுறுத்திச் சொல்லுவேன் ஹுஸூர். தங்கள் மொகலாய ரத்தத்தில் கவிதை ஊறிப் போயிருக்கிறது. பாபர்நாமாவையும் தங்கள் கடிதங்களையும் படிக்கும்போது பாபரும் தாங்களும் கவிதையிலேயே வாழ்ந்திருக்கிறீர்கள் என்று தெரிகிறது. பல சமயங்களில் படிப்பதை நிறுத்தி விட்டு, தாங்கள் கடிதம் எழுதிய இரவுகளையும், தங்களின் தனிமையையும் எண்ணிப் பார்ப்பேன். நானே ஆலம்கீராக மாறி விட்டது போல் இருக்கும். எப்பேர்ப்பட்ட நீதி... எப்பேர்ப்பட்ட தர்மம்... வாழ்க்கை முழுவதையும் குருதியில் கழித்து விட்ட ஒருவன் அதை மாற்றி எழுத முடியாத பரிதவிப்பையும் ஆற்றாமையையும் சொல்லும் கடிதங்கள்... தங்களுக்கு ஆட்டத்தின் அர்த்தமும் ஆட்ட விதிகளும் தெரிந்து விட்டன. ஆனால் ஆட்டத்தைத் திரும்ப ஆட முடியாத முதுமையை எட்டியிருக்கிறீர்கள். எண்பத்தேழு... எண்பதெட்டு... எண்பத்தொன்பது... வயது ஏறிக் கொண்டே செல்கிறது. புதல்வர்களுக்கு மாய்ந்து மாய்ந்து

எழுதுகிறீர்கள். ம்ஹூம். ஒருவரும் தங்கள் நீதியைக் கேட்கத் தயாராக இல்லை. அவர்களுமே தங்களைப் போல் தப்பாட்டம் ஆடியே தோற்க வேண்டும் என்பதுதான் விதி. வென்றால் மயிலாசனம். தோற்றால் மரணம். குரூரமான ஆட்டம். தங்கள் மீது இருக்கும் காழ்ப்புணர்வின் காரணமாகத்தான் கவித்துவம் பொங்கும் தங்கள் கடிதங்களையும் ஒதுக்கி வைத்து விட்டது உலகம். இதெல்லாம் போக, தங்களிடம் எனக்கு ஒரு சந்தேகம் ஷாஹின்ஷா. ஹாஃபிஸின்[67] கவிதைகளைத் தாங்கள் ஏன் பள்ளிகளிலும் அரண்மனையிலும் தடை செய்தீர்கள்?

நிச்சயமாக என் ஒழுக்கக் கோட்பாடு காரணம் இல்லை மதிப்புக்குரிய காத்திப் அவர்களே! ஒழுக்கம் ஒழுக்கம் என்று சொல்லிக் கொண்டு யாரும் தாம்பத்திய உறவு செய்யக் கூடாது என்றா சொன்னேன்? எது எது எந்த எந்த இடத்தில் இருக்க வேண்டும் என்று ஒரு நியதி இருக்கிறது இல்லையா? பள்ளிக் குழந்தைகள் ஹாஃபிஸைப் படிக்கலாகுமா? பள்ளிகளில் மட்டும்தான் ஹாஃபிஸைத் தடை செய்தேன். பத்து வயதுக் குழந்தையிடம் நாம் சன்னி லியோனியின் படங்களைக் காண்பிக்க முடியுமா? தவறாக நினைக்காதீர்கள். சன்னி லியோனியும் ஹாஃபிஸும் ஒன்று இல்லை. ஆனால் தங்கள் நாட்டுத் தொலைக்காட்சி நிகழ்ச்சிகளில் நடக்கும் பாடல் போட்டிகளில் ஏழு வயதுக் குழந்தைகளெல்லாம் காம ரசம் ததும்பும் பாடல்களை, சரீர தாபத்தைச் சொல்லும் சலனச் சித்திரப் பாடல்களைப் பாடுவதும் அதைக் கண்டு அக்குழந்தைகளின் பெற்றோரே கைதட்டிக் குதூகலிப்பதும் என்ன விதமான ரசனை? நான் பார்த்ததில்லை, தங்களின் வார்த்தைகளையே மேற்கோள்

67 ஹாஃபிஸ் ஷிராஸி - 1315–1390இல் வாழ்ந்த ஃபார்ஸி மொழியின் தலையாய கவி. இயற்பெயர் ஷம்ஷுதீன் முஹம்மது. மிகச் சிறிய வயதிலேயே அல் குர்ஆனை மனனம் செய்து விட்டதால் அவருக்கு ஹாஃபிஸ் என்ற பட்டம் கிடைத்தது. பின்னர் அவர் அதையே தனது கவிதைகளுக்கான புனைப்பெயராகவும் கொண்டார். இன்று ஹாஃபிஸ் என்ற புனைப்பெயரே இலக்கிய வரலாற்றில் நிலைத்து விட்டது.

காட்டுகிறேன். இந்தக் காரணங்களினால்தான் அரண்மனையில் பெண்கள் ஹாஃபிஸைப் படிக்க வேண்டாம் என்று தடை விதித்தேன். எங்கள் கால கட்டத்தில் அரண்மனைப் பெண்களுக்கு சமூக வாழ்க்கை இல்லை. சும்மா இருக்கும் மனம் சைத்தானின் உறைவிடம். அப்படிப்பட்டவர்களிடம் போய் ஹாஃபிஸையும் கொடுத்தால் என்ன ஆகும் என்று நினைத்தேன். அப்படியெல்லாம் செய்திருக்கக் கூடாது என்று இப்போது தோன்றுகிறது. இப்போது மட்டும் அல்ல, வாழ்நாளின் கடைசி கட்டத்திலேயே தோன்றி விட்டது. ஆனாலும் தாங்கள் குறிப்பிட்டது போல் ஆட்டத்தைத் திரும்ப ஆட வழியில்லையே? சும்மா இருக்கும் மனம் சைத்தானின் உறைவிடம் என்பதற்கு உதாரணம், ஜஹானாரா பேகத்தின் வாழ்க்கை.

பேரரசருக்கும் என் அன்னை மும்தாஜ் பேகத்துக்கும் பிறந்தவர். என்னை விட நான்கு ஆண்டுகள் மூத்த என் சொந்த சகோதரி. அவருடைய கதையும் ஒரு பெருங்கதைதான். இப்போது நான் சொல்லிக் கொண்டிருக்கும் என் கதையில் வரும் ஒவ்வொரு பாத்திரமும் ஆயிரமாயிரம் பக்கங்களுக்கான கதைகளையும் கண்ணீரையும் புதிர்களையும் ரகசியங்களையும் கொண்டிருக்கிறார்கள். குறிப்பாக, பெண்கள்.

பேரரசரை சிறை வைத்தற்கு முக்கியமான காரணம் என்ன என்பதை இதுவரை நான் யாரிடமும் சொன்னதில்லை. என்னுடைய ஆட்சிக்கு அவர் தடையாக இருந்தார் என்பதனால் சிறை வைத்தேன் என்றே பலரும் நினைத்துக் கொண்டிருக்கிறார்கள். அப்படி நினைப்பதே மொகலாய சாம்ராஜ்ஜியத்தின் நற்பெயர் சீர்கெட்டு விடாமல் இருப்பதற்கு நல்லது என்று நினைத்தேன். பேரரசரை ஆக்ராவில் சிறை வைக்காமல் தில்லியிலேயே வைத்துக் கொண்டு என்னால் ஆட்சி செய்திருக்க முடியும். தாரா செய்யவில்லையா பேரரசரின் முகத்தைக் காண்பித்துக் கொண்டே ஒரு பொம்மை ஆட்சி? அப்படிச் செய்திருந்தால் இத்தனை கெட்ட பெயரையும் தவிர்த்திருக்கலாம். ஔரங்ஸேப் என்றாலே

'தந்தையைச் சிறையில் அடைத்தவன்' என்பதுதானே மூன்று நூற்றாண்டுகளுக்கும் மேலாக இருந்து வரும் பழி? ஆனால் அதைச் செய்யாமல் பேரரசரை ஆக்ராவில் சிறை வைத்த காரணம், இப்போதுதான் முதல் முதலாகச் சொல்கிறேன், சமூகம் எந்தத் தார்மீக அச்சின் மீது நின்று கொண்டிருக்கிறதோ அதை பலவீனப்படுத்தி விட்டார் பேரரசர். எத்தனை பிறழ்வுகளையும் சமாளித்துக் கொள்ளலாம். ஆனால் அச்சாணி முறிந்து போனால் எல்லாமே போய் விடும். அரசன் எப்படியோ அப்படித்தான் குடிகளும். எந்தக் காரணத்தை முன்னிட்டும் ஒரு சமூகத்தின் தார்மீகம் வீழ்ந்து விடக் கூடாது. அதற்காக நான் கொடுத்த விலையே, தந்தையைச் சிறை வைத்தவன் என்ற அவப்பெயர்.

வலது காலின் மேல் இடது காலைப் போட்டபடி நீண்ட நேரம் கண்களை மூடியபடி பேசாமல் இருக்கிறார் ஔரங்ஸேப். எழுத்தாளனும் ரிஸ்வானும் ஒருவரை ஒருவர் பார்த்தபடி அமர்ந்திருந்தார்கள். பிறகு கண்களைத் திறந்த ஆலம்கீர் பக்கத்திலிருந்த மண் பாத்திரத்திலிருந்து ஒரு குவளை நீரை எடுத்துப் பருகினார். நிசப்தமான அந்த அறையில் தண்ணீர் அவரது தொண்டையில் செல்லும் போது எழுப்பும் ஒலி தனித்துக் கேட்கிறது. பின்னர் எழுத்தாளனின் கண்களைப் பார்ப்பதைத் தவிர்த்தபடி தொடங்கினார்.

—

18

பேரரசருக்கும் ஜஹானாரா பேகத்துக்கும் இருந்த தகாத உறவினால்தான் பேரரசரைச் சிறை வைத்தேன். மஆதல்லாஹ்... 1631இல் என் தாய் மும்தாஜ் பேகம் தன் முப்பதெட்டாவது வயதில் சுவனம் சென்ற போது ஜஹானாரா பேகத்தின் வயது பதினேழு. அந்த வயதிலேயே அவர் அரண்மனையின் பாதுஷா பேகமாக ஆகி விட்டார். அதாவது, அரண்மனையில் என் தாய் வகித்த இடம். பத்தொன்பது வயதில் மும்தாஜ் பேகத்துக்குப் பேரரசருடன் திருமணம் ஆயிற்று. ஆக, என் அன்னையார் பேரரசருடன் வாழ்ந்த காலம் பத்தொன்பது ஆண்டுகள். அந்தப் பத்தொன்பது ஆண்டுகளில் அவர் பெற்ற குழந்தைகள் பதினான்கு. எட்டு ஆண்கள், ஆறு பெண்கள். ஏழு குழந்தைகள் பிரசவத்தின் போதோ அல்லது பிறந்து கொஞ்ச காலத்திலோ இறந்து விட்டன. அப்படியென்றால் மும்தாஜ் பேகம் தன் மண வாழ்வின் பெரும்பாலான காலத்தைக் குழந்தைப் பேறிலேயேதான் செலவழித்திருக்கிறார்கள்.

என் தாயார் இறந்த போது ஜஹானாரா பேகத்தின் வயது பதினேழு என்று சொன்னேனா? அப்போது அவர் அச்சு அசலாக மும்தாஜ் பேகத்தைப் போலவே தோற்றம்

கொண்டிருந்தார். மனைவி இறந்து ஒரு ஆண்டுக் காலம் பேரரசர் பித்துப் பிடித்தது போலவே இருந்தார். தலைமுடியையோ தாடியையோ கூட சீரமைக்கவில்லை. சரியாக உண்ணவில்லை. உறங்கவில்லை. மும்தாஜ் பேகத்தை விட பேரரசர் ஒரு வயது மூத்தவர். அவ்வளவுதான். மனைவியை இழந்த ஒரு ஆண்டுக் காலத்தில் அவருக்குப் பணிவிடை செய்ததெல்லாம் ஜஹானாரா பேகம்தான். பேரரசருக்கு அப்போது தன் மூத்த மகளைப் பார்த்த போது தன்னுடைய மும்தாஜ் பேகத்தையே பார்ப்பது போல் இருந்திருக்கிறது. பேரரசர் மும்தாஜ் பேகத்தை மணம் செய்து கொண்டபோது பேகம் அச்சு அசலாக ஜஹானாரா போலவே இருந்தார். வயதும் இதே வயதுதான். என் தாயார் இறந்த பிறகு பேரரசர் முப்பத்தைந்து ஆண்டுகள் உயிர் வாழ்ந்தார். 1666இல் பேரரசர் சுவனம் சென்ற போது அவர் வயது எழுபத்து நான்கு. அதுவரை அவரோடு உடனிருந்தது ஜஹானாரா பேகம். ஆக, பேரரசர் தன் மனைவியோடு வாழ்ந்தது பத்தொன்பது ஆண்டுகள்; மகளோடு வாழ்ந்தது முப்பத்தைந்து ஆண்டுகள்.

நான் குரூரமானவனாக இருந்திருந்தால் ஜஹானாரா பேகத்தை நான் இருந்த தில்லியிலேயே இருக்கச் செய்திருப்பேனே? நான் பேரரசரை ஆக்ரா கோட்டையில் சிறை வைத்தது 1658இல். அப்போது அவர் வயது அறுபத்தாறு. ஜஹானாராவின் வயது நாற்பத்து நான்கு. எட்டு ஆண்டுகள் சிறையில் இருந்தார் பேரரசர். அவர்கள் இருவருக்கும் இருந்த உறவு யாருக்கும் தெரியாமல் இல்லை. எல்லாம் ஊரறிந்த ரகசியமாகவே இருந்தது. ஆனால் யாரும் வெளிப்படையாகப் பேச மாட்டார்கள். அரண்மனை விவகாரம். பேசினால் தலை போய் விடும். ஆனால் கொஞ்ச நேரத்துக்கு முன்னால் அச்சாணி முறிந்து போனால் என்ன செய்வது என்று கேட்டேன் அல்லவா? சில உமாராக்களும் முல்லாக்களும் கூட இதை ஆதரித்தாற்போல் பேசினபோதுதான் பேரரசரை ஆக்ராவில் சிறை வைத்து விடலாம் என்று முடிவு செய்தேன். அவர்கள் சொன்னார்கள், மரம் நட்டவன் கனியைப் பறித்துத் தின்பதில் என்ன தவறு என்று. மஆதல்லாஹ்...

உலகின் மிக மோசமான ஹராமாக இருந்தாலும் உறவு பந்தம் பாசத்தின் காரணமாகவே நான் அவர்களின் சொந்த விவகாரத்தில் தலையிடவில்லை. அந்தக் காரணத்தினாலேயே ஜஹானாரா பேகம் திருமணம் செய்து கொள்ளவில்லை. திருமணம் செய்விக்க நான் எவ்வளவோ முயற்சி செய்தேன். ஆனால் பேரரசர் அந்த முயற்சி ஒவ்வொன்றையும் மிக மூர்க்கமாகத் தடுத்தார்...

இரண்டே இரண்டு சம்பவங்களைத் தங்களுக்குச் சொல்கிறேன். ஜஹானாரா பேகம் அரண்மனையில் மற்ற பெண்களின் பொறாமைக்கு உரியவராகவே இருந்தார். பேரரசரோடு அவருக்கு இருந்த நெருங்கிய உறவு ஒரு காரணம். ஜஹானாரா பேகத்தின் பேரழகு மற்றொரு காரணம். ஏற்கனவே சொன்னேனே, அழகில் அவர் தன் அன்னையையே கொண்டிருந்தார் என்று. ஒருமுறை ஜஹானாரா பேகத்துக்கும் அரண்மனைக்கு வந்து போய்க் கொண்டிருந்த ஒருத்தனுக்கும் தொடர்பு ஏற்பட்டிருந்தது. பேரரசரிடம் இதை மற்ற பெண்கள் போட்டுக் கொடுத்து விட்டார்கள்.

ஒருநாள் மாலை நேரம், விளக்கு வைத்த பிறகு ஜஹானாரா பேகத்தின் இருப்பிடத்துக்கு வந்து விட்டார் பேரரசர். செல்ல வேண்டிய செய்தி அவருக்கு மிகச் சரியாகச் சென்று விட்டது. அந்த நேரத்தில் அந்த ஆள் அங்கே இருந்தான். பேரரசர் பொதுவாக அரண்மனை மகளிருக்குச் செய்தி தெரிவிக்காமல் திடுதிப்பென்று செல்வதில்லை. அது பேரரசரின் கௌரவத்துக்கு உகந்ததல்ல. ஆனால் இந்த விஷயம் அப்படி அல்லவே? மோகம் எல்லாவற்றையும் மறைத்து விடும். பேரரசர் வரும் ஓசை கேட்டவுடன் ஆள் பெண்கள் குளிப்பதற்காக வைத்திருக்கும் வெந்நீர்க் கொப்பரைக்குள் குதித்து விட்டான். அந்த நேரத்தில் கொப்பரையில் வெந்நீர் இல்லாததால் உயிருக்குப் பாதகம் இல்லை. பேரரசரின் முகத்தில் எந்தக் குறிப்பும் தெரியவில்லை. அவர் சாதாரணமாகத்தான் வந்தது போல் ஏதேதோ உப்புசப்பில்லாத ராஜாங்க காரியங்களை ஜஹானாராவிடம் பேசினார். ஆனால் கண்கள் மட்டும்

அங்கிருந்த வெந்நீர்க் கொப்பரையைத் தொட்டுச் சென்றது. திடீரென்று ஜஹானாரா பேகத்திடம் “உங்கள் கரங்களெல்லாம் அழுக்காக இருக்கின்றனவே, குளிக்க வேண்டாமா?” என்று சொல்லியபடி அவருடைய பதிலையே எதிர்பார்க்காமல் தன்னோடு வந்திருந்த இரண்டு கோஜாக்களை அழைத்து பேகம் சாஹிபாவுக்கு வெந்நீர் போடுங்கள் என்று உத்தரவிட்டார். கொப்பரையில் நீர் நிரப்பப்பட்டு கீழேயிருந்த கட்டைகள் பற்ற வைக்கப்பட்டன. அப்போதும் பேரரசர் நகரவில்லை. ஏதோ அதி முக்கியமான விஷயங்களைப் போல் அந்த உப்புசப்பில்லாத ராஜாங்கக் காரியங்களைப் பேசிக் கொண்டிருந்தார். நீண்ட நேரம் சென்று ஆள் தீர்ந்து விட்டான் என்று கோஜாக்கள் ஜாடை காட்டிய பிறகே பேரரசர் அந்த இடத்தை விட்டு நகர்ந்தார்.

அதேபோல் பேகத்துக்கு மற்றொரு முறை வேறொரு ஆடவனோடு தொடர்பு ஏற்பட்டது. நாஸர் கான் என்ற பாரசீகன். மேட்டுக்குடியைச் சேர்ந்தவன். கல்வி கேள்விகளில் சிறந்தவன். பேகத்தின் உதவியாளாக வந்தான். அவன் அறிவின் மீது பேகத்துக்கு ஈர்ப்பு ஏற்பட்டது. உடனடியாக நாஸர் கானுக்கும் பேகத்துக்கும் தொடர்பு இருப்பதாக அரண்மனையில் வதந்தி பரவியது. நாஸர் கானை ஒழித்துக் கட்ட பேரரசருக்கு வெந்நீர்க் கொப்பரையெல்லாம் தேவைப்படவில்லை. அவனை அரசவைக்கு வரவழைத்துத் தாம்பூலம் கொடுத்தார். ஆள் காலி. வெற்றிலையில் சுண்ணாம்புடன் கடும் விஷம் தடவப்பட்டிருந்தது. புன்சிரிப்புடன் பேரரசர் கொடுத்த தாம்பூலத்தை வாங்கிப் போட்டுக் கொண்டவனுக்குப் பேரரசரின் புன்சிரிப்புக்கு மட்டும் அர்த்தம் விளங்கவில்லை. பல்லக்கில் ஏறும் போது தலை சுற்றியது. அந்த க்ஷணமே அவனுக்குப் பேரரசரின் புன்சிரிப்புக்கு அர்த்தம் தெரிந்து விட்டது. ஆனால் அதை முழுமையாக உணர்ந்து உள்வாங்கிக் கொள்வதற்குள் உயிர் பிரிந்து விட்டது. இது இரண்டும் வெளியே தெரிந்தது. தெரியாமல் மேலே அனுப்பப்பட்டவர்கள் எத்தனை பேரோ? ஆனால் அரண்மனையில் தந்தைக்கும் மகளுக்குமிடையே நடந்த அந்த ஹராமான காரியம் ஜஹானாராவின் ஒப்புதல்

இல்லாமல் நடந்திருக்க சாத்தியம் இல்லை. ஏனென்றால், எதிர்ப்புத் தெரிவிப்பதற்கு அரண்மனைப் பெண்களுக்கு எப்போதுமே ஒரு வாய்ப்பு இருந்தது, தங்கள் உயிரை மாய்த்துக் கொள்வதன் மூலம். ஆனால் பேரரசரை ஆக்ரா கோட்டையில் சிறை வைத்த போது "நானும் ஆக்ராவுக்கே செல்கிறேன்" என்று என்னிடம் சொல்லி ஆக்ரா சென்றவர் அல்லவா பேகம் சாஹிபா?

இறைவனின் நியாயத் தீர்ப்பு நாளில் இருவருக்கும் அவர்களின் இயற்கைக்கு மாறான வாழ்வுக்கான தண்டனை கிடைத்திருக்கும் என்றே நம்புகிறேன்.

உலகமெல்லாம் பாராட்டிக் கொண்டிருக்கும் ஆக்ராவில் உள்ள அந்த சலவைக் கல் கட்டிடத்தைப் பார்த்து 'உலக அதிசயம்' என்று பிரமித்துக் கொண்டிருக்கும் என் அன்புக்குரிய தாய்மார்களே! பெரியோர்களே! ஹிந்துஸ்தானின் எதிர்காலச் செல்வங்களே! தாஜ் மஹலின் அழகைக் கொண்டாடுங்கள். வேண்டாமெனச் சொல்லவில்லை. ஆனால் அதைக் காதலின் சின்னம் என்று மட்டும் அழைக்காதீர்கள். அது காதலுக்கே அவமானம்.

தன் சொந்த மகளையே பெண்டாண்டு கொண்டிருந்த ஒரு அரசர் - அதுவும் ஒரு ஆண்டு இரண்டு ஆண்டு அல்ல, முப்பத்தைந்து ஆண்டுகள் - ஹிந்துஸ்தானிகளின் போற்றுதலுக்கு உரியவராக இருக்கிறார்! ஆனால் தனிமனித ஒழுக்கத்தைத் தன் உயிரினும் மேலாய்க் கருதியவனும், பிரம்மாண்டமானதொரு சாம்ராஜ்ஜியத்தின் பேரரசனாய் இருந்தும் ஒரு ஃபக்கீரைப் போல் வாழ்ந்தவனுமான ஆலம்கீர் தூற்றப்பட்டுக் கொண்டிருக்கிறான்!

இதற்கும் ஸெபுன்னிஸாவுக்கும் என்ன சம்பந்தம் என்கிறீர்களா? இருக்கிறது. என் தந்தைக்கு நடந்ததால் என்னையும் அந்த ஒழுங்கீனமான கும்பலோடு சேர்த்து விட்டது சமூகம். என்னை முன்வைத்துக் கிளம்பிய அந்தப் புரளி பற்றி இத்தனை ஆண்டுகள் கழித்துத் தங்களிடம் பேசுவதற்குக் கூட எனக்குக்

கூச்சமாக இருக்கிறது. மஆதல்லாஹ்...

(இரண்டு கைகளையும் காதுகளுக்கு அருகில் வைத்தபடி தொழுவது போல் குனிகிறார். சற்று நேர அமைதிக்குப் பிறகு... ஒரு நீண்ட பெருமூச்சுடன்...)

மறுப்பதற்குக் கூட ஒரு குற்றச்சாட்டு தகுதி கொண்டிருக்க வேண்டாமா? கொண்ட பெண்களைத் தவிர வேறு பெண்டிரை ஏறெடுத்தும் பாராத ஒரு ஃபக்கீர் "எனக்கும் என் மகளுக்கும் எந்தத் தகாத உறவும் இல்லை" என்று பேச நேர்வது எத்தனை கேவலம்? யார் யார் சொன்னார்களோ அவர்களையெல்லாம் பிடித்து காதும் காதும் வைத்தாற்போல் தலையை சீவித் தள்ளினேன். ஆனால் அப்படி எத்தனை பேர் தலையைச் சீவுவது சொல்லுங்கள். அப்போதுதான் பேரரசருக்கு மக்கள் மத்தியில் பொதுத்தண்டனை விதித்து முச்சந்தியில் வைத்துக் கழுவில் ஏற்றாமல் போனோமே என வருந்தினேன். பேரரசர் செய்த ஹராமான காரியத்தின் சுமையை நானும் அல்லவா சேர்ந்து சுமக்க வேண்டியிருந்தது? இன்ன காரணத்துக்காக மரண தண்டனை என்று தண்டோரா போட்டு பேரரசரின் பிரேதத்தை நான் முச்சந்தியில் தொங்க விட்டிருந்தால் என் மீது அப்படி ஒரு பழி வந்திருக்காது. என் மூத்தோனான மாட்சிமை தாங்கிய கீ(த்)தி ஸித்தானி ஃபிர்தவ்ஸெ ம(க்)கானி பாபர் பாதுஷா நிர்மாணித்த இந்த மொகலாய சாம்ராஜ்ஜியத்தின் நற்பெயருக்குக் களங்கம் வந்து விடக் கூடாதே என்றுதான் அப்படி நான் செய்யவில்லை. இல்லாவிட்டால் எத்தனை நூற்றாண்டுகளானாலும் இதையே பேசி மொகலாய சாம்ராஜ்ஜியத்துக்குப் பெரும் அவப்பெயரை உண்டாக்கி இருப்பார்கள். அதனால் 'பெற்ற மகளைப் பெண்டாண்ட பேரரசன்' என்ற அவப்பெயர் என் தந்தைக்குச் செல்வதைத் தடுத்து, 'தந்தையைச் சிறையில் அடைத்த தனயன்' என்ற இழிசொல்லை நான் ஏற்றுக்கொள்ள முடிவு செய்தேன்.

நீண்ட மௌனம்.

பணியாள் கொண்டு வந்து வைத்த நன்னாரி சர்பத்தை மூன்று

குவளைகளில் நிரப்பி ஒரு குவளையை ஆலம்கீரின் அருகில் வைத்தேன். அவர் எடுத்துக் கொண்டு வலது கையை இடது மார்பில் வைத்து தலையைச் சற்றே குனிந்து நன்றி சொல்லி விட்டு எங்களையும் எடுத்துக் கொள்ளச் சொல்லி சைகை செய்தார்.

மூவரும் சர்பத்தைக் குடித்து முடித்த பிறகு ஆலம்கீர் ஆரம்பித்தார்.

ஆனால் ஒன்று, அந்தக் கொடூரமான வதந்தி உருவாக இரண்டு விஷயங்கள் காரணமாக இருந்தன. ஒன்று, ஸெபுன்னிஸா ஒரு கவிஞராக இருந்தது. இன்னொன்று, ஸெபுன்னிஸாவுக்கு நான் கொடுத்திருந்த சுதந்திரம்.

காத்திப்களெல்லாம் எப்படி வாழ்வார்கள், அவர்களின் மனோபாவம் என்ன என்பதையெல்லாம் நான் தங்களுக்குச் சொல்ல வேண்டியதில்லை. ஸெபுன்னிஸா அப்படிப்பட்டவள்தான். அவள் ஆணாகப் பிறந்திருந்தால் ஹாஃபிஸ் மாதிரி பிரபலம் ஆகியிருக்கலாம். பெண்ணாகப் பிறந்து விட்டாள். ஆனாலும் தன் தனித்தன்மையையும் சுதந்திர உணர்வையும் அவள் ஒருபோதும் விட்டுக் கொடுக்கவில்லை. எனக்குக் கணவராக வருபவர் எப்படிப்பட்டவர் என்று எனக்குத் தெரிய வேண்டும் என்று சொல்லி, அவர்களை நேரில் வரச் செய்து அவர்களோடு பேசி, உரையாடி அதற்குப் பிறகே முடிவுக்கு வருவாள். என்ன முடிவு? இவர் எனக்கு ஒத்து வர மாட்டார். இப்படியே அவள் புறக்கணித்த ஆடவர்கள் நூற்றைம்பத்தாறு பேர். பதினேழு வயதிலிருந்து முப்பது வயது வரை மாதம் ஒருவர் என்று போய்க் கொண்டிருந்தது. எல்லாம் அச்சு அசலாக ராஜா ராணி கதைகளில் வருவது போல்தான் நடந்தது. ஒரே வித்தியாசம், புறக்கணிக்கப்பட்டவர்களின் தலை சீவப்படவில்லை. பத்திரமாக வீடு போய்ச் சேர்ந்தார்கள். அவள் புறக்கணித்த நூற்றைம்பத்தாறு பேருக்கும் நூற்றைம்பத்தாறு கதைகள் இருக்கின்றன. அவ்வளவையும் சொல்லி நான் தங்களை சலிப்புறச் செய்ய மாட்டேன். ஒன்றிரண்டை மட்டும்

சொல்கிறேன்.

ஸெபுன்னிஸாவின் அழகும் அறிவும் அகிலம் முழுவதும் பரவியிருந்தது. பாரசீகத்திலிருந்து வந்தான் ஒரு இளைஞன். கவிஞன். அழகன். இளவரசன். இவள் அழகைக் கண்டு மயங்கி ஒரு கவிதையை எழுதிக் கொடுத்திருக்கிறான். கொடுத்தவன் கொஞ்சம் நல்ல கவிதையாகக் கொடுத்திருக்கக் கூடாதா? இம்மாதிரிப் பெண்களை எப்படி அணுக வேண்டும் என்பது கூடத் தெரியாத மூடன் போலும். தாங்கள் தங்களைத்தான் சொல்கிறேன், மதிப்புக்குரிய காத்திப் அவர்களே... - தாங்கள் இதுவரை எழுதிய கதைகளைப் போல பாலியல் கொஞ்சம் தூக்கலாகக் கொடுத்து விட்டான்.

இதைக் கேட்டதும் எழுத்தாளனின் முகம் சற்று சுருங்கவே, "விளையாட்டுக்குச் சொன்னேன், மதிப்புக்குரிய காத்திப் அவர்களே, இந்த அடிமையை மன்னித்து விடுங்கள், காத்திப்களிடம் கவனமாகத்தான் இருக்க வேண்டும் போலிருக்கிறது..." என்று சொன்னதும் எழுத்தாளன் மிரண்டு போனான். ஒரு பேரரசர் எப்படி இவ்வளவு பணிவாகப் பேசலாம் என்று நினைத்தபடி "தாங்கள்தான் என்னை மன்னிக்க வேண்டும் ஷாஹின்ஷா... விளையாட்டைக் கூட ரசிக்க முடியாதபடி சூழல் கெட்டுக் கிடக்கிறது... தங்கள் புதல்வியின் சுவாரசியமான கதையை மேலும் கேட்க ஆர்வமாக இருக்கிறேன்" என்றான்.

அது என்ன பாலியல் என்றால், முத்தம் கொடு என்று அந்தக் கவிதையில் பூடகமாகச் சொல்லி விட்டான் முந்திரிக் கொட்டை. பொதுவாகவே காதல் கதைகளில் ஆண் சற்று அடக்கி வாசிக்க வேண்டும். தங்களுடைய எம்ஜியார் படங்களில் வருவது மாதிரி. அவர் படங்களிலெல்லாம் ஹீரோயின்கள்தானே அவரை மடக்கி மடக்கிக் காதலிப்பார்கள், இல்லையா? எல்லாம் கேள்விப்பட்டதுதான். ஒருமுறையாவது படுதாவில் தெரியும் சலனச் சித்திரங்களைப் பார்க்க வேண்டும் என்ற ஆவல் எழுகிறது. அந்த நிழல் பொம்மைகள் பேசும், ஆடும், எல்லாம் செய்யும் என்று கேள்விப்பட்டிருக்கிறேன்.

அகிலம் பூராவுமே எல்லாக் காலத்திலுமே மாறாத ஒரு பொதுவிதி அதுதானே? முதலில் பணிய வேண்டியது ஆண்தான். பெண்ணை மடக்கிய பிறகே நாம் யார் என்பதைக் காண்பிக்கலாம். அப்படியில்லாமல் தாங்கோ[68] நடனத்தைப் போல் நேர்வாழ்க்கையில் செய்தால் பிய்த்துக் கொண்டு போய் விடுவாள் பெண். எடுத்த எடுப்பில் போய் முத்தம் கொடு என்று கவிதை பாடினால் எந்தப் பெண் ஒத்துக் கொள்வாள்? மேலும், ஸெபுன்னிஸா பற்றிய ஒரு முக்கியமான விஷயத்தையும் நான் இங்கே சொல்ல வேண்டும். அவள் என்னதான் சுதந்திரமான மனப்போக்கு கொண்டவள் என்றாலும், ஆணும் பெண்ணும் சமம் என்றெல்லாம் இந்தக் காலத்துப் பெண்களைப் போல் உளறிக் கொண்டிருந்தாலும், தன் நிகாபை[69] அவள் ஒருபோதும் விலக்கியதில்லை. ஒருபோதும். இதை வைத்து அவளுடைய கவிச் சிநேகிதனான நாஸிர் அலீ ஒரு கவிதையே எழுதியிருக்கிறான். அவன் இவளை விட ஒரு வயது மூத்தவன். அவனுடைய கவிதை மிகவும் சாதாரணமானதுதான். எந்த மொழியில் எழுதப்பட்டாலும் கஸல் பாடல்களை மொழிபெயர்த்துப் படித்தால் அதை நாம் அனுபவிக்க முடியாது. கஸல் பாடல்களை அவை எழுதப்பட்ட மொழியிலேயே கேட்டு ரசிக்க வேண்டும். "ஓ சந்திரவதனி... நின் முகத்திரையை விலக்காயோ... நின் முக அழகை நான் பருக வேண்டும்" என்பது மாதிரியான ஒரு தேய்வழக்குதான் நாஸிர் அலீ எழுதியது. ஆனால் அதற்கு ஸெபுன்னிஸா எழுதிய பதில் கவிதையைப் பாருங்கள்!

---

68 Tango – அர்ஜென்டினாவில் தோன்றிய இந்த நடன வகை ஆணும் பெண்ணும் சேர்ந்து ஆடுவது. இதை ஆரம்பத்தில் ஆஃப்ரிக்க அடிமைகளே ஆடினார். அதிகம் விபச்சார விடுதிகளில் ஆடப்பட்ட இந்த தாங்கோ இப்போது உலகம் முழுவதும் பரவியிருக்கிறது. இந்த நடனத்தில் ஆணின் ஆதிக்கம் அதிகம்.

69 ஹிஜாப் - தலையையும் முடியையும் மூடும் துணி. நிகாப் என்பது முகத்தையும் சேர்த்து மூடுவது.

நான் எனது நிகாபை விலக்க மாட்டேன்
விலக்கினால் ஒருவேளை
குயில் கூவுவதை மறந்து விடலாம்
லக்ஷ்மியை வணங்கும் பிராமணன்[70]
தன் கடவுளை மறந்து விட்டு
என் முகத்தைப் பார்க்க
ஓடி வந்து விடலாம்...
ஆனால்
என் முகம் எப்படியிருக்குமென்று
நீ
மிக எளிதில் கற்பனை செய்து விடலாம்
ஒரு ரோஜாவில் மணம் எங்கேயிருக்கிறதோ
நிலவில் குளிர்மை எப்படி ஒளிந்திருக்கிறதோ
உயிர்களிலே ஆன்மா எப்படி உறைந்திருக்கிறதோ
மேகத்தில் தண்ணீர் எப்படி நிறைந்திருக்கிறதோ
ஒரு ஞானியின் ஆன்மாவில் கருணை எப்படி ஊற்றெடுக்கிறதோ
அப்படியே இந்த நிகாபினுள் ரகசியமாய் ஒளிந்திருக்கிறது
என் முகம்

எல்லாம் தங்களுக்குத் தெரிந்த விஷயம்தான் என்றாலும் இதைக் கேட்டுக் கொண்டிருக்கும் எல்லோருக்குமாகவும் சொல்கிறேன். ஸெபுன்னிஸா மக்ஃபி[71] என்ற புனைப்பெயரில்தான் எழுதினாள். அவள் என்னை விட தாரா ஷிகோவுக்குத்தான் செல்லமாக இருந்தாள். அதில் ஒன்றும் ஆச்சரியம் இல்லைதானே? ஆனாலும் அவள் என்னைப் போலவே மிகத் தீவிரமான

---

70 பிராமணன் – ஹிந்து. மிகச் சமீப காலம் வரை மாற்று மதத்தினர் ஹிந்துக்கள் அனைவரையுமே பிராமணன் என்றே அழைத்தனர். அசோகர் காலத்தில் ஹிந்து மதம் பிராமண மதம் என்றே வழங்கப்பட்டது.

71 மக்ஃபீ – மர்மமானவர். மக்ஃபீ என்ற புனைப்பெயரில்தான் தன் கஸல் பாடல்களை எழுதினார் ஸெபுன்னிஸா. அந்தப் பாடல்கள் திவானே மக்ஃபீ என்ற பெயரில் தொகுக்கப்பட்டுள்ளன.

நம்பிக்கையாளராகவும் இருந்தாள் என்பதுதான் முக்கியம். ஆனாலும் கவியாயிற்றே? சூஃபியும் கூட. கேட்க வேண்டுமா?

அவளுக்கு நான் வருடத்துக்கு நான்கு லட்சம் ரூபாய் செலவுக் காசு கொடுத்து வந்தேன். அவள் மற்ற அரண்மனைப் பெண்டிரைப் போல் அதைக் கொஞ்சமும் சேர்த்து வைத்துக் கொள்ளாமல் தர்ம காரியங்களுக்காகவே செலவு செய்தாள். முக்கியமான செலவு, ஏழைகள் ஹஜ் செல்ல உதவுவது. இதிகாசத்தில் கர்ணனைப் பற்றிச் சொல்வார்கள் அல்லவா, அதைப் போல் வாழ்ந்தவள் ஸெபுன்னிஸா. தர்மம் செய்தது போக மீதி இருந்ததையெல்லாம் தன் நூலகத்துக்குத்தான் செலவு செய்தாள். அவள் காலத்தில் இந்த அகிலத்தின் மிகச் சிறந்த நூலகம் ஸெபுன்னிஸாவிடம் இருந்ததுதான். எனக்கு இதிலெல்லாம் எந்தப் புகாரும் இல்லை. ஏனென்றால், பணத்தின் மீது எப்போதுமே ஆர்வமில்லாமல் இருந்தவன் நான்.

பாருங்கள் மதிப்புக்குரிய காத்திப் அவர்களே, ஸெபுன்னிஸா பற்றிப் பேச ஆரம்பித்தால் என் புத்தி கொஞ்சம் தன் வசத்தை இழந்து விடும். அதனால்தான் நான் கவிஞர்களிடமிருந்து கொஞ்சம் ஒதுங்கியே இருந்து கொள்வது. பாரசீக இளவசரனின் கவிதையிலிருந்து வேறு எங்கோ வந்து விட்டேன். கவிதையில் பூடகமாக முத்தம் பற்றி எழுதி விட்டானா? பேகத்துக்கு எரிச்சலாகி விட்டது. கிளம்புங்கள் என்று சொல்லி விட்டாள்.

இன்னொரு நாட்டு இளவரசன் வந்தான். அவனிடம் இப்படி ஆரம்பித்திருக்கிறாள் உரையாடலை:

இந்த அகிலத்திலேயே பெரும் செல்வந்தரான ஆலம்கீரின் புதல்வி நான். தாங்கள் என்னை மணந்து கொண்டால் தங்களுக்குக் கிடைக்கப் போகும் மலை போன்ற செல்வத்தை வைத்து என்ன செய்வீர்கள்?

மீர் ஜும்லாவைப் போல் பெரிய வைர வியாபாரியாவேன்.

சே, ஒரு கவிஞரான நான் போயும் போயும் ஒரு வியாபாரியையா மணந்து கொள்வேன் என்று அவனை முதல் கேள்வியிலேயே

நிராகரித்து விட்டாள் ஸெபுன்னிஸா. ஒவ்வொரு நிராகரிப்பின் போதும் அவளிடம் நான் காரணம் கேட்பேன். அது எனக்கு ஒரு சுவாரசியமான விளையாட்டு. ஒரு தந்தையாக அது குறித்து நான் கவலையல்லவா கொள்ள வேண்டும்? இல்லை. எனக்கு யார் மீதுமே உணர்வுபூர்வமான பிடிப்பு கிடையாது. இத்தனைக்கும் ஸெபுன்னிஸாதான் அரண்மனையிலேயே எனக்கு மிகவும் பிரியமானவள். ஆனாலும் அவளுக்குத் திருமணம் ஆகாதது குறித்து நான் கவலைப்படவில்லை. ஒருவேளை அதனால்தான் என் மீது அப்படி ஒரு அபாண்டத்தைச் சுமத்தத் துணிந்தார்கள் போலும். ஏன் நிராகரித்தீர்கள் என்று நான் கேட்டதற்கு அவள் சொன்ன பதில்: "இந்த அகிலத்திலேயே பெரும் செல்வந்தரான தங்களின் புதல்வி காணாத செல்வமோ ஆடம்பரமோ எதுவும் இல்லை. அதையும் தாண்டிய ஆடம்பரத்தை ஒரு வியாபாரியால் தர முடியாது."

இன்னொருவனிடம் கேட்ட கேள்வி: உலகத்திலேயே அரிதானது எது?

பதில்: தங்கள் தந்தையிடம் உள்ள கொஹினூர் வைரம்.

நிராகரிக்கப்பட்டான். அவன் என்ன சொல்லியிருக்க வேண்டும் என்னருமை மகளே என்று கேட்டேன்.

உலகிலேயே அரிதானது எளிமை.

உதாரணமாக?

எளிமைக்குத் தங்களை விட வேறு உதாரணம் இந்த அகிலத்தில் இருக்க முடியுமா பாபாஜி?

இன்னொருவனிடம் கேட்டாள். என்னைத் திருமணம் செய்து கொண்ட பிறகு என்ன செய்யலாம் என்று உத்தேசம்?

நம் சந்ததியைப் பெருக்க வேண்டும். எத்தனை குழந்தைகளைத் தர முடியுமோ அத்தனை குழந்தைகளைக் கொடுப்பேன்.

இவனை ஏன் நிராகரித்தீர்கள் என்று கேட்டேன். ஒரே

காரியத்தை எத்தனை பேர் செய்வது? அவர் சொன்னதைத்தான் ஏற்கனவே தங்கள் தாயார் செய்து காண்பித்திருக்கிறாரே? அதையே நானும் செய்தால் அதில் என்ன புதுமை இருக்கிறது பாபாஜி.

இன்னொருவன். அவன்தான் கடைசி. அவனுக்குப் பிறகு யாரையும் பார்க்க அவள் சம்மதிக்கவில்லை.

“நம் திருமணத்துக்குப் பிறகு தங்கள் திட்டம் என்ன?”

“தங்கள் தந்தையார் செய்ததையே பின்பற்ற வேண்டியதுதான். அவரது காலத்துக்குப் பிறகு வாரிசுப் பிரச்சினை, சண்டை எல்லாம் நிச்சயம் இருக்கும். அதை முளையிலேயே கிள்ளி விட்டுத் தங்களை முன்னணியில் கொண்டு வந்து விடுவேன். ரஸியா சுல்தானாவைப் போல தாங்களே ஹிந்துஸ்தானை ஆள வேண்டும் என்பதே என் கனவு.”

“முளையிலேயே கிள்ளுவது என்றால் எப்படி?”

“விஷம் கொடுத்துத்தான்.”

ஒரு சுபேதாரின் மகன்தான் அப்படிச் சொன்னது. அங்கே தலைநகரத்தில் வைத்து அவனை எதுவும் செய்யவில்லை. அவனுடைய அரண்மனையிலேயே ஒற்றர்களைக் கொண்டு விஷம் கொடுத்து விட்டேன். என்ன ஒரு தைரியம்? என் இடத்துக்கே வந்து என் மகளிடமே என்னையும் என் புதல்வர்களையும் கொல்லத் திட்டம் சொல்கிறான்? அதோடு முடிந்தது ஸெபுன்னிஸாவுக்கு மணமகன் தேடும் படலம்.

இடையில் ஸெபுன்னிஸா சில சமயம் காதல் வயப்படவும் செய்தாள். இல்லாமல் இருக்குமா? 1662இல் எனக்கு உடல்நலம் குன்றிய போது அரசவையை லஹெளருக்கு மாற்றினேன். அப்போது லஹெளரின் சுபேதாராக இருந்தவன் அகில் கான். அவன் தந்தை என் மந்திரிகளில் ஒருவர். அகில் கான் அழகன். வீரன் என்றும் பேர் எடுத்தவன். நாங்களும் லஹெளரில் இருந்ததால் தம்பிக்குக் காதல் பிறந்து விட்டது. ஸெபுன்னிஸாவோ

நெருப்பு. என் மகள் என்பதற்காகச் சொல்லவில்லை. என்னவோ தெரியவில்லை, அவளுக்குப் புலன் இன்பத்தை விட புத்தியும் ஞானமும்தான் பெரிய விஷயங்களாக இருந்தன. இத்தனைக்கும் லௌகீக காரியங்களிலும் அவள் ஒன்றும் சோடை போனவள் அல்ல. ஆண்களைப் போல் வாள் எடுத்தும் சண்டை போடுவாள். ஒருசில போர்களில் சண்டையிட்டும் இருக்கிறாள். தங்களுக்குத் தெரியும்தானே, மொகலாய அரசர்களுக்கு வீடு வேறு, யுத்தகளம் வேறு அல்ல. யுத்தம் எங்கே நடக்கிறதோ அதுதான் வீடு, அதுதான் அரசவை, அதுதான் தாம்பத்யஸ்தலம். அப்படித்தான் யுத்தகளத்தில் பெண்டிருக்கான கூடாரத்திலிருந்து வெளியே வந்து சண்டையில் புகுந்து விடுவாள் ஸெபுன்னிஸா. தந்தையைப் போலவே பயம் அறியாதவள். அதனால்தானோ என்னவோ அவளை மணமுடிக்க வந்த ஒருவன் அவளை ரஸியா சுல்தானாவாக்குவேன் என்று சொல்லியிருக்கிறான் போல.

ஸெபுன்னிஸாவுக்கும் அகில் கானுக்கும் இடையே என்ன நடந்தது என்று எனக்கு ஒற்றர்கள் மூலம் தெரிய வந்தது. எனக்குத் தெரியாமல் சாம்ராஜ்ஜியத்தில் ஈ எறும்பு கூட நகர முடியாது என்கிற போது என் மகளின் நடவடிக்கைகளா தெரியாமல் போகும்? எல்லாம் எம்ஜியார் காலத்துக் காதல் கதை. ஒருநாள் அவன் அவள் இருக்கும் தோட்டத்துக்கு தோட்டக்காரனைப் போல் சென்றிருக்கிறான். போனவன் "உன்னைக் காணவே இந்தப் புழுதி படிந்த தோற்றத்தோடு வந்தேன்" என்று ஒரு கஸலைப் பாட அதற்கு அவள், "நீ காற்றாக வந்தாலும் என் கூந்தலைக் கூடத் தொட முடியாது" என்று பதில் பாடலை எடுத்து விட்டிருக்கிறாள். கற்பனை அல்ல. ஒற்றர்கள் உள்ளது உள்ளபடியே சொல்வார்கள். இல்லாவிட்டால் தலை போய் விடும். இப்படிப் பாடிப் பாடியே காதல் கனிந்து விட்டது.

அதற்குப் பிறகு அந்தக் காதலுக்குத் தடை போட நான் யார்? அகில் கானை தில்லிக்கு வரச் சொன்னேன். அறிவு கெட்ட மூடன். பயந்து விட்டான். அவனைக் கொல்வதற்குத்தான்

வரச் சொன்னேன் என்று நினைத்துக் கொண்டு "எனக்குத் தங்கள் மகள் மீது அப்படியெல்லாம் எந்த எண்ணமும் இல்லை ஷாஹின்ஷா" என்று பதில் எழுதி விட்டான். அது மட்டும் அல்ல. சுபேதார் பதவியையும் ராஜினாமா செய்து விட்டான். அதற்கு மேல் நான் என்ன செய்ய முடியும்? இப்படியாக அவளுடைய ஒவ்வொரு திருமண முயற்சியும் தோல்வியில் முடிந்தது. அது அவள் விதி என்று நினைத்துக் கொண்டேன். அவளே ஒரு பேரரசனின் மகளாக இல்லாமல் ஒரு உமாராவின் மகளாகவோ காஜியின் மகளாகவோ அல்லது ஒரு சராசரிப் பெண்ணாகவோ இருந்திருந்தால் இப்படி வாழ்நாள் பூராவும் கன்னி காத்திருக்க வேண்டியதில்லை. நானுமே கேட்டுக் கொண்டேன், ஒரு பேரரசனுக்குக் குடும்பம் முக்கியமா, தேசம் முக்கியமா?

இன்னும் ஒன்றே ஒன்று மீதி இருக்கிறது. ஸெபுன்னிஸாவுக்கும் தாராவின் மகன் சுலைமான் ஷிகோவுக்குமான நிச்சயம். ஒரு ஃபிரங்கி எழுத்தாளர் எழுதியிருக்கிறார் இப்படி: சுலைமானுக்கும் ஸெபுன்னிஸாவுக்கும் நிச்சயம் முடிந்த பிறகு சுலைமானை ஔரங்ஸேப் விஷம் கொடுத்துக் கொன்று விட்டார். எப்பேர்ப்பட்ட அபாண்டம் பாருங்கள்! நடந்தது ஒரு போர். வாரிசுப் போட்டி. அதன் பின்னணி முழுவதையும் நான் விளக்கி விட்டேன். தாராவை மட்டும் கொன்று விட்டு அவன் மகனை மட்டும் உயிரோடு விட்டால் என் கதி என்ன ஆவது?

நான் தங்களுக்கு ஒரு விஷயம் சொல்லுகிறேன். ஒரு காலத்தில் உலகம் பூராவும் புரட்சியின் குறியீடாகவும் இன்றைய நுகர்வோர் கலாச்சாரத்தில் விளம்பர மாடலாகவும் விளங்குகின்ற சே குவேரா பற்றி எல்லோருக்கும் தெரியும். அவர் எதனால் பொலிவியால் உள்ள ஒரு கிராமத்தில் வைத்து அமெரிக்க ஏஜெண்டுகளால் சுட்டுக் கொல்லப்பட்டார்? அவர் எழுதியிருக்கும் கெரில்லாப் போர்முறை என்ற நூலில் என்ன சொல்கிறார்? கெரில்லாப் போராளிகள் ஒரு இடத்தை விட்டு மற்றோர் இடத்துக்குச் செல்லும் போது

இடையில் எதிர்ப்படுகின்ற அத்தனை பேரையும் கொன்று விட வேண்டும். கொல்லாவிட்டால் அவர்கள் அரசுத் துருப்புகளுக்குத் தகவல் சொல்பவர்களாக மாறி விடுவார்கள். ஒருவன் எப்பேர்ப்பட்ட புரட்சியாளனாகவும் இருக்கலாம். அவனுடைய அல்லது அவளுடைய ஜனன உறுப்பில் மின்சாரத்தைச் செலுத்தினால் அவர்கள் விரும்பினாலும் சரி, விரும்பாவிட்டாலும் சரி, தன்னிச்சையாகவே மூளை அதன் வசமுள்ள அத்தனை தகவல்களையும் வெளியே கக்கி விடும். அதைத் தவிர்ப்பதற்காகவே புரட்சியாளர்கள் அவர்களின் பார்வை எல்லைக்குள் வந்து விட்ட எல்லோரையும் கொன்று விட வேண்டும் என்பது நடைமுறை. அவர்கள் விவசாயிகளாக இருக்கலாம். உதிரித் தொழிலாளிகளாக இருக்கலாம். யாராக இருந்தாலும் இரக்கமே இல்லாமல் கொல்ல வேண்டும். இல்லாவிட்டால் அது போன்ற பல லட்சக்கணக்கான விவசாயிகளும், பாட்டாளி மக்களும் பொருளாதாரச் சுதந்திரம் கிடைக்காமல் அடிமைகளாகவே இருக்க நேரிடும். அதை விட, உங்களின் கெரில்லா நடவடிக்கையின்போது எதிர்ப்படும் ஒருசிலரைக் கொன்று விடுங்கள். இதுதானே சே குவேராவின் கெரில்லாப் போர்முறை சொல்லும் யுத்த விதி?

—

19

சே குவேரா ஒரு கனவுலகப் புரட்சியாளர் இல்லையா? அவர் எதிர்கொண்ட விவசாயிகள் ஒருவரைக் கூட அவர் கொல்லவில்லை. தன்னோடும் அழைத்துச் செல்லவில்லை. அதற்கான வசதி அந்தச் சிறிய கெரில்லாப் படைக்கு இல்லை. பார்த்த இடத்திலேயே விட்டு விட்டுச் சென்று விட்டார்கள். அமெரிக்க ஏஜெண்டுகளுக்கு இது பெரும் வசதியாகப் போயிற்று. ஏதோ பிறிதொரு நாள் நடக்கப் போகும் நாடகத்துக்கான இறுதி ஒத்திகையைப் போல அல்லது ஒரு கேலி நாடகக் காட்சியைப் போல ஒவ்வொரு விவசாயியாகக் கேட்டுக் கொண்டே வந்து குவேராவைப் பிடித்து விட்டார்கள்.

என் இடத்தில் தாரா இருந்திருந்தால் நிச்சயம் சுலைமானைக் கொன்றிருக்க மாட்டான். சுலைமானால் அவன் பின்னர் கொல்லப்பட்டிருப்பான். ஃபிர்தவ்ஸெ ம(க்)கானி பாபர் பாதுஷாவின் மரணம் காட்டுவது அதைத்தானே? வேறு எவ்விதமாகவும் நடந்திருக்க வாய்ப்பில்லை. நீ அல்லது நான் இருவரில் ஒருவரே பிழைத்திருக்க முடியும்.

குறுக்கிடுவதற்கு மன்னியுங்கள் ஷாஹின்ஷா... தாங்கள் சொல்வது எனக்கு *13 Tzameti* என்ற ஃப்ரெஞ்சுப் படத்தை

நினைவூட்டுகிறது. என்னால் என்றுமே மறக்க முடியாத படம் அது. படத்தின் முக்கியமான பகுதி ஒரு அறையில் நடக்கிறது. அதை மட்டும் தங்களுக்கு விவரிக்கிறேன். செபாஸ்டியன் என்ற 20 வயது இளைஞன் ஜியார்ஜியாவிலிருந்து ஃப்ரான்ஸுக்குப் புலம் பெயர்ந்து வந்தவன். ஒருநாள் அவன் அடுத்த வீட்டுக் கூரையை சரி பண்ணிக் கொண்டிருக்கும்போது அந்த வீட்டுக்காரன் ஃபோனில் பேசுவதைக் கேட்க நேரிடுகிறது. ஏதோ ஒரு இடத்துக்குப் போய் ஒரு குறிப்பிட்ட வேலையைச் செய்தால் எக்கச்சக்கமாகப் பணம் கிடைக்கும். பேசி முடித்ததும் ஹார்ட் அட்டாக்கில் வீட்டுக்காரன் செத்து விடுகிறான். ஆளே போய் விட்டதால் செபாஸ்டியனுக்கு அவன் வேலை செய்ததற்கான கூலியும் கிடைக்காமல் போகிறது. அப்போது தற்செயலாக செபாஸ்டியன் அந்த வீட்டுக்கு வெளியே கிடக்கும் ஒரு கவரைப் பார்க்கிறான். அந்தக் கவரில் வீட்டுக்காரன் பேசிக் கொண்டிருந்த பெரும் பணம் கிடைக்கும் வேலைக்கான இடத்தின் முகவரியும், அங்கே போவதற்கான முதல் வகுப்பு ரயில் டிக்கட்டும் இருக்கிறது.

ரயிலைப் பிடித்து அந்த இடத்துக்கு வந்து சேர்கிறான் செபாஸ்டியன். கடைசியில் பார்த்தால் அது உயிரையே பணயம் வைக்கும் சூதாட்டம். ரஷ்யன் ரௌலட் மாதிரி. ஆனால் எண்களின் இடத்தில் எண்களை அடையாளமாகக் கொண்ட உயிருள்ள மனிதர்கள். ஒவ்வொருவர் கையிலும் பிஸ்டல். முதல் சுற்றில் ஒவ்வொருவரின் பிஸ்டலிலும் ஒரு புல்லட்டும், இரண்டாவது சுற்றில் இரண்டு புல்லட்டும் இருக்கும். இப்படியே நான்கு புல்லட்டுகள் வரை கொடுக்கப்படும். சுட வேண்டும். உயிர் பிழைத்தவர்கள் மட்டும் அடுத்த ரவுண்டுக்குப் போவார்கள். இறுதிச் சுற்றில் இரண்டே பேர்தான் உயிருடன் எஞ்சுவார்கள். ஒவ்வொரு பிஸ்டலிலும் நான்கு புல்லட்டுகள் இருக்கும். மற்றவர்கள் விளையாட்டின் போதே சுடப்பட்டு வீழ்ந்தவர்கள். ஒவ்வொரு சுற்றிலும் யார் விழப் போகிறார்கள், யார் மிஞ்சப் போகிறார்கள் என்பதை வைத்துப் பெரும் கோடீஸ்வரர்கள் பந்தயம் கட்டுவார்கள். செபாஸ்டியனுக்கு அதிர்ஷ்டம் இல்லாத பதின்மூன்றாம் எண் கிடைத்திருக்கும்.

ஆனாலும் விளையாட்டில் அவன் வென்று விடுகிறான். லட்சக்கணக்கில் பணம் கிடைக்கிறது. அதற்கு மேல் என்ன ஆகிறது என்பது நமக்குத் தேவையில்லை. ஆனால் அந்த மரணச் சூதாட்டம் எனக்கு மொகலாய சாம்ராஜ்ஜியத்தின் வாரிசுப் போட்டியின் ரத்தச் சரித்திரத்தையே ஞாபகமூட்டியது. சாவா? வாழ்வா? நீயா? நானா? கையில் பிஸ்டலும் ரவைகளும். சமிக்ஞை கிடைத்ததும் சுட வேண்டும். இறுதிச் சுற்றில் பிழைத்தவன் வெற்றியாளன்.

தங்களின் அன்புக்குரிய புதல்வி ஸெபுன்னிஸா பற்றி இன்னொரு முக்கியமான கேள்வி இருக்கிறது ஷாஹின்ஷா... ஸெபுன்னிஸாவை ஏன் தாங்கள் சிறையில் அடைத்தீர்கள்? நாற்பத்து மூன்றாவது வயதில் சிறையில் அடைக்கப்பட்ட அவர் அறுபத்து மூன்றாவது வயதில் சிறையிலேயே இறந்தார் என்று படித்தேன். வாழ்நாளின் கடைசி இருபது ஆண்டுகளைச் சிறையில் கழிப்பது கொடுமை இல்லையா? அதிலும் தாங்கள் சொல்வதைப் பார்த்தால் அவர் ஒரு அபூர்வமான பெண் என்று தெரிகிறது...

நம்பிக்கையாளர்களே! நீதியைக் கடைப்பிடிப்பவர்களாகவும் அல்லாஹ்வுக்காக சாட்சி கூறக் கூடியவர்களாகவும் ஆகி விடுங்கள். அது உங்களுக்கோ உங்கள் தாய் தந்தையருக்கோ உங்கள் நெருங்கிய உறவினருக்கோ பாதகமாக இருந்தாலும் சரி.[72] இந்த இறை வசனத்தைத்தான் என் வாழ்நாள் முழுவதும் கடைப்பிடித்தேன். தாங்கள் குறிப்பிடும் சிறைத் தண்டனை ஸெபுன்னிஸா தானாகவே விலை கொடுத்து வாங்கிக் கொண்டது. ராஜத் துரோகத்துக்கு எந்த அரசனும் மரண தண்டனையே அளிப்பான். ஆனாலும் நான் அவளை மன்னித்தேன். அவள் அதில் நேரடியாக ஈடுபடவில்லை என்றாலும் அவள் சகோதரன் முஹம்மது அக்பரின் சதி வேலைக்கு உடந்தையாக இருந்தாள். என்ன காரணம்? வாழ்நாள் பூராவும் நீதியையும் நேர்மையையுமே தனது ரூஹ்

72 அல் குர்ஆன் 4:135

என நினைத்த ஸெபுன்னிஸா ஏன் முஹம்மது அக்பரின் நயவஞ்சகத்துக்குத் துணை போனாள்? தாய்ப் பாசம். தங்களுக்கு ஞாபகம் இருக்கிறதா? என் அன்புக்குரிய தில்ராஸ் பானு பேகம் முஹம்மது அக்பரைப் பிரசவித்த போதுதான் இறந்தாள். குழந்தை பிறந்து ஒரு மாதம் இருந்தாள். கிருமித் தொற்றினால் ஜுரம் வந்து ஜன்னியாக மாறி இறந்து போனாள். அந்த ஆண்டு என் வாழ்க்கையிலேயே மறக்க முடியாத ஆண்டு. 1657. என் உயிருக்கு உயிராகக் கருதிய தில்ராஸை எடுத்துக்கொண்டு அவளுக்குப் பதிலாக இறைவன் எனக்கு மொகலாயரின் பெருமைக்குரிய மயிலாசனத்தைக் கொடுத்தான். தில்ராஸ் சுவனம் சேர்ந்து சரியாகப் பத்து மாதங்கள் கடந்து 1658 ஜூலையில் நான் மயிலாசனத்தில் அமர்ந்தேன். அந்தப் பத்து மாதங்களையும் யாரால் மறக்க முடியும்? ஒரே ரத்தக் களரி. ரத்த வெள்ளம். ஆயிரக்கணக்கான மனித உடல்களின் மீது ஏறி நடந்து - அதில் என் சகோதரர்களும் அடக்கம் - பாபர் பாதுஷா உருவாக்கிய மொகலாய சாம்ராஜ்ஜியத்தின் பேரரசனானேன். அந்தப் பத்து மாதங்களும் என்னால் பச்சிளம் குழந்தையாக இருந்த அக்பரின் முகத்தைக் கூடப் பார்க்க முடியவில்லை. கைகளில் ஏந்தி அந்தப் பாலகனின் இளஞ்சூட்டுக் கன்னங்களில் ஒரு முத்தமிட முடியவில்லை.

அப்போதும் சரி, அதற்குப் பிறகும் சரி, அக்பரை வளர்த்தவள் ஸெபுன்னிஸாதான். அந்தப் பாசம்தான் அவனைக் கெடுத்தது. அந்தப் பாசம்தான் அவனுடைய நயவஞ்சகத்துக்கும் அவளைத் துணை போகச் செய்தது. அந்தப் பாசம்தான் அவன் உயிரைப் பறிக்கவும் காரணமாக இருந்தது. அந்தப் பாசம்தான் அவளுக்கு இருபது ஆண்டு சிறையையும் கொடுத்தது. அவள் வயிற்றில் பிறக்காவிட்டாலும் அக்பரை அவள் தாய் போலவே வளர்த்தாள். ஆனால் ஓர் அன்னை என்பவள் தன் குழந்தைக்கு அறத்தைப் போதிக்க வேண்டுமே தவிர எதற்குமே உதவாத பாசத்தை அல்ல என்பதை அவள் படித்த கவிதைகள் அவளுக்குக் கற்றுக் கொடுக்காமல் போனது துரதிர்ஷ்டம்தான். யா அல்லாஹ்!

என்னைக் கொன்று விட்டு மயிலாசனத்தில் அமரப் பார்த்தான் அக்பர். அதனால்தான் அவளைத் தண்டித்தேன். மேலும், மதிப்புக்குரிய காத்திப் அவர்களே, ஏற்கனவே குறிப்பிட்டது போல இதுவும் வீட்டுச் சிறைதான். ஆண்டு தோறும் கொடுத்துக் கொண்டிருந்த நான்கு லட்சம் ரூபாய் மானியத்தை நிறுத்தியதும், கோட்டையை விட்டு வெளியே வரக் கூடாது என்பதும் அதன் முக்கியமான ஷரத்துகள்.

அந்தக் கசப்பான நினைவுகளெல்லாம் இப்போது எதற்கு? ஸெபுன்னிஸா என்றால் அவள் கவிதைதான் ஞாபகம் வர வேண்டும். ஸெபுன்னிஸா என்றால் அவள் செய்த தர்மம். அவளுடைய நூலகம். இதெல்லாம்தான் ஸெபுன்னிஸா. பொதுவாக அரசர்கள் முகஸ்துதி செய்பவர்களையே தங்களைச் சுற்றி வைத்துக் கொண்டிருப்பார்கள். அகிலம் புகழும் அக்பர் பாதுஷா கூட அதற்கு விலக்கல்ல. ஆனால் இந்த அடிமை அப்படிப்பட்ட ஆட்களைத் தன் பக்கத்திலேயே நெருங்க விடவில்லை. காரணம், தங்களைப் பற்றிய விமர்சனத்தைக் கேட்டால் அது தங்களை நிலைகுலையச் செய்யும் என்றால் அது தங்களின் பலஹீனத்தைக் காட்டுகிறது. மதம் கொண்ட யானைக்கே அஞ்சாத நான் என்னைப் பற்றிய விமர்சனத்துக்கா அஞ்சப் போகிறேன்? எனவே என்னிடம் என்ன வேண்டுமானாலும் பேசலாம். ஒரே ஒரு நிபந்தனை. மார்க்கத்துக்கு மாறான எதையும் நான் கேட்கவோ விவாதிக்கவோ தயாராக இல்லை. அது அக்பர் பாதுஷாவோடும் தாராவோடும் முடிந்து விட்டது. அதற்காக நான் மத அடிப்படைவாதி என்றும் சொல்ல முடியாது. தங்களுடைய இரண்டு இதிகாசங்களையும் படித்திருக்கிறேன். சம்ஸ்கிருதம் தெரியும் என்பதால் அது சாத்தியமாயிற்று. இந்த விஷயத்தில் என்னை மிக நன்றாக அறிந்தவர் சந்தர்பான் பிராமணன். அவர் ஒருநாள் சொன்னார், ஸெபுன்னிஸாவின் கவிதைகள் உலகத் தரமாக இருக்கின்றன என்று. பதவியில் இருக்கும் பலர் தங்கள் அதிகாரத்தின் காரணமாகத் தம்மைச் சுற்றி வந்து கொண்டிருக்கும் அடிவருடி கோஷ்டிகளின் பேச்சை நம்பி தாங்கள் எழுதியுள்ள குப்பைகளை இலக்கியம் என்று கருதி வருவதாகத் தங்கள்

எழுத்திலிருந்து நான் அறிந்து கொண்டேன்... பிராமணன் ஒரு வித்தியாசமான பிராமணர். பொதுவாக அரசவைகளில் இருக்கும் பிராமணர்கள் இந்த விஷயத்தில் முஸ்லிம்களோடு போட்டி போடுவார்கள். அதுதானே இயல்பும் கூட. மார்க்கம் வேறாக இருப்பதால் அதை வேறு சமமாக்க வேண்டும் அல்லவா? எதன் மூலம் சமமாக்குவது? அதனால் முகஸ்துதி செய்வதில் இரு சாராருக்கும் பெரும் போட்டியே நடக்கும். அதில்தான் சந்தர்பான் பிராமணன் வித்தியாசமானவர் என்று சொன்னேன். மனதில் பட்டதைப் பளிச்சென்று சொல்லி விடுவார்.

பிராமணன் சொன்னதால் ஸெபுன்னிஸாவின் கவிதைகளைப் படித்தேன். தரத்தில் யாரும் அடித்துக் கொள்ள முடியாது என்றாலும் தாராவின் பாதிப்பில் ஹராமான விஷயங்கள் சில இருந்தன. நான் ஒழுக்கக் கோட்பாடுகளைப் பற்றிச் சொல்லவில்லை. ஆனால் சில உவமானங்கள், சில வெளிப்பாடுகள் ஒத்துக் கொள்ளக் கூடியதாக இல்லை. பிறகு பிராமணன்தான் விளக்கம் சொன்னார். மார்க்க விஷயங்களில் என்னை விடவும் விஷயதாரி. ஃபார்ஸியின் புகழ் பெற்ற காத்திப் ஆயிற்றே? பிறகுதான் ஃபார்ஸி மொழியில் புகழ் பெற்று விளங்கிய கவிஞர்கள் அனைவரையும் தில்லிக்கு வரவழைத்தேன்.

முஷைராக்கள்[73] நடக்காத நாளே இல்லை என்ற அளவுக்குப் பேர் பெற்றிருந்தது செங்கோட்டையின் தர்பார் மண்டபம். மாலையில் தொடங்கினால் நள்ளிரவு வரை போகும். நான்

---

73 முஷைரா – இது நாம் அறிந்த கவியரங்கங்களைப் போல் அல்ல. மாலை நேரங்களில் கவிஞர்கள் தரையில் திண்டு போட்டு வட்ட வடிவில் அமர்ந்து தங்கள் கவிதைகளை வாசித்து மகிழ்வார்கள். ஸெபுன்னிஸா பெண்ணாக இருந்தாலும் அவருக்காகவே இந்த முஷைராக்களைத் தன் அரண்மனையில் நிகழ்த்துவதற்கு ஏற்பாடுகள் செய்தார் ஔரங்ஸேப். இந்த முஷைராக்களில் கலந்து கொள்ள வெளிநாடுகளிலிருந்தெல்லாம் ஃபார்ஸி கவிஞர்கள் வந்தார்கள்.

அதில் கலந்து கொள்வதில்லையே தவிர பிராமணன் மூலம் தெரிந்து கொள்வேன். பிராமணனும், ஸிர்ஹிந்திலிருந்து வந்திருந்த நாஸிர் அலீயும்தான் முஷைராவை நடத்தியது. நாஸிர் அலீயும் ஃபார்ஸியில் பிரபலமான கவி. அந்த இருவரும் ஸெபுன்னிஸாவின் கவிதைத் தேட்டத்துக்குப் பெரும் துணையாய் இருந்தார்கள்.

ஸெபுன்னிஸாவின் கதையை இன்னும் விரிவாகக் கூட சொல்லலாம். ஆனால் அதையெல்லாம் சொன்னால் ஃபிரங்கி எழுத்தாளர்கள் தங்கள் மீது வழக்குப் போட்டு விடுவார்கள். ஏனென்றால், என்னுடைய வாழ்க்கையை அவர்கள் எழுதி வைத்திருக்கிறார்கள். என்ன ஒரு வேடிக்கை பாருங்கள், இறந்து போய் விட்டதால் என் வாழ்க்கையின் காப்புரிமை கூட என்னிடமிருந்து பறிக்கப்பட்டு விட்டது! எனக்கு ஒன்றும் பிரச்சினை இல்லை. நான் ஆவி. ஆவியையெல்லாம் நீதிமன்றத்துக்கு அழைக்க முடியாது. ஆனால் தங்களுக்குப் பிரச்சினை தரலாம். அதனால் ஒளிவு மறைவாகவே அந்த மக்ஃபீயின் கதையைச் சொல்லியிருக்கிறேன்.

பெரிதாகச் சொல்வதற்கும் ஒன்றும் இல்லை. ஏனென்றால், ஸெபுன்னிஸாவுக்கு என்னை விட தாராதான் அதிக நெருக்கம். அதை நீங்கள் அவளுடைய கஸல்களின் மூலமே அறிந்து கொண்டிருப்பீர்கள். உங்கள் வாசகர்களுக்காக ஒன்றிரண்டு சொல்கிறேன். அவள் சிறையில் சாகவில்லை. சிறையிலிருந்து வெளியே வந்து இரண்டு ஆண்டுகள் வாழ்ந்தாள். பழைய உற்சாகம் எதுவும் இல்லை. முதுமையும் கூடி விட்டது. அறுபதைத் தாண்டி விட்டாள். 1699. பழைய நண்பர்களோடும் தொடர்பில் இல்லை. மிகவும் தனிமையில் கழிந்தன அவள் நாட்கள். ஆனால் அப்போதும் அவள் கவிதையை விடவில்லை. அப்போதும் அவளுடைய கவி நண்பன் நாஸிர் அலீக்கும் அவளுக்கும் கவிதைப் போக்குவரத்துகள் நடந்து கொண்டுதான் இருந்தன. 1701இல் அவள் சுவனம் சென்ற பிறகே அவள் ரகசியமாய்ப் பாதுகாத்து வைத்திருந்த கஸல்கள் என் கவனத்துக்கு வந்தன. மத சகிப்புத்தன்மை

இல்லாதவன் என்று என்னைச் சொல்கிறார்கள். ஆனால் நான்தான் அவளுடைய பாடல்களையெல்லாம் தொகுத்துக் கொடுத்தேன். எப்படிப்பட்ட பாடல்கள் என்று பாருங்கள்.

உன் காதலின் ரகஸ்யங்கள்
யாரும் அறியாமலே இருக்கட்டும்
காதலின் சாலையில்
ஓ மக்ஃபீ...
தனியாகவே நடந்து செல்வாயாக
ஈஸாவே உன் தோழனாக இருந்தாலும்
அவரிடம் சொல்லி விடு
அவரது சிநேகம் உனக்குத்
தேவையில்லையென்று...

இன்னொரு பாடல்

நான் முஸ்லிம் அல்ல
சிலைகளை ஆராதிப்பவன்
காதல் எனும் சிற்பத்தின் முன்
சிரம் சாய்க்கிறேன்
விழுந்து வணங்குகிறேன்
நான் பிராமணனும் இல்லை
எனது புனித நூலை
வீசி எறிந்து விட்டு
அவளது பின்னலிட்ட கூந்தல் பிரிகளை
எனது கழுத்தைச் சுற்றிலும்
தரித்துக் கொள்கிறேன்.

அடுத்து நான் சொல்லப் போகும் பாடலை இப்போது ஹிந்துஸ்தானில் நிலவும் கொந்தளிப்பு மிகுந்த நிலையில் சொல்லலாமா என்று தெரியவில்லை. இருந்தாலும் நான் எம்மாதிரியான பாடல்களையெல்லாம் தொகுத்து வைத்தேன் என்று தங்களுக்குத் தெரிய வேண்டும் என்பதால் சொல்கிறேன்...

நாம் நம்பிக்கையாளர்கள்தான்
என்பதை

நியாயத் தீர்ப்பு நாளில்
நிரூபிக்க
ரொம்பவே சிரமப்பட வேண்டியிருக்கும்
நமது அன்புக்குரிய காஃபிரின் கையிலிருக்கும்
சிலையை
சாட்சியாக எடுத்துக் கொண்டு போகாவிட்டால்.

(ஆலம்கீர் தன் வலது கையை இடது மார்பில் வைத்து, தலையைக் குனிந்தபடி சொல்கிறார்...) தயவுசெய்து தயவுசெய்து தயவுசெய்து இந்த அடிமை சொல்வதை நம்புங்கள். இந்தக் கவிதைதான் என் அன்பு மகள் ஸெபுன்னிஸா எழுதியவற்றிலேயே இப்போதைய ஹிந்துஸ்தானின் நிலைமையில் வெளியே சொல்லக் கூடிய ஒன்றாக இருக்கிறது. மற்றவைகளைச் சொல்ல முடியுமா, சொன்னாலும் அதைத் தாங்கள் எழுதப் போகும் என்னுடைய கதையில் வெளியிட முடியுமா என்று எனக்குத் தெரியவில்லை. இவையெல்லாம் யாராலும் ஒருபோதும் தடை செய்யப்பட்டதில்லை. இப்போதும் சரி, என் காலத்திலும் சரி. இன்னொன்றும் சொல்கிறேன், ஈரானில் இப்போதும் ஸெபுன்னிஸாவின் கவிதைகள் ஃபார்ஸி மொழியில் வாசிக்கப்பட்டும் சிலாகிக்கப்பட்டுக் கொண்டும்தான் இருக்கின்றன. இவற்றையெல்லாம் தொகுத்தவனே இந்தக் கடைப் பிறவிதான் என்பதை மீண்டும் மீண்டும் சொல்லிக் கொள்கிறேன்.

ஷாஹின்ஸா, கவிதைகளை விட்டு வெளியே வந்து தங்களிடம் வேறு ஒரு சந்தேகம். அரசர்களின் கண் நோக்கிப் பார்ப்பதே மரண தண்டனைக்குரிய குற்றம் என்ற காலத்திலிருந்து மூன்று நூற்றாண்டுகளைக் கடந்து வந்து விட்டோம்; மேலும், தாங்கள் என்னிடம் ஒரு சிநேகிதரைப் போல் மனம் விட்டுப் பேசிக் கொண்டிருக்கிறீர்கள் என்ற தைரியத்தில் இந்தக் கேள்வியைக் கேட்கிறேன். அடிக்கடி அக்பர் பாதுஷாவின் அரண்மனையில் இருந்த மனைவிகள் மற்றும் வைப்பாட்டிகளின் எண்ணிக்கை அவருடைய குதிரைகளின் எண்ணிக்கையை விட அதிகம் என்று தாங்கள் சொல்லிக்

கேட்கிறேன். ஆனால் என்னுடைய சந்தேகம் என்னவென்றால் தங்களுக்குப் பிடிக்கவில்லையென்றால் மன்னிக்க வேண்டும் - என்னைப் பற்றி ஒரு வதந்தி ஓடிக் கொண்டிருக்கிறது. நான் ஒரு மணி நேரத்துக்கு மேல் போகத்தில் ஈடுபடுவேன் என்பதாக. அதெல்லாம் ஹத யோகம் பயின்றவர்களுக்கு ஜுஜுபி என்று சொன்னால் மேலும் கீழும் பார்க்கிறார்கள். நம்முடைய ஆசிய ஞானமெல்லாம் ஓலைச் சுவடிகளுக்குள் ஒளிந்து கொண்டு விட்டது. இப்போதைய அறிவுச் சூழல் ஃபிரங்கிகளின் வறட்டுப் பகுத்தறிவினாலும் ஞானத்தைப் புறக்கணித்த விஞ்ஞானத்தினாலும் கட்டமைக்கப்பட்டிருக்கிறது. என் சந்தேகம் இது சம்பந்தமானதுதான். இதை நான் தங்களிடம் கேட்பதை விட அக்பர் பாதுஷாவிடம்தான் கேட்க வேண்டும். ஆனால் தங்களுடன்தான் நான் நன்கு பழகி விட்டேன் என்பதால் இதைக் கேட்கிறேன். தவறு என்றால் ஷாஹின்ஸா மன்னிக்க வேண்டும். அப்போதைய அரச குடும்பத்து ஆண்களின் பாலியல் வாழ்க்கை எப்படி இருந்தது? நூற்றுக்கணக்கான மனைவிகள், டஜன் கணக்கில் பிள்ளைகள் என்றால் அதுவும் இத்தனை குடி கும்மாளத்துக்குப் பிறகு? வெளிப்படையாகவே கேட்கிறேன். குடியினால் நைந்த உடல் நூற்றுக்கணக்கான பெண்களை சமாளித்தது எப்படி? தங்களுக்குத் தெரியாதது அல்ல, ஷாஹின்ஷா... இன்றைய ஆண்-பெண் உறவில் மாபெரும் பிரச்சினையாக இருந்து வருவது பாலியல் சிக்கல்தான். ஆண்களும் பெண்களும் இதை வெளிப்படையாக ஒத்துக் கொள்ளாவிட்டாலும் அடிப்படைப் பிரச்சினை அதுதான் என்பதை ரகசியமாகவேனும் ஒத்துக் கொள்ளத்தான் செய்கிறார்கள். இன்றைய தினம் மருந்துக் கடைகளில் போய்ப் பார்த்தால் அங்கே மருந்துகளை விட ஆண்மையை பலப்படுத்தும் குளிகைகள்தான் அதிகமாக இருக்கின்றன... தங்கள் காலத்தைப் பற்றிச் சொல்லுங்கள் ஷாஹின்ஷா. என்னுடைய நீண்ட கால சந்தேகம் இது. தேச நலனும் ஈமானிய உத்வேகமுமே வாழ்வின் பிரதானமான கொள்கைகள் எனக் கொண்டு வாழ்ந்த தங்களின் செவிகளில் இதெல்லாம் அரசல் புரசலாகவாவது விழுந்திருக்கும்தானே?

புரையேறும் அளவுக்கு நீண்ட நேரம் சிரித்த ஔரங்ஸேப், மொகலாய சாம்ராஜ்ஜியம் பற்றிய புத்தகங்களில் இதை யாரும் எழுதவில்லையா, மதிப்புக்குரிய காத்திப் அவர்களே? அப்போதெல்லாம் அரண்மனையில் விஷம் கொடுத்துக் கொல்வதுதான் வழக்கமாக இருந்தது. மாட்சிமை தாங்கிய கீ(த்)தி ஸித்தானி ஃபிர்தவ்ஸெ ம(க்)கானி பாபர் பாதுஷாவே அந்தக் கொடுமையிலிருந்து தப்ப முடியவில்லை என்கிறபோது மற்றவர்களெல்லாம் எம்மாத்திரம்? எந்த மருத்துவராலும் மரணத்துக்கான காரணம் விஷம் என்று கண்டு பிடிக்கவும் முடியாது. விஷம் என்று தெரிந்தால்தானே விஷ முறிவைக் கொடுக்க முடியும்? விஷம் என்று தெரிந்தாலும் எந்த விஷம் என்று தெரியாமல் ஒன்றும் பண்ண முடியாது. ஆனால் விஷம் ஆளைக் கொஞ்சம் கொஞ்சமாகக் கொன்று விடும். அப்படிப்பட்ட மூலிகை வித்தகர்களைக் கொண்ட காலமாக இருந்தது அது. தாங்களே சொல்லி விட்டீர்கள், இருபத்து நான்கு மணி நேரமும் மதுவிலும் அபினியிலும் ஈடுபட்டுக் கொண்டிருந்த அரச குடும்பத்து ஆண்ககளால் தள்ளாடாமல் எழுந்து நிற்கவே முடியாது. உடம்பே அப்படியென்றால் களீபின் நிலை எப்படி இருக்கும்? ஜஹாங்கீர் பாதுஷாவினால் மதுக் கோப்பையைக் கையாலேயே எடுக்க முடியாது. கை அப்படி நடுங்கும். அதை எடுத்து அவர் வாயில் கொடுப்பதற்காகக் காத்திருப்பார்கள் சேவகர்கள். ஆனால் கவனிக்க வேண்டிய விஷயம் என்னவென்றால், கைதான் நடுங்கும். களீப் நடுங்காது.

மொகலாய ஹிந்துஸ்தான் மூன்று விஷயங்களுக்குப் பெயர் பெற்றிருந்தது. அவுரி, தங்கம்-வைரம், களீப். சொன்னால் நம்ப மாட்டீர்கள், தங்கத்தையும் வைரத்தையும் விட அதிக அந்நியச் செலாவணியை ஈட்டித் தந்தது அவுரி. அதை அடிப்படை மூலகமாகக் கொண்டு ஹிந்துஸ்தான் உற்பத்தி செய்த நானாவிதமான சாயங்கள் இந்த அகிலம் பூராவுக்கும் ஏற்றுமதி செய்யப்பட்டது. அவுரி மூலமாக மட்டுமே ஹிந்துஸ்தான் செல்வத்தில் கொழித்தது. மூன்றாவது, களீப். ஹிந்துஸ்தானில் மட்டும் ஏன் களீப் விசேஷமாக நின்று விளையாடுகிறது? இதுதான் எங்கள் காலத்தில் ஹிந்துஸ்தான் வந்த அத்தனை

ஃபிரங்கிகளின் கேள்வியும். இதையெல்லாம் எடுத்துக் கொண்டு என்னிடம் வராதே என்று விரட்டி விடுவேன். ஆனால் இப்போது முன்னூறு ஆண்டுகள் ஓடி விட்டன. இனிமேல் பேசுவதற்கு என்ன தடை? ஹிந்துஸ்தானின் தட்பவெப்ப நிலையும் உணவில் கலந்திருக்கும் மசாலாப் பொருட்களும் காரணமாக இருக்கலாம் என்று யூகிக்கிறேன். எனக்கு சரியாகத் தெரியவில்லை. நான் அதில் நிபுணன் இல்லை. பொதுவாக ஃபிரங்கி வேசிகள் ஹிந்துஸ்தானிகள் என்றால் எளிதில் இணங்க மாட்டார்கள். காரணம் இதுதான்.

குறுக்கிடுவதற்கு மன்னிக்க வேண்டும், ஷாஹின்ஸா. இதெல்லாம் தங்களுக்கு எப்படித் தெரியும்? தங்களுடைய தனிநபர் ஒழுக்கம் உலகப் பிரசித்தம் ஆயிற்றே?

தாங்கள் சீலே சென்றீர்கள். ஆனால் ஏதோ காரணத்தால் மெக்ஸிகோ போகவில்லை. அதனால் தங்களுக்கு மெக்ஸிகோ தெரியாது என்பீர்களா? அதேபோல் நானாக எட்டிப் பார்க்காத விஷயங்கள் எனக்குத் தெரிய வராது. ஆனால் எட்டிப் பார்த்தால் தெரியும்தானே? தெரியும் என்றால் எப்படி? நான் இப்போது இருக்கும் நிலையில் ஒரு ஆயிரம் பக்கப் புத்தகம் ஒரே நொடியில் என் மூளையில் பதிவாகி விடும். அதேபோல் தங்களின் புத்தகங்கள் அனைத்தும் எனக்கு அத்துப்படி. தங்களிடம் பேச வேண்டும் என்று முடிவான உடனேயே தங்கள் வாழ்வையும் ஒரு மீள் பார்வையில் பார்த்து விட்டேன். அதனால்தான் தாங்கள் பல வருடங்களுக்கு முன் ஒரு மதுக்கூடத்தில் என்னைப் பற்றிச் சொன்னது கூட என் மனதில் தங்கியது. கண்ணிமைக்கும் பொழுதில் எல்லாமே 'புறாக் கூட்டில்' வந்து உட்கார்ந்து விடும்.

சரி, நாம் முன்பு விட்ட இடத்துக்கு வருவோம். சுலைமான் ஷிகோ. 1658 மே 29-ஆம் தேதி ஸாமூகட் சண்டையில் தாரா தோற்றதும் அவன் மகன் சுலைமான் கட்வாலுக்கு ஓடி ராஜா பிரித்வி ஷாவிடம் தஞ்சம் புகுந்தான். தாராவின் மகள்களையும் மற்ற குழந்தைகளையும் நான் ஒன்றும் செய்யவில்லை.

அவர்களால் எனக்கு ஆபத்து இல்லை. ஆனால் சுலைமானை உயிரோடு விட்டால் என் உயிருக்கு உத்தரவாதம் இல்லை. தாங்கள் குறிப்பிட்ட ஃப்ரெஞ்ச் படம் மாதிரிதான். அதுவாவது படம். நம்முடைய மாட்சிமை தாங்கிய கீ(த்)தி ஸித்தானி ஃபிர்தவ்ஸெ ம(க்)கானி பாபர் பாதுஷாவின் வாழ்க்கை என் கண் முன்னே எப்போதும் நிழலாடிக் கொண்டிருக்கிறதே? "தங்கள் புதல்வன் இப்ராஹீம் லோதி மீது எனக்கொன்றும் சொந்தப் பகை கிடையாது, போரில்தான் கொல்ல நேர்ந்தது, தாங்கள் என்னைத் தங்கள் மகன் போலவே பாவிக்கலாம்" என்று லோதியின் அன்னையிடம் சொன்னார் ஃபிர்தவ்ஸெ ம(க்)கானி. பதிலுக்கு அந்த சைத்தான் என்ன செய்தாள்? ஃபிர்தவ்ஸெ ம(க்)கானிக்கு விஷம் வைத்தாள். இதுதானே நமக்குப் பாடம்? ஒரு உன்னதமான நோக்கத்துக்காக நீங்கள் பயணப்பட வேண்டுமானால் அந்த நோக்கத்துக்கு எதிராக இருக்கும் எல்லாவற்றையும் முழுமையாக அழித்து விட்டுத்தானே மேலே செல்ல முடியும்? இதில் ஆணென்ன, பெண்ணென்ன? அந்த சைத்தானை மட்டும் ஃபிர்தவ்ஸெ ம(க்)கானி ஆஃப்கனுக்கு அனுப்பி வைத்திருந்தால் அவர் இன்னும் பல காலம் ஹிந்துஸ்தானை ஆட்சி செய்திருக்கலாம் இல்லையா? சங்கிலியால் பிணைக்கப்பட்டு எனக்கு முன்னே நின்று கொண்டிருந்த சுலைமானைப் பார்த்ததும் இது எல்லாம் என் மனதில் ஓடியது.

ஆனால் சுலைமானைப் பிடிப்பது அத்தனை ஒன்றும் சுலபமாக இல்லை. ஆச்சரியமான சம்பவங்களெல்லாம் நடந்தேறின. கட்வால் ராஜா பிரித்வி ஷா என் மிரட்டலுக்கு அஞ்சவில்லை. உயிரே போனாலும் சரி, தஞ்சமடைந்த இளவரசனை ஒப்படைக்க மாட்டேன் என்று சொல்லி விட்டான். இங்கே நான் தங்களுக்குக் கொஞ்சம் பின்னணியில் நடந்த கதைகளையும் சொல்லி விடுகிறேன். வாரிசுச் சண்டையில் நான் ஆட்சியைப் பிடித்தது என்னுடைய ராஜதந்திரத்தினாலும், என் யுத்த தந்திரத்தினாலும் மட்டுமே அல்ல. இறைவனின் சித்தத்தின்படியே எல்லாம் நடந்தது என்றாலும், நான் மயிலாசனத்தில் அமர்ந்ததற்கு மிக அடிப்படையான

காரணமாக இருந்தது உமாராக்கள் மற்றும் ராஜபுத்திரர்களின் ஆதரவுதான். யார் ஆட்சிக்கு வரக் கூடும், யார் வந்தால் நல்லது என்பதை யூகித்து அதற்குத் தகுந்தாற்போல் அவர்கள் ஆதரவளித்தார்கள். அவர்களோடு நான் நடந்து கொண்ட விதமும் ஒரு காரணம். ஏற்கனவே சொன்னேன், தாரா தன்னை வாழ்நாள் முழுவதற்குமான பேரரசன் என்று நினைத்துக் கொண்டு, எல்லோரையும் தன் அடிமை மாதிரியே நடத்துவான். அந்தத் திமிரும் அகங்காரமும்தான் அவனை அழித்தது. மீர் ஜூம்லா விஷயத்திலேயே தாங்கள் பார்த்திருக்கலாம். மீர் தன்னை பாபாஜி என அழைக்கும் ஒருவனை நம்புவாரா? தன் மனைவி மக்களைப் பிணையக் கைதிகளாகப் பிடித்து வைத்துக் கொள்பவனை நம்புவாரா? ஒரு சின்ன உதாரணம் இது. எல்லா உமாராக்களும் ராஜபுத்திரர்களும் என் பக்கம் வந்து விட்டார்கள். ஒரே ஒருவனைத் தவிர. அவன்தான் கட்வால் ராஜா பிரித்வி ஷா. அவனுக்கும் மொகலாயப் பேரரசுக்கும் நீண்ட காலப் பகை இருந்து வந்தது.

மதிப்புக்குரிய காத்திப் அவர்களே, தாங்கள் எந்த சமூகவியல் அறிஞரையாவது பிடித்து என்னுடைய தீராத சந்தேகத்துக்கு விடை கண்டு பிடித்துச் சொல்லுங்கள். ஹிந்துஸ்தானின் தெற்கு மூலையான குமரி முனையிலும் வடக்கே காஷ்மீரத்திலும் அப்படி என்னதான் இருக்கிறது? ஏன் தில்லியால் இந்த இரண்டு பகுதிகளையும் தொடவே முடியவில்லை? தில்லி மட்டும் அல்ல; 2300 ஆண்டுகளுக்கு முன் பாடலிபுத்திரத்தினாலும் குமரிமுனையைப் பிடிக்க முடியவில்லை. அதை இழுத்துக் கொண்டு வந்து பார்த்தால் மாண்புமிகு சக்ரவர்த்தி ராஜகோபாலாச்சாரியார், மாண்புமிகு அறிஞர் அண்ணா, மாண்புமிகு முத்தமிழறிஞர் கல்லக்குடி கொண்ட கலைஞர், மாண்புமிகு புரட்சித் தலைவி போன்றவர்கள் வரை தில்லியை அரண் போட்டுத் தடுத்திருக்கிறார்களே?

கட்வால் அரசை பேரரசர் காலத்தில் மஹிபதி ஷா ஆண்டு கொண்டிருந்தான். அவன் இளம் வயதில் இறந்து போனதால் அவன் மனைவியான ராணி கர்ணவதி பதவிக்கு வந்தாள்.

அப்போதுதான் பேரரசரின் மொகலாயப் படை கட்வாலை நோக்கிச் சென்றது. போரில் தோல்வியுற்ற மொகலாய வீரர்களை ராணி கொல்லவில்லை. அனைவரது மூக்கை மட்டும் அறுத்து அனுப்பினாள். இது நடந்தது 1640இல். அதனால் அவளுக்கு நாத்தி ராணி என்று பட்டப் பெயராயிற்று. நாக் என்றால் மூக்கு இல்லையா, மூக்கை அறுத்ததால் நாக் காட்டி ராணி. அது மருவி நாத்தி ராணி. என்னுடைய காலத்தில் நாத்தி ராணியின் மகன் பிரித்வி ஷா பதவியில் இருந்தான். எடுத்த எடுப்பில் படையை அனுப்பக் கூடாது என்று சுலைமானின் முன்னாள் சகாவான என் தளபதி ராஜா ஜெய்சிங்கை கட்வால் அனுப்பினேன்.

கட்வால் அரசன் பிரித்வி ஷா ராஜா ஜெய்சிங் மூலம் எனக்கு ஒரு லிகிதம் கொடுத்து அனுப்பினான். அதைப் படித்தபோதுதான் தெற்கு முனையிலும் வடக்கு மூலையிலும் உள்ளவர்கள் விசித்திரமான பிறவிகள் என்பதை உணர்ந்து கொண்டேன். அவன் எழுதியிருந்தான்:

“மூக்கை அறுத்தவர்களால் தலையையும் அறுத்திருக்க முடியும் என்று தெரிந்து கொள்ளுங்கள்.”

சரி, அதையும்தான் பார்த்து விடுவோம், பிறகு இறைவன் விட்ட வழி என்று என் படைகளை கட்வால் அனுப்பினேன். அப்போதுதான் கட்வால் ராஜாவின் திமிருக்குக் காரணம் புரிந்தது. அவன் பலம் ஹிமாலயத்தின் கட்வால் மலைகள். அந்த மலைகளை என் படைகளால் தாண்ட முடியவில்லை. வேறு வழியில்லாமல் படைகள் திரும்பின. முகத்தில் எந்த சேதாரமும் இல்லை. அல்ஹம்துலில்லாஹ்...

இனி நேர்மையான வழியில் முயன்றால் முடியாது என்பதை உணர்ந்து என்னுடைய வழக்கமான பாணியைக் கையாண்டேன். பிரித்வி ஷாவிடம் ஒரு பிராமணன் மந்திரியாக இருந்தான். அவனைக் கொண்டு சுலைமானுக்கு விஷம் கொடுக்கச் செய்தேன். ஆனால் அந்தக் கிராதகன் அதைக் கண்டு பிடித்து விட்டான். பிராமணன் தலையை இழந்தான். அதையடுத்து

ஜெய் சிங் மூலம் பிரித்விக்கும் அவன் புதல்வனுக்கும் பேதத்தை உண்டாக்கினேன்.

இதன் பொருட்டு ஜெய் சிங் தன் மகன் ராம் சிங்கையே கட்வாலுக்கு அனுப்பினார். ராம் சிங்கும் பிரித்வியின் மகன் மேத்னி ஷாவும் நண்பர்கள் என்பதால் விஷயம் சுலபமாயிற்று. இதையெல்லாம் அறிந்து கொண்ட சுலைமான் திபெத்துக்குத் தப்பினான். ஆனால் எப்போதுமே இறைவன் என் பக்கம்தான் இருந்தான் என்பதால் கிராமத்து மக்கள் சுலைமானைப் பிடித்து ராம் சிங்கிடம் ஒப்படைத்து விட்டார்கள்.

கைகளிலும் கால்களிலும் விலங்கு மாட்டப்பட்டு அரசவைக்குக் கொண்டு வரப்பட்டான் சுலைமான்.

இந்த அடிமை (தன் இடது மார்பில் வலது கையை வைத்து, தலையை சற்றே சாய்த்து) இங்கே ஒரு விஷயத்தைச் சொல்லியே ஆக வேண்டும். அரசவையில் எல்லோரும் சுலைமானுக்காக இரங்கினார்கள். வருத்தமடைந்தார்கள். சிலர் கண்ணீர் விட்டார்கள். மன்னித்து விடுவிக்கும்படி சொன்னார்கள்.

ஆனால் கற்பனை செய்து பாருங்கள். எனக்குப் பதிலாக தாராவோ சுலைமானோ மயிலாசனத்தில் இருந்தால் அந்தச் சங்கிலி என் கைகளிலும் கால்களிலும்தானே இருக்கும்? ஆக, யார் சுலைமான்? யார் ஆலம்கீர்? வென்றவன் மயிலாசனத்திலும் தோற்றவன் சங்கிலியிலும் இருப்பதுதானே யுத்த தர்மம்?

யுத்த தர்மம் என்றதும் எனக்கு தர்ம யுத்தம் ஞாபகம் வருகிறது. இந்த இடத்தில் நான் தங்களுடைய சாவித்திரியின் கேள்விக்குப் பதில் சொல்ல நினைக்கிறேன். கிருஷ்ணனின் தகிடுதத்தங்கள் என்று நான் சொன்னதற்காக ஆட்சேபணை தெரிவித்தார் அல்லவா தங்கள் சிநேகிதி? அந்த தர்ம யுத்தத்தில் கிருஷ்ணன் மட்டும் அல்ல, யுதிஷ்ட்ரனைத் தவிர வேறு யாரையுமே தர்மவான் என்று சொல்ல முடியவில்லையே மதிப்புக்குரிய காத்திப் அவர்களே? அதனால்தானே சுவனம் நோக்கிச் செல்லும்போது ஒவ்வொருவராக பூமியில் வீழ, யுதிஷ்ட்ரனும் ஒரு நாயும் மட்டுமே மேலே சென்றார்கள்?

அந்த யுத்தத்தைப் பற்றி நினைக்கும் போதெல்லாம் நான் செய்தது கடுகத்தனை என்றே தோன்றுகிறது. யாராவது ஒரு பெண்ணின் கர்ப்பத்தில் இருக்கும் சிசுவைக் கொல்வார்களா? நிறைமாத கர்ப்பிணிப் பெண்ணின் வயிற்றில் வாளைச் செருகி கருவை வெளியே எடுத்து நடனமாடிய 2002 அஹ்மதாபாத் மதக் கலவரத்தை நான் இங்கே குறிப்பிடவில்லை. அந்தப் பெண்மணியின் பெயர் என்ன? கவ்ஸர் பானு ஷேக். வேண்டாம். நிகழ்கால அரசியலே வேண்டாம். என் காலத்து அரசியலே வண்டி வண்டியாகக் கிடக்கிறது. அதனுடைய தொடர்ச்சிதான் இப்போதைய கதைகளும். சரித்திரம் அலுப்பு சலிப்பே இல்லாமல் தொடர்ந்து ஒரே திசையில் ஒரே பாணியில் பயணித்துக் கொண்டிருக்கிறது. அதை அதன் போக்கில் விட்டு விடுவோம். நான் குறிப்பிட்டது உத்தரையை.

அந்தப் பெருங்கதையை தர்மத்துக்கும் அதர்மத்துக்குமான யுத்தம் என்கிறார்கள். ஆனால் அந்த யுத்தத்தில் என்ன விதமான தர்மம் கடைப்பிடிக்கப்பட்டது? யுத்தத்தின் பதின்மூன்றாம் நாள். அபிமன்யு சக்ரவியூகத்தில் மாட்டிக் கொண்டான். பத்தாயிரம் வீரர்களைக் கொன்றவன். துரோணராலும் கர்ணனாலும் கூட அவனை ஒன்றும் செய்ய முடியவில்லை. ஆனாலும் கொல்லப்பட்டான். எப்படி?

அறிவித்து விட்டுத்தான் சண்டையைத் தொடங்க வேண்டும் என்பது யுத்த விதி. ஆனால் கர்ணன் அபிமன்யுவை எச்சரிக்காமலேயே தாக்கினான்.

சமமான வீரனோடுதான் பொருத வேண்டும் என்பது யுத்த விதி. உதாரணமாக, குதிரை வீரனை யானை வீரன் தாக்கக் கூடாது. ஆனால் அபிமன்யுவை ஆறு பக்கங்களிலிருந்து ஆறு மஹாரதர்கள் தாக்கினார்கள்.

சமமான ஆயுத பாணியோடுதான் பொருத வேண்டும் என்பது யுத்த விதி. ஆனால் அபிமன்யுவிடம் அம்பும் இல்லை, ரதமும் இல்லை. துரோணர் அவன் வாளை உடைத்தார். கர்ணன் கேடயத்தை உடைத்தான்.

நிராயுதபாணிகள் தாக்கப்படக் கூடாது என்பது யுத்த விதி. ஆனால் நிராயுதபாணியான அபிமன்யுவை ஆறு வீரர்கள் தாக்கினார்கள். அப்போதுதான் அவன் தேர்ச் சக்கரத்தை எடுத்துக் கேடயமாகப் பயன்படுத்தினான்.

போரில் வீழ்ந்து விட்ட வீரனை அதற்கு மேல் தாக்கக் கூடாது; அவன் எழுந்து தன் ஆயுதங்களோடு மீண்டும் சண்டைக்கு வரும் வரை காத்திருக்க வேண்டும் என்பது யுத்த விதி. ஆனால் துச்சாதனனின் மகன் த்ரூமஸேனா தரையில் வீழ்ந்து கிடந்த அபிமன்யுவைக் கொன்றான்.

இறந்த வீரர்களின் உடல்களை கண்ணியத்தோடு நடத்த வேண்டும் என்பது யுத்த விதி. ஆனால் அபிமன்யு இறந்த பிறகு ஜயத்ரதன் அபிமன்யுவின் தலையை உதைத்துத் திருப்பி அவன் இறந்து விட்டானா என்று பார்க்கிறான்.

தர்ம யுத்தத்தின் மற்றொரு காட்சியைப் பார்ப்போம். துரோணர் தன் கோபத்தின் விளைவாக அந்த யுத்த களத்திலே செங்குருதியினால் ஆனதொரு பயங்கரமான நதியை உண்டாக்கினார். நதிக்கரையில் மாமிசத்தைப் புசிக்கும் ஜந்துக்கள் சூழ்ந்து கொண்டிருந்தன. அந்தக் குருதிப் புனலினிலே மனிதச் சடலங்கள் அடித்துக் கொண்டு சென்றன. கொலையுண்ட விலங்குகளின் கொழுப்பும் மஜ்ஜையும் எலும்புகளும் அந்தக் குருதிப் புனலின் மணல் பரப்பாகவும், தலைப்பாகைகள் புனலின் நுரைகளாகவும், வாள்களும் வேல்களும் மீன்களாகவும் ஆயின. அந்த யுத்த களம் எங்கிலும் வீழ்ந்து கிடக்கும் யானை, குதிரை மற்றும் மனிதச் சடலங்கள் நதியில் மிதக்கும் மரங்களாயின. தேர்கள் ஆமைகளாயின. துண்டிக்கப்பட்ட தலைகள் யாவும் நதிக்கரையில் சிதறிக் கிடக்கும் கற்களாயின. சில இடங்களில் குவியல் குவியலாய்க் கிடந்த பிரேதங்கள் நதியின் ஓட்டத்தைத் தடுக்கும் மணற்படுகைகளாயின. கழுகுகளும் பருந்துகளும் இன்ன பிற பட்சிகளும் திரண்டு வந்து மாமிசம் புசித்தன. அந்தக் குருதிப் புனல் ஆயிரமாயிரம் ரத வீரர்களை மரண உலகத்துக்கு எடுத்துச் சென்றது. ஈட்டிகள் அதில் சர்ப்பங்களாய்க் கிடந்தன.

உயிர் பிழைத்திருந்த வீரர்கள் நதியில் விளையாடும் நீர்வாழ் உயிரிகளாயினர். கதாயுதங்கள் முதலைகளாகவும் கணைகள் அந்நதியின் சிறுமீன்களாகவும் ஆயின.

அப்படிப்பட்ட துரோணரின் கொலை இன்னொரு துரோக சம்பவத்தினால் நடந்தது. யுதிஷ்ட்ரர் சொல்கிறார், துரோணர் இருக்கும் வரை கௌரவர்களை வெல்ல முடியாது போலிருக்கிறதே என்று. கிருஷ்ணனும் ஆமோதிக்கிறான். அதற்கு ஒரு உபாயமும் சொல்கிறான். துரோணரின் கையில் ஆயுதம் இருக்கும் வரை யாரும் அவரை நெருங்க முடியாது. ஆயுதத்தை அவர் கீழே இறக்கினால் அவர் காலி. அதற்கு யுதிஷ்ட்ரர் செய்ய வேண்டியது, அஸ்வத்தாமன் இறந்து விட்டான் என்று சொல்ல வேண்டும். அவ்வளவுதான். துரோணர் வில்லை இறக்கி விடுவார். ஆனால் தர்மத்தின் இருப்பிடமான யுதிஷ்ட்ரர் எப்படிப் பொய் சொல்ல முடியும்? அதனால் பீமன் அஸ்வத்தாமன் என்ற யானையைக் கொன்று, அஸ்வத்தாமன் இறந்து விட்டான் என்று கத்துகிறான். அதைக் கேட்ட துரோணர் அது உண்மைதானா என யுதிஷ்ட்ரரைக் கேட்கிறார். ஆமாம், இறந்து விட்டான், யானை அஸ்வத்தாமன் என்கிறான் யுதிஷ்ட்ரன். யானை என்பதை மட்டும் சற்றே மெதுவாகச் சொல்கிறான். அந்த அதிர்ச்சியில் ஆயுதத்தைக் கீழே போட்டு விட்டு தியானத்தில் அமர்ந்து உயிர் துறக்கிறார் துரோணர். அப்போது அங்கே வரும் திருஷ்டத்யும்னன் ஏற்கனவே உயிர் பிரிந்து விட்ட துரோணரின் கழுத்தைப் பிடித்து அறுத்தெடுத்து கௌரவர்களிடம் தூக்கி எறிகிறான். பிரேதத்தின் கழுத்தை அறுத்த மகானுபாவன்!

இதைக் கண்டு கொதித்துப் போன அஸ்வத்தாமன் இரவு நேரத்தில் உப பாண்டவர்களைக் கொன்று பாண்டவர் வம்சத்தையே அழிக்கிறான். (இரவில் போரிடக் கூடாது என்பது யுத்த விதி!) பாண்டவர் வம்சத்தை அழிக்க அது மட்டும் போதாதே? அபிமன்யு மனைவி உத்தரையின் வயிற்றில் ஒரு உயிர் வளர்கிறது. அதையும் அழித்தால் பாண்டவர் குலம் பூண்டோடு அழியும். எனவே உத்தரையின் வயிற்றில்

வளரும் சிசுவையும் தன் பிரம்மாஸ்திரத்தால் கொல்கிறான் அஸ்வத்தாமன். (பிறகு கிருஷ்ணன் அந்த சிசுவை உயிர் பிழைக்க வைக்கிறான், அது வேறு கதை.) ஆனால் வயிற்றில் வளரும் சிசுவைக் கொல்வதை விட ஹராம் ஏதாவது இருக்க முடியுமா? *Everything is fair in love and war!*

இப்படியே பக்கம் பக்கமாகப் போய்க் கொண்டிருக்கிறது துரோண பர்வம். அது மட்டும் அல்ல. பாரதத்தின் நான்கு பர்வங்கள் முழுக்க யுத்தம்தான். தங்களுக்கு இதெல்லாம் கதை. எனக்கு வாழ்க்கை. என்னுடைய தொண்ணூறு ஆண்டு கால வாழ்வில் ஐம்பது ஆண்டுகளை நான் யுத்த களத்திலேயேதான் கழித்தேன். இந்த அடிமையின் தலைநகரம் எங்கே இருந்தது என்று புத்தகங்களில் பாருங்கள்... ஆக்ரா அல்லது தில்லி என்று இருக்கும். ஆனால் எதார்த்தத்தில் நான் வாழ்ந்ததெல்லாம் யுத்த களங்களில். அங்கேதான் மந்திராலோசனை நடக்கும்; அங்கேதான் அரசாங்க முடிவுகளெல்லாம் எடுக்கப்படும். அங்கேதான் தாம்பத்யமும் நடக்கும். அங்கேதான் அரசாங்க கஜானாவும் இருக்கும். இத்தனையும் எதற்காக? "எவனொருவன் கொலைக்குப் பதிலாகவோ அல்லது பூமியில் ஏற்படும் குழப்பத்தைத் தடுப்பதற்காகவோ அல்லாமல் மற்றொருவரைக் கொலை செய்கிறானோ அவன் மனித குலத்தையே அழித்தவன் ஆவான்; எவர் ஒருவர் ஒரே ஒரு ஆத்மாவையேனும் வாழ வைக்கிறாரோ அவர் மனித குலத்தையே வாழ வைத்தவர் ஆவார்" என்கிறது புனித நூல்.[74] இதுதான் இஸ்லாமிய மார்க்கத்தின் அடிப்படை என்பதைத் தங்கள் மூலமாக மற்றவர்கள் அறிந்து கொள்ளட்டும் மதிப்புக்குரிய காத்திப் அவர்களே! அப்படிப்பட்ட புனித நூலை என் குருதியாகவும் எலும்பாகவும் எலும்பின் மஜ்ஜையாகவும் சுவாசமாகவும் ஏற்றுக் கொண்டிருக்கின்ற இந்த அடிமை தன் சுயநலத்துக்காக போரில் ஈடுபட்டிருப்பானா? ஒருபோதும் இல்லை. நான் போரில் ஈடுபட்டிருக்காவிட்டால் என் சாம்ராஜ்ஜியத்தை அண்டை நாடுகள் துண்டாடியிருப்பார்கள். பிணந்தின்னிக் கழுகுகளாய்க்

74 அல் குர்ஆன் 5:32

காத்துக் கொண்டிருந்த ஃபிரங்கியர் ஹிந்துஸ்தானையே தங்கள் கம்பெனிச் சொத்தாக்கியிருப்பார்கள். “மேய்ப்பன் எப்போதுமே உறங்கிவிடக் கூடாது. ஓநாய்கள் ஆடுகளைக் கொண்டு போய் விடும்” என்று சஆதி சொன்ன வாக்கை நான் பூரணமாக நம்பினேன்.

ஆனால் என்னுடைய திட்டங்களில் ஒரு தவறு செய்து விட்டேன் என்பதும் புரிகிறது. தக்காணத்தில் மராட்டியர்களோடு முப்பது ஆண்டுகள் நான் யுத்தத்தில் ஈடுபட்டது படு முட்டாள்தனம். அதன் காரணமாகவே அரசாங்க கஜானா பெருமளவு காலியானது. அதைவிட முட்டாள்தனம் கோல்கொண்டாவையும் பீஜாப்பூரையும் வெற்றி கொண்டது. அதை மட்டும் செய்யாமல் இருந்திருந்தால் அந்த இரண்டு அரசுகளுமே மராட்டியரோடு மல்லுக்கட்டிக் கொண்டிருந்திருக்கும். இரண்டு அரசுகளும் இஸ்லாமிய அரசுகள் இல்லையா? அரசியல் யுக்திகளுக்குப் பேர் போன நான் அந்த முக்கியமான விஷயத்தில் கோட்டை விட்டுவிட்டேன்.

கை காலில் விலங்குகளுடன் என் எதிரே நின்று கொண்டிருந்த சுலைமானைப் பார்த்த ஒரு க்ஷண நேரத்தில் முழு இதிகாசமே என் மனதில் ஓடியது. சுலைமான் என் மடியில் தவழ்ந்தவன். என் பிரியத்துக்குரிய ஸெபுன்னிஸாவுக்காக நிச்சயிக்கப்பட்டவன். விட்டு விடுவோம் என்று முடிவு செய்தேன். அந்த முடிவினால் என் உயிரை இழக்க நேர்ந்தாலும் பரவாயில்லை என்று தோன்றியது. மகளுக்குச் சீதனமாகக் கொடுத்ததாக இருக்கட்டும். அப்போதும் சுலைமானின் சொற்கள் மூலம் இறைவன் அவனுடைய வாழ்வின் பாதையையும் என்னுடைய வாழ்வின் பாதையையும் மாற்றினான்.

“நான் தங்களின் உயிருக்கு அச்சுறுத்தலாக இருக்கும் பட்சத்தில் என்னைக் கொன்று விடுங்கள். என்னைச் சிறைக் கொட்டடியில் போட்டு வதைக்காதீர்கள்.”

சுலைமானின் சொற்கள் அமைதியான அந்த சபையின் சுவர்களிலும் தூண்களிலும் கணீர் கணீர் என்று பட்டுத்

தெறித்தன. சொற்கூட்டத்தில் ஒரு சொல் என் உதட்டிலும் பட்டது. உதட்டை என் நாவினால் ஸ்பரிசித்துக் கொண்டேன். ஆணவத்தின் ருசி நாவில் கரித்தது. முடிவுக்கு வந்தேன். அவனை குவாலியர் சிறையில் அடைக்க உத்தரவிட்டேன். வழக்கமான வீட்டுச் சிறை அல்ல. பாதாளச் சிறை. நான்கு புறங்களிலும் இருக்கும் கருங்கற் சுவர்களை மீறி அவன் வெளியே வர முடியாது.

அது நடந்தது 1662இல். தினந்தோறும் சுலைமானின் ஞாபகமாகவே இருந்தது எனக்கு. அந்த நிலையிலும் அவனைக் கொல்ல மனம் வரவில்லை. அவன் உயிரோடு இருக்க வேண்டும். எனக்கு அச்சுறுத்தலாகவும் இருக்கக் கூடாது. அதனால் அவனுக்கு தினமும் அபீனில் கொஞ்சம் விஷம் கலந்து கொடுக்கச் சொன்னேன். உயிர் போகாது. ஞாபகங்கள் தொலைந்து விடும். நீங்கள் யார் என்பதே மறந்து விடும். ஆனால் என்ன அதிசயமோ, விஷம் வேலை செய்யவில்லை. கடைசியில், வேறு வழியே இல்லாமல் காவலாளியை விட்டு கயிற்றினால் கழுத்தை இறுக்கிக் கொல்லச் செய்தேன்.

என் மூத்த சகோதரனின் மகன் என்பதால்தான் இப்படி மூர்க்கமாக நடந்து கொண்டேன் என எண்ண வேண்டாம். என்னைப் பொருத்தவரை என் பிள்ளை, என் சகோதரன் பிள்ளை என்பதெல்லாம் இல்லை. எல்லோரும் ஒன்றுதான். அதே சமயம் நான் உணர்ச்சியே இல்லாத மரக்கட்டையும் இல்லை. எத்தனையோ முறை என் பிள்ளைகளை நல்வழிப்படுத்த முயன்றேன்.

மாட்சிமை தாங்கிய கீ(த்)தி ஸித்தானி ஃபிர்தவ்ஸெ ம(க்)கானியின் வாழ்க்கையில் நடந்த ஒரு சம்பவத்தைக் கேளுங்கள். ஒருமுறை ஜன்னத் ஆஷ்யானிக்கு உடல் நலம் குன்றி விட்டது. ஆக்ராவுக்குக் கொண்டு வரப்பட்டார். ஹிந்துஸ்தானின் உஷ்ணம் அவருக்கு ஒத்துக் கொள்ளவில்லை. இருபத்து இரண்டு வயது. என்ன மருந்து கொடுத்தும் சரியாகவில்லை. எல்லோரும் கவலைப்பட ஆரம்பித்தார்கள். ஃபிர்தவ்ஸெ ம(க்)கானிக்கு செய்தி

போயிற்று. உடனடியாக அவர் தில்லியிலிருந்து படகிலேயே ஆக்ரா வந்தார். மருத்துவர்களிடமும் அறிஞர்களிடமும் கலந்து ஆலோசித்தார். அங்கே இருந்த மருத்துவர்கள் அத்தனை பேரும் அவர்கள் காலத்தின் ஆகச் சிறந்த மருத்துவர்கள். அவர்களின் எந்த மருந்துக்கும் நோய் கட்டுப்படவில்லை. “மருத்துவம் கைவிடும்போது நம் முன்னே இருக்கும் ஒரே வழி, இறைவனிடம் பிரார்த்தனை செய்வதுதான். உங்களிடம் உள்ள விலை மதிக்க முடியாத ஒன்றை வேண்டுதலாகக் கொடுத்து விடுங்கள்” என்றார் மீர் அபுல்-பக்கா.

மீர் அபுல்-பக்கா அப்படிச் சொன்னதும் குறுக்கிட்ட க்வாஜா கலீஃபா “கொஹிநூர் வைரம்தான் இருப்பதிலேயே விலை மதிக்க முடியாதது, அதைக் கொடுத்துவிடலாம்” என்றார்.

“இல்லை, தவறு. கொஹிநூர் வைரம் இளவரசனுடையது. குவாலியர் அரசர் விக்ரமஜீத்தின் உயிரையும் அவர் குடும்பத்தினரின் உயிரையும் மன்னித்து விட்டதற்காக அவர் நம் இளவரசனுக்குக் கொடுத்த பரிசு அது. ஒருவேளை அந்த வைரம் என்னுடையதாகவே இருந்தாலும் அதை எப்படி இளவரசனின் உயிருக்குச் சமமாக வைக்க முடியும்? இந்த சாம்ராஜ்ஜியத்தையே எழுதிக் கொடுத்தாலும் அது இளவரசனின் உயிருக்கு ஈடாகுமா? அப்படியானால் இளவரசனின் உயிருக்குச் சமமான ஒன்று வேறு என்னவாக இருக்க முடியும்? இளவரசனின் உயிரைப் போலவே விலை மதிக்க முடியாத ஒன்று... என் உயிர்தான். அதனால் இளவரசன் உயிர் பெற்று எழுவதற்காக என் உயிரைக் கொடுத்து விடலாம் என்று வேண்டுதல் தருகிறேன்” என்று கூறிய மாட்சிமை தாங்கிய ஃபிர்தவ்ஸெ ம(க்)கானி உடனடியாக இளவரசரின் அறைக்குச் சென்று அவர் படுத்திருந்த கட்டிலை மூன்று முறை சுற்றி வந்தார். அதுவரை பக்கத்து அறையில் நடந்த உரையாடல் எதையும் அறியாமல் தன் மகனின் அருகே கண்ணீருடன் அமர்ந்திருந்த பேகம் மாஹிம் கணவரைக் கண்டதும் எழுந்து நின்றார். அவரிடம் ஃபிர்தவ்ஸெ ம(க்) கானி “கவலைப்படாதே, சரியாகி விடும்” என்று ஆதூரத்துடன் சொன்னார்.

அதற்கு பேகம், "உங்களுக்கென்ன... பேரரசர். மற்ற பிள்ளைகள் இருக்கிறார்கள். ஆனால் எனக்கு இருப்பது ஒரே ஒரு மகன் அல்லவா?" என்றார்.

தன்னுடைய ஒரே பிள்ளையை மரணப் படுக்கையில் காண நேரும் எந்த அன்னையின் துயரை விடவும் மாஹிம் பேகத்தின் துயரம் அதிகமானது. ஏனென்றால், ஜஹான்பானி ஜன்னத் ஆஷ்யானி ஹுமாயூன் பாதுஷாவுக்குப் பிறகு பிறந்த மூன்று பெண் குழந்தைகளையும் ஒரு ஆண் குழந்தையையும் ஒன்றன் பின் ஒன்றாகப் பறி கொடுத்தவர் மாஹிம் பேகம்.

இறைத் தூதருக்கு ஆயிஷா அம்மையார் எப்படியோ அதே போன்றவர் ஃபிர்தவ்ஸெ ம(க்)கானிக்கு மாஹிம் பேகம் என்று அரண்மனையில் பேசிக் கொள்வதுண்டு. அதனால் எத்தனை மென்மையாகச் சொல்ல முடியுமோ அத்தனை மென்மையாக, "மாஹிம், மற்ற பிள்ளைகள் இருந்தாலும் எனக்கு அதிமுக்கியமானவன் ஹுமாயூன்தான், இந்த சாம்ராஜ்ஜியத்தைக் கட்டியதே அவனுக்காகத்தான்" என்று சொன்னார் ஃபிர்தவ்ஸெ ம(க்)கானி.

அந்த க்ஷணமே மாட்சிமை தாங்கிய ஜஹான்பானி ஜன்னத் ஆஷ்யானிக்கு உடம்பு சரியாகி, தானே தலையில் தண்ணீரை விட்டுக் கொண்டு மக்களை சந்திக்கச் சென்றார். கதையல்ல, இப்படித்தான் நடந்தது என்று அதைப் பார்த்தவர்கள் அத்தனை பேரும் சொன்னார்கள் என்று எழுதப்பட்டிருக்கிறது. உடனடியாக ஃபிர்தவ்ஸெ ம(க்)கானி உடல் நலம் குன்றிப் படுக்கையில் விழுந்தார். என்ன நடக்கப் போகிறது என்று அவருக்குத் தெரிந்து விட்டது. தனது மந்திரிகளையும் ஆலோசகர்களையும் அழைத்து ஹுமாயூன்தான் அடுத்த பேரரசர் என்று சொல்லி அவர்களிடம் சத்தியம் வாங்கிக் கொண்டார். தன்னுடைய கட்டளைகளை உயிலாக எழுதச் சொன்னார். அதில் அவர் தன் மகன் ஹுமாயூனுக்குக் கொடுத்திருந்த முக்கியமான கட்டளை, உங்கள் சகோதரர்களை தண்டிக்காதீர்கள், அவர்கள் அதற்கு உரியவர்களே ஆனாலும்.

அதன் பிறகு மூன்று மாதங்கள் கீ(த்)தி ஸித்தானி ஃபிர்தவ்ஸெ ம(க்)கானி படுக்கையை விட்டு எழுந்து கொள்ளவில்லை. அதற்குப் பிறகும் எழுந்து கொள்ளவில்லை. இப்படியாக ஃபிர்தவ்ஸெ ம(க்)கானி பாபர் பாதுஷா இந்த உலகத்திலிருந்து விடை பெற்றுக் கொண்டார். அந்த நாள் டிசம்பர் 26, 1530.

‘என்ன இது, நடிகர் திலகத்தின் படம் மாதிரி இருக்கிறதே’ என்று மனதுக்குள் நினைத்துக் கொண்டான் எழுத்தாளன். ஆனால் அதற்குள்ளாகவே தான் மனதில் நினைப்பதையெல்லாம் உடனுக்குடன் ஷாஹின்ஷா படித்து விடுகிறார் என்பதையும் தெரிந்து கொண்டிருந்தான். அதனால் தன் மனதை எப்போதும் எண்ணங்கள் அற்று வைத்துக் கொள்ளவே முயற்சியும் செய்தான். ஆனால் சில சமயங்களில் மீறி விடுகிறது மனம். அது போன்றதொரு தருணம் இது. ஷாஹின்ஷா மிக மரியாதையுடன் குறிப்பிடும் பாபரை, அதிலும் அவரது துயரமான முடிவைத் தமிழ் சினிமாவோடு ஒப்பிட்டது தவறுதான்… இப்படியெல்லாம் சிந்தனை ஓடிக் கொண்டிருக்கும்போதே ஔரங்ஸேப் ஆரம்பித்து விட்டார்.

மதிப்புக்குரிய காத்திப் அவர்களே, நான் தங்களிடம் பேசுவதை தாங்கள் நாவலாக வெளியிடும்போது அதைத் தணிக்கைக்கு உட்படுத்தப் போகிறீர்கள் என்பதையும் நான் அறிவேன். அது பற்றி எனக்கு ஆட்சேபணையும் இல்லை. நான் தங்களிடம் பேசுவதில் கொஞ்சம் பகுதியாவது வெளியே சென்றால் அது போதும் எனக்கு. சொற்களே மறுக்கப்பட்டுக் கிடந்த எனக்கு இப்போது தங்கள் மூலமாக சொற்கள் கிடைத்திருக்கின்றன. அதற்கு நான் தங்களுக்கு நன்றிக் கடன் பட்டிருக்கிறேன். மற்றபடி எந்தக் காரணத்துக்காகவும் தங்கள் சிந்தனையோட்டத்துக்குத் தடை போட வேண்டாம். அது, என் மீதான விமர்சனமாக இருந்தாலும் சரி. தொண்ணூறு ஆண்டுகள் வாழ்ந்தவன் நான். என்னைப் பற்றி என்னை விட அதிகமாக விமர்சிப்பவர்கள் இருக்க முடியாது. என் வாழ்க்கையை மூன்று பகுதிகளாகப் பிரிக்கலாம். நாற்பதிலிருந்து ஐம்பது, ஐம்பதிலிருந்து எண்பத்தைந்து, எண்பத்தைந்திலிருந்து

எண்பத்தொன்பது. இந்த மூன்று ஆலம்கீர்களும் மூன்று வெவ்வேறு ஆட்கள் மாதிரிதான். அதிலும் கடைசி ஆலம்கீர் மற்ற இரண்டு ஆலம்கீர்களையும் நிராகரித்துத் தள்ளியவன் என்பதைத் தாங்கள் என்னுடைய கடிதங்களிலிருந்து கண்டு கொண்டிருப்பீர்கள்...

மாட்சிமை தாங்கிய கீ(த்)தி ஸித்தானி ஃபிர்தவ்ஸெ ம(க்)கானி இறந்ததற்கு வேறொரு காரணமும் சொல்கிறார்கள். அது உங்கள் நடிகர் திலகம் படம் மாதிரி இருக்காது. இப்போது உங்களிடையே பிரபலமாக இருக்கும் அகிரா குரஸவா படம் அது. ஃபிர்தவ்ஸெ ம(க்)கானி பதினோரு வயதில் (1494) ஃபர்கானாவின் அரசனானார். ஆனாலும் பொம்மை அரசனாகவா இருந்தார்? பத்து ஆண்டுகள் தன் உறவுகளிடமிருந்து அரசைக் காப்பாற்ற வேண்டியிருந்தது. இரண்டே ஆண்டுகளில் சாமர்கண்டை வென்றார். ஃபர்கானா போயிற்று. ஃபர்கானாவை மீட்கச் சென்றார். சாமர்கண்ட் போயிற்று. பதினெட்டு வயதில் (1501) இரண்டுமே போயிற்று. பிறகு இருபத்தோராவது வயதில் காபூலைப் பிடிக்கிறார். பிறகு சாமர்கண்ட் மறுபடியும் விளையாட்டு காட்டுகிறது. கையில் சிக்கி உடனே நழுகிறது.

இப்படி மூன்று முறையும் பிடித்து, மூன்று முறையும் நழுவிய சாமர்கண்டை விட்டு விட்டு அவருடைய கவனம் சிந்து நதிக்கு அப்பால் உள்ள பிரம்மாண்டமான நிலத்தின்பால் திரும்புகிறது. அதை ஆள வேண்டுமென்பது அவரது பத்தொன்பது ஆண்டுக் கனவு...அதுவும் கூடிய விரைவிலேயே நிறைவேறுகிறது. பானிபட் யுத்தத்தில் இப்ராஹீம் லோதி கொல்லப்பட்டது ஃபிர்தவ்ஸெ ம(க்)கானியின் யுத்த தந்திரத்தால் மட்டுமேதான். இறையருளும் கூடவே இருந்தது என்பதை நான் சொல்ல வேண்டியதில்லை. எல்லாமே இறைவனின் திட்டம்தான். ஃபிர்தவ்ஸெ ம(க்)கானியின் சைன்னியத்தில் வெறும் பன்னிரெண்டாயிரம் குதிரை வீரர்கள். லோதியின் சைன்னியமோ அதை விடப் பத்து மடங்கு அதிகம். கூடவே முந்நூறு யானைகள். ஆனால் லோதியின் வசமிருந்த அந்த

முந்நூறு யானைகளும்தான் அவரது அழிவுக்குக் காரணமாக இருக்கப் போகின்றன என்பதை யாரால் யூகித்திருக்க முடியும்? ஃபிர்தவ்ஸெ ம(க்)கானியின் பீரங்கிகளையும் துப்பாக்கிகளையும் அதுவரை ஹிந்துஸ்தான் கண்டதில்லை. அதுவே முதல் முறை. அந்த சத்தம் லோதியின் யானைகளை அச்சுறுத்தி விட்டது. வெடிச் சத்தத்தில் யானைகள் தெறித்து ஓடின. சைன்னியம் அமளிதுமளிப்பட்டது. எங்கும் சர்வநாசம். அது மட்டும் அல்லாமல் ஃபிர்தவ்ஸெ ம(க்)கானியின் போர் வியூகமும் போரை அவருக்குச் சாதகமாக நடத்திச் சென்றது. எல்லாம் சேர்ந்துதான் அவரது சைன்னியத்தை விடப் பத்து மடங்கு அதிகமான சைன்னியத்தைத் தன் வசம் வைத்திருந்த இப்ராஹீம் லோதியை வீழ்த்தியது.

இப்படியாக 1526-இல் ஹிந்துஸ்தானில் மொகலாய சாம்ராஜ்ஜியம் நிறுவப்படுகிறது. ஆனால் இத்தனை யுத்த தந்திரம் தெரிந்திருந்த ஃபிர்தவ்ஸெ ம(க்)கானி அவர்களுக்கு நடைமுறை வாழ்க்கையின் யுக்திகள் தெரியாமலே போனது துரதிர்ஷ்டம்தான். அதுதான் அவர் உயிரைக் குடித்தது என்கிறார்கள் சிலர். பானிபட் யுத்தத்தில் இப்ராஹீம் லோதி கொல்லப்பட்டதும் அவரது அன்னை புவா பேகத்திடம் ஃபிர்தவ்ஸெ ம(க்)கானி இப்படிச் சொன்னார்: “அன்னையே! தங்கள் புதல்வர் மீது எனக்குத் தனிப்பட்ட வெறுப்போ பகையோ எதுவும் கிடையாது. அரசியல் என்ற சதுரங்க வேட்டையில் தங்கள் புதல்வர் வெட்டுப்பட்டு விட்டார். இனிமேல் தாங்கள் என்னையே தங்கள் புதல்வனாகக் கருதலாம்.” அதோடு புவா பேகத்துக்குத் தன்னுடைய அரண்மனையிலேயே தக்க இடமும் கொடுத்தார். புவா பேகத்திடம் ஃபிர்தவ்ஸெ ம(க்)கானி சொன்னது சரிதான். ஏனென்றால், பானிபட் யுத்தத்தில் லோதி இறந்து விழுந்ததும் ஃபிர்தவ்ஸெ ம(க்)கானி முதலில் தேடியது லோதியின் உடலைத்தான். தலை வேறு முண்டம் வேறாகக் கிடந்த லோதியின் உடலைச் சேகரித்து தகுந்த மரியாதையோடு அடக்கம் செய்தார் ஃபிர்தவ்ஸெ ம(க்)கானி. அத்தனை நல்லவராக வாழ்வதற்கு இந்த உலகம் தகுதியானது அல்ல என்பது என் முடிவு.

திலாவர் பேகம்தான் ஃபிர்தவ்ஸெ ம(க்)கானிக்கு விஷம் கொடுத்து விட்டதாக இப்போது சில காஃபிர்களான சரித்திர ஆசிரியர்கள் எழுதித் திரிகிறார்கள். அவர்களின் வாதம் என்னவென்றால், ஃபிர்தவ்ஸெ ம(க்)கானி நாற்பத்தேழு வயதில் இறக்கக் கூடியவர் அல்ல. இரண்டு தோள்களிலும் இரண்டு மனிதர்களைச் சுமந்து கொண்டு வேகவேகமாய் மலைமேல் ஏறக் கூடியவரும், தனக்கு முன்னால் எதிர்ப்பட்ட எல்லா நதிகளையும் நீந்தியே கடந்தவரும் ஆயிற்றே ஃபிர்தவ்ஸெ ம(க்)கானி? அதனால் அவர் ஒன்றும் தன் புதல்வனின் உயிருக்காகத் தானாக முன் வந்து உயிரைக் கொடுக்கவில்லை. திலாவர் பேகம் கொடுத்த விஷத்தால்தான் இறந்தார். எனவே இதில் தெய்வச்செயலோ அபூர்வத்தன்மையோ இல்லை என்பது காஃபிர்களின் வாதம்.

அந்த வாதத்தில் கொஞ்சம் உண்மையும் கொஞ்சம் பொய்யும் கலந்திருக்கிறது. லோதியின் அன்னை ஃபிர்தவ்ஸெ ம(க்)கானிக்கு விஷம் கொடுத்தது உண்மை. மிகக் கடுமையான அந்த விஷத்தை ஃபிர்தவ்ஸெ ம(க்)கானி சாப்பிடும் மாமிசத்தில் கலந்து கொடுக்க சமையல்காரர் மூலம் ஏற்பாடு செய்திருந்தாள் அந்த சைத்தான். ரொட்டியில் தடவிக் கொடுத்ததாக குல்பதன் பேகம் எழுதுகிறார். எப்படியோ, ஃபிர்தவ்ஸெ ம(க்)கானி விஷத்தை உண்டு விட்டார். இதில் இன்னொரு ஆச்சரியம் என்னவென்றால், விஷம் கொடுத்த சமையல்காரருக்குக் கண் தெரியாது, காது கேட்காது. ஆனாலும் அன்றைய தினம் ஃபிர்தவ்ஸெ ம(க்)கானி சரியாக உண்ணாத காரணத்தால் பிழைத்துக் கொண்டார். என்றாலும், மிகக் கடுமையான, தாங்க முடியாத வலி உண்டானது. விஷம் கொடுத்த விஷயம் வெளியே தெரிந்து விட்டது. அதனால் புவா பேகத்தை காபூலுக்கு அனுப்பி வைத்தார் ஃபிர்தவ்ஸெ ம(க்)கானி. காபூலுக்குச் செல்லும் வழியில், காபூலுக்குச் சென்றால் ஃபிர்தவ்ஸெ ம(க்)கானியின் குடும்பத்தினரால் தனக்கு ஆபத்து ஏற்படும் எனப் பயந்த திலாவர் பேகம் சிந்து நதியில் குதித்துத் தன் உயிரை மாய்த்துக் கொண்டார். இதுதான் உண்மையில் நடந்தது. இதெல்லாம் பானிபட் யுத்தம் முடிந்த ஒரு சில மாதங்களிலேயே (1526)

நடந்து விட்டது. அதனால் ஃபிர்தவ்ஸெ ம(க்)கானி தன் புதல்வர் ஜஹான்பானி ஜன்னத் ஆஷ்யானிக்காகத் தன் உயிரைத் தர சித்தமானபோது திலாவர் பேகம் உயிருடனேயே இல்லை. ஆனால் காஃபிர் சரித்திர ஆசிரியர்கள் சொன்னதில் கொஞ்சம் உண்மை இருக்கிறது என்று சற்று முன்பு குறிப்பிட்டேன் அல்லவா? அது என்னவென்றால், ஃபிர்தவ்ஸெ ம(க்)கானி அந்தக் கொலை முயற்சியிலிருந்து மீண்டு விட்டாலும் அவர் உடல் வலு முன்னைப் போல் இல்லை. பலஹீனம் அவருடன் நிரந்தரமாகத் தங்கி விட்டது.

தாங்களோ, தங்களின் வாசகர்களோ இவன் ஏன் தன் கதையைச் சொல்லாமல் பாபர், ஹுமாயூன் என்று அளத்திக் கொண்டிருக்கிறான் என்று நினைக்கலாம். காரணம் இதுதான்: எனக்கு முன்னால் ஆண்டவர்கள் எங்கெல்லாம் கோட்டை விட்டார்கள் என்பதைத் தெரிந்து கொண்டால்தான் என்னையும் என்னுடைய ஆட்சியையும் புரிந்து கொள்ள முடியும். நான் ஃபிர்தவ்ஸெ ம(க்)கானியின் இடத்தில் இருந்திருந்தால் போரில் வென்றதுமே அந்த சைத்தானைக் கைது செய்து காபூலுக்கு அனுப்பியிருப்பேன். பெண்களைக் கொல்வது எங்களுக்கு வழக்கம் இல்லை. ஃபிர்தவ்ஸெ ம(க்)கானி தன் தந்தையைப் போலவே மனிதாபிமானியாக இருந்தார். அந்த மனிதாபிமானமே அவரது உயிருக்கு ஹானி ஆயிற்று.

—

20

இப்போது கதையை இந்த அடிமையின் பக்கம் திருப்புவோம். சுல்தான் ஷுஜாவுக்கு வங்காளம், முராத் பக்ஷுக்கு குஜராத், எனக்கு தக்காணம், தாராவுக்குக் காபூல் என்று பிரித்து அந்தந்தப் பகுதிகளின் சுபேதாராக எங்களை அனுப்பினார் பேரரசர். ஆனால் தாரா மட்டும் காபூல் போகாமல் பேரரசரின் அருகிலேயே இருந்து கொண்டான். மூடன். அரண்மனையிலேயே இருந்து கொண்டு போர்க்களத்தின் சூட்சுமத்தை எப்படிப் புரிந்து கொள்ள முடியும்? அரசாள்வதற்கு புத்தி மட்டும் போதும், கத்தி தேவையில்லை என்று நினைத்து விட்டான். அந்த புத்தியாலேயே அழிந்தான். மேலும், ஏற்கனவே நாம் விவாதித்தது போல லாயத்தில் வளர்க்கப்படும் குதிரைகளை விட மரணத்தின் மத்தியிலே வளரும் குதிரைகள் எத்தனை வலுவாக இருக்கும் என்பதற்கு என் மூத்தோன் செங்கிஸ் கானே சாட்சி. அதேதான் பேரரசரின் அரண்மனையிலும் நடந்தது.

1657 செப்டம்பர் ஆறாம் தேதி பேரரசருக்கு உடல் நலம் குன்றியது. அப்போது அவர் வயது அறுபத்தைந்து. உடனே தாரா தில்லிக்கு வரும் எல்லா வழிகளையும் அடைத்து

விட்டான். அதனால் பேரரசருக்கு வெளியிலிருந்து வரும் எல்லா செய்தியும் தடைபட்டது. குஜராத்தின் சுபேதாராக இருந்த முராத் பக்ஷ் அவனே அந்தப் பிராந்தியத்தின் அரசன் எனப் பிரகடனப்படுத்திக் கொண்டான். வங்காளத்தில் ஷா ஷுஜாவும் அதையே செய்தான். அந்த நேரத்தில் தாரா பேரரசரின் மனதை மாற்ற என்னென்னவோ குறளி வித்தைகள் செய்தான். காரணம், பேரரசரின் அபிப்பிராயத்தில் நான்தான் இத்தனை பெரிய சாம்ராஜ்ஜியத்தைக் கட்டி ஆளக் கூடிய திட சித்தமும் ஆளுமையும் கொண்டவனாக இருந்தேன். அப்படி அவர் நினைத்ததை அடிக்கடி வெளிப்படையாகவும் தெரிவித்தார் என்பதால்தான் தாராவுக்கு என் மேல் தீராப் பகையும் பொறாமையும் ஏற்பட்டது. எனக்காக அனுப்பப்பட்ட சைன்னியத்தைத் திருப்பிக் கொள்ள உத்தரவிடும்படி பேரரசரை நச்சரிக்கத் தொடங்கினான். அந்தப் படைகள் வந்து விட்டால் ஷுஜாவையும் முராதையும் சமாளித்து விடலாம், அதன் பிறகு ஔரங்ஸேபைத் தனியாக எதிர்கொள்வது சுலபம் என்பது அவனுடைய கணக்கு. அதன்படி ஷுஜாவுக்கு எதிராகத் தன் மகன் சுலைமான் ஷிகோ தலைமையில் தன்னுடைய படையையும் ராஜா ஜெய்சிங் தலைமையில் பேரரசரின் படையையும் அனுப்பினான். ராஜா ஜெய்சிங் பேரரசரின் அன்னையாருக்கு நெருங்கிய உறவு என்பதால் மகாராஜா பட்டமும் கொடுக்கப்பட்டிருந்தது.

நாளடைவில் தாராவின் குறளிவித்தையும் பலித்தது. பேரரசர் என்னுடைய பிரதிநிதியாக அரசவையில் இருந்த ஈஸா பெக்கைக் கைது செய்து, அவருடைய சொத்துகளையும் பறிமுதல் செய்தார். பிறகுதான் தன்னுடைய தவறைத் தானே உணர்ந்து அந்த உத்தரவை ரத்து செய்தார். ஃபெப்ருவரி 1658இல்,

“தாங்கள் உடல் நலம் குன்றியிருக்கும் இந்த நிலைமையில் நான் தங்களைப் பார்க்க விழைகிறேன், அன்புகூர்ந்து அனுமதி தாருங்கள்” என்று பிச்சையெடுக்காத குறையாகக் கெஞ்சிக் கேட்டு பேரரசருக்கு ஒரு கடிதம் அனுப்பினேன். மாதங்கள் கடந்தும் பதில் வரவில்லை. அனுமதியும் கிடைக்கவில்லை.

பேரரசரை நேரில் சந்தித்து தாராவின் தந்திரங்களையும் சதித் திட்டங்களையும் நிரூபித்து, நான் பேரரசருக்கோ அவரது அரசுக்கோ ஒருபோதும் தீங்கு நினைத்ததில்லை என்பதை நிரூபிக்கத் துடித்தேன். ஆனால் அது நடக்காமலே போய் விட்டது. சொந்தத் தந்தையை அவரது பிரியத்துக்குரிய புதல்வனால் சந்திக்க முடியவில்லை. அவன் எத்தனையோ கெஞ்சிக் கேட்டும் அனுமதி மறுக்கப்பட்டது. அதை விட வேடிக்கை, தந்தையைச் சந்திக்க நினைத்த தனயனுக்கு முன்னே தந்தையின் போர்ப்படை வந்து நின்றது. அன்று 15 ஏப்ரல். நேரில் சந்திக்க அனுமதி கேட்டால் அதற்குப் பதிலாக ஒரு தகப்பன் தன் சைன்னியத்தை அனுப்புவதைத் தாங்கள் கேள்விப்பட்டதுண்டா? என் வாழ்வில் நடந்தது. தந்தையின் படைக்கு ஒரு ஹிந்து ராஜா தலைமை. கூடவே துணைக்கு காஸிம் கான். வழியிலேயே முராத் பக்ஷுயும் சேர்த்துக் கொண்டிருக்கிறார்கள். என்னுடைய சைன்னியத்தோடு ஒப்பிடும்போது மூவரின் படையும் சேர்த்து மிகப் பெரும் எண்ணிக்கையிலான படைதான். ஆனால் இறைவனின் சித்தம் வேறு மாதிரி அல்லவா இருந்தது?

அன்றைய தினம் ராஜா ஜஸ்வந்த் சிங்கின் சிப்பாய்கள் நிர்மூலமாக்கப்பட்டார்கள். ஜஸ்வந்த் சிங் அவனுடைய ஊர் மார்வாருக்குத் தப்பி ஓடினான். காஸிம் கான் கொண்டு வந்த அரசப் படைகளை என் படையோடு சேர்த்துக் கொண்டேன். காஸிம் கானும் தப்பி ஓடி விட்டான். அன்றைய தினம் என்னுடைய உத்தரவின் பேரில் எதிரிப் படைகளில் ஆறாயிரம் சடலங்களை எண்ணினார்கள் என் வீரர்கள். யோசித்துப் பாருங்கள் மதிப்புக்குரிய காத்திப் அவர்களே, பரிதாபத்துக்குரிய இத்தனை பேரின் மரணத்துக்கு யார் காரணம்? நானா போரிடுவதற்கு ஆசைப்பட்டேன்? யானை பிளிறிக் கொண்டு வந்தால் ஓடி ஒளிகின்ற வீரத் திருமகனான நீ மயிலாசனத்தில் அமரத் தகுந்தவனா? அல்லது, அந்த யானையின் முன்னே நின்று அதன் மத்தகத்தில் ஈட்டியை எரிகின்ற ஆலம்கீர் தகுந்தவனா? அச்சமறியாதவன்தானே மயிலாசனத்தில் அமர வேண்டும்? தன்னுயிரைத் துச்சமாக மதிப்பவன்தானே தேசத்தை வழி நடத்த வேண்டும்?

குறுக்கிடுவதற்கு மன்னிக்க வெண்டும் ஹுஸூர். தாங்கள் குறிப்பிடுவது மிகவும் சரிதான். அதனால்தான் மற்ற அத்தனை பேரையும் விட்டு விட்டுத் தங்கள் கதையை எழுதப் புகுந்தேன். தாங்கள் குறிப்பிட்டதில் எனக்கு ஒரு சந்தேகம். ஆறாயிரம் சடலங்களை எப்படி அப்புறப்படுத்தினீர்கள்? நவீன காலத்து அரசர்கள் அதற்கு விஷ வாயுக் கூடங்களைப் பயன்படுத்தினார்கள். நிமிடத்தில் வேலை முடிந்து விடும். ஆனால் அந்தக் காலத்தில் அது எப்படி சாத்தியமானது?

சடலங்களை எரிப்பதைத் தவிர வேறு வழியில்லை. ஹிந்துக்கள் தாவரத்தை உண்டு வாழ்வதால் அவர்கள் இறந்த பிறகு அவர்களின் உடல் தாவரத்துக்கு உணவாகிறது. நாங்கள் விலங்குகளை உண்டு வாழ்வதால் எங்கள் உடல் விலங்குகளின் இனத்துக்கே உணவாகிறது. சரி, கதையைப் பார்ப்போம். 23 மே, 1658. ரமலான் முதல் நாள் சம்பலைக் கடந்து விட்டேன். தாரா தோல்பூரிலிருந்து கிளம்பி விட்டான் என்பதையும் ஒற்றர் மூலம் அறிந்தேன். ரமலான் ஆறாம் நாள். வெள்ளிக்கிழமை. என் படைகளை தாராவின் படைகளுக்கு ஒரு ஃபர்லாங் தூரத்தில் கொண்டு வந்து நிறுத்தி விட்டேன். அன்றைய தினம் நான் தாக்குதலில் ஈடுபடுவதாக இல்லை. தாராவின் படைகள் நெடுந்தொலைவிலிருந்து வந்திருந்தன. கடும் கோடை. காற்று அனலாகச் சுட்டெரித்தது. அந்த வெயிலில் தாராவின் படைவீரர்கள் முழு ஆயுதபாணிகளாக ஒரு நாள் முழுதும் பசியிலும் தாகத்திலும் நின்று அதில் பலர் மயங்கி விழுந்தே செத்தார்கள். ஏன் அன்றைய தினம் தாரா என்னைத் தாக்கவில்லை? பயம். என் மீதான பயம். அதனால்தான் சொல்கிறேன். அவனிடம் ஒரு போர் வீரனுக்கான தைரியமோ மனோதிடமோ முடிவெடுக்கும் கூர்மதியோ இல்லை. அவன் மது அருந்திக் கொண்டு சங்கீதத்தை ரசித்துக் கொண்டு ஸ்த்ரீகளோடு சல்லாபித்துக் கொண்டிருக்க மட்டுமே லாயக்கானவன். சூரியன் அஸ்தமிக்கும் வரை நின்று கொண்டிருந்து விட்டுத் திரும்பி விட்டான் கோழை.

மறுநாள் ரமலான் ஏழாம் நாள். காலையில் தாராவின் வீரர்கள் துப்பாக்கிகளாலும் மஸ்கட்டுகளாலும் சுடத் தொடங்கினார்கள்.

என் வீரர்களும் அதற்குத் தயாராகவே இருந்ததால் மதங்கொண்ட களிறுகளைப் போல் இரு தரப்பினரும் தாக்கிக் கொண்டார்கள். எங்கு பார்த்தாலும் நெருப்பைக் கொப்பளிக்கும் துப்பாக்கிகள். உடல் துண்டாடப்பட்ட வீரர்களின் அலறல். ஆங்கங்கே சிதறிக் கிடக்கும் வெட்டப்பட்ட அங்கங்கள். உடலிலிருந்து பிரிந்து உருண்டு கிடக்கும் தலைகள். அவற்றின் குரூரமான கண்கள். நரகம் என்றால் இப்படித்தான் இருக்குமோ என்பது போன்ற காட்சி அது. ருஸ்தம் கான், ராவ் சத்ர சால், ராஜா ராய் சிங் ரத்தோர் போன்ற தாராவின் படைத் தளபதிகள் அனைவரும் கொல்லப்பட்டார்கள். அப்போது அந்த மூடன் தாரா தன் இரண்டாவது தவறைச் செய்தான். தன்னுடைய யானையிலிருந்து இறங்கி குதிரையில் ஏறினான். அந்த ஒரே ஒரு செயல்தான் ஹிந்துஸ்தானின் அடுத்த ஐம்பது ஆண்டு சரித்திரத்தையே மாற்றியது. போரின் முக்கியமான கட்டத்தில் தன் தலைவன் யானையிலிருந்து இறங்கி குதிரையில் ஏறினால் படை வீரர்கள் என்ன நினைப்பார்கள்? நானும் ஒரு போரின் முக்கியமான கட்டத்தில் யானையிலிருந்து இறங்கினேன். தொழுகைக்காக. அது என் வீரர்களுக்கு என் மீது ஒரு நம்பிக்கையைக் கொடுத்தது. என் எதிரிக்கு என் மீது மிகப் பெரிய மரியாதையை அளித்தது. போர் மும்முரமாக நடந்து கொண்டிருக்கிறது. ஒவ்வொரு வீரனும் வாழ்வா சாவா என்று சண்டையிட்டுக் கொண்டிருக்கிறான். அப்போது தொழுகைக்கான நேரம் வந்து விட்டதை உணர்ந்து, தன் உயிரைப் பற்றிக் கொஞ்சமும் கவலைப்படாமல் யானையிலிருந்து இறங்கி, அங்கேயே தரையில் துணியை விரித்துத் தொழுகை செய்து கொண்டிருக்கும் இந்த மனிதனுடனா போரிடுவது என்று என் எதிரி போரையே நிறுத்தி விட்டுப் போய் விட்டான். ஆனால் தாரா ஏன் யானையிலிருந்து இறங்கினான்? தன் தளபதிகள் ஒருவர் பின் ஒருவராக இறந்து விட்டதால் இனி தன்னால் போரிட முடியாது என்று பயந்து போனதால் இறங்கினான். கோழை. அவன் யானையிலிருந்து இறங்கி குதிரையில் அமர்ந்தது போர்க் களத்தை விட்டு ஓடுவதற்குத்தான் என்று புரிந்து கொண்ட அவன் படை வீரர்கள் தலைவனே அப்படி முடிவெடுத்த

பிறகு நாம் எம்மாத்திரம் என்று இவனுக்கு முன்னதாகவே ஓட ஆரம்பித்தார்கள். ஒரு சராசரி மனிதனுக்கும் அரசனுக்குமான வித்தியாசம் தைரியம்தான். அது தாராவிடம் கொஞ்சம் கூட இல்லை என்பதற்கு அன்றைய சம்பவம் மேலும் ஒரு உதாரணம். ம்ம்ம்... தாரா யானையை விட்டு இறங்கியதற்கு இன்னொரு காரணமும் இருக்கிறது. அதைப் பிறகு சொல்கிறேன்.

அன்றைய தினம் தாராவின் மூத்த மகன் சுலைமான் ஷிகோவும் தாராவின் உதவிக்கு வர முடியவில்லை. அவன் காஷ்மீரில் சுபேதாராக இருந்தான்.

எல்லாம் இறைவனின் கருணை என்று மட்டும்தான் சொல்வேன். அந்த வெற்றியில் என் பங்கு எதுவுமே இல்லை. இறைவனின் கருணையினால் என் தளபதிகளுக்கு சேதம் இல்லை. ஆஸம் கான் என்ற முல்த்தஃபத் கான் மட்டுமே இறந்தார். அதுவும் போரில் அல்ல. போர் முடிந்த பிறகு வெய்யிலின் உக்கிரம் தாங்காமல்.

மறுநாள் என் சைன்னியத்துடன் ஸாமூகட் சென்றேன். பேரரசர் ஆக்ராவில் இருந்தார். நிலைமையை விளக்கி ஒரு மன்னிப்புக் கடிதம் எழுதி பேரரசருக்கு அனுப்பினேன். பேரரசரும் உடனே பதில் எழுதியதோடு மட்டும் அல்லாமல் ஆலம்கீர்[75] என்ற வாளையும் பரிசாக அனுப்பியிருந்தார். இதை விட எனக்கு வேறு என்ன அங்கீகாரம் தேவையாய் இருந்திருக்க முடியும்? உடனே ஆக்ரா கிளம்பிய நான், ரமலான் இருபதாம் நாள் ஜூன் பதினோராம் தேதி வெள்ளிக்கிழமை தாரா ஷிகோவின் அரண்மனையைக் கைப்பற்றினேன். தாரா தில்லியிலிருந்து பேரரசருக்கு நாளுக்கு ஒரு கடிதமாக எழுதி அவர் மனதைக் கலைத்துக் கொண்டே இருந்தான். அதன் காரணமாக பேரரசரைக் காண எனக்கு அனுமதியே கிடைக்கவில்லை.

75 இத்தாலியப் பயணி நிக்கலாவோ மனூச்சி ஔரங்ஸேபிடம் இப்படி 27 வாட்கள் இருந்ததாகக் குறிப்பிடுகிறார். வாளுக்குப் பெயரிடுவது இஸ்லாமிய மரபு. நபிகள் நாயகத்தின் மருமகன் அலீ வைத்திருந்த வாளின் பெயர் ஸுல்ஃஃபிகர்.

அதனால் தில்லிக்குக் கிளம்பினேன். நான் வரும் செய்தியை அறிந்து கொண்ட தாரா தில்லியிலிருந்து தப்பி ஓடினான். அதனால் தாராவைத் தேடிப் பிடிக்க பஹதூர் கானை அனுப்பினேன். இடையில் முராத் பக்ஷும் என்னை எதிர்க்கத் திட்டமிட்டுக் கொண்டிருந்ததால் அவனை மதுராவில் வைத்துக் கைது செய்து தில்லி சிறைச்சாலைக்கு அனுப்பி வைத்தேன். அதற்குள் தாரா லஹௌருக்குத் தப்பி ஓடி விட்டதாக செய்தி கிடைத்தது.

1658ஆம் ஆண்டு 21 ஜூன் முடிசூட்டிக் கொள்வதற்கு மிகவும் நல்ல நாள் என்றார்கள் ஜோதிடர்கள்.

தில்லிக்குப் போய் முடி சூட்டிக் கொள்ளலாம் என்றால் அப்போது நல்ல நாள் கிடைக்காது போல் தெரிந்தது. அதனால் ஆக்ராபாத் தோட்டத்திலேயே முடிசூட்டு விழாவை எளிமையாக முடித்துக் கொண்டேன். அதாவது குத்பா படிக்கவில்லை. புதிய நாணயங்கள் வெளியிடவில்லை. அதையெல்லாம் பிறகு வைத்துக் கொள்ளலாம் என்று முடிவு செய்தேன். நல்ல நாள் முக்கியம்.

அடுத்து, பஹதூர் கானோடு இணைந்து கொள்ள உத்தரவிட்டு கலீலுல்லாஹ் கானை அனுப்பினேன். அவர்கள் சட்லஜ் நதியைக் கடந்தாக வேண்டும். தாராவின் மகன் சுலைமான் ஷிகோ தாராவோடு சேர்ந்து கொள்வதற்காக ஹரித்வாரை நோக்கிச் செல்கிறான் என்ற செய்தியும் கிடைத்தது. ஆகஸ்ட் நான்காம் தேதி பஹதூர் கானின் செய்தி கிடைத்தது. எங்கள் படை சட்லெஜைக் கடந்து விட்டது, சுலைமான் காஷ்மீருக்குப் போய் எங்கோ பதுங்கி விட்டான் என்பது அடுத்த செய்தி. அவனைப் பிடித்து வருவதற்கு ஒரு படையை அனுப்பி வைத்தால் இன்னொரு செய்தி வந்தது. தாரா லஹௌரில் இருபதாயிரம் வீரர்களைத் திரட்டியிருந்தான். பஹதூரும் கலீலுல்லாஹ்வும் சட்லெஜைக் கடந்ததை அறிந்து அவர்களைத் தடுத்து நிறுத்த பியாஸ் நதியின் கரையில் ஒரு பெரிய படையைத் தயாராக வைத்திருந்தான். அதற்குத் தலைமை சிபிஹ்ர் ஷிகோ. அதனால்

நான் பஹதூருக்குத் துணையாக ராஜா ஜெய்சிங்கையும் அனுப்பி வைத்தேன். உடனே தாரா லஹெளரிலிருந்து முல்த்தானை நோக்கி ஓடினான். மஹாராஜா ஜெய்சிங் தன் தவறுகளை உணர்ந்து என்னிடம் மன்னிப்பும் கேட்டிருந்தார். சாஃபீப் ஷிகான் கானை முல்த்தானுக்கு அனுப்பிய நான், மேலும் பிரச்சினையை நீட்டிக்க விரும்பாமல் ஷேக் மிர்ரையும் ஒன்பதாயிரம் துருப்புகளோடு அனுப்பி வைத்தேன். அந்த நேரம் பார்த்து ஒரு கெட்ட செய்தி வந்தது. நான் கொஞ்சம் நம்பிக்கை வைத்திருந்த என்னுடைய இன்னொரு அண்ணன் ஷா ஷுஜாவும் வங்காளத்திலிருந்து எனக்கு எதிராகக் கிளம்பி வருகிறான்.

இப்படியாக நான் 20 நவம்பர் அன்று தில்லி கோட்டையை வந்தடைந்தேன்...

21

தில்லி கோட்டையைப் பிடித்ததும் எனக்கு தாராவைப் பற்றிய கவலை விட்டது. அவனுக்கு வேண்டிய தளபதிகளே அவனைக் கைவிட்டு விட்டார்கள். ஆனால் இந்த ஷா ஷுஜாவின் எண்ணம்தான் புரியவில்லை. வங்காளத்தை விட்டு அத்தனை பெரிய படையுடன் அவன் எங்கே கிளம்பியிருக்கிறான்? தில்லிக்கா? பாட்னாவுக்கா? பாட்னாவுக்கு என்றால் பிரச்சினை இல்லை; தில்லிக்கு என்றால், அவனை ஒரு கை பார்க்க வேண்டும். இளவரசன் முஹம்மது சுல்தானை ஆக்ராவிலிருந்து கிளம்பி வங்காளம் நோக்கி அனுப்பி வைத்தேன். அதே சமயம், ஷுஜாவுக்கு ஒரு விரிவான கடிதமும் அனுப்பினேன். உன் மீது எனக்கு எந்தப் பகையும் இல்லை. நாம் இருவரும் சமாதானமாகவே இருப்போம். நீ வங்காளத்தைத் தாராளமாக ஆண்டு கொள்ளலாம்.

ஆனால் இந்த உலகத்தில் சமாதானத்துக்கு ஏதாவது மதிப்பு இருக்கிறதா என்ன? என் கடிதத்தைப் படித்த பிறகும் ஷா ஷுஜாவின் படைகள் தில்லியை நோக்கியே முன்னேறிக் கொண்டிருந்தன. 1659, ஜனவரி இரண்டாம் தேதி. கோர்ரா என்ற கிராமத்துக்கு வெளியே இளவரசன் முஹம்மது

சுல்தானின் அரசுப் படைகள் காத்திருந்தன. இளவரசன் முஅஸ்ஸம் கானும் அவனோடு வந்து சேர்ந்து விட்டான். இவர்களுக்கு முக்கால் கிலோமீட்டர் தூரத்தில் இருக்கிறான் ஷா ஷுஜா.

ஜனவரி நான்காம் தேதி. செவ்வாய்க் கிழமை. நான் அங்கே போய்ச் சேர்ந்ததும் துப்பாக்கி வீரர்களை முன்னணியில் அனுப்பாமல் தொண்ணூறாயிரம் குதிரை வீரர்களை அனுப்பினேன். இது ஒரு அதிரடி முடிவுதான். சண்டை முடிந்து என் கூடாரத்துக்குத் திரும்பியபோது இரவு விழுந்திருந்தது.

அன்றைய இரவு என் வாழ்வில் மறக்க முடியாத ஒரு சம்பவம் நடந்தது. நள்ளிரவு தாண்டிய நேரத்தில் என் சைன்னியத்தில் ஒரு மாபெரும் அசம்பாவிதம் நடந்தது. மன்னிப்புக் கேட்டதால் மன்னிப்பை வழங்கி ஏற்றுக் கொண்டேன் அல்லவா, அந்த ராஜா ஜஸ்வந்த் சிங், அவன் என்னிடம் அப்படி நடித்திருக்கிறான். அவனிடம்தான் சைன்னியத்தின் வலது பக்கத்தைக் கொடுத்திருந்தேன். உறங்கிக் கொண்டிருந்த முஹம்மது சுல்தானின் படை வீரர்களைக் கொடூரமாகத் தாக்கிக் கொன்று, கிடைத்த பொருட்களையெல்லாம் கொள்ளையடித்துக் கொண்டு தன் ராஜபுத்திர வீரர்களுடன் ஓடி விட்டான். (அப்போதைய பழக்கம் என்னவென்றால், உயிரோடு திரும்புவோம் என்பது நிச்சயம் இல்லை என்பதால் சொத்துக்களையும் எடுத்துக் கொண்டுதான் போர்க்களத்துக்குச் செல்வோம்.) என்னுடைய சைன்னியத்தில் பாதி அந்த இரவிலேயே அழிக்கப்பட்டு விட்டது. ஆனாலும் நான் கலங்கவில்லை. இங்கேதான் நீங்கள் ஔரங்ஸேபையும் மற்ற அரசர்களையும் ஒப்பிட்டுப் பார்க்க வேண்டும். நாற்பத்தொன்பது ஆண்டுகள் உலகின் மாபெரும் சாம்ராஜ்ஜியத்தை எந்தப் பிரச்சினையும் இல்லாமல் ஆட்சி புரிந்திருக்கிறேன் என்றால் அதற்கு ஒரே காரணம், மேற்கண்ட சம்பவத்திலிருந்து உங்களுக்குத் தெரிகிறதா, மதிப்புக்குரிய காத்திப் அவர்களே? வலிமையான தோள்களும் கூர்மையான வாட்களும் அல்ல, போர்களில் வெற்றியை ஈட்டித் தருவது. மனோதிடம். எதற்கும் கலங்காத சித்தம். அது ஒன்றுதான்

வெற்றிக்கான பாதை. ஒரே இரவில் ஒரு துரோகியின் செயலால் சைன்னியத்தில் பாதி அழிந்து விட்டது. மற்றவர்களாக இருந்தால் என்ன ஆகியிருப்பார்கள்? தாராவாக இருந்தால் துண்டைக் காணோம் துணியைக் காணோம் என்று ஓடியிருக்க மாட்டானா? நான் பொறுமையாக யாருடைய பேச்சையும் கேட்காமல், துளிக்கூட பதற்றம் அடையாமல் "எல்லோரும் போய் ஓய்வெடுங்கள், காலையில் பார்த்துக் கொள்ளலாம்" என்று சொன்னேன். ஏனென்றால், இறைவன் என் பக்கம் இருக்கிறான் என்று எனக்கு நிச்சயமாகத் தெரியும். நான் சொல்வது தவறா என்ன? அந்தப் போரில் தோல்வியடைந்தது யார்? இன்னொரு முக்கியமான விஷயம், நான் குறிப்பிட்ட மனோதிடம் எங்கிருந்து கிடைக்கும்? எப்படிக் கிடைக்கும்? இறைவனின் கருணையினால் மட்டுமே.

மறுநாள் போர் ஆரம்பித்த போது என்னைத் தவிர வேறு யாராக இருந்தாலும் கலங்கியிருப்பார்கள். என்னிடம் வெறும் இரண்டாயிரம் குதிரை வீரர்கள்தான் எஞ்சியிருந்தார்கள். ஆனாலும் என்னுடைய தைரியம் என் வீரர்களையும் தொற்றிக் கொண்டது. இரண்டு பக்கமிருந்தும் ராக்கெட்டுகளும் துப்பாக்கிக் குண்டுகளும் பறந்து கொண்டிருந்தன. அன்றைய தினம் ஷா ஷுஜா போர்க்களத்தை விட்டு ஓடி விட்டான். அவனைத் தேடி இளவரசன் முஹம்மது சுல்தானை அனுப்பியதோடு போர் முடிவுக்கு வந்தது.

—

ஏற்கனவே ஆக்ராபாதில் நடந்த முடிசூட்டும் விழா அவசரகதியில் நடந்ததால், இப்போது குத்பா படித்து, புதிய நாணயங்களை அச்சிட்டு, பேரரசரின் பட்டப் பெயர் சூட்டப்பட்டு முறையாக நடத்த வேண்டும் என்று முடிவு செய்யப்பட்டது. ஞாயிறு. ஜூன் ஐந்தாம் தேதி. 1659. என்னுடைய நாற்பத்தோராவது வயதில் முடிசூட்டு விழா நடந்தது. குத்பா வாசிப்பெல்லாம் சீரும் சிறப்புமாக நடந்தது. நாணயம் அச்சிடுவதில் மட்டும் ஒரு சிறிய மாற்றம் செய்தேன். அதுவரை நாணயத்தில் கலிமாவை அச்சிட்டார்கள். ஆனால் மனிதர்களின் கை, கால் எல்லாம்

நாணயத்தில் படுவதால் கலிமாவின் புனிதம் கெடும் என்பதால் நான் எழுதிய கவிதை ஒன்றை அதில் அச்சிடச் செய்தேன்.

அரசர் ஔரங்ஸேப், ஆலம்கீர்
இந்த உலகில்
இந்த நாணயத்தை
அச்சிட்டார்,
ஒரு முழு நிலவைப் போலே.

தாரா தொடர்ந்து ஓடிக் கொண்டே இருந்தான். தாராவின் உயிருக்குயிரான மனைவி நாதிரா பானுவும் தாராவுடனேயே இருந்தார். தாரா லஹெளர் போய்ச் சேர்ந்தான். அங்கே ஒரு ராணுவத்தைக் கட்டமைக்க வேண்டும் என்பது அவன் திட்டம். ஸ்வரூப் சிங் என்ற ராஜா நான்காயிரம் குதிரைகளும் பத்தாயிரம் காலாட்படை வீரர்களையும் கொடுத்தார். இன்னொரு மூன்று லட்சம் வீரர்களும் பதினைந்தாயிரம் குதிரைப் படையும் கொடுப்பதாக வாக்களித்தார். இப்படி ஒரு எண்ணிக்கையை எந்த மூடனாவது நம்புவானா? தாரா நம்புவான். அப்போது ஒரு நம்ப முடியாத சம்பவம் நடந்தது மதிப்புக்குரிய காத்திப் அவர்களே, உலகின் எந்த ஒரு சரித்திரத்திலும் காதல் கதையிலும் நடக்காத ஒரு சம்பவம் அது. அப்படி ஒரு காதலை நீங்கள் அடிக்கடி புகழும் ஷேக்ஸ்பியரில் கூடப் பார்த்திருக்க முடியாது. அதனால்தான் தங்களிடம் சொல்கிறேன், எங்கள் அரண்மனையில் இருந்த பெண்களின் கதைகளை எழுதுங்கள். உலக மகா காவியங்களைப் படைத்தவர் ஆவீர்கள். அந்த மாதர் குல மாணிக்கம் தன் கணவனின் மீது வைத்த காதலுக்காக என்ன செய்தாள் தெரியுமா? ஸ்வரூப் சிங் என்ற அந்த ராஜாவிடம் நாதிரா பானு பேகம் சொன்னாள், உங்களை நான் என்னுடைய மகனாகக் கருதுகிறேன். என் கணவருக்கு நீங்கள் கொடுத்த வாக்கைக் காப்பாற்ற வேண்டும். இப்போது நான் தாய்மைப் பேற்றில் இல்லை என்பதால் எனக்கு முலைப்பால் சுரக்கவில்லை. சுரந்திருந்தால் அதை எடுத்துத் தங்களுக்குக் கொடுத்திருப்பேன். அதனால் என் தாய்ப்பாலுக்குப் பதிலாக இந்த நீரைத் தங்களுக்கு அருந்தத் தருகிறேன். இது என் மார்பகங்களைக் கழுவி எடுத்த நீர்.

என் தாய்ப்பாலுக்குச் சமம். இதை அருந்தினால் என்னிடம் தாங்கள் தாய்ப்பால் அருந்தியதற்குச் சமம் என்றார் நாதிரா பானு பேகம் என்ற அந்த மகா உத்தமி. அந்த ராஜாவும் அந்தத் தாய்ப்பால் என்ற புனித நீரை அருந்தினான். நான் வாக்கு தவற மாட்டேன் என சத்தியம் செய்தான். தான் கொடுத்த படைகளுக்கும் இனி கொண்டு வரப் போகும் படைகளுக்கும் பணம் கேட்டான். தாரா அவனிடம் பத்து லட்சம் ரூபாய் கொடுத்தான்...

ஔரங்ஸேப் கெட்டவன், ஔரங்ஸேப் சகோதரர்களைக் கொன்றான், தந்தையைச் சிறையிலிட்டான், கோவில்களை இடித்தவன் என்றெல்லாம் தொடர்ந்து சொல்லிக் கொண்டே இருக்கும் ஏ மானிடர்களே... உங்களையெல்லாம் நோக்கி நான் ஒரு கேள்வி கேட்கிறேன். நீங்கள் கேள்விப்பட்ட எந்த இலக்கியத்திலும் எந்தக் கதையிலும் எந்த சரித்திரத்திலும் தாராவின் பத்தினி நாதிரா பானு பேகம் தன் கணவனுக்காகச் செய்த தியாகத்தைப் போல் ஒரு இடத்தைச் சொல்லுங்கள்.

(இதற்கு மேல் ஔரங்ஸேப் பல நிமிடங்கள் பேசவில்லை. கண்கள் கலங்கி சிறு குழந்தையைப் போல் விக்கி விக்கி அழ ஆரம்பித்து விடுகிறார். எழுத்தாளனும் ரிஸ்வானும் எதுவும் பேசாமல் அமர்ந்திருக்கிறார்கள். பிறகு தன் கைத்துண்டினால் கண்களைத் துடைத்துக் கொண்டு குவளையில் எழுத்தாளன் கொடுத்த நீரைப் பருகிவிட்டு ஷுக்ரியா ஷுக்ரியா என்கிறார். சிறிது நேரம் கழித்து மீண்டும் பேச ஆரம்பிக்கிறார்...)

மதிப்புக்குரிய காத்திப் அவர்களே, இந்த உலக மாந்தருக்கு பாபர் தேவையில்லை. ஹுமாயூன் தேவையில்லை. மொகலாய சரித்திரத்தின் உண்மையான நாயகர்கள் அவர்கள்தான். இந்த உலக மாந்தருக்குத் தேவைப்படுவதெல்லாம் ஔரங்ஸேப்தான். எங்கள் குலக் கொழுந்தான நாதிரா பானு பேகம் தன் கணவனுக்காக யாரென்று அறியாத ஓர் அந்நியனுக்குத் தன் முலைப்பாலுக்குப் பதிலாக மார்பகங்களை நீரால் கழுவி அந்த நீரை "உனக்குத் தாயாக அளிக்கிறேன், இந்தத் தாய்ப் பாலை அருந்தி விட்டு சத்தியம் செய்" என்றார் அல்லவா?

அதற்கும் மேல் தாரா கொடுத்த பத்து லட்சம் பணத்தையும் வாங்கிக் கொண்ட ராஜா ஸ்வரூப் சிங் நேராக என்னிடம் வந்து சேர்ந்து கொண்டான்.

இப்போது தெரிகிறதா கவிஞர்களும் கலா ரசிகர்களும் ஏன் இந்த உலகை ஆள லாயக்கு இல்லை என்று? இப்போது தெரிகிறதா ஆலம்கீர் ஏன் அவ்வளவு கடினமாக நடந்து கொண்டான் என்று?

சரி, தாராவுக்கு அடுத்து என்ன நடந்தது என்று பார்ப்போம். எதிர்பார்த்ததுதான் நடந்தது. தாரா முல்த்தானை விட்டும் ஓடி விட்டான். தாராவின் எண்ணம் என்னவென்றால், சிந்து நதியைக் கடந்து பாரசீகத்துக்குச் சென்று விட வேண்டும் என்பதுதான். நாதிராவுக்கு அது பிடிக்கவில்லை. பயம். பாரசீக அரசன் தன்னையும் தன் மகளையும் அவனுக்கு அடிமைகளாக்கிக் கொண்டு விட்டால் என்ன செய்வது என்ற பயம். அதனால் அந்த எண்ணத்தைக் கைவிட்ட தாராவுக்கு ஜாவன் கான் என்ற பட்டானியைக் காணலாம் என்று தோன்றியது. பேரரசரிடமிருந்து ஜாவன் கானின் உயிரை இரண்டு முறை காப்பாற்றியிருக்கிறான் தாரா. ஜாவன் கானின் தேசத் துரோக நடவடிக்கைகளுக்காக பேரரசர் அவனை யானைக் கால்களில் வைத்து இடறும் படி உத்தரவிட்டார். ஒரு முறை அல்ல. இரண்டு முறை. முதல் முறை நடந்த போது தாராதான் ஜாவன் கானின் உயிரைக் காப்பாற்றினான். அப்படி உயிர் பிழைத்துச் சென்ற ஜாவன் கான் என்ன செய்திருக்க வேண்டும்? மூடிக் கொண்டு கிடந்திருக்க வேண்டுமா இல்லையா? இரண்டாவது முறையும் அதே தேசத் துரோக நடவடிக்கைகளில் ஈடுபட்டான். இரண்டாவது முறையும் யானைக் கால்களில் இடறிக் கொல்லும்படி உத்தரவிட்டார் பேரரசர். அப்போதும் காப்பாற்றினான் தாரா. எதற்காக? தாராவின் உயிர் ஜாவன் கானால் போக வேண்டும் என்று விதிக்கப்பட்டிருந்தது.

அப்படி யானைக் காலில் போக இருந்த தன் உயிரை இரண்டு முறை காப்பாற்றிய தனக்கு ஜாவன் கான் உதவி செய்வான்

என்று எண்ணினான் தாரா. காந்தஹார் போய் ஜாவன் கானைச் சந்தித்து பேரரசரின் பொக்கிஷங்களை எடுத்துக் கொண்டு காபூல் சென்று விடுவதே தாராவின் திட்டம். காபூல் போய் விட்டால் மஹபத் கான் காப்பாற்றி விடுவார். மஹபத் கானுக்கு காபூலில் நல்ல செல்வாக்கு உண்டு. மஹபத் கானுக்கும் தாராவுக்கும் நெருங்கிய நட்புறவும் உண்டு. ஆனால் நாதிராவும் மகளும் மகன் சிபாஹ் ஷிகோவும் தாராவின் காலில் விழுந்து கண்ணீர் விட்டுக் கதறினார்கள். “அந்தப் பட்டானி ஜாவன் கான் ஒரு திருடன், அயோக்கியன், தீமையின் மொத்த உருவம், அவனை நம்புவதும் ஒரு ஓநாயை நம்புவதும் ஒன்று” என்றார்கள்.

ஏற்கனவே சொன்னேன், தாரா தன்னை ஒரு மேதை என்று நினைத்துக் கொண்டிருந்தான். அதனால் அவன் தன் குடும்பத்தின் பேச்சைக் கேட்கவில்லை. அந்தத் திருட்டுப் பயலிடம் சென்றான். அந்தத் திருடனும் தாராவையும் அவனுடைய சிப்பாய்களையும் நல்ல முறையில் கவனிக்குமாறு தன் சேவகர்களிடம் சொன்னான். ஆனால் ஜாவன் கானுக்கு தாராவின் சேனை இருநூறு முன்னூறைத் தாண்டவில்லை என்ற விஷயம் தெரிய வந்ததும் தன் வேடத்தைக் களைந்தான். தாராவின் குதிரைகளில் மூட்டை மூட்டையாக இருந்த தங்க நகைகளையும் அவற்றைப் பாதுகாத்துக் கொள்வதற்குப் போதுமான வீரர்கள் தாராவிடம் இல்லை என்பதையும் அறிந்த அந்தத் திருடன் தாராவை ஒரு யானையின் பின்னே பிணைத்துக் கட்டினான். இந்தச் சம்பவம் பற்றி எழுதும் என் ஃப்ரெஞ்ச் சிநேகிதன் பெர்னியே ஔரங்ஸேப்தான் அந்தப் பட்டானியைத் தூண்டி விட்டிருக்கலாம் என்று சந்தேகாஸ்பதமாக தன் பயணக் குறிப்புகளில் எழுதியிருக்கிறான். இல்லை. இது அந்தப் பட்டானித் திருடன் ஜாவன் கானின் மூளையில் உதித்த சொந்தத் திட்டம்.

இப்படியாக யானையோடு பிணைக்கப்பட்ட தாராவோடு லஹௌர் வழியாக தில்லி வந்து சேர்ந்தான் ஜாவன் கான்.

—

22

கைது செய்யப்பட்ட தாரா தில்லி வந்து சேர்ந்த செய்தி கிடைத்ததும் என் ஆலோசகர்கள் இரண்டு விதமான யோசனை சொன்னார்கள். ஒன்று, தாராவை யானையில் பிணைத்தபடியே தில்லியின் தெருக்களின் வழியாக அரண்மனைக்குக் கொண்டு வந்தால் அரச குடும்பத்துக்கு அவப்பெயர் ஏற்படும். அதோடு, தாராவின் பெயரால் மக்கள் கலகம் செய்ய நேரலாம். இரண்டாவது யோசனை, தாராவை அப்படித்தான் மக்கள் முன்னே யானையில் வைத்துக் கட்டி அரண்மனைக்குக் கொண்டு வர வேண்டும். அப்போதுதான் அவர்களுக்கு அரசு மீது பயம் ஏற்படும். இன்னொரு விஷயம், தாரா பிடிபடவே இல்லை என்று உமாராக்கள் பலர் இன்னும் நம்பிக் கொண்டிருந்தார்கள். அவர்களின் நம்பிக்கையில் ஒரு அடி விழும். ஆக, அந்த இரண்டாவது யோசனையின்படியே செய்தேன். தாராவையும் அவன் மகன் சிப்பிஹிர் ஷிகோவையும் யானையில் கட்டி அரண்மனைக்கு இழுத்துக் கொண்டு வரச் சொன்னேன்.

அந்த யானை ஒன்றும் வழக்கமாக தாரா பவனி வரும் அலங்கரிக்கப்பட்ட யானை அல்ல. அது பிச்சைக்காரர்கள் வேடிக்கை காட்டுவதற்காகக் கொண்டு வரும் பரிதாபமான

யானை. இது பற்றி எழுதும் பெர்னியே மக்களிடையே பிரபலமாக இருந்த ஒரு இளவரசனை இப்படித் தெருத் தெருவாக இழுத்துக் கொண்டு வந்தது ஔரங்ஸேபின் மேல் மக்களுக்கு வெறுப்பை ஏற்படுத்தியதாக அபிப்பிராயப்படுகிறான். ஆனாலும் பரவாயில்லை என்றே நினைத்தேன். எதிர்பார்த்தபடியே தாராவின் அந்த யானை ஊர்வலத்தை மக்கள் ரசிக்கவில்லை. பெர்னியே எழுதுகிறான்: இந்தியர்கள் இளகிய மனம் கொண்டவர்கள். அவர்களின் மனதைக் கவர்ந்த இளவரசன் தாராவை அந்தக் கோலத்தில் பார்த்து அவர்கள் கண்ணீர் விட்டுக் கலங்கினார்கள். அழுதார்கள். சிலர் பட்டானி ஜாவன் கானின் மீது கல்லெறிந்தார்கள். ஆனால் யாரும் கலகத்தில் ஈடுபடவில்லை.

என் மந்திரிகளோடு கூடி தாராவையும் சிப்பிஹிர் ஷிகோவையும் என்ன செய்யலாம் என்று ஆலோசனை செய்தேன். தாராவை குவாலியர் சிறைக்கு அனுப்பலாமா, அல்லது காலதாமதம் செய்யாமல் இங்கேயே இப்போதே மரண தண்டனை விதித்து விடலாமா என்று ஆராயப்பட்டது.

நாஸிரை அழைத்தேன். பேரரசரின் பணியாளனாக இருந்தவன். தாராவின் அறைக்குச் சென்று அவன் கழுத்தை அறுத்து என் முன்னே கொண்டு வந்தான். அது யாருடைய தலை என்றே தெரியவில்லை. ஒரே ரத்தச் சகதியாக இருந்தது. நீர் விட்டுக் கழுவி சுத்தம் செய்து எடுத்துக் கொண்டு வா என்று உத்தரவிட்டேன். கழுவிய பின் பார்த்தபோது தெளிவாயிற்று. தாராதான். ”அடப் பாவி, இப்படியா உனக்கு ஒரு சாவு வரும்?” என்று இரண்டு சொட்டுக் கண்ணீர் விட்ட நான், ”இதை ஆக்ராவுக்கு மிகவும் பத்திரமாக எடுத்துச் சென்று பேரரசர் இரவு உணவுக்கு அமரும் வேளையில் காண்பியுங்கள்” என்று உத்தரவிட்டேன். கூடவே பேரரசருக்கு ஒரு கடிதமும் எழுதிக் கொடுத்து அனுப்பினேன்.

தாராவின் மகளை நான் ஆக்ராவுக்கு அழைத்துக் கொண்டு போகிறேன் என்று சொல்லி விட்டார் ஜஹானாரா பேகம்.

என் வாழ்வில் நடந்த மறக்க முடியாத அந்தத் துயர சம்பவத்தைப் பற்றி இன்று அறிகின்றவர்களால் என்னைப் புரிந்து கொள்ள முடியும் என்று தோன்றவில்லை. சாத் அல்லாஹ் கான் அல்லாமி பேரரசரின் மிக நெருங்கிய நண்பர். ஹிந்துவாக இருந்து முஸ்லிமாக மாறியவர். ஆசிய கண்டத்திலேயே அவரைப் போன்ற மதி நுட்பம் வாய்ந்த அரசியல்வாதி யாரும் இல்லை என்று பெர்னியே எழுதுகிறான். பேரரசரின் பிரதம வஸீர். சாம்ராஜ்யத்திலேயே பேரரசருக்கு அடுத்த இடத்தில் இருந்தவர். பேரரசர் மூளை என்றால் சாத் அல்லாஹ் கான் அல்லாமி அவரது கரம். அப்படிப்பட்ட சாத் அல்லாஹ் கான், பேரரசருக்கு அடுத்தபடியாக மயிலாசனத்தில் அமர்வதற்கு ஔரங்ஸேபைப் பரிந்துரை செய்கிறார் என்ற ஒரே காரணத்துக்காக அவருக்கு விஷம் வைத்துக் கொன்றவன் தாரா என்பதை யாரும் மறந்து விடாதீர்கள். பேரரசர் அரண்மனையின் பழக்கவழக்கத்தையே மீறி சாத் அல்லாஹ் கானின் உடலைப் பார்த்து குலுங்கிக் குலுங்கி அழுதார். அது நடந்தது 1656இல். நான் பதவிக்கு வருவதற்கு இரண்டு ஆண்டுகளுக்கு முன்பு. அந்த ஒரு காரணத்தினால்தான் பேரரசர் 'எங்கே தாரா தனக்கும் விஷம் வைத்து விடுவானோ?' என்று பயந்தார். தாராவுக்கு மரண தண்டனை விதிக்கப்பட்டது 1659. மூன்று ஆண்டுகளுக்கு முன் அவன் விதைத்ததை அன்றைய தினம் அவன் அறுவடை செய்தான். எவர் ஓர் அணுவளவு நன்மை செய்திருந்தாலும் அதற்குரிய பலனை அவர் கண்டு கொள்வார். அல்லாமல் எவன் ஓர் அணுவளவு தீமை செய்திருந்தாலும், அதற்குரிய பலனையும் அவன் கண்டு கொள்வான்[76] என புனித நூலின் ஆயத்து[77] சொல்கிறது அல்லவா?

குறுக்கிடுவதற்கு மன்னிக்க வேண்டும் ஷாஹின்ஷா... தாராவிடம் தங்களுக்குப் பிடித்த விஷயம் என ஏதேனும் ஒன்றாவது உண்டா?

---

76 அல் குர்ஆன் : 99: 7-8

77 ஆயத்து – இறை வசனம்

ஏன் இல்லை? தாராளமாகச் சொல்லலாம். தாராவின் காதல். அவன் நாதிராவை உயிருக்குயிராகக் காதலித்தான். அவள் மீதுள்ள பிரியத்தினால் அவன் எங்களுடைய வழக்கப்படி இரண்டாம், மூன்றாம் திருமணங்கள் எதுவும் செய்து கொள்ளவில்லை. நாதிராவே அவனுடைய ஒரே காதலியாகவும் ஒரே தோழியாகவும் இருந்தாள். அப்படி இருந்தவன் கடைசியில் அவளுடைய விருப்பத்தை மீறி லஹெளரில்தான் அவளை அடக்கம் செய்தான். அவள் இங்கே தில்லியிலேயே அடக்கம் செய்யப்பட வேண்டும் என்று விரும்பினாள். அவளுடைய கடைசி விருப்பத்தைக் கூட அவன் பூர்த்தி செய்யவில்லை. அதில் அவன் மீது எனக்குக் கொஞ்சம் வருத்தம்தான். நாதிரா தாராவைப் போல் அல்ல; மிகவும் புத்திசாலி. இப்படி எல்லாம் நடக்கப் போகிறது என்பதை முன்கூட்டியே உணர்ந்து கொண்ட நாதிரா லஹெளரிலேயே விஷம் குடித்துத் தன்னை மாய்த்துக் கொண்டாள்.

இருந்தாலும் தாராவின் காதலை விட என் காதல்தான் மகத்தானது என்று நினைக்கிறேன். வேறொரு அமர்வில் நான் தங்களுக்கு அது பற்றிச் சொல்கிறேன்.

தாராவின் மரணத்துக்குப் பிறகு சிப்பிஹிர் ஷிகோ குவாலியர் சிறையில் அடைக்கப்பட்டான். பிறகு ஜாவன் கானை அரண்மனைக்கு அழைத்து அவனுக்கு சில பரிசுப் பொருட்களைக் கொடுத்தேன். ஆனால் அந்த அயோக்கியனுக்குக் கிடைக்க வேண்டிய தண்டனையையும் இறைவன் வழங்கத்தான் செய்தான். ஜாவன் கான் அவனுடைய ஊருக்குத் திரும்பும் வழியில் சில கொள்ளைக்காரர்களால் தாக்கப்பட்டு இறந்தான்.

மதிப்புக்குரிய காத்திப் அவர்களே, தம்பி ரிஸ்வான்... இப்போதைய என் கொந்தளிப்பான மனநிலையில் மேலும் பேசக் கூடிய நிலையில் நான் இல்லை. ஆனாலும் இந்த அமர்வை இதோடு முடித்துக் கொள்ளவும் மனம் ஒப்பவில்லை. அதனால் நான் சற்று நேரம் தனிமையில் இருந்தால் நலம் என நினைக்கிறேன். நாம் ஒரு மணி நேரம் கழித்து மீண்டும் சந்திக்கலாமா?

அதற்கு மேல் சொல்ல என்ன இருக்கிறது? எழுத்தாளனும் ரிஸ்வானும் அவ்விடத்திலிருந்து நகர்ந்து வெளியே வந்தார்கள். நாதிரா பானு பேகம் பற்றி ஔரங்ஸேப் சொன்னது இருவரின் மனதையும் கலங்கச் செய்திருந்தது. அப்போது ரிஸ்வான் எழுத்தாளனிடம் சொன்னான்.

"தாராவின் துண்டிக்கப்பட்ட தலையைப் பார்த்து அழுதேன் என்று ஔரங்ஸேப் சொன்னதைக் கேட்ட போது எனக்கு அகிரா குரஸவாவின் ரஷோமான் படம்தான் ஞாபகம் வந்தது. அந்தப் படத்தில் நடக்கும் ஒரு கொலையைப் பற்றி நான்கு பேர் நான்கு விதமான கதைகளைச் சொல்கிறார்கள் இல்லையா? அதேபோல் ஔரங்ஸேப் கதையிலும் மூன்று பேர் மூன்று விதமாகச் சொல்லுகிறார்கள். எனக்கு எதை நம்புவது என்று தெரியவில்லை. பெர்னியே ஔரங்ஸேப் பற்றி ஏதோ ராம ராஜ்யம் ரேஞ்ஜில் வைத்துப் பேசுகிறார். நிக்கலாவோ மனூச்சியோ ஔரங்ஸேப்பை *I Saw the Devil* படத்தில் வரும் வில்லனைப் போல் பேசுகிறார். ஔரங்ஸேபோ தன்னை ஃபக்கீர் ஃபக்கீர் என்கிறார். இந்த மூன்றில் எது உண்மை என்று புரியவில்லை. உதாரணமாகப் பாருங்கள், 'தாராவின் தலையைக் கொண்டு வரச் சொல்லி அது தாராதானா என்று பார்த்த ஔரங்ஸேப் தன் வாளை எடுத்து மூன்று முறை அந்தத் தலையை வெட்டினார்' என்று எழுதுகிறார் மனூச்சி. ஔரங்ஸேபோ தாராவின் துண்டிக்கப்பட்ட தலையைப் பார்த்து விட்டு அழுதேன் என்கிறார். எது உண்மை? எதை நம்புவது?"

"எதையும் நம்ப வேண்டாம் ரிஸ்வான். ஔரங்ஸேப் பேசுவதைக் கேட்டுக் கொண்டிருப்போம்... இப்போதைக்கு அது போதும்..."

—

எழுத்தாளனும் ரிஸ்வானும் உள்ளே சென்ற போது ஔரங்ஸேப் கண்களை மூடி அமர்ந்திருந்தார். இருவரும் நுழைந்ததும் கண்களைத் திறந்து பார்த்து விட்டு புன்சிரிப்புடன் முகமன் கூறினார்.

மதிப்புக்குரிய காத்திப் அவர்களே! தாராவின் தோல்விக்குக் காரணம் என்ன தெரியுமா? அவன் முகஸ்துதிகளைக் கேட்டே வளர்ந்திருந்தான். அதனால் அவனுக்கு எதைப் பற்றியுமே ஒரு தீர்க்கமான முடிவுக்கு வர முடியவில்லை. நம் எல்லோருக்கும் இறைவன் கொடுத்திருக்கும் நுண்ணுணர்வை நாம் கேட்கும் முகஸ்துதிகள் மழுங்கடித்து விடுகின்றன. முகஸ்துதிகளின் காரணமாக, இயல்பான நுண்ணுணர்வை இழந்து நம் எதிரியைப் பற்றி சரியான முறையில் அனுமானிக்கத் தெரியாமல் போகிறோம். எதிரியை மதிப்பிடுவது ஒரு அரசனுக்குத் தேவையான மிக முக்கியமான பண்பு. அதை முற்றிலும் இழந்து விட்ட தாரா, என்னுடைய திறமையைக் குறைத்து மதிப்பிட்டு விட்டான். தன்னிடம் மிகச் சிறந்த படை இருக்கிறது; மிக வலுவான, தைரியம் மிக்க வீரர்கள் இருக்கிறார்கள்; ஔரங்ஸேபின் வீரர்கள் அனைவரும் களைத்து விட்டார்கள். ஔரங்ஸேபோடு ஒப்பு நோக்க நம்முடைய படை மிகவும் பெரியது. இப்படியெல்லாம் மதிப்பிட்டதுதான் அவன் தோல்விக்குக் காரணம். இன்னொரு காரணம், அவனைச் சுற்றியிருந்தவர்களை நான் விலைக்கு வாங்கி விட்டேன். அப்படி விலை போன ஒரு துரோகியை நான் வெற்றி பெற்றதும் கொன்றும் விட்டேன். நாளை அவன் எனக்கும் இதே போன்றதொரு துரோகத்தைச் செய்து என்னை எதிரியிடம் காட்டிக் கொடுத்து விட்டான் என்றால் என் கதி என்ன ஆவது? போர்க்களத்தில் தாராவிடம் இருந்து கொண்டு எனக்காக வேலை செய்த துரோகிகளில் முக்கியமானவன் கலீலுல்லாஹ் கான். போர்க்களத்தில் தாரா கலீலுல்லாஹ் கான் பேச்சைத்தான் கேட்டான். சபாஷ். தாரா எப்பேர்ப்பட்ட அரசன் பாருங்கள்!

1658 மே 29. ஆக்ராவின் கிழக்கே 16 கிலோ மீட்டர் தூரத்தில் இருக்கும் ஸாமூகட். தாரா யூகித்திருந்தபடி என் வீரர்கள் களைத்துத்தான் போயிருந்தார்கள். சில தினங்களுக்கு முன்பே தாரா என்னோடு பொருதியிருந்தால் இந்திய சரித்திரம் வேறு மாதிரி எழுதப்பட்டிருக்கும். படை பலம் இல்லாத நான் வெறும் புஜ பலத்தை மட்டும் வைத்து யுத்தத்தில் ஆட முடியாது.

மூளையைப் பயன்படுத்தினேன். உங்கள் கிருஷ்ணனுக்கு நன்றி. கிருஷ்ணனைப் போல் யோசி; ராமனைப் போல் நடந்து கொள் என்று அர்ஷ் ஆஷ்யானி அக்பர் பாதுஷா அடிக்கடி சொல்லுவார். நடந்து கொண்டது என்னவோ மக்கள் நலனை உத்தேசம் கொண்டுதான். ஆனால் போர்க்களத்தில் என் வழிகாட்டி அந்தத் தேரோட்டிதான். கலீலுல்லாஹ் கான் தாராவிடம் ஜோதிடத்தை எடுத்து விட்டான். ஏற்கனவே தங்களிடம் சொல்லியிருக்கிறேன், மொகலாய அரசர்கள் அத்தனை பேரும் ஜோதிடப் பைத்தியங்கள் என்று. இன்று நாள் நன்றாக இல்லை, சகுனம் சரியில்லை என்று என்னென்னவோ சொல்லி தாராவைத் தடுத்து விட்டான் கலீலுல்லாஹ் கான்.

பேரரசரிடமிருந்து "நீ ஆக்ரா திரும்பி விடு" என்று தாராவுக்கு ஓலை வந்தது. அவன் திரும்பவில்லை. திரும்பினால் வீரர்களிடம் மானக்கேடு. பயந்து போய் திரும்பி ஓடுகிறான் கோழை தாரா என்பார்கள். பாதி வீரர்கள் என்னிடம் வந்து சேர்ந்து விடுவார்கள். வாழ்விலே முதல்முறையாக தந்தையின் உத்தரவுக்கு மாறாக போருக்குத் தயாரானான் தாரா. நான் என் வாழ்நாள் முழுவதும் போர்க்களத்திலும் ரத்தச் சகதியிலும் வாழ்ந்தவன். தாராவோ அரண்மனைத் துதிபாடிகள் மத்தியிலும் நடன மங்கையரின் மையலிலும் வாழ்ந்தவன். அவன் கவிதை எழுதத் தகுந்தவனே தவிர போரிடுவதற்கு அல்ல. அதனால்தான் அவனருகில் இருந்து கொண்டே அவனுக்குத் துரோகம் செய்யத் துணிந்தவர்களின் பேச்சைக் கேட்டு நடந்து கொண்டான். சகுனம் சரியில்லை சகுனம் சரியில்லை என்று சொல்லியே துரோகிகள் நாட்களைக் கடத்தினர். தொடர்ந்து ஓய்விலேயே இருந்ததால் என் வீரர்களுக்கும் தெம்பு வர ஆரம்பித்தது. கலீலுல்லாஹ் கான் தொடர்ந்து தாராவுக்கு மோசமான யோசனைகளையே கொடுத்துக் கொண்டிருந்தான். அதைத்தான் தாராவும் கேட்டான்.

மே 29 அன்று போர் தொடங்கியது. என் வாழ்வையும் ஹிந்துஸ்தானின் வாழ்வையும் நிர்ணயித்த போர். போர்க்களத்தில் நான் தோற்கும் நிலையில் இருந்த போது

யானையிலிருந்து இறங்கி குதிரையில் ஏறுமாறு தாராவுக்கு யோசனை சொன்னவனும் கலீலுல்லாஹ் கான்தான். "போர் முடிந்து விட்டது பேரரசே! நேராகப் போய் ஔரங்ஸேபைக் கைது செய்ய வேண்டியதுதான். அல்லாஹ்வின் திருநாமத்தால் சொல்கிறேன், தாங்கள் யானையிலிருந்து இறங்கி குதிரையில் அமருங்கள். தங்களோடு சென்று அந்தத் துரோகியைக் கைது செய்யத்தான் நான் என் குதிரைப் படையோடு தங்களிடம் வந்தேன்."

அந்த வார்த்தையோடு போர் முடிந்து விட்டது என்றுதான் சொல்ல வேண்டும். தாரா யானையை விட்டு இறங்கினான். அந்தப் போர் பற்றி சஞ்சயன் தன் திவ்ய திருஷ்டியில் மகாபாரதப் போரை திருதராஷ்ட்ரனிடம் சொல்வது போல இந்தக் காலத்துக் கிரிக்கெட் வர்ணனையாளர்களைப் போல நிக்கலாவோ மனூச்சி துல்லியமாக எழுதியிருக்கிறான். தாரா யானையிலிருந்து இறங்கியதை அவனால் நம்ப முடியவில்லையாம். தாரா யானையை விட்டு இறங்கிய அடுத்த கணம், கலீலுல்லாஹ் கானின் வீரர்கள் பேரரசர் தாரா இறந்து விட்டார் என்ற செய்தியைப் பரப்பினார்கள். கண்ணிமைக்கும் நேரத்தில் தாராவின் படை சிதறி ஓடியது. அந்த க்ஷணமே தாரா தான் ஏமாற்றப்பட்டதைப் புரிந்து கொண்டான்.

23

எல்லாம் மூன்று மணி நேரத்தில் முடிந்து விட்டது. காலையில் ஒன்பது மணிக்கு ஆரம்பித்த அந்த குரூர நாடகம் மதியத்துக்குள் முடிவை எட்டியது. தாராவின் படைகள் சர்வ நாசம் கண்டன. முக்கியமாக, குதிரைகள். காரணம், நான் தங்களிடம் பல முறை சொல்லியிருக்கிறேன். ஊட்டி வளர்த்த குதிரை காரியத்துக்கு ஆகாது. செங்கிஸ் கானின் மிகச் சிறிய சைன்னியம் சீனர்களின் பிரம்மாண்டமான சைன்னியத்தைத் தோற்கடித்த அதே கதை அன்றைய தினம் ஸாமூகட்டில் நடந்தது. வேளாவேளைக்கு உணவு, குறிப்பிட்ட நேரத்தில் பயிற்சி, பிரச்சினையில்லாத உறக்கம் என்று இருக்கும் சொகுசுக் குதிரைகளால் அன்று ஸாமூகட்டில் நிலவிய சூட்டையும் வெக்கையையும் தாங்க முடியவில்லை. சண்டையில் இறந்ததை விட தாகத்திலேயே தாராவின் வீரர்களும் குதிரைகளும் இறந்தனர்.

அதற்கு மேல் அங்கே நின்று என்ன பயன்? ஆக்ராவை நோக்கி ஓடினான் தாரா. அங்கிருந்து தன் மனைவியையும், மகள் ஜானி பேகத்தையும், மகன் சிபிஹ்ர் ஷிகோவையும் அழைத்துக் கொண்டு தில்லி சென்றான். தில்லியின் சுபேதார் தாராவின் பேச்சைக் கேட்கவில்லை. பேரரசரின் உத்தரவையும் மதிக்கவில்லை. பிறகு லஹெளரை நோக்கிச் சென்றான். பிறகு அங்கிருந்து முல்த்தான் போய்ச் சேர்ந்தான். அது நவம்பர் முதல் வாரம்.

இங்கே தாங்கள் ஒரு விஷயத்தை கவனிக்க வேண்டும். கலீலுல்லாஹ் கான் யார்? மொகலாய ராணுவத்தின் ஒரு முக்கியமான தளபதி. அவன் ஏன் தாராவுக்கு துரோகம் இழைத்தான்? தொடர்ந்து பல ஆண்டுகளாகவும், நான் உயிரோடு இருந்த போதும் தாராவை ஹீரோவாகவும் ஔரங்ஸேபை வில்லனாகவும் சித்தரிக்கும் பலர் உண்டு. நானும் தொடர்ந்து சொல்லிக் கொண்டே வருகிறேன், தாராவுக்கு நாட்டை ஆளும் தகுதி இல்லை என்று. கலீலுல்லாஹ் கான் விஷயத்துக்கே வருவோம். அவன் ஏன் தாராவுக்கு துரோகம் இழைத்தான் என்றால், ஒருமுறை தாரா கலீலுல்லாஹ் கானை அவனது படை வீரர்கள் முன்னிலையில் தன் காலணியால் அடித்து விட்டான். எந்த ராணுவத் தலைவன் இந்த அவமானத்தைப் பொறுத்துக் கொள்வான்? எனக்கு என் படையினரிடம் இருந்த பெயர் எப்பேர்ப்பட்டது தெரியுமா? ஒவ்வொருவருமே என்னை பாபாஜி என்று அழைத்தார்கள். அப்படி அவர்கள் என்னை ‘தந்தையே!’ என அழைக்கும் வகையில் நடந்து கொண்டேன். பகவத் கீதையையும் வேதங்களையும் ஃபார்ஸி மொழியில் மொழிபெயர்த்தானாம். அற்பப் பதரே தாரா, நூல்களைப் படிப்பது ஞானத்தை நோக்கிய தேடலாக இருக்க வேண்டும். தாராவுக்கு அது எல்லாம் ஆணவத்துக்குத் தீனி போடுவதாக இருந்திருக்கிறது. அடுத்த மனிதனின் மீது மரியாதை இல்லாத நீ எத்தனை புத்தகம் படித்து என்ன? நானாவது உலோக ஆயுதங்களில் பயிற்சி பெற்றேன். நீயோ புத்தகங்களையே உன் ஆயுதக் கிடங்காக மாற்றிக் கொண்டு விட்டாயே!

சற்று நேரம் மௌனம். யாரும் பேசவில்லை. சூழலின் இறுக்கத்தை மாற்றுவதற்காக எழுத்தாளன் ஆரம்பித்தான்.

ஷாஹின்ஷா... தாங்கள் நாதிரா பேகம் பற்றிப் பேசிக் கொண்டிருந்தபோதுதான் மொகலாய சரித்திரம் ஏன் இத்தனை ரத்தக் களரியாக இருக்கிறது என்ற என் நீண்ட நாள் குழப்பத்துக்கு பொறி தட்டினாற்போல் விடை கிடைத்தது. மொகலாயரின் சரித்திரம் ஆண்களால் மட்டுமே உருவாக்கப்பட்டிருக்கிறது. அதில் பெண்களே இல்லை. தன் தந்தையைப் பற்றி உருகி உருகி

எழுதும் பாபர் தன் தாய் பற்றி ஒரு வார்த்தை எழுதவில்லை. அவர் மட்டும் அல்ல. தாங்களும்தான். தந்தை பற்றிய எதிர்மறையான பல எண்ணங்களும், கருத்துகளும், அளப்பரிய மரியாதையும் தங்களின் கடிதங்களில் வந்து கொண்டே இருக்கிறது... ஆனாலும் தாய் பற்றி ஒரு வார்த்தை இல்லை. அதிலும் அவரது மரணத்துக்குப் பிறகு அவர் அகிலமெலாம் புகழ் பெற்றவராகி, அவரது உடல் உறையும் இடம் காதலின் சின்னமாகவே மாறியது. அந்தக் காதல் எத்தனை போலியானது என்பதைத் தாங்கள் சொன்னீர்கள். ஆனால் தங்களின் தாய் என்ற முறையில் மும்தாஜ் பேகம் பற்றித் தங்களிடமிருந்து ஒரு வார்த்தை வரவில்லைதானே? நான் அறிந்தவரை, மொகலாய அரசர்களின் வாழ்க்கையே முழுக்க முழுக்க ஆண்களின் உலகால் கட்டமைக்கப்பட்டிருக்கிறது. அவர்களின் உலகில் பெண்களே இல்லை. குழந்தையின் பால் மணம் மாறியவுடனேயே அவன் கையில் வாளும் ஈட்டியும் கொடுக்கப்பட்டு விடுகிறது. பாபர் மயிலாசனத்தில் அமர்ந்த போது அவர் வயது பன்னிரண்டு. “899ஆம் ஆண்டு ரமலான் மாதத்தில் 1494 ஜூன் ஒன்பதாம் தேதி என்னுடைய பன்னிரண்டாம் வயதில் நான் ஃபர்கானா தேசத்தின் அரசனாகப் பதவியேற்றேன்” என்றுதானே பாபர் தன் சுயசரித்திரத்தை ஆரம்பிக்கிறார்? தந்தை உமர் ஷேக் மிர்ஸா உப்பரிகையிலிருந்து தவறி விழுந்து இறந்ததால் பாபர் பதவியேற்க நேர்கிறது. பதவி ஏற்ற கையோடு தன் உறவினர்களிடமிருந்து மயிலாசனத்தைக் காப்பாற்ற வேண்டிய பொறுப்பு அவர் தலையில் விழுகிறது. எங்கே இருக்கிறார்கள் பெண்கள்?

உண்மைதான் மதிப்புக்குரிய காத்திப் அவர்களே! 1526, ஏப்ரல் இருபதாம் தேதி மாட்சிமை தாங்கிய கீ(த்)தி ஸித்தானி ஃபிர்தவ்ஸெ ம(க்)கானி பாபர் பாதுஷாவினால் தில்லியில் ஸ்தாபிக்கப்பட்டு 1858-ஆம் ஆண்டு மார்ச் ஒன்பதாம் தேதி ஃபிரங்கி நீதிமன்றம் என்னுடைய பதினைந்தாவது தலைமுறை வாரிசான பஹதூர் ஷா ஸஃபரை தேசத் துரோகக் குற்றம் நிருபிக்கப்பட்டதாகச் சொல்லி ரங்கூனுக்கு நாடு கடத்தியது வரை முந்நூற்று முப்பத்திரண்டு ஆண்டுகள் நீடித்த மொகலாய

சாம்ராஜ்ஜியத்தின் தலைமையகமான செங்கோட்டையில் அரச வம்சத்து ஆண் குழந்தைகளுக்குத் தாயின் அரவணைப்பே கிடைத்ததில்லை. என்னையே எடுத்துக் கொள்ளுங்களேன், அன்னையின் அண்மையே இல்லாத வாழ்க்கை என்னுடையது. என்னுடைய பதின்மூன்றாவது வயதிலேயே என் அன்னை இறந்து விட்டார். அவர் உயிரோடு இருந்திருந்தாலும் எங்ஙனம் பேசி உறவாடி இருக்க முடியும்? அவருடைய வாழ்க்கை முழுவதும் படுக்கையறையிலும் பிரசவ அறையிலும் கழிந்தது. எனக்கோ போர்க்களத்துக்கான பயிற்சிதான் வாழ்க்கையாக இருந்தது. அதனால்தான் அதாவது, தாய் என்ற உறவின் இல்லாமைதான் ஸினானாவாகப் பேருருவம் எடுத்தது என நினைக்கிறேன். அதை நான் ஆன்மீகத்திலும் தேச நலனிலும் திசை திருப்பி விட்டேன். ஆனால் என் முன்னோர்களும் எனக்குப் பின் வந்தவர்களும் ஆயிரக்கணக்கான பெண்களோடு காமக் களியாட்டத்தில் ஈடுபட்டார்கள். அதற்கான காரணத்தைத் தாங்கள் இப்படித்தான் அர்த்தப்படுத்திக் கொள்ள வேண்டும். அன்னையின் இல்லாமைதான் அரசர்களை போதைக்கும் கவிதைக்கும் கட்டற்ற காமக் களியாட்டத்துக்கும் அடிமையாக்கியது. போதையும் கவிதையும் ஃபிர்தவ்ஸெ ம(க்)கானியின் தந்தை உமர் ஷேக் மிர்ஸாவிலிருந்து தொடங்குகின்றன. கடைசியில் பஹதூர் ஷா ஸஃபர் ரங்கூனில் ஒரு துண்டு ரொட்டி கிடைக்காமல் பட்டினி கிடந்த போது கூட கவிதையை விடவில்லை. அவர் எழுதிய கடைசி கவிதை தங்களுக்கு ஞாபகம் இருக்கிறதா மதிப்புக்குரிய காத்திப் அவர்களே?

> *பரீ ஹே தில் மே ஜோ ஹஸ்ரத் கஹூ(ங்) த்தோ கிஸ் ஸே கஹூ(ங்)*
> *ஸுனே ஹை கோன் முஸீபத் கஹூ(ங்) த்தோ கிஸ் ஸே கஹூ(ங்)*
> *ஜோ தூ ஹோ ஸாஃப் த்தோ குச் மே(ங்) பீ ஸாஃப் துஜ் ஸே கஹூ(ங்)*
> *தேரே ஹே தில் மே(ங்) கதூரத் கஹூ(ங்) த்தோ கிஸ் ஸே கஹூ(ங்)*

ந கோஹ்கன் ஹை ந மஜ்னூ(ங்) கி தே மேரே ஹம்தர்த்
மே(ங்) அப்னா தர்த்-ஏ-மொஹப்பத் கஹூ(ங்) த்தோ கிஸ் ஸே கஹூ(ங்)
ரஹா ஹை தூ ஹீ காம்-க்வார் ஏ தில்-ஏ-கம்-கீ(ங்)
திரே ஸிவா கம்-ஏ-ஃபுர்கத் கஹூ(ங்) த்தோ கிஸ் ஸே கஹூ(ங்)
கஹூ(ங்) மே(ங்) ஜிஸ் ஸே உஸே ஹோவே சுந்த்தே ஹி வஹ்ஷத்
ஃபிர் அப்னா கிஸ்ஸா-ஏ-வஹ்ஷத் கஹூ(ங்) த்தோ கிஸ் ஸே கஹூ(ங்)
தில் உஸ்கோ ஆப் தியா ஆப் பீ பஷேமா(ங்) ஹூ(ங்)
கி ஸச் ஹை அப்னி நதாமத் கஹூ(ங்) த்தோ கிஸ் ஸே கஹூ(ங்)
ஜோ தோஸ்த் ஹோ த்தோ கஹூ(ங்) துஜ் ஸே தோஸ்த்தி கி பாத்
துஜே த்தோ முஜ்ஸே அதாவத் கஹூ(ங்) த்தோ கிஸ் ஸே கஹூ(ங்)
ந முஜ்கோ கெஹ்னே கி தாக்கத் கஹூ(ங்) த்தோ க்யா அஹ்வால்
ந உஸ்கோ சுந் நே கி ஃபுர்ஸத் கஹூ(ங்) த்தோ கிஸ் ஸே கஹூ(ங்)
கிஸீ கோ தேக்தா இத்னா நஹீ(ங்) ஹக்கீகத் மே(ங்)
ஸஃபர் மே(ங்) அப்னி ஹகீகத் கஹூ(ங்) த்தோ கிஸ் ஸே கஹூ(ங்)

ஆலம்கீர் தன்னுடைய குரலில் அந்த கஸல் பாடலை வாசித்துக் காண்பிக்கிறார். எழுத்தாளன் எதிர்பார்த்ததற்கு மாறாக முரட்டுத்தனமான ஆண் குரல் அல்ல. அவர் இதுவரை உரையாடிக் கொண்டிருக்கும்போது கவனிக்காதது இப்போது துல்லியமாகத் தெரிகிறது. ஷா ஜஹானின் குரலைப் பற்றி எத்தனையோ பேர் புகழ்ந்து எழுதியிருக்கிறார்கள். அதற்கு எந்த விதத்திலும் குறைவில்லாத மதுரமான குரல். ஒரு மாதிரி மூங்கில் மரத் துளைகளின் வழியே புகுந்து வருவது போல் இருந்தது ஔரங்ஸேபின் குரல். நிச்சயமாக இது ஔரங்ஸேபின் குரல்தான். அகோரியின் குரல் கட்டைக் குரல் ஆயிற்றே?

என் இதயத்தில் நிரம்பியிருக்கும்
துக்கத்தைக் கூற வேண்டுமெனில்

நான் யாரிடம் சொல்வது?
இந்தத் துன்பத்தை என்னிடமிருந்து
கேட்பவர் யாருமில்லை.
உன் இதயம் தூய்மையாக இருந்தால்
உன்னிடம் சொல்லுவேன்
உன் உள்ளத்தில் காழ்ப்பு இருந்தால்
நான் யாரிடம் சொல்லுவேன்?
நான் கோஹ்கன்[78] அல்ல, மஜ்னூவும் அல்ல,
அப்படியிருக்கும்போது என் இதயத்தின் வலியை
நான் எப்படிச் சொல்வது? யாரிடம் சொல்வது?
என் இதயத்தைச் சூழ்ந்திருக்கும் இருளே
நீதான் எப்போதும் எனக்கு சுகத்தைக் கொடுத்திருக்கிறாய்
அப்படியிருக்கும்போது நீ இப்போது என்னை விட்டுப் பிரிந்தால்
அந்த துக்கத்தின் வலியை நான் யாரிடம் சொல்ல முடியும்?
நீயே என்னிடம் சொல், இப்படிப்பட்ட நான்
மற்றவர்களிடம் சென்று அவர்களின்
துயரக் கதைகளைக் கேட்க முடியுமா?
எனக்கு அதைக் கேட்டால் கோபம் வராதா?
பயமாக இருக்காதா?
மற்றவர்களின் சோகக் கதைகளையெல்லாம்
நான் எத்தனை நாள்தான் கேட்டுக் கொண்டிருப்பது?
கேட்டால் என் கவலையும் துக்கமும் அதிகரிக்காதா?
அப்படியிருக்கும்போது என் சோகத்தையும் துக்கத்தையும்
நான் யாரிடம் சொல்வது? எப்படிச் சொல்வது?
நீதான் அவனுக்கு உன் இதயத்தைக் கொடுத்தாய்

---

78 கோஹ்கன்: நிஸாமி கஞ்ஜவி என்ற ஃபார்ஸி கவிஞரின் ஒரு பாத்திரம் கோஹ்கன். நிஸாமிதான் உலகப் புகழ் பெற்ற லைலா மஜ்னூ(ங்) காவியத்தை எழுதியவர். நிஸாமி இப்போது அஸர்பெய்ஜான் என அழைக்கப்படும் நிலப்பகுதியில் உள்ள கஞ்ஜா என்ற ஊரைச் சேர்ந்தவர். நிஸாமியின் இயற்பெயர்: ஜமாலுத்தீன் அபு முஹம்மது இல்யாஸ் இப்ன் – யூசுஃப் இப்ன் – ஸக்கி.

நீதான் அதற்கு வெட்கப்பட வேண்டும்
நான் அடையும் வெட்கம் உண்மைதான்
ஆனால் அதை நான் யாரிடம் சொல்வது?
நீ என் உண்மையான தோழமையாக இருந்தால்
உன்னிடம் நட்பாகப் பேசுவேன்
நீயோ என் எதிரி
நான் எப்படி உன்னிடம்
நட்பாகப் பேசுவது?
என் நிலையைக் குறித்துச்
சொல்லும் அளவுக்கு
என்னிடம் சக்தி இல்லை
அவனுக்கோ கேட்பதற்கு
அவகாசம் இல்லை
ஆகவே
நான் யாரிடம் சொல்வது?
எனக்கு ஏற்பட்ட வலிகளை
உண்மையில் யாரும் அறிய முடியாது
'ஸஃபர்' ஆகிய நான்
என்னைப் பற்றிச்
சொல்ல வேண்டுமானால்
யாரிடம் சொல்வது?
என் இதயத்தில் நிரம்பியிருக்கும்
துக்கத்தைச் சொல்ல வேண்டுமானால்
யாரிடம் சொல்வது?
இந்தத் துயரத்தை நான் சொன்னாலும்
அதை என்னிடமிருந்து
கேட்பதற்கு யார் இருக்கிறார்?[79]

அற்புதமான கஸல் ஷாஹின்ஷா. பஹதூர் ஷா ஸஃபரின் இந்தக் கடைசி கவிதை மட்டுமல்ல, அவர் எழுதிய எல்லா கவிதைகளுமே வட இந்தியாவில் பிரபலம். இந்தியர்களுக்கு

---

79 கஸல் மொழிபெயர்ப்பு (உர்தூவிலிருந்து தமிழில்): ஷாஹுல் ஹமீது உமரீ மற்றும் கருந்தேள் ராஜேஷ்

சோகம் என்றால் அலாதிப் பிரியம் இல்லையா? அதனால் பஹதூர் ஷா ஸஃபரை எங்களின் சோக நாயகராக வரித்துக் கொண்டு விட்டோம். அவரைப் பற்றி ஏகப்பட்ட ஹிந்திப் படங்கள் வந்திருக்கின்றன. எனக்கு மிகவும் பிடித்த கவிஞர். சொல்லப் போனால், பாபர், ஆலம்கீர் ஆகிய இருவருக்கும் அடுத்தபடியாக என்னைக் கவர்ந்த ஆளுமை பஹதூர் ஷா ஸஃபர்தான். ஒரு சிற்றரசர் என்று கூட சொல்ல முடியாத அளவுக்குக் குறுகிப் போய் தில்லி நகரையும் பாலம் கிராமத்தையும் மட்டுமே ஆண்ட ஒரு 'பேரரசர்' என்றாலும் அத்தனை பெரிய சாம்ராஜ்ஜியத்தை ஆண்ட பேரரசர்களிடமெல்லாம் காண முடியாத சரித்திர சோகத்தை அனுபவித்த ஒரு மனிதர் அவர். ரங்கூன் சிறையில் அவருக்குக் குடிக்கத் தண்ணீர் இல்லை, பசிக்கு ஒரு ரொட்டித் துண்டு கிடைக்கவில்லை. ஐரோப்பாவிலிருந்து வந்த தூதர்களெல்லாம் மொகலாயப் பேரரசர்களின் சாப்பாட்டு மேஜையைப் பார்த்து ஆச்சரியத்தில் மூர்ச்சையடைந்த காலம் ஒன்று இருந்தது. உலகின் விலையுயர்ந்த வைரங்களையும் மாணிக்கங்களையும் தான் உண்ணும் தட்டில் பதித்து உணவு உண்ட பரம்பரையின் கடைசிப் பேரரசர் ஒரு துண்டு ரொட்டிக்குப் பட்டினி கிடந்தார் என்பது எப்பேர்ப்பட்ட சரித்திர நகைமுரண், ஷாஹின்ஷா!

உண்மைதான் மதிப்புக்குரிய காத்திப் அவர்களே! அதனால்தான் நான் அந்த அளவுக்கு ஈவு இரக்கமற்றவனாக நடந்து கொண்டேன். பஹதூர் ஷா ஸஃபருக்கு முன்பே அப்படி ஒரு பேரரசனுக்கு நடந்திருக்கிறது. ஸஃபருக்காவது கண்கள் இருந்தன. அந்தப் பேரரசன் ஒரு குருட்டுப் பிச்சைக்காரனைப் போல் செங்கோட்டையில் வெறும் தரையில் அமர்ந்திருந்தான். நான்கு குச்சிகளின் பிடிமானத்தில் அதன் மேலே ஒரு கிழிந்து போன படுதா காற்றில் அலைந்து கொண்டிருந்தது. அதுதான் அவனுடைய மயிலாசனம் என்று அவன் நினைத்துக் கொண்டான். அவனுடைய கதையைச் சொல்லித்தான் என் கதையை முடிக்கலாம் என்று நான் திட்டமிட்டிருக்கிறேன். அதனால் நாம் பேசிக் கொண்டிருந்த பாதையிலிருந்து விலக வேண்டாம் என்று தங்களை அன்புடன் கேட்டுக் கொள்கிறேன்.

—

24

மீண்டும் மன்னிக்க வேண்டும் ஷாஹின்ஷா. தாங்கள் சொன்ன விஷயம் எனக்குள் ஒரு காட்சிப் படிமமாகத் தங்கி விடும் போல் இருக்கிறது. மட்டுமல்லாமல் எனக்கு வேறோர் காட்சியும் மனதில் தெரிகிறது. தமிழ் சினிமாவில் தியாகராஜ பாகவதர் என்று ஒருத்தர் இருந்தார். தமிழ் சினிமாவின் முதல் சூப்பர் ஸ்டார். அவர் மேடையில் பாடினால் அவர் பாட்டைக் கேட்க மரக்கிளைகளின் மேல் ஏறி அடை அடையாக மக்கள் அமர்ந்திருப்பார்களாம். அப்படி ஒரு முறை சிலர் மின்கம்பத்தில் ஏறி அமர மின் அதிர்ச்சியால் தாக்குண்டு இறந்த கதையெல்லாம் உண்டு. பெண்கள் அவர் மீது பைத்தியமாய் அலைந்தார்கள். தங்கத்தட்டில்தான் சாப்பிடுவார். சுருக்கமாகச் சொன்னால், ஒரு பேரரசராக வாழ்ந்தவர். ஒரு கொலைக் கேஸில் மாட்டினார். பிரிட்டிஷ் ராஜ்ஜியம். இப்போது என்றால், காசு கீசு கொடுத்து சரிக்கட்டி விடலாம். வெள்ளைக்காரன் காலத்தில் அது சாத்தியம் இல்லை. மூன்று ஆண்டுகள் சென்று விடுதலையாகி வெளியே வந்தார். கேஸ் ஆடியதிலும் வாங்கிய முன்பணத்தைத் திருப்பியதிலும் சொத்தெல்லாம் போயிற்று. பாகவதர் மானஸ்தர். கொலைக் கேஸ் என்பதால் ஆள் வெளியே வர மாட்டார் என்று சினிமாக்காரர்கள் முடிவு

கட்டி விட்டார்கள். அதனால் கொடுத்த அட்வான்ஸைக் கொடு என்று கேட்டதும் இவர் அடிமாட்டு விலைக்கு சொத்தையெல்லாம் விற்றுக் கடனை அடைத்தார். ஒரு லட்சம் பெறுமானமான வீட்டை ரெண்டாயிரத்துக்கு விற்பது. இந்த மாதிரி. வெளியே வந்த போது கையில் பணம் இல்லை. முன்போல் சினிமாவும் போகவில்லை. அதற்குள் தமிழ் சினிமாவின் போக்கு மாறியிருந்தது. யாரும் இருபது முப்பது பாடல்களோடு படம் பார்க்க விரும்பவில்லை. தமிழ் சினிமா பாடலிலிருந்து வசனத்துக்கு மாறியிருந்தது. இது போதாதென்று சர்க்கரை வியாதியின் காரணமாக, பாகவதரின் கண் பார்வையும் போயிற்று. அற்ற குளத்தின் அறுநீர்ப் பறவை போலே உற்றமும் சுற்றமும் அவரை விட்டு அகன்றன.

ஒருநாள் சமயபுரம் மாரியம்மன் கோவிலில் உட்கார்ந்து “அம்மா தாயே, இப்படி ஆகி விட்டதே...” என்று அழுது புலம்பிக் கொண்டிருந்திருக்கிறார் பாகவதர். அப்போது அவர் எதிரே கல் தரையில் ணங் என்று ஒரு நாணயம் விழும் சப்தம் கேட்கிறது. புண்ணியம் தேடும் யாரோ ஒரு பக்தன் கண் தெரியாத பிச்சைக்காரன் ஒருவனுக்குப் பிச்சையிட்டிருக்கிறான். எப்போதுமே என் செவிகளில் அந்த ணங் சப்தம் கேட்டுக் கொண்டே இருக்கிறது ஷாஹின்ஷா. தங்களின் கடைசி வாரிசு பஹதூர் ஷா ஸஃபரின் கதையைப் படிக்கும் போதெல்லாம் எனக்கு பாகவதரின் வாழ்க்கைதான் ஞாபகம் வருகிறது.

மதிப்புக்குரிய காத்திப் அவர்களே! பஹதூர் ஷா ஸஃபர் சோக நாயகர் என்றால் ஜஹான்பானி ஜன்னத் ஆஷ்யானி ஹுமாயூன் பாதுஷா அபத்தத்தின் நாயகர். எப்படி என்று நான் தங்களிடம் சொல்ல வேண்டும். என் மூதாதையரில் என்னை ஆகக் கவர்ந்தவர் மாட்சிமை தாங்கிய கீ(த்)தி ஸித்தானி ஃபிர்தவ்ஸெ ம(க்)கானி பாபர் பாதுஷா காஸி என்று தங்களிடம் பலமுறை சொல்லியிருக்கிறேன். அவருக்கு அடுத்தபடியாக என்னைக் கவர்ந்தவர் எங்கள் வம்ச விரோதியான ஷேர் ஷா ஸூரி. ஜன்னத் ஆஷ்யானியை விரட்டி விட்டு ஐந்து ஆண்டுகளே அவர் தில்லியை ஆண்டிருந்தாலும் அவர் ஒரு

மகத்தான பேரரசர். சொல்லப் போனால் அவர்தான் இந்த அடிமையின் மனதில் முன்னுதாரணமாய்த் திகழ்ந்தவர். வம்ச விரோதி என்று சொன்னதைத் தாங்கள் புரிந்து கொள்வீர்கள் என்று நினைக்கிறேன். ஆஃப்கனியர்களுக்கும் மொகலாயருக்குமான தீராப் பகையே அது. மொகலாயரை விரட்டி விட்டு இந்த தேசத்தை நாம் ஆள வேண்டும் என்பதே ஒவ்வொரு ஆஃப்கனியரின் கனவாக இருந்தது. முதல் முதலாக ஃபிர்தவ்ஸெ ம(க்)கானியின் அரண்மனையில் ஷேர் ஷா நுழைந்த போது அவர் மனதில் தோன்றிய எண்ணம் அதுதான். அவரைப் பொருத்தவரை மொகலாயர்கள் இத்தனை பெரிய தேசத்தை ஆள்வதற்கு எந்தத் தகுதியும் இல்லாதவர்களாகவே தெரிந்தனர். அவர்களிடம் வீரம் இல்லை, வலு இல்லை, ஒழுங்கு இல்லை, தியாகம் செய்யும் அளவுக்கான கொள்கைப் பிடிப்பு இல்லை. அவர்கள் மது - மாது - மஃஜூன் என்ற மூன்று 'ம'வுக்கு அடிமையானவர்கள், பேராசை பிடித்தவர்கள், ஆனால் அதிர்ஷ்டக் காற்று மட்டும் அவர்கள் பக்கம் வீசுகிறது. இதுதான் மொகலாயர் பற்றிய ஷேர் ஷாவின் கருத்து. அதனால் ஒவ்வொரு மொகலாயரையும் அவர் ஒரு புலி ஆட்டுக்குட்டியைப் பார்ப்பது போலவே பார்த்தார்.

ஃபிர்தவ்ஸெ ம(க்)கானியைத் தவிர மொகலாயர் பற்றிய ஷேர் ஷாவின் மதிப்பீடு சரியானதுதான். ஃபிர்தவ்ஸெ ம(க்)கானி மட்டும் மதுவுக்கும் மஃஜூனுக்கும் அந்த அளவு அடிமையாக இல்லாதிருந்தால் இப்ராஹீம் லோதியின் அன்னை என்ற சைத்தானின் விஷம் அவரை அத்தனை வீரியமாக பாதித்திருக்காது. இன்னும் சொல்லப் போனால், அந்த சைத்தானை அவர் தன்னுடன் அழைத்துக் கொண்டே வந்திருக்க மாட்டார். தங்களுக்குத் தெரியாதது இல்லை, மது மனித மனதை பலஹீனப்படுத்தி விடுகிறது. தாங்களே பார்த்திருப்பீர்கள், குடிக்காமல் இருக்கும்போது கடுமையாக இருப்பவன் கொஞ்சம் மது உள்ளே போனதும் நெகிழ்ந்து விடுகிறான். உண்டா இல்லையா, மதிப்புக்குரிய காத்திப் அவர்களே! ஆக, இருபத்து நான்கு மணி நேரமும் வாயில் ஊறிக் கொண்டிருக்கும் மஃஜூன்தான் ஃபிர்தவ்ஸெ ம(க்)

கானியை நெகிழச் செய்து திலாவர் பேகத்தையும் லோதியின் மகனையும் தன்னுடன் அழைத்துக் கொண்டு வரச் செய்தது.

அதனால்தான் மொகலாயரின் சரித்திரத்தை நான் திருத்தி எழுத நினைத்தேன். கூடுமானவரை மதுவையும் மஃஜூனையும் தடை செய்தேன். மொகலாய சரித்திரத்தின் வீழ்ச்சி என்னுடைய ஆட்சியிலிருந்து தொடங்குகிறது என்றும் அதற்குக் காரணம் என்னுடைய இஸ்லாமியச் சாய்வுதான் என்றும் எத்தனையோ பேர் எழுதுகிறார்கள். அப்படி எழுதுபவர்கள் முன்முடிவுடனேயே தம் ஆய்வைத் தொடங்குகிறார்கள். பிறகு தமது முன்முடிவுகளுக்கு ஏற்றபடி தரவுகளைக் கொடுக்கிறார்கள். அது போங்கு ஆட்டம். அதை நான் ஒத்துக் கொள்ள மாட்டேன். ஆய்வு என்றால் அதன் போக்கிலேயேதான் முடிவுகள் கண்டடையப்பட வேண்டும். என்னுடைய ஆட்சியை நானே ஆய்வு செய்தால் இப்படித்தான் முடிவுக்கு வருவேன்: நான் மதுவுக்கு எதிராக இருந்ததுதான் என் ஆட்சியின் வீழ்ச்சிக்குக் காரணம். எல்லோருமே மதுப் பிரியர்களாக இருக்கும்போது நான் மட்டும் ஒற்றையாளாக இருந்து என்ன செய்ய முடியும்? உங்கள் ஊர் மெரீனா கடற்கரையில் மதுவுக்கு எதிராக ஒருவர் உண்ணாவிரதம் இருந்து செத்தாரே, அந்தப் பைத்தியக்கார மனிதனைப் போலவேதான் ஆனது என்னுடைய கதையும்.

ஃபிர்தவ்ஸெ ம(க்)கானியின் மது மற்றும் மஃஜூன் பழக்கத்தை என்னால் புரிந்து கொள்ள முடிகிறது. காரணம், ஒவ்வொரு நாளும் அவர் மரணத்தின் முன்னே நின்றார். வாழ்க்கை பூராவும் போர்க்களம். எப்போது உயிர் போகும் என்றே சொல்ல முடியாத நிலை. ஆனால் மற்ற பேரரசர்களின் நிலை அப்படி இல்லையே? சகல வசதிகளோடும் பிரம்மாண்டமானதொரு தேசத்தின் தலைவராக மயிலாசனத்தில் அமர்ந்திருப்பவருக்கு என்ன பதற்றம் இருக்க முடியும்?

குறுக்கிடுவதற்கு மன்னிக்க வேண்டும் ஷாஹின்ஷா. ஒரு சராசரி இந்தியனின் சம்பளம் ஐம்பதாயிரம் ரூபாய் என்றால் ஒரு சூப்பர் ஸ்டாரின் சம்பளம் நூறு கோடி. சராசரியின்

சம்பளத்தை விட இருபதாயிரம் மடங்கு. இது தவிர, வார்த்தையால் வர்ணிக்க இயலாத புகழ். சூப்பர் ஸ்டாரை விடுங்கள். என் நண்பன் ஒரு பாடலாசிரியன். சினிமாவில் நுழைந்திருக்காவிட்டால் தமிழாசிரியனாகவோ சிறு பத்திரிகைக் கவிஞனாகவோ இருந்திருப்பான். பாடலாசிரியருக்கெல்லாம் பெரிய சம்பளம் என்று இல்லாவிட்டாலும் நினைத்துப் பார்க்க முடியாத புகழ். பையனால் அந்தப் புகழை எப்படிக் கையாளுவதென்று தெரியவில்லை. இருபத்து நான்கு மணி நேரமும் குடித்தான். முப்பத்தைந்து வயதில் செத்து விட்டான். அதனால் உச்சத்தை சென்று அடைபவர்கள் குடிக்கத் தேவை இருக்காது என்று சொல்ல முடியாது. கடும் புயலில் எதையாவது பிடித்துக் கொள்வதைப் போல்தான் இவர்கள் புகழோடு நின்று மல்லுக்கட்ட முடியாமல் போதையை நாடுகிறார்கள் என்று தோன்றுகிறது ஹுஸூர்-ஏ-ஆலம்...

என்ன சொல்வதென்று தெரியவில்லை மதிப்புக்குரிய காத்திப் அவர்களே! எல்லாம் அறிந்தவன் அல்லாஹ் ஒருவனே! ஒருவேளை ஃபிர்தவ்ஸெ ம(க்)கானியின் மூதாதையினரின் நாடோடி இனப் பழக்கத்தின் நீட்சியாகக் கூட இருக்கலாம். ஒரு அறிஞர் சொன்னாரே, மொகலாயர்கள் இத்தனை குடித்திருக்காவிட்டால் இன்னும் பல ஆயிரம் பேரை அழித்திருப்பார்கள் என்று. எல்லாம் பழங்குடியினப் பழக்கம். ஃபிர்தவ்ஸெ ம(க்)கானி பல இடங்களில் தன் தந்தை உமர் ஷேக் மிர்ஸாவின் குடிப்பழக்கம் பற்றிப் பேசுகிறார். அதில் கவனிக்க வேண்டிய முக்கியமான விஷயம் என்னவென்றால், குடியை அவர்கள் ஒரு கொண்டாட்டமாகவும், விழாவாகவும், உபசரிப்பாகவும் பார்த்தார்கள் என்பதுதான். வாரம் ஒருமுறை உமர் ஷேக் மிர்ஸா தன் நண்பர்கள் அனைவருக்கும் மது விருந்து அளிப்பார் என்று எழுதுகிறாரே ஃபிர்தவ்ஸெ ம(க்)கானி? உமர் ஷேக்கின் தந்தை அபு சையத், அபு சையதின் தந்தை சுல்தான் முஹம்மது, சுல்தான் முஹம்மதுவின் தந்தை மீரான் ஷா, மீரானின் தந்தை தைமூர். இதுதான் எங்களின் தந்தை வழியிலான குடும்ப வரிசை. தைமூரின் மரணமும் அராக் அதிகமாக அருந்தியதனாலேயே நேர்ந்தது

– சொல்லப் போனால் உங்கள் சினிமா நாயகர்களைப் போல மதுக்கோப்பையைக் கையிலேந்தியபடியேதான் இறந்தார் அவர். தாய்வழி மூதாதையான செங்கிஸ் கானை எடுத்துக் கொண்டால், அவர் மிதமான குடிகாரரே என்றாலும் அவரது நான்கு புதல்வர்களில் இருவர் தொலூயும் ஓகடேயும் அதீத குடியினால்தான் இறந்தார்கள். அப்படி ஓகடே மட்டும் அதீத குடியினால் இறந்திருக்கவில்லையானால் கிழக்கு மற்றும் மத்திய ஐரோப்பாவைப் போல மேற்கு ஐரோப்பாவும் மங்கோலியப் பேரரசுக்குள் விழுந்து மொத்த ஐரோப்பாவிலும் மங்கோலியக் கொடி பறந்திருக்கும்.

ஆனால் ஓகடேயின் குடிப்பழக்கத்தினால் நிகழ்ந்த ஒரு சரித்திர அவலத்தை நாம் என்றைக்கும் மறக்க முடியாது. எந்த வார்த்தையினாலும் வர்ணிக்க முடியாத அவலம் அது. சரித்திர ஆய்வாளர்கள் அதற்கு என்ன காரணங்கள் சொல்வார்களோ எனக்குத் தெரியாது. ஆனால் என்னைப் பொருத்தவரை, ஓகடேயின் அதீத குடிதான் அந்த அவலத்துக்குக் காரணம் என்று நம்புகிறேன். ஏனென்றால், செங்கிஸ் கானின் புதல்வர்களிலேயே பண்பாளர் என்று கருதப்படுபவர் ஓகடே. அப்படிப்பட்டவர் இப்படி ஒரு காரியத்தைச் செய்தார் என்பதற்கு மதுவைத் தவிர வேறு எதையும் என்னால் காரணமாகச் சொல்ல முடியவில்லை.

செங்கிஸ் கான் அவருடைய எதிரிகளுக்கு சைத்தான் என்றாலும் தன் படை வீரர்கள் எதிரி நாட்டுப் பெண்களின் மீது கை வைக்கக் கூடாது என்ற கடுமையான உத்தரவைப் பிறப்பித்திருந்தார். மீறுபவர்களின் தலை சீவப்பட்டது. இந்த அறத்தை மீறினார் ஓகடே. பதவிக்கு வந்து எட்டு ஆண்டுகள் ஆகியிருந்தன. ஓகடே தன் அந்தப்புரத்துக்காக ஓய்ராத் இனப் பெண்களை வரவழைத்துக் கொள்வது வழக்கமாக இருந்தது. ஓய்ராத் பழங்குடி இனக்குழுவினர் மங்கோலியாவின் வடமேற்குப் பகுதியில் வசிப்பவர்கள். அது 1237ஆம் ஆண்டு. ஓய்ராத் பெண்கள் வர வேண்டிய சமயத்தில் வரவில்லை. ஓகடேயின் படை ஓய்ராத்தை அடைந்தது. ஏழு வயதுக்கு மேற்பட்ட அத்தனை பெண்களும் ஒரு பெரிய மைதானத்தில்

கொண்டு வரப்பட்டு உடம்பில் பொட்டுத் துணியில்லாமல் நிறுத்தப்பட்டார்கள். மொத்தம் நாலாயிரம் பெண்கள். அத்தனை பெண்களும் செங்கிஸ் கானின் மரணத்துக்குப் பிறகு பிறந்தவர்கள். செங்கிஸ் கான் இறந்தது 1227. அப்படியானால் அநேகமாக ஏழு வயதிலிருந்து பத்து வயதுக்கு உட்பட்ட பெண்கள்தான் அங்கே அம்மணமாக நின்று கொண்டிருந்தார்கள். அவர்களில் அழகும் நிறமும் கொண்ட பெண்கள் ஓகடேயின் அந்தப்புரத்துக்கு அனுப்பப்பட்டார்கள். அந்தப் பெண்களின் தகப்பன், அண்ணன், தம்பி, சித்தப்பன், பெரியப்பன், மாமன் என்று அத்தனை ஆடவர்களும் மைதானத்தில் நின்று கொண்டிருக்கிறார்கள். அவர்கள் அத்தனை பேர் முன்னிலையில் ஓகடேயின் படை வீரர்கள் அந்தப் பெண்களை வன்கலவி செய்தார்கள். அன்று மாலைக்குள் இரண்டு பெண்கள் இறந்தனர். கதை அதோடு முடியவில்லை. ஓகடேயின் சாதனைகளில் ஒன்றாக சொல்லப்படுவது, ஐரோப்பாவுக்கும் ஆசியாவுக்கும் இடையிலான தபால் போக்குவரத்து. அந்தக் கட்டமைப்பை நிர்மாணிக்கும் பணியில் ஈடுபட்டிருக்கும் ஆண்களின் சரீர தேவைகளைப் பூர்த்தி செய்வதற்காக இந்த ஓய்ராத் இனப் பெண்கள் அனுப்பப்பட்டார்கள்.

செங்கிஸ் கானின் ஆட்சியைப் பற்றி ஒரு உதாரணம் சொல்வதுண்டு. தங்களுடைய தேசப்பிதா காந்தி சொன்னதுதான். எப்போது ஒரு இளம் பெண் உடம்பெல்லாம் நகைகளுடன் நள்ளிரவில் தனியாக நடக்க முடிகிறதோ அப்போதுதான் சுதந்திரம் கிடைத்ததாகப் பொருள். அது காந்தியே உருவகித்துச் சொன்னது அல்ல. செங்கிஸ் கான் ஆட்சி பற்றிப் புழங்கி வந்த ஒரு கருத்தையே அவர் குறிப்பிட்டார். ஆனால் சரித்திரத்தின் விபரீதத்தைப் பாருங்கள். பத்தே ஆண்டுகளில் நிலைமை எப்படி மாறியது என்று!

ஓகடே இப்படிச் செய்ததற்குக் காரணம், பாலியல் வறட்சி அல்ல. ஓய்ராத் பிராந்தியம் செங்கிஸ் கானின் மற்றொரு மனைவிக்குப் பிறந்த ஒரு பெண்ணிடம் இருந்தது. அந்தப் பெண் இறந்ததும் ஓய்ராத்தைத் தன் ஆதிக்கத்தில் கொண்டு வருவதற்காக ஓகடே

செய்த கொடூரம்தான் நாலாயிரம் பெண்கள் வன்கலவி செய்யப்பட்டது. ஒரு இனத்தை அழிப்பதற்கு அந்த இனத்தின் கருவை அறு என்ற அடிப்படையில் நடந்த காரியம். புத்தியை இந்த அளவுக்குக் கீழான முறையில் யோசிக்க வைத்தது மது என்கிறேன் நான்.

ஆனால் இதையும் விட கொடூரமான ஒரு சம்பவம் உண்டு. கதைதான். இருந்தாலும் என்னுடைய இப்போதைய நிலையில் எனக்கு எல்லாமே கதைதான். எல்லாமே நிஜம்தான். நிஜத்துக்கும் கற்பனைக்கும் வேறுபாடு இல்லாத நிலையை அடைந்து விட்டேன் நான். தாங்கள் நிஜம். தங்களிடம் பேசிக் கொண்டிருக்கும் இந்த அடிமை நிஜமா. கற்பனையா? அல்லது, இரண்டுமா? எந்த நிஜமுமே எழுத்தாக மாறும்போது அது நிஜம் என்ற நிலையிலிருந்து மாற்றம் அடைந்து விடுகிறதுதானே? அதனால் இப்போது சொன்ன சம்பவமும் இனி சொல்லப் போகும் சம்பவமும் நிஜம், கற்பனை என்ற இரண்டு தளங்களையும் தாண்டி நிற்கிறது.

25

முன்னொரு காலத்தில் உதத்யா என்றொரு முனிவர் இருந்தார். அவர் மனைவியின் பெயர் மமதா. மமதாவை அவர் உயிருக்குயிராய் நேசித்தார். இந்த நிலையில் உதத்யாவின் இளைய சகோதரன் ப்ருஹஸ்பதி மமதாவின் பேரழகில் மயங்கி, அவளை போகம் கொள்ள அணுகினான். உங்கள் கிராமங்களில் சில நையாண்டிச் சொலவடைகள் இருக்கிறது அல்லவா? அப்படி ஒரு சொலவடை அண்ணன் பெண்டாட்டி அரைப் பெண்டாட்டி, தம்பிப் பெண்டாட்டி தன் பெண்டாட்டி. அந்த மாதிரியோ என்னவோ தன் அண்ணனின் பெண்டாட்டியை அணுகினான் ப்ருஹஸ்பதி. மமதாவோ அப்போது கர்ப்பமாக இருந்தாள். அவள் ப்ருஹஸ்பதியிடம் சொன்னாள், "ஓ, என் கணவரின் மதிப்புக்குரிய இளைய சகோதரரே! நான் தங்களின் மூத்த சகோதரரால் கருவுற்றிருக்கிறேன். ஒரே நேரத்தில் என் கருவறை இரண்டு உயிர்களைத் தாங்காது. அதனால் இந்த நேரத்தில் நீர் என்னை அணுகலாகாது" என்றாள். ஆ, ஒரு விஷயத்தைச் சொல்ல மறந்து விட்டேன். அந்தக் காலத்தில் ஒரு பெண்ணுக்கு ஒரே கணவன் என்ற நடைமுறை பழக்கத்தில் இல்லை. அதனால் மமதாவின் ஆட்சேபணை தன் கருவறையில்

ஏற்கனவே ஒரு உயிர் வளர்ந்து வருகிறது என்பதுதானே ஒழிய மற்றபடி கற்பு என்ற சமாச்சாரமெல்லாம் அந்தக் காலத்தில் வழக்கில் இல்லை. ஆனாலும் விதியின் விளையாட்டை என்ன செய்ய? ப்ருஹஸ்பதியினால் தனது ஆசையை அடக்க முடியவில்லை. மமதாவை நெருங்கி வந்தான்.

அப்போது கருவில் இருந்த குழந்தை, "ஓ, என் சிறிய தந்தையே! உமது கொடுஞ்செயலை உடனே நிறுத்தும். இந்தச் சிறிய இடத்தில் இருவருக்கு இடமில்லை. உமது கீழ்மையான இச்சைக்காக என்னைத் துன்புறுத்தாதீர்" எனக் கெஞ்சியது. ஆனால் ப்ருஹஸ்பதியின் செவிகளில் இந்த வார்த்தைகள் விழுந்தும் அவன் உள்ளத்திலும் உடலிலும் காமப்பித்து ஏறியிருந்ததால் கருவின் கெஞ்சலையும் கதறலையும் பொருட்படுத்தாமல் மமதாவை முடித்தான். சிசுவினால் அந்த அராஜகத்தை, அந்த அத்துமீறலைத் தடுக்க இயலவில்லை. பலம் வாய்ந்த அந்தப் பெரிய மனிதனை எதிர்த்து இன்னும் பிறந்தே இருக்காத சிசுவினால் என்ன செய்ய முடியும்? கைகளாலும் கால்களாலும் அந்த ஞானவானை உதைத்துத் தள்ளியது. ஆம், ப்ருஹஸ்பதி ஒரு ஞானவான், தேவகுரு. ஆனாலும் என்ன செய்வது? பர்த்ருஹரி ஒரு வயதான, பரிதாபத்துக்குரிய, வால் அறுந்த, காது கேட்காத, கால் முடமான நாயைப் பற்றி வர்ணிக்கிறார். அதன் உடம்பெல்லாம் சொறி பிடித்து சீழ் வடிகிறது. புண்களில் புழுக்கள் உருவாகி நெளிந்து கொண்டிருக்கின்றன. அதன் கழுத்தில் ஒரு உடைந்த பானை சிக்கிக் கொண்டிருக்கிறது. அந்த நிலையிலும் அந்த நாய் ஒரு பெண் நாயைக் கண்டால் வாலைத் தூக்கிக் கொண்டு ஓடுகிறது. அதேபோல் காமம் ஒரு பிணத்தைக் கூட எழுப்பி விடும் வல்லமை உடையது. அன்றைய தினம் ஞானி ப்ருஹஸ்பதியின் நிலை பர்த்ருஹரி சொன்ன சொறி நாயைப் போலவே இருந்தது. அந்தப் பெரியவரை எதிர்த்து மமதாவின் கர்ப்பத்திலிருந்த சிசு போராடியது. அவர் செலுத்தப் போகும் வித்தை எக்காரணம் கொண்டும் ஏற்கக் கூடாது. ஆனால், ஒரு யானையை எதிர்த்து சாதாரண பூனை போரிட முடியுமா? அந்த எதார்த்தம் புரிந்தாலும் சிசு விடவில்லை. உதைத்துக் கொண்டே இருந்தது. ஏதோ ஒரு உதை அந்தப்

பெரிய மனிதனின் களீபில் பட்டு விட்டது போலும்... கடும் கோபமடைந்த ப்ருஹஸ்பதி மமதாவின் சிசுவை சபித்தார். “நான் அடைய வேண்டிய இன்பத்தை முழுமையாக அனுபவிக்க முடியாமல் தடுத்த உன்னை நித்திய இருள் சூழட்டும்.” அந்த சாபத்தோடு பிறந்தவன்தான் தீர்க்கதமஸ். நித்திய இருளால் சூழப்பட்டவன். இப்படி ஒரு குரூரத்தைத் தாங்கள் வேறு எங்காவது கேள்விப்பட்டதுண்டா?

தங்கள் பேச்சில் குறுக்கிடக் கூடாது என்றே அமைதியாக இருந்தேன் ஷாஹின்ஷா. ஒருத்திக்கு ஒருவன் என்ற நடைமுறை அந்தக் காலத்தில் இல்லை என்பது சரிதான். ஆனால் தாங்கள் குறிப்பிட்ட தீர்க்கதமஸே வளர்ந்து பெரியவன் ஆன பிறகு விட்ட ஒரு சாபத்தினால்தான் ஒருத்திக்கு ஒருவன் என்ற நடைமுறை பல நூற்றாண்டுகளாகத் தொடர்ந்தது ஹுஸூர். தீர்க்கதமஸின் மனைவி பிரத்வேஷி ஒருமுறை தன் பர்த்தாவைப் பார்த்து “உம்மால் எனக்குத் திருப்தி இல்லை. பர்த்தா என்றால் மனைவியைத் தாங்க வேண்டும். நீரோ குருடர். உம்மால் எதற்குமே ஆகவில்லை. நான்தான் உம்மைத் தாங்க வேண்டியிருக்கிறது. எனக்கு அலுத்து விட்டது. போதும் நமது பந்தம்” என்கிறாள். தீர்க்கதமஸோ கருவிலேயே வேதம் கற்றவன். மூடத்தனத்தின் மொத்த வடிவமான தன் மனைவியின் சொல்லால் மிகுந்த அவமானமுற்ற தீர்க்கதமஸ் அவளுக்கு மட்டுமல்லாமல் பெண் இனத்துக்கே ஒரு சாபத்தைக் கொடுத்தான். “இனி வரும் காலங்களில் பெண்ணானவள் ஒரே கணவனோடு மட்டுமே வாழ வேண்டுமென விதிக்கிறேன். கணவன் இருந்தாலும் சரி, இறந்தாலும் சரி. வேறொரு ஆடவன் அவளை ஸ்பர்ஸிப்பதில்லை. இந்த விதியை மீறுகின்ற பெண் ஒழுக்கமற்றவளாகவே கருதப்படுவாள்.”

அப்போதிருந்து பிடித்ததுதான் இந்தப் பாழாய்ப் போன பெண்ணடிமைத்தனம் என்கிறார்கள் பெண்ணியவாதிகள். ஆனால் 2 K kidsஇன் வருகைக்குப் பிறகு தீர்க்கதமஸின் அந்த விதியைப் பெண்கள் காலில் போட்டு மிதித்துத் துவைத்து விட்டார்கள் என்பது இன்னொரு கதை. பாருங்கள் ஷாஹின்ஷா,

நாம் மூவருமே ஆண்கள். எனவே இது பற்றி மேலும் பேசவோ விவாதிக்கவோ நமக்கு உரிமை இல்லை. ஆனால் தீர்க்கதமஸின் சாபத்தின் ஆயுள் முடிந்து விட்டது என்பது மட்டும் நிச்சயம். எனக்குத் தெரிந்த ஒரு பெண்ணுக்கு வயது இருபத்தொன்று. அதற்குள்ளேயே அவளுக்கு பதின்மூன்று ப்ரேக்-அப் என்றால் பார்த்துக் கொள்ளுங்கள். இன்னொரு முக்கியமான விஷயம். எதற்கும் அப்டுடேட்டாக இருப்போம் என்ற எண்ணத்தில் அந்தப் பெண்ணிடம் ரகசியமாக "அந்தப் பதின்மூன்று பேரிடமும் சரீர உறவு உண்டா?" என்று கேட்டேன். "வயசான ஆள்னு காமிச்சுட்டீங்களே, சரீர உறவு இல்லேன்னா அதுக்குப் பேர் ஜஸ்ட் ஃப்ரெண்ட்ஷிப். ரிலேஷன்ஷிப் இல்லை. அதில் பிரிவு நேர்ந்தால் அதற்குப் பேர் ப்ரெக்-அப் இல்லை" என்றாள். பதிலுக்கு என்னால் தலையை மட்டும்தான் ஆட்ட முடிந்தது. வெறும் ஐந்து வயதில் விதவை ஆகி தொண்ணூற்றைந்து வயது வரை ஆண் ஸ்பர்ஸமே இல்லாமல் வாழ்ந்த போன தலைமுறைப் பெண்கள் மீதும், இருபத்தோரு வயதிலேயே பதின்மூன்று ஆண்களைப் பார்த்து விட்ட இந்த தலைமுறைப் பெண்கள் மீதும் எனக்குப் பரிவு உண்டாகிறது ஷாஹின்ஷா...

ஹ்ம்ம்ம்... தங்கள் காலத்தைப் பற்றித் தீவிரமாக வாசித்துக் கொண்டிருக்கிறேன் மதிப்புக்குரிய காத்திப் அவர்களே, ஆனாலும் ப்ரேக்-அப் என்ற வார்த்தை இந்த அடிமைக்குப் புதிதாக இருக்கிறதே? உங்கள் எழுத்தாளர்களும் இது பற்றி அதிகம் எழுதின மாதிரி தெரியவில்லையே?

எங்கள் எழுத்தாளர்களெல்லாம் வயதானவர்கள் என்பதாலும், இப்போதைய வாழ்க்கை முறை பற்றி அதிகம் நேரடி அனுபவம் இல்லாதவர்கள் என்பதாலும்தான் ப்ரேக்-அப் பற்றி அதிகம் கதைகள் இல்லை ஹுஸூர். மேலும், ப்ரேக்-அப் பற்றி எழுத வேண்டுமானால் ஒரு பெண்ணுடன் பழக வேண்டும். சரி, பழகிப் பார்க்கலாம் என்றால் உடனே காணொலி வந்து விடுகிறது. ரோட்டில் யாரும் பெண் வழி கேட்டால் கூட காதில் விழாத மாதிரி போக வேண்டியிருக்கிறது. முன்பெல்லாம் எப்படியென்றால், ஷ்ரேயா என்ற பெண்ணிடமிருந்து

கடிதம் வந்தால் டியர் ஷ்ரேயா என்று ஆரம்பிப்பேன். இப்போது அன்புள்ள சகோதரிக்கு என்றே ஆரம்பிக்கிறேன். கேவலமாகத்தான் இருக்கிறது. என்ன செய்ய? யார் நிஜம், யார் 'கொடுக்கு நடவடிக்கை' என்றே புரியவில்லையே? இந்தப் பிரச்சினையே வேண்டாம் என்றுதான்...

பொறுங்கள் மதிப்புக்குரிய காத்திப் அவர்களே, 'கொடுக்கு நடவடிக்கை' என்றால் என்ன?

ஆங்கிலத்தில் ஸ்டிங் ஆபரேஷன் என்கிறார்கள் ஷாஹின்ஷா... என் தமிழ் வாசகர்களுக்காக 'கொடுக்கு நடவடிக்கை' என்று எழுத வேண்டி வரும். இப்படித்தான் இப்போதெல்லாம் தமிழ் மொழிபெயர்ப்பு நடந்து வருவதால் நானும் ஊரோடு ஒத்து வாழ் என்கிறபடி 'கொடுக்கு நடவடிக்கை' என்று எழுத இருக்கிறேன். 'கொடுக்கு நடவடிக்கை' என்பது ஒரு பொதுப் பெயர். அதிலேயே பல பிரிவுகள் உண்டு. அதில் ஒரு பிரிவுதான் 'தேன் பொறி'. என் நண்பர் ஒருவர். வயது எழுபது. மரீன் எஞ்ஜினியர். உலகில் போகாத ஊர் இல்லை. பார்க்காத பெண் இல்லை. ஆமாம். கப்பல் எங்கெங்கு நிற்கிறதோ அங்கெல்லாம் பெண் வேட்டைதான். இதெல்லாம் அவரே பெருமையாக என்னிடம் சொன்னது. அவருக்கு ஒரு செய்தி வந்தது. நான் ஸாமியா. நைஜீரிய நாட்டு அரச குடும்பத்தைச் சேர்ந்தவள். வயது இருபத்தெட்டு. எனக்கு ஐந்து மில்லியன் டாலர் சொத்து இருக்கிறது. அதை என்னால் அனுபவிக்க முடியாது. ஆனால் தர்மமாகக் கொடுக்கலாம். அப்படித்தான் உயில் எழுதி வைத்திருக்கிறார்கள். அதை நான் தங்களுக்கு தர்மமாகக் கொடுக்க விரும்புகிறேன். நீங்கள் விரும்பினால் அதில் பாதியை எனக்குத் தருவதற்குப் பெரிய மனது வைக்கலாம். தருவீர்கள் என்று நம்பிக்கை இருக்கிறது. உங்கள் ப்ரொஃபைல் பிக்சரைப் பார்த்தால் இத்தனை வயது ஆகியும் அதில் தெரியும் சாந்தமும் அழகும் என்னைக் கவர்ந்து விட்டது. இதையே ஒரு நைஜீரிய தேசத்து இளைஞன் மூலம் ஏன் செய்யவில்லை என்று நீங்கள் என் மீது சந்தேகம் அடையலாம். நியாயம்தான். ஆனால் அதில் ஒரு சிக்கல் இருக்கிறது. எனக்கு ஒரு டாலர் கூட

தராமல் ஓடி விடுவார்கள். நைஜீரியப் பையன்களைப் போன்ற ஏமாற்றுக்காரர்களை உலகிலேயே பார்க்க முடியாது. ஆனால் இந்தியர்கள் ஏமாற்ற மாட்டார்கள். அதிலும் உங்களைப் பார்த்தால் கனவான் என்று தெளிவாகத் தெரிகிறது. முடிந்தால் உதவி செய்யுங்கள், ப்ளீஸ் டியர்.

இத்தனை பட்டவர்த்தனமான 'தேன் பொறி'யைத் 'தேன் பொறி' என்று புரிந்து கொள்ளாமல் இந்த மட சாம்பிராணி கொஞ்சம் கொஞ்சமாக பதினைந்து லட்சம் ரூபாயை இழந்து விட்டது. ஆச்சரியம் என்னவென்றால், இன்னமும் அந்தப் பெண் ஏமாற்றுக்காரி அல்ல என்று நம்புகிறது கிழம். பெரிய நாவலே எழுதலாம். விடுங்கள் ஷாஹின்ஷா. காணொலியின் மூலம் பல முறை அந்தப் பெண்ணிடம் பேசியிருக்கிறார். காமம் சொட்டச் சொட்டப் பேசுவாளாம். இன்னும் ஒரு பதினைந்தே லட்சம் செலவு செய்து விட்டால் அந்த அஞ்சு பில்லியன் டாலரும் எனக்குத்தான் என்கிறது கிழம். என்னிடம் புகைப்படத்தைக் காண்பித்தது. "அடப் பாவி, இவள் பிரிட்டிஷ்காரி மாதிரி இருக்கிறாள், இவள் எப்படி நைஜீரிய அரச குடும்பமாக இருக்க முடியும்?" என்று கேட்டேன். "அந்த அளவு கூட தெரியாத முட்டாளா நான்? கேட்டேன். நைஜீரியாவை பிரிட்டன் தன் காலனி நாடாக ஆக்கிக் கொண்ட போது ஒரு யொரூபா அரச குடும்பத்தைச் சேர்ந்த பெண்ணை மணந்த ஒரு பிரிட்டிஷ் ராணுவ அதிகாரியின் கொள்ளுப் பேத்திதான் இந்தப் பெண்; அந்தச் சொத்துதான் இப்போது எனக்கு வர இருந்தது" என்று சொன்னது அசடு. ஆனால் அந்த மாதிரி 'தேன் பொறி' இப்போது செல்லுவதில்லை. இப்போது வேறொரு 'தேன் பொறி' சக்கை போடு போட்டுக் கொண்டிருக்கிறது. அது என்னவென்றால், யாரையாவது பழி வாங்க வேண்டும் என்றால் மேலே பார்த்த மாதிரி அழகான பெண் ஒருத்தி வந்து மானே தேனே என்று கொஞ்சுவாள். உடனே இந்த ஆசாமி பதிலுக்கு என்னென்னவோ செய்வானா? மாட்டினான். சந்தி சிரித்து விடும். அதோடு அந்த ஆளின் கதை முடிந்தது.

அப்படியானால் இதற்கு என்னதான் தீர்வு, மதிப்புக்குரிய காத்திப் அவர்களே?

என்னதான் இப்போது ஜனநாயக ஆட்சி நடந்து கொண்டிருந்தாலும் ஒரு பேரரசருக்கு முன்னால் ஒரு எல்லையை மீறிப் பேச முடியவில்லையே ஹுஸுர். இப்படியெல்லாம் 'கொடுக்கு நடவடிக்கை', 'தேன் பொறி' போன்ற சிக்கல்களில் மாட்டி மானம் மரியாதையை இழப்பதை விட இணையத்தில் கொட்டிக் கிடக்கும் ஆயிரக்கணக்கான செக்ஸ் தளங்களைப் பார்த்து கர மைதுனம் செய்து விட்டுப் போகலாம். இப்படிப் பேச நேர்ந்ததற்கு என்னை மன்னியுங்கள் ஷாஹின்ஷா… அடுத்து தங்களுக்கு நான் செக்ஸ் தளங்கள் பற்றி விளக்கியாக வேண்டும். இப்படியே போனால் கதை கந்தலாகி விடும்.

ஓ, ப்ரேக்-அப் என்ற விஷயத்தில் இத்தனை பிரச்சினைகள் இருக்கின்றனவா?

ஆம் ஷாஹின்ஷா… அதனால்தான் தற்கால வாழ்க்கையை சுத்தமாக மறுதலித்து விட்டு காதரீனா தெ ஸான் ஹுவானிடம் தஞ்சம் புகுந்தேன். அது தங்களிடம் கொண்டு வந்து விட்டது. அது மட்டும் அல்ல, தங்களை முடித்து விட்டு தியாகராஜா, அசோகா, 1857 என்று சரித்திர விஷயங்களாகவே எடுத்து வைத்திருக்கிறேன். நடப்பு வாழ்க்கையைப் பற்றி நடப்பு வாழ்க்கையில் இருப்பவர்களே எழுதிக் கொள்ளட்டும். எப்படியாவது தொலையட்டும். சரி, தங்களின் கேள்விக்கு நான் இன்னும் பதில் அளிக்கவில்லை. ப்ரேக்-அப் என்பது கடந்த பத்தாண்டுகளாக அறிமுகமாகியிருக்கும் ஒரு புதிய வாழ்வியல் முறை. ஒரு பெண்ணும் ஆணும் பழகுவார்கள். பிடிக்கவில்லை என்றால் பிரிந்து விடுவார்கள். அதுதான் ப்ரேக்-அப்.

யா அல்லாஹ். மொபைல் ஃபோன் மூலம் தலாக் சொல்வது பற்றி ஏகப்பட்ட வாதப் பிரதிவாதங்கள் நடந்து கொண்டிருக்கும் இன்றைய சூழலில் இந்த ப்ரேக்-அப் அதை விடவும் பயங்கரமாக இருக்கிறதே? நினைத்தால் பிரிந்து விடுவார்கள். அப்படித்தானே?

ஆமாம் ஷாஹின்ஷா. விவாகரத்துக்கும் இதற்கும் நிறைய வித்தியாசம் இருக்கிறது. ப்ரேக்-அப் செய்பவர்கள் குழந்தை பெற்றுக் கொள்வதில்லை. குடும்பம் என்ற நிறுவனத்துக்குள்ளேயே அவர்கள் செல்வதில்லை. பழகுவார்கள். பிடிக்காவிட்டால் ப்ரேக்-அப். இன்னொன்றும் சொல்ல வேண்டும். சில ஆண்டுகளுக்கு முன்பு ஒரு பெண் தன்னுடைய கள்ளக் காதலனுக்காகத் தன் ஆறு வயதுப் பிள்ளைக்கும் கணவனுக்கும் விஷம் கொடுத்தாள். கணவன் பிழைத்துக் கொண்டான். பொடியன் போய் விட்டான். தாங்கள் சொன்ன தீர்க்கதமஸ் கதையும் இந்தச் செய்தியும் ஒன்றுதான். ஒரே வித்தியாசம், அதில் பிரஹஸ்பதி ஒரு ஞானி. இதில் வரும் பெண் சராசரி. இருந்தாலும் தன்னுடைய சரீர இச்சைக்காக கருவில் இருக்கும் சிசுவின் கண் அவிந்து போக என்று சாபம் கொடுப்பதையும், கள்ளக் காதலுக்கு இடைஞ்சலாக இருக்கும் குழந்தையைக் கொல்வதையும் என்னவென்று சொல்ல? பாரதத்தை ஆங்கிலத்தில் மொழிபெயர்த்த கிஸாரி மோகன் கங்கூலி ஆதி பர்வத்தில் வரும் அந்தப் பகுதியை என்னால் மொழி பெயர்க்க முடியாது என்று சொல்லி அதை மட்டும் லத்தீன் மொழியில் கொடுத்திருக்கிறார் என்றால் பார்த்துக் கொள்ளுங்கள்... இன்னொரு மொழிபெயர்ப்பாளரான மன்மத நாத் தத்தாவோ அதற்கும் மேல். அந்தப் பகுதியை என்னால் மொழிபெயர்க்கவே முடியாது என்று மறுத்து விட்டார். அத்தனை குரூரம் அந்தச் சம்பவம்.

மதிப்புக்குரிய காத்திப் அவர்களே! குரூரத்துக்குப் பஞ்சமென்ன பாரதத்தில்? அஸ்வத்தாமன் ஒருவன் போதாதா? பாண்டவர்களின் வம்சத்தைக் கருவறுப்பதற்காக உத்தரையின் வயிற்றில் வளரும் அபிமன்யுவின் சிசுவைக் கொன்றது குரூரம் என்றால், அதற்குப் பதிலாக, அஸ்வத்தாமனுக்குக் கிருஷ்ணன் கொடுத்த சாபம் அதை விட குரூரம். “கர்ப்பத்திலிருக்கும் சிசுவைக் கொன்றவனே! நீ பாவத்தின் மொத்த உருவம். குரூரத்தின் குறியீடு. இழிவின் அடையாளம். உன்னோடு ஞானிகள் எவரும் சிநேகம் கொள்ள மாட்டார். உன்னுடைய பாவத்தின் சுமையை முதுகில் சுமந்தபடி மூவாயிரம் ஆண்டுகள்

நீ தன்னந்தனியனாகவே அலைந்து கொண்டிருப்பாய். உன் தேகம் பூராவும் குஷ்டம் பெருகி அதிலிருந்து சீழும் குருதியும் வடியும். அந்தப் புண்களில் புழுக்கள் நெளிந்து ஓடும். முடை நாற்றம் எடுக்கும்.” கிருஷ்ண சாபம்...

இப்படி சொல்லிக் கொண்டே போகலாம். ஆனாலும் என்னுடைய கதையைச் சொல்லக் கிடைத்திருக்கும் சந்தர்ப்பத்தை நான் நழுவ விடக் கூடாது. அதனால் நாம் இம்மாதிரி கிளைக்கதைகளை விட்டு விட்டு மங்கோலிய சரித்திரத்துக்கே திரும்புவோம். மொகலாயரின் மூதாதையான மங்கோலியர் ஒரு கட்டத்தில் ஐரோப்பா முழுவதையுமே தம் வசப்படுத்த இருந்தார்கள் என்று சொன்னேன். உலகின் மக்கள் தொகையில் நான்கில் ஒரு மடங்கு மங்கோலியப் பேரரசின் கீழ் இருந்தது என்றால் அது எத்தனை பெரிய சாம்ராஜ்ஜியமாக இருந்திருக்கும் என்று நாம் யூகித்துக் கொள்ளலாம். மேற்கு ஐரோப்பா மட்டுமே மீதம். அப்போது செங்கிஸ் கானின் மூன்றாவது மகனும் அவருக்கு அடுத்தபடியாக பதவிக்கு வந்தவருமான ஓகடே குடியினால் இறந்தார். ஓகடேயின் புதல்வரான குயுக் தன் அன்னையின் உதவியால் பதவிக்கு வந்தார். பிறகு பதவிக்கு வர உதவிய அன்னையையே போட்டுத் தள்ளினார். மொகலாயப் பேரரசில் அப்படி நடந்ததில்லை. அப்பன், பெரியப்பன், சித்தப்பன், மாமன், சகோதரர்கள் என்றுதான் போட்டுத் தள்ளுவது வழக்கமே ஒழிய பெண்கள் மீது கை வைப்பதில்லை. ஆனால் மங்கோலிய ஆட்சி முறை வேறு மாதிரி. அங்கே பெண்களுக்கு அரசாட்சியில் அதிகமான இடம் இருந்தது. அதனாலேயே உயிரையும் கொடுக்க நேர்ந்தது. குயுக்கின் பதவியேற்பு விழாவுக்கு ஒட்டு மொத்த ஐரோப்பிய ராஜ்ஜியங்களின் பிரதிநிதிகளும் வந்திருந்தார்கள். சுருக்கமாகச் சொன்னால், மங்கோலியப் பேரரசுதான் அக்காலத்திய சூப்பர் பவர். மங்கோலியருக்குப் பிறகு அவர்களின் வாரிசான மொகலாயப் பேரரசுதான் உலக நாடுகளின் சூப்பர் பவர். இப்போது ஹிந்துஸ்தான் இருக்கின்ற நிலைமையில் நான் சொல்வதை ஹிந்துஸ்தானிகளே ஒப்புக் கொள்வார்களா என்று தெரியவில்லை.

அதிகாரம் என்பது எதை வைத்து நிர்ணயம் பெறுகிறது? பல அரசர்கள் ராணுவ பலம் என்று மட்டுமே நினைத்துக் கொண்டிருக்கிறார்கள். இல்லை. ராணுவ பலத்தோடு பொருளாதார பலம் சேர வேண்டும். இன்றைய தினம் ஹிந்துஸ்தானிகள் வெளிநாடுகளில் கூலிகளாக வாழ்ந்து வருகிறார்கள் இல்லையா? சுந்தர் பிச்சையாகவே இருந்தாலும் அவரை நான் கூலித் தொழிலாளி என்றுதான் சொல்லுவேன். கொஞ்சம் உயர்தரமான கூலித் தொழிலாளி. நான் கேட்கும் ஒரே கேள்வி, நீங்கள் ஏன் உங்கள் தேசத்தை விட்டு வெளியே செல்கிறீர்கள்? உங்கள் தேசத்தில் வாழ வழியில்லாமல் பிழைப்பதற்காகத்தானே ஓடுகிறீர்கள்? நான் சொன்னால் இப்போது உங்களுக்குப் புரியாது. நான் சொல்வதை கவனமாகக் காது கொடுத்துக் கேளுங்கள். எங்கள் காலத்தில் மொகலாயர் காலத்தில் – ஃபிரங்கிகள் ஹிந்துஸ்தானுக்கு வந்து கூலி வேலை செய்தார்கள். எங்கள் ராணுவத்தில் ஃபிரங்கிப் பிரிவு என்றே தனியாக இருந்தது. இப்போது ஐரோப்பிய நாடுகளில் கறுப்பின மக்களுக்கு எந்த விதமான மரியாதை இருக்கிறதோ அதே மரியாதைதான் எங்கள் காலத்தில் ஃபிரங்கிகளுக்கு இருந்தது. அரசு அதிகாரிகளைப் போல் நடித்து மனூச்சியின் உடமைகளைப் பறித்துக் கொண்ட இரண்டு ஃபிரங்கிகளைப் பற்றிச் சொன்னேன், ஞாபகம் இருக்கிறதா, மதிப்புக்குரிய காத்திப் அவர்களே? ஐரோப்பாவில் வாழ வழியில்லாமல் பதின்ம வயதிலேயே ஹிந்துஸ்தானுக்குப் பிழைப்பைத் தேடி ஓடி வந்து விடுவார்கள். வருபவர்களையெல்லாம் வாழ வைத்துக் கொண்டிருந்தது ஹிந்துஸ்தான். நாங்கள்தான் உலகத்தின் சிகரமாக விளங்கினோம். வந்தாரையெல்லாம் வாழ வைப்பவராக இருந்தோம்.

ஒரே ஒரு சம்பவத்தை மட்டும் இங்கே என்னால் சொல்லாமல் இருக்க முடியவில்லை. என் கதையை வரிசைக் கிரமமாகச் சொல்ல ஆரம்பிக்கும் போது அதைச் சொல்லலாம் என்று நிறுத்தி வைத்திருந்தேன். ஆனால் இந்தத் தருணத்தில் அதைச் சொல்லியே ஆக வேண்டும். ஒரு ஃபிரங்கி அதிகாரி என் காலில் விழுந்து கெஞ்சினான். அவன்தான் கிழக்கிந்தியக் கம்பெனியின்

இந்தியப் பிரதிநிதி. அவனுக்கு மேலே லண்டன் அரசிதான். எங்கள் அத்துமீறலை மன்னித்து எங்களை உங்களுடைய நிலத்தில் வர்த்தகம் பண்ண அனுமதியுங்கள், நாங்கள் செய்த தவறுக்காக என்ன அபராதம் வேண்டுமானாலும் செலுத்தத் தயாராக இருக்கிறோம் என்றான். நட்ட நடு சபையில், அத்தனை பேர் முன்னிலையில் அவன் என் காலில் நெடுஞ்சாண் கிடையாக விழுந்து கிடந்தான். அந்த ஒருக்கணம் மட்டும் நான் இரக்கப்பட்டிருக்காவிட்டால் இந்த மண்ணிலிருந்து அன்றைய தினமே ஃபிரங்கிகள் மூட்டையைக் கட்டியிருப்பார்கள். அந்த அளவுக்கு அவர்களுக்கு எங்கள் படை வேலை காண்பித்திருந்தது. சரி, நாம் மங்கோலிய குயுக்கை கவனிப்போம்.

1237இலிருந்து 1242 வரை ஐரோப்பாவில் ரத்த ஆறு ஓடியது. ரத்த ஆறு என்ற பிரயோகம் தங்களுக்குத் தெரிந்திருக்கும் மதிப்புக்குரிய காத்திப் அவர்களே! தங்கள் மொழியிலேயே குருதிப் புனல் என்று ஒரு நாவல் வேறு இருக்கிறது. ரத்த ஆறு ஓடியது என்று சொன்னால் அது உயர்வு நவிற்சியாகச் சொல்லப்படும் ஒரு பிரயோகம். ஆனால் மங்கோலியரும் மொகலாயரும் கலந்து கொண்ட போர்கள் அத்தனையிலுமே ரத்த ஆறு நிஜமாகவே ஓடியது. யுத்த களங்களின் அருகில் ஏதேனும் நதியோ ஓடையோ இருந்தால் அந்த நதியின் நீரே குருதியாக மாறியது. என் கண் முன்னே இப்போதும் அந்த ரத்த ஆறுகள் ஓடிக் கொண்டிருக்கின்றன. கொஞ்சம் கூட நான் கற்பனை கலந்து சொல்லவில்லை. சற்று நேரம் மொகலாயரை மறந்து விட்டு மங்கோலியரைப் பற்றி சிந்திப்போம். ஏன் அந்த மக்கள் அந்த அளவுக்கு உலகை வெறி கொண்டு தாக்கினார்கள்? மற்றவர்களின் நிலங்களையும் தேசங்களையும் அபகரித்தார்கள்? ஏன் கண்டோரை எல்லாம் வெட்டிக் கொன்றார்கள்? மங்கோலியரெல்லாம் ரத்த வெறி பிடித்தவர்களா? பைத்தியக்காரர்களா? சைத்தான்களா? மனித மாமிசத்தைப் புசிப்பவர்களா? எதுவுமே இல்லை. உலகத்தின் மீதான மங்கோலியரின் யுத்தம் ஏன் நடந்தது என்றால், அதற்கு ஒரே காரணம்: இல்லாதவன் இருப்பவன் மீது தொடுத்த

யுத்தம். அவ்வளவுதான். இல்லாதவர்கள் ஏழு லட்சம். அவர்கள் கொன்ற மனிதர்களின் எண்ணிக்கையோ நான்கு கோடி.

மங்கோலிய நிலத்தில் எதுவும் விளையாது. பருவநிலையோ கற்பனைக்கும் எட்டாதது. ஒருநாள் பனிக்கட்டிப் புயல். மறுநாளே அனல் சூறை வீசி முந்தின தினம் கொட்டிய பனிக்கட்டியையெல்லாம் கரைக்கும். மூன்றாம் நாள், முந்தின நாள் சேகரமான பனிக்கட்டி மலையெல்லாம் கரைந்து வெள்ளத்தில் கால்நடைகளும் மனிதர்களும் அடித்துக் கொண்டு போவார்கள். ஆக, முதல் நாள் பனிக்கட்டிப் புயல். இரண்டாம் நாள் அனல் சூறை. மூன்றாம் நாள் வெள்ளம். என்ன செய்வார்கள் மக்கள். தனித் தனி இனக்குழுக்களாகப் பிரிந்து ஒருவருக்கொருவர் அடித்துக் கொண்டிருந்தவர்களை ஒன்றிணைத்து ஒரு பேரரசராக உருவாக்கினார் செங்கிஸ் கான். ஒரு பேரரசருக்கு வேண்டிய அத்தனை தகுதிகளும் கொண்டவர். நம்முடைய ஃபிர்தவ்ஸெ ம(க்)கானியைப் போலவே. அந்நிய நாடுகளைக் கொள்ளையடித்த போதும், கொலைகளில் ஈடுபட்ட போதும் திறமைசாலிகளின் மீது அவர் ஒருபோதும் கை வைத்ததில்லை. அவர் படைகளுக்கும் அது பற்றிய கடும் உத்தரவு இருந்தது. தொழில்நுட்பர்களையும் கலைஞர்களையும் அவர் கையோடு மங்கோலியாவுக்குக் கொண்டு சென்று விடுவார்.

இந்தப் பின்னணியில் 1245இல் குயுக்கிடம் வந்து சேர்ந்தார் அறுபது வயது ஆன ஒரு ஃபிரங்கிப் பாதிரி. ஜான் என்று பெயர். போப் இன்னொசண்டின் பிரதிநிதி. ஜானை இன்னொசண்ட் அனுப்பி வைக்கக் காரணம், ஒரு சில ஆண்டுகளுக்கு முன் மங்கோலியப் படை ஐரோப்பாவில் ஆடிய குருதிப் பலி ஆட்டத்தை மீண்டும் காண போப் இன்னொசண்டுக்கு இஷ்டமில்லை. அதன் காரணமாக குயுக் பெயருக்கு இரண்டு கடிதங்களைக் கொடுத்தனுப்பியிருந்தார். ஃபிரங்கிக்காரர்களுக்கு என்னதான் அவர்கள் ரத்த பலி கொடுத்தாலும் அவர்களின் ரத்தத்தில் ஊறிய திமிரும் அகங்காரமும் போகாது போல. ஒரு கடிதம் ஈசா நபியின் ஸாரி, போப்பின் வார்த்தைகளிலேயே

சொல்ல வேண்டும் அல்லவா? - இயேசு கிறிஸ்துவின் செய்திகளைச் சொன்னது. அதோடு நிறுத்தியிருக்கலாம். ஃபிரங்கி ரத்தம் அப்படி நிற்காதே? இரண்டாவது லிகிதத்தில், "பேரரசராகிய தாங்கள் இதுவரை விசுவாசித்த பாதை தவறென்று உணர்ந்து தங்கள் பாவத்தை அறிக்கை செய்த பின், மனந்திருந்தி, பாவ மன்னிப்புக் கேட்டு, விசுவாசத்தோடே தேவனின் ராஜ்ஜியத்தை ஏற்றுக் கொண்டு இயேசுவின் நாமத்தினாலே ஞானஸ்நானம் பெற்றுக் கொள்ளுங்கள்" என்று எழுதியிருந்தார். இதைப் படித்த குயுக்குக்கு எப்படி இருந்திருக்கும் என்று நான் சொல்லத் தேவையில்லை. ஒரு நல்ல விஷயம் என்னவென்றால், மங்கோலியர்கள் தங்களிடம் வரும் ஆன்மீகவாதிகளை அவர்கள் எந்த மார்க்கத்தைச் சேர்ந்தவர்களாயிருந்தாலும் - துன்புறுத்த மாட்டார்கள். அதனால் கடும் கோபத்துடன் ஜானிடம் ஒரு கடிதத்தைக் கொடுத்தனுப்பினார் குயுக்.

"போப் அவர்களே, நீங்கள் எனக்குப் பின்வருமாறு எழுதிக் கையெழுத்திட்டுத் தர வேண்டும். 'மங்கோலியப் பேரரசரான தங்களை என் தலைவராக ஏற்றுக் கொண்டு, தங்களிடம் சரணடைந்து தங்களுக்கு சேவகம் செய்வேன் என்று உண்மையாகவும் விசுவாசத்துடனும் எழுதிக் கையொப்பம் இடுகிறேன்.' இந்தப்படி நீங்கள் கொடுக்காவிட்டால் உங்களை என் எதிரியாக பாவிப்பேன்."

எப்படி? ஐரோப்பா எப்படி இருந்தது, ஆசியா எப்படி இருந்தது என்று புரிகிறதா? இது நடந்தது பன்னிரண்டாம் நூற்றாண்டு. இதே நிலைமைதான் என் காலம் வரை நீடித்தது. இப்போது மூந்நூறே ஆண்டுகளில் ஹிந்துஸ்தானிகள் அத்தனை பேரும் அந்நிய தேசங்களுக்குக் கூலித் தொழிலாளிகளாக மாறி விட்டீர்கள். அது போகட்டும், தேசத்தைப் பற்றிக் கவலைப்பட்டதால்தான் எனக்கு இத்தனை கெட்ட பெயர் ஏற்பட்டது. இனிமேலும் நான் அதில் தலையிடக் கூடாது. மக்களாட்சி செம்மையாக நடந்து கொண்டிருக்கும் இந்தக் காலத்தில் மக்களின் தலையெழுத்தை மக்களே தீர்மானித்துக் கொள்ளட்டும்.

ஆகவே, மதிப்புக்குரிய காத்திப் அவர்களே, எனக்கு போப் இன்னொசண்ட் பற்றியும் அவருடைய தூதர் ஜான் பற்றியும் தெரிய வந்தபோது நபிகள் நாயகத்தின் வாழ்க்கையில் நடந்த சில சம்பவங்கள் ஞாபகம் வந்தன. குறைஷிகள் விக்கிரக வணக்கம் செய்து வந்தார்கள். நாயகமோ விக்கிரக வணக்கத்தைக் கடுமையாக விமர்சித்து வந்தார்கள். இரண்டு தரப்புக்கும் தீராப் பகை. கடைசியில் குறைஷிகள் இறங்கி வந்தார்கள். "இரண்டு தரப்பும் சமாதானமாகப் போவோம். இனிமேல் நாம் விக்கிரக ஆராதனை செய்வதை நபிகள் விமர்சனம் செய்யக் கூடாது. அப்படி அவர் விமர்சனம் செய்வதை நிறுத்தினால் அவரே நம் எல்லோருக்குமான அரசராக நாம் ஏற்றுக் கொள்வோம். மற்றபடி அவர் தன் மார்க்கத்தை எப்படி வேண்டுமானாலும் பிரச்சாரம் செய்து கொள்ளலாம்." நபிப் பெருமகனாரின் பெரிய தந்தை அபூ தாலிபைத் தங்கள் சார்பாக நாயகத்திடம் தூது அனுப்பினார்கள். அபூ தாலிபும் நபிகளிடம் "இவ்வளவு தூரம் அவர்கள் இறங்கி வரும் போது நாம் சமாதானமாகவே போய் விடுவோமே" என்கிறார். அபூ தாலிப்தான் நபிகளாரின் பாதுகாப்புக்கும் பொறுப்பு எடுத்துக் கொண்டிருப்பவர். அப்போது நபிகள் சொன்னார்கள்:

"பெரிய தந்தையே! என்னுடைய வலது கையிலே சூரியனையும், இடது கையிலே சந்திரனையும் வைத்து, இந்தப் பணியை விட்டு விடும்படி அவர்கள் கோரினாலும், நான் ஒருபோதும் கை விடுவதாயில்லை. ஆண்டவன் தன்னுடைய அற்புத ஆற்றலை வெளிப்படுத்த வேண்டும். அல்லது, நான் இம்முயற்சியில் உயிர் துறக்க வேண்டும். அதுவரை நான் என் கொள்கையை விடுவதாயில்லை. எந்த இறைவனுடைய கட்டளையை நான் நிறைவேற்றுகிறேனோ, அவன் எனக்கு நிச்சயமாக உதவி புரிவான். அவர்களுடைய தீமைகளிலிருந்து என்னைக் காப்பாற்றுவான் என்ற முழு நம்பிக்கை எனக்கு உண்டு."

அப்போதுதான் இறுதியாக அந்தப் புகழ்பெற்ற ஆயத்து இறங்கியது.

"நீங்கள் வணங்குபவற்றை நான் வணங்க மாட்டேன். நான் வணங்குபவனை நீங்கள் வணங்குபவர் அல்லர். உங்களுக்கு உங்களுடைய மார்க்கம். எனக்கு என்னுடைய மார்க்கம்."[80]

ஷாஹின்ஷா சொன்னதைக் கேட்டபோது எழுத்தாளனுக்கு ஒரு சமயம் ஒரு மௌல்வி ஹிந்துக்களின் கூட்டத்தில் சொன்னது ஞாபகம் வந்தது. அது ஒரு பொது விவாத மேடை. அப்போது ஒரு மாணவி எழுந்து அந்த மௌல்வியிடம் கேட்கிறாள். "ஹிந்துக்களாகிய நாங்கள் தங்களுடைய ரமலானைக் கொண்டாடுகிறோம். பள்ளிவாசலுக்கு வந்து தொழுகிறோம். பிரார்த்தனையின் போது அல் குர்ஆனிலிருந்தும் எடுத்து ஓதுகிறோம். அப்படியிருக்கும்போது எங்கள் கோவில்களுக்குள் நீங்கள் ஏன் வருவதில்லை? விபூதி கொடுத்தால் ஏன் நெற்றியில் இட்டுக் கொள்வதில்லை? அப்புறம் எப்படி மத நல்லிணக்கம் வரும்?" இதைக் கேட்டதும் எழுத்தாளனுக்கு ஒருக்கணம் ஒன்றுமே புரியவில்லை. அவனுக்கு அப்போது இஸ்லாம் பற்றிய புரிதல் போதுமான அளவுக்கு இருந்திருக்கவில்லை. அப்போது மௌல்வி லேசான புன்னகையுடன் அந்த மாணவியிடம் மென்மையாகச் சொன்னார்: "முஸ்லிம்களாகிய நாங்கள் இறைவனை மட்டுமே வணங்குகிறோம். இறைவனால் படைக்கப்பட்ட எதையுமே வணங்குவதில்லை. இறைவனை மட்டுமே. ஆனால் தாங்களோ எல்லாவற்றையும் வணங்குகிறீர்கள். ஏன், இறை மறுப்பாளரையும் சித்தர் என ஏற்றுக் கொள்கிறீர்கள். அப்படியிருக்கும்போது தங்களின் மார்க்கப்படி தாங்கள் கோவிலுக்கும் போகலாம். பள்ளிவாசலுக்கும் போகலாம். வேதமும் ஓதலாம். அல் குர்ஆனும் ஓதலாம். எல்லாவற்றையும் தங்கள் மார்க்கம் அனுமதிக்கிறது. ஆனால் எங்கள் மார்க்கம் இறைவன் ஒருவனே என்றும் இறைவன் மட்டுமே வணங்கத் தக்கவன் என்றும் கூறுகிறது. அதனால்தான் இறைவனின் ஆயத்துகளை மக்களுக்குக் கொடுத்த இறைத்தூதரைக் கூட நாங்கள் வணங்குவதில்லை. அது பற்றி இறைத்தூதர் மிகத் தெளிவாகவே சொல்லியிருக்கிறார்கள். என்னை அடக்கம்

---

80 அல் குர்ஆன்: 109: 2-6

செய்த இடம் கூடத் தரை மட்டத்திலேயே இருக்கட்டும். மேடாக்கி விடாதீர்கள். மேடையாக மாறினால் அதுவும் வணங்கத்தக்கதாக மாறி விடும். ஈசா நபிக்கு நடந்ததை நினைவு கூருங்கள். இறைவனின் செய்தியைச் சொன்ன அவரையும் இறைவனாக ஆக்கி விட்டார்கள் அல்லவா? அப்படி எனக்கு நேரக் கூடாது...”

மௌல்வி இன்னும் நிறையவே சொன்னார். அவர் பதிலைக் கேட்ட போது எழுத்தாளனுக்குப் பல விஷயங்கள் ஞாபகம் வந்தன. மதீனாவில் நபிகள் நாயகத்தின் சமாதியில் யாரும் வணங்குவதற்காகத் தலை குனிந்தால் உடனே அங்கேயுள்ள காவலர்கள் அதைத் தடுப்பார்கள் என்று கேள்விப்பட்டிருக்கிறான். இன்னொன்று, புத்தருக்கு நேர்ந்தது. இறைவன் இருக்கிறானா என்று கேட்கப்பட்ட போது புத்தர் சொன்னார்:

மழை பெய்யும் போது ஏற்படும் நீர்க்குமிழி ஸ்படிகம் அல்ல. நீரில் தெரியும் மர நிழல் மரம் அல்ல.

இப்படிப்பட்ட கவித்துவமான பதில்களை மீறி பல சமயங்களில் நேரடியாகவும் பதில் சொல்லியிருக்கிறார் புத்தர். எல்லாமே கடவுளை நிராகரிப்பவையாக இருக்கின்றன. பேருண்மையை, மகா ஞானத்தை நமது பிரக்ஞையின் உள்ளாழங்களில் பயணம் செய்வதன் மூலமாகவே கண்டடையலாம் என்பது புத்த தத்துவம். ஆனால் அவரைப் பின்பற்றுவோர் அப்படிச் சொன்னவரையே இறைவனாக ஆக்கி விட்டார்கள். எத்தனை பெரிதாக அவருடைய சிலையை ஸ்தாபிக்கிறோமோ அத்தனை சுலபமாக மேலே சொர்க்கத்தில் இருக்கும் இறைவனை அடைந்து விடலாம் என்பது அவர்களின் நம்பிக்கையாக இருக்கலாம்.

மதுவில் ஆரம்பித்து இறைவனில் வந்து நிற்கிறோம், மதிப்புக்குரிய காத்திப் அவர்களே! ஒரு அந்தரங்கமான கேள்வி: தங்களின் இறை நம்பிக்கை எப்படி என்று இந்த அடிமை தெரிந்து கொள்ளலாமா?

தாங்கள் குறிப்பிட்டது போல் இறை நம்பிக்கை என்பது அந்தரங்கமாக இருக்க வேண்டும் என்பதே என் கருத்து ஷாஹின்ஷா. அதன் காரணமாகவே எந்த விதமான மத அடையாளங்களையும் நான் சூட்டிக் கொள்வதில்லை. ஆனால் எனக்கு ஒரு பலஹீனம் உண்டு. கேள்வி கேட்டு விட்டால் பதில் சொல்லியாக வேண்டும். அதுவும் இந்த அளவு மனம் விட்டு உரையாடிக் கொண்டிருக்கும் நமக்குள் என்ன ரகசியம் இருக்க முடியும்? நான் எந்த மதத்துக்குள்ளும் என்னை அடையாளப்படுத்திக் கொள்ள விரும்புவதில்லை. யாதும் ஊரே யாவரும் கேளிர் என்ற இனத்தைச் சேர்ந்தவன். பறவைகளுக்கு மதம் உண்டா? அந்த மாதிரி. ஆனாலும் தத்துவரீதியாக அணுகினால், அஹம் ப்ரும்மாஸ்மி என்பதே என் நம்பிக்கை. எல்லா உயிர்களிடத்தும், உயிரே இல்லாத ஜடப் பொருள்களிடத்தும் ப்ரும்மம் உறைகிறது. ஆகவே, ஆடு, மாடு, கோழி, பன்றி, பாறை, சூரியன், சந்திரன், இரும்பு, கல், மண், சிலை, மலத்தில் நெளியும் புழு, வன மிருகம் எல்லாவற்றையுமே நான் இறைவனின் அம்சமாகக் காண்கிறேன். எல்லாவற்றையும் வணங்குகிறேன். அந்த வகையில் எனக்குள் உறைவதும் கடவுள்தான். அன் அல் ஹக். அன் அல் ஹக். அன் அல் ஹக். நான் கடவுள் என்றபடியால் தாங்களும் கடவுளே. இந்த ரிஸ்வானும் கடவுளே. இந்தப் பிரபஞ்சத்திலே இருக்கின்ற, இல்லாமல் இருக்கின்ற எல்லாமே கடவுள்தான். நான் நாகூரில் வளர்ந்ததனாலோ என்னவோ மிகச் சிறிய வயதிலேயே அல் ஹலாஜின் அல்-தவாசின் புத்தகத்தைப் படித்து விட்டேன். அதில் ஒரு வசனம் எனக்கு எப்போதுமே ஞாபகத்தில் இருக்கும்.

இதயத்தின் கண்களால் கடவுளைக் கண்டேன்
யாரென்று கேட்டேன்.
நீயென்று சொன்னான்.

தாங்கள் சொல்வதைப் புரிந்து கொள்கிறேன், மதிப்புக்குரிய காத்திப் அவர்களே! நானும் சூஃபிகளுக்கு எதிரானவன் அல்ல. அவ்வப்போது சூஃபிகளைச் சந்தித்து உரையாடிக் கொண்டுதான்

இருந்தேன். நான் ஆட்சேபணை செய்தது என்னவென்றால், இறைவன் ஒருவனே என்பதையும், எல்லாம் இறைவனே என்பதையும் ஒன்று என்று சொல்லாதே என்பதுதான். எனவே, அல் குர்ஆனில் கூறியிருக்கின்றபடி உங்களுக்கு உங்களுடைய மார்க்கம்; எனக்கு என்னுடைய மார்க்கம். இதைப் புரிந்து கொண்டு சமாதானமாக வாழ்வோம். ஆனால், மத நல்லிணக்கப் பிரியர்களோ நீங்களும் நானும் ஒன்று என்று குழப்புகிறார்கள். அந்தக் குழப்பம் அக்பர் பாதுஷாவிலிருந்து ஆரம்பித்து இன்று வரை தொடர்கின்றது. நீங்கள் வேறு; நான் வேறு. ஆனாலும் இணக்கமாக இருப்போம். இதைப் புரிந்து கொள்ளாவிட்டால் மத நல்லிணக்கம் என்பது சாத்தியமே இல்லை. மேலும், எப்படி ஆண் வேறு, பெண் வேறு என்று படைக்கப்பட்டதோ அப்படியே இறை நம்பிக்கைகளும் வேறு வேறாகத்தான் இருந்து வருகின்றன. ஆனால் ஆணுக்குப் பெண்ணும் பெண்ணுக்கு ஆணும் தேவைப்படுகிறார்கள் என்பதால் இரு இனத்துக்குள்ளும் ஒருவித நல்லிணக்கம் தொடர்ந்து வருகிறது. அதுவும் இந்தப் பெண்ணியவாதிகளுக்குப் பிடிக்கவில்லை என்று வைத்துக் கொள்ளுங்கள்...

மன்னிக்க வேண்டும் ஷாஹின்ஷா... மத நல்லிணக்கம் என்பது வரை நாம் சரியாகவே பேசிக் கொண்டிருந்தோம். அதற்கு மேல் வண்டி தடம் புரண்டு விட்டது. தலித்துகள் அடிமைப்பட்டுக் கிடந்தார்கள். இல்லையா? பிறகு ஒரு கட்டத்தில் உரிமைக்குரல் எழுப்பினார்கள். உடனே ஒரு பழமைவாதி “இவ்வளவு காலம் எல்லாம் அமைதியாக இருந்தது, இப்போது இந்த தலித்துகள்தான் பிரச்சினை பண்ணுகிறார்கள். அமைதி கெட்டு விட்டது” என்று சொன்னால் அதன் அர்த்தம் என்ன? அடிமைத்தனத்தை ஏற்றுக் கொண்டு அமைதியாக இருந்தால் அமைதி; அடிமைத்தனத்துக்கு எதிராகக் குரல் எழுப்பினால் அமைதி கெட்டு விடும். அதைப் போலவேதான் பெண்களின் நிலையும். தாங்கள் இருபத்தோராம் நூற்றாண்டில் இருக்கிறீர்கள் என்பதால் தங்களிடம் மனம் விட்டுப் பேசுகிறேன். அதனால் ஷாஹின்ஷா, நாம் அதிகமாகத் தங்களின் கதையிலிருந்து தடம் மாற வேண்டாம் என்று பணிவுடன் கேட்டுக் கொள்கிறேன்...

நல்லது மதிப்புக்குரிய காத்திப் அவர்களே, நாம் ஷேர் ஷா ஸூரீயிடமிருந்து தொடங்கினோம். மொகலாயரும் ஆஃப்கனியரும் எதிரும் புதிருமான இருவேறு இனங்கள். ஒரே ஒற்றுமை, மது. மங்கோலியர் மாதிரிதான் மொகலாயரும் மதுவினால் அழிந்தவர்கள். ராஜ்ஜியம் கிடைத்ததும் மது, மாது, மஃஜூன் ஆகியவை மட்டும் அல்லாமல் அவற்றோடு கலைகளும் சேர்ந்து கொண்டன. இலக்கியம், இசை, ஆடல், பாடல், ஓவியம் என்று இருக்கின்ற அத்தனை கலைகளும் அரசவைக்கு வந்து விட்டன. அதனால்தான் மொகலாயரெல்லாம் ஷேர் ஷா ஸூரி என்ற சிங்கத்துக்கு ஆட்டுக்குட்டிகளைப் போல் தெரிந்தார்கள்.

ஷேர் ஷா ஸூரி வங்காளத்தின் சுபேதாராக இருந்தபோது ஒருமுறை நம்முடைய ஃபிர்தவ்ஸெ ம(க்)கானி பாபர் பாதுஷாவின் விருந்தில் கலந்து கொள்ள நேர்ந்தது. அப்போது ஆஃப்கனில் பார்த்திராத ஒரு மாமிசம் அவர் தட்டில் வைக்கப்பட்டிருந்தது. அதை எப்படிச் சாப்பிடுவது என்று தெரியவில்லை. உடனே தன் இடுப்பிலிருந்த கத்தியை உருவி அந்த மாமிசத்தை வெட்டி எடுத்துச் சாப்பிட்டார் ஷேர் ஷா. இதை கவனித்துக் கொண்டிருந்த பாபருக்கு 'என்றைக்கிருந்தாலும் இந்த ஆஃப்கன் நம்முடைய மொகலாய ஆட்சிக்கு அச்சுறுத்தலாக வருவான்' என்று புரிந்தது. உடனடியாகத் தன் வஸீர் மீர் கலீஃபாவிடம் ஷேர் ஷாவைக் கைது செய்ய உத்தரவிட்டார். வேண்டாம் ஹுஸூர், அந்த அளவுக்கெல்லாம் ஷேர் ஷா பொருட்படுத்தக் கூடியவர் அல்ல என்று மீர் கலீஃபா சொன்னதை பாபர் கேட்டதால் ஹிந்துஸ்தானின் தலையெழுத்தும் ஹுமாயூனின் தலையெழுத்தும் மாறியது. இதற்கிடையில் பாபர் தன்னைப் பார்த்ததுமே தன் வஸீரிடம் ஏதோ கிசுகிசுத்ததை கவனித்து விட்டார் ஷேர் ஷா. பாபரும் அப்போது வேறு யாரிடமோ பேச ஆரம்பித்தார். அப்போது கிடைத்த இடைவெளியில் அங்கிருந்து நழுவிய ஷேர் ஷா 'இனிமேல் இங்கே இருக்கும் ஒவ்வொரு நொடியும் தன் தலைக்கு ஆபத்து' என்பதை உணர்ந்து தன்னுடைய ஊர் சாஸரம் கிளம்பி விட்டார். அப்போது விருந்து மண்டபத்தில் தற்செயலாக ஷேர் ஷா

அமர்ந்திருந்த இடத்தைப் பார்த்த பாபர் அந்த இடம் காலியாக இருந்துமே அவருக்கு விஷயம் புரிந்து விட்டது. உடனேயே மீர் கலீஃபாவைக் கடிந்து கொண்டார் பாபர்.

சாஸரம் வந்த ஷேர் ஷா சும்மா இருக்கவில்லை. தன்னையொத்த ஆஃப்கனியர் அத்தனை பேரையும் ஒருங்கிணைத்தார். அது ஒன்றும் சாதாரணமாக நடந்து விடவில்லை. பணிய வேண்டிய இடத்தில் பணிந்து, துணிய வேண்டிய இடத்தில் துணிந்து தந்திரமாகச் செய்ய வேண்டியிருந்தது. நான்கு ஆண்டுகளில் ஷேர் ஷா தன்னையும் தன் படையையும் வலுப்படுத்திக் கொண்டார். ஆனாலும், மதிப்புக்குரிய காத்திப் அவர்களே, இறைவனின் திட்டம் இல்லாமல் ஷேர் ஷா தில்லியின் மயிலாசனத்தில் அமர்ந்திருக்க முடியாது. ஷேர் ஷா இரவு நேரத்தில் தன் உதவியாளர்கள் இரண்டு பேருடன் மாறுவேடத்தில் ரோந்து செல்வதுண்டு. அப்போது நடைபாதைகளில் படுத்துக் கிடக்கும் வீடற்ற ஏழைகள், ஃபக்கீர்கள் போன்றவர்களின் தலைக்கு அடியில் அஷ்ரஃபிகளையும்[81] ஆடைகளையும் வைத்து விட்டுச் செல்வது வழக்கம். அப்படி ஒருநாள் ஒரு ஃபக்கீரின் தலைமாட்டில் தங்கக் காசை வைத்தபோது அதைப் பார்த்து விட்ட ஃபக்கீர் தூக்கக் கலக்கத்தில் "தில்லி பாதுஷா வந்திருக்கிறார்" என்று முனகியிருக்கிறான். அவனுக்கு அவன் கண்ட காட்சி கனவாகத்தான் இருந்திருக்கும். காலையில் விழித்தெழுந்து தங்கத்தைப் பார்க்கும்போதுதானே தான் கண்டது கனவல்ல, நனவு என்று தெரியும்? ஆனால் அந்த ஃபக்கீர் சொன்ன வார்த்தைகள் ஷேர் ஷாவின் நெஞ்சத்தில் போய் அமர்ந்து கொண்டன. அந்த வார்த்தைகளை அவர் இறைவனின் நல்வாக்காகவே நம்பினார். அதனால்தான் அவருடைய படையை விட எத்தனையோ மடங்கு பெரிய படைகளை வென்று கொண்டே இருந்தார். ஷேர் ஷா ஸூரியின் வாழ்வில் தோல்வி என்பதே நிகழ்ந்ததில்லை. அச்சு எடுத்தது போல் ஃபிர்தவ்ஸெ ம(க்)கானியின் கதைதான்.

---

81 அஷ்ரஃபி (ஃபார்ஸி) – தங்கக் காசு

ஷேர் கானின் ஆட்சியும் அப்படித்தான் இருந்தது. ஹிந்துஸ்தானில் முதல் முதலாக ரூபாயை அறிமுகப்படுத்தினார். தபால் துறையை ஒருங்கிணைத்தார். இன்னும் எத்தனை எத்தனையோ செய்தார். அவருடைய பெருமையை ஒரே ஒரு சொல் நமக்கு விளங்கப்படுத்தும். உஸ்தாத்-ஏ-பாத்ஷாஹான். பாதுஷாக்களின் உஸ்தாத். அப்படித்தான் ஷேர் ஷா ஸூரியைப் பற்றி ஜஹான்பானி ஜன்னத் ஆஷ்யானி ஹூமாயூன் பாதுஷா எப்போதுமே குறிப்பிடுவார். அதுவும் எப்பேர்ப்பட்ட ஷேர் ஷா? தன்னுடைய மயிலாசனத்தைப் பறித்துக் கொண்டு, தன்னை ஹிந்துஸ்தானை விட்டே தன் கர்ப்பிணி மனைவியோடு அகதியைப் போல் ஓட ஓடத் துரத்திய எதிரி! ஒரு வருடமா, இரண்டு வருடமா? பதினைந்து வருடங்கள் நாடு கடத்தப்பட்டவராக வாழ்ந்தார் ஜன்னத் ஆஷ்யானி. அப்படிப்பட்ட எதிரியை உஸ்தாத்-ஏ-பாத்ஷாஹான்[82] என்றே குறிப்பிடுவார் அவர்.

—

82 உஸ்தாத்-ஏ-பாத்ஷாகான் – அரசர்களுக்கெல்லாம் ஆசான்

26

மதிப்புக்குரிய காத்திப் அவர்களே, நான் தங்களிடம் சொல்ல முயற்சித்துக் கொண்டிருந்த என் கதையில் இப்போது ஒரு முக்கியமான திருப்பத்துக்கு வந்திருக்கிறோம். அது ஜஹான்பானி ஜன்னத் ஆஷ்யானி ஹுமாயூன் பாதுஷா. ஆனால் அதற்கு முன்னால் ஒரு முக்கியமான விஷயத்தைத் தங்களிடம் பகிர்ந்து கொள்ள வேண்டும். மொகலாய சரித்திரம் பூராவும் துரோகங்களால் ஆனது என்பதும் முழுக்க முழுக்க ரத்தக் கறை படிந்தது என்பதும் எல்லோரும் அறிந்ததே. அதில் எந்தவொரு ரகசியமும் இல்லை...

ஆனால் தாங்கள் மதிப்புக்குரிய ஒரு காத்திப் என்பதால் தங்களுக்குத் தெரிந்திருக்கலாம், எங்கள் அரண்மனைகளும் கோட்டைகளும் அரச வம்சத்துப் பெண்களின் கண்ணீராலும் பெருமூச்சுகளாலும் நிறைந்திருந்தன என்று. என்னுடைய உடலை விட்டு நீங்கிய பிறகுதான் எனக்கு அது உறைத்தது. கொஞ்ச நஞ்சக் கண்ணீரா அது? தில்லியின் யமுனையெல்லாம் அந்தக் கண்ணீர் சாகரத்துக்கு முன்னால் ஒன்றுமேயில்லை. உலக வாழ்க்கையின் நகைமுரண் என்னவென்றால், நமக்கு அளிக்கப்பட்ட வாழ்க்கையை வாழ்ந்து கொண்டிருக்கும் போது

அதெல்லாம் நமக்குத் தெரிவதே இல்லை என்பதுதான். என்னைப் பொருத்தவரை நான் இறைவனுக்கு அஞ்சியவனாகவும் என்னை நம்பி வாழும் குடிகளுக்கு நல்ல அரசனாகவும் மட்டுமே வாழ்வதாக நம்பினேன். நம்பினேன் என்பதுதான் முக்கியம். நான் நடிக்கவில்லை. உள்ளொன்று வைத்துப் புறமொன்று பேசவில்லை. நான் நம்பியதை வாழ்ந்தேன். ஏன் அத்தனை போர்கள், ஏன் அத்தனை உயிர்ப் பலிகள் என்றால், ஒரு சாம்ராஜ்ஜியத்தின் மேன்மைக்கு அடையாளம் சிறிய அரசுகளையெல்லாம் தன் வசத்தே இணைத்துக் கொள்வதுதான். அதுதான் அப்போதைய மரபாகவும் நடைமுறையாகவும் இருந்தது. சிறு சிறு குழுக்களாகப் பிரிந்து தங்களுக்குள் அடித்துக் கொண்டிருந்த மங்கோலிய இனக்குழுக்கள் எல்லாவற்றையும் ஒன்றிணைத்து ஒரு சாம்ராஜ்ஜியமாக்கி ஆண்டதனால்தானே செங்கிஸ் கான் உலகில் பாதியை வெற்றி கொள்ள முடிந்தது? தம் மக்களுக்கு ஒரு அடையாளத்தையும் மேன்மையான வாழ்வையும் கொடுக்க முடிந்தது?

ஏன் நான் தாராவைக் கொன்றேன்? என்னுடைய அந்தக் கனவுக்கு அவன் குறுக்கே நின்றான். எங்கள் தந்தைக்கே விஷம் கொடுக்கப் பார்த்தான். பேகம் சாஹிபாவினால்தான் அவன் நினைத்ததைச் செய்ய முடியாமல் போனது. பேரரசருக்காகத் தயாராகும் ஒவ்வொரு வேளை உணவையும் ஜஹானாரா பேகம் சில அடிமைகளுக்குக் கொடுத்துப் பரிசோதனை செய்து பார்த்து விட்டுத்தான் பேரரசருக்குக் கொடுப்பதையே வழக்கமாகக் கொண்டிருந்தார். சமையல் நடக்கும் கூடத்திலேயேதான் பேகம் சாஹிபா இருந்து கொண்டிருந்தார். அவருக்குத் தெரியாமல் ஒரு ஏலக்காய் கூட சமையலில் சேர்ந்து விட முடியாது. அவர்தான் கிட்டத்தட்ட தலைமை சமையல்காரரைப் போல் செயல்பட்டார். அதற்குப் பிறகுதான் உணவை அடிமைகளுக்குக் கொடுத்துப் பார்க்கும் சோதனை நடந்தது. நான் தாராவைக் கொல்லவில்லை என்றால் அவன் என்னைக் கொன்றிருப்பான். ஒன்றும் ஒன்றும் இரண்டு என்பதைப் போன்ற மிக எளிமையான கணக்கு இது. மேலும், இப்படிப்பட்ட சகோதரக் கொலைகள் அரண்மனைக்கு ஒன்றும் புதிதல்லவே? பேரரசர்

மட்டும் எப்படிப் பதவிக்கு வந்தார்? இறந்தோர் மீது பழி சொல்வதற்காக இறைவன் என்னை மன்னிக்க வேண்டும். பேரரசர் மயிலாசனத்தில் அமர்வதற்காக ஆறு கொலைகளைச் செய்ய வேண்டியிருந்தது. அதில் அவரது சகோதரர்கள் இருவரும் அடக்கம்.

ஆனால் என் உடலை விட்ட பிறகுதான் புரிந்தது, நாதிரா விட்ட கண்ணீரின் வெம்மைக்கு ஈடான ஒன்று இந்தப் பதினெட்டாயிரம் உலகங்களிலும் கிடையாது என்று. அந்தக் கண்ணீரின் வெம்மை என்னை சுட்டுப் பொசுக்கி விட்டது.

தாராவின் மனைவி நாதிரா பரம்பரையான அரச வம்சத்தில் வந்தவர். அர்ஷ் ஆஷ்யானி அக்பர் பாதுஷா நாதிராவின் தாய்வழி மற்றும் தந்தை வழிப் பாட்டனார். நாதிராவின் தாய் இஃபாத் ஜஹான் அர்ஷ் ஆஷ்யானியின் இரண்டாவது மகன் சுல்தான் முராதின் மகள். நாதிராவின் தந்தை சுல்தான் முஹம்மது பர்வேஸ் மிர்ஸா ஜஹாங்கீர் பாதுஷாவின் இரண்டாவது மகன்.

தான் பதவிக்கு வருவதற்குத் தடையாக இருந்த தன் மூத்த சகோதரர் இளவரசர் சுல்தான் குஸ்ரோவைத் தீர்த்துக் கட்டினார் இளவரசர் குர்ரம். இன்னொரு மூத்த சகோதரர் சுல்தான் பர்வேஸ் மிர்ஸா, நாதிராவின் தந்தை. அவரையும் தீர்த்துக் கட்டினால்தான் பதவி கிடைக்கும் என்பதால் கடும் குடிகாரராகவும் அபீன் அடிமையாகவும் இருந்த பர்வேஸ் மிர்ஸாவையும் தீர்த்துக் கட்டினார் என் தந்தை. ஹிந்துஸ்தானத்தில் ஷா ஜஹான் பாதுஷாவை ஏதோ ஒரு தேசிய அடையாளத்தைப் போல் போற்றிக் கொண்டிருக்கிறீர்களே, அவரும் இப்படி சகோதரக் கொலைகளைச் செய்து விட்டு அவர்களின் சடலங்களின் மீது ஏறி வந்துதானே மயிலாசனத்தில் அமர்ந்தார்? அப்புறம் ஏன் என்னை மட்டும் வில்லனைப் போல் சித்தரிக்கிறீர்கள்?

ஆனாலும், மதிப்புக்குரிய காத்திப் அவர்களே, நாணயத்துக்கு இன்னொரு பக்கமும் இருக்கிறது. இளவரசர் குர்ரம் –

அதாவது பேரரசர் அத்தனை சகோதரக் கொலைகளையும் செய்திருக்காவிட்டால் அவர்கள் அவரைக் கொலை செய்திருப்பார்கள். இல்லாவிட்டால் கண்கள் குருடாக்கப்பட்டு காராக்கிருகத்தில் கிடந்திருக்க வேண்டியதுதான். இல்லாவிட்டால் ஜஹான்பானா ஜன்னத் ஆஷ்யானியைப் போல் பாலைவனத்தில் அனாதையாய்த் திரிந்திருக்க வேண்டும். பேரரசரின் தந்தை ஜஹாங்கீர் பாதுஷாவின் காலத்தில் அரண்மனை விவகாரங்கள் அனைத்தும் ஜஹாங்கீர் பாதுஷாவின் மனைவி நூர் ஜஹானிடமே இருந்தது. நூரின் கைப்பொம்மையாக ஆடிக் கொண்டிருந்தார் ஜஹாங்கீர் பாதுஷா.

ஜஹாங்கீர் பாதுஷாவுக்கு மதுவும் அபீனும் இருந்தால் போதும். இப்படி அவர் போதை அடிமையானதற்குக் காரணம், அவர் தந்தை அர்ஷ் ஆஷ்யானி அக்பர் பாதுஷாதான். பிறக்கும்போதே சலீம் - ஜஹாங்கீர் பாதுஷாவின் இயற்பெயர் - இந்த உலகின் மிகப் பெரிய செல்வந்தரும் இந்த உலகிலேயே அதிக அதிகாரம் கொண்டவருமான ஒரு பேரரசரின் மகன். உருப்பட முடியுமா, சொல்லுங்கள்? ஆலமரத்தின் கீழே செடி வளர வாய்ப்பு உண்டா? நினைவு தெரிந்த நாள் முதலாய் நீங்கள்தான் பேரரசர் என்றே செவி குளிரக் கேட்டு வளர்ந்த பிள்ளை சலீம்.

குறுக்கிடுவதற்கு மன்னிக்க வேண்டும் ஷாஹின்ஷா... எனக்கு பெர்த்தோலுச்சி இயக்கிய கடைசிப் பேரரசர் என்ற திரைப்படம் ஞாபகம் வருகிறது. அதில் பு யீ என்ற சிறுவன் மூன்று வயதில் பிரம்மாண்டமான சீன சாம்ராஜ்ஜியத்தின் பேரரசனாகி விடுகிறான். சாம்ராஜ்ஜியமே அவன் கையில். ஆனால் வெளியே செல்ல முடியாது. ஒருநாள் அரச சபையில் எல்லோர் முன்னிலையிலும் ஒரு தாம்பாளத்தில் சிறுநீர் கழிக்கிறான். அளவு கடந்த அதிகாரம் யாரையும் மனப்பிறழ்வுக்கு ஆளாக்கி விடுகிறது. சலீமின் இளமைக் காலம் எனக்கு சீனாவின் அந்தக் கடைசிப் பேரரசனைத்தான் நினைவுபடுத்துகிறது. தங்கள் கதையைக் கேட்க ஆர்வமாக இருக்கிறோம். தொடர்ந்து சொல்லுங்கள் ஹுஸுர்-ஏ-ஆலம்...

அது மட்டும் அல்லாமல் அர்ஷ் ஆஷ்யானி தவமாய் தவமிருந்து பெற்ற பிள்ளை சலீம். சலீமுக்கு முன்பு பிறந்த மூன்று குழந்தைகளும் இறந்து விட்டன. அர்ஷ் ஆஷ்யானிக்கு பத்தொன்பது வயதாக இருக்கும் போது பிறந்தவள் குழந்தை ஃபாத்திமா. ஒரு வயதில் இறந்து விட்டாள். அடுத்து, அர்ஷ் ஆஷ்யானிக்கு இருபத்து இரண்டு வயது ஆகும்போது பிறந்தவர்கள் ஹஸனும் ஹுஸைனும். இரட்டைக் குழந்தைகள். நாற்பது நாளிலேயே இரண்டும் போய் விட்டன. மொகலாய அரண்மனையில் விஷம் தண்ணீர் பட்ட பாடாகப் புழங்கிக் கொண்டிருந்தபடியால் சிசுக்கள் இரண்டுக்கும் விஷம் கொடுக்கப்பட்டு விட்டதாக அரண்மனையில் வதந்தி பரவியது. அந்த இரண்டு குழந்தைகளுக்குப் பிறகு அர்ஷ் ஆஷ்யானிக்குக் குழந்தையே பிறக்கவில்லை. ஆண்டுகள் ஒவ்வொன்றாகக் கடந்து கொண்டிருந்தன. அர்ஷ் ஆஷ்யானியின் வயதும் ஏறிக் கொண்டே போனது. இருபத்து மூன்று... இருபத்து நான்கு... இருபத்தைந்து... இருபத்தாறு... யாருக்கும் எதுவும் புரியவில்லை. அர்ஷ் ஆஷ்யானிக்கு வாரிசு இருக்குமா என்றே எல்லோருக்கும் சந்தேகம் வர ஆரம்பித்து விட்டது. ஏனென்றால், எங்கள் காலத்திலெல்லாம் இருபத்தேழு இருபத்தெட்டெல்லாம் பேரக் குழந்தைகள் எடுக்கும் வயது. ஒருநாள் அர்ஷ் ஆஷ்யானி கால்நடையாக, கால்களில் செருப்பு கூட அணியாமல் ஆக்ராவிலிருந்து அஜ்மீர் ஷெரீஃபுக்குப் பயணம் கிளம்பினார். அடுத்த வருடமே அர்ஷ் ஆஷ்யானியின் மனைவி மரியம் (ஜோதா பாய்) கர்ப்பமடைந்தார். அப்படிப் பிறந்த பிள்ளை எப்படி வளர்ந்திருக்கும் என்று சொல்லவும் வேண்டுமா?

பின்னாளில் அந்தப் பிள்ளையே தன் தகப்பனுக்கு விஷம் கொடுத்தது. தங்களுக்கு ஆச்சரியமாக இருக்கலாம். ஆனால் அர்ஷ் ஆஷ்யானிக்கு ஒருமுறை திடீரென்று உடல் நலம் குன்றியபோது சலீம்தான் விஷம் கொடுத்திருக்கலாம் என்று அபுல் ஃபஸ்ல் அர்ஷ் ஆஷ்யானியிடம் சொன்னார். அதற்குக் காரணம், அர்ஷ் ஆஷ்யானி உடல்நலமின்றி இருந்தபோது சலீம் தன்னுடைய சகோதரர்களைத் தன் ஒற்றர்களின் மூலம் வேவு பார்த்தார். அதோடு சலீமின் குடிப் பழக்கமும் சேர்ந்து

கொண்டது. குடிப் பழக்கம் எந்த அளவுக்குச் சென்றது என்றால், தனக்குப் பிடிக்காதவர்கள் மீது ஏதாவது புகார் சொல்லப்பட்டால் என்ன ஏது என்று விசாரிக்காமலேயே கொன்று விடுவது. இதன் காரணமாக, அர்ஷ் ஆஷ்யானி சலீமை விட்டு விட்டு தன் பேரப் பிள்ளைகள் மீது கவனம் செலுத்த ஆரம்பித்தார். சலீமின் மகன் குஸ்ரோவுக்கு ஆறு வயது ஆகும்போதே படையில் பெரிய பதவியைக் கொடுத்தார் அர்ஷ் ஆஷ்யானி. கடைசியில் குஸ்ரோவுக்கு என்ன ஆனது என்று நாம் ஏற்கனவே பார்த்து விட்டோம்.

என் அண்ணன் தாராவைப் போலவே இளவரசன் குஸ்ரோவும் பொதுமக்கள் மற்றும் உமாராக்களின் நன்மதிப்பைப் பெற்றவனாக இருந்தான். ஆனாலும் பதவி ஆசை யாரை விட்டது? தகப்பன் உயிரோடு இருக்கும்போதே மயிலாசனத்தில் அமர வேண்டும் என்று ஆசைப்பட்டான். இந்தக் குழப்பம் அவ்வளவுக்கும் காரணம், அர்ஷ் ஆஷ்யானி அக்பர் பாதுஷாதான். தன் மகன் மீதுள்ள கோபத்தில் பேரனை வளர்த்து விட்டார்.

மதிப்புக்குரிய காத்திப் அவர்களே, குஸ்ரோ பற்றி ஒரு நாவல் எழுதுங்களேன். இந்த மகா பெரிய சாம்ராஜ்ஜியத்தின் சர்வாதிகாரியாகவும், உலகிலேயே மிகப் பெரிய செல்வந்தராகவும் இருந்த அர்ஷ் அஷ்யானி அக்பர் பாதுஷாவின் செல்லப் பேரன் தன் தகப்பனால் கண்கள் குருடாக்கப்பட்டு சிறையில் வாடினான் என்பது எத்தகையதொரு சோக காவியமாக இருக்கும்! ஒரு பேரரசனாவதற்குத் தேவையான அத்தனையும் குஸ்ரோவிடம் இருந்தது. மது, மாது என்று எந்தத் தீய பழக்கமும் இல்லை. ஆனாலும் தாங்கள் சொன்னீர்களே, *Tzameti* என்ற ஃப்ரெஞ்ச் படத்தைப் பற்றி... அந்தப் படத்தைப் போல் அவனைச் சுற்றி இன்னும் மூன்று பேர் கையில் துப்பாக்கியுடன் இருந்தார்கள். அவன் தந்தை ஜஹாங்கீர் பாதுஷா, ஜஹாங்கீர் பாதுஷாவின் பிரியத்துக்குரிய மனைவி நூர் ஜஹான் மற்றும் தம்பி குர்ரம் (ஷா ஜஹான்). அதிகாரத்தை நோக்கிய அந்தச் சதுரங்க ஆட்டத்தில் முதல் பலியாகக்

குஸ்ரோ விழுந்ததற்குக் காரணம், குஸ்ரோவின் செருக்கு. தன் பாட்டனார் கொடுத்த செல்லத்தின் காரணமாக தான் பாதுஷாவாக ஆகி விட்டதாகவே நம்பினான். ஒரு கட்டத்தில் தன் தகப்பனையே 'பிராதர்'[83] என்று அழைக்க ஆரம்பித்து விட்டான். இருவருமே சம அளவில் மயிலாசனப் போட்டியில் நிற்கிறார்களாம். அட மூடனே! இதற்கிடையில் இன்னொரு அரசியல் விளையாட்டையும் பார்க்கத் தவறி விட்டான் குஸ்ரோ. குஸ்ரோ பதவிக்கு வந்தால் ராஜபுத்திரர்களின் கை ஓங்கும். அதை மொகலாய உமாராக்கள் விரும்ப மாட்டார்கள். ஆக, உமாராக்களின் ஆதரவும் குஸ்ரோவுக்கு இல்லை. சலீமிடம் பேரம் பேசப்பட்டது. சலீம் பதவிக்கு வந்தால் அக்பரைப் போல் மார்க்கத்துக்கு எதிராகப் போகக் கூடாது. சலீம் ஒத்துக் கொண்டார். ஜஹாங்கீர் பாதுஷாவாக மாறினார். ஆட்சிக்கு வந்ததும் பாதுஷா செய்த முதல் வேலை, குஸ்ரோவை அவன் மனைவியோடு ஆக்ரா சிறையில் அடைத்தது. வீட்டுச் சிறைதான். காராக்கிருஹம் இல்லை. கோட்டைக்குள்ளேயே வாழ்ந்திருக்கலாம். ஆனால் விதி யாரை விட்டது? அங்கிருந்து தப்பிய குஸ்ரோ ஒரு சிறிய படையைத் திரட்டிக் கொண்டு தன் தந்தை ஜஹாங்கீர் பாதுஷாவை எதிர்த்தான்.

இப்போது அவன் தந்தையின் முன்னே அரசவையில் தேசத் துரோகக் குற்றச்சாட்டைச் சுமந்து கொண்டு உடம்பு பூராவும் சங்கிலியால் பிணைக்கப்பட்டு நின்று கொண்டிருக்கிறான். அரசவையே அவனுக்காகப் பரிதாபப்படுகிறது. அப்போதுதான் ஜஹாங்கீர் பாதுஷா தன்னுடைய அந்த உலகப் புகழ் பெற்ற வாசகத்தைச் சொல்கிறார்:

"அரசனுக்கு உறவு பந்தம் பாசம் எதுவும் கிடையாது. அவன் சமூகத்துக்கு ஒப்புக் கொடுக்கப்பட்டவன்."

உமாராக்களின் வேண்டுகோளுக்கு இசைந்து குஸ்ரோவுக்கு மரண தண்டனை விதிக்கப்படவில்லை. கண்கள் மட்டும் குருடாக்கப்பட்டன. இதைக் கேட்கும் தங்களுக்கு இதெல்லாம்

---

83 பிராதர் (ஃபார்ஸி) - சகோதரன்

புரிந்து கொள்ள இயலாததாகவும் கொடூரமாகவும் தோன்றும். ஆனால் வேறு வழியில்லை. குஸ்ரோ தன் தகப்பனுக்கு எதிராகப் படை திரட்டிப் போருக்குப் போய் விட்டான். ஒன்று, நீ. அல்லது, நான். *Tzameti* கதைதான். சண்டையில் தோல்வியுற்ற குஸ்ரோ லஹௌரிலிருந்து தில்லிக்குக் கொண்டு வரப்பட்டான். அங்கே சாந்த்னி சௌக்கில் ஒரு அலங்கார யானையில் பவனி. விசேஷம் என்னவென்றால், சாந்த்னி சௌக்கின் சாலை ஓரத்தில் குஸ்ரோவை ஆதரித்த உமாராக்களும் பெருங்குடி மக்களும் கழுமரத்தில் ஏற்றப்பட்டனர். அவர்களின் கதறலைக் கேட்ட பிறகுதான் அரண்மனைக்குக் கொண்டு வரப் பட்டான் குஸ்ரோ.

ஆனாலும் குஸ்ரோவுக்கு மக்கள் ஆதரவு இருக்கத்தான் செய்தது. குஸ்ரோவின் கண்களைக் குருடாக்கிய அரண்மனைச் சேவகன் அந்த வேலையை சரியாகச் செய்யவில்லை. திட்டமிட்டே கருவிழியில் படாமல் கம்பியைச் செருகியிருக்கிறான். அதனால் குஸ்ரோவின் கண்கள் பிழைத்துக் கொண்டன. ஆனால் தன் விழிகளில் கம்பிகள் செருகப்பட்ட நிலையிலும் குஸ்ரோ கலங்காமல் நின்றான். அப்போது அவன் வயது பத்தொன்பது. அதன் பிறகு குஸ்ரோ முப்பத்தைந்து வயதில் ஷா ஜஹான் பாதுஷாவின் உத்தரவின் பேரில் கொல்லப்படும் வரை அவன் மனைவி அவன் அருகிலேயேதான் இருந்தாள். அவள் தன் விருப்பப்படி வாழ்ந்து கொள்ளலாம் என்று ஜஹாங்கீர் பாதுஷா சொன்ன போதும் அவள் குஸ்ரோவை விட்டுப் பிரியவே இல்லை. ஜஹாங்கீர் பாதுஷா ஒரு கட்டத்தில் மதுவுக்கு முழுமையாக அடிமையான போது அதிகாரம் முழுக்கவும் நூர் ஜஹானிடமே வந்து விட்டது. அதற்குப் பிறகு நடந்ததெல்லாம் அதிகாரப் பகடையாட்டம். வென்றவர் ஷா ஜஹான் பாதுஷா. நூர் ஜஹான் வீட்டுச் சிறையில் அடைக்கப்பட்டார். வருடாந்தர உதவித் தொகையாக இரண்டு லட்சம் ரூபாய் கொடுக்கப்பட்டது. பேரரசருக்குத் தடையாக இருந்த மற்ற அத்தனை பேரும் கொல்லப்பட்டார்கள்.

27

ஆடவர்களின் இந்த அதிகாரப் பகடையாட்டத்தில் நாதிரா பானு பேகம் எங்கே இருந்தாள்? அவள் தந்தை பர்வேஸ் மிர்ஸா (ஜஹாங்கீர் பாதுஷாவின் இரண்டாவது மகன்), ஷா ஜஹான் பாதுஷாவால் விஷம் கொடுத்துக் கொல்லப்பட்ட போது நாதிராவுக்கு எட்டு வயது. ஆனால் தன் தந்தையைக் கொன்றவரின் மகனைத்தான் நாதிரா மணம் புரிந்து கொள்ள வேண்டியிருந்தது. என் தாயார்தான் தாராவுக்கு நாதிராவை மணமுடிக்கக் காரணமாக இருந்தவர். ஆனால் அந்தத் திருமணத்தைப் பார்க்க அவர் உயிரோடு இல்லை. காதல் அவரைக் கொன்று விட்டது...

ஹுஸூர் என்னை மன்னிக்க வேண்டும். தங்கள் தாயார் இறந்த பிறகு ஒரு வருட காலம் மனநிலை பிறழ்ந்த நிலையில் இருந்த பேரரசரை சிசுருஷை செய்து குணப்படுத்தி மீண்டும் சகஜ நிலைக்குக் கொண்டு வந்தவர் ஜஹானாரா பேகம். அந்த ஒரு ஆண்டிலேயே பேரரசரின் தலை முழுக்கவும் நரைத்துப் போய் விட்டதாகவும், கூன் விழுந்து, கண்கள் உள்ளொடுங்கிப் போய் விட்டதாகவும் அக்காலத்திய சரித்திர ஆசிரியர்கள் எழுதியிருக்கிறார்கள். இதெல்லாம் காதலின் வெளிப்பாடு இல்லையா?

இல்லை. அதெல்லாம் தங்களுடைய உடமை ஒன்று தங்களை விட்டுப் போய் விட்டதனால் ஏற்பட்ட மனத்தொய்வு. ஏமாற்றம். எது காதல் என்றால், தாரா நாதிராவின் மீது வைத்திருந்ததுதான். அந்தப் பெண்ணின் மீது கொண்ட காதலுக்காக எங்கள் மரபையே தூக்கியெறிந்து விட்டானே? எங்கள் மரபு எப்படிப்பட்டது தெரியுமா? உங்களுக்கெல்லாம் ரொம்பப் பிடித்த அர்ஷ் ஆஷ்யானி அக்பர் பாதுஷாவுக்கு முப்பத்தேழு முதன்மை மனைவிகள், அதற்குக் கீழே ஏகப்பட்ட இரண்டாவது மனைவிகள், வைப்பாட்டிகள் என்று சுமார் முந்நூறு மனைவிகள் இருந்தார்கள். அதற்கு மேலும் கணக்கில் அடங்காத உருப்படிகளும் உண்டு. அப்படிப்பட்ட மரபை மீறினான் தாரா. தன் மனைவியை அடுத்து அவன் மணமே செய்து கொள்ளவில்லை. தன் ஓவியங்களையெல்லாம் தொகுத்து நாதிராவுக்குக் கொடுத்த ஆல்பத்தில் அவன் எழுதியது தெரியும்தானே தங்களுக்கு?

“விலை மதிக்க முடியாத இந்தத் தொகுப்பு பேரரசர் ஷா ஜஹானின் புதல்வன் முஹம்மது தாரா ஷிகோவினால் அவனது மிக நெருக்கமான பிரியத்துக்குரிய தோழி நாதிராவுக்குக் கொடுக்கப்படுகிறது…”

அப்படி தான் எழுதியபடியே வாழ்ந்து காட்டினான். ஆனாலும் அவன் காதல் பழுதுபட்டதுதான். நாதிராவின் கடைசி ஆசையை நிறைவேற்றாததால்.

உறுதியாகச் சொல்கிறேன், என்னுடைய காதல் தாராவின் காதலை விட மேன்மையானது. அவள் பெயர் தில்ராஸ். தாங்கள் என்னைப் பற்றி எழுதுவதை விட தில்ராஸைப் பற்றி ஒரு நாவல் எழுதியிருந்தால் அது இன்னமும் சிறப்பானதாக இருந்திருக்கும். தில்ராஸுக்குப் பிறந்தவள்தான் என் பிரியத்துக்குரிய மகள் ஸெபுன்னிஸா. 1637-இல் தவ்லதாபாதில் நடந்தது தில்ராஸுக்கும் எனக்குமான திருமணம். அதன் பிறகு இருபது ஆண்டுகள் தொடர்ந்த எங்கள் மண வாழ்வில் மொத்தமே ஐந்து குழந்தைகள்தான் பெற்றுக் கொண்டோம்.

கிட்டத்தட்ட தில்ராஸுமே என்னைப் போல் திட சித்தம் கொண்டவளாகவே இருந்தாள். ஒரு ஆண் மகனைப் போல் நடந்து கொண்டாள். ஆனாலும் பெண்கள் அரச காரியங்களில் ஈடுபடுவதை நான் விரும்புவதில்லை என்பதால் அவளை அந்த விஷயத்தில் நான் அதிகம் ஊக்குவிக்கவில்லை.

சொல்லப் போனால் ஆலம்கீர் மட்டுமே மொகலாய அரண்மனையை சுத்தப்படுத்தியவன் என்று தங்களின் சரித்திர ஏடுகளில் குறிப்பிடப்பட்டிருக்க வேண்டும். அர்ஷ் ஆஷ்யானி அக்பர் பாதுஷா ஸதி என்ற கொடிய பழக்கத்தை நிறுத்தினார் என்று சொல்கின்றன உங்கள் புத்தகங்கள். அதற்கு உண்மையான காரணம் என்னவென்றால், கணவன் இறந்து போனால் அந்தப் பெண்களைத் தன் ஸினானாவுக்குக் கொண்டு வந்து விடுவார் அர்ஷ் ஆஷ்யானி.

ஜஹான்பானி ஜன்னத் ஆஷ்யானி ஹுமாயூன் பாதுஷா காலத்திலேயே இது ஆரம்பித்து விட்டது. கேள்வி கேட்பார் இன்றி பெண்களைக் கொண்டு வந்து விடுவார்கள் ஜன்னத் ஆஷ்யானியின் ஆட்கள். அதற்காக தலைநகரில் மீனா பஸார் என்ற ஒரு புதிய இடத்தையே உருவாக்கினார் ஜன்னத் ஆஷ்யானி. குஸ் ரூஸ் என்பார்கள். பெண்கள் சந்தை. அங்கே போய் அழகான பெண்களை விலைக்கு வாங்கி வருவது அர்ஷ் ஆஷ்யானி அக்பரின் வழக்கம்.

நான்கு மனைவிகளுக்கு மேல் இருக்கக் கூடாது என்கிறது இஸ்லாம். ஆனால் எங்கள் பேரரசர்கள் எப்படி வாழ்ந்தார்கள்? அர்ஷ் ஆஷ்யானியின் ஸினானாவில் இருந்தது ஐயாயிரம் பெண்கள். இது தவிர தனது அரண்மனையை அடுத்து ஒரு மதுபானக் கூடத்தையும் கட்டினார். இப்போது சொல்கிறீர்கள் அல்லவா ஏதோ பப் பப் என்று, அந்த மாதிரி இடம். மது மட்டுமே அல்ல; அங்கே பெண்களின் கூட்டமும் பெருகிக் கிடந்தது. ஊரில் இருந்த அத்தனை விபச்சாரிகளுக்கும் அதுதான் புகலிடம். ஆனால் ஒரு உமாரா இந்தக் கூடத்திலிருந்து ஒரு பெண்ணைத் தூக்கிச் செல்ல வேண்டும் என்றால் அதற்கு அக்பர் பாதுஷாவிடம் அனுமதி கேட்க வேண்டும். ஒரு

பேரரசரின் பெருமையைப் பாருங்கள்! இதையெல்லாம் இஸ்லாம் அனுமதித்ததா? இதையெல்லாம் தட்டிக் கேட்ட ஒரு சுன்னீ காஜியை பதவியிலிருந்து நீக்கி விட்டு, தனக்கு ஜால்ரா அடித்த ஒரு ஷீஆ காஜியை பதவியில் அமர்த்தினார் அர்ஷ் ஆஷ்யானி. அந்தக் குறிப்பிட்ட மதுபானக் கூடத்தில் அடிக்கடி யார் எந்தப் பெண்ணைத் தூக்கிச் செல்வது என்பது குறித்து பெரும் அடிதடி ரகளைகள் நடப்பதுண்டு. இதெல்லாம்தான் சரித்திரம் என் மதிப்புக்குரிய காத்திப் அவர்களே, இதெல்லாம்தான் இதுவரை சொல்லப்படாத சரித்திரம்.

அதனால்தான் நான் துடைப்பத்தை எடுத்துக் கொண்டு வந்து அரண்மனை பூராவையும் சுத்தப்படுத்தினேன். அதனால்தான் என்னை மதவெறி பிடித்தவன் என்று உங்கள் சரித்திர ஆசிரியர்கள் புளுகுகிறார்கள். அரண்மனையை மட்டுமா சுத்தப்படுத்தினேன்? அரண்மனை ஒரு குறியீடு. அதன் மூலம் இந்த தேசத்தை சுத்தப்படுத்தினேன். மத நல்லிணக்கம் என்று சொல்லிக் கொண்டு அக்பர் பாதுஷா செய்தது ஒரு தேசத் துரோகச் செயல். அதை விட பாதகமான செயலைச் செய்தார் பேரரசர். ஆகாயத்திலே உள்ள நட்சத்திரங்களும் கிரகங்களும் ஒன்றுக்கொன்று மோதி சுக்குநூறாகச் சிதறாமல் இருக்கக் காரணம் என்ன? இறைவனின் கருணைதான், சந்தேகம் இல்லை. ஆக, அந்த ஆகாயத்திலும் ஒரு ஒழுங்கு இருக்கிறதுதானே? அந்த ஒழுங்கு தவறினால் என்ன ஆகும்? பேரரசர் அந்த ஒழுங்கையே சிதைக்கத் தலைப்பட்டார். மனித குலத்தின் அச்சாணியையே முறிக்க முற்பட்டார். இது எல்லாவற்றையும் உத்தேசித்துத்தான் தாராவின் தலையைக் கொய்து அவருக்கு அனுப்பி வைத்தேன். தாங்கள் செய்த காரியத்துக்கு இதுதான் பரிசு பேரரசர் அவர்களே! துணியை விலக்கி உள்ளே இருக்கும் தங்கள் அன்புக்குரிய மூத்த மகனின் தலையைப் பாருங்கள்! வினை விதைத்தீர், வினையை அறுவடை செய்கிறீர்! ஆனால் நான் செய்த வினைக்கெல்லாம் என்ன பலன்? எல்லாமே நாதிராவின் சாபமாக என் மீது விழுந்தது. என் வாழ்நாளில் செய்த தீவினைகளெல்லாம் என் புதல்வர்களின் உருவத்தில்

வந்து ஒன்றையொன்று தாக்கிக் கொண்டன. போகட்டும். இறைவனின் பார்வையிலிருந்து யாருமே எதுவுமே தப்ப முடியாது.

—

“உன் சகோதரர்களைத் தண்டிக்காதே, அவர்கள் அதற்குப் பெரிதும் உகந்தவர்களே ஆனாலும்” என்று வஸிய்யத்[84] எழுதினார் ஃபிர்தவ்ஸெ ம(க்)கானி. எதிரிகளை நீங்கள் மன்னிக்கலாம்; ஆனால் அவர்கள் உங்களை மன்னிக்க மாட்டார்கள் என்பதைத்தான் ஃபிர்தவ்ஸெ ம(க்)கானியின் உயிர்த் தியாகத்திலிருந்து நான் கற்றுக் கொண்டேன். எதிரியின் எச்சங்களை விட்டு வைத்தால் நம் உயிருக்கு ஆபத்து. மன்னிப்புக்கு எதிரிகள் உகந்தவர்களே அல்ல. அந்த விஷயத்தில் மாட்சிமை தாங்கிய கீ(த்)தி ஸித்தானி ஃபிர்தவ்ஸெ ம(க்) கானி பாபர் பாதுஷா காஸி தன் புதல்வர் ஜஹான்பானி ஜன்னத் ஆஷ்யானி ஹுமாயூன் பாதுஷாவுக்குச் சொன்ன இறுதி அறிவுரையை நான் மீறி விட்டேன்.

சகோதரர்களின் துரோகத்தினால் தில்லியை ஷேர் ஷாவிடம் இழந்து லஹெளர் சென்ற ஜஹான்பானி ஜன்னத் ஆஷ்யானி, ஷேர் ஷாவுக்கு ஒரு கடிதம் எழுதினார்: “உங்களுக்கு நான் ஒட்டு மொத்த ஹிந்துஸ்தானையும் விட்டுக் கொடுத்து விட்டேன். லஹெளரை மட்டுமாவது எனக்கு விட்டு விடுங்கள். சிரிந்த் நம் இருவருக்குமான எல்லையாக இருக்கட்டும்.” அதற்கு ஷேர் ஷா என்ன பதில் எழுதினார் தெரியுமா?

“உங்களுக்கு நான் காபூலை விட்டுக் கொடுத்திருக்கிறேன். நீங்கள் அங்கே சென்று இருந்து கொள்ளலாம்.”

காபூல் அப்போது ஜஹான்பானி ஜன்னத் ஆஷ்யானியின் தம்பி கம்ரானின் ஆளுகையில் இருந்தது. அண்ணன் காபூல் வருவதை கம்ரான் விரும்பவில்லை. அவன் ஷேர் ஷாவிடம் பேரம் பேசினான்.

---

84 வஸிய்யத் – உயில்

"ஹுமாயூனுக்கு நான் தஞ்சம் கொடுப்பது போல் நடிக்கிறேன். நீங்கள் அவரைப் பிடித்துச் செல்லலாம். அதற்குப் பதிலாக நீங்கள் எனக்கு பஞ்சாபைக் கொடுத்து விடுங்கள்."

ஷேர் ஷாவுக்கு கம்ரானின் உதவி தேவைப்படவில்லை. நிராகரித்து விட்டார். ஆனால் இந்தக் கடிதப் போக்குவரத்து ஒற்றர்களின் மூலம் ஜன்னத் ஆஷ்யானிக்குத் தெரிந்து விட்டது. இப்படி ஒருமுறை அல்ல, இருமுறை அல்ல. திரும்பத் திரும்ப அவர்கள் அவருக்குத் துரோகம் இழைத்துக் கொண்டே இருந்தார்கள். ஜன்னத் ஆஷ்யானியின் மந்திரிகள் அவரிடம் சொன்னார்கள், "உங்கள் உயிரை உத்தேசித்தாவது உங்கள் சகோதரன் கம்ரானைத் தீர்த்துக் கட்டுங்கள்" என்று. அப்போது ஜன்னத் ஆஷ்யானி தன் தந்தையின் வஸிய்யத்தையே மேற்கோளாகச் சொன்னார். "உன் சகோதரர்களைத் தண்டிக்காதே, அவர்கள் அதற்குப் பெரிதும் உகந்தவர்களே ஆனாலும்..."

தார் பாலைவனத்தின் வழியே மாட்சிமை தாங்கிய ஜஹான்பானி ஜன்னத் ஆஷ்யானி ஹுமாயூன் பாதுஷாவும் அவரது எட்டு மாத கர்ப்பிணி மனைவியான ஹமீதா பானுவும் நடந்தார்கள். யோசித்துப் பாருங்கள். யாருடைய மகன்? பன்னிரண்டு வயதில் ஃபர்கானாவின் அரசனாக அமர்ந்த கீ(த்)தி ஸித்தானி ஃபிர்தவ்ஸெ ம(க்)கானியின் செல்ல மகன். ஒரு மாபெரும் சாம்ராஜ்ஜியத்தின் அதிபதி அன்று ஒன்றுமே இல்லாதவராய், குடிப்பதற்குக் கூட போதுமான தண்ணீர் இல்லாமல் தன் கர்ப்பிணி மனைவியுடன் சென்று கொண்டிருந்தார்...

சூரியன் உச்சத்தில் இருந்த பருவம். உணவு இல்லை. தண்ணீரும் இல்லை. எந்தத் தடமும் இல்லாத கொடும்பாலையில் நடந்து கொண்டிருந்தார்கள் ஜன்னத் ஆஷ்யானியும் ஹமீதா பானுவும் மற்ற பரிவாரங்களும். உஷ்ணம் தாங்காமல் ஹமீதாவின் குதிரை இறந்து விட அவருக்குக் குதிரையைக் கொடுக்கவும் அங்கே யாரும் இல்லை. அதனால் தன்னுடைய குதிரையைத் தன் பிரியமான மனைவிக்குக் கொடுத்து விட்டு ஜன்னத் ஆஷ்யானி ஒட்டகத்தில் ஏறினார். ஒட்டகத்தில் ஏறிக் கொண்டு நெடும்

பயணம் சென்ற ஒரு பேரரசனுக்கு உலக சரித்திரம் அன்றைய தினம் சாட்சி கொடுத்தது.

இப்படி அவர்கள் அந்தப் பாலைவனத்தில் நடந்து கொண்டிருந்தபோது சிந்த் மாகாணத்தில் உள்ள அமர்கோடு வந்த சமயத்தில் அதற்கு மேல் ஹமீதாவினால் பயணம் செய்ய முடியவில்லை. அமர்கோட்டின் மன்னர் அப்போது ராணா ப்ராரஸாத் ராவ் என்ற ஒரு ராஜபுத்திர ஹிந்து. அவர் ஹுமாயூனையும் அவரது பரிவாரங்களையும் அன்போடு வரவேற்று பல மாதங்கள் அவர்கள் அங்கே தங்குவதற்கு வசதி செய்து கொடுத்தார். அங்கேதான் 15 அக்டோபர் 1542 அன்று பிறந்தார் அர்ஷ் ஆஷ்யானி அக்பர் பாதுஷா. சிறு குழந்தையை எடுத்துக் கொண்டு பாலைவனத்தில் பயணம் செய்ய முடியாது என்று குழந்தை அக்பரை அமர்கோட்டிலேயே விட்டுச் சென்றார் ஜன்னத் ஆஷ்யானி. இப்படியாக பிறந்தவுடனேயே பெற்றோரிடமிருந்து பிரிக்கப்பட்டவர் அர்ஷ் ஆஷ்யானி அக்பர் பாதுஷா.

இத்தனை துயரங்களுக்கும் காரணம், ஜஹான்பானி ஜன்னத் ஆஷ்யானியின் மன்னிக்கும் மனோபாவம்தான். ஈவு இரக்கமில்லாமல் அவர் சகோதரர்களைக் கொன்றிருக்க வேண்டும். மற்றொரு காரணம், அவரது அபீன் பழக்கம். மூன்றாவது காரணம், தாங்கள் அடிக்கடி குறிப்பிடுவீர்களே ஹெடோனிஸம் என்று, அது. ஒருவர் ஹெடோனிஸ்டாக இருப்பது அவருடைய தனிப்பட்ட விருப்பம். அதில் கருத்து சொல்ல எனக்கு உரிமை இல்லை. ஆனால் ஒரு ஹெடோனிஸ்ட் அரசனாக இருக்க முடியாது. ஃபிர்தவ்ஸெ ம(க்)கானி மகத்தான தியாகங்களைச் செய்து நிர்மாணித்துக் கொடுத்த சாம்ராஜ்ஜியமே ஜன்னத் ஆஷ்யானியின் அபீன் பழக்கத்தினாலும் ஹெடோனிஸத்தாலும் கை விட்டுப் போனதே? அது கூடப் பரவாயில்லை. ஐந்து வருட காலம் (1540 – 1545) பாலைவனத்திலும் பனிப் புயலிலும் நாய் படாத பாடு பட வேண்டியதாயிற்றே? அதிலும் நிறைமாத கர்ப்பிணியை அழைத்துக் கொண்டு?

1543இல் பாரசீகத்தை நோக்கிக் கிளம்பியது துரதிர்ஷ்டசாலிகளின் அந்தக் கூட்டம். தளபதி பெய்ராம் கான், ஹமீதாவின் சகோதரர் க்வாஜா முஅஸ்ஸம், கோஜா அம்பர் என்று ஒரு முப்பது பேர். கடும் குளிர்காலம் என்பதால் பாதையெல்லாம் பனி. பின்னால் மிர்ஸா அக்ஸாரி துரத்திக் கொண்டிருந்தான். மலையடிவாரத்துக்கு வந்து சேர்ந்தார்கள். பனிப் பொழிவினால் கல் மலையில் ஏற முடியாமல் வழுக்கியது. இருந்தாலும் உயிரைக் காப்பாற்றிக் கொள்ள வேண்டுமே? எப்படியோ இறைவனின் அருளால் மலையின் மீது ஏறி விட்டார்கள். இரவு சூழ்ந்து விட்டது. பனிப் பொழிவு நிற்காமல் தொடர்ந்து கொண்டிருந்தது. குளிர் காய்வதற்கு விறகு இல்லை. உணவுக்கும் ஒரு வழியும் தெரியவில்லை. அந்தக் கடும் பனிப் பொழிவிலும் பசி தீக்கங்குகளாய் மாறி தேகத்தை எரித்துக் கொண்டிருந்தது. அந்த நேரத்திலும் ஹமீதா பேகம் இறைவனுக்கு நன்றி தெரிவித்துக் கொண்டிருந்தார், குழந்தை அக்பரைப் பெறுவதற்கும், அவனை வளர்ப்பதற்கும் ஒரு இடம் கொடுத்தீரே என்று. இனியும் பசியைப் பொறுக்க முடியாது என்ற நிலையில் ஒரு குதிரையைக் கொன்று சமைக்கலாம் என்றார் ஜன்னத் ஆஷ்யானி. எதையெதையோ வைத்து நெருப்பை உண்டாக்கி குதிரைக் கறியைச் சுட்டு உண்டார்கள். “பேரரசரே தன் கரங்களால் குதிரைக் கறியைச் சுட்டார்” என்று ஹுமாயூன்நாமாவில் எழுதுகிறார் குல்பதன் பேகம். “குளிரால் என் தலையே உறைந்து விட்டது போல் இருக்கிறது” என்று அடிக்கடி சொல்லிக் கொண்டிருந்தார் ஜன்னத் ஆஷ்யானி.

—

28

அந்தக் கொடூரமான இரவுக்குப் பிறகு ஒரு வழியாக வெளிச்சம் வந்தது. எதிரே இன்னொரு மலை தெரிந்தது. அந்த மலையில் பலூச்சிகள் இருக்கலாம் என்றார் ஜன்னத் ஆஷ்யானி ஹுமாயூன் பாதுஷா. இரண்டு நாட்களில் அங்கே போய்ச் சேர்ந்தது குழு. அங்கே இருந்த பலூச்சி மலைவாசிகள் இந்த கோஷ்டியைப் பிடித்துக் கொண்டு போய் மிர்ஸா அக்ஸரியிடம் கொடுத்தால் சன்மானமாவது கிடைக்கும் என்று தங்கள் பலூச்சி மொழியில் பேசிக் கொண்டார்கள். அவர்கள் என்ன பேசினார்கள் என்பது ஜன்னத் ஆஷ்யானியின் உதவியாளர் ஹஸன் அலீயின் மனைவிக்கு மட்டும் புரிந்தது. அந்தப் பெண் பலூச்சி இனத்தைச் சேர்ந்தவர். “எங்கள் தலைவர் வந்த பிறகுதான் முடிவு எடுப்பார். அதுவரை நீங்கள் யாரும் எங்கேயும் செல்லக் கூடாது” என்று சொல்லி விட்டது பலூச்சி கூட்டம். அந்த இரவை அவர்கள் அங்கேயே கழித்தார்கள். மறுநாள் தலைவர் வந்தார். வந்ததும் ஒரு குண்டைத் தூக்கிப் போட்டார்.

கம்ரா மிர்ஸாவிடமிருந்தும் அக்ஸரி மிர்ஸாவிடமிருந்தும் உத்தரவு வந்திருக்கிறதாம். “ஹுமாயூன் பாதுஷா உங்கள் கிராமத்துக்கு வருவார் என்று தகவல் கிடைத்துள்ளது. ஜாக்கிரதை, ஜாக்கிரதை, ஆயிரம் முறை ஜாக்கிரதை.

அவரிடமுள்ள நகைகளையும் மற்ற உடைமைகளையும் நீங்கள் எடுத்துக் கொண்டு அவரையும் அவர் பரிவாரங்களையும் இங்கே காந்தஹார் கொண்டு வந்து ஒப்படைக்க வேண்டியது." மேலும் தொடர்ந்தார் கிராமத் தலைவர்:

"இந்த உத்தரவைப் பார்த்தவுடன் தங்களை காந்தஹாரில் கொண்டு போய் ஒப்படைத்து விடுவது என்றுதான் நினைத்தேன். ஆனால் பாதுஷா அவர்களைப் பார்த்தவுடன் அந்த எண்ணம் காணாமலே போய் விட்டது. தங்கள் தலையைக் காப்பாற்றுவதற்காக என்னுடைய தலையையும் - எனக்கு ஐந்தாறு பிள்ளைகள் இருக்கிறார்கள் - அவர்களின் தலைகளையும், எங்கள் குடும்பத்தின் அத்தனை பேரின் தலைகளையும் கூட இழக்கத் தயாராக இருக்கிறேன். இறைவன் தங்களையும் தங்கள் குடும்பத்தையும் காப்பாற்றுவான். அஸ்கரி மிர்ஸா என்னை என்ன வேண்டுமானாலும் செய்து கொள்ளட்டும். எனக்குக் கவலையே இல்லை."

இதைக் கேட்டதும் ஹுமாயூன் பாதுஷா அந்த கிராமத் தலைவருக்கு ஒரு மாணிக்கக் கல்லையும் ஒரு முத்துப் பரலையும் பரிசளித்தார். அதற்குப் பிறகான கதை நமக்குத் தெரிந்ததுதான். பாரசீகர்களின் உதவியோடு மீண்டும் ஹிந்துஸ்தானைப் பிடிக்கத் திட்டமிட்டார் ஜன்னத் ஆஷ்யானி. அதற்கு ஆனது பத்து ஆண்டுகள்.

ஜன்னத் ஆஷ்யானியின் அந்தத் துயரமான வாழ்க்கைக்குக் காரணம் அவருடைய போதைப் பழக்கமும், ஹெடோனிஸமும் என்று சொன்னேன் அல்லவா? இன்னும் சில காரணங்களும் இருந்தன. அந்த குணாம்சமெல்லாம் ஒரு கவிஞனுக்கு இருக்கலாம். பேரரசருக்கு இருக்கலாகாது. முக்கியமாக இரண்டு. மனிதாபிமானம். நம்ப முடியாத அளவுக்கு மனிதாபிமானம். தன் புதல்வர்களுக்கு ஃபிர்தவ்ஸெ ம(க்)கானி தெள்ளத் தெளிவாகவே விளக்கி மாகாணங்களைப் பிரித்துக் கொடுத்து விட்டு, ஹுமாயூன்தான் தனக்குப் பிறகான பேரரசர் என்றும் சொல்லி விட்டுச் சென்றிருந்தார். காம்ரானுக்கு காபூலும் காந்தஹாரும். அஸ்கரிக்கும் ஹிண்டாலுக்கும் ஒவ்வொரு சிறு

மாகாணம். ஆனாலும் நாற்காலி ஆசை யாரை விட்டது? ஒவ்வொருவருக்குமே தான்தான் பேரரசனாக வேண்டும் என்று பேராசை. ஜன்னத் ஆஷ்யானியை எதிரிகளிடம் போட்டுக் கொடுக்கவும் துணிந்தார்கள். ஆனால் முட்டாள்தனமாக ஜன்னத் ஆஷ்யானி அவர்களை ஒவ்வொரு முறையும் மன்னித்தார். கடைசியில் வெறும் முப்பது பேருடன் அனாதையாக நிறைமாத கர்ப்பிணி மனைவியுடன் பாலைவனத்தில் அலைய நேர்ந்தது. குழந்தை பிறந்ததும் அதையும் வைத்துக் கொள்ள முடியாத சூழலில் மீண்டும் பாரசீகத்தை நோக்கிப் பயணம். தங்களைச் சுமந்து வந்த குதிரையையே கொன்று தின்ன வேண்டி வந்தது. எல்லாம் எதனால்? சகோதரர்களைக் கொல்லாததால். ஒருவகையில் அதற்குக் காரணம், ஃபிர்தவ்ஸெ ம(க்)கானிதான். அவர்தானே "உன் சகோதரர்களை தண்டிக்காதே, அவர்கள் அதற்கு உகந்தவர்களே ஆனாலும்" என்று வஸிய்யத் எழுதி வைத்தது? அதைக் கேட்டு நடந்ததுதான் ஜன்னத் ஆஷ்யானியின் ஒரே தவறு. ஆனால் என்னுடைய சந்தேகம் என்னவென்றால், ஃபிர்தவ்ஸெ ம(க்)கானி அப்படி ஒரு வஸிய்யத்தை எழுதி வைத்திருக்காவிட்டாலும் கூட ஜன்னத் ஆஷ்யானி அவர் இருந்தபடிதான் இருந்திருப்பார். நம்ப முடியாத அளவுக்கு மனிதாபிமானியாக இருந்தார் அவர். அப்படிப்பட்டவர்கள் ஒன்று, கவியாக இருக்கலாம்; அல்லது, சூஃபியாக இருக்கலாம். மிக நிச்சயமாகப் பேரரசராக இருக்க முடியாது.

அடுத்தது, ஜன்னத் ஆஷ்யானியின் விபரீத போக்கு. எதைப் பற்றியுமே கவலைப்படாத பைத்தியக்காரத்தனமான நடவடிக்கைகள். ஒரு உதாரணம் சொல்ல வேண்டுமானால் அவரது ஜோதிடப் பித்து. மொகலாயப் பேரரசர்கள் அத்தனை பேருமே ஜோதிடம் பார்ப்பவர்கள்தான் என்றாலும் நான் உட்பட ஜன்னத் ஆஷ்யானி அளவுக்கு யாரும் ஜோதிடப் பைத்தியமாக இருந்ததில்லை. நானெல்லாம் ஜோதிடம் பார்த்துக் கொள்வேனே தவிர ஜோதிடம் எனக்கோ தேச நலனுக்கோ இரண்டுக்கும் ஒரே அர்த்தம்தான் - எதிராக இருந்தால் கவலையே படாமல் அதைத் தாண்டிப் போய் விடுவேன். ஆனால் ஜன்னத் ஆஷ்யானி அப்படி அல்ல.

கேட்டால் யாரும் நம்ப மாட்டார்கள். ஒரு அம்பை எய்வார். அந்த அம்பு எந்த இடத்தில் விழுந்ததோ அந்த இடத்தில் எத்தனை கற்கள் இருந்தன, எத்தனை மணல் குழிகள் இருந்தன என்பது கணக்கு. அந்த மாதிரி ஏதாவதொரு அடையாளம். அந்த எண்ணிக்கைக்கு எண் கணிதத்தில் என்ன பலன் என்று பார்த்து காயை நகர்த்துவார். அந்தக் காய் ஒரு தேசத்தின் மீது படையெடுப்பதாக இருந்தாலும் சரி. அதுதான் கணக்கு. அதை மீறி யாரும் எதுவும் செய்ய முடியாது. சமயங்களில் கூடாரத்திலிருந்து வெளியே வந்து நடப்பார். யார் தன் கண்ணுக்கு முதலில் தென்படுகிறாரோ அவர் பெயரைக் கேட்டு, அதன் ஒவ்வொரு எழுத்துக்கும் உண்டான எண்களைக் கூட்டி, மொத்தமாக வரும் எண்ணுக்கு என்ன பலனோ அதன்படி செய்வார். இப்படியெல்லாம் இருந்தால் வேலைக்கு ஆகுமா? கலைஞன் வேண்டுமானால் இருக்கலாம். உங்கள் வான்கோ ஒரு வேசிக்குத் தன் செவியை அறுத்துக் கொடுத்தானே, அவனைக் கொண்டு போய் ஃப்ரான்ஸ் தேசத்தின் அரசனாக அமர்த்தினால் என்ன ஆகும்? அதேதான் ஹிந்துஸ்தானிலும் ஆனது.

ஆகவேதான் நான் முடிவு கட்டினேன், ஃபிர்தவ்ஸெ ம(க்)கானியின் தந்தை உமர் ஷேக் மிர்ஸா போலவும் இருக்கக் கூடாது. ஃபிர்தவ்ஸெ ம(க்)கானி போலவும் இருக்கக் கூடாது. அவரது புதல்வர் ஜஹான்பானி ஜன்னத் ஆஷ்யானி ஹுமாயூன் பாதுஷா போலவும் இருக்கக் கூடாது. அர்ஷ் ஆஷ்யானி அக்பர் பாதுஷா ஒரு நல்ல பேரரசர்தான். ஆனால் மார்க்கத்தின் அடிப்படைகளையே தகர்க்கப் பார்த்தார். அவருக்குப் பிறகு வந்த ஜஹாங்கீர் பாதுஷாவோ மற்ற எல்லோரையும் விட மோசம். ஆக, எனக்கு முன்னே இருந்த ஐவரில் எனக்குப் பிடித்தவரே என் தந்தைதான். சொன்னால் யாரும் நம்ப மாட்டார்கள். ஆனாலும் சிறையில் வைக்க நேர்ந்ததற்குக் காரணம், அரசியல் சதுரங்கத்தின் தவிர்க்க முடியாத நகர்வு.

ஆனால் தந்தை சிறையில் இருந்த போது அவருக்குப் பிடித்தமான கிச்சடியை அடிக்கடி அனுப்பும்படி பார்த்துக்

கொண்டேன். எந்த நிலையிலும் பாபாஜியின் மீது எனக்கு இருந்த மரியாதை குறைந்ததே இல்லை. அவர் செய்த பாவ காரியத்துக்கான தண்டனையை இறைவன் அளிப்பான். அது பற்றி நீதி சொல்ல நான் யார்? பெருவெள்ளத்தைப் போல் ஒழுங்கீனம் சமூகத்தில் பரவியபோது அதற்கு அணை கட்டும் வேலையை மட்டுமே செய்தேன். அவரை சிறையில் வைத்திருக்கிறேன் என்பதற்காக என் கடைக்கோடிக் குடிமகன் கூட அவர் மீது மரியாதைக் குறைவாகப் பேசுவதை நான் ஒருபோதும் அனுமதித்ததில்லை. அவரை எல்லோரும் ஹஜ்ரத்-ஏ-ஆலா[85] என்றே குறிப்பிட வேண்டும் என்று உத்தரவிட்டேன். அவர் மீது எனக்கு இருந்த மரியாதை போர்த்துக்கீசியர்களை ஒடுக்கியதிலிருந்து மேலும் அதிகரித்தது. அந்தக் கதையை நான் தங்களுக்குச் சொல்வதாக உறுதியளித்திருந்தேன் அல்லவா?

வாஸ்கோ ட காமா 1498-இல் கோழிக்கோட்டில் வந்து இறங்கினார் என்பது நாம் அறிந்த கதை. பிறகு கொச்சி, கண்ணனூர், கோவா, கோழிக்கோடு, கொல்லம், தியூ என்று அரபிக் கடலோரத் துறைமுகங்களையெல்லாம் வசப்படுத்திக் கொண்ட பிறகு 1516-இல் நைஸாக வங்காள விரிகுடா பக்கம் நோட்டம் விட்டார்கள் போர்த்துக்கீசியர்கள். இப்படியே வருவதும் போவதுமாக இருந்த நிலையில் 1530 வாக்கில் வங்காள சுல்தான் மஹ்மூத் ஷாவுக்கும் ஷேர் ஷா ஸூரிக்கும் சண்டை நடந்தபோது மஹ்மூத் ஷா போர்த்துக்கீசியரின் துணையோடு ஸூரியை முறியடித்தான். எங்கிருந்து எங்கே வருகிறது பார்த்தீர்களா தொடர்பு? கோழிக்கோடிலிருந்து போர்த்துக்கீசியர்கள் வங்காளத்தின் பக்கம் வந்தது அப்படியாகத்தான். அப்போதிருந்து தொடங்கியது வங்காளத்தில் போர்த்துக்கீசியரின் ஆதிக்கம். போர்த்துகலில் இருந்த போக்கிரிகள், ரவுடிகள் எல்லாம் வங்காளத்துக்கு வந்து ஆளுக்கு ஆள் வரி வசூல் செய்ய ஆரம்பித்தார்கள். அதே சமயம் வங்காளத்தில் போர்த்துக்கீசியருக்கு ஒரு வலுவான ராணுவத் தளமும் அமைந்தது. பிறகு இந்த இடங்கள்

---

85 ஹஜ்ரத்-ஏ-ஆலா – மாட்சிமை பொருந்தியவர்

பெரும் போர்த்துக்கீசிய வணிக மையங்களாகவும் கிறித்தவ மையங்களாகவும் மாறின. இதைப் பார்த்த அர்ஷ் ஆஷ்யானி அக்பர் பாதுஷா இவர்களின் பிரதிநிதிகளை ஃபதேபூர் சிக்ரிக்கு வரவழைத்துப் பேசி அவர்களது நடவடிக்கைகளுக்கு அரசு அங்கீகாரம் அளித்தார். அதாவது, அவர்கள் வங்காளத்தில் எங்கு வேண்டுமானாலும் தேவாலயங்களைக் கட்டிக் கொள்ளலாம். ஹிந்துக்களின் விருப்பத்துடன் மதமாற்றம் செய்து கொள்ளலாம். இப்படியாக கள்ளக்கடத்தல்காரர்கள், கொள்ளைக்காரர்களின் இடமாக இருந்த வங்காளத்தின் கடற்கரை நகரங்களுக்கு அரச அங்கீகாரம் கிடைத்தது. இந்த சலுகையைப் பயன்படுத்தி வங்காளத்தில் பல இடங்களில் தங்களுக்கான வழிபாட்டுத் தலங்களைக் கட்டிக் கொண்டார்கள் ஃபிரங்கிகள். யாராவது முஸ்லிம்கள் அல்லது பிராமணர்கள் செத்தால் அவர்கள் வீட்டு அனாதைச் சிறுவர்களை கிறித்தவர்களாக்கி விடுவது அவர்களின் வழக்கமாக இருந்தது. முஸ்லிம்களுக்கு அப்படி மதம் மாறுவது சிரமம் என்றும் ஹிந்துக்களுக்கு அது சுலபமாகவே இருந்தது என்றும் சொல்லக் கேள்விப்பட்டதுண்டு. ஏனென்றால், ஃபிரங்கிகள் மற்றும் முஸ்லிம்களின் வழிபாட்டுத் தலங்களை ஒப்பிடும்போது ஹிந்துக்களின் கடவுள் மிகவும் மறைபொருளாக பல சுற்றுக்களைக் கடந்துதான் காண வேண்டியவராகவும், ஃபிரங்கிகளின் கடவுள் காட்சிக்கு எளியவராகவும் இருக்கிறார் இல்லையா?

ஆனால் பேரரசரின் ஆட்சியில் நிலைமை மாறியது. 1632-ஆம் ஆண்டு பேரரசரின் படைகள் ஹூக்ளியை முற்றுகையிட்டன. அந்த முற்றுகையை நடத்தியது காஸிம் கான். பேரரசரால் வங்காளத்தில் நியமிக்கப்பட்ட சுபேதார். மூன்று மாதங்கள் நீடித்த முற்றுகையில் பத்தாயிரம் பேர் கொல்லப்பட்டார்கள். நாலாயிரம் பேர் கைது செய்யப்பட்டார்கள். அவர்களுக்கு இரண்டே வாய்ப்புகள் தரப்பட்டன. ஒன்று, இஸ்லாத்துக்கு மாறலாம். இல்லாவிட்டால், மரண தண்டனை அல்லது ஆயுள் சிறை. இதுதான் பேரரசரின் தீர்ப்பு. வங்காளத்தில் நடந்த இந்த போர்த்துக்கீசியப் படுகொலையை தங்களின் சரித்திர ஆசிரியர்கள் ஷா ஜஹானின் நல்லாட்சியில் படிந்த கறை

என்பார்கள். அவர்களுக்குத் தெரிந்த சரித்திரம் அவ்வளவுதான். போர்த்துக்கீசியர்கள் செய்த அக்கிரமங்கள் கொஞ்ச நஞ்சமல்ல. போர்த்துக்கீசிய அதிகாரிகளுக்குக் கிடைத்த ஊதியம் கம்மியாக இருந்ததாலும் பேராசையினாலும் அவர்கள் எல்லாவிதமான கீழ்த்தரமான நடவடிக்கைகளிலும் ஈடுபட்டார்கள். அதில் முக்கியமானது, அடிமை வணிகம். யாரெல்லாம் கண்ணுக்குத் தென்படுகின்றார்களோ அவர்களையெல்லாம் பிடித்து அடிமையாக விற்றுக் காசு பண்ணினார்கள். ஒருமுறை என் அன்னையாரின் நெருங்கின உறவுக்கார பெண்கள் இருவரே அப்படிக் கடத்தப்பட்டு விற்கப்பட்டனர். இதில் பெரிய வேடிக்கை என்னவென்றால், அரண்மனை ஆட்கள் தலையிட்டு விஷயத்தைச் சொன்ன பிறகும் போர்த்துக்கீசியர்கள் அது பற்றிக் கவலைப்படவில்லை. அந்தப் பெண்களை விடுதலை செய்யவும் இல்லை. ஒருமுறை அரண்மனையிலிருந்து வெளியே சென்றிருந்த ஒரு சிறுமியைப் பிடித்துக் கொண்டு போய் விற்று விட்டார்கள் போர்த்துக்கீசிய மாலுமிகள். அந்தச் சிறுமியைப் பற்றித் தெரிந்து கொள்ளத்தான் பேரரசரின் ஆவியோடு பேச தாங்கள் ஆசைப்பட்டீர்கள் மதிப்புக்குரிய காத்திப் அவர்களே... ஆக்ரா அரண்மனையில் அவள் பெயர் மீர்ரா. மெக்ஸிகோ சென்ற பிறகு அவள் பெயர் காதரீனா தெ ஸான் ஹுவானாக மாற்றம் பெற்றது.

காலம் மற்றும் நம் முன்னே வியாபித்துள்ள வெளி ஆகிய இரண்டும் எத்தனை சிறியவை என்று நான் இந்தத் தருணத்தில் உணர்கிறேன். எத்தனையோ காலத்துக்கு முன்பு கடத்திச் செல்லப்பட்டு, அடிமையாக விற்கப்பட்ட அந்தச் சிறுமியைப் பற்றி எழுத ஆசைப்பட்டு, அதற்காகப் பேரரசரின் ஆவியோடு பேச முயன்ற தங்களோடு நான் பேசிக் கொண்டிருக்கிறேன். சரி, கதையைப் பார்ப்போம். போர்த்துக்கீசியர்கள் செய்த இன்னொரு காரியம், கண்ணுக்குத் தென்படுபவர்களையெல்லாம் பிடித்து மதமாற்றம் செய்வது.

மூட்டைப்பூச்சியை நசுக்குவது போல் பேரரசரின் படைகள் பத்தாயிரம் போர்த்துக்கீசியர்களைக் கொன்றதற்கு இன்னொரு

காரணமும் இருந்தது. ஹூக்ளி முற்றுகையின் போது பல பாதிரிகள் அங்கிருந்து தப்பி ஒரு தீவுக்குச் சென்று ஒளிந்து கொண்டார்கள். ஆனால் காஸிம் கான் அங்கேயும் அவர்களை விடவில்லை. பிடித்துக் கொண்டு வந்து பேரரசரின் முன்னே நிறுத்தினார்.

ஆக்ரா கோட்டையில் பேரரசரின் முன்னால் நிறுத்தப்பட்ட நானூறு பேரில் பெரும்பாலும் பாதிரிகளே இருந்தனர். அதில் முக்கியமானவர்கள் ஃப்ரே அந்த்தோனியோ தெ க்றிஸ்தோ மற்றும் ஃப்ரான்ஸிஸ்கோ தெ லா என்கர்னஸியோன். அவர்களுக்கு இரண்டு வாய்ப்புகளைக் கொடுத்து, இரண்டில் ஒன்றைத் தேர்ந்தெடுத்துக் கொள்வது அவர்கள் விருப்பம் என்றார் பேரரசர். ஒன்று, இஸ்லாத்துக்கு மாறி விடுதலை பெற்றுச் செல்வது. அல்லது, மரணம். அந்த நானூறு பேருமே இரண்டாவதைத் தேர்ந்தெடுத்தார்கள். ஆயிரம் ஆண்டுப் பகை ஆயிற்றே. அவ்வளவு சுலபத்தில் மாறி விட முடியுமா? அந்தப் பாதிரிகளிடம் என்னுடைய கேள்வி என்னவென்றால், உங்களுக்கு மட்டும் உங்கள் கடவுள் உங்கள் உயிரை விட முக்கியம் என்றால், நீங்கள் மதம் மாற்றிய ஆயிரக்கணக்கான முஸ்லிம்களுக்கு மட்டும் கடவுள் என்ன விளையாட்டுச் சாமானா, வேண்டியபடி மாற்றிக் கொள்வதற்கு? ஆனால் அந்த ஃப்ரே அந்த்தோனியோ சாதாரண ஆள் அல்ல. அவர் ஒரு சாகச வீரனைப் போல் மரண தண்டனையை ஆயுள் தண்டனையாக மாற்றிக் கொண்டதோடு மட்டும் அல்லாமல் கைதிகளில் பலரை தப்பிக்கவும் வைக்கிறார். ஆனால் அவர் மட்டும் தப்பவில்லை. ஒன்பது ஆண்டுகள் காராக்கிருக தண்டனை. இந்த விவரங்கள் எல்லாவற்றையும் ஒரு சாகச நாவலைப் போல் ஃப்ரே செபாஸ்தியாவோ மான்ரிக்[86] தன் பயணக் குறிப்புகளில் எழுதியிருக்கிறார்.

அந்தக் காலத்தில் மதத் துவேஷம் எந்த அளவுக்கு இருந்தது என்பதை நாம் மான்ரிக்கின் பயணக் குறிப்புகளிலிருந்து

86 Fray Sebastião Manrique

தெரிந்து கொள்ளலாம். பௌத்த மதத்தைச் சார்ந்தவர்களை சைத்தானின் கூட்டாளிகள் என்றும், நரகத்திலிருந்து வந்தவர்கள் என்றும், ஏமாற்றுக்காரர்கள் என்றும், இன்னும் என்னென்ன விதமாகவோ ஏசுகிறார் மான்ரிக். முஸ்லிம்களையும் விட்டு வைக்கவில்லை.

—

29

அடுத்த ஆண்டே (1633) இன்னொரு அதிசயமும் நடந்தது. நடந்த அத்தனை ஆக்கினைகளையும் சகித்துக் கொண்டு போர்த்துக்கீசியப் பாதிரிகள் திரும்பவும் ஹூக்ளியில் தங்கள் நடவடிக்கைகளை ஆரம்பித்தார்கள். ஆனால் ஒரு பேரரசனுக்கு அடையாளம் என்ன தெரியுமா? அதைத்தான் செய்தார் ஷா ஜஹான். அந்தப் பாதிரிகளுக்கு எழுநூற்று எழுபத்தேழு பிகாக்கள் வரியில்லாத நிலம் அளித்து அவர்களுக்கான வழிபாட்டுத் தலங்களைக் கட்டிக் கொள்ள அனுமதியும் அளித்தார். அந்த சமிக்ஞையைப் புரிந்து கொண்ட போர்த்துக்கீசியர்களும் அதற்குப் பிறகு அரண்மனைக்குள்ளேயே புகுந்து பெண்களைக் கடத்தி அடிமையாக விற்பது போன்ற காரியங்களை நிறுத்திக் கொண்டார்கள். பாதிரிகளும் கண்மண் தெரியாமல் மதமாற்றம் செய்வது என்ற தீவிரவாதத்தைக் குறைத்துக் கொண்டார்கள். இருந்தும் அந்தக் காலகட்டத்தில் ஹூக்ளியில் மட்டுமே ஒன்பதாயிரம் கிறித்தவர்கள் இருந்ததாக ஃப்ரான்ஸ்வா பெர்னியே எழுதுகிறான்.

கதை அதோடு முடியவில்லை. நான் தங்களிடம் சொல்லியிருக்கிறேன் அல்லவா, என் வாழ்வின் அந்திமக் காலத்தில் எனக்கு நேர்ந்த அனுபவங்கள் இந்தப் பூவுலகில் யாருக்கும் நேரிட்டு விடக் கூடாது என்று? ஆம், அந்த நாட்கள் மிகவும் கொடூரமானவை. எனக்கு இருந்த அளவுக்கு திட சித்தம்

இல்லாதவராக இருந்தால் ஒரே நாளில் நெஞ்சு வெடித்துச் செத்திருப்பார். ஆம், என் இறுதி மூன்று ஆண்டுகளை நான் துர் ஆவிகளோடுதான் கழித்தேன். உறங்குவதற்காகக் கண்களை மூடிய உடனேயே யாருமற்ற என் அறையில் ஆள் நடமாட்டம் ஆரம்பித்து விடும். ஒரு ஆள் அல்ல, பல ஆட்கள் நடப்பது போல் இருக்கும். கண்களைத் திறக்க முயற்சித்தால் முடியாது. அறையெங்கும் ஒரே அழுகையும் ஒப்பாரியுமாகப் பரவும். நூற்றுக்கணக்கான பெண்களின் ஓலம் செவிகளைச் செவிடாக்கி விடும் போல் கிளம்பும். பிறகு திடீரென்று எல்லா சப்தமும் நின்று ஒருவித நிசப்தம் நிலவும். கப்ருஸ்தானின்[87] மௌனம். பிறகு சிறிது நேரத்தில் மீண்டும் கிளம்பும் ஓலம். பிறகு நெருப்பின் வெம்மை தாக்கத் தொடங்கும். வெம்மையா அது? ஒரு பெரும் வனமே பற்றி எரிவது போன்ற சப்தமும் சூடும் கிளம்பிப் பரவும். இத்தனை பெரிய நெருப்பில் எப்படி நாம் வெந்து சாம்பலாகாமல் இருக்கிறோம்? இதுதான் ஜஹன்னமா? இதுதான் ஜஹன்னத்தின் நெருப்பா? திடீரென்று மனித மாமிசம் கருகும் துர்க்கந்தம் வீசும். காலையில் பொழுது புலர்ந்ததும் பார்த்தால் இரவு நடந்ததன் ஒரு சுவடு இருக்காது. அத்தனை நெருப்பையும் என் சருமம் எப்படித் தாங்குகிறது? பொசுங்கிப் போயிருக்காதா? வனம் பற்றி எரியும்போது அதன் அருகே இருந்தால் எப்படி இருக்குமோ அப்படியே உணர்வேன். ஆனால் நான் பொசுங்காமல், கருகாமல் இருந்தது ஆச்சரியம். மனதை ஒருநிலைப்படுத்திக் கொண்டு கூர்மையாக கவனிப்பேன். அழுகைக் குரல்களும் ஓலங்களும் உண்மை. நெருப்பும் உண்மை. அலையலையாய் வீசித் தெறிக்கும் அக்னி ஜ்வாலை உண்மை. ஆகாயம் அளவு உயர்ந்திருக்கும் ஒரு கொல்லன் அவன் உருவத்துக்கு ஏற்ற ஒரு பிரம்மாண்டமான உலையைத் தன் துருத்தி மூலம் ஊதுவது போல் வீசியது நெருப்பு. ஆனாலும் எப்படி என் உடல் கருகாமல் பிரக்ஞை செயல்பட சிந்திக்கிறேன். உடம்பு அப்படியே இருக்கிறதே? இதோ என் கைகளைத் தொட்டுப் பார்க்க முடிகிறது... கால்களைத் தொட முடிகிறது. தாடி கூட கருகவில்லை.

87 கப்ருஸ்தான் – மயானம்; கப்ர் - கல்லறை

ஆனால் நெருப்புத் துண்டைப் போல் கொதிக்கிறது கை. நெற்றியைத் தொட்டுப் பார்க்கிறேன். நெருப்பு. உடம்பு முழுவதுமே ஒரு நெருப்புத் துண்டாக மாறி விட்டது போல் தோன்றுகிறது. நூற்றுக்கணக்கான பெண்களின் ஓலம் என்றா சொன்னேன்? இல்லை. ஆயிரக்கணக்கான பெண்களின் ஓலம் தீச்சுவாலைகளின் ஜஹன்ன சப்தத்தையும் மீறி ஒலிக்கிறது. இந்த உடலுடனே ஜஹன்னத்தை அனுபவிக்கும் மனிதனாகி விட்டேனா? அல்லது, நான் இறந்து போய் ஜஹன்னம் வந்து சேர்ந்து விட்டேனா? இல்லையே, உடம்பு அப்படியே இருக்கிறதே? கண்களைத் திறக்க முடியாவிட்டாலும் என் உடலை என்னால் தொட முடிகிறதே?

என் மரண நாள் வரை ஒவ்வொரு இரவும் எனக்கு இப்படியே கழிந்தது. ஒரு இரவு கூடத் தவறவில்லை. நான் செய்த பிரார்த்தனை, தொழுகை எதுவுமே பலனளிக்கவில்லை. இறைவனே என்னைக் கை விட்டது போல் தோன்றியது. பகல் முழுவதும் தொழுகையில் இருந்தாலும் இரவில் இந்தப் பிசாசுகளின் ஓலம், கதறல், கூக்குரல் எதையும் என்னால் நிறுத்தவே முடியவில்லை. ஒவ்வொரு இரவுமே என் உடல் ஒரு எரியும் விருட்சமாக மாறியது. ஆனால் உடம்புக்கு ஒன்றும் ஆகவில்லை. ஒருநாள் காலையில் என் கோஜாவை அழைத்து முகத்தில் ஏதும் தீக்காயம் தெரிகிறதா என்று கேட்டேன். இல்லை ஹுஸூர் என்று சொல்லி விட்டு என்னை ஓரக் கண்ணால் பார்க்கிறான். பைத்தியம் பிடித்து விட்டதாக நினைத்து விட்டான் போல. முன்னைப் போல் இருந்தால் கண்களில் சூட்டுக் கம்பியைச் சொருகியிருப்பேன். ஒரு பேரரசனைக் கண் கொண்டு பேசுவதே மரண தண்டனைக்குரிய குற்றம். அப்படியிருக்கும்போது ஓரக்கண்ணால் பார்ப்பதா? ஆனால் என் அந்திக் காலத்தில் அத்தனையும் மாறி விட்டது. ஆலம்கீர் கனிந்து விட்டார் என்று என் காது படவே பேசுகிறார்கள்.

ஒருநாள் என் மகள் ஸீனத் உந் நிஸாவைக் கேட்டேன், என் முகத்தில் ஏதாவது வித்தியாசமாகத் தெரிகிறதா என்று. ஒன்றும் தெரியவில்லையே பாபாஜி என்றாள். ஸீனத்தும் என் துணைவி உதய்புரி மஹலும்தான் என் வாழ்வின் இறுதியில்

என் பக்கத்தில் நின்றவர்கள். ஸீனத்தை விட உதய்புரி பத்து வயது சிறியவள். இரண்டு பேருக்கும் மிக நன்றாக ஒத்துப் போனது. உதய்புரிக்கும் எனக்கும் பிறந்த காம் பக்ஷை பல சமயங்களில் என் தண்டனையிலிருந்து காப்பாற்றியவள் ஸீனத். பரோபகாரத்துக்கும் தர்ம சிந்தனைக்கும் குறியீடாக வாழ்ந்தவள். அவளுடைய அக்கா ஸெபுந்நிஸாவைப் போலவே ஸீனத்தும் இறுதி வரை திருமணமே செய்து கொள்ளவில்லை. அதெல்லாம் தனித் தனிக் கதைகள், மதிப்புக்குரிய காத்திப் அவர்களே!

என் அந்திமக் காலத்தில் நானே எனக்கு ஒரு அந்நியனைப் போல் தெரிந்தேன். நான் சொல்வது எத்தனை உண்மை என்பதை என் புதல்வர்களுக்கு நான் எழுதிய கடிதங்களிலிருந்து தாங்கள் தெரிந்து கொள்ளலாம்.

ஒரு நாள் அல்ல, இரண்டு நாள் அல்ல, தினந்தோறும் இருள் சூழ்ந்ததும் ஒரே மாதிரியான இன்னல்தான். இறைவனின் கருணையினால் மட்டுமே எனக்குப் பைத்தியம் பிடிக்காமல் இருந்தது என்று சொல்ல வேண்டும். அல்ஹம்துலில்லாஹ்... ஆரம்பத்தில் யாரேனும் ஒரு ஸூஃபியிடம் போய்க் கேட்கலாமா என்று நினைத்தேன். பிறகு ஒரு ஹிந்து ஜோதிடனை வரவழைத்து இதெல்லாம் என்னவென்று கேட்டு, பிராயச்சித்தம் தேடலாமா என யோசனை ஓடியது. அப்புறம்தான் தோன்றியது, வாழ்நாள் பூராவும் ஸூஃபிகளின் பின்னாலும் ஜோதிடர்களின் பின்னாலும்தானே இருந்தோம்? கடைசியில் கிடைத்தது என்ன? இந்த ஜஹன்ன நெருப்பும் பிசாசுகளின் அழுகையும் ஓலமும்தானே? ஆகவே, ‘நீ விதைத்ததைத்தான் அறுவடை செய்கிறாய்’ என்று எனக்கு நானே சொல்லிக் கொண்டேன்.

ஒருநாள் இரவு என் செவிகளை இரண்டு கைகளாலும் மூடியபடி அமர்ந்திருந்த போது எனக்கு மிகப் பக்கத்தில் ஒரு பெண் குரல் கேட்டது.

கண்களைத் திறக்காதே ஆலம்கீர்... நான் உன்னுடைய கொள்ளுப் பாட்டனார் அக்பர் காலத்தில் வாழ்ந்த, அவருடைய

மண்ணாசையின் காரணமாக ஜோஹர் செய்து கொண்ட ராணி துர்கவதி பேசுகிறேன்.

ஒளரங்ஸேப் ஆலம்கீர் சொல்லிக் கொண்டிருந்த கதையைக் கேட்டபடி அகோரியின் எதிரே அமர்ந்திருந்த எழுத்தாளனுக்கு மேற்கண்ட வாசகத்தைக் கேட்டதும் நெஞ்சம் படபடத்து, நாக்கு மேலண்ணத்தில் ஒட்டிக் கொண்டது. ரோமக்கால்கள் சிலிர்த்து நின்றன. கண்கள் இமைக்கவும் மறந்தன. பேய் அடித்தது போல் ஸ்தம்பித்துப் போனான். காரணம், அந்த அகோரியிடமிருந்து வந்தது ஒரு பெண் குரல். அப்படியானால் அந்தக் குரல் சொல்வது போல் இப்போது எழுத்தாளனின் முன்னே அமர்ந்திருக்கும் அகோரியின் உடம்பில் வந்திருப்பது ராணி துர்கவதியா?

ஆமாம், மதிப்புக்குரிய லேகக்[88] அவர்களே, ராணி துர்கவதிதான் பேசுகிறேன். எப்படித் தன்னை தன்னுடைய மயிலாசனத்திலிருந்து அகற்றி, தாய்நாட்டிலிருந்தும் நாடு கடத்தி விட்ட ஷேர் ஷாவைத் தனக்குப் பிடித்த பேரரசனாக ஹுமாயூன் கூறினாரோ அதேபோல் எங்கள் தாய்நாடான கோண்ட்வானாவை அபகரித்துக் கொண்டு எங்கள் நாட்டின் ஆயிரக்கணக்கான பெண்கள் ஜோஹர்[89] செய்து கொண்டு

---

88 லேகக் – எழுத்தாளர்

89 ஜோஹர், சாகா – கணவன் இறந்த பிறகு மனைவி சிதையில் இறங்கித் தன்னை எரித்துக் கொள்ளும் சடங்கின் பெயர் ஸதி. ஆனால் ஜோஹர் என்பது, எதிரிகளிடம் தோற்கப் போகிறோம் என்ற நிலையில் ராஜபுத்திரப் பெண்கள் (குழந்தைகள் தவிர) பெரிய அளவில் தீ மூட்டி, கூட்டம் கூட்டமாக, ஆயிரக்கணக்கானவர்கள், அந்தப் பெருந்தீயில் இறங்கித் தம்மை மாய்த்துக் கொள்வது. அப்படி பெண்கள் எல்லோரும் இறந்த பிறகு ஆண்கள் தம் கரங்களில் வாள் ஏந்தி தற்கொலைப் போரில் ஈடுபடுவார்கள். அவர்கள் போர் வீரர்கள் அல்ல. சாதாரண குடிமக்கள். தங்களால் எத்தனை மொகலாய வீரர்களைக் கொல்ல முடியுமோ அத்தனை பேரைக் கொன்று விட்டு அவர்கள் கரங்களால் மரணமடைவார்கள். அதன் பெயர் சாகா.

மாண்டு போகவும், எங்களின் ஆண் மக்கள் யாவரும் சாகா செய்து உயிர் துறக்கவும் காரணமாக இருந்தாரே மொகலாயப் பேரரசரான அக்பர்... அவருடைய கொள்ளுப் பேரன் ஔரங்ஸேபை எனக்கு ஓரளவு பிடிக்கும். அதனால்தான் ஆலம்கீரின் அந்திமக் காலத்தில் அவரைச் சந்தித்து அவர் செய்த பாவங்களுக்கு அந்த ஜென்மத்திலேயே பாவ நிவர்த்தியையும் வழங்கத் துணிந்தேன். மொகலாய ஆட்சியின் போது ஜோஹர் செய்து கொண்ட ஆயிரக்கணக்கான பெண்களும் குறுவாளால் குத்திக் கொண்டு இறந்த நானும் மூன்று ஆண்டுகள் ஔரங்ஸேபுக்கு நரகத்தைக் காட்டினோம். ஆம், தன் பாவத்தை அந்த ஜென்மத்திலேயே கழுவித் தீர்த்துக் கொண்டார் ஔரங்ஸேப். அதனால்தான் அவரது கடைசி மூன்று ஆண்டுகளின் இரவுகளில் அவர் உதவிக்கு யாருமே வரவில்லை. அவருடைய பாவங்களே பெரும் சுவர்களாக அமைந்து எல்லா நல்சக்திகளின் உதவியையும் தடுத்து விட்டது.

ஃபார்ஸியில் தீன் பா தன்யா என்பார்கள். ஆதாயத்துக்காக மார்க்கத்தை விட்டுக் கொடுப்பது. ஔரங்ஸேபை எனக்கு ஏன் பிடித்தது என்றால் அவர் தன்யாவுக்காக (ஆதாயம்) தீனை (மார்க்கம்) விற்கத் துணியவில்லை. அவருக்கும் அக்பருக்கும் இருந்த வித்தியாசம் அதுதான். அற்ப சுயநலத்துக்காக ஔரங்ஸேப் ஆலம்கீர் ஒருபோதும் மார்க்கத்தை விலை பேசவில்லை. தீனும் தன்யாவும் இரண்டு தட்டுகளில் ஔரங்ஸேபுக்குத் தரப்பட்ட போது அவர் தீனைத் தேர்ந்தெடுத்தார். தன்யாவைத் தேர்ந்தெடுத்தவர் அக்பர். அக்பரின் புகழ் பெற்ற மத நல்லிணக்கத்தின் ஆதாரம் என்னவென்று உங்களுக்குத் தெரியுமா லேகக் அவர்களே? அக்பரின் சுயநலம். அதைத் தவிர வேறு எந்தக் காரணமும் இல்லை. அதன் காரணமாகவே அவர் ராஜபுத்திரப் பெண்களை மணந்தார். பசு வதையைத் தடை செய்தார். தாடியை நீக்கி விட்டு, காதுகளில் கடுக்கண் மாட்டிக் கொண்டார். தீபாவளியையும் தஸராவையும் கோலாகலமாகக் கொண்டாடினார். அப்படியெல்லாம் செய்தால் ஹிந்துக்களின் நல்லெண்ணத்தைப் பெறலாம் என்பது அவர் எண்ணம். பெறவும் செய்தார். அடிப்படையில் இறை மறுப்பாளர்களான

உங்களுடைய தற்காலத்திய அரசியல்வாதிகள் சிறுபான்மை முஸ்லிம்களை கவர் பண்ணுவதற்காக ரமலான் அன்று தொப்பி அணிந்து கொண்டு நோன்புக் கஞ்சி அருந்தியபடி போட்டோவுக்குப் போஸ் கொடுக்கிறார்கள் இல்லையா? அதையேதான் அக்பர் வேறு விதமாகச் செய்தார். அத்தனையும் சுயநலம். தன்யாவுக்காக தீனை விற்றவர் அக்பர்.

தன்னுடைய ராஜ்ஜியத்தை விஸ்தீரணம் பண்ணுவதற்காக நூற்றுக்கணக்கான ராஜபுத்திர சமஸ்தானங்களைத் தன்னோடு இணைத்துக் கொண்டார். பல ஜமீந்தார்கள் தங்கள் புதல்வியைக் கொடுத்து அக்பரோடு சம்பந்தம் செய்து கொண்டார்கள். சிலர் எந்தப் பிரச்சினையும் வைத்துக் கொள்ளாமல் அக்பரின் தலைமையை ஏற்றுக் கொண்டார்கள். வெகு சிலருக்குத்தான் தன்மானத்தை இழப்பதை விட மரணம் துச்சமெனத் தோன்றியது.

துர்கவதியாகிய நான் மத்திய ஹிந்துஸ்தானில் இருந்த கோண்ட்வானா என்ற மகத்தான தேசத்தின் ராணியாக இருந்தவள். அந்த தேசமும் தன்னுடைய ராஜ்ஜியத்தோடு சேர வேண்டும் என்று நினைத்தார் அக்பர். முக்கியமான காரணம், எங்கள் தேசத்தில் யானைகள் அதிகம். மொகலாயரின் படைக்கு யானைகள் தேவை. என்னுடைய கணவர் தல்பத் ஷா இளவயதில் இறந்து விட்டதாலும் எங்கள் மகன் வீர் நராயணுக்கு ஐந்து வயதுதான் ஆகியிருந்ததாலும் நானே கோண்ட்வானாவின் ராணியாகப் பதவியேற்க நேர்ந்தது. இது நடந்தது 1550இல். நான் ஆட்சிக்கு வந்து பன்னிரண்டு ஆண்டுகள் கழித்து அக்பரின் தளபதி க்வாஜா அப்துல் மஜீத் ஆஸஃப் கான் அக்பரின் உத்தரவின் பேரில் எங்கள் தேசத்தைத் தாக்குகிறான். என்னுடைய மந்திரிகள் பிரம்மாண்டமான மொகலாயப் படைகளுடன் மோதுவது தற்கொலைக்குச் சமானம் என்கிறார்கள். அடிமையாக வாழ்வதை விட சண்டையிட்டுச் சாகலாம் என்றேன். ஆனால் மொகலாயப் படைக்கு எங்களின் கோண்ட்வானாவை வெற்றி கொள்வது அத்தனை சுலபமாக இல்லை. ஒரு பக்கம் மலைத்தொடர்களும்

மற்றொரு பக்கம் இரண்டு நதிகளும் எங்கள் தேசத்தைப் பாதுகாத்துக் கொண்டிருந்தன. இருந்தாலுமே அது சமமில்லாத சண்டைதான். என்னுடைய வீரர்கள் சண்டைக்கே லாயக்கற்றவர்கள். கையிலிருந்த ஆயுதங்களும் காய் வெட்டுவதற்குக் கூட லாயக்கற்றவை. ஆனால் அப்படிருந்தும் எதிர்த் தரப்புக்குப் பெருத்த நாசத்தை விளைவித்தார்கள் எங்கள் வீரர்கள். காரணம் என்ன தெரியுமா?

—

30

ஒரு போர் என்றால் படை வீரர்கள் மட்டும்தானே கலந்து கொள்வார்கள்? ஆனால் கோண்ட்வானா என்ற மகத்தான தேசத்துக்கும் மண்ணாசையினால் தன் படைகளை ஏவி விட்ட அக்பரின் சைன்னியத்துக்கும் நடந்த அந்தப் போரில், இழப்பதற்குத் தங்கள் உயிரைத் தவிர வேறு எதுவுமே இல்லாத எங்கள் இனத்து ஆண்கள் அத்தனை பேரும் கலந்து கொண்டார்கள். கவனியுங்கள். எங்கள் தேசத்திலிருந்த ஆண்களில் ஒருத்தர் பாக்கியில்லாமல் கலந்து கொண்டார்கள். அதுவரை வாளையோ ஈட்டியையோ தொட்டே இருக்காத ரயத்துகளும், நாவிதரும், புலையரும், பண்டிதரும், வைசியரும், யாவரும் யாவரும் யாவரும் அந்தப் போரில் வாளேந்தினார்கள். வாள் என்ன வாள்? அத்தனை பேருக்கும் வாளுக்கு எங்கே போவது? கையில் கிடைத்ததை எடுத்துக் கொண்டு போய் எதிரியைத் தாக்கி இறந்தார்கள். காரணம், எப்படியும் எங்களால் மொகலாயரை வெல்ல முடியாது என்று தெரிந்திருந்ததால் எங்கள் தேசத்துப் பெண்கள் அனைவரும் ஜோஹர் செய்திருந்தார்கள். இப்படி தங்கள் குடும்பத்துப் பெண்களே இல்லாது போய் விட்ட நிலையில் ஆண்கள் எல்லோரும் தற்கொலைப் படையாக மாறுவதைத் தவிர வேறு என்ன வழி?

என்னால் எத்தனை எதிரிகளைத் தீர்த்துக் கட்ட முடிகிறதோ அத்தனை எதிரிகளைத் தீர்த்துக் கட்டி விட்டு சாவதுதான் அன்றைய தினம் ஒவ்வொரு கோண்ட்வானா ஆடவனின் மனதிலும் இருந்த சிந்தனை. சாகா என்று சொல்லுவோம். ஸதி பற்றி உங்களுக்குத் தெரியும். கணவன் இறந்ததும் தீயில் குதிப்பது. ஜோஹர் என்பது கணவன் உயிருடன் இருக்கும்போதே தீயில் குதிப்பது. அப்படி மூவாயிரம் பெண்கள் அதற்கு முந்தின தினம் தீயில் குதித்திருந்தார்கள். உயிரோடு இருந்தால் முஸ்லிமாக மாற்றப்பட்டு மொகலாய அரண்மனைகளில் அடிமையாக வாழ வேண்டும். கோண்டுப் பெண்கள் உயிரை விட மானத்தைப் பெரிதாக மதிப்பவர்கள். அப்படி மதித்த மூவாயிரம் கோண்டுப் பெண்கள் இனிமேலும் உயிரோடு இருந்தால் அடிமைதான் என்பதைப் புரிந்து கொண்டு அந்த மாபெரும் தீ வெள்ளத்தில் இறங்கினார்கள். கற்பனை செய்து பாருங்கள், மூவாயிரம் பெண்கள் இறங்கித் தீக்குளிக்கும் அளவுக்கான தீ என்றால், ஒரு வனம் பற்றி எரிவது போல் இருக்கும்.

முற்றுகை நீண்ட காலம் நீடித்தாலும் போர் சடுதியில் முடிந்து விட்டது. சர்வாயுதபாணிகளான மொகலாய வீரர்கள் எங்கே? இதுவரை சவரக் கத்தியையும் ஏர்க் கலப்பையையும் தவிர வேறு எதையும் பார்த்திராத எங்கள் வீரர்கள் எங்கே? இந்த உலகில் நியாயம் எங்கே இருக்கிறது? தர்மம் எங்கே இருக்கிறது? தர்மத்தை நிலைநாட்டுவதற்காக நான் வருவேன் என்றான் கிருஷ்ணன். ஒரு மொகலாய மன்னனின் மண்ணாசைக்காக மூவாயிரம் பெண்கள் தீயில் குதித்து மாண்டார்கள். ஆடவர் அத்தனை பேரும் வாளேந்திய வீரர்களோடு வெறும் கையால் சண்டையிட்டு செத்தார்கள். எங்கே இருக்கிறது தர்மம்? எங்கே இருக்கிறது நியாயம்? எறும்புகளுக்கு மானுட தர்மம் புரியாதது போல ஒருவேளை மானுடராகிய நமக்கு தெய்வங்களின் தர்மம் புரியவில்லை போலும்...

போர்க்களத்தில் என் தளபதியும் கொல்லப்பட்டார் என்று அறிந்ததும் நானே தலைமையை ஏற்றுக் கொண்டு படையை வழி நடத்திச் சென்றேன். போரில் வெற்றி பெறுவதற்குள்

மொகலாயத் தளபதி ஆஸஃப் கானுக்கு விழி பிதுங்கி விட்டது. அதுதானே எனக்கு வேண்டும்? நியாயமற்ற இந்தப் போரில் நீ எத்தனை பலி கொடுக்க முடியுமோ அத்தனை பலியைக் கொடுத்து விட்டுத்தான் வெற்றியின் குருதியை ருசிக்க வேண்டும் என்று நான் ஆசைப்பட்டேன். ஹே, ஔரங்ஸேப் ஆலம்கீர்... இந்த லேகக்கிடம் உங்கள் தரப்பு நியாயங்களை மட்டும் ரொம்ப வக்கணையாகச் சொல்லிக் கொண்டிருக்கிறீர்களே... அதன் அடுத்த பக்கம் எப்படியிருக்கிறது பார்த்தீர்களா?

போர் நடந்த தினம், 24 ஜூன் 1564. இனிமேலும் போரில் இழப்பதற்கு வீரர்கள் இல்லை என்று ஆனபோது என்னுடைய பாகன் போர்க்களத்திலிருந்து வெளியேறித் தப்பி விடலாம் என்றான். இப்போது இந்தப் போர்க்களத்தின் நடுவே ஜோஹர் செய்வது எனக்கு சாத்தியமில்லை. உயிரோடு சிக்கினால் அதுதான் அக்பரின் வெற்றி. அந்த வெற்றியின் ருசியை அந்த மொகலாய அரசனுக்குத் தரக் கூடாது. என் குறுவாளை எடுத்து என் கழுத்தை அறுத்துக் கொண்டேன். என் பிணத்தை வேண்டுமானால் எடுத்துச் செல்லுங்கள் மொகலாயர்களே, உயிருள்ள எந்த ஒரு கோண்டுப் பெண்ணும் கோண்டு ஆணும் உங்களிடம் சிக்க மாட்டான்.

மதிப்புக்குரிய லேகக் அவர்களே, இன்று நான் ஔரங்ஸேபையும் தாண்டிக் கொண்டு இந்த அகோரி மனிதன் வாயிலாக உங்களிடம் பேசுகிறேன். கோண்ட்வானா என்று அறியப்பட்ட எங்கள் தேசம் மட்டுமே இந்த ஹிந்துஸ்தான் என்ற மாபெரும் நிலப்பரப்பில் ஃபிரங்கியரிடமிருந்து நீங்கள் விடுதலை பெற்ற 1947ஆம் ஆண்டு வரை சுதந்திரமாக இருந்தது. எங்களை அக்பரின் தளபதி ஆஸஃப் கான் வெற்றி கொண்டாலும் கூட எங்கள் தேசத்தின் பல பகுதிகள் அந்தந்த கோண்டு ராஜாக்களிடம் பத்திரமாகவே இருந்தன. அவர்களின் சுதந்திரத்தை ஃபிரங்கிகளின் வியாபார நிறுவனத்தினால் கூட ஒன்றும் செய்ய முடியவில்லை. உங்களின் சரித்திரப் புத்தகங்களையும் ஆவணங்களையும் சோதித்துப் பாருங்கள். இந்த ஹிந்துஸ்தான் முழுவதையுமே தன் ஆளுகையில் வைத்திருந்த

ஆனானப்பட்ட ஃபிரங்கிகளால் கூட ஹிந்துஸ்தானின் மத்தியில் இருந்த கோண்ட்வானாவின் சுதந்திரத்தைப் பறிக்க முடியவில்லை.

சுவடிகளிலும் காகிதங்களிலும் எழுதப்பட்ட சரித்திரங்களில் உங்களுக்குக் கிடைக்கும் உண்மை ஒருதலைப்பட்சமானது. ஹிந்துஸ்தானின் மத்திய காலகட்டம் பூராவும் இந்த நிலத்தில் வாழ்ந்த பெண்களின் உடல்கள் தீயில் கருகிய துர்க்கந்தத்தால் நிரம்பியிருக்கிறது. அந்தத் துர்க்கந்தத்தை உங்கள் புத்தகங்களால் தர இயலுமா? அந்தப் புத்தகங்களில் உள்ள எழுத்துக்களால் ஜோஹர் தீயில் கருகிய ஆயிரமாயிரம் பெண்களின் ஓலத்தைக் கடத்த முடியுமா? இன்று நான் உங்களிடம் ஒன்றிரண்டு ஜோஹர் சம்பவங்களைச் சொல்லப் போகிறேன்.

போபாலிலிருந்து இருபத்து மூன்று கிலோ மீட்டர் தூரத்தில் உள்ள ராய்சன் கோட்டைக்குச் சென்று ஓர் இரவு அங்கே தங்குங்கள். ஔரங்ஸேப் தன் அந்திமக் காலத்தில் கேட்ட பெண்களின் ஓலத்தை நீங்கள் இப்போதும் அந்தக் கோட்டையில் கேட்கலாம். என்னுடைய ஆட்சிக்குக் கீழ் இருந்த ராய்சன் ஒரு மலை உச்சியில் இருப்பதால் மொகலாயர்களால் அதன் மேலே ஏற முடியவில்லை. மீறி ஏறினால் மேலேயிருந்து அம்பு மழை பொழியும். அதனால் அவர்கள் கோட்டையை முற்றுகையிட்டார்கள். 1528. அப்போதைய பேரரசர் பாபர். முற்றுகை பல மாதங்கள் நீடித்ததால் கோட்டைக்குள் இருந்தவர்களில் பலர் பட்டினியாலும் தாகத்தாலும் இறந்து கொண்டிருந்த நிலையில் பெண்கள் அத்தனை பேரும் ஜோஹர் செய்து கொள்ள ஆண்கள் சாகாவில் இறங்கினார்கள். அப்படி ஜோஹர் செய்த பெண்களின் ஆவிகள் இன்னமும் அந்தக் கோட்டையிலேயேதான் இருக்கின்றன. அவர்களின் ஓலம் இன்னமும் காற்றில் மிதந்து கொண்டேதான் இருக்கிறது. அதனால்தான் அந்தக் கோட்டைக்குச் செல்லும் உல்லாசப் பயணிகள் சிலரின் மனம் பேதலித்து விடுகிறது. இந்தக் கதையெல்லாம் தெரியாத யாராவது ஒருவரை அந்தக் கோட்டைக்குச் சென்று வரச் சொல்லி அவருடைய மனநிலை

அங்கே எப்படி இருந்தது என்று கேட்டுப் பாருங்கள். சொற்களைக் கொண்டு விவரிக்க முடியாத ஒரு பயங்கரமான அனுபவத்தை அவர் அங்கே பெற்றிருப்பார். எரியும் நெருப்பில் குதித்து உயிரை மாய்த்துக் கொண்ட ஆயிரக்கணக்கான பெண்களின் கண்ணீர் அதற்குக் காரணமாக இருந்தவர்களை சும்மா விடுமா ஆலம்கீர் அவர்களே?

இன்னொரு ஜோஹர் ஷா ஜஹான் காலத்தில் நடந்தது. 1634ஆம் ஆண்டு. புண்டேலா கோட்டையில் மொகலாயரின் படை புகுந்த போது ஜோஹர் செய்யும் பெண்களின் எண்ணிக்கை அதிகமாக இருந்ததால் பாதியளவு பெண்கள் தீயில் இறங்க முடியவில்லை. அப்படி தீயில் இறங்க முடியாத பெண்கள் அத்தனை பேரும் மொகலாயத் தளபதியால் அடிமையாக்கப்பட்டார்கள். ஆண்கள் மதம் மாற்றப்பட்டார்கள். அதற்கு சம்மதிக்காதவர்கள் கொல்லப்பட்டார்கள்.

இன்னொரு ஜோஹர் ராஜஸ்தானில் உள்ள சித்தூர்கட்டில் நடந்தது. உங்கள் பாடப் புத்தகங்களில் பெருமையாக விவரிக்கப்பட்டிருக்கும் பேரரசர் அக்பரும் அவரது படைகளும் 1567 செப்டம்பரிலிருந்து சித்தூர்கட் கோட்டையை முற்றுகையிட்டிருந்தனர். சரியாக ஆறு மாதம் கழித்து மார்ச்சில் கோட்டை பேரரசர் அக்பரிடம் விழுந்தது. அன்றைய தினமே பெரும் திரளான பெண்கள் ஜோஹர் தீயை மூட்டி ராஜபுத்திரர்களின் வீரப் பாடல்களை இசைத்தபடி அதில் இறங்கினார்கள். அத்தனை பேரையும் தின்பதற்கு உரிய தீயை மூட்டுவதென்பது என்ன அவ்வளவு சாதாரண காரியமா? ஒரு மாபெரும் எரிமலையை உண்டாக்கினால்தானே ஆயிரக்கணக்கான பெண்கள் தீக்குள் இறங்கித் தங்களை எரித்துக் கொள்ள முடியும்? அப்படித்தான் மாண்டார்கள் அந்தப் பெண்கள். மறுநாள் சாகாவில் சாவதற்குத் தயாராகி வந்தார்கள் ராஜபுத்திரர்கள். பேரரசர் அக்பரும் அவரது படை வீரர்களும் நிராயுதபாணிகளான ஆயிரமாயிரம் ராஜபுத்திரர்களை வெட்டிச் சாய்த்தார்கள். அப்போது அக்பரின் வயது 25. சரித்திரத்தின் நகைமுரணைப் பாருங்கள்,

அன்றைய தினம் ஹிந்துஸ்தான் முழுவதும் ஹோலிப் பண்டிகை கொண்டாடப்பட்டுக் கொண்டிருந்தது. சித்தூர்கட்டில் வேறொரு விதமான ஹோலியை நடத்தி வைத்தார் அக்பர்.

ராணி துர்கவதியாகிய நான் என்னுடைய கதையையும் என்னைப் போன்ற ஆயிரக்கணக்கான ஹிந்துப் பெண்களின் கதையையும் இன்றைய தினம் ஒரு பிரபலமான லேகக்கிடம் சொல்வதன் காரணம் என்னவென்றால், இந்தக் கதையை நீங்கள் காதாரக் கேட்டாலும் சரி, காகிதங்களில் வாசித்தாலும் சரி, ஒரே ஒரு கணம் சரித்திரத்தின் பின்னால் திரும்பிப் பாருங்கள். உங்களுக்காகவே சரித்திரத்தின் அந்தப் பழைய சாளரத்தைத் திறந்து காண்பிக்கின்றேன். ஆ, இப்படியா நடந்தது என்று உங்களையெல்லாம் வெறுப்பின் பக்கம் திருப்புவதற்காக அல்ல நான் அந்த சாளரத்தைத் திறந்து காண்பிப்பது. ஆயுதமேந்திய அந்த மொகலாய வீரர்களுக்குத் தெரியாதது என்ன தெரியுமா, அவர்கள் வெற்றி கொண்ட கோட்டைகள் பலவற்றில் ஸூஃபிகளின் சமாதிகள் இருந்தன. இதிலிருந்து என்ன தெரிகிறது? நான் உங்களை துவேஷத்தின் பக்கம் திருப்பவில்லை. ஆனால் சரித்திரத்தை மறந்து போகாதீர்கள். சரித்திரத்தைத் திரிக்காதீர்கள். சரித்திரத்தில் உங்களுக்கு ஒரு நாயகன் தேவை என்பதற்காக மனித ரத்தத்தில் குளித்த ஒருவரைத் தூக்கி நாயக நாற்காலியில் வைக்காதீர்கள். ஒரே ஒரு கணம் சரித்திரத்தின் அன்றைய நாளைத் திரும்பிப் பாருங்கள். உலகமே ஹோலிக்காக சிவப்பு வண்ணத்தைக் கரைத்து எல்லோர் மீதும் தெளித்து நடனமாடிக் கொண்டாடுகிறது. ஆனால் சித்தூர்கட்டில் 1568 மார்ச் மாதம் ஹோலி தினத்தன்று ஆயிரமாயிரம் ராஜபுத்திர மனிதர்களின் உடல்கள் வெட்டிச் சாய்க்கப்பட்டன. கொஞ்சம் கற்பனை செய்து பாருங்கள். அத்தனை உடல்களும் எத்தனையெத்தனை ரத்தத்தைச் சிந்தியிருக்கும். ரத்த ஆறு ஓடியது சகோதரரே, ரத்த ஆறு ஓடியது.

திடீரென்று அந்தப் பெண் குரல் பேசுவதை நிறுத்திவிட்டு ஓவென்று அலறியபடி ஓலமிட ஆரம்பித்தது. எழுத்தாளனின்

ஈரக்குலை நடுங்கிவிட்டது. பார்ப்பதற்கு அந்த அகோரி மனிதர்தான் தெரிந்தார். ஆனால் அவருடைய தொண்டையிலிருந்து ஓராயிரம் பெண்களின் ஓலம் கிளம்பி எழுத்தாளனின் எலும்பு மஜ்ஜைக்குள் ஊடுருவியது. சிறிது நேரத்துக்குப் பிறகு ராணி துர்கவதி தன் இயல்பான குரலில் பேச ஆரம்பித்தாள். மன்னியுங்கள் மதிப்புக்குரிய லேகக் அவர்களே, சற்று உணர்ச்சிவசப்பட்டு விட்டேன். அன்றைய தினம் அக்பர் சித்தூர்கட் கோட்டைக்குள் நுழைந்தபோது உடல்கள் வெட்டப்பட்டுச் சிதறிக் கிடந்த ஒரு சவக் கிடங்கையே பார்த்தார். அதுதான் மண்ணாசை பிடித்த மொகலாயர்களுக்கு ராஜபுத்திரர்கள் தங்கள் இறுதி நேரத்தில் கொடுத்த பரிசு. வெறும் பிணங்கள். பிணக்காடு.

ஆனால் அதே கோட்டையில் அதற்கு முன்பும் இரண்டு தருணங்களில் அதே போன்ற அக்கினிப் பிரவேசங்கள் நடந்திருக்கின்றன. 28 ஜனவரி 1303 அன்று அலாவுதீன் கல்ஜியின் படை அந்த சித்தூர்கட் கோட்டையை முற்றுகையிட்டது. முற்றுகை ஏழு மாதங்கள் நீடித்தது. எல்லா பக்கங்களிலிருந்தும் கோட்டையின் மீது தாக்குதலை மேற்கொண்டான் கல்ஜி. அப்போது சித்தூர்கட்டை ஆண்டது ரத்னஸிம்ஹா. அவர் மனைவிதான் ஹிந்துஸ்தானின் பிரபலமான கிராமீயக் கதைகளின் நாயகியான பத்மாவதி என்ற பத்மினி. அவள் மீது ஆசை கொண்டதனால்தான் அலாவுதீன் கல்ஜி அப்படி ஒரு முற்றுகையை இட்டான் என்கின்றன கதைகள். அதையெல்லாம் ஜனரஞ்சகமான கதாசிரியர்கள் பார்த்துக் கொள்ளட்டும். சரித்திர ஆசிரியர்கள் பத்மினி என்பவளே சித்தூர்கட் கோட்டையில் இல்லை என்கிறார்கள். ஆனால் அந்த ஏழு மாத முற்றுகை உண்மை. ஏனென்றால், கல்ஜியுடன் அந்த ஏழு மாதமும் உடன் இருந்த அமீர் குஸ்ரோவே அந்த முற்றுகை பற்றி எழுதியிருக்கிறார். ஏழு மாதங்களும் நடந்த சண்டை சரித்திரக் கதை எழுதுபவர்களுக்கு வெகு ரசமாக இருக்கக் கூடும். ஆனால் நான் உங்களிடம் இம்மாதிரி கோட்டைகளுக்குள் வாழ்ந்த பெண்கள் நெருப்புக்கு இரையான கதையைச் சொல்லிக் கொண்டிருக்கிறேன். 26 ஆகஸ்ட் 1303 அன்று அலாவுதீன்

கல்ஜி சித்தூர்கட் கோட்டைக்குள் நுழைகிறான். அன்றைய தினம் அந்தக் கோட்டையில் முப்பதாயிரம் ஹிந்துக்களின் தலை வெட்டப்பட்டது. நான் சொல்லவில்லை லேகக் அவர்களே, அமீர் குஸ்ரோ தன்னுடைய கஸாஇனுல் ஃபுத்தூஹ் என்ற நூலில் சொல்கிறார். இந்த சாகாவுக்கு முந்தின தினம் நடந்த ஜோஹரில்தான் ஆயிரமாயிரம் பெண்கள் தீக்குள் இறங்கினர். அந்த ஜோஹர் பற்றி அமீர் குஸ்ரோ எழுதவில்லை என்பதால் பத்மினியும் பொய், ஜோஹரும் நடக்கவில்லை என்கிறார்கள் சரித்திர ஆசிரியர்கள். அப்படியானால் சாகாவில் கொல்லப்பட்ட அத்தனை ஆண்களின் மனைவிகளும் எங்கே மறைந்தார்கள்? இடதுசாரி சரித்திர ஆசிரியர்களே, என் கேள்விக்குப் பதில் கூறுங்கள்...

சரி, மதிப்புக்குரிய லேகக் அவர்களே, நீங்கள் இதையெல்லாம் ஒருநாள் கதையாக எழுதுவீர்கள்தானே? அப்போது ஆலம்கீரின் கதையையும் என்னுடைய கதையையும் வாசிக்கப் போகும் நல்லவர்களையெல்லாம் நான் ஒரு கேள்வி கேட்கிறேன். அமீர் குஸ்ரோ பற்றி நீங்களெல்லாம் பாடப் புத்தகங்களில் படித்திருப்பீர்கள். அவர் ஒரு ஸூஃபி கவிஞர். நிஸாமுத்தீன் அவ்லியாவின் சீடர். அவருடைய கஸாஇனுல் ஃபுத்தூஹ் என்ற நூலை உங்களில் யாரேனும் ஒருவர் வாசித்திருக்கிறீர்களா? அதிலிருந்து ஒரே ஒரு வாக்கியத்தை நான் தங்களிடம் சொன்னால் போதும், ஹிந்துஸ்தானில் மூலைக்கு மூலை மதக் கலவரம் வெடிக்கும். அந்த அளவுக்கு வெறுப்பைக் கக்கும் நூல் அது.

பெண்கள் தங்கள் குழந்தைகளோடு நெருப்பில் குதித்து நேராக நரகம் சென்றார்கள். அல்லாஹ்வின் எதிரிகளுக்கு அதுதான் பரிசு. அந்த நரகக் குழியின் நெருப்பினால் கோட்டையின் வெளிப்புறம் பிரகாசமாயிற்று.

முஸ்லிம் வீரர்கள் பாதி எரிந்த அந்தப் பிணங்களை சோதனை செய்து தீயிலிருந்து தப்பிய ஹிந்துக்களை வெட்டிச் சாய்த்தனர்... தளபதிக்கு போலோ விளையாட்டு பிடிக்கும் என்பதால்

அவர் சைகை செய்ததும் முஸ்லிம் வீரர்கள் ஹிந்துக்களின் வெட்டப்பட்ட தலைகளை குதிரைக் கால்களால் உதைக்கச் செய்து போலோ விளையாடினார்கள். ரத்தம் தோய்ந்திருந்ததால் அந்தப் பந்துகள் வண்ணமடிக்கப்பட்டவை போல் காண்பதற்குக் கண்கொள்ளாக் காட்சியாக இருந்தது. தலைகள் நிறைய இருந்ததால் வீரர்கள் இரண்டு அணியாகப் பிரிந்து ஆடினார்கள்.

முழுப் புத்தகமும் இதே பாணியில்தான் எழுதப்பட்டிருக்கிறது. இம்மாதிரி நூல்களெல்லாம் தடை செய்யப்படாதவை என்பதையும் கவனியுங்கள் லேகக் அவர்களே! காரணம், யாரும் இதை வாசிப்பதில்லை. அந்த வரைக்கும் ஹிந்துஸ்தான் தப்பியது. ஆனால் ஒன்று, இது போன்ற நூல்கள் உங்களுக்கு வெறும் நூல்கள். எங்களுக்கோ ரத்தச் சரித்திரம்.

இந்தப் பிரதியில் என்னுடைய பிரச்சினை என்னவென்றால், 'நான் வணங்கும் கடவுளை நீ வணங்காததால் உன் தலையைக் கொய்து நான் போலோ விளையாடுவேன்' என்ற மனோபாவம்தான். இதை ஒரு சராசரி மனிதன் சொன்னால் புரிந்து கொள்வேன். ஆனால் ஒரு ஸூஃபி கவிஞர் இதை ரசித்து, பரவசப்பட்டு எழுதும் போது எனக்குக் குழப்பம் ஏற்படுகிறது. கவிதை, மானுடத்தை மேன்மையுறச் செய்யாதா?

இதேபோல் சித்தூர்கட் கோட்டையில் 1535இலும் ஒரு ஜோஹர் நடந்தது. ஜோஹர் தீயில் இறங்கியது ராணி கர்ணாவதியும் நூற்றுக்கணக்கான பெண்களும். மறுநாள் சாகாவில் ஆயிரக்கணக்கான ஆண்கள் கொல்லப்பட்டார்கள். அப்போதைய பேரரசர் ஹுமாயூன்.

மதிப்புக்குரிய லேகக் அவர்களே, என் அத்துமீறலைப் பொருட்படுத்த மாட்டீர்கள் என்று நம்புகிறேன். ஔரங்ஸேபின் இறுதிக் காலத்தில் அவரை அலைக்கழித்துக் கொண்டிருந்த ஆவிகள் பற்றி அவர் பேசியதால் அதன் பின்னணியை உங்களிடம் சொல்ல வேண்டும் என்று நினைத்ததால் ஔரங்ஸேபையும் தள்ளிக் கொண்டு இந்த அகோரியின் உடம்பில் புகுந்தேன். நினைத்திருந்தால் ஔரங்ஸேப் என்னை

அனுமதிக்காதிருந்திருக்கலாம். ஆனால் அவருக்கும் என் தரப்பைக் கேட்க வேண்டும் என்று தோன்றியிருக்கும். மேலும், நீங்கள் இப்போது சந்திக்கும் ஔரங்ஸேபுக்கும் ஆட்சியில் இருந்தபோது இருந்த ஔரங்ஸேபுக்கும் எத்தனையோ வித்தியாசம் காண்கிறேன். அதிகாரத்தைப் பிடுங்கி விட்டால் மனிதன் நல்லவனாகி விடுகிறான். ஆனால் அதிகாரத்தில் இருந்தபோதே கடைசிக் காலத்தில் தன் தவறுகளை உணர்ந்தவர் ஔரங்ஸேப்.

குறுக்கிடுவதற்கு மன்னியுங்கள் ராணி... அப்படித் தவறை உணர்ந்தவரிடம் நீங்களும் ஜோஹரில் இறந்த மற்ற பெண்களும் ஆவிகளாகப் போய் தள்ளாத வயதில் அவரைத் துன்புறுத்தியது நியாயமா?

அப்படி நாங்கள் செய்திருக்கவில்லையென்றால், ஔரங்ஸேபின் பாவங்கள் துடைக்கப்பட்டிருக்காது. அவற்றைச் சுமந்து கொண்டேதான் அவர் திரிந்திருக்க வேண்டும். இன்னொரு விஷயம், எவரொருவரும் தமது துக்கத்தைக் கேட்க நினைப்பவர்களிடம்தானே அதைப் பகிர்ந்து கொள்வார்கள்? ஜோஹர் செய்து கொண்ட அத்தனை பெண்களும் ஔரங்ஸேபைப் பயமுறுத்த வரவில்லை. துக்கம் பகிர வந்தார்கள். பகிர்ந்தார்கள். அதோடு சரி. அப்படி வந்திருக்காவிட்டால் அவர்களது கண்ணீர் வெளியுலகத்துக்குத் தெரிந்திருக்காது. நான் கிளம்புகிறேன். இனி பழையபடியே ஔரங்ஸேப் உங்களிடம் பேசுவார். நான் குறுக்கிட மாட்டேன்.

ராணி துர்கவதி கிளம்பிய பிறகு அன்றைய சந்திப்பில் ஔரங்ஸேப் அகோரியிடம் வரவில்லை. நீண்ட நேரம் காத்திருந்து விட்டு எழுத்தாளனும் ரிஸ்வானும் கிளம்பி விட்டார்கள்.

புதிய அமர்வு ஒரு வாரம் சென்று வழக்கமான சம்பிரதாயங்களோடு தொடங்கியது.

31

மதிப்புக்குரிய காத்திப் அவர்களே, ராணி துர்கவதியின் கதையை நானும் கேட்டேன். அதற்கெல்லாம் என்னிடம் பதில் இல்லை. சரித்திரத்தை யாரும் மாற்றி எழுத முடியாது. இப்படி நான் சொல்வதும் கூட சப்பைக்கட்டுதான். எல்லா பாவங்களுக்கும் நியாயத் தீர்ப்பு நாளில் பதில் சொல்லியாக வேண்டும். தண்டனை காத்துக் கொண்டுதான் இருக்கிறது. கால எந்திரத்தில் செல்வது போல் அதே காலகட்டத்தில் நான் திரும்பவும் வாழ நேர்ந்தால் ஒரு ஃபக்கீராகத்தான் வாழ விரும்புவேன். தேசத்தை ஆள்வதற்கு நான் ஆசைப்பட்டிருக்கக் கூடாது. போகட்டும். என் வாழ்வில் நடந்த பல ரசமான சம்பவங்களை நான் இப்போது சொல்ல விரும்புகிறேன்.

பேரரசரின் மூன்றாவது புதல்வனான நான் ஹிந்துஸ்தானை ஆள வேண்டும் என்பது இறைவனின் கட்டளை என்றே கருதுகிறேன். அப்படித்தான் அது விதிக்கப்பட்டிருந்தது. என்னுடைய குணாம்சங்களும் அதற்குத் தகுந்தவாறே வாய்த்திருந்தன. குறிப்பாக, ராஜ தந்திரம்.

ராஜா ஜஸ்வந்த் சிங் பற்றி நான் குறிப்பிட்டிருக்கிறேன். ஞாபகம் இருக்கிறதா தங்களுக்கு? துரோகி ஜஸ்வந்த் சிங்...

1659, ஜனவரி நான்காம் தேதி இலஹாபாத் அருகே ஷா ஷுஜாவோடு மோதிய போது அன்றைய இரவு நம்முடைய படையிலிருந்த சொத்துக்களைக் கொள்ளையடித்து விட்டு என்னை விட்டு ஓடிய துரோகி. படையின் பெரும்பகுதியை தன்னோடு இழுத்துக் கொண்டு ஓடி விட்டான். அவனோடு சென்றது பதினான்காயிரம் வீரர்கள். ஓடியதோடு மட்டும் அல்ல, கண்ணில் தென்பட்ட என் வீரர்கள் அத்தனை பேரையும் வெட்டிக் கொன்றார்கள் அவனுடைய வீரர்கள். மறுநாள் போரை எதிர் நோக்கிக் களைப்புடன் உறங்கிக் கொண்டிருந்த என்னுடைய வீரர்கள் கண் திறக்காமலேயே முடிந்து போனார்கள்.

துரோகி ஜஸ்வந்தின் திட்டம் ஷா ஷுஜாவுடன் சேர்ந்து கொண்டு என் கதையை முடிப்பது. அதற்காக அவன் ஷா ஷுஜாவுக்குக் கடிதமும் எழுதினான். ஆனால் அந்தக் கடிதமே என்னுடைய சதி என்று நினைத்து விட்டான் ஷா ஷுஜா. சபாஷ்... நான் எக்கச்சக்கமான போலிக் கடிதங்கள் எழுதியதால் ஒரு நிஜமான கடிதமே போலிக் கடிதமாக ஆகி விட்டது. ஷா ஷுஜாவை முறியடிப்பதற்காக நானே திட்டமிட்டு எழுதிய போலிக் கடிதம் என்று நினைத்து ஷா ஷுஜா துரோகி ஜஸ்வந்த் சிங்கோடு சேராமல் இருந்து விட்டான். அதுவும் இறைவனின் கருணைதான். ஷா ஷுஜா மட்டும் ஜஸ்வந்த்தின் கடிதத்தை நம்பி அவன் படையைத் தன் படையோடு சேர்த்திருந்தான் என்றால் அன்றே ஆலம்கீரின் கதை முடிந்திருக்கும். அது மட்டுமல்ல, தாரா ஷிகோவுடன் இருந்த ஜஸ்வந்த் சிங்கை நான்தான் மன்னிப்பு வழங்கி என்னோடு சேர்த்துக் கொண்டேன். அந்தப் பெருந்தன்மைக்கு ஜஸ்வந்த் கொடுத்த பரிசே அந்தத் துரோகம். மறுநாள் காலை நடந்த போரில் இரண்டே காரணங்களால் என் படை வென்றது. என் தைரியமும் இறையருளும். திடீரென்று ஒரே இரவில் என் படையில் பாதியைக் காணவில்லை. வேறொரு அரசனாக இருந்தால் பயத்திலேயே ஓடிப் போய் பதுங்கியிருப்பான். நான் துளிக்கூட அஞ்சவில்லை. வெடியின் சப்தத்தில் என் யானை மிரண்டு போய் ஓடி விடாமல் இருப்பதற்காக அதன்

கால்களை சங்கிலியால் கட்டச் செய்தேன். உயிரே போனாலும் நான் களத்தை விட்டு ஓடுவதாக இல்லை என்பதை அந்தச் சங்கிலி என் வீரர்களுக்கு உணர்த்தியது. போதுமே? என்னிடம் எஞ்சியிருந்த வீரன் ஒவ்வொருவனும் ஷா ஷுஜாவின் நான்கு வீரர்களுக்குச் சமமானவனாக மாறினான்.

இன்னொரு முக்கியமான விஷயம், ஒரு சாம்ராஜ்ஜியத்தின் அடிப்படையே அந்த அரசன் தனக்குக் கீழே உள்ளவர்களிடம் எப்படி நடந்து கொள்கிறான் என்பதைப் பொருத்துத்தான் இருக்கிறது. அந்த விஷயத்தில் ஷா ஷுஜாவும் சரி, முராத் பக்ஷும் சரி, ஒரே குட்டையில் ஊறிய மட்டைகள். ஷா ஷுஜாவை ஓரளவுக்குக் கலிகுலாவின் இளைய வாரிசு என்று சொல்லலாம். ஒரு முறை டாக்காவின் பிரபலமான வணிகன் ஒருவனின் மனைவியைத் தன் ஸினானாவுக்குத் தூக்கிக் கொண்டு வந்து விட்டான் ஷுஜா. வணிகன் ஷுஜாவிடம் வந்து அவன் காலில் விழுந்து கதறினான். ராஜபுத்திரர்களுக்கு தங்கள் மனைவி இன்னொருத்தருக்குச் சொந்தமாவது போன்ற அவமானமான காரியம் வேறு எதுவும் இல்லை. ராஜபுத்திரர்களுக்கும் நமக்கும் இடையே எக்கச்சக்கமான மண உறவு இருந்தது எல்லோருக்கும் தெரிந்த விஷயம். என் உடம்பிலேயே கூட எத்தனை சதம் ராஜபுத்திர ரத்தம் இருந்தது என்பதை இப்போது கணக்கிட்டு விடலாம். மொகலாய அரசர்கள் பூராவுமே அப்படிக் கலந்தவர்கள்தான். எத்தனையோ ராஜபுத்திர ஜமீன்களும் ராஜாக்களும் தளபதிகளும் தங்கள் புதல்விகளை அரசருக்குத் திருமணம் செய்து கொடுப்பதற்காக அரச மாளிகையில் வரிசையில் நின்று கொண்டிருப்பார்கள். அதன் மூலம் அரச உறவு ஏற்படும் என்பதோடு தங்கள் சமஸ்தானத்துக்கு அரசப் பாதுகாப்பு கிடைக்கிறது என்பது பெரிய விஷயம் இல்லையா? ஆனால் கணவன் இறந்தால் அவனுடனே சிதையில் பாயும் வழக்கம் கொண்ட ராஜபுத்திரர்கள் எக்காரணத்தைக் கொண்டும் மனைவியை விட்டுக் கொடுக்க மாட்டார்கள். மனைவிதான் அவர்கள் குலப்பெருமையின் சின்னம். அதில் போய் கை வைத்தான் ஷா ஷுஜா. அந்த வணிகன் வந்து ஷுஜாவிடம் என் மகளை

வேண்டுமானால் எடுத்துக் கொள்ளுங்கள் அரசே, மனைவியை விட்டு விடுங்கள் என்று மன்றாடினான். சரி, மகளை அழைத்து வா என்றான் ஷா ஷுஜா. மகளைப் பார்த்த ஷுஜா அந்தச் சிறு பெண்ணின் மீதும் ஆசை கொண்டு அவளையும் ஸினானாவுக்கு அனுப்பினான். வாக்குக் கொடுத்தபடி வணிகனின் மனைவியை விடுவிக்கவில்லை. உடனே அந்த வணிகன், பைத்தியத்தைப் போல் கதறி அழ ஆரம்பித்தான். இதற்கிடையில் ஸினானாவில் இருந்த ராஜபுத்திரப் பெண்களின் உதவியால் அங்கே போன தாயும் மகளும் தீக்குளித்து இறந்த செய்தி வர வணிகனின் பைத்தியம் மேலும் அதிகமாயிற்று. அப்போது தன் வாளை எடுத்து வணிகனின் தலையைத் துண்டித்தான் ஷா ஷுஜா. அவன் தன் குடிமக்களை எந்த அளவு பராமரித்தான் என்பதற்கு அந்தச் சம்பவம் ஒரு உதாரணம். *Psychopath* என்கிறோம் அல்லவா, அந்த வார்த்தைக்குச் சரியான ஆள் ஷா ஷுஜா. ஆனால், அவனுடைய அத்துமீறல்களுக்கு உரிய தண்டனையை அவன் இந்த உலகத்திலேயே பெற்று விட்டான். பஹதூர்பூரில் நடந்த சண்டையில் ஷா ஷுஜா, சுலைமான் ஷிகோவின் படைகளால் படு மோசமான தோல்வியை அடைந்தான். அதற்குப் பிறகு நான் மயிலாசனத்தில் அமர்ந்தேன். ஷா ஷுஜாவை விட்டு வைத்தால் ஆபத்து என்பதால் மிகப் பெரிய படையைக் கொண்டு அவனைத் தோற்கடித்தேன். தப்பி ஓடிய அவனைப் பிடிக்க என் மகன் முஹம்மது சுல்தானையும் மீர் ஜும்லாவையும் அனுப்பினேன்.

இங்கே இன்னொரு விஷயத்தையும் சொல்ல வேண்டியிருக்கிறது. ஆரம்பத்தில் எனக்கும் ஷா ஷுஜாவுக்கும் ஒரு உடன்பாடு இருந்தது. அவனுடைய மகளை என் மகன் முஹம்மது சுல்தானுக்கும், என்னுடைய மகளை அவன் மகனுக்கும் மணம் முடித்து வைப்பது என்பதுதான் அது. ஆனால் பேரரசரின் மரணத்தினால் ஏற்பட்ட வாரிசுப் போட்டியில் இந்தத் திட்டங்களெல்லாம் அடித்துக் கொண்டு போய் விட்டது. ஆனால் என் உருப்படாத புதல்வன் இருக்கிறானே, அவன் போர் நடந்து கொண்டிருக்கும் போதே, தான் திருமணம் செய்து கொள்ள இருந்த ஷுஜாவின் மகள் குல்ருக் பானோவைச்

சந்திப்பதற்காக எதிரியின் முகாமுக்குச் சென்றான். அவன் அப்படிச் சென்றதற்கு இன்னொரு காரணமும் இருக்கலாம் என்று இப்போது தோன்றுகிறது. படைத் தளபதியாக நான் மீர் ஜும்லாவையே நியமித்திருந்தேன். அதனால் கூட சுல்தானுக்கு எரிச்சல் ஏற்பட்டிருக்கலாம். அது போகட்டும், போருக்கு இடையே தன் முகாமுக்கு வந்த சுல்தானை ஆஹா என்று வரவேற்றான் ஷா ஷுஜா.

மீர் ஜும்லா என்ன சாதாரண ஆளா? திரும்பி முகாமுக்கு வராவிட்டால் மிகக் கடுமையான விளைவுகள் ஏற்படும் என்று சுல்தானுக்குத் தொடர்ந்து மிரட்டல் செய்திகளை அனுப்பினார். அதனால் வேறு வழியில்லாமல் முஹம்மது சுல்தானும் குல்ருக் பானோவும் மீர் ஜும்லா முகாமுக்கே திரும்பி வந்தார்கள். இருவரையும் கடும் பாதுகாப்புடன் தில்லிக்கு என்னிடம் அனுப்பி வைத்தார் மீர் ஜும்லா.

ஷா ஷுஜா அதற்கு மேல் அங்கே தங்கவில்லை. வெறும் 300 பேரைக் கொண்ட தன்னுடைய சிறிய படை அரசுப் படைக்கு முன்னால் நிற்க முடியாது என்று அவனுக்குத் தெரிந்து போயிற்று. உடனே தன்னுடைய பரிவாரங்களோடும் கஜானாவோடும் டாக்கா சென்றான். அங்கேயும் பாதுகாப்பு இல்லாததால் அங்கிருந்து அரக்கான் சென்றான். அரக்கான் ராஜா ஷா ஷுஜாவுக்கு அடைக்கலம் தருவதாகச் சொல்லியிருந்தான். தரை மார்க்கமாகவும் பிறகு கடல் மார்க்கமாகவும் சட்டகிராம்[90] போய்ச் சேர்ந்தான் ஷுஜா. அவன் சென்ற வழி இன்னும் கூட சட்டகிராமில் ஷா ஷுஜா சாலை என்று அழைக்கப்படுகிறது. கடைசியில் நஃப் நதியைக் கடந்து அரக்கான் ராஜாவிடம் போய்ச் சேர்ந்தான். இடையில் சட்டகிராமில் அவனுக்கு உதவியது அங்கே இருந்த என்னுடைய வஸீர்.

படையை இழந்து, நாட்டையும் இழந்து ஒருவனிடம் தஞ்சம் கேட்டுப் போனால் அவனிடம் எப்படி நடந்து கொள்ள வேண்டும்? அப்படி நடந்து கொள்ளவில்லை ஷுஜா.

---

90 சட்டகாவ்(ங்), சட்டகிராம் – தற்போதைய சிட்டகாங்கின் பழைய பெயர்

ஆதரவற்றிருந்த தன்னை அரவணைத்த அரக்கான் ராஜாவுக்கு எதிராக சதி செய்தான். ராஜாவை வீழ்த்தி விட்டு அரக்கானை ஆளலாம், அதற்கு உள்ளூர் முஸ்லிம்கள் ஆதரவாக இருப்பார்கள் என்று திட்டமிட்டான். அதைத் தெரிந்து கொண்ட அரக்கான் ராஜா ஷுஜாவை குடும்பத்தோடு கொன்று போட்டான். கொடூரமான கொலை. ஷுஜாவும் அவன் மனைவி பியாரி பேகமும் அவனுடைய நான்கு புதல்விகளும் இருந்த அரண்மனையைத் தீ வைத்துக் கொளுத்தினான் அரக்கான் ராஜா. உயிரோடு தீயில் சாக விருப்பமின்றி, அறுவரும் கத்தியால் குத்திக் கொண்டு இறந்தார்கள் என்று ஒரு செய்தி.

ஆனால் இது எதற்குமே ஆதாரம் கிடையாது. உண்மையில் சொல்லப் போனால், டாக்காவிலிருந்து ஷா ஷுஜா எங்கே போனான், அவனிடமிருந்த ஏராளமான தங்கமும் ரத்தினங்களும் எங்கே போயின என்பது இன்று வரை யாருக்கும் தெரியாது. என்னுடைய படைகளின் காரணமாக அவன் சட்டகிராமைத் தாண்ட முடியவில்லை, அங்கேயே இறந்து விட்டான் என்றும் ஒரு கதை உண்டு. அப்படியானால் மூட்டை மூட்டையாக அவனிடமிருந்த நகைகள்? அதைத்தான் இன்னமும் சட்டகிராமைச் சேர்ந்த ஆதிகுடிகள் தேடிக் கொண்டிருக்கிறார்கள். கெட்ட அரசன் ஜானின் புதையலைப் பற்றிக் கேள்விப்பட்டிருப்பீர்களே, அதைப் போல என்று வைத்துக் கொள்ளுங்களேன்.

சிலரோ ஷா ஷுஜா மக்கா சென்று விட்டான் என்கிறார்கள். ஏனென்றால், மக்கா செல்லப் போவதாக அவன் சொல்லிக் கொண்டிருந்தான். சிலர் அவன் காஷ்மீரில் இறந்தான் என்கிறார்கள். அங்கே அவனுடைய சமாதி கூட இருப்பதாகக் கேள்விப்பட்டேன்.

ஷா ஷுஜாவுக்கு எந்த விதத்திலும் குறைந்தவன் அல்ல முராத் பக்ஷ். மூடத்தனமும் அதோடு கூட முரட்டுத்தனமும் சேர்ந்து வாய்க்கப் பெற்றவன். அவனது நடவடிக்கைகளைக் கண்காணிப்பதற்காக பேரரசர் தன்னுடைய திவான் அலீ

நக்கியை அஹ்மதாபாதுக்கு அனுப்பியிருந்தார். இங்கே முக்கியமாக கவனிக்க வேண்டியது, அலீ நக்கி ஒற்றர் அல்ல. பேரரசரின் பிரதிநிதியாக முராதின் மந்திரிகளில் ஒருவராக இருப்பவர். ஒருவரையொருவர் வேவு பார்ப்பதற்காக எல்லா இடத்திலும் ஒற்றர்கள் இருப்பது அரசாட்சியில் மிகவும் சகஜமானதுதான். பேரரசரின் அரண்மனையிலேயே எனக்கான ஒற்றர்கள் இருந்தார்கள். சொல்லப் போனால் என் ஒற்றர்கள் இல்லாத இடமே பேரரசரின் சாம்ராஜ்ஜியத்தில் இல்லை. அதே சமயம் என் சகோதரர்களுக்கும் ஆங்காங்கே ஒற்றர்கள் உண்டு. பெரும்பாலும் கோஜாக்கள்தான் அந்த வேலையைச் செய்பவர்கள். தாங்கள் நினைக்கலாம், எங்கள் காலத்தில் மட்டும் எப்படி கோஜாக்கள் அதிக எண்ணிக்கையில் இருந்தார்கள் என்று. எங்கள் காலத்தில் கோஜாக்கள் ஒன்றும் அதிக அளவில் பிறக்கவில்லை; அவர்களெல்லாம் உருவாக்கப்பட்டவர்கள். வறுமையின் காரணமாக குழந்தைப் பருவத்திலேயே ஆண் குழந்தைகள் காயடிக்கப்பட்டு பெரிய மனிதர்களிடம் விற்கப்பட்டார்கள். இப்படி காயடிப்பதை நான் சட்ட பூர்வமாகத் தடை செய்தேன்.

ஔரங்ஸேப் வில்லன் வில்லன் என்று தொண்டை கிழியக் கத்தும் ஒருத்தராவது இதுவரை இதைச் சொன்னதுண்டா?

நான் ஒன்றும் மகாத்மா இல்லை. மக்களுக்கான திட்டம் எது ஒன்றைச் செய்தாலும் அதில் என்னுடைய நலனும் இருக்கிறதா என்று பார்த்துக் கொள்வேன். என் நலன் என்றால் என்ன? அதுவே தேச நலன்தானே? தேசத்துக்காகவே தன்னை ஒப்புக் கொடுத்து விட்ட ஒருவனுக்குத் தன்னலம் என்று என்ன இருக்க முடியும்? பிறவியிலேயே கோஜாவாகப் பிறந்தால் சரி. அப்படியில்லாமல் செயற்கையாகக் காயடிப்பதை நிறுத்தியதற்குப் பல காரணங்கள் உண்டு. என்னுடைய அரண்மனையில் கோஜாக்களின் எண்ணிக்கையைக் குறைத்தால் உளவாளிகளின் எண்ணிக்கையைக் குறைக்கலாம். ஏன், கோஜாவாக இல்லாதவர்கள் உளவு பார்க்க மாட்டார்களா என்றால் பார்ப்பார்கள்தான், ஆனால் ஓரளவுக்குக்

குறைக்கலாம். இன்னொன்று, இறைவனின் படைப்பில் மனிதன் குறுக்கிட்டு இயற்கை நியதியை மாற்றுவது ஹராம் என்று நினைத்தேன். அதேபோல் அரண்மனைகளில் இருந்த ஸினானா கலாச்சாரத்தையும் இதனால் பெருமளவுக்கு மாற்ற முடிந்தது. நூற்றுக்கணக்கான, ஆயிரக்கணக்கான பெண்கள் ஒரே ஒரு அரசனின் ஸ்பரிசத்தை நம்பி வாழ்வது எத்தனை பெரிய அவலம்? கற்பனை செய்து பாருங்களேன். முப்பது மனைவியும் முன்னூறு வைப்பாட்டியும் இருந்தால் அந்த அரசன் எத்தனை பேரை எத்தனை முறை "தொட" முடியும்? பல பெண்கள் வாழ்நாள் பூராவும் அரசனின் ஸ்பரிசம் படாமலேயே மடிந்து போயிருக்கிறார்கள். என் ஸினானாவில் இத்தனை பெண்கள் இருக்கிறார்கள் என்பது ஒரு அரசனுக்கு கௌரவம். இதற்காக நூற்றுக்கணக்கான தாதுபுஷ்டி லேகியங்கள். இதற்கென்றே பல "விசேஷமான" ஹக்கீம்கள் அரண்மனை பூராவும் சுற்றிக் கொண்டிருந்தார்கள். அவர்களைப் பார்க்கும் போதெல்லாம் அவர்களின் 'களீபை' அறுத்துப் போட்டு கோஜாவாக்கி விடலாமா என்று தோன்றும். நமது பேரரசருக்கு உயிரே போகும் அளவுக்குப் பிரச்சினை வந்தது எதனால் தெரியுமா, மதிப்புக்குரிய காத்திப் அவர்களே? இந்தத் தாதுபுஷ்டி லேகியத்தினால்தான். வாழ்நாள் பூராவும் தாதுபுஷ்டி லேகியத்தைச் சாப்பிட்டது கூடப் பரவாயில்லை. அறுபத்தைந்து வயதிலும் நிறுத்தாமல் அளவுக்கதிகமாக சாப்பிட்டதில் 'களீப்' "நீங்கள் என்னை ஒரு வேலைக்குத்தானே அதிகமாகப் பயன்படுத்துகிறீர்கள், எனவே அந்த வேலையை மட்டும் செய்கிறேன்" என்று சொல்லி எப்போதுமே நட்டுக் கொண்டபடி நின்று விட்டது. நட்டுக் கொண்டு நிற்கும்போது சிறுநீர் எப்படிப் போகும்? சிறுநீரகம் வீங்கி விட்டது. வயகரா பற்றி ஒரு பிரபலமான ஜோக் இருக்கிறது இல்லையா? ஆர்வக் கோளாறினால் ஒருத்தன் ஏகப்பட்ட வயகராவைச் சாப்பிட்டு செத்து விட்டான், ஆனால் அவன் பிரேதத்தை சவப்பெட்டியின் உள்ளே போட்டு பெட்டியை மூட முடியவில்லை என்று... அந்த ஜோக் மாதிரியே ஆகி விட்டது பேரரசரின் நிலை. அதனால்தான் நான் ஆட்சிக்கு வந்ததும்

ஸினானா கலாச்சாரத்தையும், தாதுபுஷ்டி ஹக்கீம்களின் நடமாட்டத்தையும் ஒழித்துக் கட்டினேன்.

தகப்பனை விட அதிக வேகமாக இருந்தார்கள் ஷா ஷிகோவும் முராத் பக்ஷும். ஒருமுறை முராதின் ஸினானாவில் ஒரு கோஜா முராதின் வைப்பாட்டி ஒருத்தியைத் தடவிக் கொண்டிருந்ததைப் பார்த்து அங்கே பணியிலிருந்த என்னுடைய கோஜா வந்து சொன்னான். முதலில் எனக்கு சந்தேகம் வந்தது, ஒரு கோஜாவுக்கு எப்படி பெண்கள் மீது ஆர்வம் ஏற்படும் என்றுதான். கோஜாவுக்கு ஆண்கள் மீது ஈர்ப்பு ஏற்படுவதுதானே நியாயம்? அந்த சந்தேகத்தையும் ஒரு கோஜாவிடமே கேட்டு நிவர்த்தி செய்து கொண்டேன். பிறவிக் கோஜாவுக்குத்தான் பெண்கள் மீது ஈர்ப்பு ஏற்படாது. இளவயதில் காயடிக்கப்பட்டு செயற்கையாக உருவாக்கப்பட்ட கோஜாக்களுக்கு பெண்கள் மீதான ஈர்ப்பு எப்படிப் போகும்? சே, போயும் போயும் ஒரு கோஜா புழங்கிய பெண்ணையா நவாபுகளும் அரசர்களும் போகம் கொள்கிறார்கள்? என்ன ஒரு அவமானம்!

—

32

துரோகி ஜஸ்வந்த் சிங் பற்றிச் சொல்லிக் கொண்டிருந்தேன். நான் அப்போது தஹஜ்ஜத் தொழுகையில் இருந்தேன். இந்தக் காலத்தில் முஸ்லிம்களில் எத்தனை பேர் அதைச் செய்கிறார்கள் என்று தெரியவில்லை. தாங்கள் தஹஜ்ஜத் தொழுகை பற்றி அறிந்திருக்கிறீர்களா மதிப்புக்குரிய காத்திப் அவர்களே?

மன்னிக்கவும் ஹுஸூர், இப்போதுதான் கேள்விப்படுகிறேன்.

தஹஜ்ஜத் தொழுகை மற்ற ஐந்து வேளைத் தொழுகையைப் போல் கட்டாயப்படுத்தப்பட்டது அல்ல. தஹஜ்ஜத் தொழுகையில் ஈடுபட தாங்கள் உறக்கத்தைத் தியாகம் செய்ய வேண்டும். என்னைப் பற்றி அறிந்தவர்கள், என்னோடு பழகியவர்கள், என்னைச் சந்தித்த வெளிநாட்டுப் பயணிகள் அத்தனை பேரும் ஆச்சரியம் கொள்ளும் ஒரு விஷயம், என்னுடைய உறக்க நேரம். தினமும் மூன்று மணி நேரம்தான் உறங்குவேன். இரவு பன்னிரண்டிலிருந்து மூன்று மணி வரை. இருந்தாலும் மற்ற இருபத்தோரு மணி நேரமும் உற்சாகமாகவும் சுறுசுறுப்பாகவும் இருப்பேன். அதற்கு ஒரே காரணம், தஹஜ்ஜத் தொழுகைதான். மூன்றிலிருந்து தொடங்கி தொழுது கொண்டிருப்பேன். எப்போது உத்தரவு கிடைக்கிறதோ அதுவரை தொழுகை தொடரும். அன்றைய தினமும் அப்படித்தான் நடந்தது. தஹஜ்ஜத்தை

முடித்து விட்டு நிமிர்ந்தால் மீர் ஜூம்லா. ஜஸ்வந்த் செய்த காரியத்தைச் சொன்னார். உடனே நான் "ஜஸ்வந்த்துக்கு நாம் நன்றி சொல்ல வேண்டும். இப்படி நள்ளிரவில் ஓடாமல் போர் நடந்து கொண்டிருக்கும்போது செய்திருந்தால் நம் கதி என்ன ஆகியிருக்கும்?" என்று சொல்லி விட்டு "ஆகவேண்டிய காரியத்தைப் பாருங்கள், ஃபஜ்ர் தொழுகைக்கான நேரம் நெருங்குகிறது..." என்றேன்.

போரின் நடுவே நள்ளிரவில் கட்சி மாறி என் படையில் பாதியை இழுத்துக் கொண்டு ஓடி எதிரியோடு சேரப் பார்த்தவனை வேறொரு அரசனாக இருந்தால் உயிரோடு பிடித்து வந்து கழுமரத்தில் ஏற்றி விடுவான். அது போக, போனவன் சும்மா போகவில்லை. களத்தில் அகப்பட்ட நகைகளையும் பொருட்களையும் கொள்ளையடித்துக் கொண்டு கண்ணில் அகப்பட்டவர்களையெல்லாம் வெட்டிச் சாய்த்து விட்டுப் போயிருக்கிறான். உண்மையில் இதைப் பார்த்து ஒருவனுக்கு ரத்தமெல்லாம் கொதிக்க வேண்டும். பழி வாங்க வேண்டும் என்பதற்காக எதையும் இழப்பதற்குக் கூட மனிதர்கள் தயாராக இருப்பார்கள். பழிக்குப் பழி, ரத்தத்துக்கு ரத்தம் என்ற உணர்வு அந்த அளவுக்குத் தீவிரமானது. ஆவேசம் அடங்குவதற்குக் குருதிப் பலி கொடுத்தே ஆக வேண்டும். குருதியால் கூந்தலை அள்ளி முடிந்த கதையெல்லாம் நமக்குத் தெரியாதா?

கழுமரம்தான் இருப்பதிலேயே ஆகக் கொடூரமான தண்டனை. உயிர் போவதற்கு எட்டு தினங்கள் எடுக்கும். எட்டு தினங்கள் ஜஸ்வந்தை நரகச் சுற்றுலா செய்ய வைக்கலாம். ஒருவேளை அப்படி நான் ஜஸ்வந்தைக் கொன்றிருந்தால், நம்முடைய அகந்தையையும் கௌரவத்தையும் திருப்திப்படுத்திக் கொள்வதற்காக செய்த கொலை என்றுதான் ஆகும். மற்றபடி அவனை எதற்காகக் கொல்ல வேண்டும்? அவனைக் கொல்வதன் மூலம் அவனால் ஆகக் கூடிய வேறு சில காரியங்களை நான் ஆகாமல் செய்து விடுகிறேனே? தேச நலனை விட என்னுடைய கௌரவம் ஒன்றும் அத்தனை முக்கியமானதல்ல.

அதனால் நான் என்ன செய்தேன் தெரியுமா? திரும்பவும் ராஜா ஜஸ்வந்த் சிங்கை என் பக்கம் இழுத்தேன். எனக்கு யாருடைய ரத்தமும் வேண்டாம். அவனைப் பழி வாங்கினால் நமக்கு என்ன ஆதாயம்? அதை மட்டும்தான் யோசித்தேன். அவனுக்கு மன்னிப்பை வழங்குவதன் மூலம் அவனை மேலும் நம்முடைய வேலைகளுக்குப் பயன்படுத்திக் கொள்ளலாம். "நீ செய்த துரோகத்தையெல்லாம் மன்னித்து உன்னை மீண்டும் ஏற்றுக் கொள்கிறேன்" என்றேன். கால்களில் விழுந்தான். ஏற்றுக் கொண்டேன்.

ஆனால் எங்கே குருதிப் பலி கொடுக்க வேண்டுமோ அங்கே கொடுத்து விடத் தயங்கக் கூடாது. அதன்படி எனக்கு உதவி செய்தவர்களைக் கொன்றிருக்கிறேன். கொல்லவில்லை என்றால் என் உயிர் போயிருக்கும். இந்த மாபெரும் தேசத்தைப் பரிபாலிக்க வேண்டும் என்ற கடமையைக் கொண்டிருந்த எனக்கு என் உயிரை விட முக்கியமானது வேறு ஏதேனும் இருக்க முடியுமா? அதனால் கொன்றேன். அதைக் கேட்பவர்களுக்கு நான் ஒரு கொடூர வில்லனாகத் தெரிவேன், சைத்தானாகத் தெரிவேன். அதைப் பற்றி நான் கவலைப்படவில்லை. ஏற்கனவே குறிப்பிட்டேன், எனக்குக் கிடைக்கக் கூடிய நற்பெயரை விட தேசம் முக்கியம் என்று. அதற்காகக் கொடுத்த எண்ணற்ற குருதிப் பலிகளில் ஒன்று அது.

ஆட்சியைப் பிடிப்பதற்கான என் முயற்சியின்போது முராதின் உதவி தேவைப்பட்டது. அந்த முரட்டு மூடனை நேரடியாகக் கேட்க முடியாது. அதனால் ஒரு தந்திரம் செய்தேன். ஆட்களை வைத்து தாரா ஷா ஷுஜாவுக்கு எழுதுவது போல் ஒரு கடிதத்தைத் தயார் செய்தேன். "ஔரங்ஸேபும், முராதும் ஒன்றாகச் சேர்ந்து விடுவார்கள் போல் தெரிகிறது. எனவே நீயும் நானும் சண்டை போட்டுக் கொள்ளாமல் சமரசமாகப் போனால்தான் அந்த இரண்டு அயோக்கியர்களையும் பதவிப் போட்டியிலிருந்து அகற்ற முடியும். அவர்களை அகற்றிய பிறகு நாம் இரண்டு பேரும் சாம்ராஜ்ஜியத்தை உன் விருப்பப்படி பகிர்ந்து கொள்வதில் எனக்கு எந்தவித ஆட்சேபணையும் இல்லை."

இதுதான் கடிதத்தின் சாரம்.

பேரரசர் நோய்வாய்ப்பட்டுக் கிடந்த நிலையில் ஆட்சி தாராவின் முழு ஆதிக்கத்தில் இருந்தது. அவன்தான் பதவிக்கு வராத பேரரசனாக இருந்தான். அந்த போலிக் கடிதம் முராதின் ஒற்றர்களுக்குக் கிடைப்பது போல் செய்ய வேண்டும். கொஞ்சமும் சந்தேகம் வராதபடி தாராவின் கையெழுத்து, அரச லச்சினை எல்லாம் கன கச்சிதமாக இருக்க வேண்டும். எல்லாம் ஏற்பாடு செய்தாயிற்று. தில்லியில் மாத்தூர் என்று ஒருவன் இருந்தான். யாரைப் போலவும் கையெழுத்துப் போடுவான். என்னுடைய கையெழுத்தைக் கூட ஒருமுறை போட்டு வாங்கி வரச் சொல்லியிருக்கிறேன். அச்சு அசலாக என் கையெழுத்தாகவே இருந்தது. தாராவின் கடிதத்தில் கையெழுத்துப் போடும் போது கடிதத்தைப் படித்துப் பார்ப்பான். விஷயம் வெளியே கசிந்து விடும். என்ன செய்வது? கடிதத்தில் தாராவின் கையெழுத்தைப் போட்டவுடன் அவன் இன்னொரு மனிதனைச் சந்திப்பதற்கு முன் கொன்றுவிடும்படி உத்தரவிட்டேன். தடயங்களை வைத்து விட்டு நீங்கள் ஒரு அடி முன்னே செல்லக் கூடாது.

முதலில் தாரா ஷிகோவுக்குத் துரோகம் செய்து விட்டு தன் படைகளோடு என்னோடு சேர்ந்தான் ஜஸ்வந்த் சிங். அதனால் தாராவின் வாழ்க்கையே தடம் புரண்டது. பிறகு மிக முக்கியமான தருணத்தில் எனக்குத் துரோகம் செய்து விட்டு நள்ளிரவில் ஓடிப் போனான். ஆக, இரண்டு துரோகங்கள். அப்படிப்பட்டவனை எப்படி என்னோடு இணைத்துக் கொண்டேன் என்று சொல்கிறேன். நான் ஆக்ரா கோட்டையைக் கைப்பற்றியதும் தாரா தில்லிக்கு ஓடினான். பிறகு லஹௌருக்கு ஓடினான். அப்போது அவனிடம் 20,000 வீரர்கள் இருந்தார்கள். அவர்களை என் மதியூகத்தினால் 10,000ஆகக் குறைத்தேன். அப்படிக் கூட சொல்லக் கூடாது. மற்றவர்களின் முட்டாள்தனம் என் மூலதனம். தங்களுக்கு ஞாபகம் இருக்கிறதுதானே, அதை யாரால் மறக்க முடியும்? ஸாமூகட் போரில் கலீலுல்லாஹ் கான் பேச்சைக் கேட்டு

யானையிலிருந்து இறங்கி குதிரையில் அமர்ந்தானே தாரா? எந்த மூடனாவது அப்படிச் செய்வானா? போர்க்களத்தில் பட்டத்து யானை என்பது ஒரு குறியீடு. அதில் அமர்ந்திருக்கும் அரசன்தான் நமது தலைவன், அவனுக்காக நம் உயிரையும் விட வேண்டியதுதான் ஒரு வீரனின் கடமை. இதுதான் ஒவ்வொரு போர் வீரனின் உயிர்மூச்சு. அப்படிப்பட்ட யானையிலிருந்து ஒரு அரசன் இறங்குகிறான் என்றால், அது ஒரே ஒரு காரணத்திற்காகத்தான் இருக்கும். போரிலிருந்து தப்பி ஓடுவது.

அது இவ்வாறாக நடந்தது:

தில்லியிலிருந்து தப்பி லஹௌர் சென்ற தாரா, அங்கிருந்து பலூச்சிஸ்தான், காந்தஹார் வழியாக பாரசீகம் செல்லலாம் என்று திட்டமிட்டான். ஆனால் அவன் குடும்பம் அதை அனுமதிக்கவில்லை. அதனால், மேற்கே செல்ல இருந்தவன் தெற்கே திரும்பி வந்தான். இதற்கிடையில் அவனுடைய மிகச் சிறந்த தளபதிகள் அவனை எனக்குக் காட்டிக் கொடுக்கத் தயாராக இருப்பது போல் நான் தயாரித்த போலிக் கடிதங்களை அவன் கையில் சிக்கச் செய்தேன். அந்தப் படித்த மூடனும் அதை நம்பி அவர்களைக் கை விட்டான்.

அது இவ்வாறாக நடந்தது:

தாரா ஒரு கோழை என்பதைத் தாங்களே இதற்குள் புரிந்து கொண்டிருப்பீர்கள். 'நாம் வெல்வோம் என்று தெரியவில்லையே' என அடிக்கடி அவன் தன் தளபதிகளிடம் புலம்பிக் கொண்டிருந்தான். ஆக, தலைவனுக்கே நம்பிக்கை இல்லாத போது தளபதிகளுக்கு எங்கேயிருந்து நம்பிக்கை பிறக்கும்? இத்தனைக்கும் அரண்மனை கஜானாவே தாராவின் வசம்தான் இருந்தது. எல்லா நகைகளும் எல்லா பொக்கிஷமும் அவன் கையில்தான். என்னிடம் இருந்ததோ வெறும் தைரியமும் துணிச்சலும் இறை நம்பிக்கையும் மட்டுமே. ஆனால் போரில் வெற்றி என்பது பணம் கொடுத்து வாங்கும் சமாச்சாரம் இல்லையே? என்னதான் படை வீரர்களைப் பணம் கொடுத்து

வாங்கலாம் என்றாலும் நம்பிக்கையும் உற்சாகமும் இல்லாத தலைவனுக்காக யார் உயிர் தருவார்? இதற்கிடையில் நானும் அவனுடைய தளபதிகளுக்குப் பணத்தாசை காட்டிக் கடிதங்கள் எழுதிக் கொண்டிருந்தேன். வெறும் பணம் என்றால் யாரும் வந்து விட மாட்டார்கள். தலைவனின் அவநம்பிக்கை முக்கிய காரணம். தோற்கும் கட்சியில் இருப்பதை விட பணமும் கொடுத்து நம்பிக்கையும் தருகின்ற கட்சியின் பக்கம் வருவதற்குத் தயாராக இருந்தார்கள் தளபதிகள். அவர்களை வரவழைத்துக் கொண்டேன். இது ஏற்கனவே அவநம்பிக்கை கொண்டிருந்த தாராவுக்கு மன உளைச்சலைக் கொடுப்பதாக இருந்தது. அதோடு, ஸாமூகட் போரில் கலீலுல்லாஹ் கான் செய்த காரியத்தால் யாரை நம்புவது யாரை நம்பாமல் இருப்பது என்ற குழப்பத்தில் இருந்த அவனுக்கு இப்படி ஒவ்வொருவராக இடத்தைக் காலி பண்ணுவதைப் பார்த்து எல்லோர் மீதும் சந்தேகம் கொள்ள ஆரம்பித்தான். அப்போதுதான் நான் ஒரு காரியம் செய்தேன்.

தாராவின் வலது கரத்தைப் போன்ற தளபதி தாவூத் கான். அவரைப் போன்ற ஒரு உத்தமமான தொண்டனைப் பார்க்க முடியாது. அது எனக்குத் தெரியும். தாராவுக்குத் தெரியாதே? தாவூத் கானுக்கு இப்படி ஒரு கடிதம் எழுதி, அது தாவூத் கானுக்குக் கிடைக்காமல் தாராவின் கரங்களுக்குக் கிடைப்பது போல் செய்தேன்.

“தங்கள் கடிதம் கிடைக்கப் பெற்றேன். என் வெற்றிக்காகத் தங்களுடைய வாழ்த்துக்கு என் மனமார்ந்த நன்றி. தங்களுடைய இந்த முடிவை நான் பாராட்டுகிறேன். தாங்கள் கேட்டுக் கொண்டபடி வெகு விரைவில் தங்கள் திசைக்கு நான் படையைச் செலுத்திக் கொண்டு வருகிறேன். இன்ஷா அல்லாஹ், நாம் விரைவில் சந்திப்போம். இந்த நெருக்கடியான தருணத்தில் ஒரு உண்மையான சேவகன் (தங்களைப் போல்) இப்படித்தான் முடிவு எடுக்க வேண்டும். சிபிஹ்ர் ஷிகோவாக இருந்தாலும் சரி, மற்ற யாராக இருந்தாலும் சரி, இறைத் தூதரின் பாதையை மறுப்பவர்கள் அனைவரும் இஸ்லாம்

மார்க்கத்தின் படை வீரர்களால் சிறைப்படுத்தப்படுவார்கள் என்பது நிச்சயம்."

இந்தக் கடிதத்தைப் படிக்கும் எவருமே இது ஒரு போலிக் கடிதம் என்பதைத் தெரிந்து கொண்டு விடுவார்கள். ஆனால் அரசு எந்திரத்தின் ஒரு கடைக்கோடி ஆணியாகக் கூட இருக்கத் துப்பு இல்லாத தாரா கவிஞனாக மட்டுமே இருக்க வேண்டிய ஒருவன் இந்தக் கடிதத்தை நம்பினான். காரணம், தன் வாழ்நாள் முழுவதும் சொகுசிலும் உல்லாசத்திலும் ஆடம்பரங்கள் குறைவின்றித் தன் தகப்பன் மற்றும் சகோதரிகளின் அரவணைப்பில் வாழ்ந்தவன்

போர் என்பது அவன் வாசிக்கும் சரித்திர ஆவணங்களில் வரும் ஒரு சொல். அவன் ரத்தத்தைப் பார்த்திராதவன். ஓராயிரம் மனித உடல்களும், குதிரைகளும், யானைகளும், ஒட்டகங்களும், கழுதைகளும் வெட்டப்பட்டுத் துண்டு துண்டாகக் கிடப்பதைப் பார்த்திராதவன். கைகளும் கால்களும் உடலிலிருந்து பிரிந்து கிடக்க வலி தாளாமல் கதறும் மனித மிருக ஓலங்கள் கேட்டிராதவன். மொத்தத்தில், வலி தெரியா மனிதன். புத்தகங்களில் மட்டுமே வாழ்ந்தவன் என்பதால் மனிதர்களை மதிப்பிடவும் தெரியாதவன். இது எல்லாம் போக, முழுக்க முழுக்க முகஸ்துதிக்காரர்களாலேயே சூழப்பட்டு வாழ்ந்ததால் இப்போதைய தங்கள் நடிகர்களைப் போல வெளியுலகமோ எதார்த்தமோ எதுவுமே அறியாதவன்.

என்னுடைய போலிக் கடிதத்தால் தாவூத் கானைச் சந்தேகப்பட்டான் தாரா. அவனுக்காகத் தன் உயிரையே கொடுக்கத் தயாராக இருந்த தளபதி. அப்படிப்பட்டவரைக் காணும் போதெல்லாம் தாராவின் முகத்தில் இருள் சூழ்ந்தது. அதற்கு மேல் என்ன இருக்கிறது சொல்ல?

இந்த அடிமைக்கும் தாராவுக்கும் என்ன அடிப்படை வித்தியாசம் தெரியுமா, மதிப்புக்குரிய காத்திப் அவர்களே? என்னை எதிர்த்துப் பேசலாம். முரண்படலாம். சிநேகிதனைப் போல் பழகலாம். அதுதான் நான் என் படையினரின், நண்பர்களின்

விருப்பத்திற்குரியவனாக இருந்ததற்கு முதல் காரணம். இன்னொன்று, நான் யாரையும் சந்தேகப்பட்டதில்லை.

பேரரசருக்கு அவர் புதல்வர்கள் நால்வரும் இளைஞர்களாக இருக்கும்போதே யார் அரசாள்வதற்குத் தகுதியானவன் என்று தெளிவாகத் தெரிந்து விட்டது. அதற்குக் காரணமாக இருந்தவர்கள் அலீ மர்தான் கான், சாதுல்லாஹ் கான், சைய்யத் மீரான் போன்ற அவரது முக்கியமான தளபதிகள். நான் ஆக்ராவில் இல்லாத காலத்தில் இவர்கள் அனைவருமே என் சார்பாகப் பேசுவது வழக்கமாக இருந்திருக்கிறது. ஒருவர் கூட தாராவின் சார்பாகப் பேசுவதில்லை. காரணம், தாராவின் திமிர்ப் பேச்சு. தான் மெத்தப் படித்தவன் என்ற அகம்பாவம். யாரையுமே மதிப்பதில்லை. அப்போது பேரரசர் இயற்றிய ஒரு கவிதை:

ஒரு மனிதனின் விதி கருப்பு நூலினால்
நெய்யப்பட்டிருந்தால்
யாரால் அதன் நிறத்தை மாற்ற முடியும்?

பேரரசர் அதோடு நிறுத்தியிருந்தால் தாராவின் தலையைக் கொய்து அவருக்கு அனுப்பியிருக்க மாட்டேன்.

—

33

ஆனால் அவர் என்ன செய்தார் தெரியுமா? என்னை மாற்ற முயற்சி செய்தார். எனக்கு ஒரு நீண்ட கடிதம் எழுதினார். அதன் சுருக்கத்தை மட்டும் நான் தங்களுக்குச் சொல்கிறேன்.

“என் அருமைக் குழந்தாய்,

அரச குடும்பத்தில் பிறந்தவர்கள் சராசரி மனிதர்களை விட மேம்பட்ட நிலையில் நடந்து கொள்வது எதிர்பார்க்கக் கூடியதுதான். நீ என்னுடைய அதிகாரிகளிடம் மிகவும் பணிவுடன் நடந்து கொள்வதாகக் கேள்விப்பட்டேன். ஆனால் அந்த அடக்கம் நீ உன்னுடைய எதிர்காலத்தைக் குறி வைத்துத் திட்டமிட்டுச் செய்வதாக இருந்தால் உனக்கு ஒன்றை சொல்லிக் கொள்வேன். நம்முடைய வாழ்க்கை எப்படி இருக்கும் என்பது ஏற்கனவே தீர்மானிக்கப்பட்ட விஷயம். எனவே நம்முடைய முயற்சியால் எதுவுமே நடக்காது...”

இயல்பிலேயே பெரியோரிடம் பணிவைக் காண்பிக்கும் எனக்கு எப்பேர்ப்பட்ட பறாக்கா[91] பாருங்கள்... இப்படியும் ஒரு தகப்பன்!

---

91 பறக்கத் (ஒருமை) - ஆசீர்வாதம்; பறக்கா – பறக்கத்தின் பன்மை

நான் பேரரசருக்கு இப்படி பதில் எழுதினேன்:

“மாட்சிமை பொருந்திய பேரரசர் இந்த அடிமைக்கு எழுதியிருந்த வாசகங்கள் சுவனத்திலிருந்து அருளப்பட்டவை போலவே தெரிகின்றன. இந்த அடிமை அனஸ் இப்னு மாலிக் அவர்களின் பாரம்பரியத்திலேயே நடந்து கொள்கிறான். இறைத் தூதரின் தோழரான அனஸ் அவர்கள் எப்படி வாழ்ந்தார்களோ அப்படித்தான் நான் வாழ விரும்புகிறேன். கடைக்குச் செல்வார், காலணிகளை எடுத்து வைப்பார், இறைத் தூதரின் சாமான்களை சுமந்து செல்வார், குளிப்பதற்குத் தண்ணீர் எடுத்து வைப்பார், அண்ணலாருக்கு ஒட்டகையை அழைத்து வருவார், சுருக்கமாகச் சொன்னால் அண்ணலாரின் நிழலாகவே விளங்கினார். அப்படிப்பட்ட அனஸ் சொல்கிறார்: ‘யாரிடம் பணிவு இருக்கிறதோ அவரை இறைவன் கௌரவிக்கிறான்.’ எனவே நம்முடைய சொற்களின் மூலம் மற்றவர்களைக் காயப்படுத்துவதையே பாவங்களிலேயே முதன்மைப் பாவமாக நினைக்கிறேன். எனவே, எல்லோருக்கும் பணி செய்து கிடப்பதே என் பிறவியின் நோக்கம் என்பது என் எண்ணம். நான் பேரரசரது மதிப்புக்குரிய கடிதத்தோடு முரண்படுவதாகத் தாங்கள் நினைத்து விடக் கூடாது. ஆனாலும் எனக்குத் தெளிவாகத் தெரிகிறது, சைத்தானின் தூண்டுதலால் சில நல்ல மனங்களும் சைத்தானின் வசிப்பிடங்களாகி விடுகின்றன.”

சரி, இதெல்லாம் ஒரு பக்கம் இருக்கட்டும். நாம் தாராவின் கதைக்கு வருவோம். ஓடினாள், ஓடினாள், வாழ்க்கையின் ஓரத்திற்கே ஓடினாள் என்று தங்கள் கலைஞர் எழுதிய வசனத்தைப் போல் தாராவும் 2600 கிலோ மீட்டர் ஓடி கடைசியில் அஹமதாபாத் வந்து நின்றான். அங்கே அவனுக்கு உதவி செய்தவர் குஜராத்தின் சுபேதாராக இருந்த என் மாமனார் ஷா நவாஸ் கான்! தாராளமாக தாராவுக்குத் தன் கஜானாவைத் திறந்து விட்டதால் புதிய படையைச் சேர்த்துக் கொண்டு அவன் மீண்டும் வடக்கு நோக்கிப் பயணமானான். அஜ்மீர் வரை வந்து விட்டான்.

இந்தக் கதையை எங்கே ஆரம்பித்தோம்? துரோகி ஜஸ்வந்த் சிங்கை மீண்டும் பயன்படுத்திக் கொண்ட என் ராஜதந்திரம். ஸாமூகட் சண்டையில் தாராவைத் தவிக்க விட்டு விட்டு ஓடிய கபோதிப் பயல் ஜஸ்வந்த் சிங் தன்னுடைய இருபதாயிரம் பேரைக் கொண்ட ராஜபுத்திரப் படையோடு மீண்டும் தாராவுடன் சேர்ந்து கொள்வதாகச் சொன்னான். தாராவும் நம்பினான். ஆஹா, ஆஹா! என்ன ஒரு ராஜதந்திரம்!

—

ஒரு நீண்ட இடைவெளிக்குப் பிறகு ஔரங்ஸேப் எழுத்தாளனைச் சந்தித்தார். பேச்சு வேறு எங்கிருந்தோ ஆரம்பித்தது. இனி ஆலம்கீர்:

இந்த உலகத்தின் அத்தனை இன்பங்களும் சுகங்களும் என் கண் அசைவுக்காகக் காத்துக் கிடந்தன. ஆனால் நான் அந்த லௌகீக இன்பங்களில் ஈடுபடவில்லை. இறைவனின் நாமமும் நல்லாட்சியும் மட்டுமே என்னுடைய சிந்தனையாக இருந்தன. ஏனென்றால், பேரரசரின் ஆட்சியில் நடந்திருந்த அத்தனை அவலங்களையும் நான் சரி செய்து ஆக வேண்டும். தாஜ் மஹல் என்ற ஒரே காரணத்தினால் அவர் இந்தியாவின் நாயகனாக ஆகி விட்டாரே தவிர மொகலாயப் பேரரசர்களிலேயே ஷா ஜஹான் பாதுஷாவின் ஆட்சிதான் ஆக மோசமாக இருந்தது. காந்தஹாரை வெற்றி கொள்ள வேண்டும் என்ற அவருடைய ஆசைக்காக மூன்று முறை காந்தஹார் முற்றுகை நடந்தது. மூன்று முறையும் தோல்வி. அதற்கு ஆன செலவு, தேசத்தின் வருமானத்தில் பாதி. மக்களில் பெரும் பகுதி பட்டினியால் செத்து மடிந்து கொண்டிருக்க, அங்கே அரண்மனையில் எல்லோரும் தங்கக் கோப்பைகளில் திராட்சை மதுவை அருந்திக் கொண்டிருந்தார்கள். ஏழைக்கும் பணக்காரனுக்குமான ஏற்றத்தாழ்வு பேரரசரின் காலத்தில் இருந்தது போல் வேறு ஒருபோதும் இருந்ததில்லை. ஏனென்றால், ஆட்சியாளர்களின் சுகபோகத்துக்காக மக்களிடமிருந்து கொடூரமான முறையில் வரி வசூல் செய்யப்பட்டது. அதற்கு முந்திய பேரரசர்களின் வரி வசூலை விட மூன்று மடங்கு அதிகமாக அரசு

வருமானம் அதிகரித்தது. அதே சமயம் செலவு நான்கு மடங்காகப் பெருகியது. இது எல்லாவற்றையும் விடக் கொடுமை என்னவென்றால், அக்டோபர் 1634இல் காஷ்மீரில் பேரரசர் ஒரு சட்டம் போட்டார். எந்த ஹிந்து முஸ்லிம் பெண்ணைத் திருமணம் செய்து கொள்வதாக இருந்தாலும் அவர் முஸ்லிமாக மாற வேண்டும். அந்தச் சட்டத்துக்கு முன்னால் முஸ்லிம்களுக்கும் ஹிந்துக்களுக்கும் இடையே அதிக அளவில் மண உறவு இருந்தது.

அது போகட்டும். ஜஸ்வந்த்திடம் பேரரசர் சொன்ன வாசகம்தான் அவனது மனவுறுதியைக் குலைத்ததில் முதல் கட்ட வேலையைச் செய்தது. பேரரசர் "இளவரசர்களின் உயிருக்கு ஆபத்து இல்லாமல் பார்த்துக் கொள், வேறு வழியே இல்லை என்றால் மட்டுமே போர் நடக்கட்டும்" என்று சொல்லியிருந்தார். அதுவும் எனக்கு அரண்மனை உளவாளி மூலமாக வந்து சேர்ந்து விட்டது. பேரரசரின் அந்த வார்த்தைகளே ஜஸ்வந்தின் மனவுறுதியைக் குலைப்பதற்குப் போதுமானதாக இருந்தன. போதாக்குறைக்கு நான் ஜஸ்வந்துக்கு அனுப்பியிருந்த பிராமணத் தூதன் ரவி ராய் எடுத்துச் சென்ற இரண்டு செய்திகள். ஒன்று, என் கையெழுத்தோடும் இலச்சினையோடும் எழுதப்பட்ட செய்தி. "சண்டை போடாமல் என்னைச் சரணடைந்தால் உன்னை மன்னித்து விடுகிறேன்." இன்னொன்று, வாய் மூலமான செய்தி. ஆனால் அதை அந்த பிராமணனே சொல்வது போல் சொல்ல வேண்டும். அப்படித்தான் ரவி ராயிடம் சொல்லி அனுப்பியிருந்தேன்.

"இளவரசர்கள் நான்கு பேரும் யாருக்கு மயிலாசனம் என்று தங்களுக்குள் அடித்துக் கொள்கிறார்கள். அவர்களோ முஸ்லிம்கள். அதில் ஹிந்துக்களாகிய நமக்கு என்ன பிரச்சினை? நான்கு பேரில் யார் ஆண்டால் நமக்கு என்ன போயிற்று? இந்த முஸ்லிம்களின் சகோதரச் சண்டையில் நீங்கள் ஏன் மஹாராஜா உங்கள் ராஜபுத்திர வீரர்களை இழக்க வேண்டும்? பேரரசரின் உத்தரவுக்கு இணங்க இப்போது இவர்களுக்கு எதிராக ஆயுதமேந்தினால் நாளை இவர்களில் ஒருவர் மயிலாசனத்தில் அமர நேர்ந்தால் தங்கள் கதி என்ன?"

பிராமணன் ரவி ராயின் வார்த்தைகள் ராஜா ஜஸ்வந்தின் மனதில் தேவையான வேலையைச் செய்ய ஆரம்பித்தன. திட சித்தம் இல்லாதவனால் எப்படி போர்க்களத்தில் நிற்க முடியும்? இங்கேயும் தாரா மிகப் பெரிய தவறு ஒன்றைச் செய்தான். அதை நான் எனக்கு சாதகமாக ஆக்கிக் கொண்டேன். உண்மையில் நான் மயிலாசனத்தில் அமர்வதற்கு நான் வேலை செய்ததை விட தாரா செய்ததுதான் அதிகம். என்னையும் முராதையும் தடுப்பதற்கு அவன் ராஜா ஜஸ்வந்த் சிங்கை விட மிர்ஸா காஸிம் கானைத்தான் அனுப்பியிருக்க வேண்டும். அந்த இடத்தில் போய் தன்னுடைய ‘முஸ்லிம் ஹிந்து சமத்துவக்’ கொள்கையைக் கடைப்பிடித்தான். நான் அதில் ஒரு சிறிய கல்லை விட்டெறிந்தேன். ஜஸ்வந்தின் மனம் அலை பாய ஆரம்பித்தது.

ஜாதுநாத் சர்க்கார் என்னுடைய வாழ்க்கையை ஒரு கிரேக்க சோக நாடகத்தை ஒத்தது என்கிறார். உண்மைதான். என்னுடைய முதல் நாற்பது ஆண்டுகள் ஆட்சி அதிகாரத்துக்கான பயிற்சியும் தயாரிப்பும். அடுத்த ஒரு ஆண்டு, ஆட்சியைப் பிடிப்பதற்கான நேரடிப் போராட்டம். அடுத்த இருபத்து மூன்று ஆண்டுகள் நல்லாட்சி. நாடகத்தின் அடுத்த கட்டம் நான்காவது அங்கம் 1681இல் என் புதல்வன் முஹம்மது அக்பரின் கலகத்திலிருந்து தொடங்குகிறது. அடுத்து வந்த இருபத்தாறு ஆண்டுகள் என்னுடைய வீழ்ச்சி, சாம்ராஜ்ஜியத்தின் வீழ்ச்சி. அக்பர் மராட்டியர்களிடம் தஞ்சம் புகுந்ததால் நான் தெற்கு நோக்கிச் செல்ல வேண்டியிருந்தது. அதற்குப் பிறகு என் வாழ்க்கை முற்றுகையிலும், போர்க்களங்களிலும், கூடாரங்களிலும்தான் கழிந்தது. பின்னர் நான் என் இறுதி நாள் வரை தில்லிக்கே திரும்பவில்லை. 1699இல் என்னுடைய எண்பத்து இரண்டாவது வயதில் போர்க்களத்தில் நிற்க வேண்டியிருந்தது. எண்பத்தெட்டாம் வயது வரை தொடர்ந்தது அந்த சோகம். அடுத்த ஆண்டு 1707 – துயர காவியம் முடிவுக்கு வந்தது. இப்படி யாருக்காவது நிகழ்ந்திருக்கிறதா?

என்னுடைய மகத்தான வாழ்க்கையை வீழ்ச்சியின் கதையாக, சோக காவியமாக மாற்றி எழுத ஆரம்பித்தவர்கள் என்

புதல்வர்கள். அது போகட்டும். இப்போது முராதின் முடிவு எப்படி நிகழ்ந்தது என்பதைப் பார்ப்போம்.

மதுரா அருகில் கூடாரமிட்டிருந்தேன். பக்கத்து கிராமத்தில்தான் முராதும் தங்கியிருந்தான். நான்தான் ஃபக்கீராகப் போகிறேன். பேரரசரை சிறைப்படுத்தியாயிற்று. ஷா ஷுஜா தோற்று விட்டான். தாரா பாராசீகத்தை நோக்கி ஓடிக் கொண்டிருக்கிறான். அதைத் தவிர அவனுக்கு வேறு புகலிடம் எதுவும் இருக்க முடியாது. இனி முராத் பக் ஷ்தான் பேரரசர். பதவியேற்பு விஷயங்களைப் பேசி முடித்து விடலாம் என்று சொல்லி அவனை அழைத்து வரச் செய்தேன்.

என்னுடைய கூடாரத்தில் நுழைந்தவுடனேயே பதவியேற்பு பற்றித்தான் பேச்சை ஆரம்பித்தான் முராத். மயிலாசனம் எங்கே போய் விடப் போகிறது என் பிரியத்துக்குரிய முராத்? முதலில் உன் முகத்தைப் பார்... போர் முடிந்து ஒரு மாதம் ஆகப் போகிறது... ஏதோ இப்போதுதான் போர்க்களத்திலிருந்து வருவது போல் வருகிறாய். முகமெல்லாம் வியர்வை ஆறாய் ஓடுகிறது... என்று சொல்லியபடியே எழுந்து அவன் அருகே சென்று என் கைக்குட்டையை எடுத்து அவன் முகத்தைத் துடைத்து விட்டேன். கிட்டத்தட்ட அழுவது போல் ஆகி விட்டான் மடையன். அநேகமாக அவன் பதவியின் பொருட்டு அவனை ஸ்பரிசிக்கும் வேசிகளைத் தவிர அவன் முகத்தை யார் தொட்டிருக்க முடியும்? மிரண்டு விட்டான் பயல்.

கொஞ்சம் சிரம பரிகாரம் செய்து கொண்டு பதவியேற்பு விஷயங்களை முடிவு செய்யலாம். நம்முடைய சரித்திரத்திலேயே இல்லாத அளவுக்கு வெளிநாட்டுத் தூதர்களை அழைக்கலாம். செங்கிஸ் கானின் புதல்வர் ஓகடே கானின் பதவியேற்புக்குத்தான் இந்த அகிலம் முழுவதிலிருந்தும் தூதர்கள் வந்து கலந்து கொண்டார்கள். அதேபோல் உன்னுடைய பதவியேற்புக்கும் செய்து விடலாம் எனதருமை முராத். அதைக் கொண்டாடும் விதத்தில் நாம் சிறிது வைன் அருந்தலாம்.

"என்னது நாமா? தாங்கள் எப்போதிருந்து மது அருந்த ஆரம்பித்தீர்கள்? தெரியவே தெரியாதே?" என்றான் முராத்.

உனக்கு ஞாபகம் இருக்கலாம். நான் ஒரே ஒரு முறை என் காதலி ஹீரா பாய்க்காக வைன் அருந்தத் தயாரானேன். காதலை நிரூபிப்பதற்காக. அவள் தடுத்து விட்டாள். அதற்கு அடுத்து இப்போதுதான் அருந்தப் போகிறேன். பரவாயில்லை. நான் இப்போது சகோதரர்களும் தகப்பனும் அற்ற அனாதையாக இருக்கிறேன். இந்த நிலையில் எனக்கு இருக்கும் ஒரே ரத்த உறவு என்றால் நீ ஒருவன்தான். சிறு வயதிலிருந்தே எனக்கும் தாராவுக்கும் ஆகாது என்று உனக்குத் தெரியும். அதை வலுப்படுத்தும் விதமாக அவன் சிலை வணக்கம் செய்யும் காஃபிராக மாறியதும் எங்கள் விரோதம் இன்னும் அதிகமானது. ஷா ஷுஜா ஒரு மூர்க்கன். நீ சற்று முன்கோபி என்றாலும் உன் இதயம் அன்பினால் நிறைந்தது என்பதை நான் மட்டுமே அறிவேன். மேலும், கோபம் இருக்கும் இடத்தில்தான் குணம் இருக்கும் என்று இந்தக் காஃபிர்கள் சொல்வார்கள். அவர்கள் சொல்வதிலும் அர்த்தம் இருக்கிறது என்பதற்கு நீ ஒருவனே உதாரணம். இப்படி என் அண்ணன்கள் இரண்டு பேருமே எனக்கு ஆகாதவர்களாக இருந்த போது நீ மட்டும்தான் சிறுவயதிலிருந்து இன்று வரை என் பிரியத்துக்குரியவனாக என் அருகில் நிற்கிறாய். மேலும், உனக்கு நன்றாகவே தெரியும், மயிலாசனம் உனக்குத்தான் என்று நான் நம்முடைய புனித நூலின் மீது ஆணையிட்டிருக்கிறேன். நீயும் என் உயிருக்கு ஜவாப்தாரி என்று புனித நூலின் மீது ஆணையிட்டிருக்கிறாய். எனக்கு பேரரசனாகிய உன்னிடம் இனிமேல் உன்னை ஒருமையில் பேச முடியாது, அப்படிப் பேசுவது இதுவே கடைசியாக இருக்கட்டும் ஒரே ஒரு வேண்டுகோள்தான் இருக்கிறது. போர்க்களத்திலேயே தொழுகையை விட முடியாமல் யானையிலிருந்து இறங்கித் தொழுதவன் நான். எனக்கு மிகச் சிறிய ஒரு இல்லம் போதும். தொழுவதற்கும் தொப்பி தைப்பதற்கும். என் வார்த்தைகளுக்கு நீ உண்மையிலேயே மதிப்புக் கொடுப்பவனாக இருந்தால் எனக்கு அரச மான்யம் எதுவும் கொடுக்காதே. தந்தையைச் சிறையில் வைத்த பெரும் பாவ காரியத்தை நான் செய்திருக்கிறேன். அதற்கெல்லாம் நான் தொழுது தொழுதுதான் பிராயச்சித்தம் தேட வேண்டும்.

எனக்கு இம்மையின் இன்பங்கள் வேண்டாம். மறுமை ஒன்றே போதும். நியாயத் தீர்ப்பு நாளில் நான் தண்டிக்கப்படாமல் இருக்க வேண்டும்.

போதும், போதும், தங்கள் பேச்சு எனக்கு மிகுந்த வருத்தத்தையும் துயரத்தையும் அளிக்கிறது. நாம் தாக சாந்தி செய்து கொள்ளலாம். வைன் அருந்தலாம் என்று சொன்னீர்களே, தங்களுக்கு அது பற்றியெல்லாம் எதுவும் தெரியாதே? யாரேனும் ஃபிரங்கிகள் இருந்தால் ஏற்பாடு செய்யலாம்.

நான் பேசியதையெல்லாம் பயல் அப்படியே நம்பி விட்டான் என்று அவன் குரலிலேயே தெரிந்தது. கைகளைத் தட்டினேன். சொல்லி வைத்திருந்தபடி கோஜா ஒரு வைன் குப்பியையும் இரண்டு தங்கக் கோப்பைகளையும் எடுத்து வந்தான். குப்பியை வாங்கிப் பார்த்த முராத் இருக்கையை விட்டு எழுந்து விட்டான். “ஷிராஸி வைன். இது எப்படி இங்கே ஆக்ராவில்? அங்கே குஜராத்தில் இதை சல்லடை போட்டுத் தேடியும் கிடைக்கவில்லையே?” என்றான்.

—

34

“நான் மது அருந்துவதில்லையே தவிர உன்னைப் போன்ற மது ஆர்வலர்களுக்காகவும் சிநேகிதர்களுக்காகவும் உயர்தரமான மதுவை வரவழைத்து வைத்திருக்கிறேன். இந்த ஷிராஸி வைன் பாரசீகத்திலிருந்து வரும் ஃபிரங்கிகள் மூலம் தருவித்தது. உலகின் மிகச் சிறந்த வைன் ஷிராஸி வைன்தான் என்கிறார்கள்.”

அதற்குள் அடுத்த அறையிலிருந்து நான்கு பேரழகிகள் வந்து அந்த வைனை இரண்டு கோப்பைகளில் நிரப்பினார்கள். இந்தத் தருணத்தை உத்தேசித்தே இந்தப் பெண்களை காஷ்மீரிலிருந்து வரவழைத்திருந்தேன். மிகக் குறைந்த ஆடைகளையே அணிந்திருந்த அவர்களை அங்கேயே என் எதிரிலேயே போகம் செய்து முடித்து விடுவான் போலிருந்தது முராத். புலி தன் வாயில் ஒட்டியிருக்கும் மானின் குருதியை நாவினால் நக்கிப் பார்ப்பது போல் முராதின் பசித்த கண்கள் அந்தப் பெண்களின் உடம்பில் அலைந்து கொண்டிருந்தன.

“எல்லாமே வருங்கால பாதுஷாவுக்குத்தான்” என்று சொல்லி ஒரு கோப்பையை எடுத்து அவனிடம் கொடுத்து விட்டு இன்னொரு கோப்பையை என் கையில் எடுத்துக் கொண்டேன். அதற்குள்

அவன் பசித்த ஓநாய் தன் இரை நோக்கிப் பாய்வதுபோல் நான் கொடுத்த கோப்பையில் பாய்ந்து ஒரே இழுப்பில் குடித்து முடித்தான். அடப்பாவி, இப்படி ஒரு ஆள் அரச குடும்பத்தில் எப்படி வந்து பிறந்தான்? மேஜை நாகரீகம் கூடத் தெரியவில்லையே?

'தங்குதடை இல்லாமல் இளவரசரின் கோப்பையில் ஊற்றிக் கொண்டே இருக்க வேண்டும்' என்று நான் முன்கூட்டியே சொல்லியிருந்தபடி அந்த அழகிகள் செய்து கொண்டிருந்தார்கள். நான் குடிக்கிறேனா இல்லையா என்பதைக் கூட அவன் கவனிக்கவில்லை. என் கோப்பையை எடுத்துக் கொண்டு போய் சாளரத்தின் வழியே வெளியே கொட்டினேன். அதற்குள் என் கோஜா உட்கூடத்திலிருந்து ஒரு காபூல் வைனையும் ஒரு ஷிராஸி வைனையும் எடுத்துக் கொண்டு வந்து வைத்தான். அதைப் பார்த்ததும் முராதின் வேகம் இன்னும் கூடியது.

காபூல் வைனைக் காண்பித்துக் கேட்டேன், "உலகத்தில் ஷிராஸி வைன் பெரிய பெயர் பெற்றிருக்கலாம். ஆனால் வீரியத்தில் இந்தக் காபூல் வைனை அடித்துக் கொள்ள வேறு எந்த வைனும் கிடையாது. இரண்டில் உனக்கு எது வேண்டும், என் அன்புக்குரிய தம்பி? மறந்து விடாதே, இன்று நம் கொண்டாட்டத்துக்குரிய நாள். நீ பேரரசராகி குத்பாவும் ஓதி விட்டால் உனக்கு இப்படியெல்லாம் நேரம் கிடைக்காது. அதனால் எனக்குக் கிடைத்த கடைசி வாய்ப்பை நான் வெகு நிதானமாகவே கொண்டாட விரும்புகிறேன்..."

நான் எதிர்பார்த்தபடியே காபூல் வைன் என்றான் மூடன். காம்புகளைத் தவிர மற்ற அத்தனையும் தெரியக் குனிந்து காபூல் வைனை ஊற்றிக் கொடுத்தாள் ஒரு அழகி. மற்ற இரண்டு அழகிகள் முராதின் இரண்டு தோள்களையும் பிடித்து விட்டுக் கொண்டிருந்தார்கள். ஒருத்தி தரையில் குத்துக்கால் இட்டு அமர்ந்து அவன் பாதங்களைப் பிடித்து விட்டுக் கொண்டிருந்தாள். முப்பது ஆண்டுகளுக்கு முன்பு வந்த மட்டரகமான ஹிந்தி சினிமா மாதிரி இருக்கிறதா, மதிப்புக்குரிய

காத்திப் அவர்களே? உண்மையில் அப்படித்தான் நடந்தது. போதை தலைக்கேறிய நிலையில் உளறினான் முராத்.

பிராதர் ஜூன்[92], என் வாழ்விலேயே இப்படி ஒரு பேரின்பத்தை நான் அனுபவித்தது இல்லை. இன்றைய தினத்தை நான் என்றுமே மறக்க மாட்டேன்.

உண்மைதான் என் அன்புக்குரிய முராத்... இந்த நாளை நீ ஒருபோதும் மறக்க முடியாத வகையில்தான் நான் திட்டமிட்டிருக்கிறேன்.

ஆனால் பிராதர் ஜூன், என் கோஜா இருக்கிறானே ஷா அப்பாஸ், அவனிடம் உடல் பலம் இருக்கிறதே தவிர மூளை இல்லை. அவன் இப்போது நான் கிளம்பி வரும்போது கூட சொன்னான், "உங்கள் மூத்த சகோதரர் ஔரங்ஸேப் உங்களைக் கொல்வதற்காகத்தான் அழைக்கிறார், போகாதீர்கள் என்று. ஷா ஷூஜாவும் இல்லை, தாராவும் இல்லை, தாங்கள் ஒருவர்தான் பாக்கி. தங்களைக் கொன்று விட்டு ஔரங்ஸேப் மயிலாசனத்தில் அமரப் போகிறார், தயவுசெய்து போகாதீர்கள்" என்று தடுத்தான். நான் சொன்னேன், உனக்குக் கீழேயும் காலி, மேலேயும் காலி என்று. (மூடன், கையால் கீழேயும் மேலேயும் சமிக்ஞை வேறு செய்து காட்டுகிறான். தொடர்ந்து அவனுடைய நகைச்சுவையை எண்ணி அவனே பெரும் குரலில் சிரிக்கிறான். நானும் கொஞ்சம் சிரித்து வைக்கிறேன்.) நான் அந்த முட்டாள் கோஜாவிடம் சொன்னேன், என் சகோதரர் அப்படி நினைப்பவராக இருந்தால் அவர் ஏன் எனக்கு ஒரு லட்சம் ரூபாயை அனுப்பி வைக்கப் போகிறார் என்று. ஒரு லட்சம் என்பது சாதாரண பணமா என்ன? அதற்கும் அவன் பதில் சொன்னான். அதுவும் கூட தங்களின் சதித் திட்டத்தின் ஒரு பகுதிதானாம். "இல்லாவிட்டால் ஃபக்கீராகச் செல்லப் போகிறேன் என்று சொல்பவருக்கு ஏன் இத்தனை ஆள் அம்பு படையெல்லாம்?" என்று கேட்கிறான். அவனுடைய முட்டாள்தனத்துக்கு அளவே இல்லாமல் போய் விட்டது.

---

92 பிராதர் – சகோதரன்; ஜூன் – என் அருமை

இவ்வளவையும் அவனால் கோர்வையாகச் சொல்ல முடியவில்லை. குழறிக் குழறித்தான் பேசினான். ஒரு குப்பியை முடித்து விட்டு இரண்டாவது குப்பி ஓடிக் கொண்டிருந்தது. ஆனால் குழறிப் பேசியது போதையினால் மட்டும் அல்ல. எது ஒன்றையும் அவனால் எப்போதுமே கோர்வையாகப் பேச முடிந்ததில்லை. எங்கள் சகோதரர்களிலேயே கடைந்தெடுத்த முட்டாள் என்றால் அது முராத் தான் என்பதில் எனக்குச் சந்தேகமே இல்லை. ஆனால் தைமூரின் வம்சம் எப்பேர்ப்பட்டது தெரியுமா? இந்த முராதிடம் தைமூரின் அடையாளம் எதுவுமே இல்லையே?

அரசாட்சி தைமூரிடம் வந்த நேரம்... ஓட்டமன் சுல்தான் முதலாம் பயாஸித்துக்கும் தைமூருக்கும் ஆகவே ஆகாது. இரண்டு பேரும் ஒருவரை ஒருவர் திட்டி கடிதங்கள் எழுதிக் கொள்வதுண்டு. 1402 அங்க்காரா சண்டையில் பயாஸித் தோற்றுவிட்டார். அப்போது பயாஸித்தின் முகத்தை உற்று நோக்கிய தைமூர் இளக்காரமாகச் சிரிக்கிறார். உடனே பயாஸித், "வென்று விட்டோம் என்று நகைக்காதே. வெற்றியையும் தோல்வியையும் வீரர்களுக்கு வழங்குவது இறைவன் என்பதை மறந்து விடாதே. இன்று நான் நிற்கின்ற இடத்தில் நாளை நீயும் நிற்கக் கூடும்" என்கிறார். உடனே தைமூர் "கடவுளுக்கு வேறு வேலை இல்லையா என்ன? சாம்ராஜ்ஜியம் எல்லாம் நம்மைப் போன்ற மனிதப் பதர்களுக்குத்தான் பெரிய விஷயம். கடவுளுக்கு அதெல்லாம் தூசு. நான் சிரித்தது எதற்கு என்றால், இத்தனை பெரிய சாம்ராஜ்ஜியத்தை உன்னை மாதிரி பன்றி சூத்தைப் போல் முகம் கொண்ட பரதேசிப் பயலுக்கும் என்னைப் போல் ஒரு நொண்டிக் குதிரைக்கும் தூக்கிக் கொடுத்திருக்கிறாரே இந்தக் கடவுள் என்றுதான்..." என்கிறார். புத்திக்கூர்மை என்பது இதுதான். முராத் போல மழுங்கல் புத்தி கொண்டவனெல்லாம் மயிலாசனத்துக்கு ஆசைப்படுவது அந்த ஆசனத்துக்கே இழுக்கு.

நான் முராதுக்குப் பதில் சொன்னேன்... "இப்போதே இந்த ஆள் அம்பு படையையெல்லாம் தூரப் போட்டு விட்டு

ஃபக்கீராகச் சென்றால், என் பிரியத்துக்குரிய தம்பி முராத் பக்ஷை நட்டாற்றில் விட்டுப் போவது மாதிரி அல்லவா ஆகி விடும்? நீ ஒரு மாவீரன். நீ ஒருவன் தனியாகவே கோழை தாராவையும் மூர்க்கன் ஷா ஷிகோவையும் சமாளித்து விட முடியும். என்றாலும் உன்னை மயிலாசனத்தில் ஏற்றியே தீர்வது என்று உன் எதிரில்தானே நான் புனித நூலின் மீது ஆணையிட்டிருக்கிறேன்? மேலும், நீ நேருக்கு நேர் நின்று போரிடும் நெஞ்சுரம் கொண்ட வீரன். தாராவோ தந்திரங்கள் மிகுந்தவன். தகப்பனுக்கே விஷம் வைக்கத் துணிந்தவன். என் பிரியத்துக்குரிய சகோதரனை வன விலங்குகளிடையே தனியே விட்டுவிட்டு நான் மட்டும் தொழுகை செய்து கொண்டும், ஜகாத் கொடுத்துக் கொண்டும் இருந்தால் இறைவன் என்னை மன்னிப்பானா? துன்பத்திலும் துயரத்திலும் யுத்த காலத்திலும் எவனொருவன் உறுதியுடனும் பொறுமையுடனும் இருக்கின்றானோ அவனே நன்னெறியாளன்[93] எனப் புனித நூல் கூறுகின்றது. ஆகவே உன்னை இந்தக் கடினமான சமயத்தில் நான் தனியாக விட மாட்டேன். இதை நீ உன்னுடைய கோஜா ஷா அப்பாஸிடம் சொல்லி விடு."

என் வார்த்தைகளைக் கேட்டபடியே ஷிராஸி வைனையும் காபூல் வைனையும் மாற்றி மாற்றிக் குடித்துக் கொண்டிருந்தான் முராத்.

ஏன் நான் இத்தனை சத்தியம் செய்து இவ்வளவையும் சொல்ல வேண்டியிருந்தது என்றால், கோஜா ஷா அப்பாஸைத் தவிர அவனுடைய மற்ற நண்பர்களும் கூட அவனிடம் என்னைப் பற்றி மிகவும் மோசமாகவே சொல்லியிருந்தார்கள். (அதாவது, அவர்கள் என்னைப் பற்றி சரியாகவே கணித்தார்கள். இந்த மூடன்தான் யார் பேச்சையும் கேட்பதில்லையே?) குறிப்பாக, "நீங்கள்தானே பேரரசராக ஆகப் போகிறீர்கள், அப்படியிருக்கும்போது ஏன் நீங்கள் ஔரங்ஸேபோடு சேர்ந்து தாராவைத் தேடிப் போக வேண்டும், நீங்கள்

93 அல் குர்ஆன்: 2:176

மயிலாசனத்தில் அமர்ந்து கொண்டு, தாராவைத் தேடிப் பிடித்து வர ஔரங்ஸேபை அனுப்புங்கள்" என்பது அவன் நண்பர்களும் ஷா அப்பாஸூம் கொடுத்த ஆலோசனை. முராத் சொல்வதற்கு முன்பே எல்லா செய்தியும் என் ஒற்றன் மூலம் வந்து விட்டது. ம்... ஒரு அடிமை நாய்க்கு இருந்த புத்தி கூட ஒரு இளவரசனுக்கு இல்லை என்கிற போது இவன் எப்படி இத்தனை பெரிய சாம்ராஜ்ஜியத்துக்கு அதிபதி ஆக முடியும், சொல்லுங்கள்?

ஷிராஸி வைனையும் காபூல் வைனையும் கலந்து கலந்து குடித்ததும் அல்லாமல், அளவும் அதிகமாகி விட்டதால் ஒரு கட்டத்தில் சரிந்து விட்டான் முராத். அவனை அப்படியே விட்டு விட்டு வெளியே சென்ற நான் அங்கே வரவழைத்திருந்த உமாராக்களை உள்ளே அழைத்துச் சென்று காண்பித்தேன். தலையெல்லாம் கலைந்து வாயிலிருந்து எச்சிலும் கோழையும் ஒழுகத் தலை சாய்ந்து கிடந்தான் முராத். சட்டையெல்லாம் வாந்தி வேறு. நாற்றம் குடலைப் பிடுங்கியது. எங்களைப் பார்த்து விட்டு எழுந்து நிற்க முயன்று அங்கேயே தள்ளாடி விழுந்தான். எதையும் புரிந்து கொள்ளும் நிலையில் அவன் இல்லை. பணியாட்களை அழைத்து அறையில் அத்தரைத் தூவச் செய்தேன்.

"பார்த்தீர்களா ஷா ஜஹான் பாதுஷாவின் வாரிசு முராத் பக்ஷின் நிலைமையை? இப்படி ஒரு குடிகாரனையா பேரரசனாக்க விரும்புவீர்கள்? சொல்லுங்கள்..." என்று உமாராக்களைப் பார்த்துக் கேட்டேன். பிறகு என் அடிமைகளை அழைத்து முராதைக் கைது செய்து தூக்கிப் போக உத்தரவிட்டேன். அவன் குடித்துக் கொண்டிருக்கும்போதே அவனிடமிருந்த ஆயுதங்களை அப்புறப்படுத்தியிருந்தார்கள் காஷ்மீரத்து அழகிகள்.

அதற்குப் பிறகு முராதின் படையினரையும், தளபதிகளையும் என் பக்கம் சேர்த்துக் கொள்வது பெரிய பிரச்சினையாக இல்லை. ஒரு முரடனிடம் வேலை செய்து களைத்துப் போயிருந்த அவர்கள் நான் கொடுத்த பரிசுப் பொருட்களைப்

பார்த்து முழுத் திருப்தியுடன் என்னோடு சேர்ந்தார்கள். கோஜா ஷா அப்பாஸை மட்டும் கொன்று விடும்படி உத்தரவிட்டேன்.

அதற்குப் பிறகு மூன்று ஆண்டுகள் சிறையில் இருந்தான் முராத். காரணம், தாராவைப் போல் யாரையும் விஷம் வைத்துத் தீர்த்துக் கட்டுவது என் பழக்கம் இல்லை. சட்டரீதியான காரணங்கள் வேண்டும். முராத் அஹ்மதாபாதில் சுபேதாராக இருந்தபோது அலீ நக்கியைக் கொன்றான் அல்லவா? ஓ, தங்களுக்கு நான் அந்தக் கதையைச் சொல்ல ஆரம்பித்து சொல்லாமல் விட்டு விட்டேன். பேரரசர் முராத் பக்ஷிடம் அனுப்பிய திவான் அலீ நக்கியை முராத் கொன்றே போட்டு விட்டான். எந்தக் காரணமும் இல்லை. பேரரசர் சொன்னதை அலீ நக்கி செய்தார். முராதின் மந்திரிசபையில் இருந்தாலும் அலீ நக்கி பேரரசரின் தூதர் மாதிரி. சூரத்தில் உள்ள அரசுக் கருவூலத்தைத் தன் இஷ்டப்படி பயன்படுத்திக் கொள்வதை அலீ நக்கி தடுத்தார் என்ற ஒரே காரணத்திற்காக அவரைத் தன் ஈட்டியினால் குத்திக் கொன்றான் முராத். ஏதோ ஒரு இயற்கையின் விபத்தினால்தான் அவன் அரச குடும்பத்தில் பிறந்திருக்க வேண்டும். இல்லாவிட்டால் ஒரு பேரரசரின் மகன் தன் மந்திரியைத் தன் ஈட்டியினால் குத்திக் கொல்வானா?

அலீ நக்கியின் மகனைத் தேடிக் கண்டு பிடித்து தானாவில் ஒரு புகார் கொடுக்கச் செய்தேன். இன்ன தேதியில் என் தந்தையை அப்போதைய குஜராத் சுபேதார் முராத் பக்ஷ் இன்ன மாதிரி கொன்று விட்டார், பேரரசர் தக்க நடவடிக்கை எடுக்க வேண்டும். அந்தப் புகாரின் அடிப்படையில் விசாரணை நடைபெற்று சட்டப்படி முராத் பக்ஷுக்கு மரண தண்டனை கிடைத்தது. 14 டிசம்பர் 1661 அன்று குவாலியர் சிறையில் முராத் பக்ஷின் தலை சீவப்பட்டது. அப்போது அவன் வயது முப்பத்தேழு .

—

பாகம்: இரண்டு

35

மதிப்புக்குரிய காத்திப் அவர்களே, இப்போது பேசுவது ஔரங்ஸேப் ஆலம்கீர் அல்ல. குரலிலிருந்தே தங்களுக்குப் புரிந்திருக்கலாம். ஆலம்கீர் சொன்ன சுயசரித்திரத்தில் ஒரு வில்லனாகவும் கடைந்தெடுத்த மூடனாகவும் சித்தரிக்கப்பட்ட முராத் பக்ஷ் பேசுகிறேன். என்னுடைய கதையை யாரும் கேட்க மாட்டார்கள். அது பற்றிய புகாரும் எனக்கு இல்லை. ஏனென்றால், நான் என் தந்தையைப் போலவோ என்னுடைய இரண்டு தமையன்களைப் போலவோ படித்தவன் இல்லை. எழுதப் படிக்கவே தெரியாத அர்ஷ் ஆஷ்யானி அக்பர் பாதுஷா ஐம்பது ஆண்டுகள் இந்த சாம்ராஜ்ஜியத்தை ஆண்டிருக்கிறார் என்கிற போது நமக்கும் அந்தத் தகுதி இருக்கிறது என்று எண்ணினேன். அவ்வளவுதான். மேலும், ஒரு மதுக்கோப்பையைக் கூட தன் கையினால் எடுத்துக் குடிக்க முடியாமல் கைகள் நடுங்கியதால், அதை எடுத்துத் தன் வாயில் வைப்பதற்குக் கூட ஒரு அடிமையை அமர்த்திக் கொள்ளும் அளவுக்குக் குடியடிமையாக இருந்த ஜஹாங்கீர் பாதுஷாவெல்லாம் அமர்ந்த மயிலாசனத்தில் அமர்வதற்கு நமக்கு என்ன தகுதி இல்லாமல் போயிற்று என்றும் எண்ணினேன்.

மனித மனம் மிகவும் சிக்கலானது. இல்லாவிட்டால் பாருங்கள், ஹுமாயூன் பாதுஷாவின் தம்பி அஸ்கரி தன் அண்ணனைக் கொல்வதற்காக வருகிறார். அண்ணன் தன் மனைவியோடு தப்பி விட்டார். ஆனால் அண்ணனின் குழந்தை மட்டுமே கிடைக்கிறது. உடனே அந்தக் குழந்தையை எடுத்துத் தன் மார்போடு அணைத்துக் கொண்டு தன் மனைவி சுல்த்தானம் பேகத்திடம் கொண்டு போய்க் கொடுக்கிறார். சுல்த்தானம் பேகம் அந்தக் குழந்தையைத் தன் குழந்தை போலவே வளர்க்கிறார். அப்படி வளர்ந்த குழந்தையே அக்பர். மொகலாய சரித்திரத்தில் மயிலாசனத்தில் அமர்ந்தவர்களின் குரல்தான் வெளியே கேட்கிறது. அஸ்கரிகளின் குரலோ முராத் பக்ஷ்களின் குரலோ யாருக்கும் தெரியாது. யாருக்கும் அது பற்றிய அக்கறையும் இல்லை. ராணி துர்கவதியின் பேச்சையும் நான் கேட்டேன். ஆனால் ராணி துர்கவதிக்குக் கூட சரித்திரத்தில் இடம் இருக்கிறது. ஆனால் முராத் பக்ஷ் போன்றவர்கள் முழுமுற்றாகவே குரலற்றவர்களாகவும் அடையாளம் அற்றவர்களாகவும் காணாமல் போனோம்.

பரவாயில்லை, இந்த அகிலம் அயோக்கியர்களுக்காக உருவாக்கப்பட்டு, அயோக்கியர்களால் ஆளப்பட்டுக் கொண்டிருக்கிறது. அந்தக் கூட்டத்தில் ஒருவர்தான் என் பிராதர் ஜான் ஔரங்ஸேப் ஆலம்கீர். நான் அவருக்கு உதவி செய்திருக்காவிட்டால் அவர் ஆட்சியைப் பிடித்திருக்க முடியாது. என் நண்பர்களும் ஷா அப்பாஸும் சொல்லியும், எனக்கே என் தமையனாரின் குள்ளநரித்தனம் தெரிந்திருந்தும் ஏன் உதவினேன் என்றால், அதற்கு இரண்டே காரணங்கள்தான். ஒன்று, புனிதநூலை ஓதுவதையும் தொழுவதையும் தன் சுவாசமாகவே கொண்டிருந்த ஒருவர் அந்தப் புனித நூலின் மீது பொய் சத்தியம் செய்யக் கூடும் என்பதை என்னால் கற்பனை கூட செய்ய முடியாது. இரண்டாவது காரணம், என் தமையனார் தங்களிடம் எங்களது கடைசி சந்திப்பைப் பற்றிச் சொன்ன போது ஒரு முக்கியமான சம்பவத்தை மறைத்து விட்டார். அந்தச் சம்பவத்தைப் புரிந்து கொள்ள வேண்டுமானால் நாம் ஷா ஜஹான் பாதுஷாவின் வாழ்வைக் கொஞ்சம் எட்டிப் பார்க்க வேண்டும்.

பொறுமையாகக் கேளுங்கள். பாரசீக அரசர்களுக்கும் ஹிந்துஸ்தான் பேரரசர்களுக்கும் நல்லுறவு இருந்தாலும் அதில் காந்தஹார் என்ற ஒரு முள் இருந்து கொண்டேதான் இருந்தது. ஆனாலும் அதை வைத்து ஒரு முழுப் போர் நடத்தும் அளவுக்கு காந்தஹார் முக்கியமானதல்ல. முன்பு அதற்கு அந்த முக்கியத்துவம் இருந்தது. புனிதப் பயணம் தரை வழி யாத்திரையாக இருந்த போது காந்தஹார் வழியாகத்தான் போக வேண்டும். இப்போது கடல் மார்க்கம் வந்த பிறகு அந்த முக்கியத்துவம் போய் விட்டது. இப்போதைக்குக் காந்தஹார் ஒரு ஊர். அவ்வளவுதான். ஆனாலும் பேரரசரின் கௌரவம் சம்பந்தப்பட்டிருக்கிறதே, அதனால் வீம்புக்காக அந்த ஊரைத் தன்னிடம் வைத்திருந்தார் ஹுமாயூன் பாதுஷா. அதற்கு ஒரு தளபதி. அதற்கான செலவு. இந்த நிலையில் 1620இல் பாரசீகத் தூதர் ஹுமாயூன் பாதுஷாவிடம் வந்து காந்தஹாரைக் கொடுத்து விடும்படிக் கேட்டார். அது வேண்டுகோள் இல்லை, தகவல் என்பது ஒருசில நாட்களிலேயே தெரிந்து போனது. காரணம், பாரசீக அரசர் ஷா அப்பாஸ் காந்தஹாரை ஏற்கனவே தன் வசம் எடுத்துக் கொண்டு விட்டார். பெரிதாக சண்டை எதுவும் நடக்கவில்லை. அதோடு அவர் ஜஹாங்கீர் பாதுஷாவுக்கு ஒரு அன்பான கடிதத்தையும் எழுதினார்.

“ஒருநாள் காந்தஹாருக்குப் பக்கத்தில் இருந்த வனத்துக்கு வேட்டைக்குப் போனேன். காந்தஹாரில் இருந்த தங்கள் தளபதி என்னை வேட்டைக்கு அனுமதிக்கவில்லை. அதனால் காந்தஹாரையே நான் எடுத்துக் கொள்ள நேர்ந்தது. மற்றபடி பாரசீகம் முழுவதுமே தங்களுடையதுதான். இதில் காந்தஹார் எந்த மூலை? தாங்கள் இந்தச் சின்ன விஷயத்தைப் பெரிதாகக் கருத வேண்டாம். மற்றபடி தாங்கள் என் சகோதரர், தாங்கள் என் குடும்பம், இத்யாதி, இத்யாதி...”

இதற்கு ஜஹாங்கீர் பாதுஷா இனிப்பு தடவிய விஷக் கடிதம் ஒன்றை பதிலாக அனுப்பினார். “மேற்படி காரியம் நடந்த பிறகும் நமக்குள் எத்தனையோ கடிதப் பரிவர்த்தனை நடந்திருக்கிறது. தங்கள் தூதரும் நம் வசம் வந்து போய்க்

கொண்டுதான் இருக்கிறார். அப்போதெல்லாம் இது பற்றித் தாங்கள் வாயே திறக்கவில்லையே? நம்மைப் பொருத்தவரை காந்தஹார் ஊர் அல்ல, அது ஒரு கிராமம். ஆனாலும் யார் வேண்டுமானாலும் பேரரசரின் அனுமதி இன்றி ஒரு கிராமத்தை எடுத்துக் கொள்ளலாம் என்றால் அப்புறம் நாம் ஏன் இந்த மயிலாசனத்தில் அமர்ந்து கொண்டிருக்க வேண்டும்?"

பாதுஷாவுக்கு ஒற்றர்கள் மூலம் வேறு விதமான செய்திகளும் வந்து கொண்டிருந்தன. பாரசீகம் ஹிந்துஸ்தானைத் தாக்கக் கூடும். அதற்கான ஏற்பாடுகள் அங்கே நடந்து கொண்டிருந்தன. அப்படி நடப்பதற்கு முன்னாலேயே காந்தஹாரை மீண்டும் எடுத்துக் கொள்ள வேண்டும். முடிந்தால் பாரசீகத் தலைநகரையும் பிடித்து விட வேண்டியதுதான். மேவாரையும் தக்காணத்தையும் வெற்றி கொண்டிருந்த மகன் ஷா ஜஹான்தான் இப்போதைய பாரசீகப் படையெடுப்பையும் தலைமை தாங்க வேண்டும் என்று முடிவெடுத்தார் ஜஹாங்கீர் பாதுஷா.

அப்போது ஷா ஜஹான் அதற்குச் சில நிபந்தனைகளை இட்டார்:

படையின் தலைமைத் தளபதியாக தான் நியமிக்கப்பட வேண்டும்.

பஞ்சாபின் சுபேதார் பதவி தனக்குத் தரப்பட வேண்டும்.

ரத்தம்போர் கோட்டையும் வேண்டும்.

இதற்குக் காரணம், ஜஹாங்கீரின் உடல்நிலை நாளுக்கு நாள் மோசமாகிக் கொண்டிருந்தது. தான் காந்தஹார் சென்றிருக்கும் வேளையில் பாதுஷாவுக்கு ஏதாவது ஆகி விட்டால் தான் பதவிக்கு வரும் வாய்ப்பு பறி போய் விடும் என்று பயந்தார் என் தந்தையார். அதனால் இத்தனை நிபந்தனைகள்.

இந்த நிபந்தனைகளைக் கேட்ட ஜஹாங்கீர் பாதுஷா, 'நண்பன் என்று நினைத்தவன் முதுகில் குத்துகிறான், இந்த வேளையில் நம்முடைய வாரிசும் சேர்ந்து கொண்டு

குத்துகிறது, இவனுக்கு அழிவு காலம் தொடங்கி விட்டது' என்று நினைத்தார். இதே சமயத்தில் ஷா ஜஹான் தன் தம்பி ஷாஹர்யர் மற்றும் ஜஹாங்கீரின் துணைவி நூர் ஜஹான் இருவரோடும் மோதலில் இருந்தார். ஷா ஜஹானின் ஆட்கள் ஷாஹர்யரின் பிராந்தியத்தில் வரி வசூல் செய்ய, அவர்களுக்கும் இவர்களுக்கும் சண்டை. இதேதான் நூர் ஜஹானோடும். அப்போது ஜஹாங்கீர் சொன்னார், "ஷா ஜஹானை நான் ஒரு தகப்பன் தன் பிள்ளையை வளர்ப்பது போலவா வளர்த்தேன்? இந்த அகிலத்தில் எந்தத் தகப்பனுமே அப்படி வளர்த்திருக்க மாட்டான், அப்படி வளர்த்தேனே? அவன் ஆசைப்பட்டது என்னென்ன உண்டோ அது அனைத்தையும் அவனுக்குக் கிடைக்கச் செய்தேன். அவனை எப்படி வளர்த்தேன், அவனுக்கு என்னென்ன கொடுத்தேன் என்பதையெல்லாம் என்னால் வார்த்தைப்படுத்தவே முடியவில்லை. அவனா இப்படி என் முதுகில் குத்துகிறான்? அல்லாஹ் நிச்சயமாக அவனுக்கு நியாயம் வழங்குவான்."

என் கோஜா ஷா அப்பாஸும் என் நண்பர்களும் சொன்னதைக் கேட்டு நான் அன்றைய தினம் என் சகோதரர் ஔரங்ஸேபை சந்திக்க வராதிருந்தால் நான்தான் மயிலாசனத்தில் வீற்றிருந்திருப்பேன். ஔரங்ஸேப் தாராவைத் தேடி ஓடிக் கொண்டிருந்திருப்பார். அப்படி நான் பதவி ஏற்றிருந்தால் முதல் வேலையாக என் தந்தையைக் கொன்றிருப்பேன். ஏனென்றால், என் தந்தையும், என் மூதாதைகளும் எமக்குக் கற்பித்திருந்த பாடம் அதுதானே? தந்தையரைப் புதைத்து விட்டு மயிலாசனத்தைத் தேடு. சகோதரர்களின் சடலங்களின் மீது ஏறி நடந்து மயிலாசனத்தில் அமர்.

எம் மூத்தோரில் ஹுமாயூன் பாதுஷா மட்டுமே ஒரு மனிதாபிமானியாக நடந்து கொண்டார். தன்னைக் கொல்ல நினைத்த சகோதரர்களை மன்னித்தார். அதற்கான தண்டனையையும் அனுபவித்தார். அவரைத் தவிர மற்ற அத்தனை பேரும் கற்பித்தபடிதானே நான் நடந்து கொண்டேன்?

ஔரங்ஸேப் எம் தந்தையை மிக மென்மையாக நடத்தினார். வீட்டுச் சிறை தவிர தந்தைக்கு வேறு எந்தப் பிரச்சினையும் இல்லை. ஜஹாங்கீர் பாதுஷா தன்னை எதிர்த்த தன் முதல் மகன் குஸ்ரோ மிர்ஸாவுக்கு என்ன பரிசளித்தார்? இரண்டு கண்களிலும் பழுக்கக் காய்ச்சிய இரும்பு ஊசிகளைச் செருகினார். இத்தனைக்கும் குஸ்ரோ மிர்ஸா எல்லோராலும் விரும்பப்பட்டவர். அக்பர் பாதுஷாவுக்குப் பிரியமானவர். என் தந்தையை விட எத்தனையோ மடங்கு திறமையானவர். அவரது அதீத திறமையே அவருக்கு எதிராக அமைந்தது. ஒரு கண்ணில் வெண்ணெய், ஒரு கண்ணில் சுண்ணாம்பு என்ற விதமாகத்தான் ஜஹாங்கீர் பாதுஷா செயல்பட்டார். பதினேழு ஆண்டுகளுக்கு முன்பு தன் மூத்த மகனைக் குருடாக்கி சிறையில் தள்ளினார். ஆனால் இன்னொரு மகனை இன்று “இறைவனே பார்த்துக் கொள்”என்று வெறும் சாபத்தோடு நிறுத்தி விடுகிறார். (குருடான பிறகும் ஆசனப் போட்டிக்கு ஆள் இருக்கக் கூடாது என்று எண்ணி தன் மூத்த சகோதரனை தந்தை உயிரோடு இருக்கும்போதே தீர்த்துக் கட்டினார் ஷா ஜஹான் பாதுஷா.)

ஜஹாங்கீரும் தன் தந்தை அக்பருக்கு எதிராக இதையேதான் செய்தார். அப்போது அக்பரின் அதிகாரிகள் பலர் ஜஹாங்கீரை ஆதரித்தார்கள். அதேபோல் இப்போது ஜஹாங்கீரால் பராமரிக்கப்பட்ட அதிகாரிகள் பலரும் ஷா ஜஹான் பக்கம் நிற்கிறார்கள். ஒரு பேரரசர் இதையெல்லாம் பார்த்துக் கொண்டு சும்மா இருக்க முடியுமா? கடகடவென்று உத்தரவுகளைப் பிறப்பித்தார் ஜஹாங்கீர் பாதுஷா. ஷா ஜஹானுக்குக் காந்தஹார் படையெடுப்புக்குச் செல்ல விருப்பம் இல்லையென்றால், தக்காணத்தில் தன் வசம் இருக்கும் படையை லஹெளருக்கு அனுப்பி வைத்து ஷாஹர்யரை அதன் தலைவனாக்க வேண்டும். தன் வசம் உள்ள ஜாகிர்களையும் என்னென்ன ஜாகிர்கள் என்று பட்டியலிடுகிறார் ஷாஹர்யர் வசம் ஒப்படைக்க வேண்டும்.

ஷா ஜஹான் தன் தந்தை ஜஹாங்கீருக்கு எதிராகக் கலகம் செய்ததற்கு அந்தக் கட்டத்தில் எந்த அவசியமும் இல்லை.

எம் தந்தைக்கு எதிரிகள் யாரும் இல்லை. மூத்த சகோதரன் சிறையில் இருக்கிறான். ஜஹாங்கீருக்கோ உடல் நலம் சரியில்லை. பாதுஷாவின் எல்லா அதிகாரிகளும் ஷா ஜஹான் வசம். வேறு என்ன வேண்டும்? ஆனாலும் ஷா ஜஹானுக்கு நிச்சயம் இல்லை. பட்டத்து இளவரசர் என்று அழைக்கப்பட்டாலும் அதிகாரம் என்னவோ நூர் ஜஹானிடம்தான் இருந்தது. அவர்தான் நிஜமான பேரரசராக இருந்தவர்.

ஷா ஜஹான் பதவிக்கு வந்தால் தன்னுடைய அதிகாரம் பறி போய் விடும் என்று பயந்த நூர் ஜஹான் தன் மகள் லட்லி பேகத்தை ஷாஹ்ரியருக்கு நிச்சயம் செய்தார். 1620இல் நடந்தது இது. ஷாஹ்ரியர் எதற்கும் லாயக்கில்லாதவர் என்று பெயரெடுத்தவர். அவர் மயிலாசனத்தில் அமர்ந்து விட்டால் அதிகாரம் தன் கையிலேயே இருக்கும் என்று நினைத்தார் நூர் ஜஹான். அவருக்கு எதிராக இயங்கினார் இன்னொரு பெண், மும்தாஜ் மஹல். என் தாயார். நூர் ஜஹானின் நெருங்கிய உறவு. இவருக்கும் நூர் ஜஹானுக்கும்தான் கடுமையான பனிப்போர் நடந்து கொண்டிருந்தது. ஆக, என் தந்தையின் கலகத்துக்கு என் தாயாரின் தூண்டுதலும் காரணமாக இருக்கலாம்.

இன்னொரு காரணம், பிராமணன் சுந்தர் ராய். இவரைப் பற்றி எழுதும் போதெல்லாம் ‘ஹிந்து நாய்’ என்றே குறிப்பிடுகிறார் ஜஹாங்கீர் பாதுஷா. அந்த அளவுக்கு சுந்தர் ராய் மீது அவருக்கு வெறுப்பு. சுந்தர் ராயின் ஜோதிடக் குறிப்புகளைக் கேட்ட பிறகுதான் ஷா ஜஹான் தன்னுடைய எந்த முடிவுகளையும் எடுப்பார்.

தன்னுடைய உத்தரவை ஷா ஜஹான் மதிக்காததால் காந்தஹார் திட்டத்தைக் கொஞ்சம் ஒத்திப் போட்டு விட்டு காபூலில் இருந்த தளபதி மஹபத் கானை அழைத்து ஆக்ரா செல்லச் சொன்னார் ஜஹாங்கீர் பாதுஷா. லஹோரில் இருந்த அவரும் ஆக்ரா கிளம்பிப் போனார். மஹமத் கானுக்கு பாதுஷா இட்ட உத்தரவு: ஷா ஜஹானை உயிரோடு பிடித்து வாருங்கள், அல்லது, சாம்ராஜ்ஜியத்தை விட்டுத் துரத்துங்கள்.

ஷா ஜஹானின் படைகளும் மஹபத் கானின் படைகளும் மதுரா அருகே மோதின. ஒரு காலத்தில் ஜஹாங்கீரின் மெய்க்காப்பாளராக இருந்த அப்துல் ரஹீம் கான் இப்போது பாதுஷாவை விட்டுப் பிரிந்து இளவரசர் ஷா ஜஹானின் பக்கம் நின்றார். இதற்கிடையில், போர் நடந்து கொண்டிருந்த போதே அரசுப் படையின் தளபதிகளில் ஒருவரான அப்துல்லா கான் தன்னுடைய பத்தாயிரம் வீரர்களோடு ஷா ஜஹானோடு சேர்ந்து விட்டார். ஆனாலும் மஹபத் கானின் வீரத்துக்கு முன்னால் யாரும் ஒன்றும் செய்ய முடியவில்லை. போரில் பிராமணன் சுந்தர் ராய் கொல்லப்பட்டார். அதுதான் ஷா ஜஹானுக்குப் பெருத்த நஷ்டமாக அமைந்தது. கடைசியில் ஷா ஜஹானால் ஆக்ரா கோட்டையைப் பிடிக்க முடியவில்லை. கஜானாவையும் தொட முடியவில்லை. ஷா ஜஹான் தோற்றுப் போய் ஓடினார். அவர் தோற்ற உடனேயே அவரை நம்பி வந்தவர்கள் சரசரவென்று ஜஹாங்கீரின் பக்கம் சாய்ந்தனர். ஷா ஜஹானுக்கு யாருமே உதவி செய்ய முன்வரவில்லை. கோல்கொண்டா அரசர் மட்டும் “இந்த வழியாக நீங்கள் தப்பிச் செல்லலாம்” என்று வழி கொடுத்தார். ஷா ஜஹானும் ஒரிஸ்ஸா சென்றார். அதிக சண்டையில்லாமல் ஷா ஜஹானிடம் பணிந்தார் ஒரிஸ்ஸா சுபேதார்.

—

36

கூடவே பீஹார், வங்காளம் எல்லாம் ஷா ஜஹான் வசம் வந்தன. அப்போதும் மஹபத் கான் விடவில்லை. ஷா ஜஹானைத் தேடி பீஹார் வந்தது மஹபத் கானின் மொகலாயப் படை. ஒருவழியாகக் கடைசியில் ஷா ஜஹான் மொகலாய சாம்ராஜ்ஜிய எல்லையை விட்டு வெளியேற்றப்பட்டு பெரார் (மஹராஷ்ட்ரா) வந்து சேர்ந்தார். பாரசீக மன்னரும் ஷா ஜஹானுக்கு உதவி செய்ய முன்வரவில்லை. படைக்குப் பதிலாக "தந்தையுடன் சமாதானமாகப் போய் விடுங்கள்" என்ற அறிவுரையே கிடைத்தது. ஷா ஜஹானின் வலது கரமாக விளங்கிய அப்துல்லா கான் மனம் நொந்து போய் ஃபக்கீராகப் போய் விட்டார்.

கடைசியில் வேறு வழியின்றி ஷா ஜஹான் ஜஹாங்கீருக்கு மன்னிப்புக் கடிதம் எழுதினார். இப்போது ஜஹாங்கீரும் சில நிபந்தனைகளுடன் மன்னிப்பு வழங்கினார். அந்த நிபந்தனைகளில் ஒன்று, தாராவையும் ஔரங்ஸேபையும் பிணயமாகத் தன்னிடம் அனுப்ப வேண்டும். ஷா ஜஹானும் அப்படியே அனுப்பினார்.

ஆக, இத்தனை நீண்ட கதையை எதற்குச் சொன்னேன் என்றால், மொகலாய சரித்திரத்தில் இவன் கெட்டவன் அவன் நல்லவன்

என்றெல்லாம் எதுவுமே இல்லை. வென்றவன் பேசப்படுகிறான். தோற்றவன் காணாமல் போகிறான்.

தாராவுக்கும் ஔரங்ஸேபுக்கும் விதிவசத்தினால் பாட்டிமாரின் அன்பும் பிரியமும் கிடைத்தது. எனக்குச் சிறு வயதிலிருந்தே தாயின் அரவணைப்பு கிடைத்ததில்லை. பெண்ணின் ஸ்பரிஸமே காமம் சார்ந்ததாகத்தான் பரிச்சயமானது எனக்கு. பெண் என்று மட்டும் அல்ல. அன்பு, பாசம் என்பதெல்லாம் நான் அறியாதது. என் வாழ்வில் போதையையும் பெண்களையும் நாடிப் போனதே என் மனதில் சூழ்ந்திருந்த சூனியத்தை விரட்டுவதற்காகத்தான். அந்த நிலையில் அன்றைய தினம்தான் முதல் முதலாகப் பாசம் என்றால் என்ன என்பதை என் தமையன் ஔரங்ஸேபின் வார்த்தைகளிலிருந்தும் வாத்ஸல்யமான ஸ்பரிசத்திலிருந்தும் உணர்ந்தேன். என்னை அளவுக்கதிகமாகக் குடிக்கச் செய்து கைது செய்த அன்று அவர் பேசிய பேச்சில் நான் மயங்கி விட்டேன். அதுவரை யாருமே தொட்டிராத ஒரு பகுதியை அவர் தொட்டார். அன்று அவர் சொன்ன வார்த்தைகளை நான் அப்படியே தருகிறேன் உங்களுக்கு.

15 ஏப்ரல் 1637... நான் (ஔரங்ஸேப்) தில்ராஸை மணம் செய்து கொண்ட நாள்... மாப்பிள்ளை அழைப்பு ஊர்வலத்தில் நீதான் (முராத் ஆகிய நான்) முதல்வனாக குதிரையில் அமர்ந்து என்னை வழி நடத்திச் செல்கிறாய். உனக்குப் பின்னால் தாத்தா ஆஸஃப் கான் (மும்தாஜ் மஹலின் தந்தை) வருகிறார். ஊர்வலத்துக்கு முந்தின நாள் நடந்த ஹென்னா சடங்கு உனக்கு ஞாபகம் இருக்கிறதா, தம்பி? ஸினானா பெண்களுக்கும் எனக்கும் இடையே ஒரு திரை மாட்டப்பட்டிருக்கிறது. அந்தத் திரையின் இடையே உள்ள திறப்பின் வழியே என் கால்களையும் கைகளையும் நீட்டுகிறேன். ஒரு அத்தை, இன்னும் நன்றாக நீட்டுங்கள் இளவரசர் அவர்களே, அப்போதுதான் தொட வேண்டிய இடத்தைத் தொட முடியும் என்கிறாள். எல்லா பெண்களும் சிரித்துக் கும்மாளம் போடுகிறார்கள். எனக்கோ பொங்கிப் பெருகும் வெட்கத்தில் அங்கிருந்து பிய்த்துக்கொண்டு ஓடிவிடலாம் போலிருக்கிறது. போர்க்களத்தில் எதிரியின்

வாளுக்கு அஞ்சாத நான் அந்தப் பெண்களின் சொற்களில் அன்றைய தினம் அரண்டு மிரண்டு போனேன். அந்தத் தருணத்தில்தான் என் வாழ்விலேயே முதல்முதலாக அம்மாதிரி வார்த்தைகளை என் காதால் கேட்கிறேன். அதுவும் பெண்களின் வாயிலிருந்து. பேரரசருக்கு முன்னால் ஊமையோ என சந்தேகம் கொள்ளும் அளவுக்கு நடமாடும் அந்த அத்தைமார்தான் இப்போது சொற்களால் சுழல்பந்து ஆடுகிறார்கள். என்ன பதில் சொல்வதென்றே தெரியாமல் பயத்தில் எனக்கு வியர்த்துப் போகிறது. இப்போது மற்ற பெண்களுக்கும் குஷி பிறந்து விட்டது. இளவரசருக்குக் கையே கால் போல இருக்கிறதே என்கிறாள் ஒருத்தி. அப்படியானால், கால் எதைப்போல் இருக்கிறது என்கிறாள் இன்னொருத்தி. காலா? அது ஹனுமான்ஜி[94] வால் போல் அல்லவா நீள்கிறது என்ற பதிலில் கொல்லென்ற சிரிப்பொலி. ஓஹ், அப்படியென்றால் இளவரசரின் வால்? அப்போதுதான் நீ குறுக்கே புகுந்து, “இளவரசரின் வாள் மட்டுமல்ல, வாலும் கூர்மையானது தான். குத்திக் கிழித்து விடும்“ என்றாய். பெண்களிடத்தில் சிரிப்பொலி அடங்கி அபத்தமானதொரு அமைதி பரவியது. அத்தோடு விடவில்லை நீ. “மூன்று பேரை ஒரே வாளால் குத்தி உயரே தூக்கி நிறுத்தும் பரம்பரையில் வந்தவரிடம் பேசிக்கொண்டு இருக்கிறீர்கள்” என்றாய்.

அந்தப் பெண்களின் சிரிப்பொலி அடங்கிய அந்தத் தருணம்தான், எனக்குப் பதற்றம் நீங்கி நிம்மதி பரவியது.

அப்போதும் நிறுத்தாமல் இன்னும் புகுந்து அடித்தாய்.

“இளவரசரிடம் வாலாட்டாமல் வேலையைப் பாருங்கள், இளவரசர் வாலாட்ட ஆரம்பித்தால் முன்னால் புகுந்து பின்னால் வந்து விடும்...”

நீ அப்படிச் சொன்னது எனக்கும் சிரிப்பாகத்தான் இருந்தது.

---

94 ஸினானாவில் பெரும்பாலும் ராஜபுத்திரப் பெண்களே நிரம்பியிருந்ததால் ஹிந்து கடவுளின் பெயர்களைச் சொல்வது சகஜமாகவே இருந்திருக்கிறது.

பெண்களுக்கும் சிரிப்பு பொத்துக்கொண்டு வந்தது. ஆனால் அடக்கமாக, கமுக்கமாகப் பொத்திக்கொண்டு சிரித்தார்கள்.

அப்போது பதின்மூன்று வயதுப் பொடியன் நீ... இளம்பெண்கள் முதல் முதிர்கன்னிகள் வரை கோலோச்சும் ஹென்னா சடங்கில் ஒற்றை ஆளாக அத்தனை பெண்களையும் அலட்சியமான மென்னுதட்டுச் சுழிப்பு வார்த்தைகளால் அடக்கி விட்டாய். போர்க்களத்தில் எதிரிகளை வீழ்த்தி விடலாம். மஞ்சத்திலும், ஒரு பெண்ணை நசுக்கி முயங்கி விடலாம். ஆனால் பெரும் பெண்கள் கூட்டத்தை வெல்வதற்கு மிகப் பெரிய அனுபவம் வேண்டும். அதுவும் அவர்கள் மனம் கோணாமல் அடக்குவதற்கு. ஆனால், அப்போதே நீ பெரிய அனுபவசாலி போல் அல்லவா பேசினாய்? பிராதர் ஜுான் முராத், அந்த வயதிலேயே உனக்குக் கன்னி கழிந்து விட்டது இல்லையா, உண்மையைச் சொல்?

இப்படி என் தமையன் கேட்டதும் என் மனம் விம்மி விட்டது. போதையில் வேறு இருந்தேனா? கேட்கவே வேண்டாம். எப்போதோ பல ஆண்டுகளுக்கு முன்னால் நடந்த ஒரு சம்பவத்தை ஞாபகம் வைத்திருந்து அன்று என்னிடம் சொன்னதும் நெகிழ்ந்து விட்டேன். இப்படிப்பட்ட சகோதரனையா ஷா அப்பாஸ் சந்தேகப்படுகிறான் என்று கோபப்பட்டேன்.

நான் முரடனாக இருக்கலாம், புத்திசாலித்தனம் இல்லாதவனாக இருக்கலாம். முன்கோபத்தினால் சில கொலைகளையும் செய்திருக்கலாம். ஆனால் என் ஆன்மா சுத்தமானது. என் தமையனின் ஆன்மா கருத்த நிறம் கொண்டது. ஜஹன்னமின் தீயில் வெந்து வெந்து அந்தக் கருநிழலின் கருமை அதிகரித்துக் கொண்டுதான் போகுமே தவிர ஒருநாளும் அது வெண்மையாகப் போவதில்லை...

1658 மே 29-ஆம் தேதி அன்று ஸாமூகடில் நடந்த போர்தான் ஹிந்துஸ்தானின் சரித்திரத்தையே மாற்றியது என்று எல்லோருக்கும் தெரியும். அந்தப் போரின் தொடக்கத்திலிருந்து மடையன் தாரா கலீலுல்லாஹ் கான் பேச்சைக் கேட்டு

யானையிலிருந்து இறங்கும் தருணம் வரை - இரண்டு பக்கமுமே பெரும் சேதம் என்றாலும் - அரசப் படைதான் மேலோங்கி இருந்தது. எங்கள் படை தோற்கும் நிலையிலேதான் இருந்தது. அந்தப் போரை நேரில் பார்த்த சரித்திர ஆசிரியர்களும் சரி, நேரில் பார்த்தவர்களிடமிருந்து கேட்டவர்களும் சரி, அப்படித்தான் எழுதியிருக்கிறார்கள்.

நான் என்னுடைய படைகளுடன் இடது பக்க அணியைத் தலைமை தாங்கிச் செல்கிறேன். எனக்குப் பின்னால் இளவரசன் முஹம்மது ஆஸம். என் எதிரே சிபிஹ்ர் ஷிகோவும் ருஸ்தம் கானும் பன்னிரண்டாயிரம் குதிரை வீரர்களோடு நிற்கிறார்கள். பீரங்கிகளும் வெடிகளும் அந்தப் பகுதியைப் புகை மண்டலமாக்கிக் கொண்டிருந்தன. எல்லாமே நிழல்களாக புகை படிந்த ஓவியங்களைப் போல் புலப்பட்டன. அந்த நேரத்தில் அரசப் படையின் ஒரு பீரங்கி தவறாக வெடித்து ருஸ்தம் கானின் யானையைக் கொன்று விட்டது. எங்கள் பகுதியில் பஹதூர் கான் கோக்காவுக்கு அடி. மொத்தத்தில் எங்கள் படை பின்வாங்குகின்ற நிலைக்குப் போய், மீண்டும் உதவிப் படைகள் வந்ததால் எங்களால் முன்னேற முடிந்தது. இப்போது சிபிஹ்ர் ஷிகோவும் ருஸ்தம் கானும் பின்வாங்கினார்கள். அப்போதுதான் தாரா தன்னுடைய இருபதாயிரம் குதிரை வீரர்களுடன் என்னை நோக்கி வந்தான்.

போர்க்களத்தின் நடுவே ஒரு சிங்கத்தைப் போல் போரிட்டதாக என்னைப் பற்றி சரித்திர ஆசிரியர்கள் எழுதுகிறார்கள். அதே நேரத்தில் கலீலுல்லாஹ் கான் வேறு நாலாயிரம் வில் வீரர்களோடு என்னைக் குறி வைத்து வந்தான். பீரங்கிகளாலும் ராக்கெட்டுகளாலும் ஏற்பட்டிருந்த புழுதிப் படலத்தினிடையே இப்போது அம்பு மழை பொழிந்தது. ஏதோ வார்த்தை ஜாலமாகச் சொல்லவில்லை. மழை அடர்த்தியாகப் பொழிவது போல் பொழிந்தன அம்புகள். என்னையே மையப்படுத்தித் தாக்கிக் கொண்டிருந்தான் தாரா. என் யானையின் உடம்பு பூராவும் அம்பும் ஈட்டியும் கோடரியுமாகப் பதிந்து கிடந்தன. இதை உங்களிடம் சொல்லும் போது என் இதயத்திலிருந்து

ரத்தம் கசிகிறது. ஆனால் என் பாகன் அசரவில்லை. யானையை சங்கிலியால் கட்டச் செய்தான். இல்லாவிட்டால் யானை பீதியடைந்து ஓடினால் ஒன்றும் செய்ய முடியாது. அப்போது அரசப் படையைச் சேர்ந்த ராஜா ராம் சிங் என் யானையை வெகு அருகில் நெருங்கி என்னை நோக்கி ஈட்டியை எறிந்தான். நான் விலகிக் கொண்டு அவன் முகத்துக்கு நேராக அம்பை எய்தினேன். மூடன், என்னைக் கொன்று விடும் ஆர்வத்தில் ரொம்பவே நெருங்கி விட்டான். அம்பு மிகச் சரியாக அதன் இலக்கை அடைந்தது. வீரத்துக்கும் துணிச்சலுக்கும் பிரசித்தி பெற்றிருந்த ராம் சிங் இறந்ததும் என் யானையால் அவன் வீரர்கள் அத்தனை பேரையும் துவம்சம் செய்தேன். அந்தத் தரையெங்கும் ரத்தச் சகதியில் தோய்ந்த ராஜபுத்திர வீரர்களின் மஞ்சளாடைகளும், துண்டு துண்டாக வெட்டப்பட்ட மனித, மிருக உடல்களுமாகச் சிதறிக் கிடந்தன.

என் உடம்பில் அம்பு தைக்காத இடமே இல்லை என்ற அளவுக்கு அம்புகள் குதறித் தள்ளியிருந்தன. யானையின் மீது நான் அமர்ந்திருந்த ஹௌடா ஒரு முள்ளம்பன்றியைப் போல் இருந்ததாக அதைப் பார்த்தவர்கள் சொன்னார்கள். இன்னும் சொல்லப் போனால், அந்த ஹௌடா ஸாமூகடிலிருந்து செங்கோட்டைக்கு எடுத்துச் செல்லப்பட்டது. ஐம்பது ஆண்டுகள் அரசாண்ட ஆலம்கீர் அதை அழிக்கவில்லை. அவருக்குப் பிறகு வந்த ஷா ஆலம் அதை அழிக்கவில்லை. ஷா ஆலமுக்குப் பிறகு வந்த ஜஹந்தர் ஷா அழிக்கவில்லை. ஃபரூக்சியார் காலம் வரை (1719) அந்த ஹௌடா வீரத்தின் அடையாளமாக செங்கோட்டையிலே வீற்றிருந்தது. அதைக் கண்ட அத்தனை பேரும் வியந்தார்கள். ஏன் இந்த ஹௌடா முழுவதும் அம்புகளால் தைக்கப்பட்டிருக்கிறது, இந்த இருக்கையிலே இருந்த மனிதன் என்ன ஆனான் என்று சிறு குழந்தைகள் தம் பெற்றோரைக் கேட்டன. அந்தப் பெற்றோர் ஒவ்வொருவரும் தம் குழந்தைகளிடம் இந்த மாவீரனின் (தன் வலது கையால் இடது மார்பைத் தொட்டு) கதையைச் சொன்னார்கள். எப்போதும் புனித நூலும் கையுமாக, தொழுகையே வாழ்க்கையாக இருந்தாரே ஒரு பேரரசர்,

அவர் பெயர் ஔரங்ஸேப் ஆலம்கீர், அவருடைய கடைசித் தம்பி முராத் பக்ஷ் என்பவன்தான் இந்த ஹௌடாவிலே வீற்றிருந்தான். தன் அண்ணனின் பேச்சை நம்பி, அத்தனை அம்புகளையும் தன் உடம்பிலே வாங்கிக் கொண்டான். ஹௌடாவில் அந்த அம்புகளின் நடுவிலே கொஞ்சம் இடைவெளி இருப்பதைக் காண்கிறீர்களா குழந்தைகளே, அந்த இடத்தில்தான் அந்த இளவரசன் அமர்ந்திருந்து தன் எதிரிகளை அழித்தான்.

“அப்புறம் அந்த இளவரசனுக்கு என்ன ஆனது?” என்று கேட்டன குழந்தைகள்.

“என்ன ஆனதா? அவன் எந்த அண்ணனின் பேச்சை நம்பி இத்தனை அம்புகளையும் வாங்கிக் கொண்டானோ அந்த அண்ணனே அவனைக் கொன்று விட்டான்” என்றார்கள் பெற்றோர்.

எப்போதும் புனித நூலை எழுதிக் கொண்டே இருந்தீரே பிராதர் ஜூன், ஸாமூகடில் நான் அமர்ந்திருந்த ஹௌடாவை தில்லி செங்கோட்டையில் கண்டபோதெல்லாம் என்ன நினைத்தீர்? ஏன் இது பற்றியெல்லாம் பேச மாட்டேன் என்கிறீர்? புனித நூலில் எது எதெல்லாம் ஹராம் என்று சொல்லப்பட்டிருக்கிறதோ அதையெல்லாம் ஒன்று விடாமல் செய்து விட்டு எப்போதும் புனித நூலை மனனம் செய்து கொண்டிருந்தால் நீர் இறைவனுக்கு அருகே சென்று விடலாம் என நினைத்தீரா?

அந்த ஹௌடா செங்கோட்டையில் காட்சிப் பொருளாக இருந்தவரை நான் உடலற்றவற்றவனாக அந்தக் கோட்டையிலேயே அலைந்து கொண்டிருந்தேன். என் உடலை விட்டுப் பிரிந்த பிறகும் கூட நம்பிக்கைத் துரோகத்துக்கு ஆளான வலியிலிருந்தும் வேதனையிலிருந்தும் என்னால் விடுபட முடியாமல் போனது. நான் உயிரோடு இருந்த 37 ஆண்டுகளில் ஒருநாள் கூட கண்ணீர் சிந்தியதில்லை. கண்ணீர் என்றால் என்னவென்றே தெரியாத வாழ்க்கை அது. உயிர்

போன பிறகோ ஒவ்வொரு நாளும் கண்ணீரால் கழிந்தது. ஆனால் கண்ணீரைச் சிந்துவதற்குத்தான் எனக்குக் கண்கள் இல்லாமல் போனது.

உடல் அற்ற நிலையில் செங்கோட்டையில் நான் திரிந்து கொண்டிருந்தபோது ஒருநாள் ஒரு காவலாளி தன் சகாவிடம் அந்த ஹௌடாவைக் காண்பித்து "இப்படியெல்லாம் நம்பிக்கைத் துரோகம் செய்தா மயிலாசனத்தை அடைய வேண்டும்? அதை விட விபச்சார விடுதிகளில் மாமா வேலை பார்த்துப் பிழைக்கலாமே? த்தூ..." என்றான்.

(இதற்குப் பிறகு கிட்டத்தட்ட அரை மணி நேரம் முராத் பக்ஷ் எதுவுமே பேசவில்லை. அகோரியின் உடலை விட்டு முராத் பக்ஷ் நீங்கவும் விரும்பவில்லை என்று தெரிந்தது. அந்த ஆத்மா கண்ணீர் விடுவதற்கு ஒரு உடல் கிடைத்து விட்டது. அந்த அரை மணி நேரமும் அருவியைப் போல் கண்ணீர் வழிந்து கொண்டே இருந்தது. அந்தக் கண்ணீரால் அகோரியின் சட்டை முழுவதுமாக நனைந்து விட்டது...)

—

37

மை டியர் ரைட்டர் ஸர், நான் ஜாதுநாத் சர்க்கார் பேசுகிறேன். ஒருவருக்கொருவர் எந்த சம்பந்தமுமே இல்லாத நாம் இருவரும் ஔரங்ஸேப் என்ற மன்னரால் சந்திக்கிறோம். ஆசியாவில் ஔரங்ஸேப் போன்ற ஒரு புத்திசாலியான, ஒழுக்கமான மன்னரை நாம் கண்டதில்லை. அறிஞர், எளிமையின் சொரூபம், ஆடம்பரங்களை விரும்பாதவர், மதுவைத் தீண்டாதவர், நம்ப முடியாத அளவுக்குக் கடின உழைப்பாளி. ஆனாலும் ஏன் அவரது ஐம்பது ஆண்டுக் கால ஆட்சி மொகலாய சாம்ராஜ்ஜியத்துக்கு சாவு மணி அடித்தது?

ஔரங்ஸேபின் வாழ்க்கை ஒரு கிரேக்கத் துன்பவியல் நாடகத்தை ஒத்தது.

ஔரங்ஸேப் என்னதான் மக்கள் நலப் பேரரசை ஸ்தாபிக்க நினைத்தாலும் அவர் மிகத் தவறான ஒரு அடிப்படையிலிருந்தே தன் செயல்பாடுகளை ஆரம்பிக்கிறார். அது, மத சகிப்புத்தன்மை இல்லாதது. அவர் ஹிந்துக்களை மட்டும் வெறுக்கவில்லை. ஷியாக்களையும் அதே அளவுக்கு வெறுத்தார். தன் கடிதங்களில் ஷியாக்களைப் பற்றிக் குறிப்பிடும் போதெல்லாம் கூல்-ஏ-பியாபானி (பிணத்தைத் தின்னும் காட்டுமிராண்டிகள்) என்ற

அடைமொழியையும் அவர் சேர்க்காமல் இருந்ததே இல்லை. முஸ்லிம்களிடையே இப்படிப் பிரிவினையை ஏற்படுத்துவது சரியல்ல என்று தில்லி காஜி ஷேக் உல்-இஸ்லாம் முயற்சி செய்தபோது அவர் பேச்சை ஔரங்ஸேப் கேட்கத் தயாராக இல்லை என்பதோடு அவரையும் விமர்சிக்கத் தொடங்கி விட்டார். அதனால் மனம் வெறுப்புற்ற காஜி அதற்குப் பிறகு அரசாங்கக் காரியங்களிலிருந்து விலகி ஒரு துறவியைப் போலவே வாழ்ந்தார்.

1669 ஏப்ரல் மாதம் ஔரங்ஸேப் தனக்குக் கீழ் உள்ள எல்லா சுபேதார்களுக்கும் ஒரு உத்தரவை அனுப்பினார். அந்த உத்தரவு ஹிந்து வழிபாட்டுத் தலங்கள் அனைத்தையும் இடித்து விட வேண்டும் என்றது. அக்காலத்தில் பிரபலமாக இருந்த உத்தவ் பைராகி கைது செய்யப்பட்டார். காசி விஸ்வநாதர் கோவில் ஆகஸ்ட் 1669இல் இடிக்கப்பட்டது. ஜனவரி 1670இல் 33 லட்சம் ரூபாயில் கட்டப்பட்ட கேசவ ராஜர் கோவில் தரைமட்டம் ஆக்கப்பட்டு அந்த இடத்தில் ஒரு மசூதி கட்டப்பட்டது. அந்தக் கோவிலில் இருந்த சிலைகள் அனைத்தும் ஆக்ராவுக்குக் கொண்டு செல்லப்பட்டு ஜஹானாரா பேகம் கட்டிய மசூதியின் படிக்கற்களாகப் பயன்படுத்தப்பட்டன. இதே காலகட்டத்தில்தான் சோம்நாத் கோவிலும் இடிக்கப்பட்டது. இதெல்லாம் போக, இடிக்கப்பட்ட சிறிய கோவில்களுக்குக் கணக்கே இல்லை.

1679-80இல் ராஜபுத்திரர்களோடு நடந்த போருக்குப் பிறகு சோமேஷ்வர் கோவில் மற்றும் உதய்பூரில் உள்ள மூன்று பிரம்மாண்டமான கோவில்கள் உட்பட மேவாரில் மட்டும் இருநூற்று நாற்பது கோவில்கள் இடிக்கப்பட்டன. ஜெய்ப்பூரில் அறுபத்தேழு கோவில்கள் இடிக்கப்பட்டன. ஜிஸியா வரி பற்றி இப்போது எல்லோருக்கும் தெரியும். ஆனால் அவ்வளவாகத் தெரியாத இன்னொரு உத்தரவு, ராஜபுத்திரர்களைத் தவிர மற்ற அனைத்து ஹிந்துக்களும் தம் வசம் ஆயுதங்கள் வைத்திருக்கக் கூடாது; யானையிலோ, பல்லக்கிலோ, அரபு மற்றும் பாரசீகக் குதிரைகளிலோ ஏறக் கூடாது. முஸ்லிம்களுக்கு சுங்க வரி

கிடையாது. ஹிந்துக்களுக்கு அது இரட்டிப்பாக்கப்பட்டது. 1672-இல் அவர் தனது ஸத்ரப்புகள் அனைவருக்கும் இட்ட உத்தரவில் ஹிந்துக்களை அரசுப் பதவியிலிருந்து தூக்கி விட்டு அந்த இடத்தில் முஸ்லிம்களை அமர்த்துமாறு கூறியிருக்கிறார். ஏற்கனவே பணியில் இருக்கும் ஹிந்துக்களையும் வீட்டுக்கு அனுப்பச் சொல்கிறார். ஆனால் இந்த உத்தரவை சரிவர நடைமுறைப்படுத்த முடியவில்லை. அதிகாரிகளுக்கு முறையான தகுதியுள்ள முஸ்லிம்கள் கிடைக்காததால் குறிப்பிட்ட தகுதிக்கும் கீழே உள்ளவர்களையும் அவர்கள் முஸ்லிம்கள் என்பதாலேயே நியமித்தனர். அப்படிச் செய்தும் சரியான தகுதியுள்ள முஸ்லிம்கள் கிடைக்காததால் ஔரங்ஸேபின் ஆணையைப் பல மாநிலங்களில் முழுமையாக நிறைவேற்ற முடியவில்லை. இதை காஃபி கான் ஹிந்துஸ்தானின் வரலாறு பற்றிய தன் முண்ட்டகப்-அல் லுபாப் என்ற ஃபார்ஸி நூலில் குறிப்பிட்டிருக்கிறார்.

ஔரங்ஸேபின் இந்த உத்தரவுகளை எதிர்த்து மதுராவிலும் ஆக்ராவிலும் மக்கள் போராட்டம் வெடித்தது. போராடியவர்கள் கொல்லப்பட்டார்கள். கொல்லப்பட்டவர்கள் எண்ணிக்கை ஐந்தாயிரம். சீக்கிய மத குரு தேக் பஹதூரும் சித்ரவதை செய்து கொல்லப்பட்டார். அதன் விளைவாக பஞ்சாபின் அமைதி முழுவதுமாக சீர்குலைந்தது.

கடைசியில் ஔரங்ஸேப் தன் ஹிந்து எதிர்ப்பை வெளிப்படையாகச் செயல்படுத்தினார். ஔரங்ஸேபுக்கு அடங்கிய சிற்றரசர்களில் ஒருவராக இருந்த ராஜா ஜஸ்வந்த் சிங் 1678இல் இறந்தார். உடனடியாக ஜஸ்வந்த் சிங்கின் ஜோத்பூர் அரசை ஔரங்ஸேப் எடுத்துக் கொண்டார். ஜஸ்வந்த் சிங்கின் இரண்டு மனைவிகளையும் அவர்களின் இரண்டு ஆண் குழந்தைகளையும் தன்னுடைய அரண்மனைக்குக் கொண்டு வந்து விட்டார். ஜோத்பூரில் ஒரு பொம்மை அரசனை அமர வைத்து விட்டு அதற்கு விலையாக முப்பத்தாறு லட்சம் ரூபாயைப் பெற்றுக் கொண்டார். ஆனால் ஔரங்ஸேபின் அரண்மனையிலேயே இருந்த ராஜபுத்திரர் சிலர் ரத்தோர்

வம்சத்தின் வாரிசுகளான ஜஸ்வந்த் சிங்கின் பிள்ளைகளைக் கடத்திக் கொண்டு போய் மார்வாரில் சேர்த்தார்கள். அப்படியும் ஔரங்ஸேப் தன் தந்திரத்தை நிறுத்தவில்லை. யாரோ ஒரு பிச்சைக்காரப் பயலைக் கூட்டிக் கொண்டு வந்து ரத்தோர் வம்சத்தின் வாரிசு என்றும் ஜஸ்வந்த் சிங்கின் மகன் இவன்தான் என்றும் சொல்லி வளர்த்து வந்தார். இந்த அவமானத்தை ரத்தோர்கள் மறக்கவே இல்லை. ஔரங்ஸேபின் கடைசி நாள் வரை அவர்கள் அவருடைய படைகளுக்குத் தொல்லை கொடுத்துக் கொண்டே இருந்தார்கள். ஔரங்ஸேபின் படையிலும் முன்பு போல் ராஜபுத்திர வீரர்களின் எண்ணிக்கை பெருமளவில் இல்லாமல் போனது.

ஔரங்ஸேப் பீஜாப்பூர், கோல்கொண்டா அரசர்களோடு போர் தொடுத்ததற்கு முக்கியமான காரணம், அந்த இரண்டு பேரும் ஷியா பிரிவைச் சேர்ந்தவர்கள் என்பதுதான். 1685, ஏப்ரல் முதல் தேதி இளவரசர் ஆஸம் பீஜாப்பூர் முற்றுகையைத் தொடங்கினார். ஔரங்ஸேபின் படைகளுக்குப் போதுமான உணவு கிடைக்காமல் நூற்றுக்கணக்கான பேர் பட்டினியால் மடிந்தார்கள். முற்றுகையை முன்னின்று நடத்த ஔரங்ஸேபே வரவேண்டியிருந்தது. முற்றுகையின் ஆறாவது மாதம்தான் பீஜாப்பூர் வீழ்ந்தது. ஒரே ஒரு மன்னரின் மதக் கொள்கைகளுக்காக எத்தனையோ மனித உயிர்கள் பலியிடப்பட்டன.

அதே ஆண்டு ஜூன் மாதம் ஔரங்ஸேபின் படை இளவரசர் முஅஸ்ஸம் தலைமையில் கோல்கொண்டாவுக்கு அனுப்பப்பட்டது. ஹைதராபாத் நகரத்தைக் கைப்பற்றிய மொகலாயப் படை நகரம் முழுவதையும் கொள்ளையடித்தது. கோல்கொண்டா அரசன் அபுல் ஹஸன் ஒரு கோழை என்பதால் கோட்டைக்குள் ஒளிந்து கொண்டான். அவனுடைய அதிகாரிகளை மொகலாயர்கள் லஞ்சம் கொடுத்து விலைக்கு வாங்கினர். முற்றுகையைப் பார்வையிட ஔரங்ஸேபே 1687 ஜனவரி மாதம் வர வேண்டியிருந்தது. முற்றுகை எட்டு மாதங்களுக்கு மேல் தொடர்ந்ததால் ஹைதராபாத் நகரில் பெரும் பஞ்சம் ஏற்பட்டது. செத்து அழுகிய மிருகத்தின்

மாமிசத்தைத் தின்று பல நூறு பேர் செத்தார்கள். அப்போதும் ஒரு கோல்கொண்டா அதிகாரியிடம் லஞ்சம் கொடுத்து செப்டம்பர் மாதத்தில் (1687) ஒருநாள் நள்ளிரவில் கோட்டைக் கதவைத் திறக்கச் செய்து உள்ளே நுழைந்தது ஔரங்ஸேபின் படை.

சிகிச்சை வெற்றி, ஆனால் நோயாளி மரணம் என்ற கதையாக எல்லா முற்றுகைகளும் வெற்றியில் முடிந்தன. ஆனால் விளைவு சர்வ நாசம். உதாரணமாக, 1688இல் பீஜாப்பூரில் ப்ளேக் நோய் பரவியது. அரசன் ஆண்டி என்று ப்ளேக் யாரையுமே விட்டு வைக்கவில்லை. ஔரங்ஸேபின் மனைவி ஔரங்காபாதி மஹல், ஜஸ்வந்த் சிங்கின் மகன் என்று சொல்லி ஔரங்ஸேப் வளர்த்து வந்த போலி மகன் என்று எல்லோரும் செத்தனர். செத்தவர்களின் எண்ணிக்கை, குறைந்த பட்சம் ஒரு லட்சம் என்கிறது புள்ளி விவரம்.

வாழ்வின் அந்திமக் காலத்தில் 1695இல் மஹராஷ்ட்ராவில் உள்ள பந்தர்பூரின் அருகே உள்ள பிரம்ஹபுரி என்ற ஊரை இஸ்லாம்புரி என்று மாற்றி அங்கே நிரந்தரமாகத் தங்கினார் ஔரங்ஸேப். ஆனால் அதுவும் நான்கு ஆண்டுகள்தான் நீடித்தது. 1699இல் - அப்போது அவர் வயது எண்பத்தொன்று. மராட்டியர்களோடு போரிடுவதற்குத் தானே படைகளோடு சென்றார். திரும்பவும் மன்னன் சிஸிஃபஸின் கதைதான். பாறையைத் தள்ளிக் கொண்டு மலை உச்சிக்குச் செல்லும் பயணம். மராட்டியர்களின் கோட்டையை முற்றுகை இடுவது. படைகளின் பட்டினி. மராட்டியர்களால் முற்றுகை முறியடிக்கப்படும். பிறகு திரும்பவும் முற்றுகை. திரும்பவும் பட்டினிச் சாவுகள். செங்குத்தான பாறைகள் நிறைந்த மலைகளின் உச்சியில் இருந்த கோட்டைகள், மழையில் பொங்கும் காட்டாறுகள் என்று இயற்கை கொடுத்த பலவிதமான நெருக்கடிகளில் ஔரங்ஸேபின் படை வீரர்கள் தங்கள் மனோபலத்தையே இழந்தனர். எதற்காக இந்தப் போர் என்றே அவர்களுக்குத் தெரியவில்லை. இளம் வயதில் ஔரங்ஸேப் தன் தளபதிகளின் பேச்சைக் கேட்டு நடப்பது வழக்கம். அந்த தைரியத்தில் தளபதிகள் இந்த

முற்றுகையை நிறுத்திவிட்டு நாம் ஹிந்துஸ்தானுக்கே போய் விடுவோம் என்று சொன்னார்கள். உடனே ஔரங்ஸேப் "நீங்களெல்லாம் வயதானதால் கோழைகளாகி விட்டீர்கள், அரண்மனையின் சுகவாசத்துக்கு உங்கள் மனம் ஏங்குகிறது. செல்ல விரும்புபவர்கள் இப்போதே தில்லிக்குப் போகலாம்" என்று கத்த ஆரம்பித்து விட்டார்.

இப்படியாகத்தான் எல்லா அரசுகளையும் தன்னுடைய சாம்ராஜ்ஜியத்தோடு இணைத்தார் ஔரங்ஸேப். சிங்கம் அளவுக்கதிகமாகத் தின்று அஜீர்ணத்தினால் இறந்து விட்டது. தேவையில்லாத போர்களினால் கஜானா காலியானது. ஔரங்ஸேபின் மதத் தீவிரவாதத்தினால் மக்களின் வெறுப்பு உச்சக்கட்டத்தை அடைந்தது. இப்படியாக பாபர் உருவாக்கிய மொகலாய சாம்ராஜ்ஜியத்தின் வீழ்ச்சி ஔரங்ஸேபினால் தொடங்கி வைக்கப்பட்டது.

சுருக்கமாகச் சொன்னால், ஔரங்ஸேப் தன் உரையாடலில் ஒருமுறை சொன்னது போல் அவரை ஒற்றை அடையாளத்துக்குள் குறுக்க முடியாது. ஏனென்றால், அவரது எண்பத்தொன்பது ஆண்டு வாழ்வில் - நாற்பத்தொன்பது வருட அரசாட்சியில் - அவர் எப்போதுமே ஒரே மாதிரி நடந்து கொள்ளவில்லை. புரிந்து கொள்வதற்கும் மிகக் கடினமான நபராகவே இருந்திருக்கிறார். அவர் 1704-இல் தான் இறப்பதற்கு மூன்று ஆண்டுகளுக்கு முன் - தன் மகன் ஆஸமுக்கு எழுதிய கடிதத்தில் "ஒரு ஹிந்து அதிகாரிக்காக எப்படி நீ முஸ்லிம் அதிகாரியைப் பதவியிலிருந்து நீக்கலாம்?" என்று குறிப்பிடுகிறார். எனவே ஔரங்ஸேப் எழுத்தாளனிடம் சொன்னபடி முஸ்லிம்களையும் ஹிந்துக்களையும் அவர் சமமாக நடத்தவில்லை என்றே கொள்ள வேண்டியிருக்கிறது. ஆனாலும் அவர் ஹிந்துக்களுக்காகக் கோவில்கள் கட்டிக் கொடுத்ததும் அவரது ராணுவத்தில் ஹிந்துக்களே அதிகம் இருந்தனர் என்பதும் உண்மைதான்.

இப்போதைக்கு நான் விடை பெறுகிறேன். அவசியம் ஏற்பட்டால் திரும்பவும் வருகிறேன்...

—

38

மதிப்புக்குரிய காத்திப் அவர்களே, நான் ஔரங்ஸேப்... சர்க்கார் சாஹேப் சொன்ன பல விஷயங்களை நான் ஒப்புக்கொள்ளத்தான் வேண்டும். ஏற்கனவே நான் அவற்றை மறுத்து ஏதும் பேசவில்லை. ஹிந்து கோவில்களை இடித்ததற்குப் பதிலாக ஏராளமான கோவில்களைக் கட்டிக் கொடுத்திருக்கிறேன் என்று மட்டும் நான் சொல்லிக் கொள்ள முடியும். போரில் வென்றவர்கள் எதிரியின் வழிபாட்டுத் தலங்களை அழிப்பது அப்போதைய வழக்கம். சரி, நான் கேட்கிறேன், ஹிரோஷிமா நாகஸாகியில் குண்டு போட்ட போது அதில் ஒன்றரை லட்சம் அப்பாவி மக்களும் இருபதாயிரம் போர் வீரர்களும் இறந்தார்கள் அல்லவா? அப்படி ஆகும் என்று தெரிந்தும் ஏன் குண்டு வீசப்பட்டது? உலக யுத்தத்தை முடிவுக்குக் கொண்டு வர வேண்டும் என்றுதானே? ஆனால் சர்க்கார் சாஹேப் சொல்வதில் எது கவனிக்கப்பட வேண்டியது என்றால், என் அந்திமக் காலத்தில் நான் ஈடுபட்ட போர்களும் முற்றுகைகளும். அதைத்தானே நான் என் கடிதங்களில் சொல்லிச் சொல்லிப் புலம்பினேன். நான் செய்த பாவங்களுக்கு மன்னிப்பே கிடையாது என்று எத்தனையோ நூறு கடிதங்கள் எழுதினேனே? கிடைக்காது என்று தெரிந்தும் நான் எழுதிய

கடிதங்கள் எல்லாமே இறைவனிடம் நான் கேட்ட பாவ மன்னிப்புதானே?

ஸத்தாராவில் டிசம்பரிலிருந்து ஏப்ரல் 1700 வரை முற்றுகை.

ஸத்தாராவின் அருகே பார்லிகட்டில் 1700 ஏப்ரலிலிருந்து ஜூன் வரை முற்றுகை.

பிறகு செப்டம்பரிலிருந்து டிசம்பர் வரை கவாஸ்பூரில் மழைக்காக ஓய்வு.

1701இல் பன்ஹலா முற்றுகை மார்ச்சிலிருந்து மே வரை.

மே முதல் நவம்பர் வரை மழைக்காக ஓய்வு.

டிசம்பர் 1701இலிருந்து ஜூன் 1702 வரை கேல்னா முற்றுகை.

அந்த வருடத்தின் மழைக்காலத்தில் நானும் படை வீரர்களும் கேல்னாவிலிருந்து பஹாதுர்கட் வரை நடந்து கொண்டிருந்தோம்.

ஆகஸ்டில் மட்டும் மழையின் தீவிரத்தினால் ஓய்வு எடுத்தோம்.

டிசம்பர் 1702இலிருந்து ஏப்ரல் 1703 கொந்தனா முற்றுகை.

மே மாதத்திலிருந்து நவம்பர் வரை புணேயில் மழைக்காக ஓய்வு.

டிசம்பர் 1703இலிருந்து ஃபெப்ருவரி 1704 வரை ராஜ்கட் முற்றுகை.

அதற்கு அடுத்த இரண்டு மாதங்கள் தோர்னா முற்றுகை.

ஏப்ரலிலிருந்து அக்டோபர் வரை மழைக்கான ஓய்வு.

ஃபெப்ருவரி 1705இலிருந்து ஏப்ரல் வரை வகீங்கரா முற்றுகை.

வகீங்கராவின் அருகில் உள்ள தேவபூரில் அக்டோபர் மழைக்காக ஓய்வு.

இத்தனை விளக்கமாகச் சொன்னதற்குக் காரணம், என் வயதை கணக்குப் போட்டுக் கொண்டே வாருங்கள். இப்போது கற்பனை செய்து பார்க்கிறேன். எண்பத்தேழு வயதான, ஒல்லியான கிழவன் ஒருவன் தன்னுடைய ஆயிரக்கணக்கான வீரர்களை அழைத்துக் கொண்டு மழையிலும் வெள்ளத்திலும் எங்கெங்கோ அலைந்து திரிந்து, முற்றுகைகளில் ஈடுபட்டு, தன் வீரர்களையும் எதிரி வீரர்களையும் பலி கொடுத்து எதை சாதிப்பதற்காகச் சென்று கொண்டிருந்தான்? மிகச் சிறிய வயதிலேயே அல் குர்ஆனை மனனம் செய்திருந்த ஒருவன் அந்தப் புனித நூலிலிருந்து எதைக் கற்றுக் கொண்டான்? அவன் செய்த அத்தனையும் பாவ காரியங்கள் என்று அவனுக்குப் புரியும் தருணத்தில் அவன் மரணத்தின் வாயிலை எட்டியிருந்தான்.

தேவபூரில் என்னைக் கடுமையான நோய் தாக்கியது. எண்பத்தெட்டு வயது. அப்போதுதான் முதல் முறையாக என் உத்தரவுகளை மற்றவர்களுக்குச் சொல்லி எழுதச் செய்து கையொப்பம் இட்டேன். அதுவரை நானேதான் என் கரங்களால் உத்தரவுகளை எழுதுவது வழக்கம். இந்த அகிலத்தில் எந்த ஒரு அரசனும் எண்பத்தெட்டு வயது வரை தன் உத்தரவுகளைத் தன் கரங்களால் எழுதியது இல்லை. இத்தனை திறமை இருந்தும் என்ன ஆயிற்று? மண்ணாசை எல்லாவற்றையும் அழித்தது. என் கரங்களால் எழுத முடியாமல் போனதுமே எனக்குப் புரிந்துவிட்டது, வாழ்விலிருந்து விடை பெறும் தருணம் வந்து விட்டது என்று. உடனடியாக அஹ்மத் நகருக்குச் சென்று மரணத்தை எதிர்நோக்கிக் காத்திருக்கத் தொடங்கினேன்...

குறுக்கிடுவதற்கு மன்னிக்க வேண்டும் ஹுஸூர்... ஸாமூகட் போரில் நிகழ்ந்த ஒரு சம்பவத்தைப் பற்றி யோசிக்கும் போதெல்லாம் எனக்கு மரியோ பர்கஸ் யோசா எழுதிய *Feast of the Goat* என்ற நாவல் ஞாபகம் வந்து கொண்டே இருக்கும். தாரா கொல்லப்பட்டு முந்நூறு ஆண்டுகளுக்குப் பிறகு நடந்த சம்பவம். அன்றைய தினம், மே 31, 1961. தொமினிகன் ரிபப்ளிக் நாட்டின் அதிபர் ரஃபேல் த்ருஹிய்யோ (*Rafael Trujillo*) கொல்லப்பட்டு விட்டார். ராணுவத் தளபதியும்

ராணுவ மந்திரியுமான ஜெனரல் ரொமான் அப்போது நாட்டின் தலைமைப் பதவியைக் கைப்பற்றியிருக்க வேண்டும். அவருடைய உத்தரவை உடனடியாக நிறைவேற்ற இருபதுக்கும் மேற்பட்ட ராணுவ அதிகாரிகள் அவர் முன்னே நின்று கொண்டிருக்கிறார்கள். தொமினிகன் ரிபப்ளிக் என்ற தேசத்தின் எதிர்காலமே அவர்களின் கையில்தான் அந்தத் தருணத்தில் இருக்கிறது. ஜெனரல் ரோமான் செய்ய வேண்டியதெல்லாம் த்ருஹிய்யோவின் ஆதரவாளர்களையும் உறவினர்களையும் கைது செய்து உள்ளே போட்டு விட்டு ஆட்சியைப் பிடித்து விட்டதாக வானொலி மூலம் அறிவிக்க வேண்டியதுதான். ஏற்கனவே தொமினிகன் ரிபப்ளிகனின் உள்நாட்டு நிலைமையைக் காரணம் காட்டி அமெரிக்கா பொருளாதாரத் தடை விதித்திருக்கிறது. இப்போது ஆட்சியைப் பிடித்து, விரைவில் தேர்தல் நடைபெறும் என்று அறிவித்து விட்டால் அமெரிக்காவின் உடனடி ஆதரவும் கிடைக்கும்.

தளபதி ரொமான் இது எதையுமே செய்யவில்லை. த்ருஹிய்யோ வீழ்த்தப்பட வேண்டும் என்று திட்டமிட்ட அதிகாரிகளில் ரொமானும் ஒருவர். திட்டமிட்டபடியே த்ருஹிய்யோ கொல்லப்பட்டார். ஆனால் அதை அடுத்து என்ன செய்ய வேண்டுமோ அதை ரொமான் செய்யவில்லை. யார் யாரையெல்லாம் ஜெனரல் ரொமான் அன்று இரவு போட்டுத் தள்ள வேண்டுமோ அவர்களையெல்லாம் தன்னிடம் அழைக்கிறார். தீவிர த்ருஹிய்யோ ஆதரவாளர்களான அவர்களோ ஜெனரல் ரொமானைக் கைது செய்து சிறையில் அடைத்து சித்ரவதை செய்து கொல்கிறார்கள்.

த்ருஹிய்யோ கொல்லப்பட்டவுடன் அவரது ஆதரவாளர்களை ஜெனரல் ரொமான் ஏன் கைது செய்து சிறையில் அடைக்கவில்லை? ஏன் போட்டுத் தள்ள வேண்டியவர்களைப் போட்டுத் தள்ளவில்லை? அதே மாதிரிதான் தாரா ஷாமூகட்டில் நடந்த போரில் தாக்குதலில் ஈடுபடாமல் ஒரு நாள் கழித்து மறுநாள் போரைத் தொடங்கினார். முதல் நாளே போரைத் தொடங்கியிருந்தால் தங்கள் படை சர்வ

நிச்சயமாகத் தோற்றுப் போயிருக்கும். அந்த அளவுக்கு சோர்வடைந்திருந்தார்கள் தங்கள் வீரர்கள். தாரா சண்டையைத் தொடங்காதது தங்களுக்கும் தங்கள் படைக்கும் வசதியாகப் போயிற்று. தங்கள் படையினர் அன்றைய இரவு நன்றாக உறங்கி ஓய்வு எடுத்து விட்டு மறுநாள் உற்சாகமாகப் போருக்குத் தயாராகிறார்கள். தாராவின் பக்கமோ தளபதிகளெல்லாம் தளர்ந்து போயிருந்தார்கள். இளவரசர் தாராவை அவர்களால் புரிந்து கொள்ளவே முடியவில்லை. நேற்று போரிட்டிருந்தால் வெற்றி மிகச் சுலபத்தில் கிடைத்திருக்குமே? ஏன் இளவரசர் தயங்கினார்?

பயம். தளபதி ரொமானுக்கு இருந்த அதே பயம். தயக்கம். மட்டுமல்லாமல் பேரரசர் ஷா ஜஹான் வேறு “சகோதரர்களைக் கொன்று விடாதே” என்று தாராவிடம் அறிவுரை சொல்லி அனுப்பியிருந்தார். இந்த அறிவுரையை ஹுமாயூனைத் தவிர வேறு எந்தப் பேரரசரும் பின்பற்றவில்லை. ஆனால் தங்கள் புதல்வர்கள் மட்டும் அவர்களின் சகோதரர்களைக் கொன்று விடக் கூடாது என்று அன்புக் கட்டளையிட எந்தப் பேரரசரும் தவறுவதில்லை. ஆனால் ஹுஸுர், தங்களை இதில் சேர்க்க மாட்டேன். தாங்கள் தங்களின் கடிதங்களில் தெளிவாகக் கூறியிருக்கிறீர்கள், மயிலாசனத்துக்காக ஒருவருக்கொருவர் அடித்துக் கொண்டால் யாருமே மிஞ்ச மாட்டீர்கள், சாம்ராஜ்ஜியமே கைவிட்டுப் போய் விடும் என்று எச்சரிக்கை செய்திருக்கிறீர்கள். கிட்டத்தட்ட ஒரு ஜோதிடனின் சொல் போல் ஒலிக்கின்றன தங்கள் வார்த்தைகள். கஜானா காலியாக இருக்கிறது, அதிகாரிகள் நேர்மையாக இல்லை, அதிகாரிகளிடையே ஊழல் மலிந்து விட்டது, ஹிந்துக்கள் முஸ்லிம்கள் மீது கடும் கோபத்தில் இருக்கிறார்கள், அந்தக் கோபம் முழுவதும் முஸ்லிம் அதிகாரிகள் மீதுதான் பாயும் என்றெல்லாம் சொல்கிறீர்கள். ஆனால் தங்கள் வார்த்தைகளைத் தங்கள் புதல்வர்கள் கேட்கவில்லை. தாங்கள் சொன்னபடியே எல்லாம் நடந்தது.

சரி, அதை விடுங்கள் மதிப்புக்குரிய காத்திப் அவர்களே, என் வாழ்வின் ரசமான சில பகுதிகளைத் தங்களுக்குச்

சொல்கிறேன்... முதலில் என் உணவுப் பழக்கம். நான் மயிலாசனத்தில் அமர்ந்த அன்றே எனக்குள் ஒரு சபதம் எடுத்துக் கொண்டேன், அதிக அளவில் மாமிசம் சாப்பிடக் கூடாது என்று. அதற்காக பிராமணர்களையும் முயல்களையும் போல் இலை தழைகளை மட்டுமே சாப்பிடுவேன் என்று அல்ல. என் காலத்திய முஸ்லிம்கள் மிக அதிக அளவில் மாமிசம் உண்டு மிக இளம் வயதிலேயே இறந்தும் போனார்கள். மாமிசத்தில் எந்தப் பிரச்சினையும் இல்லை. ஆனால் ஹிந்துஸ்தானிய, பாரசீக உணவு முறையில் எண்ணெயும் மசாலாவும் அதிகம். அதுதான் உயிருக்கு ஹானியாய் அமைந்தது. அர்ஷ் ஆஷ்யானி அக்பர் பாதுஷா ஹிந்துக்களை 'கவர்' பண்ணுவதற்காக அவ்வப்போது இலைதழைகளைச் சாப்பிட்டு அதைச் செய்தியாக்கியவர். ஆனால் நான் இதை விளம்பரத்துக்காக செய்யவில்லை. இறைவனைத் தொழுவதற்கும் நல்லாட்சி நடத்துவதற்கும் சரீர பலம் தேவை. அதற்காகவே இலைதழைகளை உட்கொள்ள ஆரம்பித்தேன். இன்னொரு முக்கியமான காரணம், நான் சத்தியமாகவே ஒரு ஃபக்கீரைப் போல் வாழ்ந்தவன். புலன்களுக்கு இன்பம் தரக் கூடிய எல்லாவற்றையும் ஒதுக்கி வைத்தேன். எத்தனை பேர் அறிவீர்கள், நான் ஒரு மிகச் சிறந்த வீணைக் கலைஞன் என்பதை. நம்முடைய சந்திப்புகள் முடிவதற்குள் ஒருநாள் தங்களுக்கு வீணை வாசித்துக் காண்பிக்கிறேன். ஒரு வீணைக்கு ஏற்பாடு செய்து வையுங்கள், மதிப்புக்குரிய காத்திப் அவர்களே! இத்தனை இருந்தாலும் முழுமுற்றாக இசையை என் வாழ்விலிருந்து ஒதுக்கினேன். ஸ்த்ரீ சுகத்தை விலக்கினேன். இதை இருபத்தோராம் நூற்றாண்டு மனிதர்கள் சரியாகப் புரிந்து கொள்ள வேண்டும் என்று கேட்டுக் கொள்கிறேன்.

அரச குடும்பத்து ஆடவர்கள் நூற்றுக்கணக்கான பெண்களோடு சல்லாபித்துக் கொண்டிருந்த காலத்தில் நான் என் மனைவிகளைத் தவிர வேறு எந்தப் பெண்ணையுமே தீண்டியதில்லை. ஒரு சம்பவம் சொல்கிறேன். அரசனான பிறகு ஒருநாள் ஸினானாவுக்குச் சென்றேன். அல் குர்ஆனை வாசிப்பதற்கு இடம் தேடினேன். கிடைக்கவில்லை. உடனடியாக அதற்கென்று ஒரு சிறிய இடத்தைத் தயார் பண்ணிக் கொண்டு

வாசிக்க ஆரம்பித்தேன். வாசித்துக் கொண்டே இருந்ததில் நேரம் போனது தெரியவில்லை. காலை புலர்ந்து விட்டது. கோஜா வந்து சுடுநீர் தயாராகி விட்டதாக அறிவித்தான். அப்போது ஒரு பெண் அந்தக் கோஜாவிடம் "ஆலம்கீர் பாதுஷாவுக்கு சுடுநீர் தேவையில்லை. அவர்கள் இரவு முழுவதும் உறங்காமல் புனித நூலைத்தான் படித்துக் கொண்டிருந்தார்கள்" என்றாள்.

அப்படி இருந்தது என் வாழ்க்கை.

என் கடைசிக் காதலியும் துணைவியுமான உதய்புரி மஹல் பற்றித் தங்களிடம் சொல்லியிருக்கிறேன் அல்லவா? நான் இறந்ததும் தானும் தன்னை மாய்த்துக் கொண்டு என்னோடு வந்து விடுவேன் என்று சொல்லிக் கொண்டே இருந்தாள். அது எப்படி சாத்தியம்? அவளோ அந்நிய நிலத்துப் பெண். ராஜபுத்திரப் பெண்ணாக இருந்தால் கூட அவள் சொல்வது சாத்தியமாகலாம். வாய்க்கு வந்தபடியெல்லாம் உளறாதே பெண்ணே என்றேன் ஒருநாள். சாவதற்கு நெருப்பு ஒன்றுதானா இருக்கிறது என்று சொல்லித் தன் குறுவாளை எடுத்து, கையைத் தலைக்கு மேல் ஓங்கியபடி பெருங்குரலில் கத்திக் கொண்டே தன் வயிற்றைக் குத்திக் கிழிப்பது போல் கொண்டு சென்றவள் சட்டென்று சரீரமும் உலோக நீட்சியும் சந்திக்கும் இடத்தில் மிகச் சரியாக நிறுத்தினாள். இமைப்பீலி அளவு தவறியிருந்தாலும் கத்தி வயிற்றுக்குள் புகுந்திருக்கும். எத்தனையோ மரணங்களைப் பார்த்துக் கடந்து வந்த நான் அன்றைய தினம் விதிர்விதிர்த்துப் போய் விட்டேன். நல்ல போதையில் இருந்தாள். போதையில் மனிதர்கள் உணர்ச்சிவசப்படுவார்கள்தான். அப்படியிருந்தும் கையைத் தூக்கிய வேகத்தில் குறுவாளை வயிற்றில் செலுத்திக் கொள்ளாதது பற்றி மகிழ்ச்சியே அடைந்தேன். என்னுடைய அந்திமக் காலத்தில் என் உயிருக்குயிரான உதய்புரியையும் பிரிந்து வாழும் துன்பத்தைக் கொடுக்காதது பற்றி அன்றைய தினம் இறைவனுக்கு நன்றி தெரிவித்தேன். அச்சம், அதிர்ச்சி, அன்பின் உச்சபட்ச வெளிப்பாடு எல்லாம் சேர்ந்து என்னை உன்மத்த நிலைக்குக் கொண்டு போயிருந்தது. அது எப்படி நிகழ்ந்தது என்றே தெரியவில்லை, அந்த எண்பத்தெட்டு வயதில்

உதய்புரி மஹலை நான் ஒரு இளவயது ஆடவனைப் போல் சுகித்துக் கொண்டிருந்தேன். மூப்பின் காரணமாக மரணத்தின் வாயிலைத் தட்டிக் கொண்டிருந்த நானும், காதலின் உக்கிரத்தை மரணம் கொண்டு தாண்ட முடியுமா என சோதிக்க முயன்று கொண்டிருந்த அவளும் அந்த மரணத் தருணத்தில் எப்படி காமத்தின் பிடியில் விழுந்தோம் எனத் தெரியவில்லை. காமத்துக்கும் மரணத்துக்கும் ஏதேனும் சம்பந்தம் இருக்கிறதா மதிப்புக்குரிய காத்திப் அவர்களே?

அது இயல்புதான் ஹுஸூர்... ஜார்ஜ் பத்தாய் (Georges Bataille) அது பற்றி நிறைய எழுதியிருக்கிறார். அதை விட எனக்கு ஒரு சந்தேகம். உதய்புரி மஹல் கடும் குடிகாரர் என்று புத்தகங்களில் வாசித்திருக்கிறேன். இப்போது தாங்கள் சொன்னதும் அது எனக்கு ஞாபகம் வருகிறது. மார்க்க நியதிகளைக் கடுமையாகப் பின்பற்றும் தாங்கள் எப்படி உதய்புரி அவர்கள் விஷயத்தில் குடியை அனுமதித்தீர்கள்?

மார்க்க நெறிமுறைகளைத் தீவிரமாகக் கடைப்பிடித்து வாழ்ந்த நான் அந்த நெறிகளை ஒருபோதும் மற்றவர்கள் மீது திணிக்க விரும்பியதில்லை. குடியோ அல்லது அதைப் போன்ற எந்த விஷயமோ பொதுநலனுக்குப் பாதகமாக இருந்த போது மட்டுமே அதை நெறிப்படுத்தினேன். அது கூட முழுமையாகத் தடை செய்யவில்லை. முறைப்படுத்தினேன், அவ்வளவுதான். குடி என்றதும் இளம் வயதில் நான் வைன் அருந்திய நிகழ்ச்சி என் மனதில் நிழலாடுகிறது. அதை என்னவென்று சொல்ல?

ஸெய்னாபாதி என்கிற ஹீரா பாய்தான் என் முதல் காதல். நான் தக்காணத்தில் வஸீராக இருந்தபோது புர்ஹான்பூரில் என் சிறிய தாயார் இல்லத்துக்கு அவ்வப்போது செல்வதுண்டு. எப்போதும் முன்கூட்டியே தெரிவித்து விட்டுச் செல்லும் நான் அந்த முறை திடீரென்று செல்ல நேர்ந்தது. சிறிய தந்தை வெளியே சென்றிருக்க சிறிய தாயார் ஸினானாவில் இருந்தார் என்று நினைக்கிறேன். என்னை வரவேற்க யாரும் இல்லாததால் நேராகத் தோட்டத்தை நோக்கிச் சென்றேன்.

தப்தி நதிக்கரையில் அமைந்திருந்த அந்த அழகான தோட்டம் அந்த இல்லத்தில் எனக்கு மிகவும் பிடித்தமான இடம். அங்கேதான் என் வாழ்நாளில் ஒருபோதும் மறக்க முடியாத அந்தக் காட்சியைப் பார்த்தேன்.

ஒரு பெண் மாமரத்தின் ஒரு கிளையிலிருந்த பழத்தை எம்பி எம்பிக் குதித்துப் பறிக்க முயற்சி செய்து கொண்டிருந்தாள். சப்தமெழுப்பாமல் அவளையே பார்த்துக் கொண்டிருந்தேன். என்ன முயன்றும் பழம் சிக்காமல் போகவே அப்படியே தரையில் அமர்ந்த அவள் பாட ஆரம்பித்தாள். சுபஹானல்லாஹ்... என்ன குரல்... என்ன பாவம்... அதற்கு முன்னாலும் சரி, பின்னாலும் சரி, என் வாழ்வில் அப்படி ஒரு சங்கீதத்தை நான் கேட்டதில்லை. அந்தப் பேரின்ப உணர்வை வர்ணிக்க எனக்கு வார்த்தைகளும் கிடைக்கவில்லை. இப்போது நான் சொல்லப் போவதைத் தாங்கள் நம்ப மாட்டீர்கள். ஒரு மதயானையைக் கண்டு எந்தவித பயமும் இன்றி கையிலிருந்த ஈட்டியை எறிந்த இந்த மாவீரன் அந்தப் பாடலைக் கேட்டு மயக்கமடைந்து விழுந்து விட்டான். விஷயம் தெரிந்து என் சிறிய தாயார் வந்து பார்த்திருக்கிறார்கள். என்னைத் தூக்கி மடியில் போட்டுக் கொண்டு ஒரே அழுகை. எல்லா விஷயமும் எனக்குப் பிறகுதான் தெரிந்தது. இரண்டு மணி நேரம் கழித்துத்தான் பிரக்ஞை தெளிந்திருக்கிறது.

“ஏன், என்ன ஆயிற்று, இப்படி அடிக்கடி வருமா? என்ன செய்தால் சரியாகும்?” என்று கேட்டார் சிற்றன்னை. என்னைப் பீடித்த நோய்க்கு மருந்தைச் சொன்னேன். அவள்தான் என் வாழ்க்கை முழுவதும் வரப் போகின்ற பெண் என்று முடிவு செய்து விட்டேன். ஐயோ, என் கணவருக்குத் தெரிந்தால் அந்தப் பெண்ணைக் கொன்று விடுவாரே என்றார் சிற்றன்னை. சரி, இதற்கு ஏதாவது ஏற்பாடு செய்யலாம் என்று யோசித்துக் கொண்டிருந்தேன். அதற்குப் பிறகு புர்ஹான்பூருக்கு என் போக்குவரத்து அதிகரிக்க ஆரம்பித்தது.

இரண்டாவது சந்திப்பிலேயே ஹீரா பாய் மிகச் சிறந்த நாட்டியக்காரி என்றும் தெரிந்தது. அவள் நடனமாடும்போது அவள் இந்த பூமியைச் சேர்ந்த பெண்ணாகவே தோன்றவில்லை. அப்படி ஒரு நடனத்தை ஒரு மானுடப் பெண்ணால் ஆட முடியும் என்றே தோன்றவில்லை. பிறகு நான் வீணை வாசிக்க அவள் நடனமாட என்று வாழ்க்கை ரம்மியமாகப் போய்க் கொண்டிருந்தது.

ஹீரா பாயிடம் எனக்குக் கொஞ்சம் அந்நியத்தன்மையை ஏற்படுத்திக் கொண்டிருந்த விஷயம், அவள் கடுமையாக வைன் அருந்துவாள். அது அவள் விருப்பம் என்று விட்டு விட்டேன். ஒருநாள் அவள் கேட்டாள், என்னைத் தங்களுடைய ஸினானாவில் நூற்றோடு நூற்றி ஒன்றாகத்தானே வைத்துக் கொள்ளப் போகிறீர்கள் என்று. கேள்வியில் இரண்டு தவறுகள் இருப்பதாகச் சொன்னேன். நான் ஸினானாவே வைத்துக் கொள்ளப் போவதில்லை... வைத்துக் கொண்டால்தானே நூற்றுக்கணக்கான பெண்களெல்லாம். மேலும், நான் மிகத் தீவிரமாக மார்க்க நெறிமுறைகளைப் பின்பற்றி வாழ்பவன். அதனால் நான்கு மனைவிகளுக்கு மேல் ஒருபோதும் இல்லை என்றேன். இன்னொன்று, நான் ஹீரா பாயை ஒரு அடிமைப் பெண்ணாகப் பார்க்கவில்லை. அவளைத்தான் என் முதல் மனைவியாகக் கொள்ளப் போகிறேன்.

என்னால் நம்ப முடியவில்லை என்றாள்.

என்ன செய்தால் நம்புவாய் என்றேன்.

எங்கே, எனக்காக இந்த வைனை அருந்திக் காண்பியுங்கள், பார்ப்போம் என்றாள்.

ஒருக்கணமும் தாமதிக்கவில்லை. அவளுடைய காதலுக்காக என்ன வேண்டுமானாலும் செய்யலாம் என்று அப்போது தோன்றியது. சொல்லப் போனால் அவளைக் காதலித்துக் கொண்டிருந்த காலகட்டத்தில் என் சிந்தனை முழுவதையும் ஹீரா பாய் மட்டுமே ஆக்ரமித்துக் கொண்டிருந்தாள். அவள்

நினைவால் என் உடலும் உள்ளமும் 'பசித்த வேங்கையைப் போல்' ரௌத்ரமாகவும் 'கொந்தளிக்கும் கடலைப் போல்' ஆர்ப்பரித்துக் கொண்டும் இருந்தன. நேரில் பார்த்தால் கொஞ்சம் தணியும். பிரிந்தால் முன்னை விட அதிகமாகும். வைன் என்ன, நீ விஷம் கொடுத்தாலும் அருந்துவேன் என்று சொல்லி அந்த வைன் கோப்பையைக் கையில் எடுத்தேன்...

கோப்பையை எடுத்து என் உதடுகளில் வைத்ததுதான் தாமதம், சட்டென்று கோப்பையைத் தட்டி விட்டாள் ஹீரா. தட்டி விட்டதால் ஒரு சொட்டு வைன் என் உதட்டில் சிந்தி விட்டது. அதைத் துடைத்து விடுவதற்காகத் தன் மேலாடையைக் கொண்டு வந்தாள். அதற்குள் அந்த வைனை என் நாவினால் தீண்டி விட்டேன். ஜூலியட் இறந்து விட்டாள் என்று எண்ணி ரோமியோ விஷத்தை அருந்தி மாண்டுவிட, மயக்க நிலையிலிருந்து எழுந்த ஜூலியட் ரோமியோ இறந்து கிடந்ததைப் பார்த்து அவன் உதட்டில் இருந்த ஒரு சொட்டு விஷத்தைத் தன் நாவினால் தீண்டினாள் அல்லவா?

I will kiss thy lips.

Haply some poison yet doth hang on them,

To make me die with a restorative.

அதே மாதிரிதான் எனக்கும் இப்போது தோன்றுகிறது.

என் சிற்றன்னையை மணந்து கொண்டிருந்த மீர் கலீல் பேரரசர் மீது விரோதம் கொண்டவராக இருந்தார். எங்கள் விஷயம் தெரிந்தால் ஹீரா பாயைக் கொன்று விடுவார் என்று பயந்தார் சிற்றன்னை. கடைசியில் அவர் பயந்த மாதிரியேதான் ஆனது. விஷ ஜுரம் கண்டு மாண்டு போனாள் ஹீரா பாய். மீர் கலீல் வைத்த விஷம்தான் காரணமாக இருக்கும் என்பது என் சந்தேகம்.

ஆனால் ஹீரா பாயின் மரணம் என் வாழ்வில் மிகப் பெரிய திருப்பம் ஒன்றைச் செய்தது. அவள் இல்லாமல்

இனி வைனையோ வீணையையோ தொடுவதில்லை என்று மனதுக்குள் சத்தியம் பூண்டேன். அவள் மட்டும் உயிரோடு இருந்து அவளை நான் மணம் செய்து கொண்டிருந்தால், நானும் வைன் அருந்தியிருப்பேன். வீணையையும் தொடர்ந்து வாசித்துக் கொண்டிருந்திருப்பேன்.

—

39

அறிஞர், எளிமையின் சொரூபம், ஆடம்பரங்களை விரும்பாதவர், ஒழுக்க சீலர், மதுவைத் தீண்டாதவர், நம்ப முடியாத அளவுக்குக் கடின உழைப்பாளி. ஆனாலும் ஏன் ஔரங்ஸேப் ஆலம்கீரின் ஐம்பது ஆண்டுக் கால ஆட்சி மொகலாய சாம்ராஜ்ஜியத்துக்கு சாவு மணி அடித்தது?

ஒரு ஸூஃபியின் சாபம்தான் காரணம்.

அன்புக்குரிய லேகக் அவர்களே, நான் பீம்ஸேன் ஸக்ஸேனா பேசுகிறேன். ஆலம்கீரின் படையில் இருந்த ஒரு போர் வீரன். அவரோடு தக்காணப் போர்களுக்கு உடன் சென்ற செய்தி சேகரிப்பாளனும் கூட. ஆலம்கீர் பற்றி பல முஸ்லிம் அறிஞர்களும், ஃபிரங்கிப் பயணிகளும், ஃபிரங்கி மருத்துவர்களும் பல புத்தகங்களை எழுதியிருக்கிறார்கள். முக்கியமாகச் சொன்னால், க்வாஃபி கான் முஹம்மது ஹஷீம் எழுதிய முண்ட்டகாப்-உல் லுபாப். இருந்தாலும் என் ஒருவனுடைய வரலாற்றுப் பதிவுதான் அதி முக்கியம் என்று சொல்லுவேன். ஏனென்றால், ஔரங்ஸேப் ஆலம்கீர் பற்றி எழுதிய எல்லோரிலும் நான் ஒருவன் மட்டுமே ஹிந்து. ஔரங்ஸேபை எல்லோருமே ஹிந்து எதிர்ப்பாளர் என்றே சொல்லி வருகிறார்கள். ஔரங்ஸேப் இப்போதைய தாலிபானின் அடையாளமாகவும், அக்பர் மத நல்லிணக்கத்தின்

அடையாளமாகவும் பொதுப்புத்தி முன்வைக்கிறது, இல்லையா? ஆனால் உண்மை அப்படி இல்லை. அதற்கான ஒரே ஹிந்து சாட்சி பீம்ஸேன் ஸக்ஸேனா ஆகிய நான்தான்.

ஔரங்ஸேபுக்கும் ஷிவாஜிக்கும் பகை. இதில் நான் ஒரு ஹிந்து என்ற முறையில் ஷிவாஜியைத்தான் ஆதரிக்க வேண்டும். எனக்குத் தனிப்பட்ட முறையில் ஷிவாஜியைப் பிடிக்கும் என்றாலும், நான் ஔரங்ஸேபைத்தான் ஆதரித்தேன். ஒரே காரணம், ஔரங்ஸேப் முஸ்லிம் என்றாலும் கடவுளின் மைந்தன். ஷிவாஜி மராட்டியர்களின் மகத்தான தலைவர் என்றாலும், அவருக்கு ஞானிகளை மதிக்கத் தெரியவில்லை. 50 வயதிலேயே அவருக்கு மரணம் நிகழ்ந்ததற்குக் காரணம், அவர் ஜல்நாபூரை சூறையாடியதுதான். ஜல்நாபூரில்தான் ஸூஃபி ஞானி ஜன் முஹம்மது வசித்தார். திரும்பத் திரும்ப ஜன் முஹம்மது ஷிவாஜியிடம் சொன்னார், இந்த நகரை விட்டு விடுங்கள் என்று. ஷிவாஜி கேட்கவில்லை. அதுதான் அவர் உயிரைப் பறித்து விட்டது.

ஆனால் ஔரங்ஸேபைப் பாருங்கள், தன் வாழ்நாள் பூராவும் ஞானிகளை மதித்தார், வணங்கினார். (ஒரே விதிவிலக்காக ஒரு துர்சம்பவமும் நடந்தது. அதைச் சொல்வதற்காகத்தான் இங்கே நான் தங்கள் முன் வந்திருக்கிறேன்.) ஆலம்கீர் தன் வாழ்நாளில் ஸூஃபி ஞானிகளிடம் ஆசி வாங்காத ஒரு நாள் கூட இல்லை. அந்திமக் காலத்தில் தன்னுடைய உடலை ஔரங்காபாத் அருகில் உள்ள குல்தாபாதில் அடங்கியிருக்கும் சிஷ்த்தி[95] ஸில்ஸிலாவைச்[96] சேர்ந்த ஸூஃபி ஞானியான ஹஜ்ரத் ஸெய்ன் உத்தீன் ஷிராஸி அவர்களின் தர்ஹாவில் உள்ள ஒரு

95 சிஷ்த்தி – ஸூஃபி மார்க்கத்தின் பிரபலமான ஒரு தரீக்கா.

96 ஸில்ஸிலா – பரம்பரை/வம்சம். ஆனால் பரம்பரை என்பது குருதிவழி அடிப்படையிலானது. ஸில்ஸிலா என்பது ஞானமரபு. நாயகம் அவர்கள் தொட்டு தற்போதுள்ள ஷெய்குமார்கள் வரையுள்ள தொடரைக் குறிப்பது ஸில்ஸிலா. மேலும், ஸில்ஸிலா என்னும் ஞானமரபு இனம், மொழி, நிலம், வர்க்கம், ஆண்-பெண் போன்றபேதமுமற்ற தொடர்க்கன்னி.

சாதாரண மண் தரையில், அதிக மேடு இல்லாமல் அடக்கம் செய்யும்படி சொல்லியிருந்தார் ஔரங்ஸேப். அதன்படியேதான் நடந்தது.

நான் இப்போது சொல்லப் போவதைத் தயவுசெய்து நம்புங்கள். நான் அந்தச் சம்பவத்தை என் கண்களால் நேரடியாகக் கண்டேன். யாரும் சொல்லிக் கேள்விப்படவில்லை. இதோ இந்தக் கண்களால்தான் கண்டேன். *1697.* மழைக்காலம். ஆலம்கீரின் படை பிரம்ஹபுரியில் முகாமிட்டிருந்தது. பீம நதியில் வெள்ளம் கரையை உடைத்துக் கொண்டு ஓடியது. மழை வேறு நிற்காமல் பெய்து கொண்டிருந்தது. எங்கள் படையே வெள்ளத்தில் அடித்துக் கொண்டு போய் விடுமோ என்ற நிலை. ஆலம்கீர் ஒரு பிரார்த்தனையை எழுதி அதை அந்த வெள்ளத்தில் எறிந்தார். உடனடியாக வெள்ளம் வடிந்தது. மழை நின்றது. இது சத்தியமாக இந்தப்படியே நடந்தது.

ஆனால் ஆலம்கீரிடம் என்ன பிரச்சினை தெரியுமா? ஹிந்துஸ்தானின் தென்பகுதி[97] கடலில் போய் விழுகிறது அல்லவா, அந்த நிலப்பரப்பைத் தன் சாம்ராஜ்ஜியத்துக்குள் சேர்த்துக் கொள்ள முடியாமல் அது ஃபிரங்கிகளிடம் போய் விட்டதே என்ற கவலை ஆலம்கீர் அவர்களுக்கு எப்போதும் இருந்தது. நான் அவர்களிடம் எப்போதும் சொல்லுவேன், ஆடை கூட அணியாத மனிதர்களின் நாடு தங்களுக்குத் தேவையே இல்லை என்று. ஆடை அணியாதவர்களை ஃபிரங்கிகளே ஆளட்டும் என்பேன். பிறகு ஆலம்கீரிடம் விளக்குவேன்.

நான் ஒன்றும் சும்மா சொல்லவில்லை பாதுஷா அவர்களே! ஒருமுறை அங்கே வந்தவாசி என்ற ஊருக்குச் சென்றிருந்தேன். ஆண்களெல்லாம் லங்கோடு என்ற ஒற்றைத் துணியைக் கொண்டு “அந்த” இடத்தை மறைத்துக் கொண்டிருக்கிறார்கள். பெண்களோ முலைகளைக் கூட மறைக்காமல் கீழே மட்டும் துணியால் மூடிக் கொண்டிருக்கிறார்கள். பார்க்கவே சகிக்கவில்லை. இப்படிப்பட்ட நிர்வாண தேசத்தையா ஆள வேண்டும் என்று ஆசைப்படுகிறீர்கள் பேரரசே?

97 ஹிந்துஸ்தானின் தென்பகுதி – தமிழ்நாடு.

எங்கள் குடும்பம் பரம்பரை பரம்பரையாக இந்தப் பேரரசர்களிடம் சேவகம் செய்த குடும்பம். ஷா ஜஹான் பாதுஷாவின் இளவரசர்கள் பட்டத்துக்காகப் பிரிந்து சண்டையிட்டபோது என் குடும்பம் ஆலம்கீர் பக்கம் சாய்ந்தது. நானும் அவர் பக்கமே நின்று போரிட்டேன். தாரா ஷிகோவின் தலை வெட்டப்பட்ட போது எனக்குத் தோன்றியது ஒரே ஒரு எண்ணம்தான். தாராவின் உடலுக்கு அவர் தலைச் சுமை நீங்கியது, அவ்வளவுதான். இப்படியில்லாமல் ஔரங்ஸேபின் தலை வெட்டப்பட்டு தாரா அரசராகியிருந்தால்? தேசமே சின்னாபின்னமாகியிருக்கும். சந்தேகமே இல்லை. தாராவுக்கு ஒரு தேசத்தை ஆள்வதற்கெல்லாம் திறமை கிடையாது. ஸாமூகட் போரில் தாராவின் தளபதிகளும் வீரர்களும் வெற்றியைப் பறித்து அவர் கையில் கொண்டு வந்து கொடுத்தபோது அதைத் தூக்கிப் போட்டு விட்டு யானையிலிருந்து இறங்கி ஓடியவர் எந்த விதத்தில் இத்தனை பெரிய தேசத்தை ஆள்வார் என்று நினைக்கிறீர்கள்?

நானும் ஆலம்கீர் அவர்களைப் போல் என்னுடைய கடவுளுக்கும் மதத்துக்கும் உண்மையானவன்தான். ஆனால் அவரவர் கடவுளை அவரவர் வணங்கிக் கொண்டிருந்தால் யாருக்குப் பிரச்சினை என்பதுதான் என் வாதம். இதில் ஆலம்கீர் அவர்கள் என்றைக்கும் குறுக்கிட்டதில்லையே? அவரைப் பொருத்தவரை ஹிந்து, முஸ்லிம் என்று வித்தியாசம் பார்த்ததாக எனக்கு ஞாபகம் இல்லை. நானே ஒரு தீவிர ஹிந்துதான். எனக்கோ என் உறவினர்களுக்கோ அவர் எந்தத் தீங்கும் செய்ததில்லை. சொல்லப் போனால் எங்களை வாழ வைத்த தெய்வமே அவர்தான்.

ஒருமுறை புர்ஹான்பூரில் புர்ஹானுத்தீன்[98] *கரீப் அவ்லியாவின் சிஷ்யரான ஷேக் புர்ஹான் என்ற ஸூஃபி ஞானியை தரிசனம்*

98 புர்ஹான்பூர் நகரத்தின் பெயரே புர்ஹானுத்தீன் அவ்லியாவின் ஞாபகார்த்தமாகத்தான் வைக்கப்பட்டிருந்தது. புர்ஹானுத்தீன் அவ்லியா நிஸாமுத்தீன் அவ்லியாவின் சீடர்.

செய்ய அவரது கான்காஹ்வுக்குச்[99] சென்று கொண்டிருந்தார் ஆலம்கீர். ஷா ஜஹான் பாதுஷாவுக்குப் பிறகு யார் பதவிக்கு வருவது என்ற சண்டை தொடங்கியிருந்த நேரம் அது. இளவரசர் என்று தெரியாதபடி உடையணிந்திருந்தார். அவர் மிகுந்த கவலையில் இருந்த காலகட்டம் அது. பதவி தாராவிடம் போய் விட்டால் இஸ்லாம் அதனுடைய தனித்தன்மையை இழந்து விடும் என்றும், தாரா வெகு விரைவில் ஃபிரங்கியரின் மதத்துக்கோ ஹிந்துவாகவோ மாறி விடுவார் என்றும் பயந்தார். ('இனிமேலா மாறப் போகிறார்? ஏற்கனவே மாறி விட்டார்' என்றும் கூட ஆலம்கீருக்குள் ஒரு சந்தேகம் இருந்தது.) ஒரு தனி நபர் மதம் மாறினால் யாருக்கும் கவலையில்லை. 'ஆனால் தாரா தனிநபர் இல்லையே? இதற்கு என்ன செய்யலாம்?' என்ற கேள்வியைத்தான் ஷேக் புர்ஹானிடம் கேட்க நினைத்தார் ஆலம்கீர். பதவிப் போட்டியில் தான் வெல்வதற்கு அவ்லியா ஆசி வழங்க வேண்டும் என்பதும் ஆலம்கீரின் பிரார்த்தனை. ஆசியும் கிடைத்தது.

ஆலம்கீரின் காலத்தில் பிரபலமாக இருந்த ஒரு சூஃபி சர்மத் ஷஹீத். நிர்வாண ஃபக்கீர். நக்ஷாபந்தி[100] தரீக்காவில் ஹரே பரே ஷாவின் ஸில்ஸிலாவில் வந்தவர் சர்மத். தாராவின் காலத்தில் தாரா சர்மதுக்கு நெருக்கமான சீடர். ஷா ஜஹான் பாதுஷாவுக்குப் பிறகு தாராதான் பதவிக்கு வருவார் என்று சொல்லியிருந்தார் சர்மத். அதனால் சர்மத் மீது கோபத்தில் இருந்த ஔரங்ஸேபுக்கு அவர் நிர்வாணமாக அலைவது வேறு எரிகின்ற கொள்ளியில் எண்ணெயை விட்டது போல் ஆகியது. இந்த இரண்டும் போதாது என்று அபய் என்ற ஹிந்து இளைஞனை வேறு காதலனாக வைத்திருந்தார் சர்மத். சர்மத், அபய் இருவரும் சேர்ந்து சூஃபி இலக்கியத்தின் சில உச்சங்களைப் படைத்துக் கொண்டிருந்தார்கள். வெளியில் பார்க்கக் காதல் கவிதைகள் போல் தெரியும். ஆனால் ஆழமாகப்

---

99 Khanqah – துறவி மடம். சூஃபிகள் தியானம் செய்யவும், தம் சீடர்களிடம் தத்துவம் பேசுவதற்குமான மடம். இது Zawiyah என்றும் அழைக்கப்படும்.

100 நக்ஷாபந்தி – ஒரு சூஃபி தரீக்கா.

பார்த்தால் எல்லாமே ஆன்மீகம். இந்தக் காதல் எல்லாம் இப்போது நான் சொல்லப் போகும் சம்பவத்துக்குச் சற்று முன்னால் நடந்த கதை.

சர்மத் அபய் காதல் கிட்டத்தட்ட லைலா மஜ்னூ(ங்) கதை போல் தில்லியில் கொண்டாட்டமாகப் பேசப்பட்டது. ஒரே பாலினத்தைச் சேர்ந்தவர்கள் காதலர்களாக இருப்பது எங்கள் காலத்தில் தவறாகப் பார்க்கப்படவில்லை. உதாரணத்துக்குத்தான் இருக்கிறாரே மஹ்மூத் கஸ்னவியும் அவரது அடிமைக் காதலன் மாலிக் அயாஸும். ஹிந்துஸ்தான் பூராவும் மஹ்மூத் கஸ்னவி என்றால் ஞாபகம் வருவது சோமநாதர் ஆலயம். ஆனால் உலகெங்கிலும் மஹ்மூத் கஸ்னவி ஒரு மஜ்னூனைப் போல் அல்லவா பெயர் வாங்கி வைத்திருந்தார்? ஆனால் இதெல்லாம் ஆலம்கீரின் ஒழுக்க வரையறைக்குள் இடம் பெறாத விஷயங்கள் என்பதால் சர்மதின் ஒரே பாலினக் காதலும் அவருக்குப் பிடிக்கவில்லை. தாராவுக்கு இது போன்ற பைத்தியங்களை மிகவும் பிடிக்கும். பைத்தியத்தன்மை ஒருவனிடம் இல்லாவிட்டால் அவன் மனிதனாகவே இருக்க முடியாது என்று நம்பும் தரீக்காவைச் சேர்ந்தவர் தாரா. அதற்குத் தகுந்தாற்போல் வந்து சேர்ந்த கனவு நாயகன்தான் சர்மத். ஆண் பெண் காதலை விட உயர்வானது ஆணுக்கும் ஆணுக்கும் இடையிலான காதல், இது தெய்வீகமானது என்றெல்லாம் வாதிட்டார் சர்மத். சர்மதை அடியோடு வெறுக்க இதை விட வலுவான காரணங்கள் ஆலம்கீருக்கு வேறு என்ன இருக்க முடியும்?

நான் சொல்ல இருக்கும் சம்பவம் நடந்த காலகட்டத்தில் சர்மதின் காதல் கூட பழைய சமாச்சாரமாகி விட்டது. மட்டுமல்லாமல் இரண்டு பிச்சைக்காரர்களின் காதலால் சமூகத்துக்கு எந்தப் பாதகமும் இல்லை. இரண்டு பைத்தியங்கள் சேர்ந்து கவிதை எழுதுவதாலும் சமூகம் பாதிக்கப்படப் போவதில்லை. ஆனால் தினம் தினம் காணக் கூடியதான, எல்லோருடைய கண்களுக்கும் தெரியக் கூடியதான சர்மதின் நிர்வாணம் என்பது அரசாங்கத்தின் இறையாண்மைக்கும் தன்னுடைய மார்க்க ஈடுபாட்டுக்கும் விடுக்கப்பட்ட நேரடியான

சவால் என்று நினைத்தார் ஆலம்கீர். பதவிக்கு வந்து மூன்று ஆண்டுகள் ஆகின்றன. இந்த மூன்று ஆண்டுகளும் சர்மதிடம் ஆளுக்கு மேல் ஆள் அனுப்பி எச்சரித்தாயிற்று. ஆனால் அந்த ஃபக்கீர் ஆலம்கீரை சட்டை பண்ணுவதாகவே தெரியவில்லை. அந்த நிர்வாணப் பிச்சைக்காரனுக்கு முன்னால் தன் அதிகாரம் செல்லாமல் போனது தன் ஆட்சிக்கே சவால் விடுவது போல் இருந்தது ஆலம்கீருக்கு. எத்தனையோ பிரம்மாண்டமான படைகளை வெற்றி கொண்ட தனக்கு இந்த மாமிசப் பிண்டம் ஆடையை அவிழ்த்துப் போட்டு விட்டு சவால் விடுகிறது. நினைக்கும் போதெல்லாம் ரத்தம் கொதித்தது. மேலும், இறந்து போன தாராவே இப்படித் தன் முன்னால் வந்து அம்மணமாக நிற்பது போல் இருந்தது. தாராவின் நீட்சிதான் இந்த சர்மத். பைத்தியக்காரத்தனத்தின் உச்சம் இந்தப் பிச்சைக்காரனின் நிர்வாணம். ஒரு அரசனாக, ஒரு பேரரசனாக இந்த ஒழுங்கீனத்தை எப்படி நான் பொறுத்துக் கொள்ள முடியும்? சமூகமே இப்படி எல்லாவற்றையும் அவிழ்த்துப் போட்டு விட்டு அலைந்தால் பொதுச் சமூகத்தின் அமைதிக்கு யார் உத்தரவாதம்? சுதந்திரம் என்றால் உன்னுடைய களீபைக் கொண்டு வந்து என் முகத்துக்கு நேராக நீட்டுவதா? அப்படியானால் அதை வெட்டித் தூக்கியெறிவதுதான் என் சுதந்திரம்... இல்லையா? ஒரு தனிமனிதன் என்ற ரீதியில் யோசித்தாலே தர்க்கம் இங்கே கொண்டு வந்து விடுகிறது என்கிற போது, ஒரு அரசனாக, ஒரு பேரரசனாக நான் செய்ய வேண்டியது என்ன? இந்த அசிங்கத்தை இன்னும் நாம் அனுமதிக்கலாமா? இந்த ஃபக்கீர் அறைகூவல் விடுப்பது ஔரங்ஸேப் ஆலம்கீருக்கு அல்ல. ஒரு மாபெரும் சாம்ராஜ்ஜியத்துக்கு. இல்லை இல்லை. என்னைப் பழி வாங்குவதற்காகவே தாரா தன்னுடைய துர் ஆவிகளில் ஒன்றை விட்டு விட்டுப் போயிருக்கிறான். இங்கே சர்மத் இருக்க வேண்டும், இல்லாவிட்டால் நான் இருக்க வேண்டும்...

—

40

ஔரங்ஸேப் ஆலம்கீர் இப்படிப்பட்ட சுயவதையில் புழுங்கிக் கொண்டிருந்த போது ஒரு வெள்ளிக்கிழமை...

ஆலம்கீர் ஜாமா மஸூதிக்குச் செல்கிறார். அங்கே சர்மத் அதன் படிக்கட்டுகளில் மாமிச மலையைப் போல் நிர்வாணமாகக் கிடப்பதைப் பார்க்கிறார். ரத்தம் கொதிக்கிறது.

"இப்படி ஆடை அணியாமல் இருப்பது ஷரியத்துக்கு எதிரானது அல்லவா?" என்று கேட்கிறார்.

"பாவம் செய்தவர்களுக்குத்தான் அதை மறைப்பதற்காக இறைவன் ஆடையைக் கொடுத்திருக்கிறான். பாவம் செய்யாதவர்களுக்கு அவன் வழங்கியிருப்பது நிர்வாணம்" என்று அமைதியாக பதில் சொல்கிறார் சர்மத்.

செவுளில் அறை வாங்கியது போல் இருந்தது ஆலம்கீருக்கு. அந்த க்ஷணமே முடிவெடுக்கிறார் இந்தத் திமிர் பிடித்த பிச்சைக்காரனைக் கொன்று விட்டுத்தான் மறுவேலை என்று.

ஆனால் சர்மதின் மீது கை வைப்பது யாராலும் இயலாத காரியம். பேரரசராகிய அவரே நினைத்தாலும் முடியாது. சர்மத்

அந்த அளவுக்கு தில்லி மாநகரில் பிரசித்தம். சர்மத் மட்டும் அல்ல. மத்திய காலகட்டத்தில் ஹிந்துஸ்தானில் ஸூஃபிகளுக்கு இருந்த அதிகாரம் அப்படிப்பட்டது. நான் தங்களுக்கு ஒரு சம்பவம் சொல்கிறேன். சர்மத் கொல்லப்பட்டதற்குப் பிறகு நடந்ததுதான் என்றாலும் ஸூஃபிகளுக்கு அரசாட்சியில் என்ன இடம் இருந்தது என்பதை இதிலிருந்து புரிந்து கொள்ளலாம். ஆலம்கீர், ஷா முஸாஃபிர் அவ்லியாவின் சீடர். ஷா முஸாஃபிர் வசித்தது பஞ்ச்சகி என்ற ஊரில். ஔரங்காபாதில் நிஸாம் அல் முல்க் அஸஃப் ஜாவுக்கு முடிசூட்டு விழா நடக்க இருந்தது. அஸஃப் ஜா ஆலம்கீருக்கு அடி பணிந்தவர். தன் சீடன் ஒருத்தனை அழைத்த முஸாஃபிர் அவனிடம் ஒரு பெரிய பானையைக் கொடுத்து நிஸாம் அல் முல்க்கிடம் கொண்டு போய்க் கொடுக்கச் சொன்னார்.

ஞானி முஸாஃபரிடமிருந்து வந்த பெரிய பானையையும் பானையைக் கொண்டு வந்த ஃபக்கீரையும் பார்த்தார் அஸஃப் ஜா. அவ்லியா இன்றைக்கு மிகப் பெரிய கேள்வியைத்தான் கேட்டிருக்கிறார் என்று நினைத்துக் கொண்டார். முடிசூட்டு விழாவுக்கு ஏகப்பட்ட பொன்னும் பொருளும் பரிசாக வந்திருந்தன. அவ்வளவையும் திரட்டி அந்தப் பானையிலே போடச் சொன்னார் நிஜாம். இதைக் கொண்டு போய் அவ்லியாவிடம் கொடுங்கள் என்று ஃபக்கீரை அனுப்பி வைத்தார்.

அந்தப் பானையிலிருந்த நகைகளை விற்று பஞ்ச்சகியில் ஒரு கான்காஹ்வைக் கட்டினார் ஞானி முஸாஃபிர்.

அவ்லியா என்ன கேட்கிறார் என்பதை வெறும் சமிக்ஞையிலேயே புரிந்து கொண்டு நடக்க வேண்டும் அரசர்கள். அப்படிப்பட்ட நிலையில் சர்மத் போன்ற ஒரு பிரபலமான ஸூஃபியை எப்படித் தீர்த்துக் கட்டுவது? வாய்ப்பே இல்லை. ஆள் வைத்துக் கொல்வது, காணாமல் ஆக்குவது போன்றவை ஆலம்கீருக்குப் பிடிக்காதவை. அவருக்கு எல்லாமே நீதியின் அடிப்படையில் நடக்க வேண்டும். அப்படியென்றால், சர்மதை ஒழிக்க ஒரே ஒரு வழிதான் இருக்கிறது. யாராக இருந்தாலும்

அவர் இஸ்லாத்துக்கு எதிராக இருக்கிறார் என்று நிரூபித்து விட்டால் போதும், யாராலும் காப்பாற்ற முடியாதபடி தலை உடம்பிலிருந்து பிரிந்து விடும். அதைத் திட்டமிட்டுச் செய்து அந்த நிர்வாணப் பக்கிரியை நீதிமன்றத்துக்கு வரவழைத்து விடுகிறார் ஆலம்கீர்.

நீதிமன்றத்தில் சர்மதை நோக்கி காஸி[101] கேட்கிறார்: தாங்கள் தாராதான் பதவிக்கு வருவார் என்று சொன்னீர்களே? அப்படி நடக்கவில்லையே?

சர்மத்: நான் இம்மைப் பதவியைச் சொல்லவில்லை. மறுமைப் பதவியைச் சொன்னேன்.

காஸி: சரி, கலிமாவைச் சொல்லுங்கள் பார்ப்போம்.

சர்மத்: லா இலாஹா. (இறைவன் இல்லை)

அதைக் கேட்டதும் சபையில் ஆஹாகாரம் எழுகிறது. கலிமா என்பது லா இலாஹா இல் அல்லாஹ், முஹம்மது அர் ரஸூலல்லாஹ்.

அல்லாஹ்வைத் தவிர வேறு இறைவன் இல்லை; முஹம்மது அவனது தூதர்.

சர்மத் சைத்தான் என்பதை நிரூபிக்க இதுவே போதுமானதாக இருந்தது. நிர்வாணப் பக்கிரி நகர் எங்கும் இழுத்துச் செல்லப்பட்டு பொதுமக்கள் முன்னிலையில் சிரச்சேதம் செய்யப்பட்டார். இதற்குப் பிறகுதான் கதையே இருக்கிறது. தலை வெட்டப்பட்டதும் சர்மதின் முண்டம் தரையில் விழவில்லை. அதற்குப் பதிலாக எல்லோருக்கும் முன்னிலையில் கீழே குனிந்து தரையில் உருண்டு கிடந்த தலையைத் தன் கையில் எடுத்துக் கொண்டது அந்தத் தலையில்லாத முண்டம். இப்போது சர்மதின் தலை மீதி கலிமாவை உரத்துக் கூறியது.

இல் அல்லாஹ், முஹம்மது அர் ரஸூலுல்லாஹ்...

---

101 Qaazi – நீதிபதி

பிறகு முழு கலிமாவையும் திரும்பத் திரும்பக் கூறிக் கொண்டே நடனம் ஆட ஆரம்பித்தது சர்மதின் உடல். கையில் தலை.

லா இலாஹா இல் அல்லாஹ், முஹம்மது அர் ரஸூலல்லாஹ்.

லா இலாஹா இல் அல்லாஹ், முஹம்மது அர் ரஸூலல்லாஹ்.

லா இலாஹா இல் அல்லாஹ், முஹம்மது அர் ரஸூலல்லாஹ்.

அன்புக்குரிய லேகக் அவர்களே, நிர்வாண ஃபக்கீர் சர்மத் தன் கையில் தன்னுடைய தலையோடு ஆடிய நடனத்தை நானே என் கண்களால் பார்த்தேன். என் கடவுள் மீது சத்தியமாகக் கூறுகிறேன். அது கட்டுக்கதை அல்ல. கலி முற்றி விட்டது, கலி முற்றி விட்டது என்று எங்கள் காலத்திலேயே மூச்சுக்கு முந்நூறு தடவை சொல்லிக் கொண்டிருந்தவன் நான். இப்போது இந்த முந்நூறு ஆண்டுகளில் கலி இன்னும் உச்சமாகியிருக்கிறது என்பதைக் காண்கிறேன். என் காலத்தில் வந்தவாசியில் பார்த்தேன் இல்லையா, மார்பைத் துணி போட்டு மறைக்காத பெண்கள்? இப்போது ஆண்கள் மட்டும் மிகவும் முன்னேறி லங்கோடு தெரியாமல் முழுசாகத் தங்கள் உடம்பை மறைத்துக் கொண்டிருக்கிறார்கள். ஆனால் இது என்ன, பெண்கள் மட்டும் இன்னமும் அந்த வந்தவாசிப் பெண்களைப் போலவே மார்பைக் காண்பித்துக் கொண்டு திரிகிறார்களே? கலி உச்சம் கண்டு விட்டது என்றுதானே அர்த்தம்? எங்கள் காலத்திலாவது வறுமையையும் ஜாதியையும் காரணம் சொன்னார்கள். ஆனால் இப்போது கொஞ்சமாக மறைத்து அதிகம் காண்பிக்கிறார்களே, பெண்கள்? அதை விட பயங்கரம் என்னவென்றால், வந்தவாசியில் நான் பார்த்தபோது கீழே மறைத்து மேலே திறந்து போட்டிருந்தார்கள். ஆனால் இப்போது மேலேயும் மறைக்காமல் கீழேயும் மறைக்காமல் விட்டிருக்கிறார்களே? கடவுளே, கடவுளே, கடவுளே... ஏன் பெண்களுக்கு மட்டும் துணிப் பஞ்சம் வந்து விட்டதா?

என் பேரன்புக்குரிய லேகக் அவர்களே, ஔரங்ஸேப் ஆலம்கீர் தங்களுடன் உரையாட ஆரம்பித்தவுடனேயே அவர் வாழ்வில்

சம்பந்தப்பட்ட அனைவரும் இந்த அறையில் கூடி அவர் பேசுவதைக் கேட்க ஆரம்பித்து விட்டோம். அதனால் எனக்கு இந்த இருபத்தோராம் நூற்றாண்டு பற்றிய ஆர்வமும் வந்து விட்டது. அதன் காரணமாக, அன்றைக்கு ஒருநாள் பாருங்கள், தாங்கள் நடைப் பயிற்சிக்குச் செல்லும் எம்மார்சி நகருக்கு நானும் வந்திருந்தேன். காலை ஏழு மணி இருக்கும். எம்மார்சி நகர் பணக்காரப் பகுதி என்பதால் சாலைகளில் நடமாட்டமே இல்லை. (ஏழைகள் வசிக்கும் பகுதிகள் மட்டும் ஜன நடமாட்டம் மிகுந்ததாக இருப்பதை நான் அதற்குள் அவதானித்திருந்தேன்.) தாங்கள் ஏதோ பேசிக் கொண்டே நடந்து கொண்டிருந்தீர்கள். யாரோடு பேசுகிறீர்கள் என்று பார்த்தேன். எதிரிலோ பக்கத்திலோ யாருமே இல்லை. ஆனால் யாருடனோ சுவாரசியமாகப் பேசிக் கொண்டு போனீர்கள். ஒருவேளை என்னைப் போல் உருவிலி யாராவது இருக்கிறார்களா என்றும் பார்த்தேன். இல்லை. தங்கள் அருகில் இருந்த ஒரே உருவிலி நான் மட்டும்தான். என்னோடும் தாங்கள் பேசவில்லை. நான் அருகில் வருவதே தங்களுக்குத் தெரியாது என்பதனால்.

அப்போது ஒரு இளம் பெண் மேலெல்லாம் மறைத்துக் கொண்டு கீழே மறைக்காமல் போய்க் கொண்டிருந்தாள். வெறும் ஒரு சட்டை மட்டுமே தோளிலிருந்து தொங்கிக் கொண்டிருந்தது. கீழே எதுவும் இல்லை.

பிறகுதான் கவனித்தேன், அந்தப் பெண்ணும் ஏதோ பேசிக் கொண்டேதான் போனாள். எனக்குப் பைத்தியமே பிடித்து விடும் போல் இருந்தது. எனக்கு உருவம் மட்டும் இருந்திருந்தால் மண்டை வெடித்திருக்கும். நல்லவேளை, உருவிலியாக இருந்தேன். கலி என்னதான் உச்சம் அடைந்திருந்தாலும் அதற்காக இப்படியா? எல்லோருமே தனக்குத் தானே பேசிக் கொண்டா நடப்பீர்கள்? ஆனால், சிலர் தங்கள் கையில் ஏதோ ஒரு சிறிய எந்திரத்தை வைத்துக் கொண்டு அதோடு பேசிக் கொண்டு போனார்கள். தங்கள் கையிலோ அந்த எந்திரம் கூட இல்லை. அந்தப் பெண்ணின் கையிலும் எந்திரம் இல்லையே? பிறகு தங்களை மிக அருகில் நெருங்கி

தலையிலிருந்து கால் வரை உற்றுப் பார்த்தேன். இல்லை. எதுவும் இல்லை. முன்னால் பார்த்தேன். இல்லை. பின்னால் பார்த்தேன். இல்லை. பக்கவாட்டில் பார்த்தேன், ஆ, கண்டு பிடித்து விட்டேன், கண்டு பிடித்து விட்டேன். தங்கள் காது இரண்டிலும் வெள்ளையாக எதையோ செருகியிருந்தீர்கள். ஏதோ எந்திரத்தோடு பேசிக் கொண்டிருந்தீர்கள் என்று புரிந்தது. அப்பாடா, நிம்மதியாயிற்று. அப்புறம்தான் நீங்கள் பேசுவதை கவனிக்க ஆரம்பித்தேன். அந்த எந்திரத்திடம் சொன்னீர்கள்,

நீ கொஞ்ச நேரம் என்ன பேசினாய் என்றே புரியவில்லை.

என்ன விஷயம் என்றால், எதிரே ஒரு பெண் படு பயங்கரக் கவர்ச்சியான பெண் தாமிர நிறம் முழுத் தொடையையும் காண்பித்துக் கொண்டு வெறும் சட்டையை மட்டும் மாட்டிக் கொண்டு (ஆ, நான் நினைத்தது சரிதான், கீழே எதுவும் அணியவில்லை) போய்க் கொண்டிருந்தாள். அதில் ஒன்றும் ஆச்சரியமில்லை. (என்னது, ஆச்சரியமில்லையா? அந்த அளவுக்குக் கலி உச்சம் கண்டு விட்டதா?) ஆனால் என்ன ஆச்சரியம் என்றால், அவன் அவன் பைக்கில் போனவன் வந்தவன் எல்லாம் பைக்கை நிறுத்தி அவளைப் பார்த்து விட்டுப் போகிறான். பயங்கரம். பயங்கரம். (ஓ, திடீர் திடீரென்று அந்த இரு சக்கர வாகனங்கள் நின்று நின்று போனதற்கு இதுதான் காரணமா? நான் நினைத்தேன், வாகனங்கள் தாகத்தினால் மேலே போக முடியாமல் நிற்கிறதோ என்று...)

சரி, நீ சொன்னதையெல்லாம் இப்போது திரும்பச் சொல். ஓ காட். (கலி உச்சம் தொட்டாலும் கடவுள் நம்பிக்கை மட்டும் வலுத்திருக்கிறது போல!) கொஞ்ச நேரமாக நீ சொன்னது எதையுமே நான் கேட்கவில்லை.

இப்படியாக இந்தக் கலி காலத்தின் உச்ச கட்டத்தில் என்னால் எதையுமே புரிந்து கொள்ள முடியாத நிலையில் இருக்கிறேன். எல்லாவற்றையும் விட அதிசயம் என்னவென்றால், விளக்கு தலைகீழாகத் தொங்குவதுதான். எதற்குச் சொல்கிறேன் என்றால், எனக்கு எப்படி உங்கள் காலம் ஆச்சரியத்தைத் தருகிறதோ

அதேபோல் உங்களுக்கு என் காலம் ஆச்சரியத்தைத் தரலாம். அதனாலேயே நீங்கள் நான் சொல்வதை கட்டுக் கதை என்று சொல்லி விடக் கூடாது. நான் என் கண்ணால் பார்த்தேன். அதை நீங்கள் நம்பித்தான் ஆக வேண்டும்.

சரி, கதைக்குத் திரும்புவோம். அன்புக்குரிய லேகக் அவர்களே! தங்கள் மூலம் இந்தக் கதையை வாசிக்கப் போகும் முஸ்லிம் சகோதர சகோதரிகள் இந்த பீம்ஸேன் ஸக்ஸேனா என்ற ஹிந்து சகோதரனை மன்னிக்க வேண்டும். அச்சு அசலாக அந்த ஃபக்கீர் கையில் தலையோடு ஆடியது எனக்குக் காளி ஆடியது போலவே இருந்தது. கற்பனை செய்து பாருங்கள் அந்தக் காட்சியை. முஸ்லிம் அன்பர்கள் காளி கோவிலுக்குச் சென்றிருக்க வாய்ப்பு இல்லை. ஆனால் படத்தில் பார்த்திருப்பீர்கள், அல்லது, ஹிந்துக்கள் சொல்லக் கேள்விப்பட்டிருக்கலாம். அந்தத் தலை வேறு வெட்டப்பட்டதன் காரணமாக ரத்தம் சொட்டச் சொட்ட இருந்ததா, அச்சு அசல் காளியேதான். சரி, மிச்சக் கதையைக் கேளுங்கள்.

தலையைத் தன் கையால் எடுத்துக் கொண்ட முண்டம் அந்தச் சதுக்கத்திலிருந்து கிளம்பி நடனம் ஆடிக் கொண்டே எங்கேயோ நடந்தது. நடந்ததா? அதன் வேகத்துக்கு நாங்கள் ஓட வேண்டியிருந்தது. எப்படித்தான் அவ்வளவு பெரிய தொப்பையைத் தூக்கிக் கொண்டு ஓடுகிறாரோ ஃபக்கீர்? எதுவும் சாப்பிடலாமலேயே அத்தனை பிரம்மாண்டமான தொப்பை. சரிந்து கிடந்த தொப்பையின் காரணமாக லங்கோடு இல்லாமலேயே ஒன்றும் அசிங்கமாகத் தெரியவில்லை. பின்பக்கம்தான் என்னவோ போல் இருந்தது. ஏதோ இரண்டு மரப் பலகையைச் சேர்த்துக் கட்டினாற்போல. அபச்சாரம். பெரியவர்களைப் பற்றியெல்லாம் இப்படிப் பேசக் கூடாது. நாக்கு அழுகி விடும். இதோ என் கண் முன்னே தன் தலையைத் தன் கையில் தூக்கிக் கொண்டு ஓடுகிறதே இந்த முண்டம்? இதற்கு எந்த ஹக்கீமாவது விளக்கம் சொல்ல முடியுமா? தலை அறுபட்ட இடத்திலிருந்து இன்னும் ரத்தம் சொட்டிக் கொண்டிருக்கிறது. நான் எல்லோரையும் முண்டியடித்துக்

கொண்டு முன்னால் போய் யாருடைய காலும் படுவதற்கு முன்னால் தரையில் விழுந்த அந்த ரத்தத்தை எடுத்து நெற்றியில் இட்டுக் கொண்டேன்.

முண்டம் எங்கே ஓடுகிறது என்று பார்த்தால் நேரே பிரம்மாண்டமான ஜாமா மஸ்ஜித். அதன் படிகளில் ஏறி நின்று கொண்டு கையில் ரத்தம் வடியும் தன் தலையுடன் ஒரு ருத்ர தாண்டவம் ஆடியது சர்மதின் முண்டம். அச்சு அசல் காளியேதான். அன்றைய தினம் சர்மதின் கோபத்தில் தில்லி மாநகரமே எரிந்து விடும் போல் இருந்தது. அப்போது சர்மதின் குருவான ஹரே பரே ஷாவின் சமாதியிலிருந்து ஒரு குரல். ஹே சர்மத், ஹே சர்மத், வேண்டாம், இயற்கையை அதன் போக்கில் செல்ல விடு. நீ இங்கே வா...

—

41

அந்தக் குரலைக் கேட்டதும் சட்டென்று நடனத்தை நிறுத்தி விட்டுப் படிகளிலிருந்து இறங்கிய சர்மதின் உடல் கிழக்கு வாசல் வழியே வெளியே சென்று அங்கே வேப்பமரத்தின் கீழே இருந்த ஹரே பரே ஷாவின் சமாதி அருகே போய் அமர்ந்து, கையில் பிடித்திருந்த தலையை எடுத்துத் தலை இருந்த இடத்தில் வைத்துக் கொண்டு படுத்து விட்டது. அதற்குப் பிறகு முண்டத்திலிருந்து அசைவு இல்லை.

அடுத்த நாளிலிருந்து ஆலம்கீரின் தட்டில் உணவுக்கு இடையே ரத்தம் இருப்பதைக் கண்டார். பச்சை ரத்தம். சாப்பிட முடியுமா? இரவுகளிலும் துர்சொப்பனம். ஒரு கட்டத்தில் இந்தத் துன்பத்தைத் தாங்க முடியாமல் தன்னுடைய திவான் தயானத் கானிடம் சொன்னார். தயானத் கான் ஷா நூர் அவ்லியாவின் சீடர். அது எப்படி நடந்ததென்றால், ஔரங்காபாத் தர்பாரில் ஒருநாள் தயானத் கானிடம் ஒரு குறிப்பிட்ட ஆவணத்தை மறுநாள் கொண்டு வரச் சொன்னார் ஆலம்கீர். தயானத் கானும் சரி என்று தலையாட்டினார். ஆனால் அந்தக் கோப்பு தில்லி அரண்மனையில் இருக்கிறது. நாளை நிச்சயம் நம்முடைய தலை உடம்பில் இராது என்று நினைத்தார் தயானத்.

சாதாரண ஆவணம் என்றால் வேலைதான் போகும். ஆனால் இந்த ஆவணத்தில்தான் சாம்ராஜ்ஜியத்தின் தலையெழுத்தே அடங்கியிருக்கிறது. ஒரு ஆண்டுக்கான வரி வசூல் விவரம் அனைத்தும் அடங்கிய கோப்பு அது. அதை வைத்துத்தான் வரும் ஆண்டுக்கான வரி வசூலையே நிர்ணயிக்க வேண்டும். எப்படி மறந்தது என்றே தெரியவில்லை. தில்லியில் தங்கி விட்டது.

நேராக ஷா நூரிடம் வந்தார் தயானத் கான். உங்கள் சீடனின் வாழ்க்கை நாளையோடு முடிவுக்கு வரப் போகிறது ஹஜ்ரத் என்று சொல்லி விஷயத்தை விளக்கினார். சரி, ஈஷா தொழுகை முடிந்ததும் வா என்று சொல்லி அனுப்பினார் ஷா நூர். ஈஷா முடிந்து வந்தார் தயானத் கான். வண்டியை எடு என்று சொல்லி, தானும் ஏறி அதில் அமர்ந்து கொண்டார் அவ்லியா. நான்கு குதிரை பூட்டிய சாரட் வண்டி. வண்டியை தில்லி நோக்கிச் செலுத்து என்றார்.

ஔரங்காபாதைத் தாண்டியதும் தில்லிக்குப் போகும் சாலை வந்தது. இது எந்த இடம் என்று கேட்டார் அவ்லியா. தில்லி போகும் சாலை என்றார் சீடர்.

அல்ஹம்துலில்லாஹ். இல்லை. இது தில்லி போகும் சாலை அல்ல. இதுதான் தில்லி. நன்றாகப் பார்.

ஆமாம்... சாரட் வண்டியும், தயானத் கானும், அவ்லியாவும் தில்லியில்தான் நின்று கொண்டிருந்தார்கள். நேராக வண்டியைத் தன் வீட்டுக்குச் செலுத்தி, சம்பந்தப்பட்ட கோப்பை எடுத்துக் கொண்டு வந்து அமர்ந்தார் தயானத் கான். பிறகு சட்டென்று கண்ணிமைக்கும் நேரத்தில் தில்லி போகும் சாலையில் நின்றது சாரட் வண்டி.

மறுநாள் தர்பாரில் ஆவணத்தைச் சமர்ப்பித்தார் தயானத் கான்.

ஆலம்கீரிடம் ஒரு அமானுஷ்யமான சக்தி உண்டு. முகத்தை வைத்து விஷயத்தை கிரஹித்து விடுவார். இதில் அவர்

ஒருபோதும் தோல்வி அடைந்ததில்லை. ஒரே ஒரு முறைதான் தோற்றார். அது அவரது வாழ்வையும் சாம்ராஜ்ஜியத்தின் வாழ்வையும் தலைகீழாய்ப் புரட்டிப் போட்டது. நான் எதைச் சொல்கிறேன் என்று தங்களுக்குப் புரிந்திருக்கும். ஆம், சர்மத் அவ்லியாவின் விஷயத்தில் ஆலம்கீர் மிக அடிப்படையான தவறைச் செய்து விட்டார். வாழ்நாள் பூராவும் ஸூஃபிகளைத் தேடித் தேடி அவர்களின் பறக்கத்தைப் பெற்ற ஆலம்கீருக்குத் தன் கண் முன்னால் வந்து நின்ற ஞானியைத் தெரியவில்லை. கொலை செய்யும் அளவுக்குக் கோபம் அவர் கண்களை மறைத்து விட்டது.

அந்த ஒரு தோல்வியைத் தவிர முகத்தை வாசிப்பதில் ஆலம்கீர் யாரிடமும் தோற்றதில்லை. யாருமே அவரிடம் பொய் சொல்ல முடியாது. இந்தத் திறனை அவர் எப்படிப் பெற்றார்? வாழ்நாள் பூராவும் ஐந்து வேளைத் தொழுகையினாலும் தூய்மையான வாழ்க்கையினாலும் கிடைத்த வரமா அல்லது ஸூஃபிகளின் அணுக்கத் தொண்டனாகவே இருந்ததனால் கிடைத்த பறக்கத்தா அல்லது பிறவியிலேயே அமைந்ததா என்று தெரியவில்லை.

“தங்களிடம் நேற்று இந்தக் கோப்பு இல்லை அல்லவா?” என்று திவான் தயானத் கானைப் பார்த்துக் கேட்டார் ஆலம்கீர்.

“ஆமாம் ஹுஸுர். நேற்று என்னிடம் இந்தக் கோப்பு இல்லை.”

“பிறகு எப்படி இப்போது வந்தது?”

கதையைச் சொன்னார் தயானத். அதற்குப் பிறகுதான் ஆலம்கீரும் ஷா நூரின் சீடரானது.

இப்போது சோற்றில் ரத்தம் கிடக்கும் பிரச்சினையையும் ஷா நூர் அவ்லியாதான் தீர்த்து வைக்க வேண்டும் என்று நினைத்தார் ஆலம்கீர். தயானத் கானை அழைத்துக் கொண்டு ஷா நூரிடம் சென்றார்.

“பேரரசர் எதை நாடி என்னிடம் வந்திருக்கிறார்?” என்றார் நூர்.

தன் துன்பத்தையும் அதற்கான காரணத்தையும் விவரித்த ஆலம்கீர் இறுதியாக “சர்மத் அவ்லியாவிடம் மன்னிப்புக் கேட்க வேண்டும்; இல்லாவிட்டால் என் துர்க்கனவுகளாலேயே எனக்குப் பைத்தியம் பிடித்து விடும்” என்றார்.

“நேற்று என்ன கனவு வந்தது சொல்.”

“நேற்று கனவில் வந்த சர்மதிடம், ‘ஷரியத்தின்படி நிர்வாணமாக இருப்பது தவறு அல்லவா?’ என்று கேட்டேன். அதற்கு அவர் ‘அப்படியானால் சரி, அங்கே கிடக்கும் அந்தப் போர்வையை எடுத்துக் கொடு’ என்றார். நான் தரையில் கிடந்த போர்வையை எடுக்கிறேன். அதன் அடியில் நான் கொன்ற மனிதர்களின் தலைகள் அத்தனையும் கிடக்கக் கண்டேன். அப்போது சர்மத் சொன்னார்,

> “பைத்தியமாக இருப்பது என் தவறு அல்ல
> தவறு உன்னுடையது
> அன்பினாலே உண்டாகும் பைத்தியம்
> இன்னும் உனக்குப் பிடிக்காமல் இருப்பது...”

அதைக் கேட்டு விட்டு ஷா நூர் சொன்னார், “நீ செய்த பாவத்தை என்ன செய்தாலும் தீர்க்க முடியாது என்றும் உன்னோடு உன் சாம்ராஜ்ஜியமும் அழிந்து விடும் என்றும் இந்தக் கனவு சொல்கிறது” என்றார்.

“அதுதான் நான் செய்த பாவத்துக்குத் தண்டனை என்றால் அதையும் நான் தலை வணங்கி ஏற்றுக் கொள்கிறேன் ஹஜ்ரத். ஆனால் என்னுடைய ஒரே விண்ணப்பம் என்னவென்றால், தாங்கள் இந்தப் பாவி மீது கருணை கொண்டு சர்மத் அவ்லியாவை இங்கே வரவழைக்க வேண்டும்.”

“எதற்கு?”

“நான் அவர்களிடம் நேரடியாக மன்னிப்புக் கேட்க வேண்டும்.”

ஷா நூர் சர்மதை வரவழைத்தார். சர்மதின் ஆவி ஆலம்கீருக்குத் தன் பாவத்திலிருந்து விடுபடுவதற்கு ஒரே ஒரு வழி இருப்பதாகச்

சொன்னது. ஔரங்ஸேப் இனிமேல் தன்னுடைய உணவுக்குத் தேவையான பணத்தைத் தானேதான் சம்பாதித்துக் கொள்ள வேண்டும். குர்ஆன் ஷரீஃபை எழுதி விற்று சம்பாதிப்பது ஒரு நல்ல வழி. தொப்பி தைத்து விற்பது மற்றொரு எளிய வழி. ஆனாலும் ஆலம்கீரின் ஆட்சியின் மீது விழுந்த சாபத்தின் நிழல் விழுந்ததுதான். அதை யாரும் எதுவும் செய்ய முடியாது. ஆனால் மேற்படி காரியத்தைச் செய்தால் தண்டனையின் வீரியத்திலிருந்து தப்பலாம். அவ்வளவுதான்.

இந்தச் சம்பவத்துக்குப் பிறகுதான் ஆலம்கீர் ஒரு ஃபக்கீரைப் போல் வாழ ஆரம்பித்தார். புனித நூலை எழுதி விற்று, அதிலிருந்து வரும் பணத்தில் உண்பது அவருடைய தேர்வாக இருக்கவில்லை. அதற்கான மனச்சாய்வு அவருக்கு இளம்பிராயத்திலிருந்தே இருந்த போதிலும் அந்த வாழ்க்கை அவரது பாவத்துக்கான தண்டனையாகவே அவருக்கு அருளப்பட்டது. வேலைப் பளுவின் காரணமாக ஏதாவது ஒருநாள் அரசுப் பணத்திலிருந்து சாப்பிட்டு விட்டால் தட்டில் பச்சை ரத்தம் தெரியும் அளவுக்கு அவருக்குக் கிடைத்த சாபம் கடுமையாக இருந்தது.

சர்மத் அவ்லியாவின் மன்னிப்புக் கிடைத்ததிலிருந்து ஆலம்கீருக்கு ஷா நூரைச் சந்தித்துத் தன் தந்தையின் ஆவியையும் வரவழைக்க வேண்டும் என்று தோன்றியது. எதையும் தோன்றியதும் செய்து விட வேண்டும் ஆலம்கீருக்கு. மறுநாளே ஷா நூரின் கான்காஹ்வுக்குக் காலையில் கிளம்பினார்.

என்னிடம் ஒன்றும் இல்லை, கிளம்பு என்று சொல்லி அனுப்பி விட்டார் ஷா நூர்.

திரும்பி விட்டார் ஆலம்கீர்.

மறுநாளும் சென்றார்.

மறுநாளும் அதே பதில்.

என்னிடம் ஒன்றும் இல்லை, கிளம்பு.

வந்து விட்டார். யோசித்தார். தவறு தன்னிடம்தான் என்று புரிந்தது. மூன்றாவது நாள், தன்னுடைய அரச உடையைக் களைந்து விட்டு ஒரு ஃபக்கீரைப் போல் சென்றார். உட்கார் என்றார் ஷா நூர்.

என்ன வேண்டும்?

சர்மத் அவ்லியாவை வரவழைத்தது போல் என் தந்தையை வரவழைக்க வேண்டும். அவரிடம் நான் மன்னிப்புக் கேட்க வேண்டும்.

நல்லது, இன்று இரவு முழுவதும் குர்ஆன் ஷரீஃபைப் படித்து விட்டு காலையில் வா.

ஷா நூர் சொன்னபடியே செய்து விட்டு மறுநாள் காலையில் சென்றார் ஆலம்கீர். அவர் வேண்டுகோளின்படி ஷா ஜஹானின் ஆவி வந்தது. அதனிடம் மன்னிப்பும் கேட்டார். கிளம்பும் போது "தங்களுக்கு நான் ஏதாவது செய்ய வேண்டும், அவ்லியா" என்று ஆலம்கீர் சொல்ல, அதற்கு ஷா நூர் "உன்னிடமிருந்து எனக்கு எதுவும் தேவையில்லை, நீ கிளம்பலாம்" என்றார். ஆலம்கீரும் எந்தப் பதிலும் சொல்லாமல் கிளம்பி விட்டார்.

அன்றைய தினம் ஆலம்கீர் என்னிடம் சொன்னார், "க்வாஜா கிஜ்ருவை மட்டும் சந்திக்க முடிந்தால் என் சாம்ராஜ்ஜியத்தின் மீது சாய்ந்துள்ள சாபத்தின் நிழலிலிருந்து மீண்டு விடலாம்."

சந்திக்க வேண்டியதுதானே ஹுஸூர் எனக் கேட்க நினைத்து, உருண்டு வந்த கேள்வியைத் தொண்டையிலேயே அடக்கி விட்டேன். தலைநகர் தில்லியை விட்டுக் கிளம்பி வந்து எத்தனையோ ஆண்டுகள் ஆகி விட்டன. தில்லியைப் பார்க்காமலேயே ஒரு தலைமுறை பிறந்து வளர்ந்து விட்டது. திரும்பவும் அந்த மாநகரைப் பார்ப்போமா என்றே தெரியவில்லை. இந்த நிலையில் க்வாஜா கிஜ்ருவை எப்படிப் பார்ப்பது? அவர் தில்லியில் உள்ள மெஹ்ரோலி என்ற கிராமத்தில் வசிக்கிறார். மெஹ்ரோலியை கிராமம் என்று சொன்னாலும் அங்கே மனிதர்கள் இல்லை. வெறும்

காடும் பாறைகளும் குன்றுகளும்தான் மெஹ்ரோலி. அங்கே நடமாடுபவர்கள் என்று சொன்னால், அது கால்நடை மேய்ப்பவர்கள்தான். அங்கே உள்ள காட்டில் ஒரு குகை இருக்கிறது. அந்த குகையில்தான் வசிக்கிறார் க்வாஜா கிஜ்ர்.

க்வாஜா கிஜ்ர் நோவாவின் நேரடியான ஏழாம் தலைமுறை வாரிசு. இன்னமும் மரணமில்லாமல் வாழ்கிறார். சிங்கத்தின் மீது அமர்ந்துதான் வருவார், போவார். அவர் தரையில் அமர்ந்தால் அந்த இடம் பச்சையாக மாறி விடும். அதனால்தான் அவர் பெயர் கிஜ்ர்[102]. யாரையும் அவர் விரும்பினால்தான் சந்திப்பார். அவரைச் சந்திப்பதற்காக சிலர் அந்த குகை வாசலில் இரவு பகலாக நோன்பிருந்து அவரது பறக்கத்தைப் பெற்றுச் செல்கிறார்கள் என்றும் கேள்விப்பட்டிருக்கிறேன்.

இஸ்லாமிய மார்க்கம் ஹிந்துஸ்தானில் இது போன்ற ஆயிரக்கணக்கான ஸூஃபிகளால்தான் பரவியது என்று நான் நினைக்கிறேன். நம்முடைய ஹிந்துத் துறவிகள் வாழ்க்கையைத் துறந்து கானகம் சென்று விட்டார்கள். மனிதக் கூட்டத்துக்கும் அவர்களுக்கும் தொடர்பே இல்லாமல் ஆகி விட்டது. ஏதாவது பிரச்சினை என்று சென்றாலும், உன்னுடைய கர்மாவைத்தான் அனுபவிக்கிறாய் என்று சொல்லி விடுகிறார்கள்.

ஆனால் ஸூஃபிகளோ மக்களோடு மக்களாகச் சேர்ந்து வாழ்ந்தார்கள். மக்களின் சுகதுக்கங்களில் பங்கெடுத்துக் கொண்டார்கள். பேரரசனிலிருந்து பிச்சைக்காரன் வரை ஸூஃபிகளை நெருங்கித் தன் துயரங்களைச் சொல்லி நிவாரணம் பெற்றார்கள்.

எந்த அளவுக்கு என்றால், நான் வந்தவாசி வந்த போது தங்களுடைய ஊரான நாகூருக்கும் சென்றேன். அங்கே இருக்கும் ஷாஹுல் ஹமீது பாதுஷாவின் தர்ஹாவில் விபூதி கூடக் கொடுக்கிறார்கள். ஹிந்து, முஸ்லிம் யாராக இருந்தாலும்

102 கிஜ்ர் – கிள்ர் என்ற அரபி வார்த்தை உர்தூவில் கிஜ்ர் ஆக மாறுகிறது. கிள்ர் என்றால் பசுமை, பச்சை.

அவ்லியாவை எஜமான் என்றே அழைக்கிறார்கள். அவர் செய்த கராமத்துகளைச்[103] சொல்லாத யாரையுமே ஊரில் பார்க்க முடியவில்லை. அதாவது, அவரது கராமத்தினால் பலன் அடையாத ஒரு குடும்பம் கூட நாகூரில் இல்லை. ஏன் தஞ்சாவூர் மஹாராஜாவின் தீராத வயிற்று வலியையே எஜமான்தான் தீர்த்து வைத்தாராமே?

நாகூரில் நான் ஒரு ஹிந்துவைப் பார்த்து, இங்கேதான் பழமையான சிவன் கோவிலும், பெருமாள் கோவிலும் இருக்கிறதே, அங்கே போகாமல் ஏன் தர்ஹாவுக்குச் செல்கிறீர்கள் என்று கேட்டேன். சிவனையும் பெருமாளையும் வணங்க மாட்டோம் என்று யார் சொன்னது? ஆனால் எஜமான் எங்கள் வீட்டிலேயே குடியிருக்கும் குலதெய்வம் மாதிரி. சிவனுக்கும் பெருமாளுக்கும் இந்த உலகையே பரிபாலிக்கும் கடமையும் பொறுப்பும் இருக்கிறது. எஜமான் அப்படி அல்ல. உடனடி நிவாரணம். எஜமான் மட்டும் இந்த ஊரில் வந்து தங்கியிருக்கவில்லையென்றால், பல ஹிந்துக் குடும்பங்கள் இங்கே அழிந்தே போயிருக்கும் என்றார்கள். அப்படி அங்கே ஒவ்வொரு வீட்டிலும் எஜமானின் கராமத் தங்கியிருந்தது.

குறிப்பு:

சூஃபி ஞானி சர்மத் ஷாஹீத் அவர்களின் சமாதி தில்லி ஜாமா மசூதியின் கிழக்கு வாசலுக்கு வெளியே இருக்கிறது. அதன் அருகிலேயே அவரது குரு ஹரே பரே ஷாவின் சமாதியும் உள்ளது. இந்த ஞானிகள் ஸ்தூல வடிவத்தில் நடமாடி முந்நூற்றைம்பது ஆண்டுகள் ஆகிவிட்டாலும், ஆன்ம வடிவில் இன்னமும் இவர்கள் தங்களை நாடி வரும் பக்தர்களுக்கு அருள் பாலித்து வருகிறார்கள்.

—

103 கராமத் – அதிசயம், அற்புதம்

42

பீம்ஸேன் ஸக்ஸேனா என்ற ஹிந்துவாகிய நான் உங்களிடம் உறுதியாகவே சொல்கிறேன், ஹிந்துஸ்தானில் இஸ்லாம் பரவியது வாளினால் அல்ல; இந்த தேசம் பூராவும் பரவியிருந்த ஆயிரக்கணக்கான ஸூஃபிகள்தான் இஸ்லாத்தை மக்களிடையே எடுத்துச் சென்றார்கள். இந்த லேகக் மூலமாக என் வார்த்தைகளை வாசிக்கும் யாரும் நான் இப்படிச் சொல்வதால் என் மீது காழ்ப்பு கொள்ளாதீர்கள். நான் படைவீரனாகவும், செய்தி சேகரிப்பாளனாகவும் இருந்தது தவிர வேறொரு காரியமும் செய்திருக்கிறேன். அது ஆலம்கீரின் ரகசிய உளவாளி. என்னைப் பார்த்து யாராலும் பீம்ஸேன் ஸக்ஸேனா என்று சொல்ல முடியாது. ஏனென்றால், யாருக்கும் நான் யார் என்றே தெரியாது. ஆலம்கீரைத் தவிர. மற்றபடி முகமற்ற ஒரு படை வீரன். செய்தி சேகரிப்பாளன்.

வரலாறு என்பது அதை எழுதுகின்ற மேட்டுக்குடி ஆசிரியர்கள் சொல்வது மட்டும் அல்ல; அவர்கள் சொல்வது வரலாற்றின் மேல்பரப்பு மட்டுமே. ஆனால் வரலாற்றின் ஊடாகக் கண்ணுக்குப் புலப்படாமல் இருக்கும் சுழல்களில் விழுந்து செத்தவர்கள் ஆயிரம், பல்லாயிரம், லட்சம் பேர். அந்த வரலாற்றை என்னைப் போன்ற ஊர் பேர் தெரியாத துக்கடா செய்தியாளர்கள்தான் சொல்ல வேண்டும்.

எனக்கு ஆலம்கீரை மிகவும் பிடிக்கும். அவரை நான் ஒரு பேரரசர் என்பதை விட ஒரு அவ்லியாவாகவே பார்க்கிறேன். அவர் பேரரசராக வாழ்ந்த ஒரு ஸூஃபி ஞானி. அதில் எனக்கு சந்தேகமே இல்லை. ஆனால் பேரரசர்களுக்கு நாட்டு நிலை தெரியவில்லை. வஸீர்கள் வைத்ததே சட்டம் என்று ஆகி விட்டது. தேசமெங்கும் லஞ்ச ஊழல் பல்கிப் பெருகியது. சொல்லவே முடியாத அளவுக்கு வறுமையும் நோயும் மக்களைப் பிடித்து ஆட்டியது. அது ஆலம்கீருக்கு ஆரம்பத்திலிருந்தே தெரிந்தும் இருந்தது. அதைப் போக்குவதற்கான உபாயமாக அவர் அடுத்த ராஜ்ஜியங்களைத் தன்னோடு சேர்ப்பது நலம் என நினைத்தார். அங்கேதான் தவறு நடந்தது. எண்பத்தைந்து வயதில் வாள் ஏந்திப் போரிட்ட ஒரு பேரரசனை இந்த உலகம் கண்டிருக்கிறதா? நான் கண்டேன். அந்தப் போர்களின் விளைவாக, ஏற்கனவே வறுமையினால் பீடிக்கப்பட்டிருந்த மக்களும் சாம்ராஜ்ஜியமும் இன்னும் கடுமையான வறுமையில் தள்ளப்பட்டார்கள்.

அது ஒன்றுதான் ஆலம்கீரிடம் எனக்குப் பிடிக்காத விஷயம். ம்ஹூம். அப்படியும் சொல்ல முடியவில்லை. மண்ணாசை இந்தப் பேரரசர்களின் குருதியிலேயே கலந்திருந்தது என்று நினைக்கிறேன். சமூகத்தில் இருந்த நம்ப முடியாத ஏற்றத் தாழ்வுக்கும் அதுதான் காரணமாக இருந்தது. அந்த ஏற்றத்தாழ்வினால் ஏற்பட்ட சமூகச் சீரழிவு அக்பர் காலத்திலேயே தொடங்கி ஜஹாங்கீர் காலத்தில் வளர்ந்து ஷா ஜஹான் காலத்தில் முற்றியது. ஆலம்கீர் காலத்தில் வேரற்று விழுந்து முடிவுக்கு வந்தது.

எத்தனை வரி வசூலித்தாலும் மக்கள் ஏன் வறுமையில் இருந்தார்கள் என்றால், வரிப் பணம் முழுவதும் போர்களிலேயே செலவாயிற்று. ஆஃப்கனிஸ்தானின் வடமேற்குப் பிராந்தியமான பால்க்கையும் வடகிழக்குப் பிராந்தியமான பதக்ஷானையும் ஹிந்துஸ்தானோடு இணைக்க வேண்டும் என்பது ஷா ஜஹானின் கனவு! எப்பேர்ப்பட்ட கனவு பாருங்கள்! அந்தக் கனவை நனவாக்குவதற்காக 1647ஆம் ஆண்டு

ஆலம்கீர் அனுப்பப்பட்டார். தமக்கு எந்தச் சம்பந்தமும் இல்லாத அந்தப் போரில் ஆயிரக்கணக்கான ராஜபுத்திர வீரர்கள் உயிரிழந்தார்கள். "எறும்புகளைப் போல் செத்து மடிந்தார்கள்" என்று எழுதுகிறார்கள் சரித்திர ஆசிரியர்கள். இந்த அனுபவத்திலிருந்தாவது ஆலம்கீர் பாடம் கற்றுக் கொண்டாரா என்றால் இல்லை.

அரண்மனையில் வாழ்வதை விட்டு விட்டு கூடாரங்களில் வாழ்ந்தார். ஆலம்கீருக்கும் தன் முன்னோர்களைப் போலவே இத்தனை பெரிய சாம்ராஜ்ஜியம் போதவில்லை. தக்காணமும் கோல்கொண்டாவும் பீஜாப்பூரும் தன் வசம் வர வேண்டும் என்று நினைத்தார். எல்லாம் பாழடைந்த கோட்டைகள். வெறும் கற்கள். அவர் வாழ்ந்த ஆக்ரா, தில்லி என்ற மாநகரங்கள் எங்கே? கல்லும் முள்ளும் நிறைந்த இந்தக் கோட்டைகள் எங்கே? ஆலம்கீரோடு இருந்த தளபதிகளும் உமாராக்களும் கொஞ்ச நாள் பார்த்தார்கள். அதற்குப் பிறகு நகரத்திலிருந்து குடும்பத்தை வரவழைத்துக் கொண்டார்கள். அப்புறம் என்ன? பிறந்த குழந்தைகளுக்கெல்லாம் கூடாரங்களைத் தவிர வேறு எதுவுமே தெரியாது. அந்தக் குழந்தைகள் தங்கள் வாழ்நாள் முழுக்கவும் பார்த்தவை கூடாரங்களும், மண்ணும் சேறும் சகதியும் மழையும்தான். நகரங்களில் மாட மாளிகைகளில் வாழ்ந்திருக்க வேண்டியவர்கள் இங்கே தக்காணத்தில் வந்து கூடாரங்களில் மாட்டிக் கொண்டார்கள்.

உலகெங்கிலும் ஹிந்துஸ்தானின் செல்வச் செழிப்பு பற்றிய செய்திகள் பரவியிருந்தன. எல்லோரும் தங்கத் தட்டில் சாப்பிடுகிறார்களாமே? அரசரின் நாற்காலியெல்லாம் வைர வைடூரியங்களால் ஜொலிக்கிறதாமே? நிலத்தைத் தோண்டினால் வைரமாகக் கொட்டுகிறதாமே? எல்லாம் உண்மைதான். ஆனால் அது ஒரு பக்கம். இன்னொரு பக்கம் ஏழை பாழைகள் பசி பட்டினியில் செத்துக் கொண்டிருந்தார்கள். முடியாதவர்கள் திருடினார்கள். நீங்கள் நிக்கலாவோ மனூச்சியின் பயணக் குறிப்புகளைப் படித்திருக்கிறீர்கள். அவன் சொல்வது ஒரு வார்த்தை கூட பொய் இல்லை. திருட்டு பயம் இல்லாமல்

ஒரு பத்து அடி கூட நடமாட முடியாமல்தான் இருந்தது ஹிந்துஸ்தானின் நிலை. இன்னொரு பயணி டாக்டர் ஜெமெல்லி கரேரி1. அவர் சூரத்தில் பார்த்த ஒரு சம்பவத்தைச் சொல்கிறார். பிராமணர் வசிக்கும் தெருவில் ஒருத்தன் ஒரு கையில் கோழியும் ஒரு கையில் கத்தியுமாக நின்று கொண்டு பைசா கொடுங்கள் பைசா கொடுங்கள் என்று கத்துகிறான். கொடுக்காவிட்டால் அந்தக் கோழியைக் கொன்று விடுவானாம். கண் முன்னே ஒரு கொலையைப் பார்க்க விரும்பாத ஜனங்களும் பைசா கொடுக்கிறார்கள். இதெல்லாம் ஜுஜுபி. நகைக்காகக் குழந்தையையே கொலை செய்வதெல்லாம் சர்வ சகஜமாக நடந்து கொண்டிருந்தது. மாட்டினால் கழுத்தைச் சீவி விடுவார் பேரரசர். ஆனாலும் அது பற்றி யாரும் கவலைப்படவில்லை. பசி வந்தால் என்ன செய்வான் மனிதன்?

கொலையை விட பயங்கரமான இன்னொரு காரியமும் நடந்தது. நீங்களே எழுதியிருக்கிறீர்கள், ஷா ஜஹான் பாதுஷாவின் ஒன்று விட்ட தங்கையையே கடத்திச் சென்று விபச்சார விடுதியில் விற்று விட்டார்கள் என்றால் பெண் கடத்தல் எந்த அளவுக்கு நடந்திருக்கும் என்று யூகித்துக் கொள்ளுங்கள். நான் செய்தி சேகரிப்பாளன் என்பதால் அம்மாதிரி இடங்களுக்கு அடிக்கடி செல்வேன். வேறு என்ன, ஷா ஜஹான் தாஜ் மஹலைக் கட்டினார், ஔரங்ஸேப் ஹிந்துக்களை மதம் மாற்றினார் என்று எழுதுவதா வரலாறு? ஒரு தேசத்தின் உண்மையான வரலாற்றைத் தெரிந்து கொள்ள வேண்டுமானால், அதை நீங்கள் விபச்சார விடுதிகளிலும் சிறைச்சாலைகளிலும்தான் தேட வேண்டுமே ஒழிய அரண்மனைகளிலும் உமாராக்களின் மாட மாளிகைகளிலும் அல்ல.

ஆலம்கீரின் பாதாளச் சிறையில் ஒரு கைதி இருந்தான். லொரன்ஸோ என்று பெயர். ஃபிரங்கி. அவனுக்கு ஆலம்கீர் மிகவும் வித்தியாசமான ஒரு தண்டனையைக் கொடுத்திருந்தார். நாக்கை அறுத்து விட்டு அவனை ஒரு நிலவறைக்குள் அடைத்து விட்டார். அந்த நிலவறைக்குள் வெளிச்சம் கிடையாது. தனிமைச் சிறை. நாக்கு இல்லாததால் பேச முடியாதுதான்.

ஆனால் சப்தம் போட்டால் கூட அங்கே அதைக் கேட்க ஆள் இல்லை. இரண்டு வேளை உணவும் தண்ணீரும் மட்டும் உள்ளே அனுப்பப்படும். கழிப்பறைக்கான பொந்து நிலவறைக்குள்ளேயே இருந்தது. அவன் சாகும் வரை அந்த இருட்டு அறைக்குள்ளேயே கிடந்து சாக வேண்டும். பொதுவாக எந்தக் குற்றமாக இருந்தாலும் நீதிமன்றத்தில் வழக்கு நடந்து கடைசியில் காஜிதான் தண்டனை வழங்குவது வழக்கம். ஆனால் இவனுடைய வழக்கு நீதிமன்றத்துக்கே வரவில்லை.

காரணம், அவன் செய்திருந்த குற்றம் அப்படி. அவன் ஒரு விபச்சார விடுதி வைத்திருந்தான். என்னதான் ஆலம்கீர் ஒழுக்கவாதி என்றாலும், நகரத்தில் ஃபிரங்கிகளின் எண்ணிக்கை அதிகமாக இருந்ததால் ஃபிரங்கிகள் வாழும் பகுதிகளில் மட்டும் அதிகக் கண்காணிப்பு இல்லாமல்தான் இருந்தது. ஃபிரங்கிகளின் தயவு இல்லாமல் பாபர் இப்ராஹிம் லோதியை வெற்றி கொண்டிருக்கவே முடியாது இல்லையா? வெடி மருந்துகளாலும் பீரங்கிகளாலும்தானே லோதியின் அத்தனை பெரிய சைன்னியத்தை வெற்றி கொண்டார் பாபர்? தான் அதுவரை கேட்டே இராத வெடிச் சத்தத்தைக் கேட்டு ஒரு யானை ஓடினாலே நூறு வீரர்கள் காலி என்கிற போது லோதியின் யானைப் படையே அவருக்குச் சத்ருவாக அமைந்தது இல்லையா?

வெடி மருந்தால்தான் தான் கால் வைத்த இடத்தில் எல்லாம் வெற்றியை அடைந்து வெற்றி வீரன் மெஹ்மத் என்று பெயர் பெற்றான் ஓட்டமன் அரசன் இரண்டாம் மெஹ்மத். வெடி மருந்தால்தான் பதினைந்தாம் நூற்றாண்டிலிருந்து பதினேழாம் நூற்றாண்டு வரை உலகின் ஈடு இணையற்ற ராணுவத் தொழில்நுட்பத்தைக் கொண்டிருந்த படை என்ற பெருமையைப் பெற்றது ஓட்டமன் ராணுவம். வெடி மருந்தால்தான் வெடிமருந்து சாம்ராஜ்ஜியம் என்ற பெயரை எடுத்தது ஓட்டமன். அப்பேர்ப்பட்ட வெடி மருந்தின் தொழில்நுட்பம் பாபருக்கு ஓட்டமன் வீரர்களிடமிருந்தும் ஃபிரங்கிகளிடமிருந்தும்தான் கிடைத்தது.

மொகலாய ராணுவத்தில் ஃபிரங்கிகளுக்கு என்றே தனிப் பிரிவு இருந்தது. எனவே, ஃபிரங்கிகள் இல்லாமல் ஹிந்துஸ்தானில் மொகலாயர் வெற்றி அடைந்திருக்கவே முடியாது என்பதால் ஃபிரங்கிகள் மொகலாய ஆட்சியில் ஒரு தவிர்க்க முடியாத 'தீமை'யாகவே இருந்தார்கள். பெரும்பாலும் ஐரோப்பாவிலிருந்து ஹிந்துஸ்தான் வந்து இறங்கிய ஃபிரங்கியரை நாம் பெரும் படிப்பாளிகளாகவோ புத்திஜீவிகளாகவோ எதிர்பார்க்க முடியாது. அது கிழக்கிந்திய கம்பெனி ஹிந்துஸ்தானை ஆள ஆரம்பித்த பிறகு நடந்த விஷயம். அதற்கு முன்னால் எங்களுடைய காலத்தில் வந்தவர்கள் பெரும்பாலும் தங்கள் நாட்டில் குற்றம் புரிந்துவிட்டு, தண்டனையிலிருந்து தப்புவதற்காகக் கள்ளத் தோணியில் வந்து இறங்கியவர்கள். அவர்கள்தான் பெரும்பாலும் ராணுவத்தில் இருந்தார்கள். மற்றவர்கள் வீடு வாசல் இல்லாமல் அலைந்து கொண்டிருந்தார்கள்.

இன்னொரு பக்கம், ஹிந்துஸ்தானின் தென்மேற்கில் கோழிக்கோடு கடற்கரையில் 1498 மே 20ஆம் தேதி வந்து இறங்கிய வாஸ்கோ த காமா அங்கே மூன்று மாதம் தங்கியிருந்து கப்பல் நிறைய சாமான்களுடன் போர்த்துகலுக்குத் திரும்பினார். இது நமக்குத் தெரிந்த கதை. ஆனால் தெரியாதது என்னவென்றால், இங்கே அவர் வாங்கிய பொருட்களை அறுபது மடங்கு அதிக விலை வைத்து போர்த்துகலில் விற்றார் என்பது. ஃபிரங்கிகள் ஹிந்துஸ்தானை நோக்கி ஓடி வர இது இன்னொரு முக்கியமான காரணம்.

எப்படியிருந்தாலும் எங்கள் காலத்தில் ஃபிரங்கியருக்கு சமூகத்தில் பெரிய மரியாதை இருந்ததில்லை. அவர்களின் சகிக்க முடியாத நிறமும் ஒரு காரணம். ஆலம்கீர் அவர்களை வெண்குஷ்டம் பிடித்தவர்கள் என்றே குறிப்பிடுவார். அது வெறும் நிறம்தான் ஹுஸூர் என்று சொல்ல நினைப்பேன். அது தெரியாமலா இந்த இடத்தில் அமர்ந்திருக்கிறேன் என்று சொல்லி நாக்கை அறுத்துப் போட்டு விட்டால் என்ன செய்வது என்று நினைத்து வாயை மூடிக் கொள்வேன்.

ஒருநாள் என்னை அழைத்த ஆலம்கீர், லொரன்ஸோவின் விபச்சார விடுதியில் என்ன நடக்கிறது என்று பார்த்து விட்டு வா என்றார். அவர் என்னிடம் சொல்லும் வேலை எதுவுமே எப்போதுமே - அதாவது, என் உயிர் உள்ளவரை - வெளியே போகக் கூடாது என்று அவரிடம் நான் சேர்ந்த உடனேயே சத்தியம் வாங்கிக் கொண்டு விட்டார். இப்படித்தான் அந்த சத்தியப் பிரமாணம் நடந்தது.

"நீ வழிபடும் இறைவன் யார்?"

"ஏகப்பட்ட கடவுள்கள் இருக்கிறார்கள் ஹுஸூர். யாரை என்று சொல்ல?"

"யா அல்லாஹ். யாராவது ஒருத்தரை மட்டும் சொல். முக்கியமாக யாரை வணங்குவாய்?"

"ஸ்மஷான் தாரா. மயான தாரகை. பெண் கடவுள், ஹுஸூர்..."

"என்னது, மயான தாரகையா? ம்... அந்த மயான தாரகையின் மீது ஆணையிடு, ஆலம்கீர் அவர்களிடம் பணியாற்றும்போது எனக்குத் தெரிய வரும் விஷயங்கள் எதையும் என் உயிர் உள்ளவரை யாரிடமும் எந்த நிர்ப்பந்தத்திலும் சொல்ல மாட்டேன்..."

லொரன்ஸோவின் விபச்சார விடுதி என்னை நேராக ரோஷனாரா பேகத்தின் அரண்மனைக்குக் கொண்டு போய் விட்டது. ரோஷனாராவுக்கும் ஆலம்கீருக்கும் இடையே நடந்த விஷயங்களையெல்லாம் நான் சொல்ல வேண்டுமா என்ன? ஊரே அறிந்த கதை. ஷா ஜஹான் பாதுஷாவை ஆக்ராவில் சிறை வைத்த பிறகு ஜஹானாரா பேகமும் தன் தந்தையுடன் ஆக்ரா சென்று விட்டார். அதனால் தில்லி அரண்மனையின் பாதுஷா பேகம் என்ற பொறுப்பை வாரிசுப் போட்டியில் தனக்கு ஆதரவாக இருந்த ரோஷனாராவுக்குக் கொடுத்தார் ஆலம்கீர். வாரிசுப் போட்டியின் போது ரோஷனாரா ஆலம்கீருக்குக் கொடுத்த ஆதரவும் சாதாரணமானதல்ல. தாராவும் ஷா ஜஹானும் சேர்ந்து போட்ட திட்டங்கள்

அனைத்தையும் உடனுக்குடன் தக்காணத்தில் இருந்த ஆலம்கீருக்கு அனுப்பி வைப்பார் ரோஷனாரா. ஆனால் அடிப்படையில் ரோஷனாரா அவரது மூத்த சகோதரி ஜஹானாரா பேகத்தைப் போன்றவர் அல்ல. பணத்தாசையும் அதிகார வெறியும் மிக்கவர். காமக் களியாட்டங்களிலும் குடியிலும் மிகுந்த ஈடுபாடு கொண்டவர். ஆலம்கீர் தக்காணம் செல்லும் போதெல்லாம் அரண்மனையையே தன் கைக்குள் கொண்டு வந்து விடும் ரோஷனாரா ஆலம்கீரின் மனைவிகளை வேலைக்காரிகளைப் போல் நடத்தினார். அது மட்டும் அல்ல. நேர் வாழ்விலும் அரசியல் வாழ்விலும் அப்பழுக்கற்ற நேர்மையைக் கடைப்பிடித்த ஆலம்கீரின் பெயரில் ஆட்சி செய்த ரோஷனாரா பொதுச் சொத்துக்களை கணக்கு வழக்கில்லாமல் தன் பெயருக்கு மாற்றிக் கொண்டார். ஊரில் அதிகாரிகள் யாரும் இறந்து போனால் அன்னாரின் சொத்து அரசுக்குப் போக வேண்டும் என்பது சட்டம். பிறகுதான் அந்தக் குடும்பத்தில் யார் தகுதி படைத்தவரோ அவருக்கு அரசுப் பணி வழங்கப்படும். பிதுரார்ஜிதமாக சொத்துக்களைப் பெற்று, பரம்பரைச் செல்வந்தனாக இருக்கும் முறையை ஒழித்து, ஒருவரது சொத்து அவருக்குப் பிறகு பொதுச்சொத்தாக ஆக வேண்டும் என்பதற்காக ஏற்படுத்தப்பட்ட மிக நல்ல திட்டமான அதை ரோஷனாரா தன் சுயலாபத்துக்குப் பயன்படுத்திக் கொண்டார். ஊர் பூராவையும் வளைத்துப் போட்டார். ரோஷனாரா பாக் என்ற பெயரில் 'இன்பத் தோட்டம்' ஒன்றை உருவாக்கித் தன் காமக்களியாட்டங்களுக்குப் பயன்படுத்திக் கொண்டார்.

ரோஷனாரா எந்த அளவுக்கு மோசமானவர் என்றால், தாராவை ஆலம்கீர் கொன்றதற்கு மிக முக்கியமான காரணமாக இருந்தவர் இவர்தான். இவர்தான் தாராவின் தலையை வெட்டி ஷா ஜஹானுக்கு அனுப்பச் சொன்னவரும். இவர்தான் தாராவின் கையிலும் காலிலும் விலங்கு மாட்டச் செய்து கிழட்டு யானையின் மீது வைத்து தில்லியை நகர் வலம் வரச் செய்தவரும். இதற்கெல்லாம் காரணம், இவருக்கு ஜஹானாரா பேகத்தின் மீது இருந்த பொறாமையும் பகையும்தான்.

அரண்மனை பூராவும் ஜஹானாராவையே புகழ்கிறார்கள். தந்தையோ ஜஹானாராவின் அடிமையாகவே ஆகி விட்டார். அந்த ஆற்றாமைத் தீயின் வெம்மையில் வெந்தவர்தான் ரோஷனாரா.

ஒருமுறை ஆலம்கீருக்கு உடம்புக்கு வந்து விட்டது. இது நடந்தது 1662இல். இனிமேல் ஆலம்கீர் பிழைக்க மாட்டார் என்ற முடிவுக்கு வந்த ரோஷனாரா ஆட்சி முழுவதையுமே தன் அதிகாரத்தின் கீழ் கொண்டு வந்து விட்டார். இதைக் கேள்வியுற்ற ஆலம்கீரின் மனைவி நவாப் பாய் ஆலம்கீரின் அறைக்கு வந்த போது அவரது முடியைப் பிடித்து இழுத்து அடித்து வெளியேற்றினார்.

ரோஷனாரா எதிர்பார்த்தது போல் ஆலம்கீருக்கு ஒன்றும் ஆகவில்லை. பிழைத்து விட்டார். நடந்ததையெல்லாம் கேள்விப்பட்டார். தான் ஆட்சிக்கு வருவதற்கு ரோஷனாரா செய்த உதவியை நினைத்தோ என்னவோ அவர் மீது ஒன்றும் கடுமையான நடவடிக்கை எடுக்கவில்லை. ஆனால் இனி தன்னுடைய அரண்மனையில் இருக்க வேண்டாம் என அறிவுறுத்தி ரோஷனாரா தனக்காகக் கட்டிக் கொண்ட ரோஷனாரா பாக் அரண்மனைக்கே சென்று விடுமாறு சொன்னார். “இனிமேல் புகார் எதுவும் வரக் கூடாது” என்பதை மட்டும் தீர்மானமாகச் சொல்லியிருந்தார்.

இதையெல்லாம் ஆலம்கீரே தங்களிடம் சொல்வார் என்று எதிர்பார்த்தேன். ஒருவேளை ஒரு பெண்ணின் பேச்சைக் கேட்டு நடந்து கொண்டேன் என்று சொல்வதற்குத் தயக்கமாக இருந்திருக்கலாம். எப்படியோ நான் என் சத்தியத்தைக் காப்பாற்றி விட்டேன். உயிரோடு இருந்தவரை என் ரகசியங்களை யாரிடமும் சொன்னதில்லை.

இப்போது நான் சொல்லப் போவது 1670இல் நடந்தது. எட்டு ஆண்டுகள் ரோஷனாரா தன் அரண்மனையில் என்ன செய்தார் என்பதுதான் நான் லொரன்ஸோவின் விடுதிக்குச் சென்றபோது தெரிந்த விஷயம். லொரன்ஸோ தன்னுடைய

விடுதிக்குப் பல இளம் பெண்களைக் கடத்திக் கொண்டு வருவது வழக்கம். அப்படி வரும் பெண்களில் பலர் காணாமல் போய்க் கொண்டிருந்தார்கள். ஏழைப் பெண்கள் என்பதால் கேட்க நாதியில்லை. ஏழைப் பெண்கள் மட்டும் அல்ல. போர்களில் இறந்து போன வீரர்களின் குழந்தைகளும் அடக்கம். எப்படிக் காணாமல் போகிறார்கள் என்று ரகசியமாக விசாரணை செய்த போது அந்தப் பெண்களெல்லாம் ரோஷனாராவின் அரண்மனைக்குத்தான் சென்றார்கள் என்று தெரிந்தது. சென்ற பெண்களில் பலர் திரும்பவில்லை. ஆனால் அங்கே சென்ற ஆண்கள் திரும்பி விடுகிறார்கள்.

என்ன நடந்திருக்கிறது என்றால், வாரம் ஒருமுறை ரோஷனாரா பாக் அரண்மனையில் கூட்டுக் களியாட்டம் நடைபெறும். அதற்குச் செல்பவர்கள் அனைவரும் பெரும் புள்ளிகள். வெளியே சொன்னால் வெளியே சொன்னவர் காணாமல் போய் விடுவார். அவர் எத்தனை பெரிய புள்ளியாக இருந்தாலும் சரி. ஒரு ரகசியச் சங்கம் போல் செயல்பட்டிருக்கிறார்கள். ஆண் பெண் என்று எந்த வித்தியாசமும் இல்லாமல் சகலரும் சகலரோடும் கலவி கொள்ளலாம். சிலருக்கு போகம் பண்ணும் போது பெண்களின் கழுத்தை நெறித்தால்தான் உச்சம் வருமாம். அப்படி நெறிக்கும்போது சில பெண்களால் மூச்சு விட முடியாமல் போவதுண்டு. அவர்களை அங்கேயே தோட்டத்தில் புதைத்து விடுவார்கள். ஒரு பெரிய புள்ளிக்கு அரசாங்கத்தில் மிகப் பெரிய வேலை ஒன்றைச் செய்து கொடுத்து அவர் சிபாரிசில் நான் ஒருமுறை அந்தக் களியாட்டத்துக்குச் சென்றேன். முகத்தை மூடிக் கொள்ள முகமூடி கொடுத்தார்கள். அங்கே இருந்தவர்கள் அனைவருமே முகமூடி அணிந்திருந்தார்கள். ரோஷனாரா மட்டும் முகமூடி அணியவில்லை. யாருமே ஆடை அணிந்திருக்கவில்லை. ரோஷனாராவுக்கு அப்போது வயது ஐம்பத்து நான்கு. அன்று என்னோடு அவர் நான்கு முறை கலவி கொண்டார். நான்காவது முறை என் கழுத்தை நெறித்தார். நான் ஹட யோகம் பயின்றவன் என்பதால் மூச்சை அடக்கிக் கொண்டேன். அவரும் அன்று அதி தீவிர உச்சத்தை அடைந்தார்.

என்ன ஒரு அக்கிரமம். இதோ கல்லெறி தூரத்தில் ஔரங்ஸேப் என்ற உத்தமர் வாழ்ந்து கொண்டிருக்கிறார். அவர் கண்ணெதிரே இப்படி ஒரு காட்சி. அதுவும் எட்டு ஆண்டுகளாக. மொகலாய சாம்ராஜ்ஜியத்தின் வீழ்ச்சியின் குறியீடாகவே அந்தச் சம்பவத்தை நான் கண்டேன். அக்பர், ஜஹாங்கீர் காலத்தில் இதை விட பயங்கரமெல்லாம் நடந்திருக்கும். ஆனால் பேரரசரின் விருப்பப்படி அவரது ஸினானாவிலோ கேளிக்கை மண்டபத்திலோ நடந்திருக்கும். இப்படி பேரரசருக்கே தெரியாமல் ரகசியமாக அல்ல.

நடந்தது எல்லாவற்றையும் ஒன்று விடாமல் வந்து ஆலம்கீரிடம் சொன்னேன். எதையுமே மறைக்கவில்லை. கண்களை மூடியபடியே கேட்டுக் கொண்டிருந்தார். லொரன்ஸோவுக்கான தண்டனை அப்படித்தான் கொடுக்கப்பட்டது. ரோஷனாராவுக்கு அரண்மனை வைத்தியர் மூலம் ஒரு நூதனமான விஷம் கொடுக்கப்பட்டது. ஆலம்கீர் என்னையும் அழைத்துச் சென்று என் முன்னாலேயே தன் கரங்களால் ரோஷனாராவுக்கு அந்த விஷத்தைக் கொடுத்தார்.

“இந்த விஷம் உடனடியாக மரணம் தராது. உன் உடலையும் மனசையும் உனக்கு அடக்கத் தெரியவில்லை. உன் மனதுக்கு என்னால் தண்டனை வழங்க முடியாது. ஆனால் உன் உடலுக்குத் தர முடியும். இந்த விஷத்தால் உன் அழகிய உடல் என்ன ஆகப் போகிறது என்பதைப் பார்த்துக் கொண்டே நீ சாகலாம்.”

உடலின் ஒவ்வொரு பாகமாக வீக்கம் எடுத்து, அழுகிப் புழுத்து அழிந்து கொண்டிருப்பதாக கோஜா தினந்தோறும் வந்து சொன்னான். ஒரு மாதம் சென்று நாங்கள் இருவருமாகச் சென்று பார்த்தோம். தண்ணீரிலேயே நாள் கணக்கில் ஊறினால் உடம்பு எப்படி உப்புமோ அப்படி உப்பியிருந்தது ரோஷனாராவின் உடல். பூதத்தைப் போல் இருந்தது. கையிலும் காலிலும் சதை அழுகி புழுக்கள் நெளிந்து கொண்டிருந்தன. மொத்தமாக நாற்பத்தெட்டு நாட்கள் ஆனது அந்த உடல் செயலற்றுப் போக.

மேட்டுக்குடியின் நிலை இப்படி என்றால், இன்னொரு பக்கம் சமூகம் பசி பட்டினியினால் அழிந்து கொண்டிருந்தது. பல குடும்பங்கள் தங்களின் ஆண் பிள்ளைகளின் களீபை அறுத்து கோஜாவாக விற்றார்கள். (ஆலம்கீர் அதைத் தடை செய்த பிறகும் அந்தக் காரியம் தொடர்ந்து கொண்டிருந்தது!) பெண் குழந்தைகளை விபச்சாரத்துக்கு விற்றார்கள். இந்த அகிலத்திலேயே ஹிந்துஸ்தானில் இருக்கும் அளவுக்குப் பணக்காரனுக்கும் ஏழைக்குமான ஏற்றத்தாழ்வு வேறு எங்கும் இருக்குமா என்று தெரியவில்லை. ஒருத்தன் தங்கத் தட்டில் சாப்பிடுகிறான். இன்னொருத்தன் சாக்கடையில் புகுந்து அங்கே கிடக்கும் எலிகளைப் பிடித்துச் சுட்டுத் தின்கிறான். இதுதான் மொகலாயர் காலத்து வரலாறு. அறிந்தவன் சொல்கிறேன்.

இப்படிப்பட்ட துன்பங்களையும் துயரங்களையும் சுமந்து வாழ்ந்து கொண்டிருந்த ஏழை எளியவர்களைத் தங்களின் ஆன்மீக சக்தியினால் ஆற்றுப்படுத்தினார்கள் சூஃபி ஞானிகள். சில சூஃபிகள் திருமணம் கூட செய்து கொண்டு குழந்தை குட்டிகளோடு வாழ்ந்தார்கள். தம்மை நாடி வந்த ஏழைகளுக்கும் நோயாளிகளுக்கும் பறக்கத்தை வாரி வாரி வழங்கினார்கள். நம் மக்கள் கோவில் இல்லாத ஊரில் குடியிருக்க வேண்டாம் என்பார்கள் அல்லவா? அதைப் போல சூஃபி இல்லாத ஊரே ஹிந்துஸ்தானில் இல்லை என்ற அளவுக்கு சூஃபி ஞானிகள் இங்கே பரவியிருந்தார்கள். ஔரங்ஸேப் ஆலம்கீரின் மொகலாயப் படை மாதக் கணக்கில் ராஜபுத்திரர்களின் கோட்டைகளை முற்றுகையிட்டு கடைசியில் கோட்டையைப் பிடிக்க நேர்ந்தால் அந்தக் கோட்டைக்குள் ஏதாவது ஒரு சூஃபி அடங்கியிருக்கும் தர்ஹாவைக் காணலாம்.

மக்களின் வாழ்க்கையோடு சூஃபிகள் எந்த அளவுக்குப் பின்னிப் பிணைந்து இருந்தார்கள் என்பதற்கு இந்தச் சம்பவத்தைச் சொல்லலாம் என்று நினைக்கிறேன். ஔரங்காபாதில் ஷா பலங்போஷ் என்று ஒரு பிரபலமான சூஃபி இருந்தார். ஊருக்கு ஒதுக்குப்புறத்தில் உள்ள குன்று ஒன்றில் அவர் தவம் செய்யப் போகும்போது அங்கே கஞ்ஜா அடிப்பதற்காக மூன்று சில்லறைப்

பயல்களும் செல்வது வழக்கம். அவர்களுக்கு இவர்தான் பலங்போஷ் என்று தெரியாது. இல்லை, அப்படிக் கூடச் சொல்ல முடியாது. பலங்போஷ் என்ற பெயரையே அவர்கள் கேள்விப்பட்டதில்லை. பலங்போஷை யாரோ ஒரு கிழவன் என்று நினைத்துக் கொண்டு குன்றின் மேலே தரதரவென்று இழுத்துக் கொண்டு செல்வார்கள். பிறகு அங்கே அமர்ந்து சில்லத்தை மாற்றி மாற்றி இரண்டு சுற்று இழுப்பார்கள். பிறகு பலங்போஷை அங்கிருந்து கீழே உருட்டி விடுவார்கள். இது அவர்களுக்கு ஒரு விளையாட்டு. இப்படியே ஒரு மாத காலத்தையும் தாண்டிப் போய்க் கொண்டிருந்தது.

இந்த நிலையில் ஒருநாள் ஆலம்கீர் பலங்போஷைத் தேடி அந்த வனத்துக்கு வந்தார்.

பலங்போஷைக் காணவில்லை. குன்றின் மீது ஏறினார். அங்கே சத்தமாகப் பேசியபடி கஞ்ஜா புகைத்துக் கொண்டிருந்த மூன்று உருப்படிகளுக்கும் தலா ஐம்பது சவுக்கடி கொடுத்து, கூடவே ஈட்டியால் முதுகில் மூன்று கோடு போட்டு விடும்படியும் தன் வீரர்களுக்கு உத்தரவிட்டார். பிறகு அந்த மூவரிடமும் பலங்போஷ் அவ்லியா எங்கே இருப்பார், தெரியுமா என்று கேட்டார். திருதிருவென்று விழித்தன அந்த உதவாக்கரைகள். அவர்கள்தான் பலங்போஷ் என்ற பெயரையே கேட்டதில்லையே?

ஆனால் அதை சொல்லிக் கொள்ளாமல் "அதோ அந்த மரத்தடியில் ஒரு கிழவர் உட்கார்ந்திருக்கிறார். அவருக்கு வேண்டுமானால் தாங்கள் சொல்லும் அவ்லியா பற்றித் தெரிந்திருக்கலாம் மாலிக்" என்று சொல்லி, தாங்கள் கீழேயிருந்து மலைக்கு இழுத்துக் கொண்டு வந்த கிழவரைக் காண்பிக்கிறார்கள். பலங்போஷின் உடம்பு பூராவும் மண்ணும் தூசும் ரத்தமுமாக இருக்கிறது. கொஞ்சம் கிட்டத்தில் நெருங்கியதுமே ஆலம்கீருக்குத் தெரிந்து விட்டது, அதுதான் பலங்போஷ் அவ்லியா என்று. கட்டாந்தரையில் ஒரு காலின் மேல் இன்னொரு காலைப் போட்டு இடது கையால் கழுத்தின்

இடது பக்கத்தைத் தாங்கிக் கொண்டு கண்களை மூடியபடி அமர்ந்திருந்தார் அவ்லியா. உறங்குகிறாரா தியானத்தில் இருக்கிறாரா என்று தெரியவில்லை. எப்படியிருந்தாலும் சரி என்று அவர் எதிரே அவரிடமிருந்து சற்றே தள்ளி, வாளை உருவித் தரையில் வைத்து விட்டுத் தொழுகையின் போது அமர்வது போல் அமர்ந்து தலையைத் தரை நோக்கிக் குனிந்து இரண்டு கைகளையும் கட்டியபடி கண்களை மூடிக் கொண்டார் ஆலம்கீர். எத்தனை நேரம் ஆயிற்று என்று தெரியவில்லை. லேசான செருமல் சப்தம் கேட்டுக் கண் விழித்த போது அவ்லியா ஆலம்கீரைப் பார்த்துக் கொண்டிருந்தார். தான் நினைத்து வந்த காரியத்தைச் சொல்லி அவ்லியாவின் பறக்கத்தைப் பெற்றுக் கொண்டு கிளம்பினார் ஆலம்கீர்.

இவ்வளவு நேரமும் அந்த மூன்று வெட்டிப்பயல்களும் அடிவயிறு கலங்க நின்று கொண்டிருந்தார்கள். சும்மா வெட்டியாக கஞ்ஜா அடித்துக் கொண்டிருந்ததற்கே ஐம்பது கசையடியும் முதுகில் மூன்று ஈட்டிக் கீறலும் கிடைத்தது என்றால், பேரரசரே அடி பணிந்து வணங்கும் இந்த அவ்லியாவை இத்தனை ஆக்கினை செய்ததற்கு சர்வ நிச்சயமாக மரணம்தான் என்று நடுங்கியபடி நின்றவர்களுக்கு பாதுஷாவிடம் அவ்லியா தங்களைப் பற்றி எதுவும் சொல்லவில்லை என்று தெரிந்ததும் மறு உயிர் வந்தது. அவர்கள் மூவரும் மரணம் கிடைத்தால் நல்லது என்றுதான் வேண்டிக் கொண்டிருந்தார்கள். இம்மாதிரியான குற்றங்களுக்கு வெறுமனே மரண தண்டனை கிடையாது. எங்காவது ஆள் நடமாட்டம் இல்லாத இடத்தில் கொண்டு போய் கொம்பில் கட்டிப் போட்டு தரையில் சுற்றி வர மாமிசத்தைச் சிதறி விடுவார்கள். கழுகு, பருந்து போன்ற பறவைகளால் குதறப்பட்டு சிறுகச் சிறுக வதைபட்டுச் சாக வேண்டும். இதேபோல் நூறு விதமான தண்டனை முறைகள் உண்டு. எனவே மரண தண்டனை பெற்றவன் அதிர்ஷ்டசாலி ஆவான். பெற்ற பிள்ளையின் கண்களையே பழுக்கக் காய்ச்சிய கம்பியால் குத்திக் குருடாக்கியவர் ஜஹாங்கீர் பாதுஷா. அப்படியென்றால், நம்மைப் போன்ற இழிபிறவிகள் எந்த மூலை, அதுவும் சாதாரண குற்றமா செய்திருக்கிறோம், அகிலமே

அடிபணியும் இந்த அவ்லியாவை ஒரு மாதத்துக்கும் மேலாக குன்றின் மேலிருந்து உருட்டி விட்டிருக்கிறோம், இதற்கு என்ன தண்டனை கிடைக்கும்? கொதிக்கும் கொப்பரை எண்ணெயில் போடுவார்களோ? இருக்காது. ஆயுள் காலத்துக்கும் தாங்க முடியாத துன்பத்தை அனுபவிக்கும்படியான தண்டனைதான் கிடைக்கும். ஆனால் என்ன தண்டனையாக இருக்கும் என்பதை அவர்கள் மூவராலும் கற்பனை செய்ய முடியவில்லை.

ஆலம்கீர் அங்கிருந்து கிளம்பிய அடுத்த க்ஷணம், மூவரும் அவ்லியாவின் காலடியில் சாஷ்டாங்கமாக விழுந்தார்கள். பிற்காலத்தில் அந்த மூவரும் பலங்போஷ் அவ்லியாவின் பிரதான சீடர்களாக அறியப்பட்டார்கள்.

இந்தச் சம்பவம் மக்களிடையே எம்மாதிரியான மதிப்பீடுகளை உருவாக்கியிருக்கும் என்று யோசித்துப் பாருங்கள், மரியாதைக்குரிய லேகக் அவர்களே!

தாங்கள் ஒருமுறை ஔரங்காபாத் சென்று வாருங்கள். நூற்றுக்கணக்கான ஸூஃபிகள் வாழ்ந்து கராமத்துகள் செய்த இடம். எத்தனை நூற்றாண்டுகள் ஆனாலும் அந்த ஊர்க் காற்றில் அந்த நல்லடியார்களின் பறக்கத் கலந்தேதான் இருக்கும்.

—

43

மரியாதைக்குரிய லேகக் அவர்களே, தாங்கள் ஜாதி மதம் இனம் ஆகிய பாகுபாடுகளைக் கடந்தவர் என்று பலமுறை எழுதியிருப்பதை வாசித்தேன். ஆனாலும் நான் ஔரங்ஸேப் ஆலம்கீர் காலத்தில் வாழ்ந்த ஒரு ஹிந்து என்ற முறையில் சொல்லிக் கொள்கிறேன். நம்முடைய குருநாதர்கள் யாரும், துறவிகள் யாரும் இப்படி மக்களின் துயரங்களைச் சந்தித்திருக்கிறார்களா? மக்களோடு மக்களாகப் பழகி அவர்களோடு உரையாடி அவர்களின் சுகதுக்கங்களைப் பகிர்ந்து கொண்டிருக்கிறார்களா? பலங்போஷ் அவ்லியாவின் கான்காஹ்வில் ஒரு வாரத்தில் வெறும் தேநீருக்கும் கஞ்சிக்கும் மட்டுமே ஐயாயிரம் ரூபாய்க்கு மேல் செலவாகியது. இது தவிர அங்கே சென்றவர்கள் யாருமே பசித்த வயிறோடு திரும்பியதில்லை. அந்த கான்காஹ்வின் அடுப்பு ஒருபோதும் அணைந்தே யாரும் கண்டதில்லை. தங்கள் நாட்டின் ராமலிங்க சுவாமிகளைத் தவிர ஒரு சந்நியாசியாவது மக்களின் துயர் துடைக்கத் தெருவில் இறங்கியதுண்டா? ஒரு பெரும் மக்கள் திரள் “ஹிந்து தர்மம் எங்களுக்கு வேண்டாம்” என்று நிராகரித்து மாற்று மார்க்கத்தை நாடிச் சென்றது என்றால் அதற்கு என்ன காரணம்?

ஒருநாள் பலங்போஷ் அவ்லியா தன் முரீதுகளுடன்[104] பேசிக் கொண்டிருந்தவர் திடீரென்று முராகபாவுக்குப்[105] போய் விட்டார். சுய நினைவு திரும்ப நீண்ட நேரம் ஆயிற்று. என்ன விஷயம் ஹஜ்ரத் என்றார் உடனிருந்த பாபா முஸாஃபிர். அவ்லியா பதில் சொல்லவில்லை. மீண்டும் கேட்டார் பாபா முஸாஃபிர். அவ்லியா பதில் சொல்லவில்லை. மீண்டும் மூன்றாவது முறையாகக் கேட்ட போது அவ்லியா சொன்னார், ஆக்ராவில் அவ்லியாவின் முரீதான அப்துல் வஹாப் என்பவருக்குத் தவறான சாட்சியத்தின் பேரில் மரண தண்டனை விதிக்கப்பட்டு விட்டது. அங்கே போய் நீதிமன்றத்தில் வாதம் செய்து, அப்துல் வஹாப் மீது சுமத்தப்பட்ட குற்றச்சாட்டு பொய்யாக ஜோடிக்கப்பட்டது என்பதை நிரூபித்து விடுதலை வாங்கிக் கொடுத்திருக்கிறார் அவ்லியா. அப்போது நானும் அவ்லியாவின் கான்காஹ்வில்தான் இருந்தேன். எங்கள் முன்னே அவ்லியாவின் உடல் இருந்தது. அவர் முராகபாவில் இருந்ததும், சுவாசம் போய்க் கொண்டிருந்ததும் நிச்சயம். ஆனால் அவ்லியா அதே நேரத்தில் ஸ்தூல உருவமாக ஆக்ரா நீதிமன்றத்தில் ஒரு அப்பாவிக்காக வாதாடியிருக்கிறார். இந்தச் சம்பவம் நடந்த பிறகு ஆக்ராவிலிருந்து அப்துல் வஹாபே ஔரங்காபாத் வந்து அந்தக் குறிப்பிட்ட நாளில் அவ்லியா ஆக்ரா வந்தார் என்பதைச் சொன்னார். ஆனால் அந்தக் குறிப்பிட்ட நேரத்தில் அவ்லியா இங்கே ஔரங்காபாதில் அவருடைய கான்காஹ்வில்தான் இருந்தார் என்று நாங்கள் அவரிடம் சொன்னோம். இப்படி பலங்போஷ் அவ்லியா ஒரே நேரத்தில் இரண்டு இடங்களில் தோன்றிய பல சந்தர்ப்பங்கள் உண்டு. எல்லாமே ஏழை எளியவர்களின் துயர் துடைப்பதற்காக அவ்லியா செய்த கராமத்துகள். அதே சமயம், நம்முடைய துறவிகளைப் பற்றியும் யோசித்துப் பார்க்கிறேன், “இதெல்லாம் உன்னுடைய கர்மா, நீ அனுபவித்துத்தான் தீர வேண்டும்” என்று சொல்லி அவர்கள் ஏழை எளியவர்களைக் கைவிட்டு விட்டார்கள் இல்லையா?

---

104 முரீத் – சீடர். (ரசிகன் என்றும் பொருள்படும். ஸூஃபி மரபில் சீடன்.)

105 முராகபா (muraqabah) – தியான நிலை

ஆனால் ஸூஃபி ஞானிகள் தங்களை நாடி வந்த ஒரு மனிதனைக் கூட கைவிட்டதில்லை. முஸாஃபிர் பாபாவின் முரீதுகளில் ஒருவரான ஷா காதிம் சொன்னது இது:

ஆலம்கீரின் தளபதிகளில் ஒருவரான கான் ஃபெரோஸ் ஜங்குக்கு ஒருமுறை கண் வலி வந்து பார்வை போய் விட்டது. அவர் வீட்டுக்குச் சென்ற பலங்போஷ் அவ்லியாவிடம் "ஹஜ்ரத் நினைத்தால் என் பார்வையைத் திரும்பக் கொண்டு வந்து விடலாம்" என்று ஃபெரோஸ் ஜங் வேண்டிக் கொண்டார். இரண்டு லட்சம் ரூபாய் நாத்ர்[106] கொடுத்தால் உன் பார்வை திரும்பி விடும் என்றார் அவ்லியா. ஃபெரோஸ் ஜங் பதில் சொல்லவில்லை. தன் வழக்கப்படி மூன்று முறை சொன்னார் அவ்லியா. ஜங்கிடமிருந்து பதிலே இல்லை. அவ்லியா திரும்பி தன் கான்காஹ்வுக்கு வந்து விட்டார். அதற்குப் பிறகு ஃபெரோஸ் ஜங் இரண்டு லட்சம் ரூபாயைக் கொடுத்து அனுப்பினார். காலம் கடந்து விட்டது, நான் கேட்ட போதே கொடுத்திருந்தால் பார்வையைச் சரி பண்ணியிருப்பேன், இப்போது ஃபெரோஸ் ஜங் தன் விதியை வாழ்ந்துதான் கடக்க வேண்டும் என்றார் அவ்லியா.

"அப்படியானால் இறைவன் விதித்த விதியின் குறுக்காகச் செல்வது சரியாகுமா ஹஜ்ரத்?" என்று கேட்டார் முஸாஃபிர் பாபா.

"அப்படித்தான் சில காஃபிர்கள் கூறுகிறார்கள். ஆனால் ஸூஃபிகளின் தரீக்கா அதுவல்ல. எவனொருவன் சாமானியனின் துயரத்தைத் தூக்கித் தன்னுடைய தோளிலே போட்டுக் கொண்டு பாரம் சுமக்கிறானோ அவனே ஸூஃபி ஆகிறான். எனவே பைத்தியக்காரா, நீ முதலில் உணர்ந்து கொள்ள வேண்டும்... முராகபாவில் அமர்வதோ, திக்ர்[107] சொல்வதோ, சுக்ர்[108]-இல் திளைத்துப் பரவசம் காண்பதோ மட்டுமல்ல ஸூஃபியின் அடையாளங்கள் என்று."

---

106 நாத்ர் – காணிக்கை

107 திக்ர் – இறை நாமத்தைச் சொல்லிக் கொண்டே இருத்தல்

108 சுக்ர் – ஆன்மீகப் பரவச நிலையில் தன்னை மறத்தல் (divine intoxication)

“மறுமை வாழ்வுக்கான ஒரு சோதனைக் களமே இம்மை வாழ்வு என்கிற போது அடுத்தவரின் சுமையை நாம் எடுத்துக் கொள்வதால் அவருடைய பாவத்தையும் நாமே சுமப்பதாகாதா ஹஜ்ரத்?”

“இந்த விதிகள் மஜ்தூப்களுக்குப்[109] பொருந்தாது” என்று சொன்ன அவ்லியா ஒரு சம்பவத்தை விளக்கினார். கான் ஃபெரோஸ் ஜங் ஆலம்கீரின் உத்தரவுப்படி ராஜபுத்திரர்களின் ஒரு கோட்டையை முற்றுகையிட்டார். முற்றுகை நீடித்துக் கொண்டே போனது. ஃபெரோஸ் ஜங் அவ்லியாவிடம் வந்து முறையிட்டார். அவ்லியாவும் தன்னிடமிருந்த மூன்று ஃபக்கீர்களை அனுப்பி இவர்களை உன்னோடு வைத்துக் கொள், முற்றுகை முடிந்து விடும் என்றார். ஃபக்கீர்களிடமும் ஃபெரோஸுடன் சென்று துஆ செய்யுங்கள் என்று உத்தரவிட்டார். எங்களுக்குத் தஹாரத்[110] எல்லாம் முறையாக செய்யத் தெரியாதே ஹஜ்ரத் என்று தயங்கிய ஃபக்கீர்களிடம் “நீங்கள் அங்கு போனாலே போதும்” என்று சொல்லி அனுப்பி விட்டார்.

இரண்டொரு நாளில் ஃபெரோஸ் ஜங்கிடமிருந்து அவ்லியாவுக்கு ஒரு செய்தி வந்தது.

“ஹஜ்ரத், தாங்கள் அனுப்பிய ஃபக்கீர்கள் பாங்கையும், அபீனையும் குடித்துக் கொண்டு கிடக்கிறார்களே தவிர ஃபாத்திஹா செய்யவில்லை. தங்களின் மேலான பறக்கத் அவசரமாகத் தேவை.”

அவ்லியா பதில் செய்தி அனுப்பினார். “இந்த ஓலை கிடைப்பதற்குள் கோட்டை காலியாகியிருக்கும். காலியானதும் நீ இங்கே வா.”

அவ்லியா சொன்னது போலவே கோட்டையில் இருந்தவர்கள்

---

109 மஜ்தூப் – சராசரி மனிதர்களால் புரிந்து கொள்ள முடியாத அளவுக்கு ஆன்மீகத்தில் திளைக்கும் பித்த நிலை

110 தஹாரத் – பரிசுத்தம். தொழுகைக்குப் பரிசுத்தம் அவசியம். உடல், உடை, இடம் ஆகிய மூன்றும் சுத்தமாக இருக்க வேண்டும்.

வெளியேறி விட்டதால் நீண்ட கால முற்றுகை முடிவுக்கு வந்தது.

ஃபெரோஸ் ஜங் ஔரங்காபாத் வந்து அவ்லியாவை தரிசித்தார். அப்போது அவ்லியா ஃபெரோஸ் ஜங்கிடம் சொன்னார்:

நபிகள் நாயகம் (ஸல்லலாஹு அலைஹி வஸல்லம்) அவர்கள் தன் தோழரான அப்துல்லாஹ் இப்னு உமரிடம் "உலகில் நீ ஒரு அந்நியனைப் போல் இரு. அல்லது, ஒரு வழிப் போக்கனைப் போல் இரு. அல்லது, கல்லறையில் உறங்கும் ஒரு மனிதனைப் போல் இரு" என்று கூறினார்கள். அதே போல முஹையத்தீன் அப்துல் காதிர் ஜிலானி "மய்யத்தைக்[111] குளிப்பாட்டக்கூடியவரின் கையில் இருக்கும் உடலைப் போல் இருக்கிறேன்" என்றார்கள். நான் அனுப்பிய ஃபக்கீர்களும் அப்படிப்பட்டவர்களே. அவர்களுக்கு சராசரி மனிதர்களின் விதிகள் பொருந்தாது என்று தெரிந்து கொள் பைத்தியக்காரா.

இந்தச் சம்பவங்களெல்லாம் முடிந்த பிறகு பாபா முஸாஃபிர் தன் மனதை நீண்ட நாட்களாகக் குடைந்து கொண்டிருந்த ஒரு சந்தேகத்தைக் கேட்டார்.

"ஹஜ்ரத், ஏன் இவ்வளவு பணம் வாங்குகிறீர்கள்? நாத்ர்-ஆக மக்களே கொடுத்தால் வாங்கலாம்; நாமாக ஏன் கேட்டுப் பெற வேண்டும்?"

பதில் எதுவும் சொல்லாமல் கிப்லா[112] திசையில் அமர்ந்து கொண்டார் அவ்லியா. அதன் பிறகு மூன்று தினங்கள் முராகபா நிலையிலேயே இருந்தார். பிறகு கண் விழித்த அவ்லியா முஸாஃபிரைக் கூர்ந்து நோக்கினார். புரிந்து கொண்டேன் என்றார் முஸாஃபிர்.

---

111 மய்யத் – பிரேதம்

112 கிப்லா திசை - தொழுகையில் கஅபாவை நோக்கி அமர்வது. கஅபா இருக்கும் திசை.

பலங்போஷ் அவ்லியா முராகபாவில் இருக்கும்போது யாரும் அவரை நெருங்க முடியாது என்பதால் ஔரங்காபாதின் அன்றாட வாழ்க்கையே அந்த மூன்று தினங்களும் ஸ்தம்பித்துப் போனது. முக்கியமாக பாதிக்கப்பட்டது ஏழை எளியவர்கள். அவ்லியாவை நம்பி பல அனாதைக் குழந்தைகளுக்கான இல்லங்கள் நடந்து கொண்டிருந்தன. போர்களினால் விதவையான - அதில் பெரும்பாலானவர்கள் ஹிந்துக்கள் என்பதால் அவர்கள் வாழ்நாள் பூராவும் விதவையாகவே இருந்தாக வேண்டியவர்கள் - பெண்களின் மறுவாழ்வு இல்லங்களை அவ்லியாதான் பராமரித்துக் கொண்டிருந்தார். இதெல்லாம் தவிர தினசரிச் செயல்பாடுகள்.

ஒரு சிறுவன் ஒரு ஃபக்கீரைக் கொன்றுவிட்டான். வேண்டுமென்று கொல்லவில்லை. சிறுவன் அழகன். அதனால் ஃபக்கீர் சிறுவனைத் தொந்தரவு செய்திருக்கிறான். சிறுவன் கொன்று விட்டான். செத்தவன் ஃபக்கீர் என்பதால் வழக்கு காவல் நிலையத்துக்குப் போய் விட்டது. சிறுவனும் அவன் அப்பனும் தலைமறைவாகி விட்டார்கள். நேராக அவ்லியா சிறுவன் வீட்டுக்குப் போனார். அங்கே நின்று கொண்டிருந்த காவலாளிகளை “ஓடிப் போங்கள் பைத்தியக்காரர்களே” என்று சொல்லித் துரத்தி அடித்தார். பையனைக் கூட்டி வரச் சொன்னார். எங்கே போய்த் தேடுவது என்றவர்களிடம் அவன் ஒளிந்திருக்கும் காட்டுப் பகுதியைச் சொன்னார். வந்து சேர்ந்த அவன் தலையில் கை வைத்து சில வார்த்தைகளை முணுமுணுத்தார். பிறகு ஃபாத்திஹா ஓதினார். பிறகு அவன் கையால் கொலையுண்ட ஃபக்கீரின் சமாதிக்குப் போய் ஒரு வருட காலம் ஃபாத்திஹா ஓதி மன்னிப்புக் கேள் என்றார் பலங்போஷ் அவ்லியா. பின்னாளில் அந்தப் பையன் அவ்லியாவின் முரீதுகளில் ஒருவனாக மாறினான். அவ்லியா மட்டும் இல்லாமல் எல்லாம் சட்டப்படி நடந்திருந்தால் பையன் மேற்கொண்டு நாலைந்து கொலைகள் செய்து பெரும் கொலைகாரனாக மாறி யானைக் காலால் இடறப்பட்டு செத்திருப்பான்.

இந்தச் சம்பவத்தைக் கேளுங்கள். ஊர் ஹஸன் அப்தல். இப்போதைய பாகிஸ்தானின் பஞ்சாப் மாநிலம். பேரரசர் ஷா ஜஹானின் ஆட்சிக் காலம். மாநிலத்தின் வஸீராக இருந்தவர் ஷரீஃப் கான். அப்போது அவ்லியா ஹஸன் அப்தலில் இருந்தார். அவ்லியாவைத் தேடி அவருடைய கான்காஹ்வுக்கு ஷரீஃப் கான் அடிக்கடி செல்வது வழக்கம். ஒருநாள் அவ்லியா ஷரீஃப் கானின் சபைக்குச் சென்றார். அப்போது அங்கே நிர்வாணமாக ஒரு மஜ்தூப் தர்வீஷ் வருகிறார். சபையில் அவருக்கு யாரும் மரியாதை கொடுக்காததைப் பார்த்து, தன் இருக்கையை விட்டு எழுந்த அவ்லியா அவரை அந்தச் சபையில் இருந்த அமீர்கள் அனைவரையும் விட, வஸீரின் இருக்கையை விடவும் உயரமான இடத்தில் அமரச் செய்கிறார். இது ஷரீஃப் கானுக்கு எரிச்சலை ஏற்படுத்துகிறது. ஆட்சியாளர்களை விடவும் ஃபக்கீர்கள் உயர்ந்தவர்களா என்று கேட்கிறார். இங்கே இருக்கும் அத்தனை பேரையும் சேர்த்தாலும் ஒரு கலந்தரின் தலைமுடிக்கு ஈடாக முடியாது என்று கோபத்துடன் சொல்லி விட்டுக் கிளம்பிப் போய் விடுகிறார் அவ்லியா. இந்தச் சம்பவம் நடந்த மூன்றாம் நாள் ஷரீஃப் கான் பயணம் செய்த பல்லக்கு விழுந்து ஷரீஃபின் கை முறிந்தது. அவ்லியாவை வந்து பார்த்து மன்னிப்புக் கேட்டுக் கொண்ட ஷரீஃப் கான் ஒரு குதிரையும் மூவாயிரம் ரூபாயும் கொடுத்தார்.

இன்னொரு முறை, அவ்லியாவின் முரீதுகளில் ஒருவரான அப்துல் ரஹீம் என்பவருக்கு ஒரு ஆண் மகவு பிறந்தது. பிறந்த சிறிது நேரத்திலேயே அந்த வீடு இடிந்து விழுந்து வீட்டிலிருந்த அத்தனை பேரும் இறந்து போனார்கள். தாயும் சேயும் மட்டும் பிழைத்துக் கொண்டார்கள். தீய ஜின்னின் நிழல் படிந்த குழந்தை என்று ஊரே அந்தக் குழந்தையைக் கரித்துக் கொட்டியது. மறுநாள் அவ்லியா அந்த இடிந்து போன வீட்டுக்குச் சென்று குழந்தையின் தலையில் கை வைத்து இறைவனின் நாமத்தைச் சொன்னார். பிறகு அந்தப் பெண்ணையும் குழந்தையையும் அழைத்துக் கொண்டு வந்து தன்னுடைய கான்காஹ்விலேயே இடம் கொடுத்து ‘இத்தா’ காலமாகிய நான்கு மாதங்களும் பத்து தினங்களும் கழித்து

அந்தப் பெண்ணுக்குத் திருமணமும் செய்து வைத்தார். அந்தக் குழந்தை பின்னாளில் ஔரங்ஸேப் ஆலம்கீரின் பேரனான முஹம்மது ஷா காலத்தில் புகழ் பெற்ற வஸீராகப் பதவி வகித்தார்.

ஒருநாள் அவ்லியா திக்ர்-இல் இருந்த சமயத்தில், வெளியே காவலுக்கு இருந்தவரையும் மீறி மூன்று பேர் அவரது அறைக்குள் சென்று திரையை விலக்கிப் பார்த்தார்கள். பார்த்தவர்கள் அலறி அடித்துக் கொண்டு வெளியே ஓடினார்கள். அவர்களிடம் போய் என்ன விஷயம் என்று கேட்ட போது அவ்லியாவின் அறையில் ஒரு சிங்கம் உறுமியபடி உலவிக் கொண்டிருந்ததாகச் சொன்னார்கள். அதைக் கேட்டு திகைத்துப் போன மற்றவர்கள் போய்ப் பார்த்தபோது பாபா என்ன நடக்கிறதென்ற உணர்வே இல்லாமல் திக்ர்-இல் இருந்தார்.

—

44

ஒருமுறை அப்துல் வஹாப் என்ற ஒரு உயர் அதிகாரி ஒரு குறிப்பிட்ட இடத்தில் வீடு கட்ட எண்ணி பலங்போஷ் அவ்லியாவிடம் வந்து பறக்கத்தை வேண்டினார். கட்டாதே என்றார் அவ்லியா. “அது என் மூதாதையரின் இடம். எங்கள் பரம்பரையின் ஞாபகச் சின்னம்” என்றார் அதிகாரி. வேண்டாம் என்றார் அவ்லியா. என் பெற்றோரின் விருப்பத்தை நிறைவேற்றி வைப்பது என் கடமை அல்லவா என்று கேட்டார் அதிகாரி. இல்லை என்றார் அவ்லியா. ஹஜ்ரத்தின் பறக்கத் இருந்தால்தான் காரியம் நடக்கும் என்று மீண்டும் ஒருமுறை தயவாய்க் கேட்டார் அதிகாரி. எதுவுமே சொல்லாமல் அதிகாரியின் கண்களைப் பார்த்தார் அவ்லியா. அதோடு அந்த அதிகாரி எழுந்து சென்று விட்டார். அவ்லியா எதையுமே மூன்று முறைக்கு மேல் சொல்ல மாட்டார்.

பெரும் செலவு செய்து வீட்டைக் கட்டினார் அதிகாரி. அதற்கடுத்த சில நாட்களில் ஏற்பட்ட நில நடுக்கத்தில் அந்தப் புதிய வீடு இடிந்து விழுந்தது. அவ்லியாவிடம் வந்து அழுதார் அதிகாரி. இதற்காகத்தான் சொன்னேன் என்றார் அவ்லியா. பிறகு, “இன்னும் சில ஆண்டுகளில் உனக்குப் பதவி உயர்வு

கிடைத்து நீ இதை விடவும் நல்ல வீடு கட்டுவாய்" என்று நற்செய்தி கூறினார்.

ஒருமுறை பீர் முஹம்மது என்று ஒரு ஆஃப்கன் அவ்லியாவிடம் வந்தான். நாத்ர் கொடு என்றார் அவ்லியா. இல்லை என்றான் ஆஃப்கன்.

ஏதாவது கொடு.

எதுவுமே இல்லையே ஹஜ்ரத்.

அவன் பாக்கெட்டில் கை விட்ட அவ்லியா அதில் இருந்த பணத்தை எடுத்துக் கொண்டார்.

அதை ஒரு முக்கியமான செலவுக்கு வைத்திருக்கிறேன் ஹஜ்ரத் என்றான் ஆஃப்கன்.

அப்போது குறுக்கே புகுந்த பாபா முஸாஃபிர் "முக்கியமான செலவுக்கு வைத்திருப்பதாகச் சொல்கிறார். அது ஏன் நமக்கு?" என்றார்.

"அப்படியா நினைக்கிறாய்? அப்படியானால் நீயே வைத்துக் கொள்" என்று சொல்லி எடுத்த காசைத் திரும்பக் கொடுத்து விடுகிறார் அவ்லியா.

வீட்டுக்குப் போனதும் பீர் முஹம்மதுவுக்குக் கடும் ஜுரம். என்ன மருந்து கொடுத்தும் ஜுரம் நிற்கவில்லை. நாட்கள் கடந்தன. பிழைப்பான் என்ற நம்பிக்கை போய் விட்டது. அப்போது அவன் கனவில் வந்தார் அவ்லியா. மறுநாள் ஜுரம் நீங்கி எழுந்தான் பீர் முஹம்மது. அவ்லியாவிடம் வந்து காலில் விழுந்து மன்னிப்புக் கேட்டான். தன் பாக்கெட்டிலிருந்து அவ்லியா எடுத்துக் கொண்ட நாத்ர் தொகையை விட இரண்டு மடங்காகக் கொடுத்தான்.

அப்போது அவ்லியா சொன்னார். "நான் ஒன்றும் நாத்ர்-ஐ பாங்கும் அபீனும் வாங்கிக் குடிப்பதற்காகக் கேட்கவில்லை. நாத்ர் காசில் என்ன நடக்கிறதென்று பார்! நான் கேட்ட

போதே நாத்ர்-ஐக் கொடுத்திருந்தால் இத்தனை துன்பத்தை நீ அனுபவித்திருக்க வேண்டாம், பைத்தியக்காரா!”

மரியாதைக்குரிய லேகக் அவர்களே, எனக்கு முஸாஃபிர் பாபா, பலங்போஷ் அவ்லியா பெயர்களைக் கேட்டாலே கண்கள் கலங்கி விடும். அப்படி வாழ்ந்தார்கள் அவர்கள். அவர்கள் மட்டும் அல்ல. எல்லா ஸூஃபிகளுமே அப்படித்தான். அதையெல்லாம் சொன்னால் இப்போது கட்டுக்கதை என்பார்கள். பாருங்களேன், முஸாஃபிர் பாபா ஸூரத்திலிருந்து மெக்கா வரை நடந்தே போனார். எங்கள் காலத்திலேயே சிலர் “இது என்ன பைத்தியக்காரத்தனம்?” என்றார்கள். பாபா நினைத்தால் கடல் மார்க்கமாகவே சென்றிருக்கலாம். ஒட்டகத்தில் சென்றிருக்கலாம். எத்தனையோ அமீர்கள் அவர் பாதம் பணிந்து நின்றார்கள். ஆனால் முஸாஃபிர் பாபா இது போன்ற எல்லா சுகங்களையும் சௌகரியங்களையும் ஒதுக்கித் தள்ளினார். இறைவனின் காதிமாக[113] இருப்பவன் ஒருபோதும் ஆடம்பரங்களில் திளைக்க மாட்டான் என்பது பாபாவின் வாக்கு. ஆரம்ப காலத்தில் அவர் பலங்போஷ் அவ்லியாவிடம் முரீதாக இருந்த போது நடந்த ஒரு சம்பவத்தை அவர் அடிக்கடி உதாரணம் காட்டுவார். அவ்லியாவிடம் வரும் முரீத்களுக்கும் ஃபக்கீர்களுக்கும் சேவை செய்ய வேண்டியது முஸாஃபிர் பாபாவின் வேலை. கிட்டத்தட்ட எல்லோருமே புகையிலை புகைப்பார்கள். அவர்கள் ஒவ்வொருவருக்கும் புகையிலையை சுருட்டிக் கொடுத்துக் கொடுத்து பாபாவின் உள்ளங்கைகள் பொத்துப் போய் ரத்தம் வடியும். காலில் செருப்பு கிடையாது. ஒரே ஒரு லுங்கிதான். அதுவும் கிழிந்தது. அதனால் மர்ம ஸ்தானம் தெரியாமல் ஜாக்கிரதையாக உறங்க வேண்டும். உறக்கமும் வராது என்று வைத்துக் கொள்ளுங்கள். எப்படி வரும்? லுங்கி பூராவும் அடை அடையாகப் பேன்களும் ஈறுகளுமாக இருக்கும். கண்களை மூடினால் அவைகளுக்கு எப்படித் தெரியுமோ? கடிக்க ஆரம்பித்து விடும். உறக்கமில்லாமல் கண்கள் கோவைப் பழமாய்ச் சிவந்து கிடக்கும்.

---

113 காதிம் – வேலைக்காரன்

இதைப் பார்த்த முரீத் ஒருவர் முஸாஃபிர் பாபாவுக்கு ஒரு நல்ல பைஜாமாவைக் கொடுத்தார். இவரும் லுங்கியைத் தூக்கிப் போட்டு விட்டு பைஜாமாவை அணிந்து கொண்டார். என்ன ஒரு ஆச்சரியம்! பைஜாமாவை அணிந்து கொண்டதும் உறக்கம் கண்களைச் சுருட்டியது. அவ்லியா தன் முரீத்களுடன் வெளியே சென்றிருந்தார். அங்கே இருந்த புளிய மரத்தடியில் படுத்து உறங்கிப் போனார் முஸாஃபிர். ஆழ்ந்த உறக்கம். அவ்லியாவும் முரீத்களும் திரும்பி வந்தது கூடத் தெரியவில்லை. தெரிந்த பிறகு விழுந்தடித்துக் கொண்டு ஓடினார். கண்களில் விஷமத்துடன் அவ்லியா சொன்னார்: ஒரே ஒரு பைஜாமா கிடைத்ததும் உடம்பு இத்தனை சுகம் கேட்கிறது? சுகப்படுகின்றவன் ஸூஃபி ஆக முடியுமா பைத்தியக்காரா?

"நான் சுவனம் சென்றாலும் அந்த வார்த்தைகளை என்னால் மறக்க இயலாது" என்று அடிக்கடி குறிப்பிடுவார் முஸாஃபிர் பாபா.

ஆரம்ப காலத்தில் இரவு ஒரு வேளை மட்டும்தான் முஸாஃபிர் பாபாவுக்கு உணவு கிடைக்கும். ஒருநாள் அவர் சாப்பிடப் போகும் நேரத்தில் ஒரு பிச்சைக்காரன் வந்து நின்றான். பலங்போஷ் அவ்லியா முஸாஃபிரிடம் அந்த உணவைப் பிச்சைக்காரனுக்குக் கொடுக்கச் சொல்கிறார். மறுநாளும் அதே நேரத்தில் அவன் வந்து நிற்கிறான். மறுநாளும் முஸாஃபிரின் உணவு பிச்சைக்காரன் கைக்குப் போகிறது. இப்படியே ஒரு நாள் அல்ல, இரண்டு நாள் அல்ல, ஏழு தினங்கள் கடந்தன. ஏழு தினங்களும் முஸாஃபிர் பாபா முழுப் பட்டினி. "அப்படித்தான் இந்தக் காதிமுக்குப் பயிற்சி கொடுத்தார் ஹஜ்ரத்" என்றார் பாபா.

தன் வாழ்நாள் முழுவதுமே அப்படித்தான் வாழ்ந்தார் அந்த மகான். அவருடைய பற்கள் பலஹீனமானவை என்பதால் காய்ந்து போன ரொட்டியைக் கடிக்க முடியாது. அதனால் தண்ணீரில் ஊற வைத்து மென்று தின்பார். இதைப் பார்த்து வருந்திய முரீத் ஒருவர் "பாபா, தங்களுக்கு மட்டும் கொஞ்சம் அரிசியை வேக வைத்துத் தருகிறேனே?" என்று கேட்டார்.

அதற்கு பாபா கூறிய பதில்: ”முரீத்களுக்கெல்லாம் காய்ந்த ரொட்டியைக் கொடுத்து விட்டு தான் மட்டும் சொகுசாக அரிசி உணவைத் தின்றான் என்ற பாவத்தைச் செய்தவனாக இறைவனின் முன்னே என்னை நிற்க வைக்கப் பார்க்கிறாயா, பைத்தியக்காரா?”

“அல் ஃபக்ர் ஃபக்ரி” என்று சொன்னார்கள் நபிகள் நாயகம். ஏழ்மையே எனது கௌரவம். ஃபக்ர் என்ற வார்த்தையில் மூன்று எழுத்துகள் இருக்கின்றன. ஃப என்பது ஃபாகா. உண்ணா நோன்பு. க என்பது கனா. திருப்தி. ர என்பது ரியாஸத். ஆன்மீகப் பயிற்சி. இந்த மூன்று குணங்களையும் கொண்டவனே ஃபக்கீர். ஒரே இடத்தில் இல்லாமல் அகிலமெல்லாம் சுற்றித் திரியும் தார்விஷ் என்பவன் எப்படி இருக்க வேண்டும் என்று பாபா சொல்வார். தன்னுடைய பசிக்காக அவன் யாரிடமும் யாசகம் கேட்கக் கூடாது. மூன்று தினங்கள் கடந்தும் உணவு கிடைக்கவில்லை என்றால் அவன் வெளியே சென்று மூன்று விடுகளின் முன் நிற்கலாம். அப்போதும் வாய் திறந்து கேட்கக் கூடாது. கொடுக்கவில்லை என்றால் திரும்பி வந்து விட வேண்டும். பிறகு, அடுத்த மூன்று தினங்கள் கழித்துத்தான் அவன் உணவு தேடலாம். அப்போது அவன் ஏழு வீடுகளின் முன் நிற்கலாம். ஆனாலும் வாய் திறந்து கேட்கக் கூடாது. இப்படியெல்லாம் ஆன்மப் பரிசோதனைகள் செய்தால்தான் முர்ஷித் ஏ காமில்[114] ஒருவருக்கு அருளப்படும்.

ஒரு ஃபக்கீர் என்பவன் எப்படி இருக்க வேண்டும்? முஸாஃபிர் பாபா சொல்கிறார்:

ஒரு ஃபக்கீருக்கு ஏதாவது கிடைத்தால் அன்றைய தினமே அவன் அதைச் செலவு செய்து விட வேண்டும். தனக்கென்று எதையுமே வைத்துக் கொள்ளக் கூடாது. இன்று இரவு ஒரு ஃபக்கீர் இறக்கிறான் என்றால் அவனுக்குச் சொந்தமாக அவனிடம் எதுவுமே இருக்கக் கூடாது. அதனால்தான்

114 முர்ஷித் ஏ காமில் – முர்ஷித்: ஆசான். ஆசானின் இதயத்திலிருந்து நேரடியாக முரீதுக்குக் கிடைக்கும் ஆன்மீக ஒளி.

அவ்லியாக்கள் தங்கள் ஃபக்கீர்களைத் தேர்ந்தெடுக்கும்போது அந்தச் சடங்கில் ஃபக்கீர் கஃபன் துணியை[115] அணிந்து கொள்கிறார். காரணம், ஏற்கனவே சொன்னதுதான். ஒரு ஃபக்கீர் என்பவன் மய்யத்தைக் குளிப்பாட்டுபவரின் கையில் இருக்கும் உடலைப் போல் இருக்கிறான்.

என்னைப் பொருத்தவரை, மரியாதைக்குரிய லேகக் அவர்களே, சரித்திரத்தின் மத்திய காலகட்டத்தில், சூஃபிகள் மக்களின் துயர் துடைப்பவர்களாக மட்டும் அல்லாமல் அரச ஒடுக்குமுறைக்கு எதிராகவும், பேசுவதற்கு இடமில்லாத சாமானியர்களின் குரலாகவும் இருந்திருக்கிறார்கள். அதிகாரத்துக்கு எதிரான போர் வீரர்களாகவே சூஃபிகளை நான் காண்கிறேன். இதுவரை நான் விவரித்த சம்பவங்களிலிருந்தே அதை நீங்கள் உணர்ந்திருக்கலாம். ஹிந்துஸ்தான் நெடுகிலும் ஒவ்வொரு ஊரிலும் வாழ்ந்த சூஃபிகள் அந்தந்த ஊரின் காவல் தெய்வங்களாகவே விளங்கியிருக்கிறார்கள். அதேபோல் எதிரிகளிடமிருந்தும் மக்களைக் காப்பாற்றியிருக்கிறார்கள். எத்தனையோ போர்களின் முடிவு சூஃபிகளின் பறக்கத்தினால் மாறியிருக்கிறது.

ஒரே ஒரு சம்பவத்தைச் சொல்கிறேன். மொகலாயருக்கும் மராட்டியருக்கும் ராய்கட்டில் நடந்த சண்டையில் மராட்டியப் படை தோற்றது. மராட்டிய அரசர் ராஜாராம் தப்பி விட்டார். அதனால் ஷிவாஜியின் புதல்வர்களான ஸம்பாஜி மற்றும் ராஜாராமின் மனைவிகள் மற்றும் குழந்தைகள் அரண்மனைக் காவலில் வைக்கப்பட்டார்கள். இப்படியாகத் தன் ஏழாவது வயதில் ஔரங்ஸேப் ஆலம்கீரால் சிறை வைக்கப்பட்டார் ஸம்பாஜியின் புதல்வர் ஷாஹூ போஸலே. சிறை வைக்கப்பட்டாலும் அவர்கள் யாவரும் அரச குடும்பத்துக்கு உரிய சகல மரியாதைகளுடனேயே நடத்தப்பட வேண்டும்

115 கஃபன் துணி – மய்யத்தைப் போர்த்தும் துணி. சூஃபி தரீக்காவில் இணையும் முரீதின் உடலில் கஃபன் துணியை அணிவித்துத்தான் தரீக்காவில் சேர்ப்பது வழக்கம்.

என்று உத்தரவிட்டிருந்தார் ஆலம்கீர். அவர்களின் செலவுக்கும் ஒரு பெரும் தொகை உதவித் தொகையாக வழங்கப்பட்டது. இது நடந்தது 1689. பதினெட்டு ஆண்டுகளுக்குப் பிறகு ஆலம்கீர் மரணமடைந்ததும் ஷாஹு போஸலே விடுதலை செய்யப்பட்டார். ஒரு மராட்டிய அரசன் தங்களுக்குச் சாதகமாக இருந்தால் நல்லது என்று நினைத்தார் ஆலம்கீருக்குப் பிறகு ஆட்சிக்கு வந்த அவர் புதல்வர் ஆஸம் ஷா. ஆனால் வெளியே வந்த ஷாஹு போஸலே பெரும் படையைத் திரட்டிக் கொண்டு ஔரங்காபாதைத் தாக்கினார்.

அத்தனை பெரிய மராட்டியப் படையை எதிர்க்கும் அளவுக்கு வலுவான மொகலாயப் படை ஔரங்காபாதில் இல்லை. அதனால் முஸாஃபிர் பாபா ஒரு பாதுகாப்பான இடத்துக்குச் சென்று விட வேண்டும் என்று அவரிடம் சொல்லப்பட்டது. ஆனால் பாபா தான் இருந்த இடத்தை விட்டு ஒரு இம்மி நகரவில்லை. கிப்லா திசையில் அமர்ந்து அவரது வழக்கமான முராகபாவில் ஐக்கியமானார். கடுமையாக நடந்த சண்டையில் இரண்டு பக்கமும் இழப்புகள். கடைசியில் ஷாஹு போஸலே தன் படையை அழைத்துக் கொண்டு திரும்பிச் சென்று விட்டார். முஸாஃபிர் பாபாவின் மறக்க முடியாத கராமத்தாக அது பல ஆண்டுகள் பேசப்பட்டது.

ஆலம்கீரின் வாழ்க்கையில் ஆலம்கீர் சொல்லாமல் விட்டதைச் சொல்ல வந்து பேச்சின் திசையில் என்னையே மறந்து எங்கெங்கோ போய் விட்டேன். ஆனாலும் ஆலம்கீர் ஆட்சியின் ஒரு பக்கத்தை நான் தங்களுக்குச் சொல்லி விட்டதாகவே நம்புகிறேன். ஓர் இறைக் கொள்கையைக் கொண்ட ஒரு மார்க்கம் ஆயிரக்கணக்கான கடவுள்களைக் கற்சிலைகளாக நிறுவி வணங்கும் ஒரு பூமியில் எப்படிப் பரவியது, எப்படி நிலைபெற்றது, எப்படி மக்களின் வாழ்க்கையோடு உறவாடியது என்பதை என் பேச்சிலிருந்து நீங்கள் புரிந்து கொண்டிருக்க முடியும் என்றும் நம்புகிறேன்.

ஆலம்கீரின் வாழ்க்கையில் அவரால் மறக்க முடியாத ஒருவராக இருந்தவர் ஷிவாஜி. ஆலம்கீர் வியந்த மனிதர்களில்

முதன்மையானவர் ஷிவாஜி. கிட்டத்தட்ட பொறாமை என்றே சொல்லலாம். குறிப்பாக, ஷிவாஜிக்கு இருந்தது போன்ற புதல்வர்கள் தனக்கு இல்லையே என்ற ஏக்கம் ஆலம்கீருக்கு நிரம்பவே இருந்தது.

1691, டிசம்பர் 16. செஞ்சிக் கோட்டையை ஆலம்கீரின் புதல்வர் காம் பக்ஷின் தலைமையில் முற்றுகையிட்டோம். ஸுல்ஃபிகர் கான்தான் எங்கள் தளபதி. கோட்டைக்குள் ஷிவாஜியின் புதல்வர் ராஜாராம். அவமானகரமான தோல்வி அடைந்த மொகலாய முற்றுகைகளில் ஒன்றாக அமைந்தது செஞ்சி முற்றுகை. முற்றுகை ஒரு வருட காலம்[116] நீடித்ததால் எங்கள் நிலை படு மோசமாக மாறியது. நூற்றுக்கணக்கான வீரர்களும், ஒட்டகங்களும், குதிரைகளும் பட்டினியால் செத்தனர்.

அப்படிப்பட்ட நிலையில், ஜனவரி 1693இல் கோட்டைக்குள் இருந்த ராஜாராமுக்கு ஒரு ரகசியக் கடிதம் எழுதினார் காம் பக்ஷ். அந்தக் கடிதம் ஸுல்ஃபிகர் கான் கையில் மாட்டியது. அந்தக் கடிதத்தில் ராஜாராமோடு சேர்ந்து மொகலாயப் படையை முறியடிக்கும் திட்டம் ஒன்றை வகுத்திருந்தார் ஔரங்ஸேப் ஆலம்கீரின் புதல்வரும், மொகலாயப் படையைத் தலைமை தாங்கி நடத்திக் கொண்டிருந்தவருமான காம் பக்ஷ்! உலக சரித்திரத்தில் எங்கேனும் இப்படி ஒரு அவலம் நடந்திருக்குமா?

எங்களுக்கெல்லாம் நாக்கைப் பிடுங்கிக் கொண்டு சாகலாம் போல் இருந்தது. ஆலம்கீருக்கும் செய்தி சென்றது.

இறுதியில் நாங்கள் மராட்டியருக்கு ஒரு லட்சம் ரூபாய் பணமும், அறுபதாயிரம் ரூபாய்க்குத் தங்க நகைகளும் தண்டம் செலுத்தி விட்டுத்தான் வெளியேற முடிந்தது.

இன்னும் உங்களிடம் சொல்வதற்கு என்னிடம் ஏராளமான

---

116 மொத்தம் எட்டு ஆண்டுக் காலம் நீடித்தது செஞ்சி முற்றுகை. அது ஒரு பெரும் கதை. மதுரை நாயக்கர் வம்சத்தைச் சேர்ந்த ராணி மங்கம்மாள் மொகலாயப் படைக்கு ஆதரவாக இருந்தார்.

கதைகள் உண்டு. இருந்தாலும் ஒரு முக்கியமான காரணத்தினால் இப்போது இந்த அகோரியின் உடலை விட்டு வெளியேறுகிறேன். காரணத்தை நீங்களே விரைவில் புரிந்து கொள்வீர்கள். இறைவனின் கருணை இருந்தால், பீம்ஸேன் ஸக்ஸேனா என்ற ஹிந்துவாகிய நான் மீண்டும் வந்து இன்னும் சில கதைகளைச் சொல்லுவேன்.

பீம்ஸேன் ஸக்ஸேனா அகோரியின் உடம்பிலிருந்து வெளியேறிய பிறகு அகோரியிடமிருந்து எந்தப் பேச்சும் இல்லை. அன்றைய சந்திப்பு அத்துடன் முடிவுக்கு வந்தது.

—

45

அல்ஹம்துலில்லாஹ்! இறைவனுக்கு இணையாக இந்த அகிலத்திலும் பதினெட்டாயிரம்[117] உலகங்களிலும் யாரும் இல்லை.

மதிப்புக்குரிய காத்திப் அவர்களே, என்ன இது, திடீரென்று ஆலம்கீர் பெண் குரலில் பேசுகிறார் என்று திகைக்காதீர்கள். நான் ஜஹானாரா பேகம் என்ற ஒரு அடிமை, ஒரு ஃபக்கீரா, ஹஜ்ரத் முல்லா ஷாவின் முரீத் பேசுகிறேன். ஜஹான் ஆரா என்றால் உலகத்தின் பேரரசி என்று பொருள். பெயர்களும் பட்டங்களும் வைப்பதில் இந்த மொகலாயர்களை யாருமே விஞ்ச முடியாது. ஆனால் இவர்கள் வெற்றுப் பேச்சிலும் உயிரின் துடிப்பு இல்லாத வறட்டுக் கனவுகளிலும் தங்கள் வாழ்க்கையை வீணடித்துக் கொண்டது மட்டுமல்லாமல் லட்சக்கணக்கான உயிர்களையும் அந்தக் கனவுகளுக்காக பலி கொடுத்தவர்கள். இந்த அகிலத்தையே ஆட்சி செய்த என் மூதாதை செங்கிஸ் கானைப் போல் ஆக வேண்டும் என்பது மொகலாய அரச பரம்பரையில் வந்த ஒவ்வொரு ஆண் மகனின் ஆசையாக இருந்தது. அந்த குரூர நாடகத்தில் சில சமயங்களில் பெண்களும்

117 18000 உலகங்கள் : உலகங்கள் 18000 என்பது இஸ்லாமிய நம்பிக்கை.

கலந்து கொண்டதுண்டு. அப்படி வந்து போனவர்தான் என் தந்தையின் சிற்றன்னையான நூர் ஜஹான்.

ஆடம்பரமும் அலங்காரமுமான பட்டப் பெயர்கள் வைத்தால் போதுமா? பொதுவாகவே மொகலாயர்கள் சொற்களிலேயே வாழ்கிறார்கள் என்று தோன்றுகிறது. நூர் ஜஹானையே எடுத்துக் கொள்வோம். கணவனைக் கொன்று விட்டு காதலனை மணந்து கொண்ட பெண்மணி. மொகலாய சரித்திரத்தின் பாத்திரங்களில் நூர் ஜஹானைப் பற்றித்தானே ஏகப்பட்ட புதினங்களும் சலனச் சித்திரங்களும் வந்திருக்கின்றன? அதில் எதிலாவது இந்த விஷயத்தைப் பற்றி எழுதியிருக்கிறார்களா, மதிப்புக்குரிய காத்திப் அவர்களே? அந்தக் கதைக்குள் நான் செல்ல விரும்பவில்லை. என் கதையை நான் தங்களுக்குச் சொல்ல வந்திருப்பதே ஒரு அத்துமீறல். என் தம்பி ஔரங்ஸேப் பற்றி ஹிந்து வீரன் பீம்ஸேன் ஸக்ஸேனா சொல்லிக் கொண்டிருந்த கதையை நிறுத்தி விட்டுப் புகுந்திருக்கிறேன். அதிலும் அவரைத் தொந்தரவு செய்துதான் சாதிக்க முடிந்தது. இன்னும் தொந்தரவு செய்திருந்தால் இந்த அகோரியின் வாழ்வு முடிந்திருக்கும். எத்தனை பேரை ஒரு உடம்பு தாங்கும்?

இருந்தாலும் தங்களுடைய பின்நவீனத்துவக் கதைகளில் இது சகஜம்தான் என்பதால் சற்று ஆசுவாசம் கொள்ள முடிந்தது. இந்த நிலையில் நூர் ஜஹான் கதைக்குள் வேறு நாம் செல்ல வேண்டாம். ஆனால் காதலனுக்காக கட்டிய கணவனைக் கொன்ற ஒரு பெண் பிறகு அந்த இரண்டாவது கணவனை கைக்குள் போட்டுக் கொண்டு ஒட்டு மொத்த சாம்ராஜ்ஜியத்தையே தனக்குக் கீழ் கொண்டு வந்து விட்ட ஒரு பெண் பேரரசர் ஜஹாங்கீர் உயிரோடு இருந்த போதே தன்னுடைய பெயரில் நாணயத்தை வெளியிட்டுக் கொண்ட ஒரு பெண் அந்தப் பெண்ணின் கல்லறை வாசகம் என்ன தெரியுமா, ஸூஃபிகள் தோற்றார்கள் போங்கள்.

“இந்த எளிய பேதையின் சமாதியில் அலங்கார விளக்குகளோ ரோஜா மலர்களோ தேவையில்லை. இங்கே வண்ணத்துப் பூச்சிகள் பறக்க வேண்டாம், குயில்களும் பாட வேண்டாம்.”

எப்படி இருக்கிறது கதை? இந்த அகிலத்தில் நீங்கள் கேள்விப்பட்டிருக்கக் கூடிய அத்தனை பாவங்களையும் செய்த ஒரு பெண் தன் கல்லறை வாசகமாக எழுதிக் கொடுத்த வாக்கியம்! இதுதான் மொகலாய அரச குடும்பத்தினரின் குணாம்சம். ஆனால் ஒரு ஃபக்கீராவாகிய நான் சத்தியமாகவே சொன்னேன், என் சமாதியை வெறும் மண் மேடாக விட்டு வையுங்கள் என்று. வாழும் போது கிடைக்காத சுகம் செத்த பிறகு கிடைத்து என்ன பயன்?

என் வாழ்க்கை எப்படி இருந்தது? வறண்ட பாலைவனத்துக்கும் என் வாழ்க்கைக்கும் ஏதேனும் வித்தியாசம் காண முடியுமா? என் அன்னை மும்தாஜ் மஹலின் வயிறும் மார்பகங்களும் எப்போது பார்த்தாலும் நிறைகுடமாகவே ததும்பிக் கொண்டிருக்கும். ஆனால் அவர்களின் மூத்த மகளான என் மார்பகங்களில் ஒருபோதும் பால் சுரந்ததில்லை. தம்பி ஔரங்ஸேப் பதவிக்கு வந்த போது என் வயது 44. அப்போது நான் விரும்பியிருந்தால் அவனுடனேயே தில்லியில் இருந்திருக்கலாம். ஆனால் ரோஷனாராவும் இருப்பாள். அவள்தான் ஔரங்ஸேபுக்கு அரண்மனை உளவாளியாகச் செயல்பட்டவள். ஔரங்ஸேபை தந்தை தொலைதூரத்துக்கு அனுப்பி வைத்தாலும் அரண்மனை விவகாரங்களைத் துல்லியமாகத் தெரிந்து கொண்டு அதற்கேற்ப வெகு தந்திரமாக அவன் காய்களை நகர்த்தியதற்குக் காரணமாக இருந்தவளே ரோஷனாராதான். அப்படிப்பட்டவளோடு இருப்பதை விட ஆக்ரா கோட்டையில் சுதந்திரம் மறுக்கப்பட்டாலும் தந்தையோடு வாழ்வது எவ்வளவோ சிலாக்கியமென்று எண்ணினேன்.

என்னிடம் வைர வைடூரியங்கள் ஏராளமாக இருந்தன. முப்பது பணியாட்கள். எட்டு யானைகள். என்னுடைய மதுக்கோப்பை முழுவதும் மரகதக் கற்கள் பதிக்கப்பட்டிருந்தன. ஆனால் ஒரு பெண்ணின் சரீரத்துக்கும் உள்ளத்துக்கும் இந்த விலை உயர்ந்த கற்களால் மகிழ்ச்சியைத் தந்து விட முடியுமா? பத்து, இருபது, முப்பது என்று மனைவிகளை வைத்துக்

கொண்டு அந்தப் பெருமையெல்லாம் போதாமல் தங்கள் கிரீடத்திலும், மேனியெங்கும் தவழும் ஆபரணங்களிலும் வைரங்களையும் மாணிக்கப் பரல்களையும் செருகிக் கொண்டார்கள் அரசர்களும் அரச குமாரர்களும்... அவர்களை விடுங்கள், அவர்களின் யானைகளுக்கும் குதிரைகளுக்கும் கூட வைர வைடூரியங்களையும் தங்கத்தையும் இழைத்து அழகு பார்த்தார்கள். ஆனால் என்னைப் போன்ற ஒரு தரிசு நிலத்தில் ஜொலிக்கும் அந்த விலை மதிக்க முடியாத கற்களுக்கும் தரையில் கிடக்கும் கூழாங்கற்களுக்கும் என்ன வித்தியாசம் இருக்கிறது?

இதையெல்லாம் விட முக்கியமாக, என் தாயாரின் மரணத்தினால் பதினேழு வயதிலேயே பாதுஷா பேகம் என்ற பதவியையும் பெற்றிருந்தேன். பாதுஷா பேகம். சாம்ராஜ்ஜியத்தின் தலைமகள். தந்தையின் மற்ற மூன்று மனைவிகளுக்கும் கிடைக்காத அந்தஸ்து. கிட்டத்தட்ட அது என்ன கிட்டத்தட்ட? நான்தான் சாம்ராஜ்ஜியத்தின் பேரரசியாகவே விளங்கினேன். கஜானாவின் சாவி என் கையில். தில்லியில் லஹெளரி கேட்டிலிருந்து ஃபதேபுரி மசூதி வரை நீண்டு கிடக்கும் சாந்த்னி சௌக்கும், ஆக்ராவில் ஜாமி மசூதியும், ஸ்ரீநகரில் முல்லா ஷா மசூதியும் நான் உருவாக்கியதுதான். நான் நினைத்தால் எது வேண்டுமானாலும் நடக்கும். அத்தனை மந்திரிகளும் என் சொல் கேட்பார்கள். தந்தை என் அன்னையை இழந்ததால் கிட்டத்தட்ட பைத்தியம் பிடித்தது போல் இருந்தார். ஒரு வருடத்தில் சரியாகி விட்டாலும் ஔரங்ஸேப் ஆட்சிக்கு வரும் வரை நான்தான் எல்லாமாக இருந்தேன்.

ஆனால் எனக்குக் கிடைத்த அதிகாரத்தை நான் மக்களுக்காகப் பயன்படுத்தியதன் மூலம் என் பெயரை மக்களின் மனதில் பதியச் செய்தேன். நூர் ஜஹான் அவரது அதிகாரத்தைத் தன்னுடைய சுயநலத்துக்காகப் பயன்படுத்தினார். தோல்வியுற்றார். ஔரங்ஸேப் ஆட்சிக்கு வந்ததும் நான் தில்லியிலேயே சுதந்திரமாக வாழ்வதை நிராகரித்து விட்டு ஆக்ராவுக்குச் சென்றதும், எட்டு ஆண்டுகள் வீட்டுச் சிறையில்

இருந்த தந்தைக்குப் பணிவிடை செய்ததும் கட்டாயத்தினால் அல்ல. பாதுஷா பேகமாக இருந்த போது நான் செய்த நற்செயல்களினால்தான் தந்தை இறந்ததும் ஔரங்ஸேப் என்னைத் திரும்பவும் தில்லிக்கே அழைத்துக் கொண்டான்.

ஆனாலும் ஒரு விஷயத்தில் என் நிலைமை ஒரு பிச்சைக்காரியை விட மோசமாக இருந்தது என்பதை நான் தங்களிடம் இத்தனைக் காலம் கழித்தாவது சொல்லித்தான் ஆக வேண்டும். ஆம். என் தந்தையின் காலத்தில் ஒருநாள் நான் உருவாக்கிய சாந்த்னி சௌக்கில் பல்லக்கில் சென்று கொண்டிருந்தபோது ஒரு பிச்சைக்காரி தன் குழந்தைகளுக்குப் பால் கொடுத்துக் கொண்டிருந்ததைக் கண்டேன். இரண்டு குழந்தைகள் அவளுடைய இரண்டு மார்பகங்களிலும் முட்டி முட்டிப் பால் குடித்துக் கொண்டிருந்தன. அந்தக் காட்சியைக் கண்டு என் ஆன்மா விம்மியது. என் தேகம் பூராவும் ரோமாஞ்சனம் ஏற்பட்டது. மார்பகங்களிலும் அடி வயிற்றிலும் தீயை உருக்கி ஊற்றியது போல் இருந்தது. இந்த மொகலாய அரசர்கள் தங்கள் புதல்வர்கள், சகோதரர்கள் ஆகியோரின் கண்களை சூட்டுக் கோலால் சுட்டு இழுக்கிறார்களே, அது இப்படித்தான் இருக்குமா?

இந்த அகிலத்துக்கே அரசியாக இருந்தாலும் என்னுடைய உடல் மீது எனக்கு எந்த அதிகாரமும் இல்லை. அக்பர் பாதுஷாதான் அந்த உத்தரவைப் போட்டார். மத நல்லிணக்கம் என்று சொல்லி ஸினானாவையே ராஜபுத்திரப் பெண்களால் நிரப்பியவர், அரண்மனையில் ஒரு முஸ்லிம் பெண் ஒரு ராஜபுத்திர வீரனைக் காதலித்தால் அந்த வீரன் உடனடியாகக் கொல்லப்படுவான். இதுதான் மொகலாய சாம்ராஜ்ஜியம் மண்ணுக்குள் மடியும் வரை இருந்த விதி. மொகலாய வம்சத்தின் இஸ்ஸத்தைக்[118] காப்பாற்றுகிறார்களாம். ஆண்கள் முப்பது மனைவிகளும் முந்நூறு வைப்பாட்டிகளும் வைத்துக் கொள்வார்கள். ஆனால் மொகலாய வம்சத்தின் இஸ்ஸத்தைக்

118 இஸ்ஸத் – கௌரவம், மரியாதை.

காப்பாற்ற அரசர்களின் புதல்விகள் காலம் பூராவும் கன்னி நோன்பு காக்க வேண்டும். அக்பர் விதித்த விதி. இஸ்லாமும் ஹிந்து மதமும் இணக்கமாக இருக்க வேண்டும் என்று முயற்சி செய்தவர். கிறித்தவர்களையும், பௌத்தர்களையும், ஏன், திகம்பரமாகத் திரிந்த சமணர்களையும் அரண்மனைக்கு வரவழைத்து ஆன்மீக விவாதங்களை வளர்த்தெடுத்தவர். இப்படி ஊருக்கும், உலகத்துக்கும் முற்போக்காக இருக்க முயல்பவர்கள் ஏன் வீட்டுக்குள் பெண்களின் உடம்பைக் கட்டுப்படுத்துபவர்களாக இருக்கிறார்கள், மதிப்புக்குரிய காத்திப் அவர்களே? பாருங்கள், என் தந்தையின் உடம்பில் ஓடுவது ராஜபுத்திர ரத்தம். காரணம், அவரது தாய் ராஜபுத்திரப் பெண். இத்தகைய வம்சத்தில் வந்த நான் ஒரு ராஜபுத்திர வீரனைக் காதலித்தேன். அந்தக் காதல் மட்டும் வெளியில் தெரிந்திருந்தால் அந்த வீரன் கொல்லப்பட்டிருப்பான். கடைசி வரை அந்தக் காதல் அவனுக்கும் எனக்கும் மட்டுமே தெரியும்.

ஆனால் என்னுடைய முதல் காதல் துலேராவின் மீது வந்தது. துலேரா புனைப்பெயர். நான் சூட்டிய பெயர். துலேரா என்றால் காதலன். என்னுடைய நடனக்காரியின் மகன். எத்தனை ஆண்டுகள் ஆனாலும் அவன் துலேராதான். மகா அற்புதமான இசைக் கலைஞன். அவனுடைய உயிருக்கு அஞ்சி என் காதலை மண்ணோடு மண்ணாகப் புதைத்தேன்.

காரணம், ஆண்களின் உலகை ஆண்களின் ஆட்ட விதிகளின்படியே ஆடி வெல்ல நினைத்தேன். தங்களுக்குத் தெரிந்ததுதான், ரோஷனாராவுக்கு நேர்ந்த கதி. ஆட்டத்தின் விதிகளை அவள் தானே தேர்ந்தெடுத்தாள். மிகவும் கொடூரமாக முடிந்தது அவள் கதை.

நானோ ஆண்கள் வகுத்த விதியின்படியே ஆட்டத்தை ஆடினேன். என் உடல்தானே மொகலாய வம்சத்தின் இஸ்ஸத்தைக் காப்பாற்றுவது? என் உடலின் துய்ப்பும் தாப விடாயும்தானே நீங்கள் கொடுக்க வேண்டிய பலி? சம்மதமென ஒப்புக் கொண்டேன். கன்னி நோன்பு காத்தேன். அதற்குப்

பிறகும் என் உடல் போகும் போக்கில் போயிருந்தேன் என்றால் ரோஷனாராவுக்குக் கிடைத்த அதே விஷம்தான் எனக்கும் கிடைத்திருக்கும். தீக்காயங்களால் குதறப்பட்டிருந்தாலும் கூட என் அழகு என்னை விட்டு அகன்று விடவில்லை. என் ஓவியத்தை ஓரளவு சரியாகத்தான் வரைந்திருக்கிறார்கள். ஆனாலும் அந்த ஓவியத்தை விட அழகானவளாகத்தான் இருந்தேன். அப்படியாயின் இந்த உடலையும் இதன் தாப விடாயையும் எப்படிக் கடப்பது?

அங்கேதான் இறைவன் எனக்கு ஒரு நல்வழியைக் காட்டினான். ஒரு ஸூஃபி ஞானியின் மூலம். அவர் பெயர் முல்லா ஷா.

—

46

ஆண்கள் என் உடலைக் காரணம் காட்டி கூட்டுக்குள்ளே மறைந்து கொள்ளச் சொன்னார்கள். நான் ஆன்மீகத்தை சாவியாகக் கொண்டு கூட்டைத் திறந்து வெளியேறி, ஆண்களை விடவும் தீவிரமாக சமூக வெளியில் செயல்படுபவளாக மாறினேன். அதற்கு எனக்கு வழி வகுத்துக் கொடுத்ததுதான் சூஃபித்துவம்.

ஆனால் அதற்குள் செல்வதற்கு முன்னால், மொகலாய சரித்திரத்தில் பெண்களின் இடம் ஒன்றும் ஃபிரங்கிகள் சொல்வதைப் போல ஸினானா கன்னியர் என்பதாக இல்லை என்பதை வலியுறுத்திச் சொல்லி விட விரும்புகிறேன். ஃபிரங்கிகளுக்கு ஸினானா என்ற வார்த்தையே கிளுகிளுப்பு ஊட்டுவதாக இருந்திருக்கிறது. காரணம், ஸினானா வெளியாட்களுக்குத் தெரியாமல் மறைத்து வைக்கப்பட்டிருந்ததால் அது பற்றி ஏகப்பட்ட தெருவோரத்துக் கிசுகிசுக்களும் ஃபிரங்கிகளின் கற்பனைக் கதைகளும் சிறகடித்துப் பறந்தன. அதில் திருமணம் ஆகாத என்னைப் போன்ற பெண்களின் நிலைதான் ஆக பயங்கரம். அந்தக் கதைகளையெல்லாம் கேட்டால் எனக்கே தலை சுற்றுகிறது. இந்த ஃபிரங்கிகளுக்கு சரீர வேட்கையைத் தவிர வேறு சிந்தனையே இருக்காதா என்ன? என்னென்ன விபரீத கற்பனைகள்! நான்

ஒன்றும் சரீர இச்சையைக் கடந்த ரூஃபியா என்று சொல்லிக் கொள்ளவில்லை. ஆனால் என்னுடைய ரூஃபி அனுபவங்களை முனிஸ் அல்-அர்வா என்ற நூலாக நான் எழுதிய போது என் வயது இருபத்து நான்கு. ரிஸாலா-ஏ-ஸாஹிபியாவை எழுதிய போது இருபத்தாறு. அந்த நூல்களைத் தாங்கள் படித்திருப்பீர்கள். அந்த வயதில் அப்படிப்பட்ட நூல்களை ஒரு பெண் எழுத முடியுமா? நான் எழுதவில்லை. என் பீரின் கராமத்துகளில் ஒன்றுதான் அது. சுபஹானல்லாஹ்.

சிறிது நேரம் கண்களை மூடியபடி எதுவும் பேசாமலே அமர்ந்திருக்கிறார் அகோரியினுள் இருந்த ஜஹானாரா பேகம். பிறகு லேசான செருமலுடன் மீண்டும் ஆரம்பிக்கிறார்.

ஒருநாள் நானொரு கனவு கண்டேன். காஷ்மீரத்துப் பனிப் பாலையில் தனியொருத்தியாக நின்று கொண்டிருக்கிறேன். போகுமிடத்துக்கான வழி தெரியவில்லை. எங்கே போனாலும் ஒரே இடத்திற்கே திரும்பத் திரும்ப வந்து கொண்டிருப்பது போல் தோன்றுகிறது. பயந்து விட்டேன். அந்தக் குளிரிலும் வேர்த்து விட்டது. அஞ்சாதே, இது வெறும் கனவுதான் என்கிறது மனசு. ஆனால் கனவல்ல, நிஜம் என்கிறது கனவின் குரல். கனவா நனவா என்ற கேள்விக்கே செல்ல விடாமல் அச்சம் என்னை அலைக்கழிக்கிறது. யாருமே இல்லாத இந்தப் பனிப்பாலையிலா நம் வாழ்க்கை முடிந்து போக வேண்டும் என்று மனசுக்குள் அரற்றுகிறேன். அப்போது அங்கே சிறிய தடாகமொன்றைக் காண்கிறேன். அதிலொரு தாமரைப் பூ. அந்தத் தாமரையும் நானும் ஒன்று எனத் தோன்றியது எனக்கு. அது மட்டும் அல்ல, இறைவனின் நடமாடும் நிழல்கள்தாம் அந்தத் தாமரையும் நீயும் என்றது ஒரு குரல். ஆ, இது முல்லா ஷாவின் குரல் அல்லவா? என்னைக் காப்பாற்ற என் பீரே வந்து விட்டார்களா?

Life's but a walking shadow, ஜூலியஸ் சீஸர் பேகம் சாஹிபா என்றான் எழுத்தாளன்.

ஆஹ், நான் ஷேக்ஸ்பியர் படித்ததில்லை, நிறைய கேள்விப்பட்டிருக்கிறேன்.

மன்னியுங்கள் பேகம் சாஹிபா, அப்புறம் என்ன நடந்தது?

முல்லா ஷா அவ்லியா தொடர்ந்து சொன்னார், "மான்கள் மேயும் புல் தரை போல, கிறித்தவப் பாதிரிகளுக்கு மடாலயங்களைப் போல, சிலைகளுக்குக் கோவில் போல, யாத்ரீகர்களுக்குக் கஆபா போல, டோரா மேஜைகள் போல, புனித குர்ஆன் போல என் இதயம் எல்லா வடிவத்தையும் எடுக்க வல்லது. ஏனென்றால், நான் அன்பெனும் மதத்தைப் பின்பற்றுகிறேன். அன்பென்ற ஒட்டகங்கள் என்னை எங்கு அழைத்துச் செல்கின்றனவோ அதுவே என் மதம், அதுவே என் நம்பிக்கை" என்று முஹையத்தீன் இப்னு அரபீ சொல்லியிருக்கின்றபடி இந்தத் தாமரையும் நீயும் நானும் மற்றும் இன்னோரன்ன ஜீவராசிகளும் இறைவனின் நடமாடும் நிழல்கள்தாம்... விரைவில் நீ உன் வசிப்பிடம் சேர்வாய்."

அடுத்த கணமே எனக்கு விழிப்பு வந்து விட்டது.

எனக்கு ஒரு கதை ஞாபகம் வருகிறது பேகம் சாஹிபா... பாபா என்று அவரை அழைப்போம். ஷீர்டி என்ற ஊரில் வாழ்ந்த ஒரு ஸூஃபி. அவரிடம் ஒரு பக்தர் பாபா தன் வீட்டுக்கு ஒருநாள் உணவருந்த வர வேண்டும் என்று அழைத்துக் கொண்டே இருந்தார். தொடர்ந்து வற்புறுத்தியதால் பாபாவும் ஒருநாள் அவர் வீட்டுக்கு உணவருந்த வருகிறேன் என்று சொல்லி ஒப்புக் கொண்டார். பாபா வருகின்ற தினம் பக்தர் பெரிய தடபுடலுடன் ஏராளமான பதார்த்தங்களோடு விருந்து தயாரித்து வைத்தார். வருகிறேன் என்று சொன்ன குறிப்பிட்ட நேரம் கடந்தும் பாபா வரவில்லை. பக்தருக்கு ஒன்றும் புரியவில்லை. பாபா சொன்ன சொல் தவறாதவர். மதியம் வருகிறேன் என்று சொன்னவர் இரவு முடிந்தும் வரவில்லை. மறுநாள் முகத்தைத் தொங்கப் போட்டுக் கொண்டு பாபாவிடம் வந்தார் பக்தர். அன்றைய தினம் தரிசனத்துக்கு வந்தவர்களின் கூட்டம் அதிகம். பக்தர் ஒரு ஓரமாக உட்கார்ந்தார். கூட்டம் எல்லாம் போன பிறகு பாபாவை நெருங்கினார். விஷயத்தைக் கேட்டார். வந்தேனே நான் என்றார் பாபா. எல்லா பதார்த்தமும் அதி ருசியாய் இருந்தது, அதிலும் அந்த ஜாங்கிரி ரொம்பப் பிரமாதம்

என்றார். பக்தருக்கு ஒன்றுமே புரியவில்லை. பாபா வந்தாரா, என்ன இது புதிராக இருக்கிறது? நாம் நாள் முழுதும் காத்துக் கொண்டிருந்தது பொய்யா? பாபா நம்மிடம் விளையாடுகிறாரா?

நான் உங்களை என் இல்லத்தில் பார்க்கவில்லையே பாபா?

ஞாபகப்படுத்திப் பார். முதலில் ஒரு சொறிநாயாக வந்தேன். நீ சூ சூ என்று சொல்லித் துரத்தி விட்டாய். பிறகு ஒரு பிச்சைக்காரனாக வந்தேன். அப்போது நீ என்ன சொன்னாய், ஒரு முக்கியமான விருந்தினருக்காகக் காத்திருக்கிறேன், பிறகு வாருங்கள் என்றாய். பிறகுதான் இப்படியெல்லாம் போனால் வேலைக்கு ஆகாது என்று ஒரு சுண்டெலியாக வந்து எல்லா பதார்த்தத்திலும் கொஞ்சம் கொஞ்சம் சாப்பிட்டேன்.

சேதனம், அசேதனம் ஆகிய இரண்டிலும் பிரம்மம் இருப்பதை உணர்த்துவதற்காக பாபா செய்த விளையாட்டாக இந்த சம்பவத்தை நேரில் கண்டவர்கள் சொல்லுவார்கள்.

ஆம், மதிப்புக்குரிய காத்திப் அவர்களே, அதையேதான் வேறு வார்த்தைகளில் சொன்னார்கள் முல்லா ஷா அவ்லியா. ஆக, இந்த மாதிரியான அனுபவங்களை ஃபிரங்கிகளால் புரிந்து கொள்ள முடியுமா? அவர்களுக்குத் தெரிந்தது புலனுணர்வு சம்பந்தப்பட்ட விஷயங்கள். நாம் பேசிக் கொண்டிருப்பதோ புலனுணர்வுக்கு அப்பாற்பட்டது. அதை அவர்கள் மூட நம்பிக்கை என்பார்கள். அப்படிப்பட்டவர்களிடம் போய் யார் சொல்வது, ஸினானா என்பது பெண்களின் வசிப்பிடம், அவ்வளவுதானென்று? ஃபிரங்கிகள் ஸினானா என்ற இடத்தை சரீர இச்சைகளைத் தீர்த்துக் கொள்ளும் களியாட்டக் கூடமாக நினைத்துக் கொண்டு எழுதவும் பேசவும் செய்தார்கள். என்ன ஒரு பைத்தியக்காரத்தனம்! ஐரோப்பாவிலிருந்து வந்த பயணிகள்தான் அப்படிப்பட்ட கதைகளை இட்டுக் கட்டியவர்கள். ஸினானா என்பது தடுக்கப்பட்ட இடம். அதுவும் கூட அக்பர் பாதுஷாவின் காலத்தில்தான் அப்படி மாறியது. அதற்கு முன்னால் தைமூரிய வம்சத்தில் பெண்களின் நிலை அத்தனை மோசமாக இல்லை. கிட்டத்தட்ட ஆண்களுக்கு

சமமாகவே இருந்திருக்கிறார்கள். அக்பரின் காலத்துக்குப் பிறகுதான் பெண்களின் சமூக வெளி குறுகியது. அதுவரை ஸினானாவுக்கு ஆண்களும் வந்து போய்க்கொண்டுதான் இருந்தார்கள்.

அரசியலை எடுத்துக் கொண்டால், அங்கேயும் பெண்களின் இடம் ஒன்றும் கவலைக்குரியதாக இருந்ததென்று சொல்ல முடியாது. ஹிந்துஸ்தானின் சரித்திரப் போக்கை நிர்ணயம் செய்தவர்களில் முக்கியமானவரே ஒரு பெண்தான். அய்ஸான் தவ்லத் பேகம். பாபரின் தாய்வழிப் பாட்டி. பாபரின் தந்தை இரண்டாம் உமர் ஷேக் மிர்ஸா இறக்கும் போது பாபரின் வயது வெறும் பதினொன்று. சுற்றி வர எதிரிகள். அப்போது பாபரைக் காப்பாற்றி உருவாக்கியது அய்ஸான் தவ்லத் பேகம். அப்போது பாட்டி மட்டும் இருந்திராவிட்டால் நான் உயிர் பிழைத்திருப்பேனா என்பதே சந்தேகம்தான் என்று எழுதுகிறார் பாபர். பெண்களையே காண முடியாத பாபரின் சரிதத்தில் இடம் பெறும் ஒரே பெண் அய்ஸான் தவ்லத் பேகம். அப்படி ஒரு பெண்ணை நான் தைமூரிய-மொகலாய சரித்திரத்தில் கண்டதில்லை. அந்த வம்சத்திலேயே அப்படி ஒரு பெண்ணும், அவரது செயல்பாடுகளும் நிகழ்வது அதுவே முதல் முறையாகவும் இருந்திருக்கிறது.

ஒரு சமயம் தவ்லத் பேகமும் அவர் கணவர் யூனுஸ் கானும் ஷேக் ஜமாலுத்தீன் கானால் சிறை வைக்கப்பட்டார்கள். ஜமாலுத்தீன் கானிடம் தன் மனைவியைப் பணயமாக வைத்து விட்டு விடுதலையானார் யூனுஸ் கான். அவருக்கு அப்போது அதைத் தவிர வேறு வழியே இல்லை. ஜமாலுத்தீனின் அதிகாரி தவ்லத் பேகம் இருக்கும் இடத்துக்குச் செல்கிறார். தவ்லத் அந்த அதிகாரியைக் குத்தி கொன்று தெருவில் வீசியெறிந்தார். அப்படி ஒரு செயலை அதுவரை கேள்வியே பட்டிராத ஜமாலுத்தீன் தவ்லத்தின் வீரத்தைப் பாராட்டி அவரை அவர் கணவரிடமே திருப்பி அனுப்பினார். அப்படிப்பட்ட ஒரு பெண்ணால் வளர்க்கப்பட்டவர் பாபர்.

தவ்லத் பேகம் மட்டும் அல்ல, பாபரின் அன்னை குத்லுக் நிகர் கானமும், பாபரின் மூத்த சகோதரி கான்ஸாதா பேகமும் கூட பாபரின் போராட்ட காலத்தில் உற்ற துணையாகவும் ஆலோசகர்களாகவும் இருந்திருக்கிறார்கள். பாபர் ஹிந்துஸ்தானை வென்ற பிறகு காபூலிலிருந்து தொண்ணூற்றாறு பெண்களை ஹிந்துஸ்தானுக்கு வரவழைத்து அவர்களுக்கு ஜாகீர்களையும்[119] இன்னும் பல பரிசுகளையும் வழங்கினார். பாபரின் வெற்றிக்கு உறுதுணையாக இருந்தவர்கள்தான் அத்தனை பெண்களும்.

அதேபோல் ஹுமாயூனின் வளர்ச்சியில் முக்கியப் பங்காற்றியவர் அவரது அன்னை மாஹிம் பேகம். பாபரின் மூன்றாவது மனைவி. பெரும் படிப்பு படித்தவர். ஹுமாயூன் பன்னிரெண்டு வயதில் பதக்ஷானின் நவாபாக நியமிக்கப்பட்டபோது அவர் கூடவே இருந்து அவரை வழி நடத்தியவர் மாஹிம் பேகம்தான். அது மட்டும் அல்லாமல் பாபரின் திடீர் மரணத்தினால் ஹுமாயூன் ஹிந்துஸ்தானின் பேரரசராகப் பதவியேற்ற போதும் அவருக்குத் துணையாக இருந்து அவரை ஒரு பேரரசராக உருவாக்கியவர் மாஹிம் பேகம்.

திருமண விஷயத்தில் கூட தைமூரியப் பெண்களுக்கு மிகுந்த சுதந்திரம் இருந்திருக்கிறது. ஹுமாயூனின் பாரசீகத்து மனைவியும் அக்பரின் அன்னையுமான ஹமீதா பானு ஆரம்பத்தில் ஹுமாயூனை மறுதலித்து விட்டார். நாற்பது நாட்கள் போராடினார் ஹுமாயூன். பிறகுதான் ஹுமாயூன் நிஜமாகவே தன்னைக் காதலிப்பதை உணர்ந்து திருமணத்துக்கு ஒப்புக் கொண்டார். அப்போது ஹுமாயூனுக்கு முப்பத்து மூன்று வயது. ஹமீதா பானுவுக்குப் பதினான்கு. திருமணத்துக்குப் பிறகு நடந்தது காவியங்களில் மட்டுமே காணக் கூடியது. ஒன்றரை வயதுக் குழந்தை அக்பரையும் விட்டுவிட்டுத் தன் கணவனோடு பாரசீகம் சென்றார் ஹமீதா பானு. ஹுமாயூன்

---

119 ஜாகீர் – மொகலாயர் காலத்தில் படைத் தளபதிகளின் சேவையைப் பாராட்டி அரசர்கள் கொடுக்கும் நில மானியம்.

நாடு கடத்தப்பட்டு வாழ்ந்த பதினான்கு ஆண்டுகளிலும் தன் கணவனை விட்டுப் பிரியாமல் அவர் அருகிலேயே இருந்தார்.

மொகலாய சரித்திரத்தில் மற்றொரு முக்கியமான பெண் மாஹிம் அங்கா. ஹமீதா பானு குழந்தை அக்பரை விட்டு விட்டு ஹுமாயூனோடு பாரசீகம் சென்றபோது அக்பரை வளர்த்த செவிலித்தாய். அப்போது குழந்தை அக்பரை எதிரிகளிடமிருந்து காப்பாற்றுவதற்காகத் தன் உயிரையும் தரச் சித்தமாக இருந்தவர்.

ஹுமாயூனின் திடீர் மரணத்துக்குப் பிறகு அக்பர் பதினான்கு வயதில் ஹிந்துஸ்தானின் பேரரசராகப் பதவிக்கு வந்த கதையெல்லாம் நமக்குத் தெரியும். அப்போது அவருக்கு உதவியாக இருந்தது பெஹ்ராம் கான். ஆனால் தொடர்ந்து பெஹ்ராம் கானின் அதிகாரத்திலேயே போய்க் கொண்டிருந்திருந்தால் அக்பரின் ஆட்சி ஐம்பது ஆண்டுகள் நிலைத்திருக்காது. அதை உணர்ந்து கொண்ட மாஹிம் அங்கா தன் செல்வாக்கைப் பயன்படுத்தி பெஹ்ராம் கானைத் தூக்கி விட்டு அக்பரின் கண்காணிப்பிலேயே ஆட்சியை நடத்தச் செய்தார். பெஹ்ராம் கானின் அதிகாரம் நான்கு ஆண்டுகள் மட்டுமே நீடித்தது. இதனால் அக்பரின் ஆட்சியை அப்போது 'பெண்களின் ராஜ்ஜியம்' என்று கூட கிண்டல் செய்தார்கள். மாஹிம் அங்கா அது பற்றியெல்லாம் கவலையே படவில்லை. ஆனால் ஒரு கட்டத்தில் பெஹ்ராம் கானைப் போலவே மாஹிம் அங்காவின் அத்துமீறல்களும் அதிகமானதால் அக்பர் அவருடைய பதவியைப் பறித்தார்.

மொகலாய சரித்திரம் கண்ட பெண்களிலேயே ஔரங்ஸேபின் மகள் ஸெபுன்னிஸாவும் நானும் மட்டுமே சுயநலத்தைத் தவிர்த்து விட்டு மாற்று வழிகளில் - அவள் கவிதையிலும் நான் சூஃபித்துவத்திலும் - எங்கள் விடுதலைக்கான பாதையைத் தேடினோம். ஸெபுன்னிஸா பற்றி ஔரங்ஸேபே பேசி விட்டான். அவளை அவளுடைய இறுதிக் காலத்தின் இருபது ஆண்டுகள் வீட்டுச் சிறையில் ஏன் வைத்தான் என்பதற்கான காரணத்தைச் சொல்லாவிட்டாலும் அவளைப் பற்றி சிறப்பாகவே பேசினான்.

ஔரங்ஸேபுக்கு நக்ஷாபந்தி தரீக்கா ஒத்து வந்தது. அக்பர் பாதுஷாவுக்கு சிஷ்த்தியா. நக்ஷாபந்தி தரீக்காவை விட சிஷ்த்தியா, காதிரிய்யா தரீக்காக்கள் என்னை அதிகம் ஈர்க்கக் கூடியவையாக இருந்தன. சிஷ்த்தியா தரீக்கா அன்பையும், சகிப்புத்தன்மையையும், முற்போக்குத் தன்மையையும் கொண்டிருந்தது. உதாரணமாக, சிஷ்த்தியா தரீக்காவைச் சேர்ந்த ஹஜ்ரத் மியான் மீர்தான் சீக்கியர்களின் பொற்கோவிலுக்கான அடிக்கல்லை நாட்டினார். காதிரிய்யா தரீக்கா பற்றிச் சொல்லவே வேண்டியதில்லை.

நபிகள் நாயகத்தின் வம்சத்தில் வந்த அப்துல் காதிர் ஜெய்லானியை இமாமாகக் கொண்டு தோன்றிய தரீக்கா காதிரிய்யா. நக்ஷாபந்தி தரீக்காதான் ஸூஃபி தரீக்காக்களிலேயே மிகவும் கடினமான ஸில்ஸிலா. அதனால் இயல்பாகவே என் ஆர்வம் சிஷ்த்தியா, காதிரிய்யா தரீக்காக்களிலேயே தங்கி விட்டது.

க்வாஜா மொய்னுத்தீன் சிஷ்த்தி மற்றும் நிஸாமுத்தீன் அவ்லியாவைப் போன்ற சிஷ்த்தி ஸூஃபிகளிடம் மிகப் பெரிய ஈடுபாடு கொண்டிருந்தார் அக்பர் பாதுஷா.

எனக்கு ஆன்மீகத்தில் நாட்டம் ஏற்பட தாராதான் காரணமாக இருந்தான். தாராவின் முதல் குழந்தை இறந்து விட்டது. அந்த இழப்பு அவனைக் கிட்டத்தட்ட பைத்தியமாகவே அடித்து விட்டது. எந்த மருத்துவராலும் குணப்படுத்த இயலவில்லை. தந்தை அவனை லஹௌரில் வசித்த ஹஜ்ரத் மியான் மீரிடம் அழைத்துச் சென்றார். தன்னுடைய ஒரு ஸ்பரிஸத்தின் மூலமே தாராவின் மனக்கிலேசத்தைச் சரி செய்து விட்டார் மியான் மீர். ஹஜ்ரத் மியான் மீர் சுவனம் சென்ற பிறகு அவரது முரீத் முல்லா ஷாவிடம் நெருக்கமானேன். இருபத்து மூன்று வயதில் நான் ஹஜ்ரத் முல்லா ஷாவைப் பார்த்த போதே நானும் அவரது முரீத்களில் ஒருத்தியாக ஆகி விட வேண்டும் என்று நினைத்தேன்.

பேரரசராகவே இருந்தாலும் ஸூஃபிகளை அத்தனை எளிதில் சந்தித்து விட முடியாது. ஒருமுறை ஜஹாங்கீர் பாதுஷா

ஹஜ்ரத் முல்லா ஷாவின் பீராக இருந்த ஹஜ்ரத் மியான் மீரைப் பார்க்கச் சென்றிருக்கிறார். ஹஜ்ரத் பேரரசரைப் பார்க்காமல் தொடர்ந்து பஞ்சைப் பராரிகளையும் ஏழை எளியவர்களையுமே பார்த்துக் கொண்டிருக்கிறார். நீண்ட நேரம் கழித்தே பேரரசருக்கு அனுமதி கிடைத்தது. பேரரசருக்கு அதில் ஏகப்பட்ட வருத்தம். ஒரு பேரரசனுக்கே இதுதான் நிலைமையா என்று ஹஜ்ரத்தை நோக்கி ஃபார்ஸியில் கேட்கிறார் ஜஹாங்கீர். அதற்கு மியான் மீர் சொன்ன பதில் பொன்னெழுத்துக்களில் பொறிக்கப்பட வேண்டியது.

"மனதில் ஆயிரத்தெட்டு நஃப்ஸை[120] வைத்துக் கொண்டு பாதுஷாவாக இருந்து என்ன பயன்? தவ்லத்-ஏ-சர்மதி என்றால் என்ன என்பதை அறிந்தோர் உறையும் இந்த இடத்தில் பாதுஷாவும் ஃபக்கீரும் ஒன்றுதான் என்பதை அறிந்து கொள். தவ்லத்-ஏ-சர்மதி என்பது ஆதி அந்தம் இல்லாத அருட்செல்வம்."

அந்த பதிலைக் கேட்டு ஹஜ்ரத்திடம் மன்னிப்புக் கேட்டுக் கொண்ட ஜஹாங்கீர் பாதுஷா "தக்காணத்தின் மீது போர் தொடுக்கப் போகிறேன், தங்களின் பறக்கத் வேண்டும்" என்கிறார். அதற்கு ஹஜ்ரத் மியான் மீர் பதில் ஒன்றும் சொல்லாமல் மௌனமாக அமர்ந்திருக்கிறார். அப்போது அங்கே இருந்த ஒரு ஏழை ஓரே ஒரு காசை ஹஜ்ரத்திடம் தன் காணிக்கையாகக் கொடுக்கிறார். அப்போது ஹஜ்ரத் அந்த ஏழையிடம் சொன்னார்: "இங்கே உன்னையும் என்னையும் விட ஏழை ஒருத்தர் இருக்கிறார். அவரிடம் இந்தக் காசைக் கொடு."

ஹஜ்ரத் கை காண்பித்தது ஜஹாங்கீர் பாதுஷாவை நோக்கி.

பேரரசர் உள்ளுக்குள் கோபத்துடன் அந்தக் காசை வாங்கிக் கொண்டார். அப்போது அவரிடம் ஹஜ்ரத் சொன்னது:

"இத்தனை பெரிய தேசத்தின் பாதுஷாவாக இருந்தும் உனக்கு இது போதவில்லையா, பேராசை பெருங்கேடு, போர் தொடுக்காதே."

---

120 நஃப்ஸ் – மனதின் கீழ்மைகள்

பேரரசர் கிளம்ப எத்தனிக்கையில் அவரைத் தன்னருகே அழைத்த ஹஜ்ரத் அந்தக் காசை வாங்கி அதில் ஓதிக் கொடுத்தார்.

அரண்மனையில் பல ஆண்டு காலம் ஒரு கதை போல் பேசப்பட்டு வந்தது அந்தச் சம்பவம். அதைக் கேட்டதிலிருந்தே எனக்கு ஆடம்பர வாழ்வின் மீது நாட்டமும் ஈடுபாடும் குறைந்து போனது. பிறகு ஹஜ்ரத் முல்லா ஷா தன்னுடைய ஒரு ஸ்பரிசத்தின் மூலம் தாராவின் மனத் துயரத்தை குணப்படுத்தி விட்டதை அறிந்த போது அதற்கு மேல் எனக்கு எதுவுமே தேவையாக இருக்கவில்லை. நான் லஹௌரிலேயே தங்க முடிவு செய்து விட்டேன். ஆறு மாதங்கள் ஹஜ்ரத்திடமே இருந்து தியானம் செய்தேன். வெறும் தியானம் அல்ல. ஹஜ்ரத்தின் கான்காஹ்வில் எந்த வசதிகளும் இல்லை. சமைத்த உணவு இல்லை. அணிந்து கொள்ள ஒரே ஒரு லுங்கியைத் தவிர வேறு எதுவுமே இல்லாத சத்தியமான ஃபக்கீர் ஹஜ்ரத் முல்லா ஷா. ஆனாலும் அந்தக் காலகட்டத்தில் எனக்கு பைத்துல் மாமூர்[121] என்று சொல்வார்களே, அங்கே இருப்பது போல்தான் இருந்தது. அரண்மனை ஆடம்பரங்களிலும் விதவிதமான இனிப்புப் பண்டங்களிலும் நாட்டம் செல்லவில்லை. இறைவனின் நாமத்தை நமது இதயத்தின் உள்ளாழத்திலிருந்து உச்சரித்துக் கொண்டே இருக்கும் திக்ர்-ஏ-இலாஹி[122] மட்டுமே போதும், அதை விடப் பேரின்பம் வேறேதும் இல்லை எனத் தோன்றியது...

—

121 பைத்துல் மாமூர் – ஏழாவது வானத்தில் உள்ள வானவர் வீடு. தினமும் 70000 வானவர்கள் அங்கே சென்று தொழுகிறார்கள். ஒருமுறை தொழுதோர் மறுமுறை அங்கே செல்வதில்லை.

122 Zikr-e-ilahi – இறைவனை மனதுக்குள் தியானித்துக் கொண்டே இருக்கும் நிலை.

47

பொதுவாகவே நாம் நம்மைப் பற்றி எம்மாதிரியான பிம்பத்தை உருவாக்கி அளிக்கிறோமோ அதையே மனிதக் கூட்டம் நம்பத் தலைப்படுகிறது. மற்றபடி உண்மையான சரித்திரத்தை அறிந்து கொள்ள தங்களைப் போன்ற காத்திப்களும் ஆராய்ச்சியாளர்களும்தான் அக்கறை எடுத்துக் கொள்கிறார்கள். ஜஹாங்கீர் பாதுஷாவுக்கும் என் தந்தை ஷாஜஹான் பாதுஷாவுக்கும் ஒரு ஒற்றுமை என்னவென்றால் அதற்கு முன் தங்களிடம் ஒன்றைச் சொல்லி விடுகிறேன் "கல்லறையில் உறங்கும் ஒரு மனிதனைப் போல் இரு" என்று சொன்னார்கள் நபிப் பெருமகனார் (ஸல்லலாஹூ அலைஹி வஸல்லம்) அவர்கள். நானோ இப்போது நிஜமாகவே கல்லறையில்தான் உறங்குகிறேன் என்பதால் எனக்கென்று விருப்பு வெறுப்புகளோ வேண்டியவர் வேண்டாதாரோ எதுவுமே இல்லை என்பதால் யாருக்காகவும் எதற்காகவும் நான் அஞ்ச வேண்டியதில்லை. உயிரோடு இருந்த போது என் வாழ்நாள் முழுவதுமே என் பொருட்டு நான் வாய் திறந்ததில்லை. என் விருப்பு வெறுப்பு பற்றி ஒருபோதும் பேசியதில்லை. இப்போது இந்த உடலற்ற நிலையில் - விருப்பு வெறுப்புகளைத் தாண்டிய நிலையில் - சத்தியத்தைச் சொல்லத் தயங்க வேண்டியது இல்லை.

ஆதலினாலே சொல்கிறேன், என் தந்தைக்கும் ஜஹாங்கீர் பாதுஷாவுக்கும் இருந்த ஒரு ஒற்றுமை இருவருமே தங்களைக் காவியக் காதலர்களாகக் காண்பித்துக் கொள்ள முயன்று அதில் பெருவெற்றியும் அடைந்தார்கள். மிக நிச்சயமாக இந்த விஷயத்தில் என் தந்தையின் இடத்தை ஜஹாங்கீர் பாதுஷா பிடிக்க முடியவில்லை என்றாலும், லைலா மஜ்னூ(ங்) போன்ற ஒரு பிம்பத்தை சலீம் - அனார்கலி என்ற கதையின் மூலம் உருவாக்கி வெற்றி அடைந்தார்தானே?

அனார்கலி என்ற நடன மங்கையைக் காதலித்தார் இளவரசர் சலீம்.[123] அதை அக்பர் பாதுஷா அங்கீகரிக்கவில்லை. எத்தனை பெண்களை வேண்டுமானாலும் மோகிக்கலாம். போகிக்கலாம். ஸினானா அடிமைகளாக வைத்துக் கொள்ளலாம். ஆனால் அரச வம்சத்துப் பெண்களை மட்டுமே காதலிக்கலாம். மணம் புரிந்து கொள்ளலாம். அது ராஜபுத்திரப் பெண்ணாக இருந்தாலும் சரியே. இதுதான் அக்பர் பாதுஷா வகுத்த விதி. இளவரசர் சலீம் அந்த விதியை மீறினார். அனார்கலியை ஒரு இருட்டுப் பொந்தில் போட்டு மூடினார் அக்பர் பாதுஷா. சாகும் வரை அந்தப் பொந்துதான். உயிரோடு கல்லறையில் போட்டு மூடுவதைப் போன்றது அது.

ஆனால் இதனால் மட்டுமே சலீம் - அனார்கலி கதை காவிய அந்தஸ்தைப் பெற்று விடவில்லை. இந்தக் காதலைப் பயன்படுத்தி ஜஹாங்கீர் பாதுஷா தன் 'காவியக் காதலன்' பிம்பத்தைக் கொஞ்சம் கொஞ்சமாக வளர்த்துப் பெரிதாக்கிக் கொண்டார். எப்படி? ஜஹாங்கீர் விலங்குகளையும் பறவைகளையும் நேசிப்பவர் என்பது உலகறிந்த விஷயம். அவர் வளர்த்த இரண்டு கொக்குகளுக்கு லைலா மஜ்னூ(ங்) என்று பெயரிட்டு அவற்றின் குஞ்சுகளைப் பெரும் ஆரவாரத்துடன் பராமரித்தார். அதே சமயம் தன்னுடைய மன்ஸப்தார் ஒருவர் தனக்குப் பிரியமான ஒரு சீனத்துப் பீங்கான் தட்டை உடைத்து விட்டார் என்பதற்காக அவர் குற்றுயிரும் குலையுயிருமாக

---

123 சலீம் – ஜஹாங்கீரின் இயற்பெயர்

ஆகும் வரை சவுக்கால் அடித்து சீனாவுக்கு விரட்டினார். உயிரோடு திரும்பினால் அந்தப் பீங்கான் தட்டோடு திரும்பு, இல்லாவிட்டால் செத்து ஒழி என்பதே செய்தி. அந்த ஆள் திரும்பி வந்தாரா இல்லையா என்று யாருக்கும் தெரியாது. ஆனால், அத்தனை அடியை வாங்கி விட்டு யாருமே பிழைத்திருக்க முடியாது என்பது மட்டும் நிச்சயம்.

இந்த சரித்திரமெல்லாம் ஒன்றும் ரகசியமாக இல்லை. எல்லாமே எழுதப்பட்டிருக்கிறது. எல்லாமே. இருந்தும் ஔரங்ஸேபின் மீதே எப்படி எல்லாப் பழியும் வந்து சேர்ந்தது? மற்ற பேரரசர்களைப் போல அவன் தனக்கான பிம்பத்தை உருவாக்கிக் கொள்வது பற்றிக் கவலைப்படவில்லை. இல்லாவிட்டால் மிகப் பெரிய நடுநிலையாளரான சந்தர் பான் பிராமணன் எப்படி ஔரங்ஸேபை ஆதரித்திருப்பார்? சந்தர் பான் பற்றிப் பேச ஆரம்பித்தால் அப்புறம் இந்தக் கதை எங்கேயோ போய் விடும். ஏனென்றால், சந்தர் பான் பிராமணன் ஜஹாங்கீர், ஷா ஜஹான், ஔரங்ஸேப் ஆகிய மூன்று பேரரசர்களின் கீழும் பணி புரிந்திருக்கிறார். என் தம்பிகளுக்குள் வாரிசுச் சண்டை உக்கிரமாக இருந்த போது பிராமணன் யார் பக்கமும் போகவில்லை. ஆனால் ஔரங்ஸேப் ஆட்சியைப் பிடித்த போது பிராமணன் அதை முழுமனதாக வரவேற்றார். ஔரங்ஸேபின் மிக நெருங்கிய அதிகாரியாக விளங்கினார். அதை விடுங்கள். ஆட்சிக்கு வந்ததும் அரசவைக் கவிஞர்களையும் சரித்திர ஆசிரியர்களையும் உடனடியாக வீட்டுக்கு அனுப்பினான் ஔரங்ஸேப். தன்னைப் பற்றிய பிம்பம் எப்படி ஆனாலும் பரவாயில்லை என்று கருதினான். ஏனென்றால், அத்தனை கவிஞர்களும் காத்திப்களும் அரசரை முகஸ்துதி செய்து கொண்டிருந்தார்கள். 'நான் செய்து கொண்டிருக்கும் மக்கள் பணிக்கு இந்த முகஸ்துதிக்காரர்களின் உதவி தேவையில்லை' என்றான் ஔரங்ஸேப்.

இந்த விஷயத்தை நான் தங்களுக்குச் சொன்னதன் பின்னணி என்னவென்றால், ஷா ஜஹானின் அரசவையில் அரசவைக் கவிஞராக இருந்தவர் அபு தாலிப் கலீம். அவர்தான் மொகலாய

சாம்ராஜ்ஜியத்தின் கடைசி அரசவைக் கவிஞரும் கூட. அதற்குப் பிறகு அரசவையில் அந்தப் பதவியே இல்லை. நான் தீ விபத்தில் சிக்கி சிகிச்சை பெற்றுக் கொண்டிருந்த போது அபு தாலிப் கலீம் அரசவையில் வாசித்த ஒரு கவிதையை நான் எக்காலத்திலும் மறக்க இயலாது. ஆக்ராவின் அரண்மனைச் சிறையில் பேரரசருக்குப் பணிவிடை செய்து கொண்டிருந்த எட்டு ஆண்டுகளிலும் அந்தக் கவிதையைத்தான் நினைத்துக் கொண்டிருந்தேன். முகஸ்துதியைக் கண்டு மயங்குபவள் அல்ல நான். ஆனால் அந்தக் கவிதையில் தெரிந்த அளப்பரிய அன்புக்கும் மரியாதைக்கும் நான் தகுதியானவளாக இருந்திருக்கிறேன் என்றால், அதற்கு ஒரே காரணம் என்னுடைய பீர் முல்லா ஷா எனக்குக் கொடுத்த ஆன்மீகப் பயிற்சிதான்.

ஆதி நெருப்பின் ஒரு சுடர்
உந்தன் இதயத்திலே குடிபுகுந்தது
அந்தச் சுடரின் வெம்மை
குடிகளின் இருள் போக்கியது
தீமைகளைச் சுட்டெரித்த அந்தச் சுடர்தான்
கருணையாய்க் குளிர்மை பெற்று மக்களைத் தழுவியது
உலகையே காக்கும் அந்த உன்னதச் சுடரை
எவ்வளவு காலம்தான் தாங்கும்
உனது மென் தேகம்
எரிமலை வெடித்துப் பிரவாகிக்கும் குழம்பு போலப்
பெருக்கெடுத்தோடியது
இறைவன் மீதான உனது அன்பு
அந்தத் தீக்குழம்புக்கு
உனது மென்மேனியையே
தின்னக் கொடுத்தாய் பேகம் சாஹிபா
சகலரையும் பொசுக்கக் கிளம்பிய
அந்தத் தீயைத்
உனது மேனியில் படரவிட்டுத்
உன் இதயத்திலே உறையும்
குளுங் கருணையால்
அணைத்து விட்டாய்

உனது மேனியெங்கும்
பொங்கியிருக்கும்
கொப்புளங்கள்
தீக்கொப்புளங்கள் இல்லை
அவை
உந்தன் கருணைக் கடலில்
தங்கிய முத்துக்கள்

முதல் பார்வையில் வழக்கமான முகஸ்துதிக் கவிதை எனத் தோன்றினாலும், ஸூஃபி தரீக்காவின் அடிப்படையான உண்மை ஒன்றை அதில் காணக் கண்டேன் நான். தீக்கொப்புளங்களைக் கடல் முத்துக்கள் என்று சொன்னதில்தான் அந்த உண்மை இருக்கிறது. காரணம், நம்முடைய வேதனையின் மூலமே இறைவனை நெருங்க முடியும் என்கிறது ஸூஃபி தரீக்கா. வேதனை என்பது ஒன்றின் மீது நாம் கொள்ளும் பற்றின் மூலம் ஏற்படுகிறது. அந்தப் பற்றை அறுப்பதன் மூலம் நாம் வேதனையிலிருந்து விடுபடுகிறோம். ஆக, என்னுடைய பீர் முல்லா ஷா அவ்லியா சொன்னது போல, இந்த சரீரத்தோடு உங்களுக்குப் பிடிப்பு இருக்கும் வரை நீங்கள் மார்ஃபத்தை[124] உணர முடியாது. மார்ஃபத்தையும், வஹ்தத்துல் வுஜூத்[125] என்ற தவ்ஹீதையும்[126] நாம் உணர்ந்து விட்டால் இம்மை உலகில் நாம் பெறுகின்ற செல்வங்கள் எதன் மீதும் சொந்தம் கொண்டாடும் மனநிலையிலிருந்து விடுபட்டு விடுகிறோம். இந்தத் தத்துவத்தை என்னுடைய வலீ[127] - என்னுடைய தஜல்லீ

---

124 மார்ஃபத் – இறைவனை உணரும் நிலை

125 வஹ்தத்துல் வுஜூத் – இறைவன் ஏகன் என்பதை உணர்தல்

126 தவ்ஹீத் – வணக்கத்துக்கு உரியவன் இறைவனைத் தவிர வேறு யாருமில்லை என்ற ஏகத்துவக் கொள்கை. இறைவனைக் குறிக்கும் வஹீத் என்ற பெயருக்கு நெருக்கமானது தவ்ஹீத். வஹீத் - இணையில்லாதவன், ஒன்றைத் தவிர வேறு ஒன்று இல்லை.

127 வலீ – ஆசான், ஞானி

ரப்பானி[128] – வார்த்தைகளால் சொல்லிக் காண்பிக்கவில்லை; வாழ்ந்து காண்பித்தார்.

தீ விபத்திலிருந்து பிழைத்து எழுந்ததும் தந்தை என் எடைக்கு எடை தங்கத்தை நிறுத்து ஏழைகளுக்கு தர்மம் செய்தார். எடைக்கு எடை தங்கம் தருவது பேரரசர்களுக்கு மட்டுமே கிடைக்கும் மரியாதை. அந்த மரியாதையை எனக்குத் தந்தார் தந்தை. அதை விடப் பெரிய காரியமாக, சூரத் துறைமுகத்தையே தூக்கி எனக்குக் கொடுத்து விட்டார். இந்த உலகின் மிக முக்கியமான துறைமுகங்களில் ஒன்றான சூரத்தின் ஆண்டு வருமானம் 15 லட்சம் ரூபாய். இது தவிர எனக்கு சாஹிபி என்ற பெயரில் ஒரு வணிகக் கப்பல் வேறு இருந்தது. கப்பலுக்குக் கூட என் பெயரையே வைத்தார் தந்தை. இப்படிக் கொட்டிய பணத்திலிருந்து ஒரு பைசாவைக் கூட என் செலவுக்கென்று நான் எடுத்துக் கொண்டதில்லை. அவ்வளவையும் மக்களுக்காகவே செலவு செய்தேன்.

ஆக்ரா, தில்லி, ஸ்ரீநகர் ஆகிய மூன்று நகரங்களையும் மேம்படுத்தினேன். ஹஜ் யாத்திரை செல்லும் பயணிகளுக்கு என்னுடைய கப்பலில் கிட்டத்தட்ட இலவசம் என்ற அளவுக்கு மலிவு விலையில் பயணச் சீட்டுகள் கிடைக்கச் செய்தேன். அந்தப் பயணிகளுக்கு அக்காலத்தில் ஹிந்து குஷ் கணவாய் மூலம் செல்லக் கூடிய தரை வழியில் கொஞ்சமும் பாதுகாப்பு இல்லை. நீர் வழிப் பயணத்திலும் கடல் கொள்ளையரின் ஆபத்து இருந்தது. ஆனால் பெண்களின் கப்பலை அவர்கள் தொடுவதில்லை. காரணம், பெண்களுக்கு அப்போது நிலவிய மரியாதை. ம்ம்ம்... அதை எப்படி வார்த்தையால் விளக்குவது என்று யோசிக்கிறேன். இப்படிச் சொல்லலாம், மதிப்புக்குரிய காத்திப் அவர்களே! வீரம் வாள் ரத்தம் நிலம் போர் என்பதெல்லாம் ஆண்களுக்கானது. அன்பு ஆன்மீகம் கருணை தாய்மை கற்பு நேர்மை அருள் தியாகம் எல்லாவற்றுக்கும்

---

128 தஜல்லீ – பேரொளி. ரப்பானி – ஆசான். தஜல்லியத் ரப்பானி – பேரொளி வீசும் ஆசான்.

பெண் குறியீடாக விளங்குகிறாள். அதனால்தான் கொள்ளையர் யாரும் பெண்களின் கப்பலைத் தொடுவதில்லை. அதையும் மீறி ஒருமுறை மரியம் உஸ் ஸமானியின்[129] கப்பலைப் போர்த்துக்கீசியர்கள் கடத்திச் சென்றார்கள். ஆனால் அதைத் தவிர வேறு அசம்பாவிதங்கள் நடந்ததில்லை.

நம்முடைய கதைக்கு வருவோம். கோபித்துக் கொள்ளாதீர்கள் மதிப்புக்குரிய காத்திப் அவர்களே! ஒரு பெண்ணால் மட்டுமே என்னுடைய கதையை எழுத முடியும் என்று நினைக்கிறேன். அதனால்தான் நானே சொல்லி விடுவதென்று வந்து விட்டேன். கற்பனை செய்து பாருங்கள். பத்தொன்பது வருட திருமண வாழ்வில் என் அன்னை பதினான்கு குழந்தைகளைப் பெற்று விட்டு என் கண் முன்னே மய்யத்தாகக் கிடக்கிறாள். தந்தையோ பைத்தியம் பிடித்தது போல் ஆகி விட்டார். திடீரென்று பதினேழு வயதில் ஒரு மாபெரும் சாம்ராஜ்ஜியத்தை தாராவும் நானுமாக வழி நடத்திச் செல்லும் பொறுப்பு எங்கள் தலையில் விழுந்தது. ஏனென்றால், எல்லாவற்றுக்கும் தாரா என்னைத்தான் ஆலோசனை கேட்டான். நேற்று வரை விளையாட்டும் படிப்புமாக இருந்தேன். ஒரே நாளில் எல்லாமே தலைகீழ். ஒரு கையில், அன்னை கொடுத்து விட்டுப் போன பச்சிளம் குழந்தை. இன்னொரு கையில், சாம்ராஜ்ஜியம்.

சந்தோஷப்படுவதா, துக்கப்படுவதா என்றே எனக்குத் தெரியவில்லை. அன்னை இறந்ததும் என் தந்தை என்னையே பாதுஷா பேகமாக அறிவித்து விட்டார். அதுவரை அப்படி நடந்ததில்லை. பேரரசர்களின் மனைவியருக்கும் தாய்மாருக்கும்தானே அந்தப் பதவி கிடைத்திருக்கிறது? ஏற்கனவே பணத்தையும் பதவியையும் வெறுத்து ஒதுக்கும் எனக்கா இத்தனை பெரிய பதவி? நூர் ஜஹானும் மும்தாஜ் மஹலும் வகித்த பதவியை நம்மால் வகிக்க முடியுமா? பாதுஷா பேகம் என்றால் பேரரசருக்கு சமமான பதவி அல்லவா?

129 மரியம் உஸ் ஸமானி – அக்பரின் மனைவிகளில் ஒருவர், ஜஹாங்கீரின் அன்னை

ஒட்டு மொத்த சாம்ராஜ்ஜியத்துக்கும் பொறுப்பாளி ஆயிற்றே? நீ உலகத்தை ஒதுக்கினால் உலகம் உனக்கு கிரீடம் சூட்டும் என்கிறார்களே, அது இதுதானா?

பாதுஷா பேகம் என்ற பொறுப்பு என் தலையில் சுமத்தப்பட்டதிலிருந்து என் ஆசாபாசங்கள் அவ்வளவையும் தூக்கி ஓரத்தில் போட்டேன். அதில் முதலாவது ராஜா சத்தர் சால் மீதான என் காதல்.

முதல் முதலாக ராஜா சத்தர் சால் ஆக்ரா கோட்டையில் பேரரசருக்கு மரியாதை செலுத்த வந்த போது தன் தந்தையின் பரிசுப் பொருளாக நாற்பது போர் யானைகளையும் ஏராளமான நகைகளையும் கொண்டு வந்து கொடுத்துப் பணிந்தார். அவர் தந்தை வழியில் பிரித்வி ராஜ், தாய் வழியில் மஹாராணா ப்ரதாப் சிங் வம்சத்தைச் சேர்ந்தவர். அவருடைய தாத்தா ராவ் ரத்தன் சிங் ஜஹாங்கீர் பாதுஷாவின் ஆட்சியில் மிகப் பெரிய மன்ஸப்தாராக இருந்தார். ஜஹாங்கீர் பாதுஷாவுக்கு எதிராக என் தந்தை பிரச்சினை செய்த போதும் ராவ் ரத்தன் சிங் என் தந்தையின் பக்கமே நின்றார். காரணம், அவருக்கு நூர் ஜஹானின் மத்பஹ் தர்பார்[130] குறித்துக் கடும் அதிருப்தி இருந்தது.

அக்பர் பாதுஷா ஏற்படுத்தியிருந்த வழக்கத்தின்படி நான் ராஜா சத்தர் சாலுக்கு ரக்ஷாபந்தன் கயிறை அனுப்பி வைத்தேன். அதற்கு சத்தர் சாலிடமிருந்து பதில் வந்தது.

“ரக்ஷாபந்தன், சகோதர அன்பைக் குறிப்பது அல்ல. ராக்கி என்பது உங்களுடைய கௌரவத்தைக் காப்பாற்றுவதற்காக நீங்கள் தேர்வு செய்யும் ஆண். அந்த வகையில் தாங்கள் இந்த ராஜபுத்திர வீரனைத் தேர்ந்தெடுத்திருப்பதால் என் இறுதித் தருணம் வரை தங்கள் கௌரவத்தைக் காப்பாற்றுவதற்காக நான் என் உயிரையும் தருவதற்குச் சித்தமாக இருப்பேன் என்று சத்தியப் பிரமாணம் செய்கிறேன்.”

---

130 மத்பஹ் தர்பார் – அடுக்களை அரசாங்கம்

அதற்குப் பிறகு சில தடவைகள் அந்த ராஜபுத்திர இளவரனை அழைத்து அவரிடம் நீண்ட நேரம் உரையாடியிருக்கிறேன். அவர் பேச்சில் ஒருவிதமான அவநம்பிக்கை ஒலிப்பதை கவனித்திருக்கிறேன். ராஜபுத்திரர்கள் மொகலாயரின் மேலாண்மையை ஒப்புக் கொண்டு அவர்களுக்குக் கீழ் ஆட்சி புரிந்தாலும் இருவேறு இறை நம்பிக்கைகளுக்கும் இடையே ஆழமான ஒவ்வாமை ஏற்பட்டு விட்டது என்றார் அந்த வீரர்.

—

48

“ஏன் அப்படிச் சொல்கிறீர்கள்? அதைப் போக்குவதற்காகத்தானே அக்பர் பாதுஷா இரண்டு பாதைகளையும் ஒன்று சேர்ப்பதற்காக அத்தனை பாடுபட்டார்? அப்படி தத்துவார்த்தத் தளத்தில் முயற்சி செய்தது மட்டும் அல்லாமல் சமூகத் தளத்திலும் அதைச் செயல்படுத்தினாரே? உதாரணமாக, ராஜபுத்திரர்களோடு மண உறவு வைத்துக் கொண்டதைச் சொல்லலாம் இல்லையா? நானே பாதி ராஜபுத்திரப் பெண்தானே?”

“மன்னிக்க வேண்டும் பேகம் சாஹிபா... அதே அக்பர் பாதுஷாதான் ராஜபுத்திர வீரர்கள் மொகலாய அரச வம்சத்துப் பெண்களை மணக்கக் கூடாது என்ற விதியையும் கொண்டு வந்தார்.”

சற்று தயக்கத்துக்குப் பிறகு சொன்னேன். “ஏற்கனவே ஒவ்வொரு பேரரசரும் தன் புதல்வர்களுக்குள் நடக்கும் வாரிசுச் சண்டையைத் தீர்க்க முடியாமல் திணறிக் கொண்டிருக்கும்போது தம் புதல்விகளுக்குத் திருமணம் செய்து வைத்து அவர்களின் குழந்தைகளும் வாரிசுச் சண்டையில் ஈடுபட்டால் தேசம் என்ன ஆகும் என்று நினைத்துத்தானே அக்பர் பாதுஷா அப்படி ஒரு விதியை ஏற்படுத்தினார்?”

"மறுபடியும் பேகம் சாஹிபா இந்த அடிமையை மன்னிக்க வேண்டும். சித்தூர்கட்டில் நடந்ததை சரித்திரம் ஒருபோதும் மன்னிக்காது என்பதுதான் எதார்த்தம். அக்பர் பாதுஷா என்ன நினைத்திருப்பார் என்று என்னால் யூகிக்க முடிகிறது. மற்ற ராஜபுத்திர அரசுகள் எல்லாவற்றையும் போர் செய்யாமல் ரத்தம் சிந்தாமல் ராஜ தந்திரத்தின் மூலமே நமக்குக் கீழ் கொண்டு வந்தாயிற்று. மேவார் ராஜா மட்டும்தான் அடி பணிய மறுக்கிறார். மக்களின் அமைதியை விட சுதந்திரம்தான் முக்கியம் என்கிறார். சுதந்திரத்துக்காக உயிரையும் விடத் தயாராக இருப்பதாக மார் தட்டுகிறார். அதுதான் ராஜபுத்திரர்களின் அடையாளமாம். அப்படியானால் மற்ற ராஜபுத்திரர்களுக்கு சுயமரியாதை இல்லையா? புரியவில்லையே? இவர்கள் ஒற்றுமையாக இருந்திருந்தால் எந்த அந்நிய அரசனையும் இவர்கள் உள்ளே விடாமல் இருந்திருக்கலாமே? இப்போது இந்த மேவார் ராணா மட்டும் சுயமரியாதை சுயமரியாதை என்று மார் தட்டுவதில் என்ன பயன்? அக்பர் பாதுஷாவின் சிந்தனைப் போக்கு இப்படித்தான் இருந்திருக்கும். பேகம் சாஹிபா யோசித்துப் பார்க்க வேண்டும். எவ்வளவு நற்குணங்கள் கொண்டவராக இருந்தாலும் ஒரு ஆக்ரமிப்பாளரால் ஆக்ரமிக்கப்பட்டவனின் உணர்வைப் புரிந்து கொள்ள முடியாது. அது போகட்டும். இன்றைய நிலையில் தாராவைத் தவிர வேறு யாராலும் ஹிந்துஸ்தானைக் காப்பாற்ற முடியாது. மத வேறுபாடும் துவேஷமும் அந்த அளவுக்கு இந்த மண்ணில் வேரூன்றிக் கிடக்கிறது."

அந்த ராஜபுத்திர வீரரின் குரலில் கோபம் இல்லை. வருத்தமும் துயரமும் மட்டுமே மேலோங்கியிருந்தது. என் முகத்தை அவரால் காண முடியாது. நிகாப் மட்டும் அல்ல, எங்கள் இருவருக்கும் இடையில் ஒரு வெண்ணிற மஸ்லின் திரையும் தொங்கிக் கொண்டிருந்தது. ஒன்றிரண்டு கோஜாக்களும் பக்கவாட்டில் நின்று கொண்டிருந்ததால் அளந்து அளந்துதான் பேச வேண்டியிருந்தது.

தாராவுக்காக இந்த ராஜபுத்திர வீரர் அறுபத்திரண்டு போர்களில் ஈடுபட்டு வெற்றி பெற்றிருக்கிறார். ராஜா சத்தர்

சால் என்ற இவரது பெயர் நாளைய சரித்திரத்தின் ஏடுகளில் குறிக்கப்படாது. ஆனாலும், இப்படிப்பட்ட வீரர்களால்தான் ஹிந்துஸ்தான் உலகின் மகோன்னதமான தேசங்களில் ஒன்றாகப் பேசப்படுகிறது என்று அந்தத் தருணத்தில் உணர்ந்தேன்.

எந்த உணர்வையும் காண்பிக்காமல் ஓவியம் போல் அமர்ந்திருந்த அந்த வீரரையே பார்த்துக் கொண்டிருந்தேன். அவர் பெண்ணாகவும் நான் ஆணாகவும் இருந்தால் இந்நேரம் அவர் எனது ஸினானாவில் இருந்திருப்பார். இருவரது மன ஓட்டங்களை இருவராலும் புரிந்து கொள்ள முடிந்தது என்றே நினைக்கிறேன். அப்போது அவர் "நான் கிளம்புவதற்கு பேகம் சாஹிபா உத்தரவு தருவார்களா?" என்று கேட்டார்.

அன்று இரவு என்னால் உறங்க முடியவில்லை. இது போன்ற தருணங்களில் சரீரத் தூண்டுதல்களைத் தாண்டிக் கடப்பது பெரும் வாதையாகி விடுகிறது. ஆனால் என்னுடைய ஒரு ஸ்பரிசம் போதும், அந்த ராஜபுத்திரனின் வாழ்வை முடித்து விடும். என் சரீர வேட்கை இன்னொரு உயிரின் முடிவு. நீண்ட நேரப் போராட்டத்துக்குப் பிறகு ஹஜ்ரத் முல்லா ஷா அவ்லியாவின் திருநுதலை தியானிக்க ஆரம்பித்தேன். வாதையிலிருந்து விடுபட முடிந்தது. பிறகு தஹஜ்ஜத் தொழுகையில் என்னை ஆழ்த்திக் கொண்டேன். இப்படியாக அன்று இரவு முழுவதையும் கடந்தேன்.

இடையில் ராஜா சத்தர் சாலின் மூதாதையர் பற்றிய ஞாபகம் வந்தது. முக்கியமாக ராணா சங்கா மற்றும் ப்ரதாப் சிங்.

தேசத்தைக் காப்பாற்றத் தங்கள் உயிரையும் கொடுக்கத் துணிந்தவர்கள். அதிலும் ராணா சங்கா பாபரிடம் தோற்றது ஒரு அதிசயம். பாபரிடமிருந்த பீரங்கிதான் அவரது வெற்றிக்கு முக்கியக் காரணமாக இருந்திருக்க வேண்டும்.

அதோடு சேர்ந்து கொண்டது பாபரின் போர்த் தந்திரம். அந்தப் போரில் பாபர் கையாண்ட வியூகங்களெல்லாம் அதுவரை ராஜபுத்திரர்கள் அறிந்திராதவை. இல்லாவிட்டால் தங்களை

விடப் பத்து மடங்கு சிறிய படையிடம் தோல்வியுறுவது கற்பனை கூட செய்ய முடியாதது இல்லையா? இன்னொரு காரணம், அந்தப் போரை பாபர் ஜிஹாத் என்று வர்ணித்து அதற்காகத் தன் மதுப் பழக்கத்தைக் கைவிட்டு ஆற்றிய பேருரை. இன்று அது புராணங்களில் வரும் சாகசக் கதை போல் பேசப்படுகிறது. அந்தப் பேருரையைக் கேட்கும் யாராக இருந்தாலும் ஒரு ஆள் பத்து ஆளுக்குச் சமமான வீரனாகி விட மாட்டானா என்ன?

எல்லா வகையிலுமே ராணா சங்கா பாபருக்கு இணையானவர்தான். பீரங்கி மட்டும் இருந்திருக்காவிட்டால் பாபர் ஃபர்கானாவுக்குத்தான் திரும்பியிருக்க வேண்டும். நூறு போர்களில் ஈடுபட்டு அதில் தொண்ணூற்று ஒன்பது போர்களில் வெற்றி பெற்று நூறாவது போரில் பாபரிடம் வீழ்ந்தார் ராணா சங்கா. அப்படியும் பாபரால் இப்ரஹீம் லோதியைக் கொன்றது போல் ராணா சங்காவைப் போரில் கொல்ல முடியவில்லை. போரிலிருந்து தப்பிச் சென்ற ராணா பாபரை வீழ்த்துவேன் என்று சபதம் பூண்டு, தன் சிரசிலிருந்த மணிமுடியை நீக்கி விட்டு வெறும் துண்டைக் கட்டிக் கொண்டார். பாபரை வீழ்த்திய பிறகுதான் மணிமுடி என் சிரசில் ஏறும் என்றார். ஆனால் மீண்டும் ஒரு போரைச் சந்திக்க விரும்பாத அவருடைய தளபதிகளே ராணா சங்காவுக்கு விஷம் வைத்துக் கொன்றார்கள்.

ஆனால் ராணா சங்காவின் வம்சத்தில் வந்த ப்ரதாப் சிங்கை கடைசி வரை அக்பர் பாதுஷாவினால் ஒன்றுமே செய்ய முடியவில்லை. ப்ரதாப் சிங்கிடம் மீண்டும் மீண்டும் தோற்றுப் போனது அக்பரின் படை.

மதிப்புக்குரிய காத்திப் அவர்களே! இன்று இப்போது தங்களிடம் ராஜா சத்தர் சால் பற்றிப் பேசும் போது என் நா தழுதழுக்கிறது. ஐம்பத்து இரண்டு போர்களை வெற்றி கொண்ட சத்தர் சால் என்ற அந்த ராஜபுத்திர வீரர் ஐம்பத்து மூன்றாவது போரில் தாராவுக்காகச் சண்டையிட்டு உயிர் துறந்தார். அது ஸாமூகட் போர்.

இப்போது நான் யாருக்காகவும் தயங்க வேண்டியதில்லை, அஞ்ச வேண்டியதில்லை. அப்படியானால் நான் எனக்காகவும் கூடத் தயக்கம் காட்ட வேண்டியதில்லை. ஷா ஜஹான் பாதுஷாவின் அரசவைக் கவிஞரான அபு தாலிப் கலீமின் பாடலில் கூச்சம் கருதியே சில விஷயங்களை நான் சொல்லாமல் விட்டு விட்டேன். ஆனால் அது தேவையில்லை என்று இப்போது தோன்றுகிறது. அந்தக் கவிதையில் வரும் ஒரு வார்த்தைதான் காரணம். ஃபனா.

அல் குர்ஆனின் "குல்லு மன் அலைஹா ஃபான்" என்ற வசனத்தை என் பீர் முல்லா ஷா அவர்கள் அடிக்கடி சொல்லிக் கொண்டிருப்பார்கள். பூமியில் உள்ள யாவரும் அழிந்து போகக் கூடியவரே. (அர் ரஹ்மான் 26). ஃபனா என்றால் அழிவு.

ஃபனா என்ற அந்த ஒரு வார்த்தையைப் பற்றி மட்டுமே ஹஜ்ரத் ஒரு முழு இரவும் தமது முரீத்களிடம் பேசிக் கொண்டிருந்தார். இந்த அடிமையும் அங்கே அப்போது இருக்க நேர்ந்தது இறைவனின் கருணை.

அரசவையில் சிலர் "பேகம் சாஹிபா எட்டு மாதங்கள் எட்டு தினங்கள் கழித்து முழுமையாகப் பிழைத்து எழுந்த பிறகு நடக்கும் இந்தக் கொண்டாட்டத்தின் போது ஃபனா என்ற வார்த்தையைக் கவிஞர் பாடலில் எழுதலாமா?" என்று கேள்வி எழுப்பினர். அப்போது அபு தாலிப் கலீம் அவர்களுக்குப் புரிகிறாற்போல் மேலும் சில வரிகளை அந்தக் கவிதையோடு எழுதிச் சேர்த்தார். பிறகு ரூமியின் ஒரு கவிதையையும் மேற்கோள் காட்டினார்.

> *நான் கடவுள் என்றார் அல்ஹலாஜ்*
> *அதனாலேயே அவருக்கு மரணம் விதிக்கப்பட்டது*
> *அப்போதும் நான் கடவுள் என்றார்*
> *இறை மறுப்பாளர்களே,*
> *சரியாகப் புரிந்து கொள்ளுங்கள்*
> *அல்ஹலாஜ் தன்னுடைய நான்-ஐ அழித்து விட்டார்*
> *(ஃபனா)*

அந்த நான் இப்போது
இறைவனோடு கலந்து விட்டது
அதனாலேதான்
நான் கடவுள் என்றார்.

இப்படியாக பேகம் சாஹிபாவும் இம்மை வாழ்வின் சுக துக்கங்களைத் துறந்து விட்டதால் ஃபனாவைப் பயன்படுத்தினேன் என்று விளக்கினார் கவிஞர் அபு தாலிப் கலீம்.

இம்மை வாழ்வின் சுக துக்கங்களை இத்தனை இளம் வயதில் துறப்பது அவ்வளவு சுலபமா என்று கேள்வி கேட்டார் இன்னொரு கவிஞர்.

எத்தனை வயதிலும் அது சுலபமே. அதற்குத் தேவையானது ஒன்றே ஒன்றுதான். இந்த உலக வாழ்க்கை ஹஸ்தி ஏ மௌஹூன் என்ற புரிதல் இருந்தால் போதும். மௌஹூன் என்பது மாயை. ஹஸ்தி என்பது வாழ்தல். மனித இருப்பு என்பதே மாயை என்று உணர்ந்தவர்கள் அந்த மாயையை நிஜம் என நினைத்து அதன் பின்னால் அலைய மாட்டார்கள்.

அன்றைய தினம் அரசவைக் கவிஞரைத் தனியே வரவழைத்த நான் மனித வாழ்க்கையே ஹஸ்தி ஏ மௌஹூன் என்றால் அரச குலத்தினர் மண்ணாசையினால் ஒருவருக்கொருவர் அடித்துக் கொள்வதும், அதன் பொருட்டு இத்தனை ஆயிரக்கணக்கான மனிதர்கள் மடிவதும் எத்தனை அபத்தம் என்பது புரிகிறதா மதிப்புக்குரிய கவிஞர் அவர்களே என்று கேட்டேன்.

என் கேள்வியைக் கேட்டவுடன் தீயைத் தொட்டு விட்டாற்போல் பதறிய கவிஞர் சற்று சுதாரித்துக் கொண்டு, “என் உயிருக்கு உலை வைத்து விடாதீர்கள் பேகம் சாஹிபா, தாங்களே கேள்வியும் கேட்டு பதிலும் சொல்லி விட்டீர்கள்” என்று யாருக்கும் கேட்காதபடி சொன்னார்.

ஸூஃபித்துவத்தின் அடிப்படையே ஃபனாதான் என்பார்கள் என் பீர் முல்லா ஷா அவர்கள். உலக வாழ்க்கையே (ஹஸ்தி)

மௌஹூமின்தான் என்றால் அந்த வாழ்க்கையினால் உருவாகும் பந்த பாசங்களையும் சுக துக்கங்களையும் அழித்து விட வேண்டியதுதானே?

ராபியாவின்[131] வாழ்க்கையே இந்த இரண்டையும் அடிப்படையாகக் கொண்டதுதான் இல்லையா?

ராபியாவின் புகழ் பெற்ற கவிதை ஒன்றைத் தங்களிடம் சொல்ல விரும்புகிறேன், மதிப்புக்குரிய காத்திப் அவர்களே...

ஒருநாள் ராபியா ஒரு கையில் நெருப்பையும் ஒரு கையில் தண்ணீரையும் எடுத்துக் கொண்டு ஓடினார். ஏன் இந்த இரண்டும் என்று கேட்டதற்கு, நரகத்தின் நெருப்பை அணைப்பதற்குத் தண்ணீர், சொர்க்கத்தை எரித்துப் போடுவதற்கு நெருப்பு, இறைவனைக் காண்பதற்கு இந்த இரண்டும் தடையாக இருக்கின்றன என்றார். அப்போது சொன்னதுதான் இந்தக் கவிதை:

அல்லாஹ்! நான் உன்னை வணங்குவது
நரகம் குறித்த அச்சத்தினால் என்றால்
என்னை நீ அந்த நரகத்திலேயே போடு
நான் உன்னை வணங்குவது
சொர்க்கத்தைக் குறித்த நம்பிக்கையால் என்றால்
சொர்க்கத்திலிருந்து என்னை அப்புறப்படுத்து
ஆனால்
நான் உன்னை வணங்குவது
உனக்காகவே என்றால்
உன் அழகிய திருமுகத்தை
எனக்குக் காண்பிக்க
மறந்து விடாதே.

தன்னுடைய சுக துக்கங்களை அழித்து விட்டு (ஃபனா) உலக சேவையில் ஈடுபடுபவர்களை ஔரங்ஸேபுக்கு மிகவும் பிடிக்கும்.

---

131 ராபியா – இஸ்லாமிய மார்க்கத்தின் முதல் பெண் சூஃபி. எட்டாம் நூற்றாண்டில் வாழ்ந்தவர். ஈராக்கில் இருக்கும் பஸ்ரா சொந்த ஊர்.

அந்த வகையில் எனக்கு ஞாபகம் வருபவர் சந்தர் பான் பிராமணன்தான். தன்னுடைய பிராமண அடையாளத்தைக் கொஞ்சமும் விட்டுக் கொடுக்காமல் மூன்று முஸ்லிம் பேரரசர்களிடம் முன்ஷியாக இருப்பதெல்லாம் சாதாரணமாக நடக்கக் கூடிய காரியமா? அதுவும் ஔரங்ஸேபிடம்?

ஒரு கவிதையில் பிராமணன் சொல்கிறார்:

என் யக்ஞோபவீதத்தை நான் மிகவும் நேசிக்கிறேன்
ஏனென்றால்,
என்னுடைய பிராமண அடையாளமாக
நான் கொண்டிருப்பது
அது ஒன்றுதான்.

ஒருமுறை என் தந்தையின் அரசவையில் பிராமணன் ஒரு கவிதை சொன்னார். (ஏன் பிராமணன் என்றே குறிப்பிடுகிறேன் என்றால் அவர் பிராமணன் என்ற புனைப்பெயரில்தான் தன்னுடைய கவிதைகளையும் உரைநடை நூல்களையும் எழுதினார்.)

என்னிடம் இருப்பது
ஒரு காஃபிரின் இதயம்
அதைக் கொண்டுதான்
கஆபாவுக்குச் சென்றேன்
திரும்பும்போது பிராமணனாகவே
திரும்பினேன்

இதைக் கேட்டு தந்தைக்குக் கடும் கோபம் ஏற்பட்டு விட்டது. அப்போது சந்தர் பானை ஆதரித்து வந்த அஃப்சல் கான், ஸாதியின் புகழ் பெற்ற கவிதை ஒன்றை சபையில் சொன்னார்.

யேசுவின் கழுதை
மெக்காவுக்குச் சென்றால்
கழுதையாகத்தானே திரும்பி வரும்?

அதைக் கேட்டு அவையோரும் பேரரசரும் சிரித்து விட்டதால் ஒன்றும் பிரச்சினை இல்லாமல் போனது.

சந்தர் பானுக்கு நேர்ந்த இன்னொரு இக்கட்டு என்னவென்றால், அவர் முழுக்க முழுக்க தாராவுடன்தான் இருந்தார். தாராவினால்தான் போஷிக்கப்பட்டார். தாராவின் மரணத்துக்குப் பிறகு லஹௌருக்குப் போய் ஜஹாங்கீரின் சமாதியைப் பராமரித்துக் கொண்டிருந்தார். வயதும் ஆகி விட்டது. அப்படிப்பட்டவரை ஔரங்ஸேப் திரும்பவும் முன்ஷியாகவே தில்லிக்குத் தன்னுடன் அழைத்துக் கொண்டான். சந்தர் பானின் தன்னலமற்ற சேவையும் நேர்மையும் மட்டுமே அதற்குக் காரணமாக இருந்தது.

—

49

இந்த ஃபக்கீராவுக்கு சிறிய வயதிலேயே அரசாங்க விவகாரங்களில் ஈடுபாடு குறைந்து ஆன்மீகத்தில் நாட்டம் ஏற்படக் காரணமாக இருந்த சம்பவங்களைப் பற்றியும், அதன் கதாபாத்திரங்கள் பற்றியும் தங்களிடம் சொல்லிக் கொண்டிருக்கிறேன்.

*1616*இல் தக்காணத்தில் மராட்டியர்களை அடக்குவதற்காக என் தந்தையை அனுப்பி வைத்தார் ஜஹாங்கீர் பாதுஷா. அங்கே செல்ல வேண்டுமானால் வீட்டுச் சிறையில் இருக்கும் குஸ்ரோ மிர்ஸாவைத்[132] தன்னோடு அனுப்பி விட வேண்டும் என்றார் தந்தை. இதற்கு ஜஹாங்கீர் உடன்படவில்லை. அனுப்பினால் தன் மூத்த மகன் இளைய மகனால் கொல்லப்படுவான் என்று ஜஹாங்கீருக்குத் தெரிந்திருந்தது.

---

132 ஜஹாங்கீருக்கு நான்கு புதல்வர்கள்.

குஸ்ரோ மிர்ஸா (1587 – 1622)

பர்வேஸ் மிர்ஸா (1589 – 1626)

ஷா ஜஹான் (1592 – 1666)

ஷாஹ்ரியர் (1605 – 1628)

ஆனால் இங்கேதான் நூர் ஜஹான் நுழைகிறார். அவரைப் பொருத்தவரை யார் மயிலாசனத்தில் அமர்ந்தாலும் அவர் தன்னுடைய பொம்மையாக இருக்க வேண்டும். குஸ்ரோ ஒத்து வர மாட்டான். குஸ்ரோ புத்திசாலி. மக்களின் விருப்பத்துக்குரிய இளவரசன். குஸ்ரோ ஒழிந்து விட்டால் ஷா ஜஹானை ஓரளவுக்கு சமாளித்துக் கொள்ளலாம். ஆக, குஸ்ரோவை ஷா ஜஹானோடு அனுப்பி விட்டால் இரண்டு எதிரிகளில் ஒரு எதிரி காலி. அதனால் ஜஹாங்கீரிடம் குஸ்ரோவை ஷா ஜஹானோடு அனுப்பச் சொன்னார் நூர் ஜஹான்.

1622 ஜனவரியில் தன் மூத்த சகோதரன் குஸ்ரோ மிர்ஸாவைக் கொன்றார் என் தந்தை. கொலை நடந்த சமயத்தில் தான் அந்த இடத்தில் இருக்கக் கூடாது என்பதற்காக வேட்டைக்குச் சென்று விட்டார். தந்தையின் அடிமையான ராஸா நள்ளிரவு நேரத்தில் குஸ்ரோவின் அறைக் கதவைத் தட்டுகிறான். சந்தேகப்பட்ட குஸ்ரோ கதவைத் திறக்கவில்லை. பேரரசரிடமிருந்து தங்களுக்கு விடுதலை உத்தரவு கொண்டு வந்திருக்கிறேன் இளவரசே என்கிறான் அடிமை. அப்போதும் குஸ்ரோ கதவைத் திறக்காததால் கதவை உடைத்துக் கொண்டு உள்ளே புகுந்த அடிமை இளவரசர் குஸ்ரோவின் கழுத்தை நெறித்துக் கொன்றான். ஆனால் ஜஹாங்கீருக்கு என் தந்தை அனுப்பிய கடிதக் குறிப்பில் இளவரசர் குஸ்ரோ நோயினால் இறந்து விட்டார் என்று எழுதினார். அதில் அரசு அதிகாரிகளும் சாட்சிக் கையொப்பம் இட்டார்கள். என்றாலும் பேரரசருக்கு உண்மை நிலவரம் நூருத்தீன் கூலி மூலம் தெரிந்து விட்டது.

வேறு சில சாட்சிகள் வேறு மாதிரி சொன்னார்கள். முதலில் இளவரசர் குஸ்ரோவுக்கு விஷமிட்ட உணவே அனுப்பப்பட்டது. ஆனால் குஸ்ரோ அதை உண்ண மறுத்து விட்டதால் என் தந்தையும் அவரது அடிமைகளுமே குஸ்ரோவை கழுத்தை நெறித்துக் கொன்றார்கள். கொன்ற ஒருசில மணி நேரத்திலேயே மய்யத்தை அடக்கமும் செய்து விட்டார்கள்.

அடிமைகள் கொன்றார்களா, தந்தையே கொன்றாரா, அல்லது எல்லோரும் சேர்ந்து கொன்றார்களா, தெரியாது. ஆனால்

எப்படியிருந்தாலும் குஸ்ரோவின் மரணம் மிகவும் கொடூரமான முறையிலேயே நிகழ்ந்தது என்பதில் எந்தச் சந்தேகமும் இல்லை. அத்தனைக்கும் காரணம், ஒரு மயிலாசனம். இந்தக் கொலைச் சம்பவத்தை உதாரணம் காட்டி ஔரங்ஸேப், தந்தை ஆக்ராவின் கோட்டைச் சிறையில் வைக்கப்பட்டிருந்த சமயத்தில் எழுதிய கடிதம் ஒன்றில் விவரமாகக் குறிப்பிட்டிருந்தான். 'என் பரம்பரையில் எது எனக்கு வழங்கப்பட்டதோ அதைத்தானே நானும் செய்தேன்?'

இந்தக் கொலையை நூர் ஜஹான் தனக்குச் சாதகமாகப் பயன்படுத்திக் கொண்டார். என் தந்தையோ தான் செய்த அந்தக் கொலையால் தன் வாழ்நாள் பூராவும் மன உளைச்சல் அடைந்தார். அதிலும் ஆக்ராவின் கோட்டைச் சிறையில் இருந்த எட்டு ஆண்டுகளிலும் குஸ்ரோவைக் கொன்றதற்காக அவர் கண்ணீர் சிந்தாத நாளே இல்லை. கிட்டத்தட்ட சித்தப் பிரமை பிடித்தது போலவே பல தினங்கள் இருந்திருக்கிறார். அதிலும் ஔரங்ஸேப் என் அருமை தாராவின் தலையை வெட்டி அனுப்பிய போது “இது தாரா அல்ல, தாரா அல்ல, இது குஸ்ரோவின் தலை, நான் குஸ்ரோவைக் கொன்று விட்டேன்” என்று அலறிக் கொண்டே மயங்கி விழுந்தார்.

நான் நினைக்கிறேன், ஜஹாங்கீரும் என் மூதாதையரான மற்றும் பல தைமூரிய அரச வம்சத்தினரும் ஏன் குடி அடிமையானார்கள் என்றால், தாங்கள் செய்த பாவங்களின் சுமை மனதை அழுத்தும் இல்லையா, அந்த அழுத்தத்தை மரத்துப் போகச் செய்வதற்காகத்தான் பெரும் குடி குடித்தார்கள். இல்லையானால் அவர்கள் மன நோயாளிகளாகி இருப்பார்கள். ஔரங்ஸேப் குடிப்பதில்லையாதலால் அவன் செய்த கொலைகளெல்லாம் மனப்பேய்களாய் மாறின.

எத்தனை பிரச்சினைகள் இருந்தாலும் நீங்களெல்லாம் இப்போது சொல்லும் ஜனநாயகம் என்ற ஆட்சி முறைதான் சரியானதென்று நினைக்கிறேன். ஒரே ஒரு மனிதன் அத்தனை மனிதக் கூட்டத்துக்கும் அரசன் என்கிற போது அந்த நிலையை அவனால் சமாளிக்க முடிவதில்லை.

அரண்மனைத் தாழ்வாரங்களில் உலவி வந்த ஒரு நூறு கிசுகிசுப்புகளில் ஒன்று இது: ஒருமுறை என் தம்பி ஷுஜா குழந்தையாக இருந்தபோது உடல் நலம் குன்றி உயிருக்கு ஆபத்தான நிலை ஏற்பட்டது. பேரன் குணமாகி விட்டால் ஐந்து ஆண்டுகளுக்குத் துப்பாக்கி எடுத்து வேட்டையாட மாட்டேன் என்று வேண்டிக் கொண்டார் ஜஹாங்கீர் பாதுஷா. ஷுஜாவுக்கும் குணமாயிற்று. பேரரசரும் தான் வேண்டிக் கொண்டபடியே ஐந்து ஆண்டுகள் வேட்டைக்குச் செல்லவில்லை. ஆனால் அதே ஜஹாங்கீர் பாதுஷா ஷுஜாவின் தந்தையோடு - தான் பெற்ற பிள்ளையோடு - முரண்பாடு வந்ததும் "உன் வீட்டுக்கு வந்து உங்கள் அனைவரையும் வேட்டையாடுவேன்" என்று சொல்லவும் தவறவில்லை. ஒரு மனிதன் சர்வாதிகாரியாக மாறும்போது இந்தப் பிறழ்வு மனோபாவம்தான் அவனை அவனது வாழ்நாள் முழுவதும் செலுத்திக் கொண்டு செல்கிறது என்று நினைக்கிறேன்.

எல்லாம் இந்தக் காலத்தில் மக்கள் பார்க்கும் தொலைக்காட்சி சீரியல்களில் வருவது போலவே நடந்தது. ஔரங்ஸேப் தந்தையிடம் முரண்பாடு கொண்டபோது அவனது பதவியைப் பறித்தார் எங்கள் தந்தை. அப்புறம் நான்தான் அதைத் திரும்பப் பெற்றுக் கொடுக்கும்படி நேர்ந்தது. அதுவும் எனக்கு நேர்ந்த தீ விபத்தின் காரணமாக. இல்லாவிட்டால் என்ன ஆகியிருக்குமோ? அதே கதைதான் என் தந்தை விஷயத்திலும் நடந்தது. தந்தை அவருடைய தந்தையிடம் மோதிய சமயத்தில் தந்தையின் ஜாகீரையெல்லாம் எடுத்துத் தன் கடைசிப் பிள்ளை ஷாஹ்ரியாரிடம் கொடுத்து விட்டார் ஜஹாங்கீர் பாதுஷா. உடனே அடித்துப் பிடித்துக் கொண்டு என் தந்தை ஜஹாங்கீர் பாதுஷாவுக்கு ஒரு கடிதம் எழுதி அஃப்சல் கானிடம் கொடுத்தனுப்பினார். கடிதத்தின் முக்கிய வசனம்: "என்னிடமிருந்த ஜாகீர்களையெல்லாம் இப்படிப் பிடுங்கிக் கொண்டு விட்டால் நான் மெக்காவுக்குக் கிளம்புவதைத் தவிர எனக்கு வேறு வழி தெரியவில்லை."

அந்தக் காலத்தில் ஹஜ் யாத்திரை என்பது பல ஆண்டுகள்

பிடிக்கும் விஷயமாக இருந்தது. வழியில் கொள்ளையர் பயமும் அதிகம். சிலர் உலக வாழ்விலிருந்தே விடுதலை பெற்றிருக்கின்றனர்.

இந்தக் கட்டத்தில் தன் படையுடன் தக்காணத்திலிருந்து தில்லியை நோக்கிக் கிளம்பினார் என் தந்தை. பெரும்பான்மை அமீர்களும், படைத் தலைவர்களும் என் தந்தைக்கு ஆதரவு. அரசுப் படைகளை அவர்கள் எதிர்பார்க்காத வேளையில் தாக்கி விடலாம் என்பது தந்தையின் எண்ணம். ஆனால் நூர் ஜஹான் ஒன்றும் சாதாரண மனுஷி அல்லவே? என் தந்தையின் ஒவ்வொரு நகர்வையும் யூகித்து விடும் ஆற்றலைக் கொண்ட அவர் பீஹாரில் இருந்த இளவரசர் பர்வேஸை அவரது படையுடன் உடனடியாக வரவழைத்தார். அதோடு யார் யாரெல்லாம் மைய அரசுக்கு ஆதரவாக இருந்தார்களோ அவர்களையெல்லாம் ஒன்று சேர்த்தார். ஆதரவாக இல்லாதவர்களையும் மிரட்டிப் பணிய வைத்தார். எல்லா படைகளும் தயார். இந்த நிலையில் தனக்குப் பிடிக்கவே பிடிக்காத மஹபத் கானையும் வரவழைத்து எல்லாப் படைகளுக்குமான தலைமைப் பொறுப்பை அவரிடம் கொடுத்தார். ஜஹாங்கீரும் தனக்கு உடம்பு முடியாத நிலையிலும் லஹெளரிலிருந்து கிளம்பி தில்லி வந்து சேர்ந்தார்.

அரச காரியங்களில் சலிப்புற்று நான் ஆன்மீகத்தை நோக்கிச் செல்வதற்கு எதிர்மறைக் காரணியாக இருந்த இன்னொருவர்தான் இந்த மஹபத் கான். மஹபத் கான் என்பது பட்டம். இயற்பெயர் ஸமானா பேக்.

ஜஹாங்கீர் ஷா ஜஹானிடம் பேச்சு வார்த்தை நடத்துவதற்குத் தன் தூதர் ஒருவரை அனுப்பினார். தூதர் ஷா ஜஹானை ஃபதேபூர் சிக்ரியில் சந்தித்தார். ஆனால் அந்தத் தூதரிடம் பேச விரும்பாத தந்தை தன்னுடைய தூதர் ஒருவரை ஜஹாங்கீரிடம் அனுப்பினார்.

ஷா ஜஹானின் கோரிக்கைகள் ஜஹாங்கீர் பாதுஷாவின் முன் வைக்கப்பட்டன. தூதரைத் தூக்கி சிறையில் போட்டார் பாதுஷா.

மார்ச் 1623. ஆக்ராவைச் சுற்றி சுவர் இல்லாததால் ஷா ஜஹானின் வலது கரமாகச் செயல்பட்ட ராஜா விக்ரம்ஜீத் நகருக்குள் புகுந்து கொள்ளையடித்தார். ஒரே ஒருவரிடமிருந்து மட்டுமே ஒன்பது லட்சம் ரூபாய் கிடைத்தது. அவ்வளவு பெரிய கொள்ளைச் சம்பவம் அது.

ஆனாலும் அந்தச் சண்டையில் என் தந்தையின் படை தோல்வியடைந்தது. ராஜா விக்ரம்ஜீத் கொல்லப்பட்டார். அவர் தலை துண்டிக்கப்பட்டு ஜஹாங்கீரிடம் எடுத்துச் செல்லப்பட்டது.

மே 1623. பர்வேஸ் மற்றும் மஹபத் கான் தலைமையில் என் தந்தையை வேட்டையாடக் கிளம்பியது அரசுப் படை. அது வரை என் தந்தைக்குக் கொடுக்கப்பட்டிருந்த மரியாதை அனைத்தும் பர்வேஸுக்கு மாறியது. போர்ச் செலவுக்கு 20 லட்சம் ரூபாய் அளிக்கப்பட்டது.

தந்தையின் படைக்கும் அரசுப் படைக்கும் சண்டை நடந்து கொண்டு இருந்த போதே மஹபத் கான் தந்தைக்கு ஆதரவாக இருந்த பலரையும் தந்திரமாகத் தன் பக்கம் கொண்டு வந்தார். தந்தை தக்காணப் போர்களில் பயன்படுத்திய கெரில்லா போர்முறை எதுவும் இங்கே சமவெளிப் பகுதியில் வெற்றி பெறவில்லை.

தன் தளபதி ருஸ்தம் கானையும் பர்கந்தஸ் கானையும் படையின் முன்னே செல்ல விட்டுவிட்டு தான் படை நடுவே சென்றார் தந்தை. சண்டை தொடங்கியவுடனே ருஸ்தம் கானும் பர்கந்தஸ் கானும் பல முக்கியமான வீரர்களை அழைத்துக் கொண்டு அரசுப் படைகளின் பக்கம் சேர்ந்து விட்டார்கள். பெரிய அவமானம் என்னவென்றால், தந்தையிடம் பணி புரிந்து கொண்டிருந்த கான்-எ-கானான் மஹபத் கானுக்கு எழுதிய கடிதமும் தந்தையின் கையில் சிக்கி விட்டது. கான்-எ-கானான் அக்பர் பாதுஷாவிடம் பணி புரிந்தவர். அந்த முதியவரை தந்தையால் என்ன செய்ய முடியும்? அவரையும் அவர் புதல்வர்களையும் தன் பக்கத்திலேயே வைத்துக் கொண்டார் தந்தை.

அரசுப் படைகளுடன் மோதி தந்தை படு தோல்வியே அடைந்தார். நண்பர்கள் யாரும் உதவிக்கு வரவில்லை. அதனால் தன் தந்தையிடமே மீண்டும் சமரசத்துக்கு முயன்றார் தந்தை. உடனடியாகக் கடிதம் அனுப்பினார். கான்-எ-கானானை அனுப்பினால் மட்டுமே நம்ப முடியும் என்று பதில் அனுப்பினார் பேரரசர்.

கான்-எ-கானானை அழைத்த என் தந்தை "என் வாழ்க்கையையே தங்களிடம் ஒப்படைத்திருக்கிறேன். என்னுடைய நலனுக்காகப் பேரரசரிடம் பேசுங்கள்" என்று சொல்லித் தன் மனைவிகளையும் எங்களையும் காண்பித்துச் சொன்னார். இத்தனை சண்டைகளையும் போர்களையும் பார்த்துக் கொண்டுதான் அலைந்து கொண்டிருந்தோம் நாங்கள் குழந்தைகள். என் வயது அப்போது எட்டு.

"பேரரசரிடம் என் நலனுக்காகப் பேசுவேன் என்று புனித நூலின் மீது சத்தியம் செய்யுங்கள்" என்றார் தந்தை.

கான்-எ-கானானும் சத்தியம் செய்தார்.

ஆனால் விதி வேறு விதமாக விளையாடியாது. பேரரசரிடம் செல்வதற்கு முன்பே கான்-எ-கானானை மஹபத் கானும் பர்வேஸும் பிடித்துக் கொண்டார்கள். கான்-எ-கானானும் சத்தியத்தைக் காற்றில் விட்டு விட்டு அவர்களோடு சேர்ந்து கொண்டார்.

இங்கே கான்எ-கானான் பற்றிக் கொஞ்சம் சொல்ல வேண்டும். கான்-எ-கானான் என்பது மொகலாய சாம்ராஜ்ஜியத்தின் மிக உயர்ந்த ராணுவப் பதவியின் பெயர். நான் குறிப்பிடும் கான்-எ-கானானின் பெயர் அப்துல் ரஹீம் கான். சுருக்கமாக, கான் மிர்ஸா என்று அழைப்பார்கள். ஏற்கனவே முராத் பக்ஷ் இவரைப் பற்றிக் குறிப்பிட்டான், இல்லையா? அவரேதான். கான்-எ-கானானின் தந்தை பெஹ்ராம் கான் பாபர் பாதுஷாவின் புகழ் பெற்ற மந்திரியாக இருந்தவர். தந்தைக்குப் பிறகு மகன் கான் மிர்ஸா அக்பர் பாதுஷாவின் மெய்க்காப்பாளராக

இருந்தார். பிறகு, அக்பர் பாதுஷாவின் வருவாய்த் துறை மந்திரியாக இருந்த தோடர் மாலின் மரணத்துக்குப் பிறகு பிரதம மந்திரி ஆனார். கான் மிர்ஸாவின் மகளைத்தான் அக்பரின் மகன் தன்யால் மணம் செய்து கொண்டார். ஜஹாங்கீரிடம் இருபத்தோரு ஆண்டுகள் பணி புரிந்துவிட்டு, இளவரசர் பர்வேஸிடம் வந்தார். பிறகு பர்வேஸின் சோம்பேறித்தனம் ஒத்து வராத்தால் என் தந்தையோடு சேர்ந்து கொண்டார். அது நடந்தது 1625இல், தந்தை தக்காணத்தின் தலைமையை ஏற்றுக் கொண்டபோது. குஸ்ரோவை என் தந்தை கொலை செய்ததற்கு ஆலோசனை கொடுத்தவர் இந்த கான்-எ-கானான்தான். அதே சமயம், தந்தைக்குப் பிரச்சினை வரும்போது தந்தையை விட்டு விட்டு எதிர் அணியில் சேரவும் தயங்க மாட்டார். அதனால் ஜஹாங்கீர் பாதுஷாவினால் சிறையில் அடைக்கப்பட்டு, பிறகு விடுதலை செய்யப்பட்டார். 1627இல் எழுபத்து இரண்டாவது வயதில் தில்லியில் இறந்தார்.

ஏன் இவரைப் பற்றி இத்தனை விவரமாகச் சொன்னேன் என்றால், இதுதான் ஹிந்துஸ்தானின் அடையாளமாக இருந்தது. துரோகம். யோசித்தால் சிரிப்புத்தான் வருகிறது. யார் யாருக்கு துரோகம் செய்வார், யார் யாரோடு இருப்பார் என்றே சொல்ல முடியாத அளவுக்கு இருந்தது தைமூரியர்களின் போக்கு. எல்லாவற்றையும் விட அதிர்ச்சியும் ஆச்சரியமும் என்னவென்றால், எந்தக் கவலையுமே இல்லாமல் புனித நூலின் மீது சத்தியம் செய்வது. ஒரு ஸூஃபியைப் போல் வாழ்ந்த என் தம்பி ஔரங்ஸேப் கூட இதற்கு விதிவிலக்கு அல்ல என்பதுதான் நகைமுரண்.

கடைசியில் என் தந்தையால் அரசுப் படைகளை எதிர்த்துப் போரிடுவது மட்டும் அல்ல; தப்பி ஓடுவதே சிரமம் என்று ஆகி விட்டது. மழைக் காலம். தப்தி நதியில் வெள்ளம் பெருக்கெடுத்து ஓடுகிறது.

நதியைக் கடப்பதைத் தவிர வேறு வழியே இல்லை. நதியைக் கடந்து கோல்கொண்டா சென்று அங்கிருந்து ஒரிஸ்ஸா,

அங்கிருந்து வங்காளம். அதுதான் தப்புவதற்கு இருக்கும் ஒரே வழி.

ஷா ஜஹானை உயிருடன் பிடியுங்கள், அல்லது, சாம்ராஜ்ஜியத்தை விட்டே துரத்தி அடியுங்கள் என்று பேரரசரின் பெயரில் மஹபத் கானுக்கும் பர்வேஸுக்கும் ஓலை அனுப்பியிருந்தார் நூர் ஜஹான்.

மஹபத் கானும் பர்வேஸும் கரை புரண்டு ஓடிக் கொண்டிருந்த தப்தி நதியில் இறங்கிக் கடந்தார்கள்.

என் தந்தை - வருங்காலப் பேரரசர் ஷா ஜஹான் - என் தாய் மும்தாஜ் மஹலையும், தாராவையும், ஷுஜாவையும், ஔரங்ஸேபையும், பெண் குழந்தைகளையும் அழைத்துக் கொண்டு கோல்கொண்டாவை நோக்கி ஓடினார்.

—

50

ஆக்ராவிலிருந்து கோல்கொண்டா வரை துரத்தப்பட்டு ஓடி வந்த பயணம் என் தந்தைக்குப் பல அனுபவங்களைக் கொடுத்தது. அதில் முதலாவது, தன் மனைவி மும்தாஜ் எந்த நேரத்திலும் தன்னைக் கைவிடாதது. அவர் நிலைமை மோசமாக ஆக மும்தாஜின் அன்பும் பிரியமும் அதிகரித்துக் கொண்டே போனது. ஆனால் அவரோடு கூட இருந்தவர்கள் அனைவரும் களைத்து விட்டார்கள். எல்லோருக்கும் வீட்டுக்குப் போனால் போதும் என்று இருந்தது. பலரும் தந்தையின் அணியிலிருந்து தப்பி ஓட ஆரம்பித்தார்கள். அதில் முக்கியமானவர் மிர்ஸா முஹம்மது. அஃப்ஸல் கானின் மகன். தன் தாயையும் மனைவி மக்களையும் அழைத்துக் கொண்டு தலைமறைவானார் மிர்ஸா முஹம்மது. தந்தை சைய்யத் ஜாஃபரையும் சில வீரர்களையும் அனுப்பினார். மிர்ஸா முஹம்மதைப் பிடித்து வர வேண்டும்; அல்லது தலையைக் கொய்து வர வேண்டும். காட்டுக்குள் மறைந்திருந்த மிர்ஸா முஹம்மது தன் வீரர்களோடு ஜாஃபரை எதிர்த்தார். இரு தரப்பிலும் சிலர் மடிந்தனர். கடைசியில் மிர்ஸாவின் தலையை வெட்டி எடுத்துக் கொண்டு படுகாயத்தோடு தந்தையிடம் வந்து சேர்ந்தார் ஜாஃபர்.

இந்தச் சம்பவத்துக்குப் பிறகும் பல வீரர்கள் தந்தையின் அணியிலிருந்து காணாமல் போனார்கள். கோல்கொண்டா அரசர் தந்தைக்கு உதவுவதாக உறுதியளித்தார். அதே சமயம் நீண்ட காலம் கோல்கொண்டாவில் தங்கக் கூடாது; யாரையும் துன்புறுத்தக் கூடாது என்பது நிபந்தனைகள். தந்தைக்கும் அவர் படையினருக்கும் வேண்டிய வசதிகள் செய்து தரப்பட்டன.

தந்தை மசூலிப்பட்டணத்தை வந்து சேர்ந்த போது அவரிடம் ஐநூறு யானைகளும், நான்காயிரத்து ஐநூறு குதிரை வீரர்களும், பன்னிரெண்டாயிரம் காலாட்படையினரும் இருந்தார்கள்.

அங்கிருந்து படையோடு ஒரிஸ்ஸா வந்து சேர்ந்தார் தந்தை. ஒரிஸ்ஸாவின் சுபேதார் அஹ்மத் பேக் அத்தனை தைரியமானவர் அல்ல. அதனால் ஷா ஜஹானைப் பார்த்து அஞ்சி தன் குடும்பத்தோடு டாக்காவுக்கு ஓடி விட்டார். அடுத்து, தனது போர்த் திறமையினாலும் நேர்மையும் துணிச்சலும் கொண்ட தளபதிகளாலும் வங்காளத்தையும் பீஹாரையும் வெற்றி கொண்டார் தந்தை.

ஆனாலும் இறுதியில் என் தந்தை தனித்துத்தான் விடப்பட்டார். அவரிடமிருந்த வீரர்கள் பலர் போரில் இறந்து விட்டார்கள். மீதிப் பேர் அரசுப் படையோடு சேர்ந்து விட்டார்கள். இது எல்லாவற்றையும் சாதித்தது அரசுப் படையை வழி நடத்திய பர்வேஸும் மஹபத் கானும்தான். இப்படி தந்தை தனியாக விடப்பட்ட போது அவர் உடல் நலமும் குன்றியதால் பேரரசர் ஜஹாங்கீருக்கு ஒரு மன்னிப்புக் கடிதம் எழுதினார் தந்தை.

அதை ஏற்றுக் கொண்ட நூர் ஜஹான் அதற்குப் பிணையாக தாராவையும் ஔரங்ஸேபையும் தன்னிடம் அனுப்பச் சொன்னார். ஒரு பேச்சுக்காகத்தான் இப்படிச் சொல்கிறேன். எல்லா அரசு உத்தரவுகளும் பேரரசரின் பெயரில்தான் நடந்தன. அந்த உத்தரவு ஓலையை வைத்து அதன் எதிரே நெடுஞ்சாண்கிடையாக விழுந்து வணங்கிய என் தந்தை அந்த ஓலையை எடுத்துத் தன் தலை மீது வைத்துக் கொண்டார்.

உடனடியாக பத்து வயது தாராவும், எட்டு வயது ஔரங்ஸேபும் லஹெளருக்கு அனுப்பப்பட்டார்கள். கூடவே பத்து லட்சம் ரூபாய் மற்றும் நகைகளையும் கொடுத்து அனுப்பினார் தந்தை. இது எல்லாம் நடந்தது ஜூன் 1626.

லட்சக்கணக்கான ரூபாய் பண நஷ்டத்துக்கும், உயிர் இழப்புக்கும் காரணமாக இருந்த மூன்றாண்டு உள்நாட்டுப் போர் இவ்வாறாக முடிவுக்கு வந்தது.

அதே நேரத்தில் மஹபத் கான் மற்றும் பர்வேஸ் இருவரது செல்வாக்கையும் கண்டு உஷாரானார் நூர் ஜஹான். அதனால் உடனடியாக மஹபத் கானை தலைநகரிலிருந்து தொலைதூரத்திலிருந்த வங்காளத்துக்கு சுபேதாராக மாற்றினார். அது மட்டும் அல்லாமல் இன்னும் பலவாறாகவும் மஹபத் கானுக்குப் பிரச்சினை கொடுத்தார். இதைத் தொடர்ந்து என்ன நடந்தது என்பதை உங்களுடைய சலனச் சித்திரங்களில் கூட காண முடியாது. இந்த சம்பவத்தைத்தான் ஔரங்ஸேப் தங்களிடம் முதல் காரியமாகச் சொல்லியிருக்க வேண்டும். எப்போதுமே அவனுக்குத் தன் பக்கத்து நியாயத்தை சரியாக எடுத்துச் சொல்லத் தெரியாது. அது பற்றிய கவலையும் அவனிடம் இல்லை.

1626. ஜஹாங்கீர் பாதுஷாவின் உடல்நிலை மிகவும் மோசமாகியிருந்த கால கட்டம். எந்நேரமும் மரணம் நேரலாம் என்பதை எல்லோரும் உணர்ந்தே இருந்தார்கள். எதிர்பார்த்தபடியே அடுத்த ஆண்டு அவர் இந்த உலக வாழ்விலிருந்து விடை பெற்றுக் கொண்டு விடுகிறார்.

நூர் ஜஹானைப் பழி வாங்க வேண்டும் என்ற எண்ணத்தில் இருந்த மஹபத் கானுக்கு 1626இல் அதற்கு ஒரு வாய்ப்பு கிடைத்தது. நூர் ஜஹானின் வயது அப்போது நாற்பத்தெட்டு. ஆனால் பார்ப்பதற்கு இருபத்தெட்டைப் போல்தான் தெரிந்தார். பெயருக்குத்தான் ஜஹாங்கீர் பாதுஷாவாக இருந்தார். உண்மையான அரசாட்சியும் அதிகாரமும் நூர் ஜஹானிடம்தான் இருந்தது. கணவரின் மறைவுக்குப் பிறகு

தன்னுடைய மருமகன் ஷாஹ்ரியரை வைத்து ஒரு பொம்மை அரசை அமைத்து விட்டு, வழக்கம்போல் தானே பேரரசியாகத் திகழலாம் என்பதில் மிகவும் திட்டவட்டமாக இருந்தார் நூர் ஜஹான்.

ஷாஹ்ரியர் எதற்கும் உதவாதவனாக இருந்தாலும் தற்சமயம் அவனுக்கு எதிரிகள் யாரும் இல்லை. ஜஹாங்கீரின் மூத்த மகன் குஸ்ரோ மிர்ஸா இறந்து நான்கு ஆண்டுகள் ஆகிறது. ஆட்சியைப் பிடிக்க என் தந்தை எடுத்த முயற்சிகளையும் தோற்கடித்து அவர் பல்லைப் பிடுங்கியாயிற்று.

ஆனால் நூர் ஜஹானுக்கு அப்போது யாருமே எதிர்பாராத வகையில் ஒரு பிரச்சினையைக் கொண்டு வந்தார் ஜஹாங்கீர் பாதுஷாவின் மற்றொரு மகன் பர்வேஸ் மிர்ஸா. அதுவரை யாராலும் கவனிக்கப்படாத பர்வேஸுக்கு திடீரென்று மயிலாசனத்தில் அமர்வதற்குத் தன்னைத் தவிர வேறு யாருக்கும் தகுதி இல்லை என்று தோன்றியது. ஷாஹ்ரியரோ இருபது வயதுப் பொடியன். (பர்வேஸின் வயது அப்போது முப்பத்தாறு). அதிலும் ஷாஹ்ரியர் தந்தையின் வைப்பாட்டி மகன். நாமோ மேட்டுக்குடி. ஷா ஜஹானும் வாரிசுப் போட்டியில் தோல்வி அடைந்து விட்டான். அதோடு, மூன்று ஆண்டுகளாக நடந்த உள்நாட்டுப் போரிலும் அரசுக்கு வெற்றியை ஈட்டித் தந்திருக்கிறோம். இது எல்லாம் போக, நம் கூடவே இருக்கிறார் பலம் வாய்ந்த மஹபத் கான். இதை விட மயிலாசனத்தில் அமர வேறு என்ன தகுதி வேண்டும்? இப்படி ஓடியது பர்வேஸின் யோசனை.

அப்போது நூர் ஜஹானின் காய் இப்படி நகர்ந்தது: பர்வேஸுடன் புர்ஹான்பூருக்குச் சென்று கொண்டிருந்த மஹபத் கானுக்கு அரசு உத்தரவு ஒன்று கிடைத்தது. வாங்கிப் பார்த்தால் வங்காளத்தின் சுபேதாராக மாற்றப்பட்டிருந்தார் மஹபத் கான். மஹபத் கானை விடுவிக்க முடியாது என்று பதில் எழுதினார் பர்வேஸ். அரசரின் உத்தரவை மீறினால் கடும் நடவடிக்கை எடுக்கப்படும் என்று மறு ஓலை வந்தது.

பர்வேஸுக்கு ஷா ஜஹானின் கதி ஞாபகம் வந்ததும் உடனடியாக அரசு ஆணைக்குப் பணிந்தார். மஹபத் கான் வங்காளம் சென்றார். உடனே மஹபத் கானுக்கு அடுத்த ஓலை வந்தது.

“உள்நாட்டுக் கலகத்தின் போது நீங்கள் கைப்பற்றிய யானைகள் மற்றும் பணம் யாவற்றையும் சரியான கணக்கோடு அரசுக்குச் செலுத்த வேண்டும்.”

இது தன்னுடைய நேர்மைக்கே சவால் என்று நினைத்தார் மஹபத் கான். உத்தரவுக்குப் பணிந்தால் பிச்சைக்காரனாகி விடுவார். பணியவில்லை என்றால் அரசுப் பணத்தைத் திருடிய குற்றச்சாட்டுக்கு ஆளாக நேரிடும். நூர் ஜஹானும் அவரது மூத்த சகோதரர் ஆஸஃப் கானும் தன்னை செல்லாக் காசாக்க முடிவு செய்து விட்டார்கள் என்பது மஹபத் கானுக்குத் தெளிவாகப் தெரிந்தது.

மஹபத் கானுக்கு அச்சம் என்றால் என்னவென்றே தெரியாது. அதனால் தன்னிடமிருந்த யானைகளை மட்டும் தலைநகருக்கு அனுப்பி விட்டு, தானும் பேரரசரை நேரிலேயே சந்தித்து விடலாம் என்று முடிவு செய்து தன்னுடன் ஐந்தாயிரம் ராஜபுத்திர வீரர்களை அழைத்துக் கொண்டு கிளம்பினார். அது மட்டுமல்லாமல், அவர்களின் மனைவிமாரையும் அழைத்துக் கொள்ளச் சொன்னார். காரணம், வீரர்கள் கட்சி மாறி விடாமல் இருக்க அவர்களின் குடும்பமும் தன்னோடு இருப்பதுதான் பிணை.

மார்ச் 1626. காஷ்மீரிலிருந்து கிளம்பி லஹௌர் வந்த ஜஹாங்கீர் பாதுஷா காபூல் கிளம்ப ஏற்பாடுகள் நடந்து கொண்டிருந்தன.

இதற்கிடையில் மஹபத் கானை எந்தெந்த வழிகளில் முடியுமோ அந்தந்த வழிகளிலெல்லாம் அவமானப்படுத்திக் கொண்டிருந்தார் நூர் ஜஹான். அரசின் உயர் பதவியில் உள்ளவர்கள் தங்கள் வீட்டுக் காரியமாக இருந்தாலும் அது பற்றி அரசிடம் அனுமதி வாங்க வேண்டும் என்பது மரபு.

அது ஒரு சம்பிரதாயம், அவ்வளவுதான். ஏதோ காரணத்தால் மஹபத் கான் தன் மகளின் நிச்சயதார்த்தத்துக்கு அரசு அனுமதி பெறவில்லை.

க்வாஜா உமர் நக்ஷாபந்தியின் மகன்தான் மாப்பிள்ளை. அந்தப் பையனைப் பிடித்து வந்து குதிகாலிலேயே லத்தியால் பேயடி அடித்து, அதுவும் போதாமல் மொட்டையும் அடித்து சிறையில் போட்டு விட்டார் நூர் ஜஹான். கிட்டத்தட்ட சாகும் அளவுக்கு அடித்திருக்கிறார்கள். அப்படியும் திருப்தியுறாமல் மஹபத் கான் தன் மாப்பிள்ளைக்குக் கொடுத்திருந்த வரதட்சணைப் பணத்தையும் அதிகாரிகள் மூலம் வசூலித்து அரசு கஜானாவில் சேர்த்தார்கள். மஹபத் கானை அழைத்து விசாரித்து விட்டிருக்க வேண்டிய சாதாரண விஷயம் அது.

ஜஹாங்கீர் பாதுஷாவும் அவரது பரிவாரங்களும் காபூல் செல்வதற்காக ஜீலம் நதிக்கரையில் நிற்கிறார்கள். முதலில் அரசு கஜானாவும் அதிகாரிகளும் வீரர்களும் ஆயுதங்களும் பாலத்தின் வழியே நதியைத் தாண்டி விட்டனர். அதற்குள் இரவு வந்து விட்டதால் அரசரும், உறவினரும், பணியாட்களும், கோஜாக்களும் காலையில் நதியைக் கடக்கலாம் என்று கூடாரத்தில் இருந்தார்கள்.

நம்புவீர்களோ மாட்டீர்களோ மதிப்புக்குரிய காத்திப் அவர்களே! மஹபத் கான் பேரரசர் ஜஹாங்கீரை கூடாரச் சிறையில் வைத்து விட்டார். ஜஹாங்கீர் ஏற்கனவே குடி அடிமை. மதுக்கோப்பையைக் கையால் பிடித்து வாயில் கொண்டு செல்வதற்கே விரல்களில் தெம்பு இல்லாமல் அதற்கு இரண்டு அடிமைகளை வைத்திருப்பவர். அவரா மஹபத் கானை எதிர்த்து சண்டையிடப் போகிறார்?

இரண்டாயிரம் குதிரை வீரர்களோடு ஜீலம் நதிக்கரைக்குச் சென்றார் மஹபத் கான். தன் வீரர்களை அங்கேயே நிறுத்தி, 'அக்கரையிலிருந்து இக்கரைக்கு யாரும் வந்தால் அவர்கள் மீது தீ வையுங்கள்' என்று உத்தரவிட்டு விட்டு, நூறு ராஜபுத்திர வீரர்களை மட்டும் அழைத்துக் கொண்டு பேரரசரின்

கூடாரத்துக்குள் நுழைந்து பேரரசரின் முன்னே போய் நின்று "தங்களைப் பாதுகாக்கவே இந்த ஏற்பாடு. இதற்காக எனக்கு என்ன தண்டனை வேண்டுமானாலும் தாங்கள் தரலாம்" என்று சொல்லித் தலையைக் குனிந்தார்.

மஹபத் கானின் தலையை வெட்டுவதற்காகத் தன் வாளைத் தொட்டு விட்டார் பேரரசர். ஆனால் அப்படிச் செய்தால் அது பேரரசருக்கே ஆபத்தாக முடியும். கூடாரத்தைச் சுற்றி மஹபத் கானின் வீரர்கள் நிற்கிறார்கள். அப்போது பேரரசரின் அருகே நின்று கொண்டிருந்த மன்ஸூர் பதாக்ஷி துருக்கி மொழியில் "இந்த அயோக்கியனை இறைவன் தண்டிப்பான்; தாங்கள் ஒன்றும் செய்ய வேண்டாம்" என்றார். மஹபத் கானுக்கு துருக்கி மொழி தெரியாது.

அடுத்து பேரரசரை யானையில் அழைத்துக் கொண்டு ஊர்வலம் சென்று வந்தார் மஹபத் கான். இந்தக் களேபரத்தில் கூடாரத்தின் உள்ளே இருந்த நூர் ஜஹான் மாறுவேடம் அணிந்து நதியைக் கடந்து அக்கரை சென்று தன் சகோதரன் ஆஸஃப் கானோடு சேர்ந்து விட்டார்.

இந்த விஷயம் தெரிய வந்ததும் பாலத்தைக் கொளுத்தச் சொல்லி உத்தரவிட்டார் மஹபத் கான்.

மஹபத் கானைப் பொருத்தவரை, பேரரசர் தன்னுடைய விருப்பத்தின் பேரிலேயே அவரைத் தன் பக்கம் வைத்துக் கொண்டிருப்பதாக ஊராருக்குத் தெரிவிக்க விரும்பினார். அதே சமயம் ஊராருக்குத் தெரியாமலேயே நூர் ஜஹானையும் அவர் அண்ணன் ஆஸஃப் கானையும் ஒன்றும் இல்லாமல் ஆக்கி விட வேண்டும் என்பது அவர் எண்ணம்.

நூர் ஜஹானும் ஆஸஃப் கானும் மறுநாள் காலைக்குள் பேரரசரை விடுவிக்க வேண்டும் என்று திட்டமிட்டார்கள்.

ஆனால் அதில் எந்தப் பயனும் இல்லை என்று ஜஹாங்கீர் அவர்களுக்கு இக்கரையிலிருந்து செய்தி அனுப்பிக் கொண்டே இருந்தார். செய்தியின் உண்மைத்தன்மைக்காக

தன் மோதிரத்தையும் அனுப்பி வைத்தார். ஆனாலும் நூர் ஜஹானும் ஆஸஃப் கானும் அதை நம்பவில்லை. ஊசியில் ஒட்டகத்தை நுழைக்கும் திறமை வாய்ந்த மஹபத் கானே ஏதாவது தந்திரம் செய்திருக்கலாம் என்று நினைத்தார்கள்.

பதினைந்து ஆண்டுகள் நூர் ஜஹான் ஆடிய ஆட்டத்துக்கு இப்போது பதில் ஆட்டம் ஆடியிருக்கிறார் மஹபத் கான். ராஜாவுக்கு செக்.

—

51

அன்று சனிக்கிழமை. ஜஹாங்கீர் பாதுஷாவை மஹபத் கான் சுற்றி வளைத்துக் கொண்ட நாள். மார்ச் 1626. இரவு நெருங்கி விட்டது. அரசுப் படையின் ஃபிதாய் கான் தன்னுடைய இரண்டு டஜன் குதிரை வீரர்களுடன் நதியில் இறங்கினார். நீந்தத் தெரிந்த குதிரைகளே பெருக்கெடுத்தோடிய வெள்ளத்தில் அடித்துக் கொண்டு சென்றன. வீரர்கள் சிலரும் மூழ்கினர். சிலர் மட்டும் மேலே முன்னேறினால் சுழலில் சிக்கி விடுவோம் என்பதை அறிந்து வந்த வழியிலேயே கரைக்குத் திரும்பி விட்டனர். அதற்கே அவர்கள் குற்றுயிரும் குலை உயிருமாகத்தான் கரையேற முடிந்தது. ஃபிதாய் கானும் ஓரிரு வீரர்களும் மட்டுமே அக்கரையை நெருங்கினார்கள். அங்கே பார்த்தால் மலை மலையாக யானைகளும் குதிரை வீரர்களும் நின்று கொண்டிருந்தார்கள். எல்லாம் மஹபத் கானின் ராஜபுத்திரப் படை. கரையேறினால் எலும்பு கூட மிஞ்சாது என்பதால் திரும்பவும் வந்த வழியே நீந்த ஆரம்பித்தார்கள் ஃபிதாய் கானும் வீரர்களும். இறைவன் மட்டுமே காப்பாற்றினான். ஃபிதாய் கானோடு சேர்த்து நான்கு பேர் கரையேறிய போது அவர்கள் சுயநினைவை இழந்திருந்தார்கள்.

அப்போதும் நூர் ஜஹான் சளைக்கவில்லை. இதற்கெல்லாம் முடங்கி விட்டால் மொகலாய சாம்ராஜ்ஜியத்தின் இறையாண்மை என்ன ஆவது? மறுநாள் காலையில் ஒரு யானையின் மீது ஏறிக் கொண்டு குதிரைகளில் வீரர்கள் சூழ நதியில் இறங்கினார் நூர் ஜஹான். கையில் பேரக் குழந்தை. ஷாஹ்ரியரின் மகள்.

திரும்பவும் முந்தின இரவு கண்ட அதே காட்சிதான். நேற்று பத்து இருபது பேர். இன்று அதை விட அதிகம். குதிரைகளும், ஒட்டகங்களும், வீரர்களும் வெள்ளத்தில் தத்தளித்துக் கொண்டிருந்தார்கள்.

நதியில் பாதி தூரத்தைக் கடந்திருந்த பேகத்திடமிருந்து எங்களை நோக்கி நீந்தியபடி வந்த ஒரு கோஜா "விரைவாகச் சென்று துரோகி மஹபத் கானின் படைகளை முறியடிக்காமல் என்ன செய்து கொண்டிருக்கிறார்கள் முன்னணி வீரர்கள் என்று பேகம் உங்களைக் கேட்டு வரச் சொன்னார்கள்" என்றான். அவனுக்குப் பதில் எதுவும் சொல்லாமல் நீரில் மூழ்கி முன்னேறினோம் நானும் இன்னும் சில வீரர்களும்.

இந்தச் சம்பவங்களையெல்லாம் தத்ரூபமாக எழுதியிருக்கும் முட்டாமத் கானின் வார்த்தைகளை நான் அப்படியே தங்களிடம் சொல்லிக் கொண்டு வருகிறேன்.

தலையைத் தூக்கிப் பார்த்தால் எதிரே எழுநூறு எண்ணூறு ராஜபுத்திர வீரர்கள். எக்கச்சக்கமான யானைகள். குதிரைகள். அரசப் படையின் வீரர்களை நதியில் பார்த்து விட்டு தாங்களும் நதியில் குதித்தார்கள் மஹபத் கானின் ராஜபுத்திர வீரர்கள். அப்புறம் என்ன? ஜீலம் நதியில் அன்று ரத்த வெள்ளம்தான் ஓடியது. ஏதோ உயர்வு நவிற்சியாகச் சொல்லவில்லை. நிஜமாகவே அன்றைய தினம் ஜீலத்தில் தண்ணீருக்குப் பதிலாகக் குருதிதான் ஓடியது.

நூர் ஜஹானின் பேத்தியின் தோளில் ஒரு அம்பு பாய்ந்தது. அவர் அமர்ந்திருந்த யானையை ராஜபுத்திர வீரர்கள் பலரும்

தாக்கினார்கள். எல்லாவற்றையும் தாங்கிக் கொண்டு திரும்பவும் தாங்கள் முகாமிட்டிருந்த கரைக்கே போய்ச் சேர்ந்தார்கள் நூர் ஜஹானும் அவரோடு வந்த மற்றவர்களும். பேத்தியின் தோளில் தைத்திருந்த அம்பைப் பிடுங்கினார் நூர் ஜஹான்.

மீதமிருந்த அரசுப் படை வீரர்களும் நதியில் நீந்திச் சென்று பேரரசரைக் காப்பாற்ற முனைந்து ராஜபுத்திர வீரர்களால் கொல்லப்பட்டார்கள். ஆஸஃப் கான் மட்டும் 300 வீரர்களுடன் தன்னுடைய அட்டோக் கோட்டைக்குத் தப்பியோடி விட்டார்.

பிறகு என்ன? மிச்சமிருந்த தளபதிகளும் நூர் ஜஹானும் கடைசியில் வேறு வழியில்லாமல் மஹபத் கானிடம் சரணடைந்தார்கள். நூர் ஜஹான் இருந்த இடத்துக்கு இப்போது மஹபத் கான் வந்து விட்டார். நூர் ஜஹானிடம் இருந்த அதிகாரிகள் அனைவரும் மஹபத் கானிடம் கட்சி மாறி விட்டார்கள்.

ஜஹாங்கீரின் காபூல் பயணம் தொடர்ந்தது. மஹபத் கானும் பேரரசருடன் கூடவே சென்றார்.

மஹபத் கானின் அப்போதைய நிலைக்குக் காரணமாக இருந்தது ராஜபுத்திர வீரர்கள், இல்லையா? அது அரசு உயர் பதவிகளில் இருந்த முஸ்லிம்களுக்கு எரிச்சலாக இருந்தது. இந்தப் பகை உள்ளுக்குள் புகைந்து கொண்டே இருந்த நிலையில் காபூலில் ஒரு சம்பவம் நடந்தது. காபூலைச் சேர்ந்த ஒரு முஸ்லிம் அதிகாரியை ஒரு ராஜபுத்திர வீரன் கொன்று விட்டான். விஷயம் மஹபத் கானிடம் கொண்டு செல்லப்பட்டது. அவரோ சாட்சியைக் கொண்டு வாருங்கள், தக்க நடவடிக்கை எடுக்கிறேன் என்று சொல்லித் தட்டிக் கழித்து விட்டார். ராஜபுத்திர வீரர்களின் தயவில் இருக்கும் அவரால் அவர்களை நேரடியாகப் பகைத்துக் கொள்ள முடியாது. இது காபூல் முஸ்லிம்களுக்குப் பிடிக்கவில்லை. மஹபத் கான் தன் சுயநலத்துக்காக தன் மார்க்கத்தினரையே பலி கொடுக்கிறார் என்ற குற்றச்சாட்டு பரவலாக எழுந்தது.

மறுநாள் நடந்த கலவரத்தில் தொள்ளாயிரம் ராஜபுத்திர வீரர்கள் காபூல் முஸ்லிம்களால் கொல்லப்பட்டார்கள். மஹபத் கான் கோட்டையை விட்டு வெளியிலேயே வரவில்லை. வந்திருந்தால் அவரையும் கொன்றிருப்பார்கள்.

இந்தச் சூழ்நிலையை நூர் ஜஹான் மிகத் தந்திரமாகப் பயன்படுத்திக் கொண்டார். அரசு எந்திரத்தில் யார் யாரெல்லாம் மத ரீதியாக மஹபத் கான் மீது கோபத்தில் இருந்தார்களோ அவர்களையெல்லாம் தன் பக்கம் இழுத்தார். அடுத்து, ஜஹாங்கீரிடம் ஒரு நாடகத்தை நடத்தச் சொன்னார். 'இத்தனைக் காலம் என்னால் நூர் ஜஹானையும் அவள் அண்ணன் ஆஸஃப் கானையும் தவிர்க்கவே முடியவில்லை. அபீனை அளவுக்கு அதிகமாகக் கொடுத்துக் கொடுத்து என்னை அவள் எதற்கும் பயனற்றவனாக ஆக்கி விட்டாள். உன்னையும் எப்போது கவிழ்க்கலாம் என்று பார்த்துக் கொண்டே இருக்கிறாள், ஜாக்கிரதையாக இரு' என்று நூர் ஜஹான் சொல்லிக் கொடுத்தது போலவே மஹபத் கானிடம் சொன்னார் ஜஹாங்கீர். இதனால் விளைந்த பயன் என்னவென்றால், பேரரசரே நம் பக்கத்தில் இருக்கிறார் என்று மஹபத் கான் ஆசுவாசமாக இருக்க ஆரம்பித்ததுதான். ஆனால் நூர் ஜஹானோ வெகு தந்திரமாக காய்களை நகர்த்திக் கொண்டே இருந்தார்.

இந்த நிலையில் பேரரசரும் பரிவாரங்களும் லஹெளர் கிளம்பின.

சரியாக நூறு நாட்களில் எந்த நதிக்கரையில் ஜஹாங்கீர் பாதுஷா மஹபத் கானால் சுற்றி வளைக்கப்பட்டாரோ அதே நதிக்கரையில் மஹபத் கான் தன் படையோடு தப்பியோடும் நிலை வந்தது.

சிலருக்கு எவ்வளவு குடித்தாலும் அது அவர்களின் ஆயுளில் கை வைப்பதில்லை. ஜஹாங்கீர் பாதுஷாவே அதற்கு உதாரணம். என்னதான் பலஹீனமாக இருந்தாலும் மது அவரது உயிருக்கு ஹானி செய்யவில்லை. ஆனால் தந்தையைப் போலவே குடிப்பழக்கம் கொண்ட பர்வேஸ் மிர்ஸாவின் உயிரைப்

பறித்துவிட்டது மது. இந்த உலக வாழ்விலிருந்து பர்வேஸ் விடை பெற்றுக் கொண்டபோது அவர் வயது முப்பத்தாறு. அதிலும் அவரது இறுதிக் காலம் மிகவும் குரூரமாகக் கழிந்தது. நெற்றியிலும் தலையிலும் ஐந்தாறு இடங்களில் தீ மருத்துவம் செய்ய வேண்டியிருந்தது. பழுக்கக் காய்ச்சிய கம்பியால் சூடு வைக்கும் மருத்துவம்!

ஆனால் பர்வேஸ் மரணத்தின் முரண் நகை என்னவென்றால், ஏற்கனவே என் தந்தை தன் மூத்த சகோதரன் குஸ்ரோவைக் கொன்றதால் பர்வேஸையும் அவர்தான் விஷம் வைத்துக் கொன்றார் என்ற பழி வந்து சேர்ந்தது. தந்தை அப்போது தக்காணத்தில் இருந்தாலும் கூட உளவாளிகள் மூலம் செய்திருப்பார் என்றே எல்லோரும் நம்பினார்கள்.

சில மாதங்களுக்கு முன் பேரரசரையே தன் கட்டுப்பாட்டில் கொண்டு வந்த தளபதி மஹபத் கான் இப்போது தேடப்படும் குற்றவாளியாகி விட்டார். ஆகவே என் தந்தைக்கு அப்போது இருந்த ஒரே எதிரி நூர் ஜஹான்தான். இந்த வேளையில் ஆட்சியைப் பிடிக்கலாமா என்று யோசித்தார் தந்தை.

அப்போது மட்டும் என் தந்தை ஆட்சியைப் பிடிப்பதற்கு முயற்சி செய்திருந்தால் பின்னாளில் அவர் எப்போதுமே ஆட்சியைப் பிடிக்க முடியாமல் போயிருக்கும். அரசுப் படைகளை எதிர்க்கும் அளவுக்குத் தனக்குப் படை பலம் போதாது என்று கணித்து அமைதியாக இருந்தார் தந்தை. அதே சமயம் மஹபத் கானுடன் ஒப்பந்தம் செய்து கொண்டார். இப்போது ஷா ஜஹானும் மஹபத் கானும் ஒரே கட்சி.

1627. ஜஹாங்கீருக்கு லஹௌரின் கோடை ஒத்துக் கொள்ளாமல் காஷ்மீர் சென்றார். ஒவ்வொரு நாளும் ஆஸ்துமா அதிகரித்துக் கொண்டே போனது. அபீன் கூட எடுத்துக் கொள்ள முடியவில்லை. உணவு என்று பார்த்தால் ஒரு கோப்பை வைன் மட்டுமே என்று ஆனது. நடக்கவும் முடியாமல் பல்லக்கில்தான் செல்ல முடிந்தது.

சில மாதங்களில் காஷ்மீரும் ஒத்துக் கொள்ளாமல் மீண்டும் லஹெளர் கிளம்பினார் ஜஹாங்கீர். வழியில் உள்ள பராம்கலா என்ற சிற்றூரைப் பார்த்ததும் அவருக்கு வேட்டையாடும் ஆர்வம் பிறந்தது. பரிவாரங்களை நிறுத்தி விட்டு துப்பாக்கியை எடுத்துக் கொண்டு கிளம்பினார். வேட்டையாடும் அளவுக்கெல்லாம் தெம்பு இல்லை. அந்த கிராமத்து மக்கள்தான் மானை விரட்டிக் கொண்டு வந்தார்கள். அருகில் வந்தால் சுட்டு விடலாம் என்று ஒரு மரத்தில் சாய்ந்து நின்று கொண்டிருந்தார் பாதுஷா. அப்படி மானை விரட்டும்போது மலை முகட்டிலிருந்து ஒரு சிறுவன் கீழே விழுந்து விட்டான். ஜஹாங்கீரின் கண்களுக்கு முன்னே வெகு அருகில் நடந்தது அந்தச் சம்பவம்.

ஜஹாங்கீரின் வாழ்வில் அவரை வெகுவாக பாதித்த ஒரு மரணம் என்றால் அன்று நடந்ததுதான். தன்னுடைய வேட்டை ஆர்வத்துக்காக ஒரு உயிர் பலியான கொடுமை. அந்தச் சிறுவனின் பெற்றோரை வரவழைத்துத் தங்கக் காசுகளைக் கொடுத்தார். அதை வாங்கும் போது சிறுவனின் அன்னையின் கண்களிலிருந்து வழிந்த ஒரு கண்ணீர்த் துளி பேரரசரின் கரங்களில் பட்டது.

இந்தச் சம்பவத்தை நான் பல முறை பலர் சொல்லக் கேட்டிருக்கிறேன். அப்போதெல்லாம் என் மனதில் தோன்றிய ஒரே கேள்வி, போர்களின் போது எத்தனை ஆயிரம் பேர் சாகிறார்கள்? வெட்டிக் கொல்லப்படுகிறார்கள்? மலை மலையாக மண்டையோடுகளைக் குவித்து எதிரிகளை பயமுறுத்துவதுதானே பாபர் பாதுஷாவின் விருப்பமான விளையாட்டு? அந்த மரணத்தைப் பற்றியெல்லாம் யாராவது கவலைப்பட்டோமா? அந்த மரணங்களால் எத்தனை லட்சக்கணக்கான பெண்களும் குழந்தைகளும் அனாதையாக்கப்பட்டிருப்பார்கள்? எத்தனை குடும்பங்கள் நடுத்தெருவுக்கு வந்திருக்கும்? அப்படி மடிந்து போனவர்களெல்லாம் எந்த தேசத்தைக் காப்பாற்றுவதற்காக ரத்தம் சிந்தினார்கள்? யாரோ ஒருவர் மயிலாசனத்தில் அமர வேண்டும் என ஆசைப்பட்டதால்தானே? அந்த ஆசைக்காகவா இத்தனை கொலைகள்?

அதே சமயம் ஒரே ஒரு மரணம் ஜஹாங்கீர் பாதுஷாவை என்ன பாடு படுத்தியிருக்கிறது? நான் தீ விபத்தில் மாட்டிய போது என் ஒரு உயிர் போய் விடக் கூடாது என்பதற்காக எத்தனை கோடி ரூபாய் தர்மம் செய்தார்கள் என் தந்தை! ஒரே ஒரு உயிர். ஆனால் ஈசல்களைப் போல் போரில் மனிதர்கள் மடிந்தது பற்றி யார் கவலையுற்றார்?

1627, அக்டோபர் 28ஆம் தேதி ஜஹாங்கீர் இந்த உலக வாழ்விலிருந்து விடை பெற்றுக் கொண்டார். அதுவரை நூர் ஜஹானோடு இருந்த ஆஸஃப் கான் இப்போது என் தந்தையோடு ஒட்டிக் கொண்டார். என்ன, மதிப்புக்குரிய காத்திப் அவர்களே, இப்போதைய அரசியல் மாதிரி இருக்கிறதா? இன்று நேற்று அல்ல, அரசியல் தோன்றிய காலத்திலிருந்தே இப்படித்தான் இருந்திருக்கிறது.

அதைத் தொடர்ந்து பெரும்பான்மை அமீர்களும் தந்தையின் பக்கம் வந்தனர். நூர் ஜஹானிடம் பிணைக் கைதிகள் போல் இருந்த என் தம்பிகள் இருவரும் அங்கிருந்து எங்கள் அரண்மனைக்குக் கொண்டு வரப் பட்டார்கள்.

ஜஹாங்கீரின் மய்யத் கப்ருஸ்தானில் இறங்கியதுமே ஷாஹ்ரியர் லஹெளரில் தன்னை பேரரசராக அறிவித்துக் கொண்டார். அரசு கஜானாவைத் திறந்து எழுபது லட்சம் ரூபாயை எடுத்து நகரில் உள்ள அமீர்களுக்குக் கொடுத்து, அதற்குப் பிரதியாக அவர்கள் தனக்குச் சாதகமாக இருக்க வேண்டும் என்று சத்தியம் வாங்கிக் கொண்டார். தானியல் மிர்ஸாவின் மகன் மிர்ஸா பாய்ஸங்கர் படைத் தளபதியாக அறிவிக்கப்பட்டார்.

என் தந்தையுடன் சேர்ந்து கொண்ட ஆஸஃப் கானின் படையிடம் ஷாஹ்ரியரின் படையினர் தோற்று ஓடி விட்டனர். ஷாஹ்ரியரும் கோழையைப் போல் பெண்களின் ஸினானாவில் போய் பதுங்கிக் கொண்டார்.

லஹெளர் கோட்டை கைப்பற்றப்பட்டவுடனேயே ஷாஹ்ரியரைக் கைது செய்து கண்களைக் குருடாக்கினார் ஆஸஃப் கான்.

அப்போது ஆஸஃப் கானுக்கு தந்தையிடமிருந்து ஒரு உத்தரவு கிடைத்தது. அந்த உத்தரவில் இளவரசர் ஷாஹ்ரியர், அவரது மகன், இளவரசர் தானியலின் மகன்கள் எல்லோருக்கும் இந்த உலக வாழ்விலிருந்து விடுதலை கொடுக்கும்படி கண்டிருந்தது. அதேபோல், குஸ்ரோவின் மகன் தாவர் பக்ஷ், மற்றும் அவரைப் போன்ற இளவரசர்கள் அனைவருக்கும் இம்மை உலகத்திலிருந்து விடுதலை கொடுக்குமாறு பணித்திருந்தார் தந்தை. உத்தரவின்படியே எல்லோரும் ஆஸஃப் கானால் கொல்லப்பட்டார்கள்.

மயிலாசனப் போட்டியில் கொலைத் தண்டனை மட்டுமா கொடுக்கப்பட்டது? ஜஹாங்கீர் பாதுஷா பதவிக்கு வந்த புதிதில் இறந்து போன தன் சகோதரர் தன்யாலின் மூன்று மகன்களையும் கிறித்தவ மதத்துக்கு மாற்றும்படி உத்தரவிட்டார். ஜஹாங்கீருக்கு ஒன்றும் கிறித்தவத்தின் மீது பற்று இல்லை. காரணம் இதுதான். தன்யாலை எல்லோருக்கும் பிடிக்கும். இப்போது தன்யால் இல்லாத காரணத்தால் உமாராக்களின் ஆதரவு தன்யாலின் பிள்ளைகளுக்குப் போய் விடும் அல்லவா, அதைத் தடுப்பதற்காகவே இந்த மதமாற்றம்!

இப்படியாகத்தான் ஏராளமான பிரேதங்களின் மீதும் பொய்மைகளின் மீதும் நடந்து வந்து மயிலாசனத்தில் அமர்ந்தார்கள் தைமூரியப் பேரரசர்கள். என் தந்தை ஷா ஜஹான் பாதுஷாவும் அதற்கு விலக்கு அல்ல. “அதையேதான் தந்தையே நானும் செய்தேன், இதில் என்ன தவறைக் காண்கிறீர்கள்?” என்று ஔரங்ஸேப் தந்தைக்கு எழுதிய கடிதம் ஒன்றில் குறிப்பிட்டான்.

—

52

நூர் ஜஹான் தன் பெயரில் உருவாக்கிய நாணயங்கள் செல்லாது என்று அறிவித்தார் தந்தை ஷா ஜஹான் பாதுஷா.

நூர் ஜஹான் அதிகாரத்தில் இருந்த போது உலவ விட்ட நாணயங்களைப் போலவே அவரும் ஒருநாள் செல்லாமல் போனார். லஹௌரில் ஆண்டுக்கு இரண்டு லட்சம் ரூபாய் உதவித் தொகையில் மிகவும் தனிமையாக தன் மகளுடன் (ஷாஹ்ரியரின் மனைவி) வாழ்ந்தார். எந்த விருந்து வைபவங்களுக்கும் செல்வதில்லை. உடுத்தியது வெள்ளை ஆடை.

இப்படியாக மொகலாய சாம்ராஜ்ஜியத்தை ஆட்டிப் படைத்த நூர் ஜஹான் காணாமல் போனது போலவே அந்த சாம்ராஜ்ஜியத்தின் பேரரசரையே கடத்திச் சென்ற தளபதியும் ஒன்றுமில்லாமல் போனார்.

இப்போது சொல்லுங்கள் மதிப்புக்குரிய காத்திப் அவர்களே! நூர் ஜஹானையும் மஹபத் கானையும் பார்த்த யாருக்காவது அரச பதவிகளிலும் ஆடம்பரங்களிலும் நாட்டம் வருமா?

அதனால்தான் ஔரங்ஸேப் அவனுடைய ஆட்சியிலும் நான் பாதுஷா பேகமாகவே தொடரலாம் என்று சொன்ன போது, அதை மறுத்து விட்டு தந்தைக்குப் பணிவிடை செய்வதற்காக ஆக்ராவின் அரண்மனைச் சிறைக்குச் சென்றேன்.

அந்தக் கணத்தில் எனக்கு ராமாயணத்தின் ஒரு சம்பவம் ஞாபகம் வந்தது.

தசரதன் தனக்கு வயதாகி விட்டதால் நாடாளும் பொறுப்பைத் தன் மகன் ராமனிடம் கொடுத்து விடலாம் என்று முடிவு செய்து அவையில் இருந்த சிற்றரசர்களையும் பிராமணர்களையும் கேட்கிறான். அவர்களும் அவன் யோசனைக்கு ஏகோபித்த ஆதரவு தருகின்றனர். உடனே தசரதன், பிராமணர்களிலேயே சிறந்தவரான வசிஷ்டரிடம், மறுநாளே பட்டாபிஷேகத்துக்கான ஏற்பாடுகளை செய்யச் சொல்கிறான். தசரதனுக்கு அடிக்கடி கொடுங்கனா வருவதால்தான் மறுநாளே பட்டாபிஷேகம் வைத்திருப்பதாக பின்னர் ராமனைத் தனியாக வரவழைத்துப் பேசும்போது சொல்கிறான்.

இதற்கிடையில் கைகேயி தான் முன்பு தசரதனிடம் கேட்டிருந்த இரண்டு வரங்களை அப்போது கேட்டுப் பெறுகிறாள். ஒன்று, பரதன் நாட்டை ஆள வேண்டும். இரண்டு, ராமன் பதினான்கு ஆண்டுகள் காட்டுக்குப் போக வேண்டும்.

மறுநாள் காலை ராமன் பட்டாபிஷேகத்துக்காக ஊரே கொண்டாட்டமாக இருக்கிறது. தசரதன் தன் முடிவு மாறி விட்டதைச் சொல்ல ராமனைக் கூப்பிட்டு அனுப்புகிறான். பட்டாபிஷேகத்துக்காக அழைக்கப்படுவதாக எண்ணி தசரதனிடம் செல்கிறான் ராமன்.

அங்கே தசரதனை சோகத்தின் உச்சத்தில் பார்த்த ராமனுக்கு ஒன்றும் புரியவில்லை. நான் ஏதாவது தவறு செய்து விட்டேனா என பக்கத்திலிருந்த கைகேயியிடம் கேட்கிறான். கைகேயி அவனுக்கு விஷயத்தை விளக்குகிறாள்.

பட்டாபிஷேகம் தனக்கு இல்லை, தான் காட்டுக்குப் போக

வேண்டும் என்ற விஷயத்தையும் ராமன் எந்த வருத்தமும் இல்லாமல் கேட்டுக் கொண்டான் என்கிறார் வால்மீகி.

நாளை பட்டாபிஷேகம் என்று முதல் நாள் சொல்கிறார்கள். மறுநாள் காலையில் அழைத்து, பதினான்கு ஆண்டுகள் வனவாசம் போ என்கிறார்கள். இரண்டையுமே ஒன்றாகப் பார்த்தான் ராமன். சிறிய வயதில் இதைக் கேட்டது பின்னாளில் எனக்குப் பெரும் உத்வேகமாக அமைந்தது.

குறுக்கிடுவதற்கு மன்னிக்க வேண்டும் பேகம் சாஹிபா... ராமாயணத்தில் பல இடங்களில் வால்மீகியை விட அதைத் தமிழில் எழுதிய கம்பன் தாண்டிச் சென்றிருக்கிறான். உதாரணமாக, வால்மீகி ராமாயணத்தில் தசரதன் ராமனை காட்டுக்குப் போகச் சொல்கிறான். அதை ராமன் ஏற்கிறான். ஆனால் கம்பனின் ராமாயாணத்தில் ராமனிடம் அதைக் கைகேயி சொல்கிறாள்.

"நீ வனவாசம் செல்ல வேண்டும், பரதன் நாடாள வேண்டும் என அரசர் விரும்புகிறார்."

அதற்கு ராமன் இப்படி பதில் சொல்கிறான்:

"அன்னையே, நான் உங்கள் மகன், உங்கள் ஆணைக்குக் கட்டுப்பட்டவன். எனவே அரசர் சொன்னார் என்றெல்லாம் சொல்ல வேண்டியதில்லையே? இதற்கு ஏன் அரசர்? நீங்கள் ஆணையிடுங்கள், சந்தோஷமாக அடிபணிகிறேன்."

இதே போன்ற இன்னொரு இடம்தான் தாங்கள் குறிப்பிடுவது. மூல ஆசிரியனைக் கம்பன் தாண்டிய இடம் அது. ஒரு இடம்தான் தாங்கள் குறிப்பிடுவது. பதினான்கு ஆண்டுகள் வனவாசம் என்பதைக் கேட்டு ராமன் வருத்தம் அடையவில்லை என்று மட்டுமே வால்மீகி எழுதுகிறார். ஆனால் கம்பனோ அந்தச் செய்தியைக் கேட்டு, அப்பொழுது அலர்ந்த செந்தாமரையினை வென்றது ராமனின் முகம் என்று எழுதுகிறான். இதோ அந்தப் பாடல்:

மெய்த்திருப்பதம் மேவு என்ற போதிலும்
இத்திரு துறந்து ஏகு என்ற போதிலும்
சித்திரத்தின் அலர்ந்த செந்தாமரை
ஒத்திருக்கும் முகத்தினை உன்னுவாள்...

செந்தாமரை கூட நேரம் போகப் போக வாடி விடும். ஆனால் சித்திரத்தின் செந்தாமரை ஒருபோதும் வாடாது இல்லையா? அதனால்தான் ராமனின் முகம் சித்திரத்தில் வரைந்த செந்தாமரை போல் இருந்ததாக சீதை நினைக்கிறாள் என்கிறான் கம்பன்.

மாஷா அல்லாஹ்! என்ன அழகு! என்ன நயம்! இந்த மனநிலையைத்தான் சொன்னார்கள் நாயகம் ஸல்லலாஹு அலைஹி வஸல்லம் அவர்களும். கல்லறையில் உறங்கும் மனிதனைப் போல் இரு. அதனால்தான் ஔரங்ஸேப் என்னை தில்லி அரண்மனையில் எப்போதும் போல பேகம் சாஹிபாவாகவே இருந்து விடுங்கள் என்று சொல்லியும் அதைத் துறந்து விட்டு ஆக்ராவின் அரண்மனைச் சிறைக்கு என் தந்தைக்குப் பணிவிடை செய்வதற்காகப் போனேன்.

மறுபடியும் மன்னிக்க வேண்டும் பேகம் சாஹிபா... அது பற்றி அரண்மனையில் உலவிய பலவிதமான வதந்திகள்...

(எழுத்தாளன் வாக்கியத்தை முடிக்காமல் தயங்கியபடி நிறுத்தினான்.)

அது பற்றி நான் ஏற்கனவே தங்களிடம் கோடி காட்டி விளக்கமும் சொல்லி விட்டேனே, மதிப்புக்குரிய காத்திப் அவர்களே? 'ஃபிரங்கிகளுக்கு சரீர சம்பந்தமான விஷயங்களைத் தவிர வேறு சிந்தனையே இருக்காதா என்ன' என்று கேட்டேனே? ஃபிரங்கிகளின் வாழ்க்கை முறையில், அவர்களின் தத்துவத்தில் ஆன்மா இல்லை. அவர்கள் எல்லாவற்றையும் பொருள் சார்ந்த தளத்தில் வைத்தே அணுகுகிறார்கள். அதனால்தான் ஹிந்துஸ்தானின் பொன்னையும் பொருளையும் கண்டு பேராசை கொண்டு கிழக்கிந்தியக் கம்பெனி மூலம் கால்

பதித்தார்கள். அவர்கள் முழுக்க முழுக்க வியாபாரிகள். பணம் மட்டுமே அவர்களுக்குப் புரிந்த மொழி. எங்கள் காலத்தில் ஐரோப்பா பிச்சையெடுத்துக் கொண்டிருந்தது. நாங்களோ தங்கத் தட்டில் உணவருந்திக் கொண்டிருந்தோம். அதை மட்டுமே கண்டார்கள் ஃபிரங்கிகள். ஆனால் அந்தத் தங்கத்தைத் தகரமென புறக்கணித்த எண்ணிறந்த ஃபக்கீர்களையும் தவ யோகிகளையும் அவர்கள் அறிய மாட்டார்களே?

தங்களுக்கே தெரியும், ஔரங்ஸேப் எவ்வளவு கடுமையான ஒழுக்கவாதி என்று. என் தங்கை ரோஷனாரா சரீர வேட்கையையே பிரதானமாகக் கொண்டு அவ்விதமான கேளிக்கைகளில் ஈடுபட்டதால் அவளுக்கு ஔரங்ஸேப் என்ன தண்டனை கொடுத்தான் என்பதும் தங்களுக்குத் தெரியும். அப்படிப்பட்டவன் தந்தை இறந்ததும் என்னை தில்லிக்கு வரவழைத்து, நான் தந்தையின் காலத்தில் வகித்து வந்த பாதுஷா பேகம் என்ற பதவியையே திரும்பவும் தருகிறான். அதுவும் எப்படி? பதினான்கு லட்சம் ரூபாய் பெறுமானமான தங்க நகைகளும், ஒரு ஆண்டுக்கு பதினேழு லட்சம் ரூபாய் மான்யமும் கொடுத்து அந்தப் பதவியைத் தருகிறான். அதற்கு முன்பு ஒரு ஆண்டு மான்யம் பத்து லட்சமாக இருந்தது. இதற்கெல்லாம் ஒரே காரணம், ஹஜ்ரத் முல்லா ஷாவின் ஞான ஒளியின் ஒரு சிறு கீற்று என்னிடமும் ஒட்டிக் கொண்டிருந்தது என்பதுதான். அப்படிக் கிடைத்த பணம் அனைத்தையும் நான் மக்களின் இம்மை வாழ்வு, மறுமை வாழ்வு ஆகிய இரண்டு பணிகளுக்காவும் செலவிட்டேன். நான் உருவாக்கிய சாந்த்னி சௌக்கையும், எண்ணிறந்த பள்ளிவாசல்களையும் உதாரணம் காட்டுவேன்.

இது ஒன்றும் கடினமான விஷயமாக எனக்குத் தோன்றவில்லை. நம் முன்னே அன்பு, வெறுப்பு என்ற இரண்டு பாதைகள் இருக்கின்றன. நான் முதல் பாதையைத் தேர்ந்தெடுத்தேன். ஔரங்ஸேப் இரண்டாவது பாதையைத் தேர்ந்தெடுத்தான். அவன் வாழ்க்கை முழுவதுமே அதற்கான உதாரணங்கள் விரவிக் கிடக்கின்றன. அந்த வெறுப்பினால் அதிகம் பாதிக்கப்பட்ட நபர்

யார் தெரியுமா? ஔரங்ஸேப்தான். கடைசி காலத்தில் அவன் ஒரு மனநோயாளியைப் போல் அல்லவா ஆகிப் போனான்? அதிகாரம் இருக்கும் வரை அவன் தன்னிடமிருந்து பொங்கிய வெறுப்பை ஒரு நிகழ்த்துக் கலை போல் நம் கண் முன்னே நிகழ்த்திக் காட்டினான்.

பதினான்கு ஆண்டுகள் ஔரங்ஸேப் தந்தையைப் பார்க்கவில்லை, மதிப்புக்குரிய காத்திப் அவர்களே! அத்தனை வெறுப்பு. தந்தையின் கடைசி பதினான்கு ஆண்டுகள். ஆக்ராவின் அரண்மனைச் சிறையில் இருந்த எட்டு ஆண்டுகளும் இதில் அடக்கம். அந்த எட்டு ஆண்டுகளும் அவன் ஆக்ரா பக்கமே தலைகாட்டவில்லை. தந்தை இந்த உலக வாழ்வை நீத்த பின்னர் ஒரு மாதம் சென்றுதான் ஆக்ராவுக்கே வந்தான். வந்த போதும் தந்தையின் சமாதியை எட்டிக் கூட பார்க்கவில்லை. என்னோடு ராஜாங்க காரியங்களைப் பேசி விட்டுக் கிளம்பி விட்டான்.

மேலும், தாங்கள் குறிப்பிடும் வதந்தியெல்லாம் கிளம்பிய இடம் என் தந்தையின் மூன்றாவது மனைவியான இந்திராவிடமிருந்து. அதற்கும் ஒரு காரணம் உண்டு. இந்திராவை தந்தை புறக்கணித்துக் கொண்டே இருந்தார். அதே சமயம், என் மீது அதீதமான அன்பையும் பிரியத்தையும் பொழிந்தார். அவ்வளவுதான். இந்திராவின் வக்கிரம் கிசுகிசுப்புகளாக மாறி ஃபிரங்கிகளின் கையில் கிடைத்தது. ஏற்கனவே கீழ்மைகளில் உழன்று கொண்டிருக்கும் மனிதர்கள் மெல்வதற்கு இதை விட வேறென்ன வேண்டும்?

ஆனால் இந்திரா போன்ற பெண்களைக் குறித்து நான் இரக்கமே கொள்கிறேன். வாழ்நாள் பூராவும் ஸினானாவில்[133] வசிக்கும் பெண்களின் சிந்தனை வேறு எப்படி இருக்க முடியும்? மது, சரீர வேட்கை போன்ற சிற்றின்பங்களில் கிடந்து உழல்வதைத் தவிர அவர்களின் வாழ்வில் வேறு எந்த மேன்மைகளுக்கும் இடம் இருக்க சாத்தியக்கூறுகள் குறைவு. காரணம், வெளியுலகத் திறப்புக்கான சாளரங்கள் எப்போதும் மூடிக் கிடக்கின்றன.

---

133 Zenana - அந்தப்புரம்

அவர்களின் உலகம் மௌனத்தினால் ஆனது. கண்கள் மட்டுமே மொழிப் பரிவர்த்தனையையும் செய்ய வேண்டும் என்பதால் மௌனம் தவிர வேறு எதுவும் அங்கே புழக்கத்தில் இல்லை.

அப்படித்தான் ஒருமுறை அரசரைக் காண அரண்மனைக்கு அடிக்கடி வர நேர்ந்த ஒரு ஃபிரங்கி ஸினானாவில் இருந்த பெண் ஒருத்தியின் கண்களைக் கண்டான். அவளும் கண்டாள். ஸினானாவில் ஒரு துரும்பு அசைந்தாலும் கோஜாக்கள் மூலம் விஷயம் அரசருக்குத் தெரிந்து விடும். இதுவும் தெரிந்தது. ஃபிரங்கி உடனடியாக ஐரோப்பாவுக்கு அனுப்பி வைக்கபபட்டான்.

பாவம் அந்தப் பெண்கள், குடியையும் காமத்தையும் தவிர வேறேதும் தெரியாது. அதிலும் கொஞ்சம் வித்தியாசமானவர்களே இசையிலும் நாட்டியத்திலும் நாட்டம் கொள்வார்கள். இலக்கியம், ஆன்மீகம் என்று தேடுவது ஆயிரத்தில் ஒருத்திதான்.

இப்படிப்பட்ட சூழலில் அவர்களைத் தாண்டிச் செல்ல, வெளியுலகத்துக்கான சாளரம் திறக்க ஒரு வழி இருப்பதைக் கண்டு பிடித்தேன். அவ்வாறாகத்தான் ஸினானாவின் மற்ற பெண்கள் பயணிக்காத ஒரு பாதையில் நான் செல்ல நேர்ந்தது.

ஒருநாள் ஹஜ்ரத் முல்லா ஷாவிடம் இறைவனைக் காண முடியுமா என்று கேட்டேன். ஹஜ்ரத்திடம் இதையெல்லாம் வெளிப்படையாகக் கேட்க வேண்டும் என்ற அவசியம் இல்லை. அது சாத்தியமும் இல்லை. மனதில் நினைத்தால் போதும், ஹஜ்ரத்தின் குரல் நம் செவிகளில் கேட்கும்.

ஒருமுறை நாள் முழுவதும் எதுவும் உண்ணாமல் கல்வாவில் (முழுமையான தனிமை) அமர்ந்து என் இதயத்தில் படிந்திருக்கும் துருவை அகற்ற என்ன வழி என்று யோசித்துக் கொண்டிருந்தேன். பிறகு முன்னிரவு நேரத்தில், உறக்கமும் விழிப்பும் அற்ற ஒருவித நிலையில் என் மனதில் ஒரு காட்சி வந்தது. நாயகம் ஸல்லல்லாஹு அலைஹி வஸல்லம் அவர்களும் அவர்களின்

நான்கு நண்பர்களும் சில மார்க்க ஞானிகளும் மஜ்லிஸில்[134] இருந்தார்கள். ஹஜ்ரத், நாயகத்தின் பாதம் பணிந்து[135] எழுந்தார். அப்போது நாயகம் ஹஜ்ரத்திடம் "தைமூரிய விளக்கை ஏற்றி விட்டாய் போலிருக்கிறதே?" என்று கேட்டார்கள்.

மதிப்புக்குரிய காத்திப் அவர்களே, இன்று தங்களிடம் என் காலத்திய தைமூரிய வம்சத்தைப் பற்றிப் பேசும்போது நான் என்னுடைய எல்லா அடையாளங்களிலிருந்தும் வெளியே வந்து விட்டேன். அதனால் அக்காலத்தை என்னால் எந்த உணர்வுபூர்வமான பிணைப்பும் இன்றி காண முடிகிறது. அப்படி நோக்கினால், சூஃபி தரீக்காக்கள்தான் தைமூரிய வம்சம் ஹிந்துஸ்தானில் ஒரு சாம்ராஜ்ஜியத்தை நிறுவுவதற்கான தத்துவப் பின்புலனை அளித்தது. எதையுமே நீங்கள் வெறும் அரசியலை வைத்து மட்டுமே நிறுவி விட முடியாது இல்லையா? கம்யூனிஸத்தைத் தூக்கி நிறுத்த ஒரு சித்தாந்தம் தேவையாக இருந்தது. அந்த அளவுக்கு சூஃபி தரீக்காக்கள் தைமூரிய சாம்ராஜ்ஜியத்தின் அடிப்படையாக அமைந்தன என்று சொல்ல முடியாவிட்டாலும் அந்த சாம்ராஜ்ஜியத்தின் மிகப் பெரிய பலமாக, தூணாக விளங்கியது என்றே நான் நினைக்கிறேன். என் தந்தையின் பட்டப் பெயர் தைமூரின் பட்டப் பெயரான சாஹிப் கிரான் என்பதைத் தங்களுக்கு நினைவூட்டுகிறேன். தைமூரின் வாரிசாகவே கருதப்பட்டார் என் தந்தை.

ஆக, தைமூரிய வம்சத்தினரின் சாம்ராஜ்ஜிய விரிவாக்கத்துக்கு சூஃபி தரீக்காக்கள் சித்தாந்த பலத்தை அளித்தன. உதாரணமாகப் பாருங்கள். 1635இல் தாரா என்னை சிஷ்த்தி தரீக்காவைச் சேர்ந்த மீர் மியான் ஹஜ்ரத்திடம் அறிமுகம் செய்கிறான். அவர்கள் என்னை காதிரிய்யா தரீக்காவைச் சேர்ந்த பீர் முல்லா ஷா அவர்களிடம் அனுப்புகிறார்கள். என் இருபதாவது வயதிலிருந்து சிஷ்த்தி தரீக்காவில் சேர

134 மஜ்லிஸ் - குழு

135 பாதம் பணியும் வழக்கம் அப்போதைய தைமூரிய/மொகலாயக் கலாச்சாரத்தில் மிகவும் சாதாரண நடைமுறையாக இருந்தது.

வேண்டும் என்பதே என் கனவாக இருந்தது.

ஆனாலும் மற்ற தரீக்காக்களிலும் மிகச் சிறந்த ஞானிகள் இருப்பதை ஹஜ்ரத் முல்லா ஷா அவ்லியா மூலம் நான் கண்டு கொண்டேன். இங்கே தாங்கள் ஒன்றை கவனிக்க வேண்டும். காதிரிய்யா தரீக்கா லஹெளரை மையமாகக் கொண்டது. லஹெளர்தான் தந்தையின் சாம்ராஜ்ஜிய விரிவாக்கத்தின் ராணுவ மையம். அங்கிருந்துதான் தந்தை பதக்ஷான் மீதான ராணுவ நடவடிக்கைகளை மேற்கொண்டார்.

அரசியல் - ஆன்மீகம் என்ற இரண்டும் என் தந்தையின் காலம் வரை நல்லபடியாகத்தான் சென்று கொண்டிருந்தது. அப்போதுதான் என் தம்பி ஔரங்ஸேப் தன்னுடைய தீவிர மதக் கோட்பாடுகளை முன்வைத்து தைமூரிய அரசியலுக்கு இருந்த சித்தாந்த பலத்தை அழித்து ஒழித்தான். இப்படி நடக்கும் என்று அவனுக்கே தெரியாமல் போனதுதான் துரதிர்ஷ்டம்.

—

53

அக்பர் பாதுஷாவையும் ஔரங்ஸேபையும் நாம் ஒப்பீடு செய்தால் யார் சரி, யார் தவறு என்ற முடிவுக்கு வர முடியாது. ஔரங்ஸேப் பற்றி யோசிக்கும்போது எனக்கு சகுனியின் ஞாபகம் வருகிறது.

சகுனி கௌரவர்களோடு சேர்ந்தே இருந்து, அவர்களுக்கு நன்மை செய்வதாகவே காண்பித்துக் கொண்டு அவர்களின் குரு வம்சத்தை அழித்தான். அப்படிச் செய்ததற்கு சகுனிக்கு ஒரு நியாயமான காரணம் இருந்தது. தன்னுடைய தொண்ணூற்று ஒன்பது மூத்த சகோதரர்களையும் தந்தை சுபலனையும் பட்டினி போட்டுக் கொன்று, தன் வம்சத்தை அழித்த பீஷ்மரின் குரு வம்சத்தை அழிக்க அவன் சுபலனிடம் சத்தியம் செய்திருந்தான். ஆனால் ஔரங்ஸேப் தான் செய்வது அனைத்தும் தன் மார்க்கத்துக்கும் மொகலாய சாம்ராஜ்ஜியத்துக்கும் நன்மை என நம்பிச் செய்தான். மார்க்கத்தை யாராலும் ஒன்றும் செய்ய இயலாது. ஆனால் சாம்ராஜ்ஜியம் சின்னாபின்னமாகி விட்டது.

அந்த இடத்தில்தான் அக்பர் பாதுஷா ஔரங்ஸேபை விட மிகப் பெரிய ராஜதந்திரியாக விளங்கினார். கோண்ட்வானா ராணி துர்கவதி தங்களிடம் சொன்ன கதையையெல்லாம் நானும்

இங்கே இருந்து கேட்டுக் கொண்டுதான் இருந்தேன். ஆனால் துர்கவதிக்குக் கதை சொல்லத் தெரியவில்லை. மூவாயிரம் கோண்டுப் பெண்கள் ஜோஹர் என்ற தீ வெள்ளத்தில் குதித்து இறந்ததையும், கோண்டு ஆண்கள் அத்தனை பேரும் தற்கொலைப் படை வீரர்களாக மாறி கை வேறு கால் வேறாகத் துண்டாடப்பட்டு இறந்ததையும் இப்படியா சொல்வார்கள்? அந்தக் கதைகளையெல்லாம் ராஜா சத்தர் சால் சொல்லக் கேட்க வேண்டும்! ஆஹ், துக்கமும், தியாக உணர்வும் பொங்கப் பொங்க அவர் சொல்லும் போது நாமே அந்த ராஜபுத்திரப் பெண்களாக மாறி ஜோஹரில் இறங்குவோம், சாக்காவில் எதிரிகளை வெட்டித் தள்ளப் புறப்படுவோம்.

அக்பரின் தளபதியான அப்துல் மஜீத் ஆஸஃப் கானின் வீரர்கள் பத்தாயிரம் பேரை எதிர்த்தபடி முந்நூறு கோண்ட் ஆடவர்கள் முறையான போர்ப் பயிற்சி இல்லாத சராசரி மனிதர்கள் சாக்காவில் குதித்தார்கள். ராஜபுத்திரர்களுக்கு எதிரான அக்பரின் ஒவ்வொரு படையெடுப்பிலும் இதேதான் நடந்தது. இடுப்பில் வெறும் லங்கோடு, அதைச் சுற்றி ஒரு மஞ்சள் துணி. அவ்வளவுதான் ஆடை. இப்படி முக்கால் நிர்வாணிகளாக முந்நூறு ஆண்கள் தம் கையில் கிடைத்த ஆயுதத்தை எடுத்துக் கொண்டு பத்தாயிரம் வீரர்களை எதிர்த்துப் போரிட்டால் என்ன நடக்கும் அங்கே? துண்டு துண்டாகச் சிதறித் தெறித்தன சாக்காவில் குதித்த அத்தனை பேரின் உடல் உறுப்புகளும்...

ராணி துர்கவதி தன் கழுத்தை அறுத்துக் கொண்டு இறந்ததும் ஆஸஃப் கான் கோண்ட்வானாவின் இன்னொரு கோட்டையான சௌராகட்டுக்குச் சென்றார். அந்தக் கோட்டையில்தான் துர்கவதியின் மகன் வீர் நராயண் சண்டையிட்டுக் கொண்டிருந்தான். சண்டை என்ன சண்டை? எத்தனை நேரம் உயிரோடு தாக்குப் பிடிக்கலாம், எதிரிகளுக்கு எத்தனை அதிக பட்ச சேதம் விளைவிக்கலாம் என்பதுதான் சண்டை. தற்கொலைப் போர். அதனால் தன்னுடைய வீரர்கள் போஜ் கைத், மியான் புகாரி ரூமி ஆகிய இருவரையும் அனுப்பி

கோட்டைக்குள் நடக்கும் ஜோஹரை மேற்பார்வை இடச் செய்கிறான் வீர் நராயண்.

ஜோஹரில் மேற்பார்வை செய்வது ஒரு முக்கியமான பணி. தங்களிடம் பேசிய போது ராணி துர்கவதி ஏதோ போகிற போக்கில் மூவாயிரம் பெண்கள் தீயில் குதித்தார்கள் என்று சொல்லி விட்டுப் போய் விட்டார். எனக்குமே இந்த விஷயம் ராஜா சத்தர் சால் சொல்லியிருக்காவிட்டால் தெரிந்திருக்காது.

ஏனென்றால்,

மூவாயிரம் பெண்கள் தீயில் குதிக்க வேண்டுமென்றால், அதற்கு எத்தனை பெரிய தீயை மூட்ட வேண்டும்? மரம் வேண்டும், பஞ்சு வேண்டும், காய்ந்த இலை தழைகள் வேண்டும், நெய் வேண்டும், இன்னும் இப்படி எத்தனையெத்தனையோ சாமான்களை ஒன்றாகப் போட்டுக் கொளுத்தி அதில் ஆயிரக்கணக்கான பெண்கள் இறங்க வேண்டும். இதைப் பார்க்கும் மொகலாய வீரர்களும் தளபதிகளும் என்ன கதி ஆவார்கள்?

ஜோஹர் தீ வெள்ளத்தில் குதிக்கும் பெண்களில் ஒரு சிலர் தீயைக் கண்டு பயந்து ஓடுவார்கள். அவர்களைப் பிடித்துத் தீயில் போட வேண்டும். இதைத்தான் வீர் நராயணின் ஆட்கள் இரண்டு பேரும் செய்தார்கள். அப்படியும் அந்தப் பெண்கள் பயத்தின் காரணமாக முரண்டு பிடித்தால், அவர்களை வெட்டி தீயில் போட வேண்டும்.

எல்லாம் முடிந்தது. நான்கு நாட்கள் கழித்து அந்த சௌராகட் கோட்டையில் ஓர் அதிசயம் நடந்தது. எரிமலை போல் வெடித்து எரிந்த ஜோஹர் தீயின் நடுவே இரண்டு பெண்கள் மட்டும் உயிரோடு இருந்தார்கள். அவர்கள் இருவரையும் ஒரு மிகப் பெரிய தேக்கு மரம் காப்பாற்றியிருந்தது. புகையோ நெருப்போ அவர்களைத் தீண்டாத அளவுக்கு அந்த மரம் தடுப்பாக இருந்திருக்கிறது. ஒரு பெண்ணின் பெயர் கமலாவதி. துர்கவதியின் சகோதரி. இன்னொரு பெண் யார் தெரியுமா?

துர்கவதியின் மகன் வீர் நராயணுக்கு நிச்சயம் செய்திருந்த பெண்.

அந்த இரண்டு பெண்களும் அக்பர் பாதுஷாவின் ஸினானாவுக்கு அழைத்துச் செல்லப்பட்டார்கள். அதைத் தவிர்ப்பதற்காகத்தான் எல்லா ராஜபுத்திரப் பெண்களும் ஜோஹறில் குதித்தார்கள்.

இது நடந்து நான்கு ஆண்டுகள் சென்று 1568இல் சித்தூரில் நடந்ததும் இதே கதைதான். சித்தூர் கோட்டையின் பாதுகாப்பை ஜெய் மல், பத்தா என்ற இருவரிடமும் ஒப்படைத்து விட்டு ஆரவல்லி மலைகளுக்குள் சென்று விட்டார் ராணா உதய் சிங். அக்பரின் முற்றுகை பல மாதங்கள் இழுத்துக் கொண்டு போனது. கடைசியில் முந்நூறு போர் யானைகள் சித்தூர் கோட்டையைத் தகர்க்க ஆரம்பித்தன. அப்போதுதான் அக்பர் தன் கண்களாலேயே பார்த்தார் அந்தப் புகை மண்டலத்தை. ஏழு அரசிகள், ஐந்து இளவரசிகள், அவர்களின் புத்திரிகள், இரண்டு சிறுவர்கள் மற்றும் குடும்பத்தினர் அனைவரும் ஜோஹர் தீயில் குதித்தார்கள். அன்றைய ஜோஹர் கணக்கு முந்நூறு பெண்கள்.

ராஜபுத்திரப் பெண்களின் ஜோஹறரையும், ஆண்கள் செய்யும் சாக்காவையும் அதுவரை கேள்விப்பட்டிருந்த அக்பர் பாதுஷா அதை அன்றைய தினம் தன் கண்களால் பார்த்தார். எத்தனை பேரைக் கொன்று தீர்த்தாலும், எத்தனை ஆயிரம் பெண்கள் தீயில் குதித்துத் தங்களை மாய்த்துக் கொண்டாலும்... மதிப்புக்குரிய காத்திப் அவர்களே, அது தன்னுடைய தோல்வி படுதோல்வி என்பதைத் தெளிவாகப் புரிந்து கொண்டார் அக்பர் பாதுஷா. கற்பனை செய்து பாருங்கள்... சாக்காவில் இறங்கும் ஒவ்வொரு ராஜபுத்திரனுக்கும் தன் இடுப்பைச் சுற்றியிருக்கும் மஞ்சள் துணியும், வெற்று நிர்வாண உடம்பும்தான் ஆயுதங்கள். தேவையான அளவுக்கு அவர்கள் அபீனும் உட்கொண்டிருப்பார்கள்.

சித்தூரில் அன்றைய தினம் சாக்காவில் ஈடுபட்ட ஆண்கள் எட்டாயிரம் பேர். இடுப்பில் மஞ்சள் துணி. மற்றபடி உடம்பில்

ஒரு பொட்டுத் துணி இல்லை. இப்படி எட்டாயிரம் பேர் சண்டையில் குதிக்கிறார்கள். அத்தனை பேரும் யானைக் கால்களில் சிக்கி ரத்தச் சகதியாக மாறுகிறார்கள்.

அதைக் கண்டு பயந்து போனார் அக்பர் பாதுஷா. அது தன்னுடைய வெற்றி அல்ல, அந்த ராஜபுத்திரர்களின் வெற்றி எனப் புரிந்து கொண்டார்.

போர் என்பதன் அர்த்தத்தையும், வெற்றி தோல்வி என்பதன் அர்த்தத்தையும் இந்த ராஜபுத்திரர்கள் மாற்றி விட்டார்களே என திகைத்தார். ஆ, என் படை வீரர்களை அனுப்பி, உங்களையெல்லாம் கொன்று குவித்து உங்களுக்கு நான் இதுவரை வெற்றியையா பரிசளித்துக் கொண்டிருக்கிறேன் என யோசித்தார். பிறகுதான் அவர் ராஜபுத்திரர்களை வாளினால் வெல்ல முடியாது என்பதை உணர்ந்து கொண்டு அவர்களின் பெண்களை மணம் செய்து கொள்ள ஆரம்பித்தார்.

அப்படி அக்பர் பாதுஷா மணந்த முதல் ஹிந்து ராஜபுத்திர மங்கைதான் ஜோதா பாய் என்று புகழ் பெற்ற ஹர்க்கா பாய். முழுக்க முழுக்க அரசியல் காரணங்களுக்காக நடந்த திருமணம் அது. அப்போது அக்பரின் வயது இருபது. ஜோதா பாயின் வயதும் இருபது. அக்பரை விட ஜோதா இரண்டு வாரம் மூத்தவர்.

அதிலிருந்தே அக்பரின் ஹிந்துத்துவ சாய்வு ஏற்பட்டு விட்டது என்று சொல்லலாம். ஜோதா பாய்க்கு ஒரு கிருஷ்ணன் கோவில் கட்டிக் கொடுத்தார். தொப்பியை விட்டு விட்டு ராஜபுத்திரர்களைப் போல் தலைப்பாகை அணிந்து கொண்டார். இப்படி எத்தனையோ சொல்லிக் கொண்டு போகலாம். எல்லாவற்றையும் விட, பேரரசராகவே இருந்தாலும் எல்லா மனிதர்களும் அணுகக் கூடிய விதத்தில் எளிமையானவராக இருந்தார் அக்பர் பாதுஷா. ஒரு முறை ஒரு பாரசீகத் தூதர் அக்பர் பாதுஷாவைப் பார்க்க வந்த போது இடுப்பில் லுங்கியுடன் பாதுஷா மொட்டை மாடியில் பட்டம் விட்டுக் கொண்டிருந்ததை எங்கள் காலத்திலும் சொல்லிக் கொண்டிருப்பார்கள்.

இப்படி முடிவே இல்லாமல் ஏராளமாக சொல்லிக் கொண்டே போகலாம், மதிப்புக்குரிய காத்திப் அவர்களே! அக்பர் பாதுஷாவின் புதல்வரான ஜஹாங்கீர் பாதுஷாவும் மத வேற்றுமை பாராதவராகத்தான் இருந்தார். போருக்குப் போகும் போது நெற்றியில் திலகமிட்டுக் கொள்வார். சிறு வயதில் நாங்களெல்லாம் கிருஷ்ணன் கதை கேட்டுத்தான் வளர்ந்தோம். அப்போதும் கூட ஔரங்ஸேப் அதை ரசிக்காதவனாகத்தான் இருந்தான். புனித நூலைப் படித்தால் போதுமா? அன்பு செலுத்தத் தெரிய வேண்டாமா?

இளம் வயதிலிருந்து கடைசி வரை எந்த மாறுபாடும் இல்லாமல் அவன் அன்பு செலுத்திய ஆள் நான் ஒருத்தி மட்டும்தான். நான் பேசுவதை மட்டுமே அவன் செவி கொடுத்துக் கேட்பான். ஆக்ராவின் அரண்மனைச் சிறையிலிருந்து தில்லிக்கு வந்த பிறகும் கூட அவன் சொல்வதைத் தைரியமாக மறுத்துப் பேசக் கூடிய ஆள் நான் ஒருத்தியாகத்தான் இருந்தேன். ஆனால் நான் சொல்வதையெல்லாம் பணிவுடன் கேட்டுக் கொள்வானே தவிர அவன் நினைத்ததை மட்டுமே செய்வான்.

ஔரங்ஸேப் இவ்வுலக வாழ்விலிருந்து விடை பெற்றுக் கொஞ்ச காலத்திலேயே தைமூரிய/மொகலாய சாம்ராஜ்ஜியம் சரிந்து சின்னாபின்னமாகி விட்டது. சாம்ராஜ்ஜியத்தின் பாதுஷா வெறும் தில்லி நகர பாதுஷாவாகி விட்டார். தாஜ் மஹல் என்ற புனிதமான இடம் ஃபிரங்கிகளுக்கான கேளிக்கைக் கூடமானது. பாண்டு வாத்தியங்களோடு ஃபிரங்கிகள் அங்கே நடனமாடினார்கள். இறந்து போனவர்களுக்கான மரியாதை கூட பேரரசர்களின் கப்ருகளுக்குக் கொடுக்கப்படவில்லை.

ஃபார்ஸி மொழியின் இடத்தை ஆங்கிலம் பிடித்துக் கொண்டது. நாணயங்களில் ஆங்கில எழுத்துகள் வந்து உட்கார்ந்து கொண்டன. ஃபிரங்கிகள் எத்தனை நல்லவர்கள் என்று பாருங்கள், நூர் ஜஹானின் அரண்மனை ஆக்ராவில் இருக்கிறது அல்லவா, அதை அவர்கள் சமையலறையாகப் பயன்படுத்தினார்கள். அப்போதுதான் அதன் பளிங்குச் சுவர்கள்,

சிற்பங்கள், ஓவியங்கள் எல்லாம் கரி படிந்து போகுமாம். என்ன ஒரு சரித்திர உணர்வு! இதையெல்லாம் செய்தவர்கள் படிக்காத கடைக்கோடி மனிதர்கள் அல்ல. நன்கு படித்த ஃபிரங்கி அதிகாரிகள்.

சாம்ராஜ்ஜியத்தின் இத்தகைய சிதிலத்துக்கான வித்தை விதைத்தவன் ஔரங்ஸேப் மட்டுமே என்றால் அதை நான் ஒப்புக் கொள்ள மாட்டேன். என் தந்தை ஷா ஜஹான் பாதுஷாவின் சமையலறையில் முந்நூறு சமையல்காரர்கள் இருந்தார்கள். என் தந்தை பதவியேற்ற அன்று என் அன்னைக்குப் பரிசாக இரண்டு லட்சம் தங்க வில்லைகளை அளித்தார் என் தந்தை. அதை அரை டஜன் அடிமைகள் தூக்கிக் கொண்டு வந்தார்கள். அது தவிர ஆறு லட்சம் ரூபாய் பரிசும், ஆண்டு உதவித் தொகை பத்து லட்சம் ரூபாயும் கொடுத்தார்.

ஜஹாங்கீர் பாதுஷாவை எடுத்துக் கொண்டால், அவர் ஒரு நாள் அணிந்து கொண்ட நகைகளை அதற்குப் பிறகு அணிய மாட்டார். அதேபோல் ஒரு நாள் அணிந்த ஆடைகளை அதற்கு மேல் ஒருபோதும் அணிய மாட்டார். அவர் அணிந்திருந்த குறுவாளில் இரண்டாயிரத்து நானூறு வைர வைடூரிய கோமேதகக் கற்கள் பதிக்கப்பட்டிருந்தன.

ஆனால் மொகலாய சாம்ராஜ்ஜியத்தின் நிலைமை எப்படி இருந்தது? வில்லியம் நாரிஸ் என்று ஒரு ஃபிரங்கித் தூதர் ஔரங்ஸேபிடம் தூதராக வந்தார். ஔரங்ஸேபை முதல் முதலாகப் பார்த்து விட்டு வெளியே வரும் போது அரண்மனை அதிகாரிகள் ஒவ்வொருவரும் தன்னிடம் லஞ்சம் கேட்டார்கள் என்று எழுதுகிறார். அவர்களுக்கும் பிச்சைக்காரர்களுக்கும் எனக்கு வித்தியாசமே தெரியவில்லை என்கிறார். ஔரங்ஸேபின் வேலைக்காரர்களில் ஒருத்தன் இரண்டரை ஆண்டுகளில் பன்னிரண்டு லட்சம் ரூபாய் சேர்த்திருக்கிறான். இது தவிர அவன் குவித்திருந்த அசையாச் சொத்துகளின் கணக்கு தனி. எல்லாமே லஞ்சப் பணம். ஒவ்வொரு பதவிக்கும் இன்ன விலை என்று நிர்ணயிக்கப்பட்டு இருந்தது. அந்தப் பதவிகளைப்

பெற்றுக் கொடுக்க ஆட்கள் அரண்மனையில் இருந்தார்கள். எல்லாவற்றுக்கும் ஒரு விலை.

இவ்வளவு ஏன்? கப்ர் திருடர்கள் என்றே ஒரு தனி ரகத் திருடர்கள் இருந்தார்கள். அவர்களின் வேலை அமீர்களின் கப்ருகளை உடைத்து உள்ளே விலை மதிப்புக்குரிய பொருட்கள் இருக்கிறதா என்று பார்ப்பதுதான்.

—

54

நான்காயிரம் உளவாளிகள் இருந்தும் ஔரங்ஸேபினால் தன் சாம்ராஜ்ஜியம் உள்ளுக்குள் அழுகிப் போயிருந்தது என்பதைப் புரிந்து கொள்ள முடியவில்லை.

கிழக்கிந்தியக் கம்பெனியும் போர்த்துக்கீசியர்களும் மராட்டியர்களுக்கு எக்கச்சக்கமான பணமும் வெடிமருந்துகளும் கொடுத்ததால் ஔரங்ஸேபின் தக்காணப் போர் முயற்சி வெற்றி பெற முடியவில்லை. ஔரங்ஸேபின் அதிகாரிகளும் மந்திரிகளும் ஓநாய்களைப் போல் மற்றவர்களைச் சுரண்டிக் கொண்டிருந்தார்கள். ஒரு பக்கம் கடல் கொள்ளையும் பெருமளவில் நடந்து கொண்டிருந்தது. பாதுகாப்பு கொடுக்க வேண்டிய கிழக்கிந்திய கம்பெனி இழப்புக்கான நஷ்ட ஈட்டைக் கொடுக்க மறுத்தது. இதனால் ஔரங்ஸேப் தன் பிரதம மந்திரி ஆஸாத் கானை அழைத்து லண்டன் கம்பெனியுடன் எல்லா வர்த்தக ஒப்பந்தங்களையும் ரத்து செய்து வர்த்தகத்தையும் நிறுத்தி விடுமாறு உத்தரவிட்டார்.

1701இல் பேரரசரின் உத்தரவின் பேரில் தயானத் கான் கிழக்கிந்திய கம்பெனியின் சூரத் நடவடிக்கைகளை முடக்கினார்.

ஒரு லட்சத்து நாற்பதாயிரம் ரூபாய் பெறுமானமுள்ள பொருட்களையும் பறிமுதல் செய்தார். அந்தப் பணம் கடற்கொள்ளையரால் ஏற்பட்ட நஷ்டத்துக்கு ஈடாக சொல்லப்பட்டது. ஆனால் பொருட்களை இழந்தவர்கள் இதனால் திருப்தியுறாததால் வங்காளத்தின் நவாபாக இருந்த முஹம்மது ஆஸம் ஷா ஔரங்ஸேபின் மகன் - பாட்னாவில் இருந்த கம்பெனி நடவடிக்கைகளை முடக்கினான்.

ஆனால் நம்முடைய வர்த்தகர்கள், அந்தத் தொகையும் தங்கள் இழப்புக்கு ஈடு செய்யப் போதாது என்று தெரிவித்து விட்ட காரணத்தால் தெற்கில் உள்ள செயிண்ட் ஜார்ஜ் கோட்டையை முற்றுகையிட்டது தாவூதின் தலைமையிலான மொகலாயப் படை. மூன்று மாதங்கள் நீடித்தது முற்றுகை. கிழக்கிந்தியக் கம்பெனிக்குக் கடும் நஷ்டம். கவர்னர் தாமஸ் பிட் தாவூதிடம் பேச்சு வார்த்தைக்கு வந்தார். முடிவில் கவர்னர் தாவூதுக்கு இருபத்தையாயிரம் ரூபாய் கொடுக்க ஒப்புக் கொண்டதால் முற்றுகை முடிவுக்கு வந்தது.

ஃபிரங்கி வைன் மட்டும் இருந்தால் போதும், அத்தனை மந்திரிகளும் அரசு அதிகாரிகளும் வாழ்நாள் பூராவுமே குடித்துக் கொண்டு இருப்பார்கள் போலிருக்கிறதே என்று எழுதுகிறார் வில்லியம் நாரிஸ். குடி அடிமைகளைப் போல் ஒருத்தர் பாக்கி இல்லாமல் நாரிஸிடம் வைன் பாட்டில் கேட்டிருக்கிறார்கள், ஔரங்ஸேபின் அந்தரங்க கோஜாக்கள் உட்பட.

துணை மந்திரி அர்ஷத் கானின் மகன் குலாம் முஹம்மது ஒருநாள் நாரிஸைப் பார்க்க விரும்பியிருக்கிறான். நாரிஸூம் சம்மதிக்கிறார். குலாம் முஹம்மதை வரவேற்பதற்கான ஏற்பாடுகளைச் செய்கிறார் நாரிஸ். ட்ரம்பட் போன்ற இசைக் கருவிகள் முழங்க வரவேற்க வேண்டும் என்பது நாரிஸின் திட்டம். ஆனால் குலாம் முஹம்மது வரவில்லை. நாரிஸோடு ஒரு ஷேக்கும் இருப்பதாக அவன் கேள்விப்பட்டதே காரணம். அந்த ஷேக் ஒரு உளவாளி என்று அவன் சந்தேகப்பட்டான். நேரமானதும் ஷேக்கும் கிளம்பி விட்டார். இரண்டு மணி

நேரம் காத்திருந்து விட்டு நாரிஸ் உறங்கப் போய் விட்டார். ஷேக் கிளம்பி விட்டார் என்பதைத் தெரிந்து கொண்ட பிறகு குலாம் முஹம்மது நாரிஸிடம் வந்தான். நாரிஸ் சந்திக்கவில்லை. குலாமும் திரும்பி விடுகிறான்.

குலாம் முஹம்மது நாரிஸைச் சந்திக்க நினைத்த காரணம், அவனுக்கு தயானத் கான் சூரத்தில் வகித்து வந்த நவாப் பதவி தேவை. நாரிஸ், பேரரசர் ஔரங்ஸேபிடம் சிபாரிசு செய்தால் தனக்கு சூரத் கிடைக்கும் என்று நினைத்தான் குலாம். தயானத் கான் சூரத்தோடு மட்டும் அல்லாமல் தக்காணத்தின் நவாப் பதவியையும் வகித்து வந்தார். ஒரு மாதத்துக்கு முன்னால்தான் பேரரசர் தக்காணத்தின் நவாப் பதவியை தயானத் கானிடமிருந்து பறித்து குலாம் முஹம்மதுவிடம் கொடுத்திருந்தார். இப்போது குலாம் முஹம்மதுவின் தந்தை அர்ஷத் கான் நாரிஸின் சிபாரிசில் சூரத்தையும் தயானத் கானிடமிருந்து வாங்கி தன் மகனுக்குக் கொடுக்க விரும்பினார். அதற்குப் பிரதியாக கிழக்கிந்தியக் கம்பெனிக்கு என்னென்ன காரியம் ஆக வேண்டுமோ அதையெல்லாம் தன்னால் இயன்ற வரை பேரரசரிடம் சொல்லி முடித்துத் தர முடியும் என்று சொன்னார் அர்ஷத் கான்.

இந்தத் திட்டமெல்லாம் தயானத் கானின் கவனத்துக்கு வராதா என்ன? அவர் அர்ஷத் கானுக்கு எதிர்த் திட்டம் ஒன்றைத் தீட்டினார். அரசவையில் இருந்த முக்கியஸ்தர்கள் அனைவருக்கும் பெரும் பணத்தைக் கொடுத்து நாரிஸுக்கு எதிராகப் பேசும்படித் தூண்டினார். ஆனால் நாரிஸோ அர்ஷத் கான், தயானத் கான் இருவருமே கிழக்கிந்தியக் கம்பெனியை வெறுப்பவர்கள் என்பதால் கம்பெனியின் நலனுக்கு எதிராக இருவரும் திட்டமிட்டு, பிரிந்திருப்பது போல் நாடகமாடுகிறார்கள் என்று நினைத்தார்.

ஸுல்ஃபிகர் கான் என்று ஒருவன். மந்திரியின் மகன். அவனை ஔரங்ஸேபுக்கு ஆகாது. ஏனென்றால், பன்ஹலா கோட்டையை ஔரங்ஸேப் முற்றுகையிட்டிருந்தபோது மளிகை

சாமான்களை ஏற்றி வந்த வண்டிகளை லஞ்சம் வாங்கிக் கொண்டு கோட்டைக்குள் விட்டு விட்டான் ஸுல்ஃபிகர் கான். இந்தத் துரோகத்துக்கு ஔரங்ஸேப் ஒன்றும் மரண தண்டனை கொடுத்து விடவில்லை. கொடுத்தால் ராஜ்ஜியத்தில் ஒரு அதிகாரியும் உயிரோடு இருக்க மாட்டான். ஔரங்ஸேப் செய்தது வெறும் வேலை மாற்ற உத்தரவுதான்.

ஆனால் பொதுவாக தவறு செய்பவர்கள் ஒரு தவறோடு விட மாட்டார்கள் இல்லையா, தவறுக்கு மேல் தவறு செய்வதுதானே மனித இயல்பு? பேரரசர் தனக்கும் தந்தைக்கும் இன்னும் அதிக தண்டனை கொடுக்க இருப்பதாக நினைத்து, தன் குடும்பத்துப் பெண்களையும் கஜானாவையும் தொலைதூரத்துக்கு அனுப்பி வைத்தான் ஸுல்ஃபிகர் கான். இதுவும் ஔரங்ஸேபின் கவனத்துக்கு வரத்தான் செய்தது. ஆனால் ஔரங்ஸேப் ஒன்றும் செய்யவில்லை. காரணம், ஒட்டு மொத்த நிர்வாகமே அப்படித்தான் இருந்தது.

முதல் தடவையாக ஔரங்ஸேபை சந்திக்க நாரிஸ் காத்திருக்கும்போது ஒரு சம்பவம் நடக்கிறது. நாரிஸின் பாதுகாவலர்களுக்கும் அரசுப் படையைச் சேர்ந்த சிலருக்கும் ஒரு வாக்குவாதம் ஏற்பட்டு அது அடிதடியில் முடிந்து விட்டது. சில மொகலாய வீரர்கள் இறந்து விட்டதாக வதந்தி கிளம்பியது. இந்தப் பிரச்சினை காஸியிடம் கொண்டு செல்லப்பட்ட போது காஸி நாரிஸிடம் அவர் வைத்திருக்கும் குதிரைகளில் ஒன்றை லஞ்சமாகக் கேட்கிறார். நாரிஸ் எழுதுகிறார், “மற்ற யார் கேட்டாலும் கூடப் பரவாயில்லை, நீதிபதியே லஞ்சம் கேட்டதைத்தான் தாங்க முடியவில்லை” என்று.

இது நடந்த போது பன்ஹலா கோட்டையை ஔரங்ஸேப் முற்றுகையிட்டு ஆறு மாதம் ஆகியிருந்தது. வேடிக்கை என்னவென்றால், இந்தக் கோட்டையை ஏற்கனவே பத்து ஆண்டுகளுக்கு முன்னால் நீண்ட காலம் முற்றுகையிட்டுப் பிடித்திருந்தார் ஔரங்ஸேப். அப்போதுதான் ராஜாராம் (ஷிவாஜியின் இரண்டாவது மகன்) தன்னுடைய பதினான்கு

வயது மனைவி தாராபாயை பன்ஹலாவிலேயே விட்டு விட்டுப் பிச்சைக்காரன் வேடம் அணிந்து அங்கிருந்து தப்பி செஞ்சிக் கோட்டை சென்றது. தாராபாய் கோட்டையில் இருப்பது தெரியாமல் ஔரங்ஸேப் ராஜாராமைத் துரத்திக் கொண்டு சென்றார். ஐந்து ஆண்டுகள் தாராபாய்தான் பன்ஹலா கோட்டை நிர்வாகத்தைக் கவனித்துக் கொண்டாள். ஆக, ஔரங்ஸேப் நீண்ட காலம் முற்றுகையிட்டு வென்றாலும், பன்ஹலா கோட்டையை மராட்டியர்கள் தம் வசம்தான் வைத்திருந்தார்கள்.

அதே பன்ஹலா கோட்டையைத்தான் ஔரங்ஸேப் 1701இல் மறுபடியும் பிடிக்கிறார். அப்போது அவர் வயது எண்பத்து மூன்று.

யோசித்துப் பார் ஔரங்ஸேப், யாருக்காக அத்தனைக் காலம் முற்றுகையிட்டு இந்தக் கோட்டையையெல்லாம் பிடித்தாய்? இதனால் யாருக்காவது ஒரு சுண்டு விரல் அளவாவது நன்மை உண்டா? அது பற்றி ஒருக்கணமாவது நீ யோசித்துப் பார்த்ததுண்டா? உன் தந்தையும் பாட்டனும் பூட்டனும் கோடைக் காலத்தில் காஷ்மீரத்தில் போய் ஓய்வெடுத்துக் கொண்டிருந்தார்கள். நீயோ எண்பத்து மூன்று வயதில் இப்படி இடிந்து போன கல்தூண்களுக்காகவும் பாழடைந்த சுவர்களுக்காகவும் மனித பலி கொடுத்துக் கொண்டிருக்கிறாய்!

இன்னொரு விஷயம் உனக்குத் தெரியுமா, தம்பி? ஊதியப் பட்டியலின்படி நீ ஒரு லட்சம் வீரர்களுக்கு ஊதியம் கொடுத்துக் கொண்டிருந்தாய். ஆனால் உன் படையில் இருந்ததோ வெறும் இருபதாயிரம் பேர். மற்ற பணமெல்லாம் உன் தளபதிகளின் ஜேபிக்குள் போய்க் கொண்டிருந்தது.

ஆனால் எத்தனை நாள் இது சாத்தியம் ஆகும்? உன் கஜானாதான் ஏற்கனவே காலி ஆயிற்றே? ஒரு கட்டத்தில் அந்த இருபதாயிரம் பேருக்கு சம்பளம் கொடுக்க முடியாமல் போய் வீரர்கள் கலகம் செய்யவும், உனக்கு எதிராகவே பேசவும் ஆரம்பித்தார்கள்.

இந்தக் கட்டடத்தில் நீ நாரிஸிடமே உதவி கேட்டாய். "பன்ஹலா கோட்டையைப் பிடிக்க உங்கள் வீரர்களைத் தந்து உதவ முடியுமா?"

ஆனால், என் பிரியத்துக்குரிய சகோதரனே! நீ ஒரு ஃபக்கீராகத்தான் வாழ்ந்தாய் என்பதில் யாருக்குமே சந்தேகம் இருக்க முடியாது. எந்நேரமும் புனித நூலைத்தான் படித்துக் கொண்டிருந்தாய். எந்நேரமும் தொழுது கொண்டுதான் இருந்தாய். தங்கமும் வைர வைடூரியமும் இறைக்கப்பட்டிருக்கும் தில்லியின் அரண்மனையில், இத்தனை பெரிய சாம்ராஜ்ஜியத்தின் பேரரசனாக விளங்கிய நீ ஒரு ஃபக்கீராகவே வாழ்ந்தாய். இப்படி ஒரு ஆசனத்தில் இப்படி ஒரு ஃபக்கீர் இந்த உலக சரித்திரத்தில் வாழ்ந்திருக்க முடியுமா ஔரங்ஸேப்? உன்னைக் கண்டு நான் எப்போதும் வியந்திருக்கிறேன். ஒரு ஃபக்கீர் ஃபக்கீராக வாழ்வதில் ஆச்சரியமில்லை. ஆனால் ஒரு பேரரசன் ஃபக்கீராக வாழ்வதுதான் அதிசயம்.

ஃபக்கீர் என்பதால் நீ அதிசயங்களும் நிகழ்த்தினாய். ஒருமுறை சத்னாமி என்ற ஹிந்துப் பிரிவினர் உன் அரசுக்கு எதிராகக் கிளர்ச்சி செய்த போது அவர்கள் மந்திர தந்திரங்களைப் பயன்படுத்தியதால் உன் வீரர்கள் பயந்து போனார்கள். அப்போது நீ உன் வீரர்களின் வாள்களிலும் கேடயங்களிலும் சில வார்த்தைகளை எழுதிக் கொடுக்க, கிளர்ச்சி செய்த சத்னாமிகள் சத்தம் போடாமல் ஓடிப் போனது அப்போது ஒரு கதை போல் பேசப்பட்டது.

ஆனாலும் சொல்கிறேன், உன்னுடைய தூய்மையும், எளிமையும், நேர்மையும் உன்னை இறைவனுக்கருகே கொண்டு போய்ச் சேர்த்திருக்கலாமே தவிர உன் மக்களின் அருகே சேர்த்ததா? உன்னுடைய எளிமை இந்த மக்களின் வாழ்க்கையை எந்த விதத்தில் மேம்படுத்தியது, சொல்?

இந்த தேசத்தை வந்து பார்த்த ஃபிரங்கிகள் அரண்மனையில் ஜொலிக்கும் வைரத்தையும், சிதறிக் கிடக்கும் மாணிக்கப் பரல்களையும் கண்டு திகைத்துப் போனார்கள். ஆனால்

இத்தனை செல்வமும் இந்த தேசத்தில் எத்தனை பேரிடம் இருந்தது? ஆயிரம் பேர் இருக்குமா? பன்னிரண்டு கோடி பேர் வசித்த தேசத்தில் ஆயிரம் பேர் செல்வத்தில் கொழித்தார்கள். பன்னீரில் குளித்தார்கள். நட்சத்திரங்களை ஆடையாக அணிந்து கொண்டார்கள். அமிர்தத்தை அருந்தினார்கள். வானவரைப் போல் வாழ்ந்தார்கள். ஆனால் அவர்களைத் தவிர மற்ற கோடானுகோடி மக்கள் பிச்சைக்காரர்களாகவும் திருடர்களாகவும்தானே வாழ நேர்ந்தது?

இதெல்லாம் ஔரங்ஸேபினால் நேர்ந்தது என்று இந்த இருபத்தோராம் நூற்றாண்டு சரித்திர ஆசிரியர்களைப் போல் நான் உளற மாட்டேன்.

அடிப்படையே தவறாக இருந்தது. அதுதான் காரணம்.

அடுத்தவன் சொத்துக்கு ஆசைப்படுவது அரசனின் அறமென நம்பும் கோட்பாட்டின் மீது சாம்ராஜ்ஜியத்தைக் கட்டினால் அது திருடர்களையும் பிச்சைக்காரர்களையும் உருவாக்காமல் வேறு என்ன நடக்குமென நினைக்கிறாய்? என்னைச் சுற்றி திருடர் கூட்டமாகவே இருக்கிறது என்று நீயும் சொல்லி சொல்லிப் புலம்பாத நாள் இல்லை. ஆனால் திருடர்களையும் கொலைகாரர்களையும் மட்டுமே பார்த்து வளர்ந்த நாம் எப்படி இருப்போம் சொல்?

நீ நூர் ஜஹானிடம் பிணையாக நம் தந்தையால் அனுப்பி வைக்கப்பட்ட போது உன் வயது எட்டு. அங்கே என்ன நடந்தது? தந்தை உயிரோடு இருக்கும்போதே ஆசனத்தைக் கொடு என்று ஆயுதம் தூக்கினான் மகன். மகனின் கண்களைக் குருடாக்கினார் தந்தை. எங்கு பார்த்தாலும் கொலை. சித்தப்பன்களையும் பெரியப்பன்களையும் மாமன்களையும் கொல்கிறார்கள். விஷம் வைக்கிறார்கள். கண்களில் தீக்கம்பிகளைச் சொருகுகிறார்கள். இது எல்லாம்தான் உன்னை உருவாக்கியது என்று நினைக்கிறேன் தம்பி.

ஆனால் இதிலிருந்து வெளியே வருவதற்கு நான் உபாயம் சொன்னேன். சிறு வயதிலிருந்தே சொல்லிக் கொண்டிருந்தேன்.

எத்தனையோ கடிதங்கள் எழுதினேன். தந்தையின் காலம் வரை நடந்ததெல்லாம் போகட்டும், அதை மறந்து விடுவோம். நம் காலத்திலாவது புதியதொரு மரபை உருவாக்குவோம். நீங்கள் நால்வரும் ஹிந்துஸ்தானை நான்கு பகுதிகளாகப் பிரித்து எடுத்துக் கொண்டு ஆளுங்கள் என்றார் தந்தை. ஏன், நீயும் உன் புத்திரர்களிடம் அதைத்தானே சொன்னாய்? யார் கேட்டார்? தந்தை சொன்னதை நீ கேட்கவில்லை. நீ சொன்னதை உன் பிள்ளைகள் கேட்கவில்லை. ராஜ்ஜியம் ஃபிரங்கிகளிடம் சென்றது.

எந்த ஒரு கலாச்சாரமும், மொழியும், மதமும் அழிந்து போகிறது என்றால் அந்த அழிவுக்கான வித்து வெளியிலிருந்து வருவதில்லை; அழிவுக்கான வித்தை அது தன்னிடத்திலேயேதான் கொண்டிருக்கிறது. அதேபோல் மொகலாய சாம்ராஜ்ஜியத்தின் ஆன்மாவில் தோன்றிய புற்று கொஞ்சம் கொஞ்சமாய் வளர்ந்து உன் காலத்தில் புரையோடி சீழாய் ரத்தமாய் வடிந்தது. அவ்வளவுதான்.

—

55

ஒரு ஃபிரங்கி விடாமல் எல்லோரும் எழுதினார்கள், மக்கள் பூராவும் திருடர்களாகவும் பிச்சைக்காரர்களாகவும் ஆகி விட்டார்கள் என்று. இந்தச் சீரழிவு கீழேயிருந்து தொடங்கவில்லை. மேலேயிருந்து தொடங்கியது. சிற்றரசர்களிடமிருந்து கப்பம் வாங்குவது அரசாங்க விவகாரம். அது பற்றிச் சொல்ல எதுவுமில்லை. ஆனால் தன்னைச் சந்திக்க வரும் ஒவ்வொருவரும் தனக்கு விலையுயர்ந்த பரிசுப் பொருட்களைக் கொண்டு வந்து தர வேண்டும் என்று பேரரசரே எதிர்பார்த்தால் அப்புறம் தேசம் என்ன ஆகும்? நீங்கள்தான் வரி வசூலிக்கிறீர்கள் அல்லவா, அதற்கு மேலும் பரிசுப் பொருள் என்றால் நீங்கள் என்ன பிச்சைக்காரர்களா? கொள்ளைக்காரர்களா?

ஔரங்ஸேப் அப்படியில்லை. ஒத்துக் கொள்கிறேன். ஆனால் அவன் வரும் வரை அப்படித்தானே இருந்தது? அவன் வருவதற்குள்ளாகவே தேசம் முழுவதும் 'ஊழல் புகாத இடமே இல்லை' என்ற அளவுக்குப் புரையோடிப் போய் விட்டது. ஔரங்ஸேபினால் எதுவுமே செய்ய முடியவில்லை. அவனும் ஆரம்ப காலத்தில் தேசத்தைப் பற்றிக் கவலைப்பட்டவன் போகப் போக மார்க்கத்தை எப்படி வலுப்படுத்துவது என்று

யோசிக்க ஆரம்பித்து விட்டான். பாவம், அவனுக்குத் தெரியாது, அவனைப் போன்றவர்களின் அதிகார பலத்தினால் மார்க்கம் மக்களிடையே பரவவில்லை என்று. மார்க்கம், ஒரு நதியைப் போலே அன்பின் ஊடாக மக்களிடம் சென்று கலந்தது. வலீமார்களின் எண்ணற்ற தியாகங்களினாலும் சேவையினாலும் அவர்கள் நிகழ்த்திய கராமத்துகளினாலுமே அது நிகழ்ந்தது. மற்றபடி ஔரங்ஸேப் மார்க்கத்தை வலுப்படுத்துவதாக நினைத்துக் கொண்டு செய்த காரியங்கள் யாவுமே மார்க்கத்தை பலஹீனப்படுத்துவதற்கும் ஹிந்துஸ்தான் ஃபிரங்கிகளின் கையில் சிக்குவதற்குமே பயன்பட்டது.

உதாரணமாக, ஔரங்ஸேபின் அரசவையில் வந்த ஒரு பிரபலமான வழக்குக்கு காஜி கொடுத்த தீர்ப்பு. ஒரு முஸ்லிம் ஒரு கோவிலின் முன்னே போய் நின்று கொண்டு சிலை வணங்கிகளே என விளித்து என்னென்னவோ பொல்லாங்கு பேசியிருக்கிறான். உடனே அங்கேயிருந்த சிலர் அவனை அடித்து விட்டார்கள். ஆள் இறந்து விட்டான். அடித்த அத்தனை பேரையும் யானைக் காலில் இடறிக் கொல்லும்படி தண்டனை அளித்தார் காஜி. மேல் முறையீட்டுக்கு ஔரங்ஸேபிடம் வந்தது வழக்கு. ஊரே ஔரங்ஸேபின் தீர்ப்பை எதிர்பார்த்தது. ஔரங்ஸேப் ஒரு தீவிர முஸ்லிம் ஆதரவாளராக அறியப்பட்டாலும் அஃலாக், அதப் என்று வந்தால் மதமோ வேண்டியவர் வேண்டாதவரோ பார்க்க மாட்டார் என்று ஒரு பெயர் இருந்தது.

பேரரசரும் மரண தண்டனையையே பரிந்துரைத்து விட்டால் தில்லியில் மதக் கலவரம் வெடிக்கலாம் என்று ஒற்றர்கள் சேதி சொல்லியிருந்தார்கள்.

அதாலத்துக்கு முந்தின தினம் மாலை ஔரங்ஸேப் எப்போதும் போல் என்னிடம் பேச வந்த போது இந்த வழக்கு விஷயமும் குறுக்கிட்டது. என்னிடம் ஆலோசனை கேட்டான். ஒன்றிரண்டு ஆண்டுகள் தண்டனை கொடுப்பதோடு விட்டு விட வேண்டும் என்று சொன்னேன். அது எங்களுக்குள் பெரிய வாக்குவாதம் ஆயிற்று. என்ன ஆனாலும் சரி, காஜி

கொடுத்த தண்டனையையே நானும் பரிந்துரை செய்யப் போகிறேன் என்றான். அந்த முஸ்லிம் சொன்னதில் என்ன தப்பு என்பதுதான் ஔரங்ஸேபின் வாதமாக இருந்தது.

அந்த முஸ்லிம் சொன்னதில் எந்தத் தப்பும் இல்லை; ஆனால் அவன் அதை ஹிந்துக்களின் வழிபாட்டுத் தலத்துக்குச் சென்று சொன்னதுதான் தவறு என்றேன் நான். புனித நூலிலிருந்தும் மேற்கோள் காட்டினேன். உங்களுக்கு உங்களுடைய மார்க்கம்; எனக்கு என்னுடைய மார்க்கம். இதை விட வேறு விளக்கம் உனக்கு என்ன வேண்டும் என்று கேட்டேன்.

உடனே அவன் சிலை வணக்கத்துக்கு எதிரான பல நூறு வசனங்களைச் சொன்னான். புனித நூல் அவனுக்கு மனப்பாடம் இல்லையா?

நான் சொன்னேன், தம்பி, நாம் இப்போது சிலை வணக்கம் நல்லதா கெட்டதா என்று விவாதித்துக் கொண்டிருக்கவில்லை. நீ இந்த தேசம் முழுமைக்குமான பேரரசன். முஸ்லிம்களுக்கு மட்டும் அல்ல. கோடானுகோடி ஹிந்துக்களுக்கும் நீதான் அரசன்.

அப்படியும் விடாமல் புனித நூலிலிருந்து எடுத்துச் சொல்லிக் கொண்டேயிருந்தான்.

அப்படியானால் நீ ஒரு மார்க்க உபதேசியாகத்தான் போயிருக்க வேண்டுமே ஒழிய, தேசத்தை ஆளும் பொறுப்பை ஏற்றுக் கொண்டிருக்கக் கூடாது என்றேன்.

மறுநாள் அதாலத்தில் முஸ்லிமைக் கொன்ற பதின்மூன்று ஹிந்துக்களுக்கும் மரண தண்டனையை உறுதிப்படுத்தி, ஆனால் யானைக் காலில் இடறுவதற்குப் பதிலாக கழுமரத்தில் ஏற்றிக் கொல்லும் தண்டனையாக மாற்றினான். யானைக் காலில் இடறுவதை விடக் கடுமையான தண்டனை. யானைக் காலில் இடறினால் தலை க்ஷணப்பொழுதில் உடலை விட்டுத் துண்டாகி விடும். கழுமரத்தில் ஏற்றினால்... அந்தக் கொடூரத்தை நினைத்துப் பார்க்கவே பயங்கரமாக இருந்தது.

நான் அவனோடு இது குறித்து விவாதிக்காமல் இருந்திருக்கலாம் என்று நினைத்துக் கொண்டேன். இரண்டு தினங்கள் தில்லி முழுவதும் மதக் கலவரம் வெடிக்கும் நிலையில் இருந்தது. நல்லவேளை, படையிலிருந்த ராஜபுத்திர வீரர்களைக் கொண்டு நிலைமை கட்டுக்குள் கொண்டு வரப்பட்டது.

மற்றபடி மொகலாய சாம்ராஜ்ஜியத்தின் சமூக எதார்த்தம் என்ன என்று பார்த்தால், ஐரோப்பாவில் தயாரான ஒரு வைன் போத்தலுக்காகக் கூட்டிக் கொடுக்கவும் தயாராக இருந்தார்கள் நம் மந்திரிகள். இறைவனிடம் நான் மன்னிப்புக் கேட்டுக் கொள்கிறேன். ஒரு பெண் அதிலும் அரச குடும்பத்துப் பெண் இப்படிப்பட்ட தீச்சொல்லை உதிர்ப்பதற்காக. ஆனால் நான் சொல்லவில்லை, மதிப்புக்குரிய காத்திப் அவர்களே! வில்லியம் நாரிஸின் வார்த்தைகளையே நான் மேற்கோள் காட்டுகிறேன். அதுதான் மொகலாய சாம்ராஜ்ஜியத்தின் எதார்த்தமாக இருந்தது.

ஆளும் வர்க்கம் பூராவும் ஊழல் புழுத்து நாறியது. ஆனால் இது எல்லாவற்றையும் விட துயரமானது என்னவென்றால், ஹிந்துஸ்தான் தனது ரூஹ்-ஐ இழந்து விட்டதுதான். உண்மை பேசுபவர்களை எங்குமே காண முடியவில்லை. வாயிலிருந்து வரும் சொல் ஒன்று. மனதில் கிடக்கும் சொல் ஒன்று. யார் என்ன நினைக்கிறார்கள் என்பது யாருக்குமே தெரியாது. வெறும் முகஸ்துதியும் அலங்கார வார்த்தைகளுமே அதிகார பீடங்களில் கோலோச்சிக் கொண்டிருந்தன. முகஸ்துதி எந்த அளவுக்கு இருந்தது என்றால், மயிலாசனத்தில் அமர்ந்திருப்பவரது மனைவியைக் குறிப்பிட்டு, அவர் அன்னை கதீஜா ரலியல்லாஹுு அன்ஹுுவைப்[136] போன்றவர் என்பார்கள். அவர்களை அல்லாஹ் வைத்துக் காப்பாற்ற! முகஸ்துதிக்கும் ஒரு அளவு இல்லையா மக்களே!

அறிவுத் துறையிலும் ஹிந்துஸ்தான் மிகவும் பின் தங்கிப்

---

136 கதீஜா அம்மையார் – நபிகள் நாயகத்தின் முதல் மனைவி; ரலியல்லாஹுு அன்ஹுு – அல்லாஹ் அவருக்கு அருள் புரிவானாக

போயிருந்தது. இறந்து ஆறு மணி நேரம் ஆகியிருந்த ஒரு மய்யத்தை நாரிஸுடன் வந்திருந்த மருத்துவரிடம் கொடுத்து அதைப் பிழைக்க வைக்கும்படி சொன்னார் ஒரு அமீர். அந்த அளவுக்கு நம் மக்கள் அறியாமையில் மூழ்கிக் கிடந்தார்கள்.

ஆனால் ஹிந்துஸ்தான் இப்படி இருளில் வீழ்ந்து கிடந்த போது ஐரோப்பா அறிவுப் புரட்சி செய்து கொண்டிருந்தது என்பதையும் நான் ஒப்புக் கொள்ள மாட்டேன். இப்போதய நவீன சரித்திர ஆசிரியர்கள் சொல்கிறார்கள், பாபர் ஆக்ராவில் கால் வைத்தபோதுதான் மகெல்லன் உலகைச் சுற்றி வந்தாராம். ஐரோப்பா கோபர்நிகஸ்ஸையும், மைக்கேல் ஆஞ்சலோவையும், லியனார்தோ தா வின்ஸியையும், மாக்கியவெல்லியையும் உருவாக்கிக் கொண்டிருந்த போது இங்கே அக்பரும் ஜஹாங்கீரும்தான் கிடைக்கிறார்களாம். இங்கே ஔரங்ஸேப் என்றால் அங்கே நியூட்டன். ஐரோப்பாவின் அறிவுப் புரட்சி ஹிந்துஸ்தானில் ஏற்படவில்லை என்பது அவர்கள் வாதம்.

நான் என்ன சொல்ல வருகிறேன் என்றால், ஐரோப்பா எதை அறிவு என்று கருதுகின்றதோ அதைத் தூக்கி எறிகிறது ஹிந்துஸ்தான். இங்கே அறிவு என்பது வேறு. இங்கே இருந்த அவ்லியாக்களும் யோகிகளும் தங்கள் உடலை விட்டு இன்னொரு உடலுக்குக் கூடு பாய்ந்தார்கள். ஒரே சமயத்தில் இரண்டு இடத்தில் ஸ்தூல உருவில் இருந்தார்கள். இப்படி நூற்றுக்கணக்காக சொல்லிக் கொண்டே போகலாம். இதையெல்லாம் ஐரோப்பிய அறிவு என்னவென்று சொல்லும்?

ஐரோப்பிய அறிவு மனிதனின் சாராம்சத்தை நோக்கிச் செல்லவில்லை. அந்த அறிவு மனிதனை வெறுமனே லௌகீக வெற்றியை நோக்கிச் செலுத்தியது. அதனால்தான் அந்த அறிவு உலக யுத்தங்களைக் கொண்டு வந்தது.

எல்லாவற்றையும் தன்னுடையதாக்கிக் கொள்ள விழைந்தது ஐரோப்பிய அறிவு. ஹிந்துஸ்தானின் அறிவோ எல்லாவற்றையும் துறப்பதற்குத் தயாரானது. என் வாழ்வில் நடந்த ஒரு சம்பவத்தை நான் தங்களுக்கு உதாரணமாகக் கூற விரும்புகிறேன்.

தந்தையின் மரணத்துக்குப் பிறகு நான் தில்லி திரும்பியதும் ஒருநாள் ரோஷனாராவும் நானும் சாந்த்னி சௌக் சென்றிருந்தோம். ரோஷனாரா அவ்வளவாக என் அண்மையை விரும்புவதில்லை என்றாலும், நீண்ட காலம் என்னைப் பாராமல் இருந்ததாலோ அல்லது என் ஆக்ராவின் தனிமை வாழ்வு பற்றிக் கேட்கலாம் என்று நினைத்தோ என்னோடு கூடவே கிளம்பினாள். பல்லக்கின் திரை விலக்கி நான் உருவாக்கிய சாந்த்னி சௌக் நான் இங்கே இல்லாத எட்டு ஆண்டுகளில் எப்படி மாறியிருக்கிறது என்பதை வேடிக்கை பார்த்தபடி வந்தேன். காலம் நகராமலே இருப்பது போல்தான் தோன்றியது. அதே கடைகள். அதே மனிதர்கள். ஆட்களின் தோற்றத்தில்தான் கொஞ்சம் மூப்பு கூடியிருந்தது.

சௌக்கில் நுழையும் இடத்திலேயே ஒரு பான்வாலா இருப்பார். சந்தன் சிங் என்று பெயர். சாந்த்னி சௌக் தொடங்கப்பட்டு பதினெட்டு ஆண்டுகள் ஆகி விட்டன. தொடங்கப்பட்ட போதே சௌக்கின் ஆரம்பத்தில் இருக்கும் அந்த ஆலமரத்தைப் பிடித்து விட்டார் சந்தன் சிங். இப்போது இந்தக் கதையைத் தங்களுக்குச் சொல்லும் 2018-இல் கூட அந்த ஆலமரம் அங்கே இருக்கக் கூடும். அந்த இடத்தைப் பார்க்க வேண்டும் என்று இப்போது இந்தக் கணம் எனக்குத் தோன்றுகிறது.

வயது அப்போதே அறுபது இருக்கும். நான் ஆக்ராவிலிருந்து தில்லி திரும்பிய போது எண்பதை நெருங்கும். முறுக்கி விடப் பட்ட மீசை. நெற்றியில் தீச்சுடராய் நீளும் குங்குமத் தீற்று. ராஜபுத்திரர்கள் அணியும் தலைப்பாகை. பளீரென்ற சிரிப்பு. வெற்றிலைக் கறை படியாத பற்கள். ஆம், ஊருக்கெல்லாம் பான் வழங்கும் பான்வாலா சந்தன் சிங் பான் உபயோகிக்க மாட்டார். ஏன் என்று கேட்ட போது வெற்றிலைச் சாறு அவருக்குத் தலை கிறுகிறுப்பை உண்டு பண்ணுகிறது என்றார். அவர் சொல்வது உண்மைதான். ஆனால் அது ஒன்றும் தாங்க முடியாத அளவு இருப்பதில்லையே?

ஸூஃபி தரீக்காவில் என்னை ஈடுபடுத்திக் கொண்டு ஒரு ஃபக்கீராவாக மாறிய பிறகு லௌகீக விஷயங்களில் நான் அத்தனை ஈடுபாடு காட்டுவதில்லை என்றாலும் இந்த

சந்தன் சிங் பான் மட்டும் விதிவிலக்காகவே நிற்கிறது. சந்தன் பயன்படுத்துவது மகாய் பான். பிஹாரிலிருந்து வருகிறது. எப்படித்தான் பசுமை மாறாமல் எடுத்துக் கொண்டு வருகிறார்கள் என்று தெரியவில்லை. அல்லது, மகாய் பான் இங்கே தில்லியிலேயே வளர்கிறதா?

சந்தனிடம் கேட்டால் சிரிப்புதான் பதிலாகக் கிடைக்கும். பல்லக்கு அந்த ஆலமரத்தை எட்டும் வரை, அவர் இருக்கிறாரோ இல்லையோ என்ற பதற்றத்திலேயே இருந்தேன். அவரைப் பார்த்த பிறகுதான் ஆசுவாசம் ஆயிற்று.

பல்லக்கின் திரை விலகியதுதான் தாமதம், ஓடோடி வந்து இரு கரங்களையும் கூப்பி தலை குனிந்து "பேகம் சாஹிபாவுக்கு வந்தனம், மீண்டும் இந்த அடிமைக்கு பேகம் சாஹிபாவை தரிசிக்கும் பாக்கியம் கிடைத்ததற்காகக் கடவுளுக்கு நன்றி" என்றார் சந்தன் சிங்.

"தங்களின் பேகம் சாஹிபா ஒரு சாதாரண ஃபக்கீராவாக மாறிப் பல காலம் ஆயிற்று என்று என் மதிப்புக்குரிய சாச்சாவான சந்தன் சிங் அவர்களுக்குத் தெரியாதா என்ன?"

"அதனாலேதான் இந்த அடிமைக்கும் இந்தப் பரந்த தேசத்துக்கும் பேகம் சாஹிபாவின் மீது மரியாதையும் கூடிவிட்டது என்பதையும் சமூகத்துக்குத் தெரிவித்துக் கொள்கிறேன். தங்கள் தரிசனம் கிடைத்துப் பல காலம் ஆயிற்று. வழக்கம் போல் லக்னவி பான் தயார் செய்வதற்குத்தானே உத்தரவு பேகம் சாஹிபா?"

அப்போதுதான் சந்தன் சிங் பல்லக்கில் உள்ளடங்கி அமர்ந்திருந்த ரோஷனாராவையும் பார்த்து வணக்கம் தெரிவித்தார்.

"இறைவனின் அருளில் எல்லோரும் நலமாக இருக்க வேண்டும் சாச்சா. அதே லக்னவிதான். ஒன்று, ஸர்தா[137] இல்லாதது. தங்களுக்கே தெரியும். ஒன்று, ஸர்தாவுடன்…"

---

137 ஸர்தா – புகையிலை

ஸர்தாவுடன் என்றதும் ஒரு நொடியை விடக் குறைவான அளவில் சந்தன் சிங்கின் பார்வை ரோஷானாராவின் மீது சென்று, உடனே நெருப்பில் பட்டு விட்ட விரலைப் போல் விலகித் தாழ்ந்தது.

நான் இப்போது வைன் அருந்துவதில்லை. மார்ஃபத்தில் திளைக்கும் போது ஏற்படும் சுக்ர்-ஐக் காட்டிலும் இந்த அகிலத்தில் வேறு போதை ஏதும் உண்டா? அப்புறம் எதற்குத் தனியாக வைன் என்பது என் கட்சி. ஆனால் நான் வைன் அருந்திக் கொண்டிருந்த காலத்தில் கூட ஸர்தா கலந்த பான் சுவைக்க மாட்டேன். ஸர்தா இல்லாத பானில்தான் வெற்றிலையின் அசலான ருசியைக் காண முடியும். அதிலும் மகாய் பானுக்கு இருக்கும் ருசியும் லேசான போதையும் இருக்கிறதே, அதற்கு நிகர் எதுவும் இல்லை. எல்லாவற்றையும் விட்டாயிற்று. இந்தப் பானை மட்டும் விட முடியவில்லை. இறைவன்தான் என்னைக் காப்பாற்ற வேண்டும். இன்ஷா அல்லாஹ்!

அப்போது என்னைப் பார்த்து ஒரு மத்திய வயது ஹிந்துப் பெண் தூரத்திலிருந்தபடியே சாஷ்டாங்கமாகத் தரையில் விழுந்து எழுந்து வணங்கியதைக் கண்டேன். அவள் கண்களைப் பார்த்தபோது அதில் தெரிந்த ஏதோ ஒன்று அவளிடம் என்னைப் பேசத் தூண்டியது. அவளை என் அருகில் அழைத்தேன். பாதுகாப்புக்கு என் கோஜா பக்கத்தில் நின்று கொண்டார். அருகில் வந்த அந்தப் பெண் மண்டியிட்டு அமர்ந்து மீண்டும் தரையில் நெற்றியை வைத்து “வழி இருந்தால் என் ஆயுளில் பாதியைத் தங்களுக்குத் தர விரும்புகிறேன் பேகம் சாஹிபா” என்றாள்.

அருகில் வந்து என் பாதம் பணிந்து நின்ற அந்த ஹிந்துப் பெண்ணைப் பார்த்து எனக்குப் பலவிதமான சிந்தனைகள் தோன்றின. என்ன வார்த்தை சொல்லி விட்டாள்? “வழி இருந்தால் என் ஆயுளில் பாதியைத் தங்களுக்குத் தர விரும்புகிறேன் பேகம் சாஹிபா.” அது பற்றிப் பிறகு கேட்டுக் கொள்ளலாம். ஆனால் இவள் இப்படி என் கால் தொட்டு வணங்கியது எனக்கு உவப்பாக இல்லை. இந்த

வழக்கத்தைத்தான் ஔரங்ஸேப் தடை செய்து இருக்கிறானே? ஆனால் இவள் ஹிந்துப் பெண். ஹிந்து மரபில் இந்த வழக்கம் இருக்கிறது. முஸ்லிம்களும் இப்படிச் செய்வதுதான் சரியல்ல என்று தோன்றுகிறது. இஸ்லாம்தான் இதைக் கடுமையாக மறுக்கிறதே?

நெற்றி, மூக்கு, உள்ளங்கை, மூட்டு, பாதங்களின் நுனி விரல்கள் ஆகியவை தரையில் படுமாறு வைத்து கிப்லா திசையை நோக்கி ஸஜ்தா செய்வது இறைவனுக்கு மட்டுமே செய்யப்பட வேண்டியது என்கிறது இஸ்லாம். ஆனால் அதே சமயம், திக்ர்கள் மூலம் மஜ்தூப் ஆகி விட்ட அவ்லியாக்கள், வலீமார்களையெல்லாம் தரிசிக்கும் போது அவர்களின் பாதம் தொட்டு வணங்காமல் நம்மைக் கட்டுப்படுத்திக் கொள்வதும் கடினம்தான். குறிப்பாக என்னுடைய பீர் முல்லா ஷாவைக் கண்டவுடன் அனிச்சையாகவே என் சிரம் அவர் பாதங்களில் பதிந்து விடும்.

தன்னைக் கண்டால் ஸஹாபாக்கள்[138] யாரும் எழுந்து நிற்பதைக் கூட விரும்பாதவர் நபிகள் நாயகம் ஸல்லலாஹு அலைஹி வ ஸல்லம் அவர்கள். ஆனாலும் எங்கள் காலத்தில் யாராக இருந்தாலும் காலில் விழுந்து வணங்கும் பழக்கம் மிகச் சாதாரணமாகவே நடைமுறையில் இருந்தது. இதில் முஸ்லிம், ஹிந்து என்று எந்தப் பாகுபாடும் இல்லை என்பது பெரிய ஆச்சரியம். காரணம், மொகலாய தைமூரிய மரபில் சிரம் பணியும் பழக்கம் இருந்தது. அவர்கள் ஹிந்துஸ்தான் வரும்போது கொண்டு வந்த சூஃபி மரபிலும் அந்தப் பழக்கம் இருந்தது. அதோடு இங்கே இருந்த ஹிந்து ஞான மரபிலும் இந்தப் பழக்கம் உண்டு. எல்லாம் சேர்ந்து கொண்டதால் யாரும் இதை ஆட்சேபிக்கவில்லை, ஔரங்ஸேப் வரும் வரை.

ஒருமுறை இதுபற்றி என்னுடைய பீர் முல்லா ஷா அவ்லியாவிடம் கேட்டபோது அவர்கள் முஹையத்தீன் இப்ன்

---

138 ஸஹாபாக்கள் – நபித் தோழர்கள்

அரபீ[139] விளக்கிய வஹதத் உல் வுஜூத் பற்றிக் குறிப்பிட்டுப் பேசினார்கள். வுஜூத் என்றால் விஜ்தான் அல்-ஹக்ஃக் ஃபி அல்-வஜ்த். பரவச நிலையில் இறைவனை உணரும் பிரக்ஞை. வஹதத் உல் வுஜூத் என்பது இறைவனால் படைக்கப்பட்ட எல்லாவற்றிலும் இறைவனை உணரும் நிலை.

அவருடைய தர்ஜுமான் அல்-அஷ்வாக்கில் வரும் புகழ் பெற்ற வாசகத்தையும் குறிப்பிட்டார்.

எனது இதயம் எந்த வடிவத்தையும் எடுக்க வல்லது. மான்கள் மேயும் புல்வெளியாக இருக்கும். அதே சமயம் கிறித்தவப் பாதிரிகளின் மடாலயங்களாகவும், சிலைகள் இருக்கக் கூடிய கோவிலாகவும், புனித யாத்ரீகர்களின் கஅபாவாகவும், தோராவின் மேஜைகளாகவும், அல் குர்ஆனாகவும் மாறும். நான் அன்பின் மதத்தைப் பின்பற்றுகிறேன். அன்பெனும் ஒட்டகம் என்னை எங்கெல்லாம் இட்டுச் செல்கிறதோ அதுதான் என் மார்க்கம், அதுதான் என் நம்பிக்கை.

அப்போது நான் அவ்லியாவிடம் கேட்டேன். ஹஜ்ரத், அல் குர்ஆன் இதைத் தெளிவாக மறுக்கிறதே? வானங்களையும் பூமியையும் படைத்தவன் அவனே; அவனைப் போல் எதுவும் இல்லை. (சூரா 42:11) அப்படியானால் எல்லாமே இறைவன் என உணர்வது தவறு அல்லவா?

இல்லை என்றார் ஹஜ்ரத். அல்-ஹக் (இறைவன்) என்பது எல்லையில்லாதது. முழுமையானது. விளக்க முடியாதது. அந்த அல்-ஹக் என்கின்ற தஜல்லியின் (பேரொளி) நடமாடும் நிழல்கள் நாம். அப்படியானால் அந்தப் பேருண்மையின் நிழல்களாகிய நாம் எப்படி அதிலிருந்து வேறுபட்டவர்களாவோம்?

---

139 இப்ன் அரபீ – அல்-ஷேக் அல்-அக்பர் (சூஃபிகளின் மகத்தான தலைவர்) என்ற பட்டப் பெயரில் அழைக்கப்படும் இப்ன் அரபீ சூஃபித்துவத்தின் புகழ் பெற்ற தத்துவ ஞானி. காலம்: 1165–1240. இவர் எழுதிய எண்ணூற்றைம்பது புத்தகங்களில் எழுநூறு நூல்கள் இன்றும் பெருமளவில் வாசிக்கப்பட்டு விவாதிக்கப்படுகின்றன.

அதற்கு மேலும் அந்த உரையாடல் நீண்ட நேரம் சென்றது. அதையெல்லாம் நான் என்னுடைய முனிஸ் உல்-அர்வாவிலும் (மகா ஆத்மாக்களின் தலைவர்), ரிஸாலா ஏ சாஹிபியாவிலும் (சாஹிபாவின் செய்தி) விளக்கமாக எழுதியிருக்கிறேன் மதிப்புக்குரிய காத்திப் அவர்களே!

ஆக, எது எப்படி இருந்தாலும், சூஃபித்துவம் ஹிந்துஸ்தானில் பரவலாக ஏற்கப்பட்டதற்குக் காரணம், இங்கே இருந்த அத்வைதம் என்கின்ற ஹிந்து ஞான மரபுக்கும் அதற்கும் இருந்த ஒத்திசைவுதான். அதன் காரணமாகத்தான் குருமார்களையும் சூஃபியாக்களையும் பாதம் பணிந்து வணங்கும் பழக்கம் இங்கே முஸ்லிம், ஹிந்து என்ற வேறுபாடின்றி எல்லோரிடமும் இருந்தது.

ஔரங்ஸேப் இந்த வழக்கத்தைக் கடுமையாக எதிர்த்தான். அவன் ஆட்சிக்கு வந்ததும் முஸ்லிம்கள் இப்படி சூஃபியாக்களின் முன்பும், அரசருக்கு முன்பும் சிரம் பணிவதைத் தடை செய்தான். அப்போது கூட எல்லோரும் முணுமுணுப்புடன்தான் ஏற்றுக் கொண்டார்களே தவிர ஒருவரும் அதைப் பின்பற்றவில்லை. ஔரங்ஸேப்பால் தன் அரண்மனையில் மட்டுமே அந்த உத்தரவை நடைமுறைப்படுத்த முடிந்தது.

அந்த ஹிந்துப் பெண் என் பாதம் தொட்டு வணங்கியதும் இப்படியெல்லாம் என் சிந்தையில் ஓடி மறைந்தது. ஆனால் அவள் சொன்ன வார்த்தைகள்? அதன் அர்த்தம் என்ன? தன் ஆயுளில் பாதியை ஏன் அவள் எனக்குத் தர வேண்டும்? அதுவும் எட்டு ஆண்டுகள் ஆக்ராவில் அரண்மனைச் சிறையில் இருந்த தந்தைக்குப் பணிவிடை செய்து கொண்டிருந்த ஒருத்திக்கு?

அந்தப் பெண்ணிடம் என்ன விஷயம் என்று பரிவுடன் கேட்டேன்.

அவள் தன் கதையைக் கூற ஆரம்பித்தாள். அவளுக்கு ஐந்து குழந்தைகள். கணவன் போரில் இறந்து விட்டான். குழந்தைகளோடு தற்கொலை செய்து கொள்வதைத் தவிர அவளுக்கு வேறு வழி தெரியவில்லை.

ஹிந்து மதம் பெண்களுக்கு நீதி செய்யவில்லை என்றே நான் எப்போதும் எண்ணி வந்திருக்கிறேன். இதோ, இந்தப் பெண். இவள் மறுமணம் செய்து கொள்வதை மதம் ஏன் தடுக்க வேண்டும்? ஆனால் அதை நான் வாயைத் திறந்து சொன்னால் பெரும் கலவரம் ஏற்படும். ஏற்கனவே ஔரங்ஸேப் அதனால் அதிக கெட்ட பெயர் எடுத்திருக்கிறான்.

அவள் சொன்னதை நான் கூர்ந்து கேட்டுக் கொண்டிருந்தேன். கண்களில் கண்ணீர் மல்க அவள் தன் கதையை விவரித்தாள்: "வழியிருந்தால் என் ஆயுளில் பாதியைத் தங்களுக்குக் கொடுத்து விடுவேன் பேகம் சாஹிபா... தற்கொலை செய்து கொள்ள இருந்த எனக்கு பேரரசர் அறிவித்த விதவைகள் மறுவாழ்வுத் திட்டம்தான் உயிர் கொடுத்தது. தாங்கள் நீண்ட காலம் வாழ்ந்து இந்த மக்கள் சமூகத்துக்குத் தொண்டு புரிய வேண்டும்."

நான் எவ்வளவு சொல்லியும் கேட்காமல் ஔரங்ஸேப் அந்தத் திட்டத்தை என் பெயரில் அறிவித்து விட்டபடியால் இதோ இந்தப் பெண் என்னைக் கண்டதும் காலில் விழுகிறாள்.

அந்தத் திட்டம் பற்றி அவனிடம் பேசியது நான்தான். மிகவும் இளம் வயதிலிருந்தே எனக்கு போரில் உயிரிழந்த வீரர்களின் குடும்பம் குறித்த கவலை இருந்து கொண்டே இருந்தது. ஆக்ராவிலிருந்து வந்த கையுடன் ஔரங்ஸேபிடம் அது பற்றிப் பேசி நடவடிக்கை எடுக்கச் சொன்னேன். ஆனால் அவனிடம் ஒரு விஷயம் மட்டும் வலியுறுத்திச் சொல்லியிருந்தேன். எக்காரணம் கொண்டும் இந்தத் திட்டத்தைக் காரணம் காட்டி மதமாற்றம் செய்வதில் ஈடுபடக் கூடாது. ஏனென்றால், மற்றவர்களின் பலஹீனத்தையோ வறுமையையோ பயன்படுத்தி ஒருவர் நம் மார்க்கத்தை ஏற்றுக் கொள்ள வைப்பது எனக்கு நியாயமாகத் தோன்றவில்லை. வருபவர்கள் அவர்களாக வர வேண்டும். ஔரங்ஸேபும் அப்படியேதான் கருதினான். மார்க்கத்தை ஏற்பதென்பது ஒருவரின் ரூஹில் ஏற்படும் மாற்றமாக இருக்க வேண்டும்.

அந்த ஹிந்துப் பெண்ணிடம் சில நல்வார்த்தைகள் கூறி அவளுடைய குழந்தைகளின் செலவுக்கு சில தங்கக் காசுகளை அளித்து விட்டு சந்தன் சிங்கை நெருங்கினேன்.

அடிமைகளை அனுப்பினால் இங்கே வந்து வாங்கிக் கொண்டு வந்து விடுவார்கள். ஆனால் எனக்கு சந்தன் சிங் பான் கடைக்கு நேரில் வந்து அவர் அந்த மகாய் வெற்றிலையில் போடும் லக்னவி பானைப் பார்க்க வேண்டும். மகாய் வெற்றிலையில் நார் அதிகம் இருக்காது. மல்லிகை இதழ்களைப் போல் மென்மையாக இருக்கும். இலையிலேயே லேசான இனிப்பு கலந்திருக்கும். இலையை மட்டும் நான் தனியாகவே ருசித்துப் பார்த்திருக்கிறேன். விலை மட்டும் மற்ற வெற்றிலையை விடப் பத்து மடங்கு அதிகம்.

குறுக்கிடுவதற்கு மன்னிக்க வேண்டும் பேகம் சாஹிபா... எங்கள் மாவட்டத்தில் கும்பகோணம் என்று ஒரு ஊர். அந்த ஊரின் கொழுந்து வெற்றிலை உலகப் பிரசித்தம். தாங்கள் சொல்வது எனக்குக் கும்பகோணம் கொழுந்து வெற்றிலையை ஞாபகப்படுத்துகிறது. துரதிர்ஷ்டவசமாக, சிகரெட்டின் வரவால் வெற்றிலை போடும் பழக்கம் தென்னிந்தியாவில் இன்று இல்லாமல் ஆகி விட்டது. வட இந்தியாவில் அப்படி இல்லை. அங்கே பான் கலாச்சாரத்தை சிகரெட்டால் அழிக்க முடியவில்லை.

ஓ, நான் அந்தக் கும்பகோணம் கொழுந்து வெற்றிலையைப் பற்றிக் கேள்விப்பட்டிருக்கிறேன். தென்னிந்தியா செல்லும் பயணிகள் சொல்வார்கள். ஆனால் போட்டதில்லை. எங்கள் காலத்தில் ஆண்கள் அபீனுக்கும் பெண்கள் வைனுக்கும் பானுக்கும் அடிமையாக இருந்தார்கள். பல் போன பொக்கை வாய்க் கிழவிகள் எல்லாம் கையடக்கமான உரலில் பாக்கைப் போட்டு இடித்துக் கொண்டிருப்பார்கள். நான் தங்களிடம் சொன்னேன் அல்லவா, சூரத் துறைமுகத்தை தந்தையார் எனக்குப் பரிசாக அளித்தார் என்று. அப்போது அதை என் பான் செலவுக்கு என்றுதான் பத்திரத்தில் எழுதிக் கொடுத்தார் தந்தை. பான் செலவுக்காக ஹிந்துஸ்தானின் மிகப் பெரிய

துறைமுகம். அந்த அளவுக்கு பான் அந்தக் கலாச்சாரத்தில் ஊடுருவி இருந்தது.

ஃபிரங்கிகளுக்கு இந்தப் பான் என்பது பெரிய வினோதமான விஷயம். இத்தாலியன் மனூச்சி முதல் முறையாகப் பான் போட்ட போது மயக்கமடித்து விழுந்து விட்டதாக எழுதியிருக்கிறான். பான் இல்லாமல் எந்தச் சாப்பாடும் முழுமையடைவதில்லை.

சந்தன் சிங் பான் கலப்பது ஒரு கலை. குங்குமப் பூ, தேங்காய், பாக்கு, சுண்ணாம்பு இவ்வளவுதான் எனக்குத் தெரிந்தது. அது தவிர ஒரு இருபது கிண்ணங்கள் வைத்திருப்பார். ஒவ்வொரு முறையும் அவற்றின் பெயர் சொல்லுவார். மிகவும் ஆர்வத்துடன் கேட்டுக் கொள்வேன். அடுத்த முறை வரும் போது மறந்து விடும். ஆனாலும் அதே ஆர்வத்தோடு கேட்பேன். அவரும் சளைக்காமல் முதல் முறை எப்படிச் சொன்னாரோ அதே உற்சாகத்துடன் சொல்வார். எல்லாம் எட்டு ஆண்டுகளாக இல்லாமல் இருந்தது.

பிறகு நானும் ரோஷனாராவும் அரண்மனைக்குத் திரும்பும் வழியில் அவள் என்னிடம் சொன்ன ஒரு வார்த்தைதான் இந்தச் சம்பவத்தைத் தங்களிடம் என்னைச் சொல்ல வைத்தது. அவள் சொன்னாள், நீ சம்பாதித்திருக்கும் அந்த ஹிந்துப் பெண்ணைப் போல் என்னுடைய இந்த ஐம்பது வயதில் நான் ஒரு மனிதரைக் கூட சம்பாதிக்கவில்லையே? மிக ஆழ்ந்த துயரத்துடன் இந்த வார்த்தைகளைச் சொன்னாள்.

அவள் புண்பட்டு விடாத வகையில் அவளிடம் நான் சில விஷயங்களைச் சொன்னேன்.

ரோஷனாரா, நீ ஃபிரங்கிகளைப் போல் அதிகாரத்தையும் செல்வத்தையும் இன்பத்தையும் தேடிக் கொண்டு போனாய். நான் மூன்றையும் துறந்தேன். உனக்கே தெரியும், ஔரங்ஸேப் நம் சாம்ராஜ்ஜியத்தின் முதல் குடிமகள் என்கிற பேகம் சாஹிபாவாகவே தொடருங்கள், இங்கேயே தில்லியில் இருங்கள்

என்று வற்புறுத்திய போது நான் எதைத் தேர்ந்தெடுத்தேன்? சிறை வாழ்க்கையை. என்னுடைய வாழ்க்கை உனக்குத் தெரியும் என்பதால் நான் விளக்க வேண்டிய அவசியம் இல்லை. நீ உலகைத் துறந்தால் உலகம் உன் காலடியில் விழும். நீ சாம்ராஜ்ஜியம் வேண்டாம் என்றால் சாம்ராஜ்ஜியத்தின் அதிபதி உன் காலடியில் விழுவான்.

அவ்வளவுதான் அவளிடம் சொன்னேன். ஆனால் இப்போது நினைத்துப் பார்க்கிறேன். அறிவு என்று ஐரோப்பியர்கள் எதைச் சொல்கிறார்கள்? அந்த அறிவை அவர்கள் எதற்காகப் பயன்படுத்தினார்கள்? உலகம் பூராவையும் கொள்ளையடிக்கத்தானே? அவர்களின் அறிவு புறவயமானது. பொருளை அடிப்படையாகக் கொண்டது. பணமும் அதிகாரமும்தான் அதன் அடிப்படைகள். அதன் விளைவைத்தான் இன்றைய ஐரோப்பா சந்தித்துக் கொண்டிருக்கிறது. அங்கே குடும்பம் சிதைந்து விட்டது. மக்கள் இறைவனை இழந்து விட்டார்கள். போதையில் இன்பம் காண்கிறது இளைய சமுதாயம்.

மொத்தத்தில், அப்போதும் சரி, இப்போதும் சரி, ஐரோப்பிய சமூகம் தனது ரூஹ்-ஐ இழந்து விட்டது. ரூஹ் இல்லாத சமூகம் அழுகிய பழத்தை ஒத்தது.

ஆனால் நான் என் காலத்திய ஹிந்துஸ்தான் பற்றி அத்தனை மோசம் சொன்னாலும், இங்கே ரூஹ் இருந்தது. ஊருக்கு ஒருவர் - ஒரே ஒருவர் - மனிதனின் இதயத்தில் படிந்திருந்த தூசியைத் துடைப்பதில் ஈடுபட்டிருந்தார். அந்தத் தூசியினால்தான் இறைவனின் ஒளியைப் பிரதிபலிக்க வேண்டிய இதயம் எதையுமே பிரதிபலிக்காமல் இருள் படிந்து கிடந்தது. அந்தத் தூசியை ஹிந்துஸ்தானில் சிலராவது அகற்றிக் கொண்டிருந்தனர். அவர்கள்தான் சூஃபியாக்களும், துறவிகளும் ஆவர். நான் காஷ்மீர் செல்லும் போதெல்லாம் அங்கே ஏகப்பட்ட சந்நியாசிகளைப் பார்த்திருக்கிறேன். சுவாசக் காற்றே உறைந்து விடக் கூடிய அத்தனை குளிரில் திகம்பரமாக அலைந்து

கொண்டிருப்பார்கள். அவர்களாலும் ஸூஃபிகளாலும்தான் ஹிந்துஸ்தானின் ரூஹ் காப்பாற்றப்பட்டு வருகிறது.

நாயகம் ஸல்லல்லாஹு அலைஹி வ ஸல்லம் என்ன சொன்னார்கள்? ஒரே வாக்கியம். உலகில் உள்ள அத்தனை மதங்களின் புனித நூல்களையும் நான் வாசித்திருக்கிறேன். அது எல்லாவற்றிலும் ஆகச் சிறந்தது அந்த ஒற்றை வாக்கியம். நான் ஒரு முஸ்லிம் என்பதால் சொல்லவில்லை. இதை விடவும் அழகாக மனித வாழ்வின் சாரமாக இருக்க வேண்டியது எது என்பதைச் சொல்லி விட முடியாது. "ஆசையை அறு; ஆசையே துன்பத்துக்குக் காரணம்" என்பதெல்லாம் கூட இந்த வாக்கியத்தின் முன்னே சாதாரணம்தான். நாயகம் சொன்ன அந்த வாக்கியம்தான் இஸ்லாத்தின் சாராம்சம் என்பது இந்த ஃபக்கீராவின் கருத்து. அந்த வாக்கியம்: கல்லறையிலே உறங்கும் மனிதனைப் போல் இரு.

—

56

இங்கேயிருந்த அத்தனை வலீமார்களும் அவ்லியாக்களும் கல்லறையிலே உறங்கும் மனிதனைப் போல்தானே இருந்தார்கள்? சாம்ராஜ்ஜியத்தின் அதிபதியே அவ்லியாவின் முன்னே அடிமையைப் போல் தலைகுனிந்து நிற்கிறார். அப்படிப்பட்ட அதிகாரத்தைக் கொண்ட அவ்லியாக்கள் ஒரு வேளை உணவு உண்ணாமல் ஃபக்கீராக வாழ்ந்தார்களே? தங்கள் இதயத்தில் படிந்துள்ள கறையைப் போக்கவா? அவர்கள் கறையற்றவர்கள். நம் எல்லோருடைய - ஹிந்துஸ்தானின் பன்னிரண்டு கோடி மக்களின் - இதயத்தில் படிந்திருந்த கறையைப் போக்க அவர்கள் பட்டினி கிடந்தார்கள். அங்கே ஒரு தேவ குமாரன் நம் பாவங்களுக்காகச் சிலுவை சுமந்தான். ஆனால் ஹிந்துஸ்தானிலோ நூறாயிரம் அவ்லியாக்கள் நம் இதயத்தில் படிந்திருந்த துருவை அகற்றப் பட்டினி கிடந்தார்கள்.

இறைவனிடம் ஒரு அவ்லியா கேட்டார், நான் உங்களை அடைய வேண்டுமானால் அதற்கு என்ன வழி?

என்னிடம் இல்லாததைக் கொண்டுதான் நீ என்னை அடைய முடியும்.

அவ்லியா யோசித்து யோசித்துப் பார்த்தார். தெரியவில்லை. இறைவனிடமே கேட்டார்.

உங்களிடம் இல்லாதது என்ன?

கீழ்மையும் தேவையும்.

எப்போது கஃப்ன் துணியை அணிந்து ஒருவர் ஸூஃபியாக மாறுகிறாரோ அன்றே அவர் கீழ்மையிலிருந்து வெளியேறுகிறவர் ஆகிறார். ஆனால் தேவையிலிருந்தும் அவர் வெளியேற வேண்டும். அதனால்தான் அவ்லியாக்கள் பட்டினி விரதம் இருக்கிறார்கள்.

அது என் வாழ்விலே மறக்க முடியாத ஓர் நாள். அஜ்மீர் அவ்லியாவை முதல் முதலாகக் காணச் செல்கிறேன். அந்த நல்வாய்ப்பைக் கொடுத்ததற்காக இந்த ஃபக்கீராவைப் படைத்த இறைவனுக்குக் கோடானு கோடி நன்றி செலுத்தினேன். ஏனென்றால், இறைவனின் கருணையினால்தான் அந்தப் புனிதமான ரமலான் மாதத்தில் மொய்னுத்தீன் சிஷ்த்தியின் சமாதியில் வெறும் காலுடன் நின்று கொண்டிருக்கிறேன். க்வாஜா மொய்னுத்தீன் சிஷ்த்தியின் பீர் க்வாஜா உஸ்மான் ஹரூனி, க்வாஜா உஸ்மான் ஹரூனியின் பீர் ஹஜ்ரத் ஹாஜி ஷரீஃப் ஜாந்த்னி, ஹஜ்ரத் ஹாஜி ஷரீஃப் ஜாந்த்னியின் பீர் ஹஜ்ரத் அலி, ஹஜ்ரத் அலியின் பீர் நபிகள் நாயகம் ஸல்லலாஹு அலைஹி வ ஸல்லம். அப்பேர்ப்பட்ட புனிதமான ஸில்ஸிலா அது.

கையிலிருந்த மலர்களை சமாதியில் வைத்து விட்டு அங்கே இருந்த புனித மண்ணை எடுத்து என் தலையிலும் என் மஞ்சள் நிற முகத்திலும் தடவிக் கொண்டேன். பிறகு சமாதியை ஏழு முறை சுற்றி வந்தேன். அவ்வப்போது குனிந்து அந்தப் புனித பூமியை முத்தமிட்டுக் கொண்டே சென்றேன். என் இமைப்பீலிகள் அந்தப் புனிதத் தளத்தைப் பெருக்கிக் கொண்டே சென்றன.

சுற்றி முடித்த போது இந்த ஃபக்கீராவின் ஆன்மாவிலும்

மனதிலும் உடலிலும் ஏற்பட்ட உணர்வை எந்த வார்த்தைகளால் விவரிப்பது என்று தெரியவில்லை.

அங்கேயே அமர்ந்து சூரா யாசீனையும், சூரா ஃபாத்திஹாவையும் ஓதிக் கொண்டிருந்தேன். அதற்குப் பிறகும் இருள் சூழும் வரை அங்கேயே அமர்ந்து சுயநினைவே அற்ற நிலையில் இறைவனை எண்ணி திக்ர்[140] செய்து கொண்டிருந்தேன். எவ்வளவு நேரம் போனது என்ற பிரக்ஞை எதுவும் இல்லாத நிலையில் திடீரென்று ஆயிரம் சூரியன்களின் ஒளியைக் கண்டேன். ஆனால் ஆச்சரியகரமாக என் கண்கள் கூசவில்லை. கொஞ்சம் பயந்து விட்டேன் என்று கூட சொல்லலாம். இறைவன் சொன்னபடி சந்திரனும் சூரியனும் சந்தித்து விட்டார்களா என்ன? இருக்காது. இது என் பீரின் கண்களில் இறைவனின் கண்களைக் காணும் பரவச உணர்வு.

இருள் சூழ்ந்து விட்டது. அமர்ந்திருந்த இடத்திலிருந்து எழுந்து சென்று அருகில் இருந்த தடாகத்திலிருந்து நீரை அருந்தி அன்றைய உண்ணா நோன்பை முடித்துக் கொண்டேன்.

அன்றைய தினம் நான் அடைந்த அந்த அனுபவத்தை என்னவென்று சொல்வது?

இது விஷயத்தில் ஃபிரங்கிகளோடும் அம்மனநிலையில் வாழும் நம்மவர்களோடும் உரையாடுவதே சாத்தியமில்லை என்று நினைக்கிறேன். உதாரணமாக, ஒரு சம்பவம். 1640. என் வயது இருபத்தாறு. நானும் தந்தையும் காஷ்மீரிலிருந்து கிளம்பி லஹெளர் சென்றோம். அதே சமயத்தில் தாராவை தந்தை பால்க்கில் நடந்த சண்டைக்காக காபூல் அனுப்பி

---

140 திக்ர் – "லா இலாஹ இல்லல்லாஹு, வஹ்தஹு, லா ஷரீக்க லஹு, லஹுல் முல்க்கு, வ லஹுல் ஹம்து. வஹுவ அலா குல்லி ஷையின் கதீர்" (அல்லாஹ்வைத் தவிர வேறு இறைவனில்லை. அவன் தனித்தவன். அவனுக்கு இணையானவன் எவனுமில்லை. ஆட்சியதிகாரம் அவனுக்கே உரியது. எல்லாப் புகழும் அவனுக்கே உரியது. அவன் அனைத்தின் மீதும் ஆற்றலுள்ளவன்.)

வைத்தார். அப்போது நான் தாராவை என் உயிருக்குயிராய் நேசித்தேன். நானும் அவனும் ஈருடல் ஓர் உயிர் என்று சொல்வீர்களே அது போல, ஒரு ரூஹ் இரண்டு உடல்களில் தன்னை வெளிப்படுத்திக் கொண்டது என்றுதான் தந்தையிடம் சொல்லிக் கொண்டிருப்பேன். இருவருமாக காதிரிய்யா தரீக்காவில் சேர்ந்து பல காரியங்களைச் செய்யலாம் என்று திட்டமிட்டிருந்த போது தந்தை அவனை காபூல் செல்ல உத்தரவிட்டு விட்டார். வார்த்தைகளால் விளக்க முடியாத துக்கத்தில் நான் ஆழ்ந்த போது தாரா என்னிடம் மௌலானா நூருத்தீன் அப்துர்ரஹ்மான் ஜாமி எழுதிய நஃபஹாத் உல் உன்ஸ் என்ற புத்தகத்தைக் கொடுத்துப் படிக்கச் சொன்னான். அவன் இல்லாத சூழலில் அந்தப் புத்தகம் எனக்கு மிகப் பெரிய திறப்புகளைக் கொடுத்தது. நான் எழுதிய இரண்டு புத்தகங்களுக்கும் ஆதர்ஸமாக இருந்ததும் நஃபஹாத் உல் உன்ஸ்தான்.

இப்போது நான் சொல்லிக் கொண்டிருக்கும் இந்த விஷயத்தை ஒரு ஃபிரங்கியால் புரிந்து கொள்ள முடியுமா? முதலில் அவர்களின் மொழியால் என் சிந்தனையை வெளிப்படுத்த முடியுமா? அதற்குப் பிறகு அல்லவா புரிந்து கொள்ளும் திறனுக்குப் போக வேண்டும்? நவீன சிந்தனையாளர்களோ இதை ஃப்ராய்டோடு சேர்த்துக் கொண்டு போவார்கள். ஃபிரங்கிகளின் சிந்தனை மூளையின் அடிப்படையில் இயங்குவது. கீழைச் சிந்தனை பிரக்ஞையைக் கொண்டு செயல்படுகிறது.

கெய்ரோவில் வாழ்ந்த சையீதா நஃபீஸா பற்றித் தாங்கள் அறிவீர்கள் என்று நம்புகிறேன். முடவர்களை நடக்கச் செய்தார். குருடர்களைக் காணச் செய்தார். தான் இந்த உலகத்திலிருந்து விடை பெறும் நாள் வந்து விட்டதை உணர்ந்து தன்னுடைய கபரைத் தானே தோண்டிக் கொண்டார். இப்படியே ஆயிரக்கணக்கான சூஃபியாக்களின் கதையை என்னால் சொல்ல முடியும்.

நக்ஷாபந்தி தரீக்காவை ஹிந்துஸ்தானுக்குக் கொண்டு வந்த பாபர், சாமர்கண்டையும் ஹிந்துஸ்தானையும் வெற்றி கொள்வார் என முன்கூட்டியே நக்ஷாபந்தி சூஃபி அஹ்ரார் கனவில் வந்து

சொன்னதாக பாபர் தன் சுயசரிதத்தில் எழுதியிருக்கிறார். அதேபோல், ஹுமாயூன் பாதுஷா நக்ஷாபந்தி ஸூஃபி அஹ்மத் கஸானியை பொதுவிடத்தில் வைத்து அவமரியாதையாக நடத்தி விட்டதால் நீ ஷேர் ஷாவிடம் தோற்பாய் என்றார். அதேதான் நடந்தது. இதற்கெல்லாம் ஐரோப்பிய விஞ்ஞானத்திற்கு ஏற்றாற்போல் என்ன விளக்கம் சொல்ல முடியும்?

சாந்த்னி சௌக்கில் பான்வாலா சந்தன் சிங் கடையில் வைத்து ரோஷனாரா என்னிடம் கேட்ட கேள்வி இன்னமும் என் செவிகளில் ஒலித்துக் கொண்டே இருக்கிறது. எனக்கென்று என்னால் ஒருவரைக் கூட சம்பாதிக்க முடியவில்லையே?

உலகம் உன் காலடியில் விழ வேண்டுமானால் நீ உலகத்தைத் துறக்க வேண்டும். அதாவது, இறப்பதற்கு முன்பே இறக்க வேண்டும். ஃபனா. சுயத்தின் அழிவு. நாம் இல்லாமல் போவதற்காக மரணம் வரை காத்திருக்க வேண்டாம். மரணத்துக்கு முன்பே மரணித்து விட வேண்டும். அப்போதுதான் சரீரம் அழிவதற்கு முன்பாகவே நாம் இறைவனோடு ஒன்றாக முடியும்.

இதையெல்லாம் வெறும் வார்த்தைகளாக எடுத்துக் கொண்டு விட மாட்டீர்கள் என்று நினைக்கிறேன், மதிப்புக்குரிய காத்திப் அவர்களே! பதினேழு வயதில் உலகின் மிகப் பெரிய சாம்ராஜ்ஜியத்தின் முதல் குடிமகள் என்ற பதவியும் கஜானா சாவியும் அரச முத்திரையும் என் கைகளில் விழுந்தன. நான் வணிகத்தில் ஈடுபட ஆரம்பித்ததுமே என் ஆண்டு வருமானம் முப்பது லட்சம் ரூபாய். வெற்றிலைச் செலவுக்கு மட்டுமே சூரத் துறைமுகத்தின் வருமானம். இவ்வளவையும் தூக்கிப் போட்டு விட்டு முல்லா ஷா என்ற ஞானியின் காலடியில் கிடந்தேன்.

1637இல் தாரா என்னை காஷ்மீரில் வைத்து முல்லா ஷா அவ்லியாவிடம் அறிமுகம் செய்தான். அதன் பிறகு ஆறு மாதங்கள் அங்கேயே தங்கியிருந்து அவ்லியாவிடம் பயிற்சி எடுத்துக் கொண்டேன். பயிற்சி என்ன பயிற்சி? நான் பேகம்

சாஹிபா அல்ல; ஒரு ஃபக்கீரா என்பதை நடத்தையாலும் சிந்தனையாலும் உணர்ந்து கொள்ளும் பயிற்சி. கல்லறையில் உறங்கும் மனிதனைப் போல் இருக்கும் பயிற்சி. அதன் பிறகு என் பீரை நான் சந்தித்தது வெறும் நான்கு தடவைகள்தான். ஆனால் மனக் கண்ணால் பார்த்ததும் உரையாடிக் கொண்டதும் ஒரு ஆயிரம் தடவைகள் இருக்கும்...

மதிப்புக்குரிய காத்திப் அவர்களே, ஓரளவுக்கு என் கதையைச் சொல்லி விட்டேன். இப்போது என்னைப் பற்றி எழுதும் கதாசிரியர்கள் அவர்களின் கற்பனைத் திறனையெல்லாம் போட்டுக் குழப்பி என்னை மஜ்னூனின் காதலி லைலா மாதிரி சித்தரிக்கிறார்கள். மனூச்சி, பெர்னியே போன்றவர்களை விட இந்தக் கதாசிரியர்கள் தேவலாம் என்றாலும் அந்தக் கதாசிரியர்களிடம் என்னுடைய அன்பான வேண்டுகோள் ஒன்றே ஒன்றுதான். தயவு செய்து என்னுடைய இரண்டு நூல்களையும் வாசித்துப் பாருங்கள். அதற்குப் பிறகும் நான் லைலா மாதிரிதான் என்று நீங்கள் சொன்னால் உங்களோடு பேச எனக்கு எதுவும் இல்லை.

பெண்ணுடல் என்பதைக் கொண்டு என்னை ஸினானாவின் மூலை முடுக்குகளில் ஒடுக்கப் பார்த்தது தைமூரிய மொகலாய ஆடவர் வர்க்கம். நான் அதே பெண்ணுடலைத் தூய்மையாக வைத்துக் கொண்டதன் மூலம் அந்த ஆடவர்களின் ஆட்டத்தை வென்றேன். என்னுடைய இந்தத் தெளிவுக்கும், அதன் மூலம் இறைவனுக்கும் எனக்குமான தூரத்தைக் குறைக்க முடிந்ததற்கும் காரணம், என்னுடைய பீர் முல்லா ஷா அவ்லியாதான். அவரது முரீத்களில் நானும் ஒருத்தி என்பதை சொல்லிக் கொள்வது சற்றே ஆணவமாகத் தோன்றுவதற்குத் தாங்கள் மன்னியுங்கள். ஆனால் அது உண்மை. ஒருமுறை ஹஜ்ரத் முல்லா ஷா "ஜஹானாரா மட்டும் பெண்ணாக இருந்திருக்காவிட்டால் அவளை என் வாரிசாகவே அறிவித்திருப்பேன்" என்று சொன்னார்கள். அல்ஹம்துலில்லாஹ்!

எங்களின் தைமூரிய வம்சத்தில் நானும் தாராவும்தான் முதல் முதலாக ஸூஃபித்துவத்தில் ஈடுபட்டவர்கள். வேறு யாருமே

ஹக்கையோ[141] சத்தியத்தையோ அறிந்துகொள்ளும் இந்தத் தரீக்காவில் இறங்கியதில்லை. இதற்காகவும் இறைவனுக்கு நன்றி.

பேகம் சாஹிபா, தங்களிடம் எனக்கு ஒரு கேள்வி உண்டு. 1664இல் ஷிவாஜி சூரத்தை மொகலாயர்களிடமிருந்து கைப்பற்றினார். அப்போது தாங்கள் "இதை நாம் அனுமதிக்கக் கூடாது; இப்படி சின்னச் சின்ன பூமியாக்கலெல்லாம் சாம்ராஜ்ஜியத்தை எதிர்த்தால் சாம்ராஜ்ஜியம் சிதைந்து போய் விடும். ஷிவாஜியைப் பிடித்து சிறையில் அடை அல்லது கொன்று விடு. அதுதான் மற்ற பூமியாக்களுக்குப் பாடமாக அமையும்" என்று தாங்கள் பேரரசர் ஔரங்ஸேபிடம் பரிந்துரை செய்தீர்கள் அல்லவா? அதற்குத் தங்களுடைய விளக்கம் என்ன என்று தெரிந்து கொள்ளலாமா? ஷிவாஜி தன்னுடைய மண்ணைக் காப்பதற்காகத்தானே மொகலாயர்களை எதிர்த்தார்? தன்னுடைய நாட்டை அபகரிக்க வரும் எதிரியிடம் கொடுத்து விட்டு ஓடி ஒளிவது ஒரு அரசனுக்கு அழகா? ஷிவாஜி தன் தாய்நாட்டைக் காப்பாற்றுவதற்காக மொகலாயர்களை எதிர்த்ததில் என்ன தவறைக் காண்கிறீர்கள்?

இந்தக் கேள்விக்கு என்னிடம் பதில் இல்லை என்று சொல்வதுதான் நேர்மையாக இருக்கும் மதிப்புக்குரிய காத்திப் அவர்களே! தில்லி அரண்மனையில் வசிக்கும் தைமூரிய - மொகலாய வம்சத்தைச் சேர்ந்த ஒரு அரச குலப் பெண் பதினேழாம் நூற்றாண்டில் எப்படி சிந்திப்பாளோ அப்படியே நானும் சிந்தித்தேன். அதற்காக இப்போது வருந்துகிறேன் என்பதைத் தவிர என்னிடம் சொல்வதற்கு வேறேதும் பதில் இல்லை.

—

அரண்மனை முஷைராக்களில் பல கவிஞர்கள் தங்கள் கவிதைகள் காலத்தையும் வென்று நிற்கும் என்று சொல்வதைக்

141 ஹக் - இறைவன், உண்மை

கேள்வியுற்றிருக்கிறேன். அப்போதெல்லாம் காலம் பற்றி நான் யோசிப்பதுண்டு.

வாரிசுப் போட்டி நடந்த 1658இல் ஸாமூகட் போர் முடிந்து ஔரங்ஸேப் ஆக்ரா கோட்டையைக் கைப்பற்றினான். அப்போது அவன் ஜாமி மஸூதியின் கிழக்கு வாசலில்தான் தன் பீரங்கியை வைத்து ஆக்ரா கோட்டையைத் தாக்கினான். ஜாமி மஸூதி கட்டி முடித்து பத்து ஆண்டுகளே ஆகியிருந்தன. சரியாக இருநூறு ஆண்டுகள் கடந்து ஜாமி மஸூதியின் அதே கிழக்கு வாசலை பிரிட்டிஷ்காரர்கள் தகர்த்துப் போட்டார்கள். ஔரங்ஸேப் செய்தது போலவே அந்தக் கிழக்கு வாசல் மூலமாக சிப்பாய்கள் ஆக்ரா கோட்டையின் தில்லி வாசலை நோக்கி பீரங்கியால் சுட்டார்கள் என்றால் ஆக்ரா கோட்டை காலியாகி விடும். அதைத் தவிர்க்கவே ஜாமி மஸூதியின் கிழக்கு வாசலைத் தகர்த்தார்கள் பிரிட்டிஷ்காரர்கள். ஆனால் அதைத் தவிர ஜாமி மஸூதிக்கு வேறு சேதாரம் ஏதுமில்லை.

ஆனால் எங்களுடைய பீர் முல்லா ஷாவின் நினைவாக ஸ்ரீநகரில் ஹரி பர்வத மலையில் நான் கட்டிய மஸூதி இன்று வெறும் கற்சுவர்களாக நின்று கொண்டிருக்கிறது. ஒவ்வொரு கல்லாகப் பார்த்துப் பார்த்துக் கட்டிய மஸூதி.

ஆக, காலமென்ற பெருவெள்ளத்தின் முன்னே மனிதப் பிரயத்தனங்கள் எல்லாமே மின்னல் தெறிப்பாய் மறைந்து கொண்டிருக்கும் நிலையில் காலத்தைக் கடந்து நிற்பது எவ்வாறு? மனிதனின் சிற்றறிவுக்கு எட்டிய வகையில் வாயில் வந்ததைப் பிதற்றுகிறோம்... மற்றபடி காலத்தை மனித அறிவினால் அளக்க முடியுமா?

மதிப்புக்குரிய காத்திப் அவர்களே... இத்தனை நேரம் என் கதைக்கு மிகுந்த கவனத்துடன் செவி கொடுத்ததற்கு என் நன்றி. இறைவனின் அருள் தங்களிடம் தங்கியிருக்கட்டும். இது ஒரு நல்ல தருணம். இதோடு இந்த ஃபக்கீரா தங்களிடமிருந்து விடை பெற்றுக் கொள்கிறாள்... குதா ஹஃபீஸ்...

—

மூன்றாம் பாகம்

57

மதிப்புக்குரிய காத்திப் அவர்களே, நீண்ட காலம் சென்று நாம் சந்திக்கிறோம். நான்தான் ஔரங்ஸேப் ஆலம்கீர் பேசுகிறேன்.

எங்கேயிருந்து மீண்டும் தொடங்குவது?

(சிறிது நேரம் யோசிக்கிறார்)

திரும்பத் திரும்ப எனக்கு ஒரே சிந்தனைதான் வருகிறது. ஏன் ஸாமூகட் போர் நடந்த (மே 29, 1658) அந்தக் கொடூரமான கோடை தினத்தை எத்தனை காலம் ஆனாலும் என்னால் மறக்க முடியவில்லை? ஏன் தாரா தன் பட்டத்து யானையை விட்டுக் கீழே இறங்கினான்? எங்கள் படை வெகுவாக அலுத்துச் சோர்ந்திருந்த முந்தின நாள் சண்டையைத் தொடங்காமல் ஏன் ஒரு நாள் எங்களுக்கு நல்ல ஓய்வு கொடுத்து விட்டு அடுத்த நாள் ஆரம்பித்தான்?

ஏதோ ஒரு விதிதான் இதையெல்லாம் செய்திருக்கிறது. அந்த விதிதான் தாரா மயிலாசனத்தில் அமராமல் தடுத்திருக்கிறது. கலீலுல்லாஹ் கானின் துரோகத்தைப் பற்றி நான் தங்களிடம் சொன்னேன். ஆனால் யாரை வேண்டுமானாலும் என்னால்

காசுக்கு வாங்கி விட முடியுமா என்ன? நிச்சயமாக இல்லை. மனூச்சி யார்? தாராவின் வலது கரமாகச் செயல்பட்டவன். ஸாமூகட் சண்டையில் தாராவுக்காக ஆயுதம் ஏந்தியவன். தாரா இறந்த பிறகு, நான் எவ்வளவோ வற்புறுத்தியும் கடைசி வரை என்னோடு சேர மாட்டேன் என்று மறுத்து விட்டவன். அப்பேர்ப்பட்டவன் தாரா பற்றி சொன்ன இரண்டு விஷயங்களை நான் தங்களுக்குச் சொல்கிறேன்.

தாரா உபநிஷதங்களை ஃபார்ஸி மொழியில் மொழிபெயர்த்தவன். அது தவிர ஸஃபீனத் அல்-அவ்லியா, ஸகீனத் அல்-அவ்லியா, ஹஸனாத் அல்-ஆரிஃபீன், தரீகத் அல்-ஹகீகத், ரிஸாலா ஏ-ஹக்னுமா போன்ற முக்கியமான புத்தகங்களையும், வேதாந்தத்தையும் இஸ்லாமியத் தத்துவ மரபையும் இணைத்த மஜ்மா அல்-பஹ்ரைன் (இரு சமுத்திரங்களின் சங்கமம்) என்ற நூலையும் எழுதியவன். எனக்குத் தனிப்பட்ட முறையில் இதிலெல்லாம் உடன்பாடோ மதிப்போ இல்லாமல் போனாலும் இதெல்லாம் அவனுடைய தத்துவார்த்தமான செயல்பாடுகள் என்பதில் நமக்கு ஐயமில்லை. சொல்லப் போனால், அவனுடைய உபநிஷத மொழிபெயர்ப்பான சிர்ர்-ஏ அக்பர்தான் ஃபிரங்கிகளிடையே ஏற்பட்ட கீழை நாடுகளின் மீதான கவனத்துக்கே காரணம் என்று சொல்கிறார்கள். என் காலகட்டத்தில் இது எனக்குத் தெரியவில்லை. ஆனால் மூன்று நூற்றாண்டுகளைக் கடந்து வந்து இன்று பார்க்கும்போது புரிகிறது. பெரும் புகழ் பெற்ற ஜெர்மானிய தத்துவவாதியான ஷோப்பன்னாவா *(Schopenheur)* தன்னுடைய படுக்கையிலேயே அந்தப் புத்தகத்தை வைத்திருப்பார் என்றும், அவரின் மற்றும் அவரைப் போன்றவர்களின் சிந்தனைப் போக்கையே உபநிஷதங்கள் மாற்றி அமைத்தன என்றும் அறிகிறேன். இதற்கெல்லாம் தாராதான் கருவியாகவும், பாலமாகவும் இருந்திருக்கிறான். இன்னும் இது போல் பல மணி நேரம் நான் சொல்லிக் கொண்டே போகலாம்.

ஆனால் இத்தனை படித்தும் இத்தனை எழுதியும் அவனிடம் அடக்கம் இல்லையே? அவனுடைய ஆணவம் அவன் உயிரையே

பறித்து விட்டதே? அவன் யாரையுமே மதித்துப் பேசியதில்லை. அதனால் எல்லோரையும் பகைத்துக் கொண்டான். இதை நான் சொல்லவில்லை. அவன் நண்பன் மனூச்சி சொல்கிறான். இன்னொன்றும் சொல்கிறான். கலீலுல்லாஹ் கான் ஒன்றும் என்னுடைய காசுக்காக அந்த துரோகத்தைச் செய்யவில்லை. அரண்மனையிலும் அரண்மனைக்கு வெளியேயும் பலருக்கு தாரா மீது வெஞ்சினம் இருந்திருக்கிறது. சமயம் கிடைத்த போது அதைத் தீர்த்துக் கொண்டு விட்டார்கள். ஸாமூகட் போரில் தாரா தோற்றதும் அத்தனை பேரும் ஒட்டு மொத்தமாக என் பக்கம் வந்து விட்டதற்குக் காரணம் அதுதான்.

கலீலுல்லாஹ் கானின் மனைவி ஒரு பேரழகி. அவளுக்கும் தாராவுக்கும் கள்ள உறவு இருந்திருக்கிறது. அவள் 'என் கணவனை நம்பாதே, அவன் உன் கழுத்தை அறுத்து விடுவான், தின்னும் உணவில் விஷம் வைக்கக் கூடியவன்' என்றெல்லாம் தாராவைப் பலவாறாக எச்சரித்து இருக்கிறாள். ஆனால் தாரா அதையெல்லாம் காதிலேயே போட்டுக் கொள்ளவில்லை.

ஏன் தெரியுமா? ஆணவம். தன்னை யார் என்ன செய்ய முடியும் என்ற மனோபாவம். யாரையுமே மதியாத மமதை. ஆங்கிலத்தில் மெகலோமேனியா என்பார்கள் இல்லையா? கிரேக்க புராணத்தில் வரும் நார்ஸிஸஸைச் சொன்னால் இன்னும் பொருத்தமாக இருக்கும். தாராவும் அப்படித்தான். தன்னை ஒரு சூப்பர் மேன் மாதிரி நினைத்துக் கொண்டு விட்டான். ஆனால் மதிப்புக்குரிய காத்திப் அவர்கள் கோபித்துக் கொள்ளக் கூடாது. எல்லா காத்திப்களுமே அப்படித்தானே?

தன் மனைவியுடன் உறவாடிய இளவரசனைப் பழி வாங்க கலீலுல்லாஹ் கான் காத்துக் கொண்டிருந்தான். ஸாமூகட் போரில் அதற்கு வாய்ப்பு கிடைத்தது. பயன்படுத்திக் கொண்டான். காத்திப்கள் எழுத்தோடு நிறுத்திக் கொள்ள வேண்டும். அரசாளவும் நினைத்தால் இந்த கதிதான்.

இன்னொன்றும் சொல்ல வேண்டும். வாரிசுச் சண்டை தொடங்குவதற்கு முன்பாகவே பெரும்பாலான உமாராக்கள்

தாராவிடமிருந்து விலகி விட்டார்கள். அது 1653 தாராவின் தலைமையில் நடந்த காந்தஹார் முற்றுகையின் போதே தெரிந்து விட்டது. போர் நடவடிக்கைகளின் போது தாரா குறி சொல்பவர்களையும் ஜோதிடர்களையும் நம்பிச் செயல்பட்டுக் கொண்டிருந்தான். தளபதிகளின் பேச்சையே கேட்கவில்லை.

மத நல்லிணக்கம் போன்ற விஷயங்களில் அவன் அக்பர் பாதுஷாவைப் போல் இருந்தாலும் ஒரு சாம்ராஜ்ஜியத்தை நிர்வகிக்கக் கூடிய திறமை அவனிடம் இல்லை. தாரா ஒரு அருமையான கணவன், அக்கறையுள்ள தகப்பன், விசுவாசமான மகன். ஆனால் ஆட்சியாளனாக அவன் ஒரு தோல்வி. நன்றாக வளர வேண்டும் என்று தந்தை அதிகமாக நீரூற்றியதால் செடி அழுகி விட்டது.

ஏற்கனவே தங்களிடம் சொல்லியிருக்கிறேன் அல்லவா, எல்லாம் நாம் நம்மைப் பற்றி உருவாக்கிக் கொள்ளும் பிம்பம்தான் என்று? எதார்த்தத்துக்கும் அந்த பிம்பத்துக்கும் நிறைய வித்தியாசங்கள் இருக்கின்றன. சமயங்களில் எதிரெதிராகக் கூட இருந்து விடும். ஷேக்ஸ்பியரின் ஜூலியஸ் சீஸரில் ஆண்டனி சொல்கிறான், மனிதன் செய்யும் கெடுதல்கள்தான் அவனுக்குப் பிறகும் நிற்கின்றன; அவன் செய்யும் நன்மைகளோ அவனுடனேயே மண்ணுக்குள் போய் விடுகின்றன என்று. ஆனால் தாராவின் விஷயத்தில் அது உல்ட்டாவாகி விட்டது பார்த்தீர்களா? அவன் செய்த கேடுகள் எல்லாம் மறைந்து, அவனை அக்பரின் வாரிசு என்று எழுதுகிற அளவுக்கு ஆகி விட்டது. காரணம், தங்களுக்குத் தெரியாதது அல்ல. இன்றைய ஹிந்துஸ்தானின் அரசியல். தாராவை அக்பரின் வாரிசு என்று சொன்னால்தான் சொல்பவர்களின் வேலை சுலபமாகும்.

யார் என்ன சொன்னாலும் சரி, மொகலாய சாம்ராஜ்ஜியத்தின் வாரிசை எது தீர்மானித்தது? நாலே சொற்கள். யா தக்த், யா தாபூத். மயிலாசனம், இல்லையேல் மரண மேடு. இதுதான் எங்கள் காலத்திய நடைமுறை. தாரா வந்திருந்தால் அவன் தம்பிகளாகிய எங்கள் மூவரையும் தீர்த்துக் கட்டியிருப்பான். வேறு என்ன நடந்திருக்கும்?

என் வாழ்வின் மிகப் பெரிய சாதனையாக நான் கருதுவது எதைத் தெரியுமா?

அதற்கு நாம் கொஞ்சம் அக்பர் பாதுஷாவின் அரசவையில் இருந்த நவரத்தினங்களுக்குப் போக வேண்டும். அந்த நவரத்தினங்களில் ஒரு ரத்தினம் பீர்பால் என்று நமக்குத் தெரியும். பீர்பால் கதைகளைத் தெரியாத ஹிந்துஸ்தானி கிடையாது. எல்லா பீர்பால் கதைகளிலும் பேரரசர் முட்டாளாகவே வருவார். அம்மாதிரி ஒரு முட்டாள் பேரரசனாக வாழ்வதை விட நாக்கைப் பிடுங்கிக் கொண்டு சாகலாம். வெளியிலிருந்து வந்த முஸ்லிம்கள் தம்மை ஆள்வதைப் பொறுக்க மாட்டாத ஹிந்துக்கள்தான் இம்மாதிரி கதைகளைக் கட்டி விட்டது என்று என் இளமைக் காலத்தில் பலரும் பேசி நான் கேள்விப்பட்டதுண்டு. ஆனால் அது உண்மையாக இருக்க முடியாது. அந்தக் கதைகளில் முக்கால்வாசி உண்மையாகவே நடந்ததுதான். ஏன், ஜஹாங்கீர் பாதுஷாவை பொம்மை அரசனாக்கி விட்டு நூர் ஜஹான் ஆட்சி செய்த போது ஜஹாங்கீரிடம் யாராவது ஒரு பீர்பால் இருந்திருந்தால் இதை விட அதிகமான கதைகள் கிடைத்திருக்கும். அந்த அளவுக்குக் கதைக் களஞ்சியமாகத் திகழ்ந்தவர் நம் ஜஹாங்கீர் பாதுஷா.

எல்லாம் தாங்கள் கேள்விப்பட்ட கதைகள்தான். இருந்தாலும் இங்கே தேவை கருதி சிலவற்றைச் சொல்கிறேன்.

அக்பர் சொல்கிறார். ஹே பீர்பால், நேற்றிரவு ஒரு கனாக் கண்டேன். அதில் நான் ஒரு குழியில் விழுந்து விடுகிறேன். குழி முழுவதும் தேன். நீரும் ஒரு குழியில் விழுகிறீர். ஆனால் அந்தக் குழி மலக்குழி.

பீர்பால்: ஹா, என்ன ஒரு ஒற்றுமை ஹுஸூர். நானும் அதே கனாவைத்தான் கண்டேன். கனாவின் முடிவில் தங்களின் உடலை என் நாவினால் நக்கி சுத்தப்படுத்துகிறேன். தாங்களும் என் உடலை அதேபோல் சுத்தப்படுத்துகிறீர்கள்.

ஒருநாள் அக்பரும் பீர்பாலும் யமுனை நதியில் படகில் சென்று

கொண்டிருக்கிறார்கள். அப்போது அக்பர் அணிந்திருந்த முத்து மாலை நதியில் விழுந்து விடுகிறது. மாலா தே (மாலையைக் கொடு), மாலா தே என்று கத்துகிறார் அக்பர். ஆனால் அப்படிக் கத்தியபோது ஒரு சின்ன நுணுக்கம் வைத்தார். மா என்று சொல்லி ஒரு சிறிய இடைவெளி விட்டு லாதே என்கிறார். மாலா தே என்றால் மாலையைக் கொடு. மா லாதே என்றால் அம்மாவைக் கொண்டு வா.

உடனே பீர்பால் மதிப்புக்குரிய பாதுஷா அவர்களே, பெஹனே தோ, பெஹனே தோ என்று கத்துகிறார். பெஹனே தோ என்றால் நீரோட்டத்தில் போகட்டும், விடு என்று பொருள். இன்னொரு பொருள், உன் சகோதரிகளைக் கொடு.

நவரத்தினங்களுள் இன்னொருவர் முல்லா தோ-பியாஸா. ஒருநாள் முல்லா, பீர்பால், அக்பர் மூவரும் தோட்டத்தில் நடந்து கொண்டிருந்த போது ஒரு பிராமணன் அக்பரிடம் வந்து அதிகாலை வேளையில் இரண்டு காகங்களை சேர்ந்து பார்த்தால் அதிர்ஷ்டம் என்கிறான். அக்பர் பீர்பாலைப் பார்த்து உண்மையா என்கிறார். பீர்பாலும் உண்மைதான் என ஆமோதிக்கிறார். “இதை சோதித்துப் பாருங்கள் ஹுஜூர்” என்று அக்பரின் காதுகளில் முணுமுணுக்கிறார் முல்லா. அப்படியானால் நாளை காலை இரண்டு காகங்கள் சேர்ந்து அமர்ந்திருக்கும்போது வந்து சொல்லும் என்று பீர்பாலிடம் சொல்கிறார் அக்பர்.

அதேபோல் மறுநாள் காலையில் இரண்டு காகங்கள் சேர்ந்து அமர்ந்திருப்பதைப் பார்த்து அக்பரிடம் வந்து சொல்கிறார் பீர்பால். ஆனால் அக்பர் போய்ப் பார்க்கும் போது ஒரு காகம்தான் அமர்ந்திருக்கிறது. பீர்பாலின் கன்னத்தில் ஒரு அறை விடுகிறார் அக்பர் பாதுஷா. அதற்கு மேல் பீர்பால் என்ன செய்ய முடியும்? அவரும் போய் விட்டார். அன்றைய தினம் அரசவையில் ஒரு ராஜபுத்திரச் சிற்றரசர் தன் அழகான மகளை பாதுஷா மணந்து கொள்ள வேண்டும் என்று சொல்லி அழைத்து வருகிறார்.

ராஜபுத்திர அரசர்கள் தம் மகள்களை அக்பர் பாதுஷாவுக்கு மணமுடித்து வைத்து பாதுஷாவின் ஆதரவில் வாழ்வது அப்போதைய வழக்கம் இல்லையா? அதன்படி அன்றைய தினம் அக்பரின் ஸினானாவில் மேலும் ஒரு ராஜபுத்திரப் பேரழகி பாதுஷாவின் மனைவியாகச் சேர்ந்தாள்.

அன்று மாலை அக்பரும், பீர்பாலும், முல்லா தோ-பியாஸாவும் தோட்டத்தில் நடந்து கொண்டிருக்கும் போது முல்லா இவ்வாறு சொன்னார்: “அந்த பிராமணன் சொன்னது பைத்தியக்காரத்தனம். ஒரு காகத்தைப் பார்த்ததால் உங்களுக்கு ஒரு ராஜபுத்திரப் பெண் கிடைத்தாள். இரண்டு காகங்களைப் பார்த்தவர்களுக்கு என்ன கிடைத்தது என்று இந்த உலகமே அறியும்.” சந்தர்ப்பம் கிடைக்கும் போதெல்லாம் பீர்பாலை இப்படி மட்டம் தட்டுவது முல்லாவின் வழக்கம்.

என் காலத்தில் இந்தக் கதைகளையெல்லாம் கேட்கும் போது எனக்கு ஆயிரத்தோரு அராபிய இரவுகளில் வரும் பாரசீக அரசன் ஹாருன் அல்-ரஷீதும் அவனது பிரியத்துக்குரிய கவிஞன் அபு நுவாஸுும் ஞாபகத்தில் வருவார்கள். நம் அக்பர் பாதுஷாவையும் பீர்பாலையும் போல் அவர்களும் உண்மையில் இருந்தவர்கள்தானே? ஆக, சரித்திரத்தில் இப்படிப்பட்ட அரசர் கவிஞர் ஜோடி இருந்து கொண்டேதான் இருக்கிறது. பழகுவதற்குக் கடினமான என் இயல்பினால் எனக்கு அப்படிப்பட்ட கவி நண்பர்கள் இல்லை. புனித நூலே கவிஞர்களைப் பற்றி எச்சரிக்கை செய்யவில்லையா? கவிஞர்களை வழிகெட்டவர்கள்தான் பின்பற்றுவார்கள்; கவிஞர்கள் தாங்கள் செய்யாததை செய்ததாகச் சொல்லுவார்கள். (அல் குர்ஆன் 26: 224-226) அத்தகைய மதி கெட்டவர்களின் நட்பு இல்லாமல் போனதற்கு நான் இறைவனுக்குத்தான் நன்றி சொல்ல வேண்டும். இல்லாவிட்டால் கோடிக்கணக்கான மக்கள் எள்ளி நகையாடக் கூடியவனாகப் பேர் எடுத்திருப்பேன்.

சரி, மொகலாயப் பேரரசர்களின் வாழ்க்கையை எழுதிய பல சரித்திர ஆசிரியர்கள் சொல்லாத ஒரு சேதியை இப்போது நான் தங்களுக்கு சொல்லப் போகிறேன்.

தாரா காந்தஹார் போரில் படுதோல்வி அடைந்து திரும்பி வந்த கால கட்டம் அது. ஏற்கனவே காந்தஹாரைக் கைப்பற்ற அனுப்பப்பட்ட நானும் தோல்வி அடைந்துதான் வந்தேன். ஆனாலும், என்னோடு அனுப்பிய படையைப் போல் இரண்டு மடங்கு படையை தாராவோடு அனுப்பினார் தந்தை. அது மட்டும் அல்லாமல் மிகப் பெரிய இரண்டு பீரங்கிகளையும் கொடுத்திருந்தார். ஐந்து மாத முற்றுகைக்குப் பிறகும் தாராவினால் கோட்டையில் உள்ளவர்களைப் பட்டினி போட முடியவில்லை. தோல்வி என்றால் அப்படி ஒரு தோல்வி. நானாவது கோட்டைக்கு வெளியே உஸ்பெக்கியர்களைத் தோற்கடித்தேன். கோட்டையைத்தான் பிடிக்க முடியாமல் போனது. ஆனால் தாராவின் பெரும் படையினால் உஸ்பெக்குகளின் படையையோ கோட்டையையோ இம்மியளவும் அசைக்க முடியவில்லை. அந்தத் தோல்வி தாராவுக்குத் தனிப்பட்ட வகையிலும் ஒரு அவமானமாக அமைந்தது. காரணம், 'இளவரசர் தாராவினால் தத்துவம் போன்ற அறிவுசார் துறைகளில்தான் இயங்க முடியும்; போர்க்களத்தை எதிர்கொள்வது இயலாத காரியம்' என்று அரசவையில் இருந்த பலர் முணுமுணுத்துக் கொண்டிருந்தார்கள். அதைப் பொய்யாக்குவதற்குக் கிடைத்த சந்தர்ப்பத்தைத் தன் பிரியத்துக்குரிய மகன் அதிலும் தன் மயிலாசனத்தில் தன்னைத் தொடர்ந்து அமர வேண்டியவன் பயன்படுத்திக் கொள்ளவில்லையே என்று கடும் கோபத்தில் இருந்தார் தந்தை.

ஆனால் அந்தத் தோல்விக்கு தாராவை மட்டுமே குறை சொல்ல முடியாது. அப்போதே விதி தாராவுக்கு எதிராக விளையாட ஆரம்பித்து விட்டது. ராணா ராஜ் சிங் காந்தஹாருக்கு அனுப்ப வேண்டிய தன் படையை அனுப்பாமல் விட்டதுதான் தோல்விக்குக் காரணம் என்று நினைக்கிறேன்.

இந்த சூழலில் தாரா உடனடியாகத் தந்தையைப் பார்க்க மனம் இல்லாமல் காந்தஹாரிலிருந்து தில்லி வரும் வழியில் லஹௌரிலேயே சில நாள் தங்கி விட்டான். கடும் மன உளைச்சலில் இருந்த அவனை, அவனது முன்ஷி சந்தர்

பான் பிராமணன் அங்கே பிரபலமாக இருந்த ஒரு ஸூஃபி யோகியிடம் அழைத்துச் சென்றார். அவர் பெயர் பாபா லால். அவர் பிறந்தது 1355இல். நான் சொல்லும் கதை நடந்தது 1653. அப்படியானால் அவர் வயது இருநூற்றுத் தொண்ணூற்று எட்டு ஆண்டுகள். அவரோடு அவன் ஹிந்தியில் நிகழ்த்திய நீண்ட உரையாடல்களைப் பதிவு செய்து ஃபார்ஸியில் மொழிபெயர்த்தவர் சந்தர் பான் பிராமணன். நாதிர் அல்-நிக்காத் என்ற அந்த நூலை தாங்கள் வாசித்திருக்கிறீர்களா, மதிப்புக்குரிய காத்திப் அவர்களே?

இல்லை ஷாஹின்ஷா. இப்போதுதான் கேள்வியே படுகிறேன். அந்த பாபா லால் கதையைச் சொல்லுங்கள். கேட்க ஆர்வமாக இருக்கிறேன்.

உண்மைதான். சுவாரசியமான கதைதான். ஆனால் எனக்கு ஆரம்பத்திலிருந்தே இதிலெல்லாம் எந்த நம்பிக்கையும் இல்லை. இருநூற்றுத் தொண்ணூற்று எட்டு வருடங்களாவது, வாழ்வதாவது... எல்லாம் கட்டுக் கதை. சரி, நாம் நடந்ததைப் பார்க்கலாம். பாபா லாலைப் பார்த்து உரையாடிய பிறகு தில்லி வந்த தாரா தந்தையை மீண்டும் நெருங்குவதற்கு பாபா லால் பற்றிய கதைகளைப் பயன்படுத்திக் கொண்டான். பிராமணன் மொழிபெயர்த்திருந்த பகுதிகளைத் தந்தையிடம் காண்பித்தான். பாபா லாலுடன் நடந்த நீண்ட ஏழு உரையாடல்கள் அவை. அதனால் அந்த யோகியிடம் பெரிதும் ஈர்க்கப்பட்ட தந்தை அவரது வயது குறித்து மட்டும் உண்மையை அறிந்து கொள்ள ஆர்வமாக இருந்தார். பஞ்சாபைச் சேர்ந்த பலரிடமும் பாபா லால் பற்றி விசாரித்தார். எல்லோருமே தங்கள் பாட்டன் பூட்டன் முப்பாட்டன் காலத்திலிருந்தே அவர் உயிர் வாழ்ந்து வருவதாகக் கூறினார்கள். ஒற்றர்களையும் வைத்து விசாரித்துப் பார்த்தார். கேள்விப்பட்ட வயது உண்மைதான் என்று தெரிந்தது.

பாபா லாலை ஒருநாள் தில்லிக்கு வரவழைத்தார் தந்தை.

அவரை ஹிந்துக் கடவுள் விஷ்ணுவின் அவதாரம் என்றார்கள். இன்னும் என்னென்னவோ நம்ப முடியாத கதைகள். ஆளைப்

பார்த்தால் முப்பது வயது கூட சொல்ல முடியாது. இவருக்கா முன்னூறு வயது? அது பற்றிக் கேட்ட போது பிராமணன் ஒரு கதை சொன்னார். பல ஆண்டுக் காலம் தண்ணீருக்குள் மூழ்கி தவம் புரிந்தாராம். அதனால் அவர் தோலெல்லாம் சிதைந்து விட்டதால் மீண்டும் இளைஞனின் உருவத்தை எடுத்தாராம்.

அவரை நான் யாருக்கும் புலனாகாத வண்ணம் ஆனால் அவருக்கு மட்டுமே புரியுமாறு அவமதித்துக் கொண்டே இருந்தேன். அப்போதெல்லாம் அவர் முகத்தில் இளநகை மட்டுமே தெரியக் கண்டேன்.

ஆனாலும் அவர் தந்தையுடன் உரையாடுவதைக் கேட்ட போது அவருடைய ஞானத்தைக் கண்டு வியக்கவே செய்தேன். அல் குர்ஆன் அவருக்கு மனப்பாடமாக இருந்தது முதல் ஆச்சரியம். புனித நூலிலிருந்து காற்றைப் போல் மேற்கோள்களைக் காட்டிக் கொண்டிருந்தார். இடையிடையே ஹாஃபிஸ் ஷிராஸியின் ஃபார்ஸி பாடல்களையும் பாடிக் காண்பித்தார். அவரது மஞ்சள் ஆடையையும் நெற்றியில் இருந்த நீண்ட மதக் குறியையும் தவிர்த்து விட்டுப் பார்த்தால் அவரை நிச்சயமாக ஒரு நக்ஷாபந்தி ஸூஃபி என்றே சொல்லி விடலாம். இடையில் தாரா அவரிடம் நான் ஒரு நல்ல அரசனாகவும், நல்ல முஸ்லிமாகவும் இருக்க என்ன செய்ய வேண்டும் என்று கேட்டான். அதற்கு அவர் கூறிய மறுமொழி:

ஆ(ங்) கி நாம் அஷ் அஸ் ஹக் ஃபகீர் அஸ்த் அகர் ச்சி அமீர் அஸ்த் ஃபகீர் அஸ்த்.

இறைவனால் ஃபக்கீர் என அழைக்கப்பட்டவன் அமீராகவே வாழ்ந்தாலும் அவன் ஃபக்கீர்தான்.

இறைவனால் அங்கீகரிக்கப்படுவதற்கு என்ன செய்ய வேண்டும் புனிதரே?

நீ அமீராக இருந்தாலும் சரி, ஃபக்கீராக இருந்தாலும் சரி, கல்லறையிலே உறங்கும் மனிதனைப் போல் இரு.

வாஹ், வாஹ் என்று வாய் விட்டே ஆச்சரியத்தைத் தெரிவித்த பேரரசர் மிக விநயத்துடன் பாபா லாலிடம் இப்படிச் சொன்னார்:

உத்தமரே! தாங்கள் கராமத்துகளில் வல்லவர் என்று கேள்விப்பட்டிருக்கிறோம். சிற்றறிவு கொண்ட எங்களுக்காக அப்படி ஒன்றை நிகழ்த்திக் காட்ட வேண்டும்.

என்ன வேண்டும் கேளுங்கள்.

மஹா பிரளயம் என்பது உண்மைதானா?

இறை வாக்கு பொய்யாகுமா?

கயாமத்[142] *நாளில்,*

பூமி அதிர்ச்சி அடையும். பூமி தன் சுமைகளை வெளிப்படுத்தும். (அல் குர்ஆன் 99: 1,2)

பூமி தூள் தூளாகத் தகர்க்கப்படும். (89:21)

மலைகள் தூள் தூளாகச் சிதறும். (56:5)

வானம் பிளக்கும். நட்சத்திரங்கள் உதிர்ந்து விழும். (84:1)

கடல்களெல்லாம் பொங்கி ஒன்றால் ஒன்று அகற்றப்படும். கப்ருகள் திறக்கப்படும். (82: 1-4)

சூரியன் ஒளியற்றுச் சுருண்டு போகும். (81:1)

விஷ்ணு புராணம் இதை மஹா பிரளயம் என்கிறது. உலகம் ஜலத்தினாலோ அக்னியினாலோ அழியும் என்கிறது.

பாபா லால் இதைச் சொல்லி முடித்ததும், நாங்கள் அமர்ந்திருந்த செங்கோட்டை எங்கள் கண் முன்னே ஜலத்தில் மூழ்கியது. எங்கு பார்த்தாலும் வெள்ளம். தில்லி மாநகரமே சமுத்திரக் காடாக மாறியது. ஆயிரக்கணக்கான மனிதர்களும் பிராணிகளும் நீரில்

---

142 கயாமத் – உலக அழிவு நாள்

மூழ்கிக் கொண்டிருந்தார்கள். நானும் மூழ்கி விட்டேன். மூச்சு நின்று பிரக்ஞையும் நின்ற தருணம் ஒருக்கணம் மரணத்தை உணர்ந்தேன். அடுத்த கணம் நாங்கள் அரண்மனையில் முன்பு அமர்ந்திருந்த இடத்திலேயே இருந்தோம்.

அங்கிருந்த அத்தனை பேருக்கும் அதே அனுபவம். பேரரசர் அந்த யோகியின் காலடியில் விழுந்து எழுந்தார்.

இப்போது எங்கள் எல்லோருக்கும் ஏற்பட்ட அனுபவம்?

மாயை.

அப்படியென்றால் புரியவில்லையே புனிதரே?

இறைவனின் நடமாடும் நிழல்கள் நாம். இறைவன் மட்டுமே நிஜம்.

நீண்ட நேர யோசனைக்குப் பிறகு பேரரசர் அந்த ஞானியிடம் கேட்டார்.

தங்களிடம் ஒரு விண்ணப்பம்.

சொல்லுங்கள்.

என்னுடைய நான்கு பிள்ளைகளில் என் வாரிசாக இந்த மயிலாசனத்தில் அமரக் கூடியவன் யார்?

தன் கையில் வைத்திருந்த ஒரு கம்பளத்தைத் தரையில் விரித்தார் பாபா லால்.

தாராவை அழைத்து அதில் அமரச் சொன்னார்.

தாரா பாபாவின் பாதம் வணங்கி அந்தக் கம்பளத்தின் அருகே சென்றான்.

அமர முடியவில்லை, அச்சமாக இருக்கிறது என்று சொல்லி விட்டுத் திரும்பி விட்டான்.

ஷா ஷுஜாவை அழைத்து அமரச் சொன்னார். அவனும்

அவரது பாதம் வணங்கி கம்பளத்தின் அருகே சென்றான். அமரவில்லை. தாரா சொன்ன அதே வார்த்தைகளை சொல்லிக் கொண்டு திரும்பினான்.

அடுத்து முராது பகைஷ அழைத்து அமரச் சொன்னார். அவனும் அவரது பாதம் வணங்கி கம்பளத்தின் அருகே சென்று விட்டுத் திரும்பி விட்டான். அதே வார்த்தைகள். அச்சமாக இருக்கிறது.

என்னை அழைத்தார். மானுடரை வணங்குவது தடுக்கப்பட்டது என்பதால் நான் அவரை வணங்கவில்லை. தயக்கமில்லாமல் சென்று கம்பளத்தில் அமர்ந்தேன்.

உங்களுடைய இந்தப் பிள்ளைதான் தங்களின் ஆசனத்தில் அமர்வார்.

ஒருக்கணம் தந்தையின் முகத்தில் நிழல் படிந்து மறைந்ததைக் கண்டேன்.

இறைவன் விதித்ததை யாராலும் மாற்ற முடியாது தந்தையே என்று நினைத்துக் கொண்டேன்.

அதன் பிறகு பேரரசர் "ஆசானே, தங்களிடம் மேலும் சந்தேகங்கள்..." என்றார்.

கேட்கும்படி சமிக்ஞை செய்தார் ஞானி.

ஒரு ஆணின் வாழ்க்கையைப் பெண்தான் நிறைவு செய்கிறாள் என்று பலரும் சொல்லக் கேள்விப்பட்டிருக்கிறோம். பெண்கள் இல்லாத வாழ்வு பற்றி அறிந்தவர் தாங்கள். கீழ்மைகளில் புரளும் எங்களுக்கு சத்தியத்தை அறிந்து விட்ட தாங்கள் இது குறித்த தெளிவைத் தர வேண்டும் என்று கேட்டுக் கொள்கிறேன்.

சத்தியத்தை அறிந்தவர்கள் பெண்களைச் சார்ந்து வாழத் தேவையில்லை. ஏனென்றால், ஏற்கனவே அவர்கள் சத்தியத்தை அறிந்து கொண்டு விட்டார்கள் இல்லையா? சத்தியத்தை அறிந்தவர்கள் தங்கள் வாழ்வையும் மனதையும் தாங்களே செலுத்திக் கொண்டு செல்கிறார்கள். அவர்களுக்குப் பிறரது

உதவி தேவையில்லை. அவர்கள் யாரையும் எதையும் சார்ந்திருக்க வேண்டிய அவசியம் இல்லை. அவர்களுக்கு அல்லாஹ் ஒருவனே போதும். மற்ற எல்லாமே பேராசைதான்.

ஆனாலும் சத்தியத்தை அறிந்தவர்களில் சிலர் பெண்களை ஏற்றுக் கொள்வதன் காரணம், பெண்களை அவர்கள் தங்களின் சஹ்ருதயர்களாக அங்கீகரிப்பதனால்தான். அதே சமயம், கீழ் நிலைகளில் வசிக்கும் மனிதர்களுக்கு கீழ் நிலை வேறு, கீழ்மை வேறு பெண்களின் உதவி தேவைப்படுகிறது...

பீரின் அவசியம் என்ன?

விறகுக்குள் நெருப்பு இருக்கிறது. ஆனால் விறகு தானாகவே எரியாது. அதை எரிக்க ஒருவர் தேவை.

அதற்கு ஒரு மனிதன் எப்படித் தயாராக வேண்டும்?

சிப்பி உப்பு நீரின் அடியில் இருக்கிறது. மழை பெய்யும் போது மேலே வந்து வாயைத் திறந்து நீர்த் துளியை வாங்குகிறது. பிறகு நீருக்குள் சென்று விடுகிறது. அது உள் வாங்கிய நீர்த்துளியே முத்தாக மாறுகிறது. அதேபோல் ஒரு மனிதன் பீரின் உபதேசங்களைப் பெற்றுத் தன் இதயத்திலே பாதுகாக்க வேண்டும்.

விதிப்படியே எல்லாம் நடக்கிறது என்றால், மனிதனின் செயலுக்கு அவன் எப்படிப் பொறுப்பாக முடியும்?

வாய் சிறிதான ஒரு பானைக்குள் குரங்கு கையை விடுகிறது. பானைக்குள் இருக்கும் கனியைப் பிடித்தபடி கையை வெளியே எடுக்க முடியாமல் தவிக்கிறது. கனியை விட்டு விட்டால் கையை எடுத்துக் கொள்ளலாம் என்று அதற்குத் தெரிவதில்லை.

இப்படியே கிட்டத்தட்ட இரண்டு மூன்று மணி நேரம் சவாலும் ஜவாபுமாகத் தொடர்ந்தது. அதையெல்லாம் நான் தங்களுக்கு சொல்லப் போவதில்லை. தேவையும் இல்லை.

ஸூஃபி யோகி பாபா லால் அரசவைக்கு வந்து போன பிறகு

அவரை என் இருப்பிடத்திற்குப் பலமுறை அழைத்தேன். நான் அதுவரை சந்தித்திருந்த எல்லா மார்க்க அறிஞர்களை விடவும் அவருக்கு எங்கள் மார்க்கத்தில் நல்ல ஞானம் இருந்ததால் அவரோடு உரையாட விரும்பினேன். தாராவின் கேள்விகளுக்கு அவர் அளித்திருந்த பதில்களையும் நாதிர் அல்-நிக்காத் படித்திருந்தேன். அப்போது அவர் தியான்பூரில் இருந்தார். ஆனால் என் அழைப்புக்கு அவர் இணங்கவில்லை. எவ்வளவோ தூது அனுப்பியும் அவர் வரவில்லை.

அதனால் ஒருநாள் நானே என் ஆட்களை அழைத்துக் கொண்டு தியான்பூர் சென்றேன். ஆனால் என்ன ஆச்சரியம். நான் அவருடைய கான்காஹ்வுக்குள் நுழையும் சமயத்தில் எங்கள் அனைவருடைய கண்களும் பார்வையை இழந்து விட்டன. குருடர்களைப் போல் ஆனோம். அடர்ந்த இருள். கைகளில் எடுத்து உடம்பில் அப்பிக் கொள்ளும்படியான இருள். நாம் கண்களை மூடிக் கொண்டால் ஒரு இருளை உணர்வோம் இல்லையா, அந்த இருள் அல்ல அது. நாங்கள் இருந்தது ஒரு அந்தகாரம். வார்த்தைகளால் விளக்க முடியாத இருள். உலகமே இருண்டு விட்டதைப் போன்றதொரு இருள்.

மிரண்டு போய் தட்டுத் தடுமாறித் திரும்ப ஆரம்பித்தோம். திரும்பியவுடன் கண்கள் தெரிந்தன.

பார்வை வந்து விட்டது என்று கான்காஹ் பக்கம் திரும்பினால், மீண்டும் கண் பார்வை போயிற்று. மீண்டும் அந்தகார இருள்.

நான் அங்கேயே அமர்ந்து விட்டேன். எவ்வளவு நேரம் கடந்தது என்ற பிரக்ஞை இல்லை. அந்த ஸூஃபி யோகியைக் காணாமல் போகக் கூடாது என்று மட்டும் உறுதி கொண்டிருந்தேன்.

இருள் சூழ ஆரம்பித்த பிறகு அவரே அந்த இடத்துக்கு வந்தார்.

நான் உன்னை மன்னித்து விட்டேன். நான் தில்லியில் கூறிய வார்த்தைகளையும், இறை வசனத்தையும் மனதில் வை. வைத்தால் உன் வாழ்க்கை நலம் பெறும். சென்று வா.

இறைவனால் ஃபக்கீர் என அழைக்கப்பட்டவன் அமீராகவே

வாழ்ந்தாலும் அவன் ஃபக்கீர்தான்.

இந்த வார்த்தைக்குப் பொருத்தமான நபராக வாழ நினைத்தேன் என்றாலும் நான் மய்யத்துகளின் மீது நடந்து வந்தவன் என்றபடியாலே நான் ஒரு பாவியாகி விட்டேன். மற்றபடி மொகலாய சாம்ராஜ்ஜியத்திலேயே அந்த வார்த்தைக்குப் பொருத்தமான நபர் என் சகோதரி ஜஹானாரா பேகம் மட்டும்தான். அவரை நினைத்தால் இன்னமும் என் மனம் பெருமிதத்தால் விம்முகிறது. என் தந்தைக்கு மட்டும் ஆண் வாரிசுகள் இல்லாமல் இருந்திருந்தால் சரித்திரத்தில் இன்னொரு ரஸியா சுல்தானா கிடைத்திருப்பார். ஆனால் இறைவன் இந்த மனிதக் கூட்டத்துக்கு இந்தப் பாவி (தன் மார்பில் கையை வைத்துக் காண்பிக்கிறார்) போதும் என்று நினைத்து விட்டான், என்ன செய்ய?

கடைசியில் உன்ட் கா பாத், நா ஸமீன் கா, நா ஆஸ்மான் கா என்ற கதையாகப் போய் விட்டது என் வாழ்க்கை, மதிப்புக்குரிய காத்திப் அவர்களே!

அதோடு அன்றைய உரையாடல் முடிவுக்கு வந்து விட்டது போல் கண்களை மூடிக் கொண்டார் ஔரங்ஸேப்.

எழுத்தாளன் அறையை விட்டு வெளியே வந்து ரிஸ்வானிடம் அந்தப் பழமொழிக்கு அர்த்தம் கேட்டான். ரிஸ்வான் சொன்ன பதில்:

ஒட்டகம் குசு விட்டால் அது தரைக்கும் போகாது. ஆகாசத்துக்கும் போகாது.

—

58

மதிப்புக்குரிய காத்திப் அவர்களே, தாங்களும் எத்தனையோ சரித்திர நூல்களை வாசித்திருப்பீர்கள். அசோகரின் சரித்திரம், அலெக்ஸாந்தரின் சரித்திரம், இதோ இப்போது நாம் பேசிக் கொண்டிருக்கும் மொகலாயப் பேரரசர்களின் சரித்திரம், அவர்களே எழுதியது, அவர்களைப் பற்றி மற்றவர்கள் எழுதியது... இன்னும் ஹிந்துஸ்தானின் தென்பிராந்தியத்தில் இருந்த நூற்றுக்கணக்கான அரசர்களின் சரித்திரம்... இது தவிர இறைவனை நினைத்து, உணர்ந்து, அனுபவித்து இறைநேசர்கள் பாடிய கோடிக்கணக்கான பாடல்கள்... அக்பர் பாதுஷாவின் காலத்தில் வாழ்ந்த கண் பார்வை இல்லாத கவி சூர்தாஸ் மட்டுமே ஒரு லட்சம் பக்திப் பாடல்களை எழுதியிருக்கிறார் இல்லையா? அந்தக் கவிஞரையும் தன் அரசவையில் சேர்த்துக் கொள்வதற்காக அக்பர் பாதுஷா அழைக்க அவர் மறுத்து விட்டதாகக் கேள்விப்பட்டிருக்கிறேன். அது போகட்டும். இப்போது என் சந்தேகம் என்னவென்றால், ஹிந்துஸ்தானில் எழுதப்பட்ட சரித்திரங்களில், இலக்கியப் பிரதிகளில் எங்கேயாவது ஒரு சாமானியன் எப்படி வாழ்ந்தான் என்பதற்கான எந்தத் தடயமாவது இருக்கிறதா? முழுக்க முழுக்க அரசர்களின் கதை, இல்லாவிட்டால் அரசர்களின்

அரசனான இறைவனின் கதை... இதை விட்டால் வேறு என்ன இருக்கிறது? என்ன இது, ஔரங்ஸேப் கம்யூனிஸ்ட் மாதிரி பேச ஆரம்பித்து விட்டாரே என்று யோசிக்கிறீர்களா?

என் வாழ்நாளில் ஒரே ஒரு முறை அப்படி நான் யோசித்திருக்கிறேன். அந்தக் கதையையும் நான் தங்களிடம் சொல்ல வேண்டும்.

என் தளபதிகளிலேயே முக்கியமானவரான கிலிச் கான் பற்றித் தாங்கள் கேள்விப்பட்டிருப்பீர்கள். அவர் என் தளபதி மட்டும் அல்ல. எனக்கு வாள் பயிற்சியும் போர்ப் பயிற்சியும் அளித்த ஆசான். இரண்டு காரணங்களால் அவரை எனக்கு மிகவும் பிடிக்கும். ஒன்று, அவரது மார்க்க ஈடுபாடு. ஹஜ் யாத்திரை என்பது அப்போதெல்லாம் யாருக்கும் அத்தனை எளிதில் நிறைவேறக் கூடிய ஒன்றாக இல்லை. பேரரசனாகக் கூட இருக்கலாம். ஹஜ் பயணம் செல்ல முடியாது. போய்த் திரும்புவதற்குள் ஆட்சி யார் கையில் இருக்குமோ தெரியாது. பதவியை விட்டு விட்டு ஹஜ் செல்லும் அளவுக்கு யாருக்கும் துணிச்சலில்லை. ஆனால் கிலிச் கான் உயர்ந்த பதவியில் இருந்தும், பேரரசருக்கு மிக நெருங்கியவராக இருந்தும் ஹஜ் யாத்திரை கிளம்பினார். அம்புறாத் தூளியிலேயே புனித நூலை வைத்திருப்பார்.

இரண்டாவது காரணம், கிலிச் கானின் தைரியமும் மன உறுதியும். ஸாமூகட் சண்டையில் நான் வென்றதற்கு முக்கியக் காரணமாக இருந்தவர் கிலிச் கான்தான். அடுத்து, 1687இல் கோல்கொண்டா கோட்டையில் நடந்த சண்டையில் பீரங்கித் தாக்குதலில் கிலிச் கானின் ஒரு கை துண்டாகிப் போனது. அவர் அணிந்திருந்த மோதிரத்தை வைத்துத்தான் அது அவருடைய கை என்றே கண்டு பிடித்தார்கள். இதெல்லாம் போர்க்களத்தில் வழக்கமானதுதான் என்றாலும், கிலிச் கான் செய்த ஒரு செயலை எல்லோரும் பல காலம் பேசிக் கொண்டிருந்தார்கள். கை துண்டான இடத்தில் இருந்த இரும்புத் துகள்களை மருத்துவர்கள் அகற்றிய போது கிலிச் கான் காஃபி அருந்திக் கொண்டிருந்திருக்கிறார்.

இப்படி கிலிச் கான் பற்றி ஒரு புத்தகம் எழுதும் அளவுக்கு சொல்லிக் கொண்டே போகலாம். இது ஒரு பக்கம். ஆனால் ஒரு சாமானியன் கிலிச் கானை எப்படிப் பார்க்கிறான்? அதற்காகத்தான் இந்தக் கதையை சொல்ல ஆரம்பித்தேன்.

வாரணாசிக்கு வடமேற்கில் 65 கிலோமீட்டர் தொலைவில் இருக்கிறது ஜோன்பூர். அங்கே கரக்சன் என்று ஒரு நகை வியாபாரி. அவரது முன்னோர் ராஜபுத்திரர்களாக இருந்து சமணத்துக்கு மாறியவர்கள். சமயம் மாறிய உடனேயே போர்த் தொழிலை விட்டு விட்டு நகை வியாபாரத்தை மேற்கொண்டார்கள்.

கரக்சனின் தாத்தா முல்தாஸ் ஒரு அரசு அதிகாரி. ஹிந்தியிலும் ஃபார்ஸியிலும் நிபுணர். வசித்தது ரோத்தக் அருகில் பிஹோலி என்ற கிராமம். அவர் இறந்ததும் வீடு நடுத்தெருவுக்கு வந்தது. முல்தாஸைத் தொடர்ந்து அவர் மகனும் - கரக்சனின் தந்தை - இறந்து போகவே கரக்சனும் அவர் அம்மாவும் ஆதரவற்ற நிலையில் தனித்து விடப்பட்டார்கள். வீட்டின் தலைவர் அரசு அதிகாரியாக இருந்து அவர் இறந்து போனால் அந்த வீட்டில் உள்ளவர்கள் நடுத்தெருவுக்கு வர வேண்டும். அதுதான் அக்காலத்திய விதி. அது உமாராவாகவே இருந்தாலும் சரி. குடும்பத் தலைவர் இறந்ததும் வீடு வாசல் சொத்து எல்லாமே அரசுடமை ஆக்கப்பட்டு விடும். ஒரு குந்துமணி கூட அன்னாரின் வீட்டாருக்குச் சேராது.

இப்படியே இருந்தால் ஹிந்துஸ்தான் முழுவதும் பெரும் பிச்சைக்காரக் கூட்டமாகத்தானே இருந்திருக்க வேண்டும் என்று தங்களுக்கு சந்தேகம் எழலாம். இல்லை. குடும்பம் என்ற அமைப்பு அப்படி ஆகாமல் தடுத்தது. அதன்படியே கரக்சனையும் அவர் தாயையும் ஜோன்பூரில் வசித்த அவரது உறவினர்களே காப்பாற்றினார்கள். கரக்சனின் தாய் பிஹோலியிலிருந்து கிளம்பி அவரது சித்தப்பா மதன் சிங் சினாலியா வசித்த ஜோன்பூருக்கு வந்தார். ஜோன்பூரில் மதன் சிங் ஒரு பிரபலமான நகை வியாபாரி.

இங்கே இன்னொரு விஷயம். ஹிந்துஸ்தானின் பெண்கள்தான் இந்த தேசம் சிதைந்து சின்னாபின்னமாகி விடாமல் காப்பாற்றியவர்கள். இல்லாவிட்டால் ஆண்களின் அரசியலும் அவர்கள் ஈடுபட்ட போர்களும் இந்த தேசத்தையே உலக வரைபடத்திலிருந்து துடைத்து எறிந்திருக்கும்.

கரக்சன் நாளடைவில் ஜோன்பூரில் பிரபலமான நகை வியாபாரியாக மாறினார்.

1586இல் கரக்சனுக்கு ஒரு மகன் பிறக்கிறான். அவன்தான் இப்போதைய நம் கதையின் நாயகன். பெயர் பனாரஸிதாஸ். ஒரு சராசரி மனிதன். பனாரஸி வளர வளர தந்தைக்கும் மகனுக்கும் ஒத்து வரவில்லை. மகனின் நாட்டம் புத்தகங்களிலும் படிப்பிலும் போக, தந்தை பனாரஸியை வியாபாரத்தின் பக்கம் இழுக்கப் பார்க்கிறார். தந்தையின் வாதம் என்னவென்றால், படிப்பு என்பது பிராமணர்களுக்கும் கவிஞர்களுக்கும் மட்டுமே உரித்தானதானது; நாமோ வியாபாரிகள், வியாபாரத்தைப் பெருக்கி நம் அந்தஸ்தை உயர்த்திக் கொள்வதுதானே நம்முடைய தர்மம்? மேலும், அறிவின் பக்கம் நின்று கொண்டிருக்கின்ற பிராமணர்கள் பிச்சை அல்லவா எடுத்துக் கொண்டிருக்கிறார்கள்? பட்டினி கிடப்பதும் பிச்சை எடுப்பதும்தானே படிப்பாளிகளின் தர்மமாக இருக்கிறது? ஒரு வியாபாரிக்கு அது தகுமா?

என்ன முயன்றும் பனாரஸியால் ஒரு நல்ல வியாபாரியாக தன் தந்தையிடம் நிரூபித்துக் காட்ட முடியவில்லை. இத்தனைக்கும் நம் சாமான்யனுக்கு மிக வலுவான குடும்பப் பின்னணியும், ஜெய்ன் சமூகப் பின்னணியும் இருந்தது. ஆனால் பனாரஸிக்கு புத்தகப் படிப்பு மட்டும் பிரமாதமாக வந்தது. ஹிந்தி, ஃபார்ஸி, சம்ஸ்கிருதம் என்று பல மொழிகளிலும் பாண்டித்யம் அடைந்தார்.

இந்த விவரங்களையெல்லாம் விடுங்கள். வழக்கமான சரித்திர நூல்களில் நாம் என்ன படிக்கிறோம்? உதாரணமாக, இளவரசர் ஸலீம் தன் தந்தை அக்பர் பாதுஷாவை எதிர்த்துக்

கொண்டிருந்த கால கட்டம். 1600. ஜோன்பூருக்குப் பக்கத்தில் உள்ள கொல்ஹூபன் வனத்தில் வேட்டைக்கு வந்தார் இளவரசர் சலீம். அப்போது அவரைக் கைது செய்யச் சொல்லி ஜோன்பூர் நவாபுக்கு உத்தரவிட்டார் அக்பர். நவாப் அதற்குத் தயாரான போது ஜோன்பூர்வாசிகள் அத்தனை பேரும் தங்கள் உடைமைகளையும் விலை உயர்ந்த பொருட்களையும் நகைகளையும் எடுத்துக் கொண்டு ஊரை விட்டு ஓடி விட்டார்கள். ஊரில் காவலாளிகளைத் தவிர ஈ காக்கை இல்லை. நினைத்துப் பாருங்கள். இந்த விவரம் சரித்திர நூல்களில் வருமா?

பனாரஸிக்குப் பத்தொன்பது வயது ஆன போது அக்பர் பாதுஷாவின் மரணச் செய்தி வருகிறது. அந்தச் செய்தியைக் கேட்டதும் அதிர்ச்சியில் மயக்கம் போட்டு விழுந்து பனாரஸியின் மண்டை உடைந்து விட்டது. ஒரு பேரரசரின் மரணம் ஒரு குடிமகனுக்கு ஏன் அப்படி ஒரு அதிர்ச்சியைத் தர வேண்டும்? காரணம், ஊரில் அடுத்து என்ன நடக்கும் என்று யாராலும் சொல்ல முடியாது. கொள்ளையர்கள் எந்த வீட்டிலும் புகுந்து கொள்ளையடிப்பார்கள். கடைகளைச் சூறையாடுவார்கள். ஊரே பற்றி எரியும். அடுத்த அரசர் ஆசனத்தில் அமரும் வரை ஊரில் கொள்ளையரின் ஆட்சியே நடக்கும்.

அதிலும் அக்பருக்குப் பிறகு யார் ஆட்சிக்கு வருவார் என்று வேறு குழப்பமாக இருந்தது. தனவந்தர்கள் அத்தனை பேரும் தங்களிடமிருந்த நகைகளையெல்லாம் மூட்டை கட்டி யாருக்கும் தெரியாதபடி நிலத்தில் குழி தோண்டிப் புதைத்தார்கள்.

—

59

அக்பர் பாதுஷாவின் மரணச் செய்தி வந்ததும் ஊரில் கலவரம் ஆரம்பித்தது. ஒவ்வொரு வீட்டிலும் ஆயுதங்களோடு மக்கள் கொள்ளையரை எதிர்க்கத் தயாரானார்கள். பிரச்சினை என்னவென்றால், கொள்ளையர் யாரும் பரம்பரைக் கொள்ளையர் இல்லை. ஏழை பாழைகள் எல்லோருமே பேரரசரின் மரணத்தால் ஏற்பட்ட குழப்பத்தைப் பயன்படுத்திக் கொண்டு திடீர்க் கொள்ளையராக மாறினார்கள். கிடைத்த வரை லாபம். தனவந்தரெல்லாம் தங்களின் விலை உயர்ந்த பட்டுச் சால்வைகளை ஒளித்து வைத்து விட்டு சாதாரண கம்பளிப் போர்வைகளைப் போர்த்திக் கொண்டார்கள். திடீரென்று ஊரில் யார் ஏழை யார் பணக்காரன் என்றே கண்டு பிடிக்க முடியாத அளவுக்கு சமத்துவம் நிலவியது. பத்து நாட்கள் சாலைகளில் மனிதர்களையே காண முடியவில்லை. பதினோராவது நாள்தான் ஜஹாங்கீர் பேரரசராகப் பதவி ஏற்றார் என்று ஆக்ராவிலிருந்து செய்தி வந்தது. அந்தச் செய்தி வீடு வீடாகப் படித்துக் காட்டப்பட்ட பிறகுதான் ஊரில் பழைய அமைதி திரும்பியது.

பனாரஸிக்கு வியாபாரத்தின் நுணுக்கங்கள் சரியாகக் கைவரப் பெறாததால் அதோடு போராடியபடியே புத்தகங்கள் எழுத

ஆரம்பித்தார். அவர் ப்ரஜ் பாஷா மொழியில் எழுதிய அர்த் கதாநக் என்ற சுயசரிதையை நான் வாசித்திருக்கிறேன். அதில்தான் என்னால் முதல் முதலாக ஒரு சாமானியனின் வாழ்க்கையை அறிய முடிந்தது.

ஒருமுறை பனாரஸியின் தந்தை கரக்சனும் அவர் மனைவியும் ஒரு ஸதி கோவிலுக்குப் புனித யாத்திரை செய்து விட்டுத் திரும்புகிறார்கள். அப்போது கள்வர்கள் அவர்களின் கையிலிருந்த அனைத்தையும் பறித்துக் கொள்கிறார்கள். உடம்பிலிருந்த துணியைத் தவிர வேறு எதையுமே கள்வர்கள் விடவில்லை.

வழிப்பறிக் கொள்ளையர் மூலம் இந்தத் துன்பம் என்றால், இதை விடப் பெரிய துன்பம் அந்தப் பிராந்தியத்தின் நவாபாக இருந்தவர் மூலம் வந்தது. ஒருநாள் ஜோன்பூரிலிருந்த அத்தனை பொற்கொல்லர்களையும், நகை வியாபாரிகளையும் அழைத்து வரச் செய்தார் நவாப். வந்தவர்கள் அனைவரையும் வரிசையில் நிற்க வைத்து, வழிப்பறிக் கொள்ளையர்களைத் தண்டிப்பது போல் கை கால்களை சங்கிலியால் பிணைத்து சவுக்கால் அடிக்கச் செய்தார். அவர்கள் பிழைத்ததே அதிர்ஷ்டம் என்ற அளவுக்கு மரண அடி. முள் தைத்த சவுக்கு என்பதால் எல்லோருக்கும் தோலும் சதையும் பிய்ந்து கொண்டு வந்து விட்டது. அது மட்டும் அல்லாமல் அவர்களின் சொத்துகளையும் பிடுங்கிக் கொண்டார் நவாப். அத்தனை பொற்கொல்லர்களும் நகை வியாபாரிகளும் உயிர் பிழைத்ததே போதும் என்று தத்தம் பிள்ளை குட்டிகளை அழைத்துக் கொண்டு வெவ்வேறு ஊர்களுக்கு ஓடினார்கள்.

கரக்சன் தன் மகன் பனாரஸிதாஸையும், இரண்டு மகள்களையும், மனைவியையும் அழைத்துக் கொண்டு இலஹாபாதை நோக்கிப் பயணமானார். வழியெல்லாம் ஒரே மழை. பிச்சைக்காரர்களைப் போல் ஒரு மரத்தடியில் ஒதுங்கிய போது தன்னிடமிருந்த செல்வமே தன் குடியைக் கெடுக்கக் காரணமாக இருந்து விட்டதே என்று நினைத்து அழுதார் கரக்சன். கடைசியில் இலஹாபாத் அருகில் உள்ள, தனக்குத் தெரிந்தவர்கள்

வாழ்ந்த ஷாஹ்சத்பூர் என்ற ஊருக்கு வந்து சேர்ந்தார். அங்கே இருந்த கரம்சந்த் என்ற பனியா, கரக்சன் குடும்பம் தங்கிக் கொள்வதற்காகத் தன் வீட்டைக் கொடுத்து விட்டு இன்னொரு வீட்டுக்குச் சென்று விட்டார்.

ஓரிரு தினங்களில் கரம்சந்த் கரக்சனை மற்றொரு பெரிய வீட்டுக்கு அழைத்துச் சென்றார். அங்கே கோதுமையும் தானியங்களும் மூட்டை மூட்டையாக அடுக்கிக் கிடந்தன. வீடு ஏதோ மாளிகை போல் இருந்தது. அத்தனை வசதி. ஐயோ, இது எனக்கு வேண்டாம், நான் தாங்கள் கொடுத்த அந்த வீட்டிலேயே இருந்து கொள்கிறோம் என்றார் கரக்சன். உடனே கரம்சந்த் கரக்சனின் பாதங்களில் நெடுஞ்சாண்கிடையாக விழுந்து விட்டார். “நீங்களும் குடும்பமும் இங்கேதான் தங்கிக் கொள்ள வேண்டும். இது அடியேனின் விண்ணப்பம்.”

இதைத் தங்களால் நம்ப முடிகிறதா மதிப்புக்குரிய காத்திப் அவர்களே? இப்படியும் மனிதர்கள் இருந்தார்கள். இத்தனைக்கும் கரம்சந்துக்கு கரக்சனை யார் என்றே தெரியாது. ஒரே இனமும் கிடையாது. வெவ்வேறு மதத்தைச் சேர்ந்தவர்கள் வேறு. சக வியாபாரி என்ற எண்ணமும், கரக்சனின் மூன்று குழந்தைகளும்தான் காரணம்.

இப்போது நம்முடைய மையக் கதைக்கு வருகிறேன். அப்படி ஜோன்பூர் பொற்கொல்லர்களைக் கொள்ளையடித்து, அவர்களை உயிர் போகும் அளவுக்கு அடித்துத் துன்புறுத்தி அவர்களின் சொத்துகளை அபகரித்துக் கொண்ட கொள்ளைக்கார நவாப் யார் தெரியுமா? நம்முடைய கிலிச் கான்.

எப்படி கதை? அரண்மனை காத்திப்கள் எழுதும் சரித்திரத்துக்கும் சராசரிகளின் சரித்திரத்துக்கும் இருக்கும் வித்தியாசத்தைப் பாருங்கள்!

சரி, ஒரு சாமானியனின் கதையில் இன்னும் என்னென்ன நடக்கிறது என்று கொஞ்சம் பார்ப்போம். கரக்சனின் குடும்பம் இலஹாபாத் போய்ச் சேர்ந்த போது அதன் நவாபாக இருந்தவர்

அக்பர் பாதுஷாவின் மூன்றாவது புதல்வரான தனியால். இது நடந்தது 1598. பிறகு, ஃபத்தேபூருக்குப் பயணமாகிறது கரக்சன் குடும்பம். அப்போது கரக்சன் வேறொரு ஊரில் வணிகம் செய்து கொண்டிருக்கிறார். இலஹாபாதிலிருந்து ஃபத்தேபூர் செல்ல இரண்டு பல்லக்குகள் மற்றும் நான்கு பல்லக்குத் தூக்கிகளை ஏற்பாடு செய்கிறார் பனாரஸிதாஸ்.

இந்த விவரத்தை எதற்காகச் சொல்கிறேன் என்றால், நான் சாமானியனின் கதை என்று சொல்வதெல்லாம் உண்மையான சாமானியர்கள் இல்லை. தாங்கள் இப்போது நடுத்தர வர்க்கம் என்று சொல்கிறீர்களே, அம்மாதிரி வர்க்கம்தான். அதிலும் நன்கு படித்தவர்கள். உண்மையான சாமானியர்களின் கதை ஹிந்துஸ்தானில் இருபதாம் நூற்றாண்டு வரை சொல்லப்பட்டதே இல்லை. நான் சாமானியர் என்று சொல்வது அந்தப் பல்லக்குத் தூக்கிகளை. அவர்கள் எப்படி வாழ்ந்தார்கள் என்று யாருக்குத் தெரியும்? குதிரை, ஒட்டகம், மாடுகளைப் போல் வாழ்ந்திருப்பார்கள். இலஹாபாதிலிருந்து ஃபத்தேபூர் 125 கி.மீ. ஒரு பல்லக்குக்கு இரண்டு பேர் வீதம் தூக்கிக் கொண்டு இந்த தூரத்தைக் கடக்க வேண்டும். பல்லக்கில் பனாரஸியோடு கூட அவர் தாதி (பாட்டி), அம்மா, இரண்டு தங்கைகள், ஆக ஐந்து பேர் இருப்பார்கள்.

கரக்சன் குடும்பம் ஃபத்தேபூர் வந்த சில மாதங்களில் நம் அருமை நண்பரும் ஆசானும் நமக்குப் பிரியமான தளபதியுமான கிலிச் கான் ஆக்ராவுக்கு மாற்றப்படுகிறார். ஆஹ், யாருக்குப் பயந்து இத்தனை தூரம் ஓடி வந்து பதுங்கினார்களோ அதே ஆள் ஃபத்தேபூருக்கும் நவாபாக வந்தால் என்ன ஆகும்? மறுபடியும் தியான்பூருக்கே பெட்டியைத் தூக்கியது கரக்சன் குடும்பம். அப்போதுதான் வேட்டைக்காக தியான்பூர் வந்தார் இளவரசர் சலீம் (ஜஹாங்கீர்). அவரை ஊருக்குள் விடக் கூடாது என்பது அக்பர் பாதுஷாவின் கடுமையான உத்தரவு.

ஊருக்குள் ஈ காக்கை கூட நுழைய முடியாதபடி எல்லா பாதைகளையும் சாலைகளையும் அடைத்தார் நவாப். படகுப்

போக்குவரத்தும் தடை செய்யப்பட்டது. இளவரசர் சலீமின் படைகளோடு பொருதுவதற்காக ஊரைச் சுற்றிலும் இருந்த கோட்டை மதில் சுவர்கள் முழுவதும் போர் வீரர்கள் நிறுத்தப்பட்டார்கள். ஊரே போர்க்கோலம் பூண்டது.

பொற்கொல்லர்கள் அத்தனை பேரும் ஓரிடத்தில் திரண்டனர். ஊர்வாசிகளுக்கு அந்த ஊரை விட்டு ஓடி விட வேண்டும் என்று எண்ணம். தந்தைக்கும் மகனுக்கும் இடையே நடக்கும் சண்டையில் உயிர் விட யாருக்கும் இஷ்டமில்லை.

பொற்கொல்லர்கள் எல்லோரும் போய் நவாபிடம் முறையிட்டார்கள். என் மரணமே எனக்கு முன்னால் நின்று கொண்டிருக்கும் போது நான் உங்களுக்கு என்ன பதில் சொல்லப் போகிறேன் என்று சொல்லிக் கையை விரித்து விட்டார் நவாப். அவரே அப்படிச் சொன்ன பிறகு ஊரில் யார் தங்குவார்கள்? எல்லோரும் கூண்டோடு காலி. படை வீரர்களையும் நவாபையும் தவிர ஊரில் யாரும் இல்லை.

கரக்சன் தன் குடும்பத்தோடு பக்கத்துக் காடு ஒன்றில் ஏழு நாட்கள் ஒளிந்திருந்தார். இதற்கிடையில் இளவரசர் சலீம் ஒரு ஆளை விட்டு நவாபை அழைத்து வரச் சொன்னார். சலீமைப் பார்த்ததும் நெடுஞ்சாண்கிடையாக அவர் காலில் விழுந்தார் நவாப். சலீமும் மன்னித்து விட்டார். தந்தைக்கும் மகனுக்கும் இடையே நடக்கும் சண்டையில் இடையில் மாட்டிக் கொண்டவர்களின் கதி இதுதான்.

நவாபை இளவரசர் மன்னித்து விட்டதை அறிந்ததும் மக்கள் அனைவரும் ஊர் திரும்பினார்கள்.

சாமானியனின் கதையில் இன்னொரு சாமானியன் வருகிறான். பெயரில்லா சாமானியன். பனாரஸி பெரியோர் பேச்சைக் கேட்காமல், வியாபாரத்தில் கவனத்தைச் செலுத்தாமல் கவிதையிலும் ஸ்த்ரீகள் விஷயத்திலும் நேரத்தைச் செலவிடுகிறார். அவருக்குத் திருமணம் ஆகியிருந்தது என்றாலும், பெண் சகவாசத்துக்கு அது தடையாக இல்லை. அந்தக் காலம் அப்படி.

பெரியவர்களும் எத்தனையோ புத்திமதி சொன்னார்கள். "கவிதை எழுதுபவன் பிச்சைதான் எடுக்க வேண்டும். அது பிராமணனின் வேலை. உனக்கு எதற்கு இதெல்லாம்?" கேட்டுக் கேட்டு அலுத்த கதை. பனாரஸி அதையெல்லாம் காதிலேயே போட்டுக் கொள்ளவில்லை. ஸ்த்ரீகளின் சேர்க்கையினால் பனாரஸிக்கு மேக நோய் வந்தது. உடம்பெல்லாம் புழுத்து வடிந்தது. துர்நாற்றம் சகிக்க முடியவில்லை. மனைவியும் மாமியாரும்தான் மூக்கைப் பொத்திக் கொண்டு பணிவிடை செய்தார்கள். கிட்டத்தட்ட குஷ்ட ரோகி போலானார் பனாரஸி. இந்த நிலையில் ஒரு நாவிதன் பனாரஸிக்கு ஒரு மருந்தைக் கொடுத்து, உப்பில்லாப் பத்தியம் இருக்கச் சொன்னான். கட்டணம் கொடுத்தும் வாங்கிக் கொள்ளவில்லை. எவ்வளவோ வற்புறுத்தியும் பணம் வாங்க மறுத்து விட்டான் நாவிதன்.

மூன்று மாதங்களில் பழைய நிலைக்கு வந்தார் பனாரஸிதாஸ். உடனே அந்த நாவிதனைத் தேடிப் போய் பரிசுப் பொருட்களைக் கொடுத்தார்.

இதை ஏன் சொல்கிறேன் என்றால், என் கதையின் இடையிடையே ஹிந்துஸ்தானிகள் பூராவும் திருடர்கள், கொள்ளையர்கள் என்று நான் சொல்லிக் கொண்டே வருகிறேன் அல்லவா, அதே தேசத்தில்தான் இப்படிப்பட்ட மனிதர்களும் இருந்தார்கள். அதிலும் அடித்தட்டு மனிதர்கள். பெயரற்றவர்கள். ஆம், பனாரஸியின் சுயசரிதத்தில் அந்த நாவிதனின் பெயர் கூட இல்லை.

கவிஞர்களும் காத்திப்களும் லௌகீக வாழ்க்கைக்கு ஒத்து வர மாட்டார்கள் என்பதற்கு நமக்கு தாராவின் வாழ்வே சாட்சி என்பதைப் பார்த்திருக்கிறோம் அல்லவா? ஆனால் தாங்களும் காத்திப் என்பதால் இப்படிச் சொல்வதற்காக என்னைப் பொறுத்துக் கொள்ள வேண்டும், மதிப்புக்குரிய காத்திப் அவர்களே! பனாரஸிதாஸிடம் அவர் தந்தை ஒருமுறை தன்னிடமிருந்த அத்தனை நகைகளையும் ரத்தினங்களையும் கொடுத்து அதை விற்பனை செய்து கொண்டு வா என்று ஆக்ராவுக்கு அனுப்பினார்.

பனாரஸி ஆக்ரா வந்து சேர்ந்த போது இரவு வந்து விட்டது. பிரளயம் போல் மழை பிய்த்துக் கொண்டு அடித்தது. தொடை வரை சேறும் சகதியுமாக ஒவ்வொரு வீடாக இரவு மட்டும் அடைக்கலம் கொடுங்கள் என்று கெஞ்சினார். ஒரு வீட்டிலும் இடம் கொடுக்கத் தயாராக இல்லை. இதுவே அவருடைய தியான்பூராக இருந்தால் ஒன்றிரண்டு வீடுகளில் கேட்டாலே போதும். கதவு திறந்து விடும். இது பெரு நகரம். பெரு நகர மக்களே வேறோர் கிரகத்திலிருந்து வந்தவர்களைப் போல் இருக்கிறார்கள். ஒரே ஒரு வீட்டில் மட்டும் ஒரு பெண் கதவைத் திறந்து உள்ளே வாருங்கள் என்றாள். அந்தப் பெண்ணை அறைந்து தள்ளி விட்டு பனாரஸியை கம்பால் அடித்துத் துரத்தினான் அவள் கணவன்.

அப்படியே ஒவ்வொரு வீடாகக் கேட்டுக் கேட்டு ஊர்க் கோடிக்கு வந்து சேர்ந்தார் பனாரஸி. அங்கே ஒரு கொட்டடியில் இரண்டு காவலாளிகள் இருந்தார்கள். பனாரஸியின் நிலையைப் பார்த்து இரக்கப்பட்டு அவர்கள் “இந்த இரவு மட்டும் இங்கே தங்கிக் கொள், நாளை காலை அதிகாரிகள் வந்தால் கொஞ்சம் லஞ்சம் கொடுத்து விடு, ஒன்றும் சொல்ல மாட்டார்கள்” என்று சொல்லி விட்டுக் கிளம்புகிறார்கள்.

மறுநாள் மழை விட்டு விட்டது. நகைகளையும் ரத்தினங்களையும் எடுத்துக் கொண்டு விற்பதற்காகக் கிளம்பினார் பனாரஸி. அது நம்முடைய தாரா போர்க்களத்துக்குச் சென்ற கதையாக ஆகியது. கேளுங்கள் கதையை.

பனாரஸியிடமிருந்து நகைகளை வாங்கிக் கொண்டவர்கள், வீட்டுக்குப் போய் காசு எடுத்துக் கொண்டு வருவதாகச் சொல்லிப் போனவர்கள் போனவர்கள்தான், திரும்பவே இல்லை. மனிதர்கள் எப்படி இவ்வாறு ஒருவரை ஒருவர் ஏமாற்ற முடியும் என்று பனாரஸிக்குப் புரியவே இல்லை. திருடர்கள்தானே திருட்டில் ஈடுபட முடியும்? வந்தவர்கள் நல்ல குடும்பஸ்தர்களாக அல்லவா இருந்தார்கள்? சிலர் தங்கள் குழந்தைகளோடு வந்திருந்தார்களே? குழந்தையோடு வந்தா

ஏமாற்றுவார்கள்? அவர்களின் முகவரியும் தெரியாது. இத்தனை பெரிய நகரத்தில் அவர்களை எங்கே போய்த் தேடுவது?

மீதியிருந்த ரத்தினங்களை பனாரஸி தன் பைஜாமாவில் வைத்திருந்தார். மாலையில் பார்த்தால் அதையும் காணோம். உள்ளாடையை அணிந்து கொண்டு பைஜாமாவைக் கழற்றிப் போட்டிருந்தார். ஜேபியை எலி கடித்து ரத்தினங்களை உருட்டிக் கொண்டு போய் விட்டது. அப்படித்தான் நடந்திருக்கும். ஏனென்றால், அந்த இடத்துக்கு வேறு மனித ஜீவனே வரவில்லை என்று நம் பனாரஸிக்கு நிச்சயமாகத் தெரியும்.

—

60

இனிமேலும் ஏமாறக் கூடாது என்று மிக ஜாக்கிரதையுடன் தன்னிடம் மிச்சமிருந்த இரண்டு வளையல்களை ஒருவரிடம் விற்றார் பனாரஸிதாஸ்[143]. அவருமே கையில் குழந்தையோடுதான் இருந்தார். அவருமே வீட்டில் போய்க் காண்பித்து விட்டுப் பணம் கொண்டு வருகிறேன் என்றுதான் சொன்னார். ஆனால் பனாரஸிதாஸ் இனி ஒருபோதும் ஏமாற மாட்டார். கையிலிருந்த பொருள் எல்லாவற்றையும் இழந்து அல்லவா கற்றுக் கொண்டிருக்கிறார்? பணம் கையில் கிடைத்தால்தான் பொருள் என்று தீர்மானமாகச் சொல்லி விட்டார். அந்த ஆளும் வீட்டிலிருந்து பணத்தைக் கொண்டு வந்து கொடுத்து விட்டு வளையலை வாங்கிக் கொண்டு போனார்.

பணத்தைக் கையில் வாங்கியதும் இரண்டு அதிகாரிகள் வந்து அதைப் பிடுங்கிக் கொண்டார்கள். அவர்கள் விற்பனை வரி வசூல் அதிகாரிகளாம். அது மட்டும் அல்ல. வெளியூர்க்காரரான

---

143 பனாரஸிதாஸின் காலம் கிறிஸ்தவக் காலண்டர்படி 1586 – 1643. ஆக, பனாரஸி ஷா ஜஹான் காலத்தில் வாழ்ந்தவர். ஷா ஜஹானின் சதுரங்க ஆட்டத் தோழனாக இருந்தவர் என்று அவர் தன்னுடைய மற்ற நூல்களில் குறிப்பிட்டிருக்கிறார். ஆனால் ஔரங்ஸேப் குறிப்பிடும் அர்த்தகதானக் என்ற சுயசரிதத்தில் இந்த விவரம் குறிப்பிடப்படவில்லை.

பனாரஸிதாஸ் இங்கே வந்து இதுவரை விற்ற மற்ற பொருட்களுக்கும் கூட வரி கட்ட வேண்டும் என்றார்கள். வீட்டிலிருந்து பணத்தை எடுத்துக் கொண்டு வருகிறோம் என்று சொல்லி நகைகளை வாங்கிக் கொண்டு போனவர்கள் திரும்ப வந்து பணம் கொடுக்கவில்லை என்று சொல்லிப் பார்த்தார் பனாரஸி. இது என்ன, பணம் போனதும் இல்லாமல் சிறையில் வேறு அடைத்து விடுவார்கள் போலிருக்கிறதே என்று அவருக்கு பயம் வந்து விட்டது. அதிகாரிகளைக் கெஞ்சிக் கூத்தாடி வரியைக் கட்டி விட்டு நடையைக் கட்டினார் நம் சாமானியர் பனாரஸிதாஸ். வரிக்கு ரசீது கொடுக்கவில்லை என்பதையும் கவனித்தார்தான். ஆனால் கேட்கவில்லை. எப்படிக் கேட்பது? ஏற்கனவேதான் அவர்கள் 'நீ முன்பு விற்றதற்கும் சேர்த்து வரி கட்டு' என்கிறார்களே, பாவிகள்? தப்பித்தால் போதும் என்று அங்கிருந்து கிளம்பி விட்டார் பனாரஸி. இதெல்லாம் போதாதென்று விற்பனைக்காக வைத்திருந்த கடைசிப் பொருளான ரத்தினக் கல் பதித்த மோதிரமும் காணாமல் போய் விட்டது. பைஜாமா முடிச்சில்தான் முடிந்து வைத்திருந்தார். இப்போது முடிச்சு அவிழ்ந்து கிடக்கிறது.

மோதிரத்தை ஒருவேளை கைப்பையில் வைத்து விட்டோமோ என்று தேடிய போது தந்தை கொடுத்தனுப்பிய கணக்கு வழக்கு எழுதுவதற்கான நோட்டுப் புத்தகம் கண்ணில் தென்பட்டது. வந்த கோபத்துக்கு அதை சுக்குநூறாகக் கிழித்து எறிந்தார் நம் அன்புக்குரிய சாமானியனும் கவிஞனுமாகிய பனாரஸிதாஸ்.

அடுத்து, பனாரஸிக்குக் கடும் ஜுரம் பிடித்தது. மழையில் நனைத்தார் அல்லவா, அதன் விளைவு. பத்து நாட்கள் கஞ்சி கூட குடிக்கவில்லை. ஜுரம் சரியாகி கொஞ்சம் பழைய தெம்பு வருவதற்கு ஒரு மாதம் ஆயிற்று.

இதற்கிடையில் ஆக்ராவில் ஒரு சிறிய வீட்டை வாடகைக்கு எடுத்து அங்கேதான் தங்கியிருந்தார் பனாரஸி. தந்தையிடமிருந்து பல கடிதங்கள் வந்தன. எதற்கும் பதில் எழுதவில்லை. என்னவென்று எழுதுவது? ஆனால் கரக்சனுக்கு வேறு இடத்திலிருந்து செய்தி போய் விட்டது. ஆக்ராவில் கரக்சனின்

உறவுக்காரர் ஒருவர் வசிக்கிறார். அவர்தான் பனாரஸியின் நலம் விரும்பியாகச் செயல்பட்டு ஆக்ரா நிலைமையை உள்ளது உள்ளபடி கரக்சனுக்குத் தெரிவித்தவர். "உங்கள் மகன் வியாபாரத்துக்காக எடுத்து வந்ததையெல்லாம் தொலைத்து விட்டார்." இதுதான் அவர் அனுப்பி வைத்த செய்தியின் சாரம்.

அவ்வளவுதான், தியான்பூரில் ஆகாயத்துக்கும் பூமிக்குமாகக் குதிக்க ஆரம்பித்தார் கரக்சன். நான் ஆரம்பத்திலிருந்தே சொன்னேன், இந்தக் கவிதை கண்றாவியையெல்லாம் விட்டுத் தொலை என்று. கேட்டானா அவன்? அந்தக் கருமமெல்லாம் பிராமணர்களுக்குத்தான் லாயக்கு, அவர்கள்தான் சுய கௌரவமே பார்க்காமல் பிச்சை எடுத்து படித்து, நமக்கெல்லாம் சொல்லிக் கொடுப்பவர்கள். அவர்களிடமிருந்து கற்றுக் கொள்ளலாமே தவிர அவர்கள் செய்வதை நாம் ஒருபோதும் பின்பற்றக் கூடாது. பின்பற்றினால் இப்படித்தான் நடுத்தெருவில் நிற்க வேண்டும். வியாபாரத்தைக் கற்றுக் கொள், கற்றுக் கொள் என்று தலை தலையாய் அடித்துக் கொண்டேன், உன் மகன் (ஆம், எல்லா வசவையும் வாங்கிக் கொண்டது நம் மதிப்புக்குரிய காத்திப் பனாரஸிதாஸின் அன்னையார்தான்!) ஒருநாளும் என் பேச்சைக் கேட்கவில்லை. பிராமணர்களோடு சேர்ந்து கொண்டு படித்தான். இப்போது அவர்களைப் போலவே பிச்சைக்காரனாகி விட்டான். நான் ஆரம்பத்திலிருந்தே சொல்லிக் கொண்டிருக்கிறேன், புத்தகத்தைத் தொட்டவன் உருப்படவே மாட்டான் என்று... இதோ அந்த வார்த்தையை நிரூபித்து விட்டான் உன் தவப் புதல்வன்!

"பிச்சைக்காரன் பிச்சைக்காரன் என்று சொல்லாதீர்கள். நம் பாதுஷா முஸ்லிமாகவே இருந்தாலும் பிராமணர்களின் பேச்சைக் கேட்டுத்தானே எல்லாம் செய்கிறார்? ஊரில் பிராமணர்களுக்குத்தானே மதிப்பு இருக்கிறது? பிச்சை எடுத்தாலும் அவர்கள் காலில்தானே நாம் எல்லோரும் விழுந்து வணங்குகிறோம்?" என்று கேட்டாள் பனாரஸிதாஸின் தாயார்.

ம்ஹறுூம், இந்தச் சொற்களெல்லாம் கரக்சனின் கோபத்தை அதிகப்படுத்தவே உதவின.

“நாம் இன்று மஹாவீரரையும் பர்ஷ்வநாதரையும் வணங்கினாலும் நாம் எங்கிருந்து வந்தோம் என்பதை மறந்து விடாதே. எத்தனை தலைமுறை ஆனாலும் ராஜபுத்திரனின் ரத்தம் இரந்து வாழ அனுமதிக்காது. எத்தனை புத்தகம் படித்தாலும் ஒரு ராஜபுத்திரன் பிராமணன் ஆகி விட முடியாது.”

வீடே இடிந்து விழும்படி கத்தினார் கரக்சன். அன்றைய தினமே பனாரஸியின் மனைவியை அழைத்து “உன் கணவன் பிச்சைக்காரனாகி விட்டான், நீ உன் பெற்றோர் வீட்டுக்குப் போய் விடுவதே நல்லது” என்று சொல்லி அவள் ஊர் கைராபாதுக்கு அனுப்பி வைத்து விட்டார்.

ஆக்ராவில் பனாரஸியின் நிலை அவர் தந்தை சொன்னது போலத்தான் இருந்தது. கையிருப்பு ஒரு ரூபாயாகக் குறைந்தது. தந்தை கொடுத்த இருநூறு ரூபாய் மற்றும் நகைகள் எல்லாம் கை விட்டுப் போயிற்று.

அந்த நிலையிலும் பனாரஸிதாஸ் தன் படிப்பையும் எழுத்தையும் கைவிடவில்லை. தினமும் மாலையில் வீட்டுத் திண்ணையில் அமர்ந்து மதுமாலதியிலிருந்தும்[144] மிர்கவதியிலிருந்தும்[145] சில பகுதிகளைப் படித்துக் காண்பித்து விளக்கமும் சொல்வார் பனாரஸி. அதைக் கேட்க பத்து இருபது பேர் தவறாமல் கூடினார்கள். அதில் ஒருவர் கச்சோடி[146] விற்பவர். அவர் கடைக்குப் போய் ஒரு சேர் கச்சோடி கடனுக்கு வாங்கி

---

144 மதுமாலதி – 1545இல் எழுதப்பட்ட காவியம். எழுதியவர்: Mir Sayyid Manjhan Shattari Rajgiri

145 மிர்கவதி – அதே காலகட்டத்தில் சூஃபி ஞானியான ஷேக் புர்ஹான் எழுதிய காவியம்.

146 கச்சோடி – சமோசாவைப் போல் எண்ணெயில் பொரித்த ஒரு காரவகைப் பண்டம்.

காலையும் மாலையும் உண்பார் பனாரஸி. இப்படி இவர் தொடர் பட்டினியில் இருப்பது அவரிடம் பாடம் கேட்கும் யாருக்கும் தெரியாது.

ஒருநாள் கச்சோடிவாலா தனியாக இருந்தபோது அவரிடம் தன் நிலையைச் சொல்கிறார் பனாரஸிதாஸ். உடனே கச்சோடிவாலா நீங்கள் எவ்வளவு காலத்துக்கு வேண்டுமானாலும் என்னிடம் கச்சோடி சாப்பிட்டுக் கொள்ளலாம் என்று சொல்கிறார்.

நாள் முழுவதும் படிப்பு. மாலையில் நண்பர்களுக்குக் கவிதை வாசிப்பும் விளக்கமும். வெறும் கச்சோடிதான் உணவு. இப்படியே ஆறேழு மாதங்கள் செல்கின்றன.

ஒருநாள் பனாரஸியின் சின்ன மாமனார் தாராசந்த் தம்பி அவர் இல்லத்துக்கு வருகிறார். நீங்கள் நாளை காலை என் வீட்டுக்கு சாப்பிட வர வேண்டும் என்று அழைக்கிறார். பனாரஸியும் சம்மதிக்கிறார். மறுநாள் தாராசந்த் வந்து பனாரஸியை அழைத்துக் கொண்டு தன் வீட்டுக்குச் செல்கிறார்.

பிறகு, தாராசந்த் தன் ஆட்களை அழைத்து ரகசியமாகச் சொல்கிறார். அவர்கள் பனாரஸியின் வீட்டுக்குச் சென்று அங்கே உள்ள ஒன்றிரண்டு பைஜாமா சட்டைகளையும் பாயையும் எடுத்துக் கொண்டு வந்து விட வேண்டியது. பனாரஸியிடம் வேறு சொத்து ஏது? வீட்டின் எஜமானரிடம் ஆறேழு மாதங்களுக்கான வாடகையையும் கொடுத்து கணக்கு வழக்குகளை முடித்தாயிற்று. இனி பனாரஸிதாஸ் தன் வீட்டில்தான் இருக்க வேண்டும் என்பது சின்ன மாமனாரின் திட்டம்.

இதைச் சொன்னதும் பனாரஸி கடும் எதிர்ப்பு தெரிவிக்கிறார். பட்டினி கிடந்து செத்தாலும் சாவேனே தவிர இப்படி மற்றவர்களுக்குத் தொந்தரவாக இருக்க மாட்டேன் என்பது பனாரஸியின் வாதம்.

உடனே தாராசந்த் நெடுஞ்சாண்கிடையாக பனாரஸியின் காலில் விழுந்தார். “இனிமேல் இதுதான் உங்கள் இல்லம்.”

அதற்கு மேல் பனாரஸியால் என்ன சொல்ல முடியும்?

இப்படி இரண்டு மாதங்கள் கடந்தன. பிறகு அங்கே தரம்தாஸ் என்பவரோடு கூட்டு சேர்ந்து நகை வியாபாரத்தில் இறங்கினார் பனாரஸி. கையில் பைசா இல்லாவிட்டாலும் அனுபவம் இருந்தது. தரம்தாஸிடம் பைசா இருந்தது. ஐநூறு ரூபாய் மூலதனத்தில் வியாபாரம் தொடங்கப்பட்டது. வியாபாரம் நன்கு லாபகரமாகவே ஓடியது. பனாரஸியும் பழைய கடன்களையெல்லாம் அடைத்தார். இப்படியே இரண்டு ஆண்டுகள் ஓடி விட்ட நிலையில் நம் அன்புக்குரிய காத்திப் அவர்களுக்கு அந்த சராசரி வணிக வாழ்க்கை சலிக்க ஆரம்பித்தது.

1613. பனாரஸியும் தரம்தாஸும் பிரிந்தார்கள். நகைகளையும் ரத்தினங்களையும் விற்று தரம்தாஸ் போட்ட மூலதனத்தைத் திருப்பிக் கொடுத்தார் பனாரஸி. ஆனால் பனாரஸி கையில் ஒரு பைசா மிஞ்சவில்லை. இரண்டு ஆண்டுகள் ராப்பகலாக உழைத்தது எல்லாம் வீண்.

அதற்குப் பிறகும் ஆக்ராவில் இருக்க விரும்பாமல் கைராபாத் வருகிறார் பனாரஸி. ஆக்ராவில் நடந்ததைக் கேள்விப்படும் பனாரஸியின் மனைவி “நடக்க வேண்டியது நடந்தே தீரும், எல்லாம் நம் கர்ம வினை” என்று சொல்லி, தன் தாயாரிடம் சென்று கடன் வாங்கி இருநூறு ரூபாயைத் தருகிறாள். கூடவே தன்னுடைய சேமிப்புப் பணமான இருபது ரூபாயையும் கொடுத்து இந்தப் பணத்தை மூலதனமாகக் கொண்டு மீண்டும் வியாபாரத்தைத் தொடங்குங்கள் என்கிறாள்.

பணத்தை எடுத்துக் கொண்டு திரும்பவும் ஆக்ரா வருகிறார் பனாரஸி. அங்கே அவருக்கு இரண்டு நண்பர்கள் கிடைக்கிறார்கள். மூவருக்கும் மிக நெருக்கமான நட்பு உருவாகிறது. ஒருநாள் பனாரஸியின் சிறிய மாமனார் அவர்கள் மூவரையும் பாட்னா போய் வியாபாரம் செய்யச் சொல்கிறார். அங்கே அவர்களுக்கு உதவி செய்ய மாமனாருக்குத் தெரிந்த ஆட்கள் இருந்தார்கள்.

மூவரும் ஆக்ராவிலிருந்து கிளம்புகிறார்கள். ஆக்ராவிலிருந்து பாட்னா இப்போதைய கணக்கில் 840 கிலோமீட்டர். முதலில் யமுனை நதியைக் கடக்கிறார்கள். பிறகு ஃபெரோஸாபாதில் ஒரு வண்டியைப் பிடித்து அதன் மூலம் ஷாஹ்ஸத்பூர் வருகிறார்கள். அங்கே வண்டியை அனுப்பி விட்டு கால்நடையாகக் கிளம்புகிறார்கள்.

இடையில் ஒரு வனம் குறுக்கிடுகிறது. மிகுந்த சிரமத்துக்கிடையில் அந்த வனத்தைக் கடக்க முயற்சிக்கிறார்கள். காசு கொடுத்து அழைத்துக் கொண்டு வந்த வழிகாட்டி பாதி வழியிலேயே தப்பி ஓடி விடுகிறான். வனப்பாதை குழப்பமாக இருக்கிறது. உயிரோடு அடுத்த ஊரைப் பார்ப்போமா என்று மூவருக்கும் சந்தேகமே வந்து விடுகிறது. ஆனாலும் இறைவனின் கருணையினால் இரவு முடிவதற்குள்ளேயே வனத்தைக் கடந்து விடுகிறார்கள்.

வனத்தின் முடிவில் ஒரு கிராமம் தென்படுகிறது. போய்ப் பார்த்தால் அது ஒரு திருடர் கிராமம். அந்த மக்களின் குலத் தொழிலே திருட்டுதான். கிராமத் தலைவன் அவர்களைப் பார்த்து முரட்டுத்தனமாக “நீங்கள் யார்?” என்று கேட்கிறான்.

மூவருக்கும் பயத்தில் நா ஒட்டிக் கொள்கிறது. பேச்சே எழவில்லை. அப்போது பனாரஸி இறைவனைப் பிரார்த்தித்தபடி ஒரு சம்ஸ்கிருத ஸ்லோகத்தைச் சொல்லி, கிராமத் தலைவனை ஆசீர்வதித்து, “நாங்கள் பிராமணர்கள்” என்று சொல்லி மேலும் சில ஸ்லோகங்களைச் சொல்கிறார். உடனே கிராமத் தலைவன் அவர்களின் பாதங்களில் நெடுஞ்சாண்கிடையாக விழுந்து, “தேவரீர் கடவுளின் பிரதிநிதிகள், நாங்கள் தங்களுக்கு எந்தத் தொந்தரவும் கொடுக்க இயலாது, தாங்கள் காலை வரை இங்கே தங்கிச் செல்லலாம்” என்கிறான்.

அவர்கள் தங்குவதற்கு ஒரு இடம் ஒதுக்கப்பட்ட உடனேயே மூவரும் நூல் கண்டுகளை எடுத்து மூன்று யக்ஞோபவீதத்தைச் செய்து அணிந்து கொண்டார்கள். மண்ணைக் குழைத்து விபூதி செய்து உடம்பெல்லாம் பூசிக் கொண்டார்கள்.

காலை விடிந்தது. கிராமத் தலைவன் இருபது பேர்களுடன் குதிரையில் வந்து மூவரையும் பவ்யமாக வணங்கி “என்னோடு வாருங்கள், இந்த வனத்திலிருந்து வெளியேற வழி சொல்கிறேன்” என்கிறான். மூவரும் ஐந்து கிலோமீட்டர் வனத்தில் நடந்ததும் சாலை வந்தது. இப்படியே நடந்தால் ஃபத்தேபூர் என்று சொல்லி விட்டுத் தன் கிராமத்துக்குத் திரும்பினான் திருடர் தலைவன்.

அவன் சொன்ன வழியிலேயே ஃபத்தேபூர் வந்து அங்கிருந்து இலஹாபாத் சேர்ந்தார்கள் பனாரஸியும் நண்பர்களும். அங்கே பனாரஸி தன் தந்தை கரக்சனைச் சந்திக்கிறார்.

பனாரஸியை நெஞ்சோடு அணைத்துக் கொண்டு “எப்படி இருக்கிறாய் மகனே?” என்று கேட்கிறார் கரக்சன்.

பனாரஸி தன் கதையை ஒன்று விடாமல் சொல்கிறார். அதைக் கேட்டதும் கரக்சன் மூர்ச்சை போட்டு விழுகிறார். இரண்டு மணி நேரத்துக்குப் பிறகே மூர்ச்சை தெளிகிறது. பிறகு கரக்சனுக்கு மட்டும் பல்லக்கு எடுத்துக் கொண்டு மற்ற மூவரும் நடைப் பயணமாகவே ஜோன்பூர் கிளம்புகிறார்கள்.

தந்தையை ஜோன்பூரில் விட்டு விட்டு பனாரஸி தன் நண்பரோடு வாரணாசி செல்கிறார். 1614. வாரணாசியில் நண்பர்கள் மூவரும் பர்ஷ்வநாத் கோவிலில், அடுத்தவர் மனைவியோடு உறவு கொள்வதில்லை என்றும், இரண்டு தடவைகளுக்கு மேல் திருமணம் செய்து கொள்வதில்லை என்றும் சத்தியப் பிரமாணம் செய்து கொள்கிறார்கள்.

இதற்கிடையில் பனாரஸியின் மனைவி பிள்ளைப்பேறின் போது தாயும் சேயுமாக இறந்து போன செய்தி கிடைக்கிறது. அதே சமயம் மனைவியின் தங்கையை பனாரஸியின் இரண்டாம் தாரமாக ஜோன்பூருக்கு அனுப்பி வைக்கிறார் மாமனார்.

அப்போது ஜோன்பூரின் நவாபாக இருந்தவர் ச்சின் கிலிச். நம் கதையின் வில்லனான கிலிச் கானின் புதல்வன். இந்தக் கதையெல்லாம் என் ஆட்சியின் போது நடந்து கொண்டிருக்கிறது. அதனால்தான் இந்தக் கதையையே நான் தங்களிடம் சொல்லிக்

கொண்டிருக்கிறேன். ச்சின் கிலிச் அவருடைய தகப்பனைப் போல் இல்லை. மிக இனிமையானவர். அதனால் ச்சின் கிளிச்சுக்கும் பனாரஸிக்கும் நெருங்கிய நட்பு ஏற்படுகிறது.

ஒருநாள் ச்சின் கிளிச் இந்த உலக வாழ்விலிருந்து விடை பெற்றுக் கொள்கிறார். ச்சின்னின் இடத்தில் வர இருப்பவர் பேரரசரிடம் அதாவது, என்னிடம் பெரும் பட்டங்கள் பெற்றவர். ஆனால் ஜோன்பூர் மக்கள் அவரைப் பற்றி வேறு மாதிரி நினைத்தார்கள்.

—

61

ஜோன்பூருக்கு வந்த புதிய நவாபின் பெயர் ஆகா நூர். அவர் கிலிச் கான் பாணியிலேயே ஜோன்பூரிலிருந்து வாரணாசி வரை இருந்த எல்லா பொற்கொல்லர்களையும், வியாபாரிகளையும், வட்டிக்கடைக்காரர்களையும் பிடித்து உயிர் போகிறாற்போல் அடித்து பச்சைத் தண்ணீர் கூடக் கொடுக்காமல் சிறையில் போட்டார்.

பனாரஸியும் அவர் நண்பர் நரோத்தம் தாஸுும் அப்போதுதான் வெளியூரிலிருந்து ஜோன்பூருக்குத் திரும்பிக் கொண்டிருந்தார்கள். வழியில் ஆகா நூர் பண்ணும் அராஜகத்தைக் கேள்விப்பட்டு அப்படியே திரும்பி சுர்ஹார்ப்பூருக்குப் போக முடிவு செய்தார்கள். இடையில் ஒரு நதி குறுக்கிட்டது. இரண்டு பானைகளை வாங்கி அதைக் கவ்விக் கொண்டு நீந்தி நதியைக் கடந்தார்கள்.

கரையேறியதும் அங்கே ஒரு ஆளில்லாக் கோட்டை தென்பட்டது. நண்பர்கள் இருவரும் நாற்பது நாட்கள் அந்தக் கோட்டையிலேயே தங்கினார்கள். பிறகு ஆகா நூர் ஆக்ராவுக்குச் சென்று விட்டதை அறிந்து கொண்டு கோட்டையை விட்டுக் கிளம்பினார்கள். ஆனால் ஆகா நூர் ஆக்ரா செல்வதற்கு முன்

ஒரு சில பணக்கார வணிகர்களைக் கடுமையாக அடித்துத் துன்புறுத்தி அவர்களையும் ஆக்ராவுக்கே அழைத்துச் சென்றான். ஜோன்பூரில் மீண்டும் பனாரஸி தாஸ் தன் குடும்பத்தோடு இணைந்தார்.

கொஞ்ச காலம் கழித்து இன்னொரு பயணம் கிளம்பினார் பனாரஸி. பயணத்தின் போது மதுராவைச் சேர்ந்த இரண்டு பிராமணர்களும் இன்னும் சில வணிகர்களும் இணைந்து கொண்டார்கள். இரவு வந்ததும் இடையில் தென்பட்ட ஒரு ஊரில் தங்கிக் கொண்டார்கள். அப்போது அந்த ஊரைச் சேர்ந்த ஒரு பனியா பயண கோஷ்டியைச் சேர்ந்த பிராமணர்களிடம் பேசிக் கொண்டிருந்தான். கொஞ்ச நேரத்தில் உணவு வாங்குவதற்காகத் தங்கள் மூட்டையிலிருந்த காசை எடுத்துக் கொடுத்தார்கள் பிராமணர்கள். அந்தக் காசுகள் போலியாகத் தயாரிக்கப்பட்டவை என்று தெரிந்தது. எப்படி நடந்தது என்று பார்த்தால் அந்த மூட்டையே பிராமணர்கள் கொண்டு வந்த மூட்டை இல்லை.

பனியாதான் திருட்டுத்தனமாக மூட்டைகளை மாற்றியிருக்கிறான். விவகாரம் கோட்வாலுக்குச் சென்றது. மொகலாயர்கள் வந்து பனாரஸியையும் பிராமணர்களையும் மற்ற பயண கோஷ்டியினரையும் பார்த்து, “நீங்களெல்லாம் திருட்டு முழி முழிக்கிறீர்கள், நீங்கள் கள்வர்கள் என்பதற்கு அதை விட ஆதாரம் வேறு எதுவும் தேவையில்லை; குற்றச்சாட்டை நீங்கள் மறுக்க நினைத்தால், அதற்கான ஆதாரம் காட்ட வேண்டும், அல்லது, உங்களைத் தெரிந்தவர்கள் யாராவது இருந்தால் சாட்சி சொல்ல வேண்டும்” என்றார்கள். பயண கோஷ்டிக்கு அந்த ஊரில் யாரையும் தெரியாது. “அப்படியானால் பிரச்சினையைக் காலையில் பார்த்துக் கொள்ளலாம், எல்லோரையும் கைது செய்து காவலில் வையுங்கள்” என்று சொல்லி விட்டு மொகலாயர்கள் சென்று விட்டார்கள்.

அவர்கள் சென்ற பிறகுதான் பனாரஸியோடு வந்த ஒரு வணிகருக்கு பக்கத்து கிராமத்தில் உறவுக்காரர்கள் இருப்பது

ஞாபகம் வந்தது. முன்னாலேயே ஏன் சொல்லவில்லை என்று கேட்டால், பயத்தில் மூளையே வேலை செய்யவில்லை என்றார்.

காலையில் மொகலாயர்கள் வந்ததும் விஷயத்தைச் சொன்னதும் எல்லோரும் பக்கத்து கிராமத்துக்குச் சென்றார்கள். வணிகர் சொன்னது உண்மைதான் என்று தெரிந்ததும் மொகலாயர்கள் வணிக கோஷ்டியை விட்டு விட்டார்கள்.

அப்படியே மூட்டையைத் தூக்கிக் கொண்டு போயிருக்கலாம். ஆனால் பிராமணர்களின் பணம்? அந்த பனியாதானே இந்தப் பிரச்சினைக்கெல்லாம் காரணம்? அவனைப் பிடித்தால் தெரிந்து விடும். அதனால் பனாரஸியும் பயண கோஷ்டியும் கோட்வால் அதிகாரிகளையும், மொகலாயர்களையும், நீதிபதியையும் நேரில் போய்ப் பார்த்து, அவர்களின் பதவிக்குத் தகுந்தபடி பரிசுப் பொருட்கள் கொடுத்து பனியாவிடமிருந்து பிராமணர்களுக்கு உரிய பணத்தைப் பறிமுதல் செய்து கொடுக்கும்படி வேண்டிக் கொண்டனர்.

அப்போது மொகலாயர்கள் சொன்னார்கள்: “நீங்கள் சொல்வதற்கு முன்பே அந்த பனியாவைத் தேடினோம். அவன் ஊரை விட்டு ஓடி விட்டான். நீங்கள் உயிர் பிழைத்ததே பெரிய அதிர்ஷ்டம். பணத்தை விட உயிர் பெரிது இல்லையா? பேசாமல் வீடு போய்ச் சேருங்கள்.”

மறுநாள் வணிக கோஷ்டி தங்கள் திட்டப்படி ஆக்ராவுக்குக் கிளம்பிய போது பனாரஸியின் நண்பன் நரோத்தம் இறந்து விட்டதாக ஒரு கடிதத்தைக் கொண்டு வந்து கொடுத்தான் தபால்காரன். கடிதத்தைப் படித்தவுடனே மூர்ச்சை அடைந்து விழுந்து விட்டார் பனாரஸி.

பிறகு பிரக்ஞை தெளிந்து எழுந்து வணிக கோஷ்டி தத்தம் குதிரைகளில் ஆக்ரா நோக்கிக் கிளம்பியது. அப்போது குறுக்கே நின்றார்கள் இரண்டு பிராமணரும். எங்கள் பணம் கிடைக்காவிட்டால் நாங்கள் தற்கொலை செய்து கொள்வதைத் தவிர வேறு வழியில்லை என்றார்கள். அதனால் பனாரஸி

பதின்மூன்று ரூபாயும், இன்னொரு வணிகர் பன்னிரண்டு ரூபாயும் கொடுத்து பிராமணர்கள் இழந்த தொகையை ஈடு செய்தார்கள். பனாரஸிக்கு அதில் மிகவும் திருப்தி. இல்லாவிட்டால் அவர்கள் கணக்கில் பிரம்ம ஹத்தி[147] தோஷம் சேர்ந்திருக்கும்.

1616. ஆக்ராவில் கொள்ளை நோய் வந்த ஆண்டு. அப்போது நம் சாமானியன் பனாரஸிதாஸ் ஜவுளி வியாபாரியாக மாறியிருந்தார். துணிகளை ஓரிடத்திலிருந்து மொத்தமாக வாங்கி அதை பஜாருக்குக் கொண்டு போய் விற்பது.

கொள்ளை நோயின் அடையாளம் என்னவென்றால், முதலில் ஜுரம். அடுத்து, உடம்பில் முடிச்சு முடிச்சாக வரும். அந்த முடிச்சு வந்ததும் ஆள் காலி. எலிகளும் செத்து விழுந்தன. மருத்துவர்களும் செத்து விழுந்தார்கள். சாமானியர்களும் செத்து விழுந்தார்கள்.

ஆக்ராவிலிருந்து பதினாறு கிலோ மீட்டர் தொலைவில் அஸீஸ்பூர் என்று ஒரு சிறிய கிராமம் இருந்தது. பிராமணர் வசிக்கும் கிராமம். அங்கே அந்தக் கொலைகாரக் கொள்ளை நோய் எட்டிப் பார்க்கவில்லை என்பதை அறிந்து கொண்ட நம் நாயகர் பனாரஸிதாஸ் அங்கே போய் ஒரு வீட்டை வாடகைக்குப் பிடித்துக் குடியேறினார். குடும்பத்தையெல்லாம் கூட்டி வரவில்லை. பனாரஸி மட்டும் தனியாக இருந்தார். யாருக்கும் தெரியாத ரகசியமாகவும் வைத்துக் கொண்டார். ஒருசில மாதங்களில் கொள்ளை நோய் அடங்கியதும் மீண்டும் ஆக்ராவுக்கே சென்றார்.

ஒரு திருமணமும் செய்து கொண்டார். ஜோன்பூரிலிருந்த தாயும் மகனோடு வந்து சேர்ந்து கொண்டார். பிறகு தாயையும் தாரத்தையும் அழைத்துக் கொண்டு ஹஸ்தினாபுரத்துக்குப் புனித

---

147 பிரம்மம் – உயிர்; ஹத்தி – கொலை. ஆனால் பிரம்ம ஹத்தி என்றால் பிராமணர்களைத் துன்புறுத்தினாலோ, கருக்கலைப்பு செய்தாலோ ஏற்படும் பாவம்.

யாத்திரை கிளம்பினார் பனாரஸிதாஸ். 1618. ஹஸ்தினாபுரத்தில் பல பக்திப் பாடல்களை இயற்றிய பனாரஸி அங்கிருந்து மீரட் வந்தார். தாய்வழித் தாத்தாவின் ஊர்.

அதற்குப் பிறகு பனாரஸியின் வாழ்க்கை பற்றி அவர் ஒன்றும் குறிப்பிட்டுச் சொல்லவில்லை. குடித்துச் சீரழிந்தது பற்றி ஒரு வாக்கியத்தில் சொல்கிறார். ஆனால் அப்படிக் குடித்துச் சீரழிந்த காலகட்டத்தில்தான் எக்கச்சக்கமான கவிதை நூல்களை எழுதியிருக்கிறார். பிறகு இரண்டாவது மனைவியும் இறந்து விட மூன்றாவது திருமணம் செய்து கொள்கிறார். அந்தத் திருமணத்திலும் குழந்தைகள் பிறந்து இறக்கின்றன. பனாரஸியின் வாழ்வில் மொத்தம் ஒன்பது குழந்தைகள் இரண்டு பெண், ஏழு ஆண் பிறந்து இளம் வயதிலேயே இறந்து போகின்றன. ஒன்று கூடத் தங்கவில்லை.

பிறகு தன் கெட்ட பழக்கங்களையெல்லாம் விட்டு விட்டு ஆன்மீகத்தில் ஈடுபாடு கொள்கிறார் பனாரஸி. தன் ஐம்பத்தைந்தாவது வயதில் பாதி கதை என்ற தலைப்பில் தன் சுய சரிதத்தை எழுதுகிறார். ஏன் அந்தத் தலைப்பு என்றால், சமணர்கள் மனித ஆயுளை நூற்றுப் பத்து என்று கருதுகிறார்கள். பனாரஸி ஐம்பத்தேழாவது வயதில் இறந்தார்.

ஓரளவுக்கு ஒரு சிறிய மின்னல் கீற்றைப் போல ஒரு சாமானியனின் வாழ்க்கையை அவரது சுயசரிதத்திலே நான் கண்டேன்.

சுயசரிதம் என்று சொல்லும்போது நான் தங்களைச் சந்திக்கும் முன்பாக தங்களைப் பற்றித் தெரிந்து கொள்வதற்காகத் தங்கள் எழுத்துகளை ஓரளவு படித்தேன். தங்கள் எழுத்தை மற்றவர்கள் ஆட்டோஃபிக்ஷன் என்று வரையறுப்பதையும், தாங்கள் அடிக்கடி ஜாக் தெரிதா *(Jacques Derrida)* என்ற ஃப்ரெஞ்ச் தத்துவவாதி பற்றிக் குறிப்பிடுவதையும் அறிந்து தெரிதாவையும் கொஞ்சம் படிக்க ஆரம்பித்தேன். அந்தப் பின்னணியில் நான் இப்போது தங்களிடம் சிலவற்றைச் சொல்ல ஆரம்பிக்கிறேன்.

சுயசரிதம் என்றாலே வாக்குமூலம்தான் இல்லையா? இந்த வாக்குமூலங்களின் மூலமாக நாம் நம்மை சுத்திகரித்துக் கொள்ள முயல்கிறோமா? அல்லது, நம்முடைய தன்னிலை (Self) குறித்த விசாரணையில் இறங்குகிறோமா? ஆனால், பனாரஸிதாஸின் சுயசரிதத்தில் சுத்திகரிப்பு முயற்சியும் இல்லை. விசாரணையும் இல்லை. இந்த விஷயத்தில் ஹிந்துஸ்தானிகளை விட தைமூரியர்கள் தைரியசாலிகள். எங்கள் மூதாதை பாபர் தன் மனைவியிடம் சென்றால் ஆண்மை எழவில்லை என்றும், ஆனால் ஒரு சிறுவனைப் பார்க்கும்போது காதலும் ஆண்மையும் பொங்கி எழுகின்றது என்றும் எந்தத் தயக்கமுமின்றி எழுதுகிறாரே? ஆனால் பனாரஸிதாஸ் "நான் கீழ்த்தரமான காரியங்களில் ஈடுபட்டேன்" என்பதோடு முடித்துக் கொள்கிறார். இதுவரையிலும் கூட நான் அறிந்தவரை உங்களுடைய காந்தியைத் தவிர வேறு யாரும் தன் சுயசரிதத்தில் துணிச்சல் காட்டியதில்லை என்றே நினைக்கிறேன். மன்னியுங்கள் மதிப்புக்குரிய காத்திப் அவர்களே, அதைத் துணிச்சல் என்று சொல்லக் கூடாது. நேர்மை என்று சொல்வதே சரியாக இருக்கும்.

சரி, தன்னிலை என்று சொல்லும்போது மாற்றான்[148] (Other) என்ற விஷயமும் வந்து விடுகிறது. அப்படியானால் என் கதையை நான் சொல்ல தாங்கள் அதை எழுதுவீர்கள். அப்படியானால் யார் ஔரங்ஸேப்? தாங்களா? நானா? ஏன் சொல்கிறேன் என்றால், தாங்கள்தானே அடிக்கடி சொல்வீர்கள், "நான் எழுதும்போது என் பாத்திரமாகக் கூடு விட்டுக் கூடு பாய்ந்து விடுகிறேன்" என்று? அப்படிப் பார்த்தால் என் கதையில் வரும் ஔரங்ஸேப் நீங்களா, நானா? அது ஒரு பக்கம் இருக்க, நான் என்ற தன்னிலையே என் ஒருவனால் கட்டமைக்கப்பட்டதுதானா? மாற்றான் என்பதே இல்லாமல் ஒற்றைத் தன்னிலையாக இருப்பது இறைவன் மட்டுமே அல்லவா?

---

148 மாற்றான் – Jacques Derrida பயன்படுத்தும் The Other என்ற கருத்தாக்கம்.

குறுக்கிடுவதற்கு மன்னிக்க வேண்டும் ஹுஸூர், அங்கேயும் சைத்தான் என்ற ஒரு மாற்றான் இருக்கிறானே?

சபாஷ், சபாஷ்... காத்திப்களோடு பேசிச் சமாளிக்க முடியுமா? நான் ஒரு சாமானியன். இறைவனைப் பற்றியெல்லாம் தத்துவ ஆராய்ச்சி செய்வதற்கு எனக்குத் தகுதியில்லை. அந்த அளவுக்கு வாசிப்பும் இல்லை. தாரா வேண்டுமானால் தங்களோடு சரி சமமாக அமர்ந்து இது விஷயத்தில் சம்வாதம் செய்திருப்பான். எனவே அதை ஒரு பக்கம் விட்டு விட்டு, நான் விட்ட இடத்துக்கு வருகிறேன். என்னுடைய தன்னிலையைப் பெருமளவுக்கு நிர்ணயித்தவர் மராட்டியத்தின் ஷிவா அல்லவா? அப்படியானால் ஔரங்சீப்பின் மாற்றான் ஷிவா என்று ஆகிறது. அதே சமயம், சரித்திர ஆசிரியர்களும் சரித்திரத்தை உருவாக்கிய ஜவஹர்லால் நேரு போன்ற அரை வேக்காடுகளும் ஔரங்ஸேபின் தன்னிலையை அழித்தொழிக்கவே முயன்றார்கள் என்ற போது ஔரங்ஸேபாகிய நான் என் தன்னிலையை இன்னொரு மாற்றானாகிய தங்களின் மூலம் மீட்டுருவாக்கம் செய்கிறேனா? ஆக, ஷிவா என்ற மாற்றானால் பூர்த்தியடையும் ஔரங்ஸேப் என்ற தன்னிலை என் மதிப்புக்குரிய காத்திப் ஆகிய தங்களால் எனது இரண்டாவது மாற்றானால் - பிரதியாக்கம் செய்யப்படுகிறதா? தங்களின் ஜாக் தெரிதா இது பற்றி என்ன சொல்கிறார்?

ஹுஸூர், தெரிதா இப்படிச் சொல்வார்... அப்படியானால் ஔரங்ஸேப் என்பது யார்? எழுத்தாளனா? ஷிவாஜியா? கதையைச் சொல்லிய ஔரங்ஸேபின் தன்னிலையா? எப்படியும் சொல்ல முடியாது. ஏனென்றால், தன்னிலை, சுய அடையாளம், கதை சொல்லல் ஆகிய மூன்றுக்கும் இடையே உள்ள பிணைப்பின் காரணமாக சுய சரிதம் என்பதே சாத்தியம் இல்லாதது என்கிறார் தெரிதா. அதாவது, உங்கள் கதையில் உங்களைப் பற்றிய உங்களின் அவதானத்தையே சொல்கிறீர்கள். உங்களைப் பற்றிய உங்கள் பார்வை மட்டுமே அங்கே காணக் கிடைக்கிறது. உதாரணமாகப் பாருங்கள், நம்முடைய உரையாடலிலேயே உங்களைப் பற்றிய மற்ற பார்வைகளை

மற்றவர்கள் வந்துதான் சொல்ல வேண்டியிருந்தது. உங்கள் தன்னிலையைப் பூர்த்தி செய்தவர் என்று நீங்கள் சொல்லும் ஷிவாஜி பற்றி இதுவரை தாங்கள் பேசவே இல்லை. பேசினால், கதையின் பெயர் நான்தான் ஔரங்ஸேப்... என்று இருக்க முடியாது அல்லவா ஷாஹின்ஷா?

எனவே ரொலான் பார்த் *Author is dead* என்று சொன்னது போல நீங்களே உங்களை அழித்து விட்டு நீங்களே ஷிவாஜிக்குள் கூடு பாய்ந்து நீங்களும் ஷிவாஜியுமாக மாறி மாறி யார் எழுதுவது என்றே தெரியாமல் எழுதியிருந்தால் இது ஒரு அட்டகாசமான பின்நவீனத்துவ நாவலாக மாறியிருக்கும் ஹுஸூர். அழிப்பது என்றால் கொன்றொழிப்பது என்ற அர்த்தத்தில் சொல்லவில்லை. கண்ணாடியில் படிந்துள்ள தூசைத் துடைப்போம் இல்லையா தங்களுக்கு மிகப் பிடித்தமான படிமம் ஆயிற்றே அது? இதயத்தில் படிந்துள்ள தூசு அந்த அர்த்தத்தில் சொல்கிறார் தெரிதா. பொறுங்கள் ஷாஹின்ஷா, பொறுங்கள். தெரிதா அந்த அர்த்தத்தில் சொல்லவில்லை. கண்ணாடியில் அல்லது இதயத்தில் படிந்துள்ள தூசை அழித்தல் என்பதில் ஒரு ஆன்மீகச் சாயை விழுந்து விடுகிறது. தெரிதா சொல்லும் அழித்தல் எப்படி நடக்கிறது என்றால், காகிதத்தில் எழுதப்பட்டுள்ளதை ரப்பரால் அழிக்கும் போது முன்பு எழுதப்பட்டவற்றின் தடயங்கள் இருக்கும் அல்லவா? அந்தத் தடயங்களைப் பற்றிக் கொண்டு வேறோர் தன்னிலை வேறோர் பிரதியை உருவாக்குகிறது. கடைசியில், கதை சொன்ன தன்னிலை கதையிலிருந்து காணாமல் போய் விடுகிறது. கதையிலிருந்து வெளியே போய் விழுந்து விடுகிறது.

—

62

ஆட்டோ என்ற கிரேக்க வார்த்தைக்கு தான், தன்னிலை என்று பொருள். பயோ என்றால் வாழ்க்கை. க்ராஃபி என்றால் எழுத்து. அதைத்தான் சுயசரிதம் என்கிறோம். ஆனால் என்னுடைய வாழ்க்கையை நான் சொல்லும் போது அந்த நான் என்பது நானாக இல்லாமல் மாற்றானால் உருவாக்கப்பட்டது என்றால், சுயசரிதம் என்பதே சாத்தியம் இல்லாமல் ஆகிறதுதானே?

இதையெல்லாம் நாம் மாற்றான் என்ற விஷயத்தைப் புரிந்து கொள்வதற்காக ஆரம்பித்தோம். மாற்றான் பற்றி யோசிக்கும்போது என் மனதில் சகுனி என்ற பாத்திரம் முன்னே வருகிறான்.

காந்தார அரசன் சுபலனுக்கும் சுதர்மாவுக்கும் பிறந்த நூறு புத்திரர்களில் கடைசி சகுனி. நூறு சகோதரர்களுக்கும் ஒரே தங்கை காந்தாரி. அவளை திருதராஷ்ட்ரனுக்குப் பெண் கேட்பதற்காகப் படையோடு வந்து காந்தாரத்தின் கதவைத் தட்டுகிறார் பீஷ்மர். ஹஸ்தினாபுரம் ஒரு மாபெரும் சாம்ராஜ்ஜியம். காந்தாரமோ ஒரு துக்கடா சிற்றரசு. கொசுவை நசுக்குவது போல் நசுக்கி விடுவார் பீஷ்மர். என்ன அராஜகம். ஒரு சொல் பேசாமல் மகளைக் கொடுத்து விடுவதைத் தவிர

மறுப்பதற்கு எங்கே இடம் இருக்கிறது? வீடு புகுந்து பெண்களைத் தூக்கிக் கொண்டு போகும் கொள்ளைக் கூட்டத்துக்கும் இவர்களுக்கும் என்ன வித்தியாசம்? இப்படிப்பட்ட ஒரு கொள்ளைக்காரனையா உலகம் கங்காபுத்திரன் என்று கொண்டாடுகிறது? தந்தைக்காக பிரம்மச்சரியம் காத்த தியாகத் திருவுருவம் தன் குடும்பத்துக்காக இன்னொரு குடும்பத்தையா அழிக்க நினைக்கும்? வலியவனுக்கு முன்னால் எளியவன் தாழ்ந்துதான் போக வேண்டுமா?

இப்படி ஏதேதோ நினைத்துக் குமுறினான் சுபலன்.

கூடவே இன்னொரு விஷயமும் ஞாபகம் வந்தது. மகளுக்கும் மாங்கல்ய தோஷம் இருக்கிறது. அதன்படி அவளுடைய முதல் கணவன் இறந்து விடுவான். இரண்டாவது கணவன்தான் தங்குவான். என்ன செய்யலாமென ஜோதிடனைக் கேட்டபோது அவனொரு உபாயம் சொன்னான். காந்தாரியை ஒரு கிடா ஆட்டுக்குத் திருமணம் செய்து வைத்து ஆட்டை அடித்து விடுங்கள், தோஷம் தீர்ந்து விடும். ஜோதிடன் சொன்னதைப் போலவே காந்தாரியை ஒரு கிடா ஆட்டுக்குத் திருமணம் செய்து வைத்து ஆட்டை பலி கொடுத்தான் சுபலன். தன் பிள்ளைகளிடமும் சொல்லி விட்டான், இந்த விஷயத்தை இத்தோடு மறந்து விடுங்கள், உயிரே போனாலும் விஷயம் வெளியே போகக் கூடாது என்று.

ஆனாலும் திருமணத்துக்குப் பிறகு உளவாளிகள் மூலம் பீஷ்மருக்கு விஷயம் தெரிந்து விட்டது. எங்களை ஏமாற்றி விதவையைத் திருமணம் செய்து வைத்து குரு குலத்தின் பெருமையையே அழித்து விட்டானே அந்த சுபலன், அவன் குலத்தையே அழித்து நாசமாக்குகிறேன் என்று பூமிக்கும் ஆகாயத்துக்குமாகக் குதித்தார் பீஷ்மர்.

அது மட்டும் அல்லாமல், சுபலனும் அவன் பிள்ளைகளும் வெளியே இருந்தால் குரு குலத்துக்கு அவமானம் என்று அவனையும் அவனது நூறு பிள்ளைகளையும் பிடித்துச் சிறையில் அடைத்தார்.

“நாங்கள் எந்தத் தவறும் செய்யவில்லை, மாங்கல்ய தோஷத்துக்குப் பரிகாரம் செய்வதற்காகத்தான் ஆட்டோடு திருமணம் செய்து வைத்தேன், நாங்கள் குற்றமற்றவர்கள்” என்று பீஷ்மரிடம் சொல்லிக் கெஞ்சினான் சுபலன்.

பீஷ்மரின் செவிகளில் சுபலனின் ஒரு சொல்லும் ஏறவில்லை.

“நீ எங்களை ஏமாற்றி விட்டாய்” என்றே திருப்பித் திருப்பிச் சொல்லிக் கொண்டிருந்தார் பீஷ்மர்.

“நீங்களும்தான் எங்களிடம் திருதராஷ்ட்ரன் கண் பார்வையில்லாதவன் என்பதைச் சொல்லாமல் மறைத்தீர்கள். அது மட்டும் ஏமாற்று வேலை இல்லையா? எங்கள் குலக் கொழுந்தான காந்தாரி நூறு ஆண் குழந்தைகளைத் தாண்டி நூற்றி ஓராவது பிள்ளை, பெண் பிள்ளையாகப் பிறந்தவள் அப்படிப்பட்டவள் இன்று தன் கணவனுக்குப் பார்வையில்லை என்று தானும் தன் கண்களைக் கட்டிக் கொண்டு திரிகிறாள். ஏற்கனவே அவளுக்கு இருட்டு என்றால் பயம். இரவு வந்து விட்டாலே அண்ணா அண்ணா என்று சொல்லி என் மகன் சகுனியின் கையைப் பிடித்து நடுங்கிக் கொண்டிருப்பாள். இப்போது அவள் வாழ்வே மீள முடியாத இருளாகி விட்டது. ஒளியில்லாத பெரும் அந்தகாரத்தில் புதைந்து விட்டது. அப்பேர்ப்பட்ட கொலை பாதகத்தை நீங்கள் செய்யவில்லையா? திருதராஷ்ட்ரன் கண் பார்வையற்றவன் என்று நீங்கள் எங்களிடம் சொன்னீர்களா?’ என்று அந்த பீஷ்மரைப் பார்த்துக் கேட்க வேண்டியதுதானே தந்தையே?” என்றான் சகுனி.

ஒரு சொல்லும் சொல்லாமல் தன் இளைய மகனை பலஹீனமாகப் பார்த்தான் சுபலன்.

சிறைச்சாலையில் சுபலனுக்கும் அவனுடைய நூறு பிள்ளைகளுக்கும் ஆளுக்கு ஒரு பருக்கை உணவாகக் கிடைத்தது. அவர்களைக் கொல்ல வேண்டும் என்பதுதானே பீஷ்மரின் திட்டம்? அதே சமயம் ரத்தம் சிந்தாமலும் கொல்ல

வேண்டும். விருந்து என்று சொல்லித்தான் எல்லோரையும் ஹஸ்தினாபுரத்துக்கு வரவழைத்திருந்தார் பீஷ்மர்.

ஆக, ஒரு பருக்கை சோறுதான் விருந்து. விதவையைத் திருமணம் செய்து கொடுத்து வையம் புகழும் குரு குலத்தின் பெருமையைக் கெடுக்க நினைத்த உங்கள் ஏமாற்று வேலைக்கு உங்களைக் குல நாசம் செய்வதுதான் ஒரே வழி.

சுபலன் பார்த்தான். பீஷ்மரின் திட்டத்தைப் புரிந்து கொண்டான். இந்த நூற்றியோரு பேரில் ஒருவராவது பிழைத்தால்தான் வம்சம் அழியாது; அதோடு, எந்தத் தவறும் செய்யாத நம்மை குல நாசம் செய்ய நினைத்த பீஷ்மரின் குரு குலத்தை அடியோடு அழித்துப் பழி வாங்க வேண்டும், அதற்கு நம்மில் ஒருவராவது மிஞ்ச வேண்டும் என்று யோசித்தான். ஆளுக்கு ஒரு பருக்கையை உண்டு எல்லோரும் மொத்தமாக மடிவதை விட நூறு பருக்கைகளையும் ஒருசேரப் பண்ணி ஒருத்தனிடம் கொடுத்தால் அவனாவது உயிர் பிழைப்பான்.

நூறில் யார் என்று குழப்பமாக இருந்தது. ஒரு எலும்புத் துண்டை எடுத்துக் கொடுத்து அதில் இருக்கும் மிகச் சிறிய துவாரத்தின் வழியே ஒரு அரிசி மணியை நூலில் கட்டி எடுத்துச் செல்ல வேண்டும், உங்களில் யார் அதைச் செய்யக் கூடியவன் என்று நூறு புத்திரர்களையும் பார்த்துக் கேட்டான் சுபலன். ஒவ்வொருவரும் ஒவ்வொரு விதமாக முயற்சித்தார்கள். கடைசியாக அரிசி மணி சகுனியிடம் வந்தது.

ஒரு எறும்பைப் பிடித்து அதில் ஒரு நூலைக் கட்டி அதனிடம் அரிசி மணியைக் காட்டியதும் அது அரிசி மணியைச் சுமந்து கொண்டு எலும்பில் உள்ள துளையின் மூலம் அடுத்த பக்கம் சென்றது.

நூறு பருக்கைகளும் ஒன்றாகச் சேர்த்து சகுனியிடம் கொடுக்கப்பட்டது. பட்டினியால் அவனுடைய ஒவ்வொரு சகோதரனும் செத்து விழுந்தார்கள். துக்கம் ஒரு பக்கமும் வெஞ்சினம் ஒரு பக்கமுமாகத் துடித்தான் சகுனி. யார்

செய்த பாவம் இது? எதற்காக இப்படி? என் சோதரர்களின் உணவைத் தின்று நான் உயிர் வாழ வேண்டுமா? நானும் இவர்களைப் போல் மடிந்து போகிறேனே? இதற்கெல்லாம் காரணமான பீஷ்மரைக் கொன்று போட வேண்டாமா? எப்படிக் கொல்வது? யானையைச் சிற்றெறும்பினால் கொல்ல முடியுமா? பலஹீனர்களுக்கு இந்த உலகில் வாழ இடமில்லையா? அப்படியானால் நானும் என் சோதரர்களுடனேயே இறந்து போகிறேனே? நாம் மட்டும் ஏன் உயிர் வாழ வேண்டும்?

ஆனால் ஒவ்வொரு மரணம் விழும் போதும் சுபலன் சகுனியிடம் பேசினான். அப்படியே தொண்ணூற்று ஒன்பது பிள்ளைகளும் மரணமடைந்தார்கள். சகுனியும் சுபலனும்தான் மிச்சம். அப்போது சுபலன் சகுனியிடம் கடைசியாகப் பேசினான்:

"நாம் என்ன தவறு செய்தோம்? நமக்கு எதற்காக இந்தத் தண்டனை? நம்மிடம் பெண் கேட்டு வந்தவர் பீஷ்மர். இத்தனைக்கும் திருதராஷ்டிரன் கண் பார்வையற்றவன் என்று கூட சொல்லவில்லை. நம்முடைய பெண்ணுக்கு நாம் என்ன குறை வைத்தோம்? மாங்கல்ய தோஷத்துக்குப் பரிகாரம் தேடியது குற்றமா? அதற்காக நம் வம்சமே அழிந்து போக வேண்டுமா? இதற்கெல்லாம் காரணமான அந்த பீஷ்மரைப் பழி வாங்கு. குரு வம்சத்தின் சுவடு கூட இல்லாமல் கூண்டோடு அழித்துப் போடு."

"என்னிடம் அதற்கான பலம் இல்லையே தந்தையே? அவர்களின் சைந்நியத்துக்கு முன்னால் என்னைப் போன்ற சிறுவன் எம்மாத்திரம்?"

"மூளையைப் பயன்படுத்து. அவர்கள் ஆயுத பலம் கொண்டவர்கள். உனக்கோ புத்திதான் ஆயுதம். புத்தியால் அவர்களை வீழ்த்து. அதனால்தான் உன்னைத் தேர்ந்தெடுத்தேன். இதோ உன்னுடைய சகோதரர்கள் அத்தனை பேரும் உணவின்றிப் பட்டினி கிடந்து மாண்டு போனார்கள். இதை உன் வாழ்வில் ஒருபோதும் மறக்காதே. இந்தத் தொண்ணூற்று ஒன்பது பிரேதங்களும், இப்போது மண்ணில் மடியப் போகும்

என்னுடைய பிரேதமும் உன் மனக்கண்ணில் நிழல்களைப் போல் சலனித்துக் கொண்டே இருக்க வேண்டும். குரு வம்சத்தை அழிக்க நானும் உனக்கொரு உபாயம் சொல்கிறேன். என் விரல்களை வெட்டு. தாமதிக்காமல் இப்போதே செய். அந்த எலும்புகளைக் கொண்டு பகடைகளைச் செய்து கொள். அந்தப் பகடைகளில் நீ நினைக்கும் எண்கள் மட்டுமே வரும். குரு வம்சத்தை அழிக்கப் போவது அந்தப் பகடைக் காய்கள்தான். ஏனென்றால், நான் இறந்ததும் என் ஆவி அந்தப் பகடைகளில்தான் குடியிருக்கும். அந்தப் பகடைகளே குரு வம்சத்தின் மாபெரும் சைந்நியத்தை விட பலம் மிக்கதாக இருக்கும். அந்தப் பகடைகளே குரு வம்சத்தை சுவடு தெரியாமல் அழித்தொழிக்கும் ஆயுதங்களாக மாறும்...”

இப்படிச் சொல்லிய சுபலன் தன் குறுங்கத்தியை எடுத்து சகுனியிடம் கொடுத்தான்.

சரித்திரத்தில் யாருக்குமே நடந்திராத அநீதியும் துயரமும் படிந்த வாழ்க்கை நம்முடையதாகிப் போனதே என்று கண்ணீர் உகுத்தான் சகுனி. ‘உயிருக்குயிராய் நேசித்த தங்கை ஒரு அந்தகனுக்கு வாழ்க்கைப் பட்டு, தானும் கண்களைக் கட்டிக்கொண்டு அந்தகாரத்தில் வாழ்கிறாள். நூறு சகோதரர்களாய்ப் பிறந்த நாம் நமக்கு முன்னே பிறந்த தொண்ணூற்றொன்பது பேரை பட்டினிக்குப் பலி கொடுத்து, அவர்களின் உணவைத் தின்று உடல் வளர்த்திருக்கிறோம். அது மட்டுமா? உணவு போதாமல் அவர்களின் மாமிசத்தையும் தின்று அல்லவா உயிர் பிழைக்க வேண்டியிருந்தது? இதுவும் ஒரு பிழைப்பா?’ என்றெல்லாம் அவனுக்குள் ஆவேசம் கிளம்பும். ஆனால் சுபலனின் பேச்சுகளும் கண்ணீரும் அவன் உயிர் தரித்திருக்க வேண்டிய அவசியத்தைக் கூறின.

சகுனி உயிர் வாழ்ந்தே ஆக வேண்டும். தன் குலத்தை வேரோடு கருவறுத்த குரு வம்சத்தைத் தடயமே இல்லாமல் அழித்தொழிக்க வேண்டும். அதற்கு உயிர் வேண்டும். உடல் வேண்டும். அதனால்தான் யாருமே செய்திராத அந்தக் காரியத்தைச் செய்தான் சகுனி. தன் சோதரர்களின் மாமிசத்தையே தின்றான்.

உயிருக்குயிராய் வளர்த்து, வாள் பயிற்சி கொடுத்துத் தன்னை அணு அணுவாய் செதுக்கி உருவாக்கிய தந்தையின் விரல்கள் ஒவ்வொன்றாய் வெட்டினான். வெட்டி முடித்ததும் சகுனியின் கையிலிருந்த குறுவாளைப் பறித்தான் சுபலன். விரல்கள் இல்லாமல் கத்தியைப் பிடிப்பது சிரமமாகத்தான் இருந்தது. வலியிலும் வேதனையிலும் உயிர் துடித்தது. ஆனாலும் கொடுஞ்சித்தம் கொண்ட பீஷ்மரைப் பழி வாங்க வேண்டிய வெஞ்சினம் அவன் வலியை ஒன்றுமில்லாததாக்கியது. ஆனால் இனிமேல் கத்தி பிடிக்க வேண்டிய அவசியம் இராது. இதோ இன்னும் சில நொடிகளில் தன்னுடைய தொண்ணூற்றொன்பது பிள்ளைகளும் சென்ற இடத்துக்கு செல்லப் போகிறான்.

குறுவாளை சகுனியிடமிருந்து பறித்த சுபலன், விரல்கள் இருந்த இடத்திலிருந்து குருதி கொப்புளித்துப் பொங்கிக் கொண்டிருக்க சகுனியின் வலது குதிகாலை நோக்கி ஓங்கி ஒரு வெட்டு வெட்டினான்.

இதைச் சற்றும் எதிர்பார்க்காத சகுனி ‘உயிர் பிரியும் தருணத்தில் நம் தந்தை புத்தி சுவாதீனத்தை இழந்து விட்டாரோ?’ எனக் கிலேசமுற்று அதிர்ச்சியுடன் அவரைப் பார்த்துக் கொண்டே பெருகி ஓடும் குருதியைத் துணியால் கட்டினான். வெட்டு பலமாக விழுந்திருந்தது.

“என் பிரியத்துக்குரிய மகனே சகுனி! நான் ஒன்றும் புத்தி சுவாதீனத்தை இழந்துவிடவில்லை. இனி நீ முன்பு போல் நடக்க முடியாது. விந்தி விந்தி நீ வைக்கும் ஒவ்வொரு அடியிலும் நம் குலத்தை நிர்மூலமாக்கிய பீஷ்மரின் ஞாபகம் வர வேண்டும். குரு வம்சத்தைப் பழி வாங்கும் எண்ணம் உன் மனதில் தீயாய்ப் பற்றி எரிய வேண்டும். இனி உனது உயிர் மூச்சே அதுவாகத்தான் இருக்க வேண்டும்” என்று சொல்லி விட்டுத் தன் மகள் காந்தாரியை அழைத்துக் கூறினான் சுபலன்:

“என் பிரியத்துக்குரிய மகளே காந்தாரி! மரணப் படுக்கையில் கிடக்கும் எனக்கு நீ ஒரு வரம் தர வேண்டும். நமது குலம் அழிந்து விடாமல் இருப்பதற்காக எங்கள் உயிரையும் உடலையும்

கொடுத்து உன் சகோதரன் சகுனியைக் காப்பாற்றி விட்டோம். அவனை இனிமேல் நீதான் ஹஸ்தினாபுரத்திலேயே வைத்துக் கொள்ள வேண்டும். அவன் உன் கணவனுக்கும் உன்னுடைய நூறு புத்திரர்களுக்கும் பாதுகாவலனாக விளங்குவான்.”

இதுதான் சகுனியின் கதை. இதன் பிறகு நடந்ததெல்லாம் நம் எல்லோருக்கும் தெரிந்த கதை. ஆக, எந்தத் தவறும் செய்யாத, ஒரு பலஹீனமான சிற்றரசனைத் தனது சுயநலத்துக்காகக் குலநாசம் செய்த ஒருவரை சரித்திரம் நாயகனாகக் கொண்டாடுகிறது. அதே சமயம், தந்தைக்குக் கொடுத்த வாக்கைக் காப்பாற்றுவதற்காக வெகு தந்திரமாக ஒவ்வொரு காயாக நகர்த்தி, கௌரவர்களின் அழிவுக்குக் காரணமாக இருந்து, தன் தந்தையையும் சகோதரர்களையும் கொன்று, தன் சகோதரியின் வாழ்வையும் நாசமாக்கிய பீஷ்மரின் குரு வம்சத்தைத் தண்டித்த சகுனி வில்லன்!

நான் முந்நூறு ஆண்டுகள் பழி சுமந்தேன். சகுனியோ மூவாயிரம் ஆண்டுகள் பழி சுமந்து கிடக்கிறான்.

“ம்ஹூம், உன் ஔரங்ஸேப் சொல்வது தவறு. என்ன இருந்தாலும் சகுனியை அவர் தன்னோடு ஒப்பிட்டுக் கொள்வது சரியாக இல்லை. முதல் முதலாக ஔரங்ஸேபின் கதையில் அபஸ்வரம் தட்டுகிறது” என்றான் எழுத்தாளனின் நண்பன் கொக்கரக்கோ.

—

63

இந்த நாவலையாவது கொக்கரக்கோவைக் கொண்டு வராமலேயே முடித்து விடலாம் என்றுதான் நினைத்திருந்தான் எழுத்தாளன். ஏனென்றால், எழுத்தாளனின் எல்லா நாவல்களிலுமே இடையில் புகுந்து ஏதாவது கொனஷ்டை வேலைகள் செய்வது கொக்கரக்கோவின் வழக்கம். அதற்கு ஏன் எழுத்தாளன் இடம் கொடுக்கிறான் என்று நீங்கள் கேட்கலாம். நியாயமான கேள்விதான். ஆனால் எழுத்தாளனின் ஒரே நண்பன் கொக்கரக்கோதான். ஏனென்றால், பழகுவதற்கு மிகவும் கடினமான ஆள் நம் எழுத்தாளன். எழுத்தாளன் என்றாலே அப்படித்தானே என்பீர்கள். ஆனால் இவன் அந்த இனத்திலேயே கொஞ்சம் ஆகக் கடினமானவன். ஒருசில உதாரணங்கள் தருகிறேன். நண்பனைப் பார்க்க புதுச்சேரி போவான். நண்பனைப் பார்க்க என்பது ஒரு தோது. புதுச்சேரி எதற்குப் போவார்கள்? அதுதான் முக்கியக் காரணம். நண்பன் செல்வந்தன். நல்ல ஆடம்பரமான ஓட்டலில் எழுத்தாளனுக்கு ரூம் போட்டுக் கொடுத்து, ரெமி மார்ட்டின் எல்லாம் வாங்கிக் கொடுத்து, மூன்று தினங்கள் போனதே தெரியாமல் செம ஜாலியாகப் போகும்.

பொதுவாக எழுத்தாளன் புதுச்சேரி செல்வது வெள்ளி, சனி, ஞாயிறு. திங்கள் கிழமை காலையில் பார்த்தால் ஆள் காணாமல் போயிருப்பான். கிளம்புகிறேன் என்று சொல்லிக் கொள்வது கூட கிடையாது. இப்படியே ஒவ்வொரு மாதமும். பத்து ஆண்டுகள். பிறகு புதுச்சேரி நண்பன் குடிப்பதை விட்டு விட்டான். இவனுக்கும் கொக்கரக்கோவின் நட்பு கிடைத்தது. இருவருமாகச் சேர்ந்து கோவா கிளம்பி விடுகிறார்கள். கொக்கரக்கோவுக்கும் எழுத்தாளனுக்கும் நன்றாக ஒத்துப் போயிற்று. ஏனென்றால், கொக்கரக்கோவுமே எழுத்தாளன் மாதிரி ஒரு தினுசுதான்.

இன்னொரு உதாரணமும் சொன்னால்தான் நிம்மதியாகும். ஒரு நண்பன் எழுத்தாளனுக்கு வாட்ஸப்பில் ஏதோ ஒரு செய்தி அனுப்பினான். என்ன செய்தி என்பது நம் கதைக்குத் தேவையில்லாதது. அந்தச் செய்தியினால் எழுத்தாளனுக்கு ஒரே கடுப்பு. நண்பனுக்கு ஒரு வாய்ஸ் மெஸேஜ் தட்டி விட்டான். "வெனீரியல் டிஸீஸ் வந்த சுன்னி மாதிரி பேசுகிறாய்."

ஒரு அன்புக்குரிய நண்பனிடம் இப்படியா பேசுவான் ஒருத்தன்? எழுத்தாளன் என்றால் கொம்பு முளைத்திருக்கிறதா? இதே கருத்தை இம்மாதிரி கெட்ட வார்த்தை போடாமல் வேறு விதமாகச் சொல்ல முடியாதா? கேட்டால் இன்னும் படு பயங்கரமான கெட்ட வார்த்தைகள் வந்து விழும்.

"இப்படியே நீர் ஒவ்வொரு நண்பனையாக விரட்டி விட்டுக் கொண்டேயிரும், கடைசியில் உம் பக்கம் யாருமே நிற்க மாட்டார்கள், பார்த்துக் கொள்ளும்" என்று வெந்த புண்ணில் வேல் பாய்ச்சுவான் டார்ச்சர் கோவிந்தன். இயற்பெயர் கோவிந்தன்தான். வெந்த புண் எங்கே இருக்கிறது என்று கையில் வேலுடன் அலைவதால் டார்ச்சர் என்ற புனைப்பெயர் சேர்ந்து கொண்டது என அறிக.

சரி, நாம் கொக்கரக்கோவுக்கு வருவோம். சம காலத்திய கதை என்றால்தான் கொக்கரக்கோவின் குறுக்கீடு இருக்கும். இது முந்நூறு ஆண்டுகளுக்கு முந்தைய சரித்திரம் என்பதால் இதில்

எப்படி கொக்கரக்கோ நுழைய முடியும் என்று நினைத்து விட்டான் எழுத்தாளன். ஆனால் கனவிலும் புனைவிலும்தான் என்ன வேண்டுமானாலும் நடக்குமே? கே. காலையில் எழுந்து பார்த்தபோது தான் ஒரு கரப்பான் பூச்சியாக மாறி இருப்பதைக் கண்டான். இப்படி ஒரு நாவல் ஆரம்பிக்கவில்லையா என்ன? அப்படித்தான் 'நான்தான் ஔரங்ஸேப்...' என்ற சரித்திர நாவலிலும் தற்காலத்தில் வாழ்ந்து வரும் கொக்கரக்கோவின் ஜனனம் நடந்தது.

ஆரம்பத்திலிருந்து சொல்ல வேண்டும். ஔரங்ஸேபுக்கும் எழுத்தாளனுக்கும் உரையாடல் நடந்து கொண்டிருந்தபோதே அதை நாவல் வடிவத்தில் மாற்றி பிரதி எடுத்து கொக்கரக்கோவிடம் கொடுத்து அது பற்றி அவனுடன் கதைப்பது எழுத்தாளனின் வழக்கமாக இருந்தது. அதைத்தான் நீங்கள் இப்போது வாசித்துக் கொண்டும் இருக்கிறீர்கள். சரி, இதில் எந்தக் குழப்பமும் இல்லை.

வேறு எங்கே குழப்பம் என்கிறீர்களா? அதையெல்லாம் விளக்கினால் நாம் ஔரங்ஸேபை விட்டு வெகு தூரம் செல்ல வேண்டியிருக்கும். ஆகவே, சுருக்கமாகச் சொல்லி விடுகிறேன். டார்ச்சர் கோவிந்தனுக்கு கொக்கரக்கோவை ஆகாது. ஏன் என்று தெரியாது. ஆனால் ஆகாது. எழுத்தாளனிடம் டார்ச்சர் ஒருநாள் கேட்டான்.

ஏன் எழுத்தாளரே, கொக்கரக்கோ இல்லாமல் உம்மால் நாவலே எழுத முடியாதா? ஒரே ஒரு நாவலாவது அப்படி எழுதிக் காட்டுமே பார்ப்போம்?

அப்படி எழுதிக் காட்ட முயற்சித்ததுதான் நான்தான் ஔரங்ஸேப்... ஆனால் தவிர்க்கவியலாமல் இங்கேயும் தலை காட்டி விட்டான் கொக்கரக்கோ. இதற்குக் காரணம், எழுத்தாளனிடம் இருந்த ஒரு பலஹீனம்தான். அவன் இப்போது அந்தப் புனித எண்ணான அறுபத்தொன்பது வயதை அடைந்திருந்த போதிலும் இன்னும் முதல் கதையை எழுதும் பதின்பருவத்துப் பையனைப் போல எந்தக் கதை எழுதினாலும்

அது பற்றிப் பத்திரிகை ஆசிரியரோ மற்ற நண்பரோ என்ன கருத்து சொல்கிறார், தேறுமா, தேறாதா என்ற பதற்றத்திலேயே இருப்பான். தேறாது என்று சொன்னால், ஏன் என்பான். காரணம் தெரிந்ததும் வருத்தம் அடைய மாட்டான். ரொம்பவும் குஷியாகி விடுவான். கதை நன்றாக இருந்தது என்று கேட்டால் எத்தனை சந்தோஷம் வருமோ அதே சந்தோஷம் கதை தேறாது என்று கேட்டாலும் வரும்.

என்ன இது குழப்பம் என்கிறீர்களா? நம்முடைய மதிப்புக்குரிய காத்திப் அப்படிப்பட்டவன்தான். ஒருமுறை டார்ச்சர் கோவிந்தன் "உம்முடைய இந்த நாவலில் கெட்ட வார்த்தை அதிகமாகப் புழங்குகிறது, இப்போதுதான் கொஞ்சம் கொஞ்சமாக உம்முடைய எழுத்தின் மீது மற்றவர்களுக்கு மரியாதை வர ஆரம்பித்திருக்கிறது, இப்போது போய் இத்தனை கெட்ட வார்த்தை எழுதி பேரைக் கெடுத்துக் கொள்ளாதேயும்" என்றான். (கோவிந்தன் சொன்னது நான்தான் ஔரங்ஸேப்... அல்ல; அது வேறொரு நாவல்.)

நாவலை முடித்து பதிப்பகத்துக்கே கொடுத்து விட்ட பிறகும் அதை அங்கிருந்து திரும்பப் பெற்று ஒரு அத்தியாயம் முழுவதையும் கெட்ட வார்த்தையாகவே எழுதிச் சேர்த்துக் கொடுத்தான் எழுத்தாளன்.

இதற்கிடையில் எழுத்தாளனின் மனைவி உண்டாக்கிய பிரச்சினை வேறு. அவளும் கொக்கரக்கோவும் ஓரிரு முறைதான் சந்தித்தே இருக்கிறார்கள். அதுவும் ஏதோ ஒரு இலக்கிய விழாவில். கொக்கரக்கோ எழுத்தாளனின் மனைவி பற்றி எழுத்தாளனிடம் ஒரு வார்த்தை பேசியதில்லை. பேசவும் எதுவும் இல்லை. ஒருநாள் கொக்கரக்கோவிடமிருந்து எழுத்தாளனுக்கு வந்த ஃபோனை அவளே எடுத்து "இனிமேல் இவருக்கு ஃபோன் பண்ணாதீர்கள், சரியா?" என்று முகத்தில் அடித்தாற்போல் சொல்லி விட்டாள். அதையும் பொறுத்துக் கொண்டு கொக்கரக்கோ எழுத்தாளனோடு தொடர்பில் இருக்கிறான் என்றாலும், மனைவியிடம் ஏன் இப்படிச் சொன்னாய் என்று

எழுத்தாளன் கேட்ட போது "கொக்கரக்கோவுடன் சேர்ந்துதான் நீ இப்படிக் கெட்டுப் போய் விட்டாய்" என்ற குற்றச்சாட்டு வந்தது.

இரண்டு விதமாகக் கெட்டுப் போயிருக்கிறான் எழுத்தாளன். ஒன்று, குடி. இரண்டாவது, கோபம். கொக்கரக்கோதான் எழுத்தாளனுக்கு ஊற்றி ஊற்றிக் கொடுக்கிறான்.

சரி, அதனால் என்ன, ஊற்றிக் கொடுக்க ஒரு தோழன் இருப்பது நல்லதுதானே கண்ணே?

அதைப் பற்றி எனக்குக் கவலையில்லை. குடித்தால் நீ செத்து விடுவாய். குடி குடியைக் கெடுக்கும் என்று அரசாங்கமே சொல்கிறது.

ஆ, தெய்வமே, குடி என்ன சயனைடா கண்ணே? குடி குடியைக் கெடுக்கும் என்பது அரசாங்கம் விநியோகிக்கும் மது. நான் குடிப்பது ரெமி மார்ட்டினும் இருபது முப்பது ஆண்டுகள் ஓக் மரத்தில் ஊற வைத்த வைனும் அன்பே! இந்தக் குடி உயிரை எடுக்காது, உயிரைக் கொடுக்கும்.

ம்ஹூம். நீ என்னை ஏமாற்றுகிறாய். என்ன குடித்தாலும் குடி குடிதான்.

சரி, அது என்ன இரண்டாவது விஷயம், கோபம்? கொக்கரக்கோவுக்கும் நான் கோபக்காரனாக இருப்பதற்கும் என்ன சம்பந்தம்?

கொக்கரக்கோவின் *bad vibrations* உன்னை பாதிக்கிறது. உன் லயத்தைக் கெடுக்கிறது.

(இவளுக்குத் தமிழ் கற்றுக் கொடுத்தது தப்பாயிற்று. லயம் என்றெல்லாம் போட்டு வாங்குகிறாள்.)

இதெல்லாம் போதாது என்று ஒரு பக்கம் கோவிந்தனும் சேர்ந்து கொண்டு, உம் மனைவி மட்டும் இல்லாவிட்டால் கொக்கரக்கோ உம்மைக் கொன்று விடுவார் என்றான்.

அடப்பாவி கோவிந்தா! ஏன் ஐயா இப்படி டார்ச்சர் கொடுக்கிறீர்? அவரால்தான் நான் இன்னும் பைத்தியம் பிடிக்காமல் இருக்கிறேன்.

இல்லை. அவர்தான் உமக்கு ஊற்றி ஊற்றிக் கொடுக்கிறார்.

'கடவுளே, ஊற்றிக் கொடுப்பது ஒரு தப்பா? சரி, இனிமேல் நானே ஊற்றிக் கொள்கிறேன், எனக்கு ஒன்றும் ஜஹாங்கீர் பாதுஷா மாதிரி கை நடுங்கவில்லை' என்று நினைத்துக் கொண்டான் எழுத்தாளன். வேறு என்ன செய்வது? ஆடிக்கு ஒருமுறை, அமாவாசைக்கு ஒருமுறை ஃப்ரெஞ்ச் வைன் குடித்தால் செத்து விடுவாய் என்று சொல்லும் பீத்தல்களிடம் அவனால் என்ன சொல்ல முடியும்? என்ன சொன்னால் புரியும்?

இன்னொரு முக்கியமான விஷயத்தை உங்களிடம் சொல்லியே ஆக வேண்டும். ஒருநாள் எழுத்தாளனின் மனைவி கேட்டாள், "ஏம்ப்பா, உனக்கு அறுபத்தொம்போது வயசு ஆகுதுல்ல?"

"ஆமாம். எப்படியோ அந்தப் புனித எண்ணை நெருங்கி விட்டேன். அதுக்கு என்ன?"

"நான் ஒண்ணு கேட்டா நீ ஒண்ணு சொல்ற. எப்பவாவது நீ புரியுறாப்ல பேசறியா? சரி. இத்தனை வயசு ஆகியும் அந்தப் பொடிப் பய கொக்கரக்கோ கிட்ட கேட்டுதான் கதை எழுதணுமா? உனக்கா கற்பனை செஞ்சு எழுதறதுக்கு மூளை இல்லயா? ஏன் எப்பப் பார்த்தாலும் அவன்ட்டயே கதயக் குடுத்து ஐடியா கேக்கிறே?"

"என் மூளை அவ்ளோதான் வேலை செய்யுது, விடும்மா."

என்ன பிரச்சினை என்றால், சில எழுத்தாளர்கள், கலைஞர்கள் இருக்கிறார்கள். அவர்கள் இருபத்து நாலு மணி நேரமும் எழுத்தாளர்கள்தான், கலைஞர்கள்தான். ஆனால் நம்முடைய எழுத்தாளன் எழுதும்போது மட்டும்தான் எழுத்தாளன். மற்ற நேரங்களில் படு சாதாரணமான காமன் மேன். அதனால்

அவனுக்கு அவனே பல சமயங்களில் அந்நியனைப் போல் தோற்றம் தருவான். அதனால் எதற்கும் கொக்கரக்கோவையும் கேட்டுக் கொள்வது நல்லது என்பது அவனுடைய ஆழமான கருத்து. என்ன சொல்கிறீர்கள், சரிதானே?

பின்குறிப்பு: எழுத்தாளனின் மனைவி மற்றும் டார்ச்சர் கோவிந்தன் இருவரும் சொல்வதில் ஏதோ ஒரு மாயம் இருக்கிறதுதான் போல. நீங்களே பாருங்களேன் மதிப்புக்குரிய வாசகர்களே, இத்தனை அத்தியாயம் எழுதியும் வராத கெட்ட வார்த்தை கொக்கரக்கோ வந்ததும் சத்தம் போடாமல் நைஸாக வந்து நுழைந்து விட்டது!?

சரி, நாம் கதைக்கு வருவோம். கொக்கரக்கோ சொன்ன அபஸ்வரம் என்ன? ஏன் ஔரங்ஸேப் சகுனியோடு தன்னை ஒப்பிட்டுக் கொள்ளக் கூடாது?

கொக்கரக்கோ எழுத்தாளனிடம் கேட்டான். "இதோ பார், சகுனி ஒரு சூதாடி. வஞ்சகன். ஆனால் ஔரங்ஸேப் ஒரு பேரரசர். கொடுங்கோலர். சகுனி தங்கள் வம்சத்தை அழித்த குரு வம்சத்தைப் பழி வாங்க நினைத்தான். அதற்காகத் திட்டமிட்டான். அதற்கு அவனுக்கு நியாயமான காரணம் இருந்தது. உலகத்திலேயே மிகக் கொடூரமான ஒரு சோகக் கதையை வாழ்ந்து கடந்தவன். ஒருவேளை சகுனி அப்படி குரு வம்சத்தைப் பழி வாங்கியிருக்கவில்லையென்றால் உலக சரித்திரத்திலேயே அவனை விட ஒரு மகாத்மா யாரும் இல்லை என்ற பேரை எடுத்திருப்பான். அதற்குப் பிறகு பழிக்குப் பழி என்ற ஒன்றே உலகில் இல்லாமல் போயிருக்கும். அந்த அளவுக்கு அவன் பக்கம் நியாயம் இருந்தது. ஆனால் ஔரங்ஸேப் செய்த ஒவ்வொரு செயலும், அவர் இட்ட ஒவ்வொரு உத்தரவும் இந்த ஹிந்துஸ்தான் என்ற பரந்த தேசத்தின் கடைக்கோடியில் இருந்த சாதாரண மனிதனையும் நேரடியாக பாதித்தது.

இரண்டாவது, சகுனி செய்தது எல்லாமே எதிர்வினை. பீஷ்மர் சகுனியின் வம்சத்தை அழித்திருக்கவில்லையென்றால், சகுனி செய்த எந்தக் காரியத்தையுமே அவன் செய்திருக்க மாட்டான்.

அவனை சூதாடி என்கிறார்கள். உண்மையில் சகுனிக்கும் சூதுக்கும் சம்பந்தமே இல்லை. அவன் தந்தை சுபலன் இட்ட கட்டளையை சகுனி நிறைவேற்றினான். அவ்வளவுதான். ஆக, சகுனி ஒரு கருவி மட்டுமே. அவனுக்கென்று எந்தத் தனித்தன்மையும் கிடையாது. கணினியில் ஒரு ப்ரொக்ராமை அமைத்து விட்டு விட்டால் அந்தக் கணினி அந்த வேலையைச் செய்யும். அப்போது நீங்கள் அந்தக் கணினியைப் பார்த்து மோசமான கணினி என்று சொல்வீர்களா? நீங்கள் அணுகுண்டு போடுவதற்கான ப்ரொக்ராமைக் கொடுத்தால் அது அணுகுண்டைப் போடும். நல்ல ப்ரொக்ராமைக் கொடுத்தால் அது நல்ல காரியத்தைச் செய்யும். அவ்வாறே சகுனி மிகவும் சின்ன வயதிலேயே ப்ரொக்ராம் செய்யப்பட்டவன். கணினியின் ப்ரொக்ராமைக் கூட நீங்கள் *hack* பண்ணலாம். வைரஸை விட்டு அழிக்கலாம். சகுனிக்கு நடந்தது கம்ப்யூட்டர் ப்ரொக்ராமிங்கை விடக் கொடூரமான விஷயம்...

ஆக, ப்ரொக்ராம் செய்யப்பட்ட கணினி அந்த ப்ரொக்ராமுக்குத் தகுந்தாற்போல் ராக்கெட்டும் விடும், வெடிகுண்டையும் போடும். அதைப் போலவேதான் சகுனியும் இளம் வயதிலேயே ப்ரொக்ராம் செய்யப்பட்டவன் என்பதால் அவன் செய்த எந்தக் காரியத்துக்கும் அவன் பொறுப்பாளியாக மாட்டான். மேலும், அவன் செய்த காரியங்கள் பீஷ்மரின் அதர்ம காரியங்களுக்கான எதிர்வினை. அவன் வினையாற்றவில்லை. பீஷ்மர் வினையாற்றியவர். சகுனி செய்தது எதிர்வினை. ஆனால் ஔரங்ஸேப் செய்தது எல்லாமே அவருடைய பெரு விருப்பத்தினால் செய்தது. மயிலாசனத்தின் மீதிருந்த ஆசையினால் செய்தது. ஆசை என்பதை அவர் மறுக்கலாம். அப்படியென்றால், குறிக்கோள், லட்சியம் என்று வேறு வார்த்தைகளைப் போட்டுக் கொள்வோம். பாதகம் இல்லை. ஆக, ஆசை, குறிக்கோள், லட்சியம் என்று எந்த வார்த்தையைப் போட்டாலும் அது எல்லாமே ஔரங்ஸேபே உருவாக்கிக் கொண்டது. அவருக்கு யாரும் துரோகம் இழைக்கவில்லை. துன்பத்திலோ துயரத்திலோ ஆழ்த்தவில்லை. அவருக்கு யாரையும் பழி வாங்க வேண்டிய அவசியமும் இல்லை.

அவர் சொல்லலாம், நான் ஆட்சியைப் பிடித்திராவிட்டால் ஹிந்துஸ்தான் ஃபிரங்கிகளின் கையில் போயிருக்கும், ஹிந்துஸ்தானை வெளிநாட்டுக் கும்பல் கொள்ளையடித்திருக்கும், ஹிந்துஸ்தானே சின்னாபின்னமாகியிருக்கும் என்று. நான் நேரடியாகவே கேட்கிறேன், ஔரங்ஸேபுக்கு மக்கள் மீது அந்த அளவுக்கு அன்பா? இத்தனைக் கோடி மக்களின் மீதும் அவர் வைத்திருந்த அன்பினால்தான் தன் சகோதரர்களையெல்லாம் கொன்றாரா? அதே அன்பினால்தான் தந்தையை சிறையில் அடைத்தாரா? மக்கள் மீதிருந்த அன்பினால்தான் தன் வாழ்வின் கடைசி 26 ஆண்டுகளை தக்காணத்தின் போர்க்களங்களில் கழித்தாரா? அந்த அன்பினால்தான் தாராவின் தலையை வெட்டி ஆக்ரா சிறையில் இருந்த தந்தைக்கு அனுப்பி வைத்தாரா?

சரி, தான் உயிருக்குயிராய் நேசித்த மகள் ஸெபுன்னிஸாவை அவளது நாற்பத்து மூன்றாவது வயதில் சலீம்கட் சிறையில் அடைத்தார். சிறை என்றால் நாம் உருவகித்துக் கொள்ளும் கொட்டடிச் சிறை அல்ல என்று எனக்குத் தெரியும். வீட்டுச் சிறைதான். ஆனால் சமூகத்திலிருந்து ஒதுக்கி வைக்கப்பட்ட தனிமைச் சிறைதானே? அப்படித் தனிமைச் சிறையில் வைக்கப்பட்டவர்களை சில பணியாட்களைத் தவிர வேறு எவராலுமே நெருங்க முடியாது என்பதுதானே உண்மை? அந்தப் பணியாட்களையும் கண்காணிக்க எத்தனையோ ஒற்றர்கள்... தன் தாத்தா ஷா ஜஹானைப் போலவே ஸெபுன்னிஸாவும் தன் இறுதி மூச்சு வரை சிறையிலேயே கழித்தார். ஆயுள் தண்டனை என்றால் நிஜமான ஆயுள் தண்டனை. ஷா ஜஹானுக்காவது கடைசி எட்டு ஆண்டுகள். ஆனால் ஸெபுன்னிஸா தன் வாழ்வின் கடைசி இருபத்தோரு ஆண்டுகளை சிறையில் கழித்தார். நாற்பத்து மூன்று வயதிலேயே அவர் வாழ்க்கை அவரிடமிருந்து அவர் தந்தையால் பறிக்கப்பட்டது. என்ன காரணம் என்று இன்று வரை யாருக்கும் தெரியாது. ஔரங்ஸேபும் தன் கதையில் அதைச் சொல்லவில்லை. ஸெபுன்னிஸாவுக்கு மட்டும் இலக்கியம் இருந்திருக்காவிட்டால் அவர் வாழ்க்கை நரகமாக மாறியிருக்கும். ஆனால் அவருக்கு அவர் கவிதை கை கொடுத்தது

என்பதை அவர் எழுதிய ஆயிரக்கணக்கான கவிதைகள் சொல்லுகின்றன. இருபத்தோரு ஆண்டுகள் அவர் மனித சகவாசமே இல்லாமல் ஒரு வீட்டுக்குள்ளேயே இருந்தாலும் கவிதையும் இலக்கியமும் அவரைக் காப்பாற்றியிருக்கிறது. இதில் ஒரு நகைமுரண் என்னவென்றால், ஸெபுன்னிஸா 1702இல் தன் அறுபத்து நான்காவது வயதில் இறந்த போது அவரைப் பற்றி மிகவும் வருத்தமடைந்த ஔரங்ஸேப் அவர் நினைவாக மகத்தானதொரு கல்லறை மண்டபம் கட்டினார். உயிரோடு இருக்கும்போது சிறைவாசம். செத்த பிறகு கல்லறை மண்டபம்!

இன்னும் சொல்லப் போனால், ஔரங்ஸேபுக்குப் பதிலாக தாரா ஆட்சியைப் பிடித்திருந்தால் ஹிந்துஸ்தானின் ஆன்மா காப்பாற்றப்பட்டிருக்கும் என்று நினைப்பவர்கள் ஏராளமாக இருக்கிறார்கள். ஹிந்துஸ்தானின் ஆன்மா என்று நான் சொல்வது, இரு வேறு மத நம்பிக்கை கொண்டவர்களிடையே இருக்க வேண்டிய சகிப்புத்தன்மை. அதை இல்லாமல் ஆக்கியவர் ஔரங்ஸேப். குறைந்த பட்சம், தாரா வந்திருந்தால் இந்த அளவுக்கு மனிதர்களிடையே மதரீதியான வேற்றுமையும், பதற்றமும், துவேஷமும் உண்டாகியிருக்காது. ஆக, தான் ஆட்சியைப் பிடிப்பதற்கு ஔரங்ஸேபுக்கு எத்தனை நூறு காரணங்கள் இருந்தாலும் அதே அளவுக்கான காரணங்கள் தாராவுக்கும் இருந்தன.

அப்படிப்பட்ட நிலையில் சகுனியோடு தன்னை ஒப்பிடுவது ஔரங்ஸேபுக்கு முறையல்ல. மேலும், சரித்திரத்தின் கதியில் தனிமனித ஒழுக்கத்தையும் நேர்மையையும் கடைப்பிடித்த ஒரே பேரரசர் ஔரங்ஸேப். அந்த நேர்மையை நோக்கி எனக்குப் பலவிதமான கேள்விகளும் சந்தேகங்களும் ஆட்சேபணைகளும் இருந்தாலும் அடிப்படையில் அவரோடு எனக்கு முரண்பாடு இல்லை. தொப்பி தைத்தும், குர்ஆன் எழுதியும் விற்று அந்தப் பணத்தில் உணவு வாங்கி உண்டவர். எத்தனையோ பேரரசர்கள் வந்து போய் இருந்தாலும் ஔரங்ஸேப் தொப்பி தைத்து விற்று உண்டது ஒரு சரித்திரக் குறியீடாகவே மாறி விட்டது. இன்றைக்கும் எத்தனையோ நீதிபதிகள், அதிகாரிகள்,

அரசியல்வாதிகள், கனவான்கள் தங்களுக்கு வரும் ஏராளமான ஊதியத்தை தர்ம காரியத்துக்குக் கொடுத்து விட்டு, தொப்பி தைத்து விற்று உண்கிறார்கள். எனவே ஔரங்ஸேபின் தார்மீக நெறி அவரோடு முடிந்து விடாமல் இன்னமும் தொடர்ந்து கொண்டுதான் இருக்கிறது.

இப்படிப்பட்ட நிலையில், தான் எதை நேர்மை என நம்பினாரோ அந்த நேர்மைக்கு உண்மையாக வாழ்ந்த ஔரங்ஸேப் தான் பதவிக்கு வந்த காரணத்தை வெளிப்படையாக ஒப்புக் கொள்வதுதான் அவர் கதைக்கு நியாயம் சேர்ப்பதாக இருக்கும். அது மட்டும் இல்லாமல், என் எழுத்தாள நண்பனே கேள், நீ எழுதும் பின்நவீனத்துவ நாவலுக்கும் இது நியாயம் இல்லை. ஔரங்ஸேப் சொல்வதையெல்லாம் எந்தக் கேள்வியும் கேட்காமல் நம்பி அப்படி அப்படியே எழுதிக் கொண்டிருந்தால் உனக்கும் கெட்ட பேர்தான் வரும். நீ என்ன ஔரங்ஸேபின் ஸ்டெனோவா, எழுத்தாளனா?

அப்போது குறுக்கிட்ட எழுத்தாளன், “சரி, அது என்ன ‘ஔரங்ஸேப் பதவிக்கு வந்த காரணம்’ என்று சொன்னாயே? என்ன காரணம்?” என்று கேட்டான்.

பதவி ஆசைதான். வேறு என்ன? இதை ஔரங்ஸேப் அவர் பதவிக்கு வந்த காலகட்டத்தில் உணராமல் கூட இருந்திருக்கலாம். மார்க்கத்தைக் காப்பாற்றுவதற்காகவும், ஹிந்துஸ்தானைக் காப்பாற்றுவதற்காகவுமே இத்தனை கொலைகளையும் துரோகங்களையும் செய்வதாக அவர் தன்னை நியாயப்படுத்திக் கொண்டிருந்திருக்கலாம். ஆனால் இன்று தன்னுடைய கதையை ஒரு பின்நவீனத்துவ எழுத்தாளனோடு சேர்ந்து ‘எழுதிக்’ கொண்டிருக்கும் ஔரங்ஸேப் இப்போதாவது உண்மையான காரணம் பதவி ஆசைதான் என்று ஒப்புக் கொள்ளலாமே? அதுவும் ‘நான் ஒரு ஸ்த்ரீலோலன்’ என்று இந்தியாவிலேயே வெளிப்படையாகச் சொன்ன ஒரே எழுத்தாளனான உன்னிடம் பேசும் போது அவருக்கு என்ன ஒளிவு மறைவு? அப்படி ஒப்புக் கொண்டால் அதுதான் அவர் உன்னைச் சந்திக்கும் புள்ளியாக அமையும். அதுதான் அவருக்குப் பெருமையும் கூட.

டேய் கொக்கரக்கோ, நான் ஒன்றும் ஸ்த்ரீலோலன் என்று சொல்லவில்லை.

வார்த்தையை வைத்து விளையாடாதே, I love wine, women and gods என்பதுதானே உன்னுடைய வாழ்க்கைத் தத்துவம்? அதுவும் ஸ்த்ரீலோலன் என்று நான் சொன்னதும் என்ன வேறு வேறா?

இதற்கு மேல் எழுத்தாளன் கொக்கரக்கோவிடம் அது பற்றி விவாதிக்கவில்லை. விவாதித்தால் எழுத்தாளன் ஒரு ஸ்த்ரீலோலன்தான் என்று அவனையே நம்ப வைத்து விடுவான். அதனால் கொக்கரக்கோ சொன்னது அவ்வளவையும் வார்த்தை பிசகாமல் ஔரங்ஸேபிடம் வந்து சொன்னான்.

எல்லாவற்றையும் பொறுமையாகக் கேட்ட அவர் தன் பேச்சை ஆரம்பித்தார்:

தங்களின் மதிப்புக்குரிய சிநேகிதர் கொக்கரக்கோ சொன்னது எதையுமே நான் மறுக்கவில்லை. அவர் இந்தப் பாவியின் வஸிய்யத்தை வாசித்ததில்லை என்றே நினைக்கிறேன். இதோ அதைத் தங்களுக்காக மீண்டும் சொல்கிறேன்.

ஹிந்துஸ்தானின் பேரரசனாக இருந்து இந்த மாபெரும் தேசத்தை ஆண்டவன் இந்த ஔரங்ஸேப். என் தனிப்பட்ட வாழ்க்கையில் மாஷியாக்கின்[149] சுன்னாவைக்[150] கடைப்பிடித்த நான் என் அரசியல் வாழ்வில் மிகக் கொடிய பாவங்களைப் புரிந்து விட்டேன். மக்களுக்கு நான் நினைத்த எந்த நன்மைகளையும் என்னால் செய்ய முடியாமல் போயிற்று. அதனால் என் ஆன்மா என்னை பாவி பாவி என்றே சபித்துக் கொண்டிருக்கிறது. ஆனால் சாகும் காலத்தில் அது பற்றிக் கவலையுற்று என்ன பயன்?

---

149 மாஷியாக் – மெஸ்ஸையா – இறைத்தூதர்

150 சுன்னா – நடைமுறைகள்

என் கோஜா ஆயா பெக்கிடம் என் பணப்பை இருக்கிறது. அதில் நான்கு ரூபாயும் இரண்டு அணாவும் உள்ளது. அது எனக்குக் கிடைத்த ஓய்வு நேரத்தில் அல் குர்ஆன் எழுதியும் தொப்பி தைத்தும் நேர்மையாக சம்பாதித்து சாப்பிட்டது போக மீதி இருந்த காசு. அந்தப் பணத்தில்தான் என் கல்லறைப் பெட்டி வாங்கப்பட வேண்டும். இந்தப் பாவியின் உடலை வைக்க வேறு எந்தப் பணமும் செலவு செய்யப்படக் கூடாது. இதுதான் என் வஸிய்யத். நான் பிரதியெடுத்த அல் குர்ஆனை விற்றதன் மூலம் முந்நூற்றைந்து ரூபாய் கிடைத்தது. அதுவும் ஆயா பெக்கிடம்தான் உள்ளது. அந்தப் பணத்தில் ஏழை முஸ்லிம்களுக்கு சர்க்கரைச் சோறு வழங்கப்பட வேண்டும் என்பது என் ஆசை.

என் துணிகள், இங்க் ஸ்டாண்ட், பேனா மற்றும் புத்தகங்களை என் மகன் ஆஸமிடம் கொடுத்து விடுங்கள். கப்ர் குழி தோண்டுவதற்கான செலவை இளவரசன் ஆஸம் ஏற்க வேண்டும்.

அடர்ந்த வனத்தில் என் கப்ருவை அமையுங்கள். என்னைக் கப்ருவில் இறக்கும்போது என் முகத்தை மூட வேண்டாம். எந்த முகத்திரையும் இல்லாமல் என் முகத்தை இறைவனிடம் நான் நேரடியாகக் காண்பித்தாக வேண்டும். இறைவனின் முன்னே எந்தத் திரையும் இல்லாமல் நிர்வாணமாக நிற்பவனின் பாவங்கள் மன்னிக்கப்படும் என்று கேள்விப்பட்டிருக்கிறேன்.

எனக்கான தபூத்[151] முரட்டுக் கதர்த் துணியால் செய்யப்பட்டால் போதும். விலையுயர்ந்த, ஆடம்பரமான சால்வைகளை மய்யத்தின் மீது போர்த்த வேண்டாம். என் மய்யத்தைத் தூக்கிச் செல்லும் பாதைகளில் மலர்களைத் தூவ வேண்டாம். யாரும் எந்த மலரையும், மலர் மாலையையும் என் மய்யத்தின் மீது வைக்க அனுமதிக்கப்படக் கூடாது. என் மரண சம்பவத்தின் போது எந்த இசையும் இசைக்கப்படக் கூடாது. நான் இசையை வெறுக்கிறேன்.

151 தபூத் – கல்லறைப் பெட்டி

என் மய்யத் புதைக்கப்பட்ட இடத்தில் சமாதியோ நினைவு மண்டபமோ எதுவும் கட்டக் கூடாது.

என் படை வீரர்களுக்கும் என்னை கவனித்துக் கொண்ட பராமரிப்பாளர்களுக்கும் பல மாதங்களாக என்னால் ஊதியம் வழங்க முடியவில்லை. படை வீரர்களுக்குக் கொடுக்க முடியாவிட்டாலும் என் தனிப்பட்ட பராமரிப்பாளர்களுக்காவது அவர்களுக்குக் கொடுக்க வேண்டிய முழு ஊதியத்தையும் கொடுத்து விடும்படி கேட்டுக் கொள்கிறேன். கஜானா காலியாக இருந்தாலும் எப்படியாவது அதைச் செய்து விடுங்கள்.

அதிலும் நியாமத் அலீயின் சேவை மிகவும் பாராட்டுக்குரியது. அவன் என்னை மிகுந்த அக்கறையுடன் கவனித்துக் கொண்டு, தினந்தோறும் என் உடலைத் துடைத்து விட்டவன். ஒருபோதும் அவன் என் படுக்கையை அசுத்தமாக வைத்ததில்லை. அவனுக்கு என் அன்பு உரித்தாகுக.

என் ஞாபகார்த்தமாக எந்தவித சின்னங்களும் மண்டபமும் எழுப்புவதை நான் தடை செய்கிறேன். என் கப்ருவின் மீது என் பெயர் பொறிக்கப்படக் கூடாது. என் கப்ருவின் அருகில் எந்த மரமும் இருக்கலாகாது. என்னைப் போன்ற ஒரு பாவிக்கு மர நிழலில் உறங்குவதற்குக் கூட எந்தத் தகுதியும் இல்லை.

என் மகன் ஆஸம் தில்லியிலிருந்து ஆள, காம் பக்ஷுக்கு பீஜாப்பூரும் கோல்கொந்தாவும் கொடுக்கப்பட வேண்டும்.

இறைவன் யாரையும் பேரரசனாக ஆக்கக் கூடாது. இந்த உலகிலேயே பெரும் துரதிர்ஷ்டசாலி என்பவன் பேரரசன்தான். எந்த சமூகக் கலந்துரையாடலிலும் என் பாவங்கள் உச்சரிக்கப் படக் கூடாது. என் கதை யாரிடமும் சொல்லப்படலாகாது.

பலஹீனத்தின் காரணமாக இப்போது என் முதுகு வளைந்து விட்டது. கால்கள் தளர்ந்து விட்டன. ஒரு அந்நியனாகவே இந்த உலகுக்கு வந்தேன். அந்நியனாகவே கிளம்புகிறேன்...

மதிப்புக்குரிய காத்திப் அவர்களே, இதைவிட தங்கள் சிநேகிதர் கொக்கரக்கோவுக்கு வேறு என்ன சான்று வேண்டும்? ஆனாலும்

சகுனி பற்றி நான் சொல்ல வந்ததைத் தெளிவாகச் சொல்லி விடுகிறேன்.

அதற்கு முன்னால் ஒரு சந்தேகம் ஷாஹின்ஷா... தங்கள் கதை யாரிடமும் சொல்லப்படக் கூடாது என்று வஸிய்யத் எழுதி வைத்துள்ள தாங்கள் இப்போது எப்படி என்னிடம் சொல்ல முன்வந்தீர்கள்?

முந்நூறு ஆண்டுகள் ஆகி விட்டன அல்லவா? மேலும், என் விருப்பப்படி என்ன நடந்தது? என் கப்ர் மட்டுமே என் விருப்பப்படி ஆடம்பரமில்லாமல் இருக்கிறதே தவிர என் பெயர்தான் இன்றைய அரசியலில் உருண்டு கொண்டே இருக்கிறதே? அதனால்தான் வேறு வழியில்லாமல் என் கதையைச் சொல்ல முற்பட்டேன்.

நான் ஏன் இங்கே சகுனியைக் கொண்டு வந்தேன் என்றால், தெரிதா குறிப்பிடும் மாற்றான் என்ற கருத்தாக்கம் கிருஷ்ணனுக்கும் சகுனிக்கும் நன்றாகப் பொருந்தி வருகிறதே என்ற ஆச்சரியத்தினால்தான். கிருஷ்ணனின் மாற்றான் சகுனி எனப் பலர் கூறக் கேட்டிருக்கிறேன். அதெல்லாம் மூல பாரதத்தில் இருக்கிறதா என்று எனக்குத் தெரியாது.

ஒருமுறை பலராமனிடம் தன் அன்புப் பரிசாக ஒரு மாயக் கண்ணாடியைக் கொடுத்தான் துரியோதனன். அந்தக் கண்ணாடியின் விசேஷம் என்னவென்றால், மற்ற கண்ணாடிகளைப் போல் நம் முகத்தைப் பார்த்தால் நாம் தெரிய மாட்டோம். நமக்குப் பிரியமானவர் முகமே தெரியும். எல்லோரும் பார்த்தார்கள். கடைசியில் கிருஷ்ணனையும் பார்க்கச் சொன்னார்கள். வேண்டாமென மறுத்தான் கிருஷ்ணன். யாரும் கேட்கவில்லை. சரியென்று தன் முகத்தைப் பார்த்தான். கண்ணாடியில் தெரியப் போவது நிச்சயம் அர்ஜுனனின் முகம்தான் என்று எல்லோரும் எதிர்பார்த்திருக்க, அங்கே தெரிந்ததோ சகுனியின் முகம்.

64

பலராமனின் மாயக் கண்ணாடியில் கிருஷ்ணன் தன் முகத்தைப் பார்த்த போது ஏன் அதில் சகுனி தெரிந்தான்? கிருஷ்ணனின் பாதி சகுனி. கிருஷ்ணனின் மாற்றான் சகுனி.

பூமியின் பாரத்தைக் குறைத்து பூமாதேவியை அவளுடைய துன்பத்திலிருந்து விடுவிக்க வேண்டும் என்பதற்காக அவதாரம் எடுத்தவன் கிருஷ்ணன் என்கிறீர்கள். அதே காரணத்திற்காக பூமிக்கு வந்தவள்தான் பாஞ்சாலியும். அவர்கள் நினைத்தது போலவே மாபெரும் மனித குல நாசம் நடந்து பூமியின் பாரம் குறைந்தது. ஆனால் இந்த ஆட்டத்தை ஆட கிருஷ்ணன் மட்டுமே போதாதே? மாற்றான் வேண்டுமே? அந்த மாற்றான்தான் கிருஷ்ணனின் நாடகத்தைக் கச்சிதமாக நடத்திக் கொடுத்தான்.

அப்படியானால் அர்ஜுனனின் இடம் என்ன? அவன் வெறுமனே கிருஷ்ணன் சொன்னதைச் செய்தான். ஆனால் கிருஷ்ணனுக்கு எது வேண்டுமோ, எது தேவையோ அதைக் கன கச்சிதமாகச் செய்து கொடுத்தவன் சகுனிதான். கிருஷ்ணாட்டத்தை முடிப்பது குறித்து கிருஷ்ணனை விட சகுனிதான் திட்டமிட்டுக் கொண்டே இருந்தான். ஆட்டத்தில் கிருஷ்ணனின் அடுத்த நகர்வு எப்படி இருக்கும் என்பதே

சகுனியின் முழுநேர யோசனையாக இருந்தது. அதனால்தான் சொர்க்கம் செல்வதற்காக செய்யப்பட்ட யாகத்தில் முதல் பிரார்த்தனை யார் பெயரில் நடத்துவது என்ற கேள்வி வந்தபோது பாண்டவர் அனைவரும் குலத்தின் மூத்தோனாகிய பீஷ்மரின் பெயரைச் சொன்னபோது, கிருஷ்ணன் சகுனிக்குச் செய்யுங்கள் என்றான்.

சகுனியின் கதை தெரியாத அத்தனை பேரும் கிருஷ்ணனுக்கு என்ன ஆயிற்றோ என மருண்டனர். சதியும் சூழ்ச்சியும் நிறைந்த சகுனி எங்கே? தான் கொண்ட தர்மத்துக்காகவே வாழ்ந்த உத்தமர் பீஷ்மர் எங்கே? போயும் போயும் சகுனியின் பெயரையா முதல் வேண்டுதலில் வழங்குவது?

அப்போதுதான் கிருஷ்ணன் தனக்கும் பீஷ்மருக்கும் மட்டுமே தெரிந்த கதையை - தன் குலத்தையே தன் கண் முன்னால் கொன்று போட்ட பீஷ்மரையும் அவரது குரு வம்சத்தையும் வேரோடு அழிக்க நினைத்து அதில் வெற்றியும் அடைந்த சகுனியின் கதையை அவர்களுக்குச் சொன்னான்.

"நாங்கள் ஐவர் இன்னும் உயிரோடு இருக்கிறோமே? போரிலும் நாங்கள்தானே வெற்றி அடைந்தோம்? எப்படி சகுனி வென்றான் எனச் சொல்ல முடியும்?" என்றான் யுதிஷ்ட்ரன்.

"உங்கள் வாரிசுகளையும் உற்றார் உறவுகளையும் இழந்து விட்டு அனாதையாய் நின்று கொண்டிருக்கும் நீங்கள் உயிர் இருந்தும் இல்லாதவர்கள்தான். அதேபோல், எல்லோரையும் பலி கொடுத்து விட்டு நீங்கள் அடைந்த வெற்றியையும் வெற்றியாகக் கொள்ள முடியாது. மேலும், உங்கள் எல்லோரையும் விட சதா சர்வ காலமும் என்னைப் பற்றியே யோசித்துக் கொண்டிருந்தவன் சகுனி. அதுவும் தவிர, எங்கள் இருவரது நோக்கமும் ஒன்றுதான். எல்லாம் முடிந்து விட்ட இந்த நேரத்திலாவது நான் உங்களிடம் உண்மையைச் சொல்கிறேன். நான் பூமிக்கு வந்ததே பூமாதேவியின் பாரத்தைக் குறைப்பதற்காகத்தான். அதனால் போர் நடந்தே ஆக வேண்டும். பூமியின் பாரம் குறைந்தே ஆக வேண்டும். அந்தக் காரியத்தில் எனக்கு உதவி செய்தவன்

சகுனி. அவனுக்கு குரு வம்சம் அழிய வேண்டும். அவனோ ஒற்றை மனிதன். சரியாக நடக்கக் கூட முடியாது. என்ன செய்ய முடியும்? உங்களைப் பயன்படுத்திக் கொண்டான்."

ஆக, பலராமனின் மாயக்கண்ணாடியில் கிருஷ்ணனுக்குத் தெரிந்த சகுனியைப் போல் என்னுடைய மாற்றானாக இருந்தவன் ஷிவா.

சரி, என்னுடைய தக்காணப் படையெடுப்பு பற்றிக் கொஞ்சம் சொல்கிறேன். 1681. நான் பதவிக்கு வந்து இருபத்து மூன்று ஆண்டுகள் ஆகியிருந்தன. என் வயது அறுபத்தாறு. அஜ்மீரிலிருந்து தக்காணத்தை நோக்கிக் கிளம்பினேன். கிளம்பும்போது நான் அறிந்திருக்கவில்லை, அடுத்த இருபத்தாறு ஆண்டுகளை போர்க்களங்களிலும் கூடாரங்களிலும்தான் கழிக்கப் போகிறேன் என்று. தில்லியிலிருந்து 1400 கிலோமீட்டர் தூரத்தில் கிருஷ்ணா நதி வரை சென்றேன். என் தளபதிகளோ மேலும் 700 கிலோமீட்டர் தூரம் சென்று காவேரி நதியையும் தொட்டார்கள். அதற்குப் பிறகு என் எண்பத்தேழாவது வயதில் தில்லிக்குக் கிளம்பி விடலாம் என்று கிளம்பினேன். வழியில் 1707இல் என் எண்பத்தொன்பதாவது வயதில் அஹமத் நகரில் இந்த உலக வாழ்விலிருந்து விடை பெற்றுக் கொண்டேன்.

எனக்கு முன்னால் இருந்த பேரரசர்களெல்லாம் வருடத்தில் ஆறு மாதம் காஷ்மீரத்தில் ஓய்வெடுத்துக் கொண்டிருந்த நிலையில் நான் ஏன் 26 ஆண்டுகளைத் தக்காணத்துப் போர்க்களங்களில் கழித்தேன்? என்னுடைய மாற்றான் ஷிவாதான் காரணம். நான் தக்காணத்துக்குக் கிளம்பிய போது ஷிவா இறந்து ஒரு ஆண்டு ஆகி விட்டிருந்தது. ஆனால் நான் உயிர் விடும் நாள் வரை என் மாற்றானின் ஸ்தூல நிழல்கள் என்னைத் தொடர்ந்து கொண்டே இருந்தன; என் தேசத்தையும் என் மக்களையும் வெருட்டிக் கொண்டே இருந்தன.

போர்க்களத்தில் நேருக்கு நேராக நின்று போரிட்டுப் பழகிய என் வீரர்கள் அந்த நிழலுருவங்களை எதிர்கொள்ள முடியவில்லை. இரவு நேரத்தில் ஓநாய்களைப் போல் திடீரென்று

ஊருக்குள் நுழைந்து மக்களைத் தாக்கி, ஊரைச் சூறையாடி, பெண்களைக் கற்பழித்து விட்டுப் போகும் சைத்தான்களின் கூட்டத்தை எப்படி ஒடுக்குவது என்று எனக்குத் தெரியவில்லை. ஒற்றர்களிடமிருந்து செய்திகள் வந்த வண்ணம் இருந்தன. அதனால்தான் கடைசியில் நானே கிளம்பினேன்.

ஆனாலும் நான் தங்களிடம் பலமுறை சொன்னபடி நான் தக்காணம் சென்றிருக்கக் கூடாது. அவர்களுக்குச் சொந்தமான மண்ணை அவர்கள் காப்பாற்றிக் கொள்ள விரும்பியதில் என்ன தவறு இருக்கிறது என்று எனக்கு சாகும் காலத்தில் தோன்றியது. எல்லாம் முடிந்த பிறகு தோன்றி என்ன பயன்? எதிர்காலம் அடைபட்டு, கடந்த காலம் என்பது திரும்பிச் செல்ல வழியில்லாத வெற்று ஞாபகங்களாய் எஞ்சிய நிலையில் முடிவை எதிர்பார்த்து இரு கரங்களையும் சுவனத்தின் திசையில் விரித்து நின்று கொண்டிருந்த என்னால் என்ன செய்ய முடியும்?

ஷிவா என்னுடைய மாற்றான். ஷிவா என்னைப் பூர்த்தி செய்ய வந்தவன். ஷிவா இல்லையேல் நான் முழுமையற்றவன். ஷிவா என் பாதி. என்னிடம் தோற்றவனே என்றாலும் அவனை நினைத்து மட்டுமே நான் பொறாமை கொள்கிறேன். என் வாழ்நாளில் நான் யார் மீதும் பொறாமை கொண்டதில்லை, ஷிவா ஒருவனைத் தவிர. காரணம், அவனுடைய இரண்டு புதல்வர்கள். ஸம்பா. ராஜாராம். அதிலும் அந்த ஸம்பாவை என்னால் மறக்கவே முடியாது. அரசவையில் கைதியாக என் முன்னே நின்று கொண்டிருக்கிறான். தேகம் பூராவும் சங்கிலிகளால் பிணைக்கப்பட்டிருக்கிறது. எத்தனையோ பேருக்கு மரண தண்டனை விதித்திருக்கிறேன். மரண பயம் காணாத ஒரு கண்ணைக் கூட அதுவரை நான் கண்டதில்லை. தாரா உட்பட. உயிர்ப் பிச்சை கேட்டு மன்னிப்புக் கோராத ஒரு மனித உயிரை அரசவையில் யாரும் சந்தித்ததில்லை. ஆனால் இதோ இந்த ஸம்பா நெஞ்சை நிமிர்த்திக் கொண்டு நிற்கிறான். தேகமெங்கும் வாங்கிய சவுக்கு அடிகளால் சதையோடு தோல் பிய்ந்து தொங்க, குருதி கொப்பளித்துக் கொண்டிருக்கிறது. பார்ப்பதற்குப் பைசாசம் போல் தெரிகிறான்.

எங்கள் மார்க்கத்துக்கு வந்து விடு, உயிர்ப் பிச்சை தருகிறேன் என்றேன்.

உன் மகளைக் கொடு, உன் மார்க்கத்துக்கு வருகிறேன் என்கிறானே, அவனுக்கு எவ்வளவு திமிரும் ஆணவமும் இருக்க வேண்டும்? அவனை அன்று நான் செய்த சித்ரவதையைப் போல் என் வாழ்வில் யாரையும் செய்ததில்லை. அன்று நான் ஒரு மனநோயாளியைப் போல் நடந்து கொண்டேன். அவனைக் கொல்ல வேண்டும் என்பது என் நோக்கம் அல்ல. சொல்லப் போனால், அவனைப் பற்றி நான் சற்று பெருமிதமே கொண்டிருந்தேன்.

ஆனால் தொடர்ந்து அவனுடைய கல் தெய்வங்களின் பெயர்களைப் பேரோசையுடன் சொல்லிச் சொல்லி கர்ஜித்தான். அதற்கு மேல் என்னால் என்னைக் கட்டுப்படுத்திக் கொள்ள முடியாமல் போயிற்று. பொதுவாக எப்படிப்பட்ட சந்தர்ப்பத்திலும் நிதானம் இழக்காத நான் அப்போது நிதானமிழந்து அவன் நாக்கைத் துண்டாக்குங்கள் என்று கத்தினேன். நாக்கைத் துண்டாக்கினால் ஒரு மனிதன் என்ன செய்வான்? கத்த வேண்டும், கதற வேண்டும். ஸம்பாவோ சிரிக்கிறான். என்னைப் பார்த்து சப்தமாக நகைக்கிறான்.

அவன் செவிகளைச் சீவி எறியுங்கள் என்று இன்னும் பலமாகக் கத்தினேன்.

இரண்டு செவிகள் சீவப்பட்ட பிறகும் அவன் என்னைப் பார்த்து நகைத்தான்.

மூக்கை அறுத்து எறியுங்கள் என்று கத்தினேன்.

மூக்கையும் அறுத்தார்கள். அப்போதும் சிரித்தான்.

விரல்களை வெட்டுங்கள்.

சிரித்தான்.

கைகளை வெட்டுங்கள்.

சிரித்தான்.

கால்களை வெட்டுங்கள்.

சிரித்தான்.

ஒவ்வொரு முறையும் சிரிப்பின் ஓசை அதிகரித்துக் கொண்டே போனது. அவனுடைய சிரிப்பால் சபையே அதிர்ந்து கொண்டிருந்தது.

இத்தனைக்கும் அவன் கண்கள் என்னையேதான் உற்றுப் பார்த்துக் கொண்டிருந்தன. அதில் ஒரு கேலியும் எகத்தாளமும் நெளிவதைக் கண்டேன்.

கண்களைத் தோண்டுங்கள் என்றேன்.

கண்கள் தோண்டப்பட்ட பிறகும் அவன் சிரித்தபோதுதான் அவன் மனிதனா அசுரனா என்று உண்மையிலேயே எனக்கு சந்தேகம் வந்தது.

அன்றைய தினம் அங்கே எல்லோரும் கண்டது, தோற்றவனின் ஆங்காரம். நான்தான் தோற்றவன். ஸம்பா என்னை வென்று விட்டான். தோற்றுப் போய் என் முன்னே சங்கிலிகளால் பிணைக்கப்பட்டு நிற்கும் என் அடிமை, என் கால்களில் விழுந்து உயிர்ப் பிச்சை கேட்க வேண்டியவன் என்னை வீழ்த்தி விட்டான். என்னால் அவனுடைய உடலுக்குத்தான் தண்டனை கொடுக்க முடிந்ததே தவிர அவன் மனதை என்னால் அசைக்கவே முடியவில்லை. அவன் கண்களில் அச்சத்தையே காண முடியவில்லை. அப்படி ஒரு மனிதனைப் பெற்ற ஷிவாவின் மீது நான் அப்போது பொறாமை கொண்டேன்.

என் பிள்ளைகள் அத்தனை பேரும் கோழைகள். எழுபது ஆண்டுகளுக்கும் மேலாக மரணத்தோடு விளையாடிய எனக்குக் கோழைகளே புதல்வர்களாகப் பிறந்தார்கள். அதிலும் என் இளைய மகன் அக்பர் கடைந்தெடுத்த கோழை. மராட்டியர்களை வென்று வா என்று அனுப்பினால் மராட்டியர்களுடனேயே கை கோர்த்துக்கொண்டு விட்டான். என்னவென்று சொல்வது?

பீஜாப்பூர், கோல்கொண்டா அரசர்களை வெற்றி கொள்வதற்கும் மராட்டியர்களை அடக்கி வைப்பதற்கும் என் நவாபுகளே போதும். ஆனால் என் மகன் மராட்டியர்களோடு சேர்ந்து கொண்டு விட்டதால் நானே தக்காணம் செல்ல நேர்ந்தது. அவனையும் ஸம்பாவையும் ஒப்பிட்டுப் பாருங்கள், என் வேதனை புரியும்.

மராட்டியர்களை அடக்குவது நான் நினைத்தது போல் அத்தனை சுலபமாக இல்லை. அவர்களின் நிலத்தைப் போலவே அவர்கள் முரடர்களாக இருந்தார்கள். வடக்கே விந்திய, சத்புரா மலைகளும், மேற்கே அரபிக் கடலும் எளிதில் நெருங்க முடியாதவையாக இருந்தன. கிழக்கும் தெற்கும்தான் நிலம். அந்த நிலமோ மலைப் பாதைகளும் எண்ணற்ற நதிகளும் பாறைகளுமாக வடக்கு, மேற்கு எல்லைகளை விடவும் கடினமாக இருந்தது. வலுவான குதிரை செல்வதற்குக் கூட சாத்தியமில்லாத பாதைகள். மழை பெய்தால் தொடர்ந்து ஐந்து மாதங்களுக்கு விடாமல் பெய்தது. அதனால் பகலிலேயே விளக்குகள் தேவைப்பட்டன. சுருக்கமாகச் சொன்னால், காஃபி கான் வர்ணிப்பது போல தக்காணம் ஒரு பூலோக நரகம். ராணுவ ரீதியாகச் சொன்னால், உலகிலேயே அணுகுவதற்கு மிகக் கடினமான பூமி தக்காணம்தான். அப்படிப்பட்ட நிலத்தை வெல்வதற்காக என் வாழ்வின் இறுதிப் பகுதியின் இருபத்தாறு ஆண்டுகளைச் செலவிட்டது எப்பேர்ப்பட்ட மதியீனம்?

இப்படி ஒரு நிலத்தில் வாழ்ந்த மராட்டியர்கள் எப்படிப்பட்டவர்களாக இருந்தார்கள்? ஜஹாங்கீர் பாதுஷாவும் அவருக்கு ஆயிரம் ஆண்டுகளுக்கு முன்னால் ஹிந்துஸ்தானுக்கு வந்த சீனத்துப் பயணி யுவான் சுவாங்கும் ஒன்றே போல் சொல்கிறார்கள், பாருங்கள். மராட்டியர்கள் தமக்கு நன்மை செய்தவர்களைத் தலையில் வைத்துக் கொண்டாடுவார்கள். தீங்கிழைத்தவர்களைப் பழி வாங்காமல் விட மாட்டார்கள். சுய மரியாதை கொண்டவர்கள். ஆனால் மொகலாயர்கள் எப்படியிருந்தார்கள்? அவர்களைப் பற்றி வில்லியம் நாரிஸ் என்ன சொன்னார் என்று தங்களுக்கு ஞாபகம் இருக்கிறதா,

மதிப்புக்குரிய காத்திப் அவர்களே? என் சகோதரி பேகம் சாஹிபா சொன்னார்களே? ஒரு போத்தல் வைனுக்காகக் கூட்டிக் கொடுக்கவும் தயங்க மாட்டார்கள். அந்த ஃபிரங்கி சொன்னதில் என்ன தவறு? நான் அமர்ந்திருந்த மயிலாசனத்தில் அமர வேண்டுமென்று எதிரியோடு கூட்டுச் சேர்ந்தானே என் புதல்வன்? அதை மறக்க முடியுமா? ஷிவாவின் மீது நான் பொறாமை கொள்வது நியாயம்தானே? எப்பேர்ப்பட்ட சுயாபிமானம் கொண்ட இனம்! எப்பேர்ப்பட்ட புதல்வர்கள்!

மராட்டியர் பற்றி நினைக்கும் போதெல்லாம் எனக்கு எங்களோடு இருந்த ராஜபுத்திரர்கள் பற்றியும் ஞாபகம் வரும். இரண்டு இனத்தையும் அடிக்கடி ஒப்பிட்டுப் பார்த்துக் கொள்வேன். மராட்டியருக்கு வழிமுறைகளைப் பற்றிக் கவலையில்லை; வெற்றியே முக்கியம். வெற்றியை நோக்கியே பாடுபடுவார்கள். இலக்கை அடைவதற்கு எந்த வழியையும் பின்பற்றுவார்கள். ஷிவாவின் தாத்தா மாலோ பற்றி ஒரு கதை உண்டு. அவர் புணேவுக்கு அருகில் ஒரு கிராமத் தலைவராக இருந்தார். ஒருமுறை அவருக்கு போஸலே குடும்பத்தின் குலதெய்வம் பவானியின் அருளால் ஒரு பெரும் புதையல் கிடைத்தது. அதை வைத்து சொந்தமாக ஒரு படையை உருவாக்கிக் கொண்டு பெரிய அளவில் வளர்ந்தார்கள். ஆனால் அது பவானி அருளால் கிடைத்த புதையல் அல்ல, கொள்ளையடித்ததால் கிடைத்தது என்கிறார்கள் சரித்திர ஆசிரியர்கள். எது உண்மை என்று எனக்குத் தெரியாது. ஆனால் மராட்டியப் படைகள் என்னுடைய ஆட்சியின் கீழ் இருந்த ஊர்களையெல்லாம் கொள்ளையடித்ததை வைத்துப் பார்த்தால் சரித்திர ஆசிரியர்கள் சொல்வது சரியாக இருக்கலாம் என்று தோன்றுகிறது.

ராஜபுத்திரர்களுக்கோ இந்தப் பிரச்சினையெல்லாம் இல்லை. அவர்கள் இலக்கைப் பற்றிக் கவலையே பட மாட்டார்கள். வழிமுறைகளும் வாழ்க்கையும்தான் அவர்களுக்கு முக்கியம். சுருக்கமாகச் சொன்னால், அவர்களுக்கு ஆட்டத்தின் முடிவு அல்ல, ஆட்டமே முக்கியம்.

மாலிக் ஆம்பரின் படையில் இருந்தார் ஷிவாவின் தந்தை ஷாஹறா. பிறகு மாலிக் ஆம்பர் இறந்ததும் மொகலாயரோடு சேர்ந்து கொண்டார். இது நடந்தது 1630இல். என் தந்தையின் ஆட்சியில். ஆனால் கொஞ்ச காலம்தான், பிறகு மொகலாயரிடமிருந்து விலகி நாஸிக் அருகே அஹ்மத் நகரில் இருந்த ஒரு அரச குடும்பத்தைச் சேர்ந்த முர்த்தாஸா என்ற சிறுவனை பொம்மை அரசனாக்கி விட்டு ஜுன்னாரைத் தலைநகராகக் கொண்டு ஷாஹறா திரை மறைவு அரசனாக வாழ்ந்தார். 1633. இதற்கு பீஜாப்பூர் சுல்தானின் ஆதரவும் இருந்தது. பிறகு பீஜாப்பூர் என் தந்தையிடம் சரணடைந்த பிறகு ஷாஹறாவும் சரணடைய வேண்டியதாயிற்று. தந்தை ஷாஹறாவுக்குக் கர்நாடகத்தின் பொறுப்பை அளித்தார்.

—

65

விஜயநகரப் பேரரசின் வீழ்ச்சிக்குப் பிறகு அந்தப் பிராந்தியத்தில் இருந்த சுல்தான்கள் அத்தனை பேரும் ஒருவருக்கொருவர் சண்டை போட்டுக் கொண்டு ஒரே ரத்தக்களரியாக இருந்தது. இப்படி உள்ளூர்க்காரர்கள் அடித்துக் கொண்டு கிடந்ததால்தான் தைமூரும் அவரது சந்ததிகளுமாகிய என் மூதாதையர் ஹிந்துஸ்தான் முழுவதையும் அவர்களின் ஆதிக்கத்தின் கீழ் கொண்டு வர முடிந்தது. உதாரணம் வேண்டுமானால், 1577இல் அக்பர் பாதுஷா காந்தேஷுக்குள் நுழைந்ததைச் சொல்லலாம். உள்ளூர்க்காரர்கள் அடித்துக் கொள்ளாமல் இருந்திருந்தால் அது நடந்திருக்காது. இதையேதான் ஃபிரங்கிகளும் செய்தார்கள் என்பது சரித்திரம்.

ஷிவாவின் தந்தை ஷாஹா பீஜாப்பூர் படையில் ஒரு தளபதியாக இருந்தார். 1664இல் அவர் இந்த உலக வாழ்விலிருந்து விடைபெறும் வரை ஷாஹாவை பீஜாப்பூர் சுல்தான் முஹம்மது அதில் ஷா 'பீஜாப்பூர் அரசின் தூண்' என்றே வர்ணிப்பார். அந்த அளவுக்கு மரியாதை பெற்றிருந்தார் ஷாஹா. ஆனால் 1638இல் பீஜாப்பூர் படைகள் செஞ்சியை முற்றுகையிட்டபோது ஷாஹா கைது செய்யப்பட்டு பீஜாப்பூரில் பத்து மாதங்கள்

தனிமைச் சிறையில் வைக்கப்பட்டார். காரணம், ஷிவா பீஜாப்பூர் சுல்தானை எதிர்த்தான் என்பதுதான். தந்தை சிறை வைக்கப்பட்டதால் புணேவுக்கு அருகில் சுல்தானிடமிருந்து கைப்பற்றிய சின்கட் கோட்டையைத் திரும்பக் கொடுத்தான். அதன் பிறகு ஷாஹா சிறையிலிருந்து விடுவிக்கப்பட்டு அவருக்கு அவர் வகித்த பழைய பதவியே திரும்பக் கொடுக்கப்பட்டது. ஆனால் கொஞ்ச நாளில் ஷிவா மீண்டும் பீஜாப்பூரை எதிர்க்க ஆரம்பித்தான்.

அதற்குள் ஷாஹா, “ஷிவா விஷயத்தில் என்னை சம்பந்தப்படுத்தி விடாதீர்கள்” என்று அதில் ஷாவிடம் கேட்டுக் கொள்ள சுல்தானும் ஒப்புக் கொண்டார். 1658இல் நடந்தது இது. இதற்குக் காரணம், ஷாஹாவுக்கும் அவர் மனைவி ஜீஜா பாய்க்கும் அவ்வளவாக ஒத்து வரவில்லை. கணவன் மனைவி உறவில் ஏற்பட்ட விரிசலோடு அரசியல் காரணங்களும் சேர்ந்து கொண்டன. ஷாஹா மொகலாயருக்கு எதிராக பீஜாப்பூர் சுல்தானிடம் இருந்தார். ஜாதவா இனத்தைச் சேர்ந்த ஜீஜா பாயின் உறவுகளோ மொகலாயரிடம் பணியாற்றினார்கள். பீஜாப்பூருக்கு எதிரானவர்கள். அதனால் ஜீஜா பாயை ஒதுக்கி வைத்து விட்டு துக்கா பாய் மோஹித்தே என்ற இளம் பெண்ணை மணந்து கொண்டார் ஷாஹா. துக்கா பாயோடுதான் பீஜாப்பூரில் வாழ்ந்தார். இந்த துக்கா பாய் பற்றித் தாங்கள் ஆராய்ச்சி செய்தால் தங்களுக்குப் பல ஆச்சரியமான உண்மைகள் தெரிய வரும். ஷிவா மட்டும் ஜீஜா பாய்க்குப் பிறக்காமல் துக்கா பாய்க்குப் பிறந்திருந்தால் சரித்திரமே வேறு திசையில் சென்றிருக்கும். காரணம், துக்கா பாய் சம்ஸ்கிருதம், தெலுங்கு, தமிழ் என்று பல்வேறு பாஷைகளில் பாண்டித்தியம் பெற்றிருந்தார். கலை இலக்கியத்திலும் ஈடுபாடு கொண்டவர். தேர்ந்த காத்திபும் கூட. இவருடைய பிள்ளை வெங்கோஜிக்கு ஷிவாவைப் போல் ராணுவத் திறமை இல்லாவிட்டாலும் புத்தியில் அப்படியே தன் அம்மாவைக் கொண்டிருந்தான்.

மன்னிக்க வேண்டும் ஷாஹின்ஷா... இந்தியா முழுவதும் ஷிவாஜி என்று அறியப்படுபவரைத் தாங்கள் ஷிவா என்று

அழைக்கிறீர்கள். ஆனால் வெங்கோஜியை வெங்கோஜி என்றே சொல்கிறீர்கள். என்ன காரணம் என்று தெரிந்து கொள்ளலாமா?

மராட்டியில் ஜி என்பது பெயரின் கடைசி எழுத்தே தவிர மரியாதைக்காகச் சேர்க்கப்படுவது கிடையாது. ஆனாலும் இந்த விஷயம் எனக்குத் தெரிவதற்கு முன்பே ஒரு கோபத்தில் ஜி சேர்க்காமல் ஷிவா என்றே சொல்லிப் பழக்கமாகி விட்டது. மாற்றிக் கொள்ள முடியவில்லை. ஆனால் வெங்கோஜி விஷயத்தில் அப்படி இல்லை. ஷிவாவைக் காட்டிலும் வெங்கோஜி எனக்குப் பிடித்தமானவன். ஷிவாவிடம் உள்ள தந்திரம் வெங்கோஜியிடம் கிடையாது.

சரி, விஷயத்துக்கு வருகிறேன். உங்கள் ஊரான தஞ்சாவூரை கலைக் கேந்திரம் என்று சொல்வீர்கள் அல்லவா? அதற்கு ஏதோ ஒரு வகையில் வெங்கோஜியும் காரணமாக இருந்திருக்கிறான். தஞ்சாவூரில் புழங்கி வந்த சங்கீதமே துக்கா பாய் என்ற ஒரே ஒரு பெண்ணிடம் இருந்த கலை ஞானத்தினால் சில அடிப்படையான மாற்றங்களை அடைந்தது என்று சொல்லுவேன்.

பதின்மூன்றாம் நூற்றாண்டில் சோழர்களின் ராஜ்ஜியம் வீழ்ச்சி அடைகிறது. அடுத்து பாண்டியர்களின் ஆதிக்கம், அதையடுத்து மாலிக் காஃபூர். அதையெல்லாம் நாம் இங்கே விரிவாகப் பேச வேண்டியதில்லை. நான் இப்போது தங்களை என் கதையின் விசித்திரமான ஓர் புள்ளிக்கு இட்டுச் செல்கிறேன். உலகம் மிகவும் சிறியது என்பார்கள் இல்லையா மூத்தோர்? நான் என்னுடைய மதி கெட்ட கதையை மதிப்புக்குரிய காத்திப் ஆகிய தங்களிடம் சொல்லிக் கொண்டிருக்கும் இந்தத் தருணத்தில் தங்களுடைய ஊரான தஞ்சாவூரில் சந்திக்கிறோம். அதற்காகத்தான் சோழர்கள் வீழ்ச்சி அடைந்த காலத்துக்குச் செல்ல வேண்டியிருக்கிறது.

மாலிக் காஃபூருக்குப் பிறகு தஞ்சாவூரில் பெரும் குழப்பம் நிலவுகிறது. அடுத்து விஜய நகரம் தஞ்சாவூருக்குள் நுழைகிறது. விஜய நகரப் பேரரசர் தன் பிரதிநிதியாக மதுரை நாயக்கரைத் தஞ்சாவூரில் நியமிக்கிறார்.

இதைத் தொடர்ந்து மதுரை சொக்கநாத நாயக்கனுக்கும் அவனது[152] உறவான தஞ்சாவூர் விஜயராகவ நாயக்கனுக்கும் பிரச்சினை ஏற்படுகிறது. எல்லாம் நிலத் தகராறுதான். தஞ்சாவூர் மதுரையின் மேலாண்மையை எதிர்த்தது. தன்னை சுதந்திர பூமி என அறிவித்துக் கொண்டது. அதுதான் காரணம். சொக்கநாத நாயக்கன் தஞ்சாவூருக்கு வந்தான். விஜயராகவ நாயக்கனைக் கொன்றான். எல்லாம் பெரிய கதை. தங்களின் கட்டை விரல் நகத்தில் அத்தனை கதையையும் எழுதிக் கொண்டிருக்கிறேன். என்னுடைய கவனமெல்லாம் எப்படி ஒரு பெண்ணின் ஞானத்தினாலும் கலை இலக்கிய ஈடுபாட்டினாலும் புத்திக்கூர்மையினாலும் ஒரு நிலப் பகுதி மாபெரும் கலாச்சார மறுமலர்ச்சிக்கு வித்திட முடியும் என்பதன் ஆதாரத்தைத் தேடுவதே ஆகும். நாம் ஒன்றும் ஆராய்ச்சி செய்யவில்லை. ஆய்வுக்கான சில தரவுகளைக் கொடுத்து விட்டு நகர்கிறோம். அவ்வளவுதான். ஆய்வாளர்கள் இதிலிருந்து பிடித்துக் கொள்ளட்டும். கொள்ளாமல் போகட்டும்.

சொக்கநாத நாயக்கன் தன் சகோதரன் அழகிரியைத் தஞ்சாவூரில் அமர்த்தி விட்டு மதுரை மீள்கிறான். ஆனால் கொஞ்ச நாளிலேயே அழகிரியும் மதுரையின் ஆதிக்கத்திலிருந்து தன்னை விடுவித்துக் கொண்டு தஞ்சாவூரை சுதந்திர நாடாக அறிவிக்கிறான். அதற்குப் பிறகு சொக்கநாதனுக்கு வேறு வழியில்லாமல் தஞ்சாவூரைத் தனிநாடாகவே அங்கீகரிக்க வேண்டியிருக்கிறது.

இதற்கிடையில் விஜய ராகவனின் புதல்வன் ஒருவன் தஞ்சாவூர் ஆட்சியைப் பிடிக்க பீஜாப்பூர் சுல்தானின் உதவியை நாடுகிறான். அப்போதுதான் சுல்தான் தன்னுடைய மராட்டியத் தளபதி வெங்கோஜியை தஞ்சாவூரை நோக்கி அனுப்பினான். தஞ்சாவூரை அழகிரியிடமிருந்து கைப்பற்றிய வெங்கோஜி அதை

---

152 எழுத்தாளனுடனான உரையாடலின் போது ஔரங்ஸேப் தன்னைவிட வயதில் குறைந்தவர்களை ஒருமையிலும் மூத்தவர்களைப் பன்மையிலும் விளிப்பதை வழக்கமாகக் கொண்டிருந்தார்.

சுதந்திர அரசாக அறிவித்தான். தஞ்சாவூர் மராட்டிய அரசப் பாரம்பரியம் அப்படித்தான் ஆரம்பமாயிற்று. இதை அறிந்த ஷிவா தஞ்சாவூரைத் தன்னுடைய ஆட்சிக்குக் கீழ் கொண்டு வர நினைத்தான். வெங்கோஜி அதற்கு உடன்படவில்லை. வெங்கோஜி தன் அன்னை துக்கா பாயிடமிருந்து பெற்ற கலை ஞானமே தஞ்சாவூரில் நடந்த கலாச்சார மறுமலர்ச்சிக்கு அடித்தளம் ஆயிற்று. வெங்கோஜிக்குப் பிறகு வந்த வாரிசுகளும் கலைத்துறையில் அவனையும் தாண்டக் கூடியவர்களாகவே இருந்தார்கள்.

இந்த இடத்தில் ஔரங்ஸேபின் பேச்சின் இடையே குறுக்கிட்டான் கொக்கரக்கோ. கொக்கரக்கோவின் கேள்விகளை எழுத்தாளன் ஔரங்ஸேபிடம் சொன்னதுமே அன்னாரைப் பார்க்க வேண்டும், அழைத்து வாருங்கள் என்று சொல்லி விட்டார். அதனால்தான் எழுத்தாளனோடு ஔரங்ஸேப் கதை கேட்க வந்திருந்தான் கொக்கரக்கோ. இப்போது குறுக்கிடுகிறான். ஏதாவது ஏடாகூடமாகக் கேட்டு வைக்கப் போகிறானோ என்று எழுத்தாளனுக்குக் கொஞ்சம் பதற்றமாகவே இருந்தது. ஔரங்ஸேபிடமே அதையும் சொல்லியிருந்தான் எழுத்தாளன். கொக்கரக்கோவைப் பார்க்க நினைப்பதற்கே அதுதான் காரணம் என்று சொல்லி விட்டார் ஆலம்கீர். ஆனால் ஒன்று மட்டும் கொக்கரக்கோவிடம் எச்சரிக்கை செய்திருந்தான் எழுத்தாளன். “நீ உன் காதலியிடம் கூடக் கத்திப் பேசுபவன். அதனால் காதலியிடம் பேசுவது போல் மெல்லப் பேசு என்று உன்னிடம் சொல்ல முடியாது. அதனால், ஒருவரின் காதுக்கருகில் போய் ரகசியம் பேசுவது போல் பேசு; ஏனென்றால், சத்தம் போட்டுப் பேசுவது ஆலம்கீருக்குப் பிடிக்காது.”

குறுக்கிட்டுப் பேசுவதற்கு மன்னிக்க வேண்டும் ஹுஸூர். உலகம் ரொம்பச் சிறியது என்று கொஞ்ச நேரம் முன்பு குறிப்பிட்டீர்கள். அது ரொம்பவும் சரி. என் நண்பன் - தங்களின் மதிப்புக்குரிய காத்திப் சில மாதங்களுக்கு முன்பு தியாகராஜா என்ற பெயரில் ஒரு நாவல் எழுதிக் கொண்டிருந்தான். தஞ்சாவூரில் வாழ்ந்த அந்த சங்கீத

மேதை தங்களின் காலத்துக்குப் பிறகு வந்தவர். நம்முடைய மதிப்புக்குரிய காத்திப் அந்த நாவலில் மராட்டிய மன்னர்கள் பற்றி வரும் பகுதிக்காக ஆய்வு செய்து கொண்டிருந்தபோது ஷிவாஜி, வெங்கோஜி என்று படித்திருக்கிறான். ஷிவாஜியைப் படிக்கும்போது ஆலம்கீர் வராமல் இருப்பாரா? அப்போதுதான் அவனுக்குத் தங்களின் கடிதத் தொகுதிகளை வாசிக்க நேர்ந்தது. உடனேயே சட்டென்று தியாகராஜாவை ஒரு பக்கம் வைத்து விட்டு தங்களைப் பற்றித் தீவிரமாகப் படிக்க ஆரம்பித்தான். பிறகுதான் இந்த அகோரியைத் தேடிப் பிடித்தான். இப்போது பார்த்தால், திரும்பவும் அதே வெங்கோஜி. அதே தஞ்சாவூர். அதே சங்கீதம். அதே தியாகராஜா. இந்த விஷயத்தைத் தங்கள் கவனத்துக்குக் கொண்டு வருவதற்காகவே குறுக்கிட்டேன் ஹுஸூர்.

ஆ! என்ன ஆச்சரியம்... ஆனால் என் ஞாபக சக்தி சரியாக இருக்குமானால், மெக்ஸிகோவைச் சேர்ந்த காதரீனா தெ ஸான் ஹுவான் என்ற கத்தோலிக்கப் பாதிரிப் பெண்ணைப் பற்றி எழுத ஆய்வு செய்து கொண்டிருந்த போது, அந்தப் பாதிரிப் பெண் என் தந்தையின் ஒன்று விட்ட சகோதரி என்று அறிந்து, அதனால்தான் இந்த அகோரியைப் பார்த்ததாக அல்லவா மதிப்புக்குரிய காத்திப் ஆரம்பத்தில் சொல்லியிருந்தார்?

உண்மைதான் ஹுஸூர், அதுவும் உண்மைதான். இதுவும் உண்மைதான். இரண்டு கதைகளையும் ஒரே சமயத்தில்தான் எழுதிக் கொண்டிருந்தான்.

(இப்போது எழுத்தாளன் பேசினான்) உண்மைதான் ஷாஹின்ஷா. ஆனால் இப்போது காதரீனாவின் கதை பின்னுக்குப் போய் தங்களின் கதையும் தியாகராஜரின் கதையும்தான் ஓடிக் கொண்டிருக்கிறது. ஒரே சமயத்தில் இரண்டு கதை. அதனால் எனக்குப் பைத்தியம் கூடப் பிடித்து விடும் போலிருக்கிறது. அது பற்றித் தங்களிடம் பேச வேண்டாம் என்று இருந்தேன். ராத்திரி நேரங்களில் தங்களின் கடைசிக் காலத்தில் தங்களை வெருட்டிக் கொண்டிருந்த அதே ஆவிகள்

- தங்களால் கொல்லப்பட்டவர்களின் ஆவிகள் - என்னையும் ஆட்டிப் படைக்கின்றன. அந்தக் கொடுங்கனவுகளிலிருந்து என்னால் மீளவே முடியவில்லை. பொதுவாக நான் எந்தக் கதை எழுதினாலும் அந்தக் கதையின் பாத்திரமாகவே மாறி விடுவது வழக்கம். அதனால் நான் இப்போது தங்களைப் போலவே சிந்திக்கிறேன். தங்களைப் போலவே பேசுகிறேன். அப்படியே இருந்திருந்தால் கூட சமாளித்திருக்கலாம். ஆனால் இரவில் ஆலம்கீராக இருப்பவன் பகலில் தியாகராஜராக மாறி விடுகிறேன். அதைத்தான் சமாளிக்க முடியவில்லை.

என்ன பிரச்சினை என்றால், ஒரு பக்கம் குருதியில் புரள்கிறேன். பிரேதங்களின் மீது நடந்து செல்கிறேன். மலை மலையாகத் தலைகளை வெட்டிப் போட்டு பிரமிடுகளை உருவாக்குகிறேன். இன்னொரு பக்கம், ராம நாமத்தைச் சொல்லிக் கொண்டு தெருக்களில் உஞ்சவிருத்தி செய்து கொண்டிருக்கிறேன். இரண்டும் இரண்டு துருவம். ஒன்று, இந்த அகிலத்தையே தன் ஆதிக்கத்தின் கீழ் கொண்டு வர நினைக்கும் மனம். அதற்காகத் தன் தந்தையைச் சிறையிலிட்டு, சகோதரர்களைக் கொன்று போடும் ஆவேசம். இன்னொன்று, எல்லாவற்றையுமே தன்னிடமிருந்து உதறி எறிந்து விட்டு, தன் உணவைக் கூட பிறரிடமிருந்து யாசித்துப் பெற்று வாழும் துறவு நிலை. இதையே தினந்தினம் இரவிலும் பகலிலுமாக மாறி மாறி வாழ்ந்து மண்டை பிளந்து விடும் போலிருக்கிறது ஷாஹின்ஷா.

உண்மைதான் ஹுஸூர் என்று குறுக்கிட்டான் கொக்கரக்கோ. இதுவரை நம் காத்திபை நாங்கள் இப்படிப் பார்த்ததில்லை. இவன் மற்ற நாவல்களை எழுதும்போதும் நான் உடன் இருந்திருக்கிறேன். அப்போதெல்லாம் படு ஜாலியாக இருப்பான். ஒரு வாரம் தீவிரமாக நாவலில் மூழ்கியிருந்தான் என்றால் அடுத்த வாரம் என்னோடும் நண்பர்களோடும் ஐரோப்பாவுக்கோ கிழக்கு ஆசியாவுக்கோ கிளம்பி விடுவான். அங்கே போய் நாலு நாள் கூத்தடித்து விட்டு நாலு நாள் எழுதுவான். பிறகு நாலு நாள் கூத்து. இப்படி மாறி மாறிப் போகும். இப்போது என்னவென்றால், நானோ நண்பர்களோ வெளியே

அழைத்தாலும் கூட்டை விட்டுக் கிளம்ப மாட்டேன் என்கிறான். தாங்கள் தொப்பி தைத்து விற்றீர்கள் அல்லவா, அதைப் போல் எப்போது பார்த்தாலும் எழுதிக் கொண்டிருக்கிறான். எனக்குப் பொதுவாக மற்றவர்களின் உடல்நலம் பற்றிப் பேசுவதோ விசாரிப்பதோ பிடிக்காது. எவனாவது என்னை அப்படி விசாரித்தால் எய்ட்ஸ் வந்திருக்கிறது, கேன்ஸர் வந்திருக்கிறது என்று சொல்லி அவன்களை அலற வைப்பது வழக்கம். அவ்வளவு எரிச்சலூட்டக் கூடிய விஷயம் அது. அப்படிப்பட்ட நானே இவனிடம் "நாவலை எப்போது முடிக்கப் போகிறாய்?" என்று ஒருநாள் கேட்டு விட்டேன். "என்னடா கொக்கரக்கோ, நீயும் டார்ச்சர் கோவிந்தன் மாதிரி ஆரம்பித்து விட்டாய்?" என்றான் இவன்.

—

66

டார்ச்சர் கோவிந்தன் நம்முடைய கதையில் ஏற்கனவே அறிமுகம் ஆகிவிட்டான் என்று நினைக்கிறேன். என்ன செய்வான் என்றால், தினந்தோறும் நம் காத்திபுக்கு ஃபோன் போட்டு "நாவல் எப்போது முடியும்?" என்று கேட்க வேண்டியது. தங்களுடைய பேச்சும் கதையும் எப்போது முடியுமோ அப்போதுதானே நாவலும் முடியும்? இன்னொரு டார்ச்சர் என்ன தெரியுமா? 'இந்த கொக்கரக்கோவோடு சேர்ந்து கொண்டு சீரழிந்து போகாதே.' எப்படி இருக்கிறது பாருங்கள் ஹுஸுர். எழுத்தாளனே அறுபத்தொன்பது வயது ஆசாமி. இவனை நான் கெடுக்கிறேனாம். இல்லாவிட்டால் பொத்தாம்பொதுவாக "ஓய் எழுத்தாளரே, பெண்களிடம் ஜாக்கிரதையாக இரும், கொக்கரக்கோ மாதிரி உமக்கு விவரம் போதாது, மீட்டூவில் மாட்டிவிட்டு விடுவார்கள் பெண்கள்" என்று பீதி கிளப்புவது. அதுவும் ஒருநாள் இரண்டு நாள் அல்ல. தினமும் இப்படிச் சொல்லிக் கொண்டேயிருந்தால் என்னதான் ஆவான் எழுத்தாளன்? இப்போது பெண்களோடு ஒரு வார்த்தை பேசுவதற்கே அஞ்சி நடுங்குகிறான்.

சரி, 'எப்போது நாவலை முடிக்கப் போகிறாய்?' என்று இவனை நான் கேட்டதற்குக் காரணம் என்னவென்றால், ஏதோ பேய்

பிடித்து ஆட்டுவது போல் உங்கள் கதையை எழுதுகிறான், அதனால் உடம்பைக் கெடுத்துக் கொள்ள வேண்டாமே என்று ஒரு அக்கறைதான். அதற்கு அவன் "எழுத்துதான் எனக்குத் தெரப்பி" என்று சொல்லி விட்டான். அதற்கு மேல் இது பற்றிப் பேசுவதற்கு எதுவுமில்லை.

மதிப்புக்குரிய கொக்கரக்கோ அவர்களே! மதிப்புக்குரிய காத்திப் அவர்கள் இரவில் இந்த எளியேனாகவும் பகலில் அந்தப் புனிதராகவும் மாறி மாறி வாழ்கிறார் என்றால் அது இவர் பெற்ற வரம் என்றே கருதுகிறேன். ஒருவனின் பாவத்தைத் தான் சுமக்க முன்வருவதும் இன்னொரு புனிதரின் கதையை அகிலத்துக்குச் சொல்வதும் தங்கள் நண்பர் பெற்ற பேறு. தியாகராஜா எனக்குப் பிறகு வந்தவர் என்றாலும் காத்திபுடன் உரையாட வருவதற்கு முன்னால் காத்திப் அவர்களின் எழுத்தை நான் வாசித்தபோதே தியாகராஜா பற்றியும் தெரிந்து கொண்டேன். படித்தவுடனேயே அவரை எங்கள் ஸூஃபி அவ்லியாக்களில் ஒருவராகவே நான் அர்த்தப்படுத்திக் கொண்டேன். பெயர் என்னவாக இருந்தால் என்ன? இறைவன் ஒருவனே.

சரி, நாம் நம்முடைய கதைக்கு வருவோம். கொஞ்ச நேரம் முன்பு நான் குறிப்பிட்டேன் அல்லவா, சொக்கநாத நாயக்கன். அவனுடைய மனைவிதான் ராணி மங்கம்மாள். என் காலத்தில் வாழ்ந்த மங்கையரில் நான் பெரிதும் போற்றிய ஒரு பெண் என் தமக்கை ஜஹானாரா பேகம் என்று நான் சொல்லியிருக்கிறேன். அதே அளவுக்கு நான் வியந்து அதிசயித்த மற்றொரு பெண் ராணி மங்கம்மாள்.

தன் கணவன் இறந்ததும் மங்கம்மாள் அவனோடு உடன்கட்டை ஏறத்தான் விரும்பினாள். ஆனால் மகன் அரங்க கிருஷ்ண முத்து வீரன் மூன்று மாத சிசுவாக இருந்தான். அதனால் குழந்தையை வளர்ப்பதற்காக உடன்கட்டை ஏறவில்லை. அதோடு ஆட்சிப் பொறுப்பையும் ஏற்று நடத்தினாள். பிறகு பதினைந்து வயதில் அரங்க கிருஷ்ண முத்து வீரன் அரியணை ஏறினான். உங்கள் பிரதேசத்தில் அரியணை என்றுதான் சொல்வீர்கள், இல்லையா?

ஏழு ஆண்டுகள் அன்னையின் ஆலோசனையில் ஆட்சி நடத்திய அரங்க கிருஷ்ணன் பெரியம்மை கண்டு இருபத்து இரண்டு வயதில் இறந்து போனான். திரும்பவும் மங்கம்மாள் ஆட்சிப் பொறுப்பை ஏற்றாள். இந்த முறை ராணியாகவே அறிவித்துக் கொண்டாள்.

இப்போது சொல்லுங்கள், ஆட்சியில் அமர்வது என்பது விதியின் கையில்தானே இருக்கிறது? இல்லாவிட்டால் கணவன் இளம் வயதில் போய் விட்டான். மங்கம்மாள் ராணி ஆகிறாள். மகனை வளர்த்து அவனை ஆட்சி பீடத்தில் அமர்த்துகிறாள். அவனும் அற்பாயுளில் போய் விடுகிறான். இவளே மீண்டும் ராணியாகிறாள். வலிய விதி அல்லது இறை சித்தம் என்பதைத் தவிர வேறு என்ன சொல்ல முடியும்? தாராவையும் என்னையுமே எடுத்துக் கொள்ளுங்கள். ஸாமூகட் போரில் யானையிலிருந்து இறங்கினான் தாரா. போரின் முடிவே மாறி விட்டது. ஐம்பது ஆண்டுகள் நான் மயிலாசனத்தில் அமர்கிறேன். இதெல்லாம் நம்பும்படியாகவா இருக்கிறது? ஆனால் நம்பித்தான் ஆக வேண்டும். நானே அதற்கு சாட்சியாக நிற்கிறேன். இப்படித்தான் இரண்டு முறையும் மங்கம்மாள் ஆட்சிக்கு வருகிறாள்.

மிகச் சிறந்த ஆட்சி என்றே என்னுடைய ஒற்றர்கள் மூலம் அறிந்தேன். ஜஹானாரா பேகம் தில்லியை ஆண்டிருந்தால் அப்படித்தான் இருந்திருக்கும். ஒரே ஒரு உதாரணம் சொல்ல வேண்டும் என்றால், என் தளபதி ஸுல்ஃபிகர் அலீயை செஞ்சிக் கோட்டையை முற்றுகை இட்டு அங்கே ஒளிந்து கொண்டிருந்த ராஜாராமைக் கைது செய்து வருவதற்காக அனுப்பினேன். ஷிவாவின் மகன் ராஜாராம். அது பற்றி நாம் பேசி விட்டோம். செஞ்சிக் கோட்டை முற்றுகை ஏழாண்டுகள் நீடித்தது. அந்தக் காலகட்டத்தில் தமிழ் தேசத்தை ஆண்டு கொண்டிருந்த அரசர்களை என்னுடைய ஆதிக்கத்தில் கொண்டு வருவதற்காக ஸுல்ஃபிகர் ஆட்களை அனுப்பினான். பணிந்து கப்பம் கட்டுகிறீர்களா? போர்க்களத்தில் உயிரை விடுகிறீர்களா?

மைசூர் மன்னரும் தஞ்சை மராட்டியரும் கப்பத்தை அனுப்பினார்கள்.

மங்கம்மாள் ஆண்டு கொண்டிருந்த திருச்சிக்கும் தூது போனது. அப்போது அவள் எங்களை எதிர்த்திருந்தால் எறும்பை நசுக்குவது போல் நசுக்கிப் போட்டு விட்டுத் திருச்சியைக் கைப்பற்றியிருப்பான் ஸுல்ஃபிகர். ஆனால் மங்கம்மாளின் ராஜதந்திரத்துக்கு முன் எங்கள் படை பலம் தோற்று விட்டது. மங்கம்மாள் கப்பம் கட்டுகிறேன் என்று சொல்லி பெரும் பரிசுப் பொருட்களை அனுப்பி வைத்து விட்டாள். என்ன செய்வீர்கள்? அடி பணிகிறேன் என்று சொல்பவர் மீது எப்படித் தாக்குதல் தொடுப்பீர்கள்? அங்கே வெற்றி பெற்றது மங்கம்மாளா? ஔரங்ஸேபா?

ராணியை நான் பாராட்டுவது அவள் என்னை ஆதரித்தாள் என்பதனால் அல்ல. அவள் ஒன்றும் என்னைக் கண்ணை மூடிக் கொண்டு ஆதரித்துவிடவில்லை. மொகலாயரை எதிர்த்தால் தன்னுடைய நாடு பிணக்காடாகி விடும் என்ற எதார்த்தத்தை உணர்ந்தாள். இனமானம், சுயமரியாதை என்று சொல்லிக் கொண்டு எல்லோரையும் கொண்டு போய் அக்கினிக் குண்டத்தில் தள்ளுவதும் தற்கொலைப் போர் நடத்துவதும் ராஜபுத்திரர்களுக்கு வேண்டுமானால் உவப்பானதாக இருக்கலாம். ஆனால் நாயக்கர் வம்சத்தைச் சேர்ந்த அந்தப் பெண்மணி அப்படி நினைக்கவில்லை. எக்காரணம் கொண்டும் தன் மக்கள் உயிரிழக்கக் கூடாது என்பதே அவள் சித்தமாக இருந்தது. வீரம் என்பது போர்க்களத்தில் ரத்தம் சிந்துவது மட்டும் அல்ல; சமயங்களில் ரத்தம் சிந்துவதைத் தடுக்க முயற்சிப்பதும் வீரமே. ஆனால் இரண்டாவதாகச் சொன்னதைச் செய்வதற்குப் பெரும் தைரியமும் துணிச்சலும் சுயாபிமானமும் தேவை.

வீரம் என்பது என்ன? ஒரு நம்பிக்கை. ஒரு கோட்பாடு. ஒரு கனவு. ஆக, ஆயிரக்கணக்கான மக்களின் உயிரை விட நம்பிக்கையும் கோட்பாடுகளும் கனவுகளும் மதிக்கத்தக்கவையா என்று யோசித்தாள் ராணி மங்கம்மாள்.

இதற்கு நேர் எதிரான ஒரு உதாரணத்தை நான் தங்களுக்குத் தருகிறேன்.

1631இல் தக்காணத்தில் ஒரு பெரும்பஞ்சம் ஏற்பட்டது பற்றித் தாங்கள் கேள்விப்பட்டிருப்பீர்கள். அதில் பத்தே மாதங்களில் குஜராத்தில் முப்பது லட்சம் பேர், தக்காணத்தில் எழுபத்து நான்கு லட்சம் பேர் இறந்தார்கள். பட்டினியும் நோயும்தான் காரணம். அப்போதைய ஹிந்துஸ்தானின் மக்கள் தொகையான பதின்மூன்று கோடியோடு இதை ஒப்பிட்டுப் பாருங்கள். பதின்மூன்று கோடியில் ஒரு கோடி ஒரே ஆண்டில் காணாமல் போனது. தக்காணமே பிணக்காடாக மாறியது.

அந்தப் பஞ்சத்துக்குப் பெருமளவு காரணமாக இருந்தது ஹிந்துஸ்தானின் நாயகனாகப் போற்றப்படுகின்ற என் தந்தை ஷா ஜஹான் பாதுஷா. அவர் தக்காணத்தில் தொடர்ந்து நடத்திய போர்கள்தான் அந்தக் கொடும் பஞ்சத்துக்குக் காரணம். மால்வாவில் எங்கள் நவாபாக இருந்தவர் அதில் ஷாவோடு சேர்ந்து விட்டதால் தந்தை தக்காணத்தின் மீது போர் தொடுக்க வேண்டியிருந்தது. தந்தையாருக்குக் கிடைத்த நியாயம் அது.

ஒரே ஒரு மரணம் நிகழ்ந்து விடாமல் தடுப்பதற்காக தன் ராஜ்ஜியத்தின் கஜானாவையே காலி செய்து தர்ம காரியங்களுக்குப் பயன்படுத்தத் துணிந்தவர் என் தந்தை. பேகம் சாஹிபாவுக்குத் தீ விபத்து நிகழ்ந்த போது தந்தை அந்த விபத்தை அப்படித்தான் எதிர்கொண்டார். உலகத்தின் மிகச் சிறந்த மருத்துவர்கள் மூலம் பேகம் சாஹிபாவுக்கு சிகிச்சை கிடைக்கச் செய்தார். ஆனால் அதே கையோடு, தான் செய்யும் தான தர்மங்கள் தன் பிரியத்துக்குரிய மகளின் உயிரைக் காப்பாற்றும் என்றும் நம்பினார். நான் சொல்ல வருவது என்னவென்றால், பேகம் சாஹிபாவுக்கு அந்த விபத்து நடப்பதற்குப் பதின்மூன்று ஆண்டுகளுக்கு முன்னால்தான் தக்காணத்தில் அந்தக் கொடும் பஞ்சம் ஏற்பட்டது. ஒரு கோடி பிணங்கள் விழுந்தன. ஆக, ஒரு கோடி மனிதர்களின் மரணம்

என்பது வெறும் எண்ணிக்கை. ஆனால் நமக்கு வேண்டிய, நமக்குப் பிரியமான ஒரே ஒரு உயிர் நம்மை விட்டுப் போய்விடக் கூடாது என்பதற்காக என்ன வேண்டுமானாலும் செய்வோம். மனித இயல்பைப் பாருங்கள்...

ஒரு கோடி என்பது ஹிட்லர் கொன்ற யூதர்களின் எண்ணிக்கையை விட அதிகம். அதிலும் ஒட்டு மொத்த தேசத்தின் மக்கள் தொகையான பதின்மூன்றில் ஒரு மடங்கு ஒரே ஆண்டில் காலி. ஆமாம், அந்த ஒரு கோடிப் பிணங்களையும் எப்படி அப்புறப்படுத்தினார்கள்?

தாங்கள் சொன்ன சம்பவத்தைப் போலவே தமிழர்களின் சரித்திரத்தில் சமீபத்தில் ஒரு பேரழிவு நடந்தது ஷாஹின்ஷா. இன அழித்தொழிப்பு என்றுதான் அதைச் சொல்ல வேண்டும். ஆனால் அதற்குக் காரணமாக இருந்தவர் ஒரு தமிழ்த் தலைவர். இனமானம், சுயமரியாதை என்ற சித்தாந்தங்களுக்காகத் தன் மக்களை பலி கொடுக்காத ராணி மங்கம்மாள் பற்றிச் சொன்னீர்கள். இந்தத் தலைவரோ இனமானம் காக்கிறேன் என்று சொல்லித் தன் இனத்தையே பலி கொடுத்தார்.

யாரைக் குறிப்பிடுகிறீர்கள் மதிப்புக்குரிய காத்திப் அவர்களே?

மன்னியுங்கள் ஷாஹின்ஷா. பெயரைச் சொன்னால் என்னைக் கொன்று விடுவார்கள். இறந்து ஒன்பது ஆண்டுகள்[153] ஆன பிறகும் அவர் பெயரைச் சொன்னால் உயிருக்கு ஆபத்து என்றால் நிலைமை எப்படி என்று தாங்களே கற்பனை செய்து கொள்ளலாம். எங்கள் நாட்டுக்குப் பக்கத்தில் நடந்த கதை. அந்தச் சிறிய நாட்டில் இரண்டு இனங்கள். இரண்டு மதங்கள். இரண்டு மொழிகள். இதில் சிறுபான்மையினரான தமிழ் இனத்தினர் தாங்கள் ஒடுக்கப்படுவதாக நினைத்தார்கள். இரு தரப்புத் தலைவர்களுக்கிடையில் பேச்சு வார்த்தைகள் நடந்தன. இதற்கிடையில் தமிழ்த் தரப்பில் ஒரு இளம் தலைவர் தோன்றினார். அவர் ஆயுதப் போராட்டத்தின் மூலமே நாம்

153 இந்த உரையாடல் 2018இல் நடக்கிறது.

இந்தப் பிரச்சினைக்குத் தீர்வு காண முடியுமென அறிவித்தார். அமைதி வழியில் போராடிய தலைவர்களையெல்லாம் போட்டுத் தள்ளினார் இளம் தலைவர்.

அப்படியென்றால்?

தமிழில் போடு என்ற வினைச் சொல்லுக்கு மூன்று நான்கு அர்த்தங்கள் உள்ளன ஹுஸூர். இந்த இடத்தில் கொலை என்று வரும். அது மட்டும் அல்லாமல், ஆயுதப் போராட்டமே தீர்வு என்று நம்பிச் செயல்பட்டுக் கொண்டிருந்த மற்ற பல போராளிக் குழுத் தலைவர்களையும் போட்டுத் தள்ளினார் இளம் தலைவர். அவரையே எங்கள் தமிழினம் காக்க வந்த மாவீரராக தமிழ்நாட்டைச் சேர்ந்த நாங்களும் நம்பினோம்.

தாங்களுமா, மதிப்புக்குரிய காத்திப் அவர்களே?

ஆனானப்பட்ட ஹிட்லரையே பல தத்துவவாதிகளும், எழுத்தாளர்களும், இசைக் கலைஞர்களும், மேதைகளும் நம்பியிருக்கிறார்கள் என்கிற போது நானெல்லாம் எம்மாத்திரம் ஷாஹின்ஷா? ஆனால் போகப் போக எனக்கு அவர் மீது இருந்த நம்பிக்கை போய் விட்டது என்றாலும் தமிழ்நாட்டில் அவர்தான் தமிழர்களின் விடிவெள்ளியாகக் கருதப்பட்டார். தமிழ்நாட்டு அரசியல்வாதிகளுக்கும் இனவெறியைத் தூண்டி விட்டுப் பிழைப்பு நடத்துவதற்கு அவர் பெயர் பயன்பட்டது, இன்னமும் பயன்பட்டுக் கொண்டிருக்கிறது. போகட்டும். உலகெங்கிலும் பரவியுள்ள தமிழ் இனம் அவரை நம்பிப் பொருள் தந்தது.

இதற்கிடையில் எதிரணியில் ஒரு மிதவாதத் தலைவர் தோன்றினார். அவர் தமிழர்களையும் அவர்களின் ஆயுதப் போராட்டத் தலைவரையும் பரிவுடன் அணுகினார். தேர்தலின் மூலம் பிரச்சினையைத் தீர்ப்போம் என்றார்.

அவர் வைத்த தீர்வு இதுதான்: ராணுவம் போன்ற அமைப்புகள் மைய அரசிடம் இருக்கும். மற்றபடி, கல்வி, சுகாதாரம், உள்துறை போன்ற எல்லாமே மாநில அரசிடம் இருக்கும். சுருக்கமாகச்

சொன்னால், மாநில சுயாட்சி. தங்களுடைய ஆட்சிக் காலத்தில் இருந்தது போலத்தான். மாநிலங்கள் நவாபுகளின் பொறுப்பில் இருந்தன, மைய அரசு பேரரசரின் கட்டுப்பாட்டில் இருந்தது அல்லவா, அதைப்போல. நார்வேயில் பேச்சு வார்த்தை நடந்தது. எல்லாம் சுமுகமாக முடியும் தறுவாயில் நம் தலைவர் பேச்சு வார்த்தையை முறித்துக் கொண்டு வெளியேறி விட்டார். காரணம், பிரச்சினை அமைதியாக முடிவதில் தலைவருக்கு விருப்பம் இல்லை. பிரச்சினை முடிந்தால் அதிகாரம் தன் கையை விட்டுப் போய் விடும் என்று நினைத்தார்.

இது பற்றிப் பேசிக் கொண்டிருக்கும் போது கொக்கரக்கோ ஒரு உதாரணம் சொன்னான். கொக்கரக்கோவுக்குப் பெண் பார்த்தார் அவன் தகப்பனார். கொக்கரக்கோவுக்கு இஷ்டமில்லை. திருமணத்திலேயே இஷ்டம் இல்லை. ஆனால் தகப்பனார் ஏதோ சந்நதம் வந்தது போல, மணந்தால் இந்தப் பெண்ணைத்தான் நீ மணக்க வேண்டும் என்று ஒற்றைக் காலில் நின்றார். பெண் பார்க்கும் படலம் நடந்தது. அங்கே போய்ப் பார்த்த பிறகு மறுத்து விடலாம் அல்லது ஏதாவது சொல்லித் தப்பித்துக் கொள்ளலாம் என்று நினைத்துக் கொண்டு போனான் கொக்கரக்கோ.

ஆனால் பெண்ணைப் பார்த்த பிறகு, அவன் எண்ணம் மாறி விட்டது. இவளை மணந்தால் வேறு பல லௌகீக அனுகூலங்கள் உண்டு என்பதைப் புரிந்து கொண்டான். உடனே சம்மதமும் தெரிவித்தான். அப்போது நடந்தது ஒரு விபரீதம். இந்தப் பெண் வேண்டாம் என்று கோபாவேசத்தில் குதிக்க ஆரம்பித்தார் தகப்பனார்.

பெண் வீட்டிலேயே இந்த அக்கிரமம் நடந்தது. கொக்கரக்கோவுக்குப் புரியவே இல்லை. இவர்தானே கட்டாயப்படுத்தி என்னை அழைத்துக் கொண்டு வந்தார்? இவர்தானே இத்தனை நாள் ‘கட்டினால் நீ இந்தப் பெண்ணைத்தான் கட்ட வேண்டும்’ என்று குதித்துக் கொண்டு கிடந்தார்? இப்போது நாம் சம்மதம் சொன்னதும் என்ன எழவு ஆயிற்று?

இதை அவன் சமீபத்தில் என்னிடம் சொன்னபோது நான் சொன்னேன். “நீ என்ன செய்திருக்க வேண்டும் என்றால், தகப்பனாரைத் தனியே அழைத்து, ‘இதோ பாருங்கள் அப்பா, நீங்கள் அழைத்ததற்காகப் பெண் பார்க்க வந்தேன், இனிமேல் உங்கள் இஷ்டம் எதுவோ அதைச் செய்யுங்கள், உங்களுக்குப் பிடித்திருந்தால் சம்மதம், இல்லாவிட்டால் உங்கள் விருப்பம்’ என்று முழு சரணாகதி செய்திருந்தால் அவருக்கு உச்சி குளிர்ந்திருக்கும். அதிகாரம் கை விட்டுப் போகிறது என்கிற போது இம்மாதிரி ஆட்கள் இப்படித்தான் நடந்து கொள்வார்கள்” என்றேன். அதேதான் தமிழ்த் தலைவர் விஷயத்திலும் நடந்தது. நார்வே பேச்சு வார்த்தை தோல்வி.

மீண்டும் என்ன நடக்கும்? குண்டு வெடிப்பு, தற்கொலைப் படைத் தாக்குதல், பதிலுக்கு ராணுவத் தாக்குதல், தேசமே பற்றி எரிந்தது. இதற்கிடையில் தேர்தல். தமிழர்கள் அனைவரும் தேர்தலைப் புறக்கணியுங்கள் என்றார் தமிழினத் தலைவர். தமிழர்கள் புறக்கணித்தார்கள். தலைவர் பேச்சைத் தட்டினால் இனத் துரோகி என அடையாளப்படுத்தப்பட்டு முச்சந்தியில் வைத்து சுட்டுக் கொல்லப் படுவார்கள்.

தேர்தல் முடிவில் மாற்று இனத்தைச் சேர்ந்த மிதவாதத் தலைவர் நார்வே பேச்சு வார்த்தைக்குக் காரண கர்த்தாவாக இருந்தவர் படுதோல்வி அடைந்தார். காரணம், அந்த இனத்தைச் சேர்ந்தவர்கள் அவர் தமிழர்களின் சார்பாகப் பேசுபவர் என்றும் இனத்துரோகி என்றும் கருதினார்கள். அந்த இனத்தினர் அனைவரும் தமிழினத் தலைவர் போன்று அவர்கள் இனத்தைச் சேர்ந்த ஒரு மாவீரரை அதிபராகத் தேர்ந்தெடுத்தார்கள். அவர் மிகக் குறைந்த காலத்தில் தமிழின விடுதலைக்காக ஆயுதம் ஏந்திய அத்தனை பேரையும் தன் ராணுவத்தின் மூலம் போட்டுத் தள்ளினார். அந்தப் போரில் நம் தமிழினத் தலைவர் எந்தச் சண்டையிலும் ஈடுபடாத, யார் வம்புக்கும் போகாத அப்பாவிப் பொதுமக்களை தங்கள் ஆயுதப் படைக்குக் கேடயமாகப் பயன்படுத்தினார். அப்படிக் கேடயமாக நின்ற அத்தனைத் தமிழ் மக்களையும் எதிரி

ராணுவம் கொன்றொழித்தது. ஆயுதப் போராளிகள் அத்தனை பேரும் கொல்லப்பட்டார்கள். தலைவரும் கொல்லப்பட்டார். போர்க்களத்தில் அல்ல. தப்பியோடும் போது. அதனாலெல்லாம் அவர் மாவீரர் அல்ல என்றாகி விடாது. தப்பியோடினால்தானே போராட்டத்தை அடுத்த கட்டத்துக்கு நகர்த்த முடியும்?

இப்படியாக ஒரு தலைவரின் இனமானக் கோட்பாட்டுக்காக பல்லாயிரக்கணக்கான மக்கள் பலி கொடுக்கப்பட்டார்கள். இதில் அந்தத் தலைவரின் மூன்று பிள்ளைகளும் அடக்கம். ஒரு மகள் ஷெல் தாக்குதலில் இறந்தாள். இரண்டு மகன்களை ராணுவம் சுட்டுக் கொன்றது. சுட்டுக் கொல்லப்பட்ட போது இளைய மகனின் வயது பதின்மூன்று. அந்தச் சிறுவனை உயிரோடு விட்டு வைத்தால் அவனையே மாவீரரின் பௌதிக அடையாளமாகக் கொண்டு மீண்டும் இயக்கத்தை வளர்த்தெடுப்பார்கள் என்று மாற்று இனத்தினர் அஞ்சினர்.

லெனினும் அப்படித்தானே செய்தார். ரஷ்யப் புரட்சி முடிந்து ஆட்சிக்கு வந்ததும் மாபெரும் மனிதாபிமானியாகக் கருதப்பட்ட லெனின் ஜார் குடும்பத்தைச் சேர்ந்த அத்தனை பேரையும் குழந்தைகள் உட்பட - கூண்டோடு அழிப்பதற்கு உத்தரவிட்டார்.

ஜார் மன்னன் இரண்டாம் நிக்கொலஸ், அவன் மனைவி அலெக்ஸாந்த்ரா ஃபியதரோவ்னா, நான்கு மகள்கள் ஓல்கா (வயது இருபத்திரண்டு), தாத்தியானா (வயது இருபத்தொன்று), மரியா (வயது பத்தொன்பது), அனஸ்தாஸியா (வயது பதினேழு), மகன் அலெக்ஸி (வயது பதிமூன்று) இவர்கள் அத்தனை பேரும் 1918 ஜூலை 16ஆம் தேதி நள்ளிரவில் ஒரு சிறிய நிலவறைக்கு அழைத்துச் செல்லப்பட்டார்கள். அலெக்ஸி ஒரு நாற்காலி கேட்டான் என்று அவனுக்கும் அலெக்ஸாந்த்ராவுக்கும் மட்டும் இரண்டு நாற்காலிகள் தரப்பட்டன. (கொலைப்படையைச் சேர்ந்த அதிகாரி, "ஜாரின் வாரிசுக்கு நாற்காலி தேவைப்படுகிறது, கடைசி ஆசையை நிறைவேற்றி விடுவோம், நாற்காலியைக் கொடுத்து விடு" என்கிறான்.) செம்படை வீரர்களுக்கு ஜார் குடும்பத்தை பகலில் வெட்டவெளியில் நிற்க வைத்துச்

சுடுவதற்கு தைரியம் இல்லாததால் நள்ளிரவில் நிலவறையில் வைத்து சுட்டார்கள் என்று நினைக்கிறேன்.

ஒரு அபத்த நாடகத்தின் குரூர அங்கத்தைப் போல் நடந்தது அந்தப் படுகொலை. சுடுவதற்கு வந்த ராணுவ அதிகாரிகள் கடும் போதையில் இருந்தார்கள். அறையில் போதுமான வெளிச்சம் இல்லை. கொல்லப்பட வேண்டியவர்களின் எண்ணிக்கை அதிகம். நிக்கொலஸையும் அலெக்ஸாந்த்ராவையும் சுடும்போதே துப்பாக்கிச் சத்தமும் புகையுமாக அறையே களேபரமாகி புகை மண்டிப் போனது. அறையில் என்ன நடக்கிறது என்றே சுடுபவர்களுக்கும் தெரியவில்லை, உள்ளே இருப்பவர்களுக்கும் தெரியவில்லை.

ரஷ்யப் புரட்சிக்குப் பிறகு ரஷ்ய நிர்வாகம் எத்தனை அலங்கோலமாக மாறியது என்பதற்கு 1918 ஜூலை 16 இரவே ஒரு குறியீடாக அமைந்தது. துப்பாக்கிச் சத்தம் கேட்டதுமே நிக்கொலாஸின் நாய்கள் குரைக்க ஆரம்பித்து விட்டன. அக்கம்பக்கத்து வீடுகளிலிருந்து எட்டிப் பார்த்தார்கள். உடனே ஒரு அதிகாரி இன்னொருத்தனிடம் "துப்பாக்கியால் சுட வேண்டாம், துப்பாக்கியால் அடித்துக் கொல்லச் சொல்" என்று ஆலோசனை சொன்னான். அதற்குள்ளாகவே கீழே நிலவறையில் குடிபோதையில் இருந்த அதிகாரிகள் சுட்டு முடித்திருந்தார்கள். ஆனாலும் நிக்கொலஸின் குழந்தைகள் சாகவில்லை என்பது அவர்களின் முனகலிலிருந்து கேட்டது. துப்பாக்கிச் சத்தம் தெருவையே கிடுகிடுக்க வைத்ததால் இனிமேல் துப்பாக்கியால் சுட முடியாது. குழந்தைகளை அடித்தேதான் கொல்ல வேண்டும். சிலரை துப்பாக்கிக் கட்டையால் அடித்தும், சிலரை கத்தியால் குத்தியும் கொன்றார்கள்.

பிணங்களைப் புதைக்கும் இடத்திலும் ஒரே களேபரம். அங்கே நின்று கொண்டிருந்த குதிரை வீரர்கள் ஜார் குடும்பத்துப் பெண்களின் உடைகளை நீக்கி நகைகளைத் தேடினார்கள். பிறகு அந்த நிர்வாண உடல்களில் பாலியல் ரீதியான அத்துமீறல்களைச் செய்ய ஆரம்பித்ததும், ஒரு அதிகாரி

துப்பாக்கி முனையில் அவர்களை அடக்கியிருக்கிறான். இப்படி அது ஒரு பெரும் கதையாக நீள்கிறது ஷாஹின்ஷா.

உயிரோடு விட்டால் ஜார் குடும்பம் மீண்டும் தலையெடுத்து விடும் என்று புரட்சித் தலைவர் லெனின் அஞ்சினார் என்பதே இந்தப் படுகொலைக்குக் காரணம். இந்தக் கொலைச் சம்பவம் லெனினின் நேரடி உத்தரவில் நடந்தது. இது பற்றிய தகவலை வெளியுலகத்துக்குக் கூட அறிவிக்காமல் மூடி மறைத்தார் லெனின்.

எங்கள் பக்கத்து நாட்டு எதிரணியின் மாவீரரும் இந்த ரீதியில்தான் யோசித்திருக்க வேண்டும். தமிழின மாவீரரின் குடும்பத்தைச் சேர்ந்த ஒரு புல் பூண்டு மிஞ்சினால் கூட தன் இனத்துக்கு ஆபத்து என்று அஞ்சி, புல் பூண்டு உட்பட எல்லோரையும் போட்டுத் தள்ளினார். அப்படியாகத்தான் தமிழினத் தலைவரின் பதின்மூன்று வயது புதல்வனும் கொல்லப்பட்டான் போலும். நூறு ஆண்டுகளுக்கு முன்னால் நடந்த நிக்கொலஸ் குடும்பப் படுகொலை பற்றித் துல்லியமான பதிவுகள் கிடைக்கின்றன. ஆனால் ஒன்பது ஆண்டுகளுக்கு முன்னால் கொல்லப்பட்ட தமிழினத் தலைவரின் குடும்பப் படுகொலை பற்றிய விவரங்கள் கிடைக்கவில்லை.

தமிழின விடுதலைக்கான போராட்டத்தை முன்னெடுத்துச் செல்வதற்கு இரண்டு அடிப்படையான விஷயங்கள் தேவைப்பட்டன. ஒன்று, பணம். கப்பல் கப்பலாக ஆயுதங்கள் வாங்குவதற்குப் பணம் தேவை. அதைத் திரட்டுவதற்காக, உலகம் முழுவதும் பரவியுள்ள பல போராளிக் குழுக்கள் செய்வதையே தமிழினத் தலைவரும் செய்தார். போதைப் பொருள் கடத்தல். ஆயுதம் வாங்குவதற்குத் தேவையான கணிசமான தொகை அதில் கிடைத்தது.

அடுத்த விஷயம், போராளிகள். போராட்டத்திற்காகத் தம் உயிரையும் தருவதற்குச் சித்தமான வீரர்கள் தேவை. வேண்டுகோள் விடுத்தால் ஒரு பயல் வர மாட்டான். அதனால் வலுக்கட்டாயமாகவே ஆட்கள் கொண்டு வரப்பட்டார்கள்.

சின்னஞ்சிறு பாலகர்களும் சிறுமிகளும் கூட கடத்தப்பட்டார்கள். கடத்தல் என்ற வார்த்தை கூடத் தவறு. பள்ளிக்கூடம் நடந்து கொண்டிருக்கும். போராளிகள் அங்கே போய் சிறுவர்களை அழைத்துக் கொண்டு போவார்கள். சிறுவர்களுக்கு வேறு வழியே இல்லை. எந்தப் பெற்றோரால் எதிர்க்க முடியும்? எதிர்த்தால் தமிழினத் துரோகிக்கான மரண தண்டனை ஊர் நடுவில் கொடுக்கப்படும். பல பெற்றோர் தங்கள் குழந்தைகளை ஒளித்து வைத்தார்கள். சிலர் தங்களின் பதின்பருவத்துக் குழந்தைகளுக்குத் திருமணம் செய்து வைத்தார்கள்.

‘நாங்கள் இங்கே சோறு தண்ணியில்லாமல் கை கால்களை இழந்து உயிரையும் இழந்து தமிழின விடுதலைக்காகப் போரிட்டுக் கொண்டிருக்கிறோம், உங்களால் அதற்கு ஆட்களைத் தர முடியாதா? அப்படியானால் உங்களுக்கு உயிர் வாழ உரிமை இல்லை’ என்பது போராளிகளின் வாதம்.

போர் முடியும் தறுவாயில் - மே 2009 - முல்லைத்தீவில் உள்ள முள்ளி வாய்க்கால் என்ற இடம் யாருக்கும் உரிமையற்ற இடமாக அறிவிக்கப்பட்டிருந்தது. அந்தச் சிறிய இடத்தில் மூன்று லட்சத்து முப்பதாயிரம் பேர் குழுமியிருந்தார்கள். அத்தனை பேரும் பொதுமக்கள். ஒரு பக்கம் தமிழினத் தலைவரின் போராளிகளும் மறு பக்கம் அரசுத் துருப்பும் குண்டுகளை வீசித் தாக்கிக் கொண்டிருந்தார்கள். கடல் வழி, தரை வழி, வான் வழி ஆகிய மூன்று பக்கங்களிலிருந்தும் மக்கள் மீது குண்டு மழை பொழிந்தது. அவர்களில் ஒரு லட்சம் தமிழர்கள் - அப்பாவிப் பொதுமக்கள் - கொல்லப்பட்டார்கள்.

இந்தப் படுகொலைக்கு முக்கியமான காரணம், போராளிகள் பொதுமக்களைத் தங்கள் முன்னணிக் கவசமாகப் பயன்படுத்தியதுதான்.

இந்தப் படுகொலையைத் தமிழ்ப் போராளிக் குழு நிச்சயமாகத் தவிர்த்திருக்க முடியும். தாங்கள் விவரித்தீர்கள் அல்லவா, ராஜபுத்திரர்களின் கோட்டைகளை முற்றுகை இடும்போது ஆயிரக்கணக்கான ஆண்கள் மஞ்சள் ஆடை அணிந்து

தற்கொலை வீரர்களாக மாறி மொகலாயப் படைகளின் முன்னே பாய்ந்து சாவார்கள், பெண்கள் அத்தனை பேரும் அக்கினிக் குண்டத்தில் இறங்கி உயிரை மாய்த்துக் கொள்வார்கள் என்று. அதேதான் முள்ளி வாய்க்காலிலும் நடந்தது. இங்கே பொதுமக்கள் தாமாகச் சாகவில்லை. போராளிக் குழு அவர்களைக் கவசமாகப் பயன்படுத்தியது. எதிரே இருந்த ராணுவத்துக்கு எத்தனை பேரைக் கொன்றாகிலும் போராளிக் குழுவைத் தீர்த்துக் கட்ட வேண்டும்.

ராணுவம் போராளிகளை சரணடையச் சொன்னது. போராளிகள் சரணடைய மறுத்து பொதுமக்களை முன்னணிக் கவசமாக நிறுத்தினர். பொதுமக்கள் அங்கிருந்து தப்பிச் செல்வதையும் போராளிகள் தடை செய்தார்கள். இனவிடுதலை என்பதன் பொருள் இனப்பலி என்பதாக அன்றைய தினம் முள்ளிவாய்க்காலில் நிரூபணம் அளிக்கப்பட்டது. இன விடுதலை என்ற பெயரில் ஒரு லட்சம் பிணங்கள் அங்கே சிதறிக் கிடந்தன.

போராட்டம் என்றால் என்ன?

மரணம்.

இனமானம் என்றால் என்ன?

மரணம்.

இன விடுதலை என்றால் என்ன?

மரணம்.

அதுதான் முள்ளி வாய்க்கால் உலகத்துக்கு அளித்த செய்தி.

யாரும் அந்தப் பிராந்தியத்திலிருந்து தப்பிச் செல்லவும் தடை விதிக்கப்பட்டிருந்தது என்று சொன்னேன். பரம்பரை பரம்பரையாக வாழ்ந்த தங்களின் பூமியில் இனிமேல் உயிர் வாழ்வது ஏலாது என்ற நிலையில் அங்கிருந்து பெயர்ந்து தங்களுக்குக் கொஞ்சமும் பரிச்சயமே இல்லாத தலைநகரத்துக்குப்

போய் விடலாம் என்று நினைத்தால் அதற்கும் போராளிகள் தடை விதித்திருந்தார்கள். யாரும் தமிழ் நிலத்திலிருந்து வெளியே செல்லக் கூடாது. ஊர் எல்லையில் ஆயுதம் தாங்கிய போராளிகள் நின்று கொண்டிருந்தார்கள். போரின் ஆரம்ப காலத்திலிருந்தே அதுதான் சட்டமாக இருந்தது.

ஊரில் ஒரு பிரபலமான வக்கீல் இருந்தார். அவரைக் கட்டாயப்படுத்தி தங்கள் இயக்கம் சம்பந்தமான ஆட்களின் வழக்குகளில் ஆஜராகச் சொன்னார்கள் போராளிகள். யாருக்கும் எது பற்றியும் அவர்களின் விருப்பம் என்று எதுவும் இருக்க வாய்ப்பு இல்லை. போராளிகள் வைத்ததே சட்டம். அதனால் வக்கீலும் அவர்கள் சொன்னபடி செய்து வந்தார். ஒருநாள் அவரைக் கடத்திக் கொண்டு போய் வைத்துக் கொண்டார்கள். வீட்டில் உள்ள அத்தனை நகையும் தங்கள் வசம் வந்து சேர்ந்தால் வக்கீலும் சேதாரம் இல்லாமல் வீடு சேர்வார் என்று தகவல் வந்தது. வக்கீலின் மனைவி 'நமக்கே இந்த நிலையா' என்று மலைத்தபடி எல்லா நகைகளையும் கொண்டு போய்க் கொடுத்து கணவனை மீட்டு வந்தார்.

அதற்குப் பிறகு ஊரில் வாழ முடியவில்லை. ஒரு கட்டத்தில் போராளிகள் கொடுத்த நெருக்கடி தாங்க முடியாமல் போனது. ஆரம்ப கட்டத்திலேயே பிள்ளைகள் ரெண்டும் கனடாவுக்குப் போய் விட்டன. இவர்கள்தான் அந்தக் குளிர் தேசத்தில் எப்படி வாழ்வது என்று போகத் துணியவில்லை. இப்போது சொந்த மண்ணில் உயிரோடு இருப்பதே சந்தேகம் என்று ஆகி விட்டது.

எந்த நேரம் எங்கே குண்டு வெடிக்கும் என்று சொல்ல முடியவில்லை. கணவனும் மனைவியும் தலைநகர் சென்று விடலாம் என்று முடிவு செய்தார்கள். தலைநகரில் உயிர் பயம் இல்லை. எல்லைக் காவலில் இருந்த போராளித் தம்பிகள் இவர்களை வெளியே விட மறுத்தார்கள். மீறிப் போனால் சுட்டு விடுவோம் என்றான் ஒரு தம்பி. அந்தத் தம்பியின் தந்தையே இவள் பார்த்து வளர்ந்தவன். பொடியனுக்குக் கிட்டத்தட்ட அவள் பேரன் வயது. துவக்கைக் காட்டி மிரட்டுகிறான்.

“டேய், சுட்டுக்கடா, நான் போறேன்” என்று சொன்னபடி தன் கணவரின் கையைப் பிடித்தபடி எல்லைக்கோட்டைத் தாண்டி நடந்தாள் அந்தப் பெண்மணி. மற்ற ஆட்களாக இருந்தால் சுட்டிருப்பார்கள். ஏதோ தங்கள் இயக்கத்துக்காக அத்தனை பாடுபட்ட வக்கீலையும் அவர் மனைவியையும் அவர்கள் அன்றைய தினம் சுடாதது ஆச்சரியம்தான். நான் ஃப்ரான்ஸ் சென்றிருந்த போது அந்தப் பெண்மணியே என்னிடம் நேரில் சொன்னது இந்தக் கதை.

இது குறித்து இன்னும் இரண்டு விஷயங்களைத் தங்களிடம் பகிர்ந்து கொள்ள விரும்புகிறேன், ஷாஹின்ஷா. கத்தி எடுத்தவன் கத்தியால் சாவான் என்று தமிழில் ஒரு பழமொழி உண்டு. நான் குறிப்பிடும் தமிழினத் தலைவரும் சரி, அவருடைய இயக்கமும் சரி, அவர்களின் இரண்டு முடிவுகளால் பெரும் பின்னடைவைச் சந்தித்தார்கள். ஒன்று, 1990இல் நடந்தது. நூற்றாண்டு நூற்றாண்டுகளாகத் தம் மண்ணில் வாழ்ந்த முஸ்லிம்களை அங்கே வாழக் கூடாது என்று துரத்தி விட்டார் தமிழினத் தலைவர். வீடு வாசலை இழந்து, சொத்தை இழந்து அந்த முஸ்லிம்கள் அத்தனை பேரும் சொந்த தேசத்திலேயே அகதிகளாக வேறோர் நிலப்பகுதிக்கு அனுப்பப்பட்டார்கள். அரசு நிர்வாகத்தின் கீழே இருந்த ஒரு ஊரில் வசித்தவர்கள் மட்டுமே தப்பினார்கள். மற்ற எல்லா முஸ்லிம்களும் தங்கள் வாழ்விடங்களிலிருந்து துரத்தியடிக்கப்பட்டார்கள். போகும்போது ஒரு குந்துமணி தங்கத்தைக் கூட எடுத்துக் கொண்டு போக அவர்களுக்கு அனுமதி இல்லை. கட்டிய கைலியோடும் புடவையோடும் ஒன்றிரண்டு பயணப் பைகளோடும்தான் அவர்கள் தம் பூமியிலிருந்து ஓட வேண்டியிருந்தது. சில இடங்களில் அவர்களின் கையிலிருந்த தெர்மாஸ் ஃப்ளாஸ்கைக் கூட போராளிகள் பிடுங்கிக் கொண்டு விரட்டினார்கள்.

இன்னொரு பின்னடைவு, இந்தியப் பிரதமரை போராளிகள் கொன்றது. போராளிகளின் மீது நட்பு பாராட்டிய இந்தியர்களும் குறிப்பாக, தமிழர்களும் அந்தச் சம்பவத்துக்குப்

பிறகு போராளிகளிடமிருந்து தங்களை அந்நியப்படுத்திக் கொண்டார்கள்.

அல்லாஹ் அக்பர்! இத்தனை பயங்கரங்கள் நடந்திருக்கிறதா, மதிப்புக்குரிய காத்திப் அவர்களே?

இப்படிக் கேட்டு விட்டு சிறிது நேரம் கண்களை மூடி அமர்ந்திருந்தார் ஔரங்ஸேப். இத்தனை நேரம் சொன்ன கதைகளை அசை போடுகிறாரா அல்லது வேறு என்ன யோசிக்கிறார் என்று தெரியவில்லை. பிறகு ஒரு கேள்வி கேட்டார்.

தமிழினத் தலைவர் கொல்லப்பட்ட பிறகு, இப்போது தமிழர்களும் மற்ற இனத்தவரும் அந்த நாட்டில் எப்படி வாழ்கிறார்கள்?

அது ஒரு அபத்த நகைச்சுவை ஷாஹின்ஷா. இளைஞர்களெல்லாம் டிக் டாக்கும், இன்ஸ்டாவுமாக அலைகிறார்கள். அவர்களைப் பொருத்தவரை இனமாவது, மொழியாவது? தமிழ்நாட்டிலேயே யாருக்கும் தமிழ் சரியாக எழுதத் தெரியவில்லை. தமிழ் வெறும் பேச்சு மொழியாக மாறி நீண்ட காலம் ஆகி விட்டது. தமிழுக்காகத் தீக்குளிக்கத் தயாராக இருக்கும் தமிழர்களுக்குத் தமிழ் எழுதத் தெரியவில்லை என்பது என்ன ஒரு நகைமுரண் பாருங்கள். சரியாகப் பேசவும் தெரியவில்லை என்பது வேறு விஷயம். இதில் இலக்கியம் கிலக்கியம் என்று வாயைத் திறந்தீர்களோ, செத்தோம். கடும் மன உளைச்சலில் ஆழ்த்தி விடுவார்கள் ஹுஸூர்.

ஆக, தாங்கள் ராணி மங்கம்மாள் பற்றிச் சொன்னபோது எங்களுடைய இந்த சமீபத்திய சரித்திரம் எனக்கு ஞாபகம் வந்தது ஷாஹின்ஷா... தாங்கள் தங்களுடைய கதையைத் தொடரும் தருணம் வந்து விட்டது. கேட்பதற்குத் தயாராக இருக்கிறோம். ஷிவாஜியைத் தங்களின் மாற்றான் என்று சொல்லிக் கொண்டிருந்தீர்கள். அங்கிருந்துதான் சமகால சரித்திரத்துக்குத் திரும்பினோம்.

அதற்குள்ளே செல்வதற்கு முன்னால் நான் ஒரு சந்தேகம் கேட்க வேண்டும், மதிப்புக்குரிய காத்திப் அவர்களே! உங்கள் போராளித் தலைவர் மாவீரர் - சுடப்பட்ட புகைப்படத்தைக் கண்டேன். வழவழவென்று மழித்த முகம். தன்னுடைய மென்பொருள் நிறுவனத்துக்குத் தேவையான ஊழியர்களை நேர்காணல் செய்யச் செல்லும் சி.இ.ஓ.வின் தோற்றம். போர் என்றால் அதன் தன்மை இப்போது மாறி விட்டதா என்ன? 52 ஆண்டுகளுக்கு முன்பு கொல்லப்பட்ட சே குவேராவின் தோற்றம் வேறு மாதிரி இருந்ததே?

அது பற்றி நான் கருத்து சொல்ல முடியாது ஹுஸூர். இன்னும் நான் நான்கு நாவல்களை எழுதி முடிக்க வேண்டியுள்ளது. இங்கே ஒரே ஒரு அபிப்பிராயத்தை உதிர்த்து விட்டு அதற்காக உயிர் துறக்க விரும்பவில்லை. உயிர் ஒன்றும் வெல்லக்கட்டி இல்லைதான். ஆனால் எக்கச்சக்கமாக வேலை கிடக்கிறது. அவ்வளவுதான். அந்த வேலையை என்னைத் தவிர வேறு யாராலும் செய்யவும் முடியாது. அந்த ஒரு காரணம்தான். ஆனாலும் ஒன்று சொல்வேன் ஷாஹின்ஷா... தங்களுக்குப் பிடிக்காத கார்ல் மார்க்ஸ் சொன்னதுதான். “வரலாற்றில் எல்லாம் இருமுறை அரங்கேறுகின்றன; முதல் முறை சோகமாகவும் இரண்டாவது முறை கேலிக்குரியதாகவும்” என்றார் அந்த மனிதர். எனக்கு என்னவோ, வரலாறு திரும்பத் திரும்பப் பலமுறை ஒன்றே போல் அரங்கேறுவதாகத் தோன்றுகிறது. வரலாறு ஏன் இப்படித் தன்னையே திரும்ப எழுதிக் கொள்கிறது?

ஆலம்கீர் உலக நாயகன் - என்ற உங்கள் பட்டப் பெயரை தன்னுடைய பட்டப் பெயராகக் கொண்டு வாழும் எங்கள் நடிகர் அவருடைய ஃபேஸ்புக் பக்கத்தில் பாரதியைப் போல் முறுக்கு மீசை வைத்து முண்டாசு கட்டின தன் படத்தை வைத்திருக்கிறார். பாரதிக்கு ஒரே ஒரு புகைப்படம்தான் இருக்கிறது. அதைப் பார்த்தால் நாம் வாழும் வாழ்க்கையைத் தீவிரமாக வாழ வேண்டும் என்ற ஆவேச உணர்வை ஏற்படுத்துகிறது. பாரதியின் கண்களில் தெரியும் அக்கினி

நம் ஆன்மாவைப் பற்றிக் கொள்கிறது. நம்முடைய பொய்மையெல்லாம் நம்மை விட்டு அகன்று விடுகிறாற்போல் உணர்கிறோம். ஆனால் உலக நாயகனின் பாரதி படத்தைப் பார்த்தால் யாரோ நம்மைக் கிச்சுக்கிச்சு மூட்டியது போல் சிரிப்பு வருகிறது. எதுவுமே முதல் முறை நிகழும் போது வரலாறாகவும் இரண்டாம் முறை நிகழும் போது கேலிச் சித்திரமாகவும் மாறிவிடுகிறது...

—

67

உண்மைதான், மதிப்புக்குரிய காத்திப் அவர்களே! நாம் மீண்டும் ஆரம்பித்த இடத்துக்கு வருவோம்... இல்லாவிட்டால் என்னுடைய கதையின் முக்கியமான பகுதியை சொல்ல முடியாமலே போய் விடுமோ என்று தோன்ற ஆரம்பித்து விட்டது. மாற்றான் பற்றிப் பேசிக் கொண்டிருந்தோம். என்னுடைய மாற்றான் ஷிவா என்று சொன்னேன். ஷிவா என்பது ஹிந்துக்களின் கடவுள் ஷிவாவைக் கொண்டு அல்ல என்று சொல்லக் கேள்வி. ஷிவா பிறந்த ஊரான ஷிவ்நேரியின் பெண் கடவுளின் பெயர் ஷிவா பாய். அந்தப் பெண் கடவுள்தான் ஜீஜா பாயின் குல தெய்வம். அதனால்தான் ஜீஜா பாய் தன் மகனுக்கு ஷிவா என்று பெயரிட்டார்.

எங்கள் இருவரின் இளமைக் காலத்தை எடுத்துக் கொண்டால் கூட பல ஒற்றுமைகளைக் காணலாம். ஷிவா பிறந்தவுடனேயே ஷாஹா தன் மனைவியைப் பிரிந்து விட்டதால் ஷிவாவுக்குத் தன் தகப்பனின் முகத்தைப் பார்க்கவே பல காலம் ஆயிற்று. ஆக, தந்தை இல்லை, சகோதர சகோதரிகள் இல்லை. அவனுக்கு இருந்ததெல்லாம் தாய் ஜீஜா பாய் மட்டும்தான். கணவனைப் பிரிந்த ஜீஜா பாய் அதன் காரணமாகவே தீவிர

ஆன்மீக ஈடுபாட்டில் தன்னைக் கரைத்துக் கொண்டார். அதே காரணத்தினால் ஷிவாவும் ஆன்மீகத்தில் சரணடைந்தான். தன் அன்னையை ஒரு தெய்வத்தைப் போலவே தொழுது வணங்கினான் என்கிறார்கள். தந்தையைப் பிரிந்த விஷயத்தில் ஷேர் ஷா ஸூரிக்கும் ஷிவாவுக்கும் கூட ஒற்றுமை உண்டு. ஷேர் ஷாவினால் அவர் தந்தை ஹஸன் ஸூரியோடு வாழ முடியாமல் ஓடிப் போனார். ஷிவாவின் கதையில் அவன் தந்தை ஷாஹா ஓடிப் போனார்.

ஒரு வேறுபாடு கூட இல்லாமல் எனக்கும் அதேதான் நடந்தது என்று நான் சொன்னால் தங்களுக்கு ஆச்சரியமாக இருக்கும். எனக்குத் தந்தையும் தாயும் இருந்தார்கள். கூடவே சகோதர சகோதரிகள். திரும்பினால் ஒரு உறவினர் மீதுதான் முட்டிக் கொள்ள வேண்டும். அரண்மனையில் அத்தனை கூட்டம். ஆனால் அத்தனை கூட்டத்திலும் நான் தனியனாகவே இருந்தேன். அரண்மனையில் எங்கு திரும்பினாலும் ராஜபுத்திரர்களாக இருந்தார்கள். எங்கு திரும்பினாலும் சிலை வணக்கம் ஓஹோ என்று நடந்து கொண்டிருந்தது. ஒரு ஹிந்து குடும்பத்தில் மாட்டிக் கொண்ட முஸ்லிம் சிறுவனைப் போல் ஆனேன் நான். அதனாலேயே நான் இளம் வயதிலேயே என் பெற்றோராலும் சகோதர சகோதரிகளாலும் அந்நியனைப் போல் பார்க்கப்பட்டேன். குறிப்பாக, தாரா. ஆனால் அந்த நேரத்திலும் என் தமக்கை ஜஹானாராதான் எனக்காகப் பரிந்து பேசுவார். இத்தனைக்கும் அவர் அவர்களின் கூட்டத்தைச் சேர்ந்தவர். தாராவின் வலது கரமே ஜஹானாராதான். ஆனாலும் அவர் என்னை ஒருபோதும் வெறுத்ததில்லை, விட்டுக் கொடுத்ததும் இல்லை.

பொதுவாக சிறு வயதில் அசாதாரணமான சூழலில் வளர்ந்த பிள்ளைகள் பெரியவர்களான பிறகு அசாதாரணர்களாகவே இருப்பார்கள் என்பது என் அனுபவம். ஷிவாவுக்கும் எனக்கும் அப்படியே வாய்த்தது. அதுவும் தவிர, நானும் தாராவும் பிணைக் கைதிகளாக எங்கள் பாட்டி - அந்த நச்சுப் பாம்பு நூர்ஜஹானிடம் அனுப்பப்பட்ட அனுபவமும் சேர்ந்து கொண்டது. பாட்டி

வீட்டுக்கு நாங்கள் அனுப்பப்படாதிருந்தால் எங்கள் தந்தை அந்த நச்சுப் பாம்பினால் சிறை வைக்கப்பட்டிருப்பார்.

சிறு வயதில் இப்படிப்பட்ட அனுபவங்கள் ஒருவரை வயதுக்கு மீறிய வாழ்க்கைப் போக்குகளுக்கு இழுத்துக் கொண்டு போகும். சமயங்களில் அது விபரீதமான பாதைகளிலும் செலுத்தும். ஷிவாவையும் என்னையும் தாராவையும் அந்த அசாதாரணமான சூழல் ஆன்மீகத்தின் பக்கம் கொண்டு விட்டது. ஷிவாவும் நானும் ஆன்மீகத்தை வெளிப்புறமாகப் பார்த்தோம். தாரா உட்புறமாக அணுகினான். அது குறித்து அவன் பெருமிதமும் கர்வமும் அடைந்தான். என்னை இழிவாகப் பார்த்தான். இருக்கட்டுமே, என்ன போயிற்று? நீ என்னை விடப் பிஸ்தாவாக இருக்கலாம். ஆனால் நீ இறந்து விட்டாய். நான் உயிரோடு இருந்தேன். இல்லையா? வேண்டுமானால் இப்படிச் சொல்லலாம். சூஃபித்துவம் அவன் உயிரை பறித்தது. மதவாதம் என் வாழ்க்கையை பலி வாங்கியது.

இதற்கிடையில் எனக்கும் ஷிவாவுக்கும் இருந்த ஒரு பெரிய வித்தியாசம், தைமூரிய கலாச்சாரத்தில் அரண்மனை வாழ்க்கை என்றால் அது வேறு விஷயங்களில் எப்படி இருந்தாலும் குழந்தைகளுக்கு உலகின் தலை சிறந்த கல்வியைக் கொடுத்து விடுவார்கள். இளம் வயதிலேயே நான் ஃபார்ஸி, ஹிந்தி, சம்ஸ்கிருதம் ஆகிய மொழிகளில் பாண்டித்யமும், ஆங்கிலம், ஃப்ரெஞ்ச் ஆகிய மொழிகளில் அடிப்படை அறிவும் பெற்றிருந்தேன்.

ஆனால் ஷிவாவுக்குப் பள்ளிப் படிப்பே கிடைக்கவில்லை. அதனால் நம்முடைய அக்பர் பாதுஷாவைப் போலவே ஷிவாவுக்கும் எழுதப் படிக்கத் தெரியாமல் போயிற்று. இதற்கு இரண்டு காரணங்களைச் சொல்லலாம். ஒன்று, தந்தை இல்லாத சூழல். இரண்டு, பொதுவாகவே எங்கள் காலத்தில் மராட்டியருக்கு பள்ளிப் படிப்பில் ஈடுபாடு இருந்ததில்லை. அதெல்லாம் குமாஸ்தாக்கள் செய்ய வேண்டிய வேலை என்பார்கள். ஆக, ஷிவாவுக்குத் தன் பெயரைக் கூட எழுதத் தெரியாது.

அக்பர் பாதுஷா ஒருவரைத் தவிர தைமூர் வம்சத்தில் எங்களுடைய முதல் அரசனிலிருந்து கடைசி அரசன் வரை நாங்கள் அத்தனை பேரும் காத்திப்களாகவும், கவிஞர்களாகவும், பெரும் அறிஞர்களாகவும் இருந்திருக்கிறோம். தாங்களே குறிப்பிட்டீர்கள், பாபரின் சுயசரிதம் ஒரு நாவலைப் போல் இருக்கிறது என்று. வெறும் வீண் பெருமை பேசுவதற்காகச் சொல்லவில்லை. மராட்டியர்களோடு எங்களை ஒப்பிட்டுப் பார்க்கத் தோன்றுகிறது. வில்லியம் நாரிஸ் எங்களைப் பற்றிச் சொன்னதையும் நான்தானே சொன்னேன்? கெட்டதைச் சொல்லும் போது நல்லதையும் சொல்லத்தானே வேண்டும்?

மராட்டியர்களைப் பற்றி நான் சொன்னது போல, ஷிவா ஒருபோதும் வழிமுறைகளைப் பற்றிக் கவலைப்பட்டதில்லை. அதிலும் தேர்ந்த தந்திரசாலி வேறு. அதனால் எந்தெந்தக் கோட்டையெல்லாம் பலஹீனமாக இருந்ததோ அதையெல்லாம் கெரில்லா போர்முறை மூலம் கைப்பற்றினான். இது அவனுடைய பதின்பருவத்திலேயே தொடங்கி விட்டது. பெரும்பாலும் அவை மராட்டியர்களின் கோட்டைகள்தானே தவிர பீஜாப்பூர் சுல்தானுடையது அல்ல என்பது குறிப்பிடத் தகுந்தது. மேலும், ஷிவாவும் "தங்களின் சார்பாகத்தான் நான் செயல்படுகிறேன், தாங்கள் இது சம்பந்தமாக என்னைத் தவறாக நினைக்க வேண்டாம்" என்று சுல்தானுக்குக் கடிதம் எழுதி விட்டான். அதோடு விட்டிருந்தால் கூட அதில் ஷா நம்பியிருக்க மாட்டார். ஆனால் ஷிவா அதற்கு மேலும் எழுதினான். "தங்களுக்குத் தர வேண்டிய கப்பத் தொகையை அந்தச் சிற்றரசர்கள் சரிவரக் கட்டியிருக்க மாட்டார்கள். அவர்களிடமிருந்து எவ்வளவு கப்பம் வர வேண்டுமோ அதற்கு மேலேயே என்னால் வசூலித்துத் தர முடியும். அதற்காகத்தான் அந்தக் கோட்டைகளைக் கைப்பற்றினேன்." இதற்கு மேல் அதில் ஷா என்ன சொல்ல முடியும்?

—

68

ஷிவா சொன்னது போல் எதுவும் நடக்கவில்லை. ஆனால் ஷிவாவின் வாழ்வில் வேறோர் அதிசயம் நடந்தது. அவன் தாத்தாவுக்குக் கிடைத்தது போல் பவானி தேவியின் அருளால் அவனுக்கு ஒரு கோட்டையில் பெரும் தங்கப் புதையல் கிடைத்தது. பவானி தேவியின் அருளால்? அவன் அப்படித்தான் சொல்லிக் கொண்டான்.

எங்கள் காலத்தில் கோட்டைகளில் புதையல் கிடைப்பதில் எந்த ஆச்சரியமும் இல்லை. கோட்டையை எதிரிகள் முற்றுகையிடும் போது, முற்றுகையில் தோற்றுப் போய் கோட்டையை விட்டுத் தப்பி ஓடும் சமயத்தில் தங்கள் நகைகள் எல்லாவற்றையும் சேர்த்து பெரும் தாழிகளில் போட்டு பூமிக்குள் புதைத்து வைப்பது வழக்கம். 'பிற்காலத்தில் எதிரிகள் கோட்டையை விட்டுச் சென்ற பிறகு நாம் போய் எடுத்துக் கொள்ளலாம்; நேரடியாக கஜானா எதிரிகளின் கையில் சிக்குவதை விட பூமிக்கு அடியில் இருக்கட்டுமே' என்பது அவர்கள் யோசனை. ஆனால் பெரும்பாலும் அந்தத் தங்கப் புதையல் யாருக்கும் கிடைக்காமல் பூமிக்குள்ளேயே புதைந்து விடுவதுதான் வழக்கம். ஷிவாவின் குடும்பத்தில் இரண்டு முறை அந்தப் புதையல் அதிர்ஷ்டம் அடித்தது.

புதையலை வைத்துக் கொண்டு ராய்கட்டில் ஒரு சுதந்திர அரசை நிர்மாணித்து தனி லச்சினையையும் வெளியிட்டான் ஷிவா. அப்போதுதான் ஷாஹாவை பீஜாப்பூர் சுல்தான் கைது செய்தது. எனக்கும் என் மகனுக்கும் தொடர்பு இல்லை என்று ஷாஹா சொல்லியும் சுல்தான் கேட்கவில்லை.

கைது என்றால் சாதாரண கைதா அது? உடல் முழுதும் சங்கிலியால் பிணைக்கப்பட்டு அரசவைக்கு இழுத்து வரப்பட்டார் ஷாஹா.

ஷிவாவுக்கு அப்போது இரண்டு வழிகள்தான் இருந்தன. ஒன்று, தான் கைப்பற்றிய கோட்டைகள், கஜானாக்கள் எல்லாவற்றையும் பீஜாப்பூர் சுல்தானிடம் ஒப்படைக்க வேண்டும். இல்லாவிட்டால், தந்தையை சுல்தான் சித்ரவதை செய்து கொல்வதைக் கண்டு கொள்ளாமல் விட வேண்டும். ஷிவா மூன்றாவது ஒரு வழியைக் கண்டு பிடித்தான். பீஜாப்பூர் சுல்தான் மொகலாய சாம்ராஜ்ஜியத்தின் எதிரி. எதிரிக்கு எதிரி நண்பன் இல்லையா? அதனால் முராத் பக்ஷுக்குக் கடிதம் எழுதினான்.

என் தந்தை மொகலாய சாம்ராஜ்ஜியத்துக்கு எதிராகச் செய்ததையெல்லாம் மன்னித்து விடுங்கள். பீஜாப்பூர் சுல்தானின் கீழ் இருந்ததால் அவர் அப்படி நடந்து கொள்ள வேண்டியதாயிற்று. என் உயிருக்கு உத்தரவாதம் அளித்தால் நான் மொகலாய சாம்ராஜ்ஜியத்தின் கீழ் பணியாற்றுகிறேன்.

இது கதையல்ல. நிஜம். முராத் பக்ஷுக்கு ஷிவா இப்படித்தான் எழுதினான். அப்போதைய பேரரசரான என் தந்தை இவ்விஷயத்தில் தலையிடவில்லை. அப்போது முராத் பக்ஷ்தான் தக்காணத்தின் நவாபாக இருந்தான்.

முராதும் ஷிவாவுக்கு பதில் எழுதினான். தேதி 14 மார்ச் 1649.

“உங்களுடைய விண்ணப்பங்களை எழுதி ஒரு நபரிடம் கொடுத்து அனுப்புங்கள்.”

இதில் இன்னொரு சிக்கலும் இருந்தது. பேரரசருக்கு அதில் ஷா மீது கொஞ்சம் நல்லெண்ணம் இருந்தது. ஆனால் ஷாஹாதான் மொகலாயர்களிடம் கடும் வெறுப்பை சம்பாதித்தவர். ஆனாலும் 1649இல் ஷாஹா விடுதலை செய்யப்பட்டார்.

அதற்கடுத்த ஏழு ஆண்டுகள் - 1649இலிருந்து 1655 வரை ஷிவாவிடமிருந்து எந்த நடவடிக்கையும் இல்லை. காரணம், ஷாஹா சில நிபந்தனைகளோடுதான் விடுதலை செய்யப்பட்டிருந்தார். ஆனாலும் ஷிவாவின் சுதந்திர தாகம் மட்டும் அடங்கவே இல்லை. இளம் வயதிலேயே அவனுக்கு ஒரு விஷயம் புலப்பட்டிருக்க வேண்டும். முஸ்லிம் அரசர்களுக்குக் கப்பம் கட்டி, உள்ளூரில் ஆடம்பரமாக இருப்பதை விட காட்டிலும் மேட்டிலும் நாடோடியாய் அலைந்தாலும் சுதந்திர மனிதனாக வாழ வேண்டும். அல்லாமல், தன் தந்தையைப் போல் முஸ்லிம் அரசர்களுக்குப் பணிந்து வாழ்வதால் என்ன பயன் இருக்கப் போகிறது? போர்க்களத்தில் உயிரை விடுவதைத் தவிர வேறு வழியில்லை. கொஞ்சம் மாறுபட்டாலும் தந்தையைப் போட்டது போல் சிறையில் போட்டு விடுவார்கள். ஆக, நமக்கென்று ஒரு சுதந்திர பூமியை உருவாக்குவதுதான் நல்லது என்று முடிவெடுத்தான் ஷிவா. அவன் அவனை வளர்த்த தாதா மூலம் கேள்விப்பட்டிருந்த ஒரு சம்பவம் ஞாபகம் வந்தது. 1630இல் பீஜாப்பூர் சுல்தானின் படைகள் புணேயின் மீது படையெடுத்து வந்து நகர் முழுவதும் கொள்ளையடித்து விட்டு நகரையும் எரித்து விட்டுச் சென்றார்கள். அது வெறும் செய்தி அல்ல, புணே என்ற நகரின் துயர சரித்திரம் அது. ஆக, எப்படியிருந்தாலும் மரணம்தான் முடிவு. அதற்கு அடிமையாக இருந்து சாவதை விட சுதந்திரமாகப் போராடி சாகலாமே? மேலும், நமக்குத்தான் பவானி தேவியின் அருளும் இருக்கிறதே? இப்படி ஓடியது ஷிவாவின் சிந்தனை.

அவன் அமைதியாக இருந்த ஏழு ஆண்டு இடைவெளியிலும் கூட அவன் வாழ்வில் ஒரு முக்கியமான சம்பவம் நடந்தது. ஷிவாவைக் கைது செய்வதற்காக, பாஜி ஷ்யாம் என்ற மராட்டியத் தளபதியை பத்தாயிரம் வீரர்களோடு கொங்கணிக்கு அனுப்பினார் பீஜாப்பூர் சுல்தான். அந்த நேரத்தில் ஷிவா மஹத்

நகரில்தான் இருந்திருக்க வேண்டும். ஆனால் பாஜி ஷ்யாமின் படை தன்னைப் பிடிக்க வருவதை ஒற்றர் மூலம் அறிந்து கொண்ட ஷிவா, மஹறத்திலிருந்து 100 கி.மீ. தூரத்தில் உள்ள சாவ்ல் என்ற கோட்டையைத் தாக்கிக் கைப்பற்றினான். ஒரு கல்லில் இரண்டு மாங்காய். சாவ்ல் கோட்டை அவன் கைவசம். பாஜியிடமிருந்தும் தப்பியாயிற்று. அதன் பிறகு தன்னுடைய படையை அனுப்பி பாஜியை எதிர்பாராமல் தாக்கி பாஜியின் படைக்குப் பெரும் சேதத்தை உண்டு பண்ணினான் ஷிவா.

இதற்கு மேலும் எப்படி அமைதி காப்பது?

1656. ஷிவாவுக்கு இருபத்தாறு வயது. அப்போது நடந்த ஒரே ஒரு சம்பவத்தை ஷிவாவின் குணாதிசயத்துக்கும் அணுகுமுறைக்கும் உதாரணமாகக் குறிப்பிட விரும்புகிறேன்.

மஹாராஷ்ட்ராவின் சத்தாரா மாவட்டத்தில் ஜாவலி என்று ஒரு சிற்றூர். மேற்குத் தொடர்ச்சி மலைகளால் சூழப்பட்ட பகுதி. ஏறுவதற்குக் கடினமான செங்குத்துப் பாறைகள். 4000 அடிக்கும் உயரமான மலைகள். யாரும் நெருங்குவதற்கு அஞ்சக் கூடிய மலைப் பிரதேசம். அங்கே பதினாறாம் நூற்றாண்டின் முற்பகுதியில் பீஜாப்பூர் சுல்தானிடமிருந்து ஜாவலி பகுதியை தானமாகப் பெற்ற மோரே என்ற மராட்டியக் குடும்பம் அந்தப் பிராந்தியத்தில் இருந்த அத்தனை தலைவர்களையும் தங்களின் அதிகாரத்தின் கீழ் கொண்டு வந்தது. மோரே குடும்பத்திடம் பன்னிரெண்டாயிரம் வீரர்களைக் கொண்ட படை இருந்தது. அத்தனை பேரும் அந்த மலைப் பிரதேசத்தைப் போலவே கடும் முரடர்கள்.

1652இல் கிருஷ்ணா பாஜி என்பவர் அந்தக் குடும்பத்தின் எட்டாம் தலைமுறைத் தலைவராகப் பொறுப்பேற்றார். ஷிவாவின் ஆலோசகர்களில் ஒருவன் ரகுநாத் கோர்தே என்ற பிராமணன். கிருஷ்ணா பாஜியைக் கொன்றால்தான் நாம் மேற்கொண்டு நம் எல்லையை விஸ்தரிக்க முடியும் என்றான் ஷிவா. நேரடியாகப் போரிட்டு வெற்றி கொள்வது சாத்தியமே இல்லை. ஆனாலும் கிருஷ்ணா பாஜியைக் கொன்றாக வேண்டும்.

சரி, நான் ஒரு வழி சொல்கிறேன், நீங்கள் கிருஷ்ணா பாஜியின் மகளை எனக்காகப் பெண் கேட்டுச் செல்லுங்கள் என்று பிராமணனிடம் சொன்னான் ஷிவா.

நல்ல யோசனை என்று சிலாகித்த ரகுநாத் நூற்று இருபத்தைந்து பேரை அழைத்துக் கொண்டு ஷிவாவுக்குப் பெண் கேட்டு ஜாவலி போய்ச் சேர்ந்தான். கிருஷ்ணா பாஜி நல்லதொரு குடிப் பிரியர். அவர் மது அருந்திக் கொண்டிருந்த போது ரகுநாத் கல்யாண விஷயங்களைப் பேசினான். கொல்வது மிகவும் சுலபம் என்று தெரிந்தது. ஷிவாவுக்கு செய்தி அனுப்பினான்.

இரண்டாவது நாள், கிருஷ்ணா பாஜியின் தனியறையில் பேசிக் கொண்டிருந்த போது அவரைத் தன் வாளால் குத்தி கதையை முடித்தான் ரகுநாத். கிருஷ்ணாவின் தம்பிக்கும் பலத்த காயம். ரகுநாத்தின் படை வீரர்கள் அரண்மனைச் சேவகர்களை கவனித்துக் கொண்டார்கள். கிருஷ்ணாவின் செயலாளனான ஹனுமந்த ராவ் என்பவன் மட்டும் பக்கத்து கிராமத்துக்குத் தப்பி ஓடி, அங்கே இருந்து கொண்டு குடைச்சல் கொடுத்தான். அவனையும் பேச்சு வார்த்தைக்கு அழைத்து போட்டுத் தள்ளினான் ஷிவா.

ஜாவலி குடும்பம் எந்த வகையிலும் ஷிவாவை கோபப்படுத்தவில்லை. ஷிவாவின் வழிக்கே வரவில்லை. அவனுடைய அரசை விஸ்தரிக்க ஜாவலி குறுக்கே நிற்கிறது என்ற ஒரே காரணத்துக்காக பெண் கேட்கப் போவது போல் போய் கொலை செய்தான் ரகுநாத் என்ற பிராமணன். ஷிவாவின் கையாள். ஹிந்துஸ்தான் முழுவதும் இன்றளவும் சிறப்பித்துப் போற்றப்படும் மராட்டிய ராஜ்ஜியம் இப்படி ஒரு துரோகத்திலும் படுகொலையிலும்தான் ஸ்தாபிதம் பெற்றது.

வாழ்நாள் முழுவதும் ஷிவாவின் அணுகுமுறை இப்படித்தான் இருந்தது. நம்ப வைத்துக் கழுத்தை அறுப்பது. அது நம்பிக்கைத் துரோகம் அல்ல. கொலை அல்ல. ஷிவாவின் குறிக்கோளை அடைவதற்கு அவனுக்கு இருந்த சிறந்த வழி. அவ்வளவுதான். நான் மயிலாசனத்தைப் பிடித்ததும் இதே வழியில்தான் என்பது

எல்லோருக்கும் தெரியும். ஆனால் ஷிவா நாயகன். ஔரங்ஸேப் வில்லன். சரித்திரம் இப்படித்தான் ஒருதலைப்பட்சமாக பரிபாலனம் செய்கிறது என்பதற்காக இதை நான் சொல்லத் தலைப்பட்டேன்.

ஆங், மறந்துவிட்டேன், ஜாவலியைப் பிடித்ததும் ப்ரதாப்கட்டில் தன் இஷ்ட தெய்வமான பவானிக்கு ஷிவா ஒரு கோவிலைக் கட்டினான்.

1653இலிருந்து தக்காணத்தின் நவாபாக நான் நியமிக்கப்பட்டேன். 1656இல் நான் கோல்கொண்டாவுடன் சண்டையிட்டுக் கொண்டிருந்த போது ஷிவா எங்கள் வசம் இருந்த ரத்னகிரி மாவட்டத்தில் தன் கை வரிசையைக் காட்டினான். நான் போரில் இருக்கிறேன் என்பது அவனுடைய அசட்டுத் துணிச்சலுக்குக் காரணமாக இருக்கலாம். அதே ஆண்டில் முஹம்மது அதில் ஷா உலக வாழ்விலிருந்து விடை பெற்றுக் கொண்டார். நான் பீஜாப்பூரையும் எங்களோடு இணைக்கும் முயற்சியில் இருந்தேன்.

அப்போது திடீரென்று ஷிவா அஹ்மத்நகர் நவாப் முல்த்தாஃபத் கானுக்குக் கடிதம் எழுதி, தன்னையும் மொகலாயப் படையோடு சேர்த்துக் கொள்ளுமாறு விண்ணப்பித்தான். அதற்குச் சம்மதித்து அவனுக்குக் கடிதமும் எழுதப்பட்டது. அப்போது ஷிவாவின் தூதன் ஒருவன் என்னை ஔரங்காபாதில் வந்து பார்த்து ஷிவாவின் தேவைகளைச் சொன்னான். தேவை என்ன தேவை, மண்தான் தேவை. நீ மொகலாய சாம்ராஜ்ஜியத்துக்கு உண்மையாக நடந்து கொண்டால் நீ கேட்பது எல்லாம் கிடைக்கும் என்று பதில் அனுப்பினேன்.

ஷிவாவுக்கு பீஜாப்பூர்தான் தேவை. எங்களுக்கும் அதுதான் தேவை. பீஜாப்பூர் சுல்தானுக்கும் அவனுடைய தேசம் தேவை. இப்போது சுல்தானின் நிலையை நினைத்துப் பாருங்கள். ஒரு பக்கம் அசுரன். ஒரு பக்கம் கொலைகாரன். என்ன செய்வான் சுல்தான்? ஷிவாவுக்கு என்ன வேண்டுமோ தருகிறோம் என்று சொல்லி இந்தக் காலத்து பாஷையில் சொன்னால், லஞ்சம்

கொடுத்து அவனைத் தன் பக்கம் இழுத்துக் கொண்டான்.

அதற்கு மேல் கேட்கவா வேண்டும்? சாமர்குண்டா, ராய்சின் பகுதிகள் முழுவதையும் ஷிவா சூறையாடினான். சூறை என்றால் கிராமம் கிராமமாகச் சென்று செல்வந்தர்களின் வீடுகளில் உள்ள நகைகளையும் விலை உயர்ந்த பொருட்களையும் கொள்ளையடிப்பது. மார்ச் 1657இல் நடந்தது இது: அஹ்மத் நகரை ஷிவாவின் தளபதி ஒருவன் கொள்ளையடிக்கிறான். ஜுன்னாரை ஷிவா நேரடியாகக் கொள்ளையடிக்கிறான். கோட்டை வாசலில் இருந்த பாதுகாவலர்களுக்குத் தெரியாமல் அவனும் அவன் வீரர்களும் மதில்களில் கயிற்று ஏணியால் ஏறியிருக்கிறார்கள். உள்ளே போய் கஜானாவைக் காலி செய்து லட்சக்கணக்கான ரூபாய் பணம், நகைகள், விலை உயர்ந்த ஆடை அலங்காரங்கள், இருநூறு குதிரைகள் எல்லாவற்றையும் சூறையாடிக் கொண்டு சென்றது கூட்டம்.

பக்கா *money heist* ஹுஸூர் என்று இடையில் புகுந்தான் கொக்கரக்கோ.

வேறு என்ன, அதேதான். ஷிவாவும் அவன் கும்பலும் கொள்ளையடித்த பகுதிகள் எல்லாம் மொகலாய சாம்ராஜ்ஜியத்தின் கீழ் வருவது. மக்கள் வரி கட்டுவது மொகலாயருக்கு. கொள்ளை கொடுப்பது ஷிவாவுக்கா? கோபத்தில் எனக்கு உடம்பெல்லாம் நடுங்கியது. ஷாயிஸ்தா கானையும் நாஸிரி கானையும் உடனடியாக படைகளோடு வரச் சொல்லி ஆள் அனுப்பினேன். படைகள் வந்து சேரத் தாமதமானதால் ஷிவா தன்னிஷ்டப்படி ஜுன்னாரிலும் அதைச் சுற்றியுள்ள பகுதிகளிலும் கொள்ளையைத் தொடர்ந்தான்.

கடைசியாக தளபதிகளின் படை வந்து சேர்ந்ததும் ஷிவாவின் ஊர்களுக்குச் சென்று அங்கேயுள்ள மக்களைக் கண்டதுண்டமாக வெட்டிப் போடுங்கள்; நம் சாம்ராஜ்ஜியத்தில் இருக்கும் ஊர்களில் யார் யாரெல்லாம் ஷிவாவுக்கு உதவி செய்தார்களோ அவர்களையெல்லாம் ஈவு இரக்கமில்லாமல் கொன்று போடுங்கள் என்று உத்தரவு கொடுத்தேன்.

என்ன செய்வது, மதிப்புக்குரிய காத்திப் அவர்களே? என் நிலைமை அப்படி. என்னுடைய இடத்தில் யார் இருந்தாலும் அப்படித்தான் செய்திருப்பார்கள். ஷிவாவை நாஸிரி கானின் படைகள் ஓட ஓட விரட்டின. ஆனால் ஷிவாவைப் பிடிக்க முடியவில்லை. மே மாதம் வந்ததும் கடுமையான மழை குறுக்கிட்டது.

மூன்று மாதங்கள் எந்த நடவடிக்கையும் இல்லை. பீஜாப்பூர் சுல்தானோடு சமாதானம் ஆயிற்று. அதற்கு மேல் ஷிவாவினால் தனியாக ஓட முடியவில்லை. நாஸிரி கானுக்கு மன்னிப்புக் கடிதம் எழுதினான். நான் எப்போதுமே என் தளபதிகளுக்கு நிரந்தர உத்தரவு பிறப்பித்திருக்கிறேன். விரோதிகளோடு ஆயுள் முழுவதும் விரோதம் பாராட்டாதீர்கள். நமக்குக் காரியம்தான் முக்கியமே தவிர வீரியம் இல்லை. அதனால் நாஸிரியிடமிருந்து பதில் போயிற்று.

பிறகு ஷிவாவின் வேண்டுகோளை எடுத்துக் கொண்டு பிராமணன் ரகுநாத் நேரடியாக என்னிடம் வந்தான்...

—

69

அதில் ஷாவின் படைத் தளபதியான அஃப்ஸல் கான் ஷிவாவிடம் அனுப்பி வைத்த தூதனின் பெயர் கிருஷ்ணாஜி பாஸ்கர். இங்கே பெயர் முக்கியம். ஹிந்து இல்லையா? ரகசியமாக ஷிவாவிடம் வந்து அஃப்ஸலின் உண்மையான திட்டத்தைச் சொல்லி விட்டான் கிருஷ்ணாஜி. பின்னர் அவன் அஃப்ஸலிடம் திரும்பும்போது அவன் கூடவே தன்னுடைய தூதனாக பிராமணன் கோபிநாத்தையும் அனுப்பி வைத்தான் ஷிவா. அங்கே போன கோபிநாத் அஃப்ஸலின் அதிகாரிகளுக்கு எக்கச்சக்கமாக லஞ்சம் கொடுத்து அஃப்ஸலின் உண்மையான நோக்கத்தைத் தெரிந்து கொண்டான். அது ஏற்கனவே கிருஷ்ணாஜி சொன்னதுதான்.

ஷிவாவை பேச்சு வார்த்தைக்கு அழைத்து அங்கேயே போட்டுத் தள்ளுவதுதான் அஃப்ஸலின் திட்டம்.

இப்போது ஷிவா திட்டமிட்டான். தன்னைப் போட்டுத் தள்ள நினைக்கும் அஃப்ஸலை அதே பேச்சு வார்த்தையில் போட்டுத் தள்ளி விடுவது.

ஷிவா உடனே அஃப்ஸலுக்குக் கடிதம் அனுப்பினான். “நீங்கள் பெரும் படையுடன் இருக்கிறீர்கள். நானெல்லாம் உங்கள் படை பலத்துக்கு முன்னால் கொசு. எனவே நான் உங்கள் இடத்துக்கு வர அச்சமாக உள்ளது. நீங்களே பெரிய மனது பண்ணி இங்கே எங்கேயாவது வந்தீர்களானால் சந்திக்க சித்தமாக இருக்கிறேன். இடத்தைத் தாங்களே தேர்ந்தெடுக்கலாம். தங்களுக்கு எந்தப் பிரச்சினையும் நேராமல் பத்திரமாகத் திரும்பச் செல்வதற்கு நான் உத்தரவாதம் அளிக்கிறேன். சத்தியம்.”

அஃப்ஸல் கானும் அவன் படைகளும் வருவதற்காக வனத்தினூடாக புதிதாக ஒரு பாதையையும் உருவாக்கிக் கொடுத்தான் ஷிவா. பேச்சு வார்த்தை நடக்க இருக்கும் கூடாரத்தில் ஒரு பேரரசரை வரவேற்பதற்கு என்னென்ன ஆடம்பரங்கள் உண்டோ அது அத்தனையும் அங்கே இருந்தன.

தன் தலையில் இரும்புத் தொப்பி அணிந்து, அது இரும்பு என்று தெரியாதபடி துணித் தொப்பியால் மறைத்தான். ஒரு பிச்சுவாவை முழங்கைக்கும் கைக்கும் இடையிலான சட்டைப் பகுதியில் மறைத்துக் கொண்டான். கை விரல்களில் கூர்மையான இரும்பு நகங்களை வைத்துத் தைத்துக் கொண்டான். மார்பு, முதுகு எங்கும் இரும்புக் கவச ஆடை. அது தெரியாதபடி மேலே பருத்தி ஆடை.

அஃப்ஸல் தன் பங்குக்கு ஆயிரம் வீரர்களை அழைத்துக் கொண்டு பேச்சு வார்த்தைக்குக் கிளம்பினான். கோபிநாத் அதைத் தடுத்து சொன்னான். “ஷிவாஜி இரண்டு மெய்க்காப்பாளர்களோடு மட்டுமே தங்களுக்காகக் காத்திருக்கிறார். இத்தனை வீரர்களைக் கண்டால் பயந்து ஓடி விடுவார். ஆதலால் தாங்களும் இரண்டு மெய்க்காப்பாளர்களுடன் வந்தால் நல்லது.” அதனால் தன் படையை சற்று தூரத்திலேயே நிறுத்திவிட்டு இரண்டு வீரர்களை மட்டும் அழைத்துக் கொண்டு கூடாரத்துக்குச் சென்றான் அஃப்ஸல்.

கூடாரத்தில் இருவரும் சந்தித்துக் கொண்டார்கள். அஃப்ஸலின் தோள் உயரத்துக்குத்தான் இருந்தான் ஷிவா. பருமனிலும்

பாதிதான் இருந்தான். அவனைப் பார்த்ததும், 'இந்தக் கொசுவா இத்தனை ஆட்டம் போடுகிறது?' என்றே அஃப்ஸலுக்குத் தோன்றியது. சற்று இளக்காரத்துடன் ஷிவாவை நெருங்கிக் கட்டி அணைத்தபடி, தன்னுடைய இடது கரத்தினால் ஷிவாவின் கழுத்தை இறுகப் பற்றிக் கொண்டு வலது கரத்தால் வாளை எடுத்து ஷிவாவின் இடுப்பில் செருகினான் அஃப்ஸல். ஷிவாவின் உடம்பு முழுதும் இரும்புக் கவசம் அணிந்திருந்ததால் வாள் உள்ளே போகவில்லை. ஆனால் அஃப்ஸலின் இரும்புக் கரத்தின் பிடியினால் ஷிவாவினால் மூச்சு விட முடியவில்லை. ஆனாலும் தன் இடது கை விரல்களால் அஃப்ஸலின் வயிற்றைக் கிழித்தான் ஷிவா. வலது கரத்தினால் பிச்சுவாவை எடுத்து அஃப்ஸலைக் குத்தினான்.

"துரோகி, துரோகி, கொலை, கொலை" என்று பெருங்குரலெடுத்துக் கத்தினான் அஃப்ஸல். உடனே ஓடி வந்த அஃப்ஸலின் உதவியாளர்கள் கொல்லப்பட்டார்கள். அஃப்ஸலின் தலை கொய்யப்பட்டது. எல்லாம் கண்ணிமைக்கும் நேரத்தில் நடந்து முடிந்தது.

அதற்குப் பிறகு நடந்தது ஒரு துன்பவியல் நாடகம். பீஜாப்பூர் படைக்குத் தலைவன் இல்லை. தப்பியோடும் வழிகள் ஷிவாவினால் அடைக்கப்பட்டன. யார் யாரெல்லாம் வாயில் புல்லோடு சரணடைந்தார்களோ அவர்களைத் தவிர மற்ற யாவரும் கொல்லப்பட்டார்கள். மூன்று மணி நேரம் நடந்த சண்டையில் மூவாயிரம் பீஜாப்பூர் வீரர்கள் உயிர் இழந்தார்கள்.

ஷிவாவுக்கு அன்றைய நிகர லாபம்:

65 யானைகள்

4000 குதிரைகள்

1200 ஒட்டகங்கள்

2000 துணி மூட்டைகள்

10 லட்சம் ரூபாய் பணம்

மற்றும், நகைகள்.

குழந்தைகள், பெண்கள், பிராமணர்கள் மூன்று பிரிவினரும் விடுதலை செய்யப்பட்டார்கள். அஃப்ஸலின் மனைவிகளும் மூத்த மகனும் தப்பிச் சென்று விட்டார்கள். மற்ற இரண்டு மகன்களும் வாயில் புல் வைக்காத படை வீரர்களும் கைது செய்யப்பட்டு பிறகு விடுதலை செய்யப்பட்டார்கள். வீடு திரும்புவதற்கு அவர்கள் கையில் கணிசமான தொகையும் பரிசுப் பொருட்களும் கொடுத்து அனுப்பினான் ஷிவா.

தன்னுடைய வீரர்களுக்கு அளவுக்கு அதிகமாகவே கொடுத்தான். இறந்த வீரர்களின் பிள்ளைகள் அவர்களின் தந்தை வகித்த பதவியிலேயே அமர்த்தப்பட்டார்கள். காயமடைந்தவர்களுக்கும் அவர்களின் வாழ்நாள் முழுவதுக்குமான ஈட்டுத் தொகை தரப்பட்டது. அதிகாரிகளுக்கு யானை, குதிரை, ஒட்டகங்கள் அளிக்கப்பட்டன.

அஃப்ஸல் கான் ஷிவாவினால் கொல்லப்பட்ட சம்பவம் அன்றிலிருந்து இன்று வரை நூற்றுக்கணக்கான நாட்டார் கதைகளாகவும், பாடல்களாகவும், கூத்துக் கதைகளாகவும் புனையப்பட்டு மக்களிடையே பிரபலமாகியது.

அஃப்ஸல் கொலை ஒரு குறியீடாகவே மாறியது. தேசியவாதத்தின் குறியீடாக.

நான் பதவிக்கு வந்ததும் ஷாயிஸ்தா கானை தக்காணத்தின் நவாபாக நியமித்தேன். அவர் என் தாய் மாமன். ஷாயிஸ்தா கான் அளவுக்குத் திறமையான தளபதி அப்போது வேறு யாரும் இல்லை. அவர் புணேயில் ஷிவாவைத் தோற்கடித்து அந்தப் பிராந்தியத்தை மீட்டார். இதை நான் ஒரு வாக்கியத்தில் சொல்கிறேனே ஒழிய, அது இப்போது சினிமா என்று சொல்கிறீர்களே, அதையும் மிஞ்சக் கூடிய சாகசக் கதை போல் நடந்தது.

அதே கால கட்டத்தில் பீஜாப்பூர் சுல்தானின் தளபதி சித்தி ஜௌஹரும் ஷிவாவின் கோட்டையை முற்றுகையிட்டான். ஆக, ஒரு பக்கம் மொகலாயப் படை. ஒரு பக்கம் பீஜாப்பூர்

படை. உடனே ஜௌஹருக்கு ஒரு கடிதம் எழுதினான் ஷிவா. இப்போது நீ எனக்கு உதவி செய்தால் நீ தனி நாடு அமைக்க நான் உதவி செய்வேன்.

ஒரு அடிமைக்கு இது போதாதா? ஜௌஹர் ஒரு அபிசீனிய அடிமை. முன்பு கர்னூல் ராஜாவிடம் இருந்தான். அவனிடமிருந்து ஓடி வந்து பீஜாப்பூர் சுல்தானிடம் சேர்ந்து கொண்டான். இப்போது தனி நாடு என்றதும் அவனுக்கு நாக்கில் எச்சில் சுரக்க ஆரம்பித்து விட்டது. அவன் ஷிவாவுடன் சேர்ந்து கொண்டான். இந்த செய்தியைக் கேள்விப்பட்டவுடன் அலீ அதில் ஷா படையுடன் கிளம்பி வந்து ஷிவாவைத் துரத்தி விட்டு விட்டு பன்ஹலா கோட்டையைக் கைப்பற்றினான். வடக்கே ஷாயிஸ்தா கான் ஷிவாவை விரட்டி விட்டு புணே முழுவதையும் நம் ஆதிக்கத்தில் கொண்டு வந்தார்.

1661 புணேயில் நடந்த ஒரு சம்பவம் இது. சினிமாவையும் தோற்கடிக்கும் சம்பவங்கள் என்று சொன்னேன் அல்லவா? இதைக் கேளுங்கள். ஷாயிஸ்தா தன் மாளிகையில் இருக்கிறார். புனித ரமலான் மாதம். நள்ளிரவு நேரம். பகல் முழுதும் நோன்பு இருந்ததால் இரவில் சற்று அதிகமாகவே உண்டு விட்டு களைப்புடன் உறங்கிக் கொண்டிருக்கிறார்கள் ஷாயிஸ்தா கானும் அவரது பணியாட்களும் அடிமைகளும். அப்போது ஷிவாவும் அவனது இருநூறு வீரர்களும் மாளிகைச் சுவரில் கன்னக்கோல் இட்டு உள்ளே நுழைந்து விட்டார்கள். அதுவும் எங்கே? நேராக ஷாயிஸ்தா கானின் படுக்கையறைக்குள். கானின் கழுத்தைக் குறி வைத்து வாளை ஓங்கினான் ஷிவா. அதற்குள் அடிமைப் பெண்கள் போட்ட கூச்சலில் கான் சட்டென்று புரண்டு விட்டார். ஆனாலும் விரல் போய் விட்டது. அதற்குள் ஒரு புத்திசாலிப் பெண் அறையிலிருந்த விளக்குகளை அணைத்து விட்டாள். கும்மிருட்டில் யார் என்ன என்று விவரம் புரியவில்லை. அந்தக் குழப்பத்திலும் அடிமைப் பெண்கள் ஷாயிஸ்தா கானை பாதுகாப்பான இடத்துக்கு அழைத்துச் சென்று விட்டார்கள்.

இருட்டிலேயே வாள்கள் வீசப்பட்டன. எல்லா குழப்பமும் முடிந்த பிறகுதான் தெரிந்தது, கானின் எட்டு அடிமைப் பெண்கள் கொல்லப்பட்டிருந்தார்கள். பிற்பாடு ஷிவா சொன்னானாம், 'நாங்கள் பெண்களையும், குழந்தைகளையும், பிராமணர்களையும் கொல்வதில்லை, ஆனால் அன்றைய தினம் இருட்டில் யார் என்ன என்று எதுவுமே தெரியவில்லை' என்று.

இந்தக் குழப்பத்திலேயே ஷிவாவின் தளபதி ஒருத்தன் பாண்டு வாத்திய கோஷ்டி தங்கியிருந்த அறைக்குப் போய் அவர்களை பாண்டு வாசிக்கச் சொல்லி உத்தரவிட்டிருக்கிறான். கற்பனை செய்து பாருங்கள். எந்த சலன சித்திரத்திலாவது இப்படி ஒரு காட்சி வந்திருக்கிறதா?

அறுபத்தோரு வயது கிழட்டுத் தளபதி ஒருவர் தன் மாளிகையில் உள்ள சயன அறையில் பத்து இருபது அடிமைப் பெண்களோடு படுத்துக் கிடக்கிறார். இருநூறு எதிரிகள் அவரது சயன அறைக்குள்ளே நுழைந்து கண்ட மேனிக்கு எல்லோரையும் வெட்டித் தள்ளுகிறார்கள். ஒரு பைத்தியக்கார வீரன் பாண்டு வாத்திய கோஷ்டியை அழைத்து பாண்டு வாசிக்கச் சொல்கிறான். மாளிகைக்கு வெளியே இருந்து கயிற்று ஏணியின் மூலம் உள்ளே நுழைய முயலும் மொகலாய வீரர்கள் உடனுக்குடன் கொல்லப்படுகிறார்கள். ஷாயிஸ்தா கானின் உதவிக்காகச் சென்ற அவர் மகன் அபுல் ஃபாத் வெட்டிச் சாய்க்கப்படுகிறான்.

ஆனால் கொஞ்ச நேரத்திலேயே மாளிகைக்குள்ளிருந்த அத்தனை காவலாளிகளும் ஆயுதங்களோடு வந்து விடவே கண்ணிமைக்கும் நேரத்தில் ஷிவாவும் அவன் வீரர்களும் மறைந்து விட்டார்கள். பார்த்தவர்களுக்கு ஏதோ மந்திர ஜால வித்தை மாதிரி இருந்திருக்கிறது. ஆனால் ஷிவா அந்த மாளிகையில் அவன் சிறு வயதில் இருந்திருக்கிறான். அதனால் கன்னக்கோல் வைத்த இடமே யாருக்கும் தெரியாததாக இருந்திருக்கிறது.

அந்தத் தாக்குதலில் ஷிவாவின் ஆட்கள் ஆறு பேர் மரணம், நாற்பது பேர் காயம். எங்கள் பக்கத்தில் ஷாயிஸ்தா கான், அவரது இரண்டு பெண்கள் மற்றும் எட்டு பெண்கள் படுகாயம். அவருடைய ஆறு மனைவிகள், ஒரு மகன், நாற்பது வேலைக்காரர்கள் கொல்லப்பட்டார்கள்.

ஏப்ரல் 5ஆம் தேதி, 1663 அன்று இந்தச் சம்பவம் நடந்தது. இது என் ஆட்சிக்கு மிக மோசமான கெட்ட பெயரைத் தந்தது. ஆலம்கீரின் பிரதான தளபதியின் படுக்கையறையிலேயே நுழைந்து அவன் மனைவிகளையும் மகனையும் கொன்று போட்டதை விட ஒரு அவமானம் ஒரு பேரரசனுக்கு வேறு என்ன இருக்க முடியும்?

ஆனால் துரோகிகளை உள்ளுக்குள்ளேயே வைத்துக் கொண்டு நாம் என்ன செய்ய முடியும்? மறுநாள் காலையில் ராஜா ஜஸ்வந்த் சிங் ஷாயிஸ்தா கானுக்கு ஆறுதல் சொல்ல வந்த போது கான் கேட்டிருக்கிறார், “ஷிவாவோடு சண்டையிட்டு நீங்கள் இறந்து போய் விட்டீர்கள் என்றல்லவா நினைத்தேன்?” என்று. இல்லாவிட்டால் பத்தாயிரம் படை வீரர்களைக் கொண்ட ஜஸ்வந்த் சிங்கிடம் மாட்டாமல் எப்படி ஒருவன் தப்பிச் சென்றிருக்க முடியும்? எல்லாம் கூட்டுச் சதியாகத்தான் இருக்க வேண்டும். அப்புறம்தான் ஷாயிஸ்தா கானை வங்காளத்துக்கு மாற்றி விட்டு முஅஸ்ஸமை தக்காணத்தின் நவாப் ஆக்கினேன். வங்காளம் என்பது அப்போது ஒரு நரகம். செல்வதற்கு முன் என்னைச் சந்திக்க எவ்வளவோ முயன்றார் ஷாயிஸ்தா கான். நான் அனுமதிக்கவில்லை.

அடுத்த ஆண்டு 1664 ஜனவரி 6இலிருந்து 10 தேதி வரை சூரத் நகரம் கொள்ளையடிக்கப்பட்டது. இரண்டு லட்சம் ஜனத்தொகையைக் கொண்டிருந்த சூரத் துறைமுகத்தின் சுங்க வரி மட்டும் பன்னிரெண்டு லட்சம் ரூபாய். ஆனாலும் நகரத்தில் கல் வீடுகளை விரல் விட்டு எண்ணி விடலாம். மற்ற எல்லாமே மண் வீடுகள்தான். ஷிவாவின் படை சூரத்தை நோக்கி வந்து கொண்டிருக்கும் விஷயத்தை உளவாளிகள் நகர மக்களுக்கு முன்கூட்டியே தெரிவித்து விட்டார்கள்.

சூரத்தின் நவாபாக இருந்தது இனாயத் கான். அவனிடம் இருந்தது ஐநூறு வீரர்கள். எவ்வளவு பணம் வேண்டும் என்று கேட்டு ஷிவாவிடம் ஒரு தூதனை அனுப்பினான் இனாயத் கான். ஷிவா அந்தத் தூதனைப் பிடித்து வைத்துக் கொண்டு சூரத்தை நோக்கி விரைந்து கொண்டிருந்தான்.

அதைக் கேள்விப்பட்டதும் கோட்டைக்குள் ஓடிப் போய் ஒளிந்து கொண்டான் இனாயத் கான். தன்னுடைய படை வீரர்களுக்கு அவன் சம்பளம் ஒழுங்காகக் கொடுக்காததால் அவர்களும் எங்கோ ஓடி ஒளிந்து விட்டார்கள்.

ஊர் மக்களில் பெரும் செல்வந்தர்கள் மட்டும் லஞ்சம் கொடுத்து கோட்டைக்குள் சென்று விட, ஏழை எளியவர்கள் உயிருக்குப் பயந்து குழந்தை குட்டிகளுடன் நதியைக் கடந்து ஓடினார்கள்.

இந்த இடத்தில் நான் என்னுடைய தேசத்துக்கு எதிராகப் பேசப் போகிறேன். ஃபிரங்கிகளை எனக்குப் பிடிக்காது என்று தங்களுக்குத் தெரியும். சூரத்தில் அவர்களும் இருந்தார்கள். ஆங்கிலேயர்களும் டச்சுக்காரர்களும். பெரும் வணிகர்கள். ஷிவாவின் கொள்ளைக் கூட்டத்துக்கு அஞ்சி அவர்கள் சூரத் கடற்கரையில் நின்று கொண்டிருக்கும் தங்கள் கப்பல்களுக்குச் சென்றிருக்கலாம். ஆனால் அவர்கள் அப்படிச் செய்யவில்லை. உயிர் போனாலும் பரவாயில்லை, கொள்ளையருக்குப் பயந்து ஓட மாட்டோம் என்று நின்றார்கள்.

இப்போது சொல்லுங்கள். படை வீரர்களுக்கு ஊதியம் கொடுக்காமல் அவர்களின் ஊதியத்தைத் திருடிக் கொண்ட நவாப். லட்சக்கணக்காக பணத்தை வைத்துக் கொண்டு, அந்தப் பணத்தைக் காப்பாற்றிக் கொள்வதற்காகக் கூட ஒரு தனிப்படையையோ பாதுகாவலர்களையோ வைத்துக் கொள்ளாத செல்வந்தர் கூட்டம். எதுவுமே அறியாத ஆட்டு மந்தையைப் போன்ற ஏழை எளியோர் இப்படி ஒரு தேசத்துக்கா உங்கள் மகாத்மா விடுதலை வேண்டும் என்று போராடினார்? சுதந்திரம் கொடுத்தால் அப்புறம் இந்தியாவை கொள்ளையர்தான் ஆள்வார்கள் என்று சர்ச்சில் சொன்னதில் என்ன தவறு?

அன்றைய தினம் புதன்கிழமை. 1664 ஜனவரி 6ஆம் தேதி காலை. ஆங்கில ஃபிரங்கிகளின் தலைவன் ஸர் ஜார்ஜ் ஆக்ஸெண்டன் வெறும் இருநூற்றுப் பத்து வீரர்களை வைத்து நகரத்தின் முக்கியமான தெருக்களில் பாண்டு வாத்தியங்கள் முழங்க ராணுவ அணிவகுப்பு நடத்தினான். அவர்களில் யாரும் முறையாக ராணுவப் பயிற்சி பெற்ற வீரர்கள் இல்லை. அதில் பாதிப்பேர் தொழிற்சாலைகளில் பணி புரியும் ஃபிரங்கிகள். அறுபது பேர் அலுவலகங்களில் கீழ்நிலை வேலைகளைச் செய்யும் பியூன்கள். நாங்கள் செத்தாலும் பரவாயில்லை; ஷிவாவையும் அவன் படையையும் விரட்டி அடிப்போம் என்று உறுதியாக நின்றார்கள். இவர்களைப் போலவேதான் டச்சுக்காரர்கள், துருக்கியர், ஆர்மீனியர் ஆகியவர்களும் கூட தத்தம் பெண்களையும் பொருட்களையும் இடங்களையும் காப்பாற்றிக் கொள்வதற்காக சண்டைக்குத் தயாரானார்கள்.

அதே நாள். காலை 11 மணி. ஷிவாவின் படையில் பத்தாயிரம் வீரர்கள் இருந்தார்கள். முந்தின நாளே சூரத்தின் நவாபுக்கும் சில வணிகர்களுக்கும் செல்வந்தர்களுக்கும் செய்தி அனுப்பியிருந்தான் ஷிவா. அவர்கள் உடனடியாக அவனை வந்து பார்த்து அவனுக்குத் தேவையானதைச் செய்ய வேண்டியது. தவறினால் சூரத் முழுவதையும் எரித்து விடுவான்.

செல்வந்தர்களின் ஒருவர் பஹார்ஜி போரா. உலகிலேயே பெரிய பணக்காரர். சொத்து மதிப்பு எண்பது லட்சம் ரூபாய்.

ஷிவாவின் கடிதத்தைப் பார்த்து அதன்படி யாரும் அவனிடம் போகவில்லை. மறுநாள் ஊருக்குள் நுழைந்தால் ஊரே காலியாக இருந்தது.

ஆறாம் தேதி, ஏழாம் தேதி, எட்டாம் தேதி, ஒன்பதாம் தேதி. நான்கு நாட்களும் ஊரைக் கொளுத்தியது ஷிவாவின் படை. அதிலும் கடைசி இரண்டு நாட்களில் தீயின் கடுமை மேலும் அதிகமாகி இரவே பகல் போல் ஆகியது. ஊர் முழுதும் புகை சூழ்ந்ததால் பகல் இரவாகியது.

ஷிவாவின் வீரர்களால் போராவின் மாளிகை கொள்ளையடிக்கப்பட்டது. பெரிய அளவு முத்துக்கள் 28 சேர், பல வகையான ஆபரணங்கள், வைர வைடூரியங்கள், கோமேதகம், மாணிக்கம் மற்றும் நம்ப முடியாத அளவு பணம். எல்லாம் பூமிக்கு அடியில் தோண்டிய போது கிடைத்தது. எல்லாவற்றையும் மூட்டை கட்டி எடுத்துக்கொண்டு மாளிகையைத் தீ வைத்துக் கொளுத்தினார்கள் ஷிவாவின் வீரர்கள்.

ஒன்பதாம் தேதி, சனிக்கிழமை. ஜார்ஜ் ஆக்ஸெண்டனுக்கு ஷிவாவின் கடிதம் ஒன்று வந்தது. "இக்கடிதம் கண்டவுடன் மூன்று லட்சம் ரூபாய் வந்து சேர வேண்டும். இல்லாவிட்டால் உங்கள் பகுதிக்கு வந்து எல்லோரையும் கொன்று போடுவோம்."

"சீக்கிரம் வா. உனக்காகத்தான் ஆவலாகக் காத்திருக்கிறோம்" என்று பதில் அனுப்பினான் அந்த ஃபிரங்கி.

அப்போது புத்திசாலித்தனமாக ஃபிரங்கிப் பகுதிக்குப் போக வேண்டாம் என்று முடிவெடுத்தான் ஷிவா. பல காரணங்கள். ஃபிரங்கிகள் ஹிந்துஸ்தானிகளைப் போல் அல்ல; உயிரைக் கொடுத்தாவது தங்கள் பகுதியைக் காப்பாற்றுவார்கள். ஓடி ஒளிய மாட்டார்கள். தங்கள் பக்கத்துக்கு துரோகம் செய்து விட்டு எதிரிகளோடு கூட்டு சேர மாட்டார்கள். மேலும், தேவைக்கு அதிகமாகவே கொள்ளையடித்தாகி விட்டது. இப்போது அதற்கும் மேல் ஒன்றிரண்டு லட்சங்களுக்காக நம்முடைய உயிர்களை பலி கொடுக்க வேண்டுமா?

சூரத்தின் நிலவரம் தெரியாத வயதான துணி வியாபாரி ஒருவன் அப்போதுதான் நாற்பது மாட்டு வண்டிகளில் துணிமணிகளை ஏற்றிக் கொண்டு ஆக்ராவிலிருந்து வந்து சேர்ந்தான். அவனிடம் ஒரு பெரும் தொகை கேட்டான் ஷிவா. அவன் தன்னிடமிருந்த பணம் முழுவதையும் முதலீடாகப் போட்டுத்தான் இவ்வளவு துணிகளை வாங்கியதாகவும், இதை விற்றால்தான் காசு என்றும் சொல்ல, அவனுடைய வலது கரத்தை வெட்டினான் ஷிவா. அத்தனை துணிகளையும் எரிக்கச்

சொன்னான். எந்தப் பாவமும் அறியாத அந்த வயோதிகன் என்ன செய்தான்? ஷிவாவுக்கு என் மீது இருந்த கோபம் அப்படித் தன்னை வெளிப்படுத்திக் கொண்டது. அவனால் என்னை ஒன்றும் செய்ய முடியவில்லை. என் குடிகளை வதைத்தான்.

ஷிவாவின் இது போன்ற வெறித்தனமான காரியங்களை நினைக்கும்போது அவனை வளர்த்த தாதாஜி எனக்கு ஞாபகம் வருவார். புணே மாவட்டத்தில் ஸஹ்யாத்ரி மலைப்பகுதியில் அக்காலத்தில் ஏகப்பட்ட ஓநாய்கள் இருந்ததால் அங்கே மக்கள் வசிக்க முடியாமல் இருந்தது. அந்த ஓநாய்களையெல்லாம் கொன்று அந்தப் பகுதியை மனிதர்கள் வாழத் தகுந்த பிரதேசமாக மாற்றியவர் தாதாஜி கோண்ட்-தேவ். ஷிவா அவருடைய பொறுப்பில்தான் வளர்ந்தான். கொல்லப்படும் ஒவ்வொரு ஓநாய்க்கும் இத்தனை ரூபாய் பரிசுத் தொகை என்று அறிவித்ததால் மலைவாசிகள் பலர் அதைப் பயன்படுத்தி ஓநாய்களை அழித்ததால் தாதாஜி அந்த மாவட்டத்தை மக்கள் பயன்பாட்டுக்குக் கொண்டு வர முடிந்தது.

அந்தச் சீர்திருத்தத்தின் ஒரு பகுதியாக காட்டுப் பகுதிகளை நல்ல விளைநிலங்களாக ஆக்கும் முயற்சியில் அவர் பழத்தோட்டங்களை உருவாக்கினார். பழத் திருடர்களை பயமுறுத்துவதற்காக மரத்திலிருந்து ஒரு இலையைப் பறித்தாலும் கை வெட்டப்படும் என்று அறிவித்தார்.

ஒருநாள் நகர சோதனைக்குச் செல்லும் போது ஞாபக மறதியில் ஒரு மாமரத்திலிருந்த பழத்தை எடுத்துத் தின்று விட்டார். அப்புறம்தான் அவருக்குத் தான் போட்ட சட்டம் ஞாபகம் வந்தது. சட்டம் என்றால் எல்லோருக்கும் சமம்தான் என்று சொல்லி தன் கையை வெட்டுவதற்காக வாளை ஓங்கினார். அதற்குள் அவரது உதவியாட்கள் வந்து அவரைப் பிடித்துத் தடுத்து விட்டார்கள். ஆனாலும் அந்தச் சம்பவத்துக்குப் பிறகு தன் வலது கையை அவர் வாழ்நாளில் பயன்படுத்தவே இல்லை. அப்படிப்பட்ட நீதிமானாக விளங்கியவர் தாதாஜி.

அப்படிப்பட்ட ஒருவரால் வளர்க்கப்பட்ட ஷிவா சூரத்தில் என்ன செய்தான் தெரியுமா?

அவன் அங்கே இருந்த நான்கு நாட்களில் மட்டும் அவனுடைய நேரடி மேற்பார்வையில் நூற்றுக்கணக்கான மனிதர்களின் கரங்கள் இரண்டும் துண்டிக்கப்பட்டன. பலரது தலை வெட்டப்பட்டது.

வியாழக்கிழமை அன்று கோழை இனாயத் கான் ஷிவாவிடம் ஒரு தூதனை அனுப்பினான். "நாம் அமைதியாகப் போய் விடலாம். அதற்குத் தாங்கள் விதிக்கும் நிபந்தனைகள் என்ன?"

"நிபந்தனையாவது மயிராவது? நான் என்ன உன் நவாப் மாதிரி கோட்டையில் போய் ஒளிந்து கொண்ட பெட்டைக் கோழியா?" என்று கேட்ட ஷிவா பெட்டைக் கோழி மாதிரி கத்திக் காண்பித்தான். தளபதிகள் சிரித்தார்கள்.

இனாயத் கான் தன் தூதனை திட்டமிட்டுத்தான் அனுப்பியிருந்தான். "எங்கள் நவாப் ஒன்றும் பெட்டைக் கோழி அல்ல, நீதான் பெட்டைக் கோழி" என்று சொன்ன தூதன் கண்ணிமைக்கும் நேரத்தில் தன் பிச்சுவாவை உருவி ஷிவாவைக் குத்தினான். ஷிவாவும் தூதனும் தரையில் கட்டிப் புரண்டார்கள். எல்லோரும் ஷிவா செத்து விட்டான் என்றே நினைத்தார்கள். அதற்குள் ஷிவாவின் மெய்க்காப்பாளர்கள் பாய்ந்து சென்று தூதனைக் கொன்றார்கள். ஆனால் சற்று நேரத்தில் ஷிவா எழுந்து நின்றான். அதற்குப் பிறகுதான் எல்லோரும் ஆசுவாசமடைந்தார்கள்.

அந்த நிமிடமே எல்லா கைதிகளும் வரவழைக்கப்பட்டு அவர்களில் இருபத்தைந்து பேர் தேர்ந்தெடுக்கப்பட்டு அவர்களின் கரங்களையும், நான்கு பேரின் தலைகளையும் துண்டிக்க உத்தரவிட்டான் ஷிவா. அந்த இருபத்தைந்து பேரில் அந்தோனி ஸ்மித் என்று ஒரு ஃபிரங்கி. அவன் "நான் இங்லீஷ், நான் இங்லீஷ், என் கையை வெட்டுவதை விட தலையை வெட்டி விடுங்கள்" என்று உடைந்த ஹிந்துஸ்தானியில் அலறினான்.

அவனைப் பார்த்தால் ஃபிரங்கி போல் தெரியவில்லை. ஊரில் நடந்த களேபரத்தில் சாக்கடையில் புரண்டு எழுந்தவன் மாதிரி இருந்தான். மீண்டும் “நான் இங்லீஷ், நான் இங்லீஷ்” என்று கத்தியபடி தொப்பியைக் கழற்றிக் காண்பித்தான். அதற்குப் பிறகுதான் அவனுடைய செம்பட்டை முடியைப் பார்த்து அவனைக் கொல்லாமல் அனுப்பி வைத்தான் ஷிவா.

10ஆம் தேதி ஞாயிற்றுக் கிழமை அன்று தன் படைகளோடும் கொள்ளையடித்த பணம் ஒரு கோடி ரூபாயோடும் சூரத்தை விட்டு வெளியேறினான் ஷிவா. என் படை 17ஆம் தேதி சூரத்தை அடைந்தது. அப்புறம்தான் கோழை இனாயத் கான் கோட்டையை விட்டு வெளியே வந்தான். மக்கள் அழுகல் முட்டைகளை அவன் மீது வீசி அடித்தார்கள். அவமானம் தாங்காத இனாயத் கானின் மகன் பொதுமக்களை நோக்கிச் சுட்டான். அதில் ஒரு அப்பாவி ஹிந்து வணிகன் செத்து விழுந்தான்.

ஷிவாவை எதிர்த்து நின்ற ஃபிரங்கி ஜார்ஜை சூரத் மக்கள் கொண்டாடினார்கள். அந்த ஃபிரங்கியால் முழு நகரையும் காப்பாற்ற முடியாவிட்டாலும் தன் கம்பெனி இருந்த பகுதியை மட்டுமாவது காப்பாற்றி விட்டான். நகரில் அது நான்கில் ஒரு பகுதி.

நான் சூரத் நகர வணிகர்களுக்கு ஒரு ஆண்டு சுங்க வரியை ரத்து செய்தேன். ஆங்கிலேயருக்கும் டச்சுக்காரர்களுக்கும் நிறைய சலுகைகள் வழங்கினேன்.

ஊரை விட்டு ஓடிப் போன மக்கள் பல நாட்கள் ஊர்ப் பக்கமே திரும்பவில்லை. மீண்டும் ஷிவா வருவான் என்ற அச்சமே காரணம்.

ஷிவா உயிரோடு இருக்கும் வரை என் மக்கள் நிம்மதியாக உறங்க முடியாது என்பதை உணர்ந்த நான் செப்டம்பர் 1664இல் ராஜா ஜெய்சிங் தலைமையில் என்னுடைய தளபதிகளில் திறமையானவர்களைத் தேர்ந்தெடுத்து பதினான்காயிரம் வீரர்களோடு தக்காணம் அனுப்பினேன்.

3 மார்ச் 1665 அன்று புணே வந்து சேர்ந்தார் ஜெய்சிங். மிகத் தந்திரமாக செயல்பட்டு, ஷிவாவின் ஆட்கள் பலருக்குப் பெரும் லஞ்சம் கொடுத்து அவர்களையெல்லாம் தன் பக்கம் வளைத்துப் போட்டார். ஆனால் எத்தனை திட்டங்கள் தீட்டினாலும், எத்தனை மதியூகத்துடன் செயல்பட்டாலும் ஷிவாவை வெற்றி கொள்ள முடியவில்லை என்பதுதான் அப்போதைய எதார்த்தம்.

ஷிவாவின் படைகளை விட நாம் மிகப் பெரிய அளவு படை பலம் கொண்டிருந்தோம். ஆனால் ஷிவா நள்ளிரவில் நம் வீரர்கள் ஆழ்ந்து உறங்கிக் கொண்டிருக்கும் போது சைத்தான்களைப் போல் தாக்கினான். பேசாமல் அவன் பெயரை ஷிவா என்பதற்குப் பதிலாக இப்லிஸ் என்று வைத்துக் கொண்டிருந்திருக்கலாம். அவனுடைய வீரர்கள் உறங்குவார்களா இல்லையா என்றே தெரியவில்லை. வனங்களை எரிப்பது ஷிவாவின் மற்றொரு தந்திரம். பல தினங்கள் தொடர்ந்து எரிந்து கொண்டிருக்கும் வனங்களினிடையே எப்படி படைகளை நகர்த்திச் செல்வது? வனம் எரிகிறது என்று இன்னொரு பாதையைத் தேர்ந்தெடுத்துப் போனால் பாதி வழியில் அதை அடைத்திருப்பான். அந்தத் தடையை நீக்கிக் கொண்டிருக்கும்போது எங்கிருந்தோ தாக்குவார்கள் அவன் வீரர்கள். நேரடியாக, முகத்துக்கு முகம் கொண்டு சண்டை போட்டுப் பழகிய எங்கள் வீரர்களால் இந்தப் புதிய போர்முறையை எதிர்கொள்ள இயலாமல் போனது. எங்கள் பக்கம் பெரும் நாசம் ஏற்பட்டது. எண்ணற்ற வீரர்கள் கொல்லப்பட்டனர். நாங்கள் இழந்த குதிரை, யானை, ஒட்டகங்களுக்கும் கணக்கே இல்லை.

இங்கே நான் ஷிவாவின் தளபதிகளில் ஒருவனான முரார் பாஜி பற்றிச் சொல்ல வேண்டும். புணேயின் தென்கிழக்கே 50 கிலோமீட்டர் தொலைவில் கடல் மட்டத்திலிருந்து 4500 அடி உயரத்தில் இருக்கிறது புரந்தர் கோட்டை. ஷிவாவின் தாத்தாவுக்குச் சொந்தமானது. கோட்டையின் மதில் சுவர்களைத் தகர்த்து விட்டு உள்ளே புகுந்தார்கள் ஜெய்சிங்கின் தளபதி திலீர் கானும் படை வீரர்களும். ஃபிரங்கிகளின் பீரங்கிகள் இருந்திராவிட்டால் கோட்டைச் சுவர்களைத் தகர்த்திருக்க

முடியாது. உள்ளே திலீர் கானுக்கும் முரார் பாஜிக்கும் உக்கிரமான சண்டை நடந்து கொண்டிருந்தது.

திலீர் கான் தன் வாழ்நாளில் அப்படி ஒரு வீரனைப் கண்டதில்லை. அவன் கண்களால் அதை நம்பவே முடியவில்லை. இது என்ன மந்திரஜாலமா அல்லது நிஜமா? நிஜம்தான் என்பதற்கு அங்கே பெருகி ஓடும் குருதி நிரூபணம் சொல்கிறது. மின்னல் தெறிப்பதைப் போல் அவன் வாள் நாலா திசைகளிலும் பாய்ந்து கொண்டிருந்தது. இவன் என்ன, மனிதனா சைத்தானா என்று சந்தேகம் கொள்ளும் அளவுக்கு சரமாரியாக மொகலாய வீரர்களை வெட்டித் தள்ளிக் கொண்டிருந்தான்.

உடனே திலீர் கான் மிக சப்தமாக, முரார் பாஜியிடம் சொன்னான். “சண்டையை நிறுத்தி விடுவோம். இத்தனை பெரிய வீரனோடு சண்டை போடுவது அழகல்ல. பதிலாக, நீ எங்களோடு சேர்ந்து விடு, இதுபோல் பல மடங்கு ஊதியத்துடன் உன்னைத் தளபதி ஆக்கி விடுகிறேன்.”

அதற்கு முரார் பாஜி “நான் என் தாய் மண்ணுக்காகப் போரிடுகிறேன், உன்னோடு சமாதானமாவதை விட நான் சாவதே மேல்” என்று சொல்லியபடியே திலீர் கானின் மீது வாளோடு பாய்ந்தான். அந்தக் கணமே திலீர் கான் விட்ட அம்பினால் மாண்டான் முரார் பாஜி. அவனோடு சேர்ந்து அவனுடைய முந்நூறு வீரர்களும் கொல்லப்பட்டார்கள்.

முரார் பாஜி கொல்லப்பட்ட பிறகும் அவன் வீரர்கள் யாரும் போர்க்களத்தை விட்டு நீங்கவில்லை. முரார் பாஜி ஒரு ஆள், நாமும் முரார் பாஜிக்கு சளைத்தவர்களா என்ன என்று கேட்டபடி போரை இன்னும் உக்கிரமாக மாற்றினார்கள் அவர்கள்.

முற்றுகையும் சண்டையும் இரண்டு மாதங்கள் நீடித்தன. அப்போது ஜெய்சிங்குக்கு ஷிவா சமாதானப் பேச்சு வார்த்தையைக் கோரி ஒரு கடிதம் அனுப்பினான். அந்தக்

கடிதத்தை நிராகரித்ததும் எனக்கே நேரடியாக ஒரு மன்னிப்புக் கடிதம் அனுப்பினான்.

ஏற்கனவே சொன்னேனே, யாரோடும் நான் வாழ்நாள் பகையெல்லாம் வைத்துக் கொள்ள மாட்டேன் என்று. ஷிவாவுக்கு உடனடியாக பதில் எழுதினேன்.

“உன் மன்னிப்பை ஏற்கிறேன். உடனே நீ எங்கள் மொகலாயப் படையில் சேர்ந்து விடு. உனக்கு நல்ல ஊதியம் தருகிறேன்.”

—

70

நான் எழுதியவுடனேயே ஷிவா "அதற்கு சம்மதிக்கிறேன்" என்று சொல்லி ஜெய் சிங்கை சந்திப்பதற்குத் தூது அனுப்பினான். மொகலாயப் படைகளிடம் தான் தோற்கப் போவதை உணர்ந்ததுதான் ஷிவாவின் இந்த மன மாற்றத்துக்குக் காரணம் என்று நினைக்கிறேன். வீணாகப் போரிட்டு சாவதை விட உயிரோடு இருப்பது மேல் என்பது அவனுடைய அப்போதைய முடிவாக இருக்கலாம்.

ஆறு பிராமணர்களை மட்டும் அழைத்துக் கொண்டு கிளம்பினான். ஜெய் சிங்கின் கூடாரத்தை ஷிவா நெருங்கி விட்ட செய்தி கிடைத்ததும் ஜெய் சிங் ஷிவாவிடம் ஒரு தூதனை அனுப்பினார். "எங்களிடமிருந்து கைப்பற்றிய கோட்டைகளையெல்லாம் திரும்ப ஒப்படைப்பதாக இருந்தால் நாம் சந்திக்கலாம்; இல்லாவிட்டால் திரும்பிப் போகலாம்."

மறு பேச்சு இல்லாமல் அதற்கு ஒப்புக்கொண்ட ஷிவா ஜெய் சிங்கை அவர் கூடாரத்தில் சந்தித்தான். அஃப்ஸல் கானைப் போட்டுத் தள்ளியது போல் தன்னையும் பண்ணி விடுவானோ எனப் பயந்த ஜெய் சிங் தன்னைச் சுற்றிலும் ஆயுதம் ஏந்திய ராஜபுத்திர வீரர்களை நிறுத்திக் கொண்டார்.

இரவு வரை பேச்சு வார்த்தை நீண்டது. ஷிவாவின் வசம் இருந்த முப்பத்தைந்து கோட்டைகளில் இருபத்து மூன்று மொகலாயப் பேரரசுடன் இணைக்கப்பட்டு மீதி பன்னிரெண்டு ஷிவாவின் ஆளுகையில் இருக்கும். ஆனால் ஷிவா மொகலாயப் பேரரசுக்குக் கட்டுப்பட்டே இருக்க வேண்டும். சுதந்திரமாக இயங்க முடியாது.

ஆனால் ஷிவாவின் மற்றொரு வேண்டுகோள் ஏற்றுக் கொள்ளப்பட்டது. பேரரசரைச் சந்திக்க அரசவைக்குத் தனக்குப் பதிலாக தன் மகனை அனுப்புவதை ஏற்க வேண்டும் என்பதே அந்தக் கோரிக்கை. கப்பமாக ஐயாயிரம் குதிரைகளை மகனிடம் கொடுத்து அனுப்புவதாகவும் ஒப்புக் கொண்டான். "பேரரசரை ஏன் நீ சந்திக்க மாட்டாய்?" என்று ஜெய் சிங் கேட்டதற்கு, "என் சமீபத்திய நடவடிக்கைகளின் காரணமாக இந்தப் பாவி பேரரசரை நேருக்கு நேர் சந்திக்கக் கூச்சப்படுகிறேன், எனக்கு பதிலாக என் மகனே ஜாகிர்களை நிர்வாகம் செய்வான், இந்தக் காரணத்தினால் மொகலாய ராணுவத்திலும் எனக்குப் பதவி எதுவும் வேண்டாம், ஆனால் தக்காணத்தில் ஏதாவது போர் நடந்தால் நான் மொகலாய ராணுவத்துக்காக வாள் ஏந்தத் தயாராக இருப்பேன் என்பதில் சந்தேகம் வேண்டாம்" என்றான் ஷிவா. கூடவே பதின்மூன்று ஆண்டுகளில் இரண்டு கோடி ரூபாய் கப்பம் கட்டுவதாகவும் ஒப்புக்கொண்டான்.

அதற்குப் பிறகு ஷிவாவுக்கு என் சார்பில் பாராட்டு தெரிவித்து ஜெய் சிங், திலீர் கான் ஆகியோருடன் மீண்டும் ஒரு சந்திப்பு நடந்தது. அந்தச் சந்திப்பின்போது ஷிவா தன் சுவாசத்தைப் போல் கருதிய வாளை உருவித் தனியே வைத்து விட்டு, "பேரரசருக்கு நான் ஆயுதம் ஏந்தாத ஊழியனாகப் பணி செய்வேன்" என்று பிரகடனம் செய்தான். இது நடந்தது ஜூன் 1665.

'தக்காணத்தை வெற்றி கொள்வதற்காகப் பேரரசரின் சார்பாக வாள் ஏந்துவேன்' என்று சொன்ன சொல்லை விரைவிலேயே காப்பாற்றுவதற்கு ஷிவாவுக்கு சந்தர்ப்பம் கிடைத்தது.

பீஜாப்பூரை எதிர்த்து அவன் என் சார்பாகப் போரிட்டான். ஆனால் விதியோ வேறு விதமாக விளையாடியது. பீஜாப்பூரை அவனால் வெற்றி கொள்ள முடியவில்லை. அந்தச் சண்டையில் ஷிவாவின் வீரர்கள் ஆயிரம் பேர் கொல்லப்பட்டார்கள்.

இதற்கிடையில் என் தளபதி திலீர் கான் ஷிவாவைக் கொன்று விட்டுத்தான் மறு வேலை என்று ஒற்றைக் காலில் நின்றான். ஏற்கனவே அவனுக்கும் ராஜா ஜெய் சிங்குக்கும் ஆகாது. ஜெய் சிங் ஷிவாவைக் கொல்லாமல் விட்டதால் திலீர் கான் மொகலாயப் படை வீரர்களையே ஜெய் சிங்குக்கு எதிராகத் தூண்டி விட்டான். நம் மக்களை ஈவு இரக்கமற்றுக் கொன்று போட்ட நம்முடைய பிரதான எதிரியான ஷிவாவுக்கு ஜெய் சிங் ஏன் கருணை காட்ட வேண்டும்? இருவரும் ஹிந்து என்ற ஒரே காரணம்தானே? தேச நலனை விட மதம் முக்கியமாகி விட்டதா?

திலீர் கான் ஜெய் சிங்கிடம் நேரடியாகவே சொன்னான். “ஷிவாவைக் கொல்ல உங்களுக்கு மனம் வராவிட்டாலும் பரவாயில்லை. அதை நான் புரிந்து கொள்கிறேன். வேலையை என் கையில் விட்டு விடுங்கள், நான் அவனை முடித்து விடுகிறேன். நான் முடித்து விட்டால் மராட்டியர்கள் என் மீதுதான் கோபம் கொள்வார்கள். உங்களுக்கு எந்தப் பிரச்சினையும் வராது.”

ஆனால் ஜெய் சிங் ஒப்புக் கொள்ளவில்லை. இந்த ஹிந்து ராஜாவினால் தனக்குக் கிடைக்க வேண்டிய விருதும் பாராட்டுகளும் பறி போகிறதே என்று திலீர் கான் எரிச்சல் அடைந்தான்.

இப்படிப்பட்ட சூழலில் ஷிவா என்னைச் சந்திப்பது நல்லது என்று நினைத்தார் ஜெய் சிங். நானும் சம்மதித்தேன். ஆனால் சமாதான உடன்படிக்கையில் கையெழுத்திட்ட போதே ஷிவா தெளிவாகச் சொல்லியிருந்தானே, நான் பேரரசரின் அரசவைக்கு வர மாட்டேன் என்று.

என்ன காரணம்?

அவனுமே என்னை அவனுடைய மாற்றானாகக் கண்டிருக்க வேண்டும். அவனைப் போலவே நானும் அவனோடு நட்பாக இருப்பதாக நாடகமாடி போட்டுத் தள்ளி விடுவேன் என்று அவன் நினைத்திருக்க வேண்டும். அல்லது, இளம் பிராயத்திலிருந்தே ஹிந்துத்துவ உணர்வுகளோடும் சுதந்திர உணர்வோடும் வளர்க்கப்பட்ட ஒரு மராட்டிய வீரன் ஒரு முஸ்லிமிடம் தலை வணங்குவதா என்றும் நினைத்திருக்கலாம். ஆனால் ஜெய் சிங் அவன் தில்லி வருவதற்குத் தோதான ஒரு தூண்டிலைப் போட்டார். 'நீ பேரரசரைச் சந்தித்தால் நிரந்தரமாக தக்காணத்தின் நவாபாக நியமிக்கப்படுவாய்.' அது போதுமே ஷிவாவுக்கு? எத்தனை நாள்தான் கள்ளிலும் முள்ளிலும் காட்டிலும் மேட்டிலும் நாடோடியாய் அலைந்து கொண்டிருப்பது என்று யோசித்தான்.

ஆனாலும் ஷிவாவுக்கு சந்தேகம். "பேரரசரும் என்னைப் போல் தந்திரசாலி ஆயிற்றே, மது விருந்து கொடுத்து தன் சகோதரனையே கைது செய்து சிறையில் அடைத்துக் கடைசியில் போட்டுத் தள்ளியவர், மற்ற சகோதரர்களையும் கொன்றவர், தந்தையை ஈவு இரக்கமின்றி சிறையில் வைத்தவர், அப்படியிருக்கும்போது அவருக்கு இதுநாள் வரை குடைச்சல் கொடுத்துக் கொண்டிருந்த என்னைக் கொல்ல மாட்டார் என்று என்ன நிச்சயம்?" என்று ஜெய் சிங்கிடம் கேட்டான்.

ஹிந்து மதத்தில் பல தெய்வங்கள் இருப்பது அப்போது ஜெய் சிங்குக்கு உதவியது. எல்லா தெய்வங்களின் மீதும் ஒரு சத்தியத்தை வைத்தார். உன் உயிருக்கு நான் ஜவாப்தாரி என்றார். அவ்வளவுதான். அதற்கு மேல் ஷிவாவுக்கு சொல்ல என்ன இருக்கிறது?

ஆக்ராவின் தீவான்-ஏ-ஆமில் அவன் என்னைச் சந்தித்த போது தலை வணங்கி மூன்று முறை சலாம் சொல்லி, ஆயிரத்து ஐநூறு தங்கக் கட்டிகளை காணிக்கையாகவும் ஆறாயிரம் ரூபாயை கப்பமாகவும் கொடுத்தான். அதற்குமேல் அவனோடு

என்னால் விரோதம் பாராட்ட முடியவில்லை. வாருங்கள் ஷிவாஜி ராஜா என்று அழைத்தேன்.

அதற்கு மேல் ஷிவாவுடன் பேசுவதற்கு எனக்கு நேரமில்லை. தர்பாரில் என்னை சந்திக்க வந்திருந்த அத்தனை பேரையும் பார்த்தாக வேண்டும். ஷிவா மற்ற உம்ராக்களோடு நின்று கொண்டிருந்தான். உம்ராக்கள் கை கட்டிக் கொண்டிருந்தார்கள். இவன் கை கட்டவில்லை. அவ்வளவுதான் வித்தியாசம்.

தன்னை ஒரு மகாராஜாவைப் போல் வரவேற்பார் என்று எண்ணி வந்தவன் இதைப் பார்த்ததும் மிகவும் நொந்து போயிருப்பான். வெந்த புண்ணில் வேல் பாய்ச்சுவது போல அவனுக்குப் பாஞ்ச் ஹஸாரி[154] பதவி தரப்பட்டுள்ளது என்று தெரிந்தது. அடப் பாவிகளா, பேரரசரை வந்து பார்க்காமலேயே என் ஏழு வயது மகன் பாஞ்ச் ஹஸாரி, என் வேலைக்காரன் நேத்தாஜி பாஞ்ச் ஹஸாரி, பேரரசருக்காக இத்தனை சேவை செய்து விட்டு, அவரைப் பார்க்க இத்தனை தூரம் பயணம் செய்து வந்திருக்கும் எனக்கும் பாஞ்ச் ஹஸாரிதானா என்று கேட்ட ஷிவா தனக்கு அருகில் நின்று கொண்டிருந்த ஒரு ஆளைக் காண்பித்து இது யார் என்று குமார் ராம் சிங்கைக் கேட்டான்.

ராம் சிங் என் அரசவை அதிகாரிகளில் ஒருவன். “அவர் ஜஸ்வந்த் சிங்” என்றான் ராம் சிங்.

“என்னது, ஜஸ்வந்தா? என் படை வீரர்களிடம் முதுகு காட்டியவனின் முதுகுக்குப் பின்னாலா நான் நின்று கொண்டிருக்கிறேன்?” என்று சத்தமாகக் கேட்ட ஷிவா, குமார் ராம் சிங்கின் இடுப்பில் இருந்த குறுவாளை எடுக்க முயற்சித்தான். ஆனால் அவன் கைக்குக் குறுவாள் வரவில்லை. அதற்குப் பிறகு நடந்ததுதான் மகா ஆச்சரியமான விஷயம். உணர்ச்சிவசப்பட்ட நிலையில் இருந்த ஷிவா மயக்கமடைந்து விழுந்து விட்டான்.

---

154 பாஞ்ச் ஹஸாரி – 5000 வீரர்களின் தலைவன்.

என் மயிலாசனத்திலிருந்து பார்த்த போது ஷிவா என் கண்ணுக்குப் புலப்படவில்லை. ஆனால் அவன் நின்ற இடத்திலிருந்துதான் இத்தனை சலசலப்பும் கூச்சலும் கேட்டது என்பதை மட்டும் என்னால் உணர முடிந்தது. தர்பார் நடந்து கொண்டிருக்கும் சமயத்தில் இது போன்ற அசம்பாவிதங்கள் ஒருபோதும் நிகழ்ந்ததில்லை என்பதால் கோபத்துடன் ராம் சிங்கை அழைத்து என்ன விஷயம் என்று கேட்டேன்.

மேலே நடந்தது எதையும் ராம் சிங் என்னிடம் அப்போது தர்பாரில் சொல்லவில்லை.

"வனப்புலிக்கு அரசவை பழக்கமில்லை ஆலம்பனா. அதனால் மயக்கமடைந்து விழுந்து விட்டது. மன்னிக்க வேண்டும்" என்றான் ராம் சிங்.

எனக்கு சிரிப்பு வந்து விட்டது. ஷிவா பற்றிய கதைகள் இங்கே ஆக்ரா, தில்லி வரை பிரசித்தம். அவன் அஃப்ஸல் கானைக் கொன்றதும், ஷாயிஸ்தா கானின் படுக்கையறைக்குள் நுழைந்ததும் கிராமியக் கதைகள் போல் பேசப்பட்டு வருகின்றன. ஆனால் இவனோ தர்பாரின் உஷ்ணம் தாங்காமல் மயங்கி விழுந்திருக்கிறான்.

"ராஜாவை உடனே அழைத்துச் சென்று பன்னீரைத் தெளியுங்கள், தர்பாருக்கு அவர் மீண்டும் வர வேண்டாம்" என்று ராம் சிங்குக்கு உத்தரவிட்டு விட்டு, தர்பார் முடிந்து ராம் சிங்கைத் தனியாக வரவழைத்துத்தான் உண்மையை அறிந்து கொண்டேன். ராம் சிங் மட்டும் தர்பாரில் உண்மையைச் சொல்லியிருந்தால் ஷிவாவுக்கு நான் கடுமையான தண்டனை கொடுத்திருப்பேன். என்னுடைய தர்பாரில் வந்து ஒருவன் கலாட்டா பண்ணினான் என்றால் அரசுக்கு இழுக்கு அல்லவா? சமயோஜிதமாக நடந்து கொண்டதற்காக ராம்சிங்கைப் பாராட்டி ஒரு முத்துமாலையைப் பரிசளித்தேன்.

ஆனால் ஷிவா அன்றைய தினம் எதற்காக ராம் சிங்கிடமிருந்து பிச்சுவாவை எடுக்க முயற்சித்தான் என்று பின்னாளில் சரித்திர ஆசிரியர்கள் இரண்டு விதமாக எழுதுகிறார்கள்.

அவன் தன்னைத் தானே குத்திக் கொண்டு மாய்த்துக் கொள்ள நினைத்தான் என்று சிலரும் ஜஸ்வந்த் சிங்கைக் கொல்வதற்காகத்தான் பிச்சுவாவைப் பிடுங்கினான் என்றும் இரண்டு விதமான யூகங்கள் உண்டு.

ஆனால் மயக்கம் தெளிந்து எழுந்த பிறகும் ஷிவா என்னைப் பற்றிக் கடும் வார்த்தைகளை என் அதிகாரிகள் முன்னே பேசியிருக்கிறான். தன்னைக் கொன்று விடும்படியும் சொல்லி அனுப்பினான். அதனால் ஷிவாவை தனி வீட்டில் காவலில் வைக்கும்படி உத்தரவு பிறப்பித்தேன். ஆனால் ஷிவாவின் புதல்வன் ஸம்பாவை மட்டும் அவ்வப்போது தர்பாருக்கு வந்து போகும்படி சொன்னேன்.

ஆனால் ஷிவாவுக்கு அரசவையிலேயே பல ஆதரவாளர்கள் இருந்தார்கள். அவர்களில் ஒருவர் ரகுநாத் பந்த் கோர்டே. அவரது ஆலோசனையின் பேரில் அவர் மூலமாகவே ஷிவா எனக்கு ஒரு கடிதம் அனுப்பினான். அவர் என்ன சொல்லியிருக்க வேண்டும் என்பதை அந்தக் கடிதத்தின் மூலமே நான் யூகித்து விட்டேன்.

‘நம் பேரரசருக்கு பீஜாப்பூரையும் கோல்கொண்டாவையும் வெற்றி கொள்ள வேண்டும் என்பது தீராத ஆசை. அதைப் பயன்படுத்திக் கொள்.’

அதன்படி ஷிவா எனக்கு எழுதினான். என்னைத் தாங்கள் விடுதலை செய்தால் நான் அந்த இரண்டு அரசுகளையும் தங்கள் வசம் ஒப்படைக்கிறேன்.

நான் அவனுக்கு “கொஞ்ச நாள் பொறு” என்று பதில் எழுதினேன்.

“அப்படியானால் ஆலம்பனாவை ஒருமுறை நேரில் சந்திக்கும் வாய்ப்பு தர வேண்டும் என்று பிரார்த்திக்கிறேன். தாங்கள் என் கடந்த காலத்தைப் பற்றி யோசிக்க வேண்டாம். நிராயுதபாணியாக வரும் இந்த அபாக்கியசாலியைத் தாங்கள்

ஆயுதமேந்திய பாதுகாவலர்கள் சூழ சந்திக்கலாம்” என்று பதில் வந்தது.

என் பிரதம மந்திரி ஜாஃபர் கான் சொன்னார்:

“ஆலம்பனா, அவன் ஒரு மந்திரவாதி. அவனை நம்பாதீர்கள். பத்தாயிரம் வீரர்கள் சூழ்ந்திருக்கும் போதே அஃப்ஸல் கானைக் கொன்றான். நம்முடைய வீரர்கள் இருபதாயிரம் பேர் சூழ்ந்திருக்கும் போது ஷாயிஸ்தா கானை அவரது படுக்கை அறைக்குள் புகுந்து காயப்படுத்திவிட்டு பறந்து போனான். அவனைச் சந்திக்காதீர்கள். ஆயுதமே இல்லாவிட்டாலும் அவன் தங்களை வார்த்தைகளால் மயக்க முயற்சிப்பான்.”

—

71

நான் மற்றவர்களின் ஆலோசனையைக் காது கொடுத்துக் கேட்பேனே தவிர அதன்படி நடப்பேன் என்று சொல்ல முடியாது. பல சமயங்களில் நான் என்ன செய்ய வேண்டும் என்று முடிவு செய்வதற்காகவே ஆலோசனைகளைக் கேட்டு அந்த ஆலோசனைகளுக்கு எதிராக நடப்பேன். பெரும்பாலும் என் முடிவு சரியாக இருக்கும். ஆனால், எத்தனை எதிர்மறையாக இருந்தாலும் எல்லோரையும் பேச வைத்து விடுவேன். அப்படிப் பேசியதற்காக நான் யாரையும் தண்டித்தது இல்லை.

ஷிவாவை நான் சந்திப்பதில் என் மந்திரிகள் யாருக்கும் விருப்பம் இல்லை. ஆனால் அதற்கு அவர்கள் யாரும் தகுந்த காரணம் தரவில்லை. தந்திருந்தால் அவர்கள் ஆலோசனையைக் கேட்டிருப்பேன். அவர்கள் அஃப்ஸல் கான் கொலையையும், ஷாயிஸ்தா கானின் படுக்கையறைக்குள் ஷிவா நுழைந்ததையும் வைத்தே பயந்து கொண்டிருந்தார்கள்.

அஃப்ஸல் கான் கொலை பற்றி நான் தீர விசாரித்தேன். ஷிவாவை என் மாற்றான் என்று சொன்னேன் இல்லையா, இளம் வயதிலிருந்தே எனக்கு எப்படி பயம் என்பது இல்லையோ அதேபோல் அவனுக்கும் பயம் இல்லை. அதனால்தான்

அஃப்ஸல் கான் பத்தாயிரம் வீரர்கள் சூழ நின்றபோது அவனைக் கொன்றிருக்கிறான். என்னுடைய வீரர்கள் இருபதாயிரம் பேர் சூழ்ந்திருந்தபோது ஷாயிஸ்தா கானின் படுக்கையறைக்குள் நுழைந்திருக்கிறான்.

நுழைந்தது மட்டும் அல்லாமல் ஷாயிஸ்தா கானையும் காயப்படுத்தி விட்டு, கூட இருந்த பெண்களையும் கொன்று விட்டு ஒரு காயம் இல்லாமல் தப்பியிருக்கிறான்.

அரண்மனை சுகபோகங்களில் திளைக்காத காட்டுவாசி என்பதால் வனப்புலி மாதிரியே பறந்திருக்கிறான். ஆனால் அஃப்ஸல் கானை எப்படிக் கொன்றான் என்பதை மட்டும் துருவித் துருவி விசாரித்தேன். எப்படிக் கொன்றான் என்ற விவரம் எனக்கு அணு அணுவாகத் தெரியவேண்டும். ராம்சிங்கிடம் விசாரிக்கச் சொன்னேன்.

விஷம் தடவப்பட்ட பாக்நக்கைக் கொண்டுதான் ஷிவா அஃப்ஸல் கானைக் குத்திக் கிழித்திருக்கிறான். பாக் என்றால் புலி. நக் நகம். புலி நக ஆயுதம். கூடவே ஒரு பிச்சுவாவும் வைத்திருந்திருக்கிறான். எல்லாம் கண்ணிமைக்கும் நேரத்தில் முடிந்து விட்டது. தலைவனே போய் விட்ட பிறகு பத்தாயிரம் பேர் இருந்தென்ன, இருபதாயிரம் பேர் இருந்தென்ன?

ஷிவாவைச் சந்திப்பதில் எனக்கு எந்தப் பிரச்சினையும் இல்லை. அவன் உடம்பில் ஆயுதம் மறைந்திருக்கிறதா என சோதித்து விட்டு அனுப்பினால் போதும். ஆனால் மந்திரிகளுக்கு அதில் உடன்பாடு இல்லை.

என்னைச் சந்திக்க ஏற்பாடு செய்யச் சொல்லி பிரதம மந்திரி ஜாஃபர் கானைப் போய்ப் பார்த்தான் ஷிவா. ஆனால் ஜாஃபர் கானின் மனைவி ஷாயிஸ்தா கானின் சகோதரி. அவள் விடுவாளா? ஷிவா பேரரசரைச் சந்திப்பதை நீங்கள் தடுக்க வேண்டும் என்று கணவனிடம் தூபம் போட்டாள்.

இதற்கிடையில் ஃபுலாத் கான் வடிவில் ஷிவாவுக்கு இன்னொரு சிக்கல் ஏற்பட்டது. ஃபுலாத் கான் ஆக்ராவின் காவல் துறைத்

தலைவன். கெடுபிடிகளுக்குப் பேர் போன அவன் ஷிவாவின் வீட்டுக் காவலை மேலும் கடுமையாக்கினான். ஷிவா இருந்த வீட்டைச் சுற்றி காவல் இருந்தவர்களின் எண்ணிக்கையை அதிகப்படுத்தினான். அவர்களுக்குத் தெரியாமல் அந்த வீட்டிலிருந்து ஒரு துரும்பு கூட வெளியே போகவோ உள்ளே நுழையவோ முடியாது.

இதற்கிடையில் ஷிவாவின் உயிருக்கு எந்த ஆபத்தும் வந்து விடக் கூடாதென்று ஜெய் சிங்கிடமிருந்து எனக்குத் தொடர்ந்து கடிதங்கள் வந்து கொண்டிருந்தன. பேசாமல் ஷிவாவை ஆஃப்கானிஸ்தானுக்கு அனுப்பி விடலாமா என்று யோசித்தேன். ஏனென்றால், என்னதான் வீட்டுக் காவலை பலப்படுத்தினாலும் ஒரு ஹிந்து ராஜாவை இன்னொரு ஹிந்து ராஜாவின் பொறுப்பில் ஒப்படைப்பது சரியா என்று எனக்குத் தோன்றிக் கொண்டேயிருந்தது. காரணம், ராம்சிங் ஜெய் சிங்கின் மகன்.

இந்த நிலையில் நானே தக்காணம் செல்வதென்று முடிவு செய்தேன். தக்காணத்தை வென்று அங்கிருந்து திரும்பும் வரை ஷிவா ஆக்ராவிலேயே வீட்டுச் சிறையில் இருக்க வேண்டும்.

ஆனால் நான் எதிர்பார்த்தபடி தக்காணத்தை வெற்றி கொள்வது எளிதாக இல்லை. காலம் இழுத்துக் கொண்டே போனது. ஆக்ராவில் ஷிவா ராம்சிங்கின் கண்காணிப்பில் இருந்தான்.

நாட்கள் ஆக ஆக ஷிவாவுக்கு உண்மையிலேயே அச்சம் வந்து விட்டது. எப்போது தக்காணத்திலிருந்து பேரரசர் ஆக்ரா திரும்பி எப்போது நாம் விடுதலை ஆவது? தன்னைச் சந்திக்க வரும் அத்தனை பேரிடமும் 'பேரரசரிடம் பேசி விடுதலை வாங்கித் தாருங்கள், இனிமேல் என்னால் எந்தப் பிரச்சினையும் இருக்காது' என்று சொல்லிக் கொண்டே இருந்தான்.

அதே சமயம் நான் அவனை ஆஃப்கானிஸ்தான் அனுப்பலாம் என்ற யோசனையில் இருக்கிறேன் என்ற செய்தியும் அவன் காதுகளை எட்டியது. வீட்டுக் காவலிலிருந்து தப்புவதே ஒரே

வழி என்பதை உணர்ந்த அவன் அதற்கான திட்டத்தைப் போட்டான்.

1666 ஆகஸ்ட் 19ஆம் தேதி. "எனக்கு உடம்பு சரியில்லை, யாரும் தொந்தரவு செய்ய வேண்டாம்" என்று காவல் வீரர்களிடம் சொல்லி விட்டு வீட்டின் உள்ளே சென்றான். அவனுடைய ஒன்று விட்ட தம்பி ஹீராஜி ஃபர்ஸந்தை அழைத்த ஷிவா, தன் வலது கரத்தில் எப்போதும் அணிந்திருக்கும் தங்க வளையத்தை எடுத்து அவன் வலது கரத்தில் மாட்டினான். பிறகு, தன்னுடைய கட்டிலில் தலையிலிருந்து கால் வரை போர்த்திக் கொண்டு படுக்கச் சொன்னான். வலது கை மட்டும் போர்வைக்கு வெளியே தெரிய வேண்டும்.

ஹீராஜியும் ஷிவாவைப் போல் அதே உயரம், அதே ஒல்லி. ஷிவாவின் இந்த மெலிந்த தேகத்தைப் பற்றி ஒரு வார்த்தை சொல்ல வேண்டும். இன்றைய காலகட்டத்தில் ஷிவாவை மாவீரனாகக் கொண்டாடும் ஹிந்துத்துவ செயல்வீரர்கள் கற்பனை செய்து கொண்டிருப்பதைப் போல அவன் ஒரு மாவீரனைப் போன்ற தோற்றத்தைக் கொண்டிருக்கவில்லை. சந்தேகமில்லாமல் ஷிவா ஒரு மாவீரன்தான். ஆனால் ஆள் பார்ப்பதற்கு அப்படி இருக்க மாட்டான். அவனுடைய இந்த மெலிந்த தேகம்தான் அவன் ஹிந்துஸ்தான் பூராவும் நாட்டார் கதைகளில் ஒரு நாயகனாகத் தோற்றம் பெற்றதற்குக் காரணமாக அமைந்தது ஒரு நகைமுரண்.

ஷிவாவின் மெலிந்த தேகத்தையும் உயரத்தையும் வைத்து அஃப்ஸல் கான் அவனை சாதாரணமாக எடை போட்டு விட்டான். ஷிவாவின் அந்தத் தோற்றமே அஃப்ஸலிடம் ஒரு அசட்டை உணர்வை உண்டு பண்ணி அவன் உயிரையும் பலி வாங்கி விட்டது. ஷிவாவின் அந்தத் தோற்றத்துக்குக் காரணம், இளம் வயதிலிருந்தே அவன் காடுகளிலும் மேடுகளிலும் வளர்ந்தவன் என்பதுதான். அவன் உடம்பு இரும்பைப் போல் இருந்தாலும் காற்றைப் போல் சடுதியில் மறையக் கூடியவனாக இருந்தான். அதனால்தான் ஷாயிஸ்தா கானைக் காயப்படுத்தி

விட்டு அத்தனை காவலர்கள் முன்னிலையில் அவன் மாயமாய் மறைந்தான் என்கிறார்கள். அதில் மாயமும் இல்லை, மந்திரமும் இல்லை. உடம்பு வில் போல் இருந்ததால் புலியைப் போல் பாய்பவனாக இருந்தான் ஷிவா. இதன் காரணமாகவே, ஷிவா ஒரு மந்திரவாதி என்ற அளவுக்கு நம்பினார்கள் அவனுடைய ஆட்களும், என்னுடைய ஆட்களும். வெட்கக்கேடு.

தம்பி ஹீராஜியை இப்போது ஷிவாவின் படுக்கையில் கிடத்தியாயிற்று. படுக்கையறை காவலாளிகளின் பார்வைக்கு நேராக இருந்தது. ஷிவாவும் ஸம்பாவும் வெளியேற வேண்டியதுதான் மிச்சம். அதற்கும் ஒரு ஏற்பாடு செய்து வைத்திருந்தான் ஷிவா.

தினந்தோறும் இரண்டு கூடைகளில் வெளியிலிருந்து உணவுப் பொருட்கள் உள்ளே போகும். காலி கூடை வெளியே போகும். ஆரம்பத்தில் காவலாளிகள் வெளியே போகும் கூடையை சோதித்துக் கொண்டிருந்தார்கள். பிறகு நாளடைவில் சோதனையை நிறுத்தி விட்டார்கள். அதிலும் அந்தக் குறிப்பிட்ட தினத்தில் 'ஷிவா' காவலாளிகளின் கண்ணெதிரேதானே படுத்துக் கொண்டிருக்கிறான்? அப்புறம் எப்படி சந்தேகம் வரும்?

இங்கேயும் ஷிவாவின் மெலிந்த தேகம் அவனுக்கு உதவி செய்தது. அவன் ஒரு கூடைக்குள் புகுந்து கொண்டான். இன்னொரு கூடைக்குள் ஸம்பா. ஸம்பா ஒன்றும் பிரச்சினை இல்லை. ஒன்பது வயதுப் பையன்.

ஊருக்கு வெளியே கூடைகள் இரண்டும் வைக்கப்பட்டன. அங்கிருந்து ஷிவாவும் ஸம்பாவும் ஆறு கிலோமீட்டர் தூரம் நடந்ததும் ஒரு குறிப்பிட்ட இடத்தில் ஷிவாவின் மூன்று அதிகாரிகள் குதிரைகளில் காத்திருந்தார்கள். அங்கேயே ஐந்து பேரும் உடம்பெல்லாம் சாம்பலை அள்ளிப் பூசிக் கொண்டு ஹிந்து சாமியார்களைப் போல் குதிரைகளில் ஏறி மதுராவை நோக்கிப் பயணமானார்கள்.

ஆக்ராவில் வீட்டுக் காவலில் இருந்த 'ஷிவா' உடம்பு சரியில்லாமல் போர்த்திக் கொண்டு படுத்திருப்பதை அவ்வப்போது காவலாளிகள் தலையை நீட்டி உள்ளே பார்த்து உறுதி செய்து கொண்டார்கள். அந்த மாயாவி ஷிவா எந்த நேரத்திலும் எப்படியாகிலும் தப்பி விடுவான். அதற்காகவே காவலாளிகள் ஒரு நொடி கூட கண்ணயராமல் விழிப்புடன் இருந்தார்கள். காலை விடிந்தது. மதியமும் வந்தது. ஷிவா எழுந்து கொள்ளவே இல்லை. ஷிவாவின் வேலைக்காரன் ஷிவாவுக்குக் கால் அமுக்கி விட்டுக் கொண்டிருந்தான்.

"இவரைப் போயா மாவீரன் என்கிறார்கள்? மாயாவி என்கிறார்கள்? இவரோ இப்படி ஒரு சொப்ளாங்கியாக இருக்கிறாரே? உடம்பு சரியில்லை என்றால் இப்படியா இரவும் பகலுமாகத் தூங்குவார்கள்? பேசாமல் நாம் போய் எழுப்பிப் பார்க்கலாமா?" என்று கேலி செய்தான் ஒரு காவலாளி.

"உன் வாயை வைத்துக் கொண்டு சும்மா இருக்க மாட்டாயா? அரசாங்கக் காரியங்களில் நம்மைப் போன்றவர்கள் வாய் திறக்கலாமா? நாளைக்கே இந்த தக்காணத்துக்காரனும் நம் பாதுஷாவும் ஒன்றாகி விட மாட்டார்கள் என்பது என்ன நிச்சயம்?" என்று கேட்டான் வயதில் கொஞ்சம் மூத்தவனாக இருந்த காவலாளி.

நேரம் போய்க் கொண்டே இருந்தது. மூன்று மணி அளவில் ஹீராஜியும் வேலைக்காரனும் சத்தம் போடாமல் வெளியே வந்து, "ராஜா இன்னமும் உறங்கிக் கொண்டுதான் இருக்கிறார், தொந்தரவு செய்ய வேண்டாம் என்று சொன்னார்" என்று சொல்லி விட்டு வெளியே போய் மின்மினிப் பூச்சியைப் போல் மறைந்து போனார்கள்.

அதற்குப் பிறகுதான் காவலாளிகளுக்கு சந்தேகம் தட்டியது. வழக்கம் போல் ஷிவாவைச் சந்திக்க வரும் யாருமே அன்றைய தினம் வரவில்லை. வீட்டுக்குள்ளேயும் எந்த சத்தமும் இல்லை. போய்ப் பார்த்தால் மந்திரவாதி வேலையைக் காண்பித்து விட்டான்.

நடந்த விஷயங்கள் எல்லாவற்றையும் நான் பிறகு புலனாய்வு செய்துதான் கண்டு பிடித்தேனே ஒழிய அப்போதைக்கு ஆக்ரா நகர காவல்துறைத் தலைவன் ஃபுலாத் கானும் மற்றவர்களும் ஷிவா அவனுடைய மந்திர வித்தையினால்தான் தப்பினான் என்றே முடிவு செய்தார்கள். பிறகுதான் என் உத்தரவின் பேரில் புலன் விசாரணை நடந்தது. ஷிவாவின் பணியாளர்களர்களாக இருந்த பிராமணர்கள் ஃபுலாத் கான் செய்த கடும் சித்ரவதைகளுக்குப் பிறகு உண்மையைச் சொன்னார்கள்.

எல்லாம் ராம்சிங்கின் வேலை. ராம்சிங்குக்குத் தன் தந்தை ஜெய் சிங் ஷிவாவிடம் செய்த சத்தியத்தைக் காப்பாற்ற வேண்டிய கடமை.

கொஞ்ச நாள் ராம்சிங்கின் பதவியைப் பிடுங்கினேன். பிறகு ஜெய் சிங்கின் மரணத்துக்குப் பிறகு ராம்சிங்குக்கு மீண்டும் பழைய பதவியையே கொடுத்து அஸ்ஸாம் அனுப்பினேன். அங்கே அவன் மலைக் காய்ச்சல் கண்டு இறந்து போனான்.

மதுரா வந்து சேர்ந்த ஷிவா பைராகி சந்நியாசியாக மாறி தெற்கு நோக்கிய தன் பயணத்தைத் தொடர்ந்தான். அதன் பொருட்டு தன்னுடைய நீண்ட முடி, தாடி எல்லாவற்றையும் சிரைத்துக் கொண்டான். அவனுடைய வீரர்களும் சீடர்களாகத் தோற்றம் மாறினர்.

இங்கே இன்னொரு விஷயத்தையும் சொல்ல வேண்டும். வழியெல்லாம் ஷிவாவுக்குத் 'தங்கள் உயிர் போனாலும் பரவாயில்லை' என்று உதவி செய்ய ஆதரவாளர்கள் இருந்தார்கள். ஹிந்து மதத்தைக் காப்பாற்ற வேண்டும் என்று சொல்லியே அவர்கள் அதைச் செய்தார்கள்.

அரசாங்க ஒற்றர்களுக்குப் போக்குக் காட்டியபடியே காசி வரை போய்ச் சேர்ந்தான் ஷிவா.

அங்கே நடந்த ஒரு சம்பவத்தை என் ஒற்றர்கள் மூலம் தெரிந்து கொண்டேன்.

பொழுது புலர்ந்து கொண்டிருந்த மங்கலான ஒரு விடியலின் போது ஒரு பிராமணனின் கைகளைக் கெட்டியாகப் பற்றிய ஒருவன், ஒரு கொத்து நகையை அந்தக் கைகளில் வைத்து, "பிரித்துப் பார்க்காமல் உன் பையில் போட்டுக் கொண்டு எனக்கு மொட்டை அடித்து மந்திரங்களைச் சொல்" என்று சொல்லியிருக்கிறான். மந்திரங்களைச் சொல்லி முடிக்கும் வேளையில் பெரும் அரசுப் படை ஒன்று அங்கே வந்து ஷிவாஜி ஷிவாஜி என்று கத்திக் கொண்டே தேடியிருக்கிறது. திகைத்துப் போன பிராமணன் பார்த்துக் கொண்டிருக்கும்போதே சிட்டாய்ப் பறந்து மறைந்தானாம் ஷிவா!

கடைசியாக ராய் கட் வந்து தன் மாளிகை வாசலில் நின்றான் ஷிவா. அவனைப் பார்த்த சேவகன் ஜீஜா பாயிடம் போய் "வணக்கத்துக்குரிய மாதாஜி, தங்களைக் காண ஒரு பைராகி வந்திருக்கிறார்" என்றான்.

—

72

தன் காலில் விழுந்து வணங்கிய பைராகியைப் பார்த்து அதிர்ச்சியுற்று நின்றாள் மாதாஜி ஜீஜா பாய். 'என்ன இது, பைராகியின் காலில் நான் அல்லவா விழுந்து நமஸ்கரிக்க வேண்டும்? இது என்ன தலைகீழாய் இருக்கிறது? யார் இவர்?'

தான் அணிந்திருந்த தலைப்பாகையைக் கழற்றினான் ஷிவா. அப்போதுதான் வந்திருப்பது யார் என்று புரிந்தது ஜீஜா பாய்க்கு. தலைப்பாகையைக் கழற்றியதும் அவன் தலையிலிருந்த வடு அவன் யார் என்பதைக் காண்பித்துக் கொடுத்து விட்டது. இது நடந்தது 1666. டிசம்பர் இறுதி.

உண்மையில் ஷிவா செய்ததெல்லாம் சாகசக் கதைகளில் வருவதைப் போலத்தான் இருந்தது. ராய் கட் வந்து சேர்ந்ததும் மகன் ஸம்பா இறந்து விட்டதாக ஒரு புரளியைக் கிளப்பி விட்டான். அதற்கான சடங்குகளையும் செய்தான். பிறகு ஸம்பாவுக்கு பிராமணன் வேடம் அணிவித்து ராய் கட்டிலிருந்து கடத்திச் செல்வதற்கு ஏற்பாடு செய்தான். வழியில் சோதனைச் சாவடியில் இருந்த சில மொகலாய வீரர்களுக்கு அந்த பிராமண சிறுவன் மீது சந்தேகம் தட்டியது. பல்லக்கோடு கூடவே பயணம் செய்து கொண்டிருந்த பிராமணர்களுக்கு

அவர்கள் ஒரு சோதனை வைத்தார்கள். அந்தச் சிறுவன் உண்மையிலேயே பிராமணன் என்றால் அந்த பிராமணர்கள் அவனோடு சேர்ந்து போஜனம் செய்ய வேண்டும்.

பிராமணர்கள் உயிரே போனாலும் அபிராமணர்களோடு சேர்ந்து உண்ண மாட்டார்கள் என்பது உலகறிந்த விஷயம். ஆனால் அந்த பிராமணர்கள் அன்றைய தினம் ஸம்பாவுடன் சேர்ந்து போஜனம் பண்ணினார்கள். அதற்குப் பிறகும் மொகலாய வீரர்களால் அவர்களைத் தடுக்க முடியவில்லை.

இதற்கெல்லாம் காரணம், பிராமணர்கள் தங்கள் மதத்தைக் காப்பாற்றுவதற்காகத் தங்கள் உயிரையும் தருவதற்கு சித்தமாக இருந்தார்கள்.

ஷிவாவைத் தப்ப விட்டது என் திறமைக்கும் என் அரசுக்கும் ஏற்பட்ட அவமானம். மிகவும் வெளிப்படையாகவே என் அரசின் இறையாண்மைக்கு எதிராக சவால் விட்ட ஷிவாவை எங்கள் அதிகாரிகளால் மூன்று மாதத்துக்கு மேல் வீட்டுக் காவலில் வைத்திருக்க முடியவில்லை. அந்த அவமானத்தின் வாதையை நான் இறக்கும் தருணம் வரை அனுபவித்துக் கொண்டே இருந்தேன்.

இதற்கிடையில் ஜெய் சிங்கின் தலைமையிலான தக்காணப் படையெடுப்பு தோல்வியில் முடிந்தது. ஆக்ராவில் ஜெய் சிங்கின் புதல்வன் ராம் சிங்தான் ஷிவா தப்பிச் சென்றதற்குக் காரணமாக இருந்தான் என்ற சந்தேகம் விழுந்து விட்டது.

ஆனால் ஜெய் சிங் அறம் பிறழாதவர். ஷிவாவின் உயிருக்குத் தான் ஜவாப்தாரி என்று கடவுள்களின் மீது சத்தியம் செய்திருந்தார். அந்த சத்தியத்தை மதிக்காமல் ஷிவா தப்பி விட்டான். அதன் காரணமாக, ஜெய் சிங் அந்த சத்தியப் பிரமாணத்திலிருந்து விடுவிக்கப்பட்டார். அவர் என் பிரதம மந்திரிக்குக் கடிதம் எழுதினார்.

“ஷிவா தப்பிச் சென்றதற்கான தார்மீகப் பொறுப்பை நான் ஏற்கிறேன். நான் சொன்னதால்தான் பேரரசர் அவன் உயிருக்கு

ஹானி விளைவிக்காமல் வீட்டுக் காவலில் வைத்திருந்தார். ஆனால் அவனோ எனக்கும் பேரரசருக்கும் துரோகம் செய்து விட்டான். ஆகவே, அவனை உயிருடனோ உயிரில்லாமலோ பேரரசரின் முன்னால் கொண்டு வந்து நிறுத்துவதே இனி என் வாழ்நாள் கடமை. ஆனால் அந்த வனப்புலியைப் பிடிப்பது அவ்வளவு எளிதான காரியம் அல்ல. அதனால் என் மகனை அவனுடைய மகளுக்கு மணமுடித்துக் கொடுக்கலாம் என்று அவனிடம் பெண் கேட்கப் போகிறேன். நிச்சயம் ஒத்துக் கொள்வான். ஏனென்றால், எங்கள் சாதிக்கும் அவன் சாதிக்கும் ஏணி வைத்தால் கூட எட்டாது. அவர்கள் சாப்பிடும் பந்தியிலே கூட நாங்கள் அமர மாட்டோம். ஆனாலும் பேரரசருக்கு இந்த அடிமையால் ஏற்பட்ட சிரமத்துக்கு நான் என் உயிரைக் கொடுத்தாவது பிராயச்சித்தம் தேட வேண்டும். உயிரை விட மானம் பெரிது. நான் என் மானத்தையே பலி கொடுத்து அவனைப் பிடித்து விடுகிறேன். இதற்குத் தங்களின் ஒப்புதல் தேவை. கடிதம் மிக அவசரம்."

கடிதத்தைக் கொண்டு வந்து என்னிடம் காண்பித்தார் ஜாஃபர் கான்.

கடிதத்தை நான் தணிக்கை செய்து தங்களிடம் சொல்கிறேன். இன்றைய நிலையில் அக்கடிதத்தை அதில் உள்ளபடியே சொன்னால் என் கதையைச் சொல்வதே தடைபட்டுப் போகும். அந்த அளவுக்கு அக்கடிதத்தில் ஷிவாவின் மீதான தூஷணை வார்த்தைகள் நிறைந்திருந்தன. ஷிவாவின் சாதியின் மீதும்.

எனக்கு அப்போதே அந்தக் கடிதம் ஒருவித ஒவ்வாமையையும் அசூயை உணர்வையும் ஏற்படுத்தியது. 'நீ ஆரம்ப கட்டத்திலேயே அவனுடைய உயிருக்கு உத்தரவாதம் கொடுத்திருக்கக் கூடாது. அது என்னுடைய முடிவுகளில் தலையிடுவதாகவே கருதப்படும்.' ஜெய் சிங் அவருடைய கடவுள்களின் மீது சத்தியம் செய்திருந்ததால் மட்டுமே ஷிவாவை நான் உயிரோடு விட்டு வைத்தேன். ஆனால் என் அதிகாரிகளும் வீரர்களும் இந்த அளவுக்கு மூடர்களாக இருப்பார்கள் என்று நான் எதிர்பார்க்கவில்லை.

தனக்காகக் கடவுள்களையெல்லாம் அழைத்து சத்தியம் செய்த ஜெய் சிங்குக்கு துரோகம் செய்தான் ஷிவா. ஆனால் இப்போது ஜெய் சிங் ஷிவாவை விடக் கீழே இறங்கத் தயாராக இருக்கிறார். பேரரசருக்காகத் தன் குடும்ப கௌரவத்தையும் சாதீயக் கடமைகளையும் விட்டுக் கொடுக்கப் போகிறார். எத்தகைய அவலம் இது! ஒரு உண்மையான முஸ்லிமாகிய எனக்கு சாதிகளில் நம்பிக்கை இல்லை. ஆனால் ஒரு உண்மையான ஹிந்து என்று சொல்லிக் கொள்கின்ற நீ, சாதிப் பெருமை பாராட்டுகின்ற நீ, ஒரு பேரரசனுக்காக – உன் அடிமைத்தனத்துக்கு நிரூபணம் கொடுப்பதற்காக – உன் தர்மத்துக்கும் குலப்பெருமைக்கும் துரோகம் செய்யத் தயாராகிறாய். இதற்கும் ஒரு வைன் போத்தலுக்காக தேசத்தையே காட்டிக் கொடுக்கத் துணிகின்ற என் அதிகாரிகளுக்கும் என்ன வித்தியாசம்?

இதுதான், மதிப்புக்குரிய காத்திப் அவர்களே, ஃபிரங்கிகளுக்கும் ஹிந்துஸ்தானிகளுக்கும் உள்ள வேறுபாடு. இன்றளவும் அது தொடர்வதுதான் வெட்கக் கேடு. ஃபிரங்கிகள் காசு பணம் என்று அலையலாம். ஆனால் இது போன்ற துரோக காரியத்தில் ஒருபோதும் ஈடுபட மாட்டார்கள். அதை நான் அனுபவரீதியாக உணர்ந்திருக்கிறேன்.

சரி, எதார்த்தமாக யோசிப்போம் என்று நிலைமையை அனுமானித்தேன். ஜெய் சிங்குக்கு வயதாகி விட்டது. இனிமேல் அவரால் தேசத்துக்குப் பணி செய்ய இயலாது. அவருடைய தக்காண நடவடிக்கைகளும் தோல்வியில் முடிந்தன. 1667இல் அவரை ஓய்வெடுத்துக் கொள்ளச் சொல்லி விட்டு முஅஸ்ஸமை தக்காணத்தின் நவாபாக அனுப்பினேன். ஆனால் முஅஸ்ஸம் என் பேரைக் கெடுக்க வந்தவன். அவனுக்கு பொழுதுபோக்குகளில்தான் கவனமே ஒழிய ஷிவாவைப் பிடிப்பதில் அவன் அக்கறையே காண்பிக்கவில்லை.

அதற்குப் பிறகு என்னால் ஷிவா பற்றி யோசிக்கவே முடியவில்லை. பஞ்சாப் வழியாக வர முயன்ற பாரசீகர்களின் படையெடுப்பு, ஆஃப்கனிஸ்தானின் யூசுஃப்ஸாய்

இனக்குழுவினரின் போராட்டம் போன்றவற்றை நான் சமாளிக்க வேண்டியதாயிற்று.

வீட்டுச் சிறையிலிருந்து தப்பிச் சென்ற பிறகு ஷிவா எனக்கு ஒரு கடிதம் எழுதினான். மன்னிப்புக் கடிதம். "நானூறு குதிரை வீரர்களை என் மகன் தலைமையில் அனுப்புகிறேன். தாங்கள் அப்படையைத் தங்களின் அரசுப் படைக்கு உதவியாக வைத்துக் கொள்ளலாம்."

நான் ஒன்றும் பதில் எழுதவில்லை. எனக்கு உன்னுடைய நானூறு குதிரைகளும் வேண்டாம். உன்னுடைய தில்லுமுல்லுகளும் வேண்டாம்.

அதற்குப் பிறகு ஜஸ்வந்த் சிங் மூலம் ஒரு கடிதம் அனுப்பினான். அந்தக் கடிதத்தை வாக்கியம் மாறாமல் இங்கே தருகிறேன். தயவுசெய்து தாங்கள் இதை இப்போதைய ஷிவா ஆதரவாளர்களிடமும் ஹிந்துத்துவர்களிடமும் காண்பித்தால் நலம்.

அந்தக் கடிதம்:

"பேரரசர் என்னைக் கை விட்டு விட்டார். என் உயிருக்கு அஞ்சியே நான் ஆக்ராவிலிருந்து ஓடி வந்தேன். யாராலும் நான் சொல்வதை நம்ப முடியாது. உயிர்ப் பயத்தோடு சிறையில் இருப்பவனுக்குத்தான் நான் சொல்வதன் அர்த்தம் புரியும். எனக்கு சரியான வாய்ப்பு அளிக்கப்பட்டிருந்தால் நான் காந்தஹார் வரை போய் அந்நகரை மீட்டிருப்பேன். என் ஆதரவாளராக இருந்த ராஜா ஜெய்சிங்கும் இப்போது இறந்து விட்ட நிலையில் யார் மூலம் நான் பேரரசரை அணுக முடியும்? அதனால்தான் தங்களுக்கு இதை எழுதுகிறேன். தயவுசெய்து என்னை மன்னித்து ஏற்றுக் கொள்ளும்படி பேரரசரிடம் சொல்லுங்கள். எனக்கு செய்தி கிடைத்தவுடன் என் மகன் ஸம்பாவைத் தங்களிடம் அனுப்பி வைக்கிறேன். நானும் மன்ஸப்தாராக மொகலாய அரசின் தளபதிகளில் ஒருவனாகப் பணி செய்கிறேன்."

மார்ச் 1668இல் அந்தக் கடிதம் எனக்குக் கிடைத்தது. நான் அவனுடைய வேண்டுகோளை ஏற்றுக் கொண்டேன்.

அதற்குப் பிறகான இரண்டு ஆண்டுகள் - 1668, 1669 - ஷிவா தன் வாக்கைக் காப்பாற்றினான். எங்கள் மக்களையோ படைகளையோ எந்த விதத்திலும் சீண்டாமல் அமைதியாக இருந்தான்.

தான் சொன்னதுபோல் மகன் ஸம்பாவையும் ஆயிரம் குதிரை வீரர்களோடு ஔரங்காபாத் அனுப்பினான்.

மேல் பார்வைக்கு எல்லாம் நல்லபடியாகத் தெரிந்தாலும் உள்ளுக்குள் இருக்கும் அழுத்தத்தையும் சுழற்சியையும் யார் அறிவார்? அவன் தன்னை வலுப்படுத்திக் கொண்டிருந்தான் என்று எனக்குத் தோன்றியது. ஒரே சமயத்தில் பீஜாப்பூர், கோல்கொண்டா மற்றும் மொகலாயப் படைகள் மூன்றையும் எதிர்ப்பது தற்கொலைக்குச் சமம் என்று தெரியாத அளவுக்கு அவன் சிறுபிள்ளை அல்லவே?

இதற்கிடையில் அரசின் நிதி நிலைமை மிகவும் மோசமாகப் போய்க் கொண்டிருந்தது. ஷிவாவின் இரண்டு வருட அமைதி, அடுத்த தாக்குதலுக்கான தயாரிப்பும் திட்டமிடலும் என்பது ஒற்றர்களின் மூலம் தெரிய வந்தது. ப்ரதாப் ராவ், நிராஜி பந்த் இருவரையும் கைது செய்ய நான் முஅஸ்ஸத்துக்கு உத்தரவிட்டேன். இருவரும்தான் மராட்டியர்களுக்கும் எங்களுக்குமான ஏஜண்ட். ஆனால் முஅஸ்ஸம் என்ன செய்தான்? என்னுடைய உத்தரவு பற்றித் தனது அரண்மனை ஒற்றன் மூலம் தெரிந்து கொண்டு இருவரிடமும் சொல்லி விட்டான். என் உத்தரவு கிடைப்பதற்குள்ளாகவே இருவரும் தப்பி விட்டார்கள்.

1670இல் ஒரு சில மாதங்களிலேயே ஷிவா தான் முன்பு எங்களிடம் இழந்த இருபத்தேழு கோட்டைகளை மீட்டெடுத்து விட்டான். இந்த முறை அவனுடைய தாக்குதல் முன்பை விட மூர்க்கமாக இருந்தது. என்னுடைய ஆளுகையில் இருந்த கிராமங்களும் ஊர்களும் பற்றி எரிந்தன.

இருபத்தேழு கோட்டைகளில் கொந்தனா கோட்டையை அவன் கைப்பற்றிய விதம் இன்னொரு சாகசக் கதை. இத்தனைக்கும் கொந்தனாவுக்கு அவன் நேரில் வரவில்லை. தானாஜி என்ற அவனுடைய தளபதிதான் முந்நூறு வீரர்களோடு வந்தான்.

நள்ளிரவு. தானாஜியும் அவன் வீரர்களும் செங்குத்தான கொந்தனா கோட்டையின் மீது கயிற்றைக் கட்டி ஏறி உள்ளே நுழைந்து விட்டார்கள். என் படையைச் சேர்ந்த ராஜபுத்திர வீரர்கள் நன்றாக அபீனை அடித்து விட்டு உறங்கிக் கொண்டிருந்தார்கள். ஆனாலும் சத்தம் கேட்டு எழுந்ததும் உக்கிரமாகவே சண்டையிட்டார்கள். கோட்டைத் தளபதியும் உள்ளே நுழைந்த தானாஜியும் நேருக்கு நேராகப் போரிட்டு இரண்டு பேருமே கொல்லப்பட்டார்கள்.

ஆனாலும் ஷிவாவின் மராட்டியப் படையிடம் ராஜபுத்திரர்கள் தோற்று விட்டார்கள். அந்தச் சண்டையை நேரில் கண்ட சிலரிடம் நான் ஒவ்வொரு விவரத்தையும் நுணுக்கமாகக் கேட்டறிந்தேன். என்னுடைய வீரர்களும் ஹிந்துக்கள்தான் என்றாலும், மராட்டிய வீரர்களின் ஹர ஹர மஹாதேவ் என்ற கூச்சலைக் கேட்டதுமே மரண அச்சம் ஏற்பட்டு விட்டதாம். இரவு வேளையில் பேய் பிசாசுகள் வந்து விட்டதைப் போல் இருந்தது என்றான் என்னிடம் சண்டையை விவரித்தவன். இப்போதெல்லாம் குத்துச் சண்டையில் நாக் அவ்ட் என்கிறார்கள் இல்லையா, அதேபோல் எதிர்பாராத வேளையில் போய் ஒரே அடியாய் அடித்து வீழ்த்துவது ஷிவாவின் போர் முறை.

அன்றைய இரவில் ஆயிரத்து இருநூறு ராஜபுத்திர வீரர்கள் துண்டு துண்டாக வெட்டிச் சாய்க்கப்பட்டார்கள். இத்தனைக்கும் வந்தவர்களின் எண்ணிக்கை முந்நூறு.

தானாஜியின் இழப்பு குறித்து மிகவும் வருந்திய ஷிவா அந்தக் கோட்டைக்கு தானாஜியின் ஞாபகார்த்தமாக சிங் கட் என்று பெயரிட்டான். சிங்கத்தின் வீடு.

தக்காணத்தில் என் படைகளால் எதுவுமே செய்ய முடியாமல் போனதற்கு இன்னொரு காரணம், உட்பூசல். முஅஸ்ஸத்துக்கு திலீர் கானை ஆகாது. இளவரசனால் தான் கொல்லப்படுவோம் என்ற பயம் திலீர் கானுக்கு. அந்த பயத்தின் காரணமாகவே திலீர் கானால் முஅஸ்ஸத்தைச் சந்திக்க இயலாமல் போனது. தான் சந்திக்கச் சொல்லியும் சந்திக்காததால் முஅஸ்ஸம் இன்னும் கோபமானான்.

ஆனால் திலீர் கான் முஅஸ்ஸம் பற்றிக் கூறிய புகார்கள் அனைத்தும் உண்மையானவைதான் என்பதை நான் ஒற்றர்கள் மூலம் அறிந்து கொண்டேன். முஅஸ்ஸம் எப்போதும் வேட்டையிலும் ஸ்த்ரீகளோடும் மதுவிலும் கழிக்கிறான் என்பதில் கொஞ்சமும் கற்பனை இல்லை. அதை விட பயங்கரமான குற்றச்சாட்டு, ஷிவாவுடன் சேர்ந்து கொண்டு என்னைக் கொன்று விட்டு மயிலாசனத்தில் அமரப் பார்க்கிறான் என்பது.

—

73

இத்தனைக்கும் இடையில் என் கதையில் வரும் உப பாத்திரங்களின் கதைகளும் நம்மை அபத்தத்தின் ஆழத்துக்கு இட்டுச் செல்லக் கூடியவை. அதில் முக்கியமானவன் திலீர் கான். ஏற்கனவே திலீர் கான் பற்றிக் குறிப்பிட்டிருக்கிறேன். புரந்தர் கோட்டையில் மாவீரனென அறியப்பட்ட முரார் பாஜியைக் கொன்றவன். திலீர் கானுக்கும் முஅஸ்ஸமுக்கும் ஒத்து வரவில்லை என்பதையும் சொன்னேன். ஆளாளுக்கு மாற்றி மாற்றிக் குற்றம் சாட்டிக் கொண்டிருந்தார்கள். விவரத்தை அறிந்து வர இஃப்திகார் கானை அனுப்பினேன். இஃப்திகாரின் சகோதரன் திலீர் கானின் ஆள். திலீர் கானுக்கு செய்தி முன்கூட்டியே போய் விட்டது. இஃப்திகாரும் சளைக்கவில்லை. பூனைக்கும் நண்பன், எலிக்கும் நண்பனாக இருந்து முஅஸ்ஸம், திலீர் கான் இருவருக்கும் இடையில் பகடையாடிக் கொண்டிருந்தான்.

இஃப்திகார் பற்றிக் கேள்விப்பட்டதும் நான் திலீர் கானை ஆக்ராவுக்கு அழைத்து வரச் சொல்லி முஅஸ்ஸமுக்கு உத்தரவு அனுப்பினேன். அதற்கு மேல் முஅஸ்ஸமைக் கையில் பிடிக்க முடியுமா? ஏதோ எதிரியைத் துரத்துவது போல் திலீர் கானைத்

துரத்த ஆரம்பித்தான். அதுவும் ஷிவாவின் படையோடு கூட்டு சேர்ந்து கொண்டு!

திலீரை அதுவரை இல்லாத அச்சம் பீடித்துக் கொண்டது. கடும் மழைக்காலம். ஆகஸ்ட் 1670. ஆக்ராவை நோக்கித் தன் படைகளை அழைத்துக் கொண்டு பேய் வேகத்தில் பறந்தான். மாட்டினால் முஅஸ்ஸம் தீர்த்துக் கட்டி விடுவான் என்று அவனுக்கு நன்றாகவே புரிந்தது. இரவு பகல் பாராமல் கண் துஞ்சாமல் குதிரைகளில் சென்று கொண்டேயிருந்தது அவன் படை.

நர்மதாவில் வெள்ளம் பெருக்கெடுத்து ஓடியது. அத்தனை வெள்ளத்தில் இறங்க வேண்டாம் என்று தடுத்தார்கள் தளபதிகள். திலீர் கான் அவர்கள் பேச்சைக் கேட்கவில்லை. நதியில் இறங்கினால் உயிர் பிழைக்க ஐம்பது விழுக்காடு வாய்ப்பு இருக்கிறது. இறங்காமல் இளவரசனிடம் மாட்டினால் நூறு விழுக்காடு மரணம்.

ஐம்பதைத் தேர்ந்தெடுத்தான் திலீர். நூற்றுக்கணக்கான குதிரைகளும் வீரர்களும் வெள்ளத்தில் அடித்துச் செல்லப்பட்டார்கள். மற்ற சமயமாக இருந்தால் கூட இத்தனை உயிரிழப்பு நேர்ந்திருக்காது. குதிரைகளும் வீரர்களும் ஒரு சிறிதும் ஓய்வின்றி ஓடி வந்ததால் சொல்ல முடியாத அளவுக்குக் களைத்துப் போயிருந்தார்கள்.

உஜ்ஜையின் வந்துதான் திலீருக்கும் வீரர்களுக்கும் ஓய்வு கிடைத்தது.

ஃபிரங்கிகள் இதை உள்நாட்டுப் போர் என்றே வர்ணித்து எழுதினார்கள். மூன்று பேரின் மனநிலைகளே அந்தச் சூழ்நிலைக்குக் காரணம். முஅஸ்ஸமின் முட்டாள்தனம், திலீர் கானின் அச்சம், பிள்ளைகள் மீதான என் பாசப் பிணைப்பு.

முஅஸ்ஸம் தப்தி நதிக்கரை வந்து சேர்ந்தான். அவனை மேலும் செல்ல விடாமல் காந்தேஷின் சுபேதாராக இருந்த தாவூத் கான் தடுத்து விட்டான். உடனே தாவூதின் படைகளோடு

போரிட ஆயத்தமானான் முஅஸ்ஸம். இனியும் பொறுத்தால் பெரும் விபரீதமாகி விடும் என்று எண்ணிய நான் முஅஸ்ஸமை திரும்பி அவனுடைய இடத்துக்குப் போகச் சொல்லி உத்தரவு அனுப்பினேன்.

இத்தனையும் நடந்து கொண்டிருந்த போது குஜராத்தின் வஸீராக இருந்த பஹதூர் கான் திலீர் கானைத் தன்னுடைய பொறுப்பில் எடுத்துக் கொண்டு, திலீர் பற்றி எனக்கு நல்ல வார்த்தைகளை எழுதினார். அதே சமயம் என் மனைவி நவாப் பாயை முஅஸ்ஸம்மின் தாயை முஅஸ்ஸமிடம் அனுப்பி வைத்தேன். அவனை நல்வழிக்குக் கொண்டு வருவது அவள் பொறுப்பு.

அப்போதுதான் எனக்குத் தெரிய வந்தது இஃப்திகார் கானின் கோல்மால் வேலைகள். இஃப்திகார் கானையும் அவன் சகோதரன் முஃப்தாகர் கானையும் வேலையிலிருந்து சில காலம் விலக்கி வைத்து உத்தரவிட்டேன்.

ஷிவா சூரத்தைத் தாக்கலாம் என்பதை ஒற்றர்கள் மூலம் அறிந்து பஹதூர் கானை ஐயாயிரம் குதிரை வீரர்களோடு சூரத்துக்கு அனுப்பினேன். 1670 ஏப்ரல். ஆனால் கழுதை தேய்ந்து கட்டெறும்பான கதையாக செப்டம்பரில் ஷிவா சூரத்தைத் தாக்கிய போது பஹதூர் கான் வசம் முந்நூறு குதிரைகளே இருந்தன. ஆனால் ஆங்கில ஃபிரங்கிகள் புத்திசாலிகள். ஷிவாவின் முதல் தாக்குதல் சூரத்தாகத்தான் இருக்கும் என்பதை யூகித்து தங்களிடம் ஒரு பொருள் இல்லாமல் எல்லாவற்றையும் காலியாக்கி வைத்திருந்திருக்கிறார்கள்.

ஷிவா வந்து பார்த்த போது அக்டோபர் - ஃபிரங்கிகளிடம் ஒன்றுமே இல்லை. ஆனால் மொகலாய கஜானா எந்தப் பாதுகாப்பும் இன்றி திறந்து கிடந்தது. காலாட்படை, குதிரைப் படை இரண்டும் சேர்த்து பதினைந்தாயிரம் வீரர்களோடு வந்தான் ஷிவா. என் தளபதிகள் அத்தனை பேரும் வழக்கம் போல் கோட்டைக்குள் சென்று ஒளிந்து கொண்டார்கள். ஃபிரங்கிகளின் அலுவலகங்களுக்கு ஷிவாவின் படை சென்ற

போது அவர்கள் பீரங்கிகளால் தாக்கவே மராட்டிய வீரர்கள் பலர் கொல்லப்பட்டார்கள். அதோடு ஷிவாவின் படை ஃபிரங்கியரின் பக்கமே செல்லவில்லை.

சென்ற முறை (1664) நடந்தது போலவே சூரத் நகரம் ஷிவாவின் படையால் சூறையாடப்பட்டது. சென்ற முறை நடந்தது போலவே, கொள்ளையடித்த பிறகு நகரைத் தீ வைத்துக் கொளுத்தினான் ஷிவா. முக்கால்வாசி நகரம் தீயில் கருகியது. டச்சு, போர்த்துகீஸ் பகுதிகளில் மட்டும் கை வைக்கவில்லை. நீங்கள் எங்களைத் தாக்காமல் இருந்தால் நாங்களும் உங்கள் பக்கம் வர மாட்டோம் என்று அவர்களுக்கு செய்தி அனுப்பினான் ஷிவா.

ஆனால் ஃபிரங்கிகளால் குறிப்பாக, ஆங்கிலேயரால் - தங்கள் படைக்கு ஏற்பட்ட உயிர் நஷ்டத்துக்குப் பழி வாங்குவதற்காக அவர்களின் பகுதிக்குச் சென்றது ஷிவாவின் படை. ஷிவாவின் தளபதிகள் மீண்டும் ஒரு தாக்குதல் வேண்டாம் என்றார்கள். தாக்கினால் மறுபடியும் எக்கச்சக்கமாக நமக்குத்தான் உயிரிழப்பு என்று அவர்கள் சொன்னதை ஒப்புக் கொண்டான் ஷிவா. ஆங்கிலேயரும் அவனிடம் பேச்சு வார்த்தை நடத்தினார்கள். உங்களுக்கு நான் நண்பன்தான், கவலை வேண்டாம் என்று சொல்லியனுப்பினான்.

அக்டோபர் 2ஆம் தேதி சூரத்தில் நுழைந்தவன் 5ஆம் தேதி சடாரென்று சூரத்தை விட்டு நீங்கினான். இத்தனைக்கும் எங்கள் படை அங்கே செல்வதற்கான அறிகுறி கூட ஏதுமில்லை. ஆனாலும் கொள்ளையடித்தது போதும் என்று அவன் நினைத்திருக்கலாம்.

போகும்போது சூரத்தின் வணிகர்களுக்கு அவன் ஒரு செய்தியை விட்டுப் போனான். "மொகலாயர்களை நம்பாதீர்கள். நான்தான் உங்களுடைய உண்மையான ராஜா. அதனால் வருடா வருடம் பன்னிரண்டு லட்சம் ரூபாயை உங்களுக்குள் வசூலித்து என்னிடம் கட்டி விடுங்கள். நான் உங்கள் பக்கமே வர மாட்டேன். கட்டவில்லையானால் அடுத்த ஆண்டு இதே

மாதம் வந்து ஊரில் மிச்சமிருக்கும் பகுதியையும் எரித்துப் போடுவேன்.”

ஷிவா ஊரை விட்டுச் சென்ற செய்தி கிடைத்ததுதான் தாமதம், ஊரிலிருந்து வெளியேறி அருகிலிருந்த வனங்களில் ஒளிந்து கொண்டிருந்த ஏழைபாழைகள் யாவரும் ஊருக்குள் நுழைந்து ஒவ்வொரு வீட்டிலும் மிச்சமிருக்கும் பொருட்களைக் கொள்ளையடித்தார்கள். எந்த வீட்டிலும் எந்த ஒரு பொருளையும் அவர்கள் மிச்சம் வைக்கவில்லை. இந்தக் கொள்ளையில் ஆங்கிலேய மாலுமிகளும் கலந்து கொண்டார்கள்.

சூரத் நகரின் வணிகர்கள் அத்தனை பேரும் அந்த மூன்று தினங்களும் தப்தி நதியைக் கடந்து சென்று எதிர்க்கரையில் இருந்த கிராமங்களில் தங்கியிருந்தார்கள். மறுநாள் அந்த வணிகர்களைப் பிடிக்கக் கிளம்பிய ஷிவாவின் படைகளால் தப்தியைக் கடக்க முடியவில்லை. முதல் நாள் அமைதியாக இருந்த நதி ஷிவாவின் கூட்டம் சென்ற போது பெருஞ்சீற்றத்துடன் பாய்ந்து கொண்டிருந்தது.

ஷிவாவின் படைகளுக்குப் பயந்த ஆங்கிலேய ஃபிரங்கிகள் தங்கள் பொருட்களையெல்லாம் பெட்டிகளில் போட்டு கப்பல்களில் ஏற்றி வைத்து, அங்கே பீரங்கிகளையும் பொருத்தி இருந்தார்கள்.

இதையெல்லாம் பார்த்த வணிகர் பலர் சூரத்திலிருந்து கிளம்பி ஆங்கிலேயரின் வசம் இருக்கும் பம்பாய்க்கே போய் விடலாம் என்று அறிவிக்கும் அளவுக்கு இருந்தது ஃபிரங்கிகளின் நிலையும் எங்கள் படைகளின் வீரமும்.

செத்து சுண்ணாம்பு ஆன பிறகு இப்போது நான் உண்மையை ஒப்புக் கொள்வதில் என்ன வெட்கம்? அப்படித்தான் இருந்தது ஹிந்துஸ்தானின் நிலை. இப்போதுமே அதுதான் நிலைமை என்று நினைக்கிறேன். இப்போதைய பத்திரிகைகளை வாசித்துப் பார்த்தால் என் ஆட்சியை விடவும் ஹிந்துஸ்தான் மோசமான நிலையில் இருப்பது போல்தான் தெரிகிறது. உதாரணத்துக்கு

சீனாவையும் ஹிந்துஸ்தானையும் ஒப்பிட்டாலே உண்மை தெரிந்து விடும். கேட்டால் அங்கே உள்ள சர்வாதிகாரத்தினால்தான் அது சாத்தியமானது என்பார்கள். ஏன், மேற்கு ஐரோப்பிய நாடுகளில் என்ன சர்வாதிகாரமா நடக்கிறது? அங்கே ஒவ்வொரு வீட்டிலும் கஞ்சாச் செடியெல்லாம் வளர்க்கிறான். அங்கே இப்படியா இருக்கிறது நிலைமை? எங்கள் காலத்திலிருந்தே ஹிந்துஸ்தானிகளுக்குத் தங்கள் சமூகத்தையும் தேசத்தையும் ஒழுங்கான முறைமைக்குள் வைத்துக் கொள்ளத் தெரியவில்லை. பல நூற்றாண்டுகளாக இங்கே அறம் வீழ்ந்து விட்டது.

ஹிந்துஸ்தானில் யாருக்குமே தேசத்தைப் பற்றிக் கவலை இல்லை. தங்கள் சுயநலமே அவர்களுக்குப் பெரிதாக இருந்தது. தேசத்தைப் பற்றிக் கவலைப்பட்ட என்னைப் போன்றவர்களை மக்கள் விரோதி என்று முத்திரை குத்தி விட்டார்கள். நான் தக்காணத்தின் நவாபாக இருந்தபோது என் தந்தைக்கு எழுதிய கடிதங்கள் அனைத்தையும் பாருங்கள். தக்காணத்தின் அழிவை அதில் நான் எழுதிக் கொண்டே இருந்தேன். ஏனென்றால், தந்தையின் காலத்திலிருந்தே படை வீரர்களும் தளபதிகளும் தக்காணத்தில் போர் நீடித்துக் கொண்டே இருக்க வேண்டும் என்று விரும்பினார்கள். போர் முடிந்து விட்டால் பேரரசர் படைகளையெல்லாம் கலைத்து விடுவார், பிறகு நாம் பிச்சைதான் எடுக்க வேண்டும் என்று வெளிப்படையாகவே பேசினார்கள்.

ஷாயிஸ்தா கானிடம் நாம்தார் கான் கேட்கிறார், ஷிவாவை ஒரேயடியாக முடித்து விடலாம் என்று. அதற்கு ஷாயிஸ்தா கானின் பதில் என்ன தெரியுமா? அப்படி ஒரே போடு போட்டு போரை முடித்து விட்டால் நம் எல்லோரையும் காந்தஹார் அனுப்பி விடுவார்கள். காந்தஹாரையும் வெற்றி கொண்டு விட்டால் படையைக் கலைத்து விடுவார்கள்.

இப்படிச் சொன்ன கிழவனின் சயன அறைக்குள் நுழைந்த ஷிவா அவனை அன்றைய இரவே போட்டுத் தள்ளாமல் விட்டானே என்று குரூரமாக நினைக்கத் தோன்றுகிறது.

என்னதான் நான் பேரரசனாக இருந்தாலும் என் ஒருத்தனின் முடிவா எல்லாவற்றையும் மாற்றியது? நான்தானா சூத்திரதாரி? நான் விலாவாரியாக ஒவ்வொரு சம்பவத்தையும் தங்களிடம் விவரித்தேன். எதிலாவது என்னுடைய திட்டம் என்று ஏதாவது இருந்ததா? ஷிவாவை சிறை வைத்தால் மூன்றே மாதத்தில் அவன் தப்பி ஓடுகிறான். திலீர் கானுக்கும் முஅஸ்ஸமுக்கும் என்ன பிரச்சினை, பார்த்து தீர்த்து வைத்து விட்டு வா என்று இஃப்திகாரை அனுப்பினால் என் அரண்மனையில் பணி புரியும் அவன் சகோதரன் இஃப்திகார் அங்கே போவதற்கு முன்னாலேயே திலீர் கானுக்கு செய்தி அனுப்பி விடுகிறான். ஷிவாவைப் பிடித்து வா அல்லது தீர்த்துக் கட்டு என்று முஅஸ்ஸமிடம் சொன்னால் அவன் ஷிவாவுடனேயே சேர்ந்து கொண்டு என் தளபதி மீதே படையெடுக்கிறான். அது பெரும் உள்நாட்டுப் போராக மாறுகிறது.

எது என்னுடைய திட்டத்தில் நடந்தது? ஹிட்லர் தொண்ணூறு லட்சம் பேரைக் கொன்றான் என்றால் ஒரு ஆளா கொன்றான்? ஜெர்மன் தேசமே அல்லவா கொன்றது? அப்படித்தான் இங்கேயும் நடந்தது.

ஏன் பல பத்தாண்டுகளாக பீஜாப்பூருடனும் கோல்கொண்டாவுடனும் யுத்தம் நடந்து கொண்டே இருந்தது? என்னுடைய எல்லா தளபதிகளும் பீஜாப்பூர் தளபதிகளோடு கள்ளக் கூட்டு வைத்துக் கொண்டிருந்தார்கள். இந்தக் கள்ளக் கூட்டில் முஅஸ்ஸமின் கையும் இருந்தது. அவன்தான் தலைமையே.

அதேபோல் என் தளபதிகள் கோல்கொண்டா சுல்தான் அபுல் ஹஸனோடும் கள்ளக் கூட்டு வைத்திருந்தார்கள். முஅஸ்ஸம் இப்ரஹீம் கானுக்கு எழுதிய ஒரு ரகசியக் கடிதம் என் ஒற்றன் கைக்கு சிக்கியது. இப்ரஹீம் கான்தான் கோல்கொண்டா படையின் தளபதி. அந்தக் கடிதத்தில் என் புதல்வன் எழுதியிருக்கிறான்: கோல்கொண்டா சுல்தானோடு நான் ரகசிய நட்பு வைத்திருப்பது பேரரசருக்குத் தெரிந்து விட்டது.

அதுதான் கடிதத்தின் சாரம். அதை வைத்தே முஅஸ்ஸமைக் கைது செய்தேன். அது மட்டும் காரணம் அல்ல. அவனுக்கு ஸம்பாவுடனும் தொடர்பு இருந்ததற்கான ஆதாரங்கள் கிடைத்தன.

1681இல் ஸம்பா புர்ஹான்பூரைக் கொள்ளையடித்தபோது பஹதூர் கான் ஸம்பாவிடம் லஞ்சம் வாங்கிக் கொண்டு தன் படையை எதிர்த் திசையில் நடத்திக் கொண்டு போனான். ஸம்பா தன் கொள்ளைப் பொருட்களோடு எந்த எதிர்ப்பும் இல்லாமல் தன் ஊருக்குப் போய்ச் சேர்ந்தான்.

இம்மாதிரி தேசத் துரோகக் குற்றங்களுக்கெல்லாம் எல்லோரையும் யானைக் காலில்தான் இடற வேண்டும். அப்படி இடறினால் என் சாம்ராஜ்ஜியத்தில் ஆட்சி பரிபாலனம் செய்வதற்கு என்னைத் தவிர வேறு யாரும் இருக்க மாட்டார்கள். அதனால் பஹதூர் கானை நான் வெறுமனே தக்காணத்திலிருந்து ஆக்ராவுக்கு இட மாற்றம் மட்டுமே செய்ய முடிந்தது.

பஹதூர் கானுக்கு முன்னால் இருந்த மஹபத் கானின் கதையும் இதேதான். நான் ஜாஃபர் கானிடமும் மஹபத் கானிடமும் ஷிவாவை முடித்தால்தான் நாம் நிம்மதியாக இருக்க முடியும் என்று சொன்னேன். அதற்கு மஹபத் கான் சொல்கிறான், அதெல்லாம் தேவையில்லை பாதுஷா, நம் காஸி மூலம் ஒரு ஃபத்வா கொடுத்து விடலாம் என்று. 1671இல் எனக்கு செய்தி கிடைத்தது, ஷிவாவும் மஹபத் கானும் கூட்டு என்று. என்ன செய்தேன்? என்ன செய்ய முடிந்தது? மஹபத் கானை தக்காணத்திலிருந்து தூக்கி விட்டு பஹதூர் கானைப் போட்டேன்.

உண்மையில் நான் ஒரு பொம்மை அரசனாகவே இருந்திருக்கிறேன் என்று இப்போது எனக்குத் தோன்றுகிறது.

—

74

ராஜா ஜஸ்வந்த் சிங்கின் பட்டத்து ராணி ஹாதி. அந்தப் பெண்மணி தன்னுடைய குழந்தையை ஜஸ்வந்த்தின் வாரிசாக, இளவரசனாக அங்கீகரித்தால் ஜோத்பூரில் உள்ள எல்லா கோவில்களையும் இடித்து விட்டு மசூதியாக மாற்றுகிறோம் என்று என்னிடம் எழுதிக் கொடுத்தாள். நான்தான் அதற்கெல்லாம் மசியவில்லை. இம்மாதிரி வழிகளால் என் மார்க்கத்தை பரப்ப வேண்டிய அவசியம் இல்லை என்று கருதினேன்.

என் மூதாதையான பாபர் உருவாக்கிய சாம்ராஜ்ஜியம் போகப் போக எவ்வாறு வீழ்ச்சியை நோக்கிச் சென்று கொண்டிருந்தது என்பதையே நான் தங்களுக்குச் சொல்லிக் கொண்டிருக்கிறேன். இங்கே ஆலம்கீர் என்ற ஒற்றை நபரின் மீது பழியைத் தூக்கிப் போட முடியாது. மதிப்பீடுகளின் வீழ்ச்சி, அறத்தின் வீழ்ச்சி ஆகிய இரண்டும்தான் எங்கள் சாம்ராஜ்ஜியம் சீர்குலைந்ததற்குக் காரணங்கள்.

ஆளும் வர்க்கமே கொள்ளைக் கூட்டமாக மாறினால் சாம்ராஜ்ஜியம் எப்படி நிலைக்கும்? 1671இல் நடந்த ஒரு சம்பவத்தைச் சொல்கிறேன். அப்போது தாவூத் கான் காந்தேஷின் வஸீர். அவன் அஹமத் நகரில் இருந்ததால்

காந்தேஷின் நிர்வாகத்தை தாவூத் கானின் புதல்வன் அஹ்மத் கான் கவனித்துக் கொண்டிருந்தான். ராஜா ஜஸ்வந்த் சிங் முஅஸ்ஸமின் கேளிக்கைச் செலவுகளுக்காக அஹ்மத் கானிடம் ஐந்து லட்சம் ரூபாய் கேட்டான். அதற்கு அஹ்மத் கான், நீங்கள் ஆலம்கீரின் கையெழுத்தைக் கொண்டு வாருங்கள், நான் இருபது லட்சம் கூடத் தருகிறேன் என்று பதில் சொன்னான். இதற்கு ஜஸ்வந்த் அனுப்பிய பதில் என்ன தெரியுமா? பணத்தைக் கொடுக்காவிட்டால் நான் காந்தேஷைக் கொள்ளையடிப்பேன்.

எனவே மதிப்புக்குரிய காத்திப் அவர்களே, ஆதியிலிருந்தே ஹிந்துஸ்தானின் நிலைமை இப்போது இருப்பது போலவேதான் இருந்தது. ஒரே வித்தியாசம், இப்போது ஐந்து ஆண்டுகளுக்கு ஒருமுறை மக்கள் ஆட்சியாளர்களைத் தூக்கி விடுகிறார்கள்.

ஆனால் அப்போதைய கொள்ளைக்கும் இப்போதைய கொள்ளைக்கும் கொஞ்சம் வித்தியாசம் இருக்கிறது. இப்போதைய கொள்ளை மறைமுகமாக, கண்ணுக்குத் தெரியாமல், வெவ்வேறு பெயர்களில் நடக்கிறது. அப்போதைய கொள்ளை நேரடிக் கொள்ளை. டிசம்பர் 1670இல் ஷிவாவின் தளபதி ப்ரதாப் ராவ் காந்தேஷைக் கொள்ளையடித்தான். காந்தேஷில் கரிஞ்ஜா என்ற ஊரிலிருந்து கொள்ளையடித்த பொருட்களை நான்காயிரம் எருதுகளிலும் கழுதைகளிலும் கொண்டு சென்றார்கள் ஷிவாவின் ஆட்கள். விலையுயர்ந்த துணிமணிகள், தங்க நகைகள் எல்லாம் அப்போதைய மதிப்பில் ஒரு கோடி ரூபாய் இருக்கும். எல்லா பணக்காரர்களையும் பிடித்துக் கொண்டு போய் வைத்துக் கொண்டு, பணமோ தங்கமோ கொடுத்தால்தான் விடுவது. அவர்களில் ஒரே ஒரு ஆள்தான் பெண் வேடமிட்டுத் தப்பினான். ஒரு பேரரசனாக என்னால் என்ன செய்ய முடிந்தது? குர்ஆன் எழுதியும் தொப்பி தைத்தும் விற்று என் உணவை சம்பாதித்துக் கொண்டேன், ஐந்து வேளைக்கும் அதிகமாக தஹஜ்ஜுத்தும்[155] சேர்த்துத்

155 தஹஜ்ஜுத் – ஐந்து வேளைத் தொழுகையைத் தவிர உறங்கி எழுந்தவுடன் செய்யும் தொழுகை.

தொழுதேன் என்பதெல்லாம் என் மக்களுக்கு எந்த விதத்தில் உதவி செய்தன என்று இப்போது யோசித்துப் பார்க்கிறேன்.

மக்களெல்லாம் எதை சரித்திரமென்று படித்துக் கொண்டிருக்கிறார்கள்? என்ன அர்த்தத்தில் கொள்ளைக் காரர்களை சரித்திர நாயகர்களெனக் கொண்டாடுகிறார்கள்?

'சரித்திரத்தின் ஏடுகளில் குறிக்கப்படாத பெயர்' என்றும், பாதுஷா பேகம் என்ற பொறுப்பு தன் தலையில் சுமத்தப்பட்டதால் கொடுத்த முதல் பலி புண்டேலா ராஜகுமாரன் சத்தர் சாலுடனான தன் காதல் என்றும் என் தமக்கை ஜஹானாரா பேகம் தங்களுடன் பேசும் போது குறிப்பிட்டாரே, மதிப்புக்குரிய காத்திப் அவர்களே, அந்த ராஜபுத்திர வீரனைத் தங்களுக்கு ஞாபகம் இருக்கிறதா? அவன் 1671 தொடக்கத்தில் ஷிவாவைப் போய்ச் சந்தித்து, நான் ஆலம்கீரிடமிருந்து விலகி உங்களோடு சேர்ந்து கொள்கிறேன் என்று சொன்னான். ஆனால் ஷிவா வடக்கத்தியர்களை எப்போதுமே நம்பியதில்லை என்பதால் எந்த வாக்குறுதியும் கொடுக்காமல் திருப்பி அனுப்பி விட்டான். இந்த விஷயம் என் தமக்கைக்குத் தெரியுமா என்று எனக்குத் தெரியாது. நானும் அவரிடம் கடைசி வரை சொல்லவில்லை.

தக்காணத்தை என் ஆதிக்கத்தின் கீழ் கொண்டு வர வேண்டும் என்று நினைத்ததுதான் என்னுடைய அரசியல் தவறுகளில் பிரதானமானது. 1670கள் முழுக்கவும் என்ன நடந்தது என்றால், முதலில் ஷிவா என் வசம் இருந்த கோட்டைகளைப் பிடிப்பான், உடனே என்னுடைய தளபதிகள் அந்தக் கோட்டைகளைக் கைப்பற்றுவார்கள். திரும்பவும் ஷிவா அந்தக் கோட்டைகளைப் பிடிப்பான், உடனே என்னுடைய தளபதிகள் அந்தக் கோட்டைகளைக் கைப்பற்றுவார்கள். இதே கதைதான் திரும்பத் திரும்ப நடந்து கொண்டேயிருந்தது.

1671. அஹ்மத் நகரிலிருந்து 20 கி.மீ. தூரத்தில் உள்ள பார்னிர் என்ற கோட்டையை மஹபத் கானின் படைகள் முற்றுகையிட்டுக் கொண்டிருந்த சமயத்தில் மஹபத் கான் நானூறு ஆஃப்கனி நடனக்காரிகளுடன் உல்லாசமாக இருந்தான். தினந்தோறும்

பாட்டும் கூத்தும்தான். அந்த ஆண்டு கொடுமையான மழை வேறு. நம் படை வீரர்களில் பாதிக்கு மேல் கொள்ளை நோயில் செத்து மடிந்தார்கள்.

மஹபத் கானுக்கும் ஷிவாவுக்கும் ரகசியக் கூட்டு இருக்குமோ என்று சந்தேகப்பட்டுத்தான் திலீர் கானையும் பஹதூர் கானையும் தக்காணம் அனுப்பினேன். அதற்குப் பிறகு நடந்ததெல்லாம் அவமானகரமான தோல்விகள். தோல்வியைத் தவிர அப்போது எனக்கு வேறு எந்தச் செய்தியும் வந்தது இல்லை. ஷிவா தக்காணத்தின் வெற்றி வீரனாக வலம் வந்து கொண்டிருந்தான். சூரத் அவன் பேரைக் கேட்டாலே நடுங்கியது. பஹதூரும் திலீரும் கேவலமான முறையில் தோற்று ஓடினார்கள்.

எல்லாவற்றுக்கும் நான் மட்டுமே காரணம். ஷிவாவைப் பிடித்ததுமே அவனைக் கொன்றிருக்க வேண்டும். நான் ஏன் அதைச் செய்யவில்லை? முதிய வயதில் அது பற்றி நான் வருத்தமடையாத நாளே இல்லை. எது என்னைத் தடுத்தது? கொலை என்ன எனக்குப் புதிதா? நம்முடைய நோக்கத்தை அடைந்தே தீர வேண்டும் என்பதற்காக சொந்த சகோதரர்களையே கொன்று போட்டு, பெற்ற தகப்பனையே வீட்டுக் காவலில் வைத்த நான் என்னுடைய ஜென்ம வைரியான ஷிவா என்னுடைய குகைக்குள் வந்து மாட்டிய பிறகும் ஏன் கொல்லாமல் விட்டேன்? அதுவும் எப்பேர்ப்பட்ட அவமானகரமான முறையில் அவனை வீட்டுக் காவலிலிருந்து தப்ப விட்டோம்? நூற்றாண்டுகள் கடந்த போதும் அதைப் பற்றி மக்கள் பேசுகிறார்களே? அப்பனும் பிள்ளையும் காய்கறிக் கூடையில் அல்லவா தப்பியிருக்கிறார்கள்? சே, என்ன ஒரு அவமானம்!

எல்லாம் நான் போட்ட தப்புக் கணக்கு. நம்முடைய மாபெரும் சைன்னியத்தை இந்தப் பொடிப் பயல் என்ன செய்து விட முடியும் என்று இறுமாந்திருந்து விட்டேன். மயிலாசனத்தில் அமர்ந்தால் மூளை மழுங்கி விடும் போல. ஆட்சிக்கு வருவதற்கு

முன்னால் கூர்மையாக வேலை செய்த மூளை ஆசனத்தில் அமர்ந்த பிறகு நொண்டுவது ஏன்?

என் மூதாதையான கீ(த்)தி ஸித்தானி ஃபிர்தவ்ஸெ ம(க்)கானி பாபர் பாதுஷா காஸி நிகழ்த்திக் காண்பித்த அதிசயத்தை நான் ஏன் மறந்தேன்? அவருடைய சரித்திரத்தையும் ஹிந்துஸ்தானின் சரித்திரத்தையும் மாற்றிய இரண்டு போர்களிலுமே பாபரை விட பத்து மடங்கு அதிக எண்ணிக்கையில் இருந்தன எதிரியின் படைகள். இப்போது நான் அல்லவா அந்த எதிரிகளின் நிலையில் இருக்கிறேன்?

1672இல் சால்ஹேர் கோட்டையில் நடந்த சண்டையைப் பற்றிச் சொல்ல வேண்டும். நம்முடைய படையில் நாற்பதாயிரம் வீரர்கள் இருந்தார்கள். இருபதாயிரம் காலாட்படை. இருபதாயிரம் குதிரைப்படை. அதுவும் போதாது என்று மேலும் பதினைந்தாயிரம் வீரர்களை அனுப்பி வைத்தேன். 1636இலிருந்து அந்தக் கோட்டை நம் வசம் இருந்தது. இப்போது மொத்தம் ஐம்பத்தைந்தாயிரம் வீரர்கள் ஆறு மாதங்களுக்கு மேலாக சால்ஹேர் கோட்டையை முற்றுகையிட்டுக் கொண்டிருந்தார்கள். எதுவுமே நடக்கவில்லை. அப்போது ஷிவாவின் தளபதிகள் இரண்டு பேர் வெளியிலிருந்து தங்கள் படைகளுடன் வந்து நம் வீரர்களை எதிர்பாராமல் தாக்கிப் பேரழிவை ஏற்படுத்தினார்கள். போர் ஒரு நாள் முழுவதும் நடந்தது. இரண்டு பக்கமும் பத்தாயிரம் வீரர்கள் பலி. எக்கச்சக்கமான குதிரைகளும் ஒட்டகங்களும் கொல்லப்பட்டன. குளத்தைப் போல் ரத்தம் தேங்கி நிற்க அதில் மனித, மிருக சடலங்கள் மிதந்தன என்று எழுதுகிறார்கள் இந்தப் போரைப் பார்த்தவர்கள்.

நம்முடைய ஆட்கள் எந்த அளவு கேவலமாக இருந்தார்கள் என்பதற்கு ஒரு சம்பவம் சொல்கிறேன். சூரத்தில் உள்ள ராம் நகருக்கு வரி வசூல் செய்ய வருகிறேன் என்று எழுத்து மூலம் ஓலை அனுப்பினான் ஷிவா. உடனே சூரத்தின் சுபேதாரிடம் சென்று செல்வந்தர்களும் வணிகர்களும் நாங்கள்

ஊரை விட்டு ஓடி விடுகிறோம், அனுமதி தாருங்கள் என்று சொல்லியிருக்கிறார்கள். அவர்களை நள்ளிரவு வரை காக்க வைத்து அதற்குப் பிறகு அனுமதி வழங்கியிருக்கிறான் சுபேதார். பிறகு அதிகாலையில் முந்தின இரவு வழங்கிய அனுமதியை ரத்து செய்து விட்டான். புதிதாக காலாட்படையும், குதிரைப் படையும் தயார் பண்ணுவதற்காக ஊரின் தனவந்தர்கள் ஒரு லட்சமும், குடியானவர்கள் இரண்டு லட்சமும் தர வேண்டும் என்று உத்தரவு போட்டான். ஆனால் யாரும் ஒரு சல்லிப் பைசா கொடுக்கவில்லை. கொடுத்தால் அத்தனை பணத்தையும் சுருட்டித் தன் ஜேபியில் போட்டுக் கொள்வான் என்று அவர்களுக்குத் தெரியும்.

அதனால் ஷிவா எப்போது சூரத்துக்கு விஜயம் செய்வதாகத் தகவல் வந்தாலும் மக்கள் ஊரை விட்டு ஓடி விடுவதை வழக்கமாகக் கொண்டிருந்தார்கள். சுபேதாரும் தன் கோட்டைக்குள் ஒளிந்து கொண்டு கதவுகளை இறுக்கமாக மூடிக் கொள்வான்.

இந்தப் பின்னணியில்தான் நான் 1674இல் தில்லியை விட்டு தக்காணம் கிளம்பினேன். அதே ஆண்டு ஷிவாவுக்கு இரண்டாவது முறையாக முடிசூட்டும் விழா நடைபெறுகிறது. பெரும் ஆடம்பரத்துடன் நடந்தது விழா. ஐம்பது லட்சம் ரூபாய் செலவாயிற்று என்பது ஒற்றர் செய்தி.

அந்தச் செலவை ஈடு கட்ட மீண்டும் மீண்டும் படையெடுப்பில் ஈடுபட்டான் ஷிவா. வெற்றியும் அடைந்தான். ஆனால் அவனும் என்னைப் போலவே ஒரு மாபெரும் தவறைச் செய்தான். சூஃபி சர்மத் ஷஹீதின் தலையை வெட்டி பாவத் தீயில் விழுந்த நான், வாழ்நாள் பூராவும் என் உழைப்பில் ஈட்டிய உணவையே உண்ண வேண்டும் என்ற சாபத்தைப் பெற்றது போல ஷிவாவும் 1679இல் ஜால்னா நகர சூஃபி செய்யத் ஜான் முஹம்மதுவின் வேண்டுகோளையும் மீறி ஜால்னாவை சூறையாடினான். உயிருக்குப் பயந்து சூஃபியின் குடிலில் தஞ்சம் புகுந்தார்கள் மக்கள். அதைப் பார்த்த ஷிவா அவன் வாழ்வில்

முதலும் கடைசியுமாக அந்தத் தவறைச் செய்தான். ஸூஃபி அவ்லியாவின் கான்காஹ்வுக்குள் சென்று சூறையாடினான். இறைவனுக்குப் பிரியமானவர்களின் இடத்தில் அதுவரை ஷிவா நுழைந்தது இல்லை. அப்போது நுழைந்தான். அதுவே அவன் உயிருக்கு ஹானியாயிற்று.

1680இல் ஷிவாவுக்கு வயிற்றுப் போக்கு ஏற்பட்டு எந்த மருந்திலும் குணமாகாமல் இறந்தான். முடிசூட்டுவிழாவில் பதவியேற்று அப்போது ஐந்து மாதங்களே ஆகியிருந்தன. ஆனால் வேறு சிலர் மற்றொரு காரணம் சொன்னார்கள். ஷிவாவின் மாற்றாந்தாயான ஸோய்ரா பாய்தான் அவன் உணவில் விஷம் கலந்து விட்டாள் என்பதே அந்த வதந்தி. ஷிவா உயிரோடு இருந்தால் தன்னுடைய மகன் ராஜா ராமை விட்டு விட்டு, மூத்த மகன் ஸம்பாவுக்குத்தான் முடி சூட்டுவான் என்று எதிர்பார்த்து அதைத் தடுத்து, ராஜா ராமை பதவியில் அமர்த்த வேண்டும் என்பது ஸோய்ராவின் திட்டம். அன்னாஜி தத்தோவின் உதவியால் பத்து வயது ராஜா ராமை பதவியிலும் அமர்த்தி விட்டாள்.

ஆனால் மந்திரிகள், தளபதிகள் எல்லாம் ஸம்பாவின் பக்கம் இருந்ததால் ஸோய்ராவின் திட்டம் தோற்றது. அன்னாஜியை கைகளில் விலங்கு மாட்டி சிறையில் அடைத்தான் ஸம்பா. ஆனால் ஒருசில மாதங்களிலேயே அவரை விடுதலை செய்து அவருக்கு ஒரு பெரிய பதவியையும் அளித்தான்.

1681இல் என் உருப்படாத மகன் முஹம்மது அக்பர் 400 குதிரை வீரர்களோடும் ஐம்பது ஒட்டகங்களோடும் கொஞ்சம் காலாட்படையோடும் ஸம்பாவிடம் போய்ச் சேர்ந்தான்.

விடுதலை அடைந்து வெளியே வந்து நல்ல பதவியிலும் அமர்ந்த அன்னாஜி சும்மா இருக்கவில்லை. மீண்டும் ஸோய்ரா பாயோடு சேர்ந்து ஸம்பாவைக் கொல்லத் திட்டமிட்டான். உணவில் விஷம் வைத்து விடலாம் என்பது சுலபமான வழியாகத் தெரிந்தது. இளவரசர் அக்பரும் இருக்கிறார். அவரையும்

சேர்த்துக் கொள்ளலாம்.

இப்போது புரிகிறதா, மதிப்புக்குரிய காத்திப் அவர்களே! எதிரிக்கு இரங்கினால் மரணம்தான். என் வாழ்வில் நான் ஒரே ஒருமுறைதான் இரங்கினேன். ஷிவாவைக் கொல்லாமல் விட்டேன். அது என் வாழ்வையே பாழாக்கி விட்டது. இப்போது ஸம்பா துரோகி அன்னாஜி தத்தோவை சிறையிலிருந்து விடுதலை செய்கிறான்.

ஆனால் அன்னாஜியின் திட்டம் வெளியே கசிந்து விடுகிறது. உடனடியாக ஸம்பா அவர்கள் எல்லோரையும் பிடித்துச் சிறையில் போட்டுச் சித்ரவதை செய்கிறான். பிறகு யானைக் காலில் இடறச் செய்து மரண தண்டனை அளிக்கிறான். ஸோய்ராவை மட்டும் உடனடியாகக் கொன்று விடாமல் அவள் சாகும் வரை பட்டினி போட்டுக் கொல்கிறான்.

தனக்குத் துரோகம் செய்தவர்களை இப்படிப் பழி வாங்கினாலும் ஸம்பாவினால் ஒரு விஷயத்தை மட்டும் மறக்கவோ மன்னிக்கவோ முடியவில்லை. ஸோய்ரா, அன்னாஜி இருவரது திட்டத்துக்குத் தன் தந்தையின் மந்திரிகளும் தளபதிகளும் எப்படித் தலையை ஆட்டினார்கள்? அவர்களோடு சேர்ந்து எப்படி ஆட்சி நடத்துவது? எப்படி ஒன்றாக ஒரே படகில் செல்வது?

—

75

ஸம்பாவின் இளமைக் காலம் என்னுடையதை விடவும் ஷிவாவினுடையதை விடவும் மோசமாக இருந்தது. காரணம், அவன் இரண்டு கொடூரன்களை சமாளிக்க வேண்டியிருந்தது. தந்தையும் கொடூரன். தந்தையின் ஜென்ம வைரியான ஆலம்கீரும் கொடூரன்.

ஜூலை 22, 1666. ஷிவா ஆக்ரா வீட்டுக் காவலிலிருந்து தப்பிய தினம். அந்த நாளை என்னால் ஒருபோதும் மறக்க முடியாது. ஆலம்கீர் என்றால் சாம்ராஜ்ஜியமே நடுங்கும். ஜஹானாரா பேகம் சொன்னது போல் என் மீது மக்களுக்கு அன்பு இல்லை; அச்சம் இருந்தது. மரணமே என்னைக் கண்டு அஞ்சும் என்பார்கள். யார் மீதாவது நான் புள்ளி வைத்து விட்டேன் என்றால் எந்த முயற்சியும் செய்யாமல் அவனாகவே வந்து என் வலையில் விழுவான். எல்லாமே திட்டமிட்டது போல் நடக்கும். ஸாமூகட் போரில் தோற்க இருந்த என்னிடம், வெற்றியைத் தங்கத் தாம்பாளத்தில் வைத்துக் கொடுப்பது போல, பட்டத்து யானையிலிருந்து இறங்கியதன் மூலம் கொடுத்தான் அல்லவா தாரா? அப்படிப்பட்ட அதிர்ஷ்டம் கொண்ட என் கண்ணிலேயே மண்ணைத் தூவி விட்டுத் தப்பினான் என்றால் அந்த ஷிவா எப்பேர்ப்பட்ட மாயாவியாக இருக்க வேண்டும்?

அப்படிப்பட்டவனைத் தகப்பனாகக் கொண்ட ஒரு சிறுவன் வன விலங்குகளுக்கு இடையே வளரும் காட்டு மனிதனைப் போல் தானே வளர்ந்திருப்பான்? ஷிவா என்னிடமிருந்து தப்பித்த போது ஸம்பாவின் வயது ஒன்பது. அந்த வயதிலேயே உயிருக்குப் பயந்து ஓட வேண்டிய நிலை.

என் வாழ்நாளிலேயே மறக்க முடியாத அவமானம் அது. வெறும் பாக் நக்கினாலேயே ஒரு மாவீரனைக் கொன்றவனிடம் என் அதிகாரிகள் எந்த அளவு கவனமாக இருந்திருக்க வேண்டும்? அதிலும் அந்த வீரனின் ஆயிரக்கணக்கான படைகள் அங்கே திரண்டு நின்று கொண்டிருந்த சூழலில் அவர்களின் தலைவனைக் கொன்றிருக்கிறான்!

ஆயிரம் வீரர்கள் அவனுக்குக் காவல் இருந்தார்கள். ஆக்ராவின் மிகப் பெரிய ஹவேலி அது. தொண்ணூற்றொன்பது நாட்கள் காவலில் இருந்தவன் நூறாவது நாள் தப்பி விட்டான். கோபத்தின் எல்லைக்கே போய் விட்ட நான் உத்தரவுக்கு மேல் உத்தரவாக அனுப்பிக் கொண்டேயிருந்தேன். தேசமே அல்லோலகல்லோலப்பட்டுக் கொண்டிருந்தது. ஆக்ராவிலிருந்து உஜ்ஜய்ன், இந்தூர் வரை ஒன்பது வயதுப் பையனோடு இருந்த எல்லா ஆண்களும் கைது செய்யப்பட்டு விசாரணை செய்யப்பட்டார்கள்.

குறுக்கிடுவதற்கு மன்னிக்க வேண்டும் ஷாஹின்ஷா. தாங்கள் இதை ஏற்கனவே சொன்னபோதே குறுக்கிட்டுச் சொல்ல வேண்டும் என்று நினைத்தேன். ஆனால் தங்கள் வேகத்தைத் தடை செய்ய விரும்பாமல் விட்டு விட்டேன். இதே போன்ற ஒரு சம்பவம் சமீப வரலாற்றில் சீலே என்ற தேசத்தில் நடந்தது. அதைத் தங்களிடம் சொல்ல விரும்புகிறேன்...

கட்டாயம் சொல்லுங்கள் மதிப்புக்குரிய காத்திப் அவர்களே, இது ஒரு உரையாடல்தானே? நானும் தற்கால சரித்திரத்தைத் தெரிந்து கொள்ள ஆர்வமாகவே இருக்கிறேன்.

சீலேயின் சமகாலச் சரித்திரத்தை விவரிக்க ஆரம்பித்தான்

எழுத்தாளன். டாக்டர் ஸால்வதோர் அயெந்தேயின் ஆட்சி, பிறகு அயெந்தேயின் ஆட்சியை ராணுவத்தின் உதவியால் கவிழ்த்து விட்டு பதினேழு ஆண்டுகள் சர்வாதிகார ஆட்சி புரிந்த ஔகுஸ்தோ பினோச்செத் உகார்த்தே என்றெல்லாம் விரிவாகப் பேசிய எழுத்தாளன் தொடர்ந்து சொன்னான்.

அந்தப் பாடகனின் பெயர் விக்தொர் ஹாரா. கவிஞர், பேராசிரியர், நாடக இயக்குனர். கம்யூனிஸ்ட் இயக்கத்தைச் சேர்ந்தவர்.

இன்றைய உலக வரலாற்றில் செப்டம்பர் 11 என்பது மறக்க முடியாத நாள் ஆகி விட்டது போல சீலேயின் வரலாற்றில் செப்டம்பர் 11 ஒரு கறுப்பு நாள். மக்களால் தேர்ந்தெடுக்கப்பட்ட டாக்டர் அயெந்தேவின் ஆட்சியை அமெரிக்க சி.ஐ.ஏ.வின் உதவியுடனும் ராணுவத்தின் துணையுடனும் முடிவுக்குக் கொண்டு வந்தார் பினோச்செத். சாந்த்தியாகோ நகரின் மொனேதா அரண்மனையின் மீது பினோச்செத்தின் வீரர்கள் குண்டுகளைப் பொழிந்தார்கள். அரண்மனை தகர்க்கப்பட்டது. சரணடைந்தால் விட்டு விடுகிறோம் என்று ஒலிபெருக்கி மூலம் அறிவிக்கிறார் ராணுவத் தலைவர்.

அப்போது டாக்டர் அயெந்தே சீலே வானொலி மூலம் நாட்டு மக்களுக்காக உரையாற்றினார்.

நிச்சயமாக இதுவே நான் உங்களுடன் பேசும் இறுதி உரையாக இருக்கும். நமது வானொலி நிலையங்களை விமானப் படை குண்டு வீசித் தாக்கி செயலிழக்கச் செய்து விட்டது.

நான் வருத்தப்படவில்லை. ஆனால் ஏமாற்றமடைந்தேன். தேச மக்களுக்குத் தாங்கள் கொடுத்த வாக்குறுதியிலிருந்து சீலேயின் ராணுவத் தளபதிகள் தவறி விட்டார்கள். துரோகமிழைத்து விட்டார்கள்.

அவர்களிடம் பேசுவதற்கு இனிமேல் என்னிடம் எதுவுமில்லை. ஆனால் தொழிலாளர்களிடம் பேசலாம்.

நான் என் பொறுப்பிலிருந்து ராஜினாமா செய்கிறேன். மக்கள் என் மீது வைத்த நம்பிக்கைக்கு விலையாக, என் நேர்மையின் அடையாளமாக என் உயிரைத் தருகிறேன். என் மக்களிடம் நான் சொல்லிக் கொள்கிறேன், இன்றைய தினம் நாம் செய்கின்ற தியாகத்தின் விதைகள் ஆயிரமாயிரம் சீலேயர்களின் இதயங்களில் பதிந்து முளை விடும்.

மக்களால் தேர்ந்தெடுக்கப்பட்ட என் ஆட்சியைக் கலைத்து விட்டு, என்னைக் கொல்ல முயல்பவர்களிடம் ராணுவம் இருக்கிறது. ஆனால் சமூகத்தின் இயக்கத்தை பலாத்காரத்தினாலோ வன்முறையினாலோ நிறுத்தி விட முடியாது என்பதை இந்தத் தருணத்தில் சொல்லிக் கொள்கிறேன்.

ஏனென்றால், வரலாறு நம்முடையது. மக்களே வரலாற்றை உருவாக்குகிறார்கள்.

என் தேசத்தின் தொழிலாளர்களே, நீங்கள் நீதிக்காகவும் நியாயத்துக்காகவும் போராடிய ஒரு மனிதனின் மீது வைத்த நம்பிக்கையும் விசுவாசமும் வீண் போகாது. அதற்காக உங்களுக்கு நான் நன்றி செலுத்துகிறேன்.

இந்த தேசத்தின் தாய்மார்களுக்கெல்லாம் நன்றி தெரிவித்துக் கொள்கிறேன். இந்த தேசத்தின் இளைஞர்களுக்கெல்லாம் சொல்லிக் கொள்கிறேன். அந்த இளைஞர்கள் நமக்காகப் போராடினார்கள். நம்மோடு சேர்ந்து பாடினார்கள். அவர்களின் மகிழ்ச்சியை நமக்குப் பகிர்ந்தளித்தார்கள்.

இந்த தேசத்தின் தொழிலாளர்களுக்கும், மாணவர்களுக்கும், புத்திஜீவிகளுக்கும் நன்றி தெரிவித்துக் கொள்கிறேன். அவர்களெல்லாம் நாளை வேட்டையாடப்படுவார்கள். காரணம், ஃபாஸிஸம் நமது தேசத்தில் நுழைந்து பல மணி நேரங்கள் ஆகி விட்டன. பயங்கரவாதத் தாக்குதல் நடந்து கொண்டிருக்கிறது. பாலங்கள் தகர்க்கப்படுகின்றன. ரயில்பாதைகள் சிதைக்கப்படுகின்றன. நமது எரிவாயு நிலையங்கள் தீப்பற்றி எரிகின்றன. இதற்கெல்லாம் காரணமானவர்களை வரலாறு நிச்சயம் தண்டிக்கும்.

என்னுடைய இந்த உரை உங்களை வந்து சேருமா என்று தெரியவில்லை. இருந்தாலும் கவலையில்லை. எப்படியாவது என் செய்தி உங்களை வந்து சேரும். எப்போதுமே நான் உங்கள் அருகில்தான் இருக்கிறேன். குறைந்த பட்சம், தன் தேசத்துக்கும் மக்களுக்கும் நேர்மையாக இருந்த ஒருவன் என்ற வகையிலாவது நான் உங்கள் ஞாபகத்தில் தங்கியிருப்பேன்.

மக்கள் தங்களைப் பாதுகாத்துக் கொள்ள வேண்டும். ஆனால் அவர்கள் தங்கள் உயிரை தியாகம் செய்யலாகாது. அவர்கள் தங்களை துப்பாக்கி ரவைகளுக்குப் பலி கொடுத்து விடக் கூடாது. அதே சமயம் அவர்கள் தங்கள் சுய மரியாதையையும் இழந்து விடக் கூடாது.

என் தேசத்தின் மக்களே! சீலேயின் மீதும் அதன் எதிர்காலத்தின் மீதும் எனக்கு நம்பிக்கை இருக்கிறது. வரலாற்றின் இந்த இருண்ட தருணம் முடிவுக்கு வரும். அதைத் தெரிந்து கொண்டு முன்னே செல்லுங்கள். விரைவிலேயே வரலாற்றின் மகத்தான வழிகள் நமக்காகத் திறக்கப்படும். சுதந்திரமான சீலேயர்கள் அந்தப் பாதையில் நடந்து ஒரு நல்ல சமுதாயத்தை உருவாக்குவார்கள்.

சீலே வாழ்க. சீலே தேசத்து மக்கள் வாழ்க! தொழிலாளர்கள் வாழ்க!

இதுவே என் கடைசி வார்த்தைகள். நிச்சயமாக எனக்குத் தெரியும், என் தியாகம் வீண் போகாது. நிச்சயமாக நாம் சிந்தும் ரத்தம் தேசத்துரோகத்துக்கும் கோழைத்தனத்துக்கும் சாவு மணி அடிக்கும்.

ஏதோ வெறி பிடித்தது போல் பேசி முடித்தான் எழுத்தாளன். அவன் கண்களிலிருந்து கண்ணீர் பெருகி ஓடிக் கொண்டிருந்தது. கொஞ்ச நேர மௌனத்துக்குப் பிறகு மீண்டும் பேச ஆரம்பித்தான்.

மூன்று ஆண்டுகளுக்கு முன் சாந்த்தியாகோ மியூசியத்தில் டாக்டர் அயெந்தேயின் பதிவு செய்யப்பட்ட உரையைக் கேட்டபோது மயக்கமடித்து விழுந்து விட்டேன். அந்த

அளவுக்கு சீலேயுடன் எனக்கு ஒரு வித பந்தம் இருப்பதாக உணர்கிறேன் ஷாஹின்ஷா.

ஆட்சியைப் பிடித்த அடுத்த கணமே பினோச்செத் தேசத்திலிருந்த அத்தனை எழுத்தாளர்களையும், புத்திஜீவிகளையும், மாணவர் தலைவர்களையும், கலைஞர்களையும் பிடித்து சிறையில் அடைத்தார். இதில் எல்லா விதத்திலும் பொருந்துபவராக இருந்தார் விக்தொர் ஹாரா. கவிஞர், பாடகர், ஆசிரியர், நாடகாசிரியர், கிதாரிஸ்ட், இடதுசாரி.

செப்டம்பர் 12ஆம் தேதி காலை சாந்த்தியாகோ நகரில் கைது செய்யப்பட்ட ஆயிரக்கணக்கானவர்களில் விக்தொர் ஹாராவும் ஒருவர். எல்லோரும் சீலே ஸ்டேடியம் கொண்டு வரப்பட்டு சித்ரவதை செய்யப்பட்டார்கள்.

எல்லாமே ஒரு குரூர நாடகத்தைப் போல் நடந்தேறியது. சாந்த்தியாகோ பல்கலைக்கழகத்தில் கைது செய்யப்பட்ட பேராசிரியர்களும், மாணவர்களும் சீலே ஸ்டேடியத்துக்குக் கொண்டு வரப்படும் போதே விக்தொர் ஹாராவை இன்னார் என்று அடையாளம் கண்டு கொண்டு விட்டார்கள் ராணுவ அதிகாரிகள். உடனேயே ஹாரா மற்றவர்களிடமிருந்து பிரிக்கப்பட்டு சித்ரவதை செய்யப்பட்டார்.

ஸ்டேடியத்தின் லாக்கர் அறையில் வைத்து ஹாராவைத் தாக்கிக் கொண்டே இருந்தார்கள் ராணுவ அதிகாரிகள். அவர்களில் ஒருவன் லெஃப்டினண்ட் பாரியந்த்தோஸ். 16ஆம் தேதி அவன் ஹாராவின் மணிக்கட்டை வெட்டித் துண்டாக்கி விட்டு இப்போது பாடடா வேசி மகனே என்று சொல்லி சிரிக்கிறான்.

ஆனால் பாரியந்த்தோஸ் சற்றும் எதிர்பாராத வண்ணம் விக்தொர் ஹாராவும் அந்த அதிகாரியைப் பார்த்து ஏளனமாகச் சிரித்துக் கொண்டே போய் கிதாரை எடுத்து, மணிக்கட்டிலிருந்து துண்டிக்கப்பட்ட வெற்றுக் கை கிதாரின் நரம்புகளை வருட, வென்ஸெரேமோஸ் (வெற்றி நமதே!) என்ற வெற்றிப் பாடலைப் பாடுகிறார்.

(வென்ஸெரேமோஸ் 1970இல் நடந்த தேர்தலில் டாக்டர் அயெந்தேவின் தேர்தல் கீதமாக தேசம் முழுவதும் பாடப்பட்டது.)

விக்தொர் ஹாரா வென்ஸெரேமோஸ் பாடியதைக் கேட்டு கோபத்தின் உச்சத்தை அடைந்த பாரியந்த்தோஸ் ஹாராவின் நெற்றியில் இரண்டு மூன்று முறை சுடுகிறான். பிறகு அங்கேயிருந்த அத்தனை அதிகாரிகளும் விக்தொர் ஹாராவைச் சுடுகிறார்கள்.

மொத்தம் நாற்பது இடங்களில் சுடப்பட்டார் விக்தொர் ஹாரா.

அப்போது குறுக்கிட்ட கொக்கரக்கோ “ஷாஹின்ஷா, இந்தச் சம்பவத்தை எழுத்தாளன் இதோடு 69 முறை சொல்லியிருக்கிறான், ஒவ்வொரு முறையும் ஒவ்வொரு புதிய தகவலும் இந்தக் கதையில் சேரும், இன்று சேர்ந்தது ஹாரா கடைசியில் இயற்றிய பாடல், மேலும், இன்றுதான் மது அருந்தாமல் இதைச் சொல்கிறான்” என்றான்.

அது போகட்டும் ஹுஸூர், மூன்று ஆண்டுகளுக்கு முன் நான் சீலே சென்ற போது அந்த சீலே ஸ்டேடியத்தைப் பார்த்தேன். அப்போது அதை விக்தொர் ஹாரா ஸ்டேடியம் என்று பெயர் மாற்றியிருந்தார்கள்.

என்னுடைய பயண வழிகாட்டியாக வந்த ரொபர்த்தோவிடம் விக்தொர் ஹாரா ஸ்டேடியம் போக வேண்டும் என்று சொன்ன போது அவன் ஒன்றும் புரியாமல் முழித்தான். “விக்தொர் ஹாரா தெரியும், அது என்ன விக்தொர் ஹாரா ஸ்டேடியம்?” என்று கேட்டான் ரொபர்த்தோ.

பிறகு நான் பூரா கதையையும் சொன்ன பிறகு ரொபர்த்தோ தன்னுடைய மற்ற சகாக்களையும் விசாரித்து விட்டு என்னை அந்த ஸ்டேடியத்துக்கு அழைத்துச் சென்றான்.

விக்தொர் ஹாரா இயற்றிய கடைசிப் பாடலை இப்போது நான் தங்களுக்குச் சொல்லப் போகிறேன்...

76

இந்தத் தருணத்தின் பயங்கரத்தை
எப்படிப் பாடுவேன்
எப்படிப் பாடுவேன்
ஆனால்,
பாடித்தான் ஆக வேண்டும்
பாடித்தான் ஆக வேண்டும்
ஏனென்றால்...
என் உயிர் இப்போது
பயங்கரத்தை சுவாசித்துக் கொண்டிருக்கிறது
என் உயிர் இப்போது
மரணத்தை சந்தித்துக் கொண்டிருக்கிறது

சாகும் போது விக்தொர் ஹாராவின் வயது நாற்பது.

அந்தக் கவிதை வரிகள் எழுத்தாளனின் வாயிலிருந்து ததும்பித் ததும்பி வந்தன. அவனே விக்தொர் ஹாராவாக மாறி விட்டது போல் கண்களில் கண்ணீர் பொங்கிப் பொங்கி வர, முகம் சிவந்து, பேச முடியாமல் அமர்ந்திருந்தான்.

விக்தொர் ஹாரா பற்றிய பேச்சு வரும் போதெல்லாம் எழுத்தாளனுக்கு இந்தக் கண்ணீரும் அழுகையும் வழக்கம்

என்பதால் கொக்கரக்கோவுக்கு எந்த ஆச்சரியமும் ஏற்படவில்லை. ஆனாலும் ஒரு விஷயத்தில் அவனுக்குத் தெளிவு ஏற்பட்டது. பொதுவாக போதையில் இருப்பவர்கள் உணர்ச்சிவசப்பட்ட நிலையில் இருப்பார்கள். அந்த நிலையில் இப்படி ஒரு கொந்தளிப்பான கதையைச் சொன்னால் நிச்சயம் கண் கலங்கித்தான் போகும். வாய் விட்டு அழுவதும் புரிந்து கொள்ளக் கூடியதுதான். ஆனால் எழுத்தாளன் இப்போது குடிக்காத நிலையிலேயே விக்தொர் ஹாராவின் கதையைச் சொல்லும்போது அழுகிறான் என்றால், இது கொஞ்சம் விசேஷமானதுதான். இப்படி யோசித்த கொக்கரக்கோ பேச ஆரம்பித்தான்.

ஷாஹின்ஷா, எழுத்தாளனிடம் எனக்கு ஒரு கேள்வி இருக்கிறது. தங்களின் முன்னிலையிலேயே கேட்டால் ஏதாவது சுவாரசியமான விஷயம் கிடைக்கலாம். என் கேள்வி இதுதான்: ஏன், நம் நாட்டிலேயே இது போன்ற கலைஞர்கள் இல்லையா? சுதந்திரப் போராட்ட காலத்தில் எத்தனையோ நூற்றுக்கணக்கான பொதுமக்கள் சொல்லொணாத் துன்பங்களை அனுபவித்திருக்கிறார்களே? துப்பாக்கியால் சுட்டுக் கொண்டிருக்கும் சிப்பாய்க்கு முன்னே போய் நெஞ்சை நிமிர்த்தி வந்தே மாதரம் என்று சொல்லி உயிர் விட்ட எத்தனையோ பேர் இருந்தார்களே? நம் வ.உ. சிதம்பரம் பிள்ளை பிரிட்டிஷ்காரனின் சிறையில் செக்கெல்லாம் இழுத்திருக்கிறாரே? ஏன், பாரதி செய்யாத தியாகமா? ஏன் உனக்கு பாரதி பற்றிப் பேசும் போது கண் கலங்குவதில்லை? விக்தொர் ஹாரா பற்றிப் பேசிய அளவுக்கு நீ பாரதி பற்றியும் பேசியிருக்கிறாய். இல்லையென்று சொல்லவில்லை. ஆனால் விக்தொர் ஹாராவின் கதையைச் சொல்லும் போது ஏற்படும் ஆவேசமும் கொந்தளிப்பும் பரவசமும் நீ பாரதி கதை சொல்லும் போது இல்லையே, ஏன்?

“ஒருவேளை நானும் மற்றவர்களைப் போல் *xenomania* என்ற அந்நிய மோகம் கொண்டவனோ என்னவோ, எனக்கே காரணம் தெரியவில்லையே?” என்று பின்வாங்கினான் எழுத்தாளன்.

ஷாஹின்ஷா, நம் எழுத்தாளனிடம் ஒரு பிரச்சினை இருக்கிறது. நாம் ஏதாவது கேள்வி கேட்டால் ஒரு இரவு ஒரு பகலுக்குப் பிறகுதான் பதில் சொல்வான். விசேஷமாக எந்தக் காரணமும் இல்லை. அப்படி அவனுக்குப் பழகி விட்டதாம். அதற்கு ஒரு சம்பவமும் சொல்வான். எப்போதோ ஒரு முறை ஒரு சக எழுத்தாளன் இவனைப் பார்த்து நீ எழுதுவது குப்பை என்று சொல்லி விட்டான். இவன் எதுவும் பேசாமல் சாவகாசமாகத் தெருமுனை வரை சென்றவன் திடீரென ஏதோ ஞாபகத்துக்கு வந்தவனாய்த் திரும்பி வந்து "இனி நான் உன்னை ஒருபோதும் சந்திக்க மாட்டேன்" என்று சொல்லி விட்டு மெதுவாக நடந்து போயிருக்கிறான். இவன் தெருமுனையில் மறையும் வரை இவனைக் குப்பை என்று சொன்னவன் பார்த்துக் கொண்டே இருந்திருக்கிறான். இப்படியாக நம் எழுத்தாளனுக்கு எதுவும் மூளைக்குப் போய்ச் சேருவதற்குக் கொஞ்சம் அதிக நேரம் எடுக்கிறது. அதனால் என் கேள்விக்கு இவன் 'நானும் மற்றவர்களைப் போல் அந்நிய மோகம் கொண்டவனாக இருக்கலாம்' என்று சொன்னதை நான் கணக்கில் எடுத்துக் கொள்ளவில்லை.

உண்மைதான் கொக்கரக்கோ அவர்களே! எனக்குமே இதுபோல் பலமுறை நடந்திருக்கிறது. போர்க்களத்தில் நின்று கொண்டிருப்பேன். சண்டையின் போக்கையே தீர்மானிக்கக் கூடிய ஒரு முடிவை க்ஷண நேரத்தில் எடுக்க வேண்டியிருக்கும். என் வார்த்தைக்காக தளபதி நின்று கொண்டிருப்பான். அப்போது மூளை ஸ்தம்பித்து விட்டது போல் செயலிழந்து விடும். ஒரு பகல் ஒரு இரவுக்குப் பிறகு முடிவு எடுக்கும் வசதி மதிப்புக்குரிய காத்திப்களுக்கு மட்டுமே உண்டு. என்னைப் போன்ற அரசர்களுக்குக் கிடையாது. அதனால் சட்டென்று சிந்தனையை ஒரு குலுக்குக் குலுக்கி முடிவை அறிவிப்பேன். ஒரு நாள் கழித்தோ ஒரு மாதம் கழித்தோ நான் எடுத்த முடிவு தவறு என்று தோன்றும். அதற்குள் எல்லாம் முடிந்திருக்கும். வாழ்நாளின் இறுதிப் பகுதியில்தான் வாழ்வில் நான் எடுத்த அத்தனை முடிவுகளுமே பிழையானது என்று உணர்ந்தேன். ஒன்றும் செய்ய முடியாது.

தாங்கள் எடுக்காத முடிவு ஏதேனும் சரியானதாக இருந்திருக்கலாம் என்று தோன்றியதுண்டா ஷாஹின்ஷா? - இது கொக்கரக்கோ.

ஒரே ஒரு முடிவு. அந்த முடிவை நான் எடுத்திருந்தால் என் வாழ்வும் ஹிந்துஸ்தானின் வாழ்வும் வேறு மாதிரி இருந்திருக்கும். வாளுக்குப் பதிலாக புனித நூலை எடுத்திருக்க வேண்டும். ஆரம்பத்தில் நான் சூஃபியாகத்தானே வாழ நினைத்தேன்? அந்த முடிவுதான் நான் எடுக்காத முடிவு. அதுதான் என் வாழ்நாளின் மகத்தான பிழை.

குறுக்கிடுவதற்கு மன்னிக்க வேண்டும் ஷாஹின்ஷா. கொக்கரக்கோ கேட்ட கேள்விக்கு எனக்கு பதில் கிடைத்து விட்டது. எல்லாவற்றையும் என்னால் கோர்வையாக சொல்ல முடியாவிட்டாலும் தாங்கள் ஒருவாறாகப் புரிந்து கொள்ளலாம் என்றே நினைக்கிறேன். ஆனால் என்னுடைய வட இந்திய நண்பர்களுக்கோ வெளிநாட்டு நண்பர்களுக்கோ நான் சொல்வது புரிவதில்லை. நண்பர்கள் என்றாலும் அவர்கள் என் சக எழுத்தாளர்கள். வேறு துறையைச் சேர்ந்தவர்கள் இல்லை.

விக்தொர் ஹாராவைப் பற்றி பேசினால் நான் உணர்ச்சிவசப் படுகிறேன். பாரதி பற்றிப் பேசினால் அப்படி ஆவதில்லை. காரணங்களை ஒவ்வொன்றாகத் தொகுத்துக் கொள்வோம். இங்கே தமிழ்நாட்டில் - பாரதிக்கோ அவனைப் போன்ற ஒரு எழுத்தாளனான எனக்கோ அல்லது என் சகாக்களான மற்ற எழுத்தாளர்களுக்கோ எழுத்தாளன் என்ற எந்த அடையாளமும் இல்லை. சினிமாக்காரர் என்றால் அவர் வீட்டில் எந்த விசேஷம் நடந்தாலும் அது துக்கமோ சந்தோஷமோ ஊரே சேர்ந்து கொண்டாடும். அழும். சிரிக்கும். நேரில் போய் பூங்கொத்து கொடுக்கும். சூப்பர் ஸ்டார் போவார். உலக நாயகன் போவார். கவிச் சக்கரவர்த்தி போவார். இசைத் திலகம் போவார். முதலமைச்சர் போவார். எதிர்க்கட்சித் தலைவர் போவார். ஜாதிக் கட்சித் தலைவர் போவார். போகாத நபரே இல்லை என்ற அளவுக்கு நேரில் போய் வாழ்த்து சொல்லி விட்டு

வருவார்கள். ஆனால் ஒரு எழுத்தாளன் செத்தால் அது ஒரு எலி செத்த மாதிரிதான். அசோகமித்திரன் என்று ஒரு எழுத்தாளன் காலமானார். நோபல் பரிசு பெற்ற பல எழுத்தாளர்களை விட நன்றாக எழுதியவர். அவர் சாவுக்கு மொத்தம் இருபத்தைந்து பேர் வந்திருந்தார்கள். அதில் பதினைந்து பேர் அவர் உறவினர்கள். பத்து பேர் நெருங்கின நண்பர்கள். ஒரு தேசிய நிகழ்வாகக் கொண்டாடப்பட்டிருக்க வேண்டிய ஒரு மரணம் எலியின் மரணத்தைப் போல் நிகழ்ந்தது. ஞானக்கூத்தன் என்று ஒரு கவிஞர். பாரதிக்குப் பிறகு வந்த கவிஞர்களில் மிகவும் முக்கியமானவர். பாரதி வாழ்ந்த திருவல்லிக்கேணியில், பாரதி வாழ்ந்த அதே தெருவில்தான் வாழ்ந்தார். அவர் சாவுக்குப் பதினாறு பேர் அட்டெண்டன்ஸ் கொடுத்தார்கள். பாரதி சாவுக்கு எட்டு பேர். “ஆக, எட்டு பதினாறு ஆக நூறு ஆண்டுகள் ஆகியிருக்கிறது, நல்ல முன்னேற்றம்” என்று நண்பர்களிடம் சொன்னேன்.

துக்கத்துக்கு நான் போகவில்லை. போனால் இரண்டு சடலங்களை அப்புறப்படுத்த வேண்டி வரும் என்று சொல்லி விட்டேன். ஞானக்கூத்தனின் மேல் எனக்கு ஒன்றும் அப்படி உணர்வுபூர்வமான பற்றுதல் இல்லை. கவிஞனுக்கு மரணமே இல்லை என்று நம்புகிறவன் நான். ஆனால் ஈராயிரம் ஆண்டுகளாக எத்தனை எத்தனை கவிகளும் எழுத்தாளர்களும் இப்படி செத்த எலிகளாகவே போக வேண்டும் என்று அந்த சடலத்தைக் காணும் போது எனக்குத் தோன்றும். ஈராயிரம் காலத்துச் செத்த எலிகளின் ஞாபகம் வந்து என்னை உறுத்தும். துக்கம் தாளாமல் அந்தக் கணமே நானும் ஒரு செத்த எலியாக மாற வாய்ப்பு இருக்கிறது. நான் போகவில்லை.

பாரதி இங்கே பிச்சை எடுத்துக் கொண்டிருந்தான். தாகூருக்கு நோபல் பரிசு. ஞாயிற்றுக்கிழமை காலையில் சென்னை போலீஸ் கமிஷனரோடும் ஹை கோர்ட் ஜட்ஜோடும் ஷெல்லி பற்றியும் ஷேக்ஸ்பியர் பற்றியும் மைலாப்பூர் வேதாந்த தேசிகர் தெரு பலாத் தோப்பு ஜட்ஜ் வீட்டில் உட்கார்ந்து அளவளாவி விட்டு பசியுடன் வீடு திரும்புவார் பாரதி. வீட்டில் குந்துமணி

அரிசி இருக்காது. காசும் இருக்காது. அகத்துக்காரர்தான் கமிஷனரையும் ஜட்ஜையும் பார்க்கப் போயிருக்கிறாரே, பையில் கனத்துடன் வருவார் என்று வழி மேல் விழி வைத்து காத்துக் கொண்டிருப்பாள் கண்ணம்மா.

இவர் வெறும் கையோடு திரும்பியிருப்பதைத் தெரிந்து கொண்டு பக்கத்து அகத்தில் ஆழாக்கு அரிசி கடன் வாங்கிக் கொண்டு வருவாள். சமைப்பதற்காக நீர் கொண்டு வருவதற்குள் அரிசி காணாமல் போயிருக்கும்.

தாழ்வாரத்தில் வந்து இறங்கிய காகங்களுக்கும் குருவிகளுக்கும் அந்த ஆழாக்கு அரிசியைப் போட்டு விட்டு, அவை கொத்தித் தின்னும் அழகைப் பார்த்து ரசித்து, திடீரென்று சந்நதம் வந்தது போல் காக்கை குருவி எங்கள் ஜாதி என்று பாடி ஆடுவான் பாரதி.

அன்றைய தினம் இரண்டு பேரும் பட்டினி.

எழுத்தாளர்கள் செத்த எலிகளாக மாறியதற்கு ராஜாஜி போன்ற பெருந்தலைவர்களும் காரணம். காந்தி வெளிப்படையாகவே சொன்னார்.

சென்னை கதீட்ரல் சாலையில் ஒரு பங்களாவில் காந்தி, வரப்போகும் காங்கிரஸ் மாநாடு பற்றி ஆலோசனை செய்து கொண்டிருக்கிறார். அப்போது முறுக்கி விட்ட மீசையும் கோட்டும் தலைப்பாகையுமாக ஒருவர் வேகவேகமாக அறைக்குள் நுழைகிறார். காந்தி அமர்ந்திருந்த கட்டிலில் அமர்ந்து கால் மேல் கால் போட்ட படி "மிஸ்டர் காந்தி, இன்று மெரீனாவில் என்னுடைய ஒரு கூட்டம் இருக்கிறது, தாங்கள் வந்து தலைமை தாங்க முடியுமா?" என்கிறார்.

காந்தி தன் உதவியாளரை அழைத்து அன்றைய நிகழ்ச்சி நிரல் பற்றிக் கேட்டு விட்டு அன்றைய தினம் வேறொரு கூட்டம் இருப்பதால் மறுநாள் வருவதாகச் சொல்கிறார். பாரதியின் கூட்டமோ அன்றைய தினம்தான். காந்திக்காக மறுநாள் ஒத்தி வைக்க முடியாது. "சரி, நான் கிளம்புகிறேன் மிஸ்டர் காந்தி.

உங்களுக்கும் உங்கள் போராட்டத்துக்கும் என் ஆசீர்வாதம்." வந்த வேகத்திலேயே கிளம்பி விடுகிறார்.

எதிரே சுவரில் சாய்ந்து நின்று கொண்டிருந்த ராஜாஜியிடம் "யார் இவர்?" என்று கேட்கிறார் காந்தி. ராஜாஜிக்கு பாரதியைப் பிடிக்காது. ஒரு ஒழுக்கவாதிக்கு எப்படி கஞ்ஜா அடித்தபடி பிச்சைக்காரனாய்த் திரியும் கவிஞனைப் பிடிக்கும்? ஆனால் காந்திக்கு விஷயம் புரிந்து விட்டது. ராஜாஜியிடம் காந்தி சொன்னார்: "இந்த மனிதர் உங்கள் மொழிக்கும் உங்களுக்கும் ஒரு பொக்கிஷம். இவரைப் பேணிப் பாதுகாக்க வேண்டியது உங்கள் பொறுப்பு."

ஒரு கவிஞனை குருதேவ் என்று விளித்த மனிதருக்கா பாரதியை இனங்கண்டு கொள்ளத் தெரியாது? காந்திக்கு அடையாளம் தெரிந்தது. தமிழ்ச் சமூகத்துக்குத் தெரியவில்லை. செத்தால் படத்துக்குக் கண்ணாடி போட்டு மாட்டி மலர் மாலை சாத்துவார்கள் எம் மக்கள்.

இப்படி செத்த எலிகளாய்த் திரிந்து கொண்டிருக்கும் ஆயிரக்கணக்கான எழுத்தாளன்களில் ஒரு எழுத்தாளனான நான் எப்படி பாரதியோடு என்னை அடையாளப்படுத்திக் கொள்வேன்? அவன் ஒரு செத்த எலி. நானொரு செத்த எலி.

புதுமைப்பித்தன் என்று ஒருத்தன் இருந்தான். அவன் சென்னையில். மனைவி திருநெல்வேலியில். இவன் அவளுக்கு எழுதிய கடிதத் தொகுப்பைப் படித்தேன். இதோ பணம் அனுப்புகிறேன் என்ற வாக்கியம் வராத ஒரு கடிதம் கூட அந்தத் தொகுப்பில் இல்லை. எல்லா கடிதத்திலும் இதே புலம்பல். பணம் அனுப்பாததற்கு மன்னிப்புக் கேட்கும் கடிதங்களே எல்லாம். உடனே வீட்டுக்காரி "நானும் மூன்று தினங்களாகப் பட்டினி" என்று பதில் எழுதுகிறாள். நீ பட்டினி என்பதைக் கேட்டு என் மனம் பதறுகிறது, நான் எதற்காக வாழ வேண்டும் என்று இவன் பதில் எழுதுகிறான். அந்தக் கடிதத் தொகுப்பைப் படித்த போது நான் மிரண்டு போனேன். ஏனென்றால், என் வாழ்வில் ஒரு பெண் பட்டினி கிடந்தாள் என்று நான் அதுவரை படித்ததே இல்லை.

ஒரு கடிதத்தில் அவள், உங்களுக்கு ஏதோ விபத்து ஏற்பட்டு விட்டதாக சென்னையிலிருந்து வந்த செங்கல்வராயன் சொன்னார், எனக்கு ஒரே பயமாகி விட்டது என்று எழுதுகிறாள். உடனே இவன் "ஏன்டி பைத்தியக்காரி, எனக்கு விபத்து நடந்தால் பத்திரிகையில் செய்தி வந்திருக்காதா?" என்று கேட்டு எழுதுகிறான்.

ஆக, விபத்து நடந்தால் பத்திரிகையில் செய்தி வரும் அளவுக்குப் பிரபலமான எழுத்தாளனின் குடும்பமே பட்டினி கிடக்கிறது. அவனுக்கு க்ஷயரோகம் வந்து, அதை கவனிக்கக் காசு இல்லாமல் சாகக் கிடக்கிறான். அப்போது தன் நண்பரை அழைத்து, ஒரு கடிதம் எழுதச் சொல்கிறான். அவனால் எழுத முடியாத அளவுக்கு பலஹீனம்...

—

77

என் ஆயுள் பரியந்தம் இந்த மொழிக்காகவும் இலக்கியத்துக்காகவும் சேவை செய்திருக்கிறேன். இப்போது எனக்கு வந்திருக்கும் க்ஷய ரோகத்துக்கு மருந்து மாத்திரை வாங்கக் கூட என்னிடம் பணம் இல்லை. என்னைக் காப்பாற்ற வேண்டிய பொறுப்பு தமிழ்ச் சமூகத்தினுடையது. என் சக எழுத்தாளர்களும் நண்பர்களும் பொதுமக்களும் எனக்குப் பண உதவி செய்ய வேண்டுகிறேன்.

வாழ்நாள் முழுதும் தன் கையால் எழுதியவனுக்குத் தன் கடைசிக் கடிதத்தை எழுதத் தெம்பில்லை. நலிந்த குரலில் நண்பரிடம் சொல்லி எழுதச் செய்தான். மறுநாளே செத்தும் போனான். வயது நாற்பத்திரண்டு. பாரதி சாகும் போது வயது முப்பத்தி எட்டு.

ங்கோத்தா, கலைஞர்களை பட்டினி போட்டுக் கொன்றிருக்கிறது இந்தத் தமிழ்ச் சமூகம். கெட்ட வார்த்தை பேசியதற்காக என்னை மன்னிக்க வேண்டும் ஹூஸூர். இன்னும் இன்னும் பயங்கரமான கெட்ட வார்த்தைகள் வாயில் வருகின்றன. ஆனால் இது நாவலாக வரும்போது வெட்டி விடுவார்கள். கல் தோன்றி மண் தோன்றாக் காலத்தே மூத்த எங்கள் தமிழ்க்

குடி கெட்ட வார்த்தைகளை அனுமதிக்காது.

இப்படிப்பட்ட தத்தேறி சமூகத்தில் ஒரு செத்த எலியான நான் இன்னொரு செத்த எலி மேல் எப்படி அன்பும் பரிவும் காட்டுவது? எப்படி என்னை அடையாளப்படுத்திக் கொள்வது?

இங்லீஷ்காரன் பாரதியைப் பார்த்து "மன்னிப்புக் கேள், இல்லாவிட்டால் சிறை" என்று மிரட்டியதும் மன்னிப்புக் கடிதம் எழுதிக் கொடுத்தான் பாரதி. வேறு என்ன செய்ய முடியும்? நானாக இருந்தாலும் அதையேதான் செய்திருப்பேன் ஷாஹின்ஷா. சோற்றுக்கே சிங்கியடித்துக் கொண்டிருக்கும் ஒரு குருட்டுப் பிச்சைக்காரனிடம் சென்று ஜீவகாருண்யம் பற்றிப் பேசினால் பேசியவனைப் பிய்ந்த செருப்பால் அடிக்க மாட்டானா? அப்படிப்பட்ட பிச்சைக்காரர்களே நாங்கள்.

ஆனால் விக்தொர் ஹாரா சீலே தேசத்து அதிபராக இருந்த டாக்டர் அயெந்தேயின் நண்பன். அதனால் அயெந்தேவைக் கொன்ற ராணுவத் தளபதி அடுத்த நாளே அதிபரின் நண்பனை வேட்டையாடுகிறான்.

'என் உயிரே போனாலும் பரவாயில்லை, எனக்கு எழுத்தாளன் என்ற அடையாளத்தைக் கொடுங்கள்' என்று கேட்டால் 'உன் உயிரும் வேண்டாம், மயிரும் வேண்டாம்' என்கிறது தமிழ்ச் சமூகம். தென்னமெரிக்காவில் சொல்லுவார்கள், எழுத்தாளன் என்றால் ஒன்று, சிறையில் இருப்பான்; அல்லது, தூதராக எங்கோ வெளிநாட்டில் இருப்பான் என்று.

இங்கே என்னுடைய தேசத்தில் ஒரு சினிமா நடிகனுக்கு முன்னால் நான் கை கட்டி வாய் பொத்தி கூனிக் குறுகி நிற்க வேண்டியிருக்கிறது. த்தூ... மன்னியுங்கள், மன்னியுங்கள், மன்னியுங்கள், ஷாஹின்ஷா...

தாங்கள் என்ன வேண்டுமானாலும் பேசலாம் மதிப்புக்குரிய காத்திப் அவர்களே! நான் தங்களிடம் ஒரு பேரரசனாகப் பேசிக் கொண்டிருக்கவில்லை. தாங்கள் என்னை ஒரு நண்பனாகவே கருதலாம். சரி, எனக்கு ஒரு சந்தேகம். கோபிக்க வேண்டாம்.

ஏற்கனவே கேட்க வேண்டும் என்றுதான் நினைத்தேன். தாங்கள் என்னிடம் ஹிந்தியிலேயே பேசிக் கொண்டிருந்தாலும் இந்த ங்கோத்தா என்ற கெட்ட வார்த்தையை மட்டும் மொழிபெயர்க்காமல் அப்படியே தங்கள் மொழியில் பேசுவதைப் பார்க்கிறேன். ங்கோத்தா என்பதற்கு என்ன அர்த்தம்?

அது... வந்து... ஷாஹின்ஷா... சென்னை நகரில் உற்பத்தியான, சென்னை மாநகரின் அடையாளமான ஒரு கெட்ட வார்த்தை. கெட்ட வார்த்தை கெட்ட வார்த்தை என்று நாம்தான் சொல்லிக் கொண்டிருக்கிறோமே தவிர இன்றைய இளவட்டமும் இளமாதர்குலத் திலகங்களும் இந்த வார்த்தைக்குத் தங்கள் அகராதியில் முக்கிய இடத்தைக் கொடுத்திருக்கிறார்கள் என்று தெரிகிறது. எனக்குத் தெரிந்த ஒரு பெண். அபிராமி என்று பெயர். இருபது வயதுதான் இருக்கும். தேவதை மாதிரி இருப்பாள். தாமரைப் பூவிலோ அல்லது ரோஜா மலரிலோ நீர்த்துளி படிந்திருப்பது போன்றதொரு லாவண்யம். அவள் இருந்தால் அந்த இடம் ஜ்வலிக்கும். லா.ச.ராமாமிர்தம் என்று எங்களில் ஒரு எழுத்தாளர் இருந்தார். அவராக இருந்திருந்தால் அபிதா-2 எழுதியிருப்பார்.

அபிராமியை நான் முதன்முதலாக கதீட்ரல் ரோடு சவேரா ப்ரூ ரூமில் பார்த்தபோது என்ன ஆனேன் தெரியுமா? எனக்குப் பதிலாக எங்கள் அபிராமி பட்டரே சொல்கிறார்:

“விழிநீர்மல்கி மெய்புளகம் அரும்பி, ததும்பிய ஆனந்தமாகி, அறிவிழந்து, சுரும்பிற் களித்து மொழி தடுமாறிப்” பித்தனானேன். அப்பேர்ப்பட்ட அழகு. ரொம்பவும் கூர்ந்து கவனித்தால் சரீரத்தின் மேல்பாகம் சற்றே சரிந்திருப்பது தெரியும். அது வேறொன்றும் இல்லை. ‘கரிகலப கும்ப ஸ்தன நதா.’ யானையின் மத்தகம் போன்ற ஸ்தனங்களால்தான் மேற்படி சரிவு ஏற்பட்டிருப்பதாக ஆதி சங்கரர் சொல்கிறார். அடியேனுக்கு ஆதி சங்கரர் அளவுக்குக் கற்பனைத் திறன் போதாது.

எல்லாம் சரி, நாம் வாழ்ந்து கொண்டிருப்பது பின்நவீனத்துவக் காலகட்டம் ஆயிற்றே? அது ஆதி சங்கரருக்கோ அபிராமி

பட்டருக்கோ தெரியுமா? தெரிந்திருந்தால் என்னவென்று பாடியிருப்பார்கள்? என்ன புரியவில்லையா ஷாஹின்ஷா? அபிதா வாயைத் திறந்தால் ங்கோத்தா போடாமல் அவளால் பேச முடியாது. அதிலும் உணர்ச்சிவசப்படும் சமயங்களில் ‘ங்’கைக் கூட விட்டு விட்டு நேரடியாக த்தா, த்தா என்பாள்.

த்தா, என்னா சாப்பாட்றா மச்சான்.

த்தா, சாவடிக்கிறான்டா அந்த டைரக்டரு. காலைல ஏழு மணிக்கு ஆரமிச்ச டிஸ்கஷன் மிட்நைட் ரெண்டத் தாண்டியும் ஓடிட்ருக்கு. த்தா, எங்கேந்து வர்றானுவன்னே தெர்ல, த்தா... (அதற்கு மேலும் அவள் சொன்ன கொச்சை வசைகளை இங்கே நான் தங்களிடம் சொன்னாலும் நாவலில் தூக்கி விடுவார்கள் ஷாஹின்ஷா. அதனால் நானே சுய தணிக்கை செய்து விட்டேன்.)

த்தா, ப்ரேக் அப் ஆய்டுச்சுடா. அஞ்சாவது ப்ரேக் அப்பு. த்தா, என்னா லைஃப்டா மவனே.

த்தா, ஒரே ஒரு தடவை அந்த ஹாருகி முராகாமியோட பட்த்துண்ணுண்டா. த்தா, என்னாமா எள்த்றான்.

ஒருமுறை அவள் தன்னுடைய பாய் ஃப்ரெண்டுக்கும் அவளுக்கும் நடந்த கடைசி கலவி பற்றி என்னிடம் சொன்னாள்.

போட்டாம் பாரு போடு... ங்த்தா... இன்னோர் தடவ போட்ட்டு செத்துர்ணும்.

சரி, அப்டி போட்றவன ஏன்டி விட்ட்டே?

த்தா பாடு, என்ன மாரியே இன்னும் ரெண்டு தேவ்டியாளுங்களப் போட்டுட்ருக்கான். நாம என்ன இளிச்சவாப் புண்டயா? போடா ங்கொம்மாலன்ட்டு வந்ட்டேன்.

ஏன்டி, கேக்குறேன்னு கோச்சுக்காத. ஒனக்கு மட்டும் இவ(ங்) மட்டும்தான் பாய் ப்ஃரென்டா, சொல்லு?

இங்க பாருங்க மிஸ்டர் ரைட்டர் ஸர், எனக்கு இன்னம் ரெண்டு பாய் ஃப்ரெண்ட்ஸ் இருக்கானுங்கதான். ஆனா எத்தினி பேர்னாலும் என்னால அவ்னுங்கள ஹேண்டில் பண்ண முடியும். இவனால அது முடியாது.

பேரரசரிடம் பேசுகிறோமே என்று ரொம்பவும் தணிக்கை செய்து செய்து பேசுகிறேன் ஷாஹின்ஷா... அந்த உரையாடல் இதே பாணியில் ரெண்டு மூணு மணி நேரம் போனது.

சந்தோஷம், துக்கம், பிரமிப்பு, கோபம், ஆச்சரியம், ஆசை, பேராசை, இரக்கம் என்று எல்லா உணர்வுகளையுமே அபிராமி அந்த ஒரு வார்த்தையில் அடக்கி விடுவாள்.

அப்புறம் ரொம்ப காலம் கழித்துத்தான் எனக்குத் தெரிந்தது, சென்னை நகரின் ஒட்டு மொத்த இளவட்டமுமே அப்படித்தான் பேசியது என்று. முதல் முதலாக அபிராமி அந்த வார்த்தையை உச்சரித்துக் கேட்ட போது நான் என்னைப் பற்றிய மதிப்பீட்டில் மிகவும் தாழ்ந்து விட்டேன். ஆமாம். அதுகாறும் நான் என்னை ஒரு பின்நவீனத்துவ எழுத்தாளனாகவும் அப்படியாகவும் இப்படியாகவும்தான் பீற்றிக் கொண்டு வந்திருக்கிறேன். ஆனால் அந்தப் பெண் பேசுவதைக் கேட்டு நான் அடைந்த அதிர்ச்சியைக் கண்டு நான் ஒரு கட்டுப்பெட்டியோ என்று எனக்கே உள்ளுக்குள் ஒரு சந்தேகம் வந்து விட்டது. அபிராமி பேசுவதை என்னால் ஏற்றுக் கொள்ளவே முடியவில்லை. இத்தனைக்கும் என்னால் கெட்ட வார்த்தை போடாமல் ஒரு வாக்கியம் பேச முடியாது. அன்றாட வாழ்வில் ஒருபோதும் ஆணாதிக்கத்தை அனுமதிக்கக் கூடாது என்று வாழ்பவன் நான். பெண்களின் உழைப்பைச் சுரண்டி நான் ஒருநாள் கூட வாழ்ந்ததில்லை. என்னுடைய இருபத்தைந்து வயதுக்குப் பிறகு ஒரு பெண் சமைத்து நான் சாப்பிட்டதே இல்லை. இரண்டு பேரும் சேர்ந்துதான் சமைப்போம். இந்தியப் பெண்கள் அத்தனை பேருமே அவர்கள் வாழ்வின் பெரும்பகுதியை சமையல் அறையில் கழிப்பதால் நான் எடுத்த முடிவு அது.

சாப்பாட்டு விஷயத்தில் நான் நூற்றுக்கு நூறு ஒழுங்கைக்

கடைபிடிப்பவன். சாப்பாட்டில் எனக்கு நெய் வேண்டும். ஆனால் மற்றவர்கள் சாப்பிடுவது போல் அல்ல. உருக்கி ஆற வைக்கப்பட்ட நெய்யை நான் சாப்பிட மாட்டேன். உருக்கி வைத்த நெய்யை ஒரு கரண்டியில் ரெண்டு ஸ்பூன் விட்டு புதிதாக உருக்கி சாம்பாரிலும் ரசத்திலும் ஊற்றிக் கொள்வேன். ஆனால் மற்றவர்களுக்கும் எனக்கும் என்ன வித்தியாசம் என்றால், அவர்கள் அதைப் பெண்களை செய்யச் சொல்வார்கள். நான் நானே செய்து கொள்வேன். நீண்ட பிடியுள்ள இரும்புக் கரண்டி, அதன் முனையில் ஒரு சின்ன குழி. அதில்தான் கெட்டி நெய்யைப் போட்டு சூடு பண்ண வேண்டும்.

லா.ச.ரா.வின் புதல்வர் ஸப்தரிஷி எனக்கு ஒரு சம்பவம் சொன்னார். அவருடைய தூரத்துச் சொந்தக்காரர் ஒருவர் செய்த ஒரு காரியம். அந்த ஆள் என்னைப் போலவே புதிதாக உருக்கின நெய்யைத்தான் போட்டுக் கொள்வார் போலிருக்கிறது. மனைவி நெய் போடுகிறாள். தினமும் நெய்யைச் சூடு பண்ணித்தான் போடுவாள். ஒருநாள் தவறினதில்லை. அன்றைய தினம் மறந்து விட்டாள். மீனாட்சி, அந்தக் கொள்ளிக்கட்டையை எடுத்துண்டு வாயேன் கொஞ்சம் என்று சொல்லியிருக்கிறார் அவர். அந்தக் காலத்தில் விறகு அடுப்புதான் இல்லையா, அவளும் கணவர் எதற்குக் கேட்கிறார் என்று தெரியாமல் திகுதிகுவென்று கனன்று கொண்டிருக்கும் கொள்ளிக்கட்டையை எடுத்துக் கொண்டு வந்து கொடுத்திருக்கிறாள். அந்தக் கொள்ளிக்கட்டையாலேயே அவள் கைகள் இரண்டிலும் ஒரு இழு இழுத்திருக்கிறார் அந்த ஆள். "இப்டி சூடு போட்டாத்தான்டி உனக்கு மறக்காது, அந்தக் காயத்தைப் பார்க்கிறப்போல்லாம் நெய்யைச் சூடு பண்ணணும்ங்கிற ஞாபகம் வரும்" என்று சொன்னாராம்.

இப்படி எத்தனை கதைகள், எத்தனை கதைகள்! இந்தக் கண்ணீர் சாகரத்தில் என் காரணமாக ஒரு சொட்டு கண்ணீர் சேர்ந்து விடக் கூடாது என்பதில் நான் இன்று வரை கவனமாக இருக்கிறேன். ஆகவே, பெண்கள் சமைத்து நான் சாப்பிட்டால் ஹராம் என்றே நினைக்கிறேன். சமையலில் எனக்கும் பங்கு

இருந்தால் மட்டுமே சாப்பிடுவது. மற்றபடி விருந்துக்கு அழைத்தால் சாப்பிடலாம். அது ஹராம் இல்லை. அதிலும் ஒரே ஒரு 'இக்கு' இருக்கிறது. கூப்பிடுவது குடும்பத் தலைவராக இருக்கக் கூடாது, தலைவியாக இருக்க வேண்டும். இதற்கும் ஒரு கதை இருக்கிறது. ஒரு கதை அல்ல. ஓராயிரம் கதைகள்.

இந்த எருமைமாட்டுத் தடியன்கள் தங்கள் நண்பர்களையெல்லாம் வார விடுமுறையில் வீட்டுக்கு அழைக்கிறான்களா, அந்தப் பாடு எல்லாம் அவன் மனைவி தலையில்தான் விடியும். 'ஏன்டா சனி ஞாயிறு வருகிறது என்று இருக்கிறது' என்று என்னிடம் எத்தனையோ பெண்கள் புலம்பித் தள்ளியிருக்கிறார்கள். அதனால் எவனாவது என்னை சாப்பிடக் கூப்பிட்டால் அவனோடு பழகுவதையே நான் துண்டித்திருக்கிறேன். வீட்டில் உன்னோடு இருக்கின்ற பெண்ணின் சௌகரியம் பற்றித் தெரிந்து கொள்ளாத நாய்களோடெல்லாம் நமக்கு என்ன உறவு வேண்டிக் கிடக்கிறது, ராஸ்கல்ஸ்.

இப்படி நேர்வாழ்வில் ஆதிக்க மனோபாவத்தைத் தூக்கிப் போட்டு விட்ட நான் ஒரு பெண் ங்கோத்தா சொல்லி விட்டாள் என்பதற்காக ஏன் இப்படிப் பதறுகிறேன்?

ஆனால் ஒன்று, இந்தப் பெண்கள் அந்த ங்கோத்தாவை ஏதோ மயிலிறகால் வருடுவது போல் வருடி அந்த வார்த்தையின் அழகையே கெடுத்து அசிங்கப்படுத்தி விட்டார்கள். அவர்களின் மென்னுதடுகளிலிருந்து அந்த வார்த்தை வரும்போது ஏதோ கிள்ளை மொழியில் கொஞ்சுவது போல் இருக்கிறது. அந்த வார்த்தையின் வீரியமே போய் விட்டது. பாவம், சென்னை மாநகரின் கலாச்சார அடையாளமாக இருந்த ங்கோத்தா இப்போது தன் தனித்தன்மையை இழந்து பரிதாபத்துக்குரிய வார்த்தையாகி விட்டது. ஹ்ம்ம்ம், சரி, இப்போது என்னுடைய பிரச்சினை என்னவென்றால், தங்களின் வாரிசுகள் யாராவது ஆலம்கீர் எப்படி ங்கோத்தா என்று பேசலாம் என்று போராட்டத்தில் குதித்து விட்டால் என் பாடு என்னாவது? அதனால் கூடிய வரை கெட்ட வார்த்தை போடாமலேயே பேச முயற்சிக்கிறேன் ஹுஸூர்.

என்னது, பேரரசருக்கு எதிராகப் போராட்டமா, எவன் பண்ணுவது? தொலைத்து விடுவேன் தொலைத்து. அதுவும் இப்போது நான் ஆவி ரூபத்தில் இருக்கும் பேரரசன். ஆவிகளுக்கு உடம்பு இல்லாவிட்டால்தான் சக்தியற்றவை. எனக்கு உடல் கிடைத்து விட்டது. பேரரசன் என்றாலே உலகின் அதிபதி. இப்போதோ ஆவியின் சக்தியும் சேர்ந்திருக்கிறது. அதனால் அந்தப் பிரச்சினையை விட்டுத் தள்ளுங்கள்.

(சிறிது நேர மௌனத்துக்குப் பிறகு தொடர்கிறார் ஆலம்கீர்.)

சற்று உணர்ச்சிவசப்பட்டு விட்டேன் மதிப்புக்குரிய காத்திப் அவர்களே! நான் எந்தக் காலத்திலும் கெட்ட வார்த்தை பேசியதில்லை. ஆனால் தாரா பேசுவான். சரளமாகப் பேசுவான். எப்படி ஆன்மீகத்திலும் தத்துவத்திலும் பெரும் ஈடுபாடு கொண்ட ஒருவன் இப்படிக் கெட்ட வார்த்தையாய்ப் பொழிந்து தள்ளுகிறான் என்று எனக்கு ஆச்சரியமாக இருக்கும். அதனாலேயே அவனை அமீர்கள் கடுமையாக வெறுத்தார்கள். அமீர் என்று கூடப் பார்க்காமல் உம்மக் என்று சொல்லி விடுவான். உம்மக் என்றால் உன் தாயை... என்று பொருள். தங்கள் மொழியில் 'ங்கொம்மால...' என்று சொல்கிறார்கள் அல்லவா, அந்த மாதிரி.

—

78

அந்த சொல்லுக்காக கொலை வரையெல்லாம் சென்றிருக்கிறது. அந்த சொல்லுக்காக தலைமுறை தலைமுறையாக வன்மம் கொண்ட குருதிக் கறை படிந்த கதைகள் பல அரபிகளிடம் உண்டு. இன்னொரு விஷயத்தை கவனித்தீர்களா, மதிப்புக்குரிய காத்திப் அவர்களே? தாயை தெய்வமாக்குவதும், வேசி ஆக்குவதும் உலக மொழிகள் எல்லாவற்றிலுமே இருக்கக் கூடியதுதானே? அதோடு, கிட்டத்தட்ட உலக மொழிகள் எல்லாவற்றிலுமே ங்கோத்தாவின் மொழிபெயர்ப்பு இருக்கும் அல்லவா? சரி, எங்கோ பேசிக் கொண்டிருந்து விட்டு எங்கோ வந்து சேர்ந்து விட்டோம். விக்தொர் ஹாரா பற்றிச் சொல்லிக் கொண்டிருந்தீர்கள்...

ஆமாம் ஷாஹின்ஷா... நான் சொல்ல நினைத்ததெல்லாம், விக்தொர் ஹாராவுக்கு வரலாற்றில் இருக்கும் முக்கியத்துவத்தைப் பற்றித்தான். சீலேயில் - ஏன், பெரும்பாலான தென்னமெரிக்க நாடுகளில் என்றும் வைத்துக் கொள்ளலாம் - எல்லா எழுத்தாளர்களுமே அதிபரின் நண்பர்களாக இருக்கிறார்கள். அதிபர் கொல்லப்பட்டால் அடுத்த நிமிடம் அதிபரின் நண்பர்களான எழுத்தாளர்களையும் கலைஞர்களையும்

போட்டுத் தள்ளுகிறார்கள் சர்வாதிகாரிகள். சீலேயில் நிக்கானோர் பார்ரா என்று ஒரு கவிஞர் இருந்தார். அவரைச் சந்திக்க தென்னமெரிக்க தேசங்களின் அதிபர்களெல்லாம் தேதி கேட்டு மாதக்கணக்கில் காத்திருப்பது வழக்கம். மிகச் சமீபத்தில்தான் நூற்றி நான்காவது வயதில் காலமானார். அவர் தொலைக்காட்சியில் தோன்றும் விளம்பரத்துக்கு பிரபலமான ஹாலிவுட் நடிகை எவ்வளவு வாங்குவாரோ அவ்வளவு தொகையை வாங்கினார். இங்கே க.நா.சுப்ரமணியம் என்று ஒரு மேதை இருந்தார். அவர் இறந்த போது ஐம்பத்தைந்து ரஜாய் பெட்டி நிறைய புத்தகங்கள். ரஜாய் பெட்டிகள் தங்களுக்குத் தெரியும். குளிர்காலமே இல்லாத தமிழர்களுக்குத் தெரிய வாய்ப்பில்லை. வீட்டில் உள்ள ஐந்தாறு உருப்படிகளுக்கான ரஜாய்களை வைப்பதற்கான அலுமினியப் பெட்டிகள். தாராளமாக ரெண்டு ஆள் உட்காரலாம். அம்பத்தஞ்சு பெட்டிகளில் அஞ்சு பெட்டி க.நா.சு. எழுதி வெளிவராத கையெழுத்துப் படிகள். க.நா.சு. இறந்ததும் அந்த அம்பத்தஞ்சு பெட்டிகளும் வங்காள விரிகுடாவும், அரபிக் கடலும், இந்தியப் பெருங்கடலும் சேரும் குமரி முனைச் சங்கமத்தில் மூழ்கடிக்கப்பட்டன. எத்தனை கோடி கொடுத்தாலும் ஈடு செய்ய முடியாத பொக்கிஷங்கள்...

லா ஹவ்ல வலா குவ்வத இல்லா பில்லாஹ்[156]... அந்தத் துயரம் எப்படி நடந்தது, மதிப்புக்குரிய காத்திப் அவர்களே?

க.நா.சு. வயதான காலத்தில் அவருடைய மகள் வீட்டில் இருந்தார். இந்த தேசத்தில் அப்படித்தானே ஷாஹின்ஷா? தங்கள் காலத்திலும் அப்படித்தான் இருந்திருக்கும். க.நா.சு. இறந்ததும் அவர் மருமகனுக்கு அத்தனை பெட்டிகளையும் எங்கே வைத்துக் காப்பாற்றுவது என்று தெரியவில்லை. மனைவி நிறைமாத கர்ப்பிணி. பெட்டிகளைத் தூக்கி ஒரு கன்யாகுமரி

---

156 லா ஹவ்ல வலா குவ்வத இல்லா பில்லாஹ் – நன்மை செய்ய சக்தி பெறுவதும், தீமையை விட்டு விலகுவதும் அல்லாஹ்வின் உதவியாலே அன்றி வேறில்லை.

நண்பரிடம் கொடுத்தார். நண்பர் என்ன செய்வார் பாவம்? நண்பரின் தந்தையும் க.நா.சு.வும் சிநேகிதர்கள். அவ்வளவுதான். 55 பெட்டிகளும் என்ன ஆகியிருக்கும்? முக்கடல் சங்கமத்தில் மூழ்கியிருக்கும். அல்லது, பழைய பேப்பர்காரனிடம் எடைக்குப் போயிருக்கும். அந்த ரஜாய் பெட்டிகளின் மறைவை தமிழ்ச் சமூகத்தின் கலாச்சார வீழ்ச்சியின் குறியீடாகவே நான் காண்கிறேன்.

கத்தரல்லாஹுு வமா ஷாஅ ஃபால...[157]

இன்னொரு பெரிய எழுத்தாளர் அவரை என் ஆசான் என்றே சொல்வேன் - இந்தப் பிரச்சினைக்குள்ளேயே செல்லவில்லை. அவரிடமும் ஒரு பெரிய நூலகம் இருந்தது. ஆனால் வயதாக ஆக எல்லா புத்தகங்களையும் வீட்டுக்கு வரும் நண்பர்களிடமெல்லாம் கொடுத்துத் தீர்த்து விட்டதாகச் சொன்னார். அவரை நான் சந்தித்துக் கொண்டிருந்த போது தியாகராஜ நகரில் அவர் மகன் வீட்டில் இருந்தார். எதிரே அரண்மனை போல் ஒரு வீடு. தமிழ் சினிமாவின் இசைச் சக்ரவர்த்தியின் வீடு. இம்மாதிரியான வீட்டில் அல்லவா ஒரு எழுத்தாளன் வாழ வேண்டும் என்று எழுத்தாளரைப் பார்த்துச் சொன்னேன். உடனே அவர் என்னை அற்பமாகப் பார்த்து "இப்படித்தான் வாழ வேண்டும்" என்று தன்னுடைய அறையைக் காண்பித்தார். அதை நான் ஸ்டாக்ஹோம் ஸிண்ட்ரம் என்று நினைத்துக் கொண்டேன். வேறு என்ன செய்வது? ஏழ்மையிலேயே வாழ்ந்து வாழ்ந்து அதுதான் இயல்பென மனம் நம்ப ஆரம்பித்து விட்டது. அவர் மகன் வீடு ஒரு அடுக்குமாடிக் குடியிருப்பு. அதில் ஒரு சின்னஞ்சிறிய அறை எழுத்தாளருடையது. அவரோடு நான் பேசிக் கொண்டிருக்கும்போது பள்ளிக்கூடம் படிக்கும் அவர் பேத்தி அவரிடம் வந்து ஏதோ ஆங்கிலத்தில் கேட்டு விட்டுப் போவாள். ஒரு மகத்தான தமிழ் எழுத்தாளனின் பேத்திக்குத் தன் தாத்தாவிடம் ஆங்கிலத்தில் பேசும் நிலை.

157 கத்தரல்லாஹுு வமா ஷாஅ ஃபஅல – அல்லாஹ் ஏற்படுத்திய விதி; அவன் நாடியதைச் செய்தான்.

இதை விட இன்னொரு அநியாயம், மௌனி விஷயத்தில் நடந்தது. மௌனியின் பேரன் எனக்கு நண்பர். அவரைச் சந்திக்கும் போதெல்லாம் மௌனி பற்றிக் கேட்டுக் கொண்டிருப்பேன். மௌனியை எங்கள் வீட்டில் எல்லோரும் வெறுத்தோம் என்றார் பேரன். அது நியாயம்தான். சமூகத்தில் எழுத்தாளனுக்கு ஏதாவது மரியாதை இருந்தால்தானே வீட்டில் இருக்கும்? ஏதோ ஒரு பல்கலைக்கழகத்துக்கு மௌனி பெயர் இருந்தால் உற்றமும் சுற்றமும் மௌனியை சொந்தம் கொண்டாடும். ஊருக்கே தெரியாத ஒரு வேலையை மௌனி செய்து கொண்டிருந்திருக்கிறார் என்றால் எவர் மதிப்பார்? ஒருநாள் எங்கள் பேச்சின் இடையே குறுக்கே புகுந்த பேரனின் பத்து வயது மகள் மௌனி மௌனி என்கிறீர்களே, யார் அவர் என்று கேட்டாள். "ஓ, உனக்கு மௌனி தெரியாதா? அவர்தான் உன் தாத்தா, தமிழின் முக்கியமான எழுத்தாளர், எனக்கு குரு மாதிரி" என்றேன். அவள் ஒரு மாதிரி குழப்பமாகப் பார்க்க, குழப்பத்தை அவள் தந்தையே போக்கினார்.

"உன் மணி தாத்தாதான்டி மௌனி."

அதைக் கேட்டதும் அந்தச் சிறுமிக்கு வாழ்நாள் அதிர்ச்சி. "என்னது, நம் மணி தாத்தா எழுத்தாளரா?" என்று ஆச்சரியத்துடன் கேட்டாள்.

'எழுத்தாளரா? சிறுகதையின் திருமூலர் என்றல்லவா மௌனி பற்றிப் புதுமைப்பித்தன் சொல்லியிருக்கிறார்?' என்று மனதுக்குள் நினைத்துக் கொண்டேன்.

இந்த நிலைமையையும் சீலேவையும் ஒப்பிட்டுப் பாருங்கள். சி.ஐ.ஏ.யின் உதவியுடன் ஆட்சிக்கு வந்த பினோச்செத், விக்தொர் ஹாராவை மட்டும் கொல்லவில்லை. உலகப் புகழ் பெற்ற பாப்லோ நெரூதாவையும் கொன்றார். ஆனால் விக்தொர் ஹாராவைக் கொன்றது போல் கொடூரமாக இல்லை. நெரூதா மருத்துவமனையில் இருந்த போது யாரும் அறியாதபடி சிறுகச் சிறுக விஷ ஊசி செலுத்திக் கொல்லப்பட்டார். இந்தக் கொலைக்கு உடந்தையாக இல்லாவிட்டால் உங்களைக் குடும்பத்தோடு கொன்று விடுவோம் என்று மருத்துவர்கள் மிரட்டப்பட்டிருக்கலாம்.

சீலேயில் டாக்டர் அயெந்தேவை விடப் பிரபலமாக இருந்தவர் பாப்லோ நெரூதா. நெரூதாவின் கவிதை தன்னுடைய ஆட்சிக்கு ஆபத்து என்று நினைத்தார் பினோச்செத். நெரூதாவின் இல்லங்களில் பினோச்செத்தின் சிப்பாய்கள் சோதனையிட்ட போது, உங்கள் துப்பாக்கியை விட என் கவிதை வலிமையானதா என்று கேட்டார் நெரூதா. தன் வாழ்நாளின் பெரும் பகுதியை வெளிநாடுகளில் தூதராகக் கழித்தவர். கடைசியில் சீலேயில் அவருக்குக் கிடைத்தது விஷ ஊசி.

இந்த செல்வாக்கும் வசதியும் பாரதிக்கு இருந்திருந்தால் அவனும் மன்னிப்புக் கடிதம் எழுதிக் கொடுத்திருக்க மாட்டான். அவனே ஒரு செத்த எலி. செத்த எலிக்கு வழிகள் இருக்கின்றனவா என்ன? வடக்கே காந்தி எந்த அளவுக்குப் பிரபலமாக இருந்தாரோ அதே அளவுக்குப் பிரபலமாக இருந்தார் தாகூர். தாகூர் இறந்த போது வங்காளத்தின் எல்லா ரயில்களுமே சாந்தி நிகேதனை நோக்கிச் சென்றன என்று எழுதின பத்திரிகைகள். இங்கே எங்கள் தேசியக் கவி இறந்த போது எட்டே பேர் வந்திருக்கிறார்கள். எட்டே அதிகம்தான். பாடை தூக்க நான்கு பேர் போதுமே?

ஆகவேதான் நான் ஒரு சீலே தேசத்துப் பாடகனோடு என்னை அடையாளப்படுத்திக் கொள்கிறேன். என் மண்ணின் கவியோடு அல்ல.

நானும் ரொபர்த்தோவும் விக்தொர் ஹாரா ஸ்டேடியம் சென்ற போது அந்த வீதி பொதுமக்கள் சிறுநீர் கழிக்கும் வீதியாக இருந்ததைக் கண்டு அதிர்ந்து போனேன். எந்த நாட்டு மக்களும் மிருகங்களைப் போலும், இந்தியர்களைப் போலும் நின்ற இடத்தில் நின்று கொண்டு சிறுநீர் கழிக்கும் வழக்கம் உள்ளவர்கள் இல்லை. அதற்கு சீலேயும் விதிவிலக்கு அல்ல. மேலும், சீலே முழுவதுமே சுத்தம் சுகாதாரத்தைப் பொருத்தவரை ஒரு மேற்கு ஐரோப்பிய தேசத்தைப் போலவே தோற்றம் கொண்டிருந்தது. மற்ற தென்னமெரிக்க, மத்திய அமெரிக்க நாடுகளில் வெளிப்படையாகத் தெரியும் வறுமையின் காட்சிகள் சீலேயில் இல்லை. சீலேயின் வறுமை அதன்

உள்வாழ்க்கையில் இருக்கிறது. உதாரணமாக, கல்விக்கு சீலேயில் எக்கச்சக்கமாக செலவாகிறது. குழந்தை படிக்க வேண்டுமென்றால், பெற்றோர் தங்கள் வாழ்க்கையையே தியாகம் செய்தால்தான் முடியும். அதை சீலேயில் அரிதாகவே காண முடிகிறது. அங்கே உள்ள குடும்ப அமைப்பே வேறு விதமாக இருக்கிறது. பெரும்பாலான குழந்தைகள் தாயிடமோ தகப்பனிடமோதான் வளர்கின்றன. அநேகமாக, தாயிடம். அவள் வேறு ஒருவனை மணந்து கொள்கிறாள். ரொபர்த்தோவே அப்படித்தான். விவாகரத்துக்குப் பிறகு இரண்டாவது திருமணம் செய்யும் போது அவன் வயது ஐம்பது. பெண்ணின் வயது முப்பது. இவனுக்கு முதல் திருமணத்தில் இரண்டு குழந்தைகள். அவளுக்கு ஒரு குழந்தை. இப்போது இருவருக்கும் சேர்ந்து ஒரு குழந்தை. ஆக, நான்கு குழந்தைகள். அவர்களைப் படிக்க வைப்பதற்காக இருவரும் நாயாய் உழைக்கிறார்கள். நான் சந்தித்த போது ரொபர்த்தோவின் வயது அறுபத்தைந்து. ஆனால் பார்க்க எண்பத்தைந்து போல் தெரிந்தான்.

வீட்டில் ஹீட்டர் இல்லை. மைனஸ் ஐந்து டிகிரி குளிரில் ஒன்றுக்கு இரண்டாக போர்வையைப் போர்த்திக் கொண்டு தூங்க வேண்டியதுதான் என்றான். குளிரை விரட்டுவதற்காக வைன். எப்போதும் வைன். காலையில் என்னைச் சந்திக்க வரும்போதே ஆடியபடிதான் வருவான்.

நான் மொனேதா அரண்மனைக்கு அருகில் ஒரு வசதியான ஓட்டலில்தான் தங்கியிருந்தேன். ஆனால் குளியலறையில் வெந்நீர் வருவதில் ஒரு பெரிய பிரச்சினை. நான் சென்றிருந்தது கடுமையான குளிர் காலம். ஷவரில் வெந்நீர் கொட்டும். ஆனால் குளித்துக் கொண்டிருக்கும்போதே சடாரென்று ஐஸ் நீர் அடிக்கும். விறைத்துப் போவீர்கள். ஆனால் ஸாந்த்தியாகோ நகரம் வெளியே பார்ப்பதற்கு ஒரு மேற்கு ஐரோப்பிய நகரம் போலவே தோற்றம் தந்தது.

அதனால்தான் விக்தொர் ஹாரா ஸ்டேடியம் இருந்த தெரு சாக்கடையாக இருந்ததைப் பார்த்து அதிர்ச்சி அடைந்தேன். அச்சு அசலாக ஒரு இந்தியத் தெரு போலவே இருந்தது.

ஆளாளுக்கு வந்து நின்று கழுதை போல் மூத்திரம் அடித்துக் கொண்டிருந்தார்கள். சிமெண்ட் தரையாக வேறு இருந்ததால் மூத்திரம் ஆங்காங்கே குளம் மாதிரி தேங்கியும் ஓடிக் கொண்டும் இருந்தது. அந்தப் பகுதியில் அதிக எண்ணிக்கையில் ஹெய்த்தி போன்ற கரீபிய தேசங்களிலிருந்து புலம் பெயர்ந்தவர்கள் - முறையான குடியுரிமை இல்லாதவர்கள், வீடற்றவர்கள் - வாழ்வதால் அந்த இடம் அப்படி இருப்பதில் ஆச்சரியம் ஒன்றுமில்லை என்றான் ரொபர்த்தோ.

இருவரும் மூத்திரக் குளத்தையெல்லாம் தாண்டி விக்தொர் ஹாரா ஸ்டேடியத்தின் உள்ளே போனோம். இந்தியாவிலிருந்து வந்த முதல் பார்வையாளர் என்றார் அந்த ஸ்டேடியத்தின் நிர்வாகி. பிறகு விலாவாரியாக விக்தொர் ஹாரா பற்றி நான் அறிந்த, கேட்ட கதைகளையெல்லாம் நான் சொல்லக் கேட்டு நிர்வாகியும் என்னோடு சேர்ந்து அழுது விட்டார். விக்தொர் ஹாராவின் கதையை நான் இதுவரை அறுபத்தொன்பது தடவை சொல்லியிருப்பதாகச் சொல்கிறான் கொக்கரக்கோ. ஆனால் இந்த அறுபத்தொன்பது தடவைகளிலும் அப்போதுதான் முதல் தடவையாக கதை கேட்டவரும் என்னோடு சேர்ந்து அழுததைப் பார்த்தேன். என்னுடைய உணர்வுகளையெல்லாம் என்னுடைய பலஹீனமான வார்த்தைகளின் மூலம், என்னுடைய பலஹீனமான பேச்சின் மூலம் முழுமையாகத் தங்களுக்குக் கடத்துகிறேனா என்று எனக்குத் தெரியவில்லை ஹுஸூர். விக்தொர் ஹாரா பற்றி நினைக்கும் போதெல்லாம், பேசும் போதெல்லாம் காலத்தில் பின்னோக்கி - 1973ஆம் ஆண்டின் செப்டம்பர் 16ஆம் தேதிக்குச் சென்று விடுகிறேன்; நான் எந்த இடத்தில் இருந்தாலும் இந்த ஸ்டேடியத்துக்குள் வந்து விடுகிறேன்.

எழுத்தாளன் சொன்னது எல்லாவற்றையும் கூர்மையாகக் கேட்ட ஆலம்கீர் நாம் மூவரும் இப்போதே ஸாந்த்தியாகோ கிளம்புகிறோம் என்றார்.

இல்லை ஷாஹின்ஷா, அது அத்தனை சுலபம் இல்லை.

அதற்காக நான் இருபத்தைந்து ஆண்டுகள் காத்திருக்க வேண்டியிருந்தது. பணம் கிடைப்பதற்குத்தான் அத்தனைக் காலம். அதிலும் பணம் எப்போது கிடைக்கும், எப்போது செல்வோம் என்ற நிச்சயம் கூட இல்லை. பலமுறை என் மனைவியிடம் “சீலே போகாமல் நான் செத்து விட்டால் பேய் பிசாசாக வந்து உன் கழுத்தைக் கடிப்பேன்” என்று சொல்லி மிரட்டியிருக்கிறேன்.

அல்லாஹ் அக்பர், தங்களுக்கு சீலே போக பணம் கிடைக்காவிட்டால் தங்கள் மனைவி என்ன செய்வார்கள், பாவம்?

கிடைக்கவில்லை என்று சொல்ல மாட்டேன் ஹுஸூர். கிடைத்தது. நான் சீலே செல்வதற்கென்று என் நண்பர் ஒருவர் மாதா மாதம் ஒரு பெரிய தொகையை அனுப்பிக் கொண்டிருந்தார். அந்தப் பணம் எல்லாமே என் நாய்களுக்குத்தான் செலவாகிக் கொண்டிருந்தது.

அவ்வளவு செலவாகக் கூடிய நாய் என்ன நாய்?

—

79

க்ரேட் டேன். அந்த வகை நாய்களை சினிமா நடிகர்கள்தான் வளர்த்தார்கள். நானும் வளர்த்தேன். இல்லை, நான் வளர்க்கவில்லை. என் மகனும் என் மனைவியும் என்னிடம் தங்கள் அன்புப் பரிசாகக் கொடுத்தார்கள். க்ரேட் டேனோடு கூடவே ஒரு லாப்ரடாரும் அவர்கள் என் மீது வைத்திருந்த எல்லையற்ற அன்பின் அடையாளமாகக் கிடைத்தது. இரண்டையும் வளர்த்ததிலேயே என் சொத்து காலியாயிற்று. அப்புறம் எங்கே பயணம்?

கவலையை விடுங்கள், மதிப்புக்குரிய காத்திப் அவர்களே, நாம் மூவரும் இப்போதே இந்த க்ஷணமே ஸாந்த்தியாகோவில் நிற்கிறோம்.

என்ன ஆச்சரியம்! க்ஷணம் என்பதற்கெல்லாம் என்ன அர்த்தம்? காலம், வெளி என்பதன் பொருள் என்ன? நாற்பத்தெட்டு மணி நேர விமானப் பயணம். இடையில் துபாயில் நிற்க வேண்டும். அங்கிருந்து சாவோ பாவ்லோவில் நிற்க வேண்டும். அங்கிருந்து ஸாந்த்தியாகோ. ஆனால் எதுவுமே நடக்கவில்லை. சென்னையிலிருந்த அவர்கள் க்ஷணப் பொழுதில் ஸாந்த்தியாகோவில் ஆந்த்ரேஸ் பெல்லோ சாலையில் நின்று கொண்டிருந்தார்கள்.

எல்லாமே மாயாஜாலம் மாதிரி, கண்கட்டு வித்தை மாதிரி இருந்தது. இதை எழுத்தாளன் கதையாக எழுதும் போது மேஜிகல் ரியலிஸம் என்று முத்திரை குத்துவார்கள். இல்லை. மேஜிகல் ரியலிஸமெல்லாம் இல்லை. இதோ, இது அவன் கண் முன்னே நடந்தது. கதை அல்ல. நிஜம். நிஜமாகவே அவனும் ஔரங்ஸேபும் கொக்கரக்கோவும் ஸாந்த்தியாகோவில் நின்று கொண்டிருந்தார்கள்.

எழுத்தாளன் தன் கால்சராய்க்குள் கை விட்டுப் பார்த்தான். பாஸ்போர்ட்டில் வீசா, டிக்கட் உட்பட எல்லாமே இருந்தன. துபாய், சாவோ பாவ்லோ மற்றும் ஸாந்த்தியாகோ விமான நிலையங்களில் இறங்கியதற்கான குடியுரிமைச் சான்றிதழ்கள் பாஸ்போர்ட்டில் இருந்தன.

ஆச்சரியத்தில் எழுத்தாளனின் விழி பிதுங்கி விட்டது. கொக்கரக்கோவின் பாஸ்போர்ட்டை வாங்கிப் பார்த்தான். அதிலும் அப்படியே கண்டிருந்தது. ஒரு பழுது இல்லை. ஆலம்கீரின் பாஸ்போர்ட்டைப் பார்க்கலாமா என்று தயங்கினான். அவரே எடுத்துக் கொடுத்தார். பெயர் கங்காராம் மோகன்ராம் என்று இருந்தது. கங்காராம்தான் அந்த அகோரியின் பெயர். ஓ, சரிதான். உருவம் கங்காராமுக்குச் சொந்தம். உள்ளே இருப்பது ஆலம்கீர்.

ஆமாம், மதிப்புக்குரிய காத்திப் அவர்களே! கங்காராம் உருவத்தில்தான் இருக்கிறேன்.

ஷாஹின்ஷா, ஒரு சிறிய விண்ணப்பம். அடிக்கடி என் மனதில் வந்து எட்டிப் பார்க்காதீர்கள், ப்ளீஸ். என்னால் சுதந்திரமாக சிந்திக்கவோ யோசிக்கவோ முடியாமல் போய் விடும்.

அப்படியே செய்கிறேன், மதிப்புக்குரிய காத்திப் அவர்களே! நான்தான் இப்போது பேரரசன் இல்லையே? நான் எப்படி தங்களின் சுதந்திரத்தில் குறுக்கீடு செய்ய முடியும்?

இத்தனைக்கும் கொக்கரக்கோ எந்த ஆச்சரியமும் இல்லாமல் சாவகாசமாகப் புகைத்துக் கொண்டிருந்தான்.

மூன்று பேரும் சீலேயில் என்னென்ன செய்தார்கள், எங்கெங்கே சென்றார்கள் என்பதையெல்லாம் விலாவாரியாக எழுதிக் கொண்டிருந்தால் இது ஒரு பயண நூலாகப் போய் விடும் என்பதால் குறிப்பிட்ட சில சம்பவங்களோடு நிறுத்திக் கொள்வோம்.

முதல் நாள் எழுத்தாளனின் மனமெல்லாம் எப்படி வந்தோம் என்ற பிரமிப்பிலேயே கழிந்து போனது. ஆனால் ஆலம்கீர் சொன்னார், நம்முடைய உரையாடலை எப்படி நாம் ஆரம்பித்தோம்? காதரீனா தெ ஸான் ஹுவானிலிருந்து. அந்தப் பெண்மணி மெக்ஸிகோவில் ஒரே நேரத்தில் இரண்டு இடங்களில் ஸ்தூல உருவில் இருந்து நோய்வாய்ப்பட்ட மக்களை சொஸ்தப்படுத்தினார் என்று வாசித்திருக்கிறேன். மடத்தில் இருப்பவர்களுக்கு அவர் மடத்தில் இருப்பதாகத் தெரியும். ஆனால் அதே நேரத்தில் அவர் மெக்ஸிகோவின் எங்கோ ஒரு தொலைதூர கிராமத்தில் நோயாளிகளுக்கு மருத்துவம் பார்த்துக் கொண்டிருப்பார். பலங்போஷ் அவ்லியாவும் அதேபோல் ஒரே நேரத்தில் இரண்டு இடங்களில் தோன்றியது பற்றி நான் தங்களிடம் சொல்லியிருக்கிறேன். அப்படிப்பட்ட *bilocation* முறையில் நாம் இங்கே வரவில்லை. இந்த நேரத்தில் தாங்கள் இருவரும் சென்னையில் இருக்க மாட்டீர்கள்.

அப்படியென்றால் பாஸ்போர்ட்டில் வீசா எப்படி வந்தது?

அதிக கேள்வி கேட்டால் அதிசயங்கள் நம் விரல்களின் வழியே நழுவிச் சென்று விடும்.

மொனேதா அரண்மனையைப் பார்த்து *"இது என்ன, நம்முடைய ஜமீந்தார்களின் சமையலறை மாதிரி கூட இல்லையே? இதுவா அரண்மனை?"* என்றார் ஆலம்கீர்.

ஷாஹின்ஷா... ஆரம்பத்தில் இந்த இடம் நாணயத் தொழிற்சாலையாக இருந்து பிறகுதான் அதிபர் மாளிகையாக மாறியது. அதனால்தான் பார்ப்பதற்கு இப்படி இருக்கிறது. ஏற்கனவே சொன்னேனே, விக்தொர் ஹாரா ஸ்டேடியத்தைப்

பார்த்தாலும் நீங்கள் பெரிதும் ஏமாற்றமடைவீர்கள்... அந்தத் தெருவே ஒரு மூத்திரச் சந்து.

மேலும், இடம் என்பது வெறும் ஞாபகம்தானே ஹுஸூர்? சீனாவில் உங்களைப் போன்ற ஒரு பேரரசன் இருந்தான். இல்லை, மொகலாய சாம்ராஜ்ஜியத்தின் கடைசிப் பேரரசராகிய பஹதூர் ஷா ஸாஃபர் மாதிரி ஒரு பேரரசன் அவன். பு யீ என்று பெயர். மூன்றே வயதில் பேரரசனாவன். அவனைப் பற்றி பெர்த்தோலுச்சி எடுத்த படம் கடைசி பேரரசன். மூன்று வயதில் அவன் தன்னுடைய சிம்மாசனத்தில் ஒரு வெட்டுக்கிளியை ஒரு டப்பாவில் அடைத்து வைப்பான். பிறகு சீனா கம்யூனிஸ்டுகளின் ஆதிக்கத்தில் வந்து விடும். இரண்டாயிரம் ஆண்டு நீடித்த அரசர்களின் ஆட்சி பு யீயின் காலத்தோடு முடிவுக்கு வந்து விட்டாலும் பாட்டாளிகளின் பெயரில் வேறொரு பேரரசர் ஆட்சிக்கு வருகிறார். பெயர்தான் மாறியதே தவிர ஆட்சி முறையெல்லாம் அதேதான். அதே சர்வாதிகாரம்தான். அதே அடிமைத்தனம்தான். ஆனால் வெளிப்படையாக சில வித்தியாசங்கள் இருந்தன என்பதை மறுப்பதற்கில்லை. மூன்று வயது பு யீ மலம் கழித்ததும் அந்த மலத்தை எடுத்து மருத்துவர்கள் முகர்ந்து பார்ப்பார்கள், பேரரசருக்கு உடல்நிலை சரியாக இருக்கிறதா என்று சோதிப்பதற்காக. பாட்டாளி வர்க்க சர்வாதிகாரத்தில் இப்படியெல்லாம் நடக்கவில்லை என்றாலும் வேறு விதமாக நடந்தது. உதாரணமாக, மருத்துவர்கள் சிரமமான சத்திர சிகிச்சை செய்வதற்கு முன்பு சர்வாதிகாரி எழுதிய சிவப்புப் புத்தகத்தைப் படித்தால் சத்திர சிகிச்சையை எந்தப் பிரச்சினையும் இன்றி செய்து விட முடிந்தது. ஹிந்துக்கள் எதைச் செய்தாலும் விநாயகரை வணங்கி விட்டுத் தொடங்குவதைப் போல என்று வைத்துக்கொள்ளுங்களேன். அந்த சிவப்புப் புத்தகத்தைப் படித்து விட்டுத் தொடங்கினால் எந்த விக்கினங்களும் இல்லாமல் காரியம் நடந்தேறும். பாட்டாளி வர்க்க சர்வாதிகாரத்துக்கே இத்தனை சக்தி இருந்தால் இரண்டாயிரம் வருடப் பாரம்பரியம் உள்ள முடியாட்சிக்கு எத்தனை சக்தி இருந்திருக்கும்? மூன்று வயதுப் பேரரசன் பு யீ நட்ட நடு அரசவையில் ஒரு பெரிய தாம்பாளத்தில் சிறுநீர் கழிப்பான்.

இடம் என்பது பற்றி சொல்லிக் கொண்டிருந்தேன். பேரரசன் பு யீ கம்யூனிஸ்ட் சீனாவில் ஒரு சாதாரண தோட்டக்காரனாக ஆகி விடுகிறான்.

அறுபது ஆண்டுகளுக்குப் பிறகு ஒருநாள், தான் முன்பு பேரரசனாக வீற்றிருந்த அரண்மனைக்குச் செல்கிறான் பு யீ. அங்கே, தான் முன்பு சிம்மாசனத்தில் வைத்திருந்த வெட்டுக்கிளி டப்பாவை எடுத்துத் திறந்து பார்க்கிறான். வெட்டுக்கிளி உயிரோடு இருக்கிறது. அதை எடுத்து அங்கே வந்திருக்கும் ஒரு சிறுவனிடம் கொடுக்கிறான். அந்த சிம்மாசனம் அவனுடைய ஞாபகம். அந்த வெட்டுக்கிளி அவனுடைய ஞாபகம். கதைசொல்லி அந்தப் பேரரசனாகவும் வாசகன் அந்தச் சிறுவனாகவும் இருந்தால் அதை விடக் கொடுமை வேறெதுவும் இல்லை.

இரண்டாம் உலக யுத்தத்தின் போது பர்மாவிலிருந்து வங்காளம் வழியாக இந்தியாவுக்குள் நுழைந்தவர்களில் என் அம்மாச்சியும் தாத்தாவும் அடக்கம். தமிழர்கள் என்பதால் தங்களின் பூர்வீக மண்ணுக்கு வந்து சேர்ந்தார்கள். தமிழ்நாட்டில் பூர்வீகம் எதுவென்று தெரியவில்லை. எப்படியோ நாகூரில் நிலைகொண்டார்கள். பானை நிறைய தங்க நகைகள் என்றார்கள் அம்மாச்சி. பெரும்பாலான புலம் பெயர்ந்தவர்களைப் போலவே தாத்தா குடித்துக் குடித்து செத்தார். ஆனால் கையில் காசு இருந்த போது நாகூர் கொசத்தெருவில் ஒரு வீடு கட்டினார். அந்த வீட்டின் நடு ஹாலில் சலவைக்கல்லில் தாயக் கட்டங்களைப் பதிந்து இருந்தார். அம்மாச்சிக்கு தாயம் ரொம்பப் பிடிக்கும். அந்தத் தாயக்கல்லில் அமர்ந்துதான் நானும் அம்மாச்சியும், அதற்குப் பிறகு நானும் அம்மாவும் பல இரவுகள் தாயம் ஆடியிருக்கிறோம். பிறகு தாத்தா குடியினால் இழந்த பணத்தை சூது மூலம் ஈட்டி விட எண்ணி அதில் இறங்கி, இருந்ததையும் இழந்து, இழந்தவுடன் செத்தும் போனார். வீடும் போனது.

பின்னொரு காலத்தில் அதே வீட்டுக்கு என் பெற்றோர் குடிவந்த போது அந்த தாயக்கல்லில் நாங்கள் ஆடும் போது அம்மாச்சி இந்தக் கதையைச் சொல்வார்கள். அவர்கள் குரலில்

எந்த உணர்ச்சியும் இருக்காது. பன்னிரண்டு குழந்தைகளை ஒண்டியாளாக வளர்த்ததால் மனம் காய்த்துப் போயிருக்கலாம். சித்தாள் வேலைக்குச் சென்று வளர்த்ததாகச் சொல்வார்கள். அதற்கும் பல காலம் கழித்து நாங்கள் எல்லோருமே நாகூரை விட்டுப் புறப்பட்டு விட்டோம். அதற்கும் பிறகு நான் எப்போதாவது எஜமானைப் பார்க்கும் ஆசையில் நாகூர் போனால் அந்தக் கொசத்தெரு பக்கம் போவேன். அந்த வீட்டுக்கும் போவேன். அந்த வீட்டை வாங்கியவர்கள் அதில் மராமத்து எதுவும் பண்ணாமல் அப்படியே பயன்படுத்திக் கொண்டிருந்தார்கள். நான் போனால் அந்த அம்மாள் சொல்லுவார், “அவ்வப்போது உங்கள் பெயரைச் சொல்லி யாராவது ஒருத்தர் இந்த வீட்டைப் பார்க்க வருகிறார்கள்” என்று.

என் கண்கள் தாயக்கல்லை நோக்குவதைக் கண்டு, “உங்கள் பாட்டிக்காக உங்கள் தாத்தா கட்டிய வீடாமே, வருபவர்கள் ஒருத்தர் தவறாமல் சொல்கிறார்கள்” என்று சொல்லி புன்சிரிப்புடன் ஒரு இனிப்புத் தேநீர் கொடுப்பார்கள். மூன்று ஆண்டுகளுக்கு ஒரு முறை என்று மூன்று நான்கு தடவை போயிருக்கிறேன்.

பிரபஞ்சத்தின் எல்லையற்ற பிரம்மாண்டத்தின் முன்னே கண்ணுக்குப் புலப்படாத தூசு போன்ற மானுட வாழ்வின் அபத்தத்தின் முன்னே இந்த தாயக்கல்லெல்லாம் எந்த மூலை? எனக்கு நாகூரோடு இருக்கும் ஒரே பிணைப்பு, அந்த தாயக்கல் அல்ல. எஜமான்தான். ஸூஃபிகளுக்கு மரணமே இல்லை என்பார்கள். அவர்கள் ஸூக்ஷ்ம வடிவில் என்றும் துலங்குபவர்கள். உண்மையோ பொய்யோ எனக்குத் தெரியாது; ஆனால் தர்ஹாவில் இருக்கும் குளுந்த மண்டபமும் கொமஞ்சான் சட்டியும் என் குருதியோடு கலந்தவை. அந்தக் குளுந்த மண்டபத்தில்தான் என் இளம் பிராயம் முழுவதும் கழிந்தது. அந்தக் குளுமையை அனுபவிப்பதற்காக அவ்வப்போது நாகூர் போவேன்.

தர்ஹாவின் மினாராக்களில் அடையும் புறாக்களுக்கும் எனக்கும் என்ன வித்தியாசம்?

நாஸ்டால்ஜியா ஒரு மனநோய். நாஸ்தோஸ் என்றால் வீடு திரும்புதல். ஆல்கோஸ் வலி. வீடு திரும்ப முடியாததன் வலி. அறிவியல் புனைவுகளில் மட்டுமே காணக் கூடிய கால யந்திரம் இன்னும் நடைமுறை வாழ்வில் கண்டு பிடிக்கப்படாததால் கடந்த காலம் என்பது இல்லாதது. இல்லாத ஒன்றுக்குள் எப்படிச் செல்ல முடியும்? அதுவே வலியாக மாறுகிறது. அந்த வலியிலிருந்து மீள முடியாதவர்கள் குடியில் தஞ்சமடைகிறார்கள். அதனால்தான் ஐரோப்பாவில் நான் சந்தித்த பெரும்பாலான புலம் பெயர்ந்தவர்கள் மீளவே முடியாத பெரும் குடிகாரர்களாக இருக்கிறார்கள். ஐம்பது வயதில் மரணம் தொட்டு விடுகிறார்கள். குடிக்காவிட்டால் என்ன ஆகும் என்பதை ஒருக்கணம் நான் உணர்ந்தேன். அந்தக் கணத்தை என்னால் மறக்க முடியாது.

தில்லியின் மண்டி ஹவுஸ், குளிர் காலத்தில் பாரகம்பா சாலையில் நடப்பது, சத்தர் பஸாரின் இரைச்சல், கர்ஸன் ரோடின் தொடக்கத்தில் உள்ள ஹங்கேரிய மையத்தில் இரவில் படம் பார்த்து விட்டு ஆட்டோவுக்காகவோ பஸ்ஸுக்காகவோ காத்து நிற்பது, இண்டியா இண்டர்நேஷனல் செண்டர் என்று ஒரு நூறு இடங்கள் என் நினைவோடு கலந்தவை. பாரகம்பா சாலையின் இருமருங்கிலும் கவிந்திருக்கும் நாக மரங்களிலிருந்து பெரும் பெரும் நாகப்பழங்கள் தரையில் விழுந்து கால் பட்டு நசுங்கிக் கிடக்கும். நடைபாதை முழுவதுமே நாகப்பழச் சேறுதான். அதிலும் ஒன்றிரண்டு பழங்கள் கால் படாமல் நாம் தின்பதற்காகக் கிடைக்கும். குளிர்காலங்களில் அந்த சாலையில் நடப்பது ஒரு அனுபவம். அதை நினைத்தபோது என் மூளையில் சுனாமி அடிப்பது போல் ஒரு உணர்வு பீறிட்டது. அவ்வளவுதான் சொல்லலாம். பைத்தியம் பிடித்து விடுமோ என்று பயந்து விட்டேன். அந்தச் சுழலிலிருந்து வெளியே வரவும் முடியவில்லை. சுழற்றிச் சுழற்றி அடித்து என்னை உள்ளே இழுத்துப் போட்டது. இசை கேட்கலாமா? இறை நாமங்களை ஸ்மரிக்கலாமா? படிக்கலாமா? எழுதலாமா? எதுவுமே செய்ய

முடியவில்லை. யோசிப்பது கூட சாத்தியமற்றுப் போயிற்று. மழையும் காற்றும் சுழன்று சுழன்று ஊழிக்கூத்து ஆடும்போது எங்கே என்று சிந்திப்பது? உள்ளே உள்ளே இழுத்துக் கொண்டே போனது... நல்ல குடி, தீவிரமான கலவி இரண்டினாலும்தான் அந்தச் சுழலிலிருந்து விடுபட இயலும். ஆனால் அது ரெண்டும் சாத்தியம் இல்லை.

எழுத்தாளன் தன்னுடைய நாவல் ஒன்றில் வடக்கு தில்லியில் உள்ள மஜ்னூ கா டில்லா என்ற இடத்தைப் பற்றி விலாவாரியாக எழுதியிருந்தான். 1980களின் மஜ்னூ கா டில்லா. அப்போது அங்கே வெட்டவெளியில் இருந்தது திபெத்திய அகதிகளின் மார்க்கெட். இரவு நேரத்தில் திபெத்திய ச்சாங்கும்[158] எருமைக்கறியும் கிடைக்கும். அதை விட முக்கியம், மஜ்னூ கா டில்லாவில் ஒரு வனம் இருந்தது. உள்ளே சென்றால் பகலிலே கூட இருளாக இருக்கும்.

—

158 ச்சாங் – திபெத், நேபாளம் ஆகிய நாடுகளில் கிடைக்கும் மது வகை. அரிசியிலிருந்தும் பார்லியிலிருந்தும் தயாரிக்கப்படுவது. மரக் குவளை அல்லது பித்தளைக் குவளையில் சுடச் சுட பரிமாறப்படும்.

80

இப்போது அந்த மார்க்கெட் நவீனமயமாகி விட்டது. ச்சாங்கும் எருமைக்கறியும் கிடைக்கிறதா என்று தெரியவில்லை. சில ஆண்டுகளுக்கு முன் மஜ்னூ கா டில்லாவில் இருந்த வனத்தைத் தேடிப் போனேன். நான் தங்கியிருந்த கனாட் ப்ளேஸிலிருந்து எக்ஸ்சேஞ்ஜ் ஸ்டோர் வரை மெட்ரோவில் போய் இறங்கி அங்கிருந்து மஜ்னூ கா டில்லாவுக்கு வழி கேட்ட போது ஒரு சைக்கிள் ரிக்‌ஷாக்காரர் வந்தார். ஆச்சரியமாக இருந்தது. ரொட்டிக்காக இன்னமும் ஒரு மனிதன் இன்னொரு மனிதனை சைக்கிளில் வைத்து மிதிக்கிறான். அதிலும் வட இந்தியர்கள் மோட்டா மோட்டாவாக இருப்பார்கள். எப்படியும் ஒரு ரிக்‌ஷாவில் இரண்டு பேர் போவார்கள்.

இன்றைய தேதியில் தில்லியில் பத்து லட்சம் சைக்கிள் ரிக்‌ஷாக்காரர்கள் இருக்கிறார்கள். அவர்களில் ஒருத்தர் கூட தில்லியைச் சேர்ந்தவர்கள் இல்லை. பிஹார், சத்தீஸ்கர் போன்ற மாநிலங்களிலிருந்து புலம் பெயர்ந்தவர்கள். மொத்தம் ஆறு லட்சம் ரிக்‌ஷாக்கள் ஓடுகின்றன. மஜ்னூ கா டில்லா போய் வந்த பிறகு நான் கொஞ்சம் தில்லியில் உள்ள கூலித் தொழிலாளிகள் பற்றி ஆய்வு செய்தேன். 1991இல் தில்லி மக்கள்

தொகையில் பதினைந்து லட்சமாக இருந்த அவர்களின் எண்ணிக்கை 2011இல் இருபத்திரண்டு லட்சமாகி விட்டது. வீட்டு வேலை செய்பவர்கள், துப்புரவுத் தொழிலாளர்கள், டிரைவர்கள், தள்ளுவண்டிக்காரர்கள், ரிக்ஷாக்காரர்கள், தெருவோரத்தில் இஸ்திரி போடுபவர்கள், மரத்தடியில் வைத்து சவரம் செய்பவர்கள், காது குடைந்து அழுக்கு எடுப்பவர்கள், தண்ணீர் விற்பனையாளர்கள், இன்ன பிறர்தான் அந்த இருபத்திரண்டு லட்சம்.

என் பெயர் ராம் சிங். தினசரி வருமானம் முந்நூறு ரூபாய். மழை நாட்களில் வருமானம் இருக்காது. அம்பது ரூபாயைக் கையில் வைத்துக் கொண்டு மீதியை ஊருக்கு அனுப்பி விடுகிறேன். ஊரில் என்னுடைய வயதான அம்மா, மனைவி, நான்கு குழந்தைகள். அம்பது ரூபாயில் எப்படி சாப்பிடுகிறேன் என்று பார்க்கிறீர்களா? கோவில், குருத்வாரா, ஜெயின் மந்திர் ஆகிய இடங்களில் கிடைக்கும் இலவச உணவை நம்பித்தான் பிழைப்பு ஓடுகிறது. இதில் பெரிய பிரச்சினை என்னவென்றால், உணவு வழங்கும் நேரத்தில் சவாரியில் இருந்தால் போய் வாங்க முடியாது. நேரம் தப்பிப் போனால் உணவு தீர்ந்து விடும். அப்படியான சமயங்களில் பட்டினியோடுதான் ரிக்ஷா ஓட்ட வேண்டும். ஆனால் பட்டினி கிடப்பதை விட சிரமம், குளிர் காலத்தில் மூச்சு விடுவது. தீபாவளிக்கு முன் ஒரு வாரம், பின் ஒரு வாரம் பட்டாசு வெடித்து காற்றே புகை மண்டலமாக மாறி விடுவதால் மூச்சு விட முடியாது. பட்டாசு வெடிப்பவர்கள் வெடித்து முடித்து விட்டு வீட்டுக்குள் போய் விடுகிறார்கள். நாங்கள் ரோட்டில் அல்லவா படுத்துக் கொள்ள வேண்டும், பாபுஜி?

தங்குமிடம் என்று எதுவும் கிடையாது. அப்படி அப்படியே ரோட்டோரத்தில் போர்வையைப் போர்த்திக் கொண்டு சுருண்டு விட வேண்டியதுதான். மூச்சு விடுவதுதான் பிரச்சினை. ஏற்கனவே ரிக்ஷா மிதித்து மிதித்து ஈரல் குலையெல்லாம் நாசமாகி விட்டது. எனக்குத் தெரிந்து எல்லா ரிக்ஷாக்காரர்களுமே காச நோயாளிகளைப் போலத்தான்

இருமிக் கொண்டிருக்கிறோம். இருமினால் சளியும் கோழையுமாக வருகிறது. குளிர் காலத்தில் ரத்தமும் வரும். எல்லாம் பட்டாசுப் புகைதான். இதற்கிடையில் இங்கே பக்கத்தில் இருக்கும் காலேஜ் பெண்கள் வேறு எங்களிடம் வந்து இப்படியெல்லாம் அடிக்கடி எச்சில் துப்பக் கூடாது என்று சொல்லிக் கொடுத்து விட்டுப் போகிறார்கள். தொடையெல்லாம் தெரிய ட்ராயர் போட்டுக் கொண்டு அவர்கள் பேசும் போது எனக்கெல்லாம் பைத்தியமே பிடித்து விடும் போல் இருக்கிறது பாபுஜி.

உண்மையைச் சொல்ல வேண்டும் என்றால், குப்பைத்தொட்டியில் மீந்து கிடக்கும் எலும்புத் துண்டுகளுக்கு நாய்கள் சண்டை போட்டுக் குதறிக் கொள்ளும் அல்லவா, அதேபோல் அந்தப் பெண்களின் மீது பாய்ந்து கடித்து விட வேண்டும் போல் இருக்கும். இருந்தாலும் நாம் நாய் இல்லையே, அடக்கிக் கொள்வேன். ஆனால் அடக்குவதற்குக் கஷ்டமாகத்தான் இருக்கிறது. நாங்கள் எச்சில் துப்பக் கூடாது என்று அந்த கோரியா[159] கூட்டம் ஆவேசமாகப் பேசும்போது அவர்களின் மார்பகங்கள் எப்படிக் குலுங்கும் தெரியுமா? இப்படியெல்லாம் இந்தப் பிச்சைக்காரன் பேசுவதைத் தாங்கள் மன்னிக்க வேண்டும் பாபுஜி. உங்களைப் பார்த்தால் அந்தப் பெண்களுக்கு சொந்தக்காரர் போலத்தான் தெரிகிறீர்கள் என்றாலும் நீங்கள் அவர்களிடமிருந்து ஏதோ வித்தியாசமாக இருக்கிறீர்கள். ஏதோ ஒரு வித்தியாசம் தெரிகிறது. என்ன என்று சொல்லத் தெரியவில்லை. அதனால்தான் உங்களிடம் மனம் விட்டுப் பேசுகிறேன். ஆந்தியில்[160] மாமரங்கள் ஆடும் போது அதன் பழங்கள் குலுங்கிக் குலுங்கி ஆடும் இல்லையா, அதேபோல் ஆடும் அந்தப் பெண்களின் மார்பகங்கள். ஆமாம், அவர்களுக்கு அது வலியை உண்டு பண்ணும் இல்லையா?

---

159 கோரியா - வெள்ளைத் தோல்காரி என்பது நேரடியான பொருள். ஆனால் பேச்சு வழக்கில் மெட்ராஸ் பாஷையில் குட்டிங்கோ என்பது போல் பொருள் படும்.

160 ஆந்தி – கோடைக் காலத்தில் வரும் சுழல் காற்று

அந்தப் பெண்களின் நிறமும், தொடைகளும், மார்பகங்களும்தான் அவர்களை நாங்கள் அடிக்காமல் விடுவதற்கான காரணங்கள். இல்லாவிட்டால் அடிக்கடி எங்களிடம் வந்து எச்சில் துப்பாதே எச்சில் துப்பாதே என்று சொல்லிக் கொண்டிருந்தால் எங்களுக்குக் கோபம் வருமா வராதா? எச்சில் வந்தால் துப்பாமல் என்ன செய்வது? உன் மூஞ்சியில் துப்பாததற்கு நீ எங்களுக்கு நன்றிதான் சொல்ல வேண்டும். ரண்ட்வா[161]. சே. இத்தனை அழகான பெண்களைப் பற்றி எவ்வளவு கேவலமாகப் பேசுகிறேன்?

எங்கள் கிராமத்தில் போய் ராம் சிங் என்று கேட்டுப் பாருங்கள் பாபுஜி. ராம் சிங் போன்ற ஒரு நல்லவனைப் பார்க்க முடியாது என்பார்கள். எந்தப் பெண்ணையும் ஏறிட்டுப் பார்க்க மாட்டான். ஆனால் இந்த நகரம் அவனை மிருகம் ஆக்கி விட்டது. ஆமாம், மிருகம்தான். எந்தப் பெண்ணைப் பார்த்தாலும் அவள் மீது விழுந்து பிறாண்ட வேண்டும் போல் தோன்றுகிறதே? அப்படியானால் அவன் மிருகம்தானே?

இங்கே தில்லியில் உங்களுக்கு சோரி[162] தேவையென்றால் என்ன செய்வீர்கள் ராம் சிங்? வருடத்தில் எத்தனை தடவை கிராமத்துக்குப் போகிறீர்கள்?

அதை ஏன் கேட்கிறீர்கள் பாபுஜி? இங்கே நூற்றுக்கணக்கில் ரண்டிகள் உண்டு. இங்கே உள்ள ரண்ட் பஜார்[163] இந்த ஏரியாவில் ரொம்பப் பிரபலம். பைசாதான் வேண்டும். பைசா இருந்தால் இந்த நகரத்தில் தாயைக் கூட வாங்கி விடலாம். சோரிகளுக்கா பஞ்சம்? இந்த ரண்டிகள் தங்களைப் பற்றி என்ன நினைத்துக் கொண்டிருக்கிறார்கள் என்று தெரியவில்லை.

---

161 ரண்ட்வா, ரண்டி – வேசி

162 சோரி – பெண்

163 ரண்ட் பஜார் – பாலியல் தொழிலாளிகள் வசிக்கும் தெரு. இதன் ஓரளவு சரியான உச்சரிப்பு ரண்ட் பஜ்ஸார். ஆனால் பிஹாரிகளுக்கு ஸ வராது என்பதால் இங்கே பஜார்.

ஒரு மணி நேரத்துக்கு நம்முடைய ஒரு நாள் கூலியைக் கேட்கிறாள்கள். எல்லா ரண்டிகளையும் கட்டிப் போட்டு ஆசை தீர ஓக்க வேண்டும் போல் இருக்கிறது. ஒரு நாள் வேலை என்றால் சாதாரணமா? இந்த ரண்டி முண்டைகளுக்கு என்ன தெரியும்? தொடையை விரித்தால் பைசா. ஆனால் நாங்கள் காலை ஆறு மணியிலிருந்து இருமிக் கொண்டே ரிக்‌ஷாவை மிதிக்க வேண்டும். நெஞ்சில் பாறாங்கல்லை மாட்டிக் கொண்டு பின்னாடி இருக்கையில் உள்ள ஒன்றோ ரெண்டோ பாறாங்கல்லை இழுக்க வேண்டும். வேலை முடிய ராத்திரி பதினோரு மணி பன்னிரண்டு மணி ஆகி விடும். கணக்குப் போட்டுப் பாருங்கள், எத்தனை மணி நேரம் என்று... இடையில் மதிய வேளையில் கிடைக்கும் ஒரு மணி நேரம்தான் ஓய்வு. அதிலும் ஓய்வு எடுக்காமல் சாப்பாட்டுக்காக ஓட வேண்டும்.

வாழ்க்கையே பேட் அவ்ர் பேட் கே நீச்சே[164]தானே? வேறு ஏதாவது இருக்கிறதா பாபுஜி? சொல்லுங்கள், கேட்டுக் கொள்கிறேன். உங்களைப் பார்த்தால் ரொம்பப் படித்த மனிதர் போல் தெரிகிறது.

பேட்டுக்கான பாட்டைச் சொல்லி விட்டேன். பேட் கே நீச்சே... *முட் மார்லேத்தே ஹே(ங்), ஓர் க்யா? முட் மார்கே, கோத் போத்கே ஆக்லா காம் தேக்த்தே ஹே(ங்) சர்ஜி. ஹம் லோக் தோ ஜல்க்கி லோக் ஹே(ங்), பஸ் 'ஹஸ்த்மைத்துன்' ஸே குஸ் ஹோ ஜாத்தே ஹே(ங்)!*[165] (வெடிச் சிரிப்பு சிரிக்கிறார்). சோரி நஹி மிலி தோ, குச் லவுண்டே இதர் புருஷ்கோ பி

---

164 பேட் அவ்ர் பேட் கே நீச்சே – பேட் என்றால் வயிறு; பேட் கே நீச்சே – வயிற்றுக்குக் கீழே

165 முட் மார்லேத்தே ஹே(ங்), ஓர் க்யா? முட் மார்கே, கோத் போத்கே ஆக்லா காம் தேக்த்தே ஹே(ங்) சர்ஜி - மூட் மார்னா – கர மைதுனம். ஹஸ்த்மைத்துன் – கர மைதுனம்.

பக்கர் கர் காண்ட் மார்க்கே சத்ரி கோல்தேத்தே ஹே(ங்)![166] (சொல்லும் போது வலது கரத்தை உயர்த்தி விரல்களை மடக்கி பக்கவாட்டில் மேலும் கீழுமாக ஆட்டிக் காண்பித்தார் ராம் சிங்.)

என்ன கேட்டீர்கள், வருடத்தில் எத்தனை தடவை கிராமத்துக்குப் போகிறேன்? ஒரு தடவை. ஒரே ஒரு தடவை. பதினஞ்சு நாள். ஒரு மாதம் இருக்கலாம் என்றுதான் போவேன். ஆனால் கிராமத்துக்குப் போனால் பிடுங்கல் தாங்க முடியாது. பணம் பணம் என்று கேட்டுப் பிடுங்கித் தின்று விடுவாள் பெண்டாட்டி. என்ன செய்வது, நாலு குழந்தைகளைக் கொடுத்து விட்டான் பகவான்... மூணு பெண், ஒரு ஆண். ஆண் பிள்ளைக்குப் பரவாயில்லை. குட்டிகளுக்குக் குண்டியை மறைக்க துணி மணி வேண்டும் இல்லையா? அதற்குப் பணம் வேண்டும். கூரையை அண்ணாந்து பார்த்தால் ஆகாய விமானத்தைப் பார்க்கலாம். புதுக் கூரை போடு என்று அரிக்க ஆரம்பித்தாள் என்றால் இங்கே ஓடி வந்து விடுவேன். அப்போதெல்லாம் என்னுடைய கிராமத்தை விட இந்த நரகம் பரவாயில்லை என்று தோன்றும்.

ஆனால் குளிர் காலம்தான் மிகப் பெரிய கொடுமை பாபுஜி. ஆளாளுக்கு தெருக்களில் குளிரைப் போக்குவதற்காக சுள்ளிகளைப் போட்டு எரிக்கிறார்கள். குளிரோடு அந்தப் புகையும் சேர்ந்து கொள்ளும். அடுத்த கொடுமைதான் இந்தக் காலேஜ் பெண்கள். காலையில் எழுந்ததும் பல் துலக்க

---

166 சோரி நஹி மிலி தோ, குச் லவுண்டே இதர் புருஷ்கோ பி பக்கர் கர் காண்ட் மார்க்கே சத்ரி கோல்தேத்தே ஹே(ங்)! - பெண்கள் கிடைக்கவில்லை என்றால் சிலர் ஆண்களுடனேயே உறவு கொள்வார்கள். ஆண்களைப் பிடித்து வன் குதப்புணர்ச்சியோ நைச்சியக் குதப்புணர்ச்சியோ செய்வார்கள். இந்த வாக்கியத்தில் பக்கட் கே என்பதுதான் சரியான பிரயோகம். ஆனால் பிஹாரிகள் பக்கர் கர் என்றே சொல்கிறார்கள். காண்ட் மார்க்கே சத்ரி கோல்நா என்பது தமிழில் சூத்தடிச்சு சுண்ணாம்பு தடவுறது என்பதன் பிஹாரி வழக்கு.

வேண்டும், தினமும் குளிக்க வேண்டும், தம்பாக்கூ[167] போடக் கூடாது, எச்சில் துப்பக் கூடாது... இப்படி ஏராளமாகச் சொல்லி வகுப்பு எடுப்பார்கள். இவ்வளவுதான் எனக்கு ஞாபகம் இருக்கிறது. நான்தான் சொன்னேனே, அவர்கள் பேசும் போது வார்த்தைகள் எங்கே காதில் விழுகிறது?

(சொல்லி விட்டு தம்பாக்கூவை ஒரு பொட்டலத்திலிருந்து எடுத்து கீழ் உதட்டுக்கும் பற்களுக்கும் இடையே வைத்துக் கொண்டார்.)

ஒருநாள் என்ன நடந்தது தெரியுமா பாபுஜி? ஆனால் அதைச் சொல்வதானால் நீங்கள் ஒரு சத்தியம் செய்து கொடுக்க வேண்டும். உங்களுக்குக் கடவுள் நம்பிக்கை உண்டுதானே, பார்த்தால் நல்லவராகத் தெரிகிறீர்கள். கடவுள் நம்பிக்கை இருப்பவராகத்தான் இருக்க வேண்டும். கடவுள் சத்தியமாக நான் சொல்வதை பத்திரிகை எதிலும் எழுதி விடக் கூடாது. சரியா? விஷயம் அந்த மாதிரி. இந்தப் பத்திரிகைக்காரர்களும் பக்கா ஏமாற்றுப் பேர்வழிகள். வந்து எங்களை படம் பிடித்துக் கொண்டு போவார்கள். ஆனால் எங்களுக்குக் குளிர்காலத்துக்கு ஒரு நல்ல கம்பளி கூட கிடைக்காது. எங்களை வைத்துக் காசு சம்பாதிக்கிறார்கள். என்ன சொல்வது? அது கிடக்கட்டும். கதைக்கு வருகிறேன்.

ஒருநாள் இங்கே மஜ்னூ கா டில்லா காட்டுக்குப் பக்கத்தில் இரண்டு பெண்கள் நின்று கொண்டிருந்தார்கள். இரவு ஒன்பது மணி இருக்கும். ரண்டிகள் இல்லை. பக்கத்தில் இருக்கும் கல்லூரி மாணவிகள். பொதுவாக இந்த ஏரியாவில் நேரம் காலம் இல்லாமல் மாணவர்கள் ரோட்டில் உலவுவது சகஜம்தான். ரோட்டில் விளக்குகள் பிரகாசமாக எரிந்து கொண்டிருந்தன. அந்தப் பெண்களை அடையாளம் தெரிந்தது. எங்களிடம் வந்து அடிக்கடி எச்சில் துப்பாதே என்று சொல்லும் பெண்கள். நாங்கள் ஆறு பேர். எல்லாம் என்னைப் போல் ரிக்ஷாக்காரர்கள்தான். பலமுறை இது போல் இந்த நேரத்தில்

---

167 தம்பாக்கூ - புகையிலை

இந்த இடத்தில் இது போன்ற மாணவிகளைக் கடந்து போயிருக்கிறோம். அன்று அப்படிப் போகவில்லை. காரணம், ஜெயிலுக்குப் போய் விட்டு வெளியே வந்திருந்த சந்தன் சிங் அன்று எங்களுக்கெல்லாம் பொட்டலம் கொடுத்திருந்தான். சரஸ். அதற்குப் பிறகு எங்கள் மண்டைக்குள் என்ன நடந்தது என்று யாருக்கும் தெரியவில்லை. ஏற்கனவே சொன்னேன் இல்லையா, எலும்புத் துண்டுக்கு அடித்துக் கொள்ளும் நாய்கள் மாதிரி அந்தப் பெண்கள் மீது பாய்ந்து அவர்களை காட்டுக்குள் இழுத்துக் கொண்டு போனோம். ஆனால் ஒரு விஷயம் ஆச்சரியமாக இருந்தது. அந்தப் பெண்கள் கடுமையாக முரண்டு பிடித்தார்களே தவிர எங்களைத் தாக்கவில்லை. சத்தம் போட்டு பெரிய பிரச்சினை பண்ணவில்லை. அந்த வகையில் எங்கள் கிராமத்துப் பெண்களுக்கும் இவர்களுக்கும் ஏகப்பட்ட வித்தியாசம் இருந்தது. இதேபோல் என் மனைவிக்கு நடந்திருந்தால் அங்கே ரத்தக்களரிதான். பல்லால் கடித்தே கொன்றிருப்பாள். அவளையும் கொன்றிருப்பார்கள். அங்கெல்லாம் பெண்ணைத் தொட்டால் அது கொலையில்தான் முடியும். சும்மா விட்டுவிட்டுப் போக மாட்டார்கள். இந்தப் பெண்களோ முயல் குட்டிகளைப் போல் ஒடுங்கி விட்டன. ஒரு வருடத்துக்கான அறுவடையை அன்று நடத்தி முடித்தோம்.

—

81

பசித்திருந்த எங்களுக்கு இரையாக மாட்டிய அந்த இரண்டு பெண்களும் சாகவில்லை. மயக்கமடித்துக் கிடந்தார்கள். சம்பவம் பற்றி ஏதாவது பேச்சு வருகிறதா என்று டீக்கடைகளிலும் கோவில்களிலும் ரெண்டு மூணு தினங்கள் கவனித்தோம். ஒரு பேச்சும் இல்லை என்ற பிறகுதான் எதுவும் விபரீதம் ஆகவில்லை என்று ஆசுவாசம் ஆனது. அதிலிருந்து அந்த சரஸைக் கையால் கூடத் தொடுவதில்லை.

அதற்குப் பிறகு அந்தப் பெண்களை எச்சில் துப்பாதே கோஷ்டியில் காண முடியவில்லை.

நீண்ட நேர மௌனத்துக்குப் பிறகு எழுத்தாளனே மீண்டும் பேச ஆரம்பித்தான்.

எப்போதும் ஆவிகள்தான் இந்த அகோரியின் உருவத்தில் புகுந்து பேசுவார்கள். இப்போது நானே ரிக்ஷாக்காரர் ராம் சிங்காக மாறிப் போனேன். அந்த ரிக்ஷாக்காரரை என்னால் மறக்கவே முடியவில்லை ஷாஹின்ஷா.

நான் இங்கே குறுக்கிடுவதை நீங்கள் இருவரும் அனுமதிக்க வேண்டும் என்று வெட்டினான் கொக்கரக்கோ. ராம்

சிங்கின் பேச்சு கடுமையாகக் கண்டிக்கப்பட வேண்டியது. அதை நீங்கள் இருவருமே செய்யவில்லை என்பது எனக்கு ஏமாற்றமளிக்கிறது. ஆலம்கீராவது பரவாயில்லை. மூன்று நூற்றாண்டுகளுக்குப் பின்னே இருக்கிறார். நீ ஒரு எழுத்தாளன், நீ எப்படி ராம் சிங்கின் பேச்சைக் கண்டிக்காமல் கடந்து செல்கிறாய்? குறைவான ஆடையுடன் இருந்தால் அந்தப் பெண்களை வன்கலவி செய்வது எங்கள் உரிமை என்பது போல் அல்லவா பேசுகிறான் அந்தப் போக்கிரி? ஒரு பெண் எப்படி ஆடை அணிய வேண்டும் என்பது அவள் உரிமை. அவள் குறைந்த ஆடை அணிந்தால் அவளை வன்கலவி செய்வேன் என்று ஒருவன் செய்தால் அவன் தண்டிக்கப்பட வேண்டியவன். 2012இல் தில்லி பஸ்ஸில் நடந்த சம்பவத்தில் பலாத்காரம் செய்து கொலை செய்யப்பட்ட பெண் ஜோதி சிங் என்ன சொன்னாள்? தன்னை வன்கலவி செய்த ஆறு பேரில் பதினெட்டு வயதுக்குக் கீழே இருந்த 'சிறுவன்'தான் இரும்பு உருளையைத் தன் யோனியில் செலுத்தியவன், அவனுக்கு மரண தண்டனை அளிக்கப்பட வேண்டும் என்றாள். ஆனாலும் அவன் மூன்று ஆண்டுகள் மட்டுமே சிறுவர் சீர்திருத்தப் பள்ளியில் வைக்கப்பட்டு பின் விடுதலை செய்யப்பட்டான். அந்தச் சிறுவனுக்கு மரண தண்டனை வழங்கப்பட்டிருக்க வேண்டும். அந்த ஆறு பேரும் கிராமத்தில் நல்லவர்களாக இருந்தார்கள், நகரத்துக்கு வந்ததும் ரேப்பிஸ்டுகளாக மாறி விட்டார்கள் என்பதெல்லாம் சும்மா போலி சமூகவியல். அந்த ஆறு பேரும் என்ன சொன்னார்கள், "அந்தப் பெண் ஏன் அப்படி உடை அணிந்து வந்தாள்? அப்படித்தான் செய்வோம்." அந்தக் குற்றவாளிகளுக்காக வாதாடிய வக்கீல் சொன்னார், "என் பெண் இந்த மாதிரி இரவு நேரத்தில் தன் பாய் ஃப்ரெண்டோடு சுற்றியிருந்தால் அவளைப் பெட்ரோல் ஊற்றிக் கொன்றிருப்பேன்." இந்தியாவில் உள்ள பெரும்பாலான ஆண்கள் இப்படிப்பட்ட மனோபாவம் கொண்டவர்களாகத்தான் இருக்கிறார்கள்.

இன்னொரு சம்பவத்தைச் சொல்கிறேன். சென்னையில் ஒரு இளைஞன் ஆறு வயதுச் சிறுமியை வன்கலவி செய்து

பெட்ரோலை ஊற்றிக் கொளுத்தினான். சிறையில் இருந்த அவனை அவனுடைய தந்தை ஜாமீனில் எடுத்தார். வெளியே வந்த அவன், போதை ஊசிக்கு அம்மாவிடம் பணம் கேட்டான். பணம் தரவில்லை என்றதும் அம்மாவைக் கொன்று விட்டான். இந்த லட்சணத்தில் இருக்கிறது, இந்தியக் குற்றவியல் சட்டம். அதனால் எத்தனை காரணம் சொன்னாலும், ராம் சிங்கும் அவனுடைய கூட்டாளிகளும் தண்டிக்கப்பட வேண்டியவர்களே.

கொக்கரக்கோ சொல்வதை நான் ஒப்புக்கொள்கிறேன். ஒருமுறை நான் என் நண்பனைப் பார்க்க திஹார் ஜெயிலுக்குப் போயிருந்தேன். 'உன்னுடைய சக தோழர்களெல்லாம் எப்படி?' என்று கேட்டேன். அதற்கு அவன் சிரித்துக் கொண்டே சொன்ன பதிலை என்னால் ஒருபோதும் மறக்க முடியாது. இங்கே உள்ள அத்தனை பேருமே நிரபராதிகள் என்றும் எந்தக் குற்றமும் செய்யாதவர்கள் என்றும்தான் நம்புகிறார்கள் என்றான். அதையேதான் ராம் சிங்கும் சொல்கிறான். பலரும் சொல்லிக் கேள்விப்பட்டிருக்கிறேன், மனசாட்சிக்கு நீ பயப்படவில்லையா என்று. ராம் சிங்கின் மனசாட்சிதானே நம்மிடம் பேசியது? ஒரு கொடூரமான பாலியல் குற்றத்தை அது எவ்வளவு தந்திரமாக நம்மிடம் நியாயப்படுத்துகிறது? திஹார் ஜெயிலில் உள்ள அத்தனை பேரும் தாங்கள் நிரபராதிகள் என்று சொல்லும் போது அவர்களின் மனசாட்சி உறக்கத்தில் ஆழ்ந்து விடுமா என்ன? நான் நினைக்கிறேன், ராம் சிங் சொன்ன சரஸ் மேட்டர் கூட கப்ஸாவாகத்தான் இருக்க வேண்டும். போதையில் செய்து விட்டேன் என்பது மனசாட்சி கொடுக்கும் ஒரு போலி நியாயம். 'நான் என்ன செய்யட்டும், அவர்கள் அப்படி நடந்து கொண்டார்கள், எனக்கு வேறு வழியில்லை. என்னுடைய சூழ்நிலையில் நீங்களாக இருந்தாலும் இதைத்தான் செய்திருப்பீர்கள்' என்பது அவன் பேச்சின் உள்குத்து. அதனால் என்னைப் பொருத்தவரை, மனிதர்கள் காட்டுமிராண்டிகளாக இருக்கும் வரை காட்டுமிராண்டி தண்டனைதான் சரியாக இருக்கும்... சரி, இந்த விஷயத்தை விவாதிக்க ஆரம்பித்தால் முடிவில்லாமல் போய்க் கொண்டே இருக்கும். அதனால் நாம் கதைக்குள் செல்வோம். ஆலம்கீர் அவர்கள் பேச்சைத் தொடங்கட்டும்...

அந்த ரிக்‌ஷாக்காரன் சொன்னதில் ஒரே ஒரு விஷயம் எனக்கு முக்கியமாகத் தெரிந்தது. பேட் அவ்ர் பேட் கே நீச்சே. ஆகக் கடைசியில் அதுதான் உண்மை. அதனால்தான் நாங்கள் போருக்கோ முற்றுகைக்கோ செல்லும்போது எங்கள் மனைவிகளையும் அழைத்துக் கொண்டு போவதை வழக்கமாகக் கொண்டிருந்தோம்.

மன்னிக்க வேண்டும் ஷாஹின்ஷா. உங்களைப் போன்ற பேரரசர்களும், தளபதிகளும்தானே அப்படி மனைவிகளை அழைத்துக் கொண்டு போனீர்கள்? ஆயிரக்கணக்கான போர் வீரர்கள் அப்படிச் செல்ல முடியாது இல்லையா?

அதனால்தான் போரில் வெற்றி பெற்றால் வெற்றி கொண்ட ஊரில் உள்ள பெண்களிடமெல்லாம் தங்கள் இச்சையைத் தீர்த்துக் கொண்டார்கள் வீரர்கள். அந்தக் கொடுமையிலிருந்து தப்பித்துக் கொள்வதற்காகத்தான் ஆயிரக்கணக்கான பெண்கள் தீயில் குளித்தார்கள். ஷிவாவாகட்டும், ஆலம்கீராகட்டும். யாராக இருந்தாலும் அப்படித்தான் நடந்தது. போரில் வெற்றி பெற்ற வீரர்களை அடக்குவது சாத்தியமே இல்லை. அது பற்றிய சிந்தனையே அரசர்களின் மனதில் எழுந்ததில்லை. காலம் தோறும் மதிப்பீடுகள் மாறிக் கொண்டே வருகின்றன அல்லவா? எங்கள் காலத்தில் வெற்றி கொண்ட தேசத்தின் பெண்கள் எங்கள் போகத்துக்கு உரியவர்களாக இருந்தார்கள். அதுதான் அப்போதைய நியதி. தனிப்பட்ட முறையில் எனக்கு அதில் உடன்பாடு கிடையாதுதான். ஆனால் என்னதான் பேரரசனாக இருந்தாலும் அதையெல்லாம் தடுக்கக் கூடிய நிலையில் நான் இல்லை.

ஒரு இடம் என்பது நம் மனதில் எப்படிப் பதிந்திருக்கிறது என்பதற்காக மஜ்னூ கா டில்லாவையும் பாரகம்பா சாலையையும் மண்டி ஹவுஸையும் குறிப்பிட்டேன் ஷாஹின்ஷா. தங்களிடம் சொல்வதற்குரிய தருணம் வருவதற்காகக் காத்துக் கொண்டிருந்தேன். இப்போது அந்தத் தருணம் வந்திருக்கிறது. கோழிக்கோடு கடற்கரை என் ஆழ்மனதில் தங்கி விட்ட ஒரு படிமம்.

இப்னு பத்தூத்தாவின் நண்பரான இப்னு அல் காத்திப் எழுதிய கவிதை ஒன்றை நான் படிக்க நேர்ந்தது. இப்னு பத்தூத்தாவே தன் கதையைச் சொல்வது போல் இருந்தது அந்தக் கவிதை.

1326இல் அலெக்ஸாண்ட்ரியா நகரில் புர்ஹான் அல்-தீன் என்ற சூஃபியைச் சந்திக்கிறார் பத்தூத்தா. அவர் பத்தூத்தாவிடம் நீ ஹிந்துஸ்தானில் இரண்டு சூஃபிகளையும் சீனாவில் ஒரு சூஃபியையும் காண்பாய் என்கிறார். அந்த வாக்கு பத்தூத்தாவின் வாழ்வில் பலித்தது. ஹிந்துஸ்தானுக்கு வரும் வழியில் அவர் சந்திக்கும் சில சூஃபிகளுக்கும் இங்கே நாம் காணும் அகோரிகளுக்கும் உள்ள ஒற்றுமை என்னை வியக்கச் செய்தது. உதாரணமாக, ஜெரூசலேமில் சில சூஃபிகள் நெருப்பைத் தின்று விட்டு, நெருப்பில் குதித்து நடனம் ஆடுவதையும், சில சூஃபிகள் உயிருள்ள விஷப் பாம்புகளைக் கடித்துத் தின்பதையும் பார்க்கிறார் பத்தூத்தா.

பிறகு தில்லி வந்து சேர்ந்து முஹம்மது பின் துக்ளக்கிடம் காஸியாகப் பணியாற்றுகிறார். துக்ளக்குக்கு சூஃபிகளைப் பிடிக்காது. துக்ளக் காலத்தில் வாழ்ந்த சூஃபிகளில் ஒருவர் ஷிஹாப் அல்-தீன். அவருக்கும் துக்ளக்குக்கும் ஒத்துப் போகவில்லை. காரணம் ஒன்றுமில்லை. இறைவன் ஒருவனே என் அரசன் என்கிறார் சூஃபி. இல்லை, நான்தான் உன் அரசன், நீ எனக்கு அடங்கி நட என்றார் துக்ளக். சூஃபி கேட்கவில்லை. ஷிஹாப் அல்-தீன் கைது செய்யப்பட்டார். அதோடு, சூஃபியின் தர்வேஷ்களும் கைது செய்யப்பட்டார்கள். துரதிர்ஷ்டவசமாக இப்னு பத்தூத்தாவும் ஷிஹாப் அல்-தீனின் தர்வேஷ்களில் ஒருவர் என்பதால் அவரும் கைது செய்யப்படுகிறார்.

ஷிஹாப் அல்-தீனின் தலை துண்டிக்கப்படுகிறது. அந்த சூஃபியும் தன் தலையை எடுத்துக் கொண்டு கான்காஹ்வுக்குச் சென்றார். இதைக் கேள்விப்படும் பத்தூத்தா தன் வாழ்க்கை இப்படியா முடிவுற வேண்டும் என்று வருந்தி அல் குர்ஆனில் இம்ரானின்

சந்ததிகளில் வருகின்ற ஹஸ்புனல்லாஹு வ நிஃமல் வகீல்[168] என்ற ஆயத்தை ஓத ஆரம்பிக்கிறார். அன்றைய தினம் அவர் அந்த ஆயத்தை முப்பத்தி மூன்றாயிரம் முறை ஓதினார். மறுநாளிலிருந்து எதுவுமே உண்ணாமல், உறங்காமல், வெறும் தண்ணீரை மட்டுமே உட்கொண்டு இடைவெளியே இல்லாமல் அல் குர்ஆனை ஓதிக் கொண்டே இருக்கிறார். ஐந்தாவது நாள். அதுவரை அவர் ஐந்து நாட்கள் தொடர்ந்தாற்போல் பட்டினி கிடந்ததில்லை. அதற்கு மேல் அவரால் நோன்பைத் தொடர முடியவில்லை. அதனால் சிறிது உண்டு விட்டு மீண்டும் நோன்பைத் தொடர்கிறார். அல் குர்ஆன் ஓதுவதும் தொடர்கிறது. எட்டாவது நாள் யாரும் எதிர்பாராத விதமாக பத்தூத்தாவை விடுதலை செய்கிறார் துக்ளக்.

அதற்கு மேல் இம்மை வாழ்வில் இருந்த எல்லா வித ஆசைகளையும் ஈடுபாடுகளையும் துறந்து விட்டு கமால் அல்-தீன் என்ற ஸூஃபியின் கான்காஹ்வில் வசிக்க ஆரம்பிக்கிறார் இப்னு பத்தூத்தா. ஒரு காஸியாக பெரும் ஆடம்பரங்களில் திளைத்த பத்தூத்தாவுக்கு அந்த ஆடம்பர வாழ்வு அளித்த சுகங்கள் எதுவுமே இப்போது சுகமாகத் தோன்றவில்லை. கமால் அல்-தீன் ஒரு ஃபக்கீர். தொடர்ந்து நாள் கணக்கில் பட்டினி கிடக்கிறார். அவரோடு சேர்ந்து பத்தூத்தாவும் பட்டினி கிடந்தார். ஒரு சமயம் அவ்லியாவுடன் சேர்ந்து வெறும் தண்ணீர் மட்டுமே உட்கொண்டு நாற்பது நாட்கள் எதுவுமே உண்ணாமல் நோன்பிருந்தார் பத்தூத்தா.

அப்போது அவரைத் திரும்ப அழைத்த துக்ளக் அவரை சீனாவுக்குத் தன் தூதராகச் செல்லும்படி பணித்தார். தில்லியை விட்டு ஓடி விட வேண்டும் என்று நினைத்துக் கொண்டிருந்த பத்தூத்தாவுக்கு அது மிகப் பெரும் ஆறுதலைத் தருகிறது.

2 ஆகஸ்ட் 1341 அன்று தில்லியிலிருந்து கிளம்பின சுல்தானின் பரிவாரங்கள். தில்லியிலிருந்து தரை வழியாக குஜராத்

---

168 ஹஸ்புனல்லாஹு வ நிஃமல் வகீல் - அல்லாஹ்வே எங்களுக்குப் போதுமானவன். அவனே எங்களுக்குச் சிறந்த பாதுகாவலன்.

வரை சென்று அங்கிருந்து கப்பலில் கோழிக்கோடு சென்று, அங்கிருந்து கிளம்பி வங்காள விரிகுடா வழியாக அவர்கள் சீனாவை அடைய வேண்டும். சீனப் பேரரசருக்கு துக்ளக் கொடுத்த பரிசுப் பொருட்கள் நான்கு கப்பல்களில் நிரம்பி இருந்தன. பாதுகாப்புக்கு ஆயிரம் குதிரை வீரர்கள். ஆனால் அந்த வீரர்கள் போதுமானதாக இல்லை. காரணம், 1334 இலிருந்து 1340 வரை நாட்டில் கடுமையான பஞ்சம் நிலவியது. பல்லாயிரக்கணக்கான மக்கள் பட்டினியால் மாண்டனர். முஹம்மது பின் துக்ளக்தான் தில்லி சுல்தான்களிலேயே ஹிந்துக்களோடு அதிக நெருக்கமாக இருந்தவர் என்றாலும் 1330களின் பஞ்சத்தின் காரணமாக நாட்டில் பலர் வழிப்பறிக் கொள்ளையர்களாக மாறியிருந்தார்கள். சாலைகளில் பயணம் செய்வதே உயிராபத்தை விளைவிக்கக் கூடியதாக அஞ்சப்பட்டது. பரிவாரங்களின் பயணத்தின் போது அலீகட் அருகே நான்காயிரம் பேரோடு ஒரு கொள்ளையர் படை முகாமிட்டிருக்கிறது என்பதைக் கேள்விப்பட்டு, யாரும் எதிர்பார்க்காத நேரத்தில் சுல்தானின் படைகள் அவர்களைத் தாக்கி அத்தனை பேரையும் கொன்றார்கள். சுல்தான் தரப்பில் எழுபத்தெட்டு பேர் உயிரிழப்பு.

அந்தச் சம்பவம் முடிந்து இன்னொரு இடத்தில் இன்னொரு வழிப்பறிக் கொள்ளையரிடம் மாட்டினார் பத்தூத்தா. அப்போது நடந்த குழப்பத்தில் பத்தூத்தாவை அந்தக் கும்பல் கடத்திச் சென்று விட்டது. ஆனால் அவர்களுக்கு பத்தூத்தா யார் என்று தெரியாது. பத்தூத்தாவுக்கோ ஹிந்தி தெரியாது. கொள்ளைக் கும்பலைச் சேர்ந்தவர்கள் ஹிந்துக்கள் என்பதால் அவர்களுக்கு ஃபார்ஸி தெரியாது. அந்தக் கும்பலின் கைதியாக எட்டு நாட்கள் பட்டினி கிடந்தார். பட்டினி கிடந்தது கூடப் பெரிதில்லை, எந்தத் தருணத்தில் உயிர் போகுமோ என்ற பயம்தான் பெரும் பாடாக இருந்தது. கடைசியில் 'இந்த ஆளைக் கொல்வதால் நமக்கு எந்தப் பயனும் இல்லை' என்று கும்பலுக்குத் தோன்றியதால் அவர்கள் அவரை விரட்டி விட்டார்கள். வெறும் கால் சராயோடு காடுகளில் அலைந்து திரிகிறார் பத்தூத்தா. ஊர்ப் பக்கமாகப் போக முடியாது.

எல்லாம் ஹிந்துக்கள் வசிக்கும் பகுதி. நிலைமை சரியாக இல்லை. மாட்டினால் உயிர் போய் விடும். அதனால் காட்டுப் பக்கமாகவே செல்கிறார். அவருடைய பயணக்குழுவைக் கண்டு பிடித்து விட்டால் போதும். பிழைத்து விடலாம். காட்டு வழியில் ஒரு கிணறு தென்படுகிறது. அதில் தன்னுடைய ஒரு பூட்ஸின் மூலம் தண்ணீரைச் சேந்தியெடுத்துக் குடிக்கிறார். அப்போது அங்கே வரும் ஒரு முஸ்லிம் வழிப்போக்கர் பத்தூத்தாவுக்கு உணவளித்துக் காப்பாற்றுகிறார்.

பத்தூத்தாவினால் நடக்க முடியவில்லை. உங்களைத் தூக்கிக் கொள்கிறேன் என்கிறார் வழிப்போக்கர். மறுத்து விடும் பத்தூத்தாவுக்கு அதற்குப் பிறகு என்ன நடந்தது என்று நினைவில்லை. நினைவு வந்த போது அவர் ஒரு கிராமத்தில் ஒரு அரசு அதிகாரியின் வீட்டில் இருந்தார். மயக்கத்தில் இருந்த அவரை ஒரு வழிப்போக்கர் தூக்கிக் கொண்டு வந்து கொடுத்தார் என்கிறார் அதிகாரி. வழிப்போக்கரைக் காணவில்லை.

கடைசியில் கோழிக்கோடு வந்து சேர்கிறது பரிவாரம். வெள்ளிக்கிழமை தொழுகைக்காக கப்பலை விட்டு இறங்கி கரைக்கு வருகிறார் பத்தூத்தா. தொழுகை முடிந்து பார்த்தால் பிரளயத்தைப் போல் பெரும் புயலும் கடல் கொந்தளிப்பும். புயல் முடிந்து பார்த்தால் வார்த்தையால் விளக்க முடியாத பேரழிவு. கப்பல்கள் நின்ற இடம் வெறுமையாகத் தெரிந்தது.

இதோடு நான் பத்தூத்தாவின் கதையை நிறுத்திக் கொள்கிறேன். ஏனென்றால், இங்கிருந்துதான் ஆரம்பிக்கிறது பத்தூத்தாவின் அன்றைய வெள்ளிக்கிழமை பற்றிய இப்னு அல்-காத்திபின் கவிதை.

சில தினங்களுக்கு முன்பு
ஒரு ஹிந்து என்னிடம் சொன்னான்
ஐந்து பூதங்களில் அக்கினி மட்டுமே
கீழிருந்து மேலாகச் செல்லக் கூடியது
என்று.

ஆனால் இன்று
மேலிருந்து கீழே பாய்கிறது அக்கினி
1342 ஃபெப்ருவரியின்
கடைசி வெள்ளிக்கிழமை
குதிரைப் படைகளும் பரிசுப் பொருட்களுமாக
நான்கு கப்பல்களில்
இந்தக் கடல் நகருக்கு வந்தேன்
தொழுகையை முடித்துவிட்டுப் பார்த்தால்
கப்பல்கள் எதையும் காணோம்
சீனத்து அரசனுக்கு தில்லிப் பேரரசன் கொடுத்த பரிசுப்
பொருட்கள்
போன இடம் தெரியவில்லை
வீட்டை விட்டுக் கிளம்பி வந்து
ஆயிற்று எட்டு ஆண்டுகள்
பார்த்த மாத்திரத்தில்
பிடித்துப் போன என்னை
நீதிபதியாக்கினான் சுல்தான்
ராஜபோகத்திலிருந்த என்னிடம்
ஜோதிடன் ஒருவன் சொன்னான்
நீ விரைவில் பிச்சைக்காரனாவாய் என
விதி சூஃபி ரூபத்தில் வந்தது
சுல்தானுக்கு சூஃபிகளைப் பிடிக்காது
சூஃபியை அழைத்து என்னைப் பாடு என்றான் சுல்தான்
மானிடனைப் பாட மாட்டேன் என்றார் சூஃபி
நான் மானிடன் அல்ல சுல்தான் என்றான் சுல்தான்
நீ ஒரு பதர் என்று சொன்ன சூஃபியை
சிறையிலடைத்தான் சுல்தான்
உணவும் நீரும் கொடுக்கப்படவில்லை
பதினான்காம் நாள் சுல்தான் அனுப்பிய உணவைத்
தின்னாமல் திருப்பி அனுப்பினார் சூஃபி
மலத்தை நீரில் கரைத்து
சூஃபியின் வாயில் ஊற்றிச் சிரித்தான் சுல்தான்
சூஃபியின் தலையைத் துண்டித்தான்

மண்ணில் விழுந்த தலையைக்
கையில் எடுத்துக் கொண்டு
பள்ளிவாசலுக்கு நடந்து சென்றது ஸூஃபியின் முண்டம்
இந்தக் கதை அறியா மானிடர் யாருமில்லை
ஸூஃபியின் நண்பனான நான்
சிறையில் அடைக்கப்பட்டேன்
மரண தண்டனை விதிக்கப்பட்டது
ரொட்டியும் இனிப்பும் எதுவுமே உண்ணாமல்
புனித நூலையே படித்துக் கொண்டிருந்தேன்
எங்கோ பிறந்து எங்கெங்கோ சுற்றியலைந்து
இந்த மண்ணில் அனாதையாக சாகப் போகிறேனா
எத்தனையோ சாவுகளைப் பார்த்திருக்கிறேன்
வரி வசூலிக்கப் போன இடத்திலெல்லாம்
பஞ்சத்தில்
மனிதர்கள்
நாய்கள்
ஆடுகள்
மாடுகள் எல்லாம்
கொத்துக் கொத்தாக
பிணக் குவியலாக
விழுந்து கிடந்ததை
எந்தக் கணக்கில் எழுதுவது
இதோ இந்தக் கடல் மணலை எண்ண முடியுமா
அத்தனை பிணங்கள் அத்தனை பிணங்கள்
வரலாறு என்பதே
ஆரம்பமும் முடிவுமில்லாத ஒரு நீண்ட
மரண சாசனம் என்று தோன்றுகிறதெனக்கு
அந்த ஊர்களில் அழுகிய பிணங்களைத் தவிர
வேறு எதைப் பார்த்தேன்
பிணங்களையே பார்த்துப் பார்த்து
ஒரு கட்டத்தில் அது எனக்குக்
காட்சிப் பொருளாய் ஆனது
ஒரு பிணம் அதிர்ச்சி
ஓராயிரம் பிணம் காட்சி அல்லவா

என்றது சைத்தான் தொற்றிய மனம்
அப்போதுதான்
மரணம் வயிற்றுவலி போன்றது
என்பதைக் கண்டு கொண்டேன்
நமக்கு வந்தால்தான் தெரியும்
வலியும் மரணமும்
அதிலும் உடனடி மரணத்தை விட
மரணத்துக்காகக் காத்திருத்தல்
மரணத்தை விடக் கொடியது
இருந்தாலும்
புனித நூலிலிருந்து என் கண்ணகலவில்லை
ஏழு நாள் ஏழு இரவு
ஊண் உறக்கமின்றி புனித நூலிலேயே
கழிந்தது
என்ன செய்வான் ஏது செய்வானென
யாராலும் கணிக்க முடியாத சுல்தான்
எட்டாவது நாள் என்னைச்
சிறையிலிருந்து வெளியே அடித்துத் துரத்தினான்
எத்தனை நாள் பிச்சை எடுத்தேன் என்ற கணக்கு மறந்து போனது
அப்போது ஒருநாள் சுல்தான் அழைத்ததாக வந்தது வார்த்தை
அப்படித்தான் சுல்தானின் தூதனாக
சீனா செல்வதற்காக
இந்தக் கடல் நகருக்கு வந்தேன்
இதோ
இப்போது
மீண்டும் பிச்சைக்காரனாக இந்தக்
கடற்கரையில் நின்று கொண்டிருக்கும்
என் கால்களில்
ஒரு கரிய நிறப் பூனைக்குட்டி
சுற்றிச் சுற்றி வருகிறது...

—

82

சாந்த்தியாகோவில் மூவரும் செய்த முதல் காரியம் நெரூதாவின் லா ச்சாஸ்கோனா வீட்டைச் சுற்றிப் பார்த்ததுதான். அதை முடித்து விட்டு காரில் ஈஸ்லா நேக்ரா கிளம்பினார்கள். வழியில் நெரூதா பற்றிப் பேசிக் கொண்டே போனான் எழுத்தாளன். ச்சாஸ்கோனா என்றால் கெச்சுவா மொழியில் கலைந்த தலைமுடி. நெரூதாவின் ரகசியக் காதலி மாத்தில்தே உர்ரூத்தியாவின் தலைமுடி கலைந்து கிடக்கும் என்பதால் அவளுடனான காதலின் சின்னமாக அந்த இல்லத்துக்கு அந்தப் பெயரைச் சூட்டினார் நெரூதா.

சீலேயில் நெரூதாவுக்கு மூன்று வீடுகள். முதலாவது, லா ச்சாஸ்கோனா. இரண்டாவது, பசிஃபிக் பெருங்கடல் ஓரத்தில் இருந்த ஈஸ்லா நேக்ரா. அதைப் பார்த்து விட்டு ஆலம்கீர் "இந்த நாட்டில் என்ன அரசரின் அரண்மனை அடுப்பங்கரை மாதிரி இருக்கிறது! கவிஞரின் வீடு அரண்மனை மாதிரி இருக்கிறது!" என்றார்.

"எழுத்தாளர்களைக் கொண்டாடும் தேசம்" என்று மனதில் நினைத்துக் கொண்டான் எழுத்தாளன்.

ஏற்கனவே சொன்னேன் இல்லையா, சீலேயில் மூவரும் சுற்றியது பற்றி எழுதினால் இது ஒரு பயணக் கட்டுரையாகப் போய் விடும் என்பதால் அதைத் தவிர்க்கிறேன் என்று? அதனால் மூவரும் எதிர்கொண்ட சில சம்பவங்களை மட்டும் பார்த்து விட்டு நாம் ஆலம்கீரின் கதையைக் கேட்க ஆரம்பிப்போம்.

சாந்த்தியாகோவில் வந்து நின்றதும் ஆலம்கீர் கேட்ட முதல் கேள்வி, இந்த ஊரில் யாருக்கும் தண்ணீர் குடிக்கும் வழக்கம் இல்லையா? யாரும் தண்ணீர் குடிப்பதாகவே தெரியவில்லையே? உணவு விடுதிகளிலும் தண்ணீர் கொடுக்க மாட்டேன் என்கிறார்களே? சாப்பிடும் போது பழரசம் குடிக்கிறார்கள். கோக் குடிக்கிறார்கள். க்ரீன் டீ குடிக்கிறார்கள். காஃபி குடிக்கிறார்கள். வைன் குடிக்கிறார்கள். பியர் குடிக்கிறார்கள். தண்ணீரே குடிப்பதில்லையே, கவனித்தீர்களா மதிப்புக்குரிய காத்திப் அவர்களே?

ஆமாம் ஷாஹின்ஷா. ஆறு மாதங்களுக்கு முன் நான் இங்கே வந்தபோது இந்தப் பிரச்சினையால் ரொம்பவே அவஸ்தைப்பட்டிருக்கிறேன்.

ஆனால் கொக்கரக்கோ மட்டும் சீலேயிலேயே பிறந்து வளர்ந்தவனைப் போல் எந்தப் பிரச்சினையும் இல்லாமல் பியர், பழரசம் என்று மாற்றி மாற்றி அடித்துக் கொண்டிருந்தான். அதோடு, எழுத்தாளனைப் பார்த்து, “உனக்குத்தான் வைன் ரொம்பப் பிடிக்குமே, இங்கே இருக்கும் வரை வைனிலேயே முடித்து விடலாமே?” என்றான்.

எழுத்தாளன் வைன் பிரியன்தான். மறுக்கவில்லை. அதற்காக காலையில் எழுந்ததும் ஒரு லிட்டர் தண்ணீர் குடித்துப் பழகிய அவன் பல் துலக்கிய கையோடு வைனா குடிக்க முடியும்?

தண்ணீர் போத்தல் என்று எந்தக் கடையில் கேட்டாலும் இல்லை என்ற பதில்தான் வந்தது. சில கடைகளில் தண்ணீர் கேட்டால் சோடாவைக் கொடுத்தார்கள். பத்து தடவை “*Agua*தானே?” என்று கேட்டுக் கேட்டு வாங்கினாலும் அறைக்கு

வந்து குடித்துப் பார்த்தால் சோடா. அகுவா என்றால் தண்ணீர்தானே? அப்புறம் ஏன் இப்படி சோடாவைக் கொடுத்து கழுத்தை அறுக்கிறான்கள் என்று தெரியவில்லை. கிளம்புகிற அன்றுதான் இவர்கள் வாங்கிய தண்ணீர் போத்தல்களில் *Agua con gas*[169] என்று போட்டிருப்பதைப் பார்த்தான் எழுத்தாளன். அடச்சே, இதை கவனிக்காமல் போனோமே என்று நொந்து கொண்டான்.

கொக்கரக்கோவுக்கு இந்தப் பிரச்சினையே இல்லாததால் அவன் இதில் தலையிடவில்லை. ஆனால் எழுத்தாளன் கொலை தாகத்தில் தண்ணீர் என்று நினைத்துக் குடித்தால் அது சோடாவாக இருக்கும். சோடாவைக் குடித்தால் அவனுக்கு வாந்திதான் வருகிறது. அதிலும் யாரும் அங்கே தண்ணீரும் குடிப்பதில்லை, சோடாவும் குடிப்பதில்லை என்பதால் பல நாட்கள் அந்த சோடா குளிர்ப்பதனப் பெட்டியிலேயே இருந்து ஐஸ் கட்டி போல் இருக்கும். நாக்கில் பட்டால் நெருப்பாய்ச் சுடும். எவன் குடிப்பான்?

“இந்தக் குடிநீர்ப் பிரச்சினை பற்றி ஏன் எந்த காத்திபும் எழுதவில்லை?” என்று கேட்டார் ஆலம்கீர்.

ஏனென்றால், இந்தியாவிலிருந்து எந்த எழுத்தாளரும் தென்னமெரிக்க நாடுகளுக்குப் போகவில்லை. அப்படியே போனாலும் இட்லி, வடை, தயிர் சாதம், இல்லாவிட்டால் ச்சோலே பட்டூரா தந்தூரி சிக்கன் என்று தேடிப் போயிருப்பார்கள். அது ஒரு சாதனைதானே? சென்னையில் சாப்பிடுவதை விட 16000 கி.மீ. தாண்டிப் போய் இட்லி வடை சாப்பிடுவது அவர்களுக்கு சாகசமாக இருந்திருக்கும். எனக்குத் தெரிந்து எழுத்தாளர் யாரும் அந்தப் பக்கம் போகவில்லை. போயிருந்தால் நிச்சயம் அவர்களுக்கு இந்தக் குடிநீர் பெரும் பிரச்சினையாகவே இருந்திருக்கும். ஐரோப்பாவிலும் இதே கதைதான். எங்கே போய் தண்ணீர் கேட்டாலும் மேலும் கீழும் பார்க்கிறார்கள். இந்த இந்தியர்களுக்கு என்னதான்

---

169 Aqua con gas - சோடா

சிக்கல், ஏன் இப்படித் தண்ணீர் போத்தலைத் தூக்கிக் கொண்டே அலைகிறீர்கள் என்று பல ஐரோப்பிய நண்பர்கள் எழுத்தாளனைக் கேட்டிருக்கிறார்கள்.

இதை எந்த மேற்கத்தியராலும் புரிந்து கொள்ள முடியாது என்றே தோன்றுகிறது. ஒரு இந்தியனுக்குக் குடிநீர் என்பது சுவாசிக்கும் காற்று மாதிரி என்பதை எப்படி ஒரு மேற்கத்தியரைப் புரிந்து கொள்ள வைப்பது? தென்னிந்தியா பரவாயில்லை. காற்றில் ஈரப்பதம் ஓரளவு உண்டு. ஆனால் வட இந்தியாவில் நாக்கு எப்போதுமே வறண்டு கிடப்பது போல் இருக்கும். அதனால் வழிபாட்டுத் தலங்களிலும் மற்றும் கண்ணில் தென்படும் இடங்களிலெல்லாமும் குடிநீர்க் குழாய்கள் நிச்சயம் இருக்கும். குழாய் இல்லாவிட்டால் மண் பானையில் இருக்கும். அலுவலகங்களில் வாட்டர்மேன் என்ற ஒரு பதவியே உண்டு. அந்த வாட்டர்மேனின் வேலை எல்லா ஊழியர்களிடமும் தனிப்பட்ட முறையில் சென்று தண்ணீர் வழங்க வேண்டியது. எந்த வீட்டுக்கு யார் போனாலும் வாய் திறந்து பேசுவதற்கு முன் அவர் கண் முன்னே நீளுவது ஒரு முழு நீள கிளாஸும் தண்ணீரும்தான். உணவகங்களிலும் அப்படியே. தண்ணீரைக் கொண்டு வந்து வைத்து விட்டுத்தான் என்ன வேண்டும் என்றே கேட்பார்கள். போத்தலில் அடைத்து தண்ணீரை காசுக்கு விற்க ஆரம்பித்த புதிதில் இந்தியர்கள் 'கலி முற்றி விட்டது, பேரழிவின் பிரளயம் வரப் போகிறது' என்றே சொல்ல ஆரம்பித்து விட்டார்கள். பிறகு கொஞ்சம் கொஞ்சமாகத்தான் காசு கொடுத்துத் தண்ணீர் வாங்குவது அவர்களுக்குப் பழகியது.

ஆறு மாதங்களுக்கு முன்புதான் எழுத்தாளன் தென்னமெரிக்கா சென்றிருந்தான். பொலிவியாவின் மாச்சு பிச்சுவில் மலையேறும் போது ஒரு விஷயம் நடந்தது. பயணிகள் குழுவின் வழிகாட்டிப் பெண், "மேலே ஏறும்போது பிராணவாயு குறைந்து உங்களுக்கு தாகம் எடுக்கும், ஒரு தண்ணீர் போத்தல் கையோடு எடுத்துக் கொள்ளுங்கள்" என்று சொல்லியிருந்தாள். போத்தல் வாங்கிய போது அது 250 மில்லி லிட்டர் போத்தலாகத்தான் கிடைத்தது.

எழுத்தாளன் யோசனை இல்லாமல் ஒரே ஒரு போத்தல் வாங்கினான். அது ஐந்தே நிமிடத்தில் தீர்ந்து போனது. மலையேற்றத்தின் போது தாகத்தில் நாக்கு வறண்டு நாக்கையே கடித்துக் கொள்ளும் அளவுக்கு விடாய் தீவிரமாயிற்று. அவன் கூட வந்திருந்த அவன் வாசகன் சுந்தருக்கு எழுத்தாளனின் பிரச்சினை தெரிந்திருந்தும் அத்தனை விவரம் போதாது. ம்க்கும். தன்னுடைய பிரச்சினை நன்கு தெரிந்திருந்த எழுத்தாளனே என்ன, முன் ஜாக்கிரதையாகவா நடந்து கொண்டான்? ஆனால் அப்படியும் சொல்ல முடியாது. இதயத்தில் அம்பது சதவிகித அடைப்பை வைத்துக் கொண்டு எட்டாயிரம் அடி உயரத்தில் ஏறும் போது கையில் உள்ள ஒவ்வொரு சின்னஞ்சிறு எடையும் பாறாங்கல்லைப் போல் தெரிந்ததில் ஆச்சரியமில்லைதானே? சுந்தரின் கையில்தான் ஒரு போத்தல் இருக்கிறதே என்று விட்டு விட்டான். கடைசியில் பார்த்தால் "கையில் எதற்கு அனாவசிய எடை என்று அந்த போத்தலை வழியில் இருந்த ஒரு குடிசையில் வைத்து விட்டேன்" என்றான் சுந்தர். மாலை திரும்பும் வரை ஒரு சொட்டு தண்ணீர் குடிக்கவில்லை. அதோடு, மாச்சு பிச்சுவிலிருந்து திரும்பி வந்து மாச்சு பிச்சுவை விட அதிக உயரம் உள்ள (பதினோராயிரம் அடி) குஸ்கோவில் இரவுத் தங்கல். குளிரோ பூஜ்யத்துக்கும் கீழே. மூச்சே விட முடியவில்லை என்பதோடு எழுத்தாளனுக்கு சொற்கள் எல்லாமே ழகரமாக வர ஆரம்பித்தன.

எழ்ழால மூழ்ழு விழ முழீழ. கழ்ழமா இழுஹ்ஹு.

உயிருக்காக பயந்ததை விட இந்த ழகரத்துக்குத்தான் உண்மையிலேயே பயந்து போனான் எழுத்தாளன்.

தமிழின் ழகரம் பற்றி பெருமை கொண்டிருந்தவர்களில் எழுத்தாளனும் ஒருவன். தமிழுக்கு மட்டுமே இருக்கும் சிறப்பாக்கும் என்று எல்லோரிடமும் பீற்றிக் கொள்வான். இல்லை, உங்கள் ழகரத்தை விட இனிமையான 'ஹ்ர' என்ற உச்சரிப்பு எங்கள் ஃப்ரெஞ்சில் இருக்கிறது, ஃப்ரெஞ்சுக்காரர்கள் பலரே இந்த 'ஹ்ர'வை உச்சரிப்பதில் திணறுவார்கள் என்று அவனிடம் பல ஃப்ரெஞ்சுக்காரர்கள் விவாதம்

பண்ணியிருக்கிறார்கள். உண்மைதான். பாரிஸை அவர்கள் பாஹ்றி என்று உச்சரிக்கும் போது 'பா'வுக்கு அப்புறம் வெறும் 'ஹ' சப்தம்தான் வரும். 'றி' என்னதான் வல்லினமாக இருந்தாலும் எங்கோ அதல பாதாளத்திலிருந்து மிகவும் லேசாகத்தான் கேட்கும்.

ஆனாலும் ழ மாதிரி வராது என்று வைத்துக் கொள்ளுங்கள். தமிழுக்கு மட்டுமே உரித்தான சிறப்பு அது. அத்தனை பெருமைக்குரிய ழ அன்று இரவு எழுத்தாளனை பயமுறுத்தி விட்டது. சுந்தர் பாட்டுக்கு மூன்று பியர் அடித்து விட்டுக் குறட்டை விட்டுத் தூங்கிக் கொண்டிருந்தான். மலையேறிய அசதி.

அலுமினிய டப்பாவில்தான் இந்தியா திரும்புவோம் என்று நினைக்க ஆரம்பித்தவன் விடுதி மேலாளரிடம் எப்படியோ மூகரத்திலேயே விளக்க முற்பட்டதும், அவன் 'இதெல்லாம் இங்கே சகஜமுங்க' என்ற தோரணையுடன் ஆக்ஸிஜன் சிலிண்டரைக் கொண்டு வந்து கொடுத்ததும் மறக்க முடியாத அனுபவங்கள். ஆனால் மேலாளர் சகஜ பாவம் கொண்டிருந்தாலும் பாவம், அரை மணிக்கு ஒரு முறை ஃபோன் செய்தும் நேரிலும் வந்து விசாரித்துக் கொண்டேதான் இருந்தான். மருத்துவமனையில் சேர்கிறீர்களா என்றும் விசாரித்தான். சும்மா சொல்லக் கூடாது, அவனுடைய பயணத்துக்கு ஏற்பாடு செய்த இந்தியப் பயண நிறுவனம்தான் இத்தனைக்கும் காரணம். பக்கத்திலேயே இருப்பது போல் போனில் விசாரித்துக் கொண்டே இருந்தார்கள்.

பொழுது விடிந்ததும் முதல் வேலையாக விமானத்தைப் பிடித்து சாந்த்தியாகோ வந்து விட்டான் எழுத்தாளன். விடுதியை விட்டுக் கிளம்பும்போது கார் வரும் வரை லவுஞ்ஜில் அமர்ந்திருந்தான். காலை மணி ஒன்பது இருக்கும். வரலாமா வேண்டாமா என்று கள்ளனைப் போல் எட்டிப் பார்க்க ஆரம்பித்திருந்தது வெய்யில். அப்போது லவுஞ்ஜிலேயே எண்பது வயதுக்கும் மேற்பட்ட கிழவர்கள் நீள நீளமான சுருட்டைப் புகைத்தபடி பெரிய கிளாஸ்களில் பழுப்பு நிற பியரை அருந்திக் கொண்டிருந்தார்கள். ஐரோப்பியனைப் போல்

வாழ்கிறேன் என்று அடிக்கொரு தடவை பீற்றிக் கொண்டாலும், எழுத்தாளனின் உடம்பு என்னவோ இந்தியனைப் போல்தானே அமுக்குகிறது? அறுபத்தெட்டு வயதில் உயரம் ஏறினால் மூச்சு விட முடியாமல் உயரம் கம்மியான வேறு ஒரு ஊரை நோக்கி ஓட வேண்டியிருக்கிறது...

பதின்மூன்றாம் நூற்றாண்டிலிருந்து பதினாறாம் நூற்றாண்டு வரை இன்கா பேரரசின் தலைநகராக இருந்த குஸ்கோவில் என்னென்னவோ பார்க்க வேண்டும் என்று நினைத்துக் கொண்டிருந்தான். பேசாமல் சாந்த்தியாகோ செல்வதை ரத்து செய்து விட்டு பயணக் குழுவுடனேயே சேர்ந்து பொலிவியா போகலாமா என்று கூட நினைத்து விட்டான். இங்கே குஸ்கோவில் ரெண்டு நாள் இருந்து விட்டு குழு பொலிவியா செல்ல இருந்தது. எழுத்தாளனின் கனவு நாயகன் சே குவேரா புரட்சி செய்த தேசம். புனித பூமி. ம்ஹூம். இன்னும் இரண்டு இரவுகளை இந்த ஊரில் எப்படிக் கழிப்பது? அப்படியே கழித்தாலும் பொலிவியாவில் பயணக் குழு செல்ல வேண்டிய இடங்கள் இன்னும் அதிக உயரமானவை. உதாரணமாக, உறைந்து கிடக்கும் உயூனி உப்பு ஏரி பன்னிரண்டாயிரம் அடி உயரம். பயணத் திட்டத்தைப் போட்டுக் கொடுத்ததே எழுத்தாளன்தான். ஆனால் திட்டத்தைப் போடும் போது உயரத்தையும் தன்னுடைய இதயப் பிரச்சினையையும் மறந்து விட்டான்.

சட்டென்று அவன் மனதில் வெளிநாட்டுக்குச் செல்லும் பல தலைவர்கள், சினிமா இயக்குனர்கள் அலுமினிய டப்பாவில் திரும்பி வந்த காட்சிகளின் ஞாபகம் தட்டியது. ஒரு இளம் இயக்குனர் அப்படித்தான் படப்பிடிப்புக்காக தாஷ்கண்ட் போய் அலுமினிய டப்பாவில் திரும்பினார். அப்புறம் சினிமா கிசுகிசு பத்திரிகையில் அவர் வோட்கா அடித்து விட்டு வயகரா போட்டு ரஷ்யப் பெண்களோடு கூட்டுக் கலவிக்கு முயன்ற போதுதான் ஹார்ட் அட்டாக் வந்ததாகப் போட்டிருந்தார்கள். இருக்கலாம். ஆனால் எங்கள் அன்புக்குரிய பிரதமர் லால் பஹதூர் சாஸ்திரி அந்த இரண்டின் பக்கமுமே

எட்டிப் பார்க்காத உத்தமர் ஆயிற்றே? அவரும் எப்படி இதே தாஷ்கண்டிலிருந்து அலுமினிய டப்பாவில் திரும்பினார்?

அதனால் இன்னும் இரண்டு இரவுகளை அந்தப் பழம் பெருமை வாய்ந்த குஸ்கோவிலேயே கழிக்கும் எண்ணத்தைக் கை விட்டு விட்டு சாந்த்தியாகோ கிளம்பினான் எழுத்தாளன்.

ஏம்ப்பா எழுத்தாளா, இதையெல்லாம் நீ தனியாக ஒரு நாவல் எழுதலாமே? ஏன் இப்போது ஆலம்கீர் பற்றிய கதையில் உன் சொந்தக் கதை சோகக் கதையைச் சேர்க்க நினைக்கிறாய்? உன் கதை நன்றாக இல்லை என்று சொல்லவில்லை. ஆனால் ஆலம்கீர் கதை இப்படி திடீரென்று தடம் புரள்வது ஏற்புடையதாக இல்லை. நாம் ஆலம்கீரின் கதையில் இருக்கிறோமா அல்லது உன்னுடைய கதையில் இருக்கிறோமா என்ற சந்தேகம் வந்து விடுகிறது. - கொக்கரக்கோ

இவ்வாறான பழைய ஞாபகங்களுடன் 'இன்று இரவு வைன் வேண்டாம், பிஸ்கோ அடிக்கலாம்' என்ற திட்டத்தில் பிஸ்கோவுக்கான பரிவாரங்களை சேகரிக்க ஆரம்பித்தான் எழுத்தாளன்.

என்ன, வைனிலிருந்து பிஸ்கோவுக்கு மாறி விட்டாய் என்று கொக்கரக்கோ கேட்டதைக் கூட கவனிக்கவில்லை.

ஆலம்கீருக்கு சோடா பிடிக்கவில்லை. அன்றும் சோடாவைத்தான் தண்ணீர் என்று வாங்கி வந்திருந்தார்கள். ரிஸப்ஷனில் தண்ணீர் கேட்டபோது ஹோட்டல் ரெஸ்டாரண்டில் கிடைக்கும் என்றார்கள்.

அதற்கு மேல் அந்த விஷயத்தில் கவனம் செலுத்தாமல் பிஸ்கோவில் ஐக்கியமானான் எழுத்தாளன்.

—

திடீரென்று தன் படுக்கையின் ஒரு மூலையில் ஒரு பெரிய பஞ்சவர்ணக்கிளி அமர்ந்திருப்பதைக் கண்டான் எழுத்தாளன்.

கிட்டத்தட்ட கழுகு அளவு இருந்தது கிளி. தெள்ளத் தெளிவாக ஹிந்தியில் பேசியது. கிளிகள் பேசுவதை அவ்வப்போது யூட்யூபில் பார்த்திருக்கிறான். ஆனால் இந்தக் கிளி அட்சர சுத்தமாக மனிதன் பேசுவது போலவே பேசியது. அதே சமயம் கிளிக்குரலாகவும் இருந்தது. எல்லாவற்றையும் விட ஆச்சரியம், அந்தக் கிளி சொன்னது. "மதிப்புக்குரிய காத்திப் அவர்களே, நான்தான் ஔரங்ஸேப்... ஆலம்கீர்..."

—

83

என்ன திகைத்துப் போய் பார்க்கிறீர்கள்? தங்களின் ஆதி சங்கரர் போல் நான் ஒன்றும் கூடு விட்டுக் கூடு பாய்ந்து விடவில்லை. நேற்று இரவு தாங்கள் பிஸ்கோவைக் குடித்து விட்டு மல்லாந்து விட்டதால் கவனிக்கவில்லை. நான் குளியலறைக்குள் இருக்கும் வாஷ் பேஸின் தண்ணீரைக் குடித்தேனா, உடனடியாக என் தொண்டையில் கிச் கிச் ஆகி கிளிக்குரல் வந்து விட்டது. இதற்குக் காரணம் தாங்கள்தான். தாங்கள்தான் ஐரோப்பாவில் குடிப்பதற்குத் தண்ணீர் கிடைக்காது, அப்படிக் கிடைக்காவிட்டாலும் ஒன்றும் பாதகம் இல்லை, வாஷ் பேஸினில் வரும் தண்ணீர் கூட சுத்தப்படுத்தியதுதான், தைரியமாகக் குடிக்கலாம் என்று எழுதியவர். ஆனால் இங்கே வந்து குடித்தால்தான் தெரிகிறது, மேற்கத்திய நாடுகள் வேறு, மூன்றாம் உலக நாடுகள் வேறு என்று. எவ்வளவுதான் மக்கள் தொகையில் ஹிந்துஸ்தானுக்கும் சீலேவுக்கும் வித்தியாசம் இருந்தாலும் எல்லா மூன்றாம் உலக நாடுகளும் ஒன்றுதான்; அவைகளின் பிரச்சினைகளும் ஒன்றுதான். பாருங்களேன், மேற்கத்திய நாட்டில் கக்கூஸில் வரும் தண்ணீரை எந்தச் சிக்கலும் இல்லாமல் குடிக்க முடிகிறது. இங்கே குடித்தால் தொண்டை காலி. மனித உருவில் இருந்து கொண்டு கிளிக்குரலில் பேசினால் அவமானமாக இருக்குமே

என யோசித்து கிளி உருவத்தையே எடுத்து விட்டேன். அதுவும் இந்த அகோரி கங்காராமின் உடம்பில் இருப்பதால் சாத்தியமாயிற்று. இல்லாவிட்டால் கிளிக்குரலிலேயே பேசி கேவலப்பட்டுக் கொண்டிருக்க வேண்டியதுதான்.

அடக்கடவுளே! நான் என்னதான் செய்வேன். நடப்பது எதுவுமே புரியவில்லையே. முதலில் விமானப் பயணமே மேற்கொள்ளாமல் கண்ணிமைக்கும் நேரத்தில் சென்னையிலிருந்து சாந்த்தியாகோவில் வந்து நிற்கிறோம். பாஸ்போர்ட்டில் குடியுரிமை அனுமதி கூட காணப்படுகிறது. இதெல்லாம் எங்கள் பிரக்ஞையில் பதிவுறாமலேயே இங்கே சாந்த்தியாகோ கொண்டு வந்து விட்டீர்கள். அது முக்கியம் அல்ல. அப்படிப்பட்ட அதிசயங்களை நிகழ்த்தியவரான நீங்கள் போயும் போயும் இந்த வாஷ் பேஸின் தண்ணீரையா குடிக்க வேண்டும்? நாம் வாங்கிக் கொண்டு வரும் சோடாவைத் தண்ணீராக மாற்ற முடியாதா?

என்னை என்ன அலாவுதீன் கதையில் வரும் ஜின் என்று நினைத்து விட்டீர்களா, மதிப்புக்குரிய காத்திப் அவர்களே? கண்ணிமைக்கும் நேரத்தில் சென்னையிலிருந்த நாம் இங்கே சாந்த்தியாகோவில் நின்று கொண்டிருக்கிறோம். நாம் வான்வழி வந்ததற்கான ஆதாரம், வீஸா எல்லாம் பாஸ்போர்ட்டில் இருக்கிறது. அப்படியிருக்கும்போது சோடாவையா தண்ணீராக மாற்ற முடியாது? எல்லாம் முடியும். ஆனால் அனுபவம் கைவிரல்களின் வழியே நழுவி ஓடி விடும்.

சரி, அதை விடுங்கள் ஷாஹின்ஷா... உரு மாறியதுதான் மாறினீர்கள், ஒரு மயிலாக மாறியிருக்கக் கூடாதா?

ஏன் கேட்கிறீர்கள் மதிப்புக்குரிய காத்திப் அவர்களே? தாங்கள்தான் ஈவேரா பாணியில் குலாபிமானம் தப்பு, மதாபிமானம் தப்பு, தேசாபிமானம் ரொம்ப ரொம்பத் தப்பு என்று நம்புகிறவர் ஆயிற்றே? மயில் உங்கள் தேசியப் பறவை என்பதற்காக நான் மயிலாக வர வேண்டுமா என்ன?

நீங்கள் மயிலாக வந்திருந்தால் எங்கள் முருகக் கடவுள்

மாதிரி உங்கள் மீதே அமர்ந்தபடி இந்தத் தென்னமெரிக்கா முழுவதையும் சுற்றி வந்திருக்கலாம் என்று பார்த்தேன். வேறு ஒன்றுமில்லை...

இப்படிப் பேசிக் கொண்டிருக்கும் போதே அங்கே கையில் கத்தியுடன் தோன்றிய கொக்கரக்கோ அந்தப் பஞ்சவர்ணக்கிளியின் கழுத்தை அறுத்து சடசடவென்று தோலை உரித்து, ஏதேதோ சாஸ் ஐட்டங்களை ஊற்றி க்ரில்லில் போட்டு எடுத்தான். எல்லாமே கண்ணிமைக்கும் நேரத்தில் நடந்தது. ஓ, விஸ்தாரமான இந்த அறையில் பார்பெக்யூ செய்வதற்கான க்ரில் இருந்தது இதற்காகத்தானா? ஐயோ, அந்தக் கிளி சாதா கிளி அல்லவே? அகோரி கங்காராம் அல்லவா? நம்மை ஒட்டு மொத்தமாகக் காலி பண்ணி விடுவாரே? இந்தக் கொக்கரக்கோ என்ன செய்கிறான்? என்னதான் இலக்கியத்தில் புனிதங்களை உடைக்கலாம் என்றாலும் இப்படியா நேர்வாழ்வில் ஒரு அகோரியின் கழுத்தை அறுத்து அவருடைய உடம்பை பார்பெக்யூ பண்ணுவான்? சடுதியில் பார்பெக்யூவும் முடிந்து பஞ்சவர்ணக் கிளி பார்பெக்யூவை ஒரு பீங்கான் தட்டில் கொண்டு வந்து வைத்தான் கொக்கரக்கோ. என்ன கொடுமை இது? கங்காராம் என்ற அகோரியின் உடம்பில் புகுந்திருந்த ஔரங்ஸேப் இப்போது எங்கே? அந்த அகோரியின் உலக வாழ்வு அவ்வளவுதானா? ஒரு ஸூஃபியைக் கொன்ற ஔரங்ஸேப் வாழ்க்கையில் என்ன பாடு பட்டார்? தட்டில் இருக்கும் உணவெல்லாம் பச்சை ரத்தமாகத் தெரிந்ததாமே? அவரே தொப்பி தைத்தோ குர்ஆன் எழுதி விற்றோ வந்த பணத்தில் உணவருந்தினால்தான் குருதி தெரியவில்லை! அப்படியானால் நமக்கு என்னவெல்லாம் ஆகப் போகிறதோ?

ஒருவேளை இதெல்லாம் கனவோ என நினைத்தபடி சுற்றுமுற்றும் பார்த்த எழுத்தாளனுக்குத் தூக்கிவாரிப் போட்டது.

எதிரே ஒரு நாற்காலியில் அமர்ந்திருந்த ஔரங்ஸேப் மந்தகாசப் புன்னகையுடன் எழுத்தாளனைப் பார்த்து “என்ன மதிப்புக்குரிய காத்திப் அவர்களே, இதோ பாருங்கள், நமக்காக கொக்கரக்கோ அவர்களே பிரயாசை எடுத்துச் செய்த பார்பெக்யூ! என்ன

மணம்!! வந்து எடுத்துக் கொள்ளுங்கள். தயங்க வேண்டாம். தாங்கள் நினைப்பது போல் இது பஞ்சவர்ணக்கிளி அல்ல. (கண்களைச் சிமிட்டுகிறார்) சிக்கன் பார்பெக்யூ. தங்களுக்காக மாட்டுக் கறியும், என் பொருட்டு பன்றிக் கறியும் சேர்க்காத சுத்தமான சிக்கன் பார்பெக்யூ" என்றார்.

சீலேயிலிருந்து திரும்பி வந்த பிறகும் அந்த ஸ்வீட்டில் (suite) அன்றைய தினம் என்ன நடந்தது என்று எழுத்தாளனுக்குத் தெளிவாகத் தெரியவில்லை. எது கனவு எது நனவு என்றும் புரியவில்லை. ஆனால் அன்று கொக்கரக்கோ செய்திருந்த சிக்கன் பார்பெக்யூ, அதன் ருசி... அதை மட்டும் அவனால் என்றைக்கும் மறக்க முடியாது.

—

சீலே என்ற தேசத்தில் வந்து நின்று கொண்டிருந்த தருணத்திலிருந்து அங்கிருந்து கிளம்பும் வரை ஆலம்கீரின் வாய் ஓயாமல் புலம்பிக் கொண்டிருந்தது பெண்களின் ஆடை பற்றித்தான். "உலகம் அழியப் போகிறது. மறுமை நாள் நெருங்கி விட்டது. 'ஆடை அணிந்தும் பெண்கள் நிர்வாணமாக இருப்பார்கள்' என்று இறைத் தூதர் சொன்னது இதையேதான்" என்று திரும்பத் திரும்ப சொல்லிக் கொண்டேயிருந்தார். அதிலும் யோகா லெக்கிங்ஸ் என்ற உடையைப் பார்த்து அதிர்ச்சியில் அப்படியே நின்று விட்டார். எழுத்தாளனுக்கும் அதிர்ச்சிதான். அந்த உடையை அணிந்திருந்தும் எந்த உடையும் அணியாதது போலவே இருந்தது. சட்டென்று பார்த்தால் உடையே இல்லாதது போல் தோற்றம் அளித்தது. உற்றுப் பார்த்தால்தான் அது உடை என்றே புரிந்தது. ஆனால் இந்தியாவைத் தவிர வேறு எந்த நாட்டிலும் பெண்களை உற்றுப் பார்க்க அனுமதி இல்லை என்பதால் அடக்கிக் கொண்டான் எழுத்தாளன். அதே சமயம் மற்ற பெண்கள் அனைவரும் யோகா லெக்கிங்ஸ் அணிந்திருக்கும் பெண்களை உற்று உற்றுத்தான் பார்த்தார்கள்.

பொதுவாக சாந்த்தியாகோ நகரம் ரியோ தி ஹனைரோ

மாதிரி இரவு வாழ்க்கைக்குப் பேர் போனதில்லை என்றாலும் எழுத்தாளனுக்கு சாந்த்தியாகோவில் பார்க்க வேண்டிய ஒரு மதுபான விடுதி இருந்தது. லா பியொஹெரா என்பது அதன் பெயர். மூவரும் அங்கே கிளம்பினார்கள்.

லா பியொஹெரா அவர்கள் தங்கியிருந்த விடுதிக்கு அருகிலேயே இருந்தது.

அதைப் பார்த்ததுமே முகத்தைச் சுளித்த ஆலம்கீர், "என்ன இது, இவ்வளவு சாதாரணமாக இருக்கிறது?" என்றார்.

மொகலாய கட்டிடக் கலையின் பிரம்மாண்டத்துடன் இதை நாம் பார்க்கக் கூடாது ஷாஹின்ஷா. 1896இல் தொடங்கப்பட்ட இந்த மதுபான விடுதி ஆரம்ப காலத்தில் ஆண்களுக்காக மட்டுமே அதிலும் அடிமட்டத் தொழிலாளர்களுக்கானதாகவே இருந்தது. இன்று ஆண் பெண் இருபாலரும் வந்து போகின்றனர். இருந்தாலும் அந்த அடிமட்டத் தன்மையை இப்போதும் தக்க வைத்துக் கொள்வதற்காகவே இப்படி எளிமையாக இருக்கிறார்கள். சாந்த்தியாகோவின் ஒரே டைவ் பார் என்ற பெயரைப் பெற்ற மதுபான விடுதி இது.

டைவ் பார்?

மேட்டுக்குடி மனிதர்கள் செல்லும் மதுபான விடுதிக்கு எதிர்ப்பதம். அவ்வளவுதான் ஷாஹின்ஷா. கிட்டத்தட்ட மைலாப்பூர் ராயர் கஃபே மாதிரி. ராயர் கஃபேவில் பன்னிரண்டு பேர்தான் உட்காரலாம். அதிலும் ஒருத்தரை ஒருத்தர் இடித்துக் கொண்டுதான் சாப்பிட வேண்டும். கை கழுவும் வாஷ் பேசின், பற்றுப் பாத்திரங்களைத் தேய்க்குமிடம், இட்லி மாவு அரைக்கும் இடம் என்று எல்லாமே பக்கத்துப் பக்கத்தில் நெருக்கடியாக இருக்கும். ஆனால் லா பியொஹெரா அந்த அளவுக்கு இல்லை பாருங்கள். என்றாலும், சாந்த்தியாகோவின் மற்ற மதுபான விடுதிகளை ஒப்பிடும்போது இதை டைவ் பார் என்பதுதான் சரி. ராயரில் இட்லி பொங்கல். லா பியொஹெராவில் தெர்ரமோத்தோ (*Terremoto*). இங்கே வங்கி அட்டைகளை வாங்கிக் கொள்ள மாட்டார்கள். பணம்தான்.

எழுத்தாளன் சொன்னவுடனே தன் கோட்டுப் பாக்கெட்டிலிருந்து கனமான பர்ஸை எடுத்துக் காண்பித்தார் ஆலம்கீர். உள்ளே முழுக்க அமெரிக்க டாலர்கள். எழுத்தாளன் தொடர்ந்தான்.

பாருங்கள். மேட்டுக்குடிக்கு உரிய எந்த அடையாளங்களும் இல்லை. உயர்தர மதுபானங்களும் கிடையாது. எல்லாமே பாட்டாளிகளுக்கும் புத்திஜீவிகளுக்கும் எட்டும் உயரத்தில்தான் இருக்கும். அதே சமயம் ஹுஷ் ஹுஷ் என்று மேல்தட்டு மதுபான விடுதிகளைப் போல் பேசிக் கொள்ள மாட்டார்கள். ‘இப்போதே இந்த க்ஷணமே இங்கே ஒரு கொலை விழப் போகிறது’ என்கிற மாதிரிதான் பேசிக் கொள்வார்கள். சமயங்களில் அடிதடியிலும் முடியும்.

லா பியொஹெராவின் முகப்பு ஏதோ ஒரு புராதனத் தன்மையைக் கொண்டிருப்பதாகத் தோன்றியது. செங்கல் சுவரின் முக்கால் பங்கு அடர் மஞ்சள் நிறம். கீழே அடர் சிவப்பு. உள்ளே போனால் இந்திய கிராமம் ஒன்றில் உள்ள ஒரு டீக்கடை மாதிரி இருந்தது. பழைய மர பெஞ்சுகள். மர மேஜைகள். மேஜைகள் ஈரமாக இருந்தன. தெர்ரெமோத்தோ கொட்டியிருக்கும். இந்த லா பியொஹெராவின் விசேஷ பானம் தெர்ரெமோத்தோ. அன்னாசி ஐஸ்க்ரீமில் சிவப்பு வைனை ஊற்றித் தயார் செய்கிறார்கள். இனிப்பாக இருக்கிறதே என்று குடித்தால் பத்தே நிமிடங்களில் உள்ளுக்குள் பூகம்பம் நிகழும். ஆமாம், 1985இல் சீலேயில் ஏற்பட்ட பூகம்பத்தின் நினைவாக இந்த மதுபானத்துக்கு தெர்ரமோத்தோ என்று பெயர் வைத்திருக்கிறார்கள்.

சீலேயர்கள் அமெரிக்கர்களைப் போல் பொதுவெளியில் *Fuck you, Mother fucker* போன்ற வார்த்தைகளுக்கு இணையான ஸ்பானிஷ் வார்த்தைகளைப் பேச மாட்டார்கள். ஆனால் லா பியொஹெராவின் காற்றிலேயே அந்த வார்த்தைகள் மிதந்து கொண்டிருந்தன. குறிப்பாக, ஈஹோ தெ பூத்தாவும் பூத்தா மாத்ரேவும்.[170]

---

170 hijo de puta, puta madre – motherfucker

ஆ, இந்த வார்த்தைகளை நான் நார்க்கோஸ் சீரீஸில் கேட்டிருக்கிறேனே?

ஷாஹின்ஷா, என்ன இப்படி அசத்துகிறீர்கள்? நார்க்கோஸ் எல்லாம் பார்த்திருக்கிறீர்களா?

பார்ப்பது என்ன பார்ப்பது? தாங்கள் மணிக்கணக்கில், நாள் கணக்கில், மாதக்கணக்கில் பார்ப்பதை நான் சில நிமிடங்களில் ஸ்கேன் பண்ணி விடுவேன். ஆனால் என்ன சோகம் என்றால், காத்திருப்பின் ஆர்வத்தையும் சிலிர்ப்பையும் இழந்து விடுவோம். உதாரணமாக, ஜீவோட்டீயில் ஒரு இடத்தில் இன்செஸ்ட் உறவில் ஈடுபட்ட செர்ஸேவுக்கு மதகுரு ஒரு தண்டனை கொடுக்கிறார். நாளை செர்ஸே நிர்வாணமாக ஊரை வலம் வர வேண்டும். அவளோ அந்த தேசத்தின் அரசி. அரசிக்கே அந்த தண்டனை. அதோடு அந்த எபிசோட் முடிகிறது. ஆஹா! ஆனால் நான் முழு சீரீஸையே சில நிமிடங்களில் ஸ்கேன் பண்ணி விடுவதால் தப்பினேன். மற்றவர்களின் கதி? செர்ஸே நிர்வாணமாக ஊர்வலம் வருவாளா? இடையில் ஏதாவது நடந்து அவள் நிர்வாணமாக நடக்கும் நிகழ்வு தடைப்படுமா? அடுத்த எபிஸோடுக்காக அந்த ஒரு வாரக் காத்திருப்பு சராசரி மனிதர்களுக்குக் கொடுமைதான். ஆனால் நான் ஸ்கேன் பண்ணி விடுவதால் பிரச்சினை இல்லை.

ஓ, ஜீவோட்டீயுமா? இன்னும் வேறு என்னென்ன சீரீஸ் ஷாஹின்ஷா?

நான் ஸ்கேன் பண்ணாத தொடர்களே இல்லை. Inmate, Gotham, Lucifer, La Reina del Sur, Breaking Bad... இப்படி ஏராளம். ஆனால் ஹிந்துஸ்தான் பக்கம் போக மாட்டேன். ஏதோ ஒன்றிரண்டு பரவாயில்லை. மற்ற எல்லாமே த்ராபை. இந்தத் தொடர்கள் எல்லாவற்றிலும் எனக்கு ஆகப் பிடித்தது ஜீவோட்டீதான். காரணம், அதில் வரும் ராம்ஸே.

ஐயோ, உலக மகா கெட்டவன் ஆயிற்றே ராம்ஸே. தன்னுடைய பதவிக்குப் போட்டி வந்து விடக் கூடாது என்பதற்காகத்

தன் தந்தையைக் கொன்று விட்டு, சிற்றன்னையையும் அவள் குழந்தையையும் நாய்களை ஏவி விட்டுக் கொல்கிறான். கொலையா அது? இல்லை. அவனுடைய நாய்கள் அந்தப் பெண்ணையும் அவள் சிசுவையும் உயிரோடு கடித்துத் தின்கின்றன.

என்ன இது, என் மதிப்புக்குரிய காத்திப் ஜாக் லக்கான், மிஷல் ஃபூக்கோ, ஜாக் தெரிதா[171] போன்றவர்களையெல்லாம் வாசித்திருக்கும் தாங்கள் இப்படி நல்லவன் கெட்டவன் என்ற இரட்டை எதிர்வுக்குள்[172] போய் மாட்டலாமா? எனக்கு ஜீவோட்டீயில் பிடித்திருந்த அம்சம், ராம்ஸேவுக்கும் தியோனுக்குமான ஆண்டான் அடிமை உறவு. இதுதான் மனித உறவுகளின் அடிப்படையாகவும் இருக்கிறதோ என சந்தேகப்படுகிறேன். ராம்ஸே தியோனை நம்மால் கற்பனை முடியாத வகையிலெல்லாம் சித்ரவதை செய்கிறான். ஒரு சமயம் தியோனின் ஆண்குறியை அறுத்து எறிகிறான். பிறகு அவன் சாப்பிடும் சாஸேஜ் தியோனின் ஆண்குறிதான் என்கிறான். இப்படி சொல்லிக் கொண்டே போகலாம்.

---

171 Jacques Lacan, Michel Foucault, Jacques Derrida – ஃப்ரெஞ்ச் தத்துவவாதிகள்.

172 இரட்டை எதிர்வு – Binary opposition

84

ஆனால் நான் சொல்ல வந்த விஷயம் என்னவென்றால், ராம்ஸேயின் சித்ரவதை உடல் ரீதியாக மட்டும் அல்லாமல் உளவியல் ரீதியாகவும் இருந்தது. ஒரு கட்டத்தில் தியோனை தனக்கு முகச் சவரம் செய்யச் சொல்லி விட்டு அப்படியே தூங்கி விடுகிறான் ராம்ஸே. தியோனின் கூர்மையான கத்தி ராம்ஸேயின் கழுத்தில் இருக்கிறது. ஒரே இழுப்பு. ராம்ஸேயின் கதை முடிந்து விடும். ஆனால் தியோனால் அதைச் செய்ய முடியவில்லை. காரணம், தியோன் இப்போது தியோனே இல்லை. வேறொரு மனிதன். அதே உடல். ஆனால் தொடர்ச்சியான உடல் மற்றும் உளவியல் சித்ரவதையின் மூலம் அவன் மனம் ராம்ஸேயினால் புதிதாக வடிவமைக்கப்பட்டிருக்கிறது. சித்ரவதை இல்லாத நேரங்களிலும் கூட சித்ரவதை எப்போது தொடங்குமோ என்ற நிரந்தரமான பயத்தில் இருக்கிறான் தியோன்.

தாங்கள் முன்பு குறிப்பிட்ட *The Feast of the Goat* என்ற நாவலிலும் கூட இதேபோல் ஒரு இடம். சர்வாதிகாரி ரஃபேல் த்ருஹிய்யோவிடம் ஒரு நேர்காணலுக்கு நேரம் கேட்கிறான் ஒரு பத்திரிகைக்காரன். உண்மையில் அவன் பத்திரிகைக்காரன் அல்ல. த்ருஹிய்யோவைத் தீர்த்துக்

கட்டுவதற்காக உருவாக்கப்பட்ட புரட்சிக்குழுவைச் சேர்ந்தவன். நள்ளிரவில் அவனுக்கு நேர்காணலுக்கான நேரம் அளிக்கிறார் த்ருஹிய்யோ.

த்ருஹிய்யோ தன்னைப் பற்றி ஏராளமான கட்டுக்கதைகளை உருவாக்கி உலவ விடும் வழக்கம் உள்ளவர். நள்ளிரவிலும் விழித்துக் கொண்டிருப்பார். இரவு பகல் எப்போதுமே உறங்க மாட்டார். எழுபதை நெருங்கும் வயதிலும் இருபது வயது இளைஞனைப் போல் கலவியில் ஈடுபடுவார். இப்படி பலவகையான கதைகள்...

நள்ளிரவில் அவரை நேர்காணல் செய்ய வரும் பத்திரிகையாளனை உடல் பரிசோதனை செய்ய வேண்டாம் என்று தன்னுடைய பாதுகாப்பு அதிகாரிகளிடம் சொல்லியிருப்பார் த்ருஹிய்யோ. புரட்சிக்காரன் தன் ஆடைக்குள் பிஸ்டலை மறைத்து வைத்திருப்பான். நீண்ட நேரம் நடக்கும் அந்த நேர்காணலில் அவனால் த்ருஹிய்யோவை சுட முடியாது. ஒரே காரணம், அச்சம்.

ஷாஹின்ஸா, தாங்கள் குறிப்பிட்ட ராம்ஸே - தியோன் கதையிலும் மாரியோ பர்கஸ் யோசாவின் நாவலிலும் வரும் சம்பவங்களின் அடிப்படை அச்சம்தான். சந்தேகம் இல்லை. ஆனால் நான் படித்த ஒரு கொலம்பிய நாட்டுக் கதையிலும் இதே சவரக் காட்சி வருகிறது. அந்த எழுத்தாளரின் பெயர் எர்னாந்தோ தெல்லஸ்.[173] ஆனால் அந்தக் கதையின் அடிப்படை அச்சம் அல்ல. அறம் சார்ந்த ஒரு துணிச்சலான முடிவு. முடிதிருத்தும் தொழிலாளி ஒருவனிடம் சவரம் செய்து கொள்ள வருகிறான் ஒரு கேப்டன். முடிதிருத்துபவன் புரட்சி இயக்கத்திலும் இருப்பவன். கேப்டனோ அந்தப் பிராந்தியத்தில் உள்ள அத்தனை புரட்சிக்காரர்களையும் பிடித்து சித்ரவதை செய்து நிர்வாணமாக ஊர் மத்தியில் தொங்க விட்டு, அவர்கள் உடம்பை வைத்து சிப்பாய்களுக்குக் குறி பார்த்துச் சுடும் பயிற்சி

173 Hernando Tellez (1908 – 1966) – Lather and Nothing Else என்ற சிறுகதை இங்கே விவாதிக்கப்படுகிறது.

அளிக்கிறான். அந்தக் காட்சியை ஊர் மக்கள் அனைவரும் வந்து பார்க்க வேண்டும் என்று உத்தரவு இடுகிறான்.

கடைக்குள் நுழையும் கேப்டன் தன் கோட்டைக் கழற்றி ஹேங்கரில் மாட்டி விட்டு, இடுப்பில் இருந்த பிஸ்டலையும் எடுத்து வைத்து விட்டு நாற்காலியில் அமர்ந்து கண்ணை மூடிக் கொள்கிறான். நான்கு நாள் தாடியை மழுங்க சவரம் செய்ய வேண்டும். அல்லது, புரட்சிக்காரனின் கூர்மையான சவரக் கத்தி கேப்டனின் கழுத்தில் இறங்க வேண்டும். அப்போது அந்தப் புரட்சிக்காரன் நினைக்கிறான்:

என்னுடைய விதி இந்த சவரக் கத்தியின் முனையில்தான் இருக்கிறது. நான் புரட்சியின் நாயகனா? கொலைகாரனா? கத்தியை கேப்டன் கழுத்தில் ஒரே அழுத்து, புரட்சிக்காரர்களை கொடூரமாகக் கொன்று போட்ட இரக்கமற்ற கேப்டனான நீ இறந்து போவாய். ஆனால் நான் உன்னைப் போல் கொலைகாரன் அல்ல; முடிதிருத்துபவன். அதே சமயம் புரட்சிக்காரனும் கூட. எனவே நான் உன்னை ஒரு கோழையைப் போல் கொல்ல மாட்டேன். என் கைகளில் குருதிக் கறை படிய வேண்டாம். வெறும் நுரையே போதும்.

கடைசியில் முகச்சவரம் முடிந்து தன் கோட்டை அணிந்து கொண்டு, பிஸ்டலை எடுத்து பாக்கெட்டில் வைத்தபடி கடையை விட்டு வெளியே செல்லும்போது கேப்டன் சொல்கிறான்:

எல்லோரும் சொன்னார்கள், நீ என்னைக் கொன்று விடுவாய் என்று. அதையும் பார்த்து விடலாம் என்றுதான் வந்தேன். ஆனால் கொல்வது அத்தனை சுலபம் அல்ல. நான் சொல்வதை நீ நம்பலாம்.

அதைத் தொடர்ந்து எழுத்தாளன் வ்ளதிமீர் நொபகோவின் ரேஸர் என்ற கதையைப் பற்றிப் பேச ஆரம்பித்தான். அந்தக் கதையும் கிட்டத்தட்ட எர்னாந்தோ தெல்லஸ் கதை மாதிரிதான்...

கொக்கரக்கோ மட்டும் இந்தப் பேச்சு எதிலும் கலந்து கொள்ளாமல் தெர்ரெமோத்தோவிலேயே கண்ணும் கருத்துமாக இருந்தான். ஆலம்கீர் அவனிடம் என்ன விஷயம் என்று கேட்டதற்கு, தான் வெப் சீரீஸே பார்த்ததில்லை என்றான். மேலும், ஆலம்கீரும் எழுத்தாளனும் சேர்ந்து கொண்டு ஒன்றுமில்லாத ஒரு வெப் சீரீஸுக்கு இண்டலெக்சுவல் கலர் கொடுப்பதாகவும், எழுத்தாளனுக்கு இதுவேதான் வேலை என்றும் சொன்னான். ஆலம்கீர் பெரும் குற்ற உணர்வினால் பாதிக்கப்பட்டிருக்கிறாராம். அவருடைய மூத்த சகோதரி பேகம் சாஹிபா சொன்னதைப் போல அச்சத்தை அடிப்படையாகக் கொண்டு ஆட்சி நடத்தியதால் ஏற்பட்ட குற்ற உணர்ச்சியாம் அது.

ஆனால் ஆலம்கீர் கலங்கவில்லை.

“தாங்கள் சொல்வது உண்மை என்றே ஒரு பேச்சுக்கு எடுத்துக் கொண்டாலும் வெப் சீரீஸ் எல்லாவற்றையும் ஒட்டு மொத்தமாக ஒதுக்கித் தள்ளுவது தங்களுக்கு எத்தனை பெரிய நஷ்டம் தெரியுமா, கொக்கரக்கோ அவர்களே?”

“தாங்கள் இந்தத் தெர்ரெமோத்தோவைக் குடிக்காமல் வெறும் சோடாவைக் குடித்துக் கொண்டு உட்கார்ந்திருக்கிறீர்களே, அது தங்களுக்கும் எங்களுக்கும் வாசகர்களுக்கும் எத்தனை பெரிய நஷ்டம் தெரியுமா, ஷாஹின்ஷா?”

அதற்கு ஆலம்கீர் “அஸ்தக்ஃபிருல்லாஹ்”[174] என்று சொல்லி ஆகாயத்தை நோக்கிக் கை கூப்பினார்.

ஒருநாள் ஆலம்கீர், எழுத்தாளன், கொக்கரக்கோ மூவரும் ஏதாவது காஃபி ஷாப் போகலாம் என்று நடந்து சென்று கொண்டிருந்த போது அவர்களின் எதிரே ஐம்பது வயது

174 அஸ்தக்ஃபிருல்லாஹ் - உங்களுக்காக நான் அல்லாஹ்விடம் மன்னிப்புக் கோருகிறேன்.

மதிக்கத்தக்க ஒரு பெண் நிக்கர் அணிந்து நடந்து சென்று கொண்டிருந்தாள். அந்த நிக்கரின் அளவே ஒரு சாணுக்கும் குறைவாகத்தான் இருக்கும். அதில் ஏகப்பட்ட கிழிசல்கள். ஏற்கனவே கிழிசல் ஜீன்ஸ் அணிந்த பல பெண்களைப் பார்த்திருந்ததால் கிழிந்த ஆடையை ஏன் அணிந்திருக்கிறார்கள் என்ற கேள்வியை ஆலம்கீர் கேட்கவில்லை. அதை அவர் ஆரம்பத்திலேயே கேட்டு பதிலும் பெற்றிருந்தார். ஆனால் இந்தப் பெண் அணிந்திருந்த நிக்கர் கிழிசலின் வழியே யோனி முடி தெரிந்தது.

இது பற்றி ஏற்கனவே ஆலம்கீரும் எழுத்தாளனும் நிறையவே பேசியிருக்கிறார்கள். சேர்ந்து ஆச்சரியப்பட்டிருக்கிறார்கள். ஆனால் கொக்கரக்கோவுக்கு இது எதுவும் ஆச்சரியமாக இல்லை. ஆலம்கீர் அந்தப் பெண்ணை உற்றுப் பார்த்தார்.

அப்படியெல்லாம் பார்க்கக் கூடாது என்று தடுத்த எழுத்தாளனிடம் அவர் சில ஹாலிவுட் படங்களைப் பற்றி எடுத்து விட்டார். ப்ரூஸ் வில்லிஸ் நடித்த ஒரு படத்தில் ஒரு காட்சி. ஒரு பெண் எதற்காகவோ குனிகிறாள். கேமரா அவளது பிருஷ்டத்தைக் குளோஸப்பில் காண்பிக்கிறது. அவள் ஜட்டி போட்டிருக்கிறாளா இல்லையா என்று இரண்டு போலீஸ்காரர்கள் விவாதிக்கிறார்கள் என்றார் ஆலம்கீர்.

“அதற்குப் பெயர் ஜட்டி இல்லை, ஷாஹின்ஷா. பேண்டீஸ்” என்று உடனடியாகக் குறுக்கிட்டான் கொக்கரக்கோ.

ஏதோ ஒன்று, பேச்சை மாற்றாதீர்கள் கொக்கரக்கோ அவர்களே, அதேபோல் இன்னும் பல படங்களில் ஸ்கர்ட் அணிந்த பெண்களின் தொடையையே உற்றுப் பார்க்கும் ஆண்கள், பெண்களின் தொடையையே க்ளோஸப்பில் காண்பிக்கும் கேமரா, பெண்களின் மார்புக் குவடுகளின் பிளவைக் காண்பிக்கும் கேமரா என்று கேமரா என்ற உபகரணம் *male gaze*இன் சாதனமாக செயல்பட்டுக் கொண்டிருக்கும்போது பெண்கள் இப்படி யோனி முடி தெரிய கிழிந்து கிடக்கும் நிக்கர்களை அணிந்து செல்கிறார்களே, அவர்களும் தங்களை

போகப் பொருளாக, தங்கள் உடல் ஒரு பாலியல் பண்டம் என்பதாக ஒப்புக் கொள்கிறார்கள் என்றல்லவா அர்த்தம் ஆகிறது? 'இதோ பார்த்துக் கொள், என் யோனி முடி தெரிய கிழிந்த நிக்கரை அணிந்து கொண்டு சாலையில் நடந்து செல்கிறேன், என் உடலின் ரகசியங்களில் வந்து வேட்டையாடிப் புசி' என்றுதானே அர்த்தம்? ஆக, உலக அழிவு நாள் வந்து விட்டது என்று நான் சொல்வதில் என்ன தவறு இருக்கிறது? ஒரு ஆடவன் தன் கால் சராயின் பொத்தான்களைத் திறந்து விட்டு, தன் விரைத்த ஆண் குறியை நீட்டிக் கொண்டு சாலையில் நடந்து சென்றால் அவனைப் பிடித்து உள்ளே தள்ளுவார்கள்தானே? அல்லது, அதெல்லாம் தனி மனித சுதந்திரத்தில் குறுக்கிடுவதாகும் என்று அப்படியே விட்டு விடுவார்களா?

ஆலம்கீருக்கு ஏற்பட்ட அதிர்ச்சியில் கொஞ்சமும் குறையாத முறையிலேயே அதிர்ந்து கிடந்த எழுத்தாளன், தன் தொழிலின் பொறுப்பை உணர்ந்தவனாக ஆலம்கீரை மறுத்தான்.

ஷாஹின்ஷா, மன்னிக்க வேண்டும். நீங்கள் நினைப்பது போல் பெண்கள் நினைக்கவில்லை. அவர்களுக்கு இதுதான் பிடித்திருக்கிறது. 'இத்தனை நூற்றாண்டுகளாக எங்கள் உடலைப் போர்த்திப் போர்த்திக் கட்டுப்படுத்தினீர்கள். பெண்களின் உடல் மீதான ஆண்களின் ஆதிக்கம் முடிந்து விட்டது' என்கிறார்கள் பெண்கள்.

இப்படியாக விவாதித்துக் கொண்டே ஒரு காஃபி ஷாப் அருகே வந்து சேர்ந்தார்கள். அந்தத் தெருவில் மோட்டார் வாகன ரிப்பேர் வேலை ஜரூராக நடந்து கொண்டிருந்தது. தரையெல்லாம் குண்டும் குழியுமாக இருந்தது. தெரு விளக்குகள் மங்கலாக எரிந்து கொண்டிருந்தன. அந்த விளக்குகளின் கீழே ஷூ பாலிஷ் போடுபவர்கள் அமர்ந்திருந்தார்கள்.

காஃபி ஷாப்பில் இருந்த பெண்களின் ஆடைகளைப் பார்த்து மீண்டும் ஒருமுறை மின்னதிர்ச்சியால் தாக்குண்டவர் போல் ஆனார் ஆலம்கீர். நம் ஊர் உணவு விடுதிகளில் இட்லி

வடை போண்டா கொடுக்கும் சிப்பந்திகள் என்ன ஆடை உடுத்தியிருக்கிறார்கள்? பாண்டு வாத்திய கோஷ்டியினர் அணியும் ஆடையை ஞாபகப்படுத்துவது போன்ற ஒரு சீருடை. இல்லையா? அங்கே சாந்த்தியாகோ காஃபி ஷாப்பின் பரிசாரகப் பெண்கள் அனைவரும் ஜனன ஸ்தானத்தை மறைக்க ஜி ஸ்ட்ரிங்கும் மேலே மார்புக் காம்புகளை மறைக்க ஒரு ரிப்பனுமாக இருந்தார்கள். தாய்லாந்தின் விபச்சார விடுதிகளில்தான் இப்படி உடையணிந்த பெண்களைப் பார்த்திருக்கிறான் எழுத்தாளன். ஆனால் சாந்த்தியாகோவில் காஃபி ஷாப்பிலேயே இப்படி. வெளியே சாலையில் பார்த்தால் நிக்கர் வழியே யோனி முடி தெரிகிறது. இங்கே காஃபி ஷாப்பிலோ முழுக்க முழுக்க ஜி ஸ்ட்ரிங்.

"சற்று முன்புதானே கொக்கரக்கோ அவர்கள் பேண்டீஸ் பற்றிச் சொன்னார், இப்போது ஜி ஸ்ட்ரிங் என்கிறீர்களே, இரண்டுக்கும் வித்தியாசம் இருக்கிறதா என்ன?" என்று அப்புராணியாகக் கேட்டார் ஆலம்கீர்.

இதோ பார்க்கிறீர்களே ஷாஹின்ஷா, இவர்கள் அத்தனை பேரும் அணிந்திருப்பதன் பெயர்தான் ஜி ஸ்ட்ரிங். இடுப்பில் ஒரு நைலான் கயிறு. நடுவே முன் பக்கத்தில் ஒரு அரசிலை மாதிரி நைலான் துணி. இடுப்பில் சுற்றியிருக்கும் நைலான் கயிறையும் அரசிலையையும் இணைத்துக் கட்ட ஒரு மெல்லிய கயிறு. இதுதான் ஜி ஸ்ட்ரிங். இது பற்றி நான் வேறோர் நாவலில் விலாவாரியாக எழுதி விட்டதால் இங்கே தங்களிடம் இதற்கு மேலும் விவரித்தால் *repetition, repetition* என்று கத்துவார்கள் என்பதால் இதோடு நிறுத்திக் கொள்கிறேன்.

எழுத்தாளன் அறிந்த வரை சீலேவில் விபச்சாரம் அத்தனை பெரிய விவகாரமாக இல்லை. சாந்த்தியாகோ நகரிலும் பல ஐரோப்பிய நகரங்களில் காண்பது போல் சாலையோரங்களில் விபச்சாரிகள் நிற்கவில்லை. சீலேயில் விபச்சாரம் சட்ட ரீதியானதுதான் என்றாலும் எந்த இடத்திலும் பெண் தரகர்களைக் காண முடியவில்லை. அப்படிப்பட்ட ஊரில்

காஃபி ஷாப்பில் இப்படி. காஃபி ஷாப்பில் இருந்த எட்டு பேரில் ஒருத்தி கூட சீலே தேசத்தவள் இல்லை. பெரும்பாலும் வெனிஸுவலா. அல்லது, மத்திய அமெரிக்க நாடுகள். மூன்று பெண்கள் அந்த மூவரையும் நெருங்கினார்கள். இருவர் கொக்கரக்கோவின் மீதும் எழுத்தாளன் மீதும் சாய்ந்து தங்கள் முலைகளால் உரசியபடி மீ அமோர், மீ அமோர் என்று கொஞ்சினர். கொக்கரக்கோ எழுத்தாளனிடம் மீயமோர் என்றால் என்ன என்றான். அது மீ அமோர், என்னுடைய காதலா என்று பொருள் என்றான் எழுத்தாளன். அதற்குள் மூன்றாவது பெண் ஆலம்கீரைப் பார்த்து நெருங்கலாமா வேண்டாமா என்று தயங்கியபடி நிற்க ஆலம்கீர் அவளை சைகையாலேயே தூரப் போ என்று விரட்டி விட்டார்.

ஒருத்தி கொக்கரக்கோவின் கையை எடுத்து டாட்டூ போட்ட தன் தொடையின் மீது வைத்து கஃபே கோன் பியர்னாஸ் என்று சொல்லிக் கண்களைச் சிமிட்டினாள்.

எழுத்தாளன் தனக்குத் தெரிந்த குறைந்த பட்ச ஸ்பானிஷ் அறிவை வைத்து வாய்ப்பாடு போடுவது மாதிரி உள்ளுக்குள் தட்டினான். பியர்னாஸ் என்றால் தொடைகள்! ஆ, தொடைகளுடன் கூடிய கஃபேக்கள்!! ஆ, ஆ!!!

—

85

எழுத்தாளனுக்கு ஞாபகம் வந்து விட்டது. *Tinted café* என்று படித்திருக்கிறான். அதற்குத்தான் *Café con piernas* என்கிறார்கள் போலிருக்கிறது. அப்புறம்தான் தெரிந்தது, சீலேயில் மட்டுமே காணக் கூடிய கஃபேக்கள் இவை என்று. அந்தப் பெண்கள் அணிந்திருந்த ஜி ஸ்ட்ரிங் பிகினிகள் அந்த கஃபேயின் மெல்லிய இருளில் ஒளிர்ந்து கொண்டிருந்தன. கொக்கரக்கோவிடம் வந்து தொடையைக் காண்பித்த பெண் இப்போது அவன் தொடையின் மீதேறி குதிரையில் அமர்வது போல் அமர்ந்தாள். இப்படி ஒரு இன்பம் கிடைக்கும் என்று தெரிந்திருந்தால் அரைக்கால் டிராயர் போட்டுக் கொண்டு வந்திருக்கலாமே என்றான் கொக்கரகோ.

இன்னொருத்தி எழுத்தாளனின் பக்கத்து ஸ்டூலில் நெருங்கி அமர்ந்து ஏதேதோ பேசினாள். வேறு எதையும் பார்க்காமல் அவள் பேசுவதையே உன்னிப்பாக கவனித்தால், அவள் பேசுவதில் முக்கால்வாசியைப் புரிந்துகொள்ள முடிந்தது. அவன் எதிர்பார்த்தபடியே அந்த இரண்டு பெண்களும் வெனிஸுவலாதான். முதலில் காஃபி குடிப்போம் என்று நினைத்து, உனக்கு என்ன வேண்டும் என்று கேட்டான். அவள்

ஜூஸ் என்றாள். காஃபியைக் குடித்த பிறகுதான் தெரிந்தது, அவள் ஏன் ஜூஸ் சொன்னாள் என்று. அந்த அளவுக்குக் கேவலமாக இருந்தது காஃபி. சொன்னான்.

“இங்கே யார் காஃபிக்காக வருகிறார்கள்? இதற்காகத்தானே?” என்றாள் சிரித்தபடியே, தன் தொடையில் கை வைத்தபடி.

உண்மைதான். இந்த கஃபே கோன் பியர்னாஸில் மது கூட கிடையாது. வாயில் வைக்க முடியாத காஃபியும் உலக மகா அழகிகளின் உடம்பும்தான் ஸ்பெஷல்.

கொஞ்ச நேரத்தில் கொக்கரக்கோவும் அவன் தொடையில் அமர்ந்திருந்த பெண்ணும் கஃபேயின் உட்புறம் சென்றார்கள். சென்ற வேகத்தில் சிடுசிடுப்புடன் திரும்பி வந்தான் கொக்கரக்கோ. பாத்ரூமில் செய் என்கிறாள் கருமம் பிடித்தவள்.

மூவரும் வெளியே வந்த போது உலக இறுதி நாள் இதோ வெகு அண்மையில் வந்து விட்டது என்றார் ஆலம்கீர். காரணம், இந்தப் பெண்கள் அணிந்திருக்கும் ஏதோ ஸ்ட்ரிங் என்றீர்களே, அது கூட இல்லை. இவர்கள் எல்லா ஆண்களையும் அமோர் அமோர் என்கிறார்களே, அதை நினைத்துத்தான் உலகின் கதை முடியப் போகிறது என்று நினைத்தேன். இந்த விபச்சாரத்துக்குப் பேர்தான் காதலா? *யா ரப்பி அலாதி கலாகானி! நிஜோத்தம் பதே!*[175]

அந்தக் கஃபேவுக்கு வெளியே தெருவில் ஒரு இளம் பெண்ணும் இளைஞன் ஒருவனும் கடுமையாக சண்டையிட்டுக் கொண்டிருந்தார்கள்.

அருகே போய் கேட்ட போது தெரிந்த கதை இது:

---

175 யா ரப்பி அலாதி கலாகானி! நிஜோத்தம் பதே!

“என்னைப் படைத்த ஆண்டவனே! காப்பாற்று!” ஔரங்ஸேப் அல்லாஹ்வை அரபியில் மரியாதையுடன் விளித்து ஃபார்ஸி மொழியில் “என்னைக் காப்பாற்று” என்கிறார்.

அவள் ஒரு பகுதி நேரப் பாலியல் தொழிலாளி. ஒரு உணவு விடுதியில் பரிசாரகராக இருந்து கொண்டே அவ்வப்போது விபச்சாரத்திலும் ஈடுபடுகிறாள். ஒருமுறை தம்பியின் நண்பனோடு உறவு கொண்டு விட்டாள். அந்தப் பையனுக்கு அவள் தன் நண்பனின் சகோதரி என்று தெரியாது. அவளுக்கே தெரியாமல் அவளை நிர்வாணமாகப் புகைப்படம் எடுத்து நண்பனுக்குக் காட்டியிருக்கிறான். இப்போது தம்பி நீதி கேட்டு அக்காளிடம் வந்திருக்கிறான்.

டேய் பூத்தா மாத்ரே, நீ பணம் கொடுத்தால் உன்னிடமே கூட படுப்பேன்டா நாயே. ஆனால் அந்தப் பணத்தையும் நீ என்னிடம்தான் கேட்டு வாங்க வேண்டியிருக்கும்.

இந்த வசனம்தான் எழுத்தாளனைச் சுண்டி இழுத்தது.

சண்டை எல்லாம் முடிந்து தம்பி அவ்விடத்தை விட்டு நகர்ந்த பிறகு எழுத்தாளன் அவளிடம் சென்று தன்னை எஸ்க்ரித்தோர்[176] என்று அறிமுகப்படுத்திக் கொண்டு உன்னோடு கொஞ்சம் பேச வேண்டும் என்றான்.

எஸ்க்ரித்தோர் என்றதும் அவள் முகம் மலர்ந்தது.

அந்த மலர்ச்சியைக் கண்டு மனம் மகிழ்ந்த எழுத்தாளன் மற்ற இருவரும் கூட எஸ்க்ரித்தோர்கள்தான் என்றான். நீ எங்களோடு பேசுவதற்கு ஆகும் நேரத்துக்கான பணத்தைக் கொடுத்து விடுகிறோம் என்றான் கொக்கரக்கோ.

என்னையும் எப்படி உங்கள் இனத்தில் சேர்க்கிறீர்கள் என்றார் ஆலம்கீர்.

உங்களுடைய கடிதங்கள் அவ்வளவையும் படித்திருக்கிறேன் ஷாஹின்ஷா. அதெல்லாம் மிகத் தேர்ந்த இலக்கியப் படைப்பாகத்தான் கொள்ளப்பட வேண்டும்.

அலெஹாந்த்ரா என்ற அந்தப் பெண்ணுக்குத் தகப்பன்

---

176 எஸ்க்ரித்தோர் (ஸ்பானிஷ்) - எழுத்தாளன்

யார் என்று தெரியாது. தாயிடம் வளர்ந்தவள். தாயின் பதின்மூன்றாவது வயதில் பிறந்தவள் அலெஹாந்த்ரா. அலெஹாந்த்ராவின் பதினைந்தாவது வயதிலிருந்து தாயின் இரண்டாவது கணவன் அலெஹாந்த்ராவையும் தன் காமக்கிழத்தியாக வைத்துக் கொண்டான். அவள் தாய்க்கும் அது தெரியும். அது குறித்து அலெஹாந்த்ராவும் அவள் கணவனும் அடிக்கடி சண்டையிட்டு வெட்டி மறிந்து கொள்வார்கள். ஆனால் ஒவ்வொரு சண்டையின் முடிவிலும் அந்தச் சிறிய கொட்டகை வீட்டின் தடுப்புப் பலகைகளே விழுந்து விடும்படி இருவரும் பெரும் சப்தத்துடன் கலவி கொள்வார்கள். இரண்டு ஆண்டுகள் அந்த நரகத்தைப் பொறுத்துக் கொண்ட அலெஹாந்த்ரா பதினேழாவது வயதில் வீட்டை விட்டு ஓடி வந்து பகுதி நேரப் பரிசாரகராகவும் பகுதி நேரப் பாலியல் தொழிலாளியாகவும் வாழ்க்கையை நடத்திக் கொண்டிருக்கிறாள். தம்பியைப் படிக்க வைக்கிறாள். இத்தனைக்கும் தம்பியின் தந்தையும் இவளுடைய தந்தையும் வேறு வேறு.

படுக்க வேண்டாம், எங்களோடு மீதி இரவையும் செலவிடு, ஊரைச் சுற்றிப் பார்க்கலாம், வேண்டிய பணம் தருகிறோம் என்றான் எழுத்தாளன். அவளும் உடனடியாக சம்மதித்தாள்.

அந்தத் தெரு முனையிலேயே ஒரு வயதான பெண்ணையும் ஒரு இளம் பெண்ணையும் பார்த்தார்கள். பாலியல் தொழிலாளிகள் என்பது பார்த்ததுமே தெரிந்து விட்டது. மூத்தவளுக்கு நாற்பத்தைந்து வயது இருக்கும். இளையவளுக்கு அதில் பாதி இருக்கலாம். எழுத்தாளனுக்கு அது ஆச்சரியமாக இல்லை என்றாலும் இப்படி இரண்டு பேர் மட்டும் நின்று கொண்டிருந்தது வினோதமாக இருந்தது. பாரிஸின் செந்த் தெனி மாவட்டத்தில் நடைபாதையில் வரிசையாக பாலியல் தொழிலாளிகள் நிற்பார்கள். அதில் 60 வயதுக்கு மேற்பட்ட கிழவிகளை முதல் முறையாகப் பார்த்த போது எழுத்தாளன் அதிர்ச்சியே அடைந்தான். அப்புறம்தான் தெரிந்தது, சிலருக்கு கிழவிகளோடு போகம் செய்வதுதான் பிடிக்கும் என்று. அதைக்

கேள்விப்பட்ட போது எழுத்தாளன் செக்ஸ் தொழிலை வெகுவாக வெறுத்தான். கிழவிகளும் குழந்தைகளும் அதில் ஈடுபட நேர்வது மகா கொடுமையானது என்று நினைத்தான்.

ஆனால் இங்கே சாந்த்தியாகோவில் இப்படி இத்தனை வயது வித்தியாசத்தில் இரண்டு பேர் தனியாக நிற்பது சற்று ஆச்சரியமானதுதான். இத்தனை அழகான இளம் பெண்ணை விட்டுவிட்டு எவன் அந்த முதியவளிடம் போவான்?

அலெஹாந்த்ரா சொன்னாள், யாரும் போக மாட்டான். அது ஒரு வியாபார தந்திரம். அந்தப் பெண்ணும் இளையவளும் அம்மாவும் மகளும். அம்மாவின் கட்டணம் ஐம்பது டாலர். பெண்ணின் கட்டணம் அறுபது டாலர்! இது எதற்கு என்றால், இந்தக் கிழவிக்கே ஐம்பது டாலர் என்றால், இந்தச் சின்னப் பெண்ணுக்கு நூறு டாலர் கொடுக்கலாம். ஆனால் அறுபாதுதான் கேட்கிறாள். அவளிடமே போய் விடலாம் என்று முடிவு எடுப்பார்களாம்.

மேலும், ஆண்களின் பாலியல் வேட்கையின் பல்வேறு முகங்கள் மிகவும் அதிர்ச்சியளிப்பதாக இருக்கும் என்றாள் அலெஹாந்த்ரா. ஒரு வாடிக்கையாளன் அடிக்கடி அவளிடம் வந்து அழுகையான அழுகை அழுது விட்டுக் காசு கொடுத்து விட்டுப் போவானாம். தொடக் கூட மாட்டான். இன்னொருத்தன் அவள் கால்களை மட்டுமே முத்தமிடுவான். முத்தமிட்டுக் கொண்டே இருப்பான். வேறு எதுவும் செய்ய மாட்டான்.

ஆனால் பொதுவாக வயதில் மூத்தவர்களிடம் ஒரே மாதிரியான தன்மையைக் காண முடிகிறது என்றாள். “நீ வேசி போல் நடந்து கொள்ள வேண்டும்” என்பார்களாம். நான் ஏற்கனவே வேசிதானே என்று கேட்டால், “அதனால்தான் நீ வேசி போல் நடந்து கொள்ள வேண்டும்” என்று பதில் வரும். விஷயம் என்னவென்றால், அவர்களின் மனைவிகள் அவர்களுக்குப் போதுமான அனுபவத்தைக் கொடுத்திருக்க மாட்டார்கள்.

எழுத்தாளனுக்குத் தூக்கிவாரிப் போட்டது. அடப் பாவிகளா, உலகம் பூராவும் இதே பிரச்சினைதானா?

ஆனால் அதே சமயம், இளைஞர்களிடம் நபும்சகத்தன்மை பெருகி விட்டது என்றாள் அலெஹாந்த்ரா. எடுத்த எடுப்பிலேயே முடித்து விடுகிறார்கள். நூற்றுக்குத் தொண்ணூறு பேர் அப்படித்தான். எல்லாம் ஸாஃப்ட்வேர் இளைஞர்கள். அவளுடைய தோழி ஒருத்தி - மோனிகா என்று பேர் - நன்றாகப் படித்து ஸாஃப்ட்வேர் துறையில் வேலையில் சேர்ந்து ஒரு சக ஊழியனைத் திருமணம் செய்து கொண்டாள். திருமணம் ஆகி இரண்டு ஆண்டுகள் ஆகி விட்டன. இன்னும் ஒரு முறை கூட அவனாக அவளை வந்து தொடவில்லை. இவளாகப் போய்த் தொட்டாலும் அத்தனை ஆர்வம் காண்பிப்பதில்லை. “இதுவரை நாலைந்து தடவைதான் என்னை ஈரப்படுத்தியிருக்கிறான்; ஈரமாகாமலே உறவு வைத்துக் கொள்வது கடும் எரிச்சலை ஏற்படுத்துகிறது. அதனால் இப்போதெல்லாம் அந்த விஷயமே எனக்கு அந்நியமாக ஆகிவிட்டது. அதனால் நானே என் உடலைத் தாழிட்டு மூடிக்கொண்டேன். ஆனால் அது அவ்வளவு சுலபமாக இல்லை. பல சமயங்களில் குண்டூசியால் என் உடம்பு முழுவதையும் குத்திக் கொள்கிறேன். தற்கொலை செய்து கொள்ள வேண்டும் போல் தோன்றும். ஆனால் தைரியம் வராது. மிகவும் சிரமப்பட்டு என்னை ஒரு ஜடமாக ஆக்கிக் கொண்டிருக்கிறேன். நான் இப்போது ஒரு மரக்கட்டை. எல்லா உணர்வுகளையும் தீய்த்துப் பொசுக்கி விட்டேன். அதனால் உறக்கம் இல்லாமல் போய் விட்டது. எதிலுமே ஈடுபாடு இல்லாமல் போய் விட்டது.” இதெல்லாம் அவள் சொன்னது. ஆனால் இதை விட ஆச்சரியம் என்னவென்றால், அவளுடைய தோழிகள் பலருக்கும் கூட ஏறக்குறைய இதே அனுபவம்தானாம்.

ஆலம்கீருக்கு ஒன்றுமே புரியவில்லை. அவர் மனம் பூராவும் மறுமை நாள் பற்றிய எண்ணங்களே சூழ்ந்திருந்தன. இந்தக் கதையையெல்லாம் கேட்கக் கேட்க அவருக்கு அதிலிருந்த உறுதி அதிகமாகி விட்டது.

கொக்கரக்கோவுக்கு இதெல்லாம் ஜுஜுபி. ஏற்கனவே அவனுடைய நாவல் ஒன்றில் அலசு அலசு என்று இதை அலசித் தீர்த்து விட்டான்.

இந்தக் கொடூரமான நரகத்தை மாற்ற என்ன செய்யலாம் மதிப்புக்குரிய காத்திப் அவர்களே என்று கேட்டார் ஆலம்கீர்.

பேசாமல் நீங்களே இந்த நாட்டின் அதிபராகி விடுங்களேன் ஷாஹின்ஷா என்றான் எழுத்தாளன். ஆனால் முன்பு இருந்த பினோச்செத் மாதிரி ஆகி விடக் கூடாது. நல்ல அதிபராக இருக்க வேண்டும்.

நல்ல அதிபர் என்பது ஆக்ஸிமொரான் என்றான் கொக்கரக்கோ.

இல்லை நண்பா, டாக்டர் அயெந்தே இருந்தாரே?

சரி, நான் இந்த நாட்டின் பேரரசரின் மனதில் போய் அமர்ந்து விடுகிறேன். என்ன நடக்கிறது என்று பார்ப்போம்.

என்ன ஷாஹின்ஷா? எங்கள் தமிழ் சினிமாவில் நடப்பது போல் பேசுகிறீர்கள்? இந்த நாட்டு அதிபரின் மனதில் போய் அமர்வதா? என்ன விளையாட்டு இது?

இப்போது இரவாகி விட்டது இல்லையா? நாளை காலை பேப்பரைப் பாருங்கள் என்றார் ஆலம்கீர்...

86

சீலே அதிபர் செபஸ்தியான் பிஞேராவின் அதிரடி அறிவிப்புகளே மறுநாள் எல்லா தினசரிகளிலும் தலைப்புச் செய்தியாக வந்தன. அந்த அறிவிப்புகளைப் படித்த ஒருவராலும் அதற்கான காரணத்தையோ அதன் பின்னணியையோ புரிந்து கொள்ள முடியவில்லை. சிலர் அதிபர் செபஸ்தியான் பிஞேராவுக்குப் பைத்தியம் பிடித்து விட்டதாக எழுதினர். அரசியல் ஆய்வாளர்களும் நிபுணர்களும் தலைமுடியைப் பிய்த்துக் கொண்டு பிஞேராவின் அறிவிப்புகள் பற்றித் தொலைக்காட்சிகளில் விவாதித்துக் கொண்டிருந்தனர். இடதுசாரிகளோ மீண்டும் ஒரு பினோச்செத் உருவாகிறார் என்றும் அமெரிக்க ஏகாதிபத்தியத்தின் மற்றொரு கைக்கூலி என்றும் ஆக்ரோஷமாக எழுதினார்கள். கொக்கரக்கோ, எழுத்தாளன், ஆலம்கீர் மூவருக்கு மட்டுமே பிஞேராவின் அதிரடி அறிவிப்புகளின் பின்னணி புரிந்தது.

அதிபரின் அறிவிப்புகள் வருமாறு:

1. கஃபே கோன் பியர்தாஸ் என்று அழைக்கப்படும் காஃபி விடுதிகள் இனிமேல் ஊருக்கு வெளியேதான் இயங்க

வேண்டும். இப்போது ஊருக்குள் இயங்கி வரும் அனைத்து கஃபே கோன் பியர்தாஸும் உடனடியாக ஊருக்கு வெளியே போய் விட வேண்டும்.

2. பெண்கள் யாரும் ஜி ஸ்ட்ரிங் என்று சொல்லப்படும் பிகினியை மட்டுமே அணிந்தபடி உலவக் கூடாது. (விளக்கம்: ஜி ஸ்ட்ரிங்குக்கு எந்தத் தடையும் இல்லை. ஆனால் அதை மட்டுமே ஆடை என்று சொல்லிக் கொண்டு நடமாடுவதற்குத் தடை விதிக்கப்படுகிறது.)

3. எல்லா உணவு விடுதிகளிலும் காஃபி விடுதிகளிலும் இலவசமாகத் தண்ணீர் வழங்கப்பட வேண்டும்.

4. இந்தியா, ஆஃப்கனிஸ்தான், பாகிஸ்தான், பாங்ளாதேஷ் ஆகிய நாடுகளின் குடிமக்கள் இனிமேல் சீலேவுக்கு வீஸா இல்லாமலேயே வந்து போகலாம்.

மூன்றாவது அறிவிப்பை மருத்துவர்கள் பாராட்டினார்கள். நான்காவது அறிவிப்புக்கு நன்றி தெரிவித்து இந்தியப் பிரதமர் நரேந்திர மோடி சீலே அதிபர் செபஸ்தியான் பிஞேராவுடன் தொலைபேசியில் பேசினார். இந்தியாவில் பலரும் அந்த அறிவிப்பை மோடியின் சாதனையாகக் கருதி அவரைப் பாராட்டினர்.

ஆனால் முதல் இரண்டு அறிவிப்புகளும் சீலே முழுவதும் பெரும் எதிர்ப்பு அலையை உருவாக்கியது. முதல் கட்டமாக, பெண்ணியவாதிகளும் மாணவர்களும் போராட்டத்தில் குதித்தனர். போராட்டத்தை அடக்குவதற்காக அதிபர் பிஞேரா போலீஸோடு கூட ராணுவத்தையும் பயன்படுத்தினார். "போராட்டத்தை அரசு இரும்புக் கரம் கொண்டு ஒடுக்கியது" என்று பின்னாளில் சரித்திரம் சொல்ல வேண்டும் என்று விரும்பினார் பிஞேரா. ஆனால் போராட்டக்காரர்கள் அரசுக்குச் சொந்தமான எல்லா கட்டிடங்களையும் எரிக்க ஆரம்பித்தனர். உடனே அதிபர் ஊரடங்கு உத்தரவைப் பிறப்பித்தார். அந்த உத்தரவின்படி வெளியே நடமாடுபவர்கள் அத்தனை பேரும்

கண்டவுடன் சுடப்படுவார்கள். எங்களைச் சுடுங்கள் என்று சொல்லி பன்னிரண்டு லட்சம் பேர் சாந்த்தியாகோவின் தெருக்களில் திரண்டனர்.

கண்டவுடன் சுடும் உத்தரவைத் தொடர்ந்து போராட்டம் சீலே முழுவதும் பரவத் தொடங்கியது. 'சீலே பற்றி எரிகிறது' என்று எழுதின உலகப் பத்திரிகைகள்.

போராட்டம் தொடங்கிய சில தினங்களிலேயே போராட்டத்தின் போக்கு மாறியது. ஆரம்பத்தில் அதிபர் பிஞேராவின் அதிரடி அறிவிப்புகளுக்கு எதிராக எழுந்த போராட்டம் (அதைப் பத்திரிகைகள் ஜி ஸ்ட்ரிங் போராட்டம் என வர்ணித்து எழுதின!) சில தினங்களிலேயே சமூகத்தில் நிலவும் கடுமையான ஏற்றத்தாழ்வுக்கும், ஊழலுக்கும் எதிரானதாக மாறியது. குறிப்பாக, கல்வி முறையில் சீர்திருத்தம் அவசியம் என்ற கோரிக்கை எல்லோராலும் மிக வலுவாக முன்வைக்கப்பட்டது. ஏனென்றால், தற்போதைய கல்வி அமைப்பு செல்வந்தர்களுக்கானதாக மட்டுமே இருந்தது. ஏழைகளுக்கும் - ஏன், நடுத்தர வர்க்கத்தினருக்கும் கூட மேல் படிப்பு என்பது எட்டாத உயரத்தில் இருந்தது. அதிபர் செபஸ்தியான் பிஞேரா உடனடியாகப் பதவி விலக வேண்டும் என்ற கோரிக்கையுடன் மேலும் மேலும் மக்கள் திரள் தெருவுக்கு வந்து போராடியது.

அதற்கு மேலும் சீலேவில் இருந்தால் ஆபத்து என்று கொக்கரக்கோவும் எழுத்தாளனும் ஆலம்கீரை வற்புறுத்தியதால் மூவரும் சீலேவுக்கு எப்படி வந்தார்களோ அதேபோல் சென்னை திரும்பினர்.

—

நான்காம் பாகம்

87

(அகோரி கங்காராமின் உடம்பிலிருந்தபடி வழக்கம் போல் ஆலம்கீர் பேசுகிறார்.)

என் மூதாதையான மாட்சிமை தாங்கிய கீ(த்)தி ஸித்தானி ஃபிர்தவ்ஸெ ம(க்)கானி பாபர் பாதுஷா காஸி வெளி தேசத்திலிருந்து வந்தவர் என்றாலும் ஹிந்துஸ்தான் என்ற இந்த தேசத்தையும் இந்த தேசத்தின் மக்களையும் நான் நேசிக்கிறேன். இந்த தேசம் ஒருபோதும் ஃபிரங்கிகளிடம் அடிமையாகி விடக் கூடாது என்று நினைத்தேன். என் தந்தையின் ஒன்றுவிட்ட தங்கை மீர்ராவை ஃபிரங்கிகள் ஒரு வேசிமடத்தில் விற்றார்கள் இல்லையா? அதுதான் அடிமைப் பெண்களின் நிலை. அந்தத் துயரத்தின் நிழல் ஹிந்துஸ்தான் மீது விழுந்து விடக் கூடாது என்ற எண்ணத்திலேயே செயல்பட்டேன். ஆனால் அப்படி நினைத்த நான் அதற்கு எதிரான காரியங்களில் ஈடுபட்டிருக்கிறேன் என்பது என் இறுதிக் காலத்தில்தான் புரிந்தது. என் நெற்றியில் எழுதப்பட்டுள்ள விதியின் ரேகைகளை மாற்றி எழுதவல்லார் எவர்? தாங்கள் எழுதலாம். குறைந்த பட்சம் தங்களின் புதினத்திலாவது நான் நிம்மதியாகச் சாகிறேன். எனவே, மதிப்புக்குரிய காத்திப் அவர்களே, எனக்குத் தங்களிடம்

ஒரு வேண்டுகோள் உண்டு. எனக்கு அஞ்சி நெருப்பில் இறங்கித் தற்கொலை செய்து கொண்ட ஆயிரக்கணக்கான பெண்களின் கதறலைக் கேட்டு எனக்குப் பைத்தியம் பிடித்தது போல் இருந்ததே, என் கடைசி மூன்று ஆண்டுகள்... அதனால் என்னுடைய எண்பத்தாறாம் வயதிலேயே நான் தற்கொலை செய்து கொண்டதாக எழுதி விடுங்கள். குறைந்த பட்சம் ஒரு நாவலிலாவது நான் நிம்மதியாகச் சாகிறேன்.

அது எப்படி முடியும் ஹுஸூர்? நாவலில் என்ன வேண்டுமானாலும் உரிமை எடுத்துக் கொள்ளலாம் என்றாலும் ஆலம்கீர் தற்கொலை செய்து கொண்டார் என்று எழுதினால் நம்புவதற்குக் கடினமாக இருக்கும் அல்லவா?

இருக்கக் கூடாது என்றே இந்த அடிமை நினைக்கிறான். ஏனென்றால், *The Emperor's Writings* நாவலில் *Dirk Collier* அக்பர் பாதுஷா விஷம் அருந்தித் தற்கொலை செய்து கொண்டதாக எழுதவில்லையா? அதேபோல் தாங்களும் எழுதலாமே?

இல்லை ஷாஹின்ஷா... ஒரு மாவீரரான ஆலம்கீர் தற்கொலை செய்து கொள்வதாக எழுதுவது நான் எழுதப் போகும் தங்கள் கதைக்கு நியாயம் சேர்ப்பதாக இராது. மேலும், இன்னொருவர் எழுதியதை ஏன் நாம் மீண்டும் பயன்படுத்த வேண்டும்?

அப்படியானால் இன்னொரு வேண்டுகோள்... என் அன்புச் சகோதரி பேகம் சாஹிபா அவர்களுக்குக் கூடுதல் பக்கங்களை ஒதுக்குங்கள். ஏனென்றால், அவர் தீ விபத்தில் சிக்கி, இருபது மாதங்கள் மரணத்தோடு போராடி உயிர் பிழைத்து எழுந்த அடுத்த கணமே என்னுடைய நிராதரவான நிலையைக் கேள்விப்பட்டு உடனடியாக பேரரசரிடம் பேசி என்னைப் பழைய இடத்தில் அமர வைத்த அவரது செயல் யாராலும் மறக்க முடியாதது. இன்னொரு காரியம், வாரிசுச் சண்டை நடந்து கொண்டிருந்த போது அவர் எனக்கு எழுதிய கடிதங்கள். அந்தக் கடிதங்களின் ஒவ்வொரு வாசகமும் எனக்கு இப்போதும் ஞாபகத்தில் இருக்கிறது. டால்ஸ்டாய்

ஒரு ஹிந்து பத்திரிகையாளனுக்கு[177] எழுதிய கடிதம் தங்களுக்குத் தெரியும்தானே? அதைக் கூட காந்தி குஜராத்தியில் மொழிபெயர்த்துத் தன் பத்திரிகையில் வெளியிட்டாரே? பேகம் சாஹிபா எனக்கு எழுதிய கடிதங்கள் அப்படிப்பட்டவை. இஸ்லாம் பற்றியும், அரசியலில் ஒரு முஸ்லிமின் கடமை என்னவாக இருக்க வேண்டும் என்பதும் பற்றிய ஞான வெளிச்சத்தைக் கொண்டிருந்த கடிதங்கள் அவை. அவற்றில் உள்ளபடி நான் நடந்திருந்தால் முதிய வயதில் நான் அடைந்த ஆன்ம துயரங்களை அடைந்திருக்க மாட்டேன். மொகலாய வம்சத்தில் ஒரு உண்மையான ஸூஃபியாக வாழ்ந்தவர் ஜஹானாரா பேகம்.

குறுக்கிடுவதற்கு மன்னிக்க வேண்டும் ஹுஸூர்... தாங்கள்தானே தங்களின் தந்தையாருக்கும் ஜஹானாராவுக்கும் இருந்த உறவு பற்றியும் சொன்னீர்கள்?

என் கதையில் நான் எதையுமே மறைக்கக் கூடாது என்பதற்காகவே அதைச் சொன்னேன். அதற்குத்தான் பேகம் சாஹிபா அவர்கள் தக்க பதிலைக் கொடுத்து விட்டாரே? அதற்குப் பிறகும் அதிலேயே நாம் நின்று கொண்டிருக்கக் கூடாது. நம்முடைய இந்த உரையாடலைத் தாங்கள் கதையாக எழுதும்போது தயவுகூர்ந்து அந்தப் பகுதியை நீக்கி விடுங்கள்.

---

177 தாரக்நாத் தாஸ் (1884–1954). உலகப் புகழ் பெற்ற அரசியல் அறிஞர். டால்ஸ்டாயின் நண்பர். புரட்சியின் மூலமே விடுதலை பெற முடியும் என நம்பியவர். சந்நியாசி வேடத்தில் மதறாஸ் வந்த இவர் செய்த உணர்ச்சிகரமான பிரசங்கங்களின் காரணமாகவே நீலகண்ட பிரம்மச்சாரி, சுப்ரமணியம் சிவா, சிதம்பரம் பிள்ளை போன்றவர்கள் விடுதலைப் புரட்சியின் மீது நம்பிக்கை கொண்டார்கள். 1905இலிருந்து நாற்பத்தாறு ஆண்டுகள் நாடு கடத்தப்பட்டவராக அமெரிக்காவிலேயே வாழ்ந்தார். கொலம்பியா பல்கலைக்கழகத்தில் அரசியல் விஞ்ஞானப் பேராசிரியராகப் பணியாற்றினார். பலரும் கருதுவது போல் அவரைப் பத்திரிகையாளர் என சொல்ல முடியாது. ஒரு தீவிரவாதி, சர்வதேசக் கல்வியாளர், கொலம்பியா பல்கலைக்கழகப் பேராசிரியர் போன்றவையே அவர் அடையாளம்.

இன்னொரு விஷயம், மதிப்புக்குரிய காத்திப் அவர்களே! தங்களுக்கு ஞாபகம் இருக்கிறதா, நம்முடைய உரையாடலின்போது ஒருமுறை செங்கோட்டையில் வெறும் தரையில் ஒரு குருட்டுப் பிச்சைக்காரனைப் போல் அமர்ந்திருந்த மொகலாயப் பேரரசனைப் பற்றிக் குறிப்பிட்டேன்... நான்கு குச்சிகளின் பிடிமானத்தில் அதன் மேலே ஒரு கிழிந்து போன படுதா காற்றில் அலைந்து கொண்டிருக்க, அதுதான் தன்னுடைய மயிலாசனம் என்று நினைத்துக் கொண்ட பேரரசன்... அவன் கதையை சொல்லித்தானே என் கதையை முடிக்கப் போவதாக்க் கூறியிருந்தேன்? தாங்கள் கூட சொன்னீர்கள், அது ஒரு காட்சிப் படிமமாகத் தங்கள் மனதில் பதிந்து விட்டதாக... இப்போது அதற்கான தருணம் வந்து விட்டதாக நினைக்கிறேன்.

அவன் பெயர் ஷா ஆலம்[178]. மொகலாய சாம்ராஜ்ஜியத்தின் இறுதிக் கட்டத்தில் வந்த பேரரசன்.

1787இல் தில்லி செங்கோட்டையில் நுழைகிறான் ரொஹில்லா இனக்குழுவின் தலைவன் குலாம் காதிர். செங்கோட்டையின் கதவுகள் அவனுக்காகத் திறக்கப்படுகின்றன. கோட்டைத் தலைவனே பேரரசனுக்கு எதிராக இந்தத் துரோக வேலையைச் செய்கிறான். பேரரசன் ஷா ஆலமினால் ஒன்றுமே செய்ய முடியவில்லை. இதற்கான பின்னணி என்ன?

மாட்சிமை தாங்கிய கீ(த்)தி ஸித்தானி ஃபிர்தவ்ஸெ ம(க்)கானி பாபர் பாதுஷா காஸி அவர்களின் கனவு ராஜ்ஜியமான தைமூரிய சாம்ராஜ்ஜியம்[179] சூறைக் காற்றில் பறக்கும் சருகாகக் காணாமல் போனது எப்படி என்ற கதையை நான் இப்போது

---

178 இரண்டாம் ஷா ஆலம் (1728-1806)

179 தைமூரிய சாம்ராஜ்ஜியம் – நாம் அனைவரும் மொகலாய சாம்ராஜ்ஜியம் என்று அழைத்தாலும் மொகலாயர்கள் தங்களை தைமூரின் வாரிசுகள் என்று சொல்வதிலேயே பெருமை அடைந்தனர். அதனால் நாம் மொகலாய சாம்ராஜ்ஜியம் என்று சொல்வதை அவர்கள் தைமூரிய சாம்ராஜ்ஜியம் என்றே அழைத்தனர்.

தங்களுக்கு சொல்லப் போகிறேன். அது ஒரு தனிக் கதை. பெருங்கதை. இருந்தாலும் அதைச் சொல்ல வேண்டியதன் அவசியம் என்ன? ஒரு பிரம்மாண்டமான பிரபஞ்ச விகசிப்பின் முன்னே மனிதனின் மனோரதங்கள் வெறும் தூசு என்பதைப் புரிந்து கொள்வதற்காகத்தான் என் காலத்துக்குப் பின்னே நடந்த கதையிலும் நாம் நடக்கத் தொடங்குகிறோம். அதிலும் ஒரே ஒரு பேரரசனின் கதைதான். அவனை மட்டும் ஏன் தேர்ந்தெடுத்தோம் என்பதையும் சொல்லி விட்டோம். தினை விதைப்பவன் தினை அறுப்பான்.

குலாம் காதிரின் தந்தை ஸபீத்தா கான். அவனை 1772இல் சிறைப் பிடித்த ஷா ஆலம், குலாம் காதிரை தில்லிக்குத் தன்னோடு அழைத்து வந்தான். அவனுடைய களீபை அறுத்து விட்டு அவனைத் தன்னுடைய உப்நாவாக வைத்துக் கொண்டான் என்று நான் ஏற்கனவே அவனைப் பற்றி ஒரு வார்த்தை சொல்லியிருக்கிறேன். அதே சமயம் குலாம் காதிரை ஷா ஆலம் ஒரு இளவரசனைப் போல் நடத்தினான். எந்த அளவுக்கு என்றால், ஒரு அமீரின் சகோதரனை ஸபீத்தா கான் கொன்று விட்டான். அதனால் அந்த அமீர், குலாம் காதிரைக் கொல்லப் போகிறேன் என்று சொன்ன போது "உனக்கு தைரியம் இருந்தால் போய் அவன் தந்தையைக் கொல், தந்தை செய்ததற்கு மகன் என்ன செய்வான்?" என்று வாதிட்டு குலாம் காதிரைக் காப்பாற்றியவன் ஷா ஆலம்.

இப்படி ஒரு பேரரசன் ஒரு ரொஹில்லா இளைஞன் மீது அன்பைப் பொழிந்தது அரண்மனையில் பெரிய வதந்தியைக் கிளப்பி விட்டது. அதுதான் அந்த உப்நா கதை. அது வெறும் வதந்தியாகக் கூட இருக்கலாம். ஏனென்றால், அந்தச் சிறுவன் பெற்றோரிடம் செல்ல வேண்டும் என்று அழும் போதெல்லாம் அவனுக்காகக் கவிதை பாடியிருக்கிறான் ஷா ஆலம். முதலில் சிறுவனை அவன் தந்தையிடம் அனுப்பி விடவே நினைத்தான். ஆனால் அமீர்கள் அத்தனை பேரும் அதற்கு எதிராக நின்றார்கள். ரொஹில்லாக்கள் நன்றி கெட்டவர்கள், நச்சு அரவத்தை ஒத்தவர்கள், பாதுஷா இப்படி ஒரு ரொஹில்லா

நச்சு அரவத்துக்குப் பால் வார்ப்பது அவருக்கே எதிராக முடியும், எக்காரணம் கொண்டும் இந்த நன்றி கெட்ட நாயை அவன் தந்தையிடம் அனுப்பக் கூடாது என்று வாதிட்டார்கள். அதற்கு மேல் அதை மீறி நடக்க முடியாத ஷா ஆலம் சிறுவன் குலாம் காதிரைத் தன் மகனைப் போலவே நடத்தினான். ஆனாலும் யாரோ ஒரு ரொஹில்லா சிறுவனைப் போய் என் மகனைப் போல் கருதுகிறேன் என்றால் யார் நம்புவார்? அதைப் பற்றியெல்லாம் ஷா ஆலம் கவலைப்படவில்லை. சிறுவனுக்காகக் கவிதை எழுதி அவனை மகிழ்வித்தான். ஒரு கவிதையில் "வானத்து அஃப்தாப் இருக்கும் வரை உனக்கு இறைவனின் பாதுகாப்பு கிடைக்கும்" என்கிறான். அஃப்தாப் என்பது சிலேடை. அஃப்தாப் என்றால் சூரியன். ஷா ஆலமின் புனைப்பெயரும் அஃப்தாப்.

குறுக்கிடுவதற்கு மன்னிக்க வேண்டும் ஷாஹின்ஷா. குலாம் காதிர் ரொஹில்லா ஷா ஆலமின் உப்நாவாக இருந்தான் என்பதும், அதே சமயம் ஷா ஆலம் குலாம் காதிரைத் தன் மகனைப் போல் நேசித்தார் என்பதும் இரண்டுமே உண்மையாக இருக்கலாமே? ஏனென்றால், பிரிட்டிஷ்காரர்களின் விக்டோரிய ஒழுக்க விதிகள் வரும் வரை இந்தியாவில் ஓரினச் சேர்க்கை என்பது அங்கீகரிக்கப்பட்ட உறவாகத்தானே இருந்திருக்கிறது? இன்னொரு சமகாலத்து உதாரணம் சொல்ல வேண்டுமானால், அமெரிக்க எழுத்தாளர் வில்லியம் பர்ரோஸ் அமெரிக்காவை விட மொராக்கோவையே தன் புகலிடமாகக் கொண்டதற்குக் காரணமே இந்த ஓரினச் சேர்க்கைதானே? ஓரினச் சேர்க்கையை மனப்பிறழ்வாகக் கருதிய மேற்கத்திய சமூகத்தைப் போல் மொராக்கோ இல்லை, அங்கேயும் அது சட்ட விரோதம்தான் என்றாலும் சமூகத்தில், எதார்த்த வாழ்வில் மொராக்கர்கள் அப்படிப் பார்க்கவில்லை என்கிறார் பர்ரோஸ். ஓரினச் சேர்க்கையாளரான ஜான் ஜெனேயோ ஃப்ரெஞ்ச் சமூகம் என்னை சமூக விரோதியாகப் பார்த்தது, அதனால் நான் ஃப்ரான்ஸில் வாழ மாட்டேன் என்று அறிவித்து விட்டு மொராக்கோவைத் தன் தாய்நாடாகக் கொண்டார். அதை விட பயங்கரம், என்னை சமூக விரோதியாகப் பார்த்த ஃப்ரான்ஸில்

என் பிணத்தைக் கூட புதைக்கக் கூடாது என்று மரண சாசனம் எழுதினார். அதில் ஒரு வேடிக்கை என்னவென்றால், அவருடைய பதிப்பாளரைப் பார்ப்பதற்காக பாரிஸ் சென்றவர் அங்கேயே மரணமடைந்து விட்டார். ஆனாலும் அவர் நண்பர்கள் ஜெனேயின் பிரேதத்தை மொராக்கோவுக்குத்தான் எடுத்து வந்தார்கள். எதற்குச் சொல்கிறேன் என்றால், பிரிட்டிஷ்காரர்களின் ஆட்சியில்தான் இங்கே இந்தியாவிலும் ஓரினச் சேர்க்கை பற்றியும் பொதுவாகவே பாலியல் குறித்தும் விக்டோரிய ஒழுக்க விதிகள் சமூகத்தில் விஷத்தைப் போல் இறங்க ஆரம்பித்தன. ஆகவே, ஷா ஆலம் குலாம் காதிரை உப்நாவாக வைத்துக் கொண்டே அவனைத் தன் பிரியத்துக்குரியவனாகவும் கருதியிருக்கலாம்.

அவர்கள் இருவரைப் பற்றி இன்னொரு வதந்தியும் உலவியது மதிப்புக்குரிய காத்திப் அவர்களே! ஷா ஆலம் குலாம் காதிரின் களீபை அறுத்து விட்டு அவனைத் தன் உப்நாவாக வைத்துக் கொண்டதற்கு மிக முக்கியமான காரணமே, தன்னுடைய அரண்மனைப் பெண்டிர் பலர் குலாம் காதிரோடு பாலியல் உறவில் இருந்ததைத் தடுப்பதற்காகத்தான். ஏனென்றால், குலாம் காதிர் ஒரு ஆணழகனாக இருந்தான்.

ஆனால், ஒருவனை அடிமையாக்கி விட்டு அவன் மீது என்னதான் அன்பைப் பொழிந்தாலும் அந்த அடிமையின் மனம் அன்பு செலுத்துமா? என்னதான் தங்கக் கூண்டில் அடைத்துப் பாலும் தேனும் புகட்டினாலும் பயன் என்ன? கடைசியில் என்ன ஆனது? தில்லி அமீர்கள் என்ன சொன்னார்களோ அதுதானே நடந்தது?

எனக்கு ஒரு முக்கியமான வரலாற்றுச் சம்பவம் ஞாபகம் வருகிறது ஷாஹின்ஷா. பீபிகட் படுகொலை என்று சொல்வார்கள். 1857இல் நடந்தது. நூற்றியிருபது பிரிட்டிஷ் பெண்களும் சிறுவர்களும் பீபிகட் என்ற வீட்டில் ஒளிந்து கொண்டிருந்த போது அவர்கள் அத்தனை பேரையும் வெட்டி வெட்டிக் கொன்ற நாநா சாஹிப் அதே பிரிட்டிஷ் சீமாட்டிகளின்

பங்களாவில் அமர்ந்து அவர்களின் கணவர்களோடு உணவருந்தியவர்தானே?

கேள்விப்பட்டிருக்கிறேன் மதிப்புக்குரிய காத்திப் அவர்களே, அந்த ரொஹில்லாவும் தன்னுடைய முன்னாள் எஜமானனின் அரண்மனையில் அதையேதான் செய்தான். அதைப் பற்றி நா குஃப்தனீ வ நா நவிஸ்தனீ என்பார்கள். சொல்லவே முடியாதது, விவரிக்கவே முடியாதது என்று பொருள். ஹிந்துஸ்தானின் சரித்திரத்திலேயே அப்படிப்பட்ட கொடூரம் வேறு யாராலும் ஒருபோதும் அரங்கேறியது இல்லை. இத்தனைக்கும் தன் மீது அன்பையே பொழிந்த ஒருவனின் குடும்பத்தினரை அப்படிச் செய்தான் குலாம் காதிர் ரொஹில்லா.

அந்தக் கதைக்கு நாம் அப்புறம் வருவோம். ஃபிரங்கிகள் தில்லியிலும் ஆக்ராவிலும் அரண்மனைகளில் கண்ட காட்சிகள் பற்றி நாம் எவ்வளவோ பேசினோம். ஃபிரங்கிகள் அந்த அரண்மனைகளில் தங்கச் சுரங்கத்தையே கண்டு விட்டது போல் வாயைப் பிளந்தார்கள். காவலர்களின் லத்தியெல்லாம் தங்கம். உணவும் பானங்களும் அருந்துகின்ற தட்டுகளும் கோப்பைகளும் தங்கம். படுக்கை தங்கம். எங்கே பார்த்தாலும் தங்கமும் வைரமும் வைடூரியமும் கொட்டிக் கிடந்தன.

ஆனால் தைமூரிய சாம்ராஜ்ஜியத்தின் வீழ்ச்சி என் காலத்திலேயே தொடங்கி விட்டது. என் உடலைச் சுத்தப்படுத்திய வேலைக்காரனுக்கே மாதக்கணக்கில் ஊதியம் கொடுக்கப்படவில்லை, அதற்கான பணம் கஜானாவில் இல்லை என்றால் அந்த வீழ்ச்சி எப்படி இருந்தது என்பதைத் தங்களால் கற்பனை செய்ய முடிகிறதா? தாங்கள் தில்லியில் இருந்தவர். அந்த மாநகரத்தின் சாலைகளின் அகலம், அந்த மாநகரின் பிரம்மாண்டம் எல்லாம் தங்களுக்குத் தெரியும். அப்படிப்பட்ட நகரம் எப்படி சீரழிந்து போயிருந்தது என்று பல பயணிகள் எழுதியிருக்கிறார்கள். கண்ணுக்கெட்டிய தூரம் வரை வெறும் அழிவுகள். அழிவுகள். அழிவுகள். ஹிட்லரின் நாஜிப் படைகளால் நிர்மூலம் ஆன ஒரு நகரை பியானிஸ்ட் என்ற படத்தில் பார்த்திருப்பீர்கள். அந்தப் படத்தின் நாயகன்

அந்தப் பேய் நகரில் ஒளிந்திருப்பான் இல்லையா? அந்த மாதிரி வர்ணிக்கிறார் அந்த்வான் போலியே என்ற சுவிஸ் பயணி.

1739. பெரும் தனவந்தர்களின் இல்லங்களெல்லாம் சூறையாடப்பட்டன. அந்த வீடுகளின் ஒவ்வொரு மரக்கதவையும் பிடுங்கி விறகாகப் பயன்படுத்தினார்கள். செய்தது எல்லாம் ரொஹில்லாக்கள். நாதிர் ஷாவும் அஹ்மத் ஷா துரானியும் தில்லிக்குச் செய்த நாசம் ஏதோ சூறாவளி அடித்தது போல் அடித்து விட்டுப் போனது. ஆனால் ரொஹில்லாக்களோ பத்து ஆண்டுகள் இந்த அழிவு வேலையைச் செய்தார்கள். ஸபீத்தா கானின் தந்தை நஜீப் உத் தவ்லா ஆரம்பித்து வைத்த வேலை அது.

தில்லியிலிருந்து வெளியே வாழ்ந்து விட்டு அந்தக் கால கட்டத்தில் தம் சொந்த ஊருக்குத் திரும்பிய அத்தனை பேரும் அவர்களின் அழகு நகரம் அப்போது கப்ருஸ்தானைப் போல் இருந்தது கண்டு பொங்கிப் பொங்கி எழுதுகிறார்கள்.

ஸபீத்தா கானை அடக்குவதற்கு ஷா ஆலம் மராட்டியர்களின் உதவியைக் கேட்டான். அக்காலத்தில் ஹிந்துஸ்தானின் வடக்கே மராட்டிய ஆதிக்கத்தை நிலை நாட்டியவர் மஹதாஜி ஷிண்டே. தலைநகர் உஜ்ஜய்ன். அவர் எப்பேர்ப்பட்டவர் என்றால், சோமநாதபுரத்திலிருந்து எடுத்துச் செல்லப்பட்ட மூன்று வெள்ளிக் கதவுகளை ஆஃப்கனியர்கள் லஹெளரில் வைத்திருந்தார்கள்; அவர்களைப் போரில் தோற்கடித்து அந்தக் கதவுகளைத் திரும்பவும் சோமநாதபுரத்துக்கே கொண்டு வந்தார் மஹதாஜி ஷிண்டே. ஆனால் சோமநாதபுரத்து பிராமணர்கள் ஆஃப்கனியர்களிடம் இருந்த கதவுகள் என்பதால் அவற்றை ஏற்க மறுத்து விட்டார்கள். அதனால் இரண்டு கதவுகள் மத்தியப் பிரதேசத்தின் மஹா காலேஷ்வர் கோவிலிலும், ஒரு கதவு உஜ்ஜய்ன் கோபால் மந்திரிலும் சேர்க்கப்பட்டன. அப்படிப்பட்ட மஹதாஜி ஷிண்டே முதல் முறையாக ஷா ஆலமை சந்திக்க வருகிறார். எல்லோரும் அவர் ஷா ஆலமை எப்படி வணங்குவார் என்பதிலேயே கவனம் கொண்டார்கள். மொகலாயர் காலம் பூராவுமே சிற்றரசர்கள் பேரரசர்களின்

பாதங்களில் தலையை வைத்து வணங்குவதே வழக்கமாக இருந்தது. இது எங்களுடைய மார்க்கத்துக்கு எதிரானதே என்றாலும், அந்த வழக்கம் தீவிரமாகப் பின்பற்றப்பட்டது.

ஆனால் யாரும் எதிர்பாராத விதமாக மஹதாஜி ஷிண்டே ஷா ஆலமின் பாதங்களில் சிரம் பதித்து வணங்கினார். அதாவது, தலையிலிருந்து பாதம் வரை முழு தேகமும் தரையில் படுமாறு விழுந்து வணங்க வேண்டும். மஹதாஜி ஷிண்டே அப்படி வணங்கியது ஷா ஆலமுக்கே ஆச்சரியமாகத்தான் இருந்திருக்கும். அதனால்தான் அப்படி அவர் வணங்கியதும் அவரைத் தூக்கி நிறுத்திக் கட்டித் தழுவி அவருக்குத் தன் மயிலாசனத்துக்கு எதிரிலேயே இடம் கொடுத்தான் ஷா ஆலம். மஹதாஜி ஷிண்டே சற்று கால் ஊனமானவர் என்பதால் இந்த விஷயத்தை அப்போது பலவிதமாக அர்த்தப்படுத்திக் கொண்டார்கள். எது எப்படிப் போனாலும், மஹதாஜி ஷிண்டே ஷா ஆலமின் பாதம் பணிந்தார் என்பதுதான் சரித்திரம். அதற்குப் பிறகுதான் இருவரும் சேர்ந்து ஷா ஆலமுக்கு தில்லியை மீட்பது பற்றித் திட்டமிட்டார்கள். இது நடந்தது 1771 கடைசியில். திட்டமிட்டபடி ஷா ஆலமுக்கு அவனுக்கு உரிமையான தில்லியை மீட்டும் கொடுத்தார் மஹதாஜி ஷிண்டே.

—

88

மதிப்புக்குரிய காத்திப் அவர்களே, உலகமே வியந்து பாராட்டிய மொகலாய சாம்ராஜ்ஜியம் வீழ்ச்சி அடைந்த கதையை இப்போது நான் தங்களிடம் சொல்லிக் கொண்டிருக்கிறேன்.

சரித்திரத்தின் நூலேணியைப் பிடித்தபடி 1848க்கு வாருங்கள். அப்போது பழைய தில்லியில் சலாத்தீன்[180] குவார்ட்டர்ஸ் என்று ஒரு பகுதி இருந்தது. கவித்துவமாக காய்த் ஏ சலாத்தீனீ என்பார்கள். இளவரசர்களின் சிறைச்சாலை. அங்கே எங்கள் சந்ததியினர் ஒரு ரெண்டாயிரம் பேர் எங்களின் நேரடி வாரிசுகள் வசித்தார்கள். அந்தப் பகுதியைச் சுற்றி உயரமான மதில் சுவர் எழுப்பப்பட்டிருந்தது. வெளியிலிருந்து உள்ளே பார்க்க முடியாது. உள்ளேயிருந்து வெளியே பார்க்க முடியாது. அந்த சுவருக்குள் இருந்தவர்கள் எப்படி வாழ்ந்தார்கள் என்று மேஜர் ஜார்ஜ் கன்னிங்ஹாம் என்ற ஃபிரங்கி தன் மேலிடத்துக்கு ஒரு அறிக்கை அனுப்பினான்.

—

ஏ மானிடரே, என் கதையை ஏன் நீங்கள் கேட்க வேண்டும் என்று கூறுகிறேன், கேளுங்கள். அங்கே இருந்தவர்கள்

180 சலாத்தீன் (அரபி) - சுல்தான், பேரரசர்.

அத்தனை பேரும் 150 ஆண்டுகளுக்கு முன்னால் தில்லி செங்கோட்டையிலும் அரண்மனைகளிலும் வாழ்ந்தவர்களின் சந்ததிகள். விதியின் பகடையாட்டத்தில் எனக்கு சரியான காய்கள் கிடைத்திருந்தால், அத்தனை பேரும் அப்போதும் அரண்மனை சுகபோகங்களில் வாழ்ந்திருப்பார்கள்.

ஆனால் கன்னிங்ஹாம் பார்க்கும் போது அவர்கள் கிழிந்த ஆடைகளுடன் பஞ்சைப் பராரிகளாய் - அகதி முகாம்களில் விமானங்களின் மூலம் போடப்படும் உணவுப் பொட்டலங்களைப் பெறுவதற்காக அடித்துப் பிடித்துக் கொண்டு ஓடுவார்களே, அந்த நிலையில்தான் இருந்திருக்கிறார்கள். கம்பெனி ஆட்கள் கேட்டைத் திறந்து கொண்டு உதவித் தொகையைக் கொடுக்கச் செல்லும் போதெல்லாம் அதை வாங்குவதற்காக அவர்களுக்குள் அடிதடியே நடந்திருக்கிறது. தள்ளுமுள்ளுவில் ஒருவர் மீது ஒருவர் விழுந்து ஓடி வருவது அங்கே சகஜமான காட்சி. கிழக்கிந்தியக் கம்பெனி போடும் பிச்சையில் வாழ்ந்தவர்கள் வேறு எப்படி இருப்பார்கள்? அப்படி ஓடி வரும்போது எழுபது எண்பது வயதுக் கிழவர்கள் அவ்வப்போது மற்றவர்களால் மிதிபட்டுச் செத்துப் போவதும் உண்டு. அப்படி ஓடி வருபவர்களில் சிலர் பேரரசர்களின் புதல்வர்களாக இருந்திருக்கிறார்கள்!

அந்தப் பிச்சையை வாங்கிய சில வாரிசுகள் அந்தப் பணத்தில் சாகும் வரை குடித்தன. மொகலாய சாம்ராஜ்ஜியம் கழிவுநீர்த் தொட்டியின் மீது கட்டப்பட்ட சலவைக்கல் மாளிகையாகி விட்டது என்று எழுதுகிறார் ஒரு ஃபிரங்கி. அதில் எந்தச் சந்தேகமும் இல்லை என்பதுதான் எதார்த்தம்.

Wāqi'āt-i Azfarī. வாக்கியாத்-ஏ-அஸ்ஃபரீ[181] முழுவதும் பயணக் குறிப்புகள். அதை எழுதிய முஹம்மது ஸஹீருத்தீன் மிர்ஸா அலீ பக்த் என் பேரனுக்குப் பேரன். தில்லியிலிருந்து கிளம்பி மதறாஸ் வரை சென்றிருக்கிறான்.

181 பாபரின் சுயசரிதத்திரத்தின் பெயர், வாக்கியாத்-ஏ-பாபூரீ. பாபர்நாமா என்பது பிறகு வந்த பெயர்.

அதைச் சொன்னால்தான் என் கதைக்கு ஒரு முடிவு கிடைக்கும். தங்களுடைய பின்நவீனத்துவக் கோட்பாட்டின்படி கதைகளுக்கு முடிவு கிடையாதுதான் என்றாலும், இதை ஒரு தற்காலிக முடிவு என்று வைத்துக் கொள்ளலாம். அதற்குப் பிறகு தொடங்குவது இன்னொரு பெரும் துயரத்தின் கதை. எல்லோருக்கும் தெரிந்த கதை. கடைசி மொகலாயப் பேரரசனின் கதை.[182] அது நமக்கு வேண்டாம். அது பற்றிப் பலரும் எழுதியாயிற்று. சலனச் சித்திரங்களும் வந்தாயிற்று. நாம் சொல்லிக் கொண்டிருப்பது அந்த சாம்ராஜ்ஜியத்தின் கடைசிக் கட்ட பேரரசர்களில் ஒருத்தனாகிய இரண்டாம் ஆலம் ஷா.

நான் இறந்தது 1707. இல்லையா? இரண்டாம் ஷா ஆலம் பதவிக்கு வந்தது 1760. இடையில் இருந்த அந்த ஐம்பத்து மூன்று ஆண்டுகளில் எத்தனை பேரரசர்கள் மாறினார்கள் தெரியுமா? பஹதூர் ஷா, ஜஹந்தர் ஷா, ஃபரூக்ஸியார், ரஃபி உத்-தரஜத், இரண்டாம் ஷா ஜஹான், முஹம்மது ஷா, அஹமது ஷா பஹதூர், அஸீஸுத்தீன் என்ற இரண்டாம் ஆலம்கீர், முஹி உல்-முல்லத் என்ற மூன்றாம் ஷா ஜஹான், அலீ கவ்ஹர் என்ற இரண்டாம் ஷா ஆலம்.

ஐம்பத்து மூன்று ஆண்டுகளில் பத்து அரசர்கள். இதில் சில பேர் சில தினங்களே ஆட்சியில் இருந்தார்கள். ஷா ஆலமுக்குப் பிறகு மூன்று பேர் வந்தார்கள். அதுவும் நம் கதைக்குத் தேவையில்லை. நான் சொல்ல வந்தது ஒரு மகத்தான சாம்ராஜ்ஜியத்தின் கொடூரமான வீழ்ச்சியை. கணக்கு என்று எடுத்தால் ஷா ஆலம் ஆண்டது நாற்பத்தேழு ஆண்டுகள். நான் நாற்பத்தொன்பது ஆண்டுகள். மேலோட்டமாகப் பார்த்தால் பெரிய வித்தியாசம் இல்லை. ஆனால் பாலைவனத்தின் கானல் நீருக்கும் நிஜமான நீருக்கும் எத்தனை வித்தியாசம் இருக்கிறது? அத்தனை வித்தியாசம் எங்கள் இருவரின் ஆட்சியில் இருந்தது. ஒரே ஒரு உதாரணம் சொல்கிறேன். ஷா ஆலம் தில்லி செங்கோட்டையை விட்டு விட்டு இலஹாபாதில் ஆறு ஆண்டுகள் ஃபிரங்கிகளின்

182 பஹதூர் ஷா ஸஃஃபர் (1775 – 1862)

கைப்பாவையாக, பொம்மை அரசனாக வாழ்ந்தான். அப்போது அவன் அடைந்த அவமானங்கள் கொஞ்ச நஞ்சம் அல்ல.

ஒருநாள் இலஹாபாத் அரண்மனையில் வழக்கம் போல் காலை நேர நஹராக்கள் ஒலித்தன. உடனே அரண்மனையில் தங்கியிருந்த ஒரு ஃபிரங்கி அதிகாரி அந்த நஹராக்களையும் அதை வாசித்தவர்களையும் தூக்கி உப்பரிகையிலிருந்து கீழே போட உத்தரவிட்டான். அதிர்ஷ்டவசமாக நஹரா வாசித்தவர்கள் ஓடி விட, நஹராக்கள் மட்டுமே தூக்கி எறியப்பட்டன. இன்னொரு முறை, ஷா ஆலமின் அந்தரங்க சேவகன் ஒருத்தனை ஒரு சாதாரண ஃபிரங்கி அதிகாரி எந்தக் காரணமும் இல்லாமல் கைது செய்தான். ஷா ஆலமுக்கு செய்தி வந்ததும், விஷயத்தை விளக்கி அதிகாரிக்கு ஒரு கடிதம் கொடுத்து அனுப்பினான். உடனே கடிதம் கொண்டு வந்தவனுக்கு எதிரிலேயே தன் வசம் இருந்த ஷா ஆலமின் சேவகனை சவுக்கால் அடித்து "எனக்கு மரியாதை கொடுக்காவிட்டால் இதுதான் விளைவு என்பதைத் தெரிந்து கொள்" என்று சொல்லி அனுப்பினான். இதுபோல் நூற்றுக்கணக்கான சம்பவங்கள்.

எல்லாவற்றுக்கும் சிகரம் வைத்தாற்போல் நடந்தது ஒரு சம்பவம். கிழக்கிந்தியக் கம்பெனி மொகலாய சாம்ராஜ்ஜியத்தில் வரி வசூல் செய்வதற்கு ஷா ஆலம் அனுமதி அளித்தான். அதற்காக ராபர்ட் க்ளைவும் ஷா ஆலமும் ஒரு உடன்படிக்கையில் கையெழுத்திட்டார்கள். ஆனால் அந்த உடன்படிக்கையில் ஒப்புக் கொண்ட தொகையை ராபர்ட் க்ளைவ் ஷா ஆலமுக்குக் கொடுக்கவில்லை. பிரிட்டிஷ் பேரரசருக்கு ஷா ஆலம் அனுப்பிய பரிசுத் தொகையையும் கடிதத்தையும் இடைவழியிலேயே ராபர்ட் க்ளைவ் திருடிக் கொண்டு, பரிசுப் பொருட்களைத் தானே வாங்கி வந்து கொடுப்பது போல் கொடுத்து விட்டான். அந்த ராபர்ட் க்ளைவ் எப்பேர்ப்பட்ட திருட்டுப் பயல் பாருங்கள்! ஷா ஆலம் கொடுத்தனுப்பிய கடிதத்தையும் பிரிட்டிஷ் பேரரசரின் கண்களிலேயே காண்பிக்கவில்லை. இதன் பிறகு, ஷா ஆலம் தானே ஏற்பாடு செய்து பிரிட்டிஷ் பேரரசரைச் சந்திக்க லண்டனுக்கு ஒரு தூதரை அனுப்பினான்.

அந்தத் தூதருக்கு அரசரைக் காண்பதற்கு அனுமதியே கிடைக்கவில்லை.

1771. ஷா ஆலம் முன்பாக இரண்டு வழிகளே இருந்தன. ஒன்று, தற்கொலை. அல்லது, தில்லி சலோ. தில்லி செல்வதில் ஏகப்பட்ட பிரச்சினைகள் இருந்தன. வழியில் மொகலாய சாம்ராஜ்ஜியத்துக்கு எதிரான பலர் இருந்தனர். அவர்களால் ஷா ஆலம் கொல்லப்படலாம். ஷா ஆலம் தில்லி செல்வதை ஃபிரங்கியர் விரும்பவில்லை. தில்லி நாதிர் ஷாவினால் சுடுகாடாக ஆக்கப்பட்டாலும் அந்த நகரின் பெயர் இன்னமும் மொகலாய அதிகாரத்தின் குறியீடாகவே விளங்கி வந்தது.

1773. ஷா ஆலம் அவன் வாழ்நாள் பூராவும் ஆசை கொண்டிருந்த மயிலாசனத்தில் வீற்றிருக்கிறான். பன்னிரண்டு ஆண்டுகளுக்கு முன் தில்லியை விட்டு ஓடிய போது மெஹ்ரோலியில் இருந்த அவனுடைய பீர் குத்புதீன் காக்கியை தர்சித்து விட்டுத்தான் போனான். அவனுடைய பிரார்த்தனை பலித்து விட்டது. எல்லாவற்றையும் விட நல்லதிர்ஷ்டம், நஜஃப் கான் அவனது வலது கரமாக அமைந்தது. பத்தர்கட் போரில் தோற்றதால் ஒன்றுமில்லாமல் போய் விட்ட ரொஹில்லா வீரர்களை ஒருங்கிணைத்து மொகலாயப் படையில் ரொஹில்லா பிரிவு ஒன்றை ஏற்படுத்தினான் நஜஃப் கான். இப்படி பல திட்டங்களை வகுத்துச் செயல்படுத்தினான். அவனுடைய ஞாபகார்த்தமாகத்தான் தில்லியில் உள்ள நஜஃப் கட்டுக்கு அந்தப் பெயர் வைக்கப்பட்டது.

அதே சமயம் தெற்கு ஹிந்துஸ்தானிலும் (மதறாஸ்) வங்காளத்திலும் ஆங்கில ஃபிரங்கிகள் தங்களை வலுப்படுத்திக் கொண்டு வந்ததையும் நஜஃப் கான் கவனித்துக் கொண்டிருந்தான். அதனால் தங்களுடைய படை வீரர்களுக்கு நவீன போர்ப் பயிற்சி அளிப்பதற்காக ஃபிரங்கிகளை நியமித்தான். தேவைப்பட்டால் அந்த ஃபிரங்கிகளின் கூலிப் படைகளையும் தங்களுக்காகப் பயன்படுத்திக் கொண்டான்.

அந்தச் சமயத்தில் நான் ஆட்சியில் இருந்திருந்தால் என் தளபதி

நஜஃப் கானை அனுப்பி ஸபீத்தா கானின் தலையைக் கொய்து வரச் செய்திருப்பேன். ஆனால் ஷா ஆலம் ஸபீத்தா கானைக் கொல்லவில்லை. அவன் மகன் பன்னிரண்டு வயதுச் சிறுவன் குலாம் காதிர் ரொஹில்லாவைப் பிடித்துக் கொண்டு வந்தான்.

வந்து என்ன செய்தான்? ஏற்கனவே சொன்னேன், குலாம் காதிரின் களீபை அறுத்துவிட்டு அவனைத் தன்னுடைய உப்நாவாக வைத்துக் கொண்டான்.

என்னை ஒரு மதத் தீவிரவாதியைப் போல் சரித்திர ஆசிரியர்களெல்லாம் சித்தரிக்கிறார்களே? ஷா ஆலம் செய்ததை ஒரு முஸ்லிம் செய்யலாமா, சொல்லுங்கள்? அதிலும் தன் குடிமக்களையெல்லாம் காப்பாற்ற வேண்டிய மிகப் பெரிய பொறுப்பில் இருக்கும் ஒரு பேரரசன். ரொஹில்லா தலைவன் தவறு செய்திருந்தால் அவனையும் அவன் மகனையும் சிரச் சேதம் செய். அதற்கு உனக்கு அதிகாரம் இருக்கிறது. அதுதான் நீ செய்திருக்க வேண்டியது. ஆனால் நீ செய்தது என்ன? இத்தனைக்கும் ஷா ஆலம் ஒரு பிரசித்தி பெற்ற கவிஞன் வேறு. அதனால்தான் கவிஞர்களைக் கடுமையாகச் சாடுகிறது எங்கள் புனித நூல் என்று நினைக்கிறேன்.

அதன் பிறகு குலாம் காதிர் திரும்பவும் தன் நாட்டுக்குச் சென்று ஒரு ராணுவத்தைக் கட்டமைத்துக் கொண்டு ஷா ஆலமைப் பழி வாங்குவதற்காக தில்லி வந்தான். அப்போது ஷா ஆலமின் உதவிக்கு வந்தது ஒரு நாட்டிய நங்கை. ஹோவன்னா நொபிலிஸ் ஸோம்ப்ரே (1753-1836) என்ற கத்தோலிக்கப் பெண். அவள் பிறவியில் கத்தோலிக்கப் பெண் அல்ல. முஸ்லிமாகப் பிறந்து கத்தோலிக்கராக மாறியவள். அவள் காலத்தில் அவள் அளவுக்குப் பணக்காரர் யாரும் இல்லை. அவள் கதையையே கூட தாங்கள் ஒரு நாவலாக எழுதலாம். தங்களுக்கு அதை சுருக்கமாகச் சொல்கிறேன்.

வால்டர் ரேனார்ட் ஸோம்ப்ரே ஜெர்மனியிலிருந்து இந்தியா வந்தவன். கூலிப் படையைச் சேர்ந்தவன். கூலிப் படை என்றால் இப்போது எல்லோரும் சொல்கிறார்களே, கிட்டத்தட்ட அதே

மாதிரிதான். தனியார் ராணுவம். யார் கூலி கொடுக்கிறார்களோ அவர்களுக்காக சண்டை போடுவார்கள். ஆனால் அந்தக் கூலிப் படையைச் சேர்ந்தவர்கள் இப்போது சலன சித்திரங்களிலோ நிஜ வாழ்விலோ பார்ப்பதைப் போன்ற ரவுடிகள் அல்ல. மிகவும் தேர்ச்சி பெற்ற ராணுவ வீரர்கள். கூலிக்குச் சண்டை போடுவார்கள், அவ்வளவுதான். வால்டர் ரேனார்ட் மீரட்டில் இருந்த சமயத்தில் அவ்வப்போது சிவப்பு விளக்குப் பகுதிக்குப் போவது வழக்கம். அங்கே அவன் ஃபர்ஸானா என்ற இளம் நடனக்காரியைப் பார்க்கிறான். இப்போதைய மொகலாய காலத்தைச் சித்தரிக்கும் ஹிந்தி சலன சித்திரங்களில் பார்க்கிறீர்கள் இல்லையா, அதே மாதிரிதான் இருக்கும் அப்போதைய விபச்சாரக் கூடங்கள்.

மன்னியுங்கள் மதிப்புக்குரிய காத்திப் அவர்களே, இங்கே நான் கொஞ்சம் சமூகவியல் பேச வேண்டியிருக்கிறது. அந்தக் காலத்து விபச்சாரம் எத்தனையோ பரவாயில்லை. ஆலம்கீர் இப்படிப் பேசக் கூடிய ஒரு நாள் வரும் என்று நான் உயிரோடு இருந்த காலத்தில் கனவு கூட கண்டதில்லை. அதெல்லாம் அக்பர் பாதுஷா பேசக் கூடிய விஷயங்கள். நான் பேசும்படி ஆயிற்று. காரணம், இப்போதைய விபச்சாரக் கூடங்கள். சீலேயில் பார்த்தோம் இல்லையா? ஆனால் தாய்லாந்திலும், சீலே தவிர மற்ற தென்னமெரிக்க நாடுகளிலும், ரஷ்யாவிலும், கிழக்கு ஐரோப்பிய நாடுகளிலும், ஹிந்துஸ்தானிலும் அதைச் சுற்றியுள்ள தேசங்களிலும் நாம் காண்கின்ற சிவப்பு விளக்குப் பகுதிகளைப் பார்த்தால் ரத்தக் கண்ணீர் வருகிறது. ஒரே நாளில் பத்து ஆண்களை சமாளிக்க வேண்டிய விலைமாதரெல்லாம் இங்கே சர்வ சாதாரணமாக வாழ்கிறார்கள். ஆனால் எங்கள் காலத்து சிவப்பு விளக்குப் பகுதிகள் ஒரு வகையில் கலாச்சார மையங்களாகவே விளங்கின. சங்கீதமும் நடனமும் கவிதையும் இலக்கியமும் கொடி கட்டிப் பறந்த இடங்கள் அவை. அங்கே இருந்த விலைமாதரில் சிலர் அரண்மனையில் வாழ்ந்த பட்டத்து ராணிகளையும் இளவரசிகளையும் விட சுதந்திரமாகவும் மகத்தான ஆளுமைகளாகவும் திகழ்ந்தார்கள்.

அப்படிப்பட்ட ஒரு பெண்தான் பதினான்கு வயது ஃபர்ஸானா. நாட்டியத்திலும் அழகிலும் புத்திசாலித்தனத்திலும் அந்த ஊரிலேயே சிறந்தவளாக இருந்த அவளைத் தன்னுடனேயே வாழ அழைத்துக் கொண்டு போனான் நாற்பத்தைந்து வயது வால்டர் ரேனார்ட் ஸோம்ப்ரே. ஃபர்ஸானா என்ற பேகம் ஸம்ரு, ஹோவன்னா நொபிலிஸ் என்ற பெயருடன் கத்தோலிக்கராக மாறினாள்.

வால்டர் ரேனார்டின் கூலிப்படையில் ஃபிரங்கிகளும் ஹிந்துஸ்தானிகளும் கலந்து இருந்தார்கள். 1778-இல் ரேனார்டின் மரணத்துக்குப் பிறகு அந்தப் படையின் தலைமைப் பொறுப்பு ஹோவன்னாவுக்கு வந்தது. அப்போது அவள் வயது 25. கத்தோலிக்கராக மாறினாலும் பேகம் ஸம்ரு என்ற அவளுடைய இஸ்லாமியப் பெயரில்தான் அவள் பரவலாக அறியப்பட்டாள். மீரட்டுக்கு அருகில் உள்ள சர்தானா என்ற பிராந்தியம் அவள் ஆட்சியில் இருந்தது. கூலிப்படையிலிருந்து அவளுக்கு வருடத்துக்கு தொண்ணூறாயிரம் பிரிட்டிஷ் பவுண்ட் கிடைத்தது என்றால் பார்த்துக் கொள்ளுங்கள். அவள் ஷா ஆலமின் சிநேகிதி. அவள்தான் ஒருமுறை குலாம் காதிரின் படைகளை தில்லியிலிருந்து விரட்டி அடித்து ஷா ஆலமைக் காப்பாற்றினாள்.

ஷா ஆலம் நாற்பத்தேழு ஆண்டுகள் ஆண்டான் இல்லையா, அந்த நாற்பத்தேழு ஆண்டுகளும் முடியாட்சி என்ற அரசியல் தத்துவத்தின் வீழ்ச்சிக்கே அடையாளமாக இருந்தன. அவனுடைய ஆட்சியில்தான் முடியாட்சித் தத்துவத்துக்கான சவக்குழி தோண்டப்பட்டது. ஃபிரங்கி சுபேதார் வாரன் ஹேஸ்டிங்ஸ் ஷா ஆலமுக்கு ஒரு பைசா இழப்பீடு தர முடியாது என்று சொல்லி விட்டான். திப்பு சுல்தான் வெளிப்படையாகவே சொல்லி விட்டான், ஷா ஆலம் மராட்டியர்களின் எடுபிடி என்று.

இப்போதைய ராம்பூர், பரேலி, முராதாபாத் பிராந்தியம்தான் அக்காலத்திய ரோஹில்காந்த். வட மேற்கு உத்தரப்

பிரதேசம். அங்கே வசித்தவர்கள் ரொஹில்லாக்கள். இவர்கள் ஆஃப்கனிஸ்தானிலிருந்து வந்த ஒரு இனக்குழுவினர். இது மிகவும் முக்கியமான விவரம். பின்னால் நாம் காணப் போகும் பல விபரீதங்களை இந்த விவரத்தைக் கொண்டு புரிந்து கொள்ளலாம். ரொஹில்லாக்கள் முன்பு மொகலாயப் பேரரசின் கீழ் இருந்தவர்கள். அவர்களின் தலைவன் ஸபீத்தா கான் அடிக்கடி ஷா ஆலமுக்குப் பிரச்சினைகள் கொடுத்துக் கொண்டே இருந்தான். அவனைப் பற்றி ஏகப்பட்ட புகார்கள் வந்தன. அதனால் ஸபீத்தா கானை தில்லியிலிருந்து வெளியேற்றினான் ஷா ஆலம். தில்லியை விட்டு வெளியேறிய ஸபீத்தா கான் சீக்கியர்களோடு சேர்ந்து கொண்டு ஷா ஆலமை எதிர்த்தான். இதுதான் நான் சொல்லிக் கொண்டிருந்த கதையின் பின்னணி.

ஸபீத்தா கானை வெற்றி கொள்வதற்காகக் கிளம்பினார்கள் ஷா ஆலமும் மஹதாஜி ஷிண்டேயும். மஹதாஜி ஷிண்டே, ஷா ஆலம் இருவரின் படைகளும் முன்னேற முடியாமல் இடையில் குறுக்கிட்டது கங்கை. 1772 குளிர்காலம் அது. கடுமையான பனிப்பொழிவும் இருந்ததால் கங்கையில் வெள்ளம் பெருக்கெடுத்து ஓடிக் கொண்டிருந்தது. அப்போது ஷா ஆலம் ஒரு காரியம் பண்ணினான்.

ஹிந்துக்களின் புண்ணிய நதியே...
நியாயம் என் பக்கம் இருக்குமானால்
எங்கள் படை முன்னேறிச் செல்ல
வழி கொடு...

கங்கையின் முன்னே நின்று ஷா ஆலம் பாடிய கவிதை இது. நம்ப மாட்டீர்கள். கங்கையின் வெள்ளம் வெகுவாகக் குறைந்து படை வீரர்கள் கங்கையைக் கடக்கும் போது நீர் முழங்கால் மட்டம்தான் இருந்தது...

ஹிந்துஸ்தானின் மிகப் பெரிய செல்வந்தர்களில் முதல் வரிசையில் வருபவன் ஸபீத்தா கான். அவனுடைய பத்தர்கட் கோட்டை ஒரு தங்கப் புதையல். மஹதாஜி ஷிண்டேயும்

ஷா ஆலமும் அந்தக் கோட்டையை முற்றுகையிட்டார்கள். ஆனால் முற்றுகையை எத்தனைக் காலமானாலும் தாக்குப் பிடிக்குமாறு ஏற்பாடுகள் செய்திருந்தான் ஸபீத்தா கான்.

ஆனால் மொகலாயத் தளபதி நஜஃப் கான் பதினெட்டாம் நூற்றாண்டின் மிகச் சிறந்த தளபதியாகப் பெயர் எடுத்தவன். அவன் மிகவும் பிரயாசை எடுத்து கோட்டைக்குள் தண்ணீர் செல்லும் வழியைக் கண்டு பிடித்து அடைத்து விட்டான். நாலா பக்கமும் பீரங்கிகளின் தாக்குதலும் தொடர்ந்ததால் கோட்டையின் ஒரு பக்கம் விழுந்து விட்டது. அப்புறமென்ன? மொகலாயப் படைகளும் மராட்டிப் படைகளும் கோட்டைக்குள் நுழைந்தன. ஆக, முற்றுகை சில தினங்களிலேயே முடிவுக்கு வரும் என்று எதிர்பார்க்காத ஸபீத்தா கான் நஜஃப் கானுக்கு சமரசத் தூது அனுப்பினான். எங்கள் உயிருக்கு ஈடாக பொன்னையும் பொருளையும் எடுத்துக் கொள்ளுங்கள்.

வேண்டுகோள் ஏற்கப்பட்டது.

உள்ளேயிருந்து வந்த ஏழைகளும் பராரிகளும் ஆடைகள் முழுவதுமாகக் களையப்பட்டு சோதிக்கப்பட்டார்கள். அவர்களிடம் இருந்த சொற்பப் பணமும் காசும் கைப்பற்றப்பட்டு அவர்கள் நிர்வாணமாக அனுப்பப்பட்டார்கள். செல்வந்தர்களோ மேலே இருந்தபடியே தங்களிடமிருந்த தங்கத்தையும் நவரத்தினங்களையும் நகைகளையும் பணத்தையும் கீழே நதியை ஒட்டியிருந்த சேற்றில் விட்டெறிந்தார்கள். பிறகு போய் தேடி எடுத்துக் கொள்ளலாம் என்று திட்டம். அதற்கும் பயந்தவர்கள் தங்கக்காசுகளை விழுங்கினார்கள்.

அடுத்த காட்சி, கோட்டையிலிருந்த எல்லா ரொஹில்லா பெண்களும் மராட்டிய, மொகலாயப் படை வீரர்களால் தூக்கிச் செல்லப்பட்டு வன்கலவி செய்யப்பட்டார்கள். அவர்களிடமிருந்த நகைகளும் அபகரிக்கப்பட்டன. இதையெல்லாம் நான் இத்தனை விவரமாகச் சொல்வதன் காரணம் என்னவென்றால், இங்கே பெயர்களும் இடங்களும்தான் வேறு வேறே தவிர மனித குல சரித்திரம் முழுவதுமே இப்படித்தான் நடந்திருக்கிறது

என்பதை சுட்டிக் காட்டுவதற்காகத்தான். இன்றைய போர் முறை மாறியிருக்கலாம். ஆனாலும் போர்கள் மனித குலத்தை சர்வ நாசத்துக்குக் கொண்டு செல்பவை என்பதில் எந்தச் சந்தேகமும் இல்லை. என்ன, ஆலம்கீரா இப்படிப் பேசுவது என்று என் கதையைத் தங்களின் வார்த்தைகளின் மூலம் அறிபவர்கள் கேட்கலாம். அவர்களை மீண்டும் ஒருமுறை என் வஸிய்யத்தை வாசித்துப் பார்க்குமாறு கோருகிறேன். இன்னொரு பிறப்பெடுத்தால் நான் ஒரு ஃபக்கீராக, ஸூஃபியாகத்தான் வாழ்வேனே தவிர பேரரசனாக அல்ல. எனக்கு ஒரு கஷ்கோல்[183] போதும்; சாம்ராஜ்ஜியம் வேண்டாம். பேரரசர்களைப் போன்ற துர்பாக்கியசாலிகள் வேறெவரும் அல்லர். இதை நான் எத்தனை முறை வேண்டுமானாலும் சொல்லுவேன்.

ஏன் தெரியுமா? இத்தனை ரகளைக்கும் ரத்தக்களரிக்கும் மத்தியில் ஸபீத்தா கானின் தந்தை நஜீப் உத் தவ்லாவின் கல்லறையைத் தோண்டி எடுத்தார்கள் படை வீரர்கள். மண்ணறைக்குள் எலும்புக் கூட்டோடு தங்க ஆபரணங்களும் கிடந்தன. அந்த நகைகளைப் பங்கு போட்டுக் கொண்டார்கள் வீரர்கள். இந்தக் காரணத்தினால்தான் என் கல்லறையில் ஆடம்பரம் வேண்டாம் என்று வஸிய்யத்தில் எழுதினேன், மதிப்புக்குரிய காத்திப் அவர்களே! பேரரசனாக இருந்தாலும் இறந்த பிறகு இதுதான் கதி! ஃபக்கீர்களின் கப்ருவை எவனாவது இப்படி அவமதிப்பானா?

பத்தர்கட்டில் மஹததாஜி ஷிண்டேவுக்குக் கிடைத்த கொள்ளைப் பணம் நூற்று இருபது லட்சம். இன்றைய மதிப்பில் இரண்டாயிரம் கோடி ரூபாய். ஏனென்றால், நதியில் விட்டெறிந்த நகைகளைக் கூட மராட்டிய வீரர்கள் விடவில்லை. ஒரு பைசா விடாமல் எல்லா பணமும் நகையும் கொள்ளையடிக்கப்பட்டது.

இதற்கிடையில் ஸபீத்தா கானின் குடும்பத்துப் பெண்களைக் காப்பாற்ற ஷா ஆலம் எடுத்துக் கொண்ட முயற்சிகள் எதுவும் பலன் அளிக்கவில்லை. அவனுடைய வீரர்களே அவன்

---

183 கஷ்கோல் - திருவோடு

பேச்சைக் கேட்கவில்லை என்கிற போது மராட்டிய வீரர்கள் அவன் பேச்சை எப்படிக் கேட்பார்கள்? மேலும், தோற்றவன் குடும்பத்துப் பெண்களோடு வல்லுறவு கொள்வதுதான் போர் தர்மமாக இருந்த அந்தக் கால கட்டத்தில் யார்தான் என்ன செய்து விட முடியும்? அதனால் ஸபீத்தா கானுக்கு மிக நெருங்கிய உறவுக்காரப் பெண்கள் மட்டும் ஆயுதமேந்திய காவலர்களின் பாதுகாப்போடு தில்லிக்கு அனுப்பி வைக்கப்பட்டார்கள். இதில் இன்னொரு நகைமுரண் என்னவென்றால், பத்து ஆண்டுகளுக்கு முன்னே பானிபட் போரின் போது தூக்கி வரப்பட்ட மராட்டியப் பெண்களும் அந்தக் கோட்டையில்தான் சிறை வைக்கப்பட்டிருந்தனர். நல்லவேளை, அந்தப் பெண்களும் கோட்டைக்குள் நுழைந்த மராட்டிய வீரர்களால் வன்கலவி செய்யப்படவில்லை. அந்த மராட்டியப் பெண்கள் அத்தனை பேரும் பாதுகாப்பாக அவரவர் வீடுகளுக்கு அனுப்பி வைக்கப்பட்டார்கள்.

கொள்ளையடித்த இரண்டாயிரம் கோடி ரூபாயில் மஹததாஜி ஷிண்டே ஷா ஆலமுக்குக் கொடுத்தது இருபது கோடி. (அப்போதைய விலைவாசியையும் இதோடு கணக்கில் எடுத்துக் கொண்டால் கொஞ்சம் சுவாரசியமாக இருக்கும். முப்பத்து மூன்றரை கிலோ அரிசி ஒரு ரூபாய். ஒரு ரூபாய்க்கு இரண்டு ஃப்ராங்க்! 1947க்கு முன்பு பிரிட்டிஷ் பவுண்டும் ஹிந்துஸ்தான் ரூபாயும் ஒரே மதிப்பில் இருந்தன. ஒரு ரூபாய்க்கு ஒரு பவுண்டு.)

“என் வீரர்கள் நான்கு நாட்களுக்கு ஒருமுறைதான் சாப்பிடுகிறார்கள், இன்னும் கொஞ்சம் போட்டுக் கொடுங்கள்” என்று பேரரசன் ஷா ஆலம் மராட்டிய சிற்றரசன் மஹததாஜி ஷிண்டேயிடம் அழாத குறையாகக் கெஞ்சினான்.

ஆனாலும் ஷிண்டே மசியவில்லை.

“ஆறு மாதமாக என் வீரர்களுக்கு நான் சம்பளம் கொடுக்கவில்லை ஷிண்டே...”

“மன்னிக்க வேண்டும் பாதுஷா, நாம் போட்டுக் கொண்ட

ஒப்பந்தப்படி தாங்கள்தான் எனக்கு ஐந்நூறு கோடி ரூபாய் தர வேண்டியிருக்கிறது.”

மராட்டியனா கொக்கா? காலைப் பிடிக்க வேண்டிய நேரத்தில் காலைப் பிடித்தான். இப்போது கழுத்தைப் பிடிக்கிறான்.

அதோடு நிற்கவில்லை. மஹதாஜி ஷிண்டேவின் படைக்கும் ஷா ஆலமின் படைக்குமே தில்லி புராணா கிலா அருகே சண்டை பிடித்துக் கொண்டது. ஷா ஆலமின் சின்னஞ் சிறிய படை வலிமை வாய்ந்த மராட்டியப் படைக்கு முன்னால் எலிக்குஞ்சு.

இதுதான் சிறுவன் குலாம் காதிர் பேரரசன் ஷா ஆலமினால் தில்லிக்குக் கொண்டு வரப்பட்ட கதையின் பின்னணி. எப்பேர்ப்பட்ட மூடன் ஷா ஆலம். பத்தர்கட் கோட்டையில் நடந்த சண்டையில் குலாம் காதிரின் தந்தை ஸபீத்தா கான் படு மோசமாகத் தோற்றிருந்தாலும் அவன் ஷா ஆலமை எதிர்த்துக் கொண்டேதான் இருந்தான். ஆனால் தில்லி அரண்மனையிலோ குலாம் காதிர் ரொஹில்லாவுக்கு ஒரு இளவரசனுக்கு உண்டான அத்தனை மரியாதையையும் அளித்தான் ஷா ஆலம். அரசவையிலேயே எல்லோருக்கும் முன்னிலையில் குலாம் காதிரை எனதருமைப் புதல்வனே என்றுதான் விளிப்பான் ஷா ஆலம். தமிழில் மகனே, சம்ஸ்கிருதத்தில் புத்ர, ஹிந்தியில் பேட்டா, ஃப்ரெஞ்சில் ஃபீஸ் என்று தாங்கள் எந்த மொழியில் சொன்னாலும் ஃபர்ஸந்த் என்று உர்தூவில் சொல்வது போல் இனிமையாக இராது. ஷா ஆலம் அந்த ரொஹில்லா சிறுவன் குலாம் காதிரை ஃபர்ஸந்த் ஃபர்ஸந்த் என்றே அழைப்பான்.

—

89

நாளுக்கு நாள் ஸபீத்தா கானின் தொந்தரவுகள் அதிகரித்துக் கொண்டே வந்தன. அடிக்கடி மொகலாயரின் ஊர்களில் புகுந்து தாக்கினான். அதனால் அவனை ஒட்டு மொத்தமாக ஒழித்துக் கட்ட ஷா ஆலம் தளபதி அபுல் காஸிம் கானை அனுப்பினான். ஆனால் காஸிம் கானின் தலை மட்டும் ஷா ஆலமுக்குப் பரிசாகத் திரும்பி வந்தது. அரண்மனையில் குலாம் காதிருக்கு பலத்த எதிர்ப்பு உண்டானது. அப்போதாவது ஷா ஆலம் விழித்துக் கொண்டிருக்க வேண்டும். இந்த அடிமையை (ஆலம்கீர் தன் வலது கையால் இதயம் தொட்டபடி தலையை சற்றே சாய்த்துச் சொல்கிறார்) எத்தனை பேர் கரித்துக் கொட்டினார்கள் கொலைகாரன் கொலைகாரன் என்று. என்னைப் போல் இல்லாமல் மனிதாபிமானத்தின் வாலைப் பிடித்துக் கொண்டு சென்ற ஷா ஆலமின் கதி என்ன ஆனது என்று பாருங்கள்.

காஸிம் கானின் தலை மட்டும் வந்த அன்றைய தினம் கூட ஷா ஆலம் குலாம் காதிர் பற்றி ஒரு கவிதையை எழுதி அவனிடம் பாடிக் காட்டினான்.

ஃபர்ஸந்த்...
உன் வதனத்தை அலங்கரித்துக் கொண்டிருக்கும்
அழகிய நயனங்கள்
உன் ஆன்மாவின் ஒளியைப்
பிரதிபலிக்கின்றன
இந்தப் பூமியிலே
எவருக்குண்டு
இத்தனை அழகிய நயனங்கள்
சரித்திரத்திலே படித்ததுண்டு
பேரரசன் அசோகனின் புதல்வன்
குணாளனின் நயனங்களைப் போல்
மானுடர் யாருக்கும் வாய்த்ததில்லையென
ஃபர்ஸந்த்...
உன் நயனங்களைக் கண்டதில்லை அவர்கள்
அதனால்தான் அப்படிச் சொல்கிறார்கள்
என் கண்ணே குலாம் காதிர்
உன் நயனங்களை முத்தமிடுகிறான்
உன் அடிமை ஷா ஆலம்...

கவிதையைக் கேட்டு கொந்தளித்துப் போனது அமீர்களின் கூட்டம். அவர்களில் முக்கியமானவன் மஜித் உத் தவ்லா. தலை கொய்யப்பட்ட தளபதி அபுல் காஸிம் கானின் சகோதரன். என் சகோதரனின் தலையை வாங்கிய ரொஹில்லா காட்டுமிராண்டி ஸபீத்தா கானின் மகன் குலாம் காதிரின் தலையை சீவாமல் நான் விட மாட்டேன் என்று சபதம் எடுத்தான் மஜித் உத் தவ்லா.

அதனால் பயந்து போன ஷா ஆலம் குலாம் காதிரை அன்றைய தினமே இரவோடு இரவாக போதுமான பாதுகாப்புடன் அவன் தந்தை ஸபீத்தா கானிடமே அனுப்பி வைத்தான். அப்போது குலாம் காதிர் ஒரு சபதம் செய்தான். என்னை சிறைப் பிடித்து வைத்துக் கொண்டு கவிதை பாடிக் கொஞ்சிய இந்தப் பைத்தியக்கார அரசனைப் பழி வாங்குவேன். இந்த செங்கோட்டையை யமுனை நதியிலே மூழ்கடிப்பேன்.

இது நடந்தது 1787. அடுத்த சில மாதங்களிலேயே குலாம் காதிர் தான் சொன்னது போல் படைகளை அழைத்துக் கொண்டு ஷாதரா வரை வந்தான். பீரங்கித் தாக்குதலில் ஈடுபட்டான்.

இதற்கும் மேல் வேடிக்கை பார்த்துக் கொண்டிருக்கக் கூடாது என்று அஸ்ஃபரி இந்தக் கதையையெல்லாம் எழுதிய காத்திப் தன் உறவுக்காரர் மூலம் ஷா ஆலமுக்குக் கடிதம் கொடுத்து அனுப்பியிருக்கிறான்.

அதுவும் தவிர மற்ற பலரும் இதே ரீதியில் சொல்ல, அதற்கு ஷா ஆலம் எப்படி எதிர்வினை செய்தான் தெரியுமா?

“ஏன் எல்லோரும் அந்த யத்தீம்[184] மீது இத்தனை வன்மத்தோடு இருக்கிறார்கள்? என் பிள்ளைகளுக்கும் சரி, இங்கேயுள்ள அமீர்களுக்கும் சரி, அரசாட்சி பற்றியும் தெரியவில்லை, மனித உறவுகள் பற்றியும் தெரியவில்லை. குலாம் காதிர் பாவம், என் உப்பைத் தின்று வளர்ந்தவன். எனக்குத் துரோகம் செய்ய மாட்டான்.”

இந்தக் கதையை நமக்குச் சொல்லும் அஸ்ஃபரி மரணம் நெருங்கி விட்டால் மருந்து கூட வேலை செய்யாது என்கிறார்.

—

ஷா ஆலமுக்கு வெறும் மெய்க்காப்பாளர்கள் மட்டுமே போர் வீரர்களாக எஞ்சினார்கள். மற்ற எல்லா வீரர்களும் ஊதியம் இல்லாததால் அவனை விட்டு ஓடி விட்டார்கள். கடைசியில் ஷா ஆலம் ஒரு பிச்சைக்காரனை விட மோசமான நிலைக்கு ஆளானான்.

1787-இல் குலாம் காதிர் மீண்டும் ஷா ஆலமைத் தாக்குவதற்காக வந்தான். அந்த முறை மஹதாஜி ஷிண்டே ஷா ஆலமின் உதவிக்கு வந்ததால் குலாம் காதிரின் முயற்சி வெற்றி அடையவில்லை. திரும்பிப் போனான். ஷா ஆலமும் ஷிண்டேயை அவருடைய

184 யத்தீம் - அநாதை

ஊருக்குத் திருப்பி அனுப்பி வைத்தான். அதை அறிந்த குலாம் காதிர் திரும்பவும் தன் படையோடு தில்லி வந்தான். இந்த முறை மஹதாஜி ஷிண்டேவினால் தில்லி வர முடியவில்லை. ஷா ஆலமின் படைகள் தோல்வியுற்றன. ஷா ஆலமின் கோஜா பெயர் மன்சூர் அலீ. அவன்தான் குலாம் காதிரிடமிருந்து லஞ்சம் பெற்றுக் கொண்டு அவனுடைய 2000 வீரர்களுக்கு செங்கோட்டையின் கதவுகளை திறந்து விட்டான்.

அதை அடுத்து இரண்டரை மாதங்கள் ஜூலை 18, 1788 முதல் அக்டோபர் 2 வரை அங்கே நடந்ததை உலக சரித்திரத்தில் எங்கேயும் பார்த்திருக்க முடியுமா என்று தெரியவில்லை. குறிப்பாக ஆகஸ்ட். ஹிட்லரின் விஷவாயுக் கூடங்களில் நடந்தது வேறு மாதிரியான கதை. இது வேறு கதை. நரகத்திலோ அல்லது தாங்கள் அடிக்கடி குறிப்பிடும் ஃப்ரெஞ்ச் எழுத்தாளர் மார்க்கி தெ ஸாத்-இன் நாவல்களிலோ கூட அப்படிப்பட்ட காட்சிகளைப் பார்க்க முடியாது என்று நினைக்கிறேன்.

ஷா ஆலமைக் கைது செய்ததும் முதல் வேலையாக அரண்மனைச் சிறையில் இருந்த பிதார் பக்தைத் தூக்கி பொம்மை அரசனாக நியமித்தான் குலாம் காதிர். பிதார் பக்த் முன்னாள் அரசன் அஹ்மத் ஷாவின் மகன். பிறகு ஷா ஆலமின் பத்தொன்பது மகன்களையும் மிகக் கடுமையாகச் சித்ரவதை செய்தான். வேலைக்காரர்களையும் விடவில்லை.

ஆனால் இப்படிப் பழி வாங்குவதோடு அவன் திருப்தி அடையவில்லை. அவனுக்குத் தேவை பணமும், தங்கமும். ஒரு பேரரசனின் கோட்டையில் இல்லாத தங்கமா, பணமா? ஆனால் ஒருத்தன் கூட வாயைத் திறக்க மாட்டேன் என்கிறான். என்ன அடித்தாலும் சொல்ல மாட்டேன் என்கிறார்கள். எங்களிடம் இல்லை, எங்களிடம் இல்லை. இந்த பதிலைத் தவிர அவர்களின் வாயிலிருந்து வேறு எந்த வார்த்தையும் வரவில்லை. ஷா ஆலமின் மகன்களை வெட்டவெளியில் நிர்வாணமாக நிற்க வைத்து சாட்டையால் அடித்தான் குலாம் காதிர். பிறகு அவர்களை நாயைப் போல் நாலு காலில் அமரச் செய்து தன் வேலைக்காரர்களின் காலணிகளை அவர்களின் வாயிலே

கவ்வக் கொடுத்து பிருஷ்டத்திலே சாட்டையால் அடிக்கச் செய்தான். தோல் கிழிந்து ரத்தம் கொட்டியது. அப்போதும் பணம் இல்லை என்ற பதிலைத் தவிர வேறு வார்த்தை இல்லை. அதனால் வெறி அதிகமான குலாம் காதிர், ஒரு இளவரசனைத் தானே இழுத்துச் சென்று அரண்மனையின் மலக்கிடங்கைத் தூக்கி வரச் செய்து அதில் தள்ளி மூழ்கடித்துக் கொன்றான். ஒரு இளவரசி அதைப் பார்த்து மயங்கி விழுந்தாள். அதனால் கவனம் திசை திரும்பிய குலாம் காதிர் இளவரசிகளையெல்லாம் கட்டி இழுத்து வந்து நிர்வாணமாக்கினான்.

குலாம் காதிர் இளவரசிகளிடம் சொன்னது இதுதான்: உங்களை நான் இந்த நிலையிலும் மன்னித்து உங்கள் ஆடைகளைக் கொடுத்து விடுகிறேன். கஜானா ஏன் காலியாக இருக்கிறது? கஜானாவில் இருந்த பணத்தையும் நகைகளையும் உங்கள் அரசன் எங்கே ஒளித்து வைத்திருக்கிறான்? அதை மட்டும் சொல்லி விட்டு உங்கள் ஆடைகளை வாங்கி அணிந்து கொண்டு நீங்கள் சென்று விடலாம்.

அப்படியும் அவர்கள் எங்களுக்குத் தெரியாது, எங்களிடம் ஒன்றுமில்லை என்று மட்டுமே சொன்னார்கள். அதனால் அளவு கடந்த சீற்றத்துடன் ஒவ்வொரு இளவரசியாக சிப்பாய்களை விட்டு வன்கலவி கொள்ளச் செய்தான்.

ஷா ஆலமின் மனைவிகள் கூட தப்பவில்லை. அவர்களையும் எல்லோர் முன்னிலையிலும் நிர்வாணமாக்கி வன்கலவி கொள்ளச் செய்தான் குலாம் காதிர்.

இது எல்லாமே ஒரு குரூர நாடகத்தின் அங்கங்களைப் போல் ஒன்றன் பின் ஒன்றாக நடந்தன. ஒருநாள் ஷா ஆலமைக் குருடாக்கும்படி உத்தரவிட்டான் குலாம் காதிர். உத்தரவு நிறைவேறுவதற்குக் கூடப் பொறுமை காட்டாமல் தானே முன்னால் சென்று ஷா ஆலமைத் தரையில் வீழ்த்தி அவன் நெஞ்சில் அமர்ந்தபடி தன்னிடமிருந்த ஆஃப்கன் குறுவாள்களால் அவனுடைய இரண்டு கண்களையும் தோண்டி எடுத்தான்.

குலாம் காதிர் ரொஹில்லாவுக்குத் தெரிந்திருக்கவில்லை, ஷா ஆலம் ஒரு பிச்சைக்காரப் பேரரசன் என்று. ஒரு சிற்றரசன் கூட ஷா ஆலமைப் பேரரசனாக மதித்துக் கப்பம் கட்டுவதில்லை. அவனே கிழக்கிந்தியக் கம்பெனி போட்ட பிச்சைக் காசில் வாழ்ந்து வருகிறான், அவனிடம் ஏது பணம்? ஆனாலும் அரண்மனைப் பெண்கள் அணிந்திருந்த ஏராளமான நகைகளை ஒன்று விடாமல் பறித்துக் கொண்டான் குலாம் காதிர். அதுவரை கதைகளில் கூடக் கேள்விப்பட்டிராத இந்தக் கொடூர தண்டனைகளுக்குப் பயந்து ஒரு சிலர் தங்களிடமிருந்ததைத் தாமாகவே கொடுத்து விட்டனர்.

ஜுலை 30-இல் இருந்து ஆகஸ்ட் 15 வரை பதினைந்து நாட்களில் குலாம் காதிர் செய்த சித்ரவதையில் இருபத்தோரு இளவரசர்களும் இளவரசிகளும் இறந்தார்கள்.

இது எப்படி நடந்தது, ஏன் நடந்தது என்பதை அறிய சில ஆண்டுகள் பின்னால் செல்ல வேண்டும். முன்னாள் பேரரசன் அஹ்மத் ஷாவின் தாயாரான மாலிகா-ஏ-ஸமானி தங்கள் குடும்ப விரோதி ஷா ஆலமைப் பழி வாங்குவதற்காக குலாம் காதிருக்கு பன்னிரண்டு லட்சம் ரூபாய் கொடுத்தாள். காரணம், அஹமத் ஷா அரசனாக இருந்தபோது ஷா ஆலமின் தந்தை இரண்டாம் ஆலம்கீர், அவனை வீழ்த்தி அஹ்மத் ஷாவின் கண்களைக் குருடாக்கினான். அதன் காரணமாகத்தான் தன்னுடைய ஒரே மகனான அஹ்மத் ஷாவை அத்தனை குரூரமாகக் கொன்ற இரண்டாம் ஆலம்கீரின் மகனை இப்படிப் பழி தீர்த்துக் கொண்டாள் மாலிகா.

இதற்கிடையில் மஹதாஜி ஷிண்டே தன் படைகளுடன் தில்லி வந்து சேர்ந்தார். உடனே தான் கொள்ளையடித்த பொருட்களுடனும் உயிரோடு இருந்த ஷா ஆலமின் ஒன்றிரண்டு மகன்களுடனும் பொம்மை அரசன் பிதார் பக்த்துடனும் யமுனை நதி வழியே தப்பிக்கப் பார்த்தான் குலாம் காதிர். அன்றைய தினம் அக்டோபர் 2, 1788.

தீமை என்பதன் மொத்த உருவம் எங்காவது இருக்கும் என்றால் அது குலாம் காதிர்தான். ஏனென்றால், அவன் தப்பித்துப் போகும் போது கூட அவனிடம் ஷா ஆலமைக் காட்டிக் கொடுத்த ஷா ஆலமின் கோஜாவான மன்ஸூர் அலீ, ஷா ஆலமின் விரோதி மாலிகா-ஏ-ஸமானி இருவரிடமும் இருந்த அத்தனை நகைகளையும் பணத்தையும் கொள்ளையடித்துக் கொண்டுதான் கிளம்பினான். ஆனால் விதியின் கணக்கு வேறு மாதிரி இருந்தது.

மஹதாஜி ஷிண்டேயின் மராட்டியப் படை 1788 அக்டோபர் 11-ஆம் தேதி செங்கோட்டையைக் கைப்பற்றியது. பிறகு படையில் ஒரு பகுதி குலாம் காதிரைத் துரத்திக் கொண்டு சென்றது. முதலில் அலீகட் போனான் குலாம் காதிர். அங்கேயும் போனது மராட்டியப் படை. அங்கிருந்து தப்பி மீரட் கோட்டைக்குப் போனான். மீரட் கோட்டையை முற்றுகையிட்டது மராட்டியப் படை. முற்றுகை நீடித்ததால் குலாம் காதிரின் படைகள் பட்டினி கிடக்க நேரிட்டது. அதனால் வேறு வழியில்லாமல் தன்னிடம் இருந்த நகைகளையும் பணத்தையும் மராட்டியர்களிடம் கொடுக்க சம்மதித்து, அதற்குப் பிரதியாக அவர்கள் அவனுடைய பிராந்தியங்களை விட்டுக் கொடுக்க வேண்டும் என்றான் குலாம் காதிர். மராட்டியர்கள் அதற்கு ஒத்துக் கொள்ளவில்லை.

17 டிசம்பர். ஐநூறு குதிரை வீரர்களுடன் தப்பி ஓடினான் குலாம் காதிர். துரத்திய மராட்டிப் படை அவன் வீரர்கள் அத்தனை பேரையும் கொன்று போட்டது. மீரட்டிலிருந்து 24 மைல் தூரத்தில் உள்ள பம்னோலி (Bamnauli) என்ற ஊரில் ஒரு பிராமணனின் வீட்டில் ஒளிந்து கொண்டான் குலாம் காதிர். பிராமணன் அதை உடனடியாக மராட்டியர்களுக்குத் தெரியப்படுத்த, குலாம் காதிர் பிடிபட்டான்.

31 டிசம்பர் 1788. மஹதாஜி ஷிண்டேவிடம் கொண்டு வரப்பட்டான் குலாம் காதிர். குலாமின் தாயார் குலாமிடம் இருந்த பொருட்களையெல்லாம் மஹதாஜி ஷிண்டேவிடம் கொடுத்து விடுவதாகச் சொல்லி தங்களை மன்னித்து விட்டு

விடச் சொன்னாள். ஆனால் மஹறதாஜி ஷிண்டே துரோகி அல்ல. ஒரு காட்டு விலங்கைப் போல் இரும்புக் கூண்டில் அடைக்கப்பட்டிருந்த குலாம் காதிரின் காதுகளையும் மூக்கையும் நாக்கையும் உதடுகளையும் அறுத்து, கண்களைத் தோண்டி எடுத்து கண்களை மட்டும் ஒரு சிறிய பெட்டியில் போட்டு ஷா ஆலமுக்கு அனுப்பி வைத்தான். இது நடந்தது 1789 மார்ச் 3. பிறகு குலாம் காதிரையும் அவனோடு பிடிப்பட்ட அனைவரையும் கொன்றான் மஹறதாஜி ஷிண்டே.

அந்த ஆண்டு மார்ச் தொடக்கத்திலேயே குளிர் முடிந்து கோடை ஆரம்பித்து விட்டது போல் தோன்றியது பேரரசன் ஷா ஆலமுக்கு. குருட்டுப் பேரரசன். மக்கள் அவன் செவிபடவே பேசிக் கொண்டார்கள், ஸல்தனத்-ஏ-ஷா ஆலம், அஸ் தில்லி தா பாலம் என்று. ஷா ஆலமின் சாம்ராஜ்ஜியம் தில்லியிலிருந்து பாலம் வரைதான் என்று அர்த்தம். உண்மைதான். செங்கோட்டையிலிருந்து பாலம் கிராமம் பன்னிரண்டு மைல் தூரம். ஆஃப்கானிஸ்தானிலிருந்து வங்காளம், இமயத்திலிருந்து தக்காணம் வரை ஆண்ட பரம்பரையில் வந்த ஷா ஆலம் இன்று ஒரு சிற்றரசனை விடச் சிறுத்து விட்டான்.

அப்போது ஷா ஆலமைப் பார்க்க வந்த ஒரு ஃபிரங்கி அதிகாரி அரசனை அந்த செங்கோட்டையில் எங்கெங்கோ தேடினான். பேரரசர் எங்கே என்று கேட்டால் யாருக்கும் தெரியவில்லை. எல்லோரும் ஏதோ உறக்கத்தில் நடப்பவர்களைப் போல் சுயநினைவு அற்றவர்களாய் அங்குமிங்கும் போய்க் கொண்டிருந்தார்கள். அரசனின் கோஜாவையும் காணவில்லை. அதிகாரிகளும் இல்லை. மயிலாசனம் இருந்த இடம் காலியாகக் கிடந்தது. அதையும் கொள்ளையடித்துக் கொண்டு போய் விட்டார்களா என்ன? இத்தனை பெரிய கோட்டையில் அரசனை எங்கே போய்த் தேடுவது?

அப்போது செங்கோட்டையின் எண்ணிறந்த வராந்தாக்களின் ஒரு மூலையில் கொடி மாதிரி ஏதோ தெரிந்தது. அங்கே போனான் ஃபிரங்கி அதிகாரி. அது கொடி இல்லை. துணியால் ஆன ஒரு கொட்டகை. துணி பறந்து விடாமல் இருக்க நாலா

பக்கமும் கம்புகள் நட்டுத் துணியைக் கட்டியிருந்தார்கள். அதன் கீழே தரையில் ஒரு நைந்து போன கம்பளம் விரிக்கப்பட்டிருந்தது. அதில் ஒரு குருடன் சிறிய பேழை மாதிரி ஒன்றை வைத்துக் கொண்டு அதில் கைகளை விட்டு எதையோ துழாவியபடி இருந்தான். இங்கே யாருமில்லாத இடத்தில் வந்து பிச்சையெடுக்கும் இந்தக் குருட்டுப் பிச்சைக்காரன் யாரென வியந்தபடி அவன் அருகில் சென்றான் ஃபிரங்கி அதிகாரி.

“யாரது, பேரரசரை வணங்காமல் அவர் அருகில் வருவது?” என்று அதிகாரமாகக் கேட்ட அந்தக் குருட்டுப் பிச்சைக்காரன் பேழையில் எதைத் துழாவுகிறான் என்று எட்டிப் பார்த்தான் ஃபிரங்கி அதிகாரி. அதில் இரண்டு அழகிய விழிகள் அந்த ஃபிரங்கி அதிகாரியை வெறித்துப் பார்த்தன.

—

உதவிய நூல்களின் பட்டியல்

1. The Babur-nama (Memoirs of Babur). Translated from the original Turki text by Annette Susanna Beveridge. 1922.

2. Humayun-nama: The history of Humayun. Gulbadan Begum. Royal Asiatic Society. Translated from the Persian by Annette S. Beveridge. 1902.

3. The History of Akbar: Abu'l-Fazl, Edited and Translated by Wheeler M. Thackston. Murthy Classical Library of India.

4. The Jahangirnama: Memoirs of Jahangir, Emperor of India. Translated by Thackston, Wheeler M. Oxford University Press.

5. Ruka'at-i-Alamgiri Or Letters of Aurangzebe: Translated from the original Persian into English by Jamshid H. Bilimoria, B.A., Luzac & Co, London, 1908.

6. Writing the Mughal World: Studies on Culture and Politics – Muzaffar Alam and Sanjay Subrahmanyam. Columbia University Press.

7. The Mughal Empire from Jahangir to Shah Jahan. Edited by Ebba Koch. The Marg Foundation.

8. India by Pierre Loti - Translated from the French by George A.F. Inman. 1906

9. Nur Jahan: Empress of Mughal India. Ellison Findly. Oxford University Press, USA.

10. Domesticity and Power in the Early Mughal World by Ruby Lal. Cambridge University Press.

11. Derrida's Deconstruction of the Subject: Writing, Self and Other. Thea Bellou. Published by Peter Lang AG.

12. Gendered Landscapes: Jahan Ara Begum's (1614-1681) Patronage, Piety and Self-Representation in 17th Century Mughal India – Dissertation by Afshan Bokhari: University of Vienna.

13. Mughal Arcadia: Persian Literature in an Indian Court – Sunil Sharma: Harvard University Press.

14. Writing Self, Writing Empire: Chandar Bhan Brahman and the Cultural World of the Indo-Persian State Secretary by Rajeev Kinra. University of California Press.

15. The Tabaqat-I-Akbari of Khwajah Nizamuddin Ahmad (A History of India from the early Musalman invasions to the Thirty-Eighth year of the Reign of Akbar) Translation by B. De.

17. The Embassy of Sir Thomas Roe to the Court of the Great Mogul, 1615-1619: As Narrated in His Journal and Correspondence; Volume 1 & 2.

18. Risala-i-Sahibiyah: Translated by Mutahar M. Rendered by David Christopher Lane.

19. Imperial Women in Mughal India: The Piety and Patronage of Jahanara Begum. Afshan Bokhari. Published by Tauris Academic Studies.

20. Women in the Medieval Islamic World (The New Middle Ages), edited by Gavin Hambly. Palgrave Macmillan.

21. Daughters of the Sun: Empresses, Queens and Begums of the Mughal Empire. Ira Mukhoty. Aleph Book Company.

22. Timur in the Political Tradition and Historiography of Mughal India: Irfan Habib. Published in Cahiers d'Asie central ¾ 1997

23. The Secret History of the Mongol Queens: How the Daughters of Genghis Khan Rescued His Empire. Jack Weatherford.

24. The Complete Mahabharata. Translated from the Sanskrit text by Kisari Mohan Ganguli.

25. A Prose English Translation of The Mahabharata by Manmatha Nath Dutt. 1895.

26. The Gulistan Of Sa'di. Translated from the Farsi by Wheeler M. Thackston. 1944.

27. The Bustan of Sa'di. Translated from the Farsi by A. Hart Edwards.

28. The Commentary of Father Monserrate, S.J. on his journey to the Court of Akbar. Translated from the original Latin by J.S. Hoyland, M.A. 1922.

29. The History of India as told by Its Own Historians by Sir H. Elliot. 5000 பக்கங்கள் கொண்ட இந்த நூலின் எட்டு தொகுதிகள் 1867-1877இல் பிரசுரமாயின. வெளியிட்டவர் மொழியியல் அறிஞர் ஜான் டாஸன் (1820-81). தொகுத்தவர் கிழக்கிந்திய கம்பெனியின் அதிகாரியும் அறிஞருமான ஸர் ஹென்றி மியர்ஸ் எலியட் (1808-53).

30. Travels of Fray Sebastien Manrique 1629-1643. Vol.1 & 2: Arakan. London: Hakluyt Society, 1927.

31. Manuela Marin, Writing the Feminine: Women in Arab Sources. London: I.B. Tauris Publishers, 2002.

32. My Soul is a Woman: The Feminine in Islam. Annemarie Schimmel. Continuum Press, New York. 1999.

33. The "Light" of the Timuria: Jahan Ara Begum's Patronage, Piety, and Poetry in 17th-century Mughal India: Afshan Bokhari.

34. The Ardhakathanaka. Banarasi Das. 1641. Translated into Englsh by Rohini Chowdhury.

35. Khulasat-Ut-Tawarikh. Sujan Rai Bhandari. 1695.

36. The Campaigns of Alaud-din Khilji being the Khaza'inul Futuh (Treasures of Victory) of Hazrat Amir Khusrau. Translated by Muhammad Habib. 1931.

37. A Voyage Round the World : Dr. John Francis Gemelli Careri. 1744.

38. The Princes of the Mughal Empire, 1504-1719. Munis D. Faruqui. Cambridge University Press.

39. Stories of Saints and Sultans: Re-membering History at the Sufi Shrines of Aurangabad by Nile Green. Published in Modern Asian Studies 38, 2 (2004)

40. A Pepys of Mogul India 1653-1708. Niccolao Manucci. Translated by William Irvine. New York: E.P. Dutton and Company. 1913.

41. Storia do Mogor; or, Mogul India 1653-1708. Niccolao Manucci. Vol. 1. Translated by William Irvine. London, J. Murray. 1907.

42. History of Aurangzib based on Persian sources in five volumes by Jadunath Sarkar (1912)

43. Ahkam-I-Alamgiri ascribed to Hamid-ud-din Khan Bahadur. Translated by Jadunath Sarkar. 1925.

44. Khulasat-ut-Tawarikh by Sujan Rai Bhandari of Batala (Punjab) Edited by M. Zafar Hasan, B.A. Published in 1918.
ஃபார்ஸி மொழியில் எழுதப்பட்ட இந்த நூல் 1696இல் - அதாவது, ஔரங்ஸேப் ஆட்சியின் நாற்பதாவது ஆண்டில் எழுதப்பட்டது. சுஜன் ராய் பண்டாரி பட்டாலாவின் முன்ஷியாக இருந்தவர். பட்டாலா என்பது பாட்டியாலாவைக் குறிக்கும். இரண்டு காரணங்களால் இந்த நூல் முக்கியத்துவம் பெறுகிறது. ஒன்று, இது ஔரங்ஸேபின் மேற்பார்வையில் எழுதப்பட்டதல்ல. இரண்டாவது, எழுதியவர் ஹிந்து. மொகலாய சரித்திரத்தை அதன் சமகால ஹிந்து ஒருவர் எழுதியது என்று சொன்னால் அதற்கு இரண்டு நூல்களே கிடைக்கின்றன. அதில் இது ஒன்று. மற்ற அனைத்துமே அக்காலத்திய முஸ்லிம்களால் எழுதப்பட்டது. அதனால் ஔரங்ஸேபின் காலத்தில் ஹிந்துக்கள் ஔரங்ஸேபின் ஆட்சியை எப்படி எதிர்கொண்டார்கள் என்பதை இந்த நூலிலிருந்து கருத்துச் சாய்வு இல்லாமல் தெரிந்து கொள்ளலாம்.

45. Nostalgia, Lahore, and the Ghost of Aurangzeb. Taymiya R. Zaman. University of San Francisco.

46. Sufis and Soldiers in Awrangzeb's Deccan. Simon Digby. Oxford University Press, 2001.

47. Jauhar, Private Memoirs of the Moghul Emperor Humayun, written in the Persian language by Jauhar, translated by Major Charles Stewart. Cambridge University Press.

48. Daughters of the Sun Empresses, Queens and Begums of the Mughal Empire. Ira Mukhoty. Aleph Book Company.

49. The Mughal World: Life in India's Last Golden Age. Abraham Eraly. Penguin.

50. The Last Spring: The Lives and Times of the Great Mughals. Abraham Eraly. Penguin.

51. Masir-I-Alamgiri: A History of the Emperor Aurangzeb Alamgir of Saqi Mustad Khan. Translated by Sir Jadunath Sarkar. Royal Asiatic Society of Bengal. 1947.

52. Travels in the Mughal Empire, A.D. 1656-1668. François Bernier, Irving Brock. Translated by Archibald Constable.

53. The Life of Mir Jumla, The General of Aurangzeb. Jadunath Sarkar.

54. The Diwan of Zeb-un-Nissa, The First Fity Ghazals rendered from the Persion by Magan Lal and Jessie Duncan Westbrook, with an Introduction and Notes.1913.

—

அருஞ்சொல் பட்டியல்

முன்கதை 2

1. **Qatib (அரபி)** – எழுத்தாளர்
2. **Ghaazi -** போர் வீரர் (கஸ்வா – போர்). குறிப்பாக போரைத் தலைமை தாங்கி நடத்தும் மன்னர்களுக்கு அளிக்கப்படும் பட்டம் காஸி.
3. **அர்ஷ் ஆஷ்யானி-** தெய்வீக உலகில் வசிப்பவர்; அக்பர் இறந்த பிறகு அவருக்குக் கொடுக்கப்பட்ட பட்டம்.
4. **மக்கீ** – அல்-குரானில் இரண்டு விதமான வசனங்கள் உண்டு. ஒன்று, மக்கீ வசனங்கள், இன்னொன்று, மதனீ வசனங்கள். முதலாவது, இறைத்தூதர் மக்காவில் இருந்தபோது கிடைத்த இறைவசனங்கள்; இரண்டாவது மதினாவில் இருந்தபோது கிடைத்தவை.
5. **காபூலி** – அரிசி, ஆட்டு இறைச்சி, துளசி, கொண்டக் கடலை, உலர்ந்த ஆப்ரிகாட் பழம், பாதாம் பருப்பு மற்றும் தயிர் கலந்த பிரியாணி.

முன்கதை 3

6. **க்ராந்த்தி** – புரட்சி

முன்கதை 4

7. **வஸீர்** – மந்திரி
8. **யூசுஃப்ஸாய்** – ஆஃப்கானிஸ்தானின் ஒரு பிரதான இனக்குழு, பஷ்தூன் மொழி பேசுபவர்கள்
9. **ஸினானா** – அந்தப்புரம்

10. **qadib (உச்சரிப்பு களீப்), அள்வுர் ரஜூல், ஆலத்துர் ரஜூல்** – ஆண்குறியைக் குறிக்கும் அரபி வார்த்தைகள்.

11. **உப்நா -** ஆண்களின் ஓரினச் சேர்க்கையில் செயல்படாதிருப்பவரைக் குறிக்கும் அரபி வார்த்தை.

அத்தியாயம் 2

12. **கஷ்ஃபுர் ரூஹி** – ஆன்ம ரகசியங்களின் வெளிப்பாடு. கஷ்ஃப் – வெளிப்படுத்துதல்

அத்தியாயம் 3

13. **அஃலாக்** – நீதி; **அதப்** – நன்னடத்தை

14. **ரூஹ் -** ஆன்மா

15. **ஸஃபாஹா -** முட்டாள்தனம்

16. **ஜரோகா அல்லது ஜரூகா** – உப்பரிகை

17. **உமாரா** – பிரபு. அமீர் என்ற வார்த்தையின் மரூஉ.

18. **மன்ஸப்தார்** – படைப்பிரிவு அல்லது ஒரு பிராந்தியத்தின் தளபதி. அவர்களிடம் உள்ள குதிரைகளின் எண்ணிக்கைக்குத் தகுந்தபடி அவர்களின் ஊதியம் நிர்ணயிக்கப்பட்டது. மாதம் 100 ரூபாயிலிருந்து 60,000 ரூபாய் வரை போகும்.

அத்தியாயம் 4

19. அஃலாக் – நீதி; அதப் – நன்னடத்தை

அத்தியாயம் 5

20. தக்வா – இறையச்சம்

21. நூஹ் - நோவா

22. ஈமான் – இறை நம்பிக்கை

அத்தியாயம் 6

23. ஸத்ரப்– கவர்னர், நவாப்

அத்தியாயம் 11

24. மஃஜூன்- அபீன்,நெய், சர்க்கரை மூன்றும் கலந்த போதை வஸ்து.

25. ரயத்- விவசாயி

26. Chagatai: பாபரின் தாய்மொழி. தற்காலத்தில் சகதாய் பழக்கத்தில் இல்லை.

அத்தியாயம் 12

27. மிஸ்ஸே– Monsieur – ஃப்ரெஞ்சில் மிஸ்டர்

28. ஹராகிரி – சாமுராய்கள் காலத்திய ஜப்பானியத் தற்கொலை. வாளினால் தன் வயிற்றை அறுத்துக் கொண்டு சாகும் முறை. சுய கௌரவத்துக்காகவும் தண்டனையாகவும் சாமுராய்கள் ஹராகிரியை சடங்கைப் போல் செய்வது வழக்கம்.

அத்தியாயம் 14

29. ஈமான் – இறை நம்பிக்கை

30. லாஹுல் மஹ்ஃபூஸ் – விதிப் பலகை

31. ஜகாத் – இஸ்லாமிய மார்க்கத்தின் ஐந்து கடமைகளில் ஒன்று. ஒருவரது வருமானத்தில் இரண்டரை சதவிகிதம் ஏழைகளுக்கு உதவுவது ஜகாத் என அழைக்கப்படுகிறது.

அத்தியாயம் 17

32. ஹாஃபிஸா– அல்குர்ஆனை மனனம் செய்தவர்கள் ஹாஃபிஸ் என்று அழைக்கப்படுகின்றனர். பெண்கள் ஹாஃபிஸா.

33. மொஹூர் – மொகலாயர் காலத்தில் வழக்கத்தில் இருந்த தங்கத்தால் செய்யப்பட்ட நாணயங்கள். அப்போதைய மதிப்பில் 15 ரூபாய்க்கு சமமான நாணயம்.

34. தரீக்கா – சிந்தனைப் பள்ளி, பாதை.

அத்தியாயம் 18

35. ஹிஜாப் - தலையையும் முடியையும் மூடும் துணி. நிகாப் என்பது முகத்தையும் சேர்த்து மூடுவது.

36. மக்ஃபீ – மர்மமானவர்.

அத்தியாயம் 19

37. முஷைரா - மாலை நேரங்களில் கவிஞர்கள் தரையில் திண்டு போட்டு வட்ட வடிவில் அமர்ந்து தங்கள் கவிதைகளை வாசித்து மகிழும் சந்திப்பு.

அத்தியாயம் 22

38. ஆயத்து – இறை வசனம்

அத்தியாயம் 25

39. அஷ்ரஃபி (ஃபார்ஸி) – தங்கக் காசு

அத்தியாயம் 26

40. பிராதர் (ஃபார்ஸி) - சகோதரன்

அத்தியாயம் 27

41. வஸிய்யத் – உயில்

அத்தியாயம் 28

42. ஹஜ்ரத்-ஏ-ஆலா – மாட்சிமை பொருந்தியவர்

அத்தியாயம் 29

43. கப்ருஸ்தான் – மயானம்; கப்ர் - கல்லறை

44. லேகக் – எழுத்தாளர்

45, 46. ஜோஹர், சாகா – கணவன் இறந்த பிறகு மனைவி சிதையில் இறங்கித் தன்னை எரித்துக் கொள்ளும் சடங்கின் பெயர் ஸதி. ஆனால் ஜோஹர் என்பது, எதிரிகளிடம் தோற்கப் போகிறோம் என்ற நிலையில் ராஜபுத்திரப் பெண்கள் (குழந்தைகள் தவிர) பெரிய அளவில் தீ மூட்டி, கூட்டம் கூட்டமாக, ஆயிரக்கணக்கானவர்கள், அந்தப் பெருந்தீயில் இறங்கித் தம்மை மாய்த்துக் கொள்வது.

அத்தியாயம் 33

47. பறக்கத் (ஒருமை) - ஆசீர்வாதம்; பறக்கா – பறக்கத்தின் பன்மை

அத்தியாயம் 34

48. பிராதர் – சகோதரன்; ஜூன் – என் அருமை

அத்தியாயம் 39

49. சிஷ்த்தி – சூஃபி மார்க்கத்தின் பிரபலமான ஒரு தரீக்கா.

50. ஸில்ஸிலா – பரம்பரை/வம்சம். ஆனால் பரம்பரை என்பது குருதிவழி அடிப்படையிலானது. ஸில்ஸிலா என்பது ஞானமரபு. நாயகம் அவர்கள் தொட்டு தற்போதுள்ள ஷெய்குமார்கள் வரையுள்ள தொடரைக் குறிப்பது ஸில்ஸிலா. மேலும், ஸில்ஸிலா என்னும் ஞானமரபு இனம், மொழி, நிலம், வர்க்கம், ஆண்-பெண் போன்றபேதமுமற்ற தொடர்க்கன்னி.

51. Khanqah – துறவி மடம். சூஃபிகள் தியானம் செய்யவும், தம் சீடர்களிடம் தத்துவம் பேசுவதற்குமான மடம். இது Zawiyah என்றும் அழைக்கப்படும்.

52. நக்ஷாபந்தி – ஒரு சூஃபி தரீக்கா.

அத்தியாயம் 40

53. Qaazi – நீதிபதி

அத்தியாயம் 41

54. கிஜ்ர் – கிள்ர் என்ற அரபி வார்த்தை உர்தூவில் கிஜ்ர் ஆக மாறுகிறது. கிள்ர் என்றால் பசுமை, பச்சை.

55. கராமத் – அதிசயம், அற்புதம்

அத்தியாயம் 43

56. முரீத் – சீடர். (ரசிகன் என்றும் பொருள்படும். ஸூஃபி மரபில் சீடன்.)

57. முராகபா (muraqabah) – தியான நிலை

58. நாத்ர் – காணிக்கை

59. திக்ர் – இறை நாமத்தைச் சொல்லிக் கொண்டே இருத்தல்
60. சுக்ர் – ஆன்மீகப் பரவச நிலையில் தன்னை மறத்தல் (divine intoxication)
61. மஜ்தூப் – சராசரி மனிதர்களால் புரிந்து கொள்ள முடியாத அளவுக்கு ஆன்மீகத்தில் திளைக்கும் பித்த நிலை
62. தஹாரத் – பரிசுத்தம். தொழுகைக்குப் பரிசுத்தம் அவசியம். உடல், உடை, இடம் ஆகிய மூன்றும் சுத்தமாக இருக்க வேண்டும்.
63. மய்யத் – பிரேதம்
64. கிப்லா திசை - தொழுகையில் கஅபாவை நோக்கி அமர்வது. கஅபா இருக்கும் திசை.

அத்தியாயம் 44

65. காதிம் – வேலைக்காரன்
66. முர்ஷித் ஏ காமில் – முர்ஷித்: ஆசான். ஆசானின் இதயத்திலிருந்து நேரடியாக முரீதுக்குக் கிடைக்கும் ஆன்மீக ஒளி.
67. கஃபன் துணி – மய்யத்தைப் போர்த்தும் துணி. சூஃபி தரீக்காவில் இணையும் முரீதின் உடலில் கஃபன் துணியை அணிவித்துத்தான் தரீக்காவில் சேர்ப்பது வழக்கம்.

அத்தியாயம் 45

68. இஸ்ஸத் – கௌரவம், மரியாதை.

அத்தியாயம் 46

69. ஜாகீர் – மொகலாயர் காலத்தில் படைத் தளபதிகளின் சேவையைப் பாராட்டி அரசர்கள் கொடுக்கும் நில மானியம்.
70. இமாம் – ஆசான்
71. நஃப்ஸ் – மனதின் கீழ்மைகள்
72. பைத்துல் மாமூர் – ஏழாவது வானத்தில் உள்ள வானவர் வீடு, தினமும் 70000 வானவர்கள் அங்கே சென்று தொழுகிறார்கள். ஒருமுறை தொழுதோர் மறுமுறை அங்கே செல்வதில்லை.
73. Zikr-e-ilahi – இறைவனை மனதுக்குள் தியானித்துக் கொண்டே இருக்கும் நிலை.

அத்தியாயம் 47

74. மார்ஃபத் – இறைவனை உணரும் நிலை

75. வஹ்தத்துல் வுஜூத் – இறைவன் ஏகன் என்பதை உணர்தல்

76. தவ்ஹீத் – வணக்கத்துக்கு உரியவன் இறைவனைத் தவிர வேறு யாருமில்லை என்ற ஏகத்துவக் கொள்கை. இறைவனைக் குறிக்கும் வஹீத் என்ற பெயருக்கு நெருக்கமானது தவ்ஹீத். வஹீத் - இணையில்லாதவன், ஒன்றைத் தவிர வேறு ஒன்று இல்லை.

77. வலீ – ஆசான், ஞானி

78. தஜல்லீ – பேரொளி. ரப்பானி – ஆசான். தஜல்லியத் ரப்பானி – பேரொளி வீசும் ஆசான்.

79. மரியம் உஸ் ஸமானி – அக்பரின் மனைவிகளில் ஒருவர், ஜஹாங்கீரின் அன்னை

80. மத்பஹ் தர்பார் – அடுக்களை அரசாங்கம்

அத்தியாயம் 52

81. Zenana - அந்தப்புரம்

82. மஜ்லிஸ் - குழு

அத்தியாயம் 55

83. ஸர்தா – புகையிலை

84. ஸஹாபாக்கள் – நபித் தோழர்கள்

அத்தியாயம் 56

85. திக்ர் – “லா இலாஹ இல்லல்லாஹு, வஹ்தஹு, லா ஷரீக்க லஹு, லஹுல் முல்க்கு, வ லஹுல் ஹம்து. வஹுவ அலா குல்லி ஷையின் கதீர்.” (அல்லாஹ்வைத் தவிர வேறு இறைவனில்லை. அவன் தனித்தவன். அவனுக்கு இணையானவன் எவனுமில்லை. ஆட்சியதிகாரம் அவனுக்கே உரியது. எல்லாப் புகழும் அவனுக்கே உரியது. அவன் அனைத்தின் மீதும் ஆற்றலுள்ளவன்.)

அத்தியாயம் 57

86. கயாமத் – உலக அழிவு நாள்

அத்தியாயம் 60

87. கச்சோடி – சமோசாவைப் போல் எண்ணெயில் பொரித்த ஒரு காரவகைப் பண்டம்.

அத்தியாயம் 61

88. பிரம்மம் – உயிர்; ஹத்தி – கொலை.

89. மாற்றான் – Jacques Derrida பயன்படுத்தும் The Other என்ற கருத்தாக்கம்.

அத்தியாயம் 63

90. மாஷியாக்– மெஸ்ஸையா – இறைத்தூதர்

91. சுன்னா – நடைமுறைகள்

92. தபூத் – கல்லறைப் பெட்டி

அத்தியாயம் 70

93. பாஞ்ச் ஹஸாரி – 5000 வீரர்களின் தலைவன்.

அத்தியாயம் 74

94. தஹஜ்ஜுத் – ஐந்து வேளைத் தொழுகையைத் தவிர உறங்கி எழுந்தவுடன் செய்யும் தொழுகை.

அத்தியாயம் 79

95. ச்சாங் – திபெத், நேபாளம் ஆகிய நாடுகளில் கிடைக்கும் மது வகை. அரிசியிலிருந்தும் பார்லியிலிருந்தும் தயாரிக்கப்படுவது. மரக் குவளை அல்லது பித்தளைக் குவளையில் சுடச் சுட பரிமாறப்படும்.

அத்தியாயம் 80

96. கோரியா - வெள்ளைத் தோல்காரி. பேச்சு வழக்கில் மெட்ராஸ் பாஷையில் குட்டிங்கோ என்பது போல் பொருள் படும்.

97. ஆந்தி – கோடைக் காலத்தில் வரும் சுழல் காற்று

98. ரண்ட்வா, ரண்டி – வேசி

99. சோரி – பெண்

100. ரண்ட் பஜார் – பாலியல் தொழிலாளிகள் வசிக்கும் தெரு. 101. மூட் மார்னா – கர மைதுனம். ஹஸ்த்மைத்துன் – கர மைதுனம்.

102. தம்பாக்கூ – புகையிலை

அத்தியாயம் 82

103. Aqua con gas - சோடா

104. hijo de puta, puta madre – motherfucker

அத்தியாயம் 84

105. அஸ்தக்ஃபிருல்லாஹ் - உங்களுக்காக நான் அல்லாஹ்விடம் மன்னிப்புக் கோருகிறேன்.

அத்தியாயம் 85

106. எஸ்க்ரித்தோர் (ஸ்பானிஷ்) – எழுத்தாளன்

அத்தியாயம் 88

107. சலாத்தீன் (அரபி) - சுல்தான், பேரரசர்.

108. கஷ்கோல் – திருவோடு

அத்தியாயம் 89

109. யத்தீம் - அநாதை

---

www.ingramcontent.com/pod-product-compliance
Ingram Content Group UK Ltd.
Pitfield, Milton Keynes, MK11 3LW, UK
UKHW042140021026
15589UKWH00003B/952

9 789391 748906